சாம்பைய்யா

தெலுங்கு நாவல்

ராஜேஷ்வரி கோதண்டம்

ஒரு இலக்கிய குடும்பத்தின் தலைவி. கணவர் கொ.மா.கோதண்டம் தனித்துவமான சிறார் இலக்கிய எழுத்தாளர், சமூகச் செயல்பாட்டாளர். மகன் கொ.மா.கோ. இளங்கோ தமிழின் முன்னணி சிறார் இலக்கிய எழுத்தாளர். தமிழ், தெலுங்கு, இந்தி, கன்னடம், ஆங்கிலம், சமஸ்கிருதம் மொழிகள் தெரிந்த ராஜேஸ்வரி கோதண்டம் 200க்கும் மேற்பட்ட சிறுகதைகள் 10 க்கும் மேற்பட்ட நாவல்கள், நாடகங்கள் மொழிபெயர்த்துள்ளார். நூற்றுக்கணக்கான பக்கங்களை மொழியாக்கம் செய்து பன்முகப் படைப்பாளராய்த் திகழும் இவர் தமிழக அரசின் 'ஜி.யூ.போப்' மொழியாக்க விருதை பெற்றவர். 'நல்லி - திசைஎட்டும் மொழிபெயர்ப்பு விருது' உள்ளிட்ட பல விருதுகளையும் பெற்றுள்ளார்.

சாம்பையா

தெலுங்கு நாவல்

வாசிரெட்டி சீதாதேவி

தமிழில்

ராஜேஸ்வரி கோதண்டம்

பாரதி புத்தகாலயம்

SAAMBAIYA (in Tamil)
Vasi Reddy Sidhadevi
Translated by : **Rajeswari Kothandam**
First Published: November, 2018
Published by
BHARATHI PUTHAKALAYAM
7, Elango Salai, Teynampet, Chennai - 600 018
Email: bharathiputhakalayam@gmail.com / www.thamizhbooks.com

சாம்பைய்யா

வாசிரெட்டி சீதாதேவி

தமிழில்: ராஜேஸ்வரி கோதண்டம்

முதல் பதிப்பு: நவம்பர், 2018

வெளியீடு:

பாரதி புத்தகாலயம்

7, இளங்கோ சாலை, தேனாம்பேட்டை, சென்னை - 600 018
தொலைபேசி : 044-24332424, 24332924, 24356935

அச்சு : பிரின்டெக், சென்னை - 600 005.

மூல ஆசிரியைப் பற்றி

தெலுங்கு இலக்கிய முன்னணி எழுத்தாளர் டாக்டர் **வாசிரெட்டி சீதாதேவி** அவர்கள். ஆந்திர நாட்டின் பல்வேறு மாநில மக்களின் வாழ்க்கைப் போராட்டங்களை இவரது எழுத்துக்கள் பிரதிபலிக்கும். சமுதாயத்தில் மலிந்து கிடக்கும் சிக்கல்கள், அநியாயங்கள், அக்கிரமங்கள், முதலாளித்துவம், நிலக்கிழார்களின் தான்தோன்றித்தனம், அடித்தட்டு மக்களின் இயலாமை பெண்களுக்கு இழைக்கப்படும் கொடுமைகள், வர்கபேதங்கள், கலாச்சார சீரழிவு இவற்றையெல்லாம் தெள்ளத் தெளிவாக பறைசாற்றுவதில் சிறிதும் தயக்கம் காட்டா முன்னேற்ற எழுத்தாளர் என்றே கூறலாம்.

சீதாதேவி அவர்கள் 40 நாவல்கள், 10 கதைத் தொகுதிகள், பல்வேறு களங்களை கொண்ட கட்டுரைத் தொகுப்புகள், 6 சிறார் இலக்கிய நூல்கள் 11 மொழி பெயர்ப்பு நூல்கள் என்று 70 நூல்களை இலக்கிய உலகத்திற்குத் தந்து பெரும் பங்காற்றியுள்ளார்.

இவரது நூல்கள் பல்வேறு பல்கலைக்கழகங்களில் பாடத் திட்டத்தில் இடம் பெற்றுள்ளன. அனேக இலக்கியத்துறைகள் பாராட்டி கௌரவ டாக்டர் பட்டத்தை வழங்கியுள்ளது. 1996ல் முதன் முதலாகத் தெலுங்கு பல்கலைக் கழகத்தின் மிகப் பெரிய விருதை வென்று முதன்மைஸ்தானம் வகித்த பெருமைக்குரியவர். 1999ல் ஆந்திர அரசின் உயரிய ஆத்ம கௌரவ பரிசையும் 2002ல் ஹம்ஸ அவார்டையும் தந்து பெருமைப்படுத்தியது.

ஜாதீய அவார்டு, அகில பாரதி ராஜ்பாஷா சம்மேளனம், கல்கத்தா ரூபம்பர பக்கிம்சந்திர நேஷனல் லிட்டரரி அவார்ட், டில்லி- உமர்- எசீவர் அவார்ட் போன்ற எண்ணற்ற பரிசுகளுக்கும் பாராட்டுக்களுக்கும் சொந்தக்காரர். இவரது நாவல்களில் சில சினிமாவாகவும் வெளி வந்துள்ளன. பல்வேறு மொழிகளில் மொழி பெயர்க்கப்பட்டுள்ளது.

வாசிரெட்டி சீதாதேவியின் மட்டிமனுக்ஷி நாவல் தெலுங்கு சாகித்ய அகாடமி பரிசைப் பெற்றுள்ளது. 5 முறை தெலுங்கு சாகித்ய அகாதமி இவருக்கு பரிசளித்து கௌரவித்திருக்கிறது.

'மட்டி மனுக்ஷி' நாவல் உஷ்மேனியா யுனிவர்சிடி எம்.ஏ. பாடமாகவும் மாணவர்கள் பி.ஹெச்.டி. எம்.பிள், பட்டங்கள் பெறவும் வைக்கப்பட்டுள்ளன.

பல்வேறு அதிகார சங்கங்களின் தொண்டு நிறுவனங்களில் பதவிகளை நிர்வகித்தும் ஜவஹர்லால் பவன் டைரக்டராகவும் பணியாற்றியதோடு, தற்கால தெலுங்கு இலக்கியத்தை தன் படைப்புகளால் பல்லக்கிலேற்றி பவனிவரச் செய்த பெருமைக்குரியவரின் புத்தகம் என்னையும் மொழியாக்கம் செய்யவைத்ததில் வியப்பொன்றுமில்லைதான்.

மொழி பெயர்ப்பாளர் உரை

எழுத உட்காருதல், எனது உடல்நிலை, வீட்டு வேலைகள், மாலைநேர வகுப்பு, வந்துபோகும் நட்புக்கள், உறவுகள் இவைகளை அனுசரித்து மிச்சப்படும் நேரம் என்றே சொல்லலாம்.

இரவு நேரங்களில், அமைதியான சூழலில் படுக்கையில் என்வாசிப்பு துவங்கும் புத்தகம் சுவாரஸ்யமாக இருந்துவிட்டாலோ கீழே வைக்க மனம் மறுக்கும். சற்று சலிப்பையோ, நெருடலையோ ஏற்படுத்தும் எழுத்துக்களை தள்ளிப்போட்டு தாமதிப்பேன்.

டாக்டர் வாசிரெட்டி சீதாதேவி தெலுங்கில் எழுதிய மட்டிமனுஷி என்ற இந்நாவல் ஒரு வசந்தகால இரவுகளில் வாசிக்கத் தொடங்கினேன். வசந்தகாலம் மலர்களின் காலம். மதுமாசம், மாதவனுக்குப் பிடித்தகாலம் குயில்களின் இனிமை குரல் காதில் இழையும். மற்றொரு வசந்தம் முடிந்து கார்காலத்தொடக்கத்தில் தமிழில் ‘சாம்பைய்யா’ என்ற பெயரில் பேரன்பிற்குரிய பாரதி புத்தக நிலையம் தோழமையுடன் என் கைகளில் தவழச் செய்ததை பெரும் பாக்கியமாக கருதுகிறேன். மெல்ல தொட்டுப் பார்த்தேன். வருடினேன். கண்களில் ஒற்றிக் கொண்டேன். பக்கங்களைப் புரட்டினேன். எழுத்துக்கள் முத்தாய் என்னைப் பார்த்து புன்னகை புரிந்தன. அட்டைப்படம் வழு வழுப்புடன் கிராமத்து மண்ணின் பசுமையை பளபளப்பாய் பறைசாற்றின. மொழியாக்கம் செய்கையில் ஏற்பட்டிருக்கலாம் சிரமம் சற்றேனும், புத்தகமாய் பார்த்ததும் மனம் பரவசத்தில் சிறகடித்து வானத்தில் பறந்து திரிந்தது.

எனது விரல்கள் இரு நூறுக்கும் மேல் சிறு கதைகளையும் பத்துக்கும் மேற்பட்ட நாவல்களையும் நாடகங்களையும் மொழி பெயர்த்திருந்தாலும் இந்த நாவல் என்னுள் மிகப் பெரிய இணக்கத்தை, சிரத்தையை, பற்றுதலை ஏற்படுத்தி கண்ணீரில் நனைய வைத்த தென்னவோ, உண்மை, மனவலியை நட்புக்களிடம் பகிர்ந்து வருத்தப்பட்டிருக்கிறேன்.

சூரியனும் சந்திரனும் காலை, மாலை என்ற உதித்தலின் கால ஓட்டத்திற்கிடையேதான் நாம் பிறந்தோம். கைகோர்த்து காலத்தோடு வாழ்வெனும் பயணத்தில் ஓடிக் கொண்டிருக்கிறோம். மனிதப் பிறவி அரிதினும் அரிது. வாழ்வு வரம். எழுத்து தவம் நாம் மகான்களின் வாழ்க்கை வரலாற்றைப் படிக்கையில் மிக மிக அதிசயிக்கத்தக்கவர்களாய் நம்முள் பிரக்ஞை எழுகிறது.

இந்தப் பிரபஞ்சம் பிராணன் எனப்படும் காற்றால் நிரப்பப்பட்ட கடல் போன்றது இதனுள் விழுந்த சின்னஞ்சிறிய மண்பாண்டம் போன்றதே நாம் வாழும் பூமி என்று மான்டூக்ய உபநிஷத் கூறுகிறது.

பூமியில் பலகோடி எண்ணிலடங்கா உயிரினங்கள் வாழ்கின்றன. ஒவ்வொரு உயிரினத்திற்கும் தனித்தன்மை பொருந்தி இயங்கி வருகிறது. அனைத்து இடங்களிலும் பூரணமாய் நிறைந்துகிடக்கும் பிரக்ஞை தாவரங்களிலும் நிறைந்திருக்கிறது. மனிதன் சிந்திப்பதற்கு காரணியான பிரக்ஞை உயிரோடு ஒன்றியைந்து பயணித்து வரும் பரிணாம வளர்ச்சி சாம்பைய்யா என்ற இந்நாவலின் கதாபாத்திர மனிதனையும் இயக்க வைத்துள்ளது.

ஒவ்வொரு கிராமத்திலும் சாம்பைய்யாவைப் போன்ற மனிதர்கள் இருக்கத்தான் செய்கிறார்கள்.

சாம்பைய்யா கிராமத்து மண்ணில் பிறந்தான். மண்ணோடு மண்ணாய் வளர்ந்தான். அவனைச் சுற்றியிருந்த இயற்கையே பாடம் கற்றுத் தந்தது. இந்த பூமி அவனுக்கு எழுதும் பலகை. ஏர் எழுதுகோல், வயலும், வயலைச் சார்ந்த இடங்களும் பாடசாலை, தினம் தினம் இந்த பூமி கற்றுத் தந்ததை மனதில் உள்வாங்கி , பூமியிலேயே செயலாக்கி காட்டினான். உழுதான், உரமிட்டான், நீர்பாய்ச்சினான், களை எடுத்தான். எந்த நேரமும் பயிர்களின் வளர்ச்சியிலேயே கண்ணுங்கருத்துமாய் காத்து வந்தான். நிலம் தான் சாம்பைய்யாவின் தாய், தந்தை, ஆசான். தெய்வம், நட்பு உறவு எல்லாமே, உடலை வருந்தி வேர்வை சிந்தி உழைத்தான். பூமித் தாயை நம்பினான். அவள் ஏமாற்றவில்லை. வாரி வழங்கினாள் வளத்தை. சிறுகச் சிறுக சேமித்து பத்திரப்படுத்தினான். வீடு, வாசல், நிலம், நீச்சு, தோப்பு, துரவு என்றும் பல ஏக்கர் நிலங்களுக்குச் சொந்தக்காரனாய் உயர்ந்தான்.

உடம்பிலிருந்து உயிர்ப்பது சக்தி, உழைப்பிலிருந்து உருவாவது சகல சௌபாக்கியங்களும் என்று கூறுவான் வேமனா எனும் யோகி.

தேசம் என்பது மண்ணையும் மனிதர்களையும் கொண்டது. மனிதனின் வியர்வை பூமியை நனைத்தால் மண்மாதா மகிழ்ந்துபோவாள். தாராளமாய் அள்ளி அள்ளித் தருவாள். பயிர்கள் விளையும் செல்வம் கொழிக்கும் என்று உழைப்பின் மேன்மையை வலியுறுத்துவார் குரஜாட சுப்பாராவ் என்ற தெலுங்குக் கவிஞர்.

சாம்பைய்யாவிற்குள் இந்த கவிகளின் போதனைகள் சுய அனுபவத்தில் தெரியவந்தது.

வியர்வையில் நனைவது நிலமகளுக்கு பெரும் இஷ்டம். இந்த நிலம், இந்த காற்று, இந்த ஆகாயம் வியர்வை சிந்துபவனுக்குரிய சொத்தே தவிர பல்லக்கில் ஏறிவலம் வருபவனுக்குரியதல்ல என்பதை சாம்பைய்யா மெய்ப்பித்து காட்டினான். எந்த நிலக்கிழாரிடம் தன்தந்தை கூலிவேலைக்காரனாய்

அமர்ந்தாரோ அந்த குடும்பத்திலிருந்தே தன் மகனுக்கு பெண்ணெடுத்து தான் பெற்ற அவமானங்களையும், அலட்சியங்களையும் துடைத்தெறிந்து பல ஏக்கர் நிலங்களுக்கு சொந்தக் காரனாய் கம்பீரத்துடன் கிராமமே வியக்கும் அளவிற்கு திருமணத்தை வெகு சிறப்பாக நடத்திக் காட்டினார்.

சாம்பைய்யாவிற்கு பொய்வேடம் போடவராது. தன்னையும், தன் உழைப்பையும் நிலத்தையும் மட்டுமே நேசித்தான். பலராமய்யாவைப் போன்ள பணத்திமிர்பிடித்த நிலக்கிழார்களின் வீழ்ச்சி, கனகய்யாவைப் போன்ற ஏமாற்றிப் பிழைக்கும் நம்பிக்கை துரோகிகள். ராமனாதபபாபுவைப் போன்ற காமுகர்கள், நவநாகரீகத்தின் பிடியில் சிக்கி தன்னையே இழக்கும் வரூதினியைப் போன்ற பெண்கள், வெங்கடபதியைப் போன்றஅப்பாவி மகன்கள் இருக்கும்வரை சாம்பைய்யா போன்ற மனிதர்கள் படுகுழியில் தள்ளப்பட்டுக் கொண்டிருப்பதில் வியப்பில்லை.

மண்ணில் பிறந்து, மண்ணோடு மண்ணாய் வளர்ந்து, மண்ணிடம் கற்று, மண்ணோடு வாழ்ந்து, மண் உயர்த்த மகிழ்ச்சியுடன் தலைநிமிர்ந்து நின்றவன் கடைசியில் மண்ணோடு மண்ணாய் கலந்துவிடும் மண்ணின் மனிதனாய் சாம்பைய்யா என் மனதில் நெகிழ்ச்சியை ஏற்படுத்தியதில் விளைந்ததே பாரதி புத்தகாலயம் வெளியிட்ட மொழியாக்க நாவல்.

எனது வாழ்வே இலக்கியமாய் பயணித்துவந்த அரைநூற்றாண்டை நினைத்துப் பார்ப்பின் நான், எனது என்னுடையது என்று சொந்தம் கொண்டாடி மகிழ்ந்தவை இராஜை என்ற மண்ணின் மாண்பை மட்டுமே. இராஜை இலக்கியச் சோலை குறிஞ்சிச் செல்வரின் வாழ்க்கைத் துணைவியாய், குறளமுதன், இளங்கோ வன் என்ற இரு மகன்களின் தாயாய், சுபகீதா, வித்யா என்ற மருமகள்களின் மாமியாராய், பூங்கோதை ஆண்டாள், பேத்திகளோடு பூங்குன்ளன், கம்பராமன், பெயரன்களோடும், இலக்கிய மணம் கமழும் குடும்பமாய் திகழ குறளும் மணிமேகலை காப்பியம் சொல்லும் பாதையில் பயணித்து வருகிறது. எனது கணவர் நூற்றுக்கும் மேற்பட்ட நூல்களை படைக்கவும், பல உயரிய பரிசுகளைத் தேடித் தந்ததும், எனக்குள் பன்முகப் பார்வையை அளித்து பல நூல்களை சுயமாகவும், மொழி பெயர்க்கவும், பல பரிசுகளை பெறும் பாக்கியத்தை தந்ததோடு, மகன்களையும் இலக்கியத்தோடு மணம் வீசி பயணிக்கச் செய்த பெருமை இம்மண்ணையே சாரும்.

சில பல மொழிகள், சைவ, வைணவ இலக்கியங்கள், வேத, உபநிடத, தத்துவ உபன்யாச விளக்கங்கள், ஆன்மீக, இதிகாச, புராண, நெறிமுறைகளை தெரிந்து கொள்ளும் வாய்ப்பை நல்கியது என் பிறந்த மண். மண்ணை நேசிக்கிறேன். மண்ணில் பிறந்த மக்களை நேசிக்கிளேன் உறவுகளை, நட்புகளை நேசிக்கிறேன்.

‘பெற்ற தாயும், பிறந்த பொன்னாடும்

நற்றவ வானினும் நனி சிறந்ததுவே என்ற பாரதியின் வரிகள் என்னுள்ளும், மறைந்த என் தாய்க்கும், என் வளர்ச்சியில் மகிழ்ச்சியுற்ற தாய்மாமனுக்கும் அஞ்சலி சமர்ப்பிக்கிறேன்.

மொழி பெயர்ப்பில் என் கவனத்தை திசை திருப்பிய பன்மொழிச் செல்வர். ஜகந்நாதராஜாவின் ஆன்மா என்றென்றும் வாழ்த்திக் கொண்டிருக்கும் என நம்புகிறேன். எப்போதுமே எனக்குள் ஆர்வத்தைத் தூண்டி எழுத்துலகில் பிரகாசிக்க உறுதுணையாய் பயணித்து வரும் அன்புக் கணவர், மகன்கள், மருமகள்கள், பேரன், பேத்திகள், ரஜினி பெத்துராஜா, ஆனந்தி, மஞ்சு, ரமணி, வைஜெயந்தி, விஜயலட்சுமி என்ற அன்பு இலக்கியத்தோழிகள் மற்றும் என் மீது பாசமும் நேசமும் காட்டிய ஜானகி, மணிமேகலை, திலகம், ஜெயலட்சுமி, பிரசன்னா போன்ற நட்புகளுக்கும் நன்றியுடையவளாய் என்றென்றும், என்மேல் மரியாதையும், அன்பும் வைத்து எனது வளர்ச்சியில் மகிழ்ச்சியுற்று பெருமைபடுத்தும் நேசம் மிகு மகாலட்சுமி சைன்டிபிக்ஸ் கம்பெனியின் உரிமையாளர் கே.வி. இராஜேந்திரராஜா மற்றும் அடையார் ஆனந்த பவனின் உரிமையாளர் கே.ஸ்ரீநிவாசராஜா அவர்கட்கும், என்றென்றும் நன்றியுடன், டாக்டர் வாசிரெட்டி சீதா தேவி அவர்கள் எழுதிய புத்தகங்களை நான் கேட்டதுமே ஆன்லைன் மூலமாக உடனே வாங்கித்தந்த எனதருமை இளங்கோ, என் எழுத்துக்களை நகல் எடுக்கவும், தபால் மூலம் பதிப்பகத்தாருக்கு அனுப்பிடவும், ஆதரவு காட்டி வரும் கீதா, குறளமுதன், எல்லாவற்றிற்கும் மேலாய் எந்த ஒரு எதிர்ப் பார்ப்புமின்றி இலக்கியப் பணியில் பெரும் பங்கையேற்று நல்ல முறையில் பொதுநல நோக்குடன் புத்தகங்களை வெளியிட்டுவரும் பாரதி புத்தகநிலைய தோழர்களைபாராட்டி, பெருமிதத்துடன் நன்றிகளை சமர்ப்பிக்கிறேன்.

ஒரு புத்தகம் வெளிவரவேண்டுமானால் பல பல சிரமங்கள் எதிர்கொள்ள வேண்டிவரும் என்பது எழுத்தாளர்களுக்கும், பதிப்பகத்தாருக்குமே உரிய அனுபவ அறிவு.

நேசம் மிக்க வாசகர்களே தயவு செய்து புத்தகத்தை விலை கொடுத்து வாங்கி படியுங்கள் இப்புத்தகத்தின் கதா நாயகன் ‘சாம்பைய்யா’ உங்களுக்குள்ளும் மண்ணின் மணமாய் விகசித்துவிடலாம்.

ராஜேஸ்வரிகோதண்டம்.

பிரகாசித்துக் கொண்டிருந்த நட்சத்திரங்கள் இருத்தலை மறைத்துக்கொள்ள ஆரம்பித்தன.

உதயகாலத்தின் ஒளிக்கதிர்கள் மஞ்சத்திரையை விலக்கி வெளிப்பட்டுக் கொண்டிருந்தன.

“ஏ சோழ! எல்ல மந்தா! என்னங்கடா இன்னும் திசைகளை பார்த்துகிட்டு? ஊம்! ஆகட்டும், வேலையெ ஆரம்பிங்கடா”

“அய்யாவோடதுதானுங்க தாமசம்”

கூலிகளெல்லோரும் சும்மாட்டை இறுக்கியபடி அடுக்கி வைக்கப்பட்ட நெற்கதிர்களைச் சுற்றி நின்றனர்.

சாம்பைய்யா மேலாடையை இடுப்பைச் சுற்றி வரிந்து கொண்டு அறுவடையான பயிர்களைச் சுற்றி மூன்று முறை வலம் வந்து தாவி ஏறியவர் உச்சியிலிருந்த முடிப்பை அவிழ்த்தார்.

கூலிகள் ஆளுக்கொரு கட்டாக வாங்கிக் கொண்டனர்.

சாம்பைய்யா கட்டைத் தோளில் சுமந்தபடி கீழே குதித்தார்.

“மொத தூர்ப்பு தங்களோடதுதான் சாமி. இந்த வருஷம் பொன்னா உதுக்கப் போவுது” என்றான் எல்லமந்தா.

“அய்யாவோட கைராசியே அப்பிடித்தானே!” என்றான் ஏசோபு.

சாம்பைய்யாகட்டைத் தூக்கிப் பிடித்து கீழேயுள்ள பலகையில் ஓங்கி மூன்று முறையடித்ததும் கட்டை அவிழ்த்துக் களத்துமேட்டில் வீசினார்.

சூரிய ஒளியில் தானியங்கள் பளபளவென மிளிர்ந்தன.

ஏசோபுவும் எல்லமந்தாவும் ஆளுக்கொரு கட்டை உதிர்த்துக் களத்துமேட்டில் வீசினர்.

பலகையில் உதிர்ந்து பொன்மணிகளாய் மின்னிக் கொண்டிருந்த தானியங்களை இரண்டு கைகளாலும் ஒன்றுசேர்த்து பரவசத்துடன் பார்த்தவர் எல்லமந்தாவை நோக்கி “என்னடா! எப்பிடியிருக்கு மேனி?” ஆசையாய் கேட்டார்.

“ஒங்க கைபட்டாலே தங்கமா கொட்டும். ஏக்கருக்கு இருபத்தைந்து மூட்டைக்கு கொறையாதுங்க” என்றான் உதிர்ந்துகிடந்த தானிய மணிகளை உற்று நோக்கியவாறு.

சாம்பைய்யாவின் வாழ்வின் முக்கிய லட்சியமே விவசாயம். பூமிதான் அவருக்கு சகலமும். மண்ணின்மீது அப்படியொரு நம்பிக்கை எல்லமந்தாவின் வார்த்தைகள் மகிழ்ச்சி வெள்ளத்தில் திளைக்கச் செய்தன. புதிய உற்சாகத்துடன் சரசரவென கட்டுக்களை இழுத்துப் பலகையில் ஓங்கி ஓங்கியடித்தார்.

மற்ற கூலிகளும் சாம்பைய்யாவின் வேகத்தைப் பின்பற்ற முயற்சி செய்தனர்.

பொழுது ஏறியிருந்தது.

காளைகள் பதமாய் பொதி மிதித்துக் கொண்டிருந்தன.

களத்துமேட்டைச் சுற்றிலும் வைக்கோலும் கூளமுமாக இடுப்பளவு உயர்ந்து நின்றது. அறுத்துப் போடப்பட்ட நெற்கதிர்களில் பாதியளவு உதிர்க்கப்பட்டிருந்தன.

கூலிகள் குட்டையின் கரையில் உட்கார்ந்து கட்டுச்சோற்றைப் பிரிக்கத் தொடங்கினர்.

சாம்பைய்யா வைக்கோல் குச்சிலில் அமர்ந்தவாறு சோற்று மூட்டையை அவிழ்த்தார். காரப் பச்சடியை சாதத்தில் சேர்த்துப் பிசைந்து உருட்டிக் கையில் எடுத்தார்.

“தொரை! தொரை!” ராமி பதட்டத்துடன் கத்திக் கொண்டே ஓடிவந்து சாம்பைய்யா அமர்ந்திருந்த குச்சிலின் முன்னால் நின்றாள்.

சாம்பைய்யா வாய்வரை உயர்த்திய உருண்டையைக் கிண்ணத்தில் போட்டுவிட்டு ராமியை கோபத்துடன் பார்த்தார்.

“ஓ ந்தலையில விழுவ! ஏண்டி இப்பிடி தொண்டை கிழிய கத்திக்கிட்டு வாறே?”

“அய்யா அவுகளே, நம்ம அம்மா அவுகளுக்கு புள்ள நோவு வந்துரிச்சி”

சாம்பைய்யா சடாரென எழுந்து வெளியே வந்தவர், எச்சில் கையை மேலாடையில் துடைத்துக் கொண்டே ராமியின் முகத்தை உற்றுநோக்கியவாறு, “புள்ளையா, பொண்ணா?” என்று கேட்டார்.

“இன்னும் பெரசவம் ஆகல்லேய்யா, வலி ரொம்ப கனமா இருக்கு! அம்மா அவுக துடிச்சிட்டிருக்காக. சீக்கிரமா பொறப்பட்டு வாங்கய்யா!” ராமியின் குரலில் பயம் வெளிப்பட்டது.

“அடியே ஏ ஆத்தா! ஆம்புள, நா வந்து என்னடி செய்யப் போறே? வண்ணாத்தி ரத்திக்கு சொல்லியனுப்பிச்சிட்டீங்களா?”

"எங்க புல்லி, ரத்திக்கோசம் போயிருக்கா சாமி. நானென்னவோ இங்குட்டு ஓடிவந்தேனாக்கும்."

சாம்பைய்யா உதிர்க்கப்பட்ட தானியத்தையும், இன்னும் உதிர்க்க வேண்டிய கட்டுகளையும் மாறி மாறிப் பரிதாபமாகப் பார்த்தார்.

"சரி, நீ போயி வண்ணாத்தி வீட்டுக்கு வந்துட்டாளான்னு பாரு. அந்த முண்டெ எங்க விழுந்து கெடக்காளோ? அவ வீட்டுல இல்லேன்னா வண்ணாந்தொரையில இருக்காளான்னு பாரு" சாம்பைய்யா ராமியை துரிதப்படுத்தினார்.

இன்னும் ஏதோ சொல்ல நினைத்த ராமி சாம்பைய்யாவின் முகத்தைப் பார்த்ததும் எச்சில் விழுங்கி, பின்னால் திரும்பி ஓடிவிட்டாள்.

சாம்பைய்யா குட்டையின் அருகில் சாவதானமாக சாப்பிட்டுக் கொண்டிருந்த கூலியாட்களைப் பார்த்துக் கத்தினார் -

"எவ்வளவு நேரந்தா உறிஞ்சிக்கிட்டிருப்பீங்கடா அந்தக் கஞ்சியை? சீக்கிரமா ஏறி கட்டுக்களத் தூக்கிட்டு வாங்கடா!"

சாம்பைய்யாவின் குரல் கேட்டதுமே கூலியாட்களெல்லோரும் பரபரப்புடன் குட்டையில் கிண்ணங்களை அவசர அவசரமாகக் கழுவி களத்துமேட்டை நோக்கி ஓட்டம் பிடித்தனர்.

சாம்பைய்யா சோற்றுக் கிண்ணத்தில் பறந்து வந்து விழுந்திருந்த செத்தைக் கூளங்களை ஒதுக்கித் தள்ளிவிட்டு அவசர அவசரமாக மொத்தமாக எல்லாத்தையும் கலந்து நான்கே உருண்டைகளாக உருட்டி வாய்க்குள் செலுத்தி விழுங்கியதும் குச்சிலை விட்டு வெளியே வந்தார்.

கூலியாட்கள் சுருட்டைக் கூட பற்றவைத்து ஒரு இழுப்பு இழுக்காமலேயே வேலையைத் தொடங்கியதால், சற்று மந்த கதியிலேயே சிரத்தையற்று செய்து கொண்டிருந்தனர்.

சாம்பைய்யா தலையில் முண்டாசை இறுக்கிக் கட்டி- "ஏலேய் எல்லமந்தா! ஏசோபு! என்னங்கடா அந்த அடிப்பு? செத்தவன் கையிலெ சொரணையத்துப் போடுறாப்புல! பொழுது நெத்திக்கு மேலே ஏறுறதுக்குள்ள தூர்ப்பு முடிஞ்சிறணும்! தெரிஞ்சுதா?" என்று அதட்டியபடியே களத்துமேட்டிற்கு வந்து சேர்ந்தார்.

சாம்பைய்யா கட்டளை பிறப்பித்ததும் கூலியாட்கள் திருதிருவென விழித்தனர். அவருடைய அன்புக்கு முன்னால் அடிபணியத்தான் வேண்டும். உதிர்ப்பு சூடுபிடித்தது. அடர் மழைத் தாரைகளாய் உதிர்ந்தன நெல்மணிகள். பொழுது தலைக்குமேல் வருவதற்குள் கட்டுகள் காலியாகிவிட்டன.

சாம்பைய்யா வேக வேகமாக தானியங்களை ஒன்றுசேர்த்துக் குவியலாய்க் குவித்து சுற்றிலும் கோடுகளை வரைந்து அடையாளங்களை உண்டாக்கினார்.

“எல்லமந்தா! இங்க வாடா!” என்று கத்தியழைத்தார்.

எல்லமந்தா கைகளைக் கட்டியவாறு முன்னால் வந்து நின்றான்.

“ஏலேய்! நா போறேன்! பொழுது சாயுறதுக்குள்ள மறுபடியும் வருவேன். இதுக்குள்ள வைக்கோலெல்லாம் நல்லா பொலி மிதிக்க வச்சி உதிர்வு தானியங்களையெல்லாம் ஒன்னு சேர்த்து தனியா குமிச்சி வச்சிடு.”

“அப்படியே ஆகட்டும் தொரெ!”

“ஆகட்டும்னு தலையாட்டுனா பத்தாது. நல்லா வைக்கோலை உதிர்த்துடனும் தெரிஞ்சுதா! இம்மியளவு கூட செதறவிடக்கூடாது! தெரிஞ்சுதா?”

“அதென்னய்யா! நீங்க சொல்லணுமா! எனக்குத் தெரியாதா?”

சாம்பைய்யா எல்லமந்தாவை அருகில் அழைத்து மெதுவாகச் சொன்னார்.

“அந்த ஊனப் பயலையும், தம்மிடிப் பயலையும் ஒரு கண்ணு வச்சிக்குறது எதுக்கும் நல்லது!”

அத்தனை நம்பிக்கை தன்மேல் வைத்திருந்ததற்காக பொங்கிய பூரிப்புடன் “அப்படியே ஆகட்டும் தொரெ!” என்றான் எல்லமந்தா.

சாம்பைய்யா அங்கு வேலை பார்க்கின்ற அத்தனைப் பேரையும் உற்றுநோக்கி, “நம்ம வயக்காட்டைத் தாண்டி ஒரு ஈ எறும்பு கூட வெளியே போகக்கூடாது, தெரிஞ்சுதா!” என்று எச்சரித்தார்.

தலையில் கட்டியிருந்த மேலாடையை உருவித் தோளில் போட்டுக் கொண்டு குச்சிலின் அருகாமையிலிருந்த முள் கம்பை கையில் பற்றியபடியே சாம்பைய்யா தானியக் குவியலையும், களத்து மேட்டில் குவிந்திருந்த வைக்கோலையும், பொலியடிப்பதால் பறந்து வருகின்ற தூசி துகள்களையும் மற்றுமொரு முறை ஏற இறங்கப் பார்த்தார். ‘‘பொழுது சாயுறதுக்குள்ள நா வந்துருவேன். அதுக்குள்ளாற தூவுற வேலையெ முடிச்சிடணும். ஒரு நெல்லு மணி வெளிய போகக் கூடாது’’ என்று கூறிப் புறப்பட்டார்.

சாம்பைய்யாவின் பாதங்களின் அழுத்தத்தில் நிலம் அதிர்ந்தது. அவருடைய நீண்ட உரமேறிய தோள்கள் கருடனின் இறக்கைகளைப் போன்று முன்னும் பின்னுமாய் காற்றைக் கிழித்துச் சென்றன. அவர் கையில் பற்றியிருந்த முள்கம்பு ஆதிசிவனின் சூலத்தைப் போல ஆகாயத்தைப் பார்த்துக் கொண்டிருந்தது. ஆறடிக்கும் கூடிய உயர்ந்த ஆஜானுபாஹு உருவம். நல்ல வெடலைப் பருவத்து காளையைப் போன்ற வாலிப வயது. அவருடைய உடம்பு சதைப்பிடிப்புடன்

உருண்டு திரண்டு உழைப்பின் உரத்தைப் பறைசாற்றின. முறுக்கிவிடப்பட்ட அடர்த்தியான மீசை, நீண்ட அழகிய நாசி, தீட்சண்யமான பார்வை, கழுத்தை வருடிக் கொண்டிருக்கும் சுருண்ட தலைமுடி, நடையின் வேகம் - எல்லாமே மண்ணை நம்பி மண்ணிற்காகவே வாழும் மண்ணின் மைந்தனாய் சாம்பைய்யா.

தன்னுடைய ஐந்து ஏக்கர் நஞ்சை நிலத்தின் வரப்பைத் தாண்டி கால்வாய் கரைமீது நடந்து கொண்டிருந்த சாம்பைய்யா ஒரு நிமிடம் நின்று தனது நஞ்சைப் பக்கமாகப் பார்வையைச் செலுத்தினார்.

அந்த நிலம் - அந்த பொன்விளையும் பூமி தன்னுடையது. அந்த நிலத்தை தன்னுடைய அப்பா அம்மா இரவும் பகலுமாக கடுமையாக உழைத்துச் சம்பாதித்தார்கள். தானும் வியர்வை சிந்தப் பாடுபட்டு, நிலத்தைப் பழுதுபடுத்தி பக்குவப்படுத்திக் கொண்டார். தன்னுடைய பூமிக்கு - தன்னுடைய ஆஸ்திக்கு வாரிசு பிறக்கப் போகிறான். தன்னுடைய வம்ச விளக்கு இதற்குள் இந்த பூமியில் வந்து விழுந்திருப்பான்.

சாம்பைய்யாவின் உடல் புளகாங்கிதமடைந்தது. இதயம் மகிழ்ச்சியில் பொங்கித் திளைத்தது. வேக வேகமாக கால்களை முன்னால் எடுத்துவைத்து வாய்க்கால் வரப்புமீது நடந்து கொண்டிருந்த சாம்பைய்யாவின் மனம் தனது வம்ச சரித்திரத்தையெல்லாம் அசைபோட ஆரம்பித்தது -

சாம்பைய்யாவின் தந்தை வெங்கய்யா. அவர் வயிற்றுப் பிழைப்பைத் தேடி அந்த ஊருக்கு வந்தவர். வடக்கிலிருந்து வந்தவராதலால் அந்த ஊர்க்காரர்கள் எல்லோரும் அவரை “வடக்கத்தி வெங்கைய்யா” என்றே அழைப்பார்கள். கட்டிய துணியுடன் வந்த வெங்கைய்யா ஆரம்ப நாட்களில் கூலி வேலை செய்து பிழைத்து வந்தார். ஆனால் வெகு சீக்கிரத்திலேயே ஊரிலுள்ளவர்களின் பார்வையில் மிகவும் நல்ல மனிதர், நாணயமானவர் என்ற பெயரை நிலைநிறுத்திக் கொண்டார்.

மிகப் பெரிய நிலக்கிழார், விவசாயி வீரபத்ரய்யா அவரைத் தன்னுடைய நிலங்களுக்கெல்லாம் காப்பாளனாக நியமித்துக் கொண்டார்.

நான்கு வருடங்கள் கடப்பதற்குள் நானூறு ரூபாய் மிச்சம் பிடித்த வெங்கைய்யா கோடை கால நாட்களில் வடக்கிலிருக்கும் தன்னுடைய சொந்த ஊருக்குச் சென்றவர். மீண்டும் அறுவடை சமயத்தில் தன்னுடைய மனைவியுடன் திரும்பி வந்தார்.

வீரபத்ரய்யாவின் நிலக்காப்பாளர் வேலையை மறுத்துவிட்டு சின்னவீரய்யா என்ற விவசாயியிடமிருந்து இரண்டு ஏக்கர் நிலம் குத்தகைக்கு வாங்கினார். வீரய்யாவினுடைய வைக்கோல் போர் தொழுவத்திற்கு பக்கத்திலுள்ள காலி இடத்தில் சிறியதாக ஒரு குடிசை கட்டிக்கொண்டு குடும்பம் நடத்தினார்.

மனைவி மங்களம்மா நாலு வீடுகளில் நல்லது கெட்டதுகளில் கலந்து கொண்டு சொன்ன வேலையைச் செய்வாள். நெல்குத்தியும், காரப் பொடி இடித்தும், ஊறுகாய் போட்டும், பருப்பு வகைகளை திரித்துத் தந்தும் வீட்டை நிர்வகித்து வந்தாள்.

வெங்கய்யாவும் மனைவியும் அல்லும் பகலுமாய் வயலில் வேலை செய்து பயிர்களை விளைவித்தனர். குத்தகை ஒப்பந்தப்படி இம்மியளவு தானியமும் குறையாமல் சின்ன வீரய்யாவின் வீட்டில் சேர்ப்பித்து வரும் வெங்கய்யாவின் நன்னடத்தை கிராமத்தாரின் நம்பிக்கையை நிலைநிறுத்தியதென்றே சொல்லலாம். இரண்டே ஏக்கர் வாடகை நிலத்தில் வருந்தி உழைத்து வாழ்க்கை நடத்தி வந்த வெங்கைய்யா இரண்டே ஆண்டுகளில் பன்னிரண்டு ஏக்கர் நிலத்தைக் குத்தகைக்கு எடுத்து விவசாயம் செய்தார். வண்டி, ஒரு ஜோடி காளைகளையும் சொந்தத்தில் வாங்கி ஒவ்வொரு வருடமும் பத்து இருபது மூட்டை தானியம் மிச்சப்பட்டது.

பத்து வருடங்கள் கழிந்தன. வெங்கய்யா இரண்டு ஏக்கர் நிலம் சொந்தமாக வாங்கிக் கொண்டார். சம்பாத்தியத்தில் பற்றுதல் கூடியது. நிலம் வாங்குவதற்காக சிறிது கடன் வாங்க வேண்டியிருந்தது.

அந்தக் கடனை அடைக்கும்வரை வெங்கய்யாவும், அவர் மனைவியும் தூங்கியதேயில்லை. கடனெல்லாம் கழிந்து சொந்த நிலத்தில் சாகுபடி செய்துவந்த நாளில் சாம்பைய்யா பிறந்தார். மங்கம்மா அதற்குப்பின் அடுத்த வீடுகளுக்குச் சென்று வேலை செய்வதை விட்டுவிட்டார்.

வெங்கய்யா ஏரும், கலப்பையும் தோளில் சுமந்து புறப்பட்டால் மங்கம்மா மகனை கக்கத்தில் இடுக்கி தலையில் சோற்றுக்கலயத்துடன் கணவனோடு காட்டுக்குச் செல்வாள்.

இருபத்தைந்து வருடங்கள் கழிந்தன. வெங்கய்யா வண்டிப் பாதையருகிலுள்ள இரண்டு ஏக்கர் நிலம், வீடு கட்டிக்கொள்ள இடமும் வாங்கிப் போட்டார். அதற்காகவும் கடன் வாங்க வேண்டி வந்தது. அந்தக் கடன் முடியும் வரைக்கும் ஆரம்பத்திலிருந்து வாழ்ந்து வந்த குச்சிலிலேயே இருக்க முடிவு செய்து கொண்டார். வெங்கய்யா எப்போதோ சில சமயம் தவிர கூலிக்கு ஆட்கள்கூப்பிடுவதில்லை. குடும்பம் எப்போது பார்த்தாலும் வயக்காட்டிலேயே விழுந்து கிடந்து ஏதாவது வேலையைச் செய்து கொண்டேயிருக்கும். மனைவியும், மகனும்கூட வெங்கய்யாவுடன் கஷ்டப்பட்டு உழைத்தனர். அந்தப் பலனை விளைச்சல் என்ற வடிவத்தில் வீட்டிற்குக் கொண்டு வந்து சேர்த்தனர்.

வெங்கய்யா எத்தகைய நேர்த்தியாய் விவசாய வேலைகளை செய்து வந்தாரோ அதேயளவு சாமர்த்தியத்துடன் குடும்பத்தை நடத்தி வந்தாள் மங்கம்மா.

மகன் சாம்பைய்யாவும் தகப்பனுடைய சொல்லைத் தட்டாமல் தகுந்த வாரிசாய் விளங்கி வந்தான்.

சாம்பைய்யாவிற்கு இருபத்தைந்து வருடங்கள் நிறைந்ததும் கல்யாணமாயிற்று. வீட்டு வேலைகளைத் திறம்படச் செய்யும் பெண்ணைப் பார்த்து மணம் முடித்து வைத்தார்கள். ஆனாலும் பெண்ணைத் தேடி வடக்கே சொந்த ஊருக்குப் போக வேண்டிய அவசியமில்லாமல் அவர்கள் வாழ்ந்த ஊருக்கு இரண்டு கல் தொலைவிலிருந்த பாளையத்துப் பெண்ணையே மருமகளாக்கிக் கொண்டனர்.

பதினாறு நாட்கள் பண்டிகையெல்லாம் கொண்டாடி முடிந்த பின் சாம்பைய்யா மனைவி துர்கம்மையுடன் மாமியார் வீட்டிலிருந்து வீடுவந்து சேர்ந்தான். துர்கம்மை பகலில் ஒருபோதும் கணவனின் முகத்தைப் பார்த்துப் பேசியவளில்லை. வீட்டில் நெல்குத்துவதும், பால் மாட்டையும் கன்றையும் கவனித்துக் கொள்வதும், சோற்றை வடிப்பதுமாக எப்போது பார்த்தாலும் வேலை செய்து கொண்டேயிருப்பாள்.

அப்பா, அம்மாவுடன் சாம்பைய்யாவும் வயக்காட்டில் கஷ்டப்பட்டு உழைப்பான். வெங்கய்யாவுக்கு மருமகளும் வயக்காட்டுக்கு வந்து வேலை செய்தால் நன்றாகயிருக்குமென்று ஆசைப்பட்டார். ஆனால் மங்கம்மா- "ஏங்க, நம்ம மருமக வெயில்ல வந்து என்ன வேலை செய்யப் போறா, வீட்டப் பாத்துக்க அவ இல்லேன்னா வீடு என்ன ஆகும்!" என்று சமாதானப்படுத்துவாள்.

துர்கம்மா மாமியார் வீட்டிற்கு வந்து சில நாட்கள் ஆனபின் ஒருநாள், ஒரு வாரமாக பனிக் கொட்டிக் கொண்டிருந்தது. புஞ்சையில் இரவு முழுக்க பயித்தம்செடிக்கு காவல் காத்துக் கிடந்த வெங்கய்யா ஏழாவது நாள் விடியும்போது எழவேயில்லை.

சாம்பைய்யாதகப்பனுக்காக கட்டுச்சோற்றை எடுத்துக் கொண்டு வயலுக்கு வந்தான். புஞ்சையில் வேலியைத் தாண்டி வந்து மாடுகள் மேய்ந்து கொண்டிருந்தன. சாம்பைய்யா ஓட்டமாய் ஓடிவந்து மாடுகளைத் துரத்தியடித்தான். அதற்குள்ளாகவே வேலியோரப் பயிர்களையெல்லாம் நாசப்படுத்தி விட்டிருந்தன. சாம்பைய்யாவிற்கு முதன்முறையாக அப்பாவின்மேல் எரிச்சல் ஏற்பட்டது.

"எங்கன செத்துத் தொலஞ்சான் இந்த கெழவன்?" என்று கத்தியபடியே குச்சிலின் அருகாமையை அடைந்தான் சாம்பைய்யா. சோத்து மூட்டையை கீழே இறக்கி வைத்தவாறு எட்டிப் பார்த்தான். அப்பா இன்னும் நீட்டி நிமிர்ந்தபடி படுத்துக் கிடப்பதைப் பார்த்ததும், "அய்யோய், என்னது! இன்னும் படுத்துக் கிடக்கீங்க?" என்று கூப்பிட்டுப் பார்த்தான் மகன்.

வெங்கய்யா பதில் பேசவில்லை. குடிசைக்குள் சென்று தகப்பனைத் தொட்டு அசைத்துப் பார்த்தான்.

"எய்யா! என்னது? அய்யய்யோய்!" என்று சத்தம் போட்டுக் கத்தினான். பக்கத்து நிலத்திலிருந்த ஒரு ஆசாமியின் உதவியுடன் தகப்பனை வீட்டில் கொண்டு வந்து சேர்த்தான்.

வைத்தியர் வந்து ஆராய்ந்து பார்த்தபின் - "வெங்கய்யாவிற்கு பக்கவாதம் பிடிச்சிருக்கு!" என்றார்.

சாம்பைய்யா ஒன்றும் புரியாமல் வாயை அகல விரித்தான்.

"அதுதான் சாம்பைய்யா! கை கால் செயல்படாதது! வயசு தாண்டியவரு, ராத்திரியும் பகலுமா பனியில விழுந்து கெடந்தா வராதா என்ன?" என்றார் வைத்தியர் வரதாச்சாரி.

"அதுக்குத்தாம்போல, நானு புடிச்சி உலுக்குனா சொரணையத்த மாடாட்டம் விழுந்து கெடந்தாரு எங்க அய்யா!" சாம்பைய்யாவிற்கு தகப்பனுக்கு வந்த வியாதியை வரதாச்சாரி எடுத்துச் சொன்னதும் புரிந்ததுபோல பேசினான்.

மங்கம்மா வெங்கய்யாவின் பக்கத்தில் அமர்ந்து விழுந்து விழுந்து அழுதாள்.

அந்த நிலையில் வெங்கைய்யா மூன்று நாட்கள் கட்டிலில் கிடந்தார். வாயை பலவந்தமாகத் திறந்து மூன்று வேளையும் வரதாச்சாரி பச்சிலைச் சாறை ஊத்தினார். காலையில் ஊற்றிய மருந்து மதியத்திலும் மதியம் ஊற்றிய மருந்து மாலையிலும் உதடுகளின் வழியாக வெளியே வந்து கொண்டிருந்ததே தவிர, பாவம், வெங்கய்யாவிற்கு கண்ணைத் திறந்து பார்க்கவோ, பேசவோ சக்தியில்லை.

மூன்றாவது நாள் இரவில் வெங்கய்யா - முன்னோர்கள் பிறந்து, வாழ்ந்த, ஊரைவிட்டு இந்த ஊருக்கு வந்த வெங்கய்யா - திரும்பி அவர்கள் சென்ற இடத்திற்கே சென்றுவிட்டார்.

கணவனின் கருமாதி வரும் முன்பே மங்கம்மாவும் போய்ச் சேர்ந்தாள். அதிகாலையில் வைக்கோல்போர் தொழுவத்தில் விறகுக்கட்டைகளை இழுக்கும்போது மங்கம்மாவை பூச்சி கடித்துவிட்டது. நுரை நுரையாக வாந்தியெடுத்தாள். நான்காவது தடவை நுரை தள்ளியபோதும்கூட சாம்பைய்யாவிற்கு ஊர்க்காரர்கள் சொல்லிய ஆலோசனை மூளையில் உரைக்கவில்லை. காளைகளைகூடு வண்டியில் பூட்டி, வைக்கோல் படுக்கையில் அம்மாவைக் கிடத்தி மனைவியையும் அழைத்துக்கொண்டு ஐந்து மைல் தூரத்திலுள்ள ரயில்வே ஸ்டேஷனுக்குப் புறப்பட்டான். ஸ்டேஷன் இன்னும் ஒரு மைல் இருக்கும்போதே மங்கம்மா கண்ணை நிரந்தரமாக மூடிவிட்டாள்.

துர்கம்மா வண்டிக்குள்ளிருந்தபடியே ஓவென அழுது புலம்பினாள். துர்கம்மாவின் அழுகையை சமாதானப்படுத்தி வண்டியை வீட்டை நோக்கித் திருப்பினான் சாம்பைய்யா.

துர்கம்மா மாமியாரின் சவத்தினருகில் உட்கார்ந்தபடியே பின்பக்கமாகத் திரும்பிப் பார்த்தபடியே சென்றாள். அதுவரையிலும் துர்கம்மா புகைவண்டியைப் பார்த்ததில்லை. தூரத்தில் பனங்காட்டின் பின்புறம் மேலெழுந்து வரும் புகைமண்டலம் மட்டுமே தென்பட்டது பாவம் துர்கம்மைக்கு.

தந்தையும் தாயும் போனபிறகு சாம்பைய்யாவிற்கு இறக்கைகள் ஒடிந்தது போலத் தோன்றியது. காட்டில் விவசாய வேலைகளை தன்னந்தனியாக செய்ய இயலவில்லை. சமயம் கிடைத்தபோதெல்லாம் துர்கம்மாவையும் கூடவே அழைத்துச் சென்றான். களையெடுக்க, காய்கறிகளை பறிக்க, இப்படி சின்னச் சின்ன வேலைகளுக்கும், கூலிகளை நியமிக்க வேண்டியிருக்கும்போது சாம்பைய்யாவின் மனம் சங்கடப்படும். வில்லைகளாய் பளபளக்கும் வெள்ளி ரூபாய்களைத் தரும்போது பிராணனே போவதுபோல வருத்தப்படுவான். கூலிக்காகக் காட்டில் விளைந்த பயிறு பச்சை போன்ற தானியங்களையும், காய், கனி, தேங்காய், மட்டை, நொய், குருணை போன்றவற்றை மட்டுமே தருவான். அப்படி வாங்கச் சம்மதமான கூலிகள் மட்டுமே சாம்பைய்யாவிடம் வேலை செய்ய வருவார்கள்.

மாமனார், மாமியாரின் மரணம் துர்கம்மைக்கு வீட்டு வேலைகளில் சற்றே ஓய்வைத் தந்தாலும், பழக்கமில்லாத காட்டுவேலை கொஞ்சம் கஷ்டமாகவே தோன்றியது. இரவு முழுக்க கணவனோடு காட்டிலேயே இருக்கவேண்டிய சமயங்களில் பயமும் திகிலும் ஏற்படுவதுண்டு. தாய் தந்தை ஞாபகத்துக்கு வருவார்கள். கல்யாணம் நடந்தபோது - ஊரிலுள்ளவர்கள், உறவினர்களெல்லாரும் "துர்கம்மா அதிர்ஷ்டக்காரி" என்று புகழ்ந்தார்கள். காடு, கரை, வீடு, வாசல், நிலம், நீச்சு இருக்கும் விவசாயக் குடும்பத்துல வாக்கப்பட்டு இருக்கா" என்றும் பெருமையாகப் பேசிக் கொண்டார்கள்.

ஏதோ நினைவில் இருக்கும்போது துர்கம்மை சில சமயங்களில் சாம்பைய்யாவின் கேள்விக்கு உடனே பதில் கூற மாட்டாள். முழங்கையால் சடக்கென இடித்தபடி - "எங்கடி உன் நெனைப்பெல்லாம்! சொல்றது உனக்குத்தான, காதுல விழலயா?" என்று பரத்தியானத்தில் இருந்தவளை சுயநினைவுக்குத் திருப்ப வேண்டியிருக்கும்.

அன்று யுகாதிப் பண்டிகை. அதிகாலையிலேயே எழுந்து வீட்டை நன்றாக மெழுகிக் கோலம் போட்டு அழகுபடுத்தினாள். உளுத்தம் பருப்பை நனைய வைத்து பதமாக ஆட்டி வைத்தாள். அதிரசத்திற்காக மாவு இடித்தாள். மதியத்திற்குள் வடை, அதிரசம், முறுக்கு, சீடை, அப்பம் என்று பலகாரங்களெல்லாம் தயார் செய்து முடித்ததும் பேசினில் அடுக்கி வைத்து கணவனுக்காக எதிர்பார்த்தபடியே காத்திருந்தாள் துர்கம்மை.

மேட்டு நிலத்திலிருந்த கருணைக்கிழங்கையும் வயல்வரப்பில் படர்ந்திருந்த காய்கறிகளையும் விற்றுவிட்டு முன்பணம் பெற்றதும் வீட்டிற்குத் திரும்பினான்

சாம்பைய்யா. வரும்போதே தண்ணீர் நிரப்பி வைத்துள்ள தொட்டிப் பக்கத்திற்குச் சென்று கோமணத்துடன் குளிர்ந்த நீரை மொண்டு தலையில் ஊற்றி, உடம்பில் பதிந்திருந்த மண்ணை உள்ளங்கையால் நன்றாகத் தேய்த்து கழுத்திலிருந்து பாதம் வரை நகங்களால் கீறிவிட்டு அழுக்கைப் போக்கி மடமடவென நீரை மொண்டு தலையில் ஊற்றியபடியே,

"எங்கடியிருக்கே? புதுத்துணிகளை கொண்டா! சீக்கிரமா! வயித்துப்பசி குடலை வாட்டியெடுக்குது" என்று சத்தம் போட்டான் சாம்பைய்யா.

துர்கம்மை புது வேஷ்டிக்கும், மேல் துண்டுக்கும் மஞ்சள் தடவி வேகமாக ஓடிவந்தாள். புத்தம் புதிய ஆடைகளைவாங்கியவன்தலையையும்உடம்பையும் நன்றாகத் துவட்டிவிட்டவாறு "என்னடி செஞ்சி வச்சிருக்கே? வா! வா! சீக்கிரமா தட்டுல எடுத்து வையி!" என்றான்.

உள்ளே சென்ற துர்கம்மை பலகையைப் போட்டு உணவு வகைகளைப் பரிமாறினாள். வடை, அதிரசம், பூரி போன்ற பலகாரங்களைப் பக்கத்தில் ஒரு கிண்ணத்தில் வைத்தாள்.

சாம்பைய்யா புது வேஷ்டியை இடுப்பில் கட்டி, மேல் துண்டால் தலையைத் தட்டிக் காயவிட்டபடி வந்து பலகையில் உட்கார்ந்தான்.

வடை ரொம்பவும் மென்மையாக ருசித்தது. அதிரசங்கள் இனிய சுவையுடன் வாயில் வைத்ததுமே கரைந்தன. முறுக்கு சீடை என்று வாய்க்குள் அடைத்து லபக் லபக்கென சாப்பிட்டுக் கொண்டிருந்த கணவனை கண்ணிமைக்காமல் பார்த்தவாறு எதிரே உட்கார்ந்திருந்தாள் துர்கம்மை.

அவள் மனதிலிருக்கும் உணர்வுகளை கணவனிடம் எப்படி எடுத்துரைப்பது என்று தெரியாமல் மலங்க மலங்கப் பார்த்தபடியே வெட்கத்துடன் அமர்ந்திருந்தாள். கணவனோ எதையுமே கண்டுகொள்ளாதவனாய் தின்பதிலேயே கவனமாகக் கிடந்தான்.

"அதிரசம் நல்லாவே செஞ்சிருக்கே" என்றபடியே சாம்பைய்யா இன்னுமொரு பிடி பிடிக்கத் தொடங்கினான்.

"அப்போ வடை?" ஒரு பேச்சுக்கு கேட்டாள் துர்கம்மை. அப்போதாவது கணவன் தன்னிடம் ஏற்பட்டுள்ள மாற்றத்தைக் கூர்ந்து கவனிப்பான் என்ற ஆசையில்.

"ஆமாமா! வடையா? நம்ம புஞ்சையில வௌஞ்ச உளுந்துல்லே? ரொம்ப மென்மையா ருசிக்குது..." என்றவாறு சாம்பைய்யா வடையை எடுத்து முழுசாக வாயில் அடைத்தவன் துர்கம்மையைப் பார்த்ததும் அசந்து போனான்.

இன்னிக்கு ஏன் துர்கா இவ்வளவு மினுமினுப்பாய் இருக்கா? அதுமட்டுமில்லாம தன்னைப் பார்த்து வெட்கப்பட்டுக் கொண்டும் இருப்பதை

அவளது கண்கள் வெளிப்படுத்துதே? எண்ணெய் தேய்ச்சிக் குளிச்சி புதுப் புடவையைக் கட்டிக்கிட்டதாலா? அதுவா சங்கதி,

"எட்டு ரூபா போனாலும் போகட்டும்! புடவெ நல்லாவேயிருக்கு! கலரு போகாம இருக்குங்குறீங்களா?" சாம்பைய்யா புரிந்து கொள்வான் என்று நினைத்தாள்.

அவனோ கர்மமே கண்ணாயிரமாய் சாப்பாட்டிலேயே விழுந்து கிடந்தான். துர்கம்மைக்கு கோபம் கோபமாய் வந்தது. ஆனாலும் கணவனின் முன்னால் தன் கோபத்தை வெளிப்படுத்தும் சக்தி இல்லை அவளுக்கு. "கொஞ்சத்தையாவது விட்டு வையுங்க! எல்லாத்தையும் நீங்களாவே தின்னுட்டா வர்றவங்களுக்கு எதை கொடுக்குறதாம்?" என்றாள் துர்கம்மை.

சாம்பைய்யா ஆச்சரியமடைந்தான். மனைவி எப்போதுமே தன்னிடம் இப்படி அதிர்ந்து பேசியவளில்லை. யாருக்குத் தரப் போகிறாள்? அப்படி வரப்போகிறவர்கள் யார்? அவளோட பிறந்த வீட்டுக்காரங்க யாராவது வரப்போறாங்களா?

"என்னடி? ஓந்தம்பி யாராவது வர்றாங்களா?" கிண்டலாகக் கேட்டான்.

"இல்ல, வரப்போறவந்தான் வந்திருக்கான்" என்று துர்கம்மை காட்டமாகவே பதிலளித்தாள்.

"ஓ உரிமைக்காரந்தான் வரப்போறான்" மறுபடியும் அதே தோரணையில் கூறினாள் துர்கம்மை.

வாயிலிருந்ததை லபக்கென விழுங்கி, செம்புத் தண்ணீரை கடகடவென குடித்தபின் சாம்பைய்யா கேட்டான் -

"உரிமைக்காரனா? அது எவண்டி?"

"வாரிசு, ஓ வம்சத்துக்கு விளக்கு" என்று சொல்லி கலகலவென சிரித்தாள்.

புரிந்துகொண்ட சாம்பைய்யா, அவளது வாயில் அதிரசத்தைத் திணித்தான். துர்கம்மை மெல்லவும் முடியாமல் விழுங்கவும் முடியாமல் சந்தோஷத்தில் திளைத்தாள்.

கைவிரல்களை ஒவ்வொன்றாக மடக்கி விட்டபடி கூறினாள் - "இன்னும் எட்டு மாசம்"

ஆரம்பத்தில் ஓரிரண்டு வாரங்கள் துர்கம்மையுடன் புதுமையாக விந்தையுடன், பரிவுடன், பற்றுடன் நடந்து கொண்ட சாம்பைய்யா அதன்பின்னர் புளிப்பு தட்டியதுபோலும்.

துர்கம்மைக்கு ஏழாவது மாதம் பூர்த்தியடையும்போது அவளுடைய கூடப் பிறந்தவன் வந்திருந்தான்.

“பாவா! எங்க அப்பாரு அக்காவைக் கூட்டிட்டு வரச் சொன்னாரு. விடியக்காத்தால பொறப்பட்டுப் போறோம்” என்றான்.

“இப்ப இங்கன அவளுக்கு என்ன கொறை வந்ததாம்?” சாம்பைய்யா அலட்சியமாகச் சொன்னான்.

வாசற்படியில் நின்றிருந்த நிறை கர்ப்பிணியான துர்கம்மையின் மனம் திடுக்கிட்டது.

“அதில்லே பாவா! எப்படியிருந்தாலும் பொறந்த வீட்டுல தானே பேறுகாலம் நடக்கணும்? அதுதானே நல்லது. அம்மாவும் அப்பாவும் சும்மா சொல்லிகிட்டேயிருக்காங்க. எப்படியாவது அக்காவ கூட்டிட்டு வந்துடுன்னு” என்றான் துர்கம்மையின் தம்பி.

“இப்ப எப்பிடிடா வருவா? வெளச்சல் அறுவடையாகி வீட்டுக்கு வர்ற சமயமில்லையா? வேல தலக்குமேல விழுந்து கெடக்கு. நானோ ராத்திரியும் பகலுமா வயக்காட்டுலேயே விழுந்து கெடக்க வேண்டியிருக்கு. வீட்ல அவ கூட இல்லன்னா என்னத்துக்கு ஆகும்? நீயே சொல்லு பாக்கலாம்!”

சாம்பைய்யா இம்முறை சற்றே அடக்கமாகப் பேசினான்.

“அக்கா! நீ என்ன சொல்றே? பாவா இப்படிச் சொல்றாரே?” தமக்கை பக்கமாகப் பார்வையைத் திருப்பி கை நகங்களை கீறிவிட்டபடியே கேட்டான் தம்பி.

துர்கம்மை அப்பாவியாய் கணவனைப் பார்த்தாள். கணவன் ஆதரவு காட்டி எதுவுமே சொல்லவில்லை. சேலை முந்தானையால் கண்களைத் துடைத்தபடி, கால் பெரு விரலால் நிலத்தில் கோடு வரைந்து கொண்டு நின்றிருந்தாள்.

“என்னடி? அப்படியே நின்னுட்டே? இங்கன உனக்கு என்ன குறை? என்னத்தை தூக்கிச் சொமக்கப் போற? இந்த சமயத்துல நீ அங்க போயிட்டா எல்லாமே போட்டது போட்டபடியில்ல கெடக்கும். பொம்பள உனக்குள்ள அந்த நெனப்பு இருக்கணும்?” மனைவியின் முகத்தைப் பார்த்தபடியே சொன்னான் சாம்பைய்யா.

“தம்பி! நானு வரல்லேன்னு சொல்லுடா அம்மா அப்பாகிட்டே! எனக்கு இங்க எல்லாமே நல்லாத்தான் இருக்குடா!” துர்கம்மை சத்தம் போட்டு சொல்லத்தான் முயன்றாள். ஆனாலும் தொண்டை கரகரத்து அடங்கி ஒலித்தது.

சாம்பைய்யா மறுபடியும் ஆரம்பித்தான். “பாருடா! அவளுக்கு ஒரு கஷ்டமும் வராமத்தான் பாத்துக்கிட்டிருக்கேன். ராமியை அவளுக்காக சேவகத்துக்கு ஏற்பாடு பண்ணியிருக்கேண்டா! நெல்லைக் குடுத்துடா நெல்லை குடுத்து! தெரிஞ்சுக்கோ! இப்ப வந்து அக்காவ கூட்டிட்டுப் போறேன், ஆட்டுக்குட்டியக் கூட்டிட்டுப் போறேன்னு சொல்லிட்டிருக்கே!”

“சமையல தவித்து கூட்டுறது, வெளக்குறது, துப்புரவு பண்ற வேலையெல்லாம் ராமிதான் செஞ்சிட்டிருக்கா. இன்னும் உங்க அக்கா இங்க செய்யப் போற வேலெ என்னடா இருக்கு? இவ்வளவு வேகவச்சி போடறதெ தவித்து? அதுகூட செய்ய முடியலேன்னா அந்த வேலையையும் நானே செஞ்சிகிடுதேன். நின்னுடவா போகுது?”

சாம்பைய்யாகம்பை எடுத்துக்கொண்டு கொடியில் தொங்கிக் கொண்டிருந்த துண்டை உருவித் தோளில் போட்டபடியே மச்சினனின் பக்கமாகத் திரும்பிப் பார்த்து - “ஒரு நாளு நாளக்கி இருப்பியா?” என்று கேட்டான்.

“எங்களுக்கு அங்கன ரொம்ப வேல கெடக்கு! இனி எதுக்காக பாவா வெட்டியா? நாளக்கிக் காத்தால கெளம்பிடறேன் என்றான் தயங்கியபடியே சாம்பைய்யாவின் மச்சினன். “இருந்துட்டுப் போடா ரெண்டு நாளாவது! அவ்வளவு தூரத்துலேருந்து வந்திருக்கெ” என்றான்சாம்பைய்யா வயக்காட்டிற்கு புறப்பட்டபடியே.

இருள் கம்மி வரும் நேரத்திற்கு சாம்பைய்யன் வயலிலிருந்து திரும்பி வீட்டிற்கு வந்து கொண்டிருந்தான். வீரபத்ரய்யாவுடைய தொழுவைத் தாண்டி முடக்கத்தில் திரும்பி தனது வீட்டின் முன்புறத்தையடையும்போது வைக்கோல்போர் தொழுவத்தின் தடுப்புத்தட்டி திறந்திருப்பதுபோல தெரிந்தது. வேக வேகமாக உள்ளே சென்று பார்த்தபோது தலையின் மேல் மூட்டையைச் சுமந்தபடியே ஒரு ஆள் அவசர அவசரமாக வெளியே வந்து கொண்டிருப்பது தெரிந்தது! இருளில் மனிதனை அடையாளம் கண்டுகொள்ள இயலவில்லை. நாலுகால் பாய்ச்சலில் முன்னால் சென்று கையிலிருந்த கம்பை சுழற்றி செல்கின்றவனுடைய காலைப் பார்த்து வீசி எறிந்தான். சென்று கொண்டிருந்தவன் பயந்துபோய் அப்படியே நின்றுவிட்டான்.

“யாருடா நீ? நில்லு அங்கயே?” என்றபடியே சாம்பைய்யா எதிரே சென்று நின்றான்.

“நாந்தான் பாவா!”

“அடேய்! நீ எங்கடா இங்க! எதுக்குடா இந்த திருட்டுத்தனம்!” கோபத்துடன் கேட்டான் சாம்பைய்யா.

“இல்லெ பாவா! அக்காதான் கொடுத்தா”

“கொடுப்பாடா, நல்லாவே கொடுப்பா உன் அக்கா? அவங்க ஆத்தா புருஷனோட சொத்துல்லய்யா?” என்றபடியே கையில் முடித்து வைத்திருந்த தபேலாவை பறித்துக்கொண்டு மச்சினனை தலையிலுள்ள மூட்டையுடன் வீட்டிற்குள் நடத்திச் சென்றான்.

பயத்துடன் நடுங்கியபடியே துர்கம்மை, பிராணனைக் கையில் பிடித்தபடி தம்பிக்கும் கணவனுக்கும் இடையில் புகுந்து நின்றுகொண்டாள்.

"எத்தன நாள இப்பிடி அள்ளிக் குடுக்குறேடி?" கண்கள் சிவப்பேற கத்தினான் சாம்பையய்யா.

"ராம! ராம! இதுவரைக்கும் நம்ம வீட்லருந்து குண்டுமணியளவுகூட போனதில்லங்க. நம்ம புஞ்சையில வெளஞ்சதேன்னு ஏதோ கொஞ்சம் கொடுத்தனுப்பலாமேன்னு கொடுத்தேங்க."

"வாயெ மூடு! பொய்யி சொல்ல நாக்கு கூசல்லே. எவ அப்பன் வீட்டு சொத்துடி இலவசமா கொடுக்குறதுக்கு? எருமைமாடுகளாட்டம் வளர்ந்திருக்கானுங்க உன்னோட தம்பிக. வேல செஞ்சி பொழக்கணும்!" என்று கடுகடுத்தபடியே வீட்டிற்குள் சென்றுவிட்டான் சாம்பையய்யா.

உளுந்து, துவரை, அரிசி என்று தனித்தனியாக கட்டப்பட்டிருந்த மூட்டையை அங்கேயே போட்டுவிட்டு துர்கம்மையின் தம்பி மடமடவென வெளியேறி நடக்கத் தொடங்கினான்.

"தம்பி! அந்த வெண்ணெ கிண்ணத்தையாவது எடுத்துட்டுப் போடா!" பாதி உயிருடன் சொன்னாள் துர்கம்மை.

"உங்க வெண்ணெயும் வேண்டாம், ஒன்றும் வேண்டாம், எல்லாத்தையும் அவருக்கே ஊத்து. நல்லா கொழுப்பேறட்டும்" என்று சொல்லி வெறுப்புடன் சென்றுவிட்டான் அவள் தம்பி.

அப்போது அவமானத்துடன் சென்ற தம்பியை நினைத்து குலுங்கிக் குலுங்கி அழுதாள். கணவனுக்கு சோற்றைத் தட்டில் பரிமாறிவிட்டு வராண்டாவிற்கு வந்து உட்கார்ந்து கொண்டாள். தேவைக்குக் கூட மனைவியைக் கூப்பிடாமலேயே சாப்பிட்டு முடித்து எழுந்தான். நீண்ட நேரம் வரை சாப்பிடாமலேயே உட்கார்ந்திருந்தாள் துர்கம்மை. தெரிந்தும்கூட அவளைச் சமாதானப்படுத்தி சாப்பிடச் சொல்லாமலேயே சென்று படுத்துக் கொண்டான் சாம்பையய்யா.

சிறிது நேரத்திற்கெல்லாம் சாம்பையய்யாவின் குறட்டைச் சத்தம் கேட்டது.

என்ன மனுஷன்? மனுஷனா மாடா?

அவள் வயிற்றிற்குள்ளிருந்த குழந்தை அசைந்தது. துர்கம்மைக்கு ஏதோ இனம்புரியாத பயம் கவ்விப் பிடித்தது. கட்டிலில் ஒருக்களித்துப் படுத்துக்கொண்டாள்.

2

சாம்பைய்யா வயல் வரப்பைத் தாண்டி ரோட்டில் ஏறினான். இதற்குள் தன் மனைவி பிரசவித்திருப்பாள். காத்தாலருந்தே வலி ஆரம்பிச்சிட்டதாக ராமி சொல்லியிருக்கா. இதுக்குள்ள வண்ணாத்தி ரத்தி வீட்டுக்குப் போயி பேறுகாலம் பார்த்தாளா? எந்தக் குழந்தையோ? பெண்ணா! இல்ல - ஆண் கொழந்ததான்! துர்கம்மை அன்னக்கி சொன்னாளே, வாரிசுக்காரனை - உரிமைக்காரனை தரப்போறேன்னு!''

தன் கைப்பட்டது தங்கம்தான் - தனக்கு அதிர்ஷ்டம் கூடி வருது. வாரிசுக்காரன்தான் - வம்சத்தை விளங்க வைக்கிறவன்தான் பிறந்திருப்பான்.

சிந்தனைகளின்வயப்பட்டசாம்பைய்யாவின்இதயம்ஆனந்த நிலையமாய்ப் பிரகாசித்தது.

'தன்னுடைய அப்பா கட்டிய துணியோடு இந்த ஊருக்குள்ள காலடி வச்சாரு நான் பிறக்கையில தன்னோட அப்பாகிட்ட ரெண்டு ஏக்கர் மாத்திரமே இருந்தது. இப்போ தன் மகன் எத்தனை ஆஸ்திக்கு வாரிசுக்காரனா ஆகப்போறானோ! நாலு ஏக்கர் நஞ்சை, மூணு ஏக்கர் புஞ்சை, வீடு, நிலம், தொழுவம், நீச்சு, பனங்காடு, செவக்காடு என்று ஊர்ல இருக்குற முக்கியமான விவசாயிகள்ல ஒருத்தரா நிலைச்சி நின்னாச்சி. குழந்தை அதிர்ஷ்டம் இந்த வருஷம் பொன்னு வெளஞ்சிருக்கு, தன்னோட அப்பா குத்தகைக்கு பாடுபட்ட காந்தம்மாவோட நெலம் விக்கிறதுக்காக வந்திருக்கு. காந்தம்மா செத்தபிறகு கணவனோட தரப்புலருக்கிற வாரிசுங்க சண்டை போட்டுகிட்டு எப்படியாவது வித்துடணுமுன்னு பிடிவாதமாயிருக்காக. கையிலருக்குற ரொக்கம், வெளச்சல்லருந்து கெடக்கிற பணம் எல்லாமா சேர்ந்து அந்த நெலத்தை கிரயம் பண்ணிடலாம்னு தோணுது! அப்போ தன்னோட மகன் பதிமூணு ஏக்கரு நெலத்துக்குச் சொந்தக்காரன்! அவனுக்கென்ன? ரொம்ப அதிர்ஷ்டக்காரனாக்கும்!'

வீட்டின் முன்னால் வந்து நின்றதும் சிந்தனை விடுபட்டது. நடுகூடத்தில் நான்கைந்து பெண்கள் பரபரப்பாக செயல்படுவதை கவனித்தார் சாம்பைய்யா. கையிலிருந்த கம்பை ஒரு பக்கத்தில் எறிந்துவிட்டு வீட்டிற்குள் சென்றார். அறைக்குள்ளிருந்து வெளிப்பட்ட மருத்துவச்சி ரத்தியிடம் கண்களாலேயே வினா எழுப்பினார்.

"மகன் பொறந்திருக்கான்யா மகன்!" அவளுடைய குரலில் சந்தோசத்திற்குப் பதிலாக வருத்தமே வெளிப்பட்டது.

"நானும் அவளும்கூட மகன்தான்னு நெனச்சிட்டிருந்தோம்!" கர்வத்துடன் அதைத் தவிர வேறொன்றும் நடப்பதற்கில்லை என்ற உறுதியுடன் சொன்னார் சாம்பைய்யா.

"ஆனா பெரசவம் ரொம்ப கஷ்டப்பட்டு ஆச்சு அய்யா!" என்றாள் மருத்துவச்சி.

அப்போதைக்கும் அவர் மண்டையில் உரைக்கவில்லை. சாம்பைய்யா மனைவி படுத்திருக்கும் அறைக்குள் சென்றார்.

அவிழ்ந்து நழுவிய தலைப்பாகையை கையில் தாங்கியபடியே, "ரத்தி இப்படியிருக்குங்குறதை வைத்தியருக்கு சொல்லியனுப்பினியா?"

ராமி வரதாச்சாரி மகன் ராமாச்சாரியை அழைத்துக் கொண்டு வந்தாள்.

ராமாச்சாரி துர்கம்மையின் நாடியை பரிசோதித்துப் பார்த்து, "உடம்பு ரொம்ப குளிர் பிடிச்சிருக்கு. புள்ள பெத்தவளுக்கு ஆகாது." என்றார். துர்கம்மைக்கு உடம்பு சரியில்லை என்பது ஒவ்வொரு வாயிலிருந்தும் வெளிப்பட்டு ஊரெல்லாம் பரவிவிட்டது. சாம்பைய்யாவின் குடும்பத்தோடு அதிக நெருக்கமில்லாதவர்கள்கூட அவளைப் பார்ப்பதற்காக வந்தனர், வருத்தப்பட்டனர்.

ராமாச்சாரி பச்சிலை மருந்தை அரைத்துக் கொண்டிருந்தார். சாம்பைய்யா திகிலுடன் மருந்தை அரைத்துக் கொண்டிருந்த வைத்தியரைப் பார்த்துக் கொண்டிருந்தார்.

"சாம்பைய்யா! துர்கம்மாவை பட்டணத்துக்கு அழைச்சிட்டுப் போறதுதான் நல்லதுன்னு படுது" வந்திருந்தவர்களில் ஒரு மூத்த சுமங்கலியம்மாள் ஆலோசனை கூறினாள்.

பட்டணம், ஆஸ்பத்திரி என்றெல்லாம் பேச்சு வந்ததுமே சாம்பைய்யா திடுக்கிட்டார். யோசித்துப் பார்க்கையில் அவ்வளவு அவசரப்பட வேண்டியதில்லை போல அவர் மூளை உரைத்தது.

"பட்டணத்திற்கு அழைச்சிட்டுப் போயி ஆசுபத்திரியில சேர்க்கணுமுன்னா ரொம்ப செலவு பிடிக்கும். நானும் கூடவே போகணுமுன்னா நெலத்துல வேர்வை சிந்தி உழைச்சதெ நாயி நரிககிட்ட ஒப்படைச்ச மாதிரிதான். எங்க குடும்பத்துல இது நாள்வரைக்கும் அய்யாவோட மருந்தெ தவிர வேறு மருந்தெ பார்த்ததில்லே. இன்னக்கி பட்டணம் மருந்து மாத்திரம் குணப்படுத்தி வச்சிடுமா?"

சாம்பைய்யாவுடைய பிடிவாதத்தைக் கேட்டதும் குழுமியிருந்த பெண்களனைவரும் மூக்கின்மேல் விரல் வைத்து வியப்புற்றனர்.

குசுகுசுவென்று தங்களுக்குள் கிசுகிசுத்தனர்.

"வட்டி வியாபாரி ராமய்யாவோட மனைவி பட்டணத்து ஆஸ்பத்திரியிலதான் செத்துப் போனா, ஐநூறு ரூபா செலவழிச்சாரு. குழந்தை, தாயி ரெண்டு பேருமே பொழைக்கல்ல. எல்லாத்துக்குமே ஆயுள் இருக்கணும், டாக்டருங்க மருந்தத்தான் கொடுப்பாங்களே தவிர பிராணனைத் தருவாங்களா என்ன?"

சாம்பைய்யாவின் வெளிப்படையான பேச்சைக் கேட்டதும் பெரும்பாலானவர்கள் ஏகோபித்த நிலையில் தலைகளை யாட்டினர். மதியத்திலிருந்து குழுமிக் கிடந்த அக்கம்பக்கத்துக்காரர்கள் ஒவ்வொருவராகச் செல்லத் தொடங்கினர். மருத்துவச்சி ரத்தியும், ராமியும் மட்டுமே துர்கம்மையின் பக்கத்திலிருந்து கவனித்துக் கொண்டிருந்தனர். ராமாச்சாரியார் தினமும் மூன்று வேளைகள் வந்து நாடிபிடித்து சிகிச்சையளித்துக் கொண்டிருந்தார்.

மூன்றாவது நாள் அதிகாலையில் துர்கம்மைக்கு தெளிவு வந்திருந்தது. கணவனை அழைப்பித்து குழந்தையை தூக்கிக் கொண்டு வரச் சொன்னாள். சாம்பைய்யா குழந்தையைக் கைகளில் ஏந்தியபடி மனைவியின் கட்டிலருகில் குத்தவைத்து உட்கார்ந்திருந்தார்.

"நா போறேன்! அவனையாவது நல்லா பாத்துக்கோ!"

துர்கம்மையின் கன்னங்கள் கண்ணீரால் நனைந்தன. சாம்பைய்யாவின் இதயம் திடுக்கிட்டது. துர்கம்மையை தான் சரியாக கவனிக்கவில்லையா?

சாம்பைய்யா ஓடிச் சென்று ராமாச்சாரியாரை நித்திரையிலிருந்து எழுப்பி அழைத்து வந்தார்.

துர்கம்மையின் உடம்பு தண்ணீர்ப் பானையாய் சில்லிட்டிருந்தது.

எங்கோ சின்னதாக நாடித்துடித்துக் கொண்டிருப்பதை கண்டறிந்தார் ராமாச்சாரியார்.

"சாம்பைய்யா! பாரு, நம்மால முடிஞ்ச கடைசி முயற்சி செய்வோமா! என்ன சொல்ற?"

சாம்பைய்யா ராமாச்சாரியின் கைகளைப் பிடித்துக்கொண்டு "எப்பிடியாவது பிழைக்க வச்சிடுங்க. அதுபோதும். உங்க கடனெ வச்சிக்கமாட்டேன்" என்றார் பரிதாபமாக.

"அப்படீன்னா விஷ வைத்தியத்தை பிரயோகிக்க வேண்டியதுதான்"

"ஆக்னேயாஸ்திரத்தை பிரயோகப்படுத்தப் போறேன் துரோணாச்சாரியாராட்டம்" என்றார் ராமாச்சாரியார்.

"அவ அதிர்ஷ்டம். உங்க கைராசி. சீக்கிரமா நடக்கட்டும்" என்றார் சாம்பைய்யா.

துர்கம்மையின் வாயை பலவந்தமாகத் திறந்தான் சாம்பைய்யா. ராமாச்சாரி நாகப்பாம்பின் விஷத்தை அமிர்தப்பாலில் கலந்து சங்கினால் ஊற்றினார் அவள் தொண்டையில் விழும்படி.

"சூரியன் உதிக்கும்போது குணம் தெரியும்" மாவினால் கைகளைத் தேய்த்து சுத்தப்படுத்திக் கொண்டே சொன்னார் ராமாச்சாரியார். துர்கம்மைக்கு விஷம் வேலை செய்துவிட்டிருந்தது. உறவு என்ற உலக பந்தங்களிலிருந்து விடுதலை கிடைத்துவிட்டது.

சாம்பைய்யாவின் தாய் தந்தையர் மரணித்தபோது வருத்தப்பட்டானே தவிர கண்களிலிருந்து கண்ணீர் வரவில்லை. ஆனால் துர்கம்மையின் சாவை அவரால் தாங்கிக்கொள்ள இயலவில்லை.

கயிற்றுக்கட்டிலில் வயிறு ஒட்டிப்போய் படுத்துக்கிடந்த சின்னஞ்சிறு சிசுவைப் பார்க்கப் பார்க்க சாம்பைய்யாவின் நாடி நரம்புகளெல்லாம் கூனிக் குறுகின!

குழந்தை தாயில்லாப் பிள்ளையா போயிட்டான். அந்த நெனப்பு வந்ததுமே குழந்தையையெடுத்து நெஞ்சில் அணைத்துக் கொண்டபடியே குமுறிக் குமுறி அழுதார். சாம்பைய்யா நிஜமாகவே அழுதார். ஆனாலும் அவர் கண்களிலிருந்து கண்ணீர் உருண்டு கீழேவிழவில்லை. கண்களில் நீர்திரையிட்டு பார்வையை மறைத்தது மட்டுமே.

3

சாம்பைய்யா மனைவிக்கு விஷம் தந்து தன் கையாலேயே சாகடித்தான் என்று ஊரிலுள்ள கெட்டவர்களோடு சேர்ந்து நல்லவர்களும் பெருத்த அளவில் பேசிக் கொண்டனர். பிசினாரி சாம்பைய்யா ஒரு ஐந்நூறு ரூபாய் செலவு செய்து வைத்தியம் பார்க்க விரும்பாமல் அந்த வேலையைச் செய்தான். இல்லையென்றால் துர்கம்மை உயிரோடு பிழைத்திருப்பாள் என்று சாம்பைய்யாவைப் புரிந்துகொண்ட சில நல்ல உள்ளங்கள் பேசின. ஆனாலும் எல்லோருமே சாம்பைய்யா மனைவியைக் கொன்றான் என்றே சொன்னார்கள்.

ஊரில் எத்தனைபேர் என்ன நினைத்தாலும் சாம்பைய்யாவிற்கு வந்த நஷ்டம் எதுவுமே தென்படவில்லை. அவருக்கு எப்போதுமே அக்கம்பக்கத்திலுள்ளவர்களோடு நெருக்கம் ஏற்பட்டதில்லை. தானுண்டு, தன்னுடைய விவசாயமுண்டு என்பதைத் தவிர வேறொன்றும் அறியமாட்டார். ஊரிலுள்ளவர்களின் பிரச்சனைகளில் தலையிடமாட்டார். மற்றவர்களின் விவகாரங்களில் தலையிட விரும்புவதில்லை. சாம்பைய்யாவிற்கு வேண்டியதெல்லாம் தன்னுடைய நிலம், பக்கத்துநிலம் யாருடையது, அவங்க விற்கப் போகிறார்களா என்பதைத் தெரிந்துகொள்வது மட்டுமே.

இருப்பினும் ஊர்க்காரர்களெல்லோரும் சாம்பைய்யாவை விலக்கி வைத்ததுபோல பார்க்கத் தொடங்கினர். உண்மையில் நடந்தது என்னவென்றால் சாம்பைய்யாதான் அவர்களிடமிருந்து விலகி நின்றார். மாமியார் வீட்டுக்காரர்களும் சம்பந்தத்தை அறுத்துக் கொண்டார்கள்.

துர்கம்மையின் மரணம் சாம்பைய்யாவிடம் சிறிதளவு மாற்றத்தை ஏற்படுத்தாமலில்லை. விவசாயம், சம்பாத்தியம் என்று மட்டுமே பற்று வைத்திருந்த அவருடைய மனம் மகனின்மீது திரும்பியிருந்தது.

பெயர் சூட்டும் நாளன்று ஊரிலுள்ள சிலரை அழைத்திருந்தார். அப்படி அழைத்தவர்களிலும் வெகு சிலரே வந்திருந்தனர். அவர்களில் முக்கியமானவர் கனகய்யா. கனகய்யா மிகவும் ஏழ்மை நிலையில் இருந்தான். அவன் செய்கின்ற வேலையெல்லாம் நிலங்களை விற்றுத் தருவதும், வாங்கித் தருவதும். அப்படிப்பட்ட சந்தர்ப்பங்களில்தான் கனகய்யா தேவைப்பட்டான் சாம்பைய்யாவிற்கு. எந்தக் குடும்பம் பொருளாதாரக் கஷ்டத்தில் மாட்டிக் கொண்டுள்ளதோ நிலம், நீச்சு, காடு, கரையென்று யார் யார் விற்கின்ற நிலையில் தள்ளப்பட்டிருக்கிறார்களோ - கண்டுகொண்டு வந்து சாம்பைய்யாவின் காதில் ஊதுவான். அன்று முதல் சாம்பைய்யா தொடர்ந்து அவர்களிடம் உறவாடிப் பேசி விற்று முடிக்கும்வரை நட்புடன் நடந்து கொள்வார். கனகய்யாவை

முழுவதுமாக நம்ப மாட்டார் சாம்பைய்யா. தோண்டித் துருவிக் கேட்டு உண்மையைத் தெரிந்துகொள்ள யத்தனிப்பார் சாம்பைய்யா.

"நல்ல நேரம் நெருங்கிட்டிருக்கு. நாமகரணம் சூட்டிவிடலாமா?" என்றார் புரோகிதர்.

"கொஞ்சம் தாமதிங்க! இன்னும் வரவேண்டியவங்க ரொம்பப் பேரு இருக்காங்க" என்றான் கனகய்யா.

"வந்தவரைக்கும் போதும். இனி ஆரம்பிச்சிடுங்க" என்றார் சாம்பைய்யா.

இனிமேல்வரப்போகின்றவர்கள்யாருமில்லை என்பது சாம்பைய்யாவிற்குத் தெரியும். அதை நன்றாகத் தெரிந்துதான் கனகய்யா அப்படிப் பேசியிருக்கிறான் என்பதுவும் தன்னைவிட்டால் சாம்பைய்யாவிற்கு நெருக்கமானவர்கள் என்று சொல்லிக்கொள்ள வேறு யாருமில்லை என்பதை உணர்த்துவதற்காகத்தான் அப்படிப்பட்ட வார்த்தையை உபயோகித்தான் என்பதுவும் புரிந்துகொள்ள முடிந்தது சாம்பைய்யாவால்.

சாம்பைய்யா புத்தாடையை உடுத்திக்கொண்டு, மகனுக்கும் புதுச் சொக்காய் அணிவித்து மடியில் உட்கார வைத்து பலகையில் அமர்ந்திருந்தார். சாஸ்திரங்களெல்லாம் முறைப்படி நடத்தி முடித்தபின் புரோகிதர் கேட்டார் -

"பேரு - பேரு சொல்லுங்க!"

"வம்சவிளக்கு அவன். அவங்க அப்பா பேரையே வச்சிகிடட்டும் சாம்பைய்யா" - குழந்தையின் கன்னத்தை நீவிவிட்டபடியே சொன்னான் கனகய்யா.

சாம்பைய்யா ஒரு நிமிடம் யோசித்தான்.

"வெங்கடபதி!"

"ஆஹா! அப்பா பேரு நெலச்சி நிக்கிறதுக்காக ரொம்ப நல்லாவே பேரை வச்சிருக்காரு சாம்பைய்யா" என்றான் கனகய்யா.

எப்போதும் சிரிப்பு தலைக்காட்டாத சாம்பைய்யாவின் முகத்தில் மலர்ச்சி தென்பட்டது.

"எங்க தாத்தா பேரு சலபதி. எங்க அப்பா பேரு வெங்கய்யா. அப்பா பேரும் தாத்தா பேரும் சேர்ந்து வர்றாப்புல வச்சிருக்கேன். எப்பிடியிருக்கு?" என்றார் சாம்பைய்யா.

"ஓஹோ! அப்பா, தாத்தா பேர்கள் நல்லாவே பொருந்தி வந்திருக்கு 'வெங்கடபதி!' ரொம்பவும் நல்லாவேயிருக்கு. இதோ இந்த அரிசியில எழுதுங்க!" என்றார் புரோகிதர் பிரம்மய்யா.

சாம்பைய்யாவின் முகத்தைப் பார்த்து நாக்கை கடித்துக்கொண்டு பிரம்மய்யாவே தட்டில் பரத்தி வைத்திருந்த அரிசியில் "வெங்கடபதி" என்று எழுதினார். பின்னர் ஒரு பத்து நிமிடங்கள் எதையெதையோ உச்சரித்துவிட்டு வரவேண்டிய வரும்படிகளையெல்லாம் வாங்கி மூட்டைக் கட்டிக்கொண்டு புறப்பட்டார் புரோகிதர் பிரம்மய்யா.

சாப்பிட்டு முடித்ததும் கனகய்யா போயிட்டு வர்றேன் என எழுந்தவன் மறுபடியும் உட்கார்ந்துவிட்டான்.

தோளில் தூங்கிக் கொண்டிருந்த குழந்தையை உள்ளே படுக்க வைப்பதற்காக வீட்டிற்குள் சென்றார் சாம்பைய்யா.

வீட்டுக்குள் சென்றால் சாமான்யமாக வெளியே வரமாட்டார் என்பதை அறிந்திருந்த கனகய்யாவும் கூடவே உள்ளே சென்றான்.

"இன்னக்கி மட்டும் துர்கம்மை இருந்திருந்தா எவ்வளவு சந்தோசம் பட்டிருப்பாளோ?" என்றான் கனகய்யா.

"கனகய்யா! போறேன்னு சொன்னியே?"

"ஆமாமா! சொன்னேனில்லையா! ரொம்ப முக்கியமான வேலை இருக்கத்தான் செய்யுது. அஞ்சு ரூபா வேணும். வர்ற வியாழக்கிழமை தந்துடுறேன்!" என்று உண்மைநிலையை தெரிவித்தான் கனகய்யா.

சாம்பைய்யா பணப்பெட்டியைத் திறந்து பின்னாலிருந்த கனகய்யாவுக்கு தெரிந்துவிடாமல் துணி மூட்டையை அவிழ்த்து, மூன்று ரூபாய் வெளியே எடுத்து, மறுபடியும் முடிந்து பணப்பெட்டியில் வைத்து மூடிவிட்டு வந்தார்.

"இந்தா மூணு ரூபா. இதுக்கு முன்னால ரெண்டே கால் ரூபா பாக்கி நீ தரணும். எல்லாத்தையும் சேத்து வியாழக்கிழமைக்கு கொடுத்துடு!" என்றார் சாம்பைய்யா.

கனகய்யா அசந்து போனார். தானியம் வித்ததுல அந்தப் பாக்கியை ரத்துசெய்துவிட்டார் என்ற நினைப்புடனிருந்த கனகய்யா கொஞ்சநாட்களாகவே கடன்கூட கேட்கவில்லை. அதைக் கழித்துவிட்டாரென்ற முடிவுக்கு வந்தபிறகுதான் நல்ல சூழலை ஏற்படுத்திக்கொண்டு தன்னுடைய அறிவை வெளிப்படுத்தினான்.

"அம்மாடியோவ்! சாம்பைய்யா! பணம்னா எவ்வளவு கறாரா இருக்கே?" என்று நினைத்தவன் - "எது? அதுவா? அதுதான் அந்தச் சில்லரைக் காசை தள்ளுபடி பண்ணிட்டேன்னு நெனச்சிட்டேன்" என்று கூறியபடியே சாம்பைய்யாவின் கையிலிருந்த பணத்தைப் படக்கென பிடுங்கிக் கொண்டு "இனிமேல செத்தாலும் உன்னோட வாசப்படியெ மிதிப்பேனா?" என்பதுபோல முகத்தைத் திருப்பிக்கொண்டு வேக வேகமாக அடியெடுத்து வைத்து வீட்டை நோக்கிச் சென்றுவிட்டான் கனகய்யா.

4

சாம்பைய்யாவுக்கு ஒரு பக்கம் வீட்டில் பச்சிளம் குழந்தை, மறுபக்கம் வயலில் வெள்ளாமை, விவசாய வேலைகள் - இரண்டையும் கண்காணிப்பது கஷ்டமாகப்பட்டது. வண்ணாத்தி ரத்தியை அழைத்து வந்து இரண்டு நாளைக்கு வீட்டிலிருந்து குழந்தையைக் கவனித்துக் கொண்டிருக்க ஆணை பிறப்பித்தபின் சாம்பைய்யா மனைவியின் பிறந்த வீட்டை நோக்கிச் சென்றார்.

மாமனாரும் மாமியாரும் சாம்பைய்யாவைப் பார்த்ததும் வேண்டாவெறுப்புடன் வரவேற்றனர். மச்சினன்மார்கள் ரெண்டுபேரும் பார்த்தும் பார்க்காததுபோல அலட்சியமாக நடந்து கொண்டனர். ஏதோ ஒரு தலை போற விஷயமில்லாமல் இப்படி வந்து நிற்க மாட்டான் என்று தங்களுக்குள் பேசிக் கொண்டனர்.

"பச்சக்கொழந்தை எப்படியிருக்கான்! அவனையும் கொண்டாந்திருந்தா கண்ணார பாத்துக்கிடுவோமில்லையா?" என்றார் சாம்பைய்யாவின் மாமனார்.

"நல்லாத்தானிருக்கான். அவனுக்காகத்தான் வந்திருக்கேன்" என்றார் சாம்பைய்யா.

"அவனுக்கு குளிப்பாட்டி பாலு கொடுத்து யாரு பக்குவமா கவனிச்சிக்கிடுறாங்க?" கேட்டார் சாம்பைய்யாவின் மாமியார்.

"அதுதான் கஷ்டமாயிருக்கு. யாரையாவது உங்களுக்குத் தெரிஞ்சவங்கள இருந்தா பாருங்க" என்றார் சாம்பைய்யா வெளிப்படையாகவே.

சாம்பைய்யா பேசிய தோரணையைப் பார்த்தால் மருமகன் மீண்டும் கல்யாணம் செய்து கொள்ளும் எண்ணத்தில் இருப்பதுபோல பட்டதும் அவர்கள் திடுக்கிட்டனர்.

"ஒனக்கு பாரமா இருந்தா அவனெ இங்க கொண்டாந்து தந்திடு. அந்த மட்டும் வளத்துக்க மாட்டோமா?" என்றார் மாமியார்.

"அவன் எதுக்கு எனக்கு பாரம்? அவனுக்காகத்தானே இந்த அவஸ்தையெல்லாம்? அவனெ கவனிச்சிக்கிட்டு இருக்காப்புல ஒரு கெழவி யாராவது நம்மாளுகளுக்குள்ள கெடப்பாளான்னு கேட்கத்தான் வந்தேன்."

மாமாவும் அத்தையும் நிம்மதியாக மூச்சுவிட ஆரம்பித்தார்கள்.

"சாப்புடலாம் வாங்க. ஏத்தா? சாப்பாடு பரிமாறு!"

மனைவியைத் துரிதப்படுத்தினார் சாம்பைய்யாவின் மாமனார்.

அன்று மதியம் மாமனாரும் மாமியாரும் நன்றாக ஆலோசித்து ஒரு முடிவுக்கு வந்தனர். அவர்களுடைய தூரத்து உறவுக்கார வயதான மூதாட்டி ஒருத்தி இருந்தாள். தங்கச்சி புருஷனோட உறவுக்காரங்க வீட்டில் எடுபிடி வேலை செய்து பிழைத்துக் கொண்டிருக்கிறாள். அந்த மனுஷியைக் கூட்டிக் கொண்டு வந்து விட்டால் தன்னுடைய பேரனைப் பத்திரமாகப் பாத்துக் கொள்வாள். தன்னோட சொந்தமாயிருக்குறதால சாம்பைய்யாவின் வீட்டிற்குள் மறுபடியும் நுழையும் வாய்ப்பு ஏற்படலாம் என்று ஆசைப்பட்டனர்.

ராத்திரியே அவளை அழைத்துவந்து சாம்பைய்யாவின் முன்னால் நிற்க வைத்தனர்.

சாம்பைய்யா அந்தக் கிழவியைப் பார்த்ததுமே - "இவ ரொம்ப வயசானவளா இருக்காளே! என்னத்தெ செஞ்சி வக்கப் போறா!" எனத் தோன்றியது. வேறு வழியில்லாமல் அவளுடைய நம்பகத்தன்மையைப் பற்றி மாமனார் மாமியார் பெருமையாக எடுத்துக் கூறியதும் ஒத்துக்கொண்டார்.

"அப்படீன்னா, என்ன குடுக்கச் சொல்றா?" என்று கேட்டார் சாம்பைய்யா.

"சாப்பாடு போட்டு துணிமணி வாங்கித் தந்து வருஷத்துக்கு ஒரு மூட்டை அரிசி கொடுத்தா நல்லாருக்கும்" என்றார் மாமனார்.

"என்னது என்னது? சோறு துணிமணி வாங்கித்தந்து வருஷத்துக்கு ஒரு மூட்டை அரிசியையும் அளக்கணுமாக்கும்? என்னால முடியாது" என்று துண்டை உதறி தோளில் போட்டபடியே எழுந்து நின்றார் சாம்பைய்யா.

"அவரு என்னத்த தருவாரோ சொல்லச் சொல்லுங்க!" கிழவியின் குரலில் நிராசை ஒலித்தது.

"வருஷத்துக்கு ரெண்டு ஜோடி சேலை, சாப்பாடு போட்டு பத்து மரக்கா தானியந் தரேன். இஷ்டமுன்னா பொறப்பட்டு வரச் சொல்லுங்க" ரொம்பவும் தீர்மானமாகச் சொன்னார் சாம்பைய்யா.

கிழவிக்கு ஏமாற்றமாக இருந்தது. கடைசியில் ஒத்துக்கொண்டாள்.

ஆனாலும் அந்த மூதாட்டி சொந்தப் பேரனைப் போலவே அன்பு காட்டி வளர்த்து வந்தாள். வீட்டு வேலைகள் எல்லாவற்றையும் குனிந்த இடுப்பை நிமிர்த்தாமல் - (உண்மையிலேயே) இடுப்பு வளைந்துதான் இருந்தது) பொறுப்புடன் செய்து வந்தாள்.

சாம்பைய்யாவுக்கு ராமம்மாள் கிழவி, வந்தபிறகு வெகுவாக பொறுப்புக்களிலிருந்து விடுதலை கிடைத்தது. விறகு, விராட்டி போன்ற எரிபொருள்கள் களவு போகாமல் வீட்டை நாய்போல காத்து வந்தாள். வெங்கடபதிக்கு தாயில்லாக் குறையைப் போக்கினாள். சாம்பைய்யா தன்னுடைய கவனத்தை முழுமையாக விவசாயத்தில் செலுத்தத் தோதாக

அமைந்திருந்தது. கிழவிக்குத் தருகின்ற துணிமணி, சாப்பாடு மற்றும் அளந்து கொடுக்கும் தானியம் எல்லாமே தனக்கு லாபத்தைத் தரக்கூடியதாகவே நினைத்தார்.

வெங்கடபதிக்கு ஒரு வருடம் நிரம்பிவிட்டது. குழந்தை சதைப்பிடிப்புடன் மொளுமொளுவென வளர்ச்சி பெற்றிருந்தான். அவனுடைய அதிர்ஷ்டம், அந்த வருடம் சாம்பைய்யாவிற்கு அதிகப் படியான விளைச்சல் கண்டிருந்தது. தானியங்களை விற்று, பணத்தைப் பத்திரப்படுத்தி, மகனைத் தோளில் சுமந்தபடி மாட்டுத் தொழுவத்தில் அலைந்து கொண்டிருந்த சாம்பைய்யாவிற்கு கனகய்யாவின் குரல் கேட்டது.

"யாரு? கனகய்யாவா! இப்படி வா! தொழுவத்துக்குள்ளே." சாம்பைய்யா பதில் குரல் கொடுத்து அழைத்தார்.

கனகய்யா முகத்திலுள்ள வேர்வையை துடைத்தபடியே முன்னால் வந்து நின்றான்.

"என்ன இந்த பரபரப்பு? மூச்சு வாங்க வந்திருக்கே? என்ன அப்படி விசேஷம்?" சாம்பைய்யா அர்த்தபுஷ்டியுடன் வினவினார்.

கனகய்யா அவ்வாறு வந்தானென்றால் ஏதோ முக்கிய வேலையாகத்தானிருக்கும் என்பதை சாம்பைய்யாவின் அனுபவம் பகன்றது.

"அதுதான் - காந்தம்மாவை - மானம் பாத்த பூமி - காந்தம்மாவை கீழ படுக்கப் போட்டுட்டாங்க!" நா குளறியபடியே சொன்னான் கனகய்யா.

"எழுபதை தாண்டிடிச்சி! இனி எத்தனை நாளு பொழச்சிருக்கப் போறா விடுய்யா?" சாம்பைய்யா பட்டும் படாமலும் பேசினார். அவருடைய வார்த்தையில் எந்த ஒரு முக்கியத்துவமும் வெளிப்படவில்லை. அத்துடன் தனக்கு எந்த சம்பந்தமும் இல்லாததுபோல முகத்தை வைத்துக் கொண்டு தோளிலிருந்த மகனை இடுப்பில் தூக்கி வைத்துக்கொண்டு கொஞ்சுவதும், முத்த மழை பொழிவதுமாக நடந்து கொண்டார்.

கனகய்யா வந்த வேலை ரப்பர் பொம்மையிலிருந்த காற்று வெளியேறிவிட்டதுபோல ஆயிற்று. சிறிது நேரம் நன்றாக சுவாசத்தை இழுத்துவிட்டான். புதுத்தெம்புடன் நேருக்கு நேர் உரத்த குரலுடன் கேட்டான் - "என்ன சாம்பைய்யா! மானம் பாத்த பூமி அஞ்சி ஏக்கர்! வாங்குற உத்தேசத்தை மாத்திக்கிட்டயா?"

"உன்னோட தொல்லை பொறுக்கமுடியல்லே! எதுக்காக இப்படி அவசரப்படறே கனகய்யா? அங்க மனுஷி இன்னும்..."

"ஆமா, அந்தக் கெழவி சாகுற வரைக்கும் அந்த நெலம் அப்படியே இருக்கும்னு நெனச்சிட்டிருக்கியா? அப்பவே கிரையம் பேச ஆளுக வந்தாச்சி" கனகய்யா சரியான அஸ்திரத்தை பிரயோகித்தான்.

சாம்பைய்யாவுக்கு தன்னைச்சுற்றி எழுப்பியிருந்த மதில்சுவர்சில்லுசில்லாய் தகர்ந்து விழுந்தது போலிருந்தது. மகனை வீட்டில் இறக்கிவிட்டு மேல்துண்டைத் தோளில் போட்டுக்கொண்டு சிறிதளவு புகையிலையை விரல்களால் மடித்தபடி வெளியே வந்தார்.

கனகய்யா இறுமாப்புடன் திண்ணையில் உட்கார்ந்துகொண்டு கால் பெருவிரலை ஆட்டத் தொடங்கினான். கொஞ்சோண்டு புகையிலையை கனகய்யனை நோக்கி வீசிவிட்டு சாம்பைய்யா கேட்டார் - "கனகய்யா! இத்தனைக்கும் என்னதான் நடந்தது? கதையைச் சொல்லு?"

"வீரபத்ரய்யாவுடைய மகன் பலராமய்யா இருக்கானில்லே! அவன் அப்பவே நெல்லு மண்டிக்குப் போனானாம்" சுருட்டு முனையைக் கடித்துத் துப்பியபடியே சொன்னான் கனகய்யா.

சாம்பைய்யா சுருட்டைப் பற்ற வைத்து புகையை இழுத்தவர்- "இதோ பாரு கனகய்யா! என்னதான் சொத்துக்கு வாரிசுதாரங்க முன்வந்தாலும் மனுஷி உயிரோட இருக்குறப்பவே பேரம் பேச முடியுமா?" என்றார்.

"காந்தம்மா புருஷனோட தம்பி மகன் இருபத்தஞ்சு ஏக்கர் கொண்டவன். நெலங்கள வாங்கிப் போட அலைஞ்சிட்டிருக்கான். வந்த விலைக்கி வாங்கிக்கறதுக்கும் துணிஞ்சவன். இருக்குறதையெல்லாம் குள்ள நரியாட்டம் சுருட்டிக்கிடப் பாக்குறான். அந்தக் கெழவி சாவுறதெ எதிர்பாத்துக்கிட்டு உட்காந்திருக்கான். இங்க என்னடான்னா கெழவியெ தூக்கி தரையில படுக்க வச்சது தெரிஞ்சதுமே பலராமய்யா நம்ம ஊரு எல்லையெ தாண்டிட்டான்."

"எப்பிடியெப்பிடி!" சாம்பைய்யா மெத்தனப்பட்டுப் போனார்.

கை வரைக்கும் வந்ததை பலராமய்யா தட்டிட்டுப் போயிடுவானோ என்ற பயம் பிடித்துக் கொண்டது.

"ஆமா, பிறகென்ன? முடிச்சிக்குமேல முடிச்சிபோட்டு தலையை தூக்கிவச்சி வானத்து நட்சத்திரங்களை எண்ணிகிட்டிருக்குற மனுஷன்னு நெனச்சியா பலராமய்யாவை? ஏதோ காடு கரை கழனின்னு ஒங்க அப்பா காலத்துலருந்து விவசாயத்து மேல நம்பிக்கை வச்சிட்டிருக்குறவங்களாச்சேன்னு மனசு கேட்காம வந்து சொல்றேன்! கண்ணுல வத்தியெ ஏத்திக்கிட்டு அந்த லேவாதேவிகளை கவனிச்சிக்கிட்டிருக்கேனாக்கும்! இதெல்லாம் யாருக்காக செய்யறேன்னு நெனக்கிறே சாம்பைய்யா!"

''அந்தப் பேச்சை நான் இல்லேன்னு சொல்லலையேய்யா?'' எச்சிலை விழுங்கியபடியே சொன்னார் சாம்பைய்யா.

"ஏதோ! நம்ம சாம்பைய்யாவுக்கு எப்படியாவது அந்த நெலத்தை வாங்கித் தந்தா நெலத்தோட நெலம் கலந்து வெள்ளாமை செய்ய வசதியாயிருக்குமேன்னு

நெனச்சுத்தான் பேயா அலையறேன். இல்லேன்னா இதுக்குள்ள அந்த பலராமய்யாவுக்கு கெரையம் பேசி முடிச்சி பணத்தை பைசல் பண்ணி எனக்கும் நாலு காசு கண்ணாரப் பாத்திருப்பேன். நீயே சொல்லு சாம்பைய்யா? நான் சொல்றது சரிதானே?"

"அந்த அளவுக்கு எதுக்கு கனகய்யா? ஓம் பேச்சை எப்பவாவது தட்டிக் கழிச்சிருக்கேனா சொல்லு! உன்னோட ஆலோசனைகளும், உதவியுமில்லாம ஒரு விவகாரத்திலும் இறங்கியிருக்கேனா! அது உனக்குத் தெரியாதா என்ன?"

"சரி விடு! வெத்துப் பேச்சு எதுக்கு. இப்ப காந்தம்மா புஞ்சை நெலம் உனக்கு வேணுமா வேண்டாமா? யோசிச்சுத் தெளிவா சொல்லிடு" கனகய்யா கறாராகக் கேட்டான்.

"அதென்னன்னு நீயே பாத்துச் சொல்லு!" சாம்பைய்யா தன்னோட மூக்கணாங்கயிற்றை முழுசாக கனகய்யாவின் கைகளில் ஒப்படைத்துவிட்டார்.

"அப்படீன்னா பொறப்பட்டு வா. அந்த பலராமய்யா நெல்லு மண்டிய விட்டு வர்றதுக்குள்ள நாம அங்க இருக்கணும்? இனி மீதியெல்லாம் நான் நடத்திக் காட்றேன். நீ எல்லாத்தையும் பாத்துகிட்டு இரு!"

சாம்பைய்யா சொக்காவை மாட்டிக்கொண்டு கையில் கம்பை எடுத்துக்கொண்டு புறப்பட்டார்.

"பேச்சு வார்த்தையெ உறுதிப்படுத்த பணம் ஏதாவது கொண்டாறயா. இல்லே வெத்து கைய ஆட்டிகிட்டு வந்திட்டிருக்கியா?" ஒரு அம்பை வீசி எறிந்தான் கனகய்யா.

வேஷ்டியில் செருகி வைத்திருந்த முடிப்பை ஒரு தடவை தடவிப் பார்த்த சாம்பைய்யா யோசிக்கத் தொடங்கினார் -

"ஆமா இப்போதைக்குக் கெழவி செத்துப் போகலேன்னா?"

"ஆமா, சாகாம உறியடிக்கப் போறா! பேசாம வருவியா! நீயும், உன்னோட அபசகுனமானப் பேச்சும்" என்று சற்றே கோபத்துடன் பேசிய கனகய்யா வண்டிப் பாதையை விட்டு மண்ரோட்டில் ஏறினான்.

அவ்வாறு சென்று கொண்டிருந்த கனகய்யாவும் சாம்பைய்யாவும் நெல்லு மண்டியில் மூன்று நாட்கள் தங்கிச் செல்ல வேண்டிய நிலை வந்தது.

உண்மையில் பலராமய்யா அந்த ஊருக்கு வரவேயில்லை.

பலராமய்யா தன்னோட இருப்பிடத்திற்குச் சென்றுவிட்டான் என்பதைத் தெரிந்துகொண்ட கனகய்யா இந்த விதையைப் போட்டு சாம்பைய்யாவை உரமேற்றினான்.

காந்தம்மாவின் வாரிசான பாபாராவிடம் பலராமய்யா நிலத்தைப் பேரம் பேசிச் சென்று விட்டதாகச் சொல்லச் சொன்னான் கனகய்யா. இரண்டு

பேரையும் - விற்கின்றவனையும் வாங்குகின்றவனையும் - மண்டையைக் குழப்பியடித்து நிலத்தைப் பேரம் பேசி முடித்தான் கனகய்யா.

கனகய்யா சொன்னதுபோல பாப்பாராவு நிலத்தை விற்கும் பேர்வழியாகத் தென்படவில்லை சாம்பைய்யாவுக்கு. தான் நினைத்திருந்த விலையைவிட ஏக்கருக்கு இருநூறு ரூபாய் அதிகமாகக் கேட்டான். சாம்பைய்யா தலைகீழாக நின்றார். கனகய்யா கடிந்துகொண்டார்.

அந்த பலராமய்யாவாலதான் இப்படியெல்லாம் குளறுபடியாயிற்று என்றும், பாப்பாராவு அதுனாலதான் விலையை ஏத்திச் சொல்கிறான் என்றும் சம்பந்தமில்லாதவன்மீது பழியைச் சுமத்தினான் கனகய்யா.

“எது எப்படியிருந்தாலும் தங்கமான பூமி அது! தன்னோட வம்சத்துக்கு அனுகூலமாக கெடச்சிருக்கு. அந்தப் பூமியைக் உழுததாலதான் தன்னோட அப்பா ஓசந்தாரு. மேலும் மேலும் விளையற பூமி அந்த பூமி மேலயிருந்த பற்றுதலும், சொத்தைப் பெருக்கிக் கொள்ள வேண்டுமென்ற ஆர்வமும் சாம்பைய்யாவை முன்னோக்கி தள்ளிவிட்டன. தாமதமானக் கையை விட்டு நழுவிப் போயிருமென்றும் ஒவ்வொரு நிமிடமும் பயமுறுத்திக் கொண்டிருந்தான் கனகய்யா.

பேரம் உறுதியாயிற்று. பலவந்தமான நிலையில் வேஷ்டியில் சொருகி வைத்திருந்த முடிச்சை அவிழ்த்து முன்பணத்தைக் கவனமாக எண்ணிப் பார்த்து கையில் தந்தார் சாம்பைய்யா.

‘பொழச்சேண்டா சாமி,’ என்பதுபோல நிம்மதி பெருமூச்சொன்றை இழுத்து விட்டான் கனகய்யா. ஆனால் கனகய்யா நினைத்தது போலவோ, சாம்பைய்யா ஆசைபட்டது போலவோ மூன்று நாட்களில் கிழவி சாகவில்லை. மறுபடியும் தெளிவு வந்துவிட்டதென்று கட்டிலின் மேல் கிடத்தினார்கள்.

அது தெரிந்ததும் பாப்பாராவு கிராமத்தை நோக்கிப் புறப்பட்டான், முன்பணத்தை சட்டைப் பையில் பத்திரப்படுத்திக் கொண்டு. சாம்பைய்யாவும் கனகய்யாவும் கால்வழியெடுக்க வீடு வந்து சேர்ந்தனர். வரும்வழியெல்லாம் கனகய்யனைத் திட்டிக்கொண்டே வந்தார் சாம்பைய்யா.

“செத்துடுவா செத்துடுவான்னு சொன்னே? அந்த முண்டை சாகல்லல. இந்த முண்டப்பய என்னமோ, வில்லைகளாட்டம் ரூபாய் நாணயங்களை ஜோபுல போட்டுட்டுப் போயிட்டான். அந்த முண்டை எப்ப சாவப் போறாளோ? மறுபடியும் இந்தப் போக்கத்தப் பய, எப்ப கிடைக்கப் போறானோ? இந்த ஆரம்பக் காலத்துல உழுத பூமி கெடைக்கலேன்னா எல்லாமே நஷ்டம்தான். வரப்போற விளைச்சலை நம்பித்தான் இவ்வளவு விலைக்கு வாங்கச் சம்மதிச்சேன்!”

கனகய்யா செத்த பேனாட்டம் வாயை மூடிக் கொண்டு சாம்பைய்யாவின் பின்னால் நடந்து ஊரையடைந்தான்.

தினந்தோறும் சாம்பைய்யா வயக்காட்டிற்குச் செல்லும் முன்பும், திரும்பி வரும்போதும் கனகய்யா வீட்டிற்கு முன் சென்று எட்டிப் பார்ப்பதும், காந்தம்மா வீட்டிற்குள் எட்டிப் பார்த்து அவளுடைய ஆரோக்கியத்தைப் பற்றி நலம் விசாரித்துத் தெரிந்து கொள்வதுமாக நடந்துகொண்டார்.

ஒரு மாதம் முடிந்ததும் ஒரு நாள் காற்றுவாக்கில் கனகய்யா வந்து சாம்பைய்யா வீட்டிற்குள் நுழைந்தான் -

"இந்தத் தடவை ரொம்ப உறுதியா சொல்றேன்! கடவுளே எறங்கி வந்தாலும் அந்தக் காந்தம்மாவைக் காப்பாத்த முடியாது. இன்னும் சொல்லப் போனா இதுக்குள்ள எல்லாம் முடிஞ்சிருக்கணும்" உளறிக் கொட்டினான் கனகய்யா. சாம்பைய்யாவுக்கு கோபம் தலைக்கேறி நின்றது.

மறுபடியும் பணத்தைப் பறிப்பதற்காகத்தான் கனகய்யா இந்த ஆட்டம் ஆடறான் என்று நினைத்தவர், "ஆமாமா, அந்த காந்தம்மா உன்னையும் என்னையும் சுடுகாட்டுக்கு அனுப்பிச்சப் பொறகுதான் சாவா!"

சாம்பைய்யாவின் பேச்சு கனகய்யாவின் நெஞ்சிலடித்தாற் போல என்று யோசிக்கத் தொடங்கினான் போலும் கனகய்யா.

இருள் சூழ்ந்துவரும் நேரத்தில் காந்தம்மாவின் சவம் சாம்பைய்யாவின் வீட்டின் முன்புறமாகச் சென்று கொண்டிருந்தது. சுமந்து செல்பவர்களின் குதிப்புக்கு ஏற்ப சவம் தலையைக் குலுக்குவதும் வாயைத் திறப்பதுமாக நின்று கொண்டிருந்த சாம்பைய்யாவையும் கனகய்யாவையும் பார்த்தது.

"சாம்பைய்யா! அதிர்ஷ்டக்காரன்டா!" என்று சொல்வதுபோல கனகய்யா அவரைப் பார்த்தான்.

காந்தம்மா செத்த பத்து நாளைக்கெல்லாம் பாப்பாராவை அழைத்து வந்து நிலத்தை ரிஜிஸ்டர் செய்து கொண்டார். நிலம் தன் கைக்கு வந்த அன்று இரவு இரண்டு ஜாமம் முடிவதற்குள் ஐந்து ஏக்கர் நிலத்தையும் வரப்புகளை வெட்டியெடுத்துத் தன்னுடைய நிலத்துடன் இணைத்துக் கொண்டார் சாம்பைய்யா.

வரப்புமேட்டில் நின்றபடி மொத்த நிலத்தையும் சுற்றி வளைத்துப் பார்த்துக் கொண்டார். ஒன்பது ஏக்கர் நிலம்! நல்ல வளமான பூமி! இது தன்னுடையது! பொன்னை விளைய வச்சிடலாம். தன்னுடைய மகன் வெங்கடபதி அதிர்ஷ்டகாரன்தான். ஒன்பது ஏக்கர் சொந்தக்காரன்! மூணு ஏக்கர் மேட்டு நிலம்!

அவன் வளர்ந்து பெரியவனாகி உருப்படியானவனாகும்போது தன்னோட ஆஸ்தியை நாலு மடங்காக்கிக் காட்டுவான்.

தாகம் எடுத்தவனுக்குத் தண்ணீர் குடித்தால் தாகம் அடங்கும்!

ஆனால் சாம்பைய்யாவுக்கோ பிடித்திருப்பது பூமிதாகம். அது நாளுக்கு நாள் அதிகரித்துக் கொண்டே இருந்தது. அன்றைய ராத்திரி மகனைப்பக்கத்தில் போட்டுக் கொண்டு நிம்மதியாகப் படுத்துறங்கினான் சாம்பைய்யா.

வயலை நன்றாக உழுது நீர் ஊற்றி நாற்றங்கால் தயாரித்தபின் நாற்றுக்களைப் பிடுங்கி பக்குவப்படுத்திய நிலத்தில் நடவு நடந்தது. மேட்டு நிலத்தில் நிலக்கடலை விதைத்தார். இந்த வருஷம் கடவுளோட தயவிருந்தா ஒன்பது ஏக்கர் நஞ்சை, மூணு ஏக்கர் புஞ்சை நல்லா வெளஞ்சா மறுபடியும் பணத்தை மிச்சப்படுத்தலாம். கையிலிருந்த பணமெல்லாம் நெலத்தை வாங்குறதுல போயிடிச்சி. எத்தனையோ வருசத்துக்குப் பிறகு சேமிப்புப் பெட்டி காலியாயிடுச்சி. மறுபடியும் அதை நிரப்புற வரைக்கும் தனக்குத் தூக்கம் வராது.

சாப்பாட்டை முடித்து மீசையைத் துடைத்துவிட்டுக் கொண்டிருந்த சாம்பைய்யாவின் கண்களில் கனகய்யா வருவது தென்பட்டது. நிலம் வாங்கியதிலிருந்து அவ்வளவாக அபிமானம் காட்டவில்லை கனகய்யா சாம்பைய்யாவிடம். தற்போது அவரிடம் ரொக்கப் பணம் எதுவுமில்லை. இப்போதைக்குள் எதுவும் பேரம் பேசி வாங்கக்கூடிய நிலைமையில் இல்லை. மகசூல் முடிந்ததும் தானியங்களை நான்கு நாட்கள் மில்லுக்கு அனுப்பும்போது தவிர கனகய்யாவின் உதவி தேவையில்லை. கனகய்யாவோடு ஒட்டி உறவாடி பேசிக் கொண்டிருப்பதில் எந்த லாபமும் கிடைக்கப் போவதில்லை. நேரந்தான் செலவழியும். புகையிலையிலிருந்து, உணவு தானியங்கள் வரைக்கும் கடனாகக் கேட்டுப் பறித்துக் கொண்டு செல்வான். இனி பணத்தைப் பற்றி சொல்லவே தேவையில்லை! கரைத்துக் குடிப்பானோ என்னவோ இவன் வயிறு கொதிக்க! எப்பவுமே இல்ல இல்லங்குற பேச்சுதான்.

உள்ளே நுழைய எத்தனிக்கும் கனகய்யாவைப் பார்த்ததும் துண்டை உதறித் தோளில் போட்டபடியே மடமடவென வெளியே வந்தார் சாம்பைய்யா.

"அதென்ன சாம்பைய்யா! நான் உன்னைத் தேடி வீட்டுக்குள்ள நுழைஞ்சிட்டிருந்தா, நீ என்னமோ தெருவப் பாத்து போயிட்டிருக்கே?"

"காட்டுல பனமட்டைகளை நறுக்கச் சொல்லியிருக்கேன். ஒரு நிமிஷம் இல்லேன்னாலும் ஆளுக்கொன்னா தள்ளிட்டுப் போயிடுவாங்க கனகய்யா! உனக்குத் தெரியாதா சொல்லு?" என்றவாறு சாம்பைய்யா ஏறெடுத்துப் பார்க்காமலேயே தெருவில் இறங்கி முன்னோக்கி நடக்கத் தொடங்கினார். தெரு முனையைத் தாண்டியதும் பின்னால் திரும்பிப் பார்த்தார்.

கனகய்யனிடமிருந்து தப்பித்து வந்துவிட்டோமென்று நினைத்திருந்த சாம்பைய்யா ஏமாற்றமடைந்தார். பூனையைப்போல கனகய்யா சாம்பைய்யாவை பின்தொடர்ந்து வந்துகொண்டிருந்தான்.

இனியும் கனகய்யாவை காடுவரை பின்தொடரவிட்டால் பத்து இருபது பனை மட்டைகளையும், உதிர்ந்து கிடக்கும் உலர்ந்த பனங்காய்களையும் மூட்டைக் கட்டாமல் இருக்க மாட்டான். வெத்துக் கையுடன் திரும்பிச் செல்வதென்பதுகனகய்யாசரித்திரத்திலேயேகிடையாது. எனவேகனகய்யாவை அங்கேயே விட்டுச் செல்வதுதான் நல்லதென்று நினைத்த சாம்பைய்யா சடாரான அங்கேயே நின்றுவிட்டார்.

"அடேடே, கனகய்யா! நீ எங்க என் பின்னாடி நடந்துட்டிருக்க? நீ அப்பவே போயிட்டேன்னுல்லே நெனச்சேன், சொல்லு என்ன சங்கதின்னு?"

"பனங்காட்டுக்குத்தானே? ஒன்னுமில்லே. நானும் அந்தப் பக்கமாகத்தான் வந்துட்டிருக்கேன், வா போகலாம்!" கனகய்யா சாதாரணமாகச் சொல்வதுபோலச் சொன்னான்.

சாம்பைய்யாவின் சந்தேகம் உறுதியாகிவிட்டது. இவன் பனைமட்டைகளையும் பனஞ்சில்லாடைகளையும் மூட்டை கட்டி எடுத்துச் செல்லாமல் நகர மாட்டான்.

"இந்த வருஷம் பனை ஓலைகளோட மட்டைகளையும் பேரம் பேசிக் கொடுத்துட்டேன்" என்றார் சாம்பைய்யா.

"ஒன்னோட மட்டைகள் யாருக்கு வேணுமய்யா?" அலட்சியமாகச் சொல்லி சாம்பைய்யாவின் முகத்திற்குள் பார்வையைச் செலுத்தினான் கனகய்யா.

புருவங்களை உயர்த்தி கால்களை உதறியபடி மீண்டும் செல்ல ஆரம்பித்தான் கனகய்யா.

"கங்கானம்மா சதுக்கத்துக்கு கீழயிருக்கிற பன்னிரெண்டு ஏக்கர் மானம் பார்த்த பூமி இருக்கு பாரு?"

"எது? அந்தப் பொதருக்கு அடுத்தாப்புலருக்குறது தானே?"

"ஆமா! அதுதான்யா.. பரமய்யாவோட பேரனுது!"

"வெறும் கட்டாந்தரை, கல்லும் கரணியுமா! அதெ யாரு வாங்குவாய்யா. தலையிலத் துணியைப் போட்டுட்டு போகவேண்டியதுதான்!" என்றார் சாம்பைய்யா. எப்படித் திரும்பிப் பார்த்தாலும் சாம்பைய்யாவிடம் பணம் இல்லை. வாங்குற நெலமையோ உத்தேசமோ அவருக்கு இல்லவே இல்லை. அதற்காகத்தான் அப்படிப் பேசினார். ஆனாலும் சாம்பைய்யா சொன்னதில் சிறிதளவு உண்மை இல்லாமலும் இல்லை.

கனகய்யா கேலியாக சாம்பைய்யாவின் முகத்தைப் பார்த்து விழிகளை உருட்டியபடியே சொன்னான் -

"இதோ பாரு சாம்பைய்யா! காளையோட தோகையை குத்துறவனுக்கு என்ன தெரியும் உலக நடப்பு முறையைப்பத்தி?"

கனகய்யாவின் பேச்சிலும் நடந்து கொள்வதிலும் ஏதோ ஒரு பெரிய ரகசியம் மறைந்திருக்கிறதென்பதை சாம்பைய்யா புரிந்துகொண்டார். அவ்வாறு சாம்பைய்யாவிற்கு அனுமானங்களையும் ஆசைகளையும் தூண்டி விடுவதில் கனகய்யா கெட்டிக்காரப் பேர்வழி.

"நீ உன்னோட கமிஷன் அடிக்கிற ஆசையில ஏதேதோ பேசுற! யாராவது நம்புவாங்களாய்யா நீ சொல்றத?" சாம்பைய்யாவின் பேச்சில்

நம்பிக்கையின்மையிருப்பினும் அதைச் சொல்கின்ற தோரணை மிகவும் மென்மையாக ஒலித்தது. அப்படியில்லையெனில் கனகய்யா தன் வழிக்கு வரமாட்டான் என்பதும் அவருக்கு நன்றாகவே தெரியும்.

"எம் பேச்சைக் கேட்டதுனால நீ என்னத்தெ கெட்டுப் போயிட்டேன்னு சொல்லுய்யா பாக்கலாம்? என்னோடது பிச்சைக்கார கமிஷன் துட்டு! வருஷம் பூரா சம்பாதிச்சாலும் ஒரு பொம்பளப் புள்ளையோட கல்யாணத்தை செஞ்சுவைக்க முடியாமயிருக்கேன்! அந்த காந்தம்மா நெலத்தை பலராமய்யாவுக்கு வாங்கித் தந்திருந்தேன்னா ஐநூறு ரூபாக்கு கொறயாமெ கெடச்சிருக்கும். பொண்ணோட கல்யாணமும் நேரத்தோட நடந்திருக்கும்!"

"என்ன கனகய்யா? கடைசியில நீ என்னமோ எனக்கு சும்மா வாங்கித் தந்தாப்புல பேசுறயே? அங்குட்டும் இங்குட்டுமா பறிச்சிக் கிட்டயில்ல?"

"என்னத்தெய்யா பறிச்சிகிட்டேன்? அணா, தம்பிடின்னு பழைய பாக்கிகளையெல்லாம் கணக்குப் பாத்துக் கழிச்சிட்டுத்தானய்யா தந்தே!" கோபம் கொண்டவனைப் போல நடித்து - "இனிமே செத்தாலும் லாபம் கொடுக்குற நெலங்களை உனக்காக பேரம் பேச வரமாட்டேன்" என்று பேசத் தொடங்கினான் கனகய்யா.

"இதோ பாரு கனகய்யா! புதுசோ, பழசோ எதுவானாலும் பாக்கின்னா பாக்கிதான? இனிமேல் கொண்டு எப்பவுமே அவசரத்துக்கு எங்கிட்ட வராதவ மாதிரி பேசுறயே?" குரலைத் தாழ்த்திச் சொன்னார் சாம்பைய்யா.

பேச்சை மட்டுப்படுத்தி தன்னுடைய தவறைக் கிரகித்துக் கொண்டார் சாம்பைய்யா. கனகய்யாவை நோகடித்து விட்டோமென்று வருந்தினார். என்ன இருந்தாலும் கனகய்யாவின் தேவை, அவசியம் என்பதை எடுத்துச் சொல்லி சமாதானப்படுத்தினார்.

இரும்பு சற்றே இளக்கமடைந்தது. இப்போது கனகய்யா சம்மட்டியைத் தூக்கினான்.

"பாரு சாம்பைய்யா! அந்த கம்மாயோரத்து தும்பை மேட்டுக்கு பக்கத்து நெலம் யாருது?" கேட்டான் கனகய்யா.

"எதுயெது? அந்த தும்பைமேடு பக்கத்துதா? எனக்குத் தெரிந்த வரைக்கும் அதுல ஏர் புடிச்சி உழுத மாதிரி தெரியல. வெறும் தும்பைப்பொதரு தவிர அங்க என்னய்யா இருக்கு? என்ன கனகய்யா இன்னக்கி ஒ பார்வையெல்லாமே வெளங்காத பூமிக மேலேயே நிக்குது? எவனெ மூழ்கடிக்கப் போறே?"

"முக்கியெடுக்கப் போறேனோ, மிதங்க வைக்கப் போறேனோ பாத்துக்கிட்டே இரு. அது பொன்னாகப் போகுது - பொன்னு!" இம்முறை கனகய்யாவுக்கு உண்மையிலேயே கோபம் வந்துவிட்டது.

"உன்னைப் போன்ற பிசினாரிக்கு அவ்வளவு அதிர்ஷ்டம் எப்படி வரும்ய்யா? அதிர்ஷ்டக்காரன் எவனோ வாங்கிக்கப் போறான் அந்த பூமியை முழுசா! ரெண்டு வருஷம் போறதுக்குள்ள நீ வேன்னா பாரு... நீ வாங்குன காந்தம்மா பூமிக்கும் பல மடங்கு பலனை கொடுக்கலேன்னா... ஓ செருப்பை என் கழுத்துல தொங்க விடு..."

சாம்பைய்யா வெலவெலத்து நின்றார்.

"என்னது? உனக்கேதாவது பித்துப் பிடிச்சிடுச்சா? நரிக்கும் நாகலோகத்துக்கும் சம்பந்தம் இருக்கா? ஒன்னுக்குமத்த பீடு பூமியை என்னோட வயலோட ஒப்பிட்டு சொல்றயா?"

"ஆமா! அலட்சியமா சிரிக்கிற அந்தக் குப்பைமேடுதான் நல்ல நஞ்சை பூமியாகப் போகுதய்யா பைத்தியக்காரா!" என்ற கனகய்யா நாக்கைக் கடித்துக்கொண்டான்.

சாம்பைய்யா குழப்பத்தில் விழுந்துகிடந்தார். எத்தனைதான் யோசித்தாலும் மூளை செயல்பட மறுத்தது.

இதில் ஏதோ சூழ்ச்சி உள்ளது. கனகய்யா சாமானியமானவனல்ல!

"வரும் நல்லாவே வரும்! நஞ்சையா மாறணுமுன்னா பகீரதன் யாராவது கங்கையை தலையில சுமந்து இறங்கி வரப்போறானா?" மூளையைத் துளைத்தெடுத்து யோசித்ததால் சாம்பைய்யாவால் பேச முடிந்தது.

"ஆ! அதேதான்! சாட்சாத் அந்த கங்காதேவியே வரப் போறாய்யா! கால்வாய் வரப்போகுதய்யா! கால்வா!"

சாம்பைய்யா சடாரென நின்றுவிட்டார்.

"உண்மையிலேயே கால்வாய் வரப்போகுதா? உனக்குச் சொன்னது யாரு? எப்பிடித் தெரியும்?"

"எங்க மச்சானோட தம்பி ரெவின்யூவுல வேலை பாக்கறானில்லையா! அவன்தான் அந்த கால்வா சம்பந்தமான செக்ஷனை கவனிச்சிக்கிடுறான்" கர்வத்துடன் சொன்னான் கனகய்யா.

"இந்த சங்கதி எப்பத்துலருந்து தெரியவந்தது?"

"எப்பவோ இல்லய்யா? ராத்திரிதான் எங்க ஆளு வந்திருந்தான். காலையில எழுந்திரிச்சி இப்பிடி வயக்காடெல்லாம் சுத்திகிட்டிருக்கேன். அவன் சில சர்வே நம்பர்களைத் தந்திருக்கான். அந்த வழியாதான் கால்வா போகுதாம்" என்ற கனகய்யா சாம்பைய்யாவை மேலும் கீழுமாகக் கூர்ந்து ஆராய்ந்தான்.

சாம்பைய்யா தன்னுடைய வழிக்கு வருவதுபோலத் தோன்றியதும் மீண்டும் பேச ஆரம்பித்தான்.

"இந்த சங்கதி இன்னும் நம்ம ஊர்க்காரங்களுக்குத் தெரியாது. அந்த பலராமய்யா காதுல விழுந்தா விலை கூடுறதுக்கு முன்னால ஒரு ஐம்பது ஏக்கராவது வாங்கிப் போட்டுடுவாரு."

"கனகய்யா! நீ ஏதோ அறிவுள்ளவன்னு நெனச்சிட்டிருந்தேன்" என்றார் சாம்பைய்யா இடுப்பு வேட்டியை சரிசெய்தபடியே.

"ஏனாம்?"

"ஒனக்கு அசலு புத்தியே இல்லையே?" தலையில் முண்டாசை இறுகக் கட்டியபடியே மெல்லிய குரலில் சொன்னார்.

"நீ சொன்னது சரிதான் சாம்பைய்யா! இல்லேன்னா உன்னைப் பிடிச்சிக்கிட்டு தொங்கிகிட்டு இருப்பேனா?"

"எனக்கு நீ, உனக்கு நான் தவிர எங்க போகப் போறோம் கனகய்யா? ... நாலு காசு சேத்து வச்சிக்கோ..."

கனகய்யாவுக்கு தான் சொல்ல வேண்டிய அவசியமில்லை. ஆனாலும் இம்முறை கனகய்யா தப்புக் கணக்குப் போடுவதாகத் தோன்றியது. சாம்பைய்யாவுக்குள்ளிருந்த சுயநலம், பூமியின் மேலுள்ள மோகம் துளிர்த்தெழுந்து மொட்டுவிடத் தொடங்கியது.

"உங்கிட்ட இன்னமும் என்ன இருக்குய்யா? இருந்த ரொக்கத்தையெல்லாம் காந்தம்மா நெலத்தெ வாங்குன அன்னக்கே தீர்ந்துடிச்சின்னு சொன்னயில்லே?" கனகய்யா முழுவதுமாகத் தன் வழிக்கு இழுத்துக் கொண்டு வந்தான் சாம்பைய்யாவை.

"நீ சொல்றது நெஜந்தான் கனகய்யா! ஆனா நீ மனசு வைச்சா தடை ஏற்படாது" நீதான் எல்லாமே என்பது போல பேசினார். "இந்தக் கால்வா சம்பந்தமான செய்தி எல்லாருக்கும் பரவுறதுக்கு முன்னாடி இங்கருக்குற பூமியை வாங்கினவனுக்கே அதிர்ஷ்டம். எல்லாமே தங்கந்தான்!" என்றான் கனகய்யா.

"நான் சொல்றதும் அதுதானே? இந்த சங்கதியெ நம்ம ரெண்டு பேருக்கும் மத்தியிலயே வச்சிரு! நமக்குப் போட்டி வராம பாத்துக்கோ. விளைச்சல் அறுவடையாகி கையில வரும் வரைக்கும் ரகசியமா மறைச்சி வச்சியின்னா ஓருணத்தை வச்சிக்கமாட்டேன் கனகய்யா! எப்பிடியிருந்தாலும் இந்த வருஷத்துல குறஞ்சது ஐநூறு மூட்டை நெல்லாவது வீட்டுக்கு வந்து சேர்ந்துடும். ஐம்பதுக்கு மேல இப்ப தர்க்காசு நெலத்துக்கு கொடுக்குறவன் இருக்கமாட்டான். குப்பை மேட்டுக்குப் பக்கத்துலதாயிருந்தா இன்னும் பத்து ரூபா குறைச்சிக்கிடலாம். என்ன சொல்றே கனகய்யா?"

கனகய்யா யோசனையில் ஆழ்ந்திருப்பதுபோல நடித்தான். சிறிது நேரம் மௌனம் வகித்தபின் தலையையாட்டிக்கொண்டு சொன்னான் "இது

சார்க்காரோட வேலை. நாம மறைக்க நெனச்சா மட்டும் மறைஞ்சிருக்குமா சாம்பைய்யா?" புருவங்களை உயர்த்தினான் கனகய்யா.

"சர்க்காரு வேலையில ஓ சொந்தக்காரந்தான் இருக்கான்னியே? நீ சொன்னா இந்த மட்டுமாவது செய்ய மாட்டானா?'' முகத்தை சுருக்கிக் கொண்டார் சாம்பைய்யா.

"ஆஹா! எம்பேச்சைக் கேக்கமாட்டான்னு சொல்ல வரல்லே. அவனும் நாலு காசு சம்பாதிக்கணுமில்லையா! அதுதான் ஆலோசனையாயிருக்கு."

கனகய்யா சொல்வதிலும் நியாயம் இருப்பது போலப் பட்டது சாம்பைய்யாவிற்கு. ஆனாலும் கனகய்யா அப்போதே பணம் பறிக்கும் பிரயத்தனத்தில் இருப்பது நன்றாகவே வெளிப்பட்டது. அந்த மட்டும் லாபமில்லாமல் அவங்க மட்டும் எதுக்காக தனக்கு உதவி செய்வார்கள்?

''அதெல்லாத்தையும் நமக்குள்ளே பேசிக்கிடுவோம்! மறுபடியும் சாயங்காலம் தென்படுவயில்ல? ஜாக்கிரதை, இந்த சங்கதி ஊருக்குள்ள யாருக்கும் தெரியக்கூடாது.''

"பொழுதுபோறதுக்குள்ளே வந்துருவியில்ல!" என்றான் கனகய்யா. "பொழுது சாயுறதுக்கு முன்னாடியே வந்துடுவேன்!" என்று சொல்லி வேக வேகமாக அடியெடுத்து வைத்து கையிலிருந்த கம்பை சுழற்றியவாறும் பனங்காட்டை நோக்கி நடந்து சென்றார்.

கனகய்யா அவிழ்ந்த முடியை இறுக்கி முடிந்தபடியே ஊரை நோக்கிld திரும்பி வந்தான்.

பனங்காட்டிலுள்ள ஓலைகள், மட்டைகளின்மேல் சாம்பைய்யாவின் பார்வை நிலைக்கவில்லை. ஏசோபுவிடம் பொறுப்பை ஒப்படைத்துவிட்டு கனகய்யா சொன்ன நிலங்களையெல்லாம் திரும்பவும் சென்று பார்த்துவிட்டு வந்தார். அதில் ஏழை, எளியவர்கள், பணம் அவசரமாகத் தேவையிருப்பவர்கள் குடும்பங்களின் நிலங்களை திரும்பத் திரும்பக் கணக்கெடுத்தார். சாயங்காலத்திற்கு பனங்காட்டையடைந்தார். ஓலைகளையும் மட்டைகளையும் நன்றாக அடுக்கி ஒரு கட்டாகவும், காய்ந்த பனங்குடுக்கைகளைத் தனியாகவும் கட்டி ஏசோபுவின் தலையின் மேல் வைத்து சாம்பைய்யா புறப்பட்டார்.

ஏசோபுடன் கூடவே கனகய்யா வீட்டிற்குச் சென்றார் சாம்பைய்யா. அப்போதுதான் வெளியில் புறப்பட்டுச் செல்லவிருந்த கனகய்யா சாம்பைய்யாவைப் பார்த்ததும் திடுக்கிட்டு நின்றுவிட்டான்.

ஏசோபுவின் தலையில் சுமந்து கொண்டிருந்த கட்டை இறக்கி தானே சென்று கனகய்யாவின் புழக்கடையில் போட்டுவிட்டுவந்தார் சாம்பைய்யா.

"சாம்பைய்யா நல்ல மூடில் இருக்கிறான். இன்றைக்கு பனைமட்டைகளோடு மட்டுமே காரியத்தை சரி செய்துவிடுவானோ? என்ன கர்மமோ!'' என்று யோசனை செய்தான் கனகய்யா.

வீட்டின் முன்புறத்தில் கட்டில் விரித்து ரொம்பவும் கௌரவமாக சாம்பைய்யாவை உட்கார வைத்தான் கனகய்யா.

"உங்க வீட்டுக்குத்தான் புறப்பட்டேன்! சமயத்துக்கு நீயே வந்துட்டே?" என்றான் கனகய்யா.

பெரிய மகளை சத்தமிட்டு அழைத்து குடிக்கத் தண்ணீர் கொண்டுவந்து தரச் செய்தான். அந்தப் பெண் காலி செம்பை எடுத்துச் செல்லும்போது "இதுதான் பெரிய பொண்ணு. லக்னம் குறிச்சாச்சி. வேண்டிய சம்பந்தம்தான். இருந்தாலும் கல்யாணச் செலவுகள் இருக்குல்லிய்யா!" கண்டிலிருந்து நூலை வெளியே உருவினான் கனகய்யா.

"கல்யாணம் எப்போ?" சாம்பைய்யா கேட்டார்.

"எவ்வளவோ நாளில்லை" விரல்களை எண்ணி "இன்னும் இருவதே நாளுதான். என்னால முடிஞ்சத நான் சமாளிச்சிட்டேன். உங்க பங்குக்கு ஐநூறு!" என்றான் கனகய்யா.

சாம்பைய்யாவின் தொண்டையில் உண்டிவில் எறிந்ததுபோல் தோன்றியது.

ஐநூறு! இப்போது தன்னிடம் அஞ்சு காசுகூடக் கிடையாது!

"என்ன கனகய்யா, இவ்வளவு நெருக்கத்துல லக்னம் வச்சிருக்கீங்க கூடி வராத சமயமா இருக்கே? பணத்துக்கு நெருக்கடியான நேரம். ஒரு மூணு மாசம் பொறுத்துக்க முடியுமா?" முனகினார் சாம்பைய்யா.

"சம்பந்தி வீட்ல அவசரப்படுத்துனதும் வேறு வழியில்லாம தலையை ஆட்டிட்டேன்" கனகய்யா பிடித்தபிடியில் கெட்டியாக இருப்பது நன்றாகவே தெரிந்தது சாம்பைய்யாவிற்கு.

தன்னைப் பெரிய சிக்கலில் மாட்டிவிட்டிருக்கிறான் கனகய்யா, தன்னிடம் இல்லையென்றால் இன்றைய இரவிலேயே பலராமய்யாவிடம் ஓடிவிடுவான் போலத் தோன்றுகிறானே! பெரிய ஆளு பலராமய்யா- முடிஞ்ச மட்டும் எல்லா நிலத்தையும் தனக்கே சொந்தமாக்கிக்கிடுவான். என்ன செய்றது?

இந்த வருஷம்தானே காந்தம்மா நிலத்தை வாங்கினேன்? மறுபடியும் விளைச்சல் வர்ற வரைக்கும் என் கையில தம்பிடி புரளாதே?

"உன்னை இப்பிடி நடுத்தெருவுல நிறுத்திட்டேன்னு நெனக்காதே கனகய்யா உண்மையிலேயே எங்கிட்ட சல்லிகாசு கிடையாது.

"நான் என்ன செய்யட்டும். நிலமை அப்பிடி" என்று வருத்தப்படுவது போல பேசினார் சாம்பைய்யா.

கனகய்யா சாம்பைய்யாவின் சூழ்நிலைக்கு பரிதாபத்தைத் தெரிவித்தான்.

"எனக்குத் தெரியாதா என்ன உன் நிலைமை சாம்பைய்யா? அதுக்கு ஏதாவது உபாயத்தை ஆலோசிக்கணும்!"

“என்னை அறுத்துப் போட்டாலும் காலணா கெடைக்காது. அந்த உபாயம் என்னன்னு நீயே சொல்லு பின்னே.”

கனகய்யா யோசிப்பதுபோல நடித்தான். முன்னரே யோசித்து வைத்திருந்த விஷயத்தை வெளியே தள்ளினான் -

“நம்ம தானியத்தெ வாங்குற சேஷாவதாரம் இருக்கானில்லையா?”

“இருந்தா? தானியம் மில்லுக்குக் கொண்டு போயி சேர்க்காம முன் பணம் எப்பிடித் தருவான்?”

“அப்பிடிக் கொடுக்குறதுன்னா இந்த கனகய்யா எதுக்கு? எல்லாத்தையும் எங்கிட்ட விட்டுடு சாம்பைய்யா. நாளைக்கே பணம் உன் கையிலே வந்து விழும்!”

சாம்பைய்யா ஆச்சரியத்தில் திளைத்துவிட்டார். கனகய்யாவின் ஆலோசனையைக் கேட்டதுமே சாம்பைய்யாவின் மூளையில் சந்தேகத்தின் நிழல் பரவத் தொடங்கியது.

“ரொம்பக் குறைஞ்ச விலக்கி தானியத்தை அளக்க மாட்டானில்லையா?” சாம்பைய்யா நெளிந்தார்.

“என்னை என்ன அவ்வளவு பைத்தியக்காரப் பயல்னு நெனச்சயா? அதுக்குன்னு ஒரு முறை நியமம் இருக்கு. அந்த விவகாரமெல்லாம் உனக்குத் தெரியாதுதான். எல்லாம் நான் பாத்துக்குறேன்ய்யா. அதிகாலையிலேயே பொறப்பட்டுப் போயிருவோம். சரிதானே?”

கனகய்யா எழுந்து நின்றான். விவகாரத்தை முழுவதுமாய் விளங்க வைத்துவிட்டதாக நிம்மதிப் பெருமூச்சொன்றை இழுத்துவிட்டான். சாம்பைய்யா மாடாட்டம் தலையாட்டி எழுந்து நின்றார். மேல்துண்டை உதறித் தோளில் போட்டபடி வீட்டை நோக்கி நடந்தார். அன்றைய இரவு முழுக்க யோசித்தபோதும் அவர் மூளையில் ஒன்றுமே தட்டுப்படவில்லை.

பொழுது புலரும் முன்னரே கனகய்யா வந்து சாம்பைய்யாவை எழுப்பிக் கொண்டு போக வேண்டிய இடத்திற்கு அழைத்துச் சென்றான்.

........பெருவிரலில் மை தடவி காகிதத்தின் மேல் முத்திரை பதிப்பித்தான் கனகய்யா. அந்த இடத்தை ஊதி சேஷாவதாரத்தினிடம் தந்தான். சேஷாவதாரம் ஆயிரம் ரூபாய்கள் கொண்டு வந்து கனகய்யாவின் கையில் வைத்தான். ஐநூறு ரூபாயை தன் ஜேபில் போட்டுக்கொண்டு மீதி ஐநூறை “இந்தா, கணக்குப் பாத்துக்கோ!” என்றபடியே சாம்பைய்யாவின் கையில் தந்தான் கனகய்யா.

சாம்பைய்யாவிற்கு இதெல்லாம் என்னவென்று சரியாகப் புரியவில்லை. “இந்த ஐநூறை வைத்து இப்போ நான் என்னத்தெ செய்யுறது?” என்றார் பரிதாபமாக சாம்பைய்யா.

அந்த இடத்திற்குச் சென்றதுமே சாம்பைய்யாவின் பாதி அறிவு மழுங்கிவிட்டது. சேஷாவதாரமும் கனகய்யாவும் பேசுவதைக் கேட்கக் கேட்க மீதியிருந்த பாதியும் போயே போயிற்று.

"அப்படீன்னா எங்கிட்ட வச்சிக்கச் சொல்றியா?" கையை நீட்டியபடியே கேட்டான் கனகய்யா.

"ம்ஹூம், அப்படியில்ல. இந்தப் பணம் எந்தக் கணக்குப்படி கொடுத்திருக்காப்புல? கொஞ்சம் விவரமா சொல்லச் சொல்றேன்."

"ஓ தெளிவுல மழைபெய்ய! இதுல என்ன இருக்குய்யா! விவசாயிகள் எல்லாருக்கும் கொடுக்குற முறையிலதான் உனக்கும் தந்திருக்கேன் இதுல புதுசா சொல்றதுக்கு என்ன இருக்கு?" என்றான் சேஷாவதாரம்.

"நான் சொல்றேன் கேட்டுக்கோ சாம்பைய்யா! உனக்கு வெளஞ்ச தானியத்தையெல்லாம் சேஷாவதாரம் மில்லுக்கு அனுப்பிச்சிடணும். அன்னைக்கு இருக்குற விலைநிர்ணயத்தின் பிரகாரம் நம்ம தானியத்தை வாங்கிக்குவாங்க. நமக்கு மொதப் பணம் கொடுத்ததுக்காக மூட்டைக்கி அரை ரூபாய் தள்ளுபடி பண்ணிடுவாங்க. அவ்வளவேதான்!" கனகய்யா பக்கத்தில் குமிக்கப்பட்டிருந்த நிலக்கடலையை எடுத்து உறித்து வாயில் போட்டபடியே அவ்வளவு சுளுவாகச் சொன்னான்.

"மூட்டைக்கு அரை ரூபாய் பிடிச்சிப்பாங்களா? அப்படீன்னா முன்னூறு மூட்டைகளை வித்தா எனக்கு நூத்தியம்பது ரூபா கொறையும்ல அவ்வளவு தானியத்தை சும்மாவே வாங்கிக்குவானா சேஷாவதாரம்? இதென்னய்யா நியாயம் கனகய்யா?"

"அது அப்படித்தான் சாம்பைய்யா. எழுந்திரி போவோம்!" என்றபடி எழுந்தான் கனகய்யா. இன்னும் நாலு கை வேர்க்கடலையை அள்ளி மேல்துண்டில் கட்டிக் கொண்டான்.

மில்லின் கேட்டைத் தாண்டி செல்லவிருந்த கனகய்யாவைச் சத்தம் போட்டு கூப்பிட்டான் சேஷாவதாரம். ஒரே ஓட்டமாக சேஷாவதாரம் பக்கத்தில் வந்து நின்றான் கனகய்யா "இன்னும் என்னய்யா சொல்லணும், சொல்லித் தொலை?" என்றான் குரலைத் தாழ்த்தி சாம்பைய்யா கேட்டுவிடாதபடி.

"ஆயிரம் ரூபாய்க்கு இந்த நாலு மாசவட்டியைப்பத்தி சொல்லவேயில்லையே சாம்பைய்யாகிட்டே?"

"மனுஷன் இப்பவே குழப்பத்துல இருக்கான். இன்னும் அதையும் சொல்லிட்டேன்னா பயந்து நடுங்கிடுவான். நீ பேசாம இருய்யா! பின்னாடி பாத்துக்குவோம்!" என்று சமாதானப்படுத்தினான் கனகய்யா.

"அதில்லை கனகய்யா! அவரு முன்னாடியே சொல்லல்லேன்னு சண்டை பிடிச்சாருன்னா?"

"அந்த வட்டி கிட்டி எல்லாமே நோட்டுல எழுதியிருக்கில்லையா! அவரு கொடுக்கமாட்டேன்னு சொன்னா மட்டும் செல்லுபடியாகுமா? நீ ஒண்ணும் பேசாதெ. சும்மா இரு."

"அதுவும் சரிதான். எதுக்கும் நல்லதில்லையோ, ஒரு தடவை சொல்லிட்டோமுன்னா நல்லாருக்குமேன்னு?" சேஷாவதாரம் முணுமுணுத்தான்.

"அந்தச்சேதியை வீட்டுக்குப் போனதும் சமயம் பாத்து நான் சொல்வேன்ய்யா! நீ ஒண்ணும் பயப்பட வேண்டாம்" என்று சொல்லிக் கொண்டிருந்தவன். சாம்பைய்யா தன்னை நோக்கி வருவதைப் பார்த்து திடுக்கிட்டான்.

வீட்டிற்கு வந்ததுமே சாம்பைய்யா வேஷ்டியில் சொருகியிருந்த நோட்டு வகையறாக்களை எடுத்துப் பத்திரப்படுத்தினர். சொக்காயைக் கழற்றிக் கயிற்றில் தொங்கவிட்டவறு" - "ராமம்மா! கொழந்தை எங்கே?" என்று கேட்டார்.

"மதியத்திலிருந்து உடம்பு சூடாருக்கு. ஒரு உருண்டை கூட திங்கல்லே. படுத்திருக்கான்!" என்றாள் கிழவி.

சாம்பைய்யாவிற்கு எல்லாமே அபசகுனமாய் பட்டது. மொதல்லே இப்படிப் பணத்தெ வாங்குறதே ஏதோ பெரிய சிக்கலில் மாட்டிக்கொண்டது போலத் தோன்றியது! போதாக்குறைக்கு வீட்டிற்கு வந்ததுமே குழந்தைக்கு உடம்பு சரியில்லாமல் படுத்திருந்தான்.

சாம்பைய்யா சுடுதண்ணியை உடம்பில் ஊற்றிக்கொண்டு சாப்பிட தட்டின்முன் உட்கார்ந்தார். பசி வயிற்றைப் பிசைந்துக் கொண்டிருந்தது. ஆனாலும் சாப்பாட்டில் மனம் செல்லவில்லை. ஒப்புக்குச் சாப்பிட்டுக் கொண்டிருந்தார். ருசித்தோ மகிழ்ச்சியாகவோ திருப்தியுடனோ சாப்பிடவில்லை. காளைகளுக்கு வைக்கோலும் சோளத் தட்டையும் கலந்து போட்டுவிட்டு வந்து மனத்தாங்கலுடன் கட்டிலில் சாய்ந்தார். பக்கத்திலிருந்த போர்வையைச் சுருட்டித் தலைக்குக் கீழே வைத்துக்கொண்டு நித்திரை கொள்ள முயற்சித்தார். படுத்த ஐந்து நிமிஷத்தில் குறட்டைவிட்டுத் தூங்கிவிடும் சாம்பைய்யாவுக்கு அன்று நித்திரை வருவேனா என அடம்பிடித்தது. கனகய்யா, சேஷாவதாரம் மூட்டைக்கு அரை ரூபாய் தள்ளுபடி... மனதிற்குள் நின்று அலைக்கழித்துக் கொண்டிருந்தது. எல்லாமே இருளாய் பரவி கிடந்த மனதில் மெல்ல மெல்ல ஒளிரேகையொன்று உதித்தெழுந்தது. புது கால்வாயில் தண்ணீர் சலசலத்துப் பாய்ந்து செல்கிறது. எண்பது ஏக்கர் கட்டாந்தரை நிலம் நஞ்சையாக மாறிவிட்டது. கலம் கலமா நெல்லும் மற்ற தானியங்களும் மண்டிகளுக்குத் தூக்கிவிடுகிறார். நாலு பக்கத்திலுமுள்ள பக்கத்துக் கிராமத்திலுள்ளவர்களெல்லாம் தன்னைப் பற்றிப் பேசிக் கொண்டிருக்கிறார்கள். சொந்த ஊரில் பலராமய்யாவைவிட தான்தான் பணக்காரன். தன்னோட மகன் வெங்கடபதி லட்சாதிபதி. அதிர்ஷ்டத்துக்குச் சொந்தக்காரன். இப்ப மட்டும்

துர்கா இருந்திருந்தா எவ்வளவு சந்தோஷப்படுவாளோ! சாம்பைய்யாவின் நினைவுகள் துர்கம்மாவை சூழ்ந்தன.

ஆச்சாரி விஷம் ஊத்துறக்கு முன் தன்னை நோக்கிப் பார்த்த பார்வை இன்னும் மனசுக்குள்ளேயே நிக்குது.

"துர்கம்மா! உனக்கென்னடி கொற வெச்சேன்? அன்னக்கி பணத்தை அனாவசியமாசெலவழிச்சிருந்தாஓமகன்இப்போஇவ்வளவுஅதிர்ஷ்டக்காரனா எப்படி ஆக்க முடியும்?" துர்கம்மையைச் சுற்றி நின்ற நினைவலைகளைப் பலவந்தமாக புறந்தள்ளி எறிந்தார் சாம்பைய்யா.

காலையில் எழுந்ததுமே கனகய்யாவின் வீட்டை நோக்கிச் சென்றார்.

வேப்பங்குச்சியை வாயிலிருந்து அகற்றி, கசந்த எச்சிலைத் துப்பிவிட்டு "என்ன சாம்பைய்யா? இவ்வளவு கருக்கல்லேயே தேடி வந்திருக்கே?" என்றான் கனகய்யா.

"இப்படிப்பட்ட காரியங்கள தள்ளிப்போட்டிருக்குறது நல்லதில்ல. பலராமய்யா பேரனோட நெலத்தை பேரம் பேசு!"

கனகய்யா ஆச்சரியமடைந்தான். சாம்பைய்யா இந்த அளவுக்கு விழிப்புடன் நடந்து கொள்வானென்று இதுவரை நினைக்கவில்லை.

"என்னது சாம்பைய்யா உன்னோட சாமர்த்தியம்? ஐந்நூறு ரூபாயுல எவ்வளவு வாங்கிருவே? வாங்கணுமுன்னா ஒரு ஐம்பது ஏக்கராவது வாங்கிப் போடணும். நீ அஞ்சும் பத்துமா வாங்குறதுக்கு துடிச்சிட்டிருந்தா என்ன நடக்கும்னு தெரியுமா?"

"மொதல்ல வாங்க முடிஞ்சதை வாங்கிட்டா நல்லதுன்னுதான்!"

"குடி முழுகிப்போனாப்புலதான்! நீ இப்பிடி அவசரப்பட்டேன்னா பலராமய்யா கண்டுபிடிச்சிடுவாய்யா. இதுல ஏதோ இருக்குன்னு எல்லோருமே போட்டி போடுவானுக. அப்போ உங்கிட்ட விக்கிறவனுங்க கூட கிடைக்கமாட்டாங்க."

"இனிமே வெளச்சல் வந்து நம்ம கையில காசு வந்து சேர்ற வரைக்கும் இந்த கால்வா சங்கதி வெளியில தெரியாம இருக்குங்குறதுல எனக்கு நம்பிக்கையில்லே" என்றவாறு கனகய்யாவின் கண்களுக்குள் கூர்ந்து நோக்கினார் சாம்பைய்யா.

உண்மையில் கனகய்யாவின்மேல் நம்பிக்கையில்லை சாம்பைய்யாவுக்கு. தன்னிடமிருந்து பறிக்க வேண்டியதை முதல்லயே பறிச்சிட்டான்.

நாளைக்கே அந்த பலராமய்யாவுக்கும், வெங்கடராமய்யாவுக்கும் கூட நிலத்தைப் பத்தி சொல்லி பணத்தைக் கறக்க முயல்வான். இப்படிப்பட்ட ரெண்டு பெருத்த பணக்காரங்க தன்னோட போட்டி போட்டா தன்னால எதுக்க

முடியாது! அவங்க லட்சாதிபதிக. அவங்க வீட்டுப் பணப்பெட்டியில லட்சுமி அடைஞ்சி கிடக்கா. பணம் கைக்கு வந்து விழுந்துட்டா கனகய்யா மனுஷனா நடந்துக்க மாட்டான். அதுக்குப் பொறகு அவன் தன்னோட வீட்டுப் பக்கமாவது எட்டிப் பார்ப்பானா?

கனகய்யாவை தன் கைக்குள்ள போட்டுக்குறதுக்கும் வழியில்ல. தனக்கு வேலை முடியற வரைக்கும் அவனுக்குப் பின்னால தொங்கித் தானாகணும்.

"என்னது சாம்பைய்யா! ஏதோ பெருத்த யோசனையில இருக்காப்புல தெரியுது!" செம்புத் தண்ணீரை வாயில் ஊற்றி கொப்புளித்துவிட்டு திண்ணையிலிருந்து எழுந்து நின்றபடியே கேட்டான் கனகய்யா.

"மொத்தமா நெலங்களையெல்லாம் தேர்ந்தெடுத்து வச்சிட்டேன். ஐம்பது ஏக்கரும் கொஞ்சம் சில்லரையும் வருது. இப்பன்னா ஏக்கரு நூறுக்குள்ள வாங்கிடலாம்!"

"ஓ நெனப்புல விழ! அதெல்லாம் சரிதான்ய்யா! அவ்வளவு பணம் எங்கயிருக்குய்யா வாங்குறதுக்கு?" கனகய்யா எரிச்சலுடன் கேட்டான்.

"அதுதான், அந்த சேஷாவதாரம் இருக்கான்ல்லய்யா? நாலஞ்சு வருஷ வெளச்சலைத் தரலா முன்னு சொல்லிடு!"

கனகய்யா அதிர்ந்து நின்றுவிட்டான். சாம்பைய்யாவுடைய தைரியத்தையும் துணிவையும் கண்டதும் கனகய்யாவுடைய கால்கள் நடுங்கின.

"இதோ பாரு சாம்பைய்யா! நல்லா யோசிச்சித்தான் சொல்றியா? அவசரப்படாதே" மேல் துண்டால் முகத்தைத் துடைக்கும் சாக்கில் தன்னுடைய முக பாவனைகளை மறைத்துக் கொண்டான் கனகய்யா.

"நான் எல்லாத்தையும் யோசிச்சிட்டுத்தான் வந்திருக்கேன். இனி உன்னோட தாமதம் மட்டுமே" தன்னோட நிர்ணயத்தைத் தெள்ளத் தெளிவாக வெளிப்படுத்தினார் சாம்பைய்யா.

கனகய்யாவோட வீட்டுக் கல்யாண வேலைகள் ஆரம்பிப்பதற்கு முன்பே சாம்பைய்யா தன்னோட விவகாரங்களையெல்லாம் பூர்த்தி செய்து கொண்டார். சேஷாவதாரத்திடமிருந்து கடனை வாங்கி, சாம்பைய்யா கையில் எழுபத்திரெண்டு ஏக்கர் வானம் பாத்த பூமியை ஒப்படைத்தான் கனகய்யா. சாம்பைய்யாவோட மனசு இலேசானது. அந்த லேவாதேவியில் கனகய்யாவுக்கு நல்லாவே கமிஷன் சேர்ந்தது.

சமயம் கிடைக்கும்போதெல்லாம் சாம்பைய்யா வாங்கிப்போட்ட இடத்திற்குச் சென்று கல்லு முல்லு செத்தை செதறல்களையெல்லாம் சுத்தப்படுத்தி வந்தார்.

ஊரில் எல்லோருக்கும் ஆச்சரியமாக இருந்தது. சாம்பைய்யா இப்படிப்பட்ட வேலைக்கு உதவாத நெலத்தை எதுக்காக வாங்கியிருக்கான் என்று! ஐந்தாறு பேர்கள் முகத்துக்கு நேராகவே கேட்டும் விட்டார்கள்.

சாம்பைய்யா வெகு சாதாரணமாக - “ஏதோ இருந்துட்டுப் போகுது அதுபாட்டுல! நெலத்துக்காரங்களுக்கு பணம் ரொம்ப அவசரமுன்னு தொந்தரவு செஞ்சதால வாங்கிட்டேன்!” என்று சொல்லிச் சமாளித்து வந்தார்.

அவர்கள் சாம்பைய்யா அந்தப் பக்கம் போனதுமே “கனகய்யா இவருக்கு நல்லாவே குல்லா போட்டுட்டான், தன்னோட வீட்டுக் கல்யாணச் செலவை நல்லாவே கறந்துட்டான்” என்று சொல்லிச் சிரித்துக் கொண்டிருந்தனர்.

கனகய்யா தன்னோட மகள் கல்யாணத்தை நன்றாகவே நடத்தி வைத்தான். சாம்பைய்யா கல்யாணத்துக்கு இன்னும் ஏதாவது தருவான் என்று ஆசைப்பட்டான். ஆனால் சாம்பைய்யா தம்பிடி கூட இழக்க விரும்பவில்லை.

“எங்கிட்ட இனி என்ன இருக்கு? தலை வரைக்கும் கடனுல முங்கி இருக்கே” என்றார்.

சாம்பைய்யாதான் சேஷாவதாரமிடருந்து கடன்பெற்ற செய்தி இன்னமும் யாருக்கும் தெரியாதென்றே நினைத்திருந்தார்.

சங்கராந்தி பண்டிகை வந்தது. சாம்பைய்யா அறுவடையான தானியங்களை சேஷாவதாரத்தின் மில்லுக்கு அனுப்பினார். சேஷாவதாரம் பணத்தைக் கணக்குப் பார்த்து எழுதித் தந்த நோட்டில் பன்னிரண்டு நூறுகளில் நாற்பத்து நான்கு ரூபாய் குறைவாக பற்று வைத்தார். இரண்டாயிரம் ரூபாய் கடன் தீர்ந்து விட்டதாக திட்டம் போட்டிருந்த சாம்பைய்யா திடுக்கிட்டார். மொத்தம் ஏழாயிரத்துக்கு வட்டியைக் கழித்துக் கொண்டதாக விவரத்தைச் சொன்னான் சேஷாவதாரம்.

“பஸ்தாவுக்கு அரை ரூபா தள்ளுபடி பண்ணிகிடுதியில்ல? பிறகு இந்த வட்டி கிட்டி என்னது?” படபடத்தார் கனகய்யா.

சேஷாவதாரம் வாயை அகலத் திறந்து வைத்துக்கொண்டு சாம்பைய்யாவை நோக்கினான். “என்னய்யா இது கனகய்யா!” என்று கத்தினான். அதற்குள் கனகய்யா மில்லு கேட்டைத் தாண்டி ஐந்து நிமிடங்களாகியிருந்தன.

“இந்தா நோட்டு. வேணுமுன்னா படிச்சித் தெரிஞ்சுக்கோ!” என்றபடி சாம்பைய்யாவின் முகத்தின் முன்னால் புரோநோட்டை ஆட்டிக்காட்டினான் சேஷாவதாரம்.

அந்த சம்பவத்திற்குப் பிறகு ஒரு வாரம் வரை கனகய்யா சிரிக்கவேயில்லை சாம்பைய்யாவின் கண்களுக்கு. சாம்பைய்யாவின் நிலை கழனிப் பானையில் விழுந்த எலியின் கதையாயிற்று. இந்த மாதிரியான கணக்குப்படி எத்தனை வருஷங்கள்ல கடன் கழியும்? நெலம் சாகுபடிக்கு எப்ப வரும்? வர்ற வருஷமாவது கால்வா வந்துடிச்சின்னா ரெண்டே வருசத்துக்குள்ள தன்னோட கடனை அடைச்சிட்டு நிம்மதிப் பெருமூச்சு விட முடியுமா?

5

வெங்கடபதிக்கு நான்காவது வயது ஆரம்பித்தது. அங்குமிங்குமாய் ஓட்டமெடுத்துக் கொண்டிருந்தான். நன்றாகப் பேசவும் வந்தது. மகனோட மழலையும் குதூகலமான சேஷ்டைகளையும் பார்த்துப் பரவசப்பட்டிருக்க வேண்டிய சாம்பைய்யா யோசனைகளில் மூழ்கியபடியே பார்த்தும் பார்க்காததுமாக நடந்துகொண்டார்.

மனுஷனுக்கு மனக்கவலை அதிகமாயிற்று. அந்த வருடம் பயிரு அறுவடைக்கு வர்ற நேரத்துல காத்தும் மழையுமா பேஞ்சி விளைச்சலெல்லாம் நாசமாக்கிட்டுப் போயிடிச்சி. கூலிக்காரங்களுக்கு கொடுக்கவும், சாப்பாட்டுக்கும் ஏதோ ஒரு வகையில சமாளிச்சாச்சி. மறுவருஷம் பயிருல நோயி புடிச்சி பாதிக்கி பாதி வீணாயிடுச்சி. தானியத்தை வித்ததுல மூணுல ஒரு பங்கு வட்டி கட்டவே சரியாயிருந்தது. மூணு வருஷ வெளைச்சல் பூராத்தையும் ஒரு நெல்லுவிடாம சேஷாவதாரத்துக்கு ஒப்படைச்சாச்சி. ஆனாலும் இன்னும் அஞ்சாயிரம் கடனிருக்கிறதாகாட்டுறான் சேஷாவதாரம். இன்னுமொரு வருஷம் இப்பிடியே அடிபட்டுப் போயிடுச்சின்னா தன்னால கடனை தீர்க்க முடியாமல் போய்விடும். நஞ்சை எல்லாத்தையும் சேஷாத்திரி க்கே அடகு வைக்க வேண்டி வந்துடும். நாயா ஒழைச்சி நரி கையில வச்சாப்புல ஆயிடுச்சி. அதிகமா ஆசைப்பட்டு அளவுக்கதிகமா கடனெ சுமக்க வேண்டியதாயிடுச்சி. இது எல்லாமே அந்த கனகய்யா பையன் செஞ்ச மோசடி! அவன் தன்னோட வாழ்வையே நாசமாக்கிட்டான். ரெண்டு வருஷமா "இதோ இப்ப கால்வாய் வருது, அப்ப கால்வா வருதுன்னு" நம்ப வச்சிக் கழுத்தை அறுத்திட்டான்.

இனி என்ன கால்வாவாவது மண்ணாவது? அவனெ வச்சி எரிக்க! சாம்பைய்யாவுக்கு உடம்பு பற்றி எரிந்தது. தாங்க முடியாத கோபம்.

கிழவி தட்டில் சாப்பாடு பரிமாறி வைத்தாள். சோற்றை சாப்பிட உட்கார்ந்தவர் ஏதோ தவறவிட்டதைப் போல எழுந்து கம்பைக் கையில் பிடித்தபடி கனகய்யாவின் வீட்டை நோக்கி வேக வேகமாக நடந்தார்.

அப்போதுதான் சோற்றைச் சாப்பிட்டு ஏப்பம் விட்டுக் கொண்டபடி வெளியே வந்த கனகய்யா சாம்பைய்யாவின் தோற்றத்தைப் பார்த்ததும் அதிர்ந்து போனான்.

"எங்கய்யா கால்வாய்? வருது வருதுன்னு எங்குடியெ கெடுத்துக் குட்டிச் சுவராக்கிட்டியே?" நிக்க வைச்சி கேட்டார் சாம்பைய்யா.

"தோண்டுறவன் நானா என்ன? மச்சினனோட தம்பி சொன்னான். ஓ மேல இருக்குற அபிமானத்தால அந்த விஷயத்தை உன் காதுல போட்டேன்"

கனகய்யா சொல்லி முடிப்பதற்குள் சாம்பைய்யாவின் கையிலிருந்த பாணாகழி ஜிவ்வென மேலே எழுந்தது.

கனகய்யா தலையைக் குனிந்து பக்கவாட்டில் நகர்ந்து கொண்டான். காதை உரசிக்கொண்டு வராண்டா தூணில் சென்று டமார் என்ற ஒலியை எழுப்பிக் கீழே விழுந்தது கம்பு. மேற்கூரையிலிருந்து கீழே விழுந்த பல்லி அசையாமல் தலையைப் பற்றிக் கொண்டது! மீண்டும் சாம்பைய்யா கம்பை மேலே உயர்த்துவதற்குள் கனகய்யா ஓட்டமெடுத்தான். சாம்பைய்யா கோமணத்தை இறுக்கிக் கொண்டு கனகய்யாவைப் பின்தொடர்ந்தார். கனகய்யா வட்டி வியாபாரி பலராமய்யா வீட்டிற்குள் புகுந்து கொண்டது தெரிந்தது. கோபத்துடன் கம்பால் பலராமய்யாவின் வீட்டுக்கு முன்னாலுள்ள கேட்டின் மேல் அடித்துவிட்டு வீட்டுக்கு வந்துவிட்டார் சாம்பைய்யா.

சமையற்கட்டில் சோற்றுத்தட்டின்மேல் கவிழ்க்கப்பட்டிருந்த பொட்டியைத் தள்ளிவிட்டு தட்டிலிருந்த சோற்றை நாய் தின்று கொண்டிருந்ததைப் பார்த்தார். பயங்கர கோபத்துடன் நாயை ஓங்கியடித்தார். வெண்கலத்தட்டு எகிறி அவ்வளவு தூரத்தில் விழுந்து சொட்டையானது. அறை முழுக்க சோற்றுப் பருக்கைகள் சிதறிக் கிடநதன.

வாய்க்குள் செல்ல வேண்டிய சோறு நாய்க்கிரையானது. தன்னை சனீஸ்வரன் பிடித்து ஆட்டுகிறான். அந்தக் கிழவி எங்க போயித் தொலைஞ்சா? இப்பிடி சமைச்ச சோத்தை நாய்களுக்கு நக்க விட்டுட்டு என்னத்தை செஞ்சிட்டிருக்கா? திங்கிற தீனி அவளை கொழுப்பேத்திடுச்சி. மூணு வேளையும் மூக்கப் பிடிக்க திங்கிறதோட வருஷத்துக்கு ரெண்டு ஜோடி சேலை - போதாக்குறைக்கு தானியத்தை அளந்து வாங்கிக்கிடுதா! இந்த முண்டெ செய்யிறதுதா என்ன? இப்படிப்பட்ட வேலைகளையா? “ஓ ராமம்மா! எங்கன செத்தெ?” என்று கத்தியபடியே சாம்பைய்யா வீடு முழுக்கத் தேடினார். வடக்குப் பக்கத்து அறையில் குழந்தை மெய்மறந்து தூங்கிக் கொண்டிருந்தான். கெழவி அங்கயும் இல்லை. சாம்பைய்யாவுக்கு எரிச்சல் எரிச்சலா வந்தது. இந்த நேரத்துல எங்கதா போயி தொலைஞ்சா?

மாட்டுக் கொட்டகையில் வந்து பார்த்தார். அங்கேயும் இல்லை. சாம்பைய்யாவின் மனதில் சந்தேகம் பறங்கிமுள்ளாய் துளைத்தெடுத்தது. இந்தக் கெழவி வீட்லருக்குற அரிசி, பருப்பு, உப்பு, புளி எல்லாத்தையும் வெளியில அனுப்புறாளா? அதுக்குத்தான் தன்னோட வீடு குட்டிச்சுவரா போகுதா?

கொட்டடிக்கு வந்த சாம்பைய்யாவைப் பார்த்ததும் மாடுகள் கொம்புகளால் முட்டிச் சத்தமிட்டன. அடடே! மாடுகளுக்குத் தீவனம் போட மறந்து தொலைஞ்சேனே! இன்னக்கி முழுசா தன்னெ சுத்தி பிசாசுக பிடிச்சி ஆட்டுதுக போல. வைக்கோல்போர் தொழுவத்திற்குள் நுழைந்த சாம்பைய்யாவிற்கு

வரட்டிக் கூடுக்குப் பக்கத்துல ஏதோ ஒரு உருவம் மறைந்து உட்கார்ந்திருப்பதுபோலத் தென்பட்டது. கூர்ந்து பார்த்தார். முன்னால் அடியெடுத்து வைத்தபடியே - "யாரு அந்த ஆளு?" சத்தம் போட்டார்.

மடமடவென முன்னோக்கி அடியெடுத்து வைத்தவர் - ராமம்மாவைப் போலுள்ளதே? இந்த ராத்திரியில வரட்டிக் கூடு பக்கத்துல என்ன செஞ்சிட்டிருக்கா? வீட்ல திருடுனதெல்லாத்தையும் முடிஞ்சி இங்க ஒளிச்சிட்டு தோது பார்த்து அனுப்பிக்கிட்டிருக்காளா? திருட்டு முண்டை! இவளெ நம்பியா நான் இவ்வளவு நாளா வீட்ல வச்சிருந்தேன்.

வரட்டி அடுக்கி வைத்திருந்த இடத்தின் அருகில் சென்ற சாம்பையா குனிஞ்சி கெழவியின் முகத்தோடு முகம் வைத்துப் பார்த்தார்.

கெழவி ஆடாம அசையாம அப்படியே இருந்ததைப் பார்த்தும் எல்லாமே திருட்டு வேஷம். பிடிபட்டதும் இந்த வேஷம் போடுறா கெழவி. காலைப் பிடித்து ஆட்டினார். ராமம்மா அப்படியே சாம்பைய்யாவின் கையின்மேல் சாய்ந்து விழுந்தாள். சாம்பைய்யா பயந்து போனார். மூக்குத் துவாரத்தருகில் விரலை வைத்து சோதித்தார். மூச்சு இயங்கிக் கொண்டிருக்கு. உயிரோடதான் இருக்கா.

"ராமம்மா! இராமம்மா! என்ன ஆச்சுதம்மா?"

கெழவி கண்ணைத் திறந்து பார்த்தாள். சாம்பைய்யாவை வருத்தத்துடன் பார்த்து வாயைத் திறக்க முயன்றாள். முகம் ஒரு பக்கமாகக் கோணிக்கொண்டது. வார்த்தைகள் தெளிவாக வெளி வரவில்லை. கையை ஆட்டி எதையோ தெரிவிக்க நினைத்தாள் போலும். ஒரு கை அசைக்கவே முடியவில்லை.

சாம்பைய்யா கெழவியை வீட்டில் கொண்டு வந்து சேர்த்தார். அவளை நார்க்கட்டிலில் படுக்க வைத்துவிட்டு ராமாச்சாரி வைத்தியரிடம் ஓடினார்.

ராமாச்சாரி கிழவியைப் பரிசோதித்துப் பார்த்தபின் -

"பக்கவாதம்! பிரயோஜனமில்லை!" என்றார்.

"அப்படீன்னா இனிமே கெழவியால எந்திரிச்சி நடமாட முடியாதில்லே?" தன்னுடைய அபிப்பிராயத்தை கேள்வி ரூபத்தில் வெளிப்படுத்தினார் சாம்பைய்யா.

"ஆமா! சரியாத்தான் சொல்றீங்க!" என்ற ஆச்சாரி நாலு மாத்திரைகளையும் இரண்டு பொட்டலங்களையும் தந்துவிட்டு பையைச் சுருட்டி எழுந்து நின்றார்.

"அரிசி நெறயா இருந்தா நாளைக்கி ஒரு அரை மூட்டை அனுப்பி வையுங்க சாம்பைய்யா!"

"அரை மூட்டை தானியமா? இப்ப ரொம்ப கஷ்டமாயிருக்கே? இருக்குறது எங்க சாப்பாட்டுக்கே சரியா வருமான்னு தெரியல!" சாம்பைய்யா தயங்கியபடியே சொன்னார்.

"அதென்ன அப்பிடிச் சொல்லிட்டீங்க? இந்த வருசம் பூரா நீங்க ஒண்ணுமே தரல்லியே? தும்முனா இருமுனா வந்து நிக்கிறேனா? குழந்தைக்கு, முடியலேன்னாலும் கெழவிக்கி நோயி வந்தாலும் மருந்து மாத்திரைகளைத் தந்து குணப்படுத்துறேன்! அதுமட்டும் எனக்கு சும்மாவா வருது?" ராமாச்சாரி கடுமையாகப் பேசினார்.

சாம்பைய்யா மனம் தளர்ந்துவிட்டது. குழந்தையின் பேச்சை எடுத்ததுமே அவருடைய மனம் திடுக்கிட்டது.

"அடடா! அதில்ல ஆச்சர்யாரே! கொடுக்கமாட்டேன்னு சொல்ல வரல்லே! இருக்குற நெலமையெ சொன்னேன் அவ்வளவுதான். நாளைக்கே அனுப்பி வச்சிடுறேன் அரை மூட்டையெ. எங்களுக்குப் பத்தலேன்னாலும் எப்படியோ சமாளிச்சிக்கிறேன்."

"இந்த மருந்து மாத்திரைகள் சாப்பிட்டு முடிச்சதும் கிழவிக்கு உடம்பு எப்படியிருக்குன்னு சொல்லுங்க. குணமாகலேன்னா பட்டணத்துலருந்து மருந்துகளை வாங்க வேண்டியிருக்கும்!" குண்டைத் தூக்கிப் போட்டுவிட்டு ஆச்சாரியார் சென்றுவிட்டார். சாம்பைய்யாவுக்கு இடி விழுந்தது போல இருந்தது.

தூங்கிக் கொண்டிருந்த வெங்கடபதி பேச்சு சப்தம் கேட்டு எழுந்து உட்கார்ந்துகொண்டு பிடிவாதமாக அழ ஆரம்பித்தான். சாம்பைய்யா மகனைத் தோளில் தூக்கிப் போட்டுக் கொண்டு சமாதானப்படுத்தத் தொடங்கினார். ஒரு அரைமணி நேரம் அழுதபிறகு வெங்கடபதி தந்தையின் மடியில் தூங்கிவிட்டான். முதல் கோழி கூவியது. சாம்பைய்யாவின் தலை பாரமாய் கனக்க மகனைப் படுக்க வைத்துவிட்டு அருகிலேயே உடம்பைச் சாய்த்தார்.

தனக்கு ஏதோ சனி பலமாகப் பிடித்துக்கொண்டது. மகன் அதிர்ஷ்ட ஜாதகக்காரன் என்று நினைத்தேன். ஆனால் அவனுக்கு ஒவ்வொரு வருஷமும் வளர வளர துன்பங்கள் பெருகிக் கொண்டே இருக்குதே. தான் கஷ்டப்பட்டுச் சம்பாதிப்பதையெல்லாம் சேஷாவதாரம் மில்லில் கொட்ட வேண்டியுள்ளது. கெழவி ஆதரவாயிருப்பான்னு நெனச்சா அவளும் கட்டில்ல விழுந்துட்டா. இப்போ அவளுக்குத் தர்ற தானியம், சாப்பாடு எல்லாமே தண்டம்தான். பத்தாததுக்கு மருந்துன்னும் மாத்திரைகள்னும் செலவு. அதையெல்லாம் யாரு தாங்கிக்கிறது? அவளுக்கும் சேர்த்துக் காய்ச்சி ஊத்துறது யாரு?

இன்னும் நன்றாகப் பொழுது புலர்வதற்கு முன்னரே சக்கிலியக்குடிக்குச் சென்று ஏசோபுவை எழுப்பி, கிழவியின் சங்கதியைச் சொல்லி, அவளை வந்து கூட்டிச் செல்லுமாறு மாமியார் வீட்டிற்கு சொல்லியனுப்பினார்.

காலையில் ரத்தி வந்து குழந்தையைக் குளிப்பாட்டி வீட்டு வேலைகளையெல்லாம் செய்து முடித்தாள். சாம்பைய்யா தானாகவே சமையல் செய்து மகனுக்கு ஊட்டி தானும் சாப்பிட்டார். கிழவி வாயைத் திறந்தபடி அப்படியே படுத்துக் கிடந்தாள்.

மறுநாள் காலையில் கிழவியின் மகளும் சாம்பைய்யாவின் மூத்த மைத்துனனும் வந்திருந்தனர்.

சாம்பைய்யாவிடம் மைத்துனன் தன்னோட அப்பா சொல்லியனுப்பியதை அப்படியே சொன்னான் -

கிழவியின் மகள் சுப்பம்மா வீட்டில் இருப்பதாகவும், தாயையும் சிறுவனையும் கவனித்துக் கொண்டு வீட்டு வேலைகளையெல்லாம் செய்வாள் என்றும், அதற்காக இன்னும் ஒரு பங்கு கூடுதலாக தானியம் சாம்பைய்யா தருவதாகயிருந்தால் சுப்பம்மாவை விட்டுச் செல்வதாகவும் ஆலோசனை கூறினான்.

சாம்பைய்யா கொம்பேறி மூக்கனாட்டம் சீறி எழுந்தார் - "அந்தக் கெழவியோடயும் அவ மகளோடயும் எனக்கென்ன வந்தது" என்று சொல்லிக் கொண்டிருந்த சாம்பைய்யாவின் பார்வை யதேச்சையாக சுப்பம்மாவின்மேல் பட்டது! சுப்பம்மா ஓரப்பார்வை பார்த்தபடி மேலாடையை சரிசெய்து தலையை பக்கவாட்டில் திருப்பிக் கொண்டாள். சாம்பைய்யாவின் இதயம் படபடக்கத் தொடங்கியது. மூக்குத்துவாரங்களிலிருந்து உஷ்ணக்காற்று வெளிவந்தது.

"அப்படீன்னா கெழவிக்குத் தரவேண்டியதெ தந்துடுங்க! ஒமக்கு செய்ற வேலையெ இன்னொரு எடத்து செஞ்சிகிடுவாங்க. முழுகிப் போறது ஒண்ணுமில்ல" எரிச்சலுடன் சொன்னான் சாம்பைய்யாவின் மைத்துனன்.

"என்னடா தரவேண்டியது? போன வருஷம் வரைக்கும் தர வேண்டியதை எப்பவோ தந்தாச்சி. சொல்லப்போனா இந்த வருஷத்துல ஒரு மாசந்தானே அந்தக் கெழவி செஞ்சிருக்கா? முந்தா நாள்லருந்து கட்டில்லயே விழுந்து கெடக்கா! மருந்து மாத்திரைகளெல்லாம் வேற வாங்கித் தந்திருக்கிறேன். அதுக்கும் இதுக்கும் சரியா போச்சி. நான் கொடுக்க வேண்டியது ஒண்ணுமே இல்லை. நீங்க கெழவியை தூக்கிட்டுப் போயிடுங்க."

சாம்பைய்யாவின் முகத்தை நேருக்கு நேராகப் பார்த்தாள் சுப்பம்மா. சுப்பம்மாவின் கண்களைப் பார்த்ததும் சாம்பைய்யாவின் ரோமங்கள் சிலிர்த்து நின்றன. தான் அவசரப்பட்டு வார்த்தைகளை நழுவ விட்டதாக நினைத்தார். சுப்பம்மாவைப் போன்றவள் வீட்டில் இருந்தால் எல்லாவற்றிற்கும் உபயோகந்தான்!

"இதென்ன நியாயம் மச்சான்? கெழவி நல்லாயிருக்கும்போது மட்டும் வேலைக்கி வச்சிகிட்டு, இப்போ அந்த மனுஷி கட்டில்ல விழுந்ததும் தள்ளிவிட்டுர்றீக? இதெல்லாம் நல்லதுக்கில்லே?" அலட்சியமாகப் பேசினான் மைத்துனன்.

சாம்பைய்யா யோசித்தார். அந்த யோசனையில் பாதி பாகம் வாடிய நிலையில் எட்டிப் பார்க்கின்ற சுப்பம்மாவின் யௌவனம் சுற்றிச்சுற்றி வந்து அலைக்கழித்தது.

“இதோ பாருடா! நீ சொல்றியேன்னு ஒத்துக்கிடுதேன்! சுப்பம்மாவை வீட்ல வச்சிக்கிட சம்மதிக்கிறேன். அந்தக் கெழவிக்கு கொடுத்ததைத் தான் இந்த மனுஷிக்கும் தருவேன். கெழவியெ நீ அழைச்சிட்டுப் போயி உங்க வீட்ல வச்சிப் பார்த்துக்கோங்க” சமாதானமாகப் பேசினார் சாம்பைய்யா.

மைத்துனன் புருவத்தை உயர்த்திப் பார்த்தான். சுப்பம்மா இறுக்கமாக சாம்பைய்யாவை நோக்கிப் பார்த்தாள்.

“என்னடா அப்பிடி பொசுக்கிடுறாப்புல பார்க்குறே? வேணும்னா சுப்பம்மாவுக்கு வருஷக் கடைசியில ஏதோ ஒருவிதத்துல.... கெடைக்கிறாப்புல நான் பாத்துக்கறேன்!” தன் வாயிலிருந்து வந்த வார்த்தைகள் அவருக்கே ஆச்சரியத்தைத் தந்தன. அதில் ஏதோ மறைமுகமான அர்த்தத்தை உணர்த்தியதுபோல சாம்பைய்யா பாவித்தார். அதன் பலனை எதிர்பார்த்து சுப்பம்மாவின் கண்களைக் கூர்ந்து நோக்கிக் கொண்டிருந்தார்.

“எங்க அம்மாவை யாரு நெழல்லயோ தள்ளிவிட்டுட்டு நான் எதுக்காக இங்க இருக்கணும்? நோயில விழுந்து கெடக்குறவள நாம் பார்க்காட்டா மத்தவங்க பார்ப்பாங்களா?” நீட்டி முழக்கினாள் சுப்பம்மா.

“பாவா! மக உனக்கு சேவை செஞ்சிட்டிருந்தா தாயை நாங்க பாத்துக்கணுமாக்கும்?” கோபத்துடன் கேட்டான் மைத்துனன்.

“சும்மாவா செய்யப் போறாடா? இவளுக்குக் கொடுக்குற தானியத்தை நீங்க வாங்கிக்கிட்டு கெழவியெ பாத்துக்கோங்க. அதுல உங்களுக்கு வந்த கஷ்டம் என்ன? அந்தப் பொம்பள இன்னும் எத்தன நாளக்கி உசிரோட இருக்கப்போறா?”

தொய்ந்த நார்க்கட்டிலில் படுத்துக் கிடந்த கிழவியின் கண்கள் சாம்பைய்யாவின் பக்கமாகத் திரும்பின. அந்தக் கண்களில் வெளிப்பட்ட கோபமும், வெறுப்பும் சாம்பைய்யாவுக்குத் தெளிவாகத் தெரிந்தது. கிழவி பலவந்தமாகக் கட்டிலிலிருந்து எழுந்திருக்க முயன்று கீழே உருண்டாள். சுப்பம்மா, சாம்பைய்யா, மைத்துனன் மூவருமாகத் தாங்கி நிறுத்தினர். ராமம்மா மீண்டும் அந்தக் கட்டிலில் படுக்க மாட்டேன் என்று சொன்னாள். மகளைப் பார்த்து வெளியேறிவிடும்படி சைகை செய்தாள்.

சாம்பைய்யாவின் மாமியார் வீட்டினருக்கு தூரத்து உறவு ராமம்மா! பெரியம்மாவுடைய ஓர்ப்படி. சாம்பைய்யாவின் மைத்துனன்மீது சாய்ந்தபடியே கிழவி தொண்டையைச்செருமினாள். ஒருகாலையும்கையையும்ஆட்டியபடியே சாம்பைய்யாவை நோக்கிக் கனன்று கொண்டிருக்கும் கண்கள் நெருப்பாய் சிவப்பேறப் பார்த்தாள். நாக்கு சுழன்று பேச்சு வர மறுத்தாலும் சாப வார்த்தைகளை அள்ளி வீசி கையை முன்னால் நீட்டி “ஏ உசுரு.... உ.. உன்னெ... கொ...மெ...” மீதி வார்த்தைகள் தொண்டையிலேயே சிக்கிக் கொண்டன.

தள்ளாடிக் கொண்டிருந்த பெத்தவளைப் பிடித்துக் கொண்டபடியே படியைத் தாண்ட வைத்தாள் சுப்பம்மா. பின்னால் திரும்பி சாம்பைய்யாவின்

முகத்தை அலட்சியமாய் பார்த்து - "எங்க அம்மா உசுரு உன்னை கொல்லாம விடாது! இப்பிடி அநியாயம் செஞ்ச நீ நல்லாயிருக்கவே மாட்டே?" சடசடவென கையை நெட்டி முறித்தாள். காரி சுவற்றின் மேல் எச்சிலைத் துப்பி, தாயை ஆதரவாக அணைத்தபடியே வாசலைக் கடந்து தெருவில் ஏறினாள் சுப்பம்மா.

சாம்பைய்யாவுக்கு தாங்க முடியாத கோபம் வந்தது. பனை மட்டையை எடுத்து நடுவீதியில வச்சி சுப்பம்மாவை நாலு சாத்து சாத்தணும்போல இருந்தது.

"கேடு கெட்ட முண்டைகளா? போங்கடீ என் வீட்டு முன்னாடியிருந்து!"

மைத்துனன் நின்று கொண்டிருப்பதைப் பார்த்து மீண்டும் கத்தினார் சாம்பைய்யா.

"இன்னும் எதுக்குடா இங்க நின்னுகிட்டிருக்கே? கௌம்பு மொதல்லெ. நீங்க யாரும் இனிமேல் என் வாசப்படியெ மிதிக்கக் கூடாது!"

"எந்தங்கச்சி துர்க்கம்மாவோட கழுத்தை அறுத்தெ! கெழவியம்மாவுக்கு அநியாயம் செஞ்சிட்டே! நீயெல்லாம் என்ன மனுஷனோ? கைக்கொழந்த மேல இருந்த அக்கறையினால வயசான அம்மாவை அனுப்பி வச்சோம். இனி புத்தி வந்திடுச்சி. ஓ வாசப்படியெ மிதிச்சா செருப்பால அடி!" என்றபடியே விரைப்புடன் சென்றுவிட்டான் மைத்துனன்.

அவர்கள் சென்றபிறகு சாம்பைய்யாவுக்கு தலையிலிருந்து பெருத்த சுமையை இறக்கி வைத்தாற் போலிருந்தது. ஓரப்பார்வையால் தன்னை ஈர்த்த சுப்பம்மாவுக்கும் வீட்டை விட்டு வெளியேறும்போது வாய்க்கு வந்தபடி திட்டித் தீர்த்த சுப்பம்மாவுக்கும் எவ்வளவோ வேறுபாடு தென்பட்டது. சுப்பம்மாவை வீட்டில் சேர்த்துக்கொள்ள தான் ஆசைப்பட்டதென்னவோ நெஜம்! ஆனால் மோசமான பொம்பளை! எப்படி திட்டினாள்? ஒருவேளை அவளை வீட்டில் வைத்துக்கொண்டு எளக்காரம் கொடுத்திருந்தால் தன்னோட குடும்பத்தையே நாசமாக்கி குழிதோண்டி பொதைச்சிடுவா. தன்னோட கௌரவத்தை நட்ட நடுத்தெருவுக்கு இழுத்துருப்பால்லே?

நடக்காததை நினைத்து மனதைக் குழப்பிக் கொண்டிருந்தார். சுப்பம்மாவை கை நழுவ விட்டுட்டேனோ என்ற வருத்தமும் பல்வேறு விதமான அநாவசியமான எண்ணங்கள். நடக்கவிருந்த தவறுகளிலிருந்து தப்பிப் பிழைத்தேன் என்ற திருப்தியோடு நிம்மதியை வரவழைத்துக் கொண்டார். தனக்குத் தானே மனதை சமாதானப்படுத்திக் கொள்ள முனைந்தார்.

ஆனாலும் அந்த ஒரு சம்பவம் மட்டும் சாம்பைய்யாவுடைய மனதைக் குத்தித் துளைத்துக் கொண்டிருந்தது. சுப்பம்மாவின் மேலிருந்த மோகத்தில் கிழவியையும் கூட வீட்டில் வைத்துப் பராமரித்துக் கொள்ள சம்மதித்திருந்தால் - தாயும் மகளுக்குமாக சாப்பாடு, துணிமணி, போதாக்குறைக்கு அவர்களுக்கு

தரவேண்டிய தானிய பட்டுவாடா எல்லாமாய் சேர்த்து ரொம்பவே செலவாகியிருக்கும். அத்தோட சுப்பம்மா கிட்ட ஒருதரம் தான் பணிஞ்சு போயிட்டேன்னா தன்னோட மானத்தைக் கப்பலேத்துறதோட வீட்டையும் கைப்பத்தியிருப்பா. போறதுக்கு முன்னாடி அவ தோரணையைப் பார்த்தா அப்பிடித்தான் தெரிஞ்சது. இந்த கடன் சுமையோட அந்தத் தாயையும் மகளையும் கூட தலையில சுமக்க வேண்டியிருந்தா தரைமட்டமாயிடும் பொழப்பு. எப்படியாவது தன்னோட அப்பாவும் தானும் கஷ்டப்பட்டுச் சம்பாதிச்ச சொத்தை காப்பாத்தி வச்சிக்கணும். தன்னோட ஆசைகளுக்கோ, சுகங்களுக்கோ இடம் கொடுத்தா அது ஆஸ்தியைக் கரைச்சிடுமே தவிர பெருக்காது. தன்னோட ஆசைகளை சாகடிச்சி ஆஸ்தியை காப்பாத்திக்கறதுதான் வாழ்க்கையின் லட்சியம், கனவு-தன்னோட வம்சத்து கொழந்தைய செல்வந்தனா உயர்த்திக் காட்டணும்.

6

வெங்கடபதிக்கு ஐந்து வருடங்கள் நிரம்பி ஆறாவது வயது வந்தது. அப்போதைக்கு சாம்பைய்யாவின் கடன் பெரும்பாலும் தீர்ந்திருந்தது. சொல்லப் போனால் அடுத்த ஆண்டு முழுவதுமாய் கடன் தீர்ந்துவிடும். அவருடைய கஷ்டங்களெல்லாம் கரைசேர்ந்து கடந்துவிட்டது. கனகய்யாவைப் போன்ற மோசக்காரர்கள், சேஷாவதாரம் போன்ற துராசைப் பிடித்தவர்களாலும் கூட அவரையும் அவருடைய பூமியையும் தூரப்படுத்த முடியவில்லை. அவர் தன் கைகளை நம்பியிருந்தார். தன்னுடைய நிலத்தை நம்பி வாழ்ந்து கொண்டிருக்கிறார். எப்போதும் இரவு பகல் பாராது பாடுபட்டார். உழைத்தார். அங்கேயே விழுந்து கிடந்தார். இரவுகளில் வயக்காட்டில் படுத்திருக்க வேண்டிய சமயத்தில் சிறுவனையும் கூட தன்னுடனேயே படுக்க வைத்துக் கொள்வார்.

அந்த வருடம் அறுவடையாகும் சமயம். அதிகாலையிலேயே தூங்கிக் கொண்டிருக்கும் மகனைத்தூக்கித் தோளில்போட்டுக்கொண்டு வயக்காட்டிற்குச் சென்றார். மூன்று நாட்கள் வரை வீட்டிற்கும் வரவில்லை. காட்டிலேயே சோறு சமைத்துச் சாப்பிட்டார். இரண்டாவது நாள் ரொம்பவும் அழுக்குப் படிந்திருந்த வெங்கடபதியை கம்மாக்கரைக்கு அழைத்துச் சென்று தேய்த்துக் குளிப்பாட்டி நன்றாகத் துவட்டி வெயிலில் நிற்க வைத்தார். வளர்ப்புக்குத் தகுந்த மாதிரி வெங்கடபதி திடமாக இருந்தான் பிஞ்சு முகம். வெயிலில் கனன்று, காற்றில் வாடி முரட்டுத்தனமாகத் தெரிந்தது. வயலிலும் களத்துமேட்டிலும் கன்றுக்குட்டிகளோடும் மகிழ்ச்சியுடன் சிரித்துப் பேசி ஆடிப்பாடி அலைந்துகொண்டிருந்த வெங்கடபதியை பார்த்து சாம்பைய்யாவின் மனம் பரவசத்தில் திளைக்கும். ஆனால் கூலி ஜனங்கள் வெங்கடபதியைப் பார்த்து வருத்தப்படுவதுண்டு.

“பாவம், தாயில்லாப் புள்ளை! வீட்ல உதவிக்கு ஆளெகூட வச்சிக்காம வீம்பு பிடிச்சி இருக்காரு, புள்ள சரியான வளர்ப்பு இல்லாம நல்லது கெட்டது தெரியாதவனாயிருக்கான்” என்று புறம் பேசுபவர்களெல்லாம் சாம்பைய்யாவைப் பார்த்ததும் பயந்து நாக்கைக் கடித்தபடி பேச்சை நிறுத்திவிடுவார்கள் பெண்கூலிகள்.

ஊரில் மக்கள் சாம்பைய்யாவைப் பற்றி பேசுவதே விருதா என்ற நிலைக்கு வந்திருந்தனர். என்ன சொன்னாலும் மனுசனுக்கு மண்டையில ஏறாது. எறும்பு கடிச்ச இடத்தை தட்டிவிட்டமாதிரிதான். வம்புதும்புக்கு செவி கொடுப்பதில்லை என்ற முறையில் நடந்துகொண்ட சாம்பைய்யாவின்மேல் பல பேருக்குப்

பொறாமை இருந்தது. எப்போதாவது சாம்பைய்யா எதிர்பட்டால் கனகய்யா முகத்தைத் திருப்பி ஒதுங்கி ஒரு பக்கமாகச் செல்வான்.

கனகய்யா பரப்பிவிட்ட பொய்யான பிரச்சாரத்தால் சாம்பைய்யாவுக்கு இருந்த கொஞ்ச நஞ்ச மதிப்பும் இல்லாமல் போயிற்று. "எல்லாத்தையும் தானே வாங்கிடணுமுங்குற பேராசையால அவனே பேடிப் பயலாட்டம் நடந்துகிட்டான். யானை தன் தலையில மண்ணை வாரிப் போட்டுகிட்ட கதைதான். இதுல என்னோட தப்பு எதுவுமில்ல" என்று கேட்டவங்க கேட்காதவங்கன்னு எல்லோரிடமும் சொன்னான் எப்பயோ ஒரு நாள் சொத்தெல்லாம் வட்டிக்கே சேஷாவதாரம் பிடுங்கிக்கப் போறான் என்று கனகய்யா உறுதியாகச் சொன்னதால் வட்டிக்காரர் - பலராமய்யாவுக்கு சாம்பைய்யாவின் நிலத்தின்மேல் பார்வை சென்றது.

பத்தோ இருபதோ தந்து கனகய்யாவைத் தன்பக்கம் இழுத்துக் கொண்டார். எப்படியாவது சேஷாவதாரம் கிட்ட சொல்லி சாம்பைய்யாவின் நிலத்தை ஏலத்திலிருந்து காப்பாற்றினால் கனகய்யாவின் கஷ்டத்திற்கேற்ற சன்மானம் தருவதாக வாக்களித்தார் பலராமய்யா.

"இனிமே நடக்கப்போவது அதுதானே! பார்த்துகிட்டேயிருங்க. ஆறு மாசத்துக்குள்ள அப்படி நடக்கலேன்னா எம் பேரை வச்சிக் கூப்புடாதீங்க" என்று கூறியபடியே பலராமய்யாவிடம் தன்னுடைய வயிற்றுப்பாட்டை நடத்தி வந்தான். அவ்வாறே ஆறு மாதங்கள் கடந்தும் விட்டன. ஆனாலும் சாம்பைய்யாவின் நிலம் ஏலத்திற்கு வந்தபாடில்லை. இதற்கு முன்பு இருந்ததைவிட சாம்பைய்யா தைரியமாகவே தென்பட்டார். வர்ற வருஷத்தோட தன்னோட கடனெல்லாம் தீர்ந்து கரையேறிடுவேனென்று சொல்லிக் கொண்டிருப்பதாக ஒவ்வொரு வாயாகச் சென்று பலராமய்யாவின் காதுகளுக்கெட்டியது. கனகய்யனுக்கு செய்தி சொல்லி அனுப்பினால் வீட்டிலிருந்தபடியே வெளியூருக்குச் சென்றுவிட்டதாகச் சொல்லச் சொன்னான்.

ஒரு நாள் ஏரிக்கரையில் வயலுக்குச் சென்று கொண்டிருந்த சாம்பைய்யாவுக்கு எதிர்பட்டார் பலராமைய்யா. சாம்பைய்யா பார்த்தும் பார்க்காதது போல சென்றாலும் பலராமய்யா நின்று பேசினார்-

"என்ன, சாம்பைய்யா நம்பிக்கை வந்துடிச்சா? மூச்சுவிட ஆரம்பிச்சிட்டே? எல்லாம் பூர்த்தியாயிடுச்சி போல?"

பலராமய்யாவின் பேச்சைக் கேட்டதும் சாம்பைய்யா சட்டென நின்று பக்கவாட்டில் விலகி நின்று கொண்டார். பலராமய்யா குடும்பம் என்றாலே சாம்பைய்யாவுக்கு ஒருவித பயம், பக்தி இரண்டும் உண்டு.

சாம்பைய்யாவின் தந்தை வெங்கய்யா, பலராமய்யா தந்தை பத்ரைய்யாவிடம் நிலக் காவலாளியாக வேலை பார்த்தவர். அது சாம்பைய்யாவின் நாடி நரம்புகளில் நிலைத்திருந்தது. அந்தக் குடும்பம் என்றாலே மனதில்

இனம்புரியாத குரோதமும் இருந்தது. ஆனாலும்கூட அந்தக் குடும்பத்தினர் யாராவது எதிரில் வந்தால் மரியாதையுடன் விலகியே நின்று கொள்வார்.

பலராமய்யாவும் சாம்பைய்யாவும் சந்தித்து பேச்சு வார்த்தைகள் நடந்தால் மிகக் கர்வத்துடன் - " அந்த வெங்கய்யா மகன்தானே" என்று அலட்சியமாய் அடையாளப்படுத்துவதுபோலப் பேசுவார். ஆனால் இன்று பலராமய்யா குரல் கொஞ்சம் ஆதரவாக ஒலித்தது. அது வேண்டுமென்று வரவழைத்துக் கொண்டதாகவே இருந்தாலும் எதிர்தரப்பிலுள்ளவனுக்கு அந்த வார்த்தைகளிலுள்ள அன்பும் ஆதரவும்தான் வெளிப்பட்டது.

"ஆமா! பூர்த்தியாயிடுச்சி. நாளைக்கி மறுநாள் நாத்து போடலாமுன்னு. நாரு கூடத் தயாராயிருக்கு."

"அப்படீன்னா முன்கூட்டியே நாத்து நடப்போறேன்னு சொல்லு. முன்கூட்டி நடுறதாலே நல்லா வெளையணும்!"

"எந்த ஆபத்தும் வராம இருக்கணுமில்லியா?" -

ஆகாயத்தை நோக்கிப் பார்த்தபடியே சொன்னார் சாம்பைய்யா "இதோ பாரு சாம்பைய்யா! அந்த தரிசு காட்டு நெலத்த எதுக்காக சும்மா வெச்சிருக்கே? சோளத்தையோ, கானத்தையோ வெதச்சா கால் நடைகளுக்கு தீனியாவது கெடைக்குமில்லையா?" விஷயத்தை மாற்றிச் சொன்னார் பலராமைய்யா.

சாம்பைய்யாவுக்கு கால்கள் பூமிக்குள் புதைந்ததுபோல பட்டது. தரிசுக் காடு பேச்சு வந்ததுமே அது தன்னோட புத்தி குறைபாட்டிற்கு நிதர்சனமாக கட்டாந்தரையாகவே கிடந்தது. அதில் விவசாயம் செய்தா செலவு ஒத்துவராதென்பது சாம்பைய்யாவுக்கு மட்டுமல்ல, பலராமய்யாவுக்கும்கூட நன்றாகவே தெரியும்.

"எங்க! நேரம் கெடைக்கணுமில்லையா. இந்த வருஷம் அப்படியே நடக்கட்டும். வர்றவருஷத்துலஏதாவது செய்யணுமுன்னு நெனச்சிட்டிருக்கேன்" கௌரவத்தைக் காப்பாற்றிக் கொள்ள அப்படிச் சொல்லியவர் "அப்போ வர்றேன்" என்றபடியே வெங்கடபதியை கையைப் பிடித்துக்கொண்டு முன்னோக்கிச் சென்றார் சாம்பைய்யா.

"அடடா! அந்தப் பய ஒம் மவனா? அந்தப் பக்கமா வெளையாடிகிட்டிருந்தா எந்த கூலிக்காரப் பயலோன்னு நெனச்சேன். பேரென்ன வெச்சிருக்கே?" பலராமய்யாவின் மீசையின்கீழ் விஷமச்சிரிப்பு வெளிப்பட்டது.

முன்னேறி நடந்து சென்ற சாம்பைய்யா அப்படியே நின்றார். பின்னால் திரும்பிப் பார்த்தவர், பலராமய்யாவின் முகத்தில் ஓங்கி ஒரு குத்து விட வேண்டும்போலத் தோன்றியது. ஆனால் அதைச் செய்யும் அந்தஸ்தும், ஆள்பலமும் தனக்கு இல்லையென்பதை அறிந்த சாம்பைய்யா - "ஒ கண்ணுக்கு கூலிக்காரப் பயலாத் தெரியறவந்தான் எம்பது ஏக்கர் நஞ்சைக்கும், பத்து ஏக்கர்

புஞ்சைக்கும் வாரிசுக்காரன். இவன் எம்மகன், வெங்கடபதி!" என்றார். சாம்பைய்யாவின் குரல் வெங்கலமணியாய் ஒலித்தது.

மகனைத் தூக்கித் தோள்மேல் வைத்துக்கொண்டு கம்மாக்கரையே அதிரும்படி நடந்து சென்றார் சாம்பைய்யா.

பலராமய்யா நாடி நரம்பெல்லாம் ஒடுங்கியது போலிருந்தது. கண்களில் பயம் கவ்வியது. வளைந்த கம்பை ஆட்டியபடியே, சாம்பைய்யாவின் உருவம் மறையும் வரையிலும் பார்த்துக் கொண்டே நின்றிருந்தார்.

தன்னுடைய வயலின் வரப்பின்மேல் மகனை இறக்கி நிற்க வைத்துவிட்டு புதிதாகப் பார்ப்பவரைப் போல அவனையே பார்த்துக் கொண்டிருந்தார். உடம்போடு ஒட்டிக் கொண்டிருந்த அழுக்குப் படிந்த கால் சட்டையைத் தவிர அவன் உடம்பின்மேல் எதுவுமே இல்லை. சுருண்டு கிடந்த கரேலென்ற முடி, அடர்ந்த புருவங்களுக்குக் கீழ் குழி விழுந்த கண்கள். வெங்கடபதி உண்மையாகவே ஒருவேளை சோற்றுக்கும் வழியில்லாதவனுடைய வீட்டுப் பிள்ளையைப்போலத்தான் தென்பட்டான். சாம்பைய்யாவின் இதயம் முதன்முறையாக சுக்குநூறாக வெடித்தது. வெங்கடபதியை மார்போடு அணைத்துக்கொண்டு உடம்பு முழுவதும் தடவிவிட்டார்.

"நீ ஒருவேளை கஞ்சிக்கில்லாதவன் வக்கத்த பிள்ளை இல்லைடா? தொண்ணூறு ஏக்கர் சொத்துக்குரியவனோட மகன்டா!"

அந்த வார்த்தைகளையே மீண்டும் மீண்டும் மனதிற்குள்ளேயே சொல்லிக் கொண்டிருந்தார் சாம்பைய்யா.

இனிமேல் தன் மகனை இப்படி வளர்ப்பது சரியல்ல. நல்ல துணிமணிகளை வாங்கி அலங்கரிக்கணும். பள்ளிக்கூடத்துல சேர்க்கணும். விரல்களை ஒவ்வொன்றாக மடக்கி வெங்கடபதிக்கு ஐந்து வயது முடிந்து விட்டதென்று கணக்குப் போட்டார்.

வயல் வேலையில் ஈடுபட்டிருந்த சாம்பைய்யா மனம் வரப்பிலுள்ள நத்தைக் கூடுகளோடு விளையாடிக் கொண்டிருக்கும் மகன்மீது சென்றது. அவனைப் பற்றிய சிந்தனை. அவனை மிகப்பெரிய மனிதனாக ஆக்கிடணும். பலராமைய்யாவின் மகன்களைக் காட்டிலும் தன் மகன்தான் பெருத்த ஆஸ்திக்குச் சொந்தக்காரனாக திகழவேண்டும்!

பலராமய்யாவுக்கு நான்கு மகன்கள். மூன்று மகள்களும் வளர்ந்து பெரியவர்களாகி கல்யாணமான பின் சொத்தைப் பங்கு பிரித்துக்கொண்டால் ஆளுக்கு ஐம்பது ஏக்கர் கூட கிடைக்காது. அதற்குள் இந்தச் சொத்தை இரண்டு மடங்காக்கிவிடுவேன். தன் மகன் வெங்கடபதி - வெங்கய்யா பேரன்.

வெங்கடபதிக்கு புதுச்சட்டை, சொக்கா தைக்கச் சொன்னார். புரோகிதரைக் கேட்டு நல்ல நாளை தெரிந்து கொண்டார். எண்ணெய் தேய்த்துக் குளிப்பாட்டி,

மகனுக்கு புது கால்சட்டையும் சொக்காவையும் அணிவித்து பள்ளிக்கூடத்திற்கு அழைத்துச் சென்றார். வாத்தியார் திரிபுரய்யா வராண்டாவில் நின்றிருந்த சாம்பைய்யாவைப் பார்த்ததும் மடமடவென அருகில் வந்தார்.

"மகனைப் பள்ளிக்கூடத்துல சேர்க்கப்போறீங்களா? நல்லது, சொல்லியனுப்பியிருந்தா நானே வந்து அட்சராப்யாசம் பண்ணி வச்சி பள்ளிக்கூடத்துக்கு அழைச்சிட்டு வந்திருப்பேனே?" என்றார்.

அட்க்ஷராப்யாசம் முறைப்படி செய்து வைத்தால் நாலு காசு கிடைக்கும் திரிபுரய்யாவுக்கு. அந்தச் செலவிலிருந்து தப்பித்துக்கொள்வதற்காகத்தான் சாம்பைய்யா, சாதாரணமாக எந்த ஒரு படாடோபமுமில்லாமல் தானே மகனை பள்ளிக்கூடத்திற்கு அழைத்து வந்திருந்தார்.

"தாயில்லா புள்ளெ! இப்பவே எதுக்குப் பள்ளிக்கூடம்னு தாமதப்படுத்திட்டேன். பயலுக்கு நாலு எழுத்து தெரிஞ்சிகிட்டான்னா நல்லதுன்னு நெனச்சிக் கூட்டிட்டு வந்திருக்கேன். உங்க கஷ்டத்தை வச்சிக்க மாட்டேன். என்னால முடிஞ்சத அனுப்பிவச்சிடுவேன். புள்ளயெ நீங்கதான் கவனிச்சிக்கிடணும்."

"பேரு?" சிறுவனின் கையைப் பிடித்தபடி கேட்டார் திரிபுரய்யா.

"வெங்கடபதி!"

"வெங்கடபதி! நல்ல பேரு!" என்றவர் சிறுவனை உள்ளே அழைத்துச் செல்ல முயன்றார். அவனோ தந்தையின் கையை விடாமல் முரண்டு பிடித்தான். திரிபுரய்யா அதட்டியதும் வெங்கடபதி ஓ வென்று அழ ஆரம்பித்தான். சாம்பைய்யா கரைந்துவிட்டார்.

"போகட்டும் விட்டுடுங்க இன்னக்கி. நாளைக்கி அழைச்சிட்டு வந்துடறேன்!" என்று சமாளித்தார் சாம்பைய்யா.

"ஆரம்பத்துலே புள்ளைகளெல்லோரும் இப்பிடித்தான் பண்ணுவாங்க. இன்னக்கி நல்ல நாள். ஓம்காரத்தை எழுத வச்சிடறேன். எங்கே சிலேட்டு, குச்சி வாங்கிட்டு வந்திருக்கீங்களா?" கேட்டார் திரிபுரய்யா.

சாம்பைய்யா தலையைச் சொறிந்து கொண்டார்.

"இதோ, இப்பவே வாங்கியாந்துடறேன்!" என்றவாறு சாம்பைய்யா கோமட்டிக் கடையை நோக்கி அவசர அவசரமாக ஓடிச் சென்றார்.

கடைக்காரன் இரண்டு விதமான சிலேட்டைக் காட்டினான். ஒன்று பைசா ரகம், மற்றொன்று அணா ரகம்.

சின்னப் பையனுக்கு அணா ரகம் அவசியமில்லை என்று பைசா ரக சிலேட்டையும் இரண்டு குச்சிகளையும் வாங்கினார். சாம்பைய்யா திரும்பிவந்து பள்ளிக்கூடத்தில் திரிபுரய்யாவிடம் சிலேட்டும், குச்சிகளையும் தந்தார்.

சாம்பைய்யாவின் எதிரிலேயே வாத்தியார் வெங்கடபதிக்கு அட்க்ஷரங்களை கையைப் பிடித்து எழுத வைத்தார். திருப்தியுடன் மகனைப் பார்த்துவிட்டு அங்கிருந்தே வயலுக்குச் சென்றுவிட்டார்.

சாயங்காலம் வயலிலிருந்து வீட்டிற்கு வந்த சாம்பைய்யா வீட்டிற்கு முன் தனியாக விளையாடிக் கொண்டிருந்த மகனைப் பார்த்தார். மகனைத் தூக்கிக்கொண்டு உள்ளே சென்றார். டப்பாவில் போட்டு வைத்திருந்த பொறிகடலையை அள்ளி அவன் சட்டைப் பையில் போட்டார். வெங்கடபதி துள்ளிக்குதித்தபடியே பொறிகடலையைத் தின்றபடியே விளையாடிக் கொண்டிருந்தான். மகனைப் பார்த்ததும் திடீரென நினைவுக்கு வந்தது.

“அடேய் கொழந்தே, சிலேட்டும் குச்சியும் எங்கடா?”

“போயிடிச்சி.”

“எங்கடா எறிஞ்சே?” தந்தையில் குரல் கடினமாக ஒலித்தது.

“குச்சி போச்சி, சிலேட்டு போகல்லே”

“பின்னே எங்கடா வச்செ? காட்டு பாக்கலாம்?”

வெங்கடபதி வீட்டிற்கு முன்புறமிருந்த கற்குவியலுக்கிடையே மறைத்து வைத்திருந்த சிலேட்டை எடுத்து தந்தையிடம் தந்தான்.

ஒரு பக்கம் சில்சில்லாய் கழன்றுவிட்டது. பலகை இரண்டாய் விடுபட்டிருந்தது.

“அய்யோ புது சிலேட்டு! அரை காணியும் தண்டமா போயிடுச்சே. தினமும் ஒரு சிலேட்டை ஒடிச்சிட்டு வந்தா இவன் படிப்புக்கே மூட்டை மூட்டையா விக்க வேண்டியதுதான்” என்று நினைத்துக் கொண்டார் சாம்பைய்யா.

“இந்தா பாரு கண்ணு! இப்பிடி சிலேட்டை ஒடைக்கக்கூடாது. படிப்பு வராதுப்பா.”

“வராட்டா போகட்டும்?”

வெங்கடபதியின் பதில் தந்தையை யோசனையில் ஆழ்த்தியது.

ஆமாம்! படிப்பு வரலேன்னா என்ன? தனக்கு படிப்பு இல்ல. அதனால வந்த நஷ்டம் என்னவாம்?

“ச்சே! அப்பிடியெல்லாம் சொல்லக்கூடாது. நல்லா படிச்சிக்கோ!”

“படிச்சா என்ன வரும்?”

“பெரிய ஆளா வருவே!”

“அப்படீன்னா ஓ அளவு வருவேனா?” கையை அகல விரித்துக் காட்டியபடியே சொன்னான் வெங்கடபதி.

வசதியான குடும்பத்துப் பிள்ளைகளோடு சமானமாக உயர்த்திக் காட்ட வேண்டுமென்ற ஆசையோடு சாம்பைய்யா மகனை பள்ளிக்கூடத்திற்கு அனுப்பி வைத்தார். மற்ற குடும்பங்களிலுள்ள குழந்தைகளெல்லோரும் பள்ளிக்குச் செல்கிறார்கள். நல்ல நல்ல ஆடைகளை அணிந்து கொள்கிறார்கள். தன்னுடைய மகனும் நல்ல ஆடைகளைப் போட்டுக் கொண்டு பள்ளிக்கூடம் போகணும். அவ்வளவுதான். அதைத் தவிர அவர் விரும்புவது வேறொன்றுமில்லை. அந்த பலராமய்யா தன் மகனைப் பார்த்து எகத்தாளமாகப் பேசினான். ஊரிலுள்ளவர்கள் யாருமே தன் மகனை விரலெடுத்துக் காண்பிப்பதற்குரிய அவகாசத்தை தந்துவிடக்கூடாது.

சின்னக்குழந்தையாக இருக்கும்போதிலிருந்தே வீட்டிலிருக்கும்போதும் வயலிலிருக்கும்போதும் சாம்பைய்யா தன் மகனை கண்ணுக்கெதிரிலேயே வைத்து வளர்த்து வந்தார். இப்போ அவன் பள்ளிக்கூடத்திற்குப் போவது தன்னை விட்டுத் தூரமாகிப் போவதுபோலத் தோன்றியது. சில சமயம் திகிலாகவும் கூட இருந்தது.

மதியம் வீட்டிலிருந்து மகனைப் பார்க்க பள்ளிக்கூடம் வந்துவிடுவார்! பள்ளிக்கூடத்திலிருந்த பையனைத் தூக்கிக் கொண்டு வயலுக்குச் சென்றுவிடுவார்.

ஒவ்வொரு தடவையும் வாத்தியார் தலையிலடித்துக் கொள்வார் - "சாம்பைய்யா! இப்படி நீங்க வந்து வந்து பையனை நடுவுலயே அழைச்சிட்டப் போறது நல்லதுக்கில்லே. அவனுக்குப் பள்ளிக்கூடத்து மேல சிரத்தை கொறைஞ்சிடும்" என்று எடுத்துரைப்பார்.

வாத்தியார் அவ்வாறு சொல்லும்போதெல்லாம், "இன்னக்கி மட்டுந்தான். இவன் என் கண்ணு முன்னால இல்லேன்னா திகிலெடுக்க ஆரம்பிச்சிடுது" என்று சமாதான்ம் கூறிவிட்டு, மகனைத் தோளில் தூக்கிக் கொண்டு எப்போதும் போல சென்று விடுவார் சாம்பைய்யா.

7

வெங்கடபதிக்கு ஒன்பது வயது நிரம்பியது. பையன் நன்றாகவே தேறியிருந்தான். அவன் ஓடினானேயானால் பூமி அதிரும்.

சேக்ஷாவதாரமிடம் பட்ட கடனெல்லாம் தீர்ந்து சாம்பைய்யாகரையேறினார். ஆறு வருட சிரமம் - ஒன்பது ஏக்கர் நஞ்சையில் விளைந்த பயிர்களெல்லாம் அந்த சேக்ஷாவதாரத்திற்கே இரையாயிற்று. தானும் மகனும் பிழைத்தோம். இல்லையென்றால் எப்போதோ தன்னுடைய நிலத்தையெல்லாம் சேஷாவதாரமே அபகரித்துக் கொண்டிருப்பான். மூன்று ஏக்கர் நஞ்சையில் விளைந்த தானியத்தை வைத்துத்தான் பிழைப்பை ஓட்டியாகிவிட்டது.

பலராமய்யாவுக்கும் கனகய்யனுக்கும் ஆச்சரியம். சேக்ஷாவதாரத்திற்கு வட்டியும் விலையைக் குறைத்து விற்றும் ஏழாயிரம் கடனை ஆறே வருடங்களில் தீர்த்துவிட்ட சாம்பைய்யாவின் திறமையையும் உழைப்பின்மேல் வைத்திருந்த நம்பிக்கையையும் கண்டு மனதிற்குள்ளேயே மெச்சிக் கொண்டனர்.

நான்கு வருடங்களுக்கு முன்னால் கைநிறைய பணத்துடன் வாழ்ந்த பலராமய்யா இப்போது அவசரச் செலவுகளுக்கு கடன் வாங்க வேண்டியிருந்தது. இரண்டு மகன்களும் பட்டணத்தில் படித்துக் கொண்டிருந்தனர். மூத்த மகளுக்குத் திருமணம் செய்தபின் திரும்பிப் பார்க்கையில் கையிலிருந்த பணமெல்லாம் கரைந்துவிடவே பத்தாயிரம் கடன்பட்டிருந்தார். இப்போதைக்கு இரண்டு வருட வட்டி வேறு பெருகிவிட்டிருந்தது. இன்னும் இரண்டு வருடங்களில் தீர்க்கவில்லையென்றால் இருபது ஏக்கர் நிலம் விற்க வேண்டிவரும். வருகின்ற ஆதாயம் மகன்களின் படிப்புக்கும் மருமகனுக்குச் செய்யவேண்டிய மரியாதைகளுக்கும் போதவில்லை. அவருடைய ஆஸ்தி கற்பூரமாய் கரைந்து கொண்டிருந்தது.

பலராமய்யாவின் கடைசி மகன் வெங்கடபதி வயதுள்ளவன். கடைசி மகள் வெங்கடபதியைவிட ஆறு வயது சின்னவள். பலராமய்யா வீட்டின் அருகிலுள்ள ராமலிங்கேஸ்வரா ஆலயத்தில் மாலை நேரங்களில் ஊரிலுள்ள குழந்தைகளெல்லோரும் விளையாடிக் கொண்டிருப்பார்கள். வெங்கடபதியும் சாயங்காலங்களில் அந்த ஊர் குழந்தைகளோடு சேர்ந்து விளையாடிக் கொண்டிருப்பான்.

ஒருநாள் பலராமய்யா மகனோடும் மகளோடும் சேர்ந்து மரத்தில் ஏறுவதும் இறங்குவதுமாக விளையாடிக் கொண்டிருப்பதைப் பார்த்துவிட்டார் சாம்பைய்யா. ஒரு நிமிடம் மகிழ்ச்சியில் திளைத்து நின்றுவிட்டார். தன் மகன் பெரிய அந்தஸ்துள்ள பலராமய்யாவின் குழந்தைகளோடு விளையாடிக் கொண்டிருப்பது பெருமையாகத் தோன்றியது. இருந்தாலும் சாம்பைய்யாவின் மனதில் ஏதோ இனம்புரியாத பயம் கவ்விக்கொண்டது. உடனே வெங்கடபதியின் கையைப் பிடித்து வீட்டிற்கு இழுத்துக் கொண்டு வந்துவிட்டார்.

“இனிமே நீ அந்தப் புள்ளங்களோட விளையாடக்கூடாது.”

“விளையாண்டா என்ன?”

“கெட்டுப் போயிடுவே. அவங்க கெட்டவங்க.”

சாம்பைய்யாவால் இதற்குமேல் விவரமாக எடுத்துக்கூற முடியவில்லை.

வெங்கடபதி அப்படிப்பட்டவர்களோடு சேர்ந்து விளையாடிக் கொண்டிருந்தால் அவர்கள் புத்திதான் வரும் என்ற உறுதியான அபிப்பிராயத்திற்கு வந்திருந்தார். அவர்கள் செலவாளிகள். நல்லது கெட்டது தெரியாது. அவர்கள் வம்சத்தில் யாருமே உடம்பை வளைத்து வேலை செய்யும் ரகத்தவர்களில்லை. அப்படிப்பட்ட பிள்ளைகளோடு சினேகம் கொண்டால் நிச்சயமாக வெங்கடபதியும் கெட்டுப் போவான். அவர்களிலிருந்து தன் மகனைத் தூரத்தில் வைத்துக் கொள்ள வேண்டுமென நினைத்தார்.

வெங்கடபதியின் படிப்பு மந்த நிலையில்தான் சென்று கொண்டிருந்தது. ஆழ்ந்து யோசித்துப் பார்த்தால் அவன் பள்ளிக்கூடத்திற்குச் சென்று நல்லவற்றைக் கற்றுக் கொள்வதைவிட கெட்டவற்றையே அதிகமாகக் கற்றுக் கொண்டிருக்கிறானென்று பட்டது சாம்பைய்யாவுக்கு.

ஒரு நாள் சாம்பைய்யா வயக்காட்டிலிருந்து வீட்டிற்கு வந்ததும் தன் மகன் இல்லாதது கண்டதும் எரிச்சலுற்றார். இரவு சாப்பாட்டு நேரத்திற்கும் வெங்கடபதி வராததால் பயந்துபோனார். ஊரெல்லாம் தேடினார். குளக்கரை, கோவில் என்று எங்கேயுமே பையன் தென்படவில்லை. இரண்டு மூன்று பேரிடம் விசாரித்தார். ஆனால் அவனைப் பற்றி எதுவும் தெரியவில்லை. பலராமய்யாவின் வீட்டிற்கு முன்னால் வந்து அப்படியே நின்றுவிட்டார். உள்ளே செல்ல மனம் வரவில்லை. தெரு வாசலிலேயே நின்றிருந்தார். பலராமய்யா சாப்பிட்டுவிட்டு ஏப்பம் விட்டபடியே வெளியே வந்தார். திண்ணையில் உட்கார்ந்து சுருட்டைப் பற்ற வைக்கும்போது சுவரையொட்டி நின்றிருந்த சாம்பைய்யாவைப் பார்த்து -

“யாரது அங்க நிக்கிறது?”

“நாந்தான் சாம்பைய்யா!”

"சாம்பைய்யாவா? எதுக்கு அப்பிடி வெளியயே நிக்கிற...டா! வந்து உட்காரு!"

பலராமய்யா எப்படிப் பேசினாலும் சாம்பைய்யாவிற்கு தன்னை சிறுமைப்படுத்திப் பேசுவதாகவே தோன்றியது.

"எங்க வெங்கடபதியெ காணலே, இங்குட்டு ஒருவேளை வந்தானான்னு தெரிஞ்சிக்கத்தான்..."

"என்னது? உன் மகன்கூட போயிருக்கானா என்ன? அவ்வளவு பெரிய ஆளாயிட்டானா உன் மகன்?" அலட்சியமாகச் சொன்னான் பலராமய்யா.

சாம்பைய்யாவுக்கு உண்மையான விஷயம் புரியவில்லையென்றாலும் தன்னை இழிவுபடுத்திப் பேசுகிறார் என்பது மட்டும் நன்றாகவே தெரிந்தது. "எங்கபோயிருக்கான்இதுவரைக்கும்?" பல்லைக்கடித்துதன்கோபத்தையடக்கிக் கொண்டு கேட்டார்.

"சினிமா பார்க்க எங்க புள்ளங்களெல்லாம் வண்டி கட்டிகிட்டு பட்டணத்துக்குப் போயிருக்காங்க. மதியம் உன் பையன் எங்க சவாரி வண்டிகிட்ட வெளயாடிக் கிட்டிருந்ததைப் பார்த்தேன். அவங்களோட போயிருக்கலாம்."

"அவங்கிட்ட காசு இல்லே. சினிமாவுக்கு எப்பிடி போவான்?" யோசித்தபடியே சொன்னார் சாம்பைய்யா.

"உங்க அப்பன் இந்த ஊருக்கு வந்தப்போ கையில சல்லிக் காசு இருந்ததா? கட்டுன துணியோட வந்தாரு. ஆனா பேரன் நாலு ஏக்கர் புஞ்சை, பத்து ஏக்கர் நஞ்சை, எழுபது ஏக்கர் வானம் பார்த்த பூமிக்கு வாரிசுக்காரனாகலியா? எப்பிடி ஆனான்னு சொல்றே?"

அன்றொரு நாள் கம்மாக்கரையின்மேல் சாம்பைய்யா சொன்ன வார்த்தைகளை அப்பிடியே திருப்பிச் சொல்லிக் காட்டினார் பலராமய்யா. அவர் தன் வெறுப்பையெல்லாம் குரலில் வெளிப்படுத்தி சாம்பைய்யாவின் முகத்தை ஊன்றி நோக்கினார். ஆனால் அதற்குள் சாம்பைய்யா தலையைக் குனிந்து கொண்டு அங்கிருந்து செல்லத் தொடங்கியிருந்தார்.

வீட்டிற்குள்ளும் செல்லாமல் சாம்பைய்யா மகனின் வரவை எதிர்பார்த்தபடியே தெரு வாசற்படியிலேயே உட்கார்ந்துவிட்டார். அவமானத்தில் அவருடைய இதயம் கனன்று கொண்டிருந்தது. பசியும் பகைமையுணர்வும் பின்னிக்கொண்டு பாம்பாய் நெளிந்து கொண்டிருந்தது! சாமக்கோழி கூவும்வரை அப்பிடியே உட்கார்ந்திருந்தார்.

வீட்டிற்குள் பூனையைப்போல மெல்ல மெல்ல அடியெடுத்து வைத்து வந்த வெங்கடபதியின் ரெக்கைகளைப் பிடித்துக்கொண்டு நன்றாகவே

துவைத்தெடுத்து விட்டார் சாம்பைய்யா. முதல் இரண்டு அடியை வாங்கியதும் வாய் திறந்து அழாமலிருந்த வெங்கடபதி மூன்றாவது அடிக்கு மூர்ச்சை இழுந்த விழுந்துவிட்டான். தன் கையிலிருந்து வாழைத்தண்டாய் கீழே சரிந்து விழுந்த மகனின் நிலைமையைப் புரிந்துகொண்ட சாம்பைய்யாவின் இதயம் நின்று விடும்போல் துடித்தது. வேர்த்துக் கொட்டியது. வீட்டிற்குள் தூக்கிச் சென்று கட்டிலின்மேல் படுக்க வைத்து பானைத் தண்ணீரை முகத்தில் தெளித்தார். "ஏல, மகனே! வெங்கடபதி!" மென்மையாக அசைத்து அன்புடன் கூப்பிட்டார். பயல் ஆடவில்லை, அசையவில்லை. பேசாமல் அப்படியே கிடந்தான். "அடேய் கண்ணு!" தந்தையின் இதயம் சுக்குநூறாய் வெடித்துச் சிதறியது. சாம்பைய்யா பிறந்து விவரந்தெறிந்த நாள் முதல் கண்ணீர் சிந்தியதில்லை. ஆனால் இம்முறை அவர் கண்களின் ரத்த நாளங்கள் தகர்ந்துவிடும் போலிருந்தது. மகனைத் தோளில் தூக்கியபடியே தெருவில் நடந்தார். மருத்துவர் வீட்டை நோக்கி ஓட்டம் பிடித்தார். ஏறக்குறைய மருத்துவர் வீட்டின் அருகாமையை அடையும்போது தந்தையின் தோளின்மேலிருந்த வெங்கடபதி அசைந்து கொடுத்தான்.

"நயினா! எங்க போயிட்டிருக்கே?" என்றான் கண்களைத் திறந்தபடியே மகனின் தலையை வருடி தன் கன்னத்தோடு பதித்துக்கொண்டார். "நயினா! நா சினிமா பாக்க மாட்டேன். இனிமே போகவே மாட்டேன். என்னை வீட்டுக்குத் தூக்கிட்டுப் போறயா?"

"அப்பிடியே செய்யிறண்டா தங்கம்!" வெங்கடபதியை நெஞ்சோடு அணைத்துக்கொண்டு பின்னால் திரும்பி வீட்டை நோக்கி நடந்தார் சாம்பைய்யா.

வீட்டிற்கு வந்ததுமே தயிர் சாதத்தைப் பிசைந்து மகனுக்கு ஊட்டிவிட்டார். சாப்பிட்டு உறங்கினான் வெங்கடபதி. மறுநாள் மகனைத் தனியாக விட்டுவிட்டு வயலுக்குச் செல்ல விருப்பமில்லை சாம்பைய்யாவுக்கு. மகனின் அருகிலேயே கிடந்தார். உறங்கிக் கொண்டிருந்த வெங்கடபதியை வருடிவிட்டபடியே பாசத்துடன் நடந்துகொண்டார். கொட்டிலில் இளங்கன்றை நக்கிக் கொண்டிருந்த பசுவின் குரல் கேட்டுக் கொண்டிருந்தது.

சாயங்காலத்திற்கெல்லாம் வெங்கடபதி தெளிவாகக் காணப்பட்டான். அவனுக்கு நடந்ததெல்லாம் கனவாகத் தோன்றியது. சாம்பைய்யாவுக்கோ அது ஒரு கெட்ட கனவாகத் தோன்றியது.

இனிமேல் அவனைத் தனியாகவிட்டு இருப்பது சரியல்ல. பலராமய்யாவுடைய பிள்ளைகளுடன் சேர்ந்து கெட்டுக் குட்டிச்சுவராகிவிடுவான். தன்னிலிருந்து தூரமாகிப்போவான். அந்த பலராமய்யா தன்மீதும், தன் மகன்மீதும் பகைமை காட்டுகிறான். ஒரு நிமிடம் ஏமாந்துவிட்டாலும் தனக்கு சர்வமுமான தன்னுடைய மகனைத் தன்னிடமிருந்து

பிரித்துவிடுவார்கள் அவர்கள். மகனின் பக்கத்திலேயே படுத்துக்கொண்டு ராத்திரி முழுவதும் யோசித்து ஒரு நிர்ணயத்திற்கு வந்திருந்தார் சாம்பைய்யா.

காலையில் சிலேட்டும் புத்தகங்களும் எடுத்துக்கொண்டு பள்ளிக்கூடத்திற்குச் செல்லவிருந்த மகனை அழைத்தார் சாம்பைய்யா. மகனின் கையிலிருந்த சிலேட்டுப் புத்தகங்களை வாங்கி சாக்குமூட்டையின்மேல் வீசி எறிந்தார்.

"பாழாய்ப்போன படிப்பு. பாழாய்போன சகவாசங்களோட சேர்ந்து கெட்டுக் குட்டிச்சுவராயிடுவே. இதுனால நமக்கு வரப்போறது ஒண்ணுமேயில்ல." என்றார் சாம்பைய்யா.

வெங்கடபதி அதிர்ச்சியுற்றான். தந்தை தன்னைச் சுற்றி எழுப்பியிருந்த கட்டுக்களைக் களைந்து கஷ்டத்திலிருந்து விடுவித்து விட்டதைப் போன்ற உணர்வு ஏற்பட்டது வெங்கடபதிக்கு.

ஆனந்தமும் ஆச்சரியமும் ஒன்றுசேர "இனி எப்பவுமே போக வேண்டாமா?" என்று ஆர்வத்துடன் கேட்டான் தந்தையிடம்.

"ஆமா. அவ்வளவுதான்!"

"படிக்கலேன்னா கெட்டுப்போயிடுவேன்னு சொன்னேயில்ல?"

"அது தப்பு. படிச்சாத்தான் கெட்டுப் போவாங்க."

கண்களை அகல விரித்து மகிழ்ச்சியுடன் கேட்டுக் கொண்டிருந்தான் வெங்கடபதி.

"அந்த படிப்பு நமக்கு ஒத்துவராது. உங்க தாத்தா, நான் படிக்கல்லே. ஆனா நாங்க நல்லாதான் வாழ்ந்தோம். நீ படிச்சிட்டுக் கெட்டுப் போறதுல எனக்கு இஷ்டம் இல்ல!"

"நயினா! நான் இனிமே பள்ளிக்கூடத்துப் பக்கமே போமாட்டேன். எம் புத்தகங்களையும் கிழிச்சிப் போட்டுட்டு, சிலேட்டையும் ஒடைச்சிடுதேன்!" என உற்சாகத் துள்ளலுடன் சொன்னான் வெங்கடபதி.

"அடேய் மவனே! நாம பூமியை நம்பி பொழக்கிறவங்க. நீயும் நம்பித்தான் பொழைக்கணும் தெரிஞ்சதா?" என்ற சாம்பைய்யா தோளில் சோற்றுமூட்டையை இடுக்கிக்கொண்டு புறப்பட்டார். வெங்கடபதி எருமைக் கன்றுகளை அவிழ்த்துக் கொட்டிலிலிருந்து வெளியே இழுத்து வந்தான்.

தந்தை கலப்பையை தலையில் சுமந்து முன்னால் செல்ல, மகன் எருமைக் கன்றுக்குட்டியின் கழுத்துக் கயிற்றைப் பிடித்தபடி தந்தையின் பின்னால் நடந்தான் -

தந்தையும் மகனுமாய் புதர்களையும் மேடு பள்ளங்களையும், புறம்போக்கு நிலங்களையும் கடந்து செல்லும்போது கரிசக்காடு வந்தது.

“அடேய் வெங்கடபதி! இது எல்லாமே நம்ம காடுதாண்டா!” சாம்பைய்யா கையிலிருந்த கம்பை உயர்த்திக் கல்லும் முள்ளுமாய் கரடுமுரடாய் கிடந்த நிலத்தை சுட்டிக்காட்டினார்.

“அது எல்லாமே நம்மதுதானா?” கையை முன்புறம் நீட்டிக் கேட்டான் வெங்கடபதி.

“அதோ, அங்கே பனைமரம் நிக்குது பாரு! அதுவரைக்கும் நம்பதுதான்!” தன்மயத்துடன் சொன்னார் சாம்பைய்யா. ‘தன்னுடையது’ என்ற மமகாரம் பற்றுதல் சின்னஞ்சிறிய இதயத்தையும் தாக்கி கிலுகிலுப்பை ஏற்படுத்தியிருந்தது. கர்வத்துடன் முகம் மலர, தோள்கள் மேலெழும்ப காட்டின் நடுவே புகுந்து பனைமரம் வரை ஓட்டம் பிடித்தான். சாம்பைய்யா கலப்பையை தயார்படுத்தி வலதுபக்கமாகயிருந்த நிலத்தில் காளைகளை நிறுத்தி மகனைச்சத்தம் போட்டுக் கூப்பிட்டார். ஒற்றை பனை மரத்தைத் தாண்டி ஓட்டம் பிடித்துக் கொண்டிருந்த வெங்கடபதி வேகமாகத் திரும்பி ஓடிவந்து சேர்ந்தான்.

மேல் மூச்சு வாங்க ஓடிவந்த மகனைப் பார்த்து “அடேய் மகனே! இந்த நெலத்தை எதுக்குமே உதவாத கட்டாந்தரைன்னு விட்டுட்டாங்க! இதை நாம பண்படுத்தணும். உழுது குண்டு குழிகளை சமப்படுத்தி, கல்லு முள்ளுகளை புதர்களெயெல்லாம் வெட்டிப்போட்டு எரிச்சிடணும். கொழுந்து தளைகளையும் சாணத்தையும் போட்டு கம்மா மண்ணடிச்சி சரிப்படுத்தணும். தினமும் ஒரு சென்ட் துப்புறவு செஞ்சாலே போதும். மூணு மாசத்துல ஒரு ஏக்கர் சமப்படுத்திடலாம். தெரிஞ்சதா?”

“தினமும் மூணு சென்ட் சரிசெஞ்சிடறேன்!” வெங்கடபதி அறியாமையில் அவ்வாறு ஆசையை வெளிப்படுத்துகிறான் என்பதைக் கண்டுகொண்டார் சாம்பைய்யா. மகனின் வார்த்தைகளில் மெய்சிலித்து பரவசமானார்.

“வா! வந்து கலப்பையைப் பிடி!”

பத்தே வயதில் மகனின் கையில் கலப்பையைப் பிடிக்கச் செய்தார் சாம்பைய்யா. வெங்கடபதி கலப்பையைப் பிடிக்க, தந்தை காளைகளை ஏவினார். ஏர் பிடித்து உழுகின்ற வெங்கடபதியின் முதுகும் முகமும் வேர்வையில் நனைந்திருந்தது. அதைப் பார்த்துக் கொண்டிருந்த சாம்பைய்யாவின் மனம் அம்ருதப் பிரவாகத்தில் திளைத்தது.

பொழுது சாயும்நேரம் புதுக்காட்டிலிருந்து திரும்பி வருகின்ற தந்தையும் மகனுமாய் ஏரிக்கரையடைந்ததும் தூரத்திலிருந்து சத்தம் கேட்டது. சாம்பைய்யா திரும்பிப் பார்த்தார்.

தன்னைக் கண்டாலே முகத்தை’ மறைத்துக்கொண்டு செல்லும் கனகய்யா தன்னை நோக்கி வேக வேகமாக ஓடி வருவதைப் பார்த்ததும் ஆச்சரியத்தோடு கோபமும் எழுந்தது.

"சாம்பைய்யா! நில்லு! உன்னெத்தான்! நிக்கச் சொல்லிட்டிருந்தா?" கனகய்யா மேல் துண்டை ஆட்டியபடியே கத்தினான்.

"முண்டப்பய, செஞ்ச மோசடியெல்லாம் பத்தாதுன்னு இன்னும் எப்பிடி தைரியமா கூப்புடுறான் பாரு!" சாம்பைய்யா நினைத்துக் கொண்டார்.

கனகய்யா நெருங்கி வந்துகொண்டிருக்க - "மறுபடியும் எந்த சூழ்ச்சி வலையெ பின்னப் போறானோ? வரட்டும்! கழுதப் பயலெ! பல்லு கழட்டுறேன்!" என்று நினைத்தபடியே சாம்பைய்யா கலப்பையை கீழே நிறுத்தி காளைகளை ஒரு பக்கமாக கட்டிப் போட்டார்.

மூச்சு வாங்க ஓடிவந்த கனகய்யா "நிக்கச் சொன்னா ஏய்யா அப்பிடி கண்ணு தெரியாத காளை வயல்ல விழுந்தடிச்சிப் போறாப்புல போயிட்டிருக்கே?" கனகய்யா தனக்கு முன்னால் வந்து நிற்பது மட்டுமில்லாமல், அவ்வளவு தைரியமாகப் பேசுவதைப் பார்த்த சாம்பைய்யா குழப்பத்தில் ஆழ்ந்தார்.

"எதுக்காகவாம் நிக்கணும்? என்ன சங்கதி?" எரிச்சலுடன் கேட்டார் கனகய்யா. "மோசம் செய்யுறவன். கனகய்யா மோசக்காரன். கனகய்யா என் குடியை கெடுத்து நாசம் பண்ணிட்டான் ன்னு ஊரு முழுக்க சொல்லிட்டிருந்தயேய்யா? இப்ப என்ன சொல்றே?" தொண்டையைப் பெரிதாக்கி நேருக்கு நேர் நின்று கணைத்தான் கனகய்யா.

சாம்பைய்யா ஒரு நிமிடம் யோசித்தார். "இவன் தலெயெ செரைக்க! தான் நிலத்தை பழுது பார்க்கும் செய்தி இவன் காது வரை எட்டிவிட்டது போலும். கல்லையும் முள்ளையும் பொறுக்கி, மேடு பள்ளத்தை மண்ணைப் போட்டு நிரப்பி உழுது சரிசெஞ்சி அப்பனும் மகனும் கைகள் வலிக்க வேர்வை சிந்திக் கஷ்டப்பட்டு வேலை செஞ்சி வந்துகிட்டிருந்தா, அதுக்குள்ளே தான் ஏதோ தங்கத்தெத் தோண்டி தலைமேல சுமந்துகிட்டுப் போறாப்புல பேசிக்கிட்டிருக்கானே இவன் -"அப்படீன்னா இப்ப என்ன ஆயிடிச்சின்னு சொல்ற?" சாணியிலுள்ள புழுவைப் பார்ப்பதுபோல கனகய்யாவைப் பார்த்துக் கேட்டார் சாம்பைய்யா.

"என்ன ஆச்சா! கால்வாய்! கால்வாய்யா! கால்வாய் வருது. அன்னக்கி நான் சொல்லலல்லே?"

சாம்பைய்யா ஒரு நிமிடம் ஸ்தம்பித்து நின்றுவிட்டார். புத்தி வேலை செய்யவில்லை. சந்தோச உணர்வுகளையும் அனுபவிக்க இயலவில்லை. "என்ன சாம்பைய்யா? கண்களை உருட்டிப் பாக்குறே? கால்வாய் தோண்டிட்டிருக்காங்க. உன் நெலம் தங்கமாகப் போகுது."

சாம்பைய்யாவின் தோளைத் தட்டித் தெம்பாகச் சொன்னான் கனகய்யா.

"கால்வாய்? உம் பேச்செ....?" சாம்பைய்யாவின் தொண்டையிலிருந்து மீதி வார்த்தைகள் வெளிப்பட மறுத்தது. மறுபடியும் இவன் நம்மை இன்னொரு

பல்டி அடிக்க வைக்க முயற்சி செய்கிறானோ என்ற அனுமானம் ஏற்பட்டது.

சாம்பைய்யாவின் பக்கத்தில் நின்றிருந்த வெங்கடபதியைப் பார்த்ததும் கனகய்யா சொன்னான் - "உன் மகன் அதிர்ஷ்டக்காரன்தான். அவனோட அதிர்ஷ்டம்தான்!"

"கனகய்யா! நிஜமா சொல்லு! உன் பேச்சு உண்மைதானா?" உற்சாகக் குரலில் கேட்டார் சாம்பைய்யா.

கனகய்யாவின் பேச்சை நம்ப வேண்டுமென்று, சாம்பைய்யாவின் மனம் சொன்னது. ஆனால் புத்தி மட்டும் ஒத்துழைப்புத் தரவில்லை.

"அட உன் சந்தேகத்துல மண்ணைப் போட்டு மூட! கால்வாயெ தோண்டுற வேலையெ ஆரம்பிச்சிட்டாங்கய்யா. வேணுமுன்னா நாளைக்கி எங்கூட வா காட்டுறேன். நம்ம ஊருக்கு இருபது மைல் தள்ளியிருக்குற தோட்டப் பள்ளி கிராமத்துக்குப் பக்கத்துல அப்பவே ஒரு பர்லாங் வரைக்கும் தோண்டி முடிச்சிட்டாங்க" என்றான் கனகய்யா. மேல்துண்டால் முகத்திலிருந்த வியர்வையைத் துடைத்து விட்டு மூச்சை இழுத்துவிட்டான்.

சாம்பைய்யா மகன் தோள்மீது கைவைத்து "எம் மவன் ஏர் பிடித்து நெலத்தை பொளக்க உழுதான். இன்றே கால்வாய் தோண்டுறாங்கங்குற சுப வார்த்தெ! கால்வா வரும். தண்ணீர் பாய்ந்து செல்லும். எம் மவன் பூமியை ஆழப்படுத்தியும் அகலப்படுத்தியும் உழத்தான் போறான்! ரத்தினங்களை வெளவிக்கப் போறான். கனகய்யா! எம் மவன், எம் புள்ளை பூமியை நம்புனவய்யா! ஆஹா! ஓஹோஹோ! ஏஹேய்!ச்சோ!" என்றபடியே காளைகளை உற்சாகப்படுத்தினார். காளைகள் தலைவரின் கட்டளைக்கேற்ப கழுத்து மணிகளை ஆட்டியபடியே முன்னோக்கிச் செல்லத் தொடங்கின.

ஏர் முனை நிலத்தில் சாய்ந்து நின்றபடியே சாம்பைய்யாவின் அதிர்ஷ்டத்தை கானம் பாடியது.

"கனகய்யா! மறுபடியும் வருவயில்லே!" என்றவாறு சாம்பைய்யா உடம்பெல்லாம் புளகாங்கிதத்துடன் மகனை அழைத்துக்கொண்டு, காளைகளைப் பத்திக்கொண்டு வீட்டிற்குள் சென்றார்.

சாப்பிட்டு முடித்ததும் காத்தாட கட்டிலைப் போட்டு சுருட்டை இழுத்து விட்டபடியே உட்கார்ந்திருந்த சாம்பைய்யாவின் சிந்தனையலைகள் கால்வாய் - தண்ணீர் - நிலத்தின்மேல் படர்ந்தன. இந்த வருஷமே அறுவடை நாட்களில் கால்வாய் நிச்சயம் வந்துரும். தோண்டி முடித்ததும் தண்ணீரை அனுப்புவார்கள். தண்ணீர் கொஞ்சம் நெலத்தையாவது உழுது பயிரை விளைவிக்க முடியுமா? இந்த மாதிரி பிடிப்போட தானும் மகனும் வேலை செஞ்சி கூலிக்காரங்களெ வச்சி வேலைய ஆரம்பிச்சிட வேண்டியதுதான். ஒரு நூறு பேரை வச்சி செம்மைப்படுத்திட்டா அப்பிடி என்னதான் நஷ்டப்பட்டுப் போயிடப்போவுது?

அந்த இடத்துலயெல்லாம் இந்த வருஷமே விவசாயத்தை பண்ணிக்கலாம். சாம்பைய்யா தன்னையறியாமலேயே எழுந்து நின்றார். துண்டையெடுத்து தோள்மேல் போட்டுக் கொண்டு கம்பை கையில் பிடித்தவாறு கனகய்யா வீட்டை நோக்கி புறப்பட்டார்.

வீட்டின் முன்னால் வந்து நின்ற சாம்பைய்யாவைக் கண்டதும் கனகய்யாவின் மூத்த மகள் திகிலுடன் வீட்டிற்குள் ஓடிச்சென்றாள். சாப்பிட்டுக் கொண்டிருந்த தகப்பனிடம் கூறினாள்- "அய்யோய்! மறுபடியும் வந்திருக்காரு அந்த மனுஷன். இத்தாம் பெரிய கம்போட. நீ வெளியில வராதே!"

கனகய்யா சோத்து உருண்டையை விழுங்கி வாயைத் திறப்பதற்குள் அவள் வெளியே ஓடோடி வந்து சாம்பைய்யாவிடம் -

"எங்க அய்யா வீட்ல இல்லே."

"வீட்ல இல்லேன்னா வர்றவரைக்கும் காத்திருக்கேன்! வந்த வேலை முடியணுமில்லையா பின்னே!" என்றவர் திண்ணையில் உட்கார்ந்து கொண்டார். சாம்பைய்யாவின் மீசை மேலும் கீழுமாக அசைந்து கொண்டிருந்தது. அப்படியென்றால் வெகு நாட்களுக்குப் பிறகு மீண்டும் அவர் முகத்தில் சிரிப்பு மலர்ந்திருந்தது. ஆனால் கனகய்யாவின் மகள் மனமோ படபடவென பயத்துடன் நடுங்கிக் கொண்டிருந்தது. வீட்டிற்குள் ஓடிச்சென்றவள் தயிர்க் கிண்ணத்துடன் வந்துகொண்டிருந்த தாயோடு மோதிக்கொண்டாள். எச்சரிக்கை செய்தாள் -

"அம்மோய்! வீட்டுக்கு முன்னாடி உட்கார்ந்திருக்காரும்மா! இன்னக்கி என்ன நடக்கப் போவுதோ?" என்றாள் குரல் நடுங்க தாயிடம்.

"சேலையில் தெறித்த தயிரை துடைத்துவிட்டவாறு, "யாருடி! என்னடி சொல்றே?" என்றாள் தாய்.

"அவருதாம்மா! அன்னக்கி அப்பாவை மரக்கட்டையைத் தூக்கி..." மகள் சொல்லி முடிப்பதற்குள்ளாகவே கனகய்யா புரிந்துகொண்டான்.

"அட பைத்தியக்கார மகளே! எதுக்கு இப்பிடி பயந்து சாகுறே? நம்ம சாம்பைய்யாதான் வந்திருக்குறது" என்று தலையை வெளியே திருப்பி சத்தமிட்டான் கனகய்யா.

"யாரு? சாம்பைய்யா! நீதானா?"

"ஆமாம். நாந்தான் கனகய்யா! சாப்பிட்டுட்டிருக்கியா? அவசரம் ஒண்ணுமில்லே. மெதுவா சாப்பிடு!" மிக மிக மிருதுவாக சாம்பைய்யாவின் குரல் வெளித் திண்ணையிலிருந்து ஒலித்தது.

8

சாம்பையாவின் மகன் வெங்கடபதி பத்தொன்பது வயதை எட்டியிருந்தான். அரும்பித் துளிர்த்த மீசையைத் தடவியபடியே வண்டியின் முகப்பில் அமர்ந்து கொண்டு காளைகளை வசப்படுத்தி வேகமாய் ஓட்டிச் செல்கின்ற வெங்கடபதியைப் பார்த்ததும் ஊருக்குள் வந்துபோகும் உறவினர்கள் "அந்த இளைஞன் யாரு?" என்று கேள்வி யெழுப்பினார்களென்றால் "ஊரைவிட்டு ஊரு வந்த வெங்கய்யாவோட பேரன்" என்று ஊரிலுள்ளவர்கள் சொன்னார்கள்.

"ஆஸ்தி பாஸ்தி எம்மட்டும்?" பலராமய்யா மகனின் கல்யாணத்திற்கு வந்திருந்த உறவினர்களில் ஒரு பெரிய மனிதர் பலராமய்யாவிடம் கேட்டார்.

''எம்பது ஏக்கர் நல்லா வெளயிற நஞ்சை, புஞ்சை, காடு கரை புதுசா கட்டுன வீடு நெலம்! ஒரே புள்ளெ" இதையெல்லாம் சொன்னது பலராமய்யாவல்ல. அவர் பக்கத்தில் உட்கார்ந்திருந்த பரந்தாமய்யாதான்.

"பொம்பளப் புள்ளைங்க இருக்காங்களா?"

"அய்யே! ஒரே மகன்னு சொல்றேனில்லையா?"

"அப்படின்னா நல்ல சம்பந்தம்தான். எங்க ரெண்டாவது பொண்ணுக்குப் பேசி முடிக்கலாமே?" தூரத்து உறவினரான அஞ்சய்யா பலராமய்யாவிடம் எடுத்துரைத்தார்.

பலராமய்யாவின் கால்களில் பூரான் நெளிவதுபோல முகத்தை சுருக்கிக் கொண்டு சொன்னார் - "என்னது அஞ்சய்யண்ணோ? உனக்கு ஏதாவது பைத்தியம் பிடிச்சிடிச்சா?"

"இதுல தப்பு பண்றதுக்கு என்ன இருக்கு? உங்க ஊர்ல இருக்குறவங்கள்ல அந்தப் பையன்தானே பெருத்த ஆஸ்திக்காரனோட மகனய்யா?"

"ஆஸ்தி பாஸ்தியிருந்துட்டா மட்டும் போதுமாய்யா? வம்சம், நல்லது கெட்டது எல்லாத்தையும் பாக்க வேண்டாமா?" என்றார் பலராமய்யா.

"உங்க ஊரு சங்கதிகளெல்லாம் எங்களுக்கு எப்பிடித் தெரியும்? அந்த நல்லது கெட்டது என்னன்னு நீங்கதான எடுத்துச் சொல்லணும்!"

"அந்த வெங்கடபதியோட தாத்தா எங்க வீட்டுல ஏரு புடிச்சி உழுதவய்யா. கூலிக்காரன்."

அஞ்சய்யா கன்னத்துல யாரோ அடிச்ச மாதிரியிருந்தது. சுற்றிலுமுள்ளவர்களின் முகங்களெல்லாம் கல்யாணத்திற்குத் தந்திருந்த பனை ஓலை விசிறிகளாய் மாறியிருந்தன. பாதி மகிழ்ச்சி பாதி ஆச்சரியத்தோடு -

"அது என்னமோ பலராமய்யா! என்னால நம்ப முடியல்ல. அப்படீன்னா இவ்வளவு சொத்தை எப்பிடி சம்பாதிச்சாருன்னு சொல்ற?" ஆஸ்தியிருக்குறவன், ஒரே மகன், தன்னோட மருமகனாயிட்டா தன் மகள் அதிர்ஷ்டக்காரியாயிருவாங்குற ஆசைகளை வளர்த்துக் கொண்ட பெண் குழந்தைகளின் தந்தை அஞ்சய்யாவால் தன் ஆசைகளை மாய்த்துக்கொள்ள இயலவில்லை.

"கெட்டுப் பொழச்ச ரகம். நயா பைசாவை குப்ப மேட்டுல தூக்கி எறிஞ்சாலும் கண்ணுல ஒத்திக்கிட்டு எடுத்துக்குறவங்க."

"இதோ பாரு பலராமய்யா! எல்லாருமே உன்னைப்போல மூளையில்லாதவங்களா இருப்பாங்களா என்ன? உங்க அப்பா போறப்ப இருநூறு ஏக்கர் நல்லா வெளயிற பூமியெ உங்கிட்ட கொடுத்தாரு. இப்போ எவ்வளவு வச்சிருக்கேன்னு சொல்லு? எல்லாத்தையும் ஜாக்கிரதையா வச்சாத்தான் நிலைச்சிருக்கும். அதுல தப்புயிருக்குறதா எனக்குப் படல. சிக்கனமா செலவுகளை குறைச்சிகிட்டு பத்திரப்படுத்துறதுல என்ன தப்பு?" அஞ்சய்யா தன்னுடைய ஆசைகளுக்கு நீர் ஊற்றியபடியே கேட்டார்.

"தெரியாம பேசாதே. அந்த சாம்பைய்யா எப்படிப்பட்டவன்னு எங்களுக்குத்தான் தெரியும். மனைவியை விஷம் கொடுத்துச் சாகடிச்சான். அவங்க வீட்ல எதைத் திங்கிறாங்கன்னு தெரியுமா? நாத்தம்புடிச்ச பழைய சாதம். நம்ம வீட்லருக்குற வேலைக்காரங்ககூட வாங்கிக்க மாட்டாங்க. வம்ச மரியாதைகள், கௌரவமான பாரம்பரியம் இருக்குற எவனும் அந்த வீட்ல தன் பொண்ண கொடுக்க மாட்டான். அவன் சொத்துல இடிவிழ! யாருக்கு வேணும் சொத்து?" பலராமய்யாவால் வீசி எறியப்பட்ட வார்த்தைகள் அஞ்சய்யாவின் நெஞ்சில் ஈட்டியால் குத்தியது போல பட்டது.

"ச்சீ! ச்சீ! அப்படிப்பட்டவங்களோட நான் சம்பந்தம் பேசுவேனா? ஒரு பேச்சுக்கு கேட்டேனாக்கும். எங்க வம்சம், எங்க வீட்டு சமையல் எங்க சம்பந்தக்காரங்க எப்படிப்பட்டவங்குறதும் உனக்குத் தெரியாதா பலராமய்யா! எங்க பெரிய பொண்ணைக் கொடுத்தது ஜமீந்தார் வம்சத்துலதானே!" என்ற அஞ்சய்யா சுற்றிலுமுள்ளவர்களைப் பார்த்தபடியே விசிறியால் விசிறிக் கொள்ள யத்தனிக்க முகத்தில் அடித்துக் கொண்டார். எல்லோரும் தன்னை மெச்சிக் கொண்டதைப் போலவும், தன்னுடைய வம்சத்தைப் பற்றிப் பெருமையாய் நினைத்துக் கொண்டதைப் போலவும் நினைத்த அஞ்சைய்யா.

தனது இரண்டாவது மகள் துரதிர்ஷ்டத்தை நினைத்து மனத்திற்குள்ளேயே வருத்தப்பட்டார். அவ்வாறு பலவந்தமாக அஞ்சய்யாவால் தளரவிடப்பட்ட கயிற்றை நான்கைந்து பேர் கைப்பிடித்துக் கொண்டனர். ஆனால் எல்லோருக்கும் மத்தியில் மறுபடியும் சாம்பைய்யா மகன் வெங்கடபதியைக் குறித்து தெளிவாகக் கேட்டுத் தெரிந்துகொள்ளும் தைரியமில்லாமல் போயிற்று.

கல்யாணமெல்லாம் முடிந்து தங்கள் ஊருக்குச் செல்வதற்குமுன்னால் மறைமுகமாக நிலமையைத் தெள்ளத் தெளிவாகத் தெரிந்து கொண்டுதான் சென்றார்கள்.

அதில் பற்றுடைய ஆசாமி ஒருவர் - "சம்பந்தத்துக்கு என்ன? தங்கம்போல மனுஷங்க. அவங்க ஒத்துக்கிடணுமே!" என தன்னுடைய அபிப்பிராயத்தை வெளிப்படுத்தினார் கனகய்யாவிடம்.

"மெதுவாச்சொல்றய்யா! இதைவிட நல்ல சம்பந்தம் இந்த வட்டாரத்துலயே கெடைக்காதுன்னு நெனச்கிக்கோ! புது பாலத்துக்குப் பக்கத்துல - எது - அந்த ரோட்டுப் பக்கத்து நெலமெல்லாம் சாம்பைய்யாவுதுதான்! இன்னக்கி பூரா பார்த்துட்டேயிருந்தாலும் அப்பாவும் மகனும் காட்டுல குனிஞ்ச இடுப்பை நிமிர்த்தாம வேலை செய்வாங்க. அப்பாவும் மகனும் ஊர்ல ஒருத்தரோட வம்பு தும்புக்கும் போக மாட்டாங்க தெரியுமா?"

"பயகூட சூப்பர்தான்னு நெனக்கிறேன்."

"சூப்பரா? ரத்தினமாக்கும். தெருவுல நடக்குறப்ப குனிஞ்ச தலையை நிமிர்த்த மாட்டான்னா நம்பு! அவ்வளவு புத்திசாலிப் பய இந்த ஊர்லயே இல்ல. எந்தப் பொண்ணுக்குக் கொடுத்து வச்சிருக்கோ- வர்றவ அதிர்ஷ்டக்காரியாத்தான் இருக்கணும்."

"பின்னே ஏன் அந்த பலராமய்யா அப்பிடி ஔர்றான்."

"சொல்லுவான். சொல்லுவான். எதுக்கு சொல்லமாட்டான்? அவரு செஞ்ச நிர்வாகம் இன்னதாம்? மூடி போட்டு இருக்குறதாலெ நெறஞ்சிருக்குற மாதிரி தெரியுது. நாலு மகன்களும் பிரிச்சிக்கிட்டா ஆளுக்கு இருபது ஏக்கர்கூட தேறாது. இன்னும் கடைசிப் பொண்ணுக்கு கல்யாணம் செய்யணும்கூட." கனகய்யா குரலைத் தாழ்த்தி அங்குமிங்குமாய் கண்களை செலுத்திவிட்டு, "இதோ பாருய்யா, நாற்பதாயிரம் கடனிருக்கு அவருக்கு. எங்கயும் வெளிய விட்டுடாதே. எம்மேல விழுந்து அழுவான். அப்பிடின்னா - அந்தக் கணக்குல மிஞ்சுறது என்னன்னு நீயே சொல்லு. கடனைத் தீர்த்துட்டா வெறும் பதினைந்து ஏக்கரு. மனுஷன் அதெ நெனச்சி பார்த்துக்க மாட்டான். பேச்சை எடுத்துட்டா - "அந்த வெங்கய்யா எங்க வீட்ல வேல செஞ்சவன். இந்த சாம்பைய்யா புளிச்சுப்போன பழங்கஞ்சியை குடிக்கிறான். எங்க வம்சம், எங்க அந்தஸ்துன்னு பீத்திக்கிறாரு. இவரோட ரெண்டாவது பொண்ணோட சங்கதி என்னன்னு தெரியுமா?" - இதற்குள் வெளியிலிருந்து "கனகய்யா" என்று அழைக்கும் குரல் கேட்டதும்

திடுக்கிட்டான்! அந்த பெரிய மனிதரை அவசர அவசரமாக வெளியேற்றி அனுப்பிவிடத் துடித்தான். "அப்படீன்னா! இந்த சம்பந்தத்தை பேசிமுடிங்க."

"மொதல்ல உன்னால எவ்வளவு கொடுக்க முடியுங்குறதெ நிர்ணயம் செஞ்சிட்டு வந்து சொல்லு. அதுக்குப் பிறகு விவகாரத்தை நாம் பாத்துக்கறேன்."

"சரி, சரி, வர்ற வெள்ளிக்கிழமையன்னக்கி முடிவோட வரறேன். நீங்க ஊர்லதானே இருப்பீங்க?" என்றார் அந்த பெரிய மனிதர்.

"எதுக்காக நீங்க வர்றது? எனக்கு எப்பிடிப் பார்த்தாலும் பட்டணத்துல வேலையிருக்கு. போறப்ப அப்பிடியே உங்க ஊருக்கு வந்துட்டுப் போறேன். போற வழிதானே?" என்று கனகய்யா அவரை வழியனுப்பி வைத்தான்.

9

"வா! கனகய்யா வா! எப்ப வந்த ஊருக்கு?" அன்பாக வரவேற்றார் சாம்பைய்யா.

கனகய்யா சாம்பைய்யாவின் முன்கட்டு வராண்டாவில் தூண் பக்கமாகயிருந்த பலகையில் அமர்ந்து சற்றே ஆசுவாசப் படுத்திக் கொண்டான். எதிரே சாம்பைய்யா மரக்கட்டிலில் உட்கார்ந்து கொண்டு இரண்டு சுருட்டுகளைச் சுருட்டி, ஒன்றை கனகய்யாவிடம் தந்தார். கனகய்யாவின் கையிலிருந்த லெதர் பேக்கை பக்கத்தில் வைத்துவிட்டு சுருட்டு பற்ற வைத்துக் கொண்டான்.

சாம்பைய்யா பளபளக்கின்ற புது பேக்கை இமைக்காமல் பார்த்தபடி - "புதுசு வாங்கியிருக்காப்புல இருக்கே? எவ்வளவாச்சி?" என்று கேட்டார்.

"ஏழரை ரூபா!" கனகய்யா புருவங்களை உயர்த்திக் கர்வத்துடன் சொன்னான். "ஒனக்குகூட ஒன்று வாங்கியாறேன் - இந்தத் தடவை பட்டணத்துக்குப் போறப்ப" என்றவாறு சாம்பைய்யாவின் முகத்தைப் பார்த்தான்.

"எனக்கெதுக்குப்பா அவ்வளவு விலைகூடிய பெட்டிகளும் அந்த தோல்பைகளும்? உனக்குன்னா லேவாதேவிகள், காகிதங்கள், பத்திரங்களெல்லாம் கட்டுகட்டாயிருக்கும்! வச்சிக்க வேண்டியதுதான்! எங்கிட்ட என்ன இருக்கு அதுக்குள்ள பத்திரப்படுத்துறதுக்கு?" பையை வாங்கி திருப்பித் திருப்பிப் பார்த்தபடியே சொன்னார் சாம்பைய்யா.

கனகய்யா ஒரு தடவை தொண்டையை கணைத்துக்கொண்டு - "அதுசரி" என்பதைப் போல தலையாட்டினார்.

சாம்பைய்யா ஆழ்ந்து கவனித்தார் கனகய்யாவை.

இருபது வருஷத்துக்கு முன்னால அங்கவஸ்திரத்துல காகிதங்களை சுருட்டியபடி அலைந்த கனகய்யா, பத்து வருஷங்களுக்கு முன்னால சணல்

பையிலடிச்சி வச்சிக்கிட்டிருந்த கனகய்யா, இன்னக்கி ஏழரை ரூபாயில தோல்பையை வாங்கிகிட்டு அலைஞ்சிட்டு இருக்கான். ஒல்லியா, எலும்பும் தோலுமா, திங்கிறதுக்கில்லாமெ நாயா பேயா அலைஞ்சிகிட்டிருந்த கனகய்யாவோட உருவத்துலயும், அந்தஸ்துலயும் கூட ரொம்ப மாற்றம் வந்துடிச்சி.

கால்வாய்க்கரை ஓரமா பத்து ஏக்கர் நிலம் வாங்கியிருக்கான். வீட்டை ரிப்பேர் பண்ணி இன்னொரு நாலாயிரத்தப் போட்டு எடுத்துக் கட்டியிருக்கான். சேக்ஷாவதாரம் மில்லுல நாலணா கமிஷன் வாங்கி சம்பாதிச்சான், பொம்பளப் புள்ளங்களுக்கெல்லாம் கல்யாணத்தை பண்ணி வச்சி மாமியார் வீட்டுக்கு அனுப்பியாச்சி. மீதமிருக்குறது ஒரே பையன். அவனும் பட்டணத்துல பி.ஏ. பாஸாகி ‘லா’ படிச்சிட்டிருக்கான். ஒல்லியாயிருந்த கனகய்யா ஒடம்பு பெருத்துட்டான். வெறப்பா அக்கம் பக்கத்துக்காரங்க கிட்ட நடந்துகிறான். இருந்தாலும் அவனுடைய தொழில், முறை, தோரணை மாறவேயில்லே.

சாம்பைய்யாவிடம் வெளியே தெரியும்படியாக எந்த மாற்றமும் அவ்வளவாக ஒன்றுமே இல்லை எனலாம். அந்த லேசான காவி உடைகளையே அணிகிறார். அவரைச் சுற்றி எத்தனையோ மாற்றங்கள். ஆனால் சாம்பைய்யா மாறவில்லை. சாம்பைய்யா கனகய்யாவோட தொடர்பு மாறவில்லை. அவர்களுடைய மனநிலைகள் இரும்பை உருக்கி அச்சில் வார்த்ததுபோல அப்படியே இருந்து கொண்டிருக்கின்றன இன்றைய நாள் வரை.

கனகய்யா சுருட்டைத் தூர எறிந்துவிட்டு, “சாம்பைய்யா! ஒரு நல்ல சம்பந்தம் வந்திருக்கய்யா!” என்றான்.

சாம்பைய்யா கேட்டும் கேட்காததுபோல சிறிது நேரம் இருந்தபின் - “அவ்வளவு அவசரம் என்ன வந்தது இப்போ?” என்றார்.

“பலே ஆளுதாய்யா! நீ! அந்தந்த நேரம் பார்த்து விதைக்கலேன்னா முளையெடுக்குமா?”

“இப்போ என்ன வயசாயிடுச்சி அவனுக்கு? இன்னும் இருபதுகூட தாண்டல்லே.”

“உன் பையனுக்கில்லையா சம்பந்தம்! உனக்கு! உனக்கு!”

“எனக்கா? கல்யாணமா?” சாம்பைய்யா வாயை அகல விரித்த நிலையில் கனகய்யாவின் கண்களைக் கவனித்தார்.

“உனக்கென்ன குறைச்சல்ய்யா?”

“அதில்ல! இப்ப எதுக்கு கல்யாணம்னு?”

“இப்பயில்லேன்னா சஷ்டியப்தப் பூர்த்தியானதுக்குப் பிறகு செஞ்சிக்கப் போறியா?”

"அப்படின்னா, இப்ப என் வயசு எவ்வளவுன்னு நெனக்கிறே?"

"வயசு எவ்வளவு இருந்தா என்ன? இளைஞனாட்டந்தான் இருக்கே! எழுபது எம்பது ஏக்கர்களுக்கு சொந்தக்கார ஆசாமி. கல்லுபோல இருக்குற மனுஷனாக்கும்."

கனகய்யாவின் வார்த்தைகள் சாம்பைய்யாவின் மூளையில் பிரவேசித்து எங்கு பதியவேண்டுமோ அங்கு பதிந்துவிட்டது.

யோசிக்கத் தொடங்கினார்.

துர்கம்மை நினைவில் நின்றாள். கிழவியின் ஆதரவில் மகனை வளர்த்த நாட்கள் கண்ணுக்குள் நிழலாடின. கிழவியின் மகள் சுப்பம்மா மனதில் நின்றாள். அவள் பார்த்த பார்வை. தோற்றம், கம்பீரம்! ஆனால் அவள் தலையில விழ, எப்பிடி திட்டிட்டுப் போனா?"

"என்ன சாம்பைய்யா யோசனை?"

"எனக்கு ஐம்பதுகூட ஆகல்லேன்னு நெனக்கிறேன்" விரல்களை மடித்தும் நீட்டியும் கணக்குப் போட்டுச் சொன்னார் சாம்பைய்யா. "ச்சே! ச்சே! யாருய்யா அப்பிடி சொல்லப் போறாங்க? உன்னை பார்த்தா நாற்பது நாற்பத்தைஞ்சி கூட இருக்காதுன்னு நிர்ணயிச்சிக்கிடலாம்யா."

"அதுதாய்யா! ஐம்பதுக்குள்ள இருக்கும்னு சொன்னேனில்லே?"

"அவ்வளவுதான்! அவ்வளவுதான்! அதுக்குள்ளதானிருக்கும்! அது எவ்வளவாவது இருந்துட்டுப் போகட்டும் கனகய்யா! கல்யாண வயசுல மகனெ வச்சிக்கிட்டு நான் மறுபடியும் கல்யாணம் பண்ணிக்கிறது நல்லாவாயிருக்கும்?" சாம்பைய்யா வழிக்கு வந்தார்.

"அதுதாய்யா நானும் யோசிக்கிறேன். வெங்கடபதிக்கு கல்யாணம் பண்றதுக்கு முன்னாடியே நீ கல்யாணம் செஞ்சுக்கணும்."

"என்னமோ போ கனகய்யா! இப்ப எதுக்கு கல்யாணம்?"

"எவ்வளவு காலந்தாய்யா இப்பிடித் தனியாயிருப்பே? மனைவி செத்துப்போன நாட்கள்ல பணக்கஷ்டத்துல மாட்டிக்கிட்டு வேண்டாம்னு சொன்னே நினைவிருக்கா? ஏழெட்டு வருஷம் கழிச்சி ஒரு தடவை வந்து கேட்டா வெங்கடபதியை யாரு கவனிக்கிறதுன்னு தட்டி கழிச்சிட்டே. அவனுக்கு சொத்து பத்துல கொறஞ்சிடுமோன்னு பயந்து கல்யாணப் பேச்சையே எடுக்க விடல்லே. இப்போ உனக்கென்னய்யா? நாலு பேருக்கு பங்கு பிரிச்சாலும் குறையாது. நல்லாத்தானே சம்பாதிச்சி வச்சிருக்கே!"

"இந்த வயசுலயும் புள்ளைங்க பொறப்பாங்கன்னு சொல்றயா?" மெல்ல மெல்ல கனகய்யாவிடம் பிரம்மாஸ்திரத்தை வீசினார் சாம்பைய்யா.

கனகய்யாவின் நிலை விளாங்காயைக் கடித்துத் தின்ன தொண்டையில் சிக்கிக் கொண்டது போல இருந்தது.

சாம்பைய்யா அந்தக் கேள்வியை நன்றாக ஆலோசித்தபின்தான் கேட்டிருந்தார். அந்தக் கேள்விக்கு தான் கூறும் பதிலிலிருந்துதான் சாம்பைய்யா கல்யாணம் செய்துகொள்ள சம்மதிப்பதும், மறுப்பதும் என்பதை கனகய்யா நன்றாகவே தெரிந்துகொண்டான்.

மனைவி மறைந்த நாட்களில் சொத்து சேகரிக்க வேண்டுமென்ற ஆர்வத்துடன் இருந்ததால் கல்யாணம் செய்துகொள்ளும் சந்தர்ப்பம் ஏற்பட்டதுண்டு. இரண்டாம் மனைவிக்கு குழந்தைகள் பிறந்தால் சொத்து பங்கு போட வேண்டிய நிலை ஏற்பட்டுவிடுமென்ற உத்தேசத்தில் "எனக்கெதுக்கய்யா கல்யாணம்?" என்று கூறி ஒதுக்கிவிட்டார். தன்னால் சம்பாதிக்கப்பட்ட பூமி இம்மியளவும் சிதறவிடக்கூடாது. அதற்கு வெங்கடபதி ஒருவன் மட்டுமே வாரிசுக்காரனாக இருக்கவேண்டும். ஊரிலுள்ள அனைவரைக் காட்டிலும், அந்த பத்ரய்யாவுடைய பேரன்மார்களை விட தன்னுடைய மகன் செல்வந்தனாகத் திகழவேண்டும். இந்த கோரிக்கையுடன் சாம்பைய்யா இல்லற வாழ்க்கையை அறவே வெறுத்து வந்த விஷயம் கனகய்யாவுக்கு தெரிந்ததுதான்.

சாம்பைய்யாவின் கேள்விக்குரிய பதிலைத் தேடிப்பிடித்த கனகய்யா கையைத் தட்டி நக்கலாகச் சிரித்தான்.

"எப்போதோ, நூத்துல ஒண்ணு அப்பிடி ஆகலாம்."

"அப்படீன்னா ஐம்பது வயசுக்காரனுக்கு நெஜமாகவே குழந்தைங்க பொறக்குற வாய்ப்பே இல்லேங்குறியா?" கேட்டார் சாம்பைய்யா.

"ரெண்டாவது மனைவிகிட்டே கட்டுப்பாடா நடந்துக்கிடாதவங்கள பத்தி நமக்கெதுக்கு பேச்சு சாம்பைய்யா! எம் பேச்சை கேளு! நல்ல பொண்ணு! எல்லா வேலையும் இழுத்துப் போட்டு செய்யக் கூடியவ. உனக்கு செலவுகூட அவ்வளவா பிடிக்காது. ஊம்னு சொன்னா நாளைக்கே முகூர்த்தத்தை ஏற்பாடு பண்ணிடலாம்."

"நாலுநாள் பொறுத்துக்க மாட்டியா?" யோசித்துச் சொன்னார் சாம்பைய்யா.

"நான் பொறுத்துக்குவேன்யா! அங்கிட்டிருக்குறவங்க கேட்கணுமே? வளர்ந்து நிக்கிற புள்ளெ. ஏதோ நெலமை சரியில்லாததுனால ரெண்டாம் கல்யாணத்தையாவது செஞ்சி பாரத்தெ எறக்கி வச்சிடணுமுன்னு நெனக்கிறாங்க. இப்பவே தெளிவா சொல்லிடு. நாளக்கி அவங்ககிட்ட என்ன சொல்லணுமுன்னு. இல்லேன்னா இன்னொரு சம்பந்தத்தை பார்த்துக்கிடறேன்."

"முகூர்த்தம் நிச்சயம் பண்ற வரைக்கும் ஓ மனசுக்குள்ளயே வச்சிக்கிடணும். நம்ம ஊர்லருக்குற ரெண்டாவது மனுஷனுக்குத் தெரியக்கூடாது. ஆமா இத்தனைக்கும் அந்தப் பொண்ணு எந்த ஊரு?"

"கங்குபாரும். அஞ்சிபேரு பொம்பள புள்ளைங்க. இந்த புள்ளெ மூணாவது. தகப்பன் மரியாதை தெரிஞ்சவன்."

"சரி, ஏதாவது கோயில்ல கல்யாணம் நடந்தா போதும்னு நெனக்கிறேன்."

"உன் இஷ்டம், அவங்களுக்கென்ன இதுல நஷ்டம். பின்னே நான் வரட்டுமா!" என்றபடி லெதர்பேக்கை எடுத்துக்கொண்டு இரண்டு படிகள் இறங்கிய கனகய்யா மறுபடியும் பின்னால் திரும்பி வந்தான்.

"மறந்தே போயிட்டேன்! பெரிய அளவுல தானியத்தை கொள்முதல் செய்றேன். ஒரு ரெண்டு கொடுக்க முடியுமா? ஒரு வாரந்தான் கெடு. ஒரு நாள்கூட தாமசம் செய்யாம திருப்பித் தந்துடுவேன்."

"ரெண்டு... ரெண்டாயிரமா?'' சாம்பைய்யாவின் முகம் பேயறைந்தாற் போலவாயிற்று.

"பின்னே இருநூறுன்னு நெனச்சியா? இன்னும் கனகய்யா நூறுலேயே இருக்கான்னு நெனச்சியா? இந்த வருஷம் எங்க மில் மூலமா அரை லட்சத்துக்கு குத்து மதிப்பா கொள்முதல் செய்யப் போறோம். தெரியுமா? எனக்கு பஸ்ஸுக்கு நேரமாகுது. சீக்கிரமா சொல்லு. சும்மா தரவேணாம். வேணுமுன்னா வட்டி வாங்கிக்கோ!"

சாம்பைய்யா மறுபேச்சு பேசாமல் உள்ளே சென்று இரண்டாயிரம் கொண்டு வந்து கனகய்யாவிடம் தந்துவிட்டு - "வட்டி பாழாப்போனது ஒன்னும் வேண்டாம். நாலு நாளைக்குள்ளத் திருப்பித் தந்துடு. வாரம் வரைக்கும் இழுத்தடிக்காதே!"

தோல் பையில் நோட்டுக்கட்டுகளைத் திணித்துக்கொண்டு மடமடவென படிகளில் இறங்கிச் செல்கின்ற கனகய்யாவை உத்தேசித்து சாம்பைய்யா சொன்னார் -

"இதோ பாரு! இந்த சங்கதி வெளிய எங்கேயும் பரவக்கூடாது"

"பணத்தைப் பத்தியா?"

"இல்லே, அதுதா - அந்த சங்கதி!"

"ஆகட்டும் - அப்படியே! அப்படியே! ஈகுஞ்சிக்கும் தெரியவிடமாட்டேன்!" என்று திமிராகப் பதில் சொல்லிக்கொண்டே தெருவில் இறங்கி பஸ் ஸ்டாண்டை நோக்கி வேகவேகமாக நடந்தான் கனகய்யா.

காலம்பறவே வர்றேன்னு சொன்ன கனகய்யா மூணு நாளாகியும் வரவில்லை. சாம்பைய்யாவுக்கு இருப்பு கொள்ளமுடியவில்லை. கனகய்யா வந்து சென்றதிலிருந்து சாம்பைய்யாவின் மனம் வசத்தில் இல்லை. வரப்போகின்ற மனைவியின் வடிவத்தை தெளிவாக ஊகிக்க முடியாவிட்டாலும் வயசுப் பெண்ணின் தோற்றம் கற்பனையில் கண்முன் நிழலாடியது. காட்டிற்குச்

சென்றாலும் அதே நினைவு. பெண் கூலிக்காரர்களை கூர்ந்து கண்ணிமைக்காமல் பார்க்கத் தொடங்கினார். இத்தனை நாட்களாய் கூலிக்காரர்கள் செய்கின்ற வேலையில் மட்டுமே கண்ணும் கருத்துமாக நடந்துகொண்ட சாம்பைய்யாவின் கண்களில் பெண்களின் இடுப்பு, நடையிலுள்ள ஒய்யாரம், வளைவு சுழிவுகள் தென்பட ஆரம்பித்தன.

ராத்திரி சாப்பிட்டதும் படுத்ததுமே அயர்ந்து உறங்கிவிடும் சாம்பைய்யாவின் இமைகள் மூட மறுத்தன. துர்கம்மை - சுப்பம்மா - ரெண்டாவது மனைவி. அவரை உரசிக்கொண்டு நிற்பதுபோலத் தோன்றியது. வயலுக்குச் செல்ல விழைகையில் சாம்பைய்யா- "முண்டைப்பய, ஆளு கண்ணுலயெ காணோமே" என நினைத்துக் கொண்டிருக்கும் அதே சமயத்தில் கனகய்யா வருகை தென்பட்டது. சாம்பைய்யாவின் இதயம் படபடவென அடித்துக்கொள்ள, நரம்புகள் புடைத்தெழுந்தன.

"முந்தாநாளே வர்றேன்னு சொன்னேயில்ல? இப்ப வந்திருக்கே?" கட்டிலின் மேல் காலை மடித்து உட்கார்ந்தபடியே சொன்னார் சாம்பைய்யா.

"ஓ வேலயாதான்! எனக்கு ரெண்டு நாள் வேஸ்ட்!" எதிரே பலகையில் அமர்ந்தபடியே சொன்னான் கனகய்யா.

"வேஸ்டா? என்னய்யா அது?"

"அதுதாய்யா! விருதா என்று அர்த்தம்"

"எப்பிடியெப்பிடி? பட்டணத்துல அலையறதால இங்கிலீசு வார்த்தைகளைக் கூட கத்துக்கிட்டேன்னு சொல்லு?"

"இங்கிலீசு வார்த்தைகளை விடுய்யா. நாளை அமாவாசை போனதும் வர்ற புதன்கிழமைக்கு முகூர்த்தம். கல்யாணம் கோபாலசுவாமி கோயில்ல. எல்லாத்தையும் செட்டில் பண்ணிட்டேன். இனி உன்னோட தாமதம்தான்" என்றான் கனகய்யா.

சாம்பைய்யாவின் கண்கள் மிளிர்ந்தன. உத்வேகத்தை அடக்கி வைத்துக்கொண்டு "எல்லாத்தையும் உம்மேல வச்சிட்டேனில்லே! கனமோ, லேசோ நீதான் சொமக்கணும்! நீ சொன்னதுனாலதான் சம்மதிச்சேன். அவ்வளவுதான்! ஆமா!" என்றார்.

"நாளைக்கே நெலத்தை ரிஜிஸ்ட்ரேஷன் செஞ்சிட்டு நீ அப்பிடி உட்கார்ந்திரு! மத்த கல்யாண ஏற்பாட்டையெல்லாம் நான் பார்த்துக்கறேன்."

"என்ன நெலம், என்ன ரிஜிஸ்ட்ரேஷன்?" சாம்பைய்யா அதிர்ச்சியுடன் கேட்டார்.

"என்ன நெலமா? பொண்ணு பேர்ல அஞ்சு ஏக்கர் எழுதித் தாரேன்னு ஒத்துகிட்டமில்ல?"

“என்ன கனகய்யா நீ பேசுறது? நான் நெலத்தை எழுதித் தாரேன்னு எப்ப சொன்னேன்?”

“அன்னக்கே சொன்னேனில்லையா? அஞ்சு ஏக்கர் நெலத்தை எழுதித் தராம உனக்கு அவங்க புள்ளய எப்பிடித் தருவாங்கன்னு நெனச்சே?”

“இதோ பாரு கனகய்யா, இப்பிடி தப்புப் பேச்சி பேசுறதுதான் எனக்கு எரிச்சலெ ஏற்படுத்துது! நீ அந்தப் பேச்சை எங்கிட்ட சொல்லலியே?”

“சொன்னேன்னு நெனச்சிட்டேன்? அந்த மில்லு பரபரப்புல இருந்தேனா? மறந்துட்டேன்னு தெரியுது.”

“அப்பிடி வா வழிக்கி. எங்கிட்ட சொல்லாததெ சொன்னேன்னு சொன்னா எப்பிடியிருக்கும்ங்குறத நீயே சொல்லுய்யா” சாம்பைய்யா சற்றே இறங்கி வந்து பேசினார்.

“அப்படின்னா இப்ப சொல்றேன் கேட்டுக்கோய்யா! பொண்ணு பேருல அஞ்சு ஏக்கர் நஞ்சையை எழுதி வைக்கணும். கல்யாணச் செலவு பூராத்தையும் நீதான் செஞ்சுக்கணும்.”

“நமக்கு கட்டணம், காணிக்கைகள் வரவேண்டியதுக்குப் பதிலு நாம தரணுமா? என்ன சம்பந்தத்தெ பிடிச்சிட்டு வந்தய்யா சம்பந்தம்?” “என்ன! வரதட்சணை கொடுப்பாங்க வரதட்சணை! அப்படிக் கொடுக்க முடிஞ்சவங்களாயிருந்தா ரெண்டாங் கல்யாணம், வயசானவனுக்குக் கொடுப்பாங்களா? கல்யாணம் நடக்கணுமுன்னா அஞ்சு ஏக்கர் நஞ்சையாவது எழுதித் தந்துடுறதுதான் சரி.”

“கல்யாணச் செலவு வேணா ஏத்துக்கிடுறேன். ஆனா செண்டு நெலம்கூட எழுதித் தரமாட்டேன்.” கனகச்சிதமாக சொல்லிவிட்டார் சாம்பைய்யா.

“நாளைக்கே நீ ஊம்ன்னு போயிட்டேயின்னா அந்தப் பொண்ணோட கதி என்ன வாகுறது? அதுக்கு பதில் சொல்லு! இவ்வளவு கருமித்தனம் நல்லதுக்கில்லையா! நல்லா யோசிச்சிக்கோ சாம்பைய்யா!”

“இதுல யோசிக்கிறதுக்கு ஒண்ணுமேயில்ல. சாவப் பத்தி பேசறியா - எங்க துர்கா போகல்லியா? அவளே எனக்கு முன்னால போயிடலாம்லே?”

“அப்படீன்னா நான் சொல்றதுக்கு ஒண்ணுமேயில்ல. அவங்களெ இன்னொரு சம்பந்தம் பாத்துக்கச் சொல்லிடுறேன்” என்றவாறு கனகய்யா எழுந்து நின்றான்.

“பொண்ணோட தகப்பன்கிட்டச் சொல்லி ஒத்துக்க வைக்க முடியாதா? சாகுற வரைக்கும் அவ வாழ்க்கைக்கு கொறை வைக்காமெ பாத்துக்கிடுறேன். கல்யாணமான மறுநாள்லருந்து அந்தப் பொண்ணோட பாத்யதை என்னோடது

தானய்யா? எம் மனைவி நல்லது கெட்டது நாம் பார்த்துக்க மாட்டேனா? துர்கம்மையை பூவுல வச்சி பூஜிச்சேன். அவளுக்கு என்ன கொற வச்சேன்?”

“என்ன கொற வச்சியா? இத்தூணுண்டு விஷத்தெ குடிக்க வெச்சே. உன்னை நம்பி யாருய்யா பொண்ண கொடுப்பாங்க? கொடுத்தா அவ கழுத்தை அறுத்தாப்புலதான். மொதல்லயே நீ நெலத்தை எழுதித் தரலேன்னா உன்னைப்போல துர்பாக்கியவானுக்கு பொண்ண கொடுக்கமாட்டாங்க.”

படிகளில் இறங்கி சென்று கொண்டே சொன்னான் கனகய்யா. இந்த சொற்களை. அதனால்தான் பிழைத்துப் போனான்.

ஒரு நாள் காட்டிலிருந்து வந்துகொண்டிருந்த வெங்கடபதியை வேண்டுமென்றே வம்புக்கிழுத்தான் கனகய்யா.

“என்ன வெங்கடபதி! கல்யாண வயசுலருக்குற உன்னை வீட்ல வச்சுகிட்டு உங்க நயினா மறுபடியும் கல்யாணம் பண்ணிக்கப் போறானாமில்ல?”

வெங்கடபதி தலையைத் தூக்கி கனகய்யாவை குழப்பத்துடன் பார்த்தான்.

தன்னோட அப்பாவாவது கல்யாணம் பண்ணிக்குறதாவது?

“கெழவனுக்கு என்ன வந்ததுடா அவசரம்?”

“அதெல்லாமில்ல? யாரு சொன்னாங்க?” வெங்கடபதி நின்று கேட்டான்.

“நீ வெறும் வெகுளிடா. உங்க நயினா உனக்கு அநியாயம் செஞ்சிட்டிருக்கான்”

“எங்க அப்பா அப்படிப்பட்ட ஆளு இல்ல. புடிக்காதவங்க யாரோ உங்ககிட்ட அப்பிடி சொல்லியிருக்கலாம்.”

“சரி! அப்பிடியிருந்தா நல்லதுதானே! அப்பா மகன் நடுவுல எங்களுக்கென்ன வந்தது? கெழவன்... வயசானப் பொறகு - மறுபடியும் இப்படிப்பட்ட செயல்ல தலையிட்டான்னு தெரிஞ்சி...” என்று சொல்லி கனகய்யா குடையை சுழற்றிக்கொண்டே சென்றுவிட்டார்.

வெங்கடபதி வீட்டிற்கு வந்தவன் கொட்டிலில் மாடுகளுக்குத் தீனி போட்டுக் கொண்டிருந்த தந்தையைப் பார்த்தான். ஏதோ கேட்க வேண்டுமென்று துடித்தது மனம். வாய் மறுத்தது. தான்தான் ஏதோ தப்பு செய்தவன்போல மாட்டுக் கொட்டிலிலிருந்து திரும்பி வீட்டிற்குள் வந்தான்.

சாம்பைய்யா மகனின் பின்னாலேயே வீட்டிற்குள் வந்து - “என்னடா! அப்பிடியிருக்கே?” என்று கேட்டார்.

“ஒண்ணுமில்ல.”

“பின்னே எதுக்காக இப்பிடியிருக்கியாம்?”

“எப்பிடி இருக்கேன்?”

சாம்பையய்யாவிற்கு மகனின் தோரணை புரியவில்லை. பேச்சை மாற்றி "சோளத் தட்டையெல்லாம் ஒழுங்கா கட்டி அடுக்கி வச்சாச்சா?" என்றார்.

"ஆமா! இன்னும் கொறையிருக்கு. நாளக்கி மதியம்வரை வேலெ செஞ்சா சரியாயிடும்."

"எத்தனை பேரு கூலிக்காரங்களை அமர்த்தியிருக்க?"

"நாலு பேரு. ரெண்டு பேரை தட்டாம்பயிறை பறிக்கச் சொல்லி அனுப்பி வெச்சேன். அதுனாலதான் இந்த வேலை முடியல்லே."

"சரி, குளிச்சிட்டு சாப்புடு. முடி ரொம்ப வளந்துடிச்சி. நாளைக்கி முடியவெட்டி எண்ணெய் தேய்ச்சிக் குளிச்சிக்கோ. அம்பட்டையனை கூப்பிட்டுட்டு வர்றேன்."

வெங்கடபதிக்கு அழுகை அழுகையாக வந்தது. தன்மேல் அத்தகைய அன்பு பாராட்டுற தந்தையைப் பற்றி அப்படிப் பேசிய பலராமய்யாவின்மீது வெறுப்பும் கோபமும் ஏற்பட்டது.

ஒரு மாதம் சென்றிருக்கும். கனகய்யா இரண்டாயிரம் ரூபாயைக் கொண்டு வந்து சாம்பையய்யாவின் கையில் தந்துவிட்டு "தாமசமாயிடுச்சி" என்றான்.

"வாரம்னு சொன்ன பெரிய மனுசன் நீ ஒரு மாசத்துக்குப் பின்னால கொண்டாந்து தர்றே?" முகத்தை சிலுப்பிக் கொண்டு சொன்னார் சாம்பையய்யா.

"இந்தா வட்டி! சும்மா ஒண்ணும் வச்சிக்கிடலே!" என்று சொல்லி கணக்குப் பார்த்துத் தந்தான் கனகய்யா இருபது ரூபாயை.

சாதாரணமாக கனகய்யா எந்த சமயத்திலும் வட்டி தருபவனல்ல. அவர்களிருவரிடையே கல்யாண விவகாரம் சம்பந்தங்கள் சர்ச்சைகளாகிவிட்டதால் சாம்பையய்யாவை சமாளிக்கும் உத்தேசத்தில் வட்டிப் பணத்தையும் தந்தான்.

"எதுக்குய்யா இந்த வட்டி கிட்டியெல்லாம்?" என்று கூறும் சாம்பையய்யா பணத்தை வாங்கிக் கணக்குப் பார்த்துவிட்டு, உள்ளே சென்று இரும்புப் பெட்டியில் பத்திரப்படுத்தி வைத்துவிட்டு வந்தார்.

"அந்த கங்குபாளெம் பொண்ணுக்குக் கல்யாணமாயிடிச்சித் தெரியுமா?" என்றான் கனகய்யா. சாம்பையய்யா அதை எப்படிப் புரிந்துகொள்கிறார் என்பதைத் தெரிந்துகொள்வதற்காகவே வார்த்தைகளை விட்டான்.

"கல்யாணமாவது காட்சியாவது. இந்த வயசுல எனக்கு கல்யாணம் கேட்டதா? நீதான் எனக்குள்ள வெறியெ ஏத்தி வச்சே! ஏதோ வாய் தவறி பேச்சை விட்டுட்டேன். அப்படி நடக்காம போனதுதான் நல்லதுய்யா! எம் மனைவி செத்து இருபது வருஷமாச்சி. மறுகல்யாணம் பண்ணிக்கிற உத்தேசமே இதுநாள் வரைக்கும் வந்ததில்லே. இப்பப் போயி எதுக்குய்யா எனக்கு கல்யாணம்?

“சாம்பைய்யா நெஜமா சொல்றேன் கேளு” என்று நெருங்கி வந்து குரலைச் சுருக்கி ‘‘அந்தக் கல்யாணம் நடக்காம போனது நல்லதுக்குத்தான். அந்த சுந்தர ராமய்யாவோட ரெண்டாவது மனைவி சங்கதி கேட்டியா?” என்றான்.

சாம்பைய்யா உற்சாகத்துடன் முன்னால் குனிந்து - “அப்பய்யாவோட சுந்தரராமய்யாதானா? என்ன ஆச்சி?” என்றார் மெல்லிய குரலில் “முதல் மனைவிக்கு இருபத்தஞ்சு வயசு பையன் இருக்கானில்ல! அவனுக்கும் ரெண்டாவது மனைவிக்கும் சம்பந்தம் இருக்காம். அவனுக்குப் பொறந்தவன்தானாம் சுந்தரராமைய்யாவோட ரெண்டாவது மனைவி மகன்!”

“கோரமான கலிகாலம்? ச்சீ! ச்சீ!” என்றபடி சாம்பைய்யா தீவிரமாக சிந்திக்கத் தொடங்கினார். தன் காதுகளில் விழுந்த செய்தியைவிட பலமடங்கு கற்பனையில் காட்சிகளை சித்தரித்த அவர் உள்ளம் பெருமூச்சொன்றை வெளியிட்டது.

“அப்புறம், நான் வர்றேன்!” கனகய்யா பேக்கை எடுத்துக்கொண்டு எழுந்தான். வட்டிப் பணத்தை ருசிகண்ட சாம்பைய்யா ‘‘ஏதாவது அவசரம்னா தயங்காதே. வாங்கிட்டுப் போ” என்றார்.

சாம்பைய்யாவிடம் பறிபோன தன்மானத்தை மீண்டும் சம்பாதித்துக் கொண்டதற்காக சந்தோசப்பட்டான் கனகய்யா.

சென்று கொண்டிருந்த கனகய்யாவை நிறுத்தி தன் மனதிற்குள் போராடிக் கொண்டிருந்த விஷயத்தை வெளிப்படுத்தினார் சாம்பைய்யா “எங்க வெங்கடபதிக்கு இந்த வருஷம் கல்யாணம் செய்யணும்னு நெனக்கிறேன்.”

“சுபம் உண்டாகட்டும் சீக்கிரமே! சம்பந்தம் பாக்கச் சொல்றியா?”

“பின்னே உங்கிட்ட சொல்றது எதுக்காம்?”

கனகய்யா கக்கத்திலடித்தபடி சென்றுவிட்டான்.

10

வெங்கடபதிக்கு இருபத்தைந்து வயது சென்றிருந்தது. மனுசன் சதைப்பிடிப்புடன் கொழுகொழுவென காணப்பட்டான். மனுஷன் பக்கத்தில் சென்றாலே ஒருவிதமான வியர்வை நாற்றம் வெளிப்படும்! அவனருகில் நீண்ட நேரம் நின்றிருந்தால் தலை சுத்துவது போன்றிருக்கும். எப்போதும் ஏதாவது வேலையில் மூழ்கிக் கிடப்பான். விவசாயத்தில் தகப்பனை விஞ்சியவனாக இருந்தான். நாலு பேர் வேலையை ஒருவனே செய்வான். நிறைந்த நெல் மூட்டையை அலாக்காகத் தூக்கி வண்டியின் மேல் வீசி எறிவான். முகமும், உடம்பும் எப்போதும் எண்ணெய்ப் பிசுக்குடன் காணப்படும். சாம்பைய்யாவின் லட்சணங்களை மகன் வெங்கடபதிக்கு பெரும்பாலும் தாரை வார்த்து தந்திருந்தார். போனது வந்தது பற்றி ஒன்றுமே தெரியாது. தந்தை ஆயிரம் கண்களால் கண்காணித்துக் கொண்டிருந்ததால் அவனுக்கு வருமானத்தைப் பற்றிய சங்கதிகளில் அவ்வளவாக சிரத்தை காட்டுவதில்லை.

சாம்பைய்யா தொழுவத்தில் முந்தா நாள் வரை காளைக் கன்று என்று கூப்பிட்டதை இப்போது எருது என்கிறார். பசுவின் கன்று காலம் செல்லச்செல்ல காளையாகி பின்னர் தனக்குத் தெரியாமலேயே எருது ஆகிவிட்டது.

வெங்கடபதி அதே வயதில் இருந்தான். கொளு கொழுவென்றிருக்கும் காளைக் கன்று முட்டித் துரத்தும் எருதாக மாறிப் போய்விட்டதுபோல இருந்தான்.

வெங்கடபதி வீதியில் சென்று கொண்டிருக்கும்போது ஊர் சாவடியில் உட்கார்ந்திருக்கும் பெருசுகள் வாய்க்கு வந்தபடி பேசுவார்கள்

“சாம்பைய்யா இனி மகனுக்கு கல்யாணம் செய்யமாட்டான்னு நெனக்கிறேன்”

“எதுக்கு செய்யமாட்டான். பார்த்துட்டேயிரு. லட்சங்களை அடிக்கணும்னு நெனக்கிறான்.”

“இருபதாயிரம் ரொக்கம் தர்றேன்னு வந்தா அறுபதாயிரம் கேட்டானாம் சாம்பைய்யா.”

"ஆமாமாம். நல்லாவே குடுப்பாங்க. இன்னும் ரெண்டு வருஷம் போயிட்டா இவந்தான் அவங்களுக்குத் தரவேண்டி வந்துடும்."

"வெண்டைக்கா முத்துனாலும் பிரம்மச்சாரி முத்தினாலும் லாபம் இல்லே!"

"கொஞ்ச நாளக்கி முன்னாடி எங்க மாமியா ஊர்லயே நல்ல சம்பந்தம் கூடிவந்தது. ஏழு ஏக்கர் நெலம், நகை நட்டுன்னு நல்லா செய்றவங்கதான்! சாம்பைய்யா பத்து ஏக்கராவது கொடுக்கலேன்னா லாபமில்லேன்னு சொல்லி நல்ல சம்பந்தத்தை ஒதுக்கித் தள்ளிட்டான்."

"அந்த சாம்பைய்யா என்ன மனுஷன்யா! மகனை அச்சு அசலு பீமசேனனாட்டம் அலைய விட்டுட்டு, ரூபாக்களையும் அணாக்களையும் எண்ணிகிட்டு உக்காந்து கெடக்கறான்."

"வெங்கடபதி நல்லவந்தாய்யா! ரொம்ப அப்பாவி."

"அதுக்குத்தான் அப்பன்காரன் ஆட்டம் செல்லுபடியாகுது. மத்தவனாயிருந்தா சாம்பைய்யாவை வாயைத் திறக்கவிடுவானா?"

"அவனுக்கும் இருபத்தைஞ்சு வயசு ஏறி நிக்குது. ஆனாலும் தகப்பங்காரன் முன்னால பூனையாட்டமில்ல பதுங்கிக் கெடக்கான்."

"அதென்ன அப்பிடிச் சொல்லிட்டே. மகன் அப்பாவுக்கு அடங்கி இருக்குறது நல்லதுதானேய்யா? மொதல்ல அந்த சாம்பைய்யாவுக்கு இருக்கணும் புத்தி! மகனோட நல்லது கெட்டதை கவனிக்க வேண்டிய பாத்யதை அவரோடதில்லையா? அந்தந்தக் காலத்துல நடக்கவேண்டியது நடந்திடணும். வந்த நல்ல சம்பந்தங்களையெல்லாம் பேராசையினால விட்டுட்டாரு. முப்பது வயசு வர்ற வரைக்கும் சாம்பைய்யா மகனுக்கு கல்யாணம் செஞ்சி வைக்க மாட்டாரு. அதுக்குப் பொறகு செய்யணும்னு நெனச்சாலும் பொண்ணெ குடுக்குறவங்க இருக்கமாட்டாங்க."

"எதுக்கு கொடுக்கமாட்டாங்க? அவனைப் பாத்தா தரப்போறாங்க. அவனோட ஆஸ்தியைப் பார்த்துதானே! எழுபது எம்பது ஏக்கர்களுக்கும் லட்சங்களுக்கும் அதிபதியாக்கும். பணம் மொதல்லே, பிறகுதான் மத்ததெல்லாம்."

ஊரு பொது சாவடியில் நடந்து கொண்டிருந்த வம்புப் பேச்சுக்கள் சட்டென நின்றுவிட்டன!

வெங்கடபதி பீடியை தம்மடித்துக் கொண்டு வருவதைப் பார்த்ததும் பெருசுகளெல்லாம் இந்தப் புது வருஷம் சங்கரசுவாமி எதன்மீது செல்லுவார் என்ற சர்ச்சையை ஆரம்பித்துவிட்டனர். வெங்கடபதி வந்து ஒரு பக்கமாக உட்கார்ந்து கொண்டான். எல்லோருடனும் கலந்து பேசிப் பழக வேண்டுமென்று நினைப்பான் வெங்கடபதி. ஆனாலும் அவனால் அப்படி நடந்துகொள்ள

முடியாது. அவர்களோடு சரிசமமாகப் பேசுவதற்கு ஒன்றுமே இல்லாததாகவே தோன்றும், சில சந்தர்ப்பங்களில் எங்கோ ஓரிடத்தில் யாரோ ஒருவர் தன்னுடைய தந்தையைப் பற்றியோ, அல்லது தன்னைப் பற்றியோ அவதூறாகப் பேசுவது போலத் தெரியும். அந்தப் பேச்சில் உண்மை இருக்காத நிலையில் தான் எதிர்த்துப் பேசி அவர்களைச் சமாளிக்க முடியாது. எடக்கு தடக்கா பேசி மறுபடியும் அவர்களிடம் மாட்டிக்கொள்ள விரும்பாமல் தான் உண்டு, தன் வேலை உண்டு என்று இருந்துவிடுவான்.

"வெங்கடபதி! பருப்புச்சோறு எப்பப் போடப் போறே?" எல்லோரிலும் வயதுகூடிய பரமய்யா கேட்டார்.

முதலிலேயே சரியாகப் பேசவராத வெங்கடபதி கல்யாணப் பேச்சை ஆரம்பித்ததும் முறுக்கிக் கொண்டு மௌனமாகிவிட்டான். அதுமட்டுமல்ல! மனுஷன் ரொம்பவும் பாதிக்கப்பட்டவனாய் தென்பட்டான்.

"என்னடா? பேசமாட்டேங்குறே? வயசானவன், உன்னோட பருப்புச்சோத்த சாப்புடாமலேயே போயிடுவேனோ என்னமோ?" அவர்கள் அமர்ந்திருந்த சாவடி முழுவதிலும் சிரிப்பு அலை மோதியது.

"நீசும்மாயிருய்யா? உண்மையிலேயே அவனுக்கு... அவனுக்கு கல்யாணத்து மேலே ஒரு இது இல்லை போலிருக்கு" காமய்யா சொன்னார்.

இம்முறை எல்லோரும் அவ்வளவு வாய்விட்டு வெளிப்படையாக சிரிக்க முடியாமல் உள்ளுக்குள்ளேயே சிரித்துக் கொண்டனர்.

"ச்சே! அதென்ன பேச்சு? அவங்க அப்பாவுக்குத்தா இஷ்டமில்லய்யா!" பூடகமாகச் சொன்னார் காந்தய்யா.

வெங்கடபதி சடாரென எழுந்தவன் கொஞ்சதூரத்தில் சுருண்டு படுத்திருந்த நாயை கம்பால் ஒரு போடு போட்டுவிட்டு மடமடவென சென்றுவிட்டான்.

"போக்கத்தப்பய! அதைப் போட்டு அடிக்கிறானே? அந்த அடியெ அவ அப்ப மேல அடிக்கணும்?" வயசான கிழம் சொன்னது.

"பாத்துட்டேயிரு. அது எப்பவோ நடக்கப் போகுது" ஜோசியம் சொன்னார் காந்தய்யா.

வெங்கடபதி நேராக மாலபள்ளி சென்று சித்தடியின் வீட்டு முன்னால் நின்று சத்தமிட்டான்-

"அடேய் சித்தா, சித்தா!"

சித்தடியின் மனைவி பரபரப்புடன் வெளியே வந்து "அய்யா! தொரையாரே?" என்றாள்.

"என்னடி? உம் புருஷன் எங்க போயிட்டாண்டி?" சித்தடியின் மனைவியின் கண்களைப் பசியுடன் பார்த்தபடியே கேட்டான்.

அவள் கூனிக்குறுகியவள் வெட்கத்துடன் மேலாடையை சரிசெய்துகொண்டவளாய் "வீட்டுக்குள்ளதாங்க இருக்காரு" என்றாள்.

"பின்னே கூப்பிட்டிட்டிருக்கேன் வெளியே வராம இருக்கானே?"

"குடிச்சிட்டு ஒடம்பு தெரியாம படுத்துக் கெடக்காரு."

"கழுதப்பய மவன்! காலங்காத்தால வரச்சொல்லு. கிழக்கத்திக் காட்டுல எரு வைக்கணும்."

"அப்படியே வரச் சொல்றேன் தொரெ!"

"வருவானா?" ஒன்றுமே பேசத் தோன்றாமல், அவளோடு இன்னும் கொஞ்ச நேரம் பேச வேண்டும் போலவும், அவளையே பார்த்தபடி நின்ற நிலையில் சொன்னான்.

"தப்பாம வந்துடுவாரு தொரெ! நா காலையிலயே எழுப்பி அனுப்பிச்சுடுவேனுல்ல?" என்றபடி பின்னால் குடிசையை நோக்கி நகர்ந்தாள்.

"என்னத்தெ வரப்போறான்? குடிகாரப்பயல்" என்றவன் யாரோ தள்ளிவிட்டதுபோல அங்கிருந்து நகர்ந்து சென்றுவிட்டான்.

வீட்டிற்கு வந்ததும் படுக்கையறைக்குள் நுழைந்த மகனைப் பார்த்து தந்தை கேட்டார் - "என்னடா? இவ்வளவு நேரம் வரைக்கும் எங்கயிருந்தே?"

"சாவடிப் பக்கத்துல உட்கார்ந்திருந்தேன்" வெறுப்புடன் சொன்னான் வெங்கடபதி.

"அங்கே எங்கயிருந்தடா? நான் வீட்டுக்கு வர்றப்ப பார்த்தா அங்கயில்லையே நீ?" சாம்பைய்யா காட்டமாகக் கேட்டார்.

"அங்க கொஞ்சநேரம் உட்கார்ந்திருந்திட்டு பாலபள்ளிக்கு போனேனாக்கும்" வெங்கடபதியின் குரல் அடங்கி வெளிப்பட்டது.

"எதுக்குடா சேரிக்குப் போனே?" தகப்பன் அதட்டலுடன் கேட்டார்.

"சித்தடியை எரு கொண்டு போகச்சொல்றதுக்கு காத்தால வரச்சொன்னேன்!" தைரியத்தை வரவழைத்துக்கொண்டு சொன்னான் மகன்.

"சித்தன் எதுக்குடா மறுபடியும்? ஏசோபு மகனெ வரச் சொல்லாமெ?"

"எனக்கென்ன தெரியும்?"

"உம்முன்னால தானடா சொன்னேன்?"

"மறந்து போயிட்டேன்."

"போயிடுவே, போயிடுவேடா!" அறுநாக்கயிற்றில் கட்டியிருந்த சாவிக்கொத்தை சரிசெய்தபடியே படுத்துவிட்டார் சாம்பைய்யா.

யுகாதி சென்றிருந்தது. அறுவடையான பூமி வாயைப் பிளந்து ரோஹிணி வெயிலில் காய்ந்து கொண்டிருந்தது.

வெங்கடபதி பூமிக்கு எருவை அடித்தான்.

ஆரம்ப மழை விழுந்தது. ஏர் பிடித்து உழவு நடந்தது. புதுக் கால்வாய் சேறும் நீருமாய் பொங்கிப் பிரவகித்து வந்தது. வெங்கடபதி உழவு நிலத்தில் நீரைத் தேக்கி வைத்தான். நாற்று, பாத்திகள், நடவு, எரு வைத்தல் எல்லாமே கச்சிதமாய் நடந்து முடிந்தன.

விநாயகச் சதுர்த்தி வந்தது. வெங்கடபதி களைகளை அகற்றி எருவைத் தெளித்து தண்ணீர் பாய்ச்சினான்.

தசரா பண்டிகை வந்தது. பயிர் நன்கு வளர்ந்திருந்தது. வெங்கடபதி நெற்கதிர் பால் பிடிக்கும் சமயம் மருந்தடித்து பூச்சிகளைக் கொன்றான்.

தீபாவளிப் பண்டிகை கோடிக்கணக்கான தீபங்களின் ஒளியுடன் புத்தம்புதிய ஆசைகளையும் சுமந்துகொண்டு வரும் நேரத்தில் வெங்கடபதி நெல் அறுவடையை ஆரம்பித்தான். சற்றே களம் காய்ந்ததும் நெல்மணிகளைக் குவித்து வைக்கும் வேலை நடந்தன. கீழக்காட்டில் குவிப்பு வேலைகள் முடிந்ததும், புதுக் கால்வாய் ஓரமிருந்த வயலில் குவியல் நடந்து கொண்டிருக்கையில் வெங்கடபதிக்கு மூன்று குறைய முப்பது வயது நிறைந்துவிட்டது.

பொழுது சாய்வதற்கு முன்பே குவிக்கும்வேலை பூர்த்தியாயிற்று. கூலிக்காரர்கள் குழுவாகச் சேர்ந்து சென்றுவிட்டார்கள். குட்டையில் கால்கைகளைக் கழுவிக்கொண்டு, தலையில் சுற்றியிருந்த துண்டைக் களைந்து உதறியபடியே வெங்கடபதியின் கண்கள் வைக்கோல் கூளங்களை சேமித்துக் கொண்டிருந்த சித்தனின் மனைவி மாணிக்கத்தை நோக்கின. ஓரக்கண்ணால் பார்த்தபடியே குவியலுக்குப் பின்புறம் சென்றாள். வெங்கடபதிக்குள் அடங்கிக் கிடந்த பௌதிக வாஞ்சைகள் விழித்துக் கொண்டுவிட்டன. ரத்தம் சூடேறி மூளையைத்தாக்க குவியலை நோக்கித்துள்ளலுடன்வந்தான். குவியலையொட்டி நின்றிருந்த மாணிக்கம் தன்னைப் பார்த்ததும் ஓடிப் போய்விடுவாள் என்று நினைத்தவன்- வெங்கடபதியைப் பார்த்துக் களுக்கென சிரித்தாள். வெங்கடபதி மாணிக்கத்தின் முன்னால் நெருங்கி வந்தான். மான்குட்டியை வாயில் கவ்விப் பிடிப்பதற்கு முன் இருபுறமும் நோக்கும் பெரும் புலியைப்போல் வெங்கடபதி தலையைத் திருப்பி பக்கவாட்டில் நோக்கினான். பாணாக்கழியைப் பற்றியவாறு வரப்பின்மேல் நடந்து வந்து கொண்டிருந்த சாம்பைய்யா தென்பட்டார்! உடனே குவியலை சரிசெய்வதுபோல கையசைத்தபடி குவியலைச் சுற்றி வர முற்பட்டான். சற்று தூரத்தில் சாம்பைய்யாவைப் பார்த்த மாணிக்கம் கூளம் நிறைந்த பெட்டியைத் தலையில் சுமந்துகொண்டு வயலின் குறுக்கே புகுந்து வேகவேகமாகச் செல்லத் தொடங்கினாள். கிழக்கே வரப்பின் மேல்

வந்துகொண்டிருந்த சாம்பைய்யா நடுவே இறங்கி தெற்கேயுள்ள வரப்பில் ஏறினார். சாம்பைய்யாவிடமிருந்து தப்பித்து விட்டோமென்று தலைகுனிந்தபடி நிம்மதி பெருமூச்சு வெளிவிட்டுக் கொண்டிருந்த மாணிக்கம், தன் தலையின் மேலிருந்த கூடை பின்னாலிருந்து இழுக்கப்பட்டதும், தலையைத் திருப்பிப் பார்த்தாள்.

"திருட்டு முண்டெ! இறக்குடி கூடையை!" சாம்பைய்யா கர்ஜித்தார்.

மாணிக்கம் அதிர்ச்சியுடன் கூடையை கீழே வைத்து - "தொரெ! வெறும் கூளம்! கூளத்தைப் பொறுக்க வந்தேனுங்க!" என்றாள்.

சாம்பைய்யா கூடையிலிருந்த வெத்து நெற்கதிர்களைக் கம்பால் கிளறிப் பார்த்தார். கூடையின் அடி பாகம் வரை கம்பை குத்தி பரிசோதித்தவர், தன்னுடைய சந்தேகத்திற்குரிய ஆதாரம் கிடைத்துவிட்டதாகத் தெரிந்ததும் - "எடுடி? மேலேருக்குற கூளங்களையெல்லாம் விலக்கித் தள்ளிட்டு கூடைக்கடியில என்ன இருக்குன்னு காட்டுடி!"

"அய்யா அவுகளே! எல்லாமே கூளந்தாங்க அய்யா! எல்லாம் கூளந்தாங்க..." மாணிக்கம் பேச்சை முடிப்பதற்குமுன் சாம்பைய்யா கம்பால் மாணிக்கத்தின் கழுத்தை வளைத்து - "எடுடி மொதல்ல, மொல்லமாரி முண்டெ! அந்த பொட்டிக்கி அடியில என்ன இருக்குங்குறத காட்டுடி? நெல்லுதான?" என்று கத்தினார்.

மாணிக்கத்தின் நெஞ்சு படபடவென துடித்துக் கொண்டிருந்தது.

"ரொம்ப இல்ல தொரெ! கொஞ்சம் போல.....!"

"ச்சீ! இன்னுமா தைரியமா சொல்லிகிட்டிருக்கே. நெல்லுக் கதிர்களைக் கசக்கி பொட்டியில உதுத்து மறைச்சி வச்சிருக்கே. வா, ஊருக்குள்ள. இன்னக்கி ஓ தோலை உரிச்சிக் காட்றேன்" சாம்பைய்யா மாணிக்கத்தை நெட்டித் தள்ளினார்.

கீழே விழுந்த மாணிக்கம் எழுந்து நெகிழ்ந்திருந்த கொசுவத்தை இழுத்துச் சொருகியபடி - "நானு ஒன்னும் திருட்டுத்தனம் பண்ணலியே தொரெ?" அவள் குரலில் நியாயப்படுத்திக் கொள்ளும் தொனி வெளிப்பட்டது.

"அப்படீன்னா யாருடி கொடுத்தாங்க இந்த தானியத்தெ?" கொஞ்சம் குரலைத் தாழ்த்தி கேட்டார் சாம்பைய்யா.

"சின்ன தொரைதான்!"

சாம்பைய்யா அதிர்ந்து நின்றுவிட்டார்.

மாணிக்கம் கூடையிலிருந்து கீழே விழுந்திருந்த கூளங்களை அள்ளிக் கூடைக்குள் போட்டுக் கொண்டாள். கூடையைத் தூக்கித் தலையில்

வைத்துக்கொண்டு, சாம்பைய்யாவை அலட்சியமாய் பார்த்துவிட்டு, தூரத்தில் தென்பட்ட களத்து மேட்டுப்பக்கம் திரும்பி, மேற்பற்களால் உதட்டைக்கடித்து, மோகப் பார்வையை அள்ளி வீசி ஒய்யாரமாக நடந்து சென்றாள்.

சாம்பைய்யா களத்து மேட்டுப்பக்கமாய் பார்வையை செலுத்தினார். வெங்கடபதி நெற்குவியலை சரிசெய்தவனாய் தலையைத் திருப்பிக்கூட பார்க்கவில்லை. தூரத்தில் தந்தை நின்றிருந்த வரைக்கும் கீழே கிடந்த எதையெதையோ இப்படியும் அப்படியுமாக ஒதுக்கியபடியே இருந்தான். சாம்பைய்யாவிற்கு முன்னேறிச் செல்ல கால்கள் ஒத்துழைக்கவில்லை. சடாரென பின்னால் திரும்பி குனிந்த தலையை நிமிர்த்தாமல் வீடு வந்து சேர்ந்தார்.

வெங்கடபதியைச் சொல்லி ஒரு லாபமுமில்லை. தப்பு தன்னுடையதுதான். முப்பது வயசு வரப்போகுது. இருந்தாலும் அவனுக்கு தான் கல்யாணம் செஞ்சு வக்கல்லே. உப்பு, காரம் திங்கிற சரீரம்! அவனுடைய தப்பு என்ன இருக்குது? அவன் கட்டுப்பாட்டை தகர்த்தெறியிறான். இனிமேலும் கண்டிக்கிறதுல அர்த்தமில்ல. பார்த்துட்டேயிருந்தா வெங்கடபதி தன் வசத்திலிருந்து விலகிவிடுவான். காட்டுல வெளஞ்ச தானியங்கள் ஒழுங்கா வீடு வந்து சேராது. அப்பிடி பொம்பளக்கி இடம் கொடுத்தா அவன் இனி எதுக்குமே ஆகமாட்டான். எவ வர்றாளோ அவ அகப்பட்டதெ அள்ளிட்டுப் போயிடுவா! இன்னக்கி நெல்லுகதிருகளை திருடுனவ நாளைக்கி களத்துமேட்டுல குவிச்சிருக்குற நெல்லை கூடையில அள்ளிட்டுப் போகலாம். அதைப் பார்த்து இன்னொருத்தி வந்து விழுவா. உளுந்து, பயறு வகைகளெல்லாமெ பாதிக்கி பாதி தான் வீட்டுக்கு வந்து சேரும். இத்தனை நாளா வெங்கடபதிக்கி ஏன் கல்யாணம் பண்ணல்லே? சாம்பைய்யாவின் அந்தராத்மாவிற்குள் அநந்தகாலமாய் தூங்கிக்கொண்டிருந்த கோரிக்கை விழித்தெழுந்து அவரது மனதைத் துளைத்தெடுக்கத் தொடங்கின.

ஒரு வாரமாகவே ஆள் மேல் ஆளை அனுப்பிக் கொண்டிருந்தார் கனகய்யா வீட்டிற்கு சாம்பைய்யா. கனகய்யா ஊரில் இல்லை. "இதோ நாளைக்கே வந்துடுவேன்" என்று வீட்டிலுள்ளவர்களிடம் சொல்லிச் சென்ற மனுசன்.

வெங்கடபதியோ தகப்பன் எதிர்பட்டாலே முகத்தைத் திருப்பிக் கொண்டு அலைகிறான். சாம்பைய்யாவிற்கு மகனை தலைநிமிர்ந்து பார்க்கக்கூட மனம் ஒப்பவில்லை. ஊருக்குச் சென்றிருக்கும் கனகய்யா எப்போது வருவானென்ற ஆவலில் எதிர்பார்த்துக் கொண்டே காத்திருந்த சாம்பைய்யா - ஒரு நாள் பொழுது சாயும் வேளையில் தெருமுனையில் தன் வீட்டை நோக்கி வந்து கொண்டிருந்த கனகய்யாவைக் கண்டதும்தான் பிராணன் வந்தது.

"என்ன அவ்வளவு அவசரமான வேலையாம்? ஆள்மேல ஆளை வரச்சொல்லி அனுப்புனயாமே?" வராண்டாவிற்குள் காலடி வைக்கும்போதே கேட்டான் கனகய்யா.

"ஆமாய்யா! நாளெக்கே வர்றேன்னு சொல்லிப் போனியாமில்லே? எப்ப வந்தே ஊருக்குள்ள?" சாம்பைய்யா அன்பொழுக கேட்டார்.

"எப்பவோ வரலய்யா! வீட்டுக்குள்ள காலடி வெச்சதுமே எம் மனைவி சொல்லிட்டா. உள்ளே போகாமெ அப்பிடியே நேரா உங்கிட்டதான் வர்றேனாக்கும்! என்ன விசேஷம்? தானியத்தையெல்லாம் தூரப் பெடுத்தாச்சா? எப்பவுமே வச்சிருந்து விக்கிறவன், என்ன இந்த வருஷம் அவசரப்படுறே?"

"விலை எப்பிடியிருக்கு?" ஒரு பேச்சுக்காகக் கேட்டார் சாம்பைய்யா.

"ஒவ்வொரு நாளும் அணா, அரையணா கூடிகிட்டே இருக்கு. வளர்முகமே தவிர குறையிறதா இல்லே. இதுநாள் வரைக்கும் அஞ்சி லட்சத்து வரைக்கும் கொள்முதல் செஞ்சாச்சி. அதுக்காகத்தான் நாளைக்கே வந்துடுவேன்னு போனவன் ஒரு வாரம் கடந்துட்டா நாளைக்கி நெலம எப்பிடியிருக்கும்னு சொல்ல முடியாது" மூச்சுவிடாமல் பேசிக்கொண்டிருந்தான் கனகய்யா.

"இன்னும் தூரப்பெடுக்குற வேலை முடியல்லே எங்களுக்கு. முந்தா நாளுதானே அறுவடையெல்லாம் முடிஞ்சி குமிச்சி வச்சிருக்கோம்."

"அப்படீன்னா உனக்கும் பணம் பற்றாக்குறைதானா? மறுபடியும் விலைக்கி வித்தாத்தான் பணம் புரளும். ஒரு மாசம் பொறுத்துகிட்டா கொடுக்கல் வாங்கல் சரிப்பட்டுவிடும்" சொல்லிவிட்டு எழும்ப முயன்றான் கனகய்யா.

"பொறுய்யா சாமி. இப்போ பணத்தைப் பத்தி உங்கிட்ட யாருகேட்டா? கனகய்யா தெளிவடைந்தான். "பின்னே எதுக்காக கூப்பிட்டாப்புல?" யோசனையில் விழுந்தான்.

"கனகய்யா!" சாம்பைய்யாவின் குரலில் ஒருவிதமான வருத்தம் வெளிப்பட்டது. "என்ன சங்கதி சாம்பைய்யா! சொல்லு பின்னே" நெருங்கி உட்கார்ந்தபடியே ஆர்வத்துடன் கேட்டான் கனகய்யா.

"அந்த புர்திபாலெம் சம்பந்தம் என்னாச்சி?"

வெங்கடபதிக்காக அநேக சம்பந்தங்கள் எடுத்துரைத்து சாம்பைய்யா அனைத்தையும் ஒதுக்கித் தள்ளிவிட்டபின் கனகய்யா வெங்கடபதியின் கல்யாணத்தைப் பற்றிய யோசனையையே மூளையிலிருந்து முழுவதுமாய் விலக்கிவிட்டான். இது இப்போதைக்குள் நடப்பதாகத் தெரியவில்லை என்ற நம்பிக்கையிலிருந்த கனகய்யா - "ஆமா - மா? உன்னோடு சரிப்பட்டு வராது. விடுய்யா!" என்றான்.

சாம்பைய்யா முகத்தில் சிரிப்பை வரவழைத்தபடியே - "குற்றத்தெ எம்மேலயே சொமத்துறயே? நான் விரும்புன சம்பந்தத்தை நீ சொல்லியிருந்தா நான் வேண்டாம்னு சொல்லுவேனா?" என்றார்.

"அப்படீன்னா அந்த புர்றிபாலம் பொண்ணோட கல்யாணப் பேச்சு இன்னும் முடிஞ்சதா தெரியலே. சம்பந்தத்தை பேசி முடிக்கச் சொல்றியா?"

“மறுபடியும் அதே பாட்டா? நீ சொன்னதையே சொல்லிட்டிருக்கியே தவிர எங் கருத்தையும் கொஞ்சம் காதுல வாங்கிக்கோய்யா!” என்றான் சாம்பைய்யா.

இம்முறை கனகய்யா கல்லாகிப் போனான்.

“என்ன சாம்பைய்யா? ஒளிக்காம உன் மனசுல இருக்குறதெ வெளிப்படையா சொல்லிடு.”

“பலராமய்யாவோட கடைசிப் பொண்ணு இருக்கால்லய்யா?”

அந்தப் பேச்சைக் கேட்டதுமே கனகய்யா கொம்பேறி மூக்கனாட்டம் சீறி எழுந்தான்!

“மூணு வருஷத்துக்கு முன்னாடி ரெண்டாவது மகளை கேட்டதுக்கு என்ன சொன்னாரு தெரியுமா?”

“என்ன சொன்னாய்யா?” சாம்பைய்யா புருவம் உயர்ந்து நின்றது.

“ஊரைவிட்டு ஊருவந்து எங்க நெலத்துல பாடுபட்டு வாழ்ந்த வெங்கய்யா பேரனுக்கு எம்பொண்ணெக் கேக்க வந்தியா? மறுபடியும் அந்தப் பேச்சை எடுத்தியின்னா செருப்பாலடிப்பேன்னு” என்றான் பலராமய்யா.

“அடிப்பேன்னு சொன்னானே தவிர அடிச்சானா?” சாம்பைய்யா சளைக்காமல் கேட்டார்.

“இந்தத் தடவெ அடிப்பான். தெருவுல விட்டு அடிப்பான்! சாம்பைய்யா நீ ஆலோசிச்சித்தான் பேசுறயா?” என்றான் கனகய்யா.

“நீ சொல்றது மூணு வருஷத்துக்கு முந்தி இருந்த பலராமய்யா சங்கதி! இன்னக்கி இருக்குற பலராமய்யா சங்கதி வேற. வெங்கடபதி ஊரை விட்டுவந்த வெங்கய்யாவோட பேரன் மட்டுமில்லே. பணக்கார சாம்பைய்யாவோட மகன்!” மீசையை முறுக்கியபடியே கம்பீரமாக முகத்தை வைத்துக்கொண்டு பெருமிதமாகச் சொன்னார் சாம்பைய்யா.

கனகய்யா மூளை கரையும் பனிபோல கரையத் தொடங்கியது.

“அம்மாடியோவ்! சாம்பைய்யா? உன்னை என்னமோன்னு நெனச்சேன்! எவ்வளவு பெரிய ஆளுய்யா நீ?” நினைத்துக்கொண்டான் கனகய்யா.

“ஆமாம், சாம்பைய்யா சொல்றது வாஸ்தவம். இன்னக்கி இருக்குற பெரிய பணக்காரங்கள்ல ஒருத்தன் சாம்பைய்யா. சாம்பைய்யாவுக்கு என்ன கொறச்சல்? ஒரே மகன்.

வீட்டுக்கு வரவே தவிர செலவு ஒன்றுமேயில்லை; உண்மையா சொல்லணுமுன்னா இன்றைய தினத்தில் பலராமைய்யாவிடம் பெருசா சொல்லிக்க என்ன வாழுதாம்”

நான்கு மகன்மகளும் நாலுபக்கம் போயாச்சி, மூன்று மகள்களும் கல்யாணமாகி குடித்தனம் நடத்த போயாச்சி. இனி இருக்குறது கடைசிப்பொன்னு

மட்டுந்தான். முன்னைப்போல நல்ல நிலையில் இருந்திருந்தா அந்தப் பொன்னோட கல்யாணம் எப்பவோ நடத்தியிருப்பாரு. இப்போ பலராமையாகிட்ட என்ன இருக்கு?

மகளுக்கு வரதட்சனை தரனும் - இருக்குறதென்னவோ கடனுக்கே சரிபட்டு போகும்போல!

"என்ன கனகய்யா யோசிச்சிட்டிருக்கே? நான் பணக்காரன்னு புது உண்மைதானே? தற்சமயத்துல பலராமய்யாகிட்ட எதுவுமே இல்லதவன்குறது பொய்யா?" சாம்பைய்யாவின் சொற்கள் ஒவ்வொன்றும் ஈட்டியாய் வந்து கனகய்யாவின் நெஞ்சில் துளைத்தன. கனகய்யா சிறிதுநேரம் தடுமாறிய நிலையில் எச்சிலை விழுங்கியவாறு கூறினான்.

"ஓடம் வண்டியானாலும், வண்டி ஓடமானாலும் பலராமய்யா உன்னோடு சம்பந்தம் வைத்துக் கொள்வானென்பது வெறும் கனவு!"

நிறைந்திருந்த சாம்பைய்யாவின் இதயம் ஆர்ப்பரித்து பொங்கி வழியும் கடல் அலைபோல மேலெழும்பி நின்றது.

"நீ எதை கனவு, வெத்து ஆசைன்னும் நெனக்கிறியோ, அதையே நான் இந்த கண்ணு முன்னாடி நடக்கணும்னு இருபத்திரண்டு வருஷமா மனசுக்குள்ளயே போட்டு பரிதவிச்சிக் கிட்டிருக்கேன்னு தெரியுமா?"

கனகய்யா விதிர்விதிர்த்து நின்றபடி சாம்பைய்யாவின் முகத்தைப் பார்த்தான். சாம்பைய்யாவின் முகம் சிவப்பேறி நின்றது. அவருடைய கண்கள் சிவந்த நெருப்புத்துண்டங்களாய் கனன்று கொண்டிருந்தது. எத்தகைய திடமான மன உறுதி? எத்தனை நம்பிக்கை? அதற்கும் மேல் புரிந்துகொள்ள என்ன இருக்கிறது?

"கனகய்யா! இன்னக்கி நாள் நல்லாயிருக்கு. பேசிட்டு வந்துடுறியா?" ஆத்ம விசுவாசம் ஒவ்வொரு சொல்லிலும் ஒலித்தது.

"நானா!" எச்சில் வழிந்தான் கனகய்யா.

சாம்பைய்யா தன்னை இத்தகைய சிக்கலில் மாட்டிவிடுவானேன்றோ, தன்னுடைய அறிவையும் புத்திசாலித்தனத்தையும், செயல்திறமையையும் ஒரே நிமிடத்தில் தகர்த்தெறிய முற்படுவானென்றும் ஒருபோதும் நினைத்துக்கூடப் பார்த்ததில்லை. தன்னை பரீட்சைக்குட்படுத்தி, தன்னுடைய சாமர்த்தியமின்மையை சுட்டிக்காட்டி முகத்திலடித்தாற்போல வெளியே தள்ளி சந்தி சிரிக்க வைக்கும் சாமர்த்தியமும், தெளிவும் ஆற்றலும் சாம்பைய்யாவிற்கு உண்டு என்பதைத் தன்னால் முப்பது வருடங்களாகக் கண்டுபிடிக்க முடியவில்லை.

"உன்னால முடியலேன்னா சொல்லு! அந்த ரமணம்மாவையே பேசச் சொல்றேன்."

"எந்த ரவணம்மா? பலராமய்யாவோட பெரியம்மா மக ரவணம்மாதான்?"

"ஆமா, அந்த ரமணம்மாதான்! அப்பப்ப நூறு இருநூறுன்னு கடன் வாங்கிட்டுப் போவாள்! அவதான் இந்த விஷயத்தை எம்மனசுல தூண்டி விட்டவ!"

"எப்பிடி எப்பிடி? என்னன்னு சொன்னா சொல்லு பார்க்கலாம்?"

"சாம்பைய்யாண்ணே! இந்த வருசமாவது பையனுக்கு கல்யாணம் செஞ்சி வச்சிடலாமேன்னு சொன்னா

கனகய்யாவுக்கு அதில் பிரத்யேகமான அர்த்தம் எதுவும் புலப்படவில்லை. ஆமா- கேட்டான்னு சொல்றே! கேட்டா..?" என்றான்தலையைச்சொறிந்தபடியே.

"பக்கத்துலயே சம்பந்தம் வச்சிகிட்டு எங்கெங்கோ தேடியலையிறியே எதுக்கு? ஊருக்குள்ள சம்பந்தம். பலராமய்யாவை கேட்டுப் பார்க்கக்கூடாதா?ன்னு சொன்னா" சாம்பைய்யா சுருட்டைப் பற்றவைத்து குப்குப்பென புகையை வெளிவிட்டபடி- "அது சங்கதி" என்றார்.

"பின்னே அந்த ரமணம்மாவையே கேக்கச் சொல்லியிருக்கலாமே?" யோசித்துச் சொன்னான் கனகய்யா.

"அந்த மட்டும் தெரியாமலா உன்னைக் கூப்பிட்டது. ரமணம்மா இம்மியளவாவது பலராமய்யாவோட அபிப்பிராயத்தை தெரிஞ்சிக்காமலா அந்த வார்த்தைய எங்கிட்ட வந்து சொல்லியிருப்பாள்? அவ உத்தேசம் இனி என்னை பேச்சு வார்த்தையில இறங்கச் சொல்லி!" குப்குப்பென சுருட்டுப் புகை வளையங்களாக வெளிப்பட்டுக் காற்றோடு கலந்தது.

சாம்பைய்யா சொன்னதெல்லாம் சரியாகவே பட்டது கனகய்யாவுக்கு. ஆனாலும் மனதிற்குள் ஒரு சந்தேகம் துளிர்த்து நின்றது. ரமணம்மாதன்னுடைய தேவையை நிறைவேற்றிக் கொள்வதற்காக அவ்வாறு சாம்பைய்யாவிடம் சொல்லவில்லையல்லவா? நிஜமாகவே பலராமய்யாவின் அபிப்பிராயத்தைத் தெரிந்துகொண்டுதான் நூலை இறக்கிவிட்டாளோ?

"கனகய்யா! உன்னால முடியாதுன்னா சொல்லிடு. வேறு யாரையாவது..."

சாம்பைய்யாவின் வார்த்தைகள் முழுவதுமாய் பேசி முடிக்கும் முன்னரே "இனி எங்கிட்ட விட்டுடு! நான் பார்த்துக்கிறேன்!" என்று சொல்லிவிட்டான் கனகய்யா.

"இன்னக்கே நல்ல நாளு" சாம்பைய்யா மறுபடியும் நினைவுபடுத்தினார்.

இந்த விஷயத்தில் தான் ஒன்றும் அவசரப்பட்டுவிடல்லையே என மனதை அலசி ஆராய்ந்தபடியே எழுந்து நின்றான் கனகய்யா.

கனகய்யா வீட்டிற்குச் சென்று அவசர அவசரமாக இரண்டு வாய் சாப்பிட்டுவிட்டு, பலராமய்யாவின் வீட்டை நோக்கி புறப்பட்டான்.

பலராமய்யாவின் தாத்தா, தந்தை காலத்தைய நிலைமைகளையும், இன்றைய பலராமய்யாவின் நிலைமையையும், கனகய்யா தன் நினைவுகளிலிருந்து தோண்டிக் கிளறியெடுத்து மனனம் செய்து கொண்டான்.

பலராமய்யாவின் தந்தை வீரபத்ரய்யா ஜில்லா முழுக்க பேர் வாங்கிய செல்வந்தர்களில் ஒருவர். கடந்த காலத்தில் ஆங்கில தொரெ ஜில்லா கலெக்டராக இருந்தபோது அந்தப் பிராந்தியத்திற்கு வருகை தருகையில் வீரபத்ரய்யாவுடைய வீட்டில்தான் முகாமிடுவார். ஊரிலுள்ள எழுபத்தைந்து குடும்பத்தவர்களும் வீரபத்ராய்யாவுடைய உப்பைத் தின்றவர்கள்தான். அந்த அளவுக்கு ஜமீந்தார் தோரணையுடன் வாழ்ந்தவர். அவருக்கு பலராமய்யா ஒருவர் மட்டுமே மகன். மகளை சிந்தப்பள்ளி ஜமீந்தார் வம்சத்தில் திருமணம் செய்து கொடுத்தார். பலராமய்யா தகப்பனார் சேமித்து வைத்த செல்வத்துடன், செல்வந்தர்களுக்கேயுரிய அகங்கார ஆணவங்களையும் மேற்கொண்டவராய் வாழ்ந்தார். ஆனால் தந்தையிடமிருந்த பரந்த உள்ளமோ, மரியாதை, தன்னடக்கம் போன்ற உயர்ந்த குணங்களின் வாரிசாக விளங்கவில்லை. இருந்ததைவிட அதிகமாகப் பறைசாற்றிக் கொள்வதும், தகுதிக்கு மீறிய செயல்களில் ஈடுபடுவதும் பலராமய்யாவுக்கே உரிய இயல்பான குணம். நான்கு மகன்களையும் ஒருத்தன் பின் ஒருத்தனாக பட்டணத்திற்கு அனுப்பி படிக்க வைத்தார். பெரிய பையன்கள் இருவரையும் எட்டாம் வகுப்புக்கே மதனபள்ளி, ருஷிவாலிக்கு அனுப்பி வைத்தார். அங்கே சாப்பாடு சரியில்லை என குன்னூருக்கு மாற்றிவிட்டார். அவர்களின் படிப்புக்காக ஆயிரக்கணக்கில் செலவழித்தார். அவர்கள் மொத்தம் நான்கு வருடங்களுக்கு மேல் படிக்கவில்லை.

ஒவ்வொரு வகுப்பிலும் இரண்டிரண்டு வருடங்கள் படித்து எஸ்.எஸ்.எல்.சியைகூட எட்டிப் பிடிக்க முடியாமல் வீடு வந்து சேர்ந்தனர். வீட்டையடைந்த நாட்களிலிருந்து சீமை தொரைகளைப் போல நடந்து கொள்ளத் தொடங்கினர். கிடைத்த வரைக்கும் பணத்தைப் பையில் திணித்துக் கொண்டு பெங்களூரு, மதராசு போன்ற நகரங்களில் மாதக்கணக்காக அலைவதும், கடன் வாங்குவதுமாக நாட்களைக் கழித்தபின் கையில் காசு இல்லையென்றதும் வீடு திரும்புவார்கள்.

மூன்றாவது மகன் ஸ்ரீனிவாசாவுக்கு மட்டும் ஏதோ நான்கு அட்சரங்கள் மண்டையில் ஏறின. ஸ்கூல் பைனல் பாஸாகி தகப்பனின் கோரிக்கையை நிறைவேற்றி வைத்தான். பெரிய பையன்கள் இருவரும் பாகம் பிரிக்கத் தகராறு செய்யத் தொடங்கியதும் அந்த இருவருக்கும் திருமணத்தைச் செய்து வைத்தார். கல்யாணம் செய்து வைத்துவிட்டால் பையன்கள் சரிப்பட்டு விடுவார்களென்று எதிர்பார்த்த பலராமய்யாவுக்கு அசலுக்கே மோசம் வந்து சேர்ந்ததென்பதை உறுதி செய்ய நீண்ட நாட்கள் பிடிக்கவில்லை.

வரதட்சணையாக வந்த பணத்தை அவர்கள் கைகளில் ஒப்படைக்கும் வரை தகப்பனை நிம்மதியுடன் இருக்க விடவில்லை.

பெண் பிள்ளைகளின் திருமணம் நடந்து முடியும் வரை சொத்தை எந்தக் காரணத்தைக் கொண்டும் பிரிப்பதற்கில்லை என்றும் அதற்கு சம்மதமளித்த மகன்களுக்கு அவர்களுக்காக வந்த வரதட்சணைப் பணத்தை அவர்களிடமே தந்துவிட்டார்.

பெரிய மகன் தன்னுடைய மனைவி குழந்தைகளுடன் பட்டணம் சென்று வாழ்க்கையை நடத்தினான். இரண்டாவது மகன், மனைவி, குழந்தைகளை ஊரிலேயே தகப்பன் கண்காணிப்பில் விட்டுவிட்டு எங்கு சென்றானென்று தெரியவில்லை. தன்னுடைய நிலை சகதியும் சேறுமாய் ஆனதை நினைத்து பலராமய்யா - மூன்றாவது மகனுக்கும் பெரிய மகளுக்கும் திருமணங்களை நடத்தி வைத்தார்.

மூன்றாவது மகனுக்கு நல்ல சம்பந்தமே கிட்டியிருந்தது. அந்தப் பக்கம் ஒரே மகள். அவன் நிலை ஏறக்குறைய மாமியார் வீட்டு மாப்பிள்ளை விருந்தாக மட்டுமல்லாமல் நிரந்தர முகாமிட வைத்து விட்டது. மாமனாரின் தூண்டுதலால் - 'என் சொத்தை எனக்குப் பங்கிட்டுத் தந்துவிடுங்கள்' என்று மூன்று மாதத்திற்கு ஒருமுறை செய்தி அனுப்பிக் கொண்டிருந்தான். ஒருநாள் மூன்றாவது மகனின் மாமனாரே நேரடியாக வந்தவர் - நான்கைந்து பெரிய மனிதர்களைக் கூட்டி சச்சரவு செய்தார்.

"இந்த வீட்ல எவனுக்கு கெடைச்சத அவங்கவங்க தின்னு தீர்த்துடறாங்க. பெரியவங்க ரெண்டு பேருக்கும் இதுவரைக்கும் தந்திருப்பது அவங்க சொத்து பாகத்துல பாதிக்கு மேலேயே இருக்கலாம். இன்னும் கல்யாணமாக வேண்டிய பொம்பளப் புள்ளங்க ரெண்டு பேரு இருக்காங்க. இப்பிடி அவ அவங்களுக்குக் கெடச்சத சுருட்டி விழுங்கிட்டிருந்தா, கடைசியில எம்மருமவனுக்கு மிஞ்சுறது என்ன? அஞ்சு வருஷமா அவரு உங்ககிட்டருந்து குண்டு மணியளவு பொருளையோ, தம்பிடி காசையோ வாங்குனதில்லே. அவரு பங்குக்கு வெளைச்சலோ, வரவோ, நெலமோ, நீச்சோ எவ்வளவு வரணும்னு பார்த்துச் சொல்லு. வேணுமுன்னா நீ மகனுகளோட கலந்து பேசி முடிவெடு. மத்தவங்க உங்கூடவே கூட்டுக் குடும்பமாயிருக்கட்டும். எம் மாப்புளக்கி வரவேண்டியதை மட்டும் கணக்குப் பார்த்து பைசல் பண்ணிடு" பானை உடைந்ததைப் போல பேசினார் ஸ்ரீநிவாசாவின் மாமனார்.

சம்பந்தியின் நடத்தை தெரிய வந்ததும் பலராமய்யா வருத்தமுற்றார். தன்னை கோர்ட்டு வரைக்கும் இழுப்பதற்கும் தயங்க மாட்டான். அவரோடு தர்க்கம் செய்ய தன்னால் இயலாது. தன் மகன் மாமாவின் கைகளில் சாவி கொடுத்த பொம்மையாய் நடந்து கொள்கிறான். தன்னால் எதுவுமே செய்ய முடியாத நிலை. கோடை காலம் முடிந்ததும் அப்படியே பங்கு போட்டு பிரிச்சித் தந்துடறேன் என்று வாக்கு தானம் செய்தார்.

அந்த வருடம் கோடை முடிந்ததும் நான்காவது மகனுக்கும் இரண்டாவது மகளுக்கும் பெரிய அளவில் திருமணங்களை நடத்தி வைத்தார். அதற்காக

பலராமய்யா தலைக்குமேல் கடன் வாங்கினார். கடன் வாங்கிய சங்கதியை மூடி மறைத்து வெகு ஆர்ப்பாட்டமாகவே திருமணங்களை நடத்தினார். அப்போது பட்ட அடி ஆயுளுக்கும் நிலைத்து நின்றது.

மூன்றாவது மகனின் மாமனாரிடம் “இதோ இப்ப பிரிச்சுடறேன்!” என்று சொல்லிக் கொண்டே மூன்றாண்டுகள் கழிந்துவிட்டன. அந்த சம்பந்திக்காரன் பெரிய மகனையும், இரண்டாவது மகனையும் தூண்டிவிட்டு தந்தையின் மேல் ஏவிவிட்டான். இன்னும் கல்யாணப் பந்தலைப் பிரிப்பதற்கு முன்னரே!

இதுநாள் வரைக்கும் நெறஞ்சி வாழ்ந்த குடும்பம் நம்மது. பங்கு பிரிக்கிறதுக்கு முன்னாடி மூணாவது மகளுக்கு கல்யாணத்தைப் பண்ணி வச்சிடுங்க. அவளுக்கு கல்யாணமான மறுநாளே எவனுது அவன் பிரிச்சிட்டு போங்க” என்றார் பலராமய்யா.

மகன்கள் இருவருக்கும் அது சரியென்றே பட்டது. பெரியவன் வெங்கடராவ் எப்போதும் மயக்கத்திலேயே இருப்பான். மயக்கத்திலிருந்து வெளியே வந்து “கடைசி ரெண்டு போராட சங்கதி என்ன?” என்று கேட்டான்.

“வாயெ மூடுடா! வீட்டுப் பொறுப்பு, தம்பிங்க, தங்கைங்களோட பாரத்தை நீ என்னமோ சுமக்குறாப்புல பேசுறயே? பெண்டாட்டி இவ்வளவு அபினை கசக்கி கையில போட்டா விழுங்குற பையன் நீ! உன்னுது நீ வாங்கிட்டு வாயெ மூடிகிட்டு போவியா!” என்றார் பலராமய்யா.

பலராமய்யா இரண்டாவது மகளுக்கு சம்பந்தம் தேடும் சந்தர்ப்பத்தில் கனகய்யாவின் உதவியை நாடினார். அந்தத் தருணம் பார்த்து கனகய்யா, சாம்பைய்யாவோடு சம்பந்தம் குறித்து பேசியதும்தான் செருப்படி வாங்கும்படியான நிலை ஏற்பட்டது.

இரண்டாவது மகளுக்குத் திருமணம் நடந்து முடிந்த மூன்றாவது மாதத்திலேயே பலராமய்யா சொத்தைப் பங்கு பிரித்துவிட்டார். மகன்களுக்குத் தந்தது போக பதினெட்டு ஏக்கர் நஞ்சை பலராமய்யாவின் பங்குக்கு வந்தது. மற்றபடி வெற்று நிலங்களையும் பிரித்துக் கொண்டனர். மாடி வீடு மட்டும் அப்படியே நிலைத்தது. தன்னுடைய காலத்திற்குப் பிறகுதான் வீட்டைப் பற்றிய பேச்சை எடுக்க வேண்டும். வீட்டை வைத்துக் கொள்வதா, விற்பதா என்ற முடிவை தான்தான் நிர்ணயிக்க வேண்டுமென்றும் உறுதியாகச் சொல்லிவிட்டார் பலராமய்யா. அதற்கு அனைவரும் ஒத்துக் கொண்டனர். இனி கடன் எவ்வளவு உள்ளது என்பதையும் வெளிப்படுத்தி எல்லோரும் சமமாகப் பிரித்துக் கொள்ள வேண்டுமென்றார் பலராமய்யா. மூணாவது மகனின் மாமனார் கடைசி வரைக்கும் ஒத்துக்கொள்ள மறுத்தார்.

“ஒரே குடும்பமா எல்லோரும் சேர்ந்திருந்த போது பட்ட கடன்! சொத்துக்கு உரிமை கொண்டாடுறவங்க எல்லோரும் ஒத்துக்கிறதுதான் நியாயம்!” என்றார்கள் ஊர் பெரிய மனிதர்கள்.

"என் மருமவனுக்காக தம்பிடி காசும் செலவு செய்யலே! மேலும் வர்ற வருமானத்தையெல்லாம் அவங்களே தின்னாங்க. இப்போ கடனை எங்க தலையில சுமத்துறீங்களா? வீரபத்ரய்யாவோட பேரன். ஐம்பது ஏக்கராவது பங்கு பிரிச்சி கெடைக்கும்னு நெனச்சி எம்பொண்ணெ தந்தேன். பிச்சை போட்டாப்புல வெறும் பதினெட்டு ஏக்கருக! மேற்கொண்டு பத்தாயிரம் கடனையும் ஏத்துக்கிடுவான்னு தெரிஞ்சா எம்பொண்ணெ தந்திருப்பேனா என்ன?"

பலராமய்யாவுக்கு சம்பந்தியின் வார்த்தைகள் இதயத்தை முள்ளாய்த் துளைப்பது போன்றிருந்தது.

"நான் பட்ட கடனை நானே சுமந்துக்கிறேன். நெலங்களை அளந்து தாஸ்தாவேஜிகளை தயார் பண்ணச் சொல்லு கனகய்யா!" என்றார்.

"அவசரப்படுறீங்க. முன்னேபின்னேயோசிச்சுப் பேசுங்க" பலராமய்யாவுக்கு கடன் பாரம் எந்த அளவில் உள்ளதென்பதை தெரிந்த காரணத்தால் கனகய்யா சொன்னான்.

"மகனுகளுக்கு கடனெ பிரிச்சுத் தந்தேங்குற அபராதம் எனக்கு ஏற்பட வேண்டாம்" கண்களைத் துடைத்துக் கொண்டார் பலராமய்யா.

கனகய்யா, பலராமய்யாவோட மகன்களோடு கலந்து பேசி ஏற்பாடு செய்தான். கடன்களின் பொருட்டு வீடு பலராமய்யாவுடைய வசத்தில் வரும்படியாக. அதற்கு சம்பந்தியும் ஒத்துக்கொண்டு தலையாட்டினார்.

பலராமய்யா மகன்களுக்கு பாகப் பிரிவினை பங்கிட்டுத் தந்து மூன்றாண்டுகள் கழிந்துவிட்டது. பெரியவர்களிருவரும் சொத்துக்களை விற்றுவிட்டுச் சென்றுவிட்டார்கள். மூன்றாவது மகனின் மாமா வயலை விற்றுத் தன்னுடைய ஊரில் வாங்கிவிட்டார். இரண்டாவது மகனின் மனைவி மரணமடைந்து விட்டாள். குழந்தைகளை மாமியார் வீட்டில் விடுத்து தேச யாத்திரை செய்து கொண்டிருந்தான். பலராமய்யாவின் பெரிய மகன் ஒரு வருடத்திற்கு முன் மாரடைப்பில் போய் சேர்ந்துவிட்டான். நான்காவது மகன் பிரசாத் தன் பங்கில் கிடைத்த வயல் மற்றும் நிலங்களையெல்லாம் விற்றுவிட்டு மதராஸில் இருக்கிறான். அவன் டிராமாக்காரி ஒருத்தியை சேர்த்துக் கொண்டு சினிமா எடுக்கும் முயற்சியில் இருக்கிறானென்று கனகய்யாவிற்கு தெரிய வந்தது. பலராமய்யாவின் இளைய மகள், பாகப்பிரிவினையின் போது பாவாடை தாவணியில் வளைய வந்தவள், இப்போது சேலை கட்டத் தொடங்கியிருக்கிறாள்.

அப்போது, "இன்னும் இவ சின்னக் கொழந்தை, இப்போதைக்குள் இவளுக்கு அவசரமில்லை" என்று கருதிய திருப்தியுடனிருந்த தந்தை மகள் வளர்ந்து பெரியவளாகி இப்போது நெஞ்சில் பாரமாக கனக்கிறாள். இரண்டு வருடங்களாக சம்பந்தங்களை அலசிக் கொண்டிருக்கிறார். எதுவும் தக்க

சம்பந்தமாக அமையவில்லை. தன்னுடைய அந்தஸ்திற்கு ஏற்றவாறு எதிர்தரப்பினர் கேட்கும் அளவிற்கு கட்டணங்களையோ, சீர் செனத்திகளையும் செய்விக்கும் நிலையில் இல்லை. இரண்டு பெண்களுக்கும் விமரிசையாகத் திருமணங்களை நடத்திவைத்தார். சம்பந்தங்களின்மேல் சம்பந்தங்களாக வந்து சேர்ந்தன. அன்றைய நாட்களில், அவர் விரும்பியபடியே எல்லாம் நடந்தது. தற்போதைய நிலைமை முற்றிலும் தாறுமாறாகிவிட்டது.

பலராமய்யாவின் வீட்டுவாசல் கதவுவரை வந்துவிட்ட கனகய்யா ஒரு நிமிடம் தயங்கி நின்றவன் "நடக்கணும்னு இருந்தா நடந்தே தீரும்" என்ற தைரியத்தை வரவழைத்தபடி உள்ளே அடியெடுத்து வைத்தான்.

சாப்பிட்டு முடித்து வராண்டாவில் சாய்வு நாற்காலியின் மீது படுத்தபடியே சுருட்டைப் புகைத்துக் கொண்டிருந்த பலராமய்யா சற்றே நிமிர்ந்து உட்கார்ந்தவராய் "வா! கனகய்யா, வா! என்ன விசேஷம்? பொழுது போயி வந்திருக்கே!" என்றார்.

வேலைக்காரனை சத்தமிட்டுக் கைவைத்த பெரிய நாற்காலியை எடுத்து வந்து போடச் சொன்னார்.

கனகய்யா நாற்காலியில் அமர்ந்தபடியே தான் அந்த வீட்டில் கைகளைக் கட்டிக்கொண்டு பணிவுடன் நின்றபடி பேசிச்சென்ற நாட்கள் நினைவில் நின்றன.

"காலையில புடிச்ச மழையும், பொழுது போனதுக்குப் பிறகு வந்த விருந்தாளியும் சும்மா வெறுங்கையோட வரமாட்டாங்கன்னு சொல்லுவாங்க." என்றான் கனகய்யா.

"அப்படீன்னா காத்துமழையை கொண்டாரலேங்குறே?"

"சொந்தங்களை ஒன்று சேக்கவே வந்திருக்கேன்"

"யாரோடயோ?" மகிழ்ச்சியுடன் சிரித்துக் கொண்டே சொன்னார்

"உங்க தகப்பனார் உங்களுக்குத் தந்த அளவு ஆஸ்திக்கு உங்க பேரன் வாரிசுக்காரனாகப் போறான்."

"அது உன்னோட கற்பனை! அவ்வளவு அதிர்ஷ்டம் இருந்திருந்தா எம் மவனுங்க எதுக்கு இப்பிடித் தொலைச்சிட்டு நிப்பாங்களா?" வருத்தத்துடன் சொன்னார் பலராமய்யா.

"உங்க கடைசிப் பொண்ணு பேரு என்ன? 'சிட்டி'ன்னு சொல்வோமே தவிர பேரு ஞாபகமில்லே."

"வரூதினி. எல்லாருக்கும் நல்லாவே நடந்தது. கடைசிப் பொண்ணுக்கு செய்யணும்ங்குற நேரம் வரும்போது வண்டி தலைகீழா கவிழ்ந்துடிச்சி. எவ்வளவு ஆசையா செல்லமா வளர்த்தோம்ங்குறது உனக்குத் தெரியுந்தானே கனகய்யா!"

“அய்யோ, தெரியாதுங்களா? உங்க பொண்ணு வருதினி அதிர்ஷ்டக்காரிதான்! யாரு அதிர்ஷ்டத்தை யாரால இல்லேங்க முடியும்?”

“என்ன கனகய்யா! நீ சொல்றது நிஜந்தானா? சம்பந்தம் எந்த ஊரு? அவங்க வீட்டு பேரு என்ன?” ஆச்சரியமும் ஆனந்தமும் ஒன்றுசேர பலராமய்யா குரல் வெளிப்படுத்தியது.

கனகய்யாவின் நிலை இஞ்சி தின்ன குரங்காகிவிட்டது. சொல்ல வேண்டும்போல மனம் படபடத்தாலும் சொற்கள் உதடுகளைவிட்டு வெளியேற மறுத்தது.

“எம்பது ஏக்கர் நஞ்சை, இருபத்தைஞ்சி ஏக்கர் வரை புஞ்சை. வீடு, வாசல், தோப்பு துரவு எல்லாமே இருக்கு. ஒரே மகன்”

கனகய்யா பேச்சை சற்றே நிறுத்தி கொஞ்சம் குரலை சரிசெய்து கொண்டு, புதுத்தெம்பை வரவழைத்தவனாய் மறுபடியும் தொடர யத்தனித்தான்.

“ஆஹா! அப்படியா?” பலராமய்யா கண்கள் பளிச்சிட்டன.

“மாமியார், நாத்தனார் பிரச்சனை எதுவுமே இல்லே. பொண்ணுக்கு ராணி வாசந்தான்னா நம்புங்க!”

“கடவுள் கண்ணாரப் பார்த்தா .... அதைவிட எனக்கு வேண்டியது என்ன இருக்கு? ஆமா, எந்த ஊரு?”

“தொலைதூரமெல்லாம் இல்லங்க. பக்கத்து சம்பந்தம்தான்!”

“எம்பொண்ணு அதிர்ஷ்டம் அது.”

“நான் சொல்றதும் அதைத்தானுங்களே?”

“கனகய்யா!” தன்னுடைய நன்றியை எந்த விதத்தில் தெரிவிப்பதென்று தெரியாமல் சாய்வு நாற்காலியிலிருந்து முன்னால் சற்றே குனிந்து, கனகய்யாவின் கையைப் பிடித்துக் கொண்டார் பலராமய்யா.

“உங்க உப்பை தின்னவன், உங்களால லாபம் சம்பாதிச்சவனகுறதால உள்ளதை சொல்லிட்டிருக்கேன். நான் உங்களுக்குக் கடன் பட்டிருக்கேன். அதை இந்த விதத்துல தீர்த்துகிட்டேன்னா அதைவிட மேலான மகிழ்ச்சி வேற எதுவுமில்லேங்க” கனகய்யா நன்றியுணர்ச்சி மேலிட கூறுவதுபோல தழுதழுத்தக் குரலில் சொன்னான்.

“சம்பந்தத்தை பேசி முடிச்சிடு. முன்னே பின்னே தயங்காதே. ஆமா! சொல்லவேயில்லையே சம்பந்தியோட ஊரு, பேரு?”

“நம்ம ஊருதான்!”

“நம்ம ஊரா?” அவ்வளவு வசதியானவங்க நம்ம ஊர்ல யாரு இருக்காங்கய்யா எனக்குத் தெரியாம?”

"வீட்டு முன்னாலருக்குற ரத்தினம் கண்ணுக்குத் தெரியாது. தூரத்துலருக்குற வெத்துக் கற்களைத்தான் கிளறிக் கிளறித் தேடுற மனுஷங்க."

"யாருய்யா அந்த ரத்தினக்கல்லுகளெ குமிச்சி வச்சிருக்குறவங்க? உத்வேகத்தை தடுத்துக் கொள்ள முடியாதவராய் கேட்டார் பலராமய்யா.

"சாம்பைய்யா மகன் வெங்கடபதி!"

கனகய்யா அதன்பிறகு வாயைத் திறக்கவில்லை. பலராமய்யாவின் மேல் இடி விழுந்தது! மனிதர் ஸ்தம்பித்து நின்றுவிட்டார்.

கனகய்யா முகத்தில் வேர்வைத் துளிகள் சிலிர்த்தெழுந்தன. பயத்துடன் வாசல் கேட்டை நோக்கினார். திறந்துதான் இருந்தது. கனகய்யா மூச்சுவிடாமல், பலராமய்யாவுடைய பெருமூச்சுகளை கேட்டுக் கொண்டிருந்தான். உச்சஸ்தாயியில் பலமுறை மூச்சை இழுத்து விட்டபின் சற்றே அசைந்து கொடுத்தார். சாய்வு நாற்காலி கிறீச் கிறீச்சென சப்தமிட்டது. கனகய்யா காதைத் தீட்டிக் கொண்டு நெஞ்சைப் பிடித்துக் கொண்டும் கேட்டுக் கொண்டிருந்தான்.

"கனகய்யா! அந்த சொல்லைச் சொல்ல உனக்கு எப்படி வாய் வந்தது?"

"அது உங்களோட நல்லதுக்குன்னு நெனச்சி சொன்னேன். தப்புன்னா மன்னிச்சிடுங்க" கனகய்யா தன் பேச்சில் நியாயத்தை வெளிப்படுத்த போதுமான மட்டும் முயற்சியை மேற்கொண்டான். உள்ளுக்குள் சந்தோசமாகவே இருந்தது கனகய்யாவுக்கு.

எப்படிப்பட்ட பலராமய்யா எப்படி மாறிவிட்டார்? ஒரு சமயத்தில் செருப்பால் அடிப்பேன் என்று சொன்னவர் இப்போது இறங்கிவந்து மென்மையாகவல்லவா சொல்கிறார்? இன்றைக்கிருக்கும் பலராமய்யா மரத்தின் உச்சியில் இல்லை. ஒடிந்த மரக்கிளையைப் பிடித்தபடி தொங்கிக் கொண்டிருக்கிறார்! அதைத் தெளிவாகக் கண்டுகொள்ள முடிந்தது கனகய்யாவால்.

"இன்னொரு சம்பந்தம் பாரு. எங்கிட்ட இருக்குறதெல்லாத்தையும் அவளுக்குத் தந்துடறேன். நான் எப்பிடியானாலும் பரவாயில்லை. அவளுக்கு மட்டும் அநியாயம் செய்யமாட்டேன்."

''பொண்ணுக்கு நியாயம் செய்யறேன்னு நெனச்சி அநியாயத்தை செய்றீங்களோன்னு கொஞ்சம் யோசிச்சிப் பாருங்க பலராமய்யாகாரு!"

கனகய்யாவின் பேச்சைக் கேட்ட பலராமய்யாவின் முகம் வெளிறிப் போயிற்று.

"சரி! வரதட்சணைன்னு சொல்றீங்க. எம்மட்டும் தருவீங்களோ?"

விஷயத்தை பக்கவாட்டில் மறைமுகமாக வெளிப்படுத்தினான் கனகய்யா.

"இருப்பதெல்லாம் என் வீடு, பதினெட்டு ஏக்கர் நெலம்! எல்லாத்தையும் அவளுக்கே தந்துடறேன்!"

"அறுபதாயிரம் கடன்? அதை என்ன பண்ணப் போறீங்க?"

"கடன்! அதுக்குள்ள அறுபதாயிரம் ஆயிடிச்சா?"

"நாலு வருஷத்துக்கு முந்தி நாற்பதாயிரம். வட்டியும் மொதலுமா சேர்த்தா இப்போ அறுபதாயிரத்தை தாண்டுது. அதுலயும் ஆறு வருஷத்துக்கு முன்னால ஆறு ஏக்கர் ஒத்தி. வட்டிப் பணத்தை செலுத்துறதைவிட அந்த நெலத்தை விட்டுக் கொடுத்துர்றது தான் உங்களுக்கு லாபம்! அதுக்கு அவங்களை நான் சம்மதிக்க வைக்கிறேன். எட்டு ஏக்கரை வித்தாத் தவிர ஆதிசேஷய்யாவுடைய பாக்கி தீராது. அதுவும் போக நாங்க கொடுத்தது முப்பதாயிரம். வட்டியோட அரை லகரம் வருது. என்னோட பாகஸ்தன் சேஷாவதாரம் சங்கதி நான் உங்களுக்குச் சொல்ல வேண்டியது எதுவுமே இல்ல."

"இந்த மாடி வீட்டை கழிச்சிக்கச் சொல்லு! இதை வித்தா என் கடன் தீர்ந்துடாதா என்ன?" மனதை கல்லாக்கிக்கொண்டு சொன்னார் பலராமய்யா.

"இந்த வீடு லட்சம் பெறும்தான். நான் இல்லையென்று சொல்லவில்லை. இது ஒருவேளை விஜயவாடா, குண்டூர் போன்ற நகரங்கள்ல இருந்தால்! இன்னக்கி இந்தக் கிராமத்துல வித்தா இருபதாயிரத்துக்குக் கூட வாங்குறதுக்கு ஆளு இருக்காது. இருக்குற நெலமை அப்பிடி!" கனகய்யா தீர்மானமாகச் சொன்னான்.

பலராமய்யா அமர்ந்திருந்த நாற்காலி கால் ஒடிந்தது போலிருந்தது. பாதங்களின் கீழே பூமி மூச்சை இழுத்துப் பிடித்திருந்தது.

"இதோ பாருங்க பலராமய்யா! விளக்கு இருக்கும்போதே வீட்டை சரிப் படுத்திக் கொள்வது நல்லது. உங்க கவுரவம், மரியாதை, வம்சத்து பெருமை எல்லாத்தையும் நாளைக்கு கடன்காரங்க கோர்ட்டுல ஏத்திட்டா என்னவாவது? டிகிரி வாங்கி ஆயிரக்கணக்கா கொடுத்தாலும் ஊருக்குள்ள தலைநிமிர்ந்து போக முடியுமா? அப்ப அருமை மகளோட கல்யாணத்தை எப்படி நடத்துவீங்க? அதெல்லாம் எதுக்கு? எந்தப் பொண்ணு வீட்டுக்குப் போயி தலையை மறைச்சிக்கிடுவீங்க? எந்த மகன் உங்களை கௌரவிச்சி ஆதரவு காட்டப் போறான்? நீங்களே யோசிங்க!" பலராமய்யாவின் கண்களில் நீர் திரையிட்டு நிற்பதைப் பார்த்ததும் கனகய்யா பேச்சை நிறுத்திக் கொண்டான்.

"வெங்கடபதிக்கு முப்பது வயசுகிட்ட இருக்காது?" வாய் தவறி தன்னையறியாமலேயே வார்த்தைகள் வெளிவந்தன பலராமய்யாவிடமிருந்து. "ச்சே! எவன் சொன்னதுங்க அப்பிடி? இருபத்தேழுக்கு மேல ஒண்ணோ அரையோ அதுக்குமேல இருக்காது. வெங்கடபதி நம்ம கண்ணுக்கு முன்னால பொறந்து வளந்தவன் தானுங்களே?"

“நீ என்னத்தெதான் சொல்லு கனகய்யா! பார்த்துப் பார்த்து எம்புள்ளயெ சாம்பைய்யாவோட மகனுக்குக் கொடுக்கப் பிடிக்கல்லேய்யா!”

பலராமய்யா பேச்சில் உறுதியான முடிவு வெளிப்படவில்லை.

“வெங்கடபதிக்கு என்ன குறைச்சல்? அவனைப் பத்தி பேசனும்னா அப்படிப்பட்ட பையன் இந்த ஊர்லயே இல்லேன்னு ஆணித்தரமா சொல்லலாம். நல்ல உழைப்பு, பிறத்தியார் வம்பு தும்புக்குப் போறவனில்லே. ஒவ்வொரு ஊரா ஜாலியா சுத்தித் திரிஞ்சும் வேலைவெட்டியில்லாம கண்ட பழக்கங்களோட காசை கரியாக்கி கெட்டுக் குட்டிச்சுவரா போற பையன்களை விடவா கொறஞ்சு போயிட்டான் வெங்கடபதி!”

கனகய்யா சொல்லிய வார்த்தைகள் பலராமய்யாவின் இதயத்தில் முள்ளாய் தைத்து நின்றது. ‘தன்னோட பிள்ளைகள் எப்படிப்பட்டவர்கள்? அவர்கள் வாழ்க்கை என்ன ஆயிற்று? பேச்சுக்குப் பேச்சு! தன்னோட பையன்களுக்கும் வெங்கடபதிக்கும் உள்ள வேற்றுமை என்ன? தன்னுடைய பிள்ளைகளில் ஒருத்தனாவது வெங்கடபதியைப் போல இருந்திருந்தால் தனது ஆஸ்தியெல்லாம் இப்பிடி நாசமாகிப் போயிருக்குமா?’ பலராமய்யா மனம் தன்னையறியாமலேயே சமாதானம் அடையத் தொடங்கியது.

‘இதோ பாருங்க பலராமய்யாகாரு? ஒண்ண மட்டும் சொல்றேன் கேட்டுக்கோங்க. வெங்கடபதி உங்களுக்கு மருமகனாயிட்டா, உங்க மீதி சொத்தும், வீடும் உங்க வம்சத்து வாரிசுகளுக்குள்ளேயே இருந்துடும். கடன்களை தீர்க்கும் ஆற்றலும், வெறியும் சாம்பைய்யாவுக்கு உண்டு. சாம்பைய்யா எத்தகைய கஷ்டமான சூழ்நிலையிலிருந்து கடன்களையெல்லாம் தீர்த்துவிட்டு தன்மானத்துடன் உழைப்பை மட்டுமே நம்பி வெற்றி பெற்றவனாய் காட்சியளிக்கிறான் என்பது தாங்கள் கண்கூடாகப் பார்த்ததும் அறிந்ததும் தானே?’’ கனகய்யா பேச்சை நிறுத்தி பலராமய்யாவின் முகத்தைப் பார்த்தான். தான் சொல்வதை சிரத்தையுடன் கேட்டுக் கொண்டிருந்தார் பலராமய்யா. அவர் முகத்தில் தென்பட்ட மாற்றத்தைப் பார்த்ததும் பழுக்கக் காய்ச்சிய இரும்பின் மேல் மற்றொரு அடியை ஓங்கியடித்தான் கனகய்யா.

‘‘உங்க தாத்தா காலத்து இந்த வீடு, நெலம் நீச்சு எல்லாத்தையும் இன்னொருத்தர் கைக்கு மாறாமெ இருக்கணும்னா, நீங்க உயிரோடு இருக்கும்போதே இந்த வீட்ல ஈ எறும்புகூட நுழையாம இருக்கணும்னா நான் சொன்னபடி கேளுங்க. வீரபத்ரய்யாவோட அரண்மனையாட்டம் வீடு, வீரபத்ரய்யாவோட நெலம். மகள் வயித்துப் பேரனுக்காவது சாஸ்வதமாக இருந்திடும். உங்க வம்சம், பரம்பரை, மரியாதையெல்லாம் இந்த ஊருக்குள்ள கெட்டுப் போகாம இருக்கணும்னா இந்த சம்பந்தத்தை ஒத்துக்கோங்க. எம் பேச்சை கேளுங்க!”

“கனகய்யா! கனகய்யா!” பலராமய்யா தன் தோளிலிருந்த துண்டை வாயிலடைத்தபடி, முகத்தை முழங்கால்களின்மீது குவித்து, கைகளால் தலையைப் பிடித்துக் கொண்டார்.

“பலராமய்யா! சும்மாயிருங்க! எல்லாம் தெய்வ சங்கல்பம்! கருணைமயமான அந்த பரமாத்மாவே, சாம்பைய்யா மனசுல உங்களோடு சம்பந்தம் வச்சிக்கிடணும்ங்குற புத்தியை ஏற்படுத்தியிருக்கான். இல்லேன்னா லட்சக்கணக்குல வரதட்சணையும் ஏக்கர் கணக்குல சீர் செனத்தியும் வேணும்னு எத்தனையோ சம்பந்தங்களையெல்லாம் தட்டிக் கழிச்ச சாம்பைய்யா உங்க வீட்ல பொண்ணு எடுக்கணும்னு ஆசைப்படுறதென்ன? எல்லாமே அந்த பகவானோட முடிவு! அவன் போட்ட எழுத்தை யாரால தட்டிக் கழிக்க முடியும்? அப்ப நான் வரட்டுமா!?

அதுனால இந்த மாசத்துலயே முகூர்த்தம் வச்சிடணும்” என்று கனகய்யா பலராமய்யாவின் முகத்தைப் பார்க்காமலேயே கேட்டை திறந்துகொண்டு வெளியேறிச் சென்றான்.

அசாத்தியம் நிறைவேறாதது என்று நினைத்த காரியம் இவ்வளவு சுலபமாக நிறைவேற்ற முடிந்த கனகய்யாவுக்கு தன்னுடைய செயல்திறமை, புத்திசாலித்தனமான பேச்சு, விவேகம் இவற்றின்மீது அபாரமான நம்பிக்கையும், ஆத்ம விஸ்வாசமும் உண்டாயிற்று. மனுசனுக்குள் எல்லைமீறிய உற்சாகம் கரைபுரண்டோடியது. அந்த சந்தோசமான செய்தியை நேராகச் சென்று சாம்பைய்யாவின் காதுகளில் போட வேண்டுமென்ற துடிப்புடன் அவருடைய வீட்டிற்கு முன்னால் வந்து நின்றான். அப்போதே நீண்ட நேரம் ஆகிவிட்டதென்ற விஷயம், இரண்டு தடவை உரக்க குரல் கொடுத்தும் உறங்கிக் கொண்டிருந்த சாம்பைய்யா எந்த ஒரு பதிலும் தராமல் இருப்பதை வைத்து தெரிய வந்தது. வீட்டை நோக்கி நடையைக் கட்டினான்.

“அவ்வளவு சீக்கிரத்தில் சாம்பைய்யாவிடம் விஷயத்தை கூறிவிடுவது கூட அவ்வளவு நல்லதல்ல போலும்! மணிக்கணக்காகப் பேசி பலராமய்யாவை சம்மதிக்கச் செய்த விஷயத்தை அப்படியே சொல்லி விடுவதும் உகந்ததல்ல. அதனால் தனக்கு வரும் பிரயோஜனம் ஒன்றுமில்லை. எனவே சிறிது தாமதமாகவே, தான் மிகவும் சிரமப்பட்டு பலராமய்யாவை சம்மதிக்கச் செய்ததாக சாம்பைய்யாவிடம் நிரூபித்துக் காட்ட வேண்டும். அப்போதுதான் சாம்பைய்யாவுக்குத் தன்மீது பற்றுதல் ஏற்படும். யோசித்தபடியே நடந்து கொண்டிருந்த கனகய்யாவின் மூளையில் குளிர்ந்த காற்று பட்டதும் சந்தோசமாக இருந்தது.

கனகய்யாவுக்கு வந்திருந்த சிக்கல் என்னவென்றால் அவனுடைய மூளை எப்படித் திருப்பினாலும் சமானமாகவே வேலை செய்யும். “ஆமாம்! இல்லை!” என்ற இரண்டிற்கும் ஒரே சமயத்தில் தகுந்த காரணங்களையும்,

பிரயோஜனங்களையும் தேடி கண்டுபிடித்துவிடும். எப்படித் திருப்பினாலும் நஷ்டம் எதிர்தரப்பினருக்குத்தானே என்ற தன்னம்பிக்கை அவனைப் படைத்த பிரம்மா தந்த வரப்பிரசாதம் என்ற நம்பிக்கை கனகய்யாவுக்கு உண்டு.

"யாரு அந்த மனுஷன்?"

கனகய்யா கால்களின் வேகத்தைக் குறைத்து தலை நிமிர்ந்து பார்த்தான். ராம மந்திரத்தில் புராண காலட்ஷேபம் செய்துவிட்டு திரும்பிச்சென்று கொண்டிருப்பவர்கள் கனகய்யாவுக்கு எதிர்பட்டனர்.

"யாரு? நீதானா கனகய்யா! இவ்வளவு நேரத்துக்குப் பிறகு எங்கருந்து வர்றே?" என்று கேட்டார் ஒரு பெரிய மனிதர்.

"புராண காலட்சேபத்திற்குத் தானோ என்னவோ?. இப்பத்தான் முடிஞ்சது. நல்லா நடந்ததுன்னு நெனக்கிறேன் கனகய்யா?" தான் கேட்ட புராணத்தை இன்னும் மனதிலிருந்து அப்புறப்படுத்த இயலாத ஒருத்தர் சொன்னார்.

"ஆனாலும் எதுக்குய்யா புண்ணியங்களும் புராணங்களும்? ரெண்டு கைகளாலும் சம்பாதித்துக் கொண்டிருக்கான்" என்றார் முதல் மனிதர்.

"ஆமால்லே! நம்ம கனகய்யாவுக்கு புராணம் கேக்குறதுக்கு விருப்பமும் நேரமும் எங்க இருக்கு?" என்றார் இரண்டாவது ஆசாமி.

நிலவின் மங்கிய வெளிச்சத்தில் அவர்களுடைய சிரிப்பை கண்டுகொள்ள முடிந்தது கனகய்யாவால்.

"நீங்கள்லாம் புராணங்களைக் கேட்டு நீங்க சம்பாதிச்சி சேத்து வச்ச புண்ணியத்தை விட அதிகமாகத்தான் சம்பாதிச்சிருக்கேன். இதுவரைக்கும்." சும்மா இருக்க முடியாமல் உக்ரோஷத்துடன் கூறினான் கனகய்யா.

"அது என்னதுன்னு எங்க காதுலயும் போட்டா கேட்டு ஆனந்தப்படுவோமில்ல?" என்றார் வயதானவர்.

"பலராமய்யாவுக்கும் சாம்பைய்யாவுக்கும் பந்துத்வத்தை ஏற்படுத்திட்டேன்!"

எல்லோரும் வாயைத் திறந்தபடியே நிமிட நேரம் அப்படியே நின்றுவிட்டனர்.

"ஏ... அப்பிடி பார்க்குறீங்க? பலராமய்யாவோட பொண்ணெ சாம்பைய்யா மவன் வெங்கடபதிக்கு பேசி முடிச்சாச்சி."

"இது உண்மையில நம்புற மாதிரியான பேச்சே இல்ல!"

"இந்த மாசத்துலேயே கல்யாணம். நீங்க பார்க்கத்தானே போறீங்க?" என்றபடியே வீராப்புடன் நடந்து சென்றான் கனகய்யா.

"அப்படின்னா கனகய்யா சம்பாதிச்சது புண்ணியமா பாவமா?"

எதுவும் தெரியாமல் வயதானவர் வாயைக் கிளறினார்.

"நூறு பொய்யைச் சொல்லியாவது ஒரு கல்யாணம் நடத்தி வைச்சா அதுவே போதும்!" என்றார் ராமபத்ரய்யா.

"ஆயிரம் பொய்யைச் சொன்னபோதும் இந்தக் கல்யாணம் நடத்தி வக்கிறது ரொம்ப கஷ்டம்!" என்றார் ராமகோடிய்யா

"இதுவே உண்மையாயிருந்தா ராவணாசுரன் சீதையைத் தூக்கிட்டுப் போனதைவிட மோசமானது!" என்றார் பெரிய மனிதர்.

"வீரபத்ரய்யாவோட பேத்தியை சாம்பைய்யாவோட மகனுக்குத் தரப் போறாங்களா?" பலராமய்யாவின் தூரத்து உறவுக்காரனான வீரய்யா நம்ப முடியாமல் சொன்னார். கனகய்யாவால் வெளியிடப்பட்ட வார்த்தை குளிர்கால விறாட்டிப் புகையைப் போல பொழுது விடியும் முன்னரே ஊரெல்லாம் பரவிவிட்டது.

கனகய்யா தூங்கியெழுந்ததுமே சாம்பைய்யாவிடம் செல்வதற்குத் தயாரானவன் மறுபடியும் தாமதித்தான். போகட்டும் கொஞ்சம் தாமதமாகப் போனால்தான் என்ன? அப்படிச் செய்தால்தான் சாம்பைய்யா தானாகவே சொல்லி அனுப்புவார்? அப்ப போனா கவுரவமா திருப்தியா இருக்கும். அவ்வாறு நினைத்தவன் வீட்டின் முன்புறத்தில் உட்கார்ந்து விட்டான்.

சாப்பாட்டு நேரம் வரை எதிர்பார்த்தும் சாம்பைய்யாவிடமிருந்து எந்த ஆளும் வரவில்லை. இனி இருக்க முடியாதவனாய் சாம்பைய்யாவின் வீட்டை நோக்கி புறப்பட்டான் கனகய்யா.

வழியில் சாம்பைய்யாவின் வேலைக்காரன் எதிர்ப்பட்டு "அய்யா அவுக உங்களுக்காகத்தான் எதிர்பார்த்துட்டிருக்காரு" என்றான்.

இளகிய ரத்தம் கெட்டிப் பட்டதைப் போல கனகய்யா எட்ட எட்ட அடியெடுத்து வைத்து சாம்பைய்யாவின் வீட்டையடைந்தான்.

"காயா, பழமா?" சாம்பைய்யா கேட்டார்.

"இந்த கனகய்யா கையில விழுந்தா காயானாலும் பழமா மாறிடும்."

கனகய்யாவின் குரலில் கர்வம் ஒலித்தது.

"பல்லெல்லாம் உதிந்திடும்னு சொன்னியே பின்னே?" சாம்பைய்யா உற்று நோக்கியவாறு கூறினார்.

"சும்மாயிருய்யா! உனக்கு நக்கலாயிருக்கு? மனுஷன் செத்துப் பொழச்சி வேலையை முடிச்சிட்டு வந்திருக்கேன். வேற எவனாவது போயிருந்தா நீ

சொன்னாப்புல நடக்குறவருதான் பலராமய்யா!" பாதி செத்து நொந்தவன்போல பேசினான் கனகய்யா.

'இந்த சாம்பைய்யாவை எப்படியெல்லாம் நம்ப வைக்க வேண்டியுள்ளது பகவானே!' என்று நினைத்தான் கனகய்யா.

சாம்பைய்யாவின் கண்களில் பிரகாசித்த ஒளியைத் தாமதமாகத் தான் கண்டுகொள்ள முடிந்தது கனகய்யாவால்.

"அப்படீன்னா கட்டணம், காணிக்கைகளெல்லாம் எப்படித் தரப் போறாங்களாம்?"

கனகய்யாவின் மண்டையில் சம்மட்டி கொண்டு அடித்தது போலாயிற்று. அவனுடைய உற்சாகமெல்லாம் நீர்வார்த்தது போலாயிற்று.

"இன்னுமா கட்டணம், சீர் செனத்தியைப் பத்தி பேசறே? என்ன சாம்பைய்யா நீ சொல்றது? பலராமய்யா உன்னோட சம்பந்தம் பண்ணிக்க ஒத்துக்கிட்டதே கோடி ரூபா கொடுத்த மாதிரிதானே! கண்ணுல ஒத்திகிட்டு நீ ஒத்துக்கணும். அதுவே பெரிய விஷயமுன்னு நெனச்சிக்கோ" என்று சற்று கோபமாகவே எடுத்துரைத்தான் கனகய்யா.

"ஏன்? நான் அவ்வளவு விலக்கப்பட்டவனா? எம் மவனுக்கு என்ன குறைச்சலாம்? கட்டணம், காணிக்கைகள் தர்றேன்னு எத்தனை பேரு எங் காலெ கைய பிடிச்சதை உனக்கு தெரியாதா என்ன?"

'அடேய் சாம்பைய்யா? எவ்வளவு கர்வத்தோட பேசறே? காரியம் கைகூடுற வரைக்கும் எங்கிட்ட கையைப் புடிச்சிக் கெஞ்சினே. கடைசியில கையில வந்து மாட்டிக்கிட்டதும் ஒத்தக்கால்ல நின்னு குதிக்கிறேயேடா?' நினைத்தது மனம் உண்மையிலேயே சாம்பைய்யாவின் போக்கு கனகய்யாவுக்கு எரிச்சலை ஏற்படுத்தியது.

"இதோ பார் சாம்பைய்யா! சம்பந்தம் பேசச் சொன்னே பேசுனேன். வரதட்சணை அது இதெல்லாம் பேசுறது நமக்கு நல்லதில்லே. அவருக்கிட்ட இருக்குறதெ பொண்ணுக்கு கொடுப்பாரு. பிராமணனை கூப்புட்டு, லக்னத்தை குறிக்கச் சொல்லு. நிச்சயதார்த்தம் செஞ்சிக்கிறது நல்லது."

"மொதல்ல வரதட்சணை சங்கதியைப் பத்தி தெரிஞ்சிட்டு வா! எங்க கிணறு பக்கத்துலருக்குற பதினெட்டு ஏக்கரை வரதட்சணையா எழுதி வச்சா நாளைக்கே நிச்சயதார்த்தம் செஞ்சிக்கலாம், என்ன சொல்றே?"

"எனக்கு சிரார்த்தம் பண்ணிக்க வேண்டியதுதான்" வாய் வரை வந்தது. ஆனால் வார்த்தைகள் வெளிவராமல் அப்படியே விழுங்கிவிட்டான் கனகய்யா. கண்கள் சுழன்று உடம்பெல்லாம் வியர்த்துக் கொட்டுவது போலிருந்தது.

"அவ்வளவுதான்னு சொல்றியா?" எழுந்து நின்று பயமுறுத்தும் குரலில் கேட்டான் கனகய்யா.

“ஆமா! அட்க்ஷரசுத்தமா அதேதான்!” என்று கூறிய சாம்பைய்யா, இன்னும் கனகய்யா அப்படியே நின்று கொண்டிருப்பதையும் பொருட்படுத்தாமல் உள்ளே சென்றுவிட்டார்.

கனகய்யா தெருவில் வந்து விழுந்தவனாய் - வாய்க்கு வந்தபடியெல்லாம் மனதிற்குள்ளேயும் வெளியே தெரியும்படியும் திட்டிக்கொண்டே நடந்துவந்து பலராமய்யாவின் வீட்டின் முன்னால் நின்றான்.

“இப்போ பலராமய்யாகிட்டே என்னன்னு எடுத்துச் சொல்றது? அவர் முகத்தை எப்படி நிமிர்ந்து பார்ப்பேன்? கமலை கிணத்துப் பக்கமாயிருந்த நெலத்துமேல கண்ணு வச்சி இத்தனை நாடகமாடியிருக்கான் சாம்பைய்யா. அது தன்னோட கைவசத்துல இருக்குங்குறது சாம்பைய்யாவுக்குத் தெரியாது. அப்பிடிச் சொல்லப் போனா தனக்கும், பலராமய்யாவுக்கும் தவிர மூணாவது மனுசனுக்குத் தெரியவே தெரியாது. இந்த சங்கதியெ தெரிஞ்சிகிட்டா சாம்பைய்யா நிச்சயமா சம்பந்தத்தை உதறித் தள்ளிடுவான். நடந்ததென்னவோ நடந்துடிச்சி. எல்லாத்துக்கும் அந்த பகவான்தான் காப்பாத்தணும். நாலு நாள் அவன் முகத்துல விழாம இருந்தேன்னா அங்குட்டு சாம்பைய்யா, இங்குட்டு பலராமய்யா ரெண்டு பேருமே சங்கதியை மறந்து போயிடுவாங்க. வெங்கடபதிக்கு பலராமய்யா மகளைத் தந்தா நமக்கென்ன? கொறப் பயலுக்குத் தந்தா நமக்கென்ன?’

தனக்குத்தானே திட்டிக்கொண்டு நின்று கொண்டிருந்த கனகய்யாவுக்கு நடுரோட்டின் மேல் தூசியை வாரி இறைத்தபடியே வந்துகொண்டிருந்த பஸ் தென்பட்டது. மேல்துண்டை ஆட்டிக்காட்டியபடி ரோட்டை நோக்கி ஓட்டமெடுத்தான்.

அவ்வாறு சென்ற கனகய்யா ஒரு வாரம் கழித்தே ஊருக்கு வந்தான். கனகய்யாவின் நினைவில் கல்யாணப் பேச்சு பெரும்பாலும் மறந்துபோன நிலையில் சுருண்டு கிடந்தது. இந்த வாரம் முழுவதுமே தானியங்களை விற்கும் வேலையில் மூழ்கிக் கிடந்தான். திடீரென்று விலை உயர்ந்திருந்தது. மில்லில் சேமித்து வைத்திருந்த தானியத்தையெல்லாம் நல்ல விலைக்கே விற்றுவிட்டான்.

கனகய்யாவின் பங்குக்கு இருபதாயிரம் வரை லாபம் கிடைத்தது. மனுஷன் சந்தோசம் இரட்டிப்பு மடங்காகியிருந்தது. இப்படியே நாலு வருஷம் கூடி வந்ததுன்னா இனி என்ன வேண்டும்? தன்னை எட்டிப் பிடிக்கத்தான் முடியுமா?

சாம்பைய்யாவைத் தவிர தனக்கு சரிசமானமானவர்கள் வேறு யாருமே இருக்க முடியாது. இந்த வருடத்துடன் மகன் ‘லா’ படித்து முடித்துவிடுவான். வருகின்ற ஆண்டு முதல் அவன் வக்கீல் தொழிலை மேற்கொண்டு சம்பாதிக்கத் தொடங்கிவிடுவான்.

மகன் வக்கீல் - வருமானத்தில் திறமைசாலியான தந்தை. மில்லுகளில் கமிஷன். அடமானத்தின்கீழ் தன்வசமுள்ள நிலங்களின் வகையறா.

எல்லாத்தையும் சேர்த்துக் கணக்கிட்டால் தனக்கு என்ன கொறைச்சல்? யாருக்கும் தாழ்ந்து போகமாட்டான். கொறஞ்சது லட்ச ரூபாயாவது வரதட்சணையா வரும் தன் மகனுக்கு. பஸ்ஸிலிருந்து இறங்கி பல்வேறு யோசனைகளில் மூழ்கியபடியே நடந்து வீட்டிற்கு வந்து சேர்ந்ததுமே கனகய்யா மீது எரிந்து விழுந்தாள் மனைவி.

"என்ன பெரிய தொல்லையாயிருக்கு? ஊரு முழுக்க ஒரே பேச்சுத்தான்?" வாசற்படியில் வைத்தே நேருக்கு நேர் கேட்டாள்.

கனகய்யாவின் தலை நிலைவாசலில் இடித்துக் கொண்டதைப் போல ஜிவ்வென்றிருந்தது.

"எதுக்காக இப்பிடி உளறிகிட்டிருக்கே? என்ன வந்தது இப்போ?"

"இன்னும் என்ன வரணும்? ஆளு மேல ஆளா அனுப்பிச்சிட்டிருக்காரு பலராமய்யா. மனுஷன் ஊருக்குள்ள காலடியெடுத்து வைக்கட்டும் உண்டு இல்லேன்னு பண்ணிடுறேன்ங்குறாராம் அவரோட உறவுக்கார வீரய்யா" என்று கனகய்யாவின் மனைவி கூறிவிட்டு சிவுக்கென வீட்டிற்குள் நடந்தாள். மனைவியின் பின்னாலேயே பூனையைப் போல அடியெடுத்து வைத்துச் சென்றவன் - "நீ ஒன்னும் கவலைப்படாதே! எல்லாத்தையும் நான் சரி பண்ணிடுவேனில்லே" பயந்த குரலில் சொன்னான் கனகய்யா.

சொக்காயைக் கழற்றி மனைவியின் கைகளில் தந்தவாறு "நான் போனதுக்குப் பொறகு பலராமய்யா மகளோட கல்யாண விஷயம் ஊருக்குள்ள பெரிய பிரச்சனையாயிடுச்சிப் போல?" என்றான் யோசித்தபடியே. கனகய்யாவின் மூளையில் சுருட்டி வைத்திருந்த நூல் பந்து தளர்ந்து நழுவி சிக்கல் படத் தொடங்கியது. மறுபடியும் சிக்கலை விலக்கி சுருட்டும் முயற்சியில் மனைவியிடம் தோண்டித் தோண்டி விசாரிக்கத் தொடங்கினான்.

கனகய்யாவுக்கு தான் போட்ட கணக்கு தவறானது என்று தெளிவாக விளங்கியது. அன்றைய இரவில் புராணத்தைக் கேட்டுவிட்டு வந்துகொண்டிருந்தவர்களிடம் கல்யாண விஷயத்தை அவசரப்பட்டுச் சொன்னது தவறு என்று புரிந்தது. அங்குதான் ஏற்பட்டிருக்கிறது சிக்கல்!

கனகய்யாவால் மூட்டிவிட்ட நெருப்பு பனைஓலையில் பற்றி ஜுவாலையாய் ஊர் முழுக்க பரவிவிட்டது. வீரய்யா சென்று பலராமய்யாவிடம் கேட்டார். பலராமய்யா "நிஜந்தான்" என்று சொல்ல வீரய்யா தாம்தூம் என எரிச்சலுடன் "அந்த சாம்பைய்யனோட சம்பந்தம் பண்ணுனா உன் வீட்டு வாசற்படியில ஏறமாட்டேன்" என்று சபதம் செய்தார். பலராமய்யாவின் உறவினர்களையெல்லாம் ஒன்றுகூட்டி கூட்டமாய் உட்கார வைத்து - ''இவ்வளவு தரக்குறைவான செயலைச் செய்வதற்கு நாம எல்லோரும் ஒத்துகிட்டா நாளைக்கி நம்ம வீட்டுப் பொம்பளப் புள்ளங்களோட கதி என்னவாகுறது?'' என்ற கேள்வியை எழுப்பினார் வீரய்யா.

''நம்ம குடும்ப கௌரவம், மதிப்பு, மரியாதை எல்லாமே இனிமேல் மண்ணோடு கலந்து போயிடும்'' என்ற பயத்தையும் கிளர்ச்சியையும்

தூண்டிவிட்டனர் பலராமய்யாவின் உறவினர்களில் முக்கியமானவர்கள். பலராமய்யாவுடைய பெரிய தாத்தா மகனான ராமபத்ரய்யாவை பலராமய்யாவிடம் சொல்லி புரிய வைப்ப ற்காக கடைசி முயற்சியை மேற்கொண்டனர்.

''சாம்பைய்யாவுடன் சம்பந்தம் செய்து கொள்வதென்பது எந்த வகையிலும் நல்லதல்ல. அப்படி நடந்துவிட்டால் தாங்கள் தலைநிமிர்ந்து நடக்கமுடியாது'' என்று ராமபத்ரய்யா எடுத்துச் சொன்னார்.

பலராமய்யா சாம்பைய்யாவுடன் உறவுவைத்துக் கொள்ளப் போகிறார். பெண்ணைக்கொடுக்கப்போகிறார்என்ற விஷயம் ஊரெல்லாம்பரவிவிட்டதும், 'தண்ணிக்குள்ள எறங்குனதுக்குப் பிறகு முழுசா நனைஞ்சாத்தான் என்ன, அடிக்கிற குளிரை தடுக்கவா முடியும்' என்ற மனோதைரியத்துடன் நடந்து கொண்டார் பலராமய்யா. மேலும் அவர்களையெல்லாம் அழைப்பித்து சமாதானப்படுத்தவும் முயன்றார். "இதோ பாருங்க! சாம்பைய்யா தன்னோடு சம்பந்தம் செய்யப் போறவரு. வெங்கடபதி தனக்கு வரப்போற மருமகன். அவங்களை தரக்குறைவா பேசிட்டிருக்குறது என்னையே அவமரியாதை படுத்துற மாதிரின்னு நெனக்கிறேன்" என்று கூறி வருத்தப்பட்டார். "குண்டுமணிக்கு தன்னோட கருப்பு தெரியாதாம்! உங்க வேலையை நீங்க பார்த்துக்கோங்க! உங்களோட ஆலோசனைகளோ, உதவியோ எங்களுக்குத் தேவையில்லை'' என்று முகத்திலடித்தாற்போல சொல்லிவிட்டார்பலராமய்யா.

உள்ளுக்குள் குமுறிக் கொண்டிருந்தாலும் வெளியில் கம்பீரமாக இருப்பதுபோல் - தான் ஒன்றும் ஊர் உலகத்தில் நடக்காத செயல் எதையும் செய்யவில்லையே என்று சொல்லவும் செய்தார். ஒன்றிரண்டு பேர் மட்டுமே - "பாவம், பலராமய்யா வாழ்ந்து நொடிந்தவர். அதைவிட நல்ல சம்பந்தம் எங்கிருந்து கிடைக்கும்!" என பரிந்து பேசாவிடினும் தங்களுக்குள் சமாதானப்படுத்திக் கொண்டனர். பலராமய்யாவுக்கோ முட்களின் மேல் நடந்து செல்வது போலிருந்தது. இந்தக் கல்யாணம் எவ்வளவு சீக்கிரம் நடக்கிறதோ அவ்வளவுக்கவ்வளவு நல்லது என்று நினைத்தார்.

கனகய்யாவுக்காக ஆள் மேல் ஆளாக அனுப்பி வைத்தார். ஆனால் கனகய்யா ஆளே அகப்படவில்லை. ஊரிலுள்ள தனக்கு அனுகூலமாக இருக்கின்ற ஓரிருவரை வைத்து விசாரிக்கச் செய்தார்.

பலராமய்யா தன்னோடு சம்பந்தம் செய்துகொள்ள துடித்துக் கொண்டிருக்கிறார் என்ற செய்தி சாம்பைய்யாவுக்கு விவரமாகவே தெரிய வந்தது. மனுஷன் இம்மியும் பிடிகொடுக்காமல் மெட்டாவே இருந்தார். "என்ன சாம்பைய்யா? மகனுக்கு கல்யாணம் செய்யப் போறியாமே?" என்று கேட்டவர்களிடம் "ஆமாம்! இந்த வருஷம் செய்யணும்னுதான் இருக்கேன்" என்று பிடிகொடுக்காமல் பதில் சொல்லிக் கொண்டிருந்தார் சாம்பைய்யா.

பலராமய்யாவோடு நெருக்கமான ஒரு பெரிய மனிதர் வயலுக்குச் சென்று கொண்டிருந்த சாம்பைய்யாவை வழியில் பார்த்துச் சொன்னார் - "சாம்பைய்யா, நாங்க கேட்டது நெஜந்தானே? இன்னும் தாமதம் எதுக்கு? நல்ல நாளா பார்த்து லக்னங்களைக் குறிச்சிடலாமில்லையா?"

சாம்பைய்யா அந்த மனிதரை மேலிருந்து கீழ்வரை பார்த்துவிட்டு - "நல்லது கெட்டது பார்க்கணுமில்லையா? எல்லாம் கூடி வரணுமில்லையா?" என்றார்.

அந்த பெரிய மனிதருக்கு பெருத்த சங்கடத்தில் மாட்டிக் கொண்டதைப் போலிருந்தது. சாம்பைய்யாவின் தோரணை பட்டும் படாத மாதிரி தெரிந்தது. இனி முகமூடி மாட்டிக் கொண்டு களத்தில் இறங்குவதில் லாபமில்லையென்று நினைத்தவராய் கர்வத்தை கழற்றி எறிந்துவிட்டு வெளிப்படையாகவே : "பலராமய்யாவோட பொண்ணெ உங்க பையனுக்குக் கொடுக்குறோமுன்னு சொல்றப்ப - கண்ணுல ஒத்திக்கிட்டு செஞ்சிக்கிறதுமில்லாம அதுல யோசிப்பு வேறயா?" என்றார்.

"காலைக் கழுவி கன்னியாதானம் செய்ய வேண்டியது பலராமய்யா. கண்ணுல ஒத்திக்க வேண்டிய கர்மம் எனக்கென்ன வந்தது? கோ ன்னா கோடி சம்பந்தங்கள் வந்து விழும் எங்க வெங்கடபதிக்கு" என்றவர் மீசையைத் தடவிக்கொண்டே சடாரெனத் திரும்பி தோல் செருப்பு சொர் சொர் என்று ஓசையிட நடந்து சென்றுவிட்டார் சாம்பைய்யா.

சாம்பைய்யாவின் நடவடிக்கையைக் கண்ட பெரிய மனிதருக்கு முதுகில் அடித்ததைப்போல இருந்தது. இது முடிவுக்கு வர்றாப்புலயும் தெரியல. விட்டுடவும் முடியாது போல இருக்கே என்று நினைத்துக் கொண்டார். அவருடைய சந்தேகம் உறுதிப்பட்டதாய் ஊர் முழுக்க பரவிவிட்டது. இவ்வளவு பெருமையாக வாழ்ந்து வீட்டுக்குப் பின்னால நாதியத்து செத்துக் கெடக்குறாப்புல இருந்தது பலராமய்யாவின் நிலை.

தன்னுடன் சம்பந்தம் செய்துகொள்ள சாம்பைய்யா தயக்கம் காட்டுகிறான் என்று தெரிய வந்ததும் பலராமய்யாவால் தாங்க முடியவில்லை. சாம்பைய்யாவோடு உறவு வைத்துக் கொள்ளவே மனம் ஒப்பாத பலராமய்யா, இப்படி ஒரு பிரச்சனை முளைத்தெழுந்ததும் மொத்தத்தில் உயிரற்ற பிணம்போல் ஆகிவிட்டார்.

இதெல்லாம் அந்த கனகய்யன் ஆடிய நாடகமா? இருந்த மானம் மரியாதையையும் கெடுத்துட்டான். மரியாதை போயிட்டாலும் பரவாயில்லை. பலனும் கிடைக்கலையே. கனகய்யன் எதுக்காக இப்பிடி செஞ்சான்? அவனுக்கு என்ன கிடைக்கப்போகுது? சம்பந்தம் பேசிய மறுநாளே இந்த ஊரைவிட்டு மாயமாயிட்டான். ஒரு வாரம் ஆயிடுச்சி. எதுக்காக முகத்தை காட்டாமெ மறைஞ்சிருக்கான்? இதெல்லாம் தன்னுடைய மானத்தை கப்பலேத்துறதுக்காகவே சாம்பைய்யாவும், கனகய்யாவும் சேர்ந்து போட்ட

நாடகமா? இந்தக் கல்யாணம் நடக்காம போனா தன்னோட மகள் வாழ்க்கை என்னவாகுறது? சாம்பைய்யா மகன் வெங்கடபதிக்கே வேண்டாம்னு சொன்னவளை வேற யாரு கட்டிக்கப் போறாங்க? இனிமே எப்பிடி பொண்ணு கேட்டு வருவாங்க? நாலு பேருக்கு முன்னால எளக்காரமாயாச்சு. வம்சம், பெருமை எல்லாமே நாசமாகிப் போய், வேண்டியவங்க முன்னால தலைகுனிவு ஏற்பட்டுடிச்சே.

பலராமய்யாவின் நெஞ்சு கொதித்துக் கொண்டிருந்தது. தினமும் கனகய்யாவுக்காக எதிர்பார்த்துக் கொண்டிருந்தார். வேலைக்காரனை அனுப்பி கனகய்யா வீட்டிற்கு முன்னால் காவலுக்கு வைத்தார்.

கனகய்யா ஊருக்கு வந்துவிட்டான் என்று வேலைக்காரன் வந்து சொன்னதுமே பலராமய்யா அவனுடைய வீட்டிற்குப் புறப்பட்டுவிட்டார்.

குளித்து முடித்து இடுப்பில் வேஷ்டியைக்கட்டி முடித்ததுமே கனகய்யாவுக்கு பலராமய்யாவின் குரல் கேட்டது.

"அய்யோ! தாங்களே வந்துட்டீங்களா? உங்க வீட்டுக்குத்தான் புறப்பட்டுட்டிருந்தேன்!" ஒரு துள்ளலில் கனகய்யா அவர் முன்னே வந்து நின்றவாறு சொன்னான்.

புளியங்கங்குகளாய் கனன்று கொண்டிருந்த பலராமய்யாவின் கண்கள் கனகய்யாவை உற்று நோக்கின. ஒரு பக்கத்தில் கனகய்யாவின் மனம் கிலியுடன் நடுங்கிக் கொண்டிருந்தாலும் தைரியத்துடன் நிலைமையைச் சமாளிக்க முயன்றான்.

"வாங்க! இப்பிடி உட்காருங்க" என்று நாற்காலியை சுட்டிக்காட்டி தான் நின்றுகொண்டபடியே பேசினான். பலராமய்யா கனகய்யாவின் வீட்டிற்கு வருவது இதுவே முதன்முறை. காக்கையிடம் தகவல் சொல்லியனுப்பினாலும் பறந்து வந்து கீழே குதிக்கின்ற கனகய்யாவின் வீட்டிற்கே தான் வரவேண்டிய சூழ்நிலை ஏற்பட்டுவிட்டதற்காக பலராமய்யா மிகவும் வருத்தமுற்றார். அவரிடம் அதுவரை கனன்று கொண்டிருந்த உத்வேகமும், கோபமும் குறைந்து குளிர்ந்து விட்டிருந்தது. மனுஷன் ரொம்பவும் தளர்ந்து வாடிய முகத்துடன் காணப்பட்டார். எதுவுமே பேச மனம் வராமல் அப்படியே கனகய்யாவைப் பார்த்தபடியே அமர்ந்திருந்தார்.

கனகய்யாவின் கவசமாகத் திகழ்ந்த உலக விஷய ஞானம் உரையை விலக்கி மலர்ந்து விகசிக்கத் தொடங்கியது.

பலராமய்யாவைப் பார்க்கப் பார்க்க கனகய்யாவின் மனம் உண்மையிலேயே பதட்டப்பட்டது. கண்களில் நீர்த்துளிர்த்து நின்றது! இன்னும் சற்று நேரம் இப்படியேயிருந்தால் கண்களில் தேங்கி நின்ற கண்ணீர் தாரை தாரையாக வடிந்துவிடுமோ என்ற பயத்தில் உடனே பேச ஆரம்பித்தான்.

"அந்த சாம்பைய்யா வரதட்சணை கேக்குறான் வரதட்சணை!"

"கட்டணமா? கட்டணங்களும் காணிக்கைகளும் கொடுக்கின்ற சூழ்நிலையிலிருந்தால் நான் ஏன் அவன் மகனுக்குப் போய் என் மகளைக் கொடுக்கப் போறேன்?" பலராமய்யா ஆக்ரோஷத்தை வெளியிட்டார்.

"அதுக்கும் மேல என்ன கேட்டான்னு தெரியுமா? உங்க கமலை கெணத்து வயலை பதினெட்டு ஏக்கரையும் கொடுக்கணுமாம்! வயலோட வயலா சேர்ந்து போயிடுமாம்!" கனகய்யாவின் மூளை துரிதமாக வேலை செய்ய ஆரம்பித்துவிட்டது. பலராமய்யா திடுக்கிட்டார்.

"அது அடமானத்துல இருக்குங்குறதை சொன்னியா?"

"ராம, ராம! என்னங்க இப்பிடி பேசுறீங்க? நான் சொல்வேனா? அது நம்ம ரெண்டு பேருக்குள்ளயே வச்சிருக்கனாக்கும் இதுவரைக்கும்."

"அப்படீன்னா என்னதான் சொன்னே?"

"அந்த நெலத்தெ பலராமய்யாவோட உடம்புல உயிர் இருக்குற வரைக்கும் இன்னொருத்தருக்கு கொடுக்குறது நடக்காத காரியம். வம்சா வழியா பரம்பரை பரம்பரையாக தொடர்ந்து வந்து கொண்டிருக்கின்ற பூமியில அவருக்கு மிஞ்சியிருப்பது அது மட்டுமே. அவரு தனக்குப் பின்னால சின்ன மகளுக்குத்தான் கொடுப்பாருன்னு சொன்னேன்."

கனகய்யா பேசியதை சிரத்தையுடன் கேட்டுக் கொண்டிருந்த பலராமய்யா "எனக்குப் பொறகு நெலத்தை கொடுக்குறேன்னா சாம்பைய்யா ஒப்புக் கொள்வானா?" என்று கேட்டார்.

"ஒத்துகிட்டாத்தான் இந்த அலைச்சலெல்லாம் இருக்காதே? அப்பிடி நெலத்தைக் கொடுக்காத பட்சத்துல முப்பதாயிரம் ரூபா ரொக்கம் தரச் சொன்னாரு."

"முப்பதாயிரமா? நா எங்கிருந்து கொண்டாறது?"

"உங்க சங்கதி எனக்குத் தெரியாதா? அதுக்காகத்தானே நான் ஒரு வாரமா இவ்வளவு கஷ்டப்பட்டுட்டிருக்கேன். இருபதாயிரம் வாங்குறதுக்குள்ள பெரும்பாடா போயிடுச்சி" கனகய்யா சுவாசத்தை இழுத்துவிட்டான் அப்பாடா! என்று.

பலராமய்யா அப்போதுதான் இருட்டிலிருந்து வெளிச்சத்திற்கு வந்தவர்போல கண்கள் படபடக்க பார்த்தார்.

"சாம்பைய்யாவை ஏத்தி இறக்கி வைச்சி முப்பதிலிருந்து இருபத்தைந்தாயிரத்துக்கு இறங்கி வர வச்சிட்டேன்! பணத்துக்காக இப்பத்தான் போயி கையெழுத்து போட்டுட்டு வந்தேன். நாம நெனச்சது நெனச்ச மாதிரி நடக்கலேன்னா எனக்குத் தூக்கம் புடிக்காது. நீங்க 'ஊம்'னு சொன்னா

முகூர்த்தத்தை வச்சிக்கிடலாம். நெற்றியில் துளிர்த்திருந்த வியர்வையைத் துடைத்தபடியே சுவாசத்தை இழுத்துவிட்டான் கனகய்யா.

பலராமய்யாவின் இதயத்தில் நல்லதொரு இடத்தைப் பிடித்துக் கொண்டு விட்டான் கனகய்யா. எவ்வளவு அபிமானம் கனகய்யாவுக்கு? வேண்டியவங்கள்ல ஒருத்தனாவது இந்த அளவுக்கு முன்னால வந்து நின்னானா?

"கனகய்யா! இருபத்தைந்தாயிரம் வரதட்சணை கொடுத்து அந்த வெங்கடபதிக்கு நம்ம பொண்ணை ஏன் தரணும்? அம்மட்டும்..."

பலராமய்யா பேச்சை முடிக்கவிடாமல் நடுவே புகுந்து கனகய்யா சொன்னான் - "பலராமய்யா இனியும் பின்வாங்க வேண்டாம். பணம் எங்கே போகப்போகுது? நாலு பேரு பங்கு போட்டுக்குற சம்சாரமா அது, அது எல்லாமே நம்ம பொண்ணுக்குத்தானே? வெங்கடபதி உங்க மருமகனில்லையா ஆகப்போறான்?"

பலராமய்யா கனகய்யா சொன்னதெல்லாம் ஏற்றுக்கொண்டார். அதைத் தவிர தன்னால் செய்ய முடிந்தது வேறில்லை என்ற வாஸ்தவத்தையும் அறிந்தே இருந்தார்.

"மிச்சம் மீதி கல்யாணச் செலவுகளையெல்லாம் சேர்த்துப் பார்த்தோமுன்னா இன்னும் எவ்வளவு பிடிக்குமோ?" சந்தேகத்தை வெளியிட்டார் பலராமய்யா.

"அது எல்லாத்துக்கும் ஏற்பாடு செஞ்சித் தருவேன் இல்லையா?" பெருமிதத்துடன் கூறினான் கனகய்யா.

பலராமய்யா மனசு ஒரு நிலைக்கு வந்தது. எழுந்து நின்றார். நண்பனான கனகய்யாவை எத்தகைய வார்த்தைகளால் புகழ்வதென்பது தெரியாமல் நன்றியுணர்வுடன் பார்த்தார்.

கனகய்யா பலராமய்யாவை வீடு வரை கூடவே அழைத்துச் சென்றான். பிறகு சாம்பைய்யா வீட்டிற்குச் சென்றான்.

வராண்டாவில் நின்றபடியே சாம்பைய்யாவை உரக்கக் குரல் கொடுத்து அழைத்தான். அந்தக் குரலில் இந்தத் தடவை உன்னை விடுறேனான்னு பாரு. ஒன்னோட முடிவெ தெரிஞ்சிக்காம இன்னக்கி போறதில்லே!" என்ற பாவனை தொக்கி நின்றது.

கல்யாணத்திற்கு இன்னும் ஒருவாரம் மட்டுமே இருந்தது. கனகய்யா இருபதாயிரம் ரூபாயைக் கொண்டு வந்து பலராமய்யாவின் முன்னால் வைத்துவிட்டுச் சொன்னான்- "இந்தப் பணம் எம் பையனோட மாமாவோடது! அவரு மனுஷனெ நம்புற ரகமில்லே. இவ்வளவு பணத்தை எந்தவிதமான ஒப்பந்தமோ சாட்சியோ கையெழுத்தோ இல்லாம கொடுக்குறதுக்குத் தயங்குறாரு."

"வேணுமுன்னா நம்ம வயலை சாட்சியா வைப்போம்" என்றார் பலராமய்யா.

"அடமானத்துலருக்குற நெலத்தெ எவன் ஒப்பந்தமா ஒத்துக்கிடுவான்?" என்றான் கனகய்யா.

"பின்னே என்ன செய்யலாம்?" பலராமய்யா யோசித்தபடியே கேட்டார்.

''நம்ம பொண்ணுக்கு மூணு முடிச்சி விழுந்ததும் அந்த நெலத்தை வித்துக் கடன்களையெல்லாம் தீர்த்துட்டு கரையேறுறது நல்லதுன்னு படுது - என்னைக் கேட்டா!" கனகய்யா பலராமய்யாவின் முகத்தைப் பார்த்தான்.

"அதுதான் நல்லது போலும்! இல்லேன்னா இந்த வட்டிகளையும் கடன் இன்னும் இப்ப வாங்குற முப்பதாயிரம் எல்லாத்தையும் எப்பிடித்தான் தீர்க்குறது?" பலராமய்யா முனகினார்.

"மெதுவா சொல்றீங்களே? ஏக்கர் அஞ்சாயிரம் வரைக்கும் போகும். தொண்ணூறாயிரம் வரைக்கும் வரும். கடனெல்லாம் போக பத்தோ இருபதோ உங்க கையில இருக்கும். உங்க மனைவியும் நீங்களும் கிருஷ்ணா ராமான்னு கவலையில்லாம காலத்தைக் கழிச்சிடலாம்.

பொண்ணுக்கு கல்யாணமாகி குடித்தனம் போயிட்டாள்னா உங்களுக்கு எந்த பாரமோ பொறுப்போ இருக்காதுல்லயா."

"அவ்வளவுதான் கனகய்யா, அவ்வளவேதான்!" எதிர்கால நாட்களின் அமைதியான வாழ்க்கையை நினைத்தபடியே சொன்னார் பலராமய்யா.

"அப்படீன்னா உங்க சம்பந்தியிடம் என்னத்தெ சொல்லலாம்? அதுவரைக்கும் ஏதோ ஒன்னு சொல்லி வைக்கணுமில்லையா - அவரோட திருப்திக்காகவது?"

பலராமய்யாவிற்கு என்ன சொல்வதென்று தெரியாமல் வெத்துக் கைகளை ஆட்டியபடியே - "இன்னும் என்னய்யா இருக்கு எங்கிட்ட ஜாமீனா வைக்கிறதுக்கு?" என்றார்.

"ப்ச்ச! இருக்குற எதையாவது வைக்கவேண்டியதுதான்!" மாடியின் முகப்புத் தூண்களைத் தலையை உயர்த்திப் பார்த்துவிட்டு திரும்பி சன்னல் கண்ணாடி வழியாக வெளியே பார்த்தான் கனகய்யா.

"கனகய்யா! இந்த வீட்டை அடமானத்துல வெக்கச் சொல்றியா? சம்பந்திக்கி?"

"பலராமய்யா! உங்க வருத்தம் வேதனை நல்லாவே தெரியுதுங்க! அடமானங்குறது பேருக்குத்தான்! அவ்வளவா அவருக்கு அடமானம் வைக்க உங்களுக்கு இஷ்டமில்லன்னா எம்பேருல பண்ணுங்க. நமக்குள்ளயே

இருந்துக்கும்! எங்க சம்பந்திகிட்ட எடுத்துச் சொல்லி ஒத்துக்கச் சொல்றேன். சரியா? சுப காரியம் தலையை நுழைச்சதுக்குப் பிறகு தப்பிக்க முடியுமா?''

"சரிதான்! நோட்டு எழுதச் சொல்லு. எல்லாமே போனதுக்கப்புறம் இது மட்டும் இருந்து என்னை தூக்கி நிறுத்தப் போவுதா?''

பலராமய்யா வராண்டா ஸ்தம்பங்களை நோக்கியபடியே தீர்மானமாகச் சொன்னார்.

11

சாம்பைய்யா கல்யாண வேலைகளை வெகு நேர்த்தியாக நடத்திக் காட்டினார். அழைப்பிதழ்களை அச்சிடுவதற்காக கனகய்யாவுடன் பட்டணத்திற்குச் சென்றார். மலிவான் விலை கார்டுகளை மறுத்துவிட்டு, ஒவ்வொன்றும் அரை ரூபாய்க்கு மேல் உள்ள உயர்ரக கார்டுகளைத் தேர்வு செய்வதைப் பார்த்த கனகய்யாவால் தன் கண்களைத் தானே நம்ப முடியாமல் போனான்.

ஐந்தாயிரத்திற்கு மேலாகவே கல்யாணத்திற்குரிய சாமான்களை வாங்கிக் குவித்தார் சாம்பைய்யா.

வைக்கோல் கூளத்தைக்கூட வீணாக்க விரும்பாத சாம்பைய்யா எச்சில் கையால் காக்கையைக் கூட விரட்டாத கஞ்சப் பேர் வழியான சாம்பைய்யா தாராளமாகச் செலவு செய்வதை கண்ணிமைக்காமல் பார்த்துக் கொண்டிருந்த கனகய்யா - "இந்த சாம்பைய்யா அந்த சாம்பைய்யா அல்ல" என்று நினைத்துக் கொண்டான்.

சாம்பைய்யா திருமண அழைப்பிதழ்களை ஊரெல்லாம் விநியோகித்தார். அழைப்பிதழ்களைப் பெற்றுக் கொண்டவர்கள் ஆச்சரியத்தில் மூழ்கினர். அவர்கள் பிறந்து வளர்ந்ததிலிருந்து அவ்வளவு பெரிய மிக உயர்தரமான அழைப்பிதழைப் பார்த்ததில்லை. ஒவ்வொன்றும் ஒரு குட்டி சைஸ் முறத்தைப் போன்று இருந்தது. வண்ணமயமான எழுத்துக்கள், மேல் உறையில் கொடிகளும் பூக்களும் சித்தரிக்கப்பட்டு வெகு அழகாக மனதைக் கவரும் விதத்தில் அமைந்திருந்தது. ஏதோ ஜமீந்தார்களின் வீடுகளின் திருமணங்களின் போது மட்டுமே அத்தகைய அழைப்பிதழ்களை வழங்குவார்கள் என்று பெரியவர்கள் பேசிக் கொண்டனர்.

சாம்பைய்யா வீட்டு வாசலிலிருந்து தெருமுனை வரையிலும் நீண்ட பந்தலை அமைக்கச் செய்தார். பந்தலை கலர் கலரான காகிதப் பூக்களாலும் சமிக்கிகளாலும் அலங்கரிப்பதற்காக பட்டணத்திலிருந்து ஆட்களை வரவழைத்தார். நாற்பது ஐம்பது பெட்ரோமாக்ஸ் லைட்டுகள், பேண்டு மேளம் போன்றவற்றிற்கு முன்னரே பேசி அச்சாரம் கொடுத்துவிட்டார்.

கல்யாணத்திற்கு மூன்று நாட்கள் இருக்கையில் சமையற்காரர்களை ஏற்பாடு செய்து லட்டுகள், ஜிலேபிகள், அதிரசங்கள் போன்ற இனிப்புப் பண்டங்களை தயார் செய்வித்தார். சுற்று வட்டாரத்தில் பத்து ஊர்களிலுள்ளவர்கள் சாம்பைய்யா வீட்டுக் கல்யாணத்தைப் பற்றிப் பேசிக் கொள்ள ஆரம்பித்தார்கள்.

பலராமய்யா திருமணம், அவருடைய தந்தை வீரபத்ரய்யாவால் நடத்தப்பட்ட ஆடம்பர வைபவங்களை அவ்வூரில் வாழ்கின்றவர்கள் ஞாபகப்படுத்தி இன்றளவும் பெருமையாகப் பேசிக் கொள்வதுண்டு. அப்படிப்பட்டவர்கள் இன்றைய சாம்பைய்யாவால் நடத்தி வைக்கப்படுகின்ற ஏற்பாடுகளைப் பார்த்ததும் அசந்து போனார்கள். கனகய்யாவின் இடுப்பில் ஆடை நிலைத்து நிற்கவில்லை. கல்யாணப் பரபரப்பில் தலைகால் கொள்ளாமல் சுழன்று திரிந்து கொண்டிருந்தான். வடக்கேயிருந்து வந்த சாம்பைய்யாவின் உறவினர்களுக்கு சாம்பைய்யா இந்திரலோகத்தையே சிருஷ்டித்திருப்பது போலத் தோன்றியது.

சாம்பைய்யா தன் மகன் வெங்கடபதிக்கு மாப்பிள்ளை அலங்காரம் செய்வித்தார். வீடு பக்கத்திலிருந்தாலும் காரில்தான் மாப்பிள்ளை அழைப்பு நடத்த வேண்டுமென தீர்மானமாகச் சொல்லிவிட்டார். பட்டணத்திலிருந்து அவசர அவசரமாக கனகய்யா காரை வரவழைத்தான். இரண்டு குதிரைகளும் வரவழைக்கப்பட்டன. ஜமீந்தார்களின் வீடுகளில் நடக்கும் வைபவத்தைப் போலவே ஆர்ப்பாட்டங்களுடன் மணமகனை காரில் அமர்த்தி ஊர்வலமாக அழைத்துச் சென்றார் சாம்பைய்யா பலராமய்யா வீட்டிற்கு.

கல்யாணப் பந்தல் மக்கள் கூட்டத்தில் நிரம்பி வழிந்தது. ஆரம்பத்தில் ‘வரமாட்டோம்’ என்று முறுக்கிக் கொண்டவர்களெல்லாம் ஒருவருக்குப் பின் ஒருவராக கல்யாணப் பந்தலுக்குள் வரத் தொடங்கினர். அன்றைய நாள் முழுவதும் ஊர் மக்களனைவரும் கல்யாணச் சடங்குகளில் திளைத்திருந்தனர்.

மாங்கல்ய சூத்திரம் அணிவிக்கப்படும் நேரம் நெருங்கிக் கொண்டிருக்க புரோகிதர்கள் அட்சதைகளை பகிர்ந்தனர். வெங்கடபதி திருமாங்கல்யச் சரடை கையில் பற்றியபடியே எழுந்து நின்றான்.

கதர் சில்க் லால்சி, பொந்தூர் வேஷ்டியும் கட்டி, வளைந்த கைப்பிடியுடன் கூடிய கம்பைக் கையில் பிடித்தவாறு, மணமேடைக்குச் சற்று தூரத்தில் நின்றிருந்த சாம்பைய்யாவிற்கு உடம்பெல்லாம் புல்லரித்தது...

“ஊரைவிட்டு வந்த வெங்கய்யா பேரனே! வட்டிக்கார வீரபத்ரய்யாவோட பேத்தி கழுத்துல தாலியெ கட்டு!”

“கூலிக்காரனோட பேரனே! நிலக்கிழான்தார் வீரபத்ரய்யாவோட பேத்தி கழுத்துல மாங்கல்யத்தை கட்டு!”

“விவசாயி சாம்பைய்யா மகனே! பணக்கார பலராமய்யா மகளோட கழுத்திலே தாலியெ கட்டுடா!”

சாம்பைய்யாவின் இதயத்தில் பல வருடங்களாய் கூடு கட்டியிருந்த அவமானமும் தாழ்வு மனப்பான்மையும் கட்டுக்களைத் தகர்த்துக் கொண்டு வெளிவந்தது.

"வாசிங்கடா நாதஸ்வரம்! அடிங்கடா மேளவாத்யம்!" சாம்பைய்யாவின் குரலே டமாரமாக ஒலித்தது.

வாத்தியக்காரர்கள் ஒன்றுபட்டு வாத்தியங்களை இசைத்தனர். காதுகள் ஒடிந்து விடுவதுபோல மேளதாளக் கச்சேரிகள் விண்ணைப் பிளந்து கொண்டிருக்க - புரோகிதர்கள் மந்திரங்களை உச்சஸ்தாயியில் உச்சரிக்க, ஊரிலுள்ள பெரியவர்களெல்லாம் கூடியிருந்த சபையில் அக்னிசாட்சியாய் வெங்கடபதி வரூதினி கழுத்தில் மூன்று முடிச்சுப் போட்டான்.

அம்மி மிதித்து அருந்ததி பார்த்து மணமகனும் மணமகளும் கையைப் பிடித்தபடி மணமேடையை சுற்றி வருவதைப் பார்த்த சாம்பைய்யாவின் கண்கள் ஆனந்தக் கண்ணீருடன் திளைத்திருந்தது! தானும், தனது தந்தையும் அந்த ஊரில், அந்த நிலச்சுவான்தார்களின் மத்தியில் அடைந்த காயங்கள், மச்சங்கள் எல்லாமே அந்தக் கண்ணீரில் கழுவப்பட்டு கரைந்து காணாமல் போய்விட்டன.

கல்யாண மண்டபத்தையொட்டி சாம்பைய்யாவின் வலது பக்கத்தில் அமர்ந்திருந்த பலராமய்யா தோளில் தொங்கிய அங்கவஸ்திரத்தால் முகத்தை மறைத்தபடியே கண்ணீரைத் துடைத்துக் கொண்டார். அதைத் தன் கண்களால் பார்த்த சாம்பைய்யா - சர்வ சுதந்திரமான மிருகங்களின் ராஜாவான சிங்கம் காட்டில் வேட்டையாடுவதற்கு முன்னர் மலையின் உச்சியில் நின்றபடி சுற்றுமுற்றும் பரிசீலித்துப் பார்ப்பதைப் போல - மணப்பந்தலில் கூடியிருந்தவர்களையெல்லாம் கண்களைச் சுழற்றிப் பார்த்தார். மீசையை தடவிவிட்டபடி, கைத்தடியை ஆட்டியவாறு "வாத்தியங்கள் ஒலிக்கட்டும்!" என்றார்.

"இரண்டு கைகளாலும் தாம்பாளத்திலுள்ள அரிசியை அள்ளி வெங்கடபதியின் தலைமேல் கொட்டும்போது, வரூதினி மணமகனை ஓரக்கண்ணால் பார்த்தாள். தான் சின்ன வயதில் மாயாபஜார் சினிமாவில் பார்த்த கடோத்கஜனின் முகம் காட்சியளித்தது. வரூதினியின் கைகள் அப்படியே நின்றுவிட்டன. உள்ளங்கையிலுள்ள அரிசி வெங்கடபதியின் தலைமேல் விழவில்லை. வெங்கடபதிக்கோ மணமகள் மழை வருவதற்கு முன்னால் வானத்தில் ஒளிர்விடும் மின்னலாய் தென்பட்டாள். மழை பெய்து தீர்ந்ததும் நிர்மலமான ஆகாயத்தில் வானவில்லைப் பார்த்து, ஒரு நாள் காட்டில் அடைந்த மகிழ்ச்சி ரேகைகள் வெங்கடபதியின் முகத்தில் வெளிப்பட்டன - வரூதினி மஞ்சள் நிற ஆடையில் கல்யாணப் பெண் கோலத்தில் அவன் கண்களுக்கு தேவதையாய் தோன்றினாள்.

கல்யாணப் பெண்ணின் கைகளைப் பிடித்து மாப்பிள்ளையின் தலையில் கொட்டுவதற்காக உதவிக் கொண்டிருந்த தோழி வரூதினியின் கைவிரல்களைத் தளர்த்திவிட்டாள். வரூதினியின் கைகளிலிருந்த அரிசி வெங்கடபதியின் தலைமேல் விழுந்தது. கைகளால் அள்ளி அள்ளி தாம்பாளத்திலிருந்த அரிசியை வரூதினியின் தலைமேல் உற்சாகத்துடன் கொட்டினான். கடைசியில் வரூதினி தாம்பாளத்தை அப்படியே தூக்கி வெங்கடபதியின் தலைமேல் கொட்டிவிட்டாள்.

"நாங்கதான் ஜெயிச்சோம்!" என்றார்கள் மணமகள் தரப்பினர்.

பானைத் தண்ணீரில் போட்ட மோதிரத்தைக் கண்மூடித் திறப்பதற்குள் துழாவி எடுத்துவிட்டாள் வரூதினி. இன்னும் பானையின் அடியில் நீரைத் துழாவிக் கொண்டிருந்த வெங்கடபதியைப் பார்த்த பலராமய்யாவின் பெரியப்பா மகன் - "என்னவோய் மாப்பிள்ளே! இன்னுமா பானைக்குள்ளே குஸ்தியடிச்சிகிட்டிருக்கே? எங்க பொண்ணு எப்பவோ எடுத்துட்டாளாக்கும் மோதிரத்தை!" என்றார்.

ஜனங்களெல்லாம் கொல்லென சிரித்தார்கள். எல்லோருடனும் சேர்ந்து வெங்கடபதியும் ஆனந்தமாகச் சிரித்தான். அவனுடைய சிரிப்பைக் கண்ட வரூதினி உதட்டைக்கடித்தபடி மெல்லிய சிரிப்பொன்றை வெளிப்படுத்தினாள்.

சாம்பைய்யா கனகய்யாவை கல்யாணத்திற்கு முன்னரே எச்சரித்திருந்தார் வரதட்சணைக்குரிய பணத்திற்காக.

"என்ன அவ்வளவு அவசரப்படறே? பெரிய மனுஷங்களோட ஏன் பிரச்சனை?" என்றான் கனகய்யா.

விருந்து போஜனங்களெல்லாம் முடிந்தபின் கனகய்யா சாம்பைய்யாவைத் தேடிப்பிடித்து பக்கத்தில் நின்றபடி "இந்தா! அணா பைசாக்கூட விடாம சொன்னபடி கொடுத்துட்டாரு பலராமய்யா" என்ற கனகய்யா லெதர் பேக்கை சாம்பைய்யாவின் கையில் வைத்தான்.

சாம்பைய்யா மகிழ்ச்சியுடன் கனத்துடன்கூடிய பையை இரண்டு கைகளாலும் நெருடிப் பார்த்துக் கொண்டார்.

"பத்திரம்! கல்யாணச் சந்தடியில எங்கயும் வச்சிடாதெ?" எச்சரித்தான் கனகய்யா.

"அதுவும் சரிதான். வா, வீட்ல வச்சிட்டு வந்துடுவோம்!"

"பையை உடனேத் தரணும்னு அவசரமில்லே. பிறகு தரலாம். மொதல்ல அதெ இரும்புப் பெட்டிக்குள்ள வச்சிப் பூட்டிட்டு புறப்பட்டு வா. ராத்திரிக்கு ஊர்வலத்துக்குரிய ஏற்பாடுகளை செய்யணும். சீக்கிரம் புறப்பட்டு வா" என்று அவசரப்படுத்தினான் கனகய்யா.

“ஊர்வலத்துக்கு உசத்தியான மேளவாத்தியத்தை அழைச்சிருக்கீங்களா இல்லையா?” கேட்டார் சாம்பைய்யா.

“இனிமே என்னத்தெ ஏற்பாடு செய்வாரய்யா அந்த பலராமய்யா! இப்பவே நெறய முங்கிப் போயிடிச்சி?” என்றான் கனகய்யா.

“அப்படீன்னா நான் ஏற்பாடு பண்ணிடறேன்! ஊர்வலத்துக்கு பூப்பல்லக்கு, பேண்டு மேளம், நூறு பெட்ரோமாக்ஸ் லைட்டுகள் இருக்கணும். நாதஸ்வரம் ஒலிக்கணும். எல்லாமே இருக்கணும்” என்றபடியே லெதர்பேக்கை இரும்புப்பெட்டியில் பத்திரப்படுத்தி பூட்டிவிட்டு அறையிலிருந்து வெளியே வந்தார் சாம்பைய்யா.

உடனுக்குடன் ஆட்களை நகரத்திற்கு அனுப்பி வாத்தியக்காரர்களையும், அலங்காரம் செய்பவர்களையும் அழைத்து வரச் செய்தார்.

ஊர்வலத்திற்கு முன்னால் கையில் கைவளைந்த கைத்தடியுடன் சாம்பைய்யா புறப்பட்டுச் சென்றார் கம்பீர நடை நடந்து. ஊரெல்லாம் பின்னால் வந்தது. மேளதாளங்களுடனும், பெட்ரோமாக்ஸ் விளக்குகளின் ஒளியுடனும், மக்கள் வெள்ளமாய் திரண்டுவர காணக் கண் கோடியாய் மிளிர்ந்தது.

வெங்கடபதியின் பக்கத்தில் வரூதினியைப் பார்த்து மக்கள் “காக்கா வாயில் கோவைப்பழம்!” என்று தங்களுக்குள் கூறிக் கொண்டனர். திருமண ஊர்வலம் இரவு நீண்ட நேரம்வரை நடந்தது.

சீர் செனத்தி, கொடுக்கல் வாங்கல் போன்ற கைங்கரியங்கள் நடந்து முடிந்தன.

சாம்பைய்யா மகனையும் மருமகளையும் தன் வீட்டிற்கு அழைத்து வந்தார். அதற்குள் விடிந்து விட்டிருந்தது. விருந்தினர்கள் காபி, உப்புமா சாப்பிட்டு சின்னதாக உறக்கம் போட்டனர்.

மறுபடியும் கண் விழித்ததும் வீட்டிற்கு முன்புறம் அமைக்கப்பட்டிருந்த விசாலமான பந்தலில் உணவு படைக்க ஏற்பாடுகளைச் செய்வித்திருந்தார் சாம்பைய்யா. சுத்து பத்தும் பத்து ஊர்க்காரங்களை விருந்திற்காக அழைத்திருந்தார். ஆறு பந்திகள் வரை மக்கள் சாப்பிட்டு எழுந்தனர். சாப்பாட்டு இலையில் பரிமாறப்பட்ட லட்டு, ஜிலேபி, அதிரசங்களின் சைஸைப் பற்றியும் மற்ற விருந்து உபசாரங்களைப் பற்றியும் புகழ்ந்து பேசாதவர்களே இல்லை எனலாம். இதனோடு ஒப்பிட்டால் பலராமய்யா படைத்த பருப்புச் சோறும் காய்கறிகளும் ஒரு பொருட்டாகவே தோன்றவில்லை. எதைச் செய்தாலும் சாம்பைய்யாதான் செய்யணும் என்றார்கள். மதியம் மூன்று மணி வரை விரும்பியவர்கள் சாப்பிட்டுக் கொண்டேயிருந்தனர். சாயங்காலம் நான்கு மணிக்கு வாத்தியக்காரர்களை அழைத்து சாப்பாடு பரிமாறினர். வாத்தியக்காரர்களுக்கு கூட லட்டு, அதிரசம் வகையறாக்களை வாரி

வழங்கியவர்கள் அந்த பிராந்தியத்திலேயே பார்க்க முடியாது என்று வியந்தனர்.

சாம்பைய்யாவின் கீர்த்தி நாற்புறமும் பரவி ஒலித்தது. சாம்பைய்யா கைகளுக்கு எலும்பே கெடையாது என்றனர் பெருசுகள்.

பெருத்த பணக்காரனான நில உடமையாளரான சாம்பைய்யாவின் மகன் கல்யாணத்தைப் பத்தி ஒவ்வொரு கல்யாணப் பந்தலிலும் மூன்று வருடங்கள் வரை புகழாரம் சூட்டிக் கொண்டேயிருந்தனர். செல்வந்த சாம்பைய்யா தெருவுக்குள் சென்றாலே சற்றே மரியாதையுடன் ஒதுங்கி நின்றார்கள். அதுவரையில் "சாம்பைய்யா" என்று அழைத்தவர்களெல்லாம் "சாம்பைய்யாங்க" என்று மரியாதையுடன் அழைக்கத் தொடங்கினர்.

சாம்பைய்யா அவர்களுடைய மருமகள் மாமனார் வீட்டில் தங்கியிருந்த மூன்று நாட்களும் சுருண்டு படுத்துக் கிடந்தாள்.

வெங்கடபதி பசி கொண்ட புலியாய் வீட்டிற்குள் அங்குமிங்குமாய் அலைந்து கொண்டிருந்தான். சாம்பைய்யா தோண்டி விசாரித்ததும் ரமணம்மா சொன்னாள் "பொண்ணு வீட்டுக்கு விலக்காயிருக்கா" என்று.

பலராமய்யா, மூன்று நித்திரைகளானதும் மகளையும் மருமகனையும் மறுவீடு அழைத்து வந்தார். சாம்பைய்யா பந்தலையெல்லாம் கழற்றச் செய்தார். யார் யாருக்கு எவ்வளவு பணம் தரவேண்டுமோ கணக்குப் பார்த்து சேர்ப்பித்தார். தொல்லைகளெல்லாம் தீர்ந்து கரையேறியது போலிருந்தது. ஏறக்குறைய பத்து நாட்களாக சரியாகத் தூக்கமோ சாப்பாடோ இன்றி அலைந்து திரிந்த சாம்பைய்யா சாப்பிட்டு விட்டு கட்டிலில் சாய்ந்தார். சாயங்காலம் வேலைக்காரன் வந்து எழுப்பும்வரை தூக்கம் கலையவில்லை. மெதுவாக எழுந்து உடம்பை வளைத்து சோம்பலை விரட்டியபடி உட்கார்ந்தார். வீடு முழுக்க கண்களால் துழாவினார். வெறுமையாய் தோன்றியது. வெங்கடபதி வீட்டில் இல்லை. 'வெங்கடபதி பூமியில் வந்து பிறந்த நாளிலிருந்து ஒருநாள் கூட தன்னை விட்டுப் பிரிந்ததில்லை. மூன்று ராத்திரிகளானதும் வெங்கடபதி மனைவியுடன் வீட்டிற்கு வந்துவிடுவான்.

பணக்கார வீரபத்ரய்யாவோட பேத்தி இந்த வீட்டு மருமகள். அந்தப் பொண்ணு இந்த வீட்டில் வளைய வருவாள். மாமனார் எதிர்பட்டால் சடாரென விலகி நிற்பாள். மகளை பண்டிகை நாட்கள், திருவிழா போன்ற நல்ல நாட்களில் பலராமய்யா வந்து அனுப்பி வைக்குமாறு சாம்பைய்யாவைக் கெஞ்சுவார். என்றெல்லாம் நினைவுகளில் சஞ்சரித்தார் சாம்பைய்யா.

"தொரெங்களே! கண்ணால வேலை முடிஞ்சதுக்குப் பொறகு கொழிஞ்சி ஓரம் வைக்கணும்னு சொன்னீங்களே? நாளக்கி வேலய ஆரம்பிச்சிடலாமா?"

"ஆமா - எத்தனெ பேரெ சொல்லப்போறெ?"

"ஏழு பேராவது இல்லேயின்னா வேல முடியாது!"

ஏழு பேரு எதுக்குடா? மூணு பேர செடிகள பிடுங்கச் சொல்லு. ரெண்டு பேரு மிதிக்க. அதுபோதும்! வேல முடியலேன்னா கூலித்துட்டுத் தரமாட்டேன். நாளெக்கி வேலய முடிச்சிடணும் சொல்லிப்புட்டேன்!'' என்றார் சாம்பைய்யா.

வேலையாள் தலையைச் சொரிந்து கொண்டான். சாம்பைய்யா சாம்பைய்யாவேதான்! அவன் பத்து வருடமாய் பார்த்துக் கொண்டு வந்த சாம்பைய்யாவே மறுபடியும் கண்ணுக்கு முன்னால் நின்றாரே தவிர சென்ற பத்து நாட்களாய் பார்த்த சாம்பைய்யாவல்ல!

"தண்ணிக் கொப்பரையெ எடுத்து வெளிய வைய்யிடா!'' என்றார். குளித்து முடித்தபின் உடம்பைத் துவட்டிக் கொண்டிருந்த சாம்பைய்யாவிற்கு கனகய்யாவின் குரல் கேட்டது.

"வாவா, முடிஞ்சிறிச்சி! வந்துடறேன்! உட்காரு கனகய்யா!'' என்றவர் அவசர அவசரமாக துவைத்து வைத்த புது வேஷ்டியை இழுத்து கட்டிக் கொள்ளத் தொடங்கினார். சாம்பைய்யாவிற்கு கனகய்யாவின் குரல் கேட்டதுமே லெதர்பேக் ஞாபகத்தில் நின்றது.

"ஆமாம்! மறந்தே போனேன். அதிலிருக்கும் பணத்தை எடுத்துக்கொண்டு பையைத் தந்துடணும். முப்பதாயிரம். அதுதான் தன்னிடம் மிஞ்சியிருப்பது! கையிலிருந்த பணம் இருபதாயிரத்திற்கும் மேலாகவே கல்யாணத்திற்குச் செலவாகிவிட்டது. ஏறக்குறைய வரதட்சணையாக வந்த பணத்தெயெல்லாம் கல்யாணத்தில் செலவாகிவிட்ட மாதிரிதான்! பலராமய்யாவின் பணத்திற்காகத் தான் எப்போதுமே ஆசைப்பட்டதில்லை. கஷ்டப்பட்டுச் சம்பாதித்தது போதுமானது. வரதட்சணையாய் வந்த பணத்தை கல்யாணத்திற்கு செலவு செய்து தன் பெருமையை நிலைநாட்டிக் கொண்டாயிற்று.

பலராமய்யா மகளைத் தன் மருமகளாய் கொண்டுவந்து அந்தஸ்தை வளர்த்துக் கொண்டாகிவிட்டது. தன்னுடைய வம்சம் மதிப்பையும் மரியாதையையும் சம்பாதித்துக் கொண்டது. அதைத்தான் விரும்பினார். அதைச் செய்து காட்டிவிட்டார். அதைவிட தேவையானது வேறொன்றுமில்லை. இனி இந்த ஊரிலுள்ள யாருமே கூலிக்கார வெங்கய்யா மகன்னு சொல்ல முடியாது. யாருமே தன்னோட பேச்சை அலட்சியப்படுத்த மாட்டார்கள். யாருமே அவரை சுட்டிக்காட்டி பேசமாட்டார்கள்.

சாம்பைய்யா தோல்பையை எடுத்துக்கொண்டு வராண்டாவில் அமர்ந்திருந்த கனகய்யாவின் அருகில் வந்தார். பையைத் திறக்க முயற்சித்தவர் - இது ஏதோ இறுகிப் போனாப்புல இருக்கு. என்னால தொறக்க முடியலெ! நீயே தொறந்து தா!'' என்றவாறு கனகய்யாவின் கையில் கொடுத்தார்.

கனகய்யா சிரித்தபடியே லெதர்பேக் ஜிப்பை இழுத்து சாம்பைய்யாவிடம் தந்தான்.

சாம்பைய்யா மேல்துண்டை கட்டிலின்மேல் விரித்து லெதர்பேக்கை அப்படியே குப்புறக் கவிழ்த்தார். ரூபாய் நோட்டுக்களும், சில்லரைக் காசுகளும், ஒரு பத்திரமும் கீழே விழுந்தன.

சாம்பைய்யா பாதிக்குமேல் கணக்குப் பார்த்துவிட்டு நிறுத்தியவர் கனகய்யாவின் முகத்தை உற்றுப் பார்த்தபடியே "எவ்வளவுய்யா இது?" என்று கேட்டார்.

"எவ்வளவு என்ன? முப்பதாயிரம் இல்லையா?" என்றான் கனகய்யா எவ்வித உணர்வையும் முகத்தில் வெளிப்படுத்தாமல்.

"அப்படீன்னா நீயே கணக்குப் பாரு!" துண்டில் இருந்த பணத்தை அப்படியே தூக்கி கனகய்யாவின் முன்னால் வைத்தார்.

ரொக்கத்தைக் கணக்குப் பார்த்த கனகய்யா "பத்தாயிரம்" என்று கூறிவிட்டு, அதிலிருந்த காகிதத்தைப் பிரித்து, "மீதி இருபதாயிரத்...தை!தை! கூலிக்கார வெங்கய்யா குமாரன் சாம்பைய்யாவுக்கு, அந்த..... வீரபத்ரய்யாவோட குமாரன் பலராமய்யா எழுதித்தரும் ப்ரோ நோட்டு.... ஊ!ஊ!" என ராகம் இழுத்த கனகய்யா சாம்பைய்யாவின் கண்களைப் பார்த்ததும் நிறுத்திவிட்டான்.

"எவ்வளவு பெரிய மோசம்? எவ்வளவு பெரிய மோசம்?"

சாம்பைய்யாவின் குரல் கிணற்றுக்குள்ளிருந்து வருவது போலிருந்தது.

"இதுல மோசம் பண்றதுக்கு என்ன இருக்கு? ரொக்கம் பத்தாயிரம் தந்திருக்காரு. மீதி இருபதாயிரத்துக்கு நோட்டு எழுதித் தந்திருக்காரு. ஒரு ரூபா வட்டியும் சேர்த்து தர்றதா எழுதியிருக்கு. இதுல உமக்கு வந்த நஷ்டந்தான் என்ன? எப்படியும் அடுத்தவனுக்கு வட்டிக்குத்தானே விடப் போறே? வேண்டியவங்களுக்கே தந்ததா நெனச்சிக்கோ!"

கனகய்யா மறுபடியும் வாய்ப்பு கிடைக்குமோ இல்லையோ என்பதைப் போல சொல்ல நினைத்துக் கொண்டிருந்ததையெல்லாம் அப்படியே கொட்டிவிட்டான்.

"எதுக்கு அந்த நோட்டு? நாக்கை வழிக்கவா? இந்த மொல்லமாரி வேலையெல்லாம் விட்டுட்டு பலராமய்யாகிட்ட போயி மீதி இருபதாயிரத்தை வாங்கிட்டு வா!" என்றபடியே லெதர்பேக்கை கனகய்யாவின் முகத்தில் வீசியெறிந்தார் பலராமய்யா.

லெதர்பேக்கை பாய்ந்து பிடித்துக்கொண்டு நின்று கொண்டிருந்தான் கனகய்யா.

"இதோ பாரு சாம்பைய்யா! இதுல என்னோட தப்பு ஒன்றுமில்ல. நான் மட்டும் பையைத் திறந்து பார்த்தேனா என்ன? அவரு பெரிய மனுஷர்! கொடுத்தாரு. அதைக் கொண்டாந்து உங்கிட்ட தந்தேன். அதுவரைக்கும் தான் என்னோட பங்கு!"

“அப்படீன்னா வா போவோம். அந்த பலராமய்யாகிட்டயே கேப்போம்”

“எனக்கென்ன வந்தது? நீங்களும் அவங்களும் சம்பந்திக்காரங்க. கீழே மேலே விழுவீங்க. இன்னக்கி அடிச்சிக்கிடுவீங்க, நாளைக்கே கூடிப்பீங்க. கொடுத்து வாங்கிக்கிட்டவங்க! நடுவுல எனக்கெதுக்கு?” கனகய்யா வாசற்படிகளில் இறங்கியவாறு திரும்பிப் பாக்காமல் அப்படியே சென்றுவிட்டான்.

சாம்பைய்யாவின் ரத்தம் கொதித்தது! “பெரிய மனுஷனாம் பெரிய மனுஷன். மதிப்பு, மரியாதை! இப்படிப்பட்ட கீழ்தரமான செயலை செய்றவங்க கூட பெரிய மனுஷங்களா? ஊர்லயே பேர்போன பரம்பரை பணக்காரங்க என்ற முகமூடி போட்டு திரியுறாங்களா? இருக்கட்டும்! இந்த பலராமய்யாவே ஒரு வழி பண்ணிட்டு, அதுக்கப்புறமா அந்த கனகய்யாவை உண்டு இல்லேன்னு பண்றே” என்றவாறு பற்களை நறநறவென கடித்தார்.

பத்தாயிரத்தை இரும்புப் பெட்டிக்குள் பத்திரப்படுத்தி, புரோ நோட்டைக் கையில் பிடித்தபடி சம்பந்தியின் வீட்டை நோக்கிப் புறப்பட்டார் சாம்பைய்யா.

பொழுது சாயும் நேரம். மாமனாரின் வீட்டு மாடியின்மேல் சில்லென்ற காற்றின் வருடலில் வரூதினியின் வரவுக்காக எதிர்பார்த்துக் காத்திருந்த வெங்கடபதி தெருவில் வந்து கொண்டிருந்த தந்தையைப் பார்த்து விட்டான். தந்தையின் வருகைக்குரிய காரணத்தை தேடிக் கண்டுபிடிக்க முயன்ற வெங்கடபதிக்கு எவ்வளவு நேரமாகியும் மனைவி வராமலிருப்பதன் காரணத்தையும்கூட புரிந்துகொள்ள முடியவில்லை. கல்யாணமான மூன்று நாட்கள் வரூதினி தனக்கு தூரமாகிப் போனாள். இன்று காலையில் மாமனார் வீட்டிற்கு வந்தது முதற்கொண்டு இதுவரையிலும் தன்னுடைய கண்முன் வந்து நின்றதுகூட இல்லை. தான் இருந்த அறைப் பக்கம் கூட அவள் நிழல் படவில்லை. நாள் முழுவதும் மாமனாரும், மாமியாரும் மகளைக் கெஞ்சுவதும், புத்திமதி சொல்லி சமாதானப்படுத்துவதுமாக இருப்பதை மேலோட்டமாகத் தெரிந்து கொண்டான். சாயங்காலம் தான் இருந்த அறையை கழுவி சுத்தம் செய்வதும், அறைக்குள் நடைபெறும் அலங்காரங்கள், பரபரப்பான நடவடிக்கைகளும் வெங்கடபதியின் மனத்திற்குள் ஆசைகளைத் தூண்டியிருந்தது. தன்னை மாடிக்கு அனுப்பிய அத்தை வரூதினியை மாடியறைக்குச் செல்லும்படி தன்னுடைய காதில் கேட்கும்படி சொன்னார். அவள் வெட்கப்பட்டு மாடிக்கு வராமலிருக்கிறாள் போலும்! ஆரம்பத்தில் எல்லோருக்கும் அப்படித்தானிருக்குமோ? உண்மையில் தனக்கும் புது அனுபவம்தானே? இந்த சமயம் பார்த்து அப்பா ஏன் வரணும்? வயல்ல வேலை ஏதாவது இருக்கா என்ன? வெங்கடபதி யோசனையில் மூழ்கினான்.

வாசலில் வந்துநின்ற சாம்பைய்யாவைப் பார்த்ததும் பலராமய்யாவுக்கு கொஞ்சம் பயமாகத்தானிருந்தது. எழுந்து சென்று மரியாதையுடன் வரவேற்றார்.

சாம்பைய்யா உட்காராமல் நின்றுகொண்டிருப்பதைப் பார்த்ததும் "இப்பிடி உட்காரு சாம்பைய்யா! மாப்பிள்ள மாடியில இருக்காரு!" என்றார் பலராமய்யா.

"உட்கார்றதுக்காக வரல்லே. இதோ இந்த புரோ நோட்டு எதுக்காக? ஏன் இப்படிப்பட்ட வேலைகள்?" சாம்பைய்யா கையிலிருந்த புரோநோட்டை ஆட்டியபடி கேட்டார்.

"அதுவா! கனகய்யா முன்னாலேயே உன்னிடம் சொன்னதாகக் கூறினானே? அதுக்கு நீயும் சம்மதிச்சதா சொல்லப் போயிதான்."

"அப்பட்டமான பொய். கனகய்யா தனக்கு எதுவுமே தெரியாதுன்னு சொல்றான் எங்கிட்ட?"

"கனகய்யா அப்படியா சொன்னான்?" ஆச்சரியத்துடன் கேட்டார் பலராமய்யா.

"இது நீங்க ரெண்டு பேருமா சேர்ந்து நடிச்ச நாடகம்!"

"சாம்பைய்யா, தெய்வ சாட்சி!... நீ தப்பா நெனக்கிறே?"

"ஆமா, நானு தப்பா சொல்றேன். பெரிய மனுஷன்னு நம்புனேன். இவ்வளவு மோசம் பண்ணுவேன்னு தெரிஞ்சிருந்தா முப்பதாயிரமும் கைக்கு வந்த பொறகு அந்த மூணு முடிச்சி விழுந்திருக்கும்."

"சாம்பைய்யா, அவசரப்படாதே. இதுல நான் செஞ்ச மோசம் ஒண்ணுமேயில்ல. உன் பணத்தை உனக்கு பூவுல வச்சித் தந்துடுவேன்."

"கொடுக்குறவனாயிருந்தா இந்த மாதிரி எழுத்து கிழுத்து எதுக்காம்?" சாம்பைய்யா புரோநோட்டை பலராமய்யாவின் முன்னால் போட்டார். "மூணு மாசம் பொறுத்துக்கோங்க. பணத்தை வட்டியும் மொதலுமா வந்து சேரும்!" புரோ நோட்டை சாம்பைய்யாவிடமே மறுபடி நீட்டியபடியே சொன்னார் பலராமய்யா.

"உன்னோட நோட்டும் வேண்டாம் அசலும் வேண்டாம்! மானம் மரியாதையிருக்கிறவன் செய்யிற வேலையா இது? அடேய் வெங்கடபதி! எம்மவனே!" என்று சத்தமாய் அழைத்தார் சாம்பைய்யா.

வெங்கடபதி தந்தைக்கும் மாமனாருக்கும் நடுவில் வந்து நின்றான்.

"எதுக்குடா இன்னமும் நிக்கிறே? வா, போகலாம்!" சாம்பைய்யா மகனின் கையைப் பிடித்து வெளியே இழுத்தார்.

பலராமய்யா உடனே ஓடிவந்து தகப்பன் மகனுக்கு முன்னால் வந்து நின்றபடியே "ரெண்டு மாசம் பொறுத்துக்கோ. அது போதும்! உங்க பணம் உங்களுக்குத் தராம போனா அப்ப கேளுங்க என்னை!" என்றார்.

"இன்னும் என்னத்தய்யா கேட்க? எங்க பணம் எங்ககிட்ட கெடைச்சதுக்குப் பொறகுதான் வெங்கடபதி இந்தப் படியை மிதிக்கிறதெல்லாம்!" சாம்பைய்யா மகனை சரசரவென்று இழுத்தபடியே படிகளில் இறங்கினார்.

"சாம்பைய்யா! நாங்க நாங்க நாலு பேருக்கு முன்னால தலையெத் தூக்கிகிட்டு போறவங்க! இதெல்லாம் நல்லா இல்லே" ரோஷத்துடன் கத்தினார் பலராமய்யா. "தலைய குனியும்படியாச் செஞ்சது நீதானே. நாங்க செய்யல்லயில்ல. அறிவில்லாம நடந்துக்கிட்டதுமில்லாம எங்களுக்கு நீதியை எடுத்துச் சொல்றியா?" பேச்சுக்கு பேச்சு ஓங்கியடித்தார் சாம்பைய்யா. "அறிவில்லாதவனா இருந்ததுனாலதான் எங்க வீட்டு வேலைக்காரனோட பேரனுக்கு எம் பொண்ணை கொடுத்திருக்கேன்? உன்னைப் போல பிச்சக்காரனோட சம்பந்தம் செஞ்சதே என்னோட மிகப் பெரிய தப்பு. அதுக்குத்தான் பொண்ணெ குடுக்குறதுக்கு முன்னாடி வம்சம், பரம்பரை மரியாதை, கௌரவம் எல்லாத்தையும் பார்க்கச் சொல்லியிருக்காங்க... கெட்டுப் பொழக்கிறவனோட...." பலராமய்யா குரல் தடைப்பட்டது. அவர் என்ன பேசுகிறாரென்று அவருக்கே தெரியவில்லை. இத்தனை நாட்களாய் மனசுக்குள் பொதித்து வைத்த ஆத்திரத்தையெல்லாம் சொற்களால் வெளிப்படுத்திவிட்டார்.

எருமை மாடாட்டம் பின்னால் வாயைத் திறக்காமல் நின்றிருந்த வெங்கடபதியின் கையை உதறிவிட்டு தெருவில் வந்து நின்றபடி கத்தினார் சாம்பைய்யா.

"அடேய்! நீ இப்ப வர்றியா, வரலயா?" தெரு முனையைத் தாண்டும்போது பின்னால் திரும்பிப் பார்த்தார். வெங்கடபதி பூனையைப்போல அடிமேல் அடி வைத்து நடந்து வருவதைப் பார்த்ததும்தான் சாம்பைய்யாவின் மனம் குளிர்ந்தது.

"வெங்கடபதி - எம் மகன் - எம் பேச்சை தட்ட மாட்டான்!" நினைத்தபடியே வீட்டை நோக்கி நடந்தார்.

தந்தை சொல்லை தட்டாமல் அரச போகத்தை துறந்து காட்டிற்குச் சென்ற ஸ்ரீராமச்சந்திரனைப்போல வெங்கடபதி தந்தை சொல்லை மீறமுடியாமல், மனைவி மீதுள்ள மோகத்தை சிதைத்தவனாய் சாம்பைய்யா பின்னாலேயே நடந்து வீட்டையடைந்தான்.

வெங்கடபதிக்கு முப்பத்து மூன்று தாண்டிவிட்டது. கல்யாணமாகி மூன்று வருடங்களாகிவிட்டன. மறுபடியும் மனைவியின் முகத்தைப் பார்க்கும் வாய்ப்பு கிட்டவில்லை. பலராமய்யா மகளுக்கு கல்யாணமான ஆறு மாதத்திற்கெல்லாம் பதினெட்டு ஏக்கர் நஞ்சையையும் அடமானம் வைத்திருந்த கனகய்யாவுக்கே விற்றுவிட்டார். பூமியின்மேல் வாங்கியிருந்த அசலும், வட்டியும் போக பலராமய்யாவின் கையில் கிடைத்தது பத்தாயிரம் மட்டுமே. அதிர்ச்சியடைந்த பலராமய்யாவை, இன்னும் நாலு வருடம் சென்றால் அதுவும்கூட கிடைக்காது என்று கனகய்யா சமாதானப்படுத்தினான்.

பத்தாயிரத்தைத் தந்து வரூதினியை குடித்தனம் வைக்க முயற்சி செய்தார். அதற்கு சாம்பைய்யா மசிந்து கொடுக்கவில்லை. கல்யாணத்திற்கு முன்பே நிலம் அடமானத்திலிருந்த விஷயம் நிலத்தை விற்ற பிறகும் தெரியவே தெரியாது சாம்பைய்யாவிற்கு. பலராமய்யா தன்னை மோசம் செய்து விட்டான் என்று நம்பினார். அந்த வெறுப்பிலிருந்த சாம்பைய்யா இருபதாயிரத்துக்கு ஒரு தம்பிடி குறைந்தாலும் மருமகள் குடித்தனம் செய்ய வருவதற்கு வாய்ப்பில்லை எனப் பிடிவாதம் பிடித்தார். அந்த நேரத்தில் அவர் மனதில் பலராமய்யாவோட வீடு நிழலாடியது. அதை அடமானம் வைத்தாவது அல்லது விற்றாவது தன்னுடைய பாக்கியை அடைத்துவிடலாமல்லவா இந்த பலராமய்யா என்று நினைத்தார் சாம்பைய்யா.

மகளின் வாழ்க்கை நலத்திற்காகவாவது அப்படிச் செய்வாரென்று எதிர்பார்த்த சாம்பைய்யாவுக்கு நிராசையே மிஞ்சியது.

நிலத்தை விற்ற ஒரு வருடத்திலேயே பலராமய்யா நெஞ்சு வலியால் படுக்கையில் விழுந்தார். இங்கு இருந்தால் பிழைக்க வைக்க முடியாதென்று நகரத்திற்கு அழைத்துச் சென்றான் நான்காவது மகன். தந்தைக்கு சகாயம் செய்கிறேனென்று பெருமை பீத்திக் கொண்டவன் தகப்பனிடமிருந்து மூன்றாயிரம் வாங்கிக்கொண்டு மதராஸிற்கு வண்டியேறினான் சின்னமகன்.

பலராமய்யாவின் மனைவி மனத்தாங்கலால் பக்கவாதம் வந்து கட்டிலில் ஏறினாள். ஆஸ்பத்திரியில் அறையமர்த்தி தகப்பனையும், தாயையும் பராமரித்துக்கொண்டிருந்தாள் வரூதினி. நகரத்திற்கு வந்திருந்த பலராமய்யாவின் உறவினர்கள் அவரைப் பார்த்துப் போவதுமாய் இருந்தனர். பலராமய்யாவிற்கு நோயின் தாக்கம் அதிகரித்திருப்பதை அறிந்ததும் மகன்களும் மகள்களும் மருமகள்களும் மாப்பிள்ளைகளும் வந்து, சற்று குணமடையும் வரை இருந்துவிட்டுச் சென்றனர்.

வரூதினி அப்பாவையும் அம்மாவையும் பார்க்க வந்து போகின்றவர்களுக்கு சேவை செய்தே சோர்ந்து போய் கொண்டிருந்தாள்.,

பலராமய்யா தன் மகளைப் பார்க்கும் போதெல்லாம் வேதனைப்படுவார். அவ்வளவு பெரிய செல்வந்தக் குடும்பத்தில் அத்தனை பேருடன் பிறந்து அனைத்து வசதிகளுடன் வளர்ந்த கடைசிப் பெண் வரூதினியைப் பற்றி நினைத்து நினைத்து புழுங்கிக் கொண்டிருந்தார். சந்தோசமாக கணவனோடு வாழவேண்டிய பெண்! - அவளுக்கு எத்தனை அநியாயம் நடந்திருக்கிறது என்று நினைத்து வருத்தப்படுவார்.

ஆனால் வரூதினிக்கு கணவனைப் பற்றிய நினைவு சிறிதளவும் இருந்ததாகத் தெரியவில்லை. தந்தையின் உடல்நலத்தைப் பேணிப் பாதுகாப்பதோடு மற்ற எல்லா விஷயங்களையும் தானே கவனித்து வந்தாள். தந்தையிடமிருந்த பணமெல்லாம் வரூதினியின் வசத்திலேயே இருந்தது. அண்ணன்மார்கள்,

அக்காமார்கள் அப்பாவைக் கண்டு நலம் விசாரிக்க வரும்போது பெற்றோரின் பொறுப்பைத் தன்மேல் சுமத்திவிட்டு மூன்றாம் மனிதர்கள்போல வந்து நலம் விசாரித்துச் செல்வதை சுட்டிக் காட்டுவாள்.

அவர்கள் தங்களால் முடிந்த பணத்தை வரூதினியின் கையில் கொடுத்துவிட்டு, அதைத் தவிர தங்களால் எதுவும் செய்வதற்கில்லை என்பதை சொல்லாமல் சொல்லிச் சென்றுவிடுவார்கள்.

வரூதினிக்கு இருபத்திரண்டு வயது நடந்து கொண்டிருந்தது. வயதுக்குரிய வாஞ்சைகள் வெளிவரத் தொடங்கின. தவிர, சர்வ சுதந்திரமாய் நடந்து கொள்ளவும் செய்தாள். படுக்கையில் விழுந்து கிடந்த தந்தைக்கு வேளா வேளைக்கு சாப்பாடு, மருந்து, மாத்திரைகள் கிடைத்தாலே போதுமென்ற நிலை. தாயோ பழைய காலத்து அப்பாவிப் பெண். பக்கவாதத்தில் படுத்துக் கிடந்தாலும் நோயைப் பற்றிய சிந்தனை சிறிதும் இருக்காது.

பலராமய்யா தன் மகள் பேச்சுக்கு மறுவார்த்தை பேசமாட்டார். வரூதினி நேரம் போக்குவதற்காக ஆஸ்பத்திரிக்கு வந்து போகின்ற பக்கத்து அறை சிநேகிதிகளுடன் சினிமாக்களுக்கு செல்வதுண்டு. அவ்வப்போது சின்ன அண்ணன் பலவிதமான சினேகிதர்களை தன்னுடன் அழைத்து வருவான். அவர்களில் அழகானவர்களைப் பார்க்கும் போதெல்லாம் பைத்தியம் பிடித்ததுபோலத் தோன்றும். எதையோ தொலைத்துவிட்டவள்போல பெருமூச்செறிவாள். அவர்கள் சென்றபின் ஒரு வாரம் வரை அவர்களைப் பற்றிய விதம் விதமான எண்ணங்களில் திளைத்துக் கொண்டிருப்பாள்.

சாம்பைய்யா கல்யாணத்திற்கு செலவழித்ததைவிட மூன்று மடங்கு சேர்த்து வைத்தார். மற்றுமொரு பதினெட்டு ஏக்கர் பூமியை வாங்கினார். சாம்பைய்யாவிற்கு ஆள்பலம் கிடையாது. மனிதர் மிகவும் தளர்ந்து போனவராய் காணப்பட்டார். வெங்கடபதியோ இயந்திரத்தைப் போல விவசாய வேலைகளை செய்து கொண்டிருந்தான். மனிதனுக்குள் இருந்த உற்சாகம் அறவே இற்றுப் போயிருந்தது. எதன்மீதும் சிரத்தை இருப்பதில்லை. சாம்பைய்யாவிற்கு தன் மகனை பார்க்கப் பார்க்க சில சமயங்களில் 'அவனை இப்படியே விட்டுவிடுவதில் பயனில்லை. ஏதாவது ஒரு வழியை கண்டுபிடிக்கவேண்டும். மறுபடியும் கல்யாணத்தைப் பண்ணி வைத்தால்?'

ஒருநாள் நகரத்தில் தானியங்களை விற்றுவிட்டு பணத்தைப் பெற்றுக்கொண்டு சாம்பைய்யா திரும்பி வரும்போது பஸ்ஸ்டாண்டில் கனகய்யாவை சந்திக்க நேர்ந்தது. இந்த மூன்று வருடங்களாகக் கனகய்யா பெரும்பாலும் நகரத்திலேயே இருந்து வந்தான். சாம்பைய்யாவுக்கு அரிதாகவே இருந்தது கனகய்யாவைப் பார்த்துப் பேசுவது.

பலராமய்யாவால் நடத்தப்பட்ட மோசடியில் கனகய்யாவின் பங்கு எவ்வளவு என்பதை கண்டுகொள்ள இயலவில்லை சாம்பைய்யாவால்

இதுவரை. கனகய்யாவைக் கண்டதுமே சாம்பைய்யாவுக்கு பிராணன் எழுந்து வந்தது போலாயிற்று. உண்மையாய் சொல்ல வேண்டுமென்றால் கனகய்யா தனக்குச் செய்த அநியாயம் ஒன்றுமேயில்லை.

தன்னுடைய நலனை உத்தேசித்துத்தான் நடந்து கொண்டான். சாம்பைய்யாவும் கனகய்யாவால் அவ்வளவு சுலபமாக இழந்துவிட முடியாது. சாம்பைய்யாவைப் பார்த்ததுமே கனகய்யா அன்போடு பேசினான்.

“ஊருக்குத்தானே?”

“ஆமா! நீயும் வரப்போறியா?”

“ஆமாமாம்! வரவேண்டிய வேலை இருக்கு. ரெண்டு மூணு நாள்ல வருவேன். உன்னைப் பார்த்ததும் இந்தப் பக்கமா வந்தேன். வெங்கடபதி சவுரியமா இருக்கானா?” என்று கேட்டான் கனகய்யா.

சாம்பைய்யா பதில் சொல்லவில்லை. புறப்படவிருந்த பஸ்ஸில் கோளாறு ஏற்பட்டுவிட்டது. அதுவே கடைசி பஸ். எப்படி வீட்டிற்குச் செல்வதென்றே யோசனையிலிருந்த சாம்பைய்யாவை கனகய்யா உடன் அழைத்துக்கொண்டு வீட்டையடைந்தான்.

கனகய்யாவின் மகன் ‘லா’ ப்ராக்டீஸ் செய்து கொண்டவனாய் நகரத்திலேயே தங்கியிருந்தான்.

கனகய்யாவின் மகனுடைய தோரணை, வீட்டுப்பொறுப்பு, வந்து செல்கின்றவர்களோடு பழகும் விதம் இதையெல்லாம் பார்த்து சாம்பைய்யா மெச்சினார்.

இரவு சாப்பிட்டு முடிந்ததும் வீட்டிற்கு முன்புறம் நாற்காலிகளை போடச் செய்தான் கனகய்யா. இருவரும் எதிரெதிரே அமர்ந்து கொண்டு உலக நடவடிக்கைகளைப் பற்றிப் பேசத் தொடங்கினர்.

கனகய்யா பேரனை மடியில் வைத்துக்கொண்டு அமர்ந்திருந்தான். மருமகள் குடிப்பதற்குத் தண்ணீர் கொண்டு வந்து தந்தாள்.

“கனகய்யா! மொத்தத்துல மகனை நல்ல நிலைமைக்கு கொண்டாந்து வச்சிட்டேய்யா! நகரத்திலயே பெயர் போன வக்கீலாயிட்டான்னு தெரியுது!” என்றார் சாம்பைய்யா.

“வெங்கடபதிக்கு மட்டும் என்ன கொறைச்சலாம்! நூறு ஏக்கர் பூமிக்குச் சொந்தக்காரன். புத்திசாலிப் பையனும் கூட” என்றான் கனகய்யா.

“எத்தனை இருந்தும் என்ன லாபமய்யா?”

“உனக்குக் கோபம் வரலேன்னா ஒரு செய்தியைச் சொல்றேன். தற்சமயத்துல பலராமய்யாவை பார்க்கப் போனப்போ உன் மருமகள் தென்பட்டாள். பாவம்

அந்தப் பொண்ணைப் பார்த்தா வருத்தமா இருந்தது. அவ கையால நல்லாவே தன்னை பாதுகாத்துகிட்டிருக்காரு பலராமய்யா. அம்மாவையும் அவதான் கவனிச்சிகிட்டிருந்தா.

போன மாசந்தான் போய்ச் சேர்ந்துட்டா. எப்பவுமே ரெண்டு பேரோ, மூணு பேரோ அவரை பார்க்குறதுக்காக வந்துகிட்டே இருப்பாங்க. அவங்களுக்கும் சாப்பாடு பொங்கிப் போட்டு கவனிக்க வேண்டியதெல்லாத்தையுமே அந்தப் பொண்ணுதான் செஞ்சிகிட்டிருக்கா" கனகய்யா தன்பேச்சை சற்றே நிறுத்தி சாம்பைய்யாவின் முகத்தை உற்று நோக்கினான். சாம்பைய்யா கண்ணிமைக்காமல் கனகய்யாவின் முகத்தையே பார்த்துக் கொண்டிருப்பது தெரிந்தது.

"சொல்லக்கூடாது, எனக்கு ரொம்பவும் வருத்தமாயிடுச்சி. லட்சாதிபதி சாம்பைய்யாவோட மருமகளுக்கா இந்த நெலமைன்னு" என்றான் கனகய்யா.

"அதுக்குக் காரணம் பெத்த தகப்பன்தானே?" என்றார் சாம்பைய்யா.

"அது இல்லேன்னு யாரு சொன்னா? பலராமய்யா செஞ்ச மோசடி எல்லாருக்கும் தெரிந்ததுதானே? சாம்பைய்யாதான் தப்பு செஞ்சான்னு யாருமே சொன்னதா இன்னக்கி வரைக்கும் நான் கேள்விப்பட்டதில்லை. அதெல்லாம் சரிதான்ய்யா, ஆனாலும் பொம்புளப் புள்ளைக்கி கல்யாணம் ஆயிட்டா பொறந்த வீட்ல அவளுக்கு என்ன சம்பந்தம்? சாம்பைய்யாவோட மருமகள்னு சொல்லுவாங்களேதவிர பலராமய்யாவோட மகள்னு சொல்லமாட்டாங்களே?"

"அந்தப் பேச்சு நெஜந்தான்னாலும் நாம என்ன செய்ய முடியும் - வெங்கடபதிக்கு ரெண்டாங் கல்யாணம் செஞ்சு வக்கிறதை தவிர" சாம்பைய்யாவின் எண்ணம் வெளிப்பட்டதும் கனகய்யா திடுக்கிட்டான்.

"இன்னக்கியிருக்கிற நெலமையில இரண்டாங் கல்யாணங்குறது சுலபம்னு நெனக்கிறியா? மொத பெண்டாட்டி கிட்ட விடுதலை பத்திரம் வாங்கணும். அவளுக்கு ஜீவனாம்சம் அது இதுன்னு கொடுக்க வேண்டி வரும். அவங்க ஒத்துக்கிடலேன்னா ஏழு வருஷம் ஒருத்தரை ஒருத்தருக்கு சம்பந்தமில்லாம இருக்காங்கன்னு கோர்ட்டுல ருஜு செய்யணும். அப்பத்தான் விவகாரத்து கெடைக்கும் - தெரியுமா? மறு கல்யாணம்னா சுலபம்னு நெனக்காதே? நாலு வருஷத்துக்குப் பிறகு வெங்கடபதிக்கு ரெண்டாங் கல்யாணத்துக்கு பொண்ணு கிடைக்கிறது அவ்வளவு நம்புற மாதிரியான விஷயமில்லே" கனகய்யா சாம்பைய்யாவின் முகத்தைப் பார்த்துவிட்டு மறுபடியும் பேச்சைத் தொடர முற்பட்டான்.

"இந்தா பாரு சாம்பைய்யா, உனக்குள்ள ஒரு வீம்பு! மருமகளை குடித்தனத்துக்கு அழைச்சிட்டு வராததுனால நஷ்டப்படுறது யாருய்யா? பலராமய்யாவுக்கு என்ன, ஜம்முன்னு காலுமேல காலு போட்டுகிட்டு மக கையால சேவகம் செஞ்சிக்கிறாரு. நீ என்னன்னா பணத்தை கொடுத்து

வேலைக்காரன் கையால சமைச்சதை சாப்புட்டுகிட்டிருக்கே. எவ்வளவு காலத்துக்குத்தான் இப்பிடி அவஸ்தைப்படப் போறய்யா? நீ பலராமய்யாவை ஜெயிக்கணும்னு நெனச்சி ஓ தலையில நீயே மண்ணை வாரி போட்டுக்கிடுறே. வீட்ல பொம்பள இருந்தாலே லட்சுமி கடாட்சம்தான்ய்யா.''

கனகய்யா சொன்னதில் உண்மை இருப்பதாகத் தோன்றியது. ஆமாம். தன்னோட மருமகள் கையால் பலராமய்யா தனக்கு வேண்டிய உபச்சாரங்களையெல்லாம் அனுபவிக்கிறாரு. நெஜமாகவே இந்த மூணு வருஷம் ரொம்பப் பெரிய தப்பு பண்ணிட்டேன். மருமகளை வீட்டுக்குக் கூட்டிட்டு வந்து வச்சிட்டா பலராமய்யாமேல வழக்கு தொடுக்கலாம்.

தனக்கு வரவேண்டிய பணத்துல கொஞ்சமாவது வந்து சேருமோ என்னமோ, கனகய்யா இந்த ஆலோசனையை முன்பே தெரிவித்திருந்தால் எவ்வளவு நல்லா இருந்திருக்கும்!

"ஆனாலும் பாரு கனகய்யா! எங்க மருமக பலராமய்யாவோட வீட்ல இனிமே ஒருநாள்கூட இருக்கவிடக்கூடாது. நாளைக்கே கூட்டியாந்துடறேன்! அந்த ஏற்பாட்டைச் செஞ்சி தர முடியுமா?'' என்றார் சாம்பைய்யா.

"நல்லது! நாளைக்கி நல்ல நாள் கூட. காலையிலயே போயி பலராமய்யாகிட்டே பேசிடுவோம்.''

"நான் வரமாட்டேன். அவரு முகத்தைப் பார்க்கப் பிடிக்கலெ. நீயே போயி பேசிடு.''

"அப்படியே ஆகட்டும்!''

காலையில் சாம்பைய்யாவை தன் வீட்டில் இருக்கச் சொல்லி கனகய்யா மட்டுமே பலராமய்யாவிடம் சென்றான். சாம்பைய்யா மருமகளை தன் வீட்டிற்கு அழைத்துச் செல்ல சம்மதித்திருக்கிறார் என்ற விஷயத்தை அறிந்ததும் பலராமய்யா ஆனந்தப் பரவசமடைந்தார். தந்தை இருக்கின்ற நிலையில் அவரைத் தனியாக விட்டுச் சென்றால் யார் கவனித்துக் கொள்வார்களென்று வருத்தமுற்றாள் வரூதினி.

"அதெல்லாம் நான் பார்த்துப்பேன். ஏதாவதொரு வேலைக்காரியை வைத்து அவரோட நல்லது கெட்டதுகளை நான் பார்த்துக்கிடுறேன் கொழந்தே. சீக்கிரமா புறப்படப் பாரு!'' என்றான் கனகய்யா.

பலராமய்யா கண்கணிலிருந்து கண்ணீர் வழிந்து கொண்டிருந்தது. அதைப் பார்த்த கனகய்யா மகளைப் பிரிய மனம் வராமல் வருத்தப்படுகிறார் போலும் என நினைத்து - "நீங்க இப்பிடி அழுதுகிட்டிருந்தா அந்த சாம்பைய்யா மறுபடியும் மனசு மாத்திக்கிட்டாலும் சொல்ல முடியாது. பகவானுடைய தயை. ராத்திரி முழுக்க உட்கார வச்சி எடுத்துச்சொல்லிப் புரிய வச்சிருக்கேன். கல்யாணம் ஆயிரங்காலத்துப் பயிர். சாம்பைய்யா மட்டும் இன்னக்கி

வரதட்சணைக்காக சண்டை போடாம நம்ம பொண்ணெ அழைச்சிட்டுப் போறதுக்கு ஒத்துக்கிட்டான்னா எல்லாமே நீங்க செய்த அதிர்ஷ்டம்னு நெனச்சிக்கோங்க பலராமய்யா!” என்றான்.

“கனகய்யா! உன் கடனை எப்படி தீர்க்கப் போறேன். இதைத் தவிர இந்த ஜன்மத்துல எனக்கு வேண்டியது என்ன இருக்குன்னு சொல்லு? இந்த நல்ல நாளுக்காகத்தான் நான் உசிரை வச்சிருக்கேன்! நானே நேர்ல வந்து எம்மகளை மாமியார் வீட்ல விட்டுட்டு வந்துடறேன்” என்றார் மகிழ்ச்சிக் கண்ணீரில் நனைந்தவராய்.

“பலராமய்யா! நீங்க போறது அவ்வளவு நல்லாயிருக்காது. நானும் அப்பாமாதிரிதான். நானே போயி நம்ம வீட்டுப் பொண்ணை மாமியார் வீட்ல இறக்கிட்டு வர்றேன். அதுவுமில்லாம சாம்பையய்யாவே ஸ்வயமா வந்து அழைச்சிட்டுப் போகணும்னு நெனக்கிறான். இந்த மாதிரி நிலைமையில நீங்க வர்றது நல்லதில்லை. எம் பேச்சை கேளுங்க.”

“நம்ம பொண்ணை வெறுங்கையோட புகுந்த வீட்டுக்கு எப்படி அனுப்புறது கனகய்யா? சீர் செனத்தி செய்ய வேண்டாமா?”

“நீங்க கொஞ்சம் சும்மாயிருங்க பலராமய்யா! எல்லாத்தையும் நான் பார்த்துக்கிடுதேன்னு சொன்னேனே?” என்று கனகய்யா எழுந்தான்.

கனகய்யா மற்றுமொரு ஐந்தாயிரம் வீட்டின்மேல் கடனாகத் தந்து வரூதினியை குடும்பம் நடத்த அனுப்பி வைப்பதற்குரிய ஏற்பாடுகளைச் செய்தான். சாம்பையய்யாவை இன்னுமொரு நாள் தன் வீட்டிலேயே நிறுத்தி வைத்துக் கொண்டான்.

மூன்றாவது நாள் கனகய்யா சின்ன காரை ஏற்பாடு செய்து வரூதினியை ஏற்றி, புடவை, துணிமணிகளையும் மற்ற சீர்வகைகளையும் காரில் நிரப்பி பலராமய்யாவிடம் விடை பெற்றுக்கொண்டு வீட்டிற்கு வந்து சாம்பையய்யாவையும் ஏற்றிக்கொண்டு புறப்பட்டான்.

காரில் அமர்ந்திருந்த வரூதினிக்கு எல்லாமே புதுமையாய் தோன்றிற்று. ஏதோ ஒரு இனம்புரியாத பயமும் திகிலும் மனதை அரித்துக் கொண்டிருந்தது. முன்புறத்து இருக்கையில் அமர்ந்திருந்த மாமனாரை ஒருமுறையாவது ஏறிட்டுப் பார்க்கவில்லை.

சாப்பாட்டு நேரத்தில் கார் ஊரை வந்தடைந்தது. சாம்பையய்யா கனகய்யாவின் மனைவிக்குத் தகவல் சொல்லியனுப்பினார். பத்து நிமிடங்களில் கனகய்யாவின் மனைவியுடன் இன்னும் நான்கைந்து சுமங்கலிப் பெண்கள் வந்து சேர்ந்தனர். ஆரத்தி போன்ற சுபகாரியங்கள் செய்து முடித்ததும் வரூதினியை வீட்டிற்குள் அழைத்து வந்தனர். சாம்பையய்யா வராண்டாவில் மௌனமாய் அமர்ந்திருந்தார்.

வெங்கடபதி வயலிலிருந்து இன்னும் வரவில்லை. கனகய்யா மீண்டும் அதே காரில் நகரத்திற்குத் திரும்பிச் சென்றுவிட்டான்.

வரூதினி வீடு முழுக்க கண்களைச்சுழற்றிப் பார்த்தாள். எல்லாமே அழுக்கும் குப்பை கூளமாகவும் இருந்தது.

பொம்பளை இல்லாத சம்சாரம். கழற்றி போட்டவை, துவைத்துக் காயப்போட்டவை எது என்று தெரியாமல் கலந்து கிடந்தன.

நடு கூடத்தில் நெல்மூட்டைகள், குட்டிச் சாக்குகள் எல்லாமே தாறுமாறாய் கிடந்தன. சமையற்கட்டில் எல்லாமே கரி பிடித்த பாத்திரங்கள். சிலம்பிடித்த பித்தளை டம்ளர்கள், மளிகைச் சாமான்கள் பூஞ்சக்காளான் பிடித்திருந்தன.

உறிகளெல்லாம் கன்னங்கரேலென்று மசிப்பிடித்து தொங்கிக் கொண்டிருந்தன. எலிகள் கண்ட இடத்திலெல்லாம் சுதந்திரமாய் திரிந்து கொண்டிருந்தன. இருண்ட மூலைகளில் மனிதர் சென்றாலே "சொய்" என கொசுக்கள் ரீங்காரமிட்டன.

அந்த வீட்டில் அடியெடுத்து வைத்து நடக்கவே முடியாமல் இருந்தது.

வரூதினிக்கு சமையற்கட்டில் கால் வைத்ததுமே குமட்டிக்கொண்டு வருவதுபோலத் தோன்றியது. சோற்றுப் பருக்கைகள் கால்களில் பிசிக்கிட்டன. சாப்பிடும் பலகையில் எச்சில் துடைக்கப்படாமல் கறைப் பிடித்துக் காணப்பட்டது. வடக்கேயுள்ள அறையில் எல்லாவிதமான சாமான்களோடும் டிரங்குபெட்டிகள், மரப்பெட்டிகள் குறுக்கும் நெடுக்குமாக ஒழுங்கில்லாமல் வைக்கப்பட்டிருந்தன. சரிப்படுத்த முயன்ற வரூதினிக்கு இதெல்லாம் தன்னால் முடியாதென்று தோன்றியது. வெறுப்புடன் படுக்கையறையிலிருந்து வெளிவந்தாள்.

வயலுக்குச் செல்லவிருந்த வேலைக்காரனைப் பார்த்து "இப்பிடி வா" என்று அழைத்தாள்.

"என்னதும்மா அவுகளே?" தலையைக் குனிந்தபடியே சொன்னான்.

"இது மனுஷங்க வாழுற இடம்தானா?"

வேலைக்காரன் ஒன்றும் புரியாமல் திருதிருவென விழித்தான்.

"என்னடா, அப்பிடி பார்க்குறே? நீங்க சாப்புடுறது சோறுதானா?"

வேலைக்காரன் வாயைத் திறந்தபடி நின்றான்.

"நீங்க மனுஷங்கதானா?"

வேலைக்காரன் தலையையாட்டினான்.

"அடேய் தடி மாடு! வாயைத் திறந்து பேசேண்டா?"

வேலைக்காரனுக்கு உடம்பெல்லாம் வியர்த்துக் கொட்டியது.

அவனுக்கு வரூதினி அந்த ஊரின் செல்வந்தர் வீட்டுப் பெண் என்பது நினைவுக்கு வந்தது. பலராமய்யாவோட மகள்!

"அம்மாங்களெ, என்னாச்சிமாங்களே!" தோளிலிருந்த மூட்டையை சரிசெய்தபடியே சொன்னான்.

"ஏலே, அந்த தோள்ல தொங்குறது என்னடா?"

"சின்னத் தொரைக்கி சோறு கொண்டு போறேன்ங்க!"

வரூதினிக்கு வாந்தி வருவது போல முகத்தைச் சுளித்தாள்.

"வீட்டுக்கு வந்து சாப்புட மாட்டாங்களா?"

"புது கால்வாய்க்கு பக்கத்து நிலத்துல நடவு நடக்குது. காலம்பற எப்ப சாப்புட்டாரோ தொரையவரு. நேரங் கடந்துடிச்சி நா போவணும்" என்றவன் செல்வதற்கு முயன்றான்.

"பழைய சோறா?" வரூதினியின் உடம்பெல்லாம் பற்றி எரிந்தது.

"அடேய்! மொதல்ல அந்த மூட்டைய அங்க வையிடா!"

வேலைக்காரன் அதிர்ச்சியுடன் பார்த்தான்.

"உனக்குத்தாண்டா சொல்றது?"

வேலையாள் சோத்து மூட்டையைப் பலகையின் மேல் வைத்துவிட்டுக் கைகளைப் பிசைந்தபடி நின்றிருந்தான்.

"நீதானா சமையல் பண்றது?"

"எங்க அம்மா காலையிலயும் சாயந்தரமும் வந்து சமைச்சி வைப்பா. மீதி வேலையெல்லாம் நான் செஞ்சிக்கிடுவேன்"

"ஆமாமா, அழுதேயாக்கும். மொதல்ல நீ போயி எங்க வேலைக்காரி புச்சம்மாவெயும், சுப்பனோட மனைவி லட்சுமியையும் கூப்பிட்டு வா. போனோமா வந்தோமான்னு இருக்கணும். தெரிஞ்சதா?"

"அப்படியே ஆகட்டும் அம்மாங்களே!"

"ஏலே, ராவுடு, இன்னும் அங்கே என்னத்தெ பண்ணிகிட்டிருக்கேடா. பையனுக்கு சோறு எடுத்துட்டுப் போகாமெ?" வெளியே செல்லவிருந்த வேலைக்காரனைப் பார்த்து குரல் கொடுத்தார் சாம்பைய்யா.

எஜமானர் சொன்னது காதுகளில் விழுந்தாலும் அவன் மூளையில் எட்டவில்லை. தலைத்துணியை இறுகக் கட்டிக்கொண்டு வெளியில் ஓட்டம் பிடித்தான். அப்படி வெறுங்கையுடன் ஓடிய ராமுடுவைப் பார்த்து சாம்பைய்யா

எழுந்து நடுவீட்டுக்குள் வந்தார். பலகைமேல் இருந்த சோற்று மூட்டையைக் கண்டதும் கோபத்துடன் "சோத்தை இங்கெ போட்டுட்டு அவன் எங்க போறானாம்?" சத்தமாக வடக்கு அறையை நோக்கி திரும்பியபடியே சொன்னார்.

வரூதினி கதவுமறைவில் நின்றபடியே ஏதோ சொல்ல வேண்டுமென துடித்தாள். ஆனால் வார்த்தைகள் வரவில்லை. மறுபடியும் மாமனார் கேட்டாரென்றால் சொல்லலாம் என்ற முடிவுடன் சொற்களைத் தயார் நிலையில் வைத்துக் கொண்டாள்.

இரண்டு நிமிடங்கள் அங்கேயே நின்றுவிட்டு சோத்து மூட்டையை கையில் எடுத்துக் கொண்டு தெருவை நோக்கிச் செல்கின்ற மாமனாரை கதவின் இடுக்கு வழியாகப் பார்த்ததும் வரூதினி வெளியே வந்தவள்.

"அழுக்குப் புடிச்ச மனுஷங்க!" என்று நினைத்துக்கொண்டாள் -

பசியெடுத்ததும் சமையற்கட்டிற்குள் நுழைந்தாள். மாமனார் சாப்பிட்ட எச்சில் தட்டு நட்ட நடுவில் இருந்தது. ஈக்கள் சோற்றுப் பானையின்மீதும், எச்சில் தட்டிலும் மொய்த்துக் கொண்டிருந்தன. முன்னங்கால்களால் மெல்ல நடந்து குனிந்து வெஞ்சனக் கிண்ணத்தின் மூடியைத் திறந்து பார்த்தாள். சொரைக்காய் குழம்பு போல இருந்தது. கருப்பாய் அடிப்பிடித்துப் போயிருந்தது. மற்றொரு கிண்ணத்தின் மூடியைத் திறந்தாள். பச்சைமிளகாய் பச்சடி. தோல் தோலாய் தெரிந்தது. தயிர்க் கிண்ணத்தின்மேல் மூடியில்லை. புளித்த நாத்தம் மூக்கைத் துளைத்தது. மூக்கை மூடிக்கொண்டு தயிர் சட்டியை தடாலென கீழே வைத்தாள். அடி உடைந்து தயிர் சிந்தி வரூதினியின் கால்களின்மேல் தெளித்து விழுந்தது.

சோறு சாப்பிடவேண்டும் என்ற நினைவு கழன்றுவிட்டது. "இப்படிப்பட்ட வீட்டுக்குள்ள இப்படிப்பட்ட சாப்பாட்டை சாப்புடுகின்ற இவங்க மனுஷங்கதானா?"

அவள் தன்னோடு கொண்டுவந்த சிறிது ஜிலேபியும் ஒரு மைசூர் பாகும் தின்று தண்ணீரைக் குடித்தாள். ராமுடுவுக்காக எதிர்பார்த்தபடியே வாசற் கதவிற்கருகில் நின்றிருந்தாள் வரூதினி.

சாம்பைய்யா வயற்காட்டிலிருந்து திரும்பிவரும்போது விளக்குகள் வைத்தாயிற்று. வாசற்படியில் லாந்தர் விளக்கு எரிந்து கொண்டிருந்தது. வீடு முழுவதும் ஒளியுடன் பிரகாசித்தது. அறுபது வருடங்களாக இருளில் நடமாடிப் பழக்கப்பட்ட சாம்பைய்யாவிற்கு வெளிச்சத்தில் நடப்பது புதுமையாய் தோன்றிற்று. இருக்கின்ற ஒரு லாந்தரையும் வாசலில் வைத்துவிட்டால் வீட்டிற்குள் என்ன செய்வது? தலையைத் தூக்கிப் பார்த்த சாம்பைய்யாவுக்கு வீடு முழுவதும் ஒளி வெள்ளமாய் தென்பட்டது. மாட்டுத் தொழுவத்தில் கூட விளக்குகள் எரிந்து கொண்டிருந்தன.

வராண்டாவிற்குள் வந்த சாம்பைய்யா தன் வீட்டைத் தானே அடையாளம் கண்டுகொள்ள முடியாதவராய் திகைத்து நின்றார். அங்கு கையுடைந்த நாற்காலியோ, பெஞ்சியோ எதுவுமே இல்லை. சொக்காயைக் கழற்றிக் கையில் வைத்தபடி தன் வீட்டிற்குள் தானே புது மனிதனைப் போல நடந்து கொண்டிருந்தார் சாம்பைய்யா.

"அடேய் ராவுடு!" என்று குரல் எழுப்பினார். வேலைக்காரி புச்சம்மா வந்து, "பாபுகாரு! அதை இப்பிடி கொடுங்க" என்றவள் மேல்துண்டையும் சொக்காயையும் வாங்கிக் கொண்டாள்.

"யாரு?" சாம்பைய்யா புருவத்தை உயர்த்தி பார்த்தார்.

"நாந்தான் பாபுகாரு, புச்சம்மாவாக்கும்!"

பலராமய்யா வீட்டிலிருக்கும் வேலைக்காரிதான் என்று தெரிந்தது.

"நீயா புச்சம்மா? நல்லாருக்கியா?" என்று விசாரித்தார்.

"ஸ்நானம் செஞ்சிட்டு வாங்கய்யா! தண்ணியெ விளாவி வச்சிருக்கேன்" என்றாள் புச்சம்மா.

"அடடா! அதுக்குள்ளயே தண்ணியெ தயாரா வச்சாச்சா?" தன்னை அறியாமலேயே சொல்லி விட்டார் சாம்பைய்யா.

எப்போதுமே தான் வயக்காட்டிலிருந்து வந்தபின் ராமுடுவை நாலு தரம் கத்தித் தொலைத்தால்தான் வெந்நீர் தயாராகும். குளிக்கச் செல்வதற்கு முன் துண்டையும் வேஷ்டியையும் தேட ஆரம்பித்தார். ஆனால் அவை இருக்கும் இடத்தில் இல்லை.

வரூதினி மாமனாரின் தேடலைக் கண்டதும் "புச்சம்மா!" என்று ராகம்போட்டு அழைத்தாள்.

"எல்லாத்தையும் அங்கயே எடுத்து வச்சாச்சிய்யா. நீங்க போயி குளிச்சிட்டு வாங்கய்யா!" என்றாள் புச்சம்மா.

வழக்கம்போல தொட்டிப் பக்கத்திற்குச் சென்றார் சாம்பைய்யா.

"அய்யாசாமி! இங்க!" என்று சுவரோரமாக உயரமான பலகை போடப்பட்ட இடத்தைக் காட்டினாள் புச்சம்மா.

சாம்பைய்யா குளித்து முடித்ததும் முதலில் துண்டையும் அதன் பிறகு இடுப்பில் கட்டிக்கொள்ள வேஷ்டியையும் எடுத்துத் தந்தாள் புச்சம்மா. சாம்பைய்யாவுக்கு அன்று தன்னை யாரோ குளிப்பாட்டி விட்டது போலிருந்தது. அதுவும் மிக நல்ல முறையில், சுகமாக சீக்கிரத்தில் முடிந்து விட்டதில் சந்தோசம். இதற்கு முன்பெல்லாம் குளிக்க வேண்டுமெனில் ஆடைகளைத் தேடிக் கண்டுபிடித்து எடுக்கவே ஐந்து நிமிடங்களாவது ஆகும். ராமுடு கொதிக்கிற

தண்ணியை கொண்டு வந்து வைத்து பக்கத்தில் இரண்டு பானை குளிர்ந்த நீரையும் வைத்துவிட்டுச் சென்றுவிடுவான். சில சமயங்களில் குவளை இருக்காது மோந்து ஊற்றிக் கொள்வதற்கு. ஆனால் இன்றோ சமானமாக விளாவி வைத்த சுடுநீர் குளிப்பதற்கு எத்தனை இதமாய்... தவளா பளபளப்புடன். இவை தன் வீட்டுப் பொருட்கள்தானா என்று அடையாளம் கண்டு கொள்ள முடியவில்லை அவரால்!

சாம்பைய்யா குளித்து முடித்து நடு வீட்டுக்குள் வந்தார். வீடு அப்படியே மாற்றம் கண்டிருந்தது. தவிடு மூட்டைகள், நெல்மூட்டைகள் எதுவுமே இல்லை. காளைகளின் கழுத்துப்பட்டைகள், சாட்டைக்குச்சி, தாம்புக்கயிறு, மரப்பெட்டி, பொட்டி, கூடை என்று எதுவுமே இல்லை. சுவரோரமாய் தேக்கு மரக்கட்டிலின்மேல் மெத்தை விரிக்கப்பட்டு, அதன்மேல் வெள்ளைத்துப்பட்டி விரிக்கப்பட்டு, தலையணைகளுக்கு மேலுறை போடப்பட்டு சுத்தமாய் இருந்தது. கட்டிலுக்கு அருகிலேயே சாம்பைய்யா அமரும் நாற்காலி காணப்பட்டது.

நாற்காலியில் அமர்ந்து கொண்டு வீடு முழுக்க உற்றுப் பார்த்தார். எல்லாமே மாற்றமடைந்திருந்தது. நெல்மூட்டைகளும் உளுந்து மூட்டைகளும் கண்ணில் படவில்லை.

"அடேய் ராவுடு! இந்த மூட்டைகளையெல்லாம் எங்கே வச்சாங்கடா?" என்று குரலெடுத்துக் கேட்டார் சாம்பைய்யா.

"புச்சம்மா! மாமா அவங்களெ சாப்பிட வரச்சொல்லு!" வரூதினியின் குரல் இனிமையாய் கேட்டது சாம்பைய்யாவுக்கு.

பக்கத்தில் வந்து நின்ற புச்சம்மாவைப் பார்த்து - "பையன் கூட வந்துடட்டும். ரெண்டு பேரும் சேர்ந்து சாப்புடுறோம்!" என்று சொன்னார் சாம்பைய்யா.

புச்சம்மா ஒரு நிமிடம் தயங்கியவள் - "மகனும் மருமகளும் சேர்ந்து சாப்புடுவாங்க. மொதல்ல நீங்க எழுந்திருங்க" என்றாள்.

எங்கேயோ, யாரோ லேசாக சந்தோசமாக சிரித்ததுபோலத் தோன்றியது சாம்பைய்யாவுக்கு. எழுந்து சமையலறைக்குள் சென்றார்.

வரூதினி எல்லாவற்றையும் எடுத்து வைத்துவிட்டு வெளியே வரும்போது மாமா எதிர்பட்டதும் சுவரை நோக்கி திரும்பிக் கொண்டாள். சாம்பைய்யா இரண்டடி பின்னால் நகர்ந்து நின்று கொண்டார். மருமகள் சமையலறையைவிட்டு வெளியே சென்றதும் புச்சம்மா - "அய்யா, வாங்க!" என்றாள்.

சாம்பைய்யா பலகையில் உட்கார்ந்தவர் சாப்பாட்டுத் தட்டைச் சுற்றி ப்ளேட்களிலும், கிண்ணங்களிலும் இருந்த பதார்த்தங்களைப் பார்த்து ஆச்சரியப்பட்டார். மூன்று வகையான தொடுகறிகள், இரண்டு வகை பச்சடிகள், பருப்பு, சாம்பார், ரசம், அப்பளம், ஜிலேபி, மைசூர்பாகு, பாயாசம், புதியதாய் உறை ஊற்றிய தயிர் - ஆஹா!

சாம்பைய்யா சாப்பிட்டுக் கொண்டிருக்கையில் வியர்த்துக் கொட்டியதால் புச்சம்மா பின்னால் நின்றபடி விசிறியால் விசிறிக் கொண்டிருந்தாள். வியர்வை ஆறி, உடம்பு குளிர்ந்ததும் திவ்யமான உணர்வு ஏற்பட்டது சாம்பைய்யாவுக்கு. மருமகள் கைப்பக்குவம் அமிர்தம்தான்! ரொம்ப அருமையான சமையல்! எவ்வளவு சுத்தமா சமையலறை இருக்கு! மருமகளே தானே சமைத்துப் பரிமாறியிருக்கிறாள். மூணு வருஷமாய் இந்த அதிர்ஷ்டத்தை நழுவவிட்டுவிட்டேன்.

திருப்தியாக சாப்பிட்டு முடித்ததும் சாம்பைய்யா புகையிலைப் பட்டையைத் தேடினார். எவ்வளவு தேடியும் கிடைக்கவில்லை.

புச்சம்மாவும் ராமுடுவும் கூட தேடினர். சாம்பைய்யா எப்போதும் சாப்பிட்டு முடித்ததும் சுருட்டு புகைக்கவில்லை என்றால் மூளை வேலை செய்யாது. எரிச்சலடைந்தார். வரூதினி, புச்சம்மாவை அழைத்து குட்டி சாக்குகளின்மேல் இருக்கலாமென்று தேடச் சொன்னாள். புச்சம்மா புகையிலை மட்டையைத் தேடிக் கண்டுபிடித்து சாம்பைய்யாவின் கையில் தந்தாள்.

சுருட்டைச் சுருட்டிக்கொண்டு ஊருக்குள் செல்லத் தொடங்கினார்.

சாம்பைய்யா மருமகளைக் குடித்தனத்திற்கு அழைத்து வந்த சங்கதியை சாவடியில் உட்கார்ந்து பேசிக் கொண்டிருந்தவர்களெல்லாம் சாம்பைய்யா வருவதைப் பார்த்ததும் பேச்சை மாற்றினர்.

பொழுதுபோனதும் வயலிலிருந்து வந்த வெங்கடபதி நேராக படுக்கையறைக்குள் சென்றவன் அப்படியே அசந்துவிட்டான். வரூதினி நைலான் சேலை உடுத்தி, தலையில் மல்லிகைப்பூச்சூடி அப்ஸரஸ் போலத் தென்பட்டாள். தான் திருமணத்தன்று பார்த்த பெண்ணுக்கும் இப்போது பார்க்கும் இந்த பொம்பளைக்கும் சம்பந்தமே இல்லை. வானத்திலிருந்து இறங்கி வந்த தேவதையைப் போல கண்கள் பளபளக்க வெங்கடபதியைப் பார்த்தாள்.

வெங்கடபதி குழப்பமடைந்தான். மனைவியுடன் எதை பேசுவதென்பது தெரியாமல் காற்றுக்கு அசையாத அரசமரத்தைப்போல நின்று விட்டான்.

"புச்சம்மா? அவரு வந்துட்டாருடீ!" வரூதினி குரலின் இனிமை வெங்கடபதியின் உடம்பெல்லாம் பரவியது.

"பாபுகாரு! குளிக்க வாங்க!" என்றாள் புச்சம்மா அருகில் வந்து குளிக்கின்ற இடத்தில் வைத்திருந்த சோப்பைத் தேய்த்துக் குளிக்காமல் உடம்பை நகத்தால் சொரண்டிக் குளித்தான். புது க்ளாஸ்கோ வேஷ்டியும் சொக்காயும் கொண்டு வந்து தந்தாள் புச்சம்மா.

"இப்ப எதுக்கு இதெல்லாம்?" என்றவாறு உடுத்திக்கொண்டான். வெங்கடபதி சாப்பிடத் தயாரானான். இரண்டு தட்டுகளில் சாப்பாடு

பரிமாறப்பட்டிருந்தது. இரண்டு பலகைகள் உட்காருவதற்குப் போடப்பட்டிருந்ததைப் பார்த்ததும் -

"நயினா எங்கே?" என்றான் வெங்கடபதி.

வரூதினி வாய்விட்டுச் சிரித்துவிட்டாள். வெங்கடபதிக்கு உடம்பெல்லாம் கிச்சுகிச்சு மூட்டியது போலிருந்தது. கொஞ்சம் வெட்கத்துடன் தலையைக் குனிந்தபடி பலகையில் உட்கார்ந்து கொண்டான். வரூதினி வெங்கடபதியின் அருகில் வந்து உட்கார்ந்தாள். பசியோடிருக்கும் காளை பயித்தம் பயிரை மேய்வது போல் சாப்பிடத் தொடங்கினான். வரூதினி பாதி கடித்துச் சுவைத்த ஜிலேபியையும் வடையையும் வெங்கடபதியின் தட்டில் போட ஆரம்பித்தாள். வெங்கடபதி திருதிருவென விழித்தான். வரூதினி ஏன் கடித்துப் போடுகிறாள் என்ற சங்கதி நீண்ட நேரம்வரை புரியவில்லை. வெங்கடபதி இப்படியும் அப்படியும் பார்த்துவிட்டு எச்சில்கையால் ஜிலேபித்துண்டை வரூதினியின் வாயில் திணித்தான்.

"ச்சி! போங்க!" வரூதினி தொண்டையடைக்க "அப்பா! என்ன கை இரும்புதான்!" மூக்கும் கன்னங்களும் ஜிலேபி ரஸத்தால் மிளிர்ந்தன. கதவு இடுக்கு வழியாகப் பார்த்துக் கொண்டிருந்த புச்சம்மா, "நம்ம பொண்ணோட சம்சாரத்துக்கு ஒரு வழி பொறந்துடிச்சி" என்று நினைத்துப் பெருமூச்செறிந்தாள்.

சாப்பிட்டு முடித்ததிலிருந்து வெங்கடபதியின் மனம் ஒரு நிலையில் இல்லை! ரத்த நாளங்கள் சூட்டுடன் துடிக்கின்றன. நரம்புகள் இழுக்கின்றன. மூளை வேலை செய்ய மறுத்தது. வரூதினி தனிமையில் எங்கு கிடைப்பாளா என்று ஏங்கி எதிர்பார்த்துக் கொண்டிருந்தான். புச்சம்மா சிங்காரிக்கும் சாக்கில் எதையெதையோ சொல்லிப் புத்தி புகட்ட வரூதினி உடனுக்குடன் மறுப்புத் தெரிவித்துக் கொண்டிருந்தாள்.

வெங்கடபதி தந்தைக்கென்று போடப்பட்ட படுக்கையில் விழுந்து புரண்டு கொண்டிருந்தான்.

"பாபுகாரு, இது அப்பாவுக்காக போடப்பட்ட படுக்கை. உங்க படுக்கை அங்கே போட்டிருக்கோம்!" என்றவள் படுக்கையறையைக் காண்பித்தாள் புச்சம்மா.

புச்சம்மா வீட்டிலிருந்து வெளியே செல்வதற்கு முன்பே வெங்கடபதி எழுந்து படுக்கையறைக்குள் புகுந்தான். கதவுகளை மூடித் தாளிட்டதும் வரூதினியைப் பார்த்தான்.

வரூதினி ஒய்யாரமாகப் படுத்துக்கொண்டு விசிறியால் விசிறிக் கொண்டிருந்தாள். வெங்கடபதியை ஓரக்கண்ணால் பார்த்துவிட்டு தலையைத் திருப்பி சுவரைப் பார்த்தபடி படுத்தாள்...

"ச்சீ! நாத்தம்... வாந்தி வருது! விடு!"

"விடச் சொல்லிட்டிருக்கே? என்ன இந்த முரட்டுத்தனம்?" என்றபடி வரூதினி கட்டிலிலிருந்து குதித்து கதவைத் திறந்து கொண்டு வெளியே வந்துவிட்டாள். அவளுக்குப் பின்னாடியே ஓடிவந்த வெங்கடபதி தகப்பனார் வந்து சட்டையைக் கழற்றிவிட்டு கட்டிலில் அமர்ந்திருப்பதைப் பார்த்தான்.

வெங்கடபதி ஸ்வர்கலோகத்திலிருந்து தன்னைக் கீழே தள்ளிவிட்டதைப் போல வருத்தப்பட்டான். பளிச்சென்ற நிலவொளியில் இருள் சூழ்ந்ததுபோலத் தோன்றியது. வரூதினி அழகானவள்! படித்தவள்கூட! நகரத்தில் நாகரிகமாக வளர்ந்தவள்! செல்வச் சீமான் பலராமய்யாவின் செல்ல மகள்! எடுத்ததற்கெல்லாம் வேலையாட்கள் சேவை செய்ய. அப்படிப்பட்டவள் தனக்கு மனைவியானாள். அவ்வளவு அன்பாக, அவ்வளவு சரசமாக விளையாடியவள் ஏன் இப்படி நடந்து கொண்டாள்? ஏனோ எல்லாமே குழப்பமாகத் தெரிகிறதே. தான் ஏதாவது தவறு செய்துவிட்டேனா? என்ன செய்தேன்? என்னிடம் நாத்தம் என்றாளே... என் அந்த வாசனை? நன்றாகத்தானே குளித்துவிட்டு வந்தேன்? பின்னே என்ன வாசனை? வரூதினி! எத்தனை அழகான பெயர்! எத்தனை அழகு!

வெங்கடபதியின் மனம் வரூதினிக்காக ஏக்கம் கொண்டது. இதயம் துடித்தது. வெளியில் கட்டிலில் படுத்திருந்த வெங்கடபதி படுக்கையறைக்குள் கதவுகளைத் தாளிட்டுக் கொண்டு படுத்திருந்த வரூதினியைப் பற்றிய கனவுகளில் திளைத்தவனாய் ராத்திரியைக் கழித்தான்.

பொழுது புலர்வதற்கு முன்பே எழுந்துவிட்டார் சாம்பைய்யா.

தந்தை மாட்டுக்கொட்டிலில் பால் கறந்து கொண்டிருக்கையில் எழுந்தான் வெங்கடபதி. ஆனால் மருமகள் இன்னும் படுத்துக் கொண்டிருந்தாள்.

புச்சம்மா பல்குச்சியும், தண்ணீரும் கொண்டுவந்து சாம்பைய்யாவிடம் கொடுத்தாள்.

சாம்பைய்யா பல்துலக்கி வாய் கொப்புளித்தபின் புச்சம்மா நீட்டிய காபியின் பக்கம்கூட திரும்பாமல் "சாப்பாடு பரிமாறு!" என்றார். புச்சம்மா வியப்புடன் "இன்னும் சமையல் ஆகல்லே பாபுகாரு!" என்றாள்.

வெங்கடபதி வயலுக்குச் செல்லத் தயரானாவன் வரூதினி தூங்கி எழும் வரை வீட்டிற்குள்ளேயே இங்குமங்குமாக உலாவிக் கொண்டிருந்தான்.

பொழுது விடிந்து நீண்ட நேரமாகியபின் வரூதினி தூக்கம், கலைந்து கிடந்த முடிக்கற்றைகள் கன்னங்களை வருடிவிட, கசங்கிய சேலையுடன் வெளியே வந்ததைப் பார்த்த வெங்கடபதியின் கண்களுக்கு ராத்திரியைவிட அழகாகத் தெரிந்தாள்.

ஆசையுடன் பார்த்தான் அவன். அவளோ இமைகள் படபடக்க கண்களைச் சுழற்றினாள். வருகின்ற சிரிப்பை அடக்கிக் கொள்ள முயற்சி செய்தாள்.

கன்னங்கள் சிவப்பேறின. வெங்கடபதி அவசர அவசரமாக வரூதினியின் பக்கம் சென்றான்.

"புச்சம்மா! அய்யாவுக்கு காபி தந்துட்டியா?" என்றாள். மையலுடன் வெங்கடபதியை நோக்கியபடியே *"இருங்க, இதோ வந்துடறேன்!"* என்றவள் பனையோலைத் தடுப்புக்குள் சென்றாள் வரூதினி.

வெங்கடபதி படுக்கையறைக்குள் வரூதினி தலையிலிருந்து இரவில் உதிர்ந்து கசங்கிய மல்லிகைப் பூக்களின் வாசனையை அனுபவித்தவாறும், பெருவிரல் நகத்தைக் கடித்தபடியும் உட்கார்ந்திருந்தான். வரூதினி வந்தவள் கணவனின் எதிரிலேயே சேலையையும், ரவிக்கையையும் மாற்றினாள். வெங்கடபதிக்கோ பைத்தியம் பிடித்துவிடும் போலிருந்தது.

புச்சம்மா அறைக்கு வெளியே நின்றபடி *"அம்மா, காபி!"* என்றாள். வரூதினி சென்று இரண்டு கிளாஸ்களையும் வாங்கிக் கொண்டு வந்து வெங்கடபதியின் அருகில் அமர்ந்துகொண்டு ஒரு கிளாஸை கணவனுக்கு நீட்டினாள். கிளாஸைப் பற்றியிருந்த வரூதினியின் விரல்களை இறுக்கிப் பிடித்தான் வெங்கடபதி.

"காபி ஒழுகுது" என்ற வரூதினி கையைப் பின்னுக்கு இழுத்துக் கொண்டாள்.

"ஊம், குடிங்க!" அதட்டியவள், தன் காபியைக் குடிக்கத் தொடங்கினாள்.

வெங்கடபதி இரண்டு மடக்கு குடித்தவன் முகத்தை ஒரு மாதிரியாக வைத்தான்.

"ஏன், காபி நல்லால்லியா?"

"கசப்பாருக்கு"

வரூதினி வாய்விட்டு சிரித்துவிட்டாள்.

"புச்சம்மா! சர்க்கரை டப்பாவை கொண்டா! அய்யா அவுக பானகம் குடிப்பாராம்!"

"எனக்கு காபி குடிச்சி பழக்கமில்லே!"

"பழைய சோறு மட்டும் பழக்கம், அப்படித்தானே?" வரூதினி வயிறு குலுங்க சிரித்தாள்.

"ஏன்? இந்தக் காபியைக் காட்டிலும் பழைய சோறுதான் நல்லது தெரியுமா?" தயங்கித் தயங்கி சொன்னான் வெங்கடபதி.

"பழைய சோறு சாப்பிட்டா மூளை வேலை செய்யாது தெரியுமா?"

வரூதினியின் பல்வரிசை நட்சத்திரங்களாய் பளபளத்தன.

"கைகளின் உழைப்பால வாழ்றவங்களுக்கு மூளை எதுக்கு?" என்றான் வெங்கடபதி.

வரூதினியின் முகத்தில் மலர்ந்திருந்த சிரிப்பு மறைந்தது. காபி டம்ளரை வாங்கிப் பக்கத்தில் வைத்துவிட்டு வெங்கடபதியின் தலைமுடியில் விரல்களை செலுத்தி ஆட்டிவிட்டாள். வெங்கடபதி வரூதினியின் இடுப்பைச் சுற்றிக் கைகளை வளைத்து இழுத்துப் பிடித்தபடியே கேட்டான்.

"என்னைப் பிடிக்காதா உனக்கு?"

"தலையெல்லாம் ரொம்ப அழுக்கா இருக்கே?" பேச்சை மாற்றினாள் வரூதினி.

"ராத்திரி எதுக்கு அப்பிடி நடந்துகிட்டே?"

"புச்சம்மா! ராமுடுவை அனுப்பி நாவிதனை வரச்சொல்லு!"

வெங்கடபதியின் அருகாமையிலிருந்து விலகியவளாய் குரலெடுத்துக் கூறினாள் வரூதினி.

வெங்கடபதிக்கு எண்ணெய் தேய்த்து மசாஜ் செய்து குளிப்பாட்டி விட்டான் நாவிதன். நடுவே வரூதினி பக்கத்திலிருந்தபடியே சோப்புத் தேய்த்துக் குளிப்பாட்டிவிடச் செய்தாள்.

எண்ணெய் தேய்த்துக் குளித்து முடித்ததும் டிபன், காபி கொண்டு வந்து வெங்கடபதியின் முன்னால் வைத்துவிட்டு எதிரே உட்கார்ந்திருந்தாள் வரூதினி.

"எத்தனை தடவைதான் காபி குடிக்கிறது?" என்றான் வெங்கடபதி.

"எத்தனை தடவை வேணும்னாலும் குடிக்கலாம்!" நக்கலாகச் சிரித்தாள் வரூதினி.

வெங்கடபதிக்கு தலையிலிருந்து பாரம் இறங்கிவிட்டது போலிருந்தது. ஜாலியாக இருந்தது. அப்படியே உட்கார்ந்து எத்தனை நேரமானாலும் வரூதினியைப் பார்த்துக் கொண்டும், பேசிக் கொண்டும் இருக்க வேண்டும் போலத் தோன்றியது. வெளியே வேலைக்காரன் காளைகளை அவிழ்த்துவிட்டபடியே அதட்டும் சத்தம் கேட்டது. வெங்கடபதி சடாரென எழுந்து நின்றான். வரூதினி கையைப் பிடித்தபடி இழுத்தாள்.

"இன்னக்கி கிழக்கு வயல்லெ நடவு இருக்கு. எப்பவோ போக வேண்டியது" என்றான் வெங்கடபதி பரபரப்புடன்.

"மாமனாருதான் போயிருக்காரு தானே? இன்னும் நீங்க வேற எதுக்காம்" இழுத்தாள் வரூதினி.

வெங்கடபதிக்கு மனைவியின் இனிமையான குரலைத் தவிர, அவள் பேச்சில் தொனித்த அர்த்தம் புரியவில்லை.

"வயல்ல நடவு வேலை நடந்துட்டிருக்குறப்போ போகாமெ எப்பிடி இருக்க முடியும்?" அப்பாவியாய் சொன்னான் வெங்கடபதி.

"எப்பிடி? இப்பிடியா!" என்றபடியே வரூதினி கணவனின் கையைப் பிடித்து தன் பக்கம் இழுத்தாள்.

மதியம் ஸ்டெயின்லெஸ் ஸ்டீல் கேரியரில் சாம்பைய்யாவுக்கு சாப்பாடு எடுத்துச் சென்றான் வேலைக்காரன்.

வரப்பின்மேல் உட்கார்ந்திருந்த சாம்பைய்யா வேலைக்காரனைப் பார்த்து கேட்டார் - "அதென்னடா?" என்று.

வெள்ளிப் பாத்திரத்தை விடவும் பளபளத்துக் கொண்டிருந்தது கேரியர்.

"சின்னம்மா உங்களுக்கு சாப்பாட்டை இந்த ஆறடுக்குகள்ல வெச்சியனுப்பியிருக்காங்க" என்றான் வேலைக்காரன் உற்சாகத்துடன்.

"சின்ன தொரெ எங்கடா? இதுவரைக்கும் வரல்லயே?" சாம்பைய்யா மகனைப் பற்றி கேட்டார்.

"சின்னய்யாங்களா? வீட்லதான் இருக்காருங்கய்யா!"

"வயல்ல நடவுவேல இருக்குறப்போ வீட்ல என்ன செஞ்சிட்டிருக்கானாம் அவன்?"

வரப்பின்மேல் உட்கார்ந்து சாப்பிட்டு முடிக்கும்வரை சாம்பைய்யாவின் நினைவெல்லாம் மகனைச் சுற்றியே நின்றது.

ஒன்பது வயதிலேயே மகனை விவசாயத்தில் இறக்கிவிட்டார். வெங்கடபதி பத்துவயதில்ஏர், கலப்பை, மண்வெட்டியெல்லாம் பிடிக்கத்தொடங்கிவிட்டான். காடு மேடெல்லாம் திரிந்தான். அவன் இல்லாமல் வயலில் எந்த வேலையும் நடந்ததில்லை. அவனில்லாமல் வயலை உழுததில்லை, நாற்று நட்டதில்லை. அறுவடை நடந்ததில்லை, தானியங்கள் வீடு வந்து சேர்ந்ததில்லை.

அப்படியிருக்க இன்று கீழ வயலில் நாத்து நடவுக்கு வெங்கடபதி வரவில்லை. வயலில் வேலை மும்முரமாக நடக்கும்போது வெங்கடபதி வீட்டில் ஜாலியாக உட்கார்ந்து கிடப்பானென்று சாம்பைய்யா கனவிலும்கூட நினைத்ததில்லை.

வெயிலில் பளபளத்து மின்னும் கேரியர் பாத்திரம் சாம்பைய்யாவின் பார்வையை ஈர்த்தது. தன் மகன் வெங்கடபதியையும் இந்த ஜிலுஜிலு மின்னல் ஈர்த்துவிட்டதா? மருமகள் வீட்டுக்கு வந்து இன்னும் முழுசாய் மூன்று நாட்கள் கூட ஆகவில்லை - அதற்குள் அவன் எவ்வளவு தூரமாகிப்போனான்? வயலில் இறங்கி நடவு செய்கின்ற கூலி வேலையாட்களைக் கண்காணித்து எச்சரிக்கை செய்யும் வெங்கடபதி எங்கே? வயலில் அலைந்து வேலை வாங்கிக் கொண்டிருந்த சாம்பைய்யாவின் நெஞ்சில் திகில் நுழைந்து கொண்டது.

வீட்டிற்கு வந்த சாம்பைய்யா கைகால்கள்கூட கழுவிக் கொள்ளாமல் மகனுக்காகத் தேடினார்.

ஓரமாகப் போடப்பட்டிருந்த வடக்கு அறையின் கதவைத் திறந்து கொண்டு உள்ளே நுழைந்த சாம்பைய்யா ஸ்தம்பித்துப் போனார். சட்டெனப் பின்னால் திரும்பி மாட்டுக் கொட்டிலுக்குச் சென்று தலையைப் பிடித்தபடி உட்கார்ந்துவிட்டார்.

"சரியான மாலை நேரம்! அசுர சாயங்காலம் என்பார்கள்! என்ன இது? ஏன் இப்படி இவன்?" இதற்குமேல் யோசிக்க இயலவில்லை அவரால்.

"அந்தக் கெழவனுக்கு ஏதாவது புத்தி இருக்கா?" வெங்கடபதியைத் தள்ளிவிட்டபடியே சொன்னாள் வரூதினி. அவனுக்கும் அப்படித்தான் தோன்றியிருக்க வேண்டும். எரிச்சலுடன் எழுந்து அறையிலிருந்து வெளியே வந்தான்.

12

வருதினி குடும்பப் பொறுப்பை ஏற்று ஒரு மாதம் ஆகியிருந்தது. பிறந்த வீட்டில் நடக்க வேண்டிய சடங்குகள், சம்பிரதாயங்கள் எல்லாவற்றையும் புகுந்த வீட்டில் இறக்குமதி செய்திருந்தாள் வருதினி.

சாம்பைய்யாவுக்கு முதல் ஒரு வாரம் வரை புதுமையாகவும் வியப்பாகவும் தோன்றியது. மற்றொரு வாரம் கழியும்போது மருமகளின் வரவால் தன்னுடைய அந்தஸ்தும் கௌரவமும் பெருகிவிட்டதாக நினைத்தார். உணவு சுவை கூடி திருப்தியளித்தது. எந்த நேரத்திற்கு எது தேவையோ வந்து காலடியில் விழுந்தது. எப்படிப் பார்த்தாலும் வெங்கடபதிக்கு வந்த சிக்கல் வேலையின்மேல் ஈடுபாடு குறைந்து விட்டிருந்தது. மனைவி புதுசா குடித்தனம் வந்த நாட்களில் கொஞ்ச நாள் ஆரம்பத்துல இப்படித்தான் இருக்குமென்றும், பிறகு ஆசை அறுபது நாள் மோகம் முப்பது நாள் என்று பெரியவங்க சொன்னபடி மோகமெல்லாம் குறைஞ்சி சாதாரண நிலைக்கு வந்து விடுவான் என்று சாம்பைய்யா தனக்குத்தானே சமாதானப்படுத்திக் கொண்டார்.

ஆனாலும் இன்னொரு விஷயம் அவர் மனதைப் பிடித்து வாட்டிக் கொண்டிருந்ததென்னவோ உண்மைதான்.

வீட்டுச் செலவுகள் மிகவும் அதிகரித்திருப்பது தெரிந்தது. ஆனால் தன்னுடைய மகனோ, மருமகளோ பணத்தைக் கேட்கவில்லை. ஒருவேளை தன்னுடைய தகப்பனாரிடமிருந்து வாங்கி வந்த பணத்தில் செலவு செய்கிறாளென்றே நினைத்துக் கொண்டார். ஆனால் அன்று புச்சம்மா வந்து கைகளைப் பிசைந்தபடியே தன் முன்னால் நின்றதும் திடுக்கிட்டார்.

"பாபுகாரு!"

"ஊம்!" சாம்பைய்யா முகத்தைச் சுருக்கிக் கொண்டார்.

"எனக்கு மாசச் சம்பளம்!"

"எவ்வளவு? என்னன்னு சொல்லு?"

"ரொம்பவெல்லாம் இல்லங்க பாபு! முப்பது"

"மாசத்துக்கு முப்பது ரூபாயா? அதுவும் சாப்பாடு போட்டு?"

“உங்களெ அதிகமா கேக்கல்லே பாபுகாரு! பலராமய்யா கொடுத்ததைத்தான் உங்ககிட்டயும் கேக்குறேன்” என்றாள் புச்சம்மா.

“அப்படீன்னா அந்த பலராமய்யாவே தருவாரு, போயி வாங்கிக்கோ!” என்றார் சாம்பைய்யா.

புச்சம்மா நிலைகுலைந்து நின்றுவிட்டாள். சாம்பைய்யா கேலியாகப் பேசுவது போலவும் தெரியவில்லை.

“அதென்ன பாபுகாரு! உங்க வீட்ல வேலை செஞ்சிட்டு அவருகிட்ட எப்பிடி கேக்க முடியும்?” என்றாள் புச்சம்மா.

“எங்களுக்கு அச்சம்மாக்களும் புச்சம்மாக்களும் தேவை இல்லை” என்று சாம்பைய்யா பனியன் ஜேபிலிருந்து இரண்டு பத்து ரூபாய் நோட்டுக்களை எடுத்து புச்சம்மாவின் முன்னால் வீசினார்.

“இந்தா! இந்த இருபதை எடுத்துட்டுப் போ! இன்னையிலிருந்து நீ எங்களுக்குத் தேவையில்லை” என்றார் சாம்பைய்யா.

புச்சம்மா நசுக்கிய பேனாட்டம் பணத்தையெடுத்துக்கொண்டு வரூதினியிடம் சென்று ஹோவென்று அழுதாள்.

“எதுக்கு புச்சம்மா அழுவுறே? சும்மாயிரு, நான் உங்க தொரை அய்யாகிட்ட பேசுறேன்” என்று சமாதானப்படுத்தினாள் வரூதினி.

அன்றைய ராத்திரி சுருண்டு படுத்துக்கொண்ட வரூதினியை சமாதானப்படுத்தி வழிக்குக் கொண்டு வருவதற்குள் வெங்கடபதியின் தலையே வெடித்துச் சிதறி விடும் போலிருந்தது. அவளுடைய பிடிவாதத்தைப் பார்க்கப் பார்க்க வெங்கடபதியின் நெஞ்சம் நிலைகொள்ளாமல் தவித்தது.

“சொல்லமாட்டியா? எதுக்கு கோபம்?” பரிவுடன் கேட்டான்.

“புச்சம்மா போயிடுவேன்னு சொல்றா?”

“அட! இவ்வளவுதானா! இதுக்காகவா இப்பிடி விழுந்து கெடக்குறே”

“பின்னே? புச்சம்மா போயிட்டாள்னா எப்பிடி? நான் சின்னப் புள்ளெயாயிருந்ததுலேருந்து எங்க வீட்லதான் இருக்கா. எனக்கு உதவியா இருக்கா. எங்க அம்மா எப்பவும் நோயா கெடக்குறப்போ புச்சம்மாதான் என்னை வளர்த்தாள்” மூக்கைச் சிந்தியபடி சொன்னாள் வரூதினி. சிகப்பேறிய மூக்கும், உப்பிய கண்களும் இன்னும் ஒருபடி மேலாகவே அழகைக் கூட்டிக் காட்டியது வெங்கடபதியின் கண்களில்.

“புச்சம்மாகிட்ட நான் பேசுறேன்! எப்படியாவது அவளை இங்கே இருக்குறாப்புல செய்றது என்னோட பொறுப்பு. சும்மா அழுதுகிட்டிருக்காதே” என்றான் மனைவியின் தலையை வருடியபடியே வெங்கடபதி.

மூட்டை, முடிச்சுக்களைக் கட்டிக் கொண்டிருந்த புச்சம்மாவிடம் சென்று, "புச்சம்மா! உங்க சின்னம்மா எப்பிடி வருத்தப்படுறாங்கன்னு பார்த்தியா? எம் பேச்சைக் கேளு. இங்கயே இருந்திடு!" என்றான் வெங்கடபதி.

புச்சம்மா மூட்டையைக் கீழே வைத்துவிட்டு வெங்கடபதியை கேள்விக்குறியுடன் பார்த்தாள்.

"புச்சம்மா! அய்யாதான் சொல்றாருல்லே, இன்னும் என்ன யோசனை? இருந்துடு, உனக்கு எந்தக் குறையும் வராமெ பார்த்துக்கிடுவாரு நம்ம அய்யா அவுக" கணவனுக்குப் பின்னால் நின்றபடி பாட்டுப் பாடும் ஸ்ருதியில் சொன்னாள் வரூதினி.

"சின்னய்யாவோட பேச்செ நான் எப்படி தட்ட முடியும் சின்னம்மாவே" என்று சொன்னவள் ஒரு நிமிடம் நிறுத்திவிட்டு "அய்யாவோட இஷ்டம்! உங்க இஷ்டம்!" என்றவள் சமையற்கட்டை நோக்கி நடந்தாள்.

காட்டிலிருந்து வந்த சாம்பைய்யாவுக்கு வாசற்படியில் உட்கார்ந்தபடியே லாந்தர் லைட்டைத் துடைத்துக் கொண்டிருந்த புச்சம்மா தென்பட்டாள். அவளைப் பார்த்தும் பார்க்காததுபோல வீட்டிற்குள் சென்றார் சாம்பைய்யா. இரண்டு மூன்று நாட்களில் அவளாகவே சென்றுவிடலாம் என்று நினைத்துக் கொண்டிருந்த சாம்பைய்யாவுக்கு ஏதோ பொறி தட்டியது போல யோசிக்க வைத்தது. இந்த முண்டெ இன்னும் எதுக்கு இங்க இருக்கா? இருபது ரூபாய்க்கு ஒத்துக்கிட்டிருக்காளா? இருபது ரூபான்னாலும் அவ எதுக்கு இந்த வீட்ல? ரெண்டு பேருக்கு செஞ்சு வைக்கிறதுக்கு?... மருமகள் அம்மட்டும் செஞ்சி வைக்க முடியாதா? இத்துனூண்டு சமைச்சி வெக்க முடியாதவ இந்த வீட்ல இருந்து என்ன பிரயோஜனம்? இன்னும் சொல்லப் போனா மருமகளெ குடித்தனத்துக்குக் கொண்டு வந்து வச்சது எதுக்கு? வீட்ல சமைச்சிப் பரிமாறி வீட்டை நல்லா பார்த்துக்கிடுவான்னுதானே. அவ ஒண்ணுமே செய்யாமெ அவளுக்கொரு வேலைக்காரி முண்டையா? பலராமய்யா மக குடும்பப் பெண்ணா இருக்க வந்தாளா இல்லே கோட்டையே ஆள வந்தாளா? அய்யோ பாவம் என அவளை இந்த வீட்டுக்குள்ள காலடி எடுத்து வைக்க சம்மதிச்சேன்.

அப்பிடி என்னதான் அவ செய்யிற கஷ்டமான வேலை? தன்னோட மனைவி துர்கம்மா எவ்வளவு வேலய இழுத்துப்போட்டு செய்வா? அவ குடித்தனத்துக்கு வந்த புதுசுல மாமியார் தன்னோட மருமகளை காட்டுல வேல செய்ய அனுப்புனதில்லதான்! குனிஞ்சு இடுப்பை நிமித்தாம எல்லா வேலையும் உசிரோட இருக்குறவரைக்கும் செஞ்சவதான். பொம்பளப் புள்ளன்னா அப்பிடித்தான் இருக்கணும். அப்பிடி சொல்ல வந்தா தன்னோட அம்மா காட்டு வேலையும் செய்வா, வீட்டு வேலையும் செய்வா! அந்த நாட்கள் வேறு, வெங்கடபதி மனைவியை காட்டுல வேல செய்யச் சொல்லலியே? வீட்டு வேல செய்யுறதுக்கு என்ன வந்தது? கேடு? புருஷனுக்குச்சமைச்சிப் போடுறதுக்குக்கூட

உடம்பு வலிக்குதா? அப்பிடியிருந்தா அவ என்ன பொம்பளெ? எப்பவுமே படுக்கையறையை விட்டு வெளிய வரமாட்டா? அந்த சோக்கு எதுக்காக? அந்தக் குலுக்கு எதுக்காக? இவளை அடக்கி வைக்கலேன்னா ஒழுங்குக்கு வரமாட்டா. அடக்கி வளக்க வேண்டியவன் அவளோட புருஷன். அவனே அவ மோகத்துல விழுந்து உதைச்சிட்டு கெடக்கான். ஏதோ புது பெண்டாட்டி மோகத்துல விழுந்து கெடக்கான்னு இத்தனை நாளும் விட்டு வச்சேன். பார்த்துகிட்டே உட்கார்ந்திருந்தா வெங்கடபதி எதுக்குமே உதவாதவனாயிடுவான் போல படுது.'

புச்சம்மா லாந்தரை ஏற்றி கொக்கியில் மாட்டி தொங்க விட்டவள் உள்ளே செல்லத் திரும்பினாள் - அதே சமயத்தில் - "புச்சம்மா? இன்னுமா இருக்கே? முந்தா நேத்தே போகச் சொல்லிட்டேனில்லே?" என்றார் சாம்பைய்யா.

"அன்னிக்கே போகணும்னு கெளம்பிட்டேன். ஆனா சின்னய்யாதான் நீ எங்கயும் போகக் கூடாதுன்னு சொன்னதுனால இருந்துட்டேன்!" சாம்பைய்யாவை ஏறெடுத்துப் பார்க்காமலே பதில் கூறியவள் மடமடவென வீட்டிற்குள் சென்று மறைந்து கொண்டாள்.

சாம்பைய்யாவுக்கு தலை சுழல்வது போலிருந்தது! தன்னைத் தவிர அந்த வீட்டில் இன்னொரு அதிகாரி இருக்கிறார் என்பது மிக மிக புதுமையாகவும் எரிச்சலாகவும் தோன்றியது. தன்னுடைய சொல்லுக்கு இத்தனை காலமாய் எதிர்சொல் இல்லை. தன்னுடைய இன்னொரு பாகமே தன் மகன் என்று நினைத்திருந்தார். அந்த முண்டெ... அவ... எவ்வளவு திமிரா பேசிட்டுப் போறா?

சாம்பைய்யா புச்சம்மாவை அழைத்து "அவனைக் கூப்புடு, பேசணும்!" என்று சொன்னார்.

அரைமணி நேரம் கடந்துவிட்டது. ஒரு மணி நேரமும் கடந்துவிட்டது. சாம்பைய்யாவிற்கு நிலை கொள்ளவில்லை. அப்போதும் வெங்கடபதி வந்தானில்லை.

"என்னடி புச்சம்மா! எங்கேடி அவன்?" புச்சம்மாவை அதட்டினார்.

"என்னை எதுக்கு கோபப்படுறீங்க பாபுகாரு?" என்றவள் முகத்தைத் திருப்பிக் கொண்டாள்.

"எச்சக் கழுதெ!" என்று நினைத்த சாம்பைய்யா ராமாலயத்தை நோக்கிச் சென்றார். புராணம் கேட்டுக் கொண்டிருந்த அவருடைய மனம் சொன்னது - அந்த மந்தரைதான் இந்த புச்சம்மாவாகப் பிறந்திருக்கிறாளென்று! இத்தனைக்கும் இந்த புச்சம்மா முண்டை வெங்கடபதியிடம் தான் கூப்பிடுவதைச் சொன்னாளா? அத்தனை பெரிய சந்தேகம் துளைத்துக் கொண்டிருக்க புராணக் கதையில் செவிகள் லயிக்கவில்லை. வீட்டிற்குள் வரும்போது... "விடியட்டும் அவசங்கதி என்னன்னு கேட்டுத் தெரிஞ்சுகிடுறேன்?" என்று நினைத்தார் சாம்பைய்யா.

காலையில் மாட்டுக் கொட்டிலுக்குச் சென்ற சாம்பைய்யாவுக்கு காடியில் எருதுகள் தென்படவில்லை. கையிலிருந்த வைக்கோல் முடிப்பைக் கீழே போட்டுவிட்டு தொழுவம் முழுவதிலும் கண்களை ஓடவிட்டார். இன்னக்கி ஏர்புடிக்கிற வேலையும் இல்லையே என்று நினைக்கின்ற நேரத்தில் கலப்பை சாய்க்கப்பட்டிருந்தது. அப்படீன்னா எருதுகள் என்னவாயிற்று? தொழுவத்தின் கதவும் திறந்திருந்தது. பதட்டத்துடன் தொழுவத்தின் பின்வாசல் வழியாக வெளியே வந்தார்.

அங்கே வேலையாள் சவாரி வண்டியில் எருதுகளைப் பூட்டிக் கழுத்துப் பட்டையைப் பிடித்தபடி நின்று கொண்டிருந்தான்.

"அடேய்! சவாரி எதுக்குடா கட்டியிருக்கே?" என்றார் சாம்பைய்யா அதிர்ச்சியுடன்.

"சின்னத் தொரையும், சின்ன தொரைசானியம்மாவும் ஊருக்குப் போகப் போறாங்கய்யா"

"ஊருக்குப் போறாங்களா? எந்த ஊருக்கு?"

"பட்டணத்துக்கு. பாலத்துகிட்ட பஸ் நிக்குமில்ல பாருங்கய்யா அதுவரைந்தான்! துரைசானியம்மா பாலத்து வரைக்கும் வண்டியில போயிட்டு அதுக்குப் பெறகு பஸ்ஸில ஏறிக்கிடுவாங்களாம்!" என்ற வேலையாள் அங்குமிங்கும் பார்த்தபடி ஒரு நிமிடம் தயங்கியவன் தலையைச் சொறிந்தபடியே கூறினான்-

"தொரெசானியம்மா வந்துக்கிட்டிருக்காங்க. நீங்க கொஞ்சம் தள்ளிப் போயி நின்னுக்கோங்கய்யா!"

சாம்பைய்யா மருமகள் தொழுவத்தின் கேட்டுக்குப் பின்னால் சென்றாள்.

சாம்பைய்யா தலையைக் குனிந்து கொண்டுவர வெங்கடபதி எதிர்பட்டான்.

"எங்கடா பிரயாணம்?" மகனின் முகத்தைப் பார்த்தபடியே கேட்டார்.

வெங்கடபதி தலையை பக்கவாட்டில் திருப்பிக் கொண்டு "டவுனுக்கு" என்றான்.

"எதுக்குடா இப்ப?"

"மாமனாரெ பாத்துட்டு வர்றதுக்கு"

"ஏன்! என்னவாச்சு? போயிடுவானா என்ன?"

"எல்லாரும் போவாங்க, அந்த நாள் வந்தா!"

சாம்பைய்யாவின் முதுகின்மேல் சவுக்கடி விழுந்தது! நல்ல பாம்பின் படத்தின் மேல் கம்படி பட்டது. வரூதினி சவாரி வண்டியில் ஏறி "ஏறுங்க"

என்று சொல்வதுபோல கணவனைப் பார்த்தாள். உடனே வெங்கடபதி எகிறி வண்டியில் ஏறிவிட்டான்.

“எத்தனை வாய்த்துடுக்கு? என்ன பேச்சு பேசிட்டுப் போறா? அவள் பலராமய்யாவின் மகளல்லவா? அப்படித்தான் அகங்காரமாகப் பேசுவாள்! தான் மாமனார் என்ற மரியாதை சிறிதுமில்லாமல் எத்தனை திமிர்? அவன் - அவனோட மனைவி, தந்தையை அவ்வளவு பெரிய சொல்லால் அவமானப்படுத்தும்போதும் வாயை மூடிக்கொண்டு மனைவியின் பின்னாலேயே வண்டி ஏறுகிறானே? வரட்டும் அவன் வீட்டிற்கு; அப்போது சொல்றேன்!

சாம்பைய்யா மனக்கொதிப்புடன் வீட்டிற்குள் வந்து சாய்வு நாற்காலியில் விழுந்தார். வரூதினியின் பேச்சு சாம்பைய்யாவின் தலையைச் சுழலச் செய்து கொண்டிருந்தது. மனைவியின் பின்னாலேயே ஆட்டைப் போலச் சென்ற வெங்கடபதி கண்களின் முன் நிழலாடத் தொடங்கினான்.

“பாபுகாரு! சாப்பாடு பரிமாறட்டுமா?” பின்னாலிருந்து புச்சம்மாவின் குரல் கேட்டது.

“ச்சீ! அங்குட்டுப் போ!” புச்சம்மாவின்மேல் கோபத்தைக் காட்டினார் சாம்பைய்யா.

மகனும், மருமகளும் திரும்பிவரும் வரை அவர்களுடைய பேச்சையே எடுக்கக்கூடாது என்று நினைத்த சாம்பைய்யா இரண்டாவது நாள் வேலைக்காரனைக் கூப்பிட்டு - “எப்ப வருவேன்னு சொன்னாண்டா அவன்?” கேட்டார்.

“சின்ன தொரைங்களா? மூனுநா கழிச்சி வர்றேன்னு சொன்னாருய்யா! முந்தாநேத்துத்தானே போனாங்க? அப்படீன்னா நாளைக்கி வந்துடலாம்” வேலைக்காரன் பதில் கூறினான்.

“எப்பவோ ஒருநாள் வந்து தொலையட்டும்!” என்று மனதிற்குள் நினைத்தவர் - “அடேய், கால்வாய்க்கு கீழ் உள்ள காட்டுல களை எடுக்கணுமில்லெடா?” என்று கேட்டார்.

“ஆமா சாமி! நாளைக்கி வந்துருவாரில்ல, அவுக வந்ததும் எடுக்கச் சொல்லிடுவாரு!” என்றான் வேலைக்காரன்.

“என்னடா அவன் வந்து எடுக்க வைக்கிறது? நாளைக்கி நானே வர்றேன்! கூலிக்காரங்களை பேசி வையி!”

“தங்களுக்கு உடம்பு சரியில்லையில்ல! நீங்க எப்பிடி வருவீங்கய்யா? சின்ன தொரெவுக நாளைக்கி இந்நேரமெல்லாம் வந்துடுவாகல்லியா!” என்றான் அவன்.

சாம்பையாவுக்கு உடம்பெல்லாம் பற்றி எரிவது போலிருந்தது. எதுவுமே பேசாமல் கண்களை மூடியபடி படுத்திருந்தார். இரண்டு நாட்களாய் பசி அத்துப்போயிருந்தது. உடம்புக்கூட சூடாய் கொதித்தது. பிறந்து அறிவு தெரிந்த நாளிலிருந்து இரண்டுநாட்கள் சேர்ந்தாற்போல கட்டிலில் படுத்ததில்லை. மூன்று வேளையும் சாப்பிடாமல் தன்னால் இருக்கமுடியாது! அப்படிப்பட்டவர் இரண்டு நாட்களாய் சோத்துப் பருக்கையைப் பார்த்தாலே முகத்திலடித்தாற்போலத் தோன்றியது. உடம்பு மட்டுமல்ல மனதும் சரியில்லை. களையெடுக்கவேண்டிய நாட்கள் நெருங்கிக்கொண்டிருந்தன. கண்ணைத் திறந்து பார்த்தாலே தலை சுற்றுவது போலிருந்தது. அவன் என்னடாவென்றால் மனைவி பின்னாடியே சென்று நகரத்துல உட்கார்ந்துட்டான். சொல்லப்போனா தான்தான் தவறு செய்யுறோ என்று நினைக்கத் தோன்றியது.

மருமகளை வீட்டிற்கு அழைத்துவந்த நாள் முதல் ஆரம்பித்துவிட்டது இது. எல்லோருடைய மனைவிமாரும் குடித்தனம் பண்ணலையா? புருஷன்மார்களெல்லோருமா பெஞ்சாதியுடைய முந்தானையை பிடிச்சிக்கிட்டு திரிஞ்சிகிட்டிருக்காங்க? தான் வெங்கடபதியிடம் கடுமையாகச் சொல்லியிருந்தால் இப்படி நடந்துகொண்டிருக்க மாட்டானோ என்னவோ? அவன் தன் பேச்சை மீறமாட்டான். தான் போட்ட கோட்டைத் தாண்டமாட்டான். அவன் ரொம்பவும் அப்பாவிப்பய. புதுப்பொண்டாட்டி மையல்ல விழுந்துட்டான். அவ்வளவுதான்! எம் மகன் வெங்கடபதி என்னோடவந்தான் - எண்ணங்கள் பவனிவர தலைமேலிருந்த பாரத்தை இறக்கிவைத்தாற்போலிருந்தது. உடம்பெல்லாம் வியர்த்துக் கொட்டியதும் கொஞ்சநேரம் கண்களைமூடித் தூங்க ஆரம்பித்தார். சாம்பையா விரல்களை மடக்கி நாட்களை எண்ணிக் கொண்டிருந்தார். ஒருவாரம் கடந்த பின்னும் வெங்கடபதி திரும்பி வந்தானில்லை. சாம்பையாவுக்கு வெங்கடபதியின்மேல் ஒரு பக்கம் கோபமும் மற்றொருபக்கம் பயமும் நாளுக்குநாள் பிடித்துக்கொண்டிருந்தது.

செவக்காட்டில் களை வளர்ந்துகொண்டிருந்தது. தான் எழுந்து நடக்கும் நிலையிலில்லை. வெங்கடபதி தன்னைவிட்டு இத்தனை நாட்கள் எப்பவுமே இருந்ததில்லை. ஒருநாள் முழுசாக அவனைப் பார்க்காவிட்டால் மனசு கிடந்து தவிக்கும். அப்படியிருக்க, இத்தனை நாட்களாக வீட்டைவிட்டு, ஊரைவிட்டு, காடுகரையைவிட்டு, தகப்பனைப் பிரிந்து அவன் எப்படி இருக்கானோ! அவன் நிலைதான் என்ன! பல்வேறு சிந்தனைகள் அவரைப் பிய்த்தெடுத்தன. ஒன்பதாவது நாள்கூட வெங்கடபதி திரும்பி வராததைக்கண்டு நிஜத்திற்கே சாம்பையா ஆடிப்போனார். தனக்குத்தானே மனதைத் தேற்றிக்கொண்டு எழுந்தவர் செருப்பை மாட்டிக்கொண்டு, கையில் கை கம்பை தரையில் ஊன்றியபடியே வராண்டா படிகளில் இறங்கிக்கொண்டிருந்த சாம்பையா - வீட்டிற்கு முன்னால் வந்து நின்ற சிறிய காரைப் பார்த்ததும் அப்படியே நின்றுவிட்டார்,

கிளாஸ்கோ வேஷ்டி, வெள்ளை வெளேரென்ற முழுக்கை சட்டை கால்களில் பூட்ஸ் அணிந்து பூமி அதிரும்படி காரிலிருந்து இறங்கிவந்து கொண்டிருந்த வெங்கடபதியை அவரால் உடனே அடையாளம் கண்டுகொள்ள முடியவில்லை. தலைமுடியும் மாறியிருந்தது. கிராப்பும்கூட புதுமாதிரியாகத் தெரிந்தது. புது பூட்ஸ் கால்களைக் கடித்துவிட்டதால் வெங்கடபதி காலைத் தூக்கித்தூக்கி மெதுவாக படிகளில் வைத்து ஏறிக்கொண்டிருந்தான். அவனுக்குப் பின்னாலேயே காரிலிருந்து இறங்கி வரூதினி வந்து கொண்டிருந்தாள்.

மாமனார் சற்றுப் பக்கவாட்டில் ஒதுங்கிக்கொள்வார் என்று நினைத்தவள் சாம்பைய்யா அப்படியே நின்றுவிட்டதைப் பார்த்ததும் நேருக்கு நேர் எதிரே வரத் தொடங்கினாள் வரூதினி. சிறிதும் தயக்கமோ, சங்கோஜமோ இன்றி நடந்துகொண்டாள். மருமகள் கட்டியிருந்த சேலைக்குள்ளிருந்து பாவாடையும், ரவிக்கைக்குள்ளிருந்து சிறிய சரடுபோன்ற துணியுமாய் வெளியே தெரிந்தன சாம்பைய்யாவிற்கு. தன்னைத் தாண்டி அவள் சென்றபோது அத்தர் வாசனை குப்பென அடித்தது. வெங்கடபதியும் கூட செண்ட் பூசிக்கொண்டிருந்தான் போலும் - சாம்பைய்யாவால் ஜீரணிக்க இயலவில்லை.

அப்படி வீட்டிற்குள் சென்ற மனிதர்கள் தனக்குச்சம்பந்தப்பட்டவர்களாகத் தோன்றவில்லை சாம்பைய்யாவிற்கு. என்ன பேசுவது, எதைச் சொல்வதென்று புரியாமல் படிகளின் மேலேயே அப்படியே நின்றுவிட்டார். மெதுவாகச்சென்று சாய்வு நாற்காலியில் சாய்ந்துகொண்டார். காரிலிருந்து அட்டைப்பெட்டிகள், காகிதப் பொட்டலங்கள் எல்லாவற்றையும் உள்ளே கொண்டுவந்தான் கார் டிரைவர். சாம்பைய்யாவின் கண்கள் இமைக்க மறந்தன.

கார் டிரைவரிடம் பணத்தைத் தந்து அனுப்பியபின், உள்ளுக்குள் வந்துகொண்டிருந்த வெங்கடபதி தந்தையின் குரல் ஓங்கி ஒலிப்பதைக் கேட்டதும் சடாரென நின்றுவிட்டான்.

“என்னடா உன் வேஷமும் நீயும்?”

மகன் தலையைக் குனிந்துகொண்டு நின்றிருந்தான். வெங்கடபதியின் இதயத்தில் கூடுகட்டியிருந்த பயம் கரையத்தொடங்கியிருந்தது. தந்தையின் முன்னால் வருவதற்கே தயங்குகின்ற வெங்கடபதி கூடத்தில் அட்டைப் பெட்டிகளையும், பொட்டலங்களையும் திறந்து சேலைகளை மடித்துவைத்துக்கொண்டிருந்த வரூதினி தென்பட்டதும் முன்னால் செல்ல அடியெடுத்துவைத்தான்.

‘‘எங்கேடா அப்பிடி போறோ? ஒன்னெத்தாண்டா கேக்குறது? நெஜமாவே உனக்கு புத்திகித்தி இருக்குதாடா?” அதன்பிறகு என்ன சொல்லவேண்டுமென்று சாம்பைய்யாவிற்குப் புரியவில்லை.

“இப்ப என்ன ஆயிடிச்சின்னு?”

தன்னோட மகன்தானா அந்த வார்த்தையைச் சொன்னது?

சாம்பைய்யா நெற்றிப் புருவத்தை உயர்த்தி மகனின் முகத்தை கூர்ந்து பார்த்தார். அவன் தன் மகன் வெங்கடபதியே யல்ல. வரூதினி புருஷன் வெங்கடபதி! பலராமய்யாவின் மருமகன் வெங்கடபதி!

“களையெடுக்கவேண்டிய சமயத்துல ஒருவாரத்துக்கு மேல பட்டணத்துல போயி உட்கார்ந்துட்டயே? உனக்கு ஏதாவது அறிவிருக்கா டா?” முடிந்த மட்டும் சொன்னார் சாம்பைய்யா. அந்த வார்த்தைகளில் தன் பலஹீனம் தனக்கே விரலையாட்டி தெரிவித்தது போலிருந்தது. மகனை அடித்து நொறுக்க வேண்டுமென்றும், மருமகளை வெளியே துரத்திவிடவேண்டுமென்றும் ஆக்ரோஷத்துடனிருந்த சாம்பைய்யாவால் அதற்குமேல் ஒன்றும் சொல்லமுடியவில்லை.

“ஊம், போறேன் காட்டுக்கு!” என்றபடியே வெங்கடபதி உள்ளுக்குள் சென்றுவிட்டான்.

‘அந்த மட்டும் நான் எதுக்குன்னு சொல்லாமயிருந்தானே!’ என்று நினைத்து மனதைச் சமாதானப்படுத்திகொண்டார்.

பூட்ஸ்களைக் கழற்றி காலைப் பார்த்தான் வெங்கடபதி. பாதங்களில் கொப்புளங்கள் புதைத்தெழும்பியிருந்தன.

“இங்க பாரு, வேண்டாம்னா வாங்கிட்டே! காலெல்லாம் புண்ணாயிடுச்சி. பாழாப்போன பூட்ஸால்-” மனைவியிடம் காலைக் காண்பித்தவாறு சொன்னான் வெங்கடபதி.

“புது பூட்ஸ்களில்லையா! அப்பிடித்தானிருக்கும், பழக்கப்படும் வரைக்கும்” மந்தஹாசத்துடன் சொன்னாள் வரூதினி.

காட்டுக்குச் செல்லும்போது செருப்பை அணிய முடியாதவனாய் கழற்றி வைத்துவிட்டு கம்பை எடுத்துக்கொண்டு புறப்பட்டான் வெங்கடபதி.

கணவனை மறித்தபடி நின்றவள் அவன் முகத்தைப் பார்த்து கூறினாள்.

“இவ்வளவு வெயில்ல எப்பிடி போவீங்க?”

“வெயிலாவது கியிலாவது! காளையெடுக்குறாங்க. சீக்கிரமா போகணும்!”

“அய்யோ தலையெழுத்தே! இப்பிடியே போகப்போறீங்காளா? இருங்க!” என்ற வரூதினி வெங்கடபதியின் கையிலிருந்து கம்பை பறித்துக் கீழே போட்டவள், குடையைக் கையில் தந்தாள். கழற்றிப் போட்ட பூட்ஸ்களைத் துடைத்து கணவனின் கால்களில் மாட்டினாள்.

“இப்பப் பாருங்க எப்பிடியிருக்கீங்கன்னு” கழன்றிருந்த சட்டைப் பொத்தான்களை மாட்டிவிட்டபடியே கூறினாள் வரூதினி.

மந்திரிக்கப்பட்ட பொம்மையாய் வெங்கடபதி பூட்ஸ் கால்களுடன் நொண்டி நொண்டி நடந்தவாறு கைகளில் குடையுடன் புறப்பட்டான் வெங்கடபதி அவ்வாறு செல்கின்ற மகனைப் பார்த்தவர் - "இவன் என்னோட மகன் வெங்கடபதியா!" என்று மனதிற்குள்ளேயே நினைத்துக்கொண்டார் சாம்பைய்யா.

வேஷ்டியை முழங்கால்வரை உயர்த்திக்கட்டி, அரைக்கை பணியனுடன் தலையில் துண்டை இறுக்கிக்கட்டி, தோல் செருப்பையணிந்துகொண்டு முட்கம்பைக் கையில் பிடித்தபடி வயக்காட்டிற்குச் செல்லும் அந்த வெங்கடபதி.... தன்னோட வாரிசுக்கார... வெங்கடபதி - தன் மகன் வெங்கடபதி எங்கே?.... அவன் என்னவானான்? அவன் எங்கு சென்றான்? சாம்பைய்யாவின் உதடுகள் நடுங்கின. கண்களில் சிவப்பு ரேகைகள் பளிச்சிட்டன.

மன வருத்தத்தில் குமுறிக்கொண்டிருந்த சாம்பைய்யாவின் உடல்நிலை வரவர தளர்வுற்றிருந்தது. வீட்டில் இருப்பது முட்களின்மேல் இருப்பதுபோலத் தோன்றியது. மகனும், மருமகளும் விட்ட காற்றுப் பட்டாலே பாடையில்போய் சேர்ந்துவிடலாம்போல மனக்கசப்பு. அவர்கள் கண்களில் பட்டாலே காறி உமிழவேண்டும்போல வெறுப்பு. அந்த செயலை அவ்வப்போது சுவரின்மேல் காண்பிப்பார். அவர்களுக்குத் துணையாக புச்சம்மா வேறு. அவளைப் பார்த்தாலே பத்தி எரியும் வயிறெல்லாம். அவள் முகத்தின் மேலேயே காறித்துப்புமளவிற்கு நடந்துகொள்வார். உடம்பு சுகப்படாமலிருந்தாலும் வீட்டில் அடைந்துகிடக்க அவர் மனம் ஒப்பவில்லை. காட்டிற்கோ, ராமாலயத்திற்கோ சென்று அமர்ந்துவிடுவார்.

ஒருநாள் அரட்டை தர்பார் நடைபெறும் இடமான சாவடியில் அமர்ந்திருந்த சாம்பைய்யாவை லட்சுமி பேச்சு கொடுத்தார்.

"சாம்பைய்யா! முந்தாநாள் உன் வீட்டுக்கு முன்னாடி சின்ன கார் நின்னுட்டிருந்ததைப் பார்த்தேன். அது கனகய்யாவோடதா என்ன?"

"கனகய்யா? கனகய்யா காருவாங்கிட்டானா என்ன?"

சாம்பைய்யாவின் ஆச்சரியத்திற்கு அளவே இல்லை எனலாம்.

"உனக்குத் தெரியாதா என்ன? ஒரு வாரமா வச்சிருக்கான்னு கேள்விப்பட்டேன். பட்டணத்துலருந்து வெளியூர்களுக்கு வாடகைக்கு விடறானாம்!"

"என்னமோய்யா! எனக்குத் தெரியாதே!"

"அப்படீன்னா முந்தாநேத்து உன்வீட்டுக்கு வந்தது கனகய்யா இல்லேன்னு சொல்றே?"

"எங்க பையனும் மருமகளும் வந்தாங்கய்யா! எங்க சம்பந்திக்கு உடம்பு முடியாமெ கெடந்ததுனாலே போயி பார்த்துட்டு வந்தாங்க" சாம்பைய்யாவின் குரலில் கர்வம் தொனித்து நின்றது.

'விருதாப்பய கனகய்யா காரு வாங்குறதாவது? அவன் என் வீட்டுக்கு காருல வர்றதாவது? என்னோட மகனும் மருமகளும்தான் வந்திருந்தாங்க' என்ற தோரணையில் அகங்காரமாகப் பேசினார்.

வீட்டிற்குத் திரும்பி வந்துகொண்டிருந்தபோது சாம்பைய்யாவின் மனதில் அவ்வாறு மகனும் மருமகளும் காரில் வந்திருந்தது பெருமையாகவே தோன்றியது. ஊர் முழுக்க அந்த விஷயத்தைப் பற்றித்தான் பேசிக்கொள்கிறார்கள் என்ற எண்ணம் சாம்பைய்யாவிற்கு மகிழ்ச்சியை ஏற்படுத்தியது.

வெங்கடபதி பூட்ஸ் அணிந்து கையில் குடையுடன் தெருவில் நடந்துசெல்வதை ஊரிலுள்ளவர்கள் எத்தனை வியப்புடன் பார்த்திருப்பார்கள்? பணக்காரசாம்பைய்யாமகன் வெங்கடபதின்னு சொல்றாங்களா? செல்வாக்கான பலராமய்யா மருமகன் வெங்கடபதின்னு சொல்றாங்களா? சாம்பைய்யாவிற்கு எதுவுமே புரிபடவில்லை.

அறுவடை ஆரம்பமாயிற்று. வெங்கடபதி குடையை விரித்துக்கொண்டு கரையின்மேல் அமர்ந்திருந்த கீழ்காட்டு அறுவடையைக் கண்காணித்துக்கொண்டிருந்தான். அப்போதுதான் வயலுக்கு வந்திருந்த சாம்பைய்யா, மகனை ஓரக்கண்ணால் பார்த்துவிட்டு வயலுக்குள் இறங்கினார். கூலிக்காரர்களின் மத்தியில் நின்றபடியே அவர்களை எச்சரிக்கைசெய்து கட்டுகளை சமமாகப் போடச் சொன்னார். ஒழுங்கற்று சிதறிக் கிடந்த அறுவடைக் கதிர்களைப் பொறுக்கி கட்டுகளின்மேல் எறிந்துகொண்டிருந்தார். முடியாதபோதும் தைரியத்தை வரவழைத்துக்கொண்டு வயலில் இங்குமங்குமாய் நடந்துகொண்டிருந்தார்.

வெங்கடபதி தந்தை வெயிலில் நின்றுகொண்டிருப்பதைப் பார்த்ததும் வேலைக்காரனை அழைத்து குடையைக் கொடுத்தனுப்பினான்.

வேலையாள், சாம்பைய்யாவின் அருகில்வந்து நின்று குடையைப் பிடித்தான்.

"என்னடா இது? எரிச்சலுடன் கேட்டார் சாம்பைய்யா.

"சின்ன தொரெ அவுகதான் சொல்லியனுப்பினாருய்யா!"

சாம்பைய்யாவுக்கு உடம்பெல்லாம் பற்றியெறிந்தது. வேலையாளின் கையிலிருந்த குடையைப் பறித்து வீசி எறிந்தார். சேற்றில் போய் விழுந்தது குடை.

"அவனுக்குப் போயி பிடிடா குடையெ! எனக்கு எதுக்கு?" என்றவர் மகன் உட்கார்ந்திருந்த இடத்தை நோக்கிப் பார்வையைச் செலுத்தினார். வெங்கடபதி அதற்குள் வரப்பைக் கடந்து கால்வாய் கரையேறி வீட்டை நோக்கி நடந்துகொண்டிருந்தான்.

"என்னடா , புள்ளைக்கி சோறு கொண்டாரல்லியா?" வேலையாளை பார்த்துக்கேட்டார் சாம்பைய்யா.

"தொரெசானியம்மா சின்னதொரையை சாப்புடுறதுக்கு வீட்டுக்கு வரச்சொல்லிட்டாங்கய்யா!" என்றான். ராமுடு கீழே கிடந்த குடையை எடுத்து சேற்றை தட்டிவிட்டுக்கொண்டிருந்தான்.

"கழுதைப்பய மவனே, உனக்கு மப்பு ரொம்பத்தா ஏறிடுச்சிடா!

வக்கிற எடத்துல வச்சாத்தான் சரிப்பட்டுவரும்!" சாம்பைய்யா அவனை அதட்டினார். அவனோ பயந்துபோய் பரபரவென அறுத்துப்போட்ட நெற்கதிர்களை ஒன்று சேர்த்து அடுக்கி அடுக்கி சின்னச்சின்ன கட்டுகளாக உருவாக்கிட ஆரம்பித்தான். அவனுக்கு நன்றாகவே புரிந்தது எஜமான் திட்டியது தன்னையல்ல என்பது.

அறுவடையெல்லாம் முடிந்து குவித்துவைக்கும் வேலையெல்லாம் பூர்த்தியாகிவிட்டது. அன்று தான் சாம்பைய்யாவிற்கு நேரம் கிடைத்தது. மனுஷன் வேலை மும்முரத்தில் பாதி மனிதராக மெலிந்துவிட்டார். பல்லைக்கடித்துக்கொண்டு எப்படியோ ஒருவழியாய் குவியல் வேலை முடியும்வரை சமாளித்தார். வேலையில் ஈடுபட்டிருக்கும் வரைக்கும் அவருக்கு அவ்வளவாக களைப்புத் தோன்றவில்லை. ஆனால் அன்றைய தினம் குளித்து முடித்து சாப்பிட எழும்போது சாம்பைய்யா தள்ளாடினார். எப்படியோ நாலுவாய் சாப்பிட்டு, கட்டிலில் கட்டையை சாய்த்தார். அதுவரைக்கும் யாரோ இழுத்துப் பிடித்திருந்த நரம்புகள் தளர்ந்துவிடுபட்டதுபோலிருந்தது சாம்பைய்யாவின் நிலை. "சாப்பிட்ட சாப்பாடு எங்கு சென்றதோ, ஏன்தான் இவ்வளவு களைப்பாக உள்ளதோ?" என நினைத்தபடியே கண்ணை மூடிப் படுத்திருந்தவர் எத்தனை நேரந்தான் படுத்திருந்தாரோ, உண்மையில் தூங்கினாரோஇல்லையோஎன்று தெரிந்துகொள்வதற்கு முன்பேகனகய்யாவின் குரல் கேட்டது.

உள்ளே வந்த கனகய்யா- "சாம்பைய்யாகாரு? தூங்கிட்டிருக்கீங்களா என்ன? அப்போ படுத்திருங்க! படுத்திருங்க! மறுபடியும் வர்றேன்!" என்றபடியே கட்டிலின் அருகிலேயே நின்றிருந்தான்.

"யாரு? கனகய்யாவா? தூங்கவுமில்லே, ஒன்னுமில்லே, வாய்யா! வா! உட்கார்!" என்றபடி எழுந்து உட்கார்ந்து கொண்டார். சாம்பைய்யாவைப் பார்த்தவன். வாயைத் திறந்து ஆச்சரியத்துடன் நின்றுவிட்டான் கனகய்யா.

"ஆமா, உடம்புக்கு என்ன வந்ததோ என்னமோய்யா? மூணு மாசத்துக்கு முன்னாடி ஒரு வாரம் படுக்கையில கெடந்தேன். அப்பத்துலருந்து ஏதோ சரியில்லாத மாதிரிதான் இருக்குய்யா!"

"மெதுவா சொல்றியேய்? யானையைப்போல மனுஷன் எப்பிடியாயிட்டீங்கன்னு தெரியுமா? என்னோட வாங்க! டவுன்ல எங்க பையனுக்குத் தெரிஞ்ச ஒரு பெரிய டாக்டர் இருக்காரு. அவருகிட்ட காட்டலாம்!" கனகய்யா மிகுந்த ஆதரவோடும் பரிவோடும் சொன்னான்." இதுக்கெல்லாம் டவுன்லருக்குற டாக்டரெல்லாம் எதுக்குய்யா? ஆச்சாரி கையைப் பிடிச்சிப் பார்த்துட்டு ரொம்ப சூடு ஏறிடுச்சுன்னு சொன்னாரு. நாலு வாரம் கழிஞ்சா மறுபடியும் எப்பவும்போல ஆயிடமாட்டானா?" அடங்கிய குரலில் பேசினார் சாம்பைய்யா.

சாம்பைய்யாவின் மனசு, பிடிவாதம் எல்லாமே கனகய்யாவுக்குத் தெரியாததல்லவே, சாம்பைய்யாவை உற்றுநோக்கியபடியே - "சாம்பைய்யா! உங்க வயசு என்ன இப்போ?" என்று கேட்டான். அப்படி ஏன் கேட்டானோ அவனுக்கே தெரியாது.

"எவ்வயசா?" யோசித்தபடியே புருவங்களை சுருக்கினார்.

"அறுபது தாண்டியிருக்காது?"

"எதுக்கு இருக்காது? தாண்டியிருக்கும்!"

"அப்படிச் சொல்லுங்க! வயசுத்தாய்யா, வயசு! வயசாயிடுச்சின்னா முன்னாடி இருந்த தெம்பு இனியும் இருக்குமா என்ன?" இனி உன்னோட வேலை இவ்வளவுதான் என்று ஞாபகமூட்டும் வகையில் சொன்னான் கனகய்யா. சாம்பைய்யா மேலோட்டமாகச் சிரித்து மழுப்பினாலும் அவர் இதயத்தில் பீடித்திருந்த வலியின் துடிப்பு வெளிப்படத்தான் செய்தது.

"பணத்தைக் கொண்டாந்தியா? எதுக்கு இவ்வளவு காலதாமதம்?" கேட்டார் சாம்பைய்யா.

"இதோ இப்ப வரணும்., அப்புறம் வரணும்னுதான் நெனச்சிக்கிட்டேயிருந்தேன். ஆனாலும் சமயம் கிடைக்கல்லைய்யா? ஒன்று விட்டா இன்னொன்னா வேலை வந்துகிட்டேயிருந்தது. அதான் வரமுடியலே."

"ஆமா! நீ சின்னதா கார் வாங்கியிருக்கியாமில்லே?"

"நானா! காரா?" ஆச்சரியமடைந்தவன்போல தென்பட்டான் கனகய்யா,

"பின்னே ஏன் ஊருக்குள்ள எல்லோரும் அப்படி சொல்லிக்கிடுறாங்க?"

"ஓஹோ! அதுவா? உங்க மகனும் மருமகளும் இங்க வர்றதுக்கு காரு வேணும்னு கேட்டதால ஏற்பாடு பண்ணினேன். அன்னக்கி பார்த்து நம்ம ஊரு ராம சுப்பைய்யா, நான் பஸ்டாண்டுல நின்னதப் பார்த்ததும் கேட்டான். "வாங்கிட்டேன்னு வச்சிக்கோய்யா! என்னோட காருதான்! ன்னு சொன்னேன். அந்த வார்த்தை அப்படியே ஊரெல்லாம் பரவிடுச்சின்னு நெனக்கிறேன்? அதுவா விஷயம்! என்ன ஊரோ என்ன கதையோ?"

சாம்பைய்யா அதற்குப் பிறகு கனகய்யா பேசியதைக் காதில் வாங்கிக்கொள்ளவில்லை. இந்த கனகய்யா பயதான் அவர்களுக்கு காரை ஏற்பாடு பண்ணி ஊருக்கு அனுப்பியிருக்கிறான். இன்னும் சொல்லப்போனால் அவனேதான் இந்த யோசனையை... சாம்பைய்யாவோட மருமகள் பலராமய்யாவோட மகள் பஸ்ஸுல போறதாவதுன்னு தூண்டிவிட்டிருப்பான்.

இன்னும் சாம்பைய்யாவின் யோசனை அப்படியே தொடர்ந்துகொண்டிருக்க - கனகய்யா பையிலிருந்து எடுத்து முன்னால் வைத்த நோட்டுக் கட்டுகளின்மேல் பார்வைபட்டது.

பணத்தை எண்ணிப்பார்த்த சாம்பைய்யா கோபத்துடன்- “பாதியைத்தானே கொண்டாந்திருக்கே? மீதியெ எப்பத் தரப்போறே?” என்றார்.

“பாதி என்ன சாம்பைய்யா? இது அஞ்சாயிரம்.” மூணுமாசத்துக்கு முந்தி கொடுத்தது அஞ்சி - மொத்தம் பத்து ஆகலையா? அந்த நூத்தி முப்பத்தேழு வட்டி! சரியாயிடுச்சில்லே கணக்கு?” என்றான் கனகய்யா.

சாம்பைய்யாவிற்கு அவனை அப்படியே நெஞ்சில் மிதிக்கவேண்டும் போல கோபம் வந்தது. முன்னர் இருந்த நிலையிலிருந்திருந்தால் அந்த வேலையை செய்திருப்பார்தான்.

“யாருகிட்ட தந்தே? எப்ப தந்தேய்யா அஞ்சாயிரம்? முடிந்த மட்டும் கத்தினார் சாம்பைய்யா.

“அதென்ன சாம்பைய்யா? உங்க மகன் சொல்லல்லியா? உங்க மகனும் மருமகளும் ஒருவாரத்துக்கு மேல டவுன்ல இருந்தாங்கல்லியா, அப்பத்தான் வெங்கடபதி தானே வந்து ரொம்ப அவசரம்னு சொல்லி கேட்டான். கொடுத்தேன். அந்த சங்கதியெ உங்க பையன் வந்து சொல்லவேயில்லையா? வீட்டுக்குள்ளதானே இருக்கான், கூப்புட்டுக் கேளுங்க” கனகய்யாவும் குரலை பெரிதுபடுத்திக்கொண்டு கூறினான்.

சாம்பைய்யா நிலைகுலைந்து போனார். அவர் தானே மகனைக் கூப்பிடுவதற்கு முன்பே கனகய்யாவே வெங்கடபதியை சத்தம்போட்டு அழைத்தான்.

வெங்கடபதி சலவைசெய்த வெளேரென்ற ஆடையுடுத்தி, பூட்ஸ் ஒலிக்க தகப்பனின் முன்னால் வந்து நின்றான்.

“பணம் வாங்கிய செய்தியை உங்க அப்பாகிட்ட சொல்லல்லியா?” நேருக்கு நேர் கேட்டான் கனகய்யா. வெங்கடபதி வாயில்லா மிருகமாய் நின்றிருந்தான்.

“என்ன செஞ்சேடா அந்தப் பணத்தை?” சாம்பைய்யா அதட்டலுடன் கேட்டார்.

"செலவாயிடுச்சி!" தண்ணீர் குடித்து முடித்ததைப்போல வெகு இயல்பாகச் சொன்னான் வெங்கடபதி.

"அஞ்சி ஆயிரமா! என்ன செலவு செஞ்சேடா? பொண்டாட்டிகிட்டே தந்தியா? மாமனாருகிட்ட கொடுத்தியா?"

வீட்டிற்குள் எந்தப் பாத்திரத்தையோ தட்டையோ தூக்கி எறியும் சத்தம் வந்ததும் திடுக்கிட்டான் கனகய்யா. சாம்பைய்யாவின் கண்கள் புளியங்கங்குகளாய் செக்கச் சிவந்து கனன்றது.

இதற்குள் 'பம்ய்'! டுக்! பம்ய்!' என்ற குரலை எழுப்பியபடியே சிறிய கார் தெருமுனையைக் கடந்து சாம்பைய்யாவின் வாசல் முன் வந்து நின்றது. அதற்குப் பின்னாலேயே குழந்தைகள் குரல் எழுப்பியபடியே இரைச்சலுடன் ஓடிவந்துகொண்டிருந்தார்கள். டிரைவர் குழந்தைகளை அதட்டிக்கொண்டிருந்தான். சாம்பைய்யாவின் வீட்டிற்கு முன்னால் வந்து சிறிது நேரம் சத்தம்போட்டு ஒலி எழுப்பி அடங்கிநின்றது கார்.

"என்ன இதெல்லாம்?" சாம்பைய்யா உற்று நோக்கியபடியே கனகய்யாவிடம் கேட்டார்.

"அய்யோ! எனக்கொன்னும் தெரியாது? நானும் அதுதான் பார்த்துட்டிருக்கேன்!" என்றவாறு கனகய்யா எழுந்து டிரைவரை சத்தம்போட்டு அழைத்தார்.

"அடேய்? பாபாராவுடு? யாருடா வரச்சொன்னது காரை?"

"வெங்கடபதிகாரு தான் சொல்லியனுப்பினார்" என்றான் டிரைவர். சாம்பைய்யாவும் கனகய்யாவும் வெங்கடபதியை நோக்கி பார்த்தனர்.

"ஆமா, நாந்தான் வரச்சொன்னே! அது! அது! டாக்டர்கிட்ட காட்டணும்னு, வெங்கடபதியின் சொற்கள் அரைகுறையாக வெளிவந்தன.

"எனக்கெதுக்குடா டாக்டரு?" சாம்பைய்யா மகனின் முகத்தை ஆச்சர்யத்துடன் பார்த்தபடி சொன்னார்.

சாம்பைய்யாவுக்கு மனதிற்குள் மகிழ்ச்சியெழாமலில்லை. மகன் தன்னிடம் பேச்சுக்குக்கூட சொல்லாமல் தன்னை நகரத்திற்கு அழைத்துச்சென்று டாக்டரிடம் காண்பிக்கும் எண்ணத்தில் இருக்கிறான். தன்மீது அவனுக்குள் எத்தனைப் பாசம் இருந்திருந்தால் இப்படி நடந்துகொள்வான்? அப்படியெனில் இத்தனை நாட்களாய் தன்னுடைய ஆரோக்கியம் சீர்கெட்டிருப்பதைப் பார்த்து வருத்தப்பட்டுக்கொண்டிருக்கிறானென்று தானே அர்த்தம். அவன் ரொம்பவும் அறியாப் பையனாக்கும். வாயில்லா பய. ஒன்றுமே தெரியாதவன் அவ்வளவுதான்! ஆனாலும் அன்பும், பற்றும் இல்லாமலா இருக்கும்? தன்னிடம் மொதல்ல சொல்லிட்டா சம்மதிக்கமாட்டேனென்று அவனுக்கு நல்லாவே

தெரியும். அதுனாலதான் மறைமுகமா இந்த அளவுக்கு காரியம் பண்ணியிருக்கான். ஆனாலும் அவன் பைத்தியக்காரத்தனமா நடந்துகிடுறான். இப்போ என்ன வந்தது பட்டணத்து டாக்டர்கிட்ட காண்பிக்கனும்னு. இந்த காரெல்லாம் எதுக்காக? அப்பிடியே பட்டணந்தான் போகனுமுன்னாலும் தங்களோட சவாரி வண்டி இல்லையா என்ன? அதுவும் சரிபடலேன்னா பஸ் இல்லையா? அவனுக்கு இருக்கு இல்லேங்குறதெல்லாம் தெரியாது. அத தெரிஞ்சிகிட்டுதான் மருமகள் அவ கையால பணத்தைக் கரியாக்கிட்டிருக்கா. சாம்பைய்யாவிற்கு திடீரென வெங்கடபதி கனகய்யாவிடமிருந்து ஐந்தாயிரம் வாங்கியிருந்த சங்கதி நினைவுக்கு வந்தது. ஆனாலும் அந்த சமயத்தில் மகன்மீது ஏற்பட்டிருந்த நல்ல அபிப்ராயத்தால் மகனை கனகய்யாவின் முன்னால் திட்டுவதற்கு மனம் ஒப்பவில்லை.

"இன்னும் என்ன யோசனைய்யா? கௌம்பு! மகன் காரு ஏற்பாடு செஞ்சி வீட்டுக்கு முன்னால நிறுத்தியிருக்கான்!" சாம்பைய்யாவை கனகய்யா உஷாரேத்திவிட்டுக்கொண்டிருக்க புச்சம்மா பெட்டிகளைக் கொண்டுவந்து டிரைவரிடம் தந்தாள்.

"என்ன மருமகப் பொண்ணும் பொறப்பட்டாப்புல இருக்கு?

பிறகு என்ன; மகன், மருமகள்கூடவே இருந்து நோயை குணப்படுத்திடுவாங்க!" என்றான் கனகய்யா மூச்சுவிடாமல்.

"யாருக்குய்யா நோயி? உன்னோட பெரிய தொல்லையா போச்சி! பட்டணத்துல அலையிறதுக்காக ரொம்ப துள்ளுறாங்க. வீட்ல காலு நிக்க முடியல. மண்டையில கொழுப்பேறிப்போயி நடந்துகிட்டா?"

சாம்பைய்யா உண்மை நிலையை அந்த நிமிடத்திலேயே புரிந்துகொண்டார். மகனைப் பற்றி சில நிமிடங்களுக்கு முன்னால் தான் கற்பனை செய்துகொண்ட ஆசைகளும், எண்ணங்களும் தூள் தூளாகி சிதைந்துவிட்டன, தன்மேல் தன் ஆரோக்கியத்தின்மேல் அக்கறைகொண்டுதான் இப்படியெல்லாம் நடந்துகொள்கிறானென்ற ஆனந்தப் பிரவாகத்தில் திளைத்திருந்த சாம்பைய்யா தலைகீழாகத் தள்ளப்பட்டவராய் நிலைகுலைந்துபோனார். மனிதர் மிகவும் மனமொடிந்துபோனார். மகன்மேல் அத்தனை ஆசைகளும், நம்பிக்கையும் வளர்த்துக்கொள்ளாமலிருந்திருந்தால் சாம்பைய்யாவிற்கு அத்தனை வலியும் வேதனையும் ஏற்படாமல் இருந்திருக்கலாமே.

"பணம் பணம் வே-னு-ம்!"

சாம்பைய்யா தலையைத்தூக்கி மகனைப் பார்த்தார்.

"ரெண்டாயிரம் வேனும்!" மகன் கேட்டான்.

"எதுக்காக?" சாம்பைய்யாவின் கண்கள் கேள்வியைத் தொடுத்தன.

"ரெண்டு வாரமாவது ஆகும்" சந்தேகத்துடன் சொன்னான் வெங்கடபதி. தந்தையின் உதடுகள் துடித்தன. நோட்டுக் கட்டுகளைப் பற்றியிருந்த அவருடைய விரல்கள் கோணின

"ஆமா! பாபுகாரு! லேடி டாக்டர்கிட்ட எல்லா டெஸ்டுகளையும் பரிசீலித்துப் பார்க்கணுமாம். பத்து நாளக்கி மேலயே ஆனாலும் ஆகலாம். சின்னம்மா இப்ப தனி மனுஷியல்ல!" வெங்கடபதி சொல்ல முடியாததை புச்சம்மா எடுத்துச் சொன்னாள்.

சாம்பைய்யா கண்களை அகல விரித்துப் பார்த்தார். கனகய்யா சந்தோஷத் துள்ளலுடன் சொன்னான்!

"சுப சமாச்சாரம் சாம்பைய்யாங்களே! தாத்தாவாகப் போறீங்கய்யா தாத்தாவா! பேரந்தான் பொறப்பான். உங்களோட வம்சத்தை வளர்க்கப் போறானாக்கும். பாத்துக்கிட்டிருக்கீங்களே! கொடுங்கய்யா" என்றபடி கனகய்யா இரண்டாயிரம் ரூபாய்களடங்கிய நோட்டுக் கட்டை எடுத்து வெங்கடபதியிடம் தந்தான்.

"வேலையோட வேலையா எப்படியும் பட்டணத்துலதான் இருக்கப் போறீங்க? உங்க அப்பாருவை கூட கூட்டிட்டுப்போயி டாக்டருகிட்ட காண்பிக்கக்கூடாதா?" ஆலோசனை கூறினான் கனகய்யா. கடைசியில் சாம்பைய்யாவிற்கு ஏதோ நன்மை செய்வதுபோல முகத்தை வைத்துக்கொண்டு சொன்னான். கனகய்யா சாம்பைய்யாவின் முகபாவனைகளை கண்டுபிடிக்க முயற்சித்துக்கொண்டிருக்கும் அதே வேளையில் கான்பூர் ஹை ஹீல்ஸ் செருப்பு டக்டக்கென ஒலிக்க மாமனாரின் முன்புறமாக நடந்துசென்று காரில் ஏறினாள் வரூதினி. அவ்வளவு தைரியத்துடன் சிறிதும் அடக்கமில்லாமல் மாமனாரின் முன்னால் நடந்துசென்ற வரூதினியைப் பார்த்த கனகய்யா வாயைத் திறந்தபடி உட்கார்ந்துவிட்டான். மூக்கின் மேல் வைக்கவிருந்த விரலை பலவந்தமாக தடுத்து நிறுத்திக்கொண்டு வீட்டின் மேல்முகட்டின்மேல் பார்வையை செலுத்தத் தொடங்கினான்.

"நீயும்கூட வந்தேன்னா டாக்டருகிட்ட காட்டிக்கிடலாம்."

ஆறுதடவை மனப்பாடம் செய்துகொண்ட பிறகு அந்த வார்த்தைகளை சொல்ல முடிந்தது வெங்கடபதியால். அவர்களைத் தாண்டிச் செல்லும்போது மருமகளின் முகத் தோற்றத்தை சாம்பைய்யா மட்டுமல்ல; கனகய்யாவாலும் புரிந்துகொள்ளத் தவறவில்லை.

"மாமா தங்களோட வரப்போறாருன்னு தெரிஞ்சதுக்கே அப்பிடி முகத்தைக் கடுமையா வச்சிக்கிட்டாளே? இனி நெஜமாவே வந்துட்டா?" புச்சம்மா மனதிற்குள்ளேயே நினைத்துக்கொண்டாள்.

வெங்கடபதி தந்தைக்காக நின்றிருந்தான். வரூதினி காரிலமர்ந்தவாறு டிரைவரிடம் கார் ஹாரனை ஒலிக்கச் செய்தாள்.

“எதுக்காகடா இன்னும் நிக்கிறே? போ! மொதல்ல என் கண்ணு முன்னாலருந்து போயிடு!” கோபத்துடன் இரைந்தார் சாம்பைய்யா. அவர் முகத்தில் தோன்றிய மாற்றத்தைக் கண்ட கனகய்யாவிற்கு அங்கே அமர்ந்திருக்கும் துணிவு இல்லாமல் போயிற்று!

“வாரேன் சாம்பைய்யா!” என்றபடியே எழுந்தான்.

“மறுபடியும் இந்த படியை மிதிக்காதே!” புழுவைப் பார்ப்பதுபோல கனகய்யாவைப் பார்த்து சொன்னார் சாம்பைய்யா. கனகய்யா நெஞ்சில் ஈட்டி பாய்ந்ததுபோல வேதனைப்பட்டான்.

இதில் தன்னோட தவறு என்ன? உண்மையில் தான் செய்ததுதான் என்ன? மகன்மீதுள்ள கோபத்தையும், மருமகள் மீதுள்ள வெறுப்பையும் தன்மேல் காட்டுகிறானே?

இதைவிட கடுமையாக பலமுறை தன்னை பேசியதுண்டு. ஆனால் அப்போதெல்லாம் இத்தனை வருத்தம் ஏற்பட்டதில்லை. அதற்கு காரண காரியங்கள் இருந்தன. ஆனால் இன்று காரணமில்லாமலே நல்லது எடுத்துச்சொன்ன தன்னை இவ்வளவு கீழ்த்தரமாகப் பார்ப்பானா? தான் இன்று சாம்பைய்யாவின் நலனை உத்தேசித்து அவர்மேலுள்ள அபிமானத்தால்தான் சொன்னேன். என்னன்னு நெனச்சிட்டிருக்கான் இந்த சாம்பைய்யா? தான் இன்னும் அவரோட முழங்கையால் நீட்டிய நீரைக் குடித்து வாழ்ந்துகொண்டிருப்பதாக நினைத்துக்கொண்டிருக்கிறார் போலும்? தன் மருமகன்கள்ல ஒருத்தன் ப்ளீடரு, இன்னொருத்தன் ரெவின்யூ இன்ஸ்பெக்டரு. தானோ மில்லில் சமபாகஸ்தன். தானிய வியாபாரியாக்கும். தன்னோட மகன் பெரிய வக்கீல். நகரத்துலயும் சரி, கிராமத்துலயும் சரி கௌரவமான ஆளாக்கும். தன்னோட ஆலோசனைக்காகவும் உதவிக்காகவும் பெரிய பெரிய ஆளுங்கள்லாம் சுத்தி அலைஞ்சிட்டிருக்காங்க. இந்த சாம்பைய்யா ஒரு ஆளு? ஆஸ்தியிருந்துட்டாமட்டும் போதுமா? அவன் என்ன பெரிய மனுஷனா? பெருமையா மதிக்கப்படுற ஆளா என்ன?

“இதோ பாரு சாம்பைய்யா!”

கனகய்யா சீறிப்பாயும் நாகமாட்டம் எழுந்து நின்றான். “மறுபடியும் உன்னோட வாசப்படியை மிதிச்சா செருப்பால அடி!” என்று கோபத்துடன் குதித்துவிட்டு வெளியேறிவிட்டான்.

‘எங் குடியெக் கெடுத்து நாசமாக்கிட்டியேடா கனகய்யா!’ என்று நினைத்துக்கொண்டார் சாம்பைய்யா.

ஏரிக்கரையின்மேல் காரை நிறுத்தி எஞ்ஜினுக்குள் தலையை நுழைத்த கார் டிரைவர் வயர்களையும் ப்ளக்குகளையும் இழுத்து எடுத்து ஊதி மறுபடியும் பொருத்தினான். காரைச்சுற்றிக் குழுமியிருந்த ஜனங்களை திட்டிக்கொண்டிருந்தான் க்ளீனர்.

“என்ன வந்தது இந்தக் காருக்கு? திடீர் திடீர்னு நின்னுப்போகுது?” எரிச்சலுடன் சொன்னாள் வரூதினி.

அவ்வழியாக வருவோரும் போவோரும் வெங்கடபதியையும், வரூதினியையும் கேலியாகப் பார்த்தபடி சென்றுகொண்டிருந்தனர். பஸ்ஸிற்காக பரபரப்புடன் வந்துகொண்டிருந்த கனகய்யா கார் இன்னும் ஊருக்குள்ளேயே நின்றிருப்பதைப் பார்த்ததும் சந்தோசமடைந்தான்.

“என்ன ராயுடு? பெட்ரோல் தீர்ந்துடிச்சா என்ன?” என்றபடியே காருக்கருகில் வந்தான் கனகய்யா.

“சின்ன ட்ரபுள் வந்துடிச்சி” என்ற டிரைவர் தலையை நிமிர்த்தி கிளீனரிடம் “ஹாண்டில் போடு” என்றான்.

எஞ்ஜின் ஸ்டார்ட் ஆனது. கனகய்யா காரில் ஏறி டிரைவர் பக்கத்தில் அமர்ந்து கொண்டான். கார் முன்னுக்கும் பின்னுக்குமாக குலுங்கி ஒருவழியாய் புறப்பட்டது.

“அம்மாடி!” என்று நினைத்து திருப்தியடைந்தாள் வரூதினி. வெங்கடபதியின் முகமோ முறமாய் விரிந்தது. கார் வேகம் பிடிக்கத் தொடங்கியிருந்தது.

“வெங்கடபதி! உங்க அப்பாவுக்கு கஞ்சத்தனம் அதிகமாயிடுச்சிய்யா?. என்னத்தெஎடுத்துட்டுப்போகப்போறானோ? மகனுக்குக்கொடுக்குறதுக்குக்கூட அழுவுறான்?” என்று ஆரம்பித்தான் கனகய்யா.

வெங்கடபதி புடிச்சிவச்ச புள்ளையாராட்டம் பேசாமல் உட்கார்ந்திருந்தான். வரூதினிக்கோ கனகய்யாவின் பேச்சை இன்னும் கேட்க வேண்டும்போலிருந்தது.

நல்ல மத்தியானம். கார் கொத்தபேட்டை பலராமய்யா வாடகைவீட்டின் முன்னால் சென்று நின்றது. வரூதினி வெங்கடபதியுடன் காரிலிருந்து இறங்கி வீட்டுக்குள் நடந்தாள். கனகய்யா, சாமான்களை உள்ளே வைத்துவிட்டு, பலராமய்யாவை நலம் விசாரித்தபின் சென்றுவிட்டான். வெங்கடபதியும் மாமனாரிடம் “எப்படியிருக்கு உடம்பு?” என்று விசாரித்தான்.

“இனி என் வேலை முடிஞ்சிடுச்சி. ரொம்பநாள் பொழைச்சிருக்க மாட்டேன்” ஹீனஸ்வரத்தில் சொன்னார் பலராமய்யா, மாமமனாரைப் பார்க்கும்போது அவர் சொன்னது உண்மைதான் என்று தோன்றியதும் வெங்கடபதிக்கு திகில் குடிகொள்ளத் தொடங்கியது. எதுவுமே பேசாமல் திசைகளைப் பார்க்கத் தொடங்கினான்.

"நயினா! நீங்க ஓய்வெடுத்துக்கோங்க! கமலம்மா! பாபுகாருக்கு பழரசம் கொடுத்தியா?" என்றவாறு கணவனை நோக்கினாள் வரூதினி. வெங்கடபதி எழுந்து பக்கத்து அறைக்குள் சென்றுவிட்டான்.

சாயங்காலம் ஆறுமணிக்கெல்லாம் நன்றாக அலங்கரித்துக்கொண்டு புறப்பட்டாள் வரூதினி. வேலைக்காரி கமலம் மல்லிகைச் சரத்தைக்கொண்டு வந்து வரூதினியின் தலையில் சூட்டினாள்.

"கமலா! ஒரு ஜட்கா கூப்பிடு!" கண்ணாடிக்கு முன்னால் நின்று பூக்களை சரிசெய்தபடியே சொன்னாள் வரூதினி. குதிரைவண்டி வந்து வாசலின் முன் நின்றது. வரூதினி மின்னலாய் ஜட்காவில் ஏறி அமர்ந்துகொண்டாள். வெங்கடபதி பின்னால், கால்களைத் தொங்கப்போட்டபடி ஓரமாக அமர்ந்தான். ஜட்காகாரன் - "முன்னால தள்ளிவந்து உட்காருங்கய்யா! என்றான்.

'தள்ளிவந்து உட்காருங்க' என்றாள் வரூதினி மெல்லிய சிரிப்பொன்றை வெளியிட்டபடியே. வெங்கடபதி உடனே நெருங்கி பக்கத்தில் வந்தான். குதிரை நடப்பதிலிருந்து ஓட்டம் பிடிக்கத் தொடங்கியது. சிமெண்ட் ரோட்டின்மேல் குதிரையின் குளம்பொலி லயத்துடன் கேட்கத் தொடங்கிய வண்டி முன்னும் பின்னுமாய் எகிறி குதித்தபடி ஊஞ்சலாட்டிச் சென்றது. வண்டியின் ஆட்டத்தில் வெங்கடபதி வரூதினியின்மேல் சாய்வதும் எழுவதுமாக இருந்தான். மாலை வெயிலில் வரூதினியின் முகம் செக்கச் சிவந்த மந்தாரமலராய் மிளிர்ந்தது. வெங்கடபதிக்கு தான் ஏதோ ஒரு புது உலகத்தில்ச ஞ்சரித்துக்கொண்டிருப்பதுபோலத் தோன்றியது.

ஜட்காவண்டி பிக்செர்ப்யாலஸ் முன்னால் வந்து நின்றது. வரூதினி கணவனை இறங்குமாறு பார்த்தாள். வண்டியிலிருந்து இறங்கிய வெங்கடபதி, "இங்கயா டாக்டரம்மா இருக்காங்க?" என்று கேட்டான் ஆச்சரித்துடன். கணவனின் அறியாமையைக் கண்டதும் வரூதினிக்குக் கோபம் வந்ததோ, பரிதாபமேற்பட்டதோ தெரியவில்லை. முகத்தில் பிரதிபலித்த மாற்றத்தை உடனே சரிசெய்தபடியே சொன்னாள்.

"அய்யோ சாமி! முதல்ல எறங்குங்க!"

வெங்கடபதி எகிறி ரோட்டின்மேல் குதித்தான். இடதுகாலின் ஷாப் ஷூ நழுவி வண்டியின் கீழே விழுந்தது. குனிந்து ஜட்காவின் கீழே நுழைந்து ஷூ வை எடுத்துக்கொண்டிருந்த கணவனைப் பார்த்த வரூதினியின் முகம் கருத்துச் சிறுத்தது. ஜட்காகாரனிடம் பணத்தைக் கொடுத்தபின் ஒய்யாரமாக புக்கிங் ஆபீஸ் பக்கம்வந்து நின்றாள். சினிமாத் தியேட்டரில் கட்டியிருந்த பெரிய பேனரைப் பார்த்தபடியே மனைவியின் பக்கத்தில் நின்றிருந்தா வெங்கடபதி, போஸ்டர்மேலிருந்த வண்ணவண்ண பெண்களின் உருவங்களைப் பார்த்து வியப்புற்றான். எழுத்துக்களை ஒவ்வொன்றாய் கூட்டிப் படித்தான்.

"ஜகதேக சுந்தரி"

“இதென்ன சினிமா! தெலுங்குதானா?” கேட்டான் வெங்கடபதி, இன்னும் வரூதினி தன் பக்கத்தில்தான் இருக்கிறாளென்று நினைத்து.

தளிர்பச்சை டிக்கெட்டுகள் இரண்டைக் கையில் வைத்தபடியே சற்று தூரத்திலிருந்து கணவனை சைகைசெய்து அழைத்தாள் வரூதினி.

ஸ்பெஷல் கிளாசில் வரூதினியின் பக்கத்தில் உட்கார்ந்துகொண்ட வெங்கடபதி தலையைத் திருப்பி ஹால்முழுவதுமாய் நோட்டமிட்டான்.

“அப்படி பின்னால திரும்பி, பக்கத்துல திரும்பியெல்லாம் பார்க்கக்கூடாது” - வரூதினி லேசாக கிள்ளி எச்சரித்தாள்.

“எனக்குத் தெரியுமே! முன்னாலதான படம் தெரியும்!” என்றான் வெங்கடபதி.

“சரிதாங்க! மொதல்ல சரியா உட்காருங்க” கடுப்பை வெளிப்படுத்தாமல் சொன்னாள்.

இன்டர்வெல்லில் வெங்கடபதி எழுந்து வெளியே சென்றான். சிறிது நேரம் வெளியே உலாவி திரும்பி லைட்ஸ் ஆப் ஆனதும் வந்து மனைவியினருகில் அமர்ந்தான்.

திரையில் - ‘சோப்பு - இதையே வாங்குங்கள். பாருங்க - அதை - சாப்பிடுங்கள் - இதையே உபயோகியுங்கள்’ என்ற விளம்பரங்கள் தென்பட்டுக்கொண்டிருக்க - ஒரு பையன் இரண்டு கூல்டிரிங்ஸ் கொண்டுவந்து, ரொம்பவும் பணிவாகக் குனிந்து வரூதினிக்கும், வெங்கடபதிக்கும் தந்தான். வரூதினி கணவனை மகிழ்ச்சியுடன் நோக்கினாள். பரவாயில்லையே! கூல்டிரிங்ஸ் ஆர்டர் செஞ்சிட்டு வந்திருக்காரு! மனுஷன் நம்ம வழிக்கு வர்றாருபோல. ஜில்லென்ற திராட்சை ரஸத்தைப் பருகியதும் சந்தோசமாக இருந்த அதே நேரத்தில் -

“எனக்கெதுக்கு இதெல்லாம்? இந்தா, இதையும் நீயே குடி!”

க்ளாஸை வரூதினியினிடம் நீட்டினான் கிளாஸ் அசைந்ததில் பழரசம் தெறித்து சேலையின் மேலும் பட்டது.

“சீச்சி! என்ன இது? இப்பிடியா பிடிக்கிறது? குடிங்க!”

“இதோட விலை என்ன? இவ்வளவு ஜில்லுனுயிருந்தா எப்படி குடிக்கிறது?”

“அப்படீன்னா எதுக்காக கொண்டுவரச் சொன்னீங்களாம்?”

“எனக்கென்னத் தெரியும்? நீதான் கொண்டாரச்சொன்னேன்னு நெனச்சேன்?”

அதற்குள் பையன் வந்து கிளாஸுகளுக்காக குனிந்தான். வெங்கடபதி தண்ணீரைக் குடிப்பதுபோல ஒரு கிளாஸ் ரஸத்தையும் கடகடவென ஒரே மூச்சில் குடித்துவிட்டான். வரூதினி கணவன் கையிலிருந்து கிளாஸை வாங்கி

பையனிடம் தந்துவிட்டு கைப்பையைத் திறந்து ஐந்து ரூபாய் நோட்டை எடுத்து நீட்டினாள்.

"வேண்டாங்க அம்மா?" பணத்தை வாங்கிக்கொள்ளாமல் கூறினான் பையன்.

"அதென்னது? பணம் வேண்டாங்கறே?"

"அய்யா அவங்கதான் கொடுத்தனுப்புனாங்க!"

"எந்த அய்யா?"

"மொதலாளி அய்யா!"

"எந்த மொதலாளி?"

"அதோ அங்க நிக்கிறாரே அவருதான் ராமனாதபாபு அய்யா! ஓனர் அய்யா! பையன் கிளாஸ்களை வாங்கிக்கொண்டு சென்றுவிட்டான்.

வரூதினி தலையை பக்கவாட்டில் திருப்பிப் பார்த்தாள். ரிசர்வ் க்ளாஸ் கேட்டில் தியேட்டர் முதலாளி ராமனாதபாபு நின்றுகொண்டிருந்தான். வரூதினியைப் பார்க்காததுபோலவே பார்த்தான். லைட் ஆப் ஆனது. இன்டர்வெல்லுக்குப் பிறகு கதை ஆரம்பமானது.

"பணம் வாங்கிக்கல்லியே எதுக்காக?" கேட்டான் வெங்கடபதி.

வரூதினி கேட்காததுபோல சினிமா பார்க்கத் தொடங்கினாள்.

வெங்கடபதி மறுபடியும் கேட்டான் - "சும்மா எதுக்கு தருவாங்க?"

"எல்லாருக்குமா தருவாங்க?" என்றாள் வரூதினி

"நமக்கெதுக்கு தந்தாங்க?"

"எங்களுக்கு தூரத்து உறவுதான் அவங்க!" வரூதினி டக்கென பதில் சொன்னால். வெங்கடபதி சந்தேகம் தீர்ந்தவனாய் சினிமா பார்க்கத் தொடங்கினான். சினிமா ஹாலிலிருந்து வரூதினி கணவனுடன் வெளியே வரும்போது கூல்டிரிங்ஸ் பையன் எதிர்பட்டான்.

"அம்மாகாரு! அதோ, அந்த வண்டியில ஏறிக்கோங்க!" நின்றிருந்த புது ஜட்கா வண்டியை சுட்டிக்காட்டினான்.

வரூதினி வண்டியில் ஏறி உட்கார்ந்தாள். வெங்கடபதி தலையை குனிந்து வண்டியில் ஏறிக்கொண்டிருக்க, வரூதினி தலையின்மேலிருந்து பார்த்தாள். ராமனாதபாபு படிகளில் கம்பீரமாக நின்றபடி வண்டியைப் பார்க்காதுபோல பார்த்துக்கொண்டிருந்தான். வரூதினியின் கண்கள் மிளிர்ந்தன. கன்னங்கள்

சிவப்பேறின. ராமனாதபாபு தயங்கவில்லை. கம்பீரமாக முகத்தைத் திருப்பி சென்றுகொண்டிருந்த ஜட்காவையே பார்த்துக்கொண்டு நின்றிருந்தான்.

மகனும் மருமகளும் பட்டணம் சென்று ஒருவாரத்திற்கும் மேலாகிவிட்டது. சாம்பைய்யாவிற்கு அவர்கள் இல்லாதது ஒரு விதத்தில் சந்தோசமாகவேயிருந்தது. வீட்டுக்குள் நடமாடிக்கொண்டிருந்த புச்சம்மாவைப் பார்த்தாலே எரிச்சல் எரிச்சலாய் வந்தது. இவளையும் வீட்டைவிட்டு வெளியேற்றினால்தான் மன நிம்மதி ஏற்படும். ஒருநாள் சாயங்காலம் சமையலறையைப் பூட்டி சாவிக்கொத்தை தலையணையடியில் வைத்துக்கொண்டு படுத்திருந்தார் சாம்பைய்யா. பொழுது புலர்ந்ததும் எழுந்த புச்சம்மா வெங்கடபதியின் அறைமுன்னால் உட்கார்ந்திருந்தாள். அதைப் பார்த்தும் சாம்பைய்யா வயலுக்குச் சென்றுவிட்டார். மாலையில் திரும்பிவரும்போது சாம்பைய்யா நினைத்தது போலவே புச்சம்மா வீட்டில் இல்லை. சமையலறைக் கதவைத் திறந்து ராமுடுவை அழைத்து சமைக்கச் சொன்னார்.

“அதென்ன தொரைகாரு! புச்சம்மா என்ன ஆனா?” என்றான் ராமுடு.

“அவ மறுபடியும் வீட்டுக்குள்ள வந்தா காலெ ஒடிச்சிடு, தெரிஞ்சதா?” என்றார் சாம்பைய்யா.

காலையிலிருந்து உபவாசமிருந்த சாம்பைய்யாவுக்கு பசி வயிற்றைக் குடைந்தது. ராமுடு வேகவைத்த சோற்றில் உப்பும் கோங்கீரை தொக்கும் சேர்த்து, கிண்ண நெய்யை அப்படியே கொட்டி பிசைந்து தின்றால் பிரம்மானந்தமாக இருந்தது.

“புச்சிமுண்டெ! அவ சமையலும் அவளும்! இந்த ருசியைக் காட்டிலும் மிஞ்சியது ஒன்றுமேயில்லே!” - புளிப்புத் தயிரை ஊற்றி, அதில் பழுத்த மிளகாய் பச்சடியை தொட்டுக்கொண்டு நாக்கை சப்புக்கொட்டிச் சாப்பிட்டார்.

சாப்பிட்டு முடித்தபின் கூடத்தில் கட்டிலைப்போட்டுப் படுத்தார். புளிச்ச ஏப்பம் வந்தாலும் அதிலும் ஆனந்தம் பெறமுடிந்தது சாம்பைய்யாவால்.

அறுபது வருடங்களாக, மாங்காய் பச்சடியும், மிளகாய் தொக்கும், கோங்கீரை மசியலுமாய், புளிச்ச தயிரோடு தின்று பழக்கப்பட்ட சாம்பைய்யாவிற்கு அதுவே பரம திருப்தியாய் மகிழ்ச்சியைத் தந்தது. இன்னும் சொல்லப்போனால் தன்னுடைய ஆரோக்கியம் நலிவடைந்ததற்குக் காரணம்கூட அந்த புச்சம்மா சமையலும், மருகளோட போக்கிரித்தனமும் என்று நினைத்தார் சாம்பைய்யா.

ஒருவாரத்தில் திரும்பி வந்துவிடுவேன் என்று கூறிச்சென்ற மகன் இருபது நாட்களாகியும் வராமலிருந்தது வருத்தத்தையே தந்தது. நெற்பயிர்களையெல்லாம் தூர்க்கும் தருணமும் முடிவடையப்போகிறது. பக்கத்து வயலில் போரடித்து முடித்தாயிற்று. வருடாவருடம் எல்லோருக்கும் முன்னால் மகசூலை முடித்துவிடும் சாம்பைய்யா வயலில் குவித்து வைத்த

குவியல் அப்படியே இருப்பது நல்லதல்லவென்று ஆத்திரமடைந்தார். வெங்கடபதிக்கு சொல்லியனுப்பவேண்டும் என்று நினைத்த சாம்பைய்யாவிற்கு பஸ்ஸைவிட்டு இறங்கி வந்துகொண்டிருந்தது தென்பட்டது.

"என்னடா? வீடு, வாசல், பொழப்பு ஒன்னுமே கண்டுக்காம அலைஞ்சிட்டிருக்கே?" என்றார் சாம்பைய்யா.

"வேறு வீடு அது இதுன்னு பாக்குறதுக்கு தாமசமாயிடுச்சி" என்றான்.

"டவுன்ல வீடு எதுக்குடா? உன் பொண்டாட்டி கிராமத்துல இருக்கமாட்டேன்னு சொல்லிட்டாளா?"

"டாக்டரம்மா பிரசவமாகுறவரைக்கும் அங்கேயே இருக்கச் சொல்லிட்டாளாம்!" என்றான் வெங்கடபதி தலையைச் சொறிந்தபடியே.

"அப்பிடீன்னா உங்க மாமனார் இருக்கிற இடத்துலயே இருந்துக்கிடலாமில்ல.

"அது ரொம்ப சின்னவீடு. ரையிலுபேட்டையிலயே வீடு அமர்த்திகிட்டோம்."

"அப்படியா! வாடகை எவ்வளவு?"

"நூத்தி ஐம்பது ரூபாய்" பயந்துகொண்டே சொன்னான் வெங்கடபதி.

"வருஷத்துக்கா?"

"இல்ல, மாசத்துக்கே!"

"நீ நல்லா வரமுடியுமாடா? மாசத்துக்கு நூத்தியம்பது ரூபா? இன்னும் மருந்து, மாத்திரைகள், டாக்டர் செலவு, சாப்பாட்டுச் செலவு எவ்வளவு ஆகும்னு யோசிச்சியா?"

"எவ்வளவானாலும் சரி, பிரசவம் ஆகுற வரைக்கும் அங்கதானிருக்கணும்!"

வெங்கடபதியின் பேச்சிலிருந்த உறுதியைக்கண்டுகொண்டார் சாம்பைய்யா. பிரசவ வேதனையிலிருந்த துர்கம்மா... அன்று துளி விஷம் கலந்த மருந்தை வாயில் ஊற்றும்போது துர்கம்மா பார்த்த பார்வை - மரணவேதனையை யனுபவித்துக்கொண்டிருந்த துர்கம்மா - சாம்பைய்யாவின் கண்முன்னால் நின்றாள். மனசு இளகிவிட்டிருந்தது.

மகசூல் பூர்த்தியானதும் வெங்கடபதி புறப்பட்டான். அரிசி, பருப்பு வகைகளையெல்லாம் மூட்டைகட்டி, கெட்டிப்பட்டிருந்த நெய்யை ஒரு வாளியில் ஊற்றி இறுக்கி முடிந்துகொண்டு புறப்பட்டான் வெங்கடபதி. வேலைக்காரனிடம் சாமான்களைத் தந்துவிட்டு தகப்பனாரிடம் வந்து நின்றான்.

"அன்னக்கித் தந்த ரெண்டாயிரம் தீர்ந்துடிச்சா?" என்று கேட்டார் தந்தை.

"கொஞ்சம் இருக்கும்போல! இன்னும் ரெண்டாயிரம் வேணும்," என்றான் மகன்.

சாம்பைய்யா இரும்புப் பெட்டியைத் திறந்து ஆயிரம் ரூபாய்களை வீசி கீழே எறிந்தார்.

பணத்தையெடுத்துக்கொண்டு செல்லும்போது- "மகசூல் வேலையெல்லாம் முடிஞ்சிருச்சில்லே - நீயும்கூட அங்கவந்து இருக்கலாமில்லையா?" என்றான் வெங்கடபதி.

அவன் மனைவி சொல்லித் தந்ததை அப்படியே ஒப்பிக்கின்றான் என்று நினைத்தார் சாம்பைய்யா.

"வர்றேன், வர்றேன்! சரி, பஸ்ஸுக்கு நேரமாயிடுச்சி" சாம்பைய்யா பேச்சிலிருந்த நக்கல் வெங்கடபதிக்குத் தெரியவில்லை.

வெங்கடபதி சாயந்திரத்திற்கெல்லாம் பட்டணத்தையடைந்தான்.

ரையில் பேட்டையில் கீழ்மாடி முழுவதையும் வாடகைக்கு அமர்த்திக்கொண்டார்கள். மாமனார் பலராமய்யாவும் அங்குதான் இருந்தார்.

வரூதினியின் கையில் வெங்கடபதி நோட்டுக் கட்டுகளைத் தந்தான்.

எண்ணிப்பார்த்துவிட்டு - "இது எந்த மூலைக்கு சரிப்படும்ங்க?" என்று சொல்லிவிட்டு கடகடவென சிரித்தாள்.

"டைனிங்டேபிள், சோபாஸெட், ஸ்பிரிங்கட்டில்கள் ஆர்டர் கொடுத்ததை மறந்துட்டீங்களா? பத்து நாளைக்குள்ள வந்துடும். அதுக்கே மூவாயிரம் ஆகும். எப்பிடி வாங்கப்போறீங்க?" கணவனின் கண்களை உற்றுநோக்கினாள் வரூதினி.

காலையில் வெங்கடபதி கனகய்யாவிடம் சென்று பணம் கேட்டான்.

"ஒருதடவை அடிபட்டுட்டேன்! உங்க அப்பாவைக் கேக்காம ஒருபைசாகூட தரமாட்டேன்" என்று சொல்லித் திருப்பியனுப்பிவிட்டார். வெங்கடபதி அதை அப்படியே திரும்பி வந்து மனைவியிடம் சொன்னான்.

வரூதினி கணவனுக்குத் தெரியாமல் கனகய்யாவை வரவழைத்தாள்.

கனகய்யா வந்தான்.

"என்னங்க கனகய்யாகாரு? நீங்க எப்பவுமே தானியத்தை வாங்குறதில்லையா என்ன? உங்க மில்லெ மூடிட்டீங்களா?" கேட்டாள் வரூதினி. கனகய்யா அதிர்ந்துவிட்டான். "அதெல்லாமில்லையே? வாங்கிட்டுத்தானேயிருக்கோம்" என்றான் கனகய்யா.

"அப்படீன்னா எங்க தானியத்தை வித்துகிடுறோம். அர்ஜெண்டா நாலாயிரம் வேணும். தானியம் கொடுக்குற வரைக்கும் வேணுமுன்னா வட்டி வாங்கிக்கோங்க."

"மகசூலெல்லாம் ஆயிடிச்சில்ல. ஒருவாரம், பத்து நாளைக்கெல்லாம் வட்டி

எதுக்கும்மா? அப்பிடியே தர்றேன். வாங்கிக்கோங்கம்மா பணத்தை" கனகய்யா சொல்லிக் கொண்டிருக்கும்போதே வெங்கடபதி வந்துவிட்டான்.

"கேட்டீங்களா? கனகய்யா பணம் தர்றேன்னு சொல்றாரு" வெளிப்படையாகச் சொன்னாள் வரூதினி கணவனிடம்.

"அதென்னய்யா பெரிய மனுஷா? எங்க அப்பாவை கேக்காமெ ஒரு தம்மிடிகூட தரமேட்டேன்னு சொன்னீரே?" கேட்டான் வெங்கடபதி.

"நீ, தானியம் கொடுக்குறேன்னு சொல்லலல்லியே? சின்னம்மா கொடுக்குறேன்னு சொல்லுது"

"நயினாவெ கேக்காமெ நெல்லை எப்பிடி விக்கமுடியும்?" பயந்துபோனான் வெங்கடபதி.

"நம்ம நெல்லை நாம விக்கிறதுக்கு ஒருத்தரை கேக்கவேண்டியது எதுக்கு?"

"அது! அப்பிடி சொல்லும்மா! ஆயிரத்துல ஒரு பேச்சு நீ சொன்னது! மொத்தத்தையும் பணக்காரரோட பொண்ணுவந்து அனுபவிக்கப் போவுதுன்னு தெரியுது! நான் சொல்றது சரிதானம்மா!" என்றான் கனகய்யா வரூதினிக்குப் பரிந்துகொண்டு.

"இன்னும் உட்கார்ந்திருந்தா எப்பிடி? கனகய்யாவோட போயி பணத்தை வாங்கிட்டு வாங்க!" திகிலுடன் அமர்ந்திருந்த வெங்கடபதியை நோக்கி எச்சரிக்கை செய்தாள் வரூதினி.

14

வருதினிக்கு மூன்றாவது மாசம். டாக்டர் கனகம்மா தானே வந்து பார்த்துச் சென்றுகொண்டிருந்தார். ஒருநாள் டானிக்குடன் வீட்டுக்குள் நுழைந்த வெங்கடபதியைப் பார்த்து "இன்னக்கி நம்ம வீடு எப்படியிருக்குதுன்னு பாருங்க" என்றாள் வருதினி.

வெங்கடபதி வாயைப் பிளந்துகொண்டு பார்த்தான். ஹாலில் சோபாசெட், டைனிங்ஹாலில் உள்ள டைனிங் டேபிள்-ஆறு நாற்காலிகள், படுக்கையறையில் ஸ்பிரிங் கட்டில்கள், டிரஸ்ஸிங்டேபிள், அதற்கு முன்பக்கத்தில் பெரிய நிலைக்கண்ணாடி, அதற்கு அருகிலேயே பீரோ என்று அதனதன் இடத்தில் சரியாக வைக்கப்பட்டிருந்தது.

"சொல்லுங்க, இப்போ, நம்ம வீடு எப்படியிருக்குதுன்னு?" டானிக் பாட்டிலை வாங்கியபடியே புன்சிரிப்புடன் கேட்டாள் வருதினி. "சினிமாவுல பார்த்த மாதிரியே இருக்கு!" என்றான் வெங்கடபதி ஆச்சரியத்துடன்.

"எல்லாமே பொய்!" என்று ராகத்துடன் இழுத்தாள் வருதினி.

"நெசமா! ரொம்பவே, நல்லாயிருக்கு நம்ம வீடு!"

"மறந்தேபோயிட்டேன். ப்யாலெஸ்ஸில் புது சினிமா வந்திருக்கு. டிரஸ் மாத்திக்கோங்க, போகலாம்!" வருதினி கணவனின் சொக்கா பட்டன்களைக் கழற்றினாள்.

ஜட்காவை விட்டு இறங்கும்போதே ஹாலின் முன்னால் நின்றிருந்த ராமனாத பாபு வந்து புன்னகையுடன் வரவேற்றான் வருதினியையும் வெங்கடபதியையும். தானே ஸ்வயமாக அழைத்துச்சென்று ரிசர்வ் சீட்டில் உட்காரவைத்தான். சினிமா முடிந்ததும் ஜட்கா அமர்த்துவதற்காகச் சென்றுகொண்டிருந்த வெங்கடபதியைத் தடுத்து, கார்-டிரைவரை அழைத்தான் ராமனாதபாபு.

"ஷரீப்! அய்யாவையும், அம்மாவையும் இறக்கிட்டு வா!" என டிரைவரிடம் சொல்லி, கதவைத்திறந்து வருதினியை நோக்கினான். தயக்கத்துடன் நின்றிருந்த வருதினியைப் பார்த்து - பரவாயில்லங்க! - ஏறுங்க!" என்றான் சிரித்தபடியே ராமனாதபாபு.

கார் புறப்படவிருக்கையில் - "ஒரு தடவை எங்க வீட்டுக்கு வரக்கூடாது?" என்று சொன்னவள் ராமனாதபாபுவின் கண்களை உற்று நோக்கினாள் வரூதினி.

அன்று மதியம் டைனிங்டேபிள் முன், வரூதினிக்கு எதிரே அமர்ந்துகொண்டு நெய் கிண்ணத்தில் சுடச்சுட வடைகளை முக்கித் தின்றுகொண்டிருந்த வெங்கடபதி, கனகய்யாவின் அழைப்பைக் கேட்டதும் ஹாலுக்குள் வந்தான்.

"உங்க அப்பா நெல்லை பரமேஸ்வரி ரைஸ்மில்லுக்கு பேசிட்டது தெரியுமா? நாளைக்கோ மறுநாளோ அவங்க வந்து நெல்லை மில்லுக்கு எடுத்துட்டுப் போகப்போறாங்களாம். தானியத்தை கொடுக்குறேன்னு சொல்லி ஒரு மாசத்துக்கு முன்னாலயே பணத்தை வாங்கிட்டுப் போனியில்லே. இப்பிடி நடந்துச்சின்னா எங்க பங்குதாரருகிட்ட எனக்கு பேச்சு வாங்கவேண்டிவரும். "கனகய்யா குரலை பெரிதாக்கி பேசினான். "கனகய்யா! எதுக்கு இப்பிடி பயப்படுறீங்க? இப்பவே லாரியை எடுத்துட்டு போயி நெல்லை அளந்துட்டு வந்துடுங்க." வரூதினியில் குரலிலுள்ள தீவிரத்தைக் கேட்டதும் கனகய்யாவின் குரல் தானாகவே நின்றுவிட்டது. குடிப்பதற்கு தண்ணீர் கேட்டான். குடித்து முடிந்ததும் - "அட இல்லம்மா! உண்மையே சொன்னேன். வெங்கடபதி தானியத்தைத் தந்தான்னா வாங்கிக்கிறதுல எனக்கென்ன வந்தது? கண்ணுல ஒத்திக்கிட்டு வாங்கிக்க மாட்டனா!" என்றான்.

"எதுக்குத் தரமாட்டாரு? பணத்தை வாங்கிட்டவங்களுக்கு தானியத்தைத் தரணும்ங்குறது தெரியாதா?" என்றாள் கணவனைத் கோபத்துடன் பார்த்தபடியே வரூதினி.

"அப்பிடீன்னா நாளைக்கே லாரிகளை ஏற்பாடு பண்ணிடுறேன் வெங்கடபதி. நீயும்கூட என்னோடு லாரியிலயே வந்துடு" என்றபடியே கனகய்யா சென்றுவிட்டான்.

வெங்கடபதி எழுந்து டைனிங்டேபிள் அருகில் சென்று மீதி விட்டுச்சென்ற வடைகளை சாப்பிட ஆரம்பித்தான். அதற்குள் கிண்ணத்திலிருந்த நெய் உறைந்திருந்தது.

15

தூசியை எழுப்பிக்கொண்டு லாரி ஊருக்குள் வந்தது. கனகய்யா ராமாலயம் அருகில் இறங்கி வெங்கடபதியை எச்சரித்தான். லாரி வந்து சாம்பைய்யாவின் வீட்டிற்கு முன்னால் நின்றது. கூலியாட்கள் தராசும், கோணிப்பைகளுடனும் மடமடவென இறங்கினார்கள். வீட்டிற்கு முன்னால் மிக நேர்த்தியாக கோபுரமாய் கொட்டி வைக்கப்பட்டிருந்தன நெல் மணிகள். லாரி இரைச்சலிட்டுக்கொண்டு வந்த சப்தமும் கூலிக்காரர்களின் கூச்சலும் அப்போதுதான் தூங்கமுயன்ற சாம்பைய்யாவை எழுப்பிவிட்டன.

நெற்குவியலுக்குப் பக்கத்தில் கூலிக்காரர்கள் தராசு நிற்கவைப்பதைப் பார்த்ததும் - “ரெண்டு நாள் கழிச்சி வர்றேன்னு சொன்னிங்களே, இப்பவே வந்துருக்கீங்க எதுக்கு?” என்றார்.

வெங்கடபதி பக்கத்தில் நின்றவன் சுற்றிலும் பாதுகாப்பாக கட்டிவைத்துள்ள வைக்கோல் பிரியை விலக்கினான். கூலிகள் நெல்லை நிறுத்து சாக்குகளில் நிரப்பிக்கொண்டிருந்தனர். நிரப்பிய சாக்குகளை உடனுக்குடன் லாரிகளில் ஏற்றிக்கொண்டிருந்தார்கள். வெங்கடபதியைப் பார்த்ததும் ‘இவன் எப்ப வந்தான்’ என்று நினைத்துக்கொண்டார் சாம்பைய்யா. பட்டணத்துல இருக்கானில்லையா? தானியம் விற்கப் போவதைத் தெரிந்துகொண்டு, மறுபடியும் பணத்தை பறித்துச் செல்வதற்காக வந்திருப்பான். பணம் தேவையாயிருக்கும்போதுதான் இவனுக்கு வீடு, ஊரு, தகப்பன் எல்லமே ஞாபகத்துக்கு வரும். என்னதான் ஆனாலும் இந்தத்தடவெ சல்லிக்காசுகூட தரக்கூடாது. திடமான முடிவுடன் இருந்தார் சாம்பைய்யா, வீட்டிற்குள் சென்று தண்ணீர் குடித்துவிட்டு வந்த வெங்கடபதியிடம் - “என்னடா? ரேட்டு ஏதாவது கூடியிருக்கான்னு விசாரிச்சியா? இல்லேன்னா நாலு நாள் கழிச்சி வாங்கிட்டுப்போறோம்னு சொன்னவங்க இன்னைக்கே எதுக்கு வரப்போறாங்க?” என்றார் சாம்பைய்யா.

‘ரேட்டு எங்க உசந்திருக்கு? நாளுக்கு நாளு கொறஞ்சிட்டே வருது.’ தனக்குள் தானே சொல்லிக்கொள்வதைப்போலச் சொல்லிவிட்டு லாரியின் அருகில் சென்று சாக்குமூட்டைகளை எண்ணத் தொடங்கினான்.

“உனக்கு இது மட்டுந்தான் தெரியும்? விலை கொறஞ்சா மில்லுக்காரங்க எதுக்கு அவசரப்படப்போறாங்க?” என்றவர் தராசு இருந்த இடத்தை விட்டு லாரியின் முன்னால் வந்து நின்றார் சாம்பைய்யா.

லாரி நிரம்ப தானிய மூட்டைகள் இருந்தன. கூலிக்காரர்கள் தலையில் கட்டியிருந்ததுண்டை உதறிக்கொண்டிருந்தார்கள். தராசு நிறுத்தப் பயன்படுத்திய உபகரணங்களை மடித்து இரண்டாவது குவியல் பக்கத்தில் சுவரையொட்டி மறுபடியும் தராசை நிறத்திவைத்தார்கள். தராசை நிறுப்பவன் மொத்தம் எழுபத்துநாலு மூட்டை என்று கணக்கு சொன்னான் குமாஸ்தாவிடம்.

குமாஸ்தா லாரி டிரைவரிடம் சொன்னான் - "ஒரு லாரி பத்தாது. நாலு டிரிப்புக்கள் அடிச்சாலும் இன்னக்கி தானியம் பூராத்தையும் கொண்டுபோயி சேர்க்க முடியாது. இன்னும் மூனு குவியல்கள் இருக்கு. கனகய்யா சாருகிட்ட சொல்லு - இன்னுமொரு லாரியை பேசி அனுப்பச் சொல்லு. ரெண்டும் சேர்ந்து மூனு ட்ரிப் அடிச்சா சரிப்பட்டுவரும்"-

"நிறுத்து!" லாரியை ஸ்டார்ச் செய்துகொண்டிருந்த டிரைவரைப் பார்த்துக் கத்தினார் சாம்பைய்யா.

வெங்கடபதியின் இதயம் நின்றுவிட்டது போலிருந்தது!

"எந்த மில்லுக்கய்யா தானியத்தைக் கொண்டுபோறீங்க?" குமஸ்தாவைக் கேட்டார்.

"நம்ம கனகய்யா சாரோட மில்லுக்குத்தான்!"

"ச்சத்! நிறுத்துங்க. கனகய்யா மில்லுக்குள்ள ஒரு நெல்மணி போறதுக்கு விடமாட்டேன். பரமேஸ்வரி மில்லு முதலாளி ராமாவதாரத்துக்கு நான் பேசி வாக்கு கொடுத்துட்டேன். கனகய்யாவுக்கு இல்லே" - சாம்பைய்யா ஆத்திரத்துடன் சொன்னார். கனகய்யா குமஸ்தா திடுக்கிட்டான்.

"இதெல்லாம் என்னங்க வெங்டகபதிகாரு?" வெங்கடபதியைப் பார்த்து சொன்னான் குமஸ்தா.

"நான் கனகய்யாவிடம் ஒரு மாசத்துக்கு முந்திய வாக்கு கொடுத்திட்டேன். கொஞ்சம் பணத்தைகூட வாங்கிட்டேன்" தந்தையைப் பார்க்காமலேயே சொன்னான் வெங்கடபதி

கோபத்தில் சாம்பைய்யா உதடுகள் துடித்தன. "எவனெக்கேட்டு கொடுத்தேடா?" என்றபடியே சாம்பைய்யா கூலிக்காரர்களையணுகி "எறக்குங்க! ஊம், என்ன அப்பிடிப் பாக்கிறீங்க? சொல்றது உங்களுக்குத் தானே?" என்று கர்ஜித்தார்.

"லாரியே போகவிடுங்க குமாஸ்தாய்யா!" என்றான் வெங்கடபதி. அத்தனை தைரியம் வெங்கடபதிக்கு எங்கிருந்துதான் வந்ததோ? சாம்பைய்யா மகனை கண்களையுருட்டிப்பார்த்தார் கோபத்துடன்.

"லாரி இங்கிருந்து அசையிறதுக்கு விடமாட்டேன். எப்பிடி போகப் போகுதுன்னு நானும் பார்த்துடறேன்" என்ற சாம்பைய்யா லாரிக்கு முன்னால் சென்று நின்றுகொண்டார்.

லாரி டிரைவர் என்ன செய்வதென்று புரியாமல் எஞ்ஜினை நிறுத்திவிட்டார். "என்னங்கய்யா வெங்கடபதிகாரு இதெல்லாம்? எனக்கெதுக்கு இந்தத் தொல்லையெல்லாம்? அந்த கனகய்யாவையே அழைச்சிகிட்டுவாரேன்!"

"நீ நில்லுய்யா!" குமஸ்தாவை விலக்கிக்கொண்டு வெங்கடபதி லாரி முன்னால் நின்றிருந்த தந்தையினருகில் வந்து "நீ தள்ளிப்போ! லாரியை போகவிடு!"

மகனின்மேல்தந்தை கம்பை ஓங்கினார். "கழுதைப்பயலே, நீ பொண்டாட்டி பேச்செ கேட்டு...." சாம்பைய்யா பேச்சை முடிக்கவில்லை. பின்னால் சரிந்து விழுந்தார். தனயன் தந்தையை லாரியின் முன்னாலிருந்து தள்ளிவிட்டான்! சாம்பைய்யா கீழே விழுந்துகிடந்தார்! மகனை நோக்கிப் பார்த்தார். அப்போதும் வெங்கடபதிக்குத் தெரிந்தபாடில்லை. அங்கு விழுந்துகிடப்பது தன்னுடைய தந்தையல்ல - தானேதான் - அந்தத் தாழ்வு தன்னுடையதுதான் என்று!

லாரி இரைச்சலிட்டபடியே சென்றுவிட்டது. டிரைவர் பக்கத்தில் உட்கார்ந்திருந்த வெங்கடபதிக்கு லாரி தன்னுடைய இதயத்தின் மேல் ஏறி சென்றுகொண்டிருப்பதாய் தோன்றியது. தான் செய்தது என்ன?

கூலிக்காரர்களெல்லாம் திக் பிரமையுடன் அப்படியே நின்றிருந்தனர். கனகய்யாவின் குமாஸ்தா வந்து கீழே விழுந்து கிடந்த சாம்பைய்யாவைத் தூக்கி நிறுத்த முயன்றான். சாம்பைய்யா அவன் கையிலிருந்து தன்னை விடுவித்துக்கொண்டு பௌருஷமாகப் பார்த்தார். தானாகவே எழ முயன்று முடியாமல் மீண்டும் கீழே விழுந்தார். அம்புப் படுக்கையின்மேல் கிடந்த பீஷ்மரைப்போலத் தென்பட்டார்சாம்பைய்யாஅந்த குமஸ்தாவின் கண்களுக்கு!

எருக்களை கொண்டுசென்ற ராமுடு திரும்பி வந்தவன், வண்டியிலிருந்து கீழே குதித்து சாம்பைய்யாவைத் தூக்கி வீட்டிற்குள் அழைத்துச் சென்றான்.

சாம்பைய்யா மறுபடியும் வீட்டிலிருந்து வெளியே வரவில்லை. இருட்டுவதற்குள் இரண்டு லாரி தானியங்கள் பட்டணத்தையடைந்துவிட்டன. வெங்கடபதி திரும்பி வரவில்லை. கனகய்யனின் குமாஸ்தாதான் தானியங்களையெல்லாம் நிறுத்து மூட்டைகளில் ஏற்றி மில்லுக்கு அனுப்பிவைத்தான். முதல் லாரியில் மில்லையடைந்த வெங்கடபதி எல்லா தானிய மூட்டைகளும் மில்லை வந்து அடையும்வரை அங்கேயே உட்கார்ந்திருந்தான். அன்று முழுவதும் தலைநிமிர்ந்து பேசவில்லை. கனகய்யா பணத்தைக் கணக்கிட்டு ஐந்தாயிரத்தைப் பிடித்ததுபோக மீதியைத் தந்தான். வெங்கடபதி பணத்தைக் கணக்குப் பார்க்காமலேயே போயிட்டுவாரேன், என்றுகூட சொல்லாமல் வீட்டிற்கு வந்து சேர்ந்தான்.

காலந்தாழ்த்தி, வருத்தத்துடன் வந்த கணவனைப் பார்த்து நினைத்துக்கொண்டாள் வரூதினி. அவர் சென்ற வேலை நடந்து முடியவில்லைபோலும். கிழவன்அவரைஜெயிக்கவிடுவானா? தகப்பனுக்கேத்த

தலையாட்டித் தலையை யாட்டிக்கிட்டு வந்திருக்கான். அந்த மொகத்தைப் பார்த்தாலே தெரியுதே?

"கையாலாகாதவன் எதுக்குப் போகணும்? தலையில முக்காடெ சுத்திகிட்டு எங்கிட்ட அழுவுறதுக்காக ஏன் வந்தெ? அதெ உங்கப்பனுக்கு முன்னாலே தெரியவச்சிருக்கக்கூடாது?"

"வாயெ மூடு!"

"அப்பன் வாயை மூடிவைக்க முடியாதவனான நீ என்வாயை மூடச்சொல்றியா?"

ரூபாய் நோட்டுக் கட்டுகள் பறந்து வந்து வரூதினி முகத்தில் படாரென விழுந்தன. வெங்கடபதியின் முகத்தைப் பார்த்த வரூதினியின் உடம்பெல்லாம் வியர்க்கத் தொடங்கியது! அறைக்குள் சென்று சுருண்டு படுத்துக்கொண்டாள்.

ஒருமணிநேரம் கழிந்தபின் வெங்கடபதி குளித்துமுடித்து டைனிங் டேபிள் முன்னால் உட்கார்ந்தான். வேலைக்காரச் சிறுமி ப்ளேட்டில் சாதமும், ஒரு கிண்ணத்தில் கோழிக்குழம்பும், மற்றொரு ப்ளேட்டில் கோழி வறுவலும் கொண்டுவந்து வைத்தாள். கோழியின் கால்களை முன்பற்களால் கடித்துச் சுவைத்துக்கொண்டிருக்கையில் வரூதினி ஞாபகத்திற்கு வந்தாள். வரூதினிக்கு அந்த மாமிசம் என்றால் கொள்ளைப் பிரியம்.

வேலைக்காரச் சிறுமியை அழைத்து - "அம்மா சாப்பிட்டாங்களா?" என்று விசாரித்தான் வெங்கடபதி.

"இல்லைங்கய்யா! அம்மா எதுக்கோ அழுதுக்கிட்டுப் படுத்திருக்காங்க"

வெங்கடபதி உடனே கோழியின் காலை தட்டில் வைத்துவிட்டு எச்சில் கையுடன் மனைவியின் அறைக்குள் சென்றான். கணவனின் கைகளால் ஒரு கால் மணிநேரம் கெஞ்சவைத்தபின் வரூதினி மாயாஜாலத்திலிருந்து வெளிவந்து சாப்பாட்டின் முன்னால் உட்கார்ந்தாள்.

16

தெருவில் சாம்பைய்யாவால் தலைநிமிர்ந்து நடக்க முடியவில்லை. அவரால் ராமாலயத்திற்கோ, நான்குபேர் சேர்ந்திருக்கும் இடங்களுக்கோ சென்று மூன்று மாதங்கள் ஆகிவிட்டன. வயலுக்குச் செல்லவேண்டிய நிர்பந்தம் ஏற்படும்போது மட்டுமே முத்தாலம்மன் கோவிலைச்சுற்றி வந்து ஆள்நடமாட்டமில்லாத பாதைவழியாக சென்று வந்தார். காட்டில் அவ்வளவாக அவசர வேலைகளும் இருப்பதாகத் தெரியவில்லை. வேலைக்காரன் ராமுடுவே எல்லாவேலைகளையும் கவனித்துக்கொள்கிறான். வீட்டிலேயே கட்டிலின்மீது உட்கார்ந்தும் படுத்தும் காலத்தைக் கடத்திக்கொண்டிருந்தார். மாட்டுத் தொழுவம், வீடு இவை தவிர வேறு உலகமே இல்லை என்பதுபோல நடந்து கொண்டார். தினமும் கண்காணித்து வந்த வீட்டு வேலைக்காரன், எப்போதோ சில சமயங்களில் வந்துபோகும் சித்தன், பிச்சைக்காரர்கள் இவர்களைத்தவிர வேறு மனிதர்களின் சகவாசமே இல்லை.

சூல்டு கன்றை ஈன்று ஒருவாரம் கழிந்திருந்தது. சாம்பைய்யாவிற்கு நல்லதொரு வாய்ப்பு நேரத்தை செலவுசெய்ய கிடைத்திருந்தது. வெளி வராண்டாவிலேயே கட்டிலைப் போட்டுக்கொண்டு, சின்னஞ்சிறு கன்றுக்குட்டியை கட்டிலின் காலில் கட்டிவைத்துக்கொண்டு எந்த நேரமும் அதனோடு விளையாடிக்கொண்டிருந்தார். தளதள கொழுகொழுவென்று துள்ளி விளையாடியபடி முட்டவரும்போதும், தாயின் மடியில் முட்டி முட்டிப் பால்குடிக்கும்போதும் அதனுடைய சேட்டைகளைக் கண்டு பரவசமடைந்தார் சாம்பைய்யா.

இதுவே ஆறுமாசம் கடந்துவிட்டால் தனக்கு பிடிபடாமல் போய்விடும். இன்னும் ஒருவருடம் கடந்துவிட்டால் இளம் காளயை மாட்டுக்கொட்டிலையே ஒரு வழி பண்ணிவிடும். பின்னும் ஒரு வருடம் சென்றுவிட்டால் வயசுக் காளையாய் எல்லோரையும் முட்டமுட்ட விரட்டும்.

சாம்பைய்யாவின் கைகளை நக்கி நக்கி விளையாடிக்கொண்டிருந்த கன்றுக்குட்டி, மாட்டுக் கொட்டிலுக்குள் தாய்ப்பசு வருவதைப் பார்த்ததும் துள்ளிக்குதித்தது. சாம்பைய்யாவின் கட்டில் அசைந்து கொடுத்தது.

தாய்ப்பசு குழந்தையை அன்புடன் நக்கித் தந்து பாசவலையில் பிணைத்திருந்தது. சாம்பைய்யா எழுந்து" சற்று பலவந்தமாக பசுவையும் கன்றையும் விலக்கி காடியில் கட்டிவிட்டார். இளம்கன்று பிரிவைத் தாங்கமுடியாமல் ‘அம்மா!’ என்று கத்தியது.

அடக்கிவைத்திருந்த பாசமும், நேசமும் சாம்பைய்யாவின் இதயத்தைக் கிழித்துக்கொண்டு பொங்கிப் பிரவகித்தது.

வெங்கடபதி! தன்னோட மகன் வெங்கடபதி! முப்பது வருடங்கள் தன் நெஞ்சின்மேல் போட்டு வளர்த்த வெங்கடபதி! அவனை கண்ணின் இமை காப்பதுபோல வளர்த்தார். அவனே சர்வமுமாய் நினைத்திருந்தார். அவனுக்காகவே தன் வாலிபம் - ஆனந்தம் அனைத்தையுமே தாரைவார்த்தார். வாழ்நாள் முழுவதும் அவனுக்காகவே வரையறுத்திருந்தார். தின்றும், தின்னாமலும், வெயிலிலும், மழையிலுமாய் உடம்பை வறுத்தி உழைத்தார். மான, அவமானங்களையெல்லாம் சகித்துக்கொண்டார். பெருத்த செல்வத்தைச் சேர்த்துவைத்தார். அந்தஸ்தை உயர்த்திக் கொண்டார். கௌரவத்தை நிலைநிறுத்திக்கொண்டார். அதற்கு பிரதிபலனாக தனக்கு தன் மகன் எதைத் தந்தான்? மகனிடமிருந்து தான் விரும்பியது என்ன? தன் வாழ்க்கையில் தேவைப்படுவது எது?

சாம்பைய்யாவின் நெஞ்சு பாரமாய் கனத்தது. கண்கள் கசிந்தன. அன்று யுகாதிப் பண்டிகை. ராமுடு அதிகாலையிலேயே இவ்வளவு சோத்தை வடித்துவைத்துவிட்டுப் போயிட்டான். பண்டிகையும் அதுவுமாய் மகனும் மருமகளுமாய் கலகலப்புடன் இருக்கவேண்டிய வீடு!

முப்பது வருடங்களுக்கு முன்னால் இதே பண்டிகை நாளில் - துர்கம்மா தலைக்கு எண்ணெய் தேய்த்து குளித்து, புதுப் புடவையுடன், தட்டில் வடை, அதிரசம் போன்ற பண்டங்களையெல்லாம் வைத்துவிட்டு - தான் தின்றுகொண்டிருக்கும்போது - என்ன சொன்னாள்?

‘மகன் பொறக்கப்போறான்’ என்று சொன்னதைக் கேட்டதும் எத்தனை பரவசப்பட்டாரோ! அவன்மேல் எத்தனை ஆசைகளை வளர்த்துக்கொண்டாரோ? எத்தனை கனவுகளில் சஞ்சரித்தாரோ? எங்கே? இன்றைய நாளில் தன்னுடைய வெங்கடபதி எங்கே?

பொழுது சாயும் நேரம்வரை வெங்கடபதியைப் பற்றிய நினைவுகளிலேயே மூழ்கியிருந்தார் சாம்பைய்யா. எந்த முகூர்த்தத்தில் மகனுக்குக் கல்யாணம் நடந்ததோ அப்போதிருந்து ஒரு நாளாவது மனசாந்தியென்பது மருந்தளவும் கிடைக்கவில்லை. சென்ற வருடம் முழுவதுமே ஏட்டிக்குப் போட்டியாகவே காலம் கழிந்தது. இந்த புதுவருடமாவது எப்பிடியிருக்கப் போகுதோ? தன்னோட வெங்கடபதி நல்ல வழிக்கு வருவானா,

சாம்பைய்யா எழுந்து தலையில் துண்டைப்போட்டு மூடியபடி ராமாலயத்தை நோக்கிப் புறப்பட்டுச்சென்றார். அப்போதே மக்கள் கூட்டம் நிரம்பி வழிந்தது. ராமாலயத்தின் திண்ணையிலும், வாசல் படியிலும் ஊர் பெரியவர்களெல்லாம் அமர்ந்திருந்தனர்.

ஏழைய எளியவர்கள், தாழ்வான நிலையிலுள்ளவர்களெல்லாம் கீழே தரையில் ஒருபக்கமாக அமர்ந்திருந்தனர்.

பஞ்சாங்க, சாஸ்திரங்கள் பாராயணம் முடிவடையும் தருணம். சாம்பைய்யா மெதுவாக அடிமேல் அடிவைத்துச்சென்று ராமாலயத்தின் சுவரில் சாய்ந்தபடி ஒருபக்கமாக உட்கார்ந்திருந்தார். ஆழ்ந்து உபந்யாசத்தில் ஈடுபட்டிருந்த யாருமே சாம்பைய்யா வந்ததைக் கவனிக்கவில்லை.

பஞ்சாங்கம் படிப்பது முடிந்ததும் சாஸ்த்ர பண்டிதர் -------- வராகத்தில் ஏறி எந்தயெந்த திசையில் சென்றால் எந்தெந்த உயிர்களுக்கு லாபமோ, நஷ்டமோ ஏற்படப்போகிறதென்பதை விவரித்துச் சொல்லிக்கொண்டிருந்தார். கடைசி நிகழ்வாக சிலருடைய பெயர்கள், பலன்கள் வாசிக்கவிருக்கையில் எல்லோரும் நன்றாக அமர்ந்துகொண்டு ஒருவர் பெயரை இன்னொருவர் எடுத்துக்கூற, பலன்களை கேட்கத் தொடங்கினர்.

அஞ்சைய்யா, ராமசுப்பைய்யா, லட்சுமிபதி, கோட்டய்யா, வீரய்யா என்று ஒருவர் மற்றவர் பெயரை சாஸ்திரியிடம் சொல்வதும், பலன்களைக் கூறியதும் ஒருவருக்கொருவர் வாழ்த்துக்களைக் கூறுவதுமாய் சந்தோச ஆரவாரத்தில் திளைத்திருந்தனர். அட்க்ஷர வரிசைப்படி பெயர், பலன்கள் சொல்லக்கேட்டதும் வந்திருந்த ஜனங்களில் பெரும்பாலானவர்கள் தங்கள் தங்கள் லாப நஷ்ட பலன்களை மனதில் அசைபோட்டுக்கொண்டபடியே சென்றுவிட்டனர். ஒரு பத்துபேர் ஊரிலுள்ள பெரியவர்கள் மீதப்பட்டிருந்தனர். அவர்கள் சாஸ்திரியின் பக்கமாக நெருங்கியமர்ந்துகொண்டு புதுவருட விஷேசங்களைப் பற்றிப் பேசிக்கொண்டிருந்தனர்.

சாஸ்திரி பஞ்சாங்கத்தை மடித்துவைத்துவிட்டு எழப்போகும் சமயத்தில் ஏதோ நினைவுக்கு வந்தவராய் நின்றுவிட்டார். "ராமசுப்பையாகாரு! எங்கே நம்ம சாம்பைய்யாகாருவை கண்ணுலயே காணலியே. ஒவ்வொரு வருஷமும் முன்வரிசையில் உட்கார்ந்து புராணத்தைக் கேட்டுக்கொண்டிருக்கும் சாம்பைய்யா தென்படாததால் கேட்டார் சாஸ்திரி.

"சாம்பைய்யாவுடையதே பெரிய பஞ்சாங்கம் ஆயிடுச்சி. இன்னும் இதுகூடவா கேட்கப்போறாரு?" என்ற ராமசுப்பையாவின் பேச்சைக் கேட்டதும் எல்லோரும் ஒருவர் முகத்தை ஒருவர் பார்த்து தங்களுக்குள் சிரித்தனர்.

"என்னங்க, நீங்க சொல்றது? சாம்பைய்யாகாருக்கு என்ன ஆச்சு?" பரிவுடன் கேட்டார் சாஸ்திரி.

"ஆமா, ரொம்பவே இருக்கு கதை!" என்றார் அஞ்சய்யா.

"உங்களுக்குத் தெரியாதா என்ன? மகன் நல்லாவே செம அடி குடுத்துட்டான்" என்றான் வீரய்யா.

"ஹரி ஹரி! சாம்பைய்யாவோட மகன் வெங்கடபதி ரொம்ப நல்ல பையனுங்களே! இவ்வளவு மோசமா எப்பிடி நடந்துகிட்டான்?

"பையன் புத்திசாலிதான். ஆனா அப்பனோ?" என்றார் ராமச்சந்திரன்.

"அப்பிடி நடப்பான்னு எனக்கு எப்பவோ தெரியும்!" என்றார் வீரய்யா.

"ராம ராம! இந்த அளவுக்கு தகப்பன் மகனுக்குள்ளே மனஸ்தாபம் ஏன் வந்தது? ஒரே மகன்தானே? மருமகளும் குடித்தனம் செய்ய வந்ததாக கேள்விப்பட்டேனே?"

"அதுதான் பெரிய விஷயம்னு சொல்லனும் சாஸ்திரியாரே! மகனையும், மருமகனையும் நிம்மதியா வாழவிட்டாதானே?" என்றார் ராமசுப்பையா.

"சிவ சிவா! சாம்பைய்யாவை பத்தி நீங்க சொல்றதையெல்லாம் என்னால நம்பவே முடியல்லை. அந்த மகன் மேல அவருக்கு அவ்வளவு உயிரையே வச்சிருந்தாரு இல்லையா" சாம்பைய்யாகாரு.

ஒவ்வொரு வருஷ யுகாதி பண்டிகைக்கும் ஒன்றிரண்டு நல்ல காரியங்களுக்காக பண உதவி செய்வார். ஆனா இந்த வருஷம் பஞ்சாங்கத்தை கேட்கவும் வரல்லே. வீட்டிற்குச் சென்று பார்க்கணும்!" என்றவாறு சாஸ்திரி பஞ்சாங்கத்தை கக்கத்தில் இருக்கிக்கொண்டு ராமாலயத்தின் படிகளைவிட்டு இறங்கினார்.

அப்போதே நன்றாக இருள் சூழ்ந்துவிட்டிருந்தது. சாஸ்திரிக்கு தன்மீதிருந்த அபிமானத்தைக் கேட்டதும் சாம்பைய்யாவிற்கு தொண்டை தழுதழுத்தது. அவர் இன்னும் சுவரின் மறைவில் முடங்கியபடி அமர்ந்திருந்தார்.

"என்ன? இந்த சாஸ்திரி சாம்பைய்யாவைப் பற்றி ரொம்பவும் புகழ்றாரே?" மற்றவர்களைப் பார்த்துச் சொன்னார் வீரய்யா.

"காலோ அரையோ கையில விழுறவரைக்கும் அப்படித்தாய்யா பேசுவாரு அந்த சாஸ்திரி! தெரிஞ்சதுதானே?" என்றார் அஞ்சைய்யா.

"மகனும் மருமகளும் பண்டிகைக்குக்கூட வரலையாமே?"

"எல்லாத்தையும் கேட்டுட்டு ராமனுக்கு சீதை என்ன ஆவான்னு கேட்டமாதிரியிருக்குய்யா நீ சொல்றது?"

"சாம்பைய்யா பொழச்சிருக்குற வரைக்கும் மருமகளை வீட்டுக்குள்ள மிதிக்க விடுவான்னு சொல்றியா?"

“ஆமா, மூட்டைகட்டி எடுத்துட்டுப்போகட்டும். மண்ணெ தின்னு சம்பாதிச்சான். மகனையும்கூட திங்கவிடாமெ காடியில நாயாட்டம் உக்கார்ந்து கெடக்காண்டா!”

“இந்த வயசுல சாம்பைய்யாவுக்கு எதுக்குய்யா அவ்வளவு வீம்பு? மகனுக்கு மகன் பொறக்கப்போற வயசுல மகனாட சண்டைபோட்டிட்ருக்குறது என்ன நல்லாவா இருக்கு?”

“இனி எத்தனை நாளைக்கு இருக்கப்போறான் மனுசன்? சிலையாட்டம் அப்படியே இருந்துடப்போறானா நாளைக்கே அப்பன் செத்துப்போயிட்டா வெங்கடபதிக்குதானே சொத்தெல்லாம் தன்னால வந்து சேரும்?”

“மகன் கையால ஒதையெ வாங்கிகிட்டு இன்னும் அந்த சாம்பைய்யா உசுரோட இருக்கான். அதே இடத்துல வேறொருத்தனாயிருந்தா கம்மாத்தண்ணியில விழுந்து செத்தே போயிருப்பானாக்கும்”.

“ஆமாமா! பொழச்சிருக்குற வரைக்கும் தானும் சுகப்படாமெ, மத்தவங்களையும் சுகபடவிடாமெ என்னய்யா நல்லாருக்கப்போறான் அந்த சாம்பைய்யா?” என்றபடி ராமசுப்பைய்யா இடுப்பில் சுற்றியிருந்த துண்டையெடுத்து உதறித் தோளில் போட்டுக்கொண்டு செல்லத்தொடங்கினார். அவரோடு சேர்ந்து மற்றவர்களும் புறப்பட்டனர்.

இருளில்தூரத்தில் அமர்ந்தபடி அவர்களின் பேச்சைக் கேட்டுக்கொண்டிருந்த சாம்பைய்யா நொந்துபோனார். யாராவது பார்த்துவிடப் போகிறார்களேயென்று பயந்து இன்னும் தன்னை ஒடுக்கிக்கொண்டு உட்கார்ந்திருந்தார். எல்லோரும் சென்றுவிட்டனர். சாம்பைய்யா மெதுவாக எழுந்து வீட்டைநோக்கி நடந்தார்.

தன்னைப் பற்றி எவ்வளவு அவதூறாகப் பேசுகிறார்கள் இவர்கள்! தன்னைப் பார்த்தால் இவர்களுக்கெல்லாம் பொறாமையும், வெறுப்புமே தவிர வேறு சொல்வதற்கில்லை. அதிலும் பாதிபேருக்கு கோள்சொல்லியே பழக்கப்பட்டவர்கள். அதில்தான், அவர்களுக்கு திருப்தி. நம்மைவிட அவன் பெரிய பணக்காரனா ஆகிவிடலாமா என்ற கெட்டநோக்கம் கொண்டவர்கள். அப்படி நான் என்ன அவர்களுக்கு கெடுதல் செய்தேன்? யாருடைய சொத்தையோ, பணத்தையோ பறிக்கவில்லையே? கஷ்டப்பட்டு உழைத்துச் சம்பாதித்தேன், வயிற்றைக்கட்டி வாயைக்கட்டி சேர்த்துவைக்கிறேன். கூலிக்காரங்களை கூலிகொடுக்காமல் வயிற்றிலடிக்கவில்லையல்லவா? கடன்காரனை ஏமாற்றவில்லையே? மொள்ளமாரித்தனம் செய்து கோர்ட்டுக்கு ஏறி தாயாதிகளின் ஆஸ்தியை வஞ்சகமாக அபகரிக்கவில்லையே? தன் மகன் தன்னோடு எதிர்த்து நின்று சண்டைபோடுவது தான் இவர்களுக்கு பரமதிருப்தியை யளிக்கிறது. அவன் நான் சம்பாதித்த சொத்தையெல்லாம் தொலைத்துக்கொண்டிருந்தால் அதைப் பார்த்து கண்குளிரப் பரவசப்படுவார்கள் போலும்? நல்லது கெட்டது யோசிக்கத்

தெரியாத மனிதர்கள்! இதும் ஊரா? இவர்களும் மனுஷங்கதானா? பெரிய மனிதர்கள் என்ற போர்வை போர்த்தி எத்தனை கீழ்த்தரமாக நடந்துகொண்டிருக்கிறார்கள்?

இத்தனை நாட்களாய் பெரிய மனிதர்களின் அனுதாபம் தன்மேல் உண்டு என்று நம்பிக்கைகொண்டிருந்தேன். எல்லோரும் தன் மகனையும் மருமகளையும் குற்றம் சுமத்திப் பேசுகிறார்களென்று நினைத்தேன். ஆனால் இன்றோ தன் காதுகளாலேயே கேட்கமுடிந்தது. ச்சீ! ச்சீ! தன் பொழப்பு இப்படியா ஆகணும்? வேண்டியவங்களுக்கும், வேண்டாதவங்களுக்கும் எளக்காரமாபோய்ட்டேனே? ஆமாம்! அவர்கள் சொல்லிக்கொள்வதிலும் உண்மை இருக்கத்தானே செய்கிறது? நாளை நான் செத்தபிறகு வெங்கடபதியை யார் தடுக்கப்போகிறார்கள்? அவன் தன் பொண்டாட்டி சொன்னபடி ஆடமாட்டானா? நல்லதோ, கெட்டதோ அவர்களை அவர்கள் வழியில் விட்டுவிட வேண்டியதுதான் நல்லது. எனக்கெதற்கு இந்த மனவேதனையெல்லாம். இந்த சொத்தை அவனுக்காகத் தானே அரும்பாடுபட்டு சேர்த்துவைத்தேன்? அவனைத்தவிர இன்னொருத்தனுக்குத் தன்னால் தரமுடியுமா? எந்தக் கோவிலுக்கோ எழுதிவைத்துவிட்டால்.

சாம்பைய்யாவுக்கு இப்படியொரு ஆலோசனை திடீரென்று உதித்ததும் அவரே ஆடிப்போய்விட்டார். நான் கோவிலுக்கு சொத்தையெல்லாம் எழுதித் தருவதாவது? எனக்கு நாதியில்லையா? புள்ளைகுட்டி இல்லாத அநாதையா என்ன? என்னோட மகன் தகப்பனாகப் போகிறான். இனி நான் விலகிக்கொள்வதுதான் நல்லது. எனக்கு வேண்டியது என்ன? இவ்வளவு சோறு - அதுமட்டுமே!

வீட்டிற்கு வந்து சேர்ந்த சாம்பைய்யா கதவு திறந்திருப்பதைக் கண்டதும் திடுக்கிட்டார். ஒருவேளை புரோகித சாஸ்திரிகளாக இருக்குமோ? அவராக இருந்தால் வராண்டாவிலேயே அமர்ந்திருப்பாரே? கூடத்திற்கு செல்ல வேண்டிய காரியம்.

வராண்டாவைக் கடந்து மடமடவென உள்ளே சென்றார் சாம்பைய்யா. வீடு முழுக்க இருட்டாகயிருந்தது. லாந்தரை ஏற்றினார். தீக்குச்சி உரசிய வெளிச்சத்தில் தன்னுடைய படுக்கையில் யாரோ முதுகைக் காட்டி திரும்பி படுத்திருப்பது தெரியவந்தது.

“யாரது?” பரபரப்புடன் கேட்டார்.

வெங்கடபதி எழுந்து தகப்பனின் முன்னால் தலைகுனிந்து நின்றான். தீக்குச்சியின் வெளிச்சத்தில் மகனின் முகம் பரிதாபமாய் தென்பட்டது.

“இருட்டுல எதுக்காக படுத்திருக்கேடா? தீபம்கூட ஏத்தல்லே. ராமுடு அம்மா வரலியா?” சாம்பைய்யாவின் இதயத்திற்குள் வாத்ஸல்யம் பொங்கி வழிந்தது.

அந்த நிமிடத்தில் மகன்மேலிருந்த கோபமெல்லாம் பனிபோல கரைந்துவிட்டது. தீக்குச்சியின் ஜ்வாலை சாம்பைய்யாவின் விரல்களை சுர்ரெனத் தீண்டியதும் குச்சியைத் தூர எறிந்துவிட்டு, மற்றொரு குச்சியை உரசி லாந்தரைத் தேடினார். லாந்தரையேற்றி முக்காலியின்மேல் வைத்துவிட்டு வராண்டாவில் வந்து உட்கார்ந்தவர், மகனின் வருகைக்குரிய அந்தரங்கம் என்னவாக இருக்கும் என்ற ஆலோசனையில் மூழ்கிவிட்டார் சாம்பைய்யா.

வெங்கடபதி தான் வாங்கிவந்த லட்டு, ஜிலேபி, பூந்திப் பொட்டலங்களை விரித்து ஒரு தட்டில் வைத்து தகப்பன் முன்னால் வைத்தான். சாம்பைய்யாவின் கண்களை தானே நம்பமுடியாதவராய் யோசிக்கத் தொடங்கினார். இது இவனோட சொந்த புத்தியில வாங்கிட்டு வந்ததில்லை. பொண்டாட்டி சொல்லித் தந்திருப்பாள். ஏதோ திட்டம்போட்டு அனுப்பியிருப்பாள்.

"எனக்கு எதுக்குடா இந்த லட்டுகளும் லொட்டுகளும்?" என்றார் சாம்பைய்யா.

"தின்னு, உனக்காகத்தான் வாங்கியாந்தேன்!" தயங்கித் தயங்கிச் சொன்னான் வெங்கடபதி.

"தின்னதெல்லாம் போதும். எதுக்காக வந்தே?"

"சும்மாத்தான் வந்தேன், பண்டிகைன்னு!" வெங்கடபதியின் தொண்டை இறுகிக்கொண்டது.

மகனின் குரலில் தொனித்த நடுக்கம், தயக்கம், வருத்தம் சாம்பைய்யாவின் இதயத்தில் இடம்பிடிக்கத் தொடங்கியது. அவன் வெறும் அப்பாவி. தன்மீது அன்பும் பாசமும் இல்லாமலில்லை. ஜிலேபியை வாயில்வைத்து சப்புக்கொட்டியபடியே நினைத்தார் சாம்பைய்யா.

அவனாகவேதான் வந்திருப்பான். நான் பண்டிகையும் அதுவுமாய் தனியாக இருப்பேனென்று தெரிந்துதான் வந்திருக்கிறான். அவன் பொறந்து புத்தி தெரிந்த நாளிலிருந்து ஒவ்வொரு வருஷ பண்டிகை நாளிலும் தன்னோடு தான் இருந்திருக்கிறான். அவனுக்குப் பதினாறு வயது வர்ற வரைக்கும் ஒவ்வொரு பண்டிகைக்கும் எண்ணெய் தேய்த்துக் குளிப்பாட்டி, புதுத்துணிகளைப் போட்டுவிடுவார். அதெல்லாம் அவனுக்கு மட்டும் ஞாபகத்தில் இருக்காதா என்ன? அவன்தான் செய்த அவசரப் புத்தியை நினைத்து அவன் எவ்வளவு வருத்தப்படுகிறானென்பது, அவன் முகத்தைப் பார்த்தாலே தெரியுது. எந்த நிலையிலும் அவன் எதைக் குறித்தும் வருத்தப்பட்டதில்லை. அவன் தப்பு என்ன? பொண்டாட்டி விஷத்தை ஏற்றியிருக்கிறாள். அவன் விழுங்கிவிட்டான். இப்போ வருத்தப்படுகிறான். இனி புரிந்துகொண்டால் - அவன் திருந்தி நல்லவனாகிவிடுவான். என்மகன் வெங்கடபதி திருந்திவிடுவான்.

தட்டில் இருந்த இனிப்புவகைகள் முழுதுமாய் காலியாகும் வரைக்கும் சாம்பைய்யாவின் வாயோடு மூளையும் வேலைசெய்துகொண்டிருந்தது.

மறுநாள் வெங்கடபதி பிரயாணமாகி வராண்டாவில் சுருட்டு புகைத்துக்கொண்டிருந்த தந்தையின் முன்னால் வந்து நின்றான். சாம்பைய்யா சுருட்டை வீசியெறிந்துவிட்டு அருணாக்கொடியில்கட்டியிருந்தசாவிக்கொத்தை எடுத்து வெங்கடபதியின் முன்னால் எறிந்து- "உன் இஷ்டம்! என்ன செஞ்சாலும் செஞ்சுக்கோ? எனக்கென்ன வந்தது இந்த பொத்திப் பொத்தி பாதுகாப்பு?" என்றார்.

வெங்கடபதி திடுக்கிட்டான்.

"பணத்துக்காக வரல்லே. சும்மதான் வந்தேன்" என்றான்.

"பணத்துக்காக வந்தியோ, சும்மா வந்தியோ, எங்கிட்ட எதுக்காகடா சொல்றே? மாடு, கன்னு, நெலம் நீச்சு, தோப்பு தொரவு, வீடு வாசல் எல்லாத்தையும் விட்டுட்டு நீ டவுன்ல உட்கார்ந்திருந்தா எவண்டா இங்க பார்த்துக்கிறது?" எனச் சொல்லி சாம்பைய்யா உள்ளுக்குள் சந்தோசப்பட்டார்.

மகன் கட்டுப்பாட்டிற்குள் வருகிறான். இப்போது மெத்தனமாக இருந்துவிடக்கூடாது. எல்லாவற்றையும் அவன் தலையில் சுமத்திவிட்டால் வழிக்கு வராமல் என்ன செய்வான்?

"அவ பிரசவித்த பொறகு எல்லாருமா சேர்ந்து ஒரேயடியா வந்துடுதோம், இன்னும் நாலே மாசம் பொறுத்துக்கோ."

"எல்லாருமா சேர்ந்து கங்கையில குதிப்பீங்களோ, வீடு வாசலை பாத்துகிடுவீங்களோ - உங்க இஷ்டம்! நாலு மாசமில்ல நாலு வருஷம் கழிச்சி வருவீங்களோ, எனக்கென்ன போச்சி?

முக்கோடி ஏகாதசி போனப்புறம் நானு கிழக்கபோயி நாலுமாசம் இருந்துட்டு வரலாமுன்னு நெனக்கிறேன்". சொல்லி மகனின் பதிலையும் எதிர்பார்க்காதவராய் எழுந்து மாட்டுத் தொழுவத்திற்குள் சென்றுவிட்டார் சாம்பைய்யா.

வெங்கடபதி தரையில் கிடந்த சாவிக்கொத்த எடுத்துக்கொண்டான். அப்பாவின் போக்கு மாறிவிட்டது. மனுஷன் முழுசா மாறிப்போயிட்டார். அந்த நிமிடத்தில் வெங்கடபதிக்கு தன்தலையின்மேல் தந்தை பெருத்த சுமையைத் தூக்கி வைத்துவிட்டதுபோலத் தோன்றியது. எத்தனையோ வருஷமாய் தகப்பன் பொறுப்புடன் சுமந்த சாவிக்கொத்து, தந்தையின் சரீரத்தில் ஒரு பாகமாய் இடம்பிடித்திருந்த சாவிக்கொத்து, வெங்கடபதியின் கைகளில் பெரிதும் சுமையுடன் இருப்பதுபோலத் தோன்றியது.

வெங்கடபதி பிரயாணத்தை நிறுத்தி வீட்டிலேயே தங்கிவிட்டான். வயலில் வேலையில்லாதபோதும், காலையிலும், மாலையிலும் வயலுக்குச் சென்று வரப்பு, வாய்க்கால் என்று பார்த்துவிட்டு வந்தான். பனங்காட்டையும் செவக்காட்டையும்கூட பார்த்துவிட்டு வந்தான். வேலைக்காரனிடம்

கீழக்காட்டில் சிதைந்திருந்த வரப்பைப் பற்றியும், புதுக்காட்டில் மண்வெடிப்பு தட்டியிருப்பது பற்றியும் எடுத்துச் சொல்லி அவற்றை மராமத்து செய்யச்சொல்லியும் வெங்கடபதி பேசிக்கொண்டிருப்பதைக் கேட்ட சாம்பைய்யாவிற்கு உடம்பு சிலிர்த்துவிட்டது. இதயத்தில் அமிர்தம் தெளித்ததைப்போல இருந்தது. ஆனாலும் எதையுமே கண்டுகொள்ளாததுபோல மௌனமாகவே இருந்தார்.

நான்கு நாட்களுக்கெல்லாம் வரூதினியிடமிருந்து செய்திவரவே வந்தது. ஊருக்கு வந்திருந்தகனகய்யாரகசியமாக வெங்கடபதிக்கு செய்தியையனுப்பினார். கனகய்யாவை சந்தித்துவிட்டு வீட்டிற்குத் திரும்பிய வெங்கடபதி உடனே பிரயாணத்திற்குத் தயாரானான். தொழுவத்தில் பால்பீச்சிக்கொண்டிருந்த சாம்பைய்யாவின் அருகில் சென்று சாவிக்கொத்தை கன்றைக் கட்டிப்போடுகின்ற மாட்டுக்கொட்டிலின் தூணில் தொங்கப்போட்டுவிட்டு "நான் புறப்படறேன்!" என்றான்.

சாம்பைய்யா வாயைத் திறக்கவில்லை. சொன்னதைக் கேட்காதவர்போல குனிந்து பால் செம்பைக் கையில் எடுத்தார். அவர் தலையைத் தூக்கிப் பார்ப்பதற்குள் வெங்கடபதி அங்கிருந்து சென்றுவிட்டான். சாம்பைய்யாவின் மனம் திடுக்கிட்டது. தவறு செய்தவர்போல வருத்தப்பட்டார். போயிட்டு வர்றேன்னு சொன்னாதான் "ஊம்" என்றாவது சொல்லியிருக்கலாம். ஏறிட்டுக்கூடப் பார்க்கவில்லை. இவ்வளவு அவசரமாக அவன் செல்லக் காரணம்? அங்கே என்ன நடந்ததோ! பிரசவிக்கும் நாட்கள்கூட நெருங்கவில்லையே? எப்படியிருக்காளோ என்னமோ? ஒரு பேச்சுக்காவது கேட்டிருக்கலாம்! அதை மனதில் வைத்துக்கொண்டுதான் அவ்வளவு வெசப்புடன் புறப்பட்டுவிட்டான் போலும்? அவன் மட்டும் என்னவாம்? அதைத் தன்னிடம் சொல்லியிருக்கக்கூடாதா என்ன? பொண்டாட்டிக்கி ஏதாவது முடியலேன்னா எங்கிட்ட சொல்லாமலா இருப்பான்? இல்லேன்னா பலராமய்யாவுக்கு ஏதாவது உடம்புக்கு அதிகமாயிடுச்சா? எதுவாயிருந்தாலும் சொல்லாமலா இருப்பான்?

சாம்பைய்யாவின் மனம் பல பலவிதமான யோசனைகளில் திளைத்திருந்தது. மகன் விட்டுச்சென்ற கொத்துச்சாவியையும், பால் செம்பையும் எடுத்துக்கொண்டு வீட்டிற்குள் சென்றார் சாம்பைய்யா. பால் செம்பை ராமுடுவின் தாயிடம் தந்துவிட்டு மேற்கிலுள்ள அறைக்குள் சென்று இரும்புப்பெட்டியைத் திறந்து பார்த்தார்.

இரும்புப்பெட்டி காலியாகக் கிடந்தது! சாம்பைய்யாவின் இதயம் அதிர்ந்தது.

17

வெங்கடபதி கையில் பையும், பணத்தையும் தந்து "ராத்திரிக்கி ராமனாதபாபு வர்றாரு" என்றாள் வரூதினி.

பணத்தை எண்ணிப்பார்த்துக்கொண்டிருந்த வெங்கடபதி தலையைத் தூக்கி மனைவியின் முகத்தைப் பார்த்தான்.

"என்ன அப்படி வாயைத் திறந்தபடி திகைச்சிப் போயிட்டீங்க? ராத்திரிக்கி ராமனாதபாபு நம்ம வீட்டுக்கு டின்னருக்கு வர்றாரு. முந்தாநேத்து இடம் ரிஜிஸ்தர் பண்றப்ப கூப்பிட்டோமில்லையா? நெனவிருக்கா?" வெங்கடபதி நினைவுக்கு வந்ததும் "மறந்தே போயிட்டேன் ஆமா!"

"ரொம்ப நல்லாருக்கு, நானும் மறந்திருந்தா மானம் போயிருக்கும். சீக்கிரமா போயி வாங்கிட்டு வாங்க" என்றாள் வரூதினி.

"அவருக்கு நம்ம வீடு தெரியுமில்ல! ஆனாலும் இப்பவே எதுக்கு?

ராத்திரிக்குத்தானே சாப்பாடு?" தெளிவாகவே சொன்னான் வெங்கடபதி.

"அய்யோ, உங்க தெளிவும் நீங்களும்? பஜாருக்குப்போயி சரக்குகளெ வாங்கிட்டுவர பையும் பணமும் தந்தா, அவரை கூட்டிட்டு வரவான்னு கேக்குறீங்களே?" வந்த சிரிப்பை அடக்கிக்கொள்ளாமலேயே சிரித்துவிட்டாள் வரூதினி.

"என்னென்ன வாங்கியாரச் சொல்றேயாம்?"

"ஒரு பெட்டைக்கோழி. ஒன்னு சரியாப்போகும்! ரொம்ப முதிர்ந்ததை வாங்கிட்டு வராதீங்க! கெழுத்தி மீனு இருந்தா - இது இல்லேன்னா வாளை மீனுயிருந்தா வாங்கிக்கோங்க. கிஸ்மிஸ் - ஆமா ஒரு அரை சேர் அல்வா - இன்னும்... முந்திரி... மொதல்ல இதை வாங்கிட்டு வாங்க!"

வாசற்படியைத் தாண்டிச் செல்லத் தொடங்கிய கணவனை அழைத்து ஆந்திர ரத்ன வெத்தலபாக்கு கடையில ரெண்டு ஸ்பெஷல் பீடா கட்டித்தரச்சொல்லி வாங்கிட்டுவந்துடுங்க. எத்தனென்னு சொன்னே? ரெண்டா! மூனு பீடாக்களெ வாங்கிட்டு வாங்க. அங்கயே உட்காந்துடாதீங்க. போனோம் வந்தோம்னு இருக்கணும்!" சொன்னாள் வரூதினி.

இன்னும் ஏதாவது சொல்லப்போகிறாளோ வந்து ஒருநிமிடம் நின்றவன், பின்னர் சொன்னவைகளை ஞாபகப்படுத்தியபடியே பையை ஆட்டிக்கொண்டு ரோட்டை வந்தடைந்தான் வெங்கடபதி.

வெங்கடபதி பஜாரிலிருந்து வருவதற்குள் வரூதினி டிராயிங் ரூம் டைனிங் ரூம்மையும் தூசிதட்டிச் சுத்தப்படுத்தினாள். நாற்காலிகள், சோபாக்கள் மீதுள்ள உறைகளை மாற்றினாள். வேலைக்காரச் சிறுமி கமலாவிடம் பாத்திரங்களையெல்லாம் சுத்ததமாகத் தேய்த்து கழுவச் சொன்னாள். விட்டின் முன்புறமுள்ள பூக்களையும், இலைகளையும் பறித்து பூஞ்சாடிகளில் வைத்து அழகுபடுத்தினாள்.

வெங்கடபதி சாமான்களோடு வீட்டிற்கு வந்ததும், இன்னும் தேவையானவற்றையெல்லாம் வாங்கிவர மீண்டும் பஜாருக்கு அனுப்பிவைத்தாள். வெங்கடபதி மறுபடியும் கடைத்தெருவிற்குச் செல்ல விருப்பமில்லாமல் சலித்துக்கொண்டபடியே சென்றான்.

ராத்திரி மணி எட்டு. வரூதினி டின்னர் ஏற்பாடுகளையெல்லாம் முடித்துவிட்டு, பன்னீர்தெளித்து ஸ்நானம் செய்து, பட்டுச்சேலையுடுத்தி, தலையில் பூக்களைச்சூடி, செண்ட் கமகமவென்று மணக்க, டிராயிங் ரூமில் வெங்கடபதியின் எதிரில் அமர்ந்தபடி, எதிர்பார்த்துக்கொண்டிருந்தாள்.

வீட்டின் முன்புறத்தில் கார் வந்து நின்று, கதவைத் திறந்து மறுபடியும் மூடிய ஒலி கேட்டதும் வரூதினியின் உடம்பு சிலிர்த்தது.

“ராமனாதபாபு வந்துட்டிருக்காரு போலத் தெரியுது!” கணவனை எச்சரித்தாள் வரூதினி. வெங்கடபதி எழுந்து காரிலிருந்து இறங்கி வந்துகொண்டிருந்த ராமனாதபாபுவின் எதிரே சென்றான். அவருக்குப் பின்னாலேயே உள்ளே வந்தான். சோபாவில் உட்கார்ந்திருந்த ராமநாதபாபுவைக் கண்ட வரூதினியின் கண்கள் சந்தோசத்தால் விரிந்தன. மனதிற்குள் ஆசைகள் மலர்ந்தன.

“கமலா! கமலா!” மென்மையான குரலில் வேலைக்கார சிறுமியை அழைத்தபடியே டைனிங் ரூமிற்குள் சென்ற வரூதினியைப் பார்த்து சொன்னான் ராமனாத பாபு - “டின்னருக்கு இப்போது அவசரமொன்றுமில்லை. இப்படி வந்து உட்காரலாமே கொஞ்சநேரம்?” வாட்டை பார்த்துக்கொண்டே.

“உங்களுக்கு லேட்டாயிடுமோன்னு?” அன்னத்தைப்போல நடந்துவந்து சோபாவிற்கு எதிரேயிருந்த நாற்காலியில் அமர்ந்துகொண்டாள் வரூதினி.

“அய்யோ, அதெல்லாமில்லே. தினமும் நான் சாப்பிட பத்துமணியாயிடும்” என்றான் ராமனாத பாபு.

“அப்பாடி! அவ்வளவு லேட்டாவா சாப்பிடுவிங்க?” வரவழைத்துக்கொண்ட ஆச்சரியத்தை கண்களால் வெளிப்படுத்தியபடியே கூறினாள் வரூதினி.

“செகண்டு ஷோ புக்கிங் ஆகுறவரைக்கும் ஹாலுக்குப் பக்கத்துலயே” என்றவன் திரிபைவ் டின்னிலிருந்து சிகரெட்டை எடுத்துப் பற்றவைத்துக்கொண்டான். எதிரேயிருந்த வெங்கடபதியைப் பார்த்து ‘சாரி’ என்றபடியே டின் மூடியைத் திறந்து நீட்டினான். வெங்கடபதி தயங்கியபடியே “சிகரெட் பழக்கமில்லே, சுருட்டு - இல்லேன்னா பீடி!” என்றான்.

வரூதினியின் முகம் கன்றிவிட்டது. வராத சிரிப்பை வரவழைத்தபடியே ராமனாதபாபுவை நோக்கிப் பார்த்தாள்.

“பரவாயில்ல, வாங்கிக்கோங்க!” என்றவன் தானே சிகரெட்டை எடுத்து வெங்கடபதியிடம் தந்து லைட்டரையேற்றி பற்றவைத்தான். ராமனாதபாபு பல்வேறு விஷயங்களைப் பற்றி பேசப் பேச வரூதினி மெய்மறந்து கேட்கத் தொடங்கினாள்.

வெங்கடபதி சிகரெட் புகையை இழுத்து வெளிவிட்டபடியே உட்கார்ந்திருந்தான். பேச்சின் நடுவில் தாலுகாபீஸ் பக்கத்தில் வரூதினியின் பெயரில் வெங்கடபதி வாங்கிய இடத்தைப்பற்றிக் கேட்டார் ராமனாதபாபு.

“அந்த இடத்துல என்ன செய்யப்போறீங்க?”

“வீடு கட்டிக்கிடலாமுன்னு நெனக்கிறோம்” என்றாள் வரூதினி.

“ஏக்கருக்கு மேல இருக்கு. அதுவும் மெயின்ரோடு மேலயே இடம்! எவ்வளவு பெருசா வீடு கட்டிகிட்டாலும் இன்னும் எவ்வளவு இடம் காலியாகெடக்குமே!” என்றான் ராமனாதபாபு.

“ரோட்டையொட்டி கடைகளை கட்டிவிட்டா நல்ல வாடகை கிடைக்குமேன்னு கனகய்யா சொன்னாரு” என்றான் வெங்கடபதி கடைசித் துண்டுவரை சிகரெட்டை இழுத்தபடியே.

“அதுவும் சரிதான்! இருந்தாலும் அந்த இடத்துக்கு இப்ப ரொம்ப டிமாண்ட் வந்திருக்கு. விலைக்கு வித்தோம்னா நிறைய லாபம் கிடைக்கும்” என்றான் ராமனாதபாபு.

“எவ்வளவு வரைக்கும் லாபம் கெடைக்கும்னு சொல்றீங்க?” என்று கேட்டான் வெங்கடபதி.

“சாப்பிட வாங்க மொதல்ல, லாபத்தைப்பத்தி அப்புறமா பார்த்துக்கிட்டிருக்கலாம்” என்றவள் டைனிங் டேபிளருகில் செல்லத் தொடங்கினாள்.

அவளே அருகிலிருந்து பரிமாறினாள்.

“நீங்களும் சேர்ந்தே சாப்பிடலாமில்லையா?” என்றான் ராமனாதபாபு.

"நீங்க இப்ப உட்காரலேன்னா எதையுமே தொடமாட்டேன்" என்று சொல்லி ராமனாதபாபு வரூதினியை சாப்பிட உட்காரவைத்தான். மீன் முள்ளை விலக்கியபடியே வெங்கடபதி கேட்டான்" வித்தா எவ்வளவு வரும்னு சொல்றீங்க?"

"எழுபது எம்பது ஆயிரங்கள் வரைக்கும் வரலாம். நீங்க வாங்குனது ஐம்பதுக்குத்தானே? இருபதாயிரம் வரை லாபம் கிடைக்கலாம்" வெங்கடபதியின் தொண்டை அடைத்துக்கொண்டதுபோல அதிசயப்பட்டான். கணவனின் தொண்டையில் மீன்முள் அடைத்துக்கொண்டுவிட்டதோ என்று பயந்துபோனாள் மனைவி.

"இருபதாயிரம் லாபமா?"

மனைவியின் கட்டாயத் தொந்தரவு, தந்தையின் இரும்புப் பெட்டியிலிருந்த இருபதாயிரம் ரொக்கப் பணத்தைக் கொண்டுவந்தவன், கனகய்யாவிடம் முப்பதாயிரம் வட்டிக்கு கடன்வாங்கி, ராமனாத பாபுவின் தூண்டுதலால் ஐம்பதாயிரத்தைக்கொட்டி காலிநிலத்தை வாங்கிய வெங்கடபதிக்கு இடம் ரிஜிஸ்டரான மறுநாளிலிருந்தே, கோரமான தவறு செய்துவிட்டதாக நினைத்து வருத்தப்பட ஆரம்பித்தான். அத்துடன் தந்தையோடு பந்தம் அறுபட்டுவிட்டதைப்போல, அவருக்கு பெரிய துரோகம் இழைத்துவிட்டது போலவும் நினைத்து மனதிற்குள்ளேயே குமைந்தபடியே திகிலுடனிருந்த வெங்கடபதியின் மனதிற்குள் புதிய நம்பிக்கை முளைக்க தொடங்கியிருந்தது. தான் நடந்துகொண்டது லாபம் தரும் வியாபாரமா?

ஒரு வாரம் பத்து நாட்களுக்குள்ளேயே இருபதாயிரம் சம்பாதித்துவிட்டோமே. எழுபது எம்பது ஏக்கர் விவசாயம் - அதுவும் சொந்தமாகச் செய்த போதிலும் எவ்வளவு கிடைக்கும்? செலவெல்லாம் போக மீதப்படுவது எவ்வளவு? ரெண்டு வருஷத்தைய வரும்படியைச் சேர்த்தாலும் இருபதாயிரம் கிடைக்குமா? இந்த இடத்தை வித்துட்டு - கனகய்யாவோட கடனை கட்டிட்டு மீதியை கொண்டுபோயி அப்பாகிட்ட தந்தா எவ்வளவு சந்தோசப்படுவாரு! தன்னோட திறமையைப் பார்த்து எவ்வளவு பரவசப்படுவாரோ? இனிமேல்தான் என்ன செஞ்சாலும் குறுக்க நிக்கமாட்டாரு. தன்னோட புத்திசாலித்தனத்துமேல, செயல்திறமை மேல, பொறுப்பா நடந்துகிட்டதுனால தன்மேல நம்பிக்கை ஏற்பட்டுடும், ராமனாதபாபு ஏதோ ஜோக் சொன்னான். உடனே வரூதினி படாரென சிரித்தாள்.

வெங்கடபதியின் எண்ணங்கள் சிதறத் தொடங்கின. மனைவியின் பக்கம் பார்த்தான். அவள் முகம் மகிழ்ச்சியில் மிளிர்ந்தது. எல்லாமே அவள் மூளைதான் இது! வரூதினி தெளிவானவள். பத்துநாட்கள்லயே இருபதாயிரம் லாபம் கிடைக்கும் வேலையை தன்மூலமாக நடத்திக்காட்டிவிட்டாளே! ராமனாதபாபுவைப் போன்றவர்களின் பரிச்சயம் இல்லையென்றால் இடம்

வாங்கமுடியுமா? வருதினிக்கு பெரியவர்களோடு எப்படிப் பேசவேண்டுமென்பது தெரியும், அறிவுள்ளவள். எந்த வேலையையும் சாதித்துக்காட்டும் திறமை, கெட்டிக்காரத்தனம் அவளிடம் இருக்கிறது. அழகும் அறிவுமுள்ள வருதினி தனக்கு மனைவியாகப் பெற்றது தன்னோட அதிர்ஷ்டம்! வருதினியின் தந்தை தராமல் ஏமாற்றிவிட்ட வரதட்சணைப் பணத்தை ஒரு வாரத்திலேயே சம்பாதித்துத் தந்துவிட்டாள். அது அவளோட பணம்தான்! அதை எடுத்துச் சொல்லி தந்தையிடம் மருமகள் தங்கமானவர் என்பதை புரியவைக்க வேண்டும் - அப்போதுதான் மருமகளை கௌரவமாக நடத்துவார்.

வெங்கடபதிக்கு ராமனாத பாபுவும் வருதினியும் பேசிக்கொண்டிருப்பது எதுவுமே மூளையில் ஏறவில்லை. அவனுடைய யோசனைகள் எல்லாமே லாபமாகக் கிடைக்கப்போகின்ற இருபதாயிரம் ரூபாய்களைச் சுற்றிச் சுற்றியே சுழன்றுகொண்டிருந்தது.

மாமிசத்தைக் கடித்து இழுத்து எலும்பைக் கீழே வைத்தபடியே "வித்துடலாமுங்க, இருபதாயிரம் லாபம் வந்துச்சின்னா!" என்றான் வெங்கடபதி.

"விக்கிறதுக்குத்தானா வாங்குனது?" கோழி மாமிசத்தின் ருசியைக் காட்டிலும் வருதினியின் குரல்தான் மிகுந்த ருசியைத் தந்தது வெங்கடபதிக்கு.

கிண்ணத்திலிருந்த கோழிக் குழம்பை ஊற்றிக்கொண்டு சோற்றைப் பிசைந்து ஒரு உருண்டை சாப்பிட்டிருப்பான். அதற்குள் வருதினியும் ராமனாதபாபுவும் தயிர்சாதம் சாப்பிட ஆரம்பித்திருந்தார்கள். வெங்கடபதிக்காக மெதுவாக இருந்து சாப்பிடுவதுபோலத் தோன்றியது.

"இருபதாயிரத்தை எதற்காக நழுவவிடவேண்டும்?" என்ற வெங்கடபதி "இவள் என்ன இவ்வளவு அறிவில்லாமல் பேசுகிறாள்!" என்பதுபோலப் பார்த்தான் மனைவியை.

"யாருங்க அப்படி வாங்குறவங்க?" ராமனாத பாபுவின் கண்களைப் பார்த்து கேட்டாள் வருதினி.

"யாரா இருந்தா என்ன? விக்கப்போறீங்களா, சொல்லுங்க?" சிரிப்பொன்றை சிந்தியபடியே கேட்டான் ராமனாதபாபு.

"போகட்டும், அந்த இடத்தை அவ்வளவு விலை கொடுத்து எதுக்காக வாங்கப் போறாங்கன்னு தெரிஞ்சிக்கிடலாமா?" கண்ணிமைகள் படபடக்க பட்டென்று கேட்டுவிட்டாள்.

"சினிமா தியேட்டர் கட்டுவதற்காகத்தான், அது ரொம்பவும் நல்ல செண்ட்டர்!" வருதினியின் கண்களுக்குள் கண்களை இழைத்து சொன்னான் ராமனாதபாபு.

“இப்போ ஒன்று இருக்குறது போதாதா? இரண்டாவதுகூட கட்டணுமா என்ன?” சட்டென கூறினாள் வரூதினி. ராமனாதபாபு நிலைகுலைந்துபோனான்.

“அம்மாடி! என்னமோன்னு நெனச்சேன், கொட்டாவிக்காக வாயெத்திறந்தா வயித்துல உள்ள குடலையெல்லாம் வெளிய இழுத்துடுவீங்கபோல தெரியுதே?” வரூதினியின் கன்னங்கள் சிவக்கத் தொடங்கின.

வெங்கடபதி “தயிரு, தயிரு” என்றான். வரூதினி கிண்ணத்தைச் சாய்த்து தயிரை கணவனின் தட்டில் ஊற்றினாள்.

“உண்மையாச் சொல்லுங்க? நான் சினிமாத் தியேட்டர் கட்டப் போறேங்குறதை யாருங்க சொன்னாங்க?” செல்லமாய் மென்மையான குரலில் சந்தோசமாய் கேட்டான் வரூதினியை கண்ணிமைக்காமல் பார்த்தபடியே ராமனாதபாபு.

“யாராவது சொல்லனுமா என்ன? அந்த மட்டும் தெரிஞ்சிக்க முடியாத மூளை இல்லாதவளா என்ன?” ஒய்யாரமாக உதட்டை வளைத்து நெளித்துச் சொன்னாள்.

“எனக்குன்னா எடத்தை விக்கமாட்டீங்களா என்ன?” ஜாலியாக, தெளிவாக சிரித்தபடியே கேட்டான்.

“வாங்கித் தந்தவங்களே திரும்பவும் வாங்கிக்குவாங்களா எங்கயாவது?” சொன்னாள்.

“அப்படீன்னா அந்த எடத்துல வீடுதான் எடுக்கப்போறீங்களா?”

“சினிமா தியேட்டர்கூட கட்டலாமே!” வரூதினி சொன்னதும் வெங்கடபதி தயிர்சாதத்தைக் கடக்கென விழுங்கிவிட்டு வரூதினியை கண்ணிமைக்காமல் வாயைத் திறந்து வைத்தபடியே பார்த்தான்.

“போகட்டும், பாதிபாகமாவது கொடுப்பீங்களா எனக்கு?” கேட்டான் ராமனாதபாபு.

“பாதி எதுக்குங்க! நீங்க கேட்டா முழுசா தந்துடுவோம்” உஷாராகவே சொன்னாள் வரூதினி.

“பிப்டி! பிப்டி! சரிசமம்! தியேட்டர் கட்ட இரண்டரை லட்சம் செலவாகும். இடத்தைத் தவிர. இந்த மாசம் கடைசிக்குள்ள ப்ளான் சாங்ஸன் செஞ்சுடறேன். உங்க பங்குப் பணம் ஒரு லட்சத்து இருபதாயிரம். இடத்துக்கு விலையா பாதிப்பணத்தை நான் தரனுமில்லையா? அதுபோக, உங்க பங்குக்கு ஒரு லட்சம் வருது. நம்ம தியேட்டருக்கு எல்லாமே மாடரன் பில்டிங்ஸ்! அப்படிப் பட்ட தியேட்டர் இந்த டவுன்ல மட்டுமில்ல; ஜில்லாவுலயே இருக்காதாக்கும். நம்ம தியேட்டர் பேரு என்ன தெரியுமா?”

ராமனாதபாபு மிடுக்குடன் அழகாகச் சொன்னான்.

வரூதினிதான் அமர்ந்திருந்த இடத்தையே மறந்துவிட்டாள். மனமெல்லாம் மகிழ்ச்சி பொங்கிவழிய, உடம்பெல்லாம் புளங்காகிதமடைந்தவளாய்" உஹூம், நம்ம தியேட்டர்பேரு?" ஆசை அதிகமான போதையுடன் கேட்டாள் வரூதினி.

"வரூதினி பிக்சர் பேலஸ்!"

வரூதினியின் மனம் வண்ண வண்ண பலூன்களாய் காற்றில் பறக்கத் தொடங்கியது.

"நமக்கு சினிமா தியேட்டர் எதுக்கு?" அதற்கு வாய்ப்பே கிடைக்காமல், திறந்தவாயை மூடிக்கொண்டு கையைக் கழுவிக்கொண்டான் வெங்கடபதி.

வரூதினி ராமனாதபாபுவுக்கு பீடாவை எடுத்துத் தந்தாள்.

கணவனிடம் ஒன்றை தந்துவிட்டு, தானும் பெரிதாக மடித்திருந்த பீடாவை அப்படியே வாயில் அடைத்துக்கொள்ள முடியாமல் சிறிது சிறிதாகக் கடித்துச் சுவைத்தபடி, ராமனாதபாபு நேர்த்தியாய் வெளியிட்டுக்கொண்டிருந்த சிகரெட் புகை அறையில் சுருள் சுருளாக வளைந்துசென்று காற்றோடு கலந்துவிடுவதை தன்மயத்துடன் பார்த்துக்கொண்டிருக்க, புச்சம்மா பரபரப்புடன் உள்ளே வந்தவள் "நயினாகாரு! நயினாகாரு போய்ட்டாரும்மா!" என்றாள். வரூதினியின் கையிலிருந்த பாதி கடித்து மீதியிருந்த பீடா கீழே விழுந்தது. சிவந்திருந்த வாயின் வண்ணம் விழிகளுக்குள் பரவியது.

"எப்போ?" வெங்கடபதி எழுந்து கேட்டான்.

"அரைமணிநேரம்கூட ஆகியிருக்காது".

"காலையில நல்லாதானேயிருந்தாரு!" வாய்க்கு வந்ததைக் கேட்டான் வெங்கடபதி.

"நாலுமணிக்கு டாக்டரு வந்து பாத்துட்டு, இனி பயப்படவேண்டியதில்லன்னு சொன்னாரு பாபு! எல்லாமே கண்ணைமூடித் தெறக்குறதுக்குள்ள நடந்துமுடிஞ்சிரிச்சி. பால்ல ஹார்லிக்ஸ் கலந்து தருமபோதுகூட சர்க்கரையெ கொறச்சிப்போடுன்னு சொன்னாரு நாயினா! சர்க்கரையெ போட்டுட்டு டப்பாவெ மூடிவச்சிட்டு, நல்லா கலந்து க்ளாசுல கொண்டுபோறப்ப-

என்னத்த சொல்ல பாபு!" புச்சம்மா ஓவென அழுதாள்.

எல்லோருக்கும் முன்னால் தன்னை சமாளித்துக் கொண்டான் ராமநாதபாபு கார் டிரைவரை கூப்பிட்டான். புச்சம்மாவை "போயி காருல ஏறு" என்றான். அவள் காரின் அருகில் சென்று நின்றாள். வரூதினி முகத்தை கைகளால் மூடிக்கொண்டு குமுறிக்குமுறி அழுதுகொண்டிருக்க, வெங்கடபதிக்காக கண்களை ஓடவிட்டான். வெங்கடபதி அதற்குள் வெளியே சென்று காரில்

உட்கார்ந்திருந்தான். ஒரு நிமிடம் தயங்கியவன் வருதினியின் பக்கத்தில்சென்று, இரண்டு கைகளாலும் அவளைப் பிடித்தபடி "சும்மாயிரு!" என்று சமாதானப்படுத்தி எழவைத்தான். வாசலையடையும்போது வருதினி ராமனாதபாபுவின் கைகளை மெல்ல விலக்கி, காரின் அருகில் வந்து கணவனின் பக்கத்தில் உட்கார்ந்தாள்.

18

சாம்பைய்யா ரயில்பேட்டைக்கு, பஸ்ஸிலிருந்து இறங்கி, ரிக் ஷா அமர்த்தினார். ரிக் ஷாகாரன் அவரை தலையிலிருந்து கால்வரை பார்த்துவிட்டு அரைரூபாய் கேட்டான். சாம்பைய்யா இரண்டு எட்டு முன்னால் வைத்து கால் ரூபாக்கு வரமுடியுமா? வந்தா வா!'' என்றார்.

ரிக்க்ஷாக்காரன் சாம்பைய்யாவின் முன்னால் ரிக் ஷாவைக் கொண்டுவந்து நிறுத்த ''ஏறுங்க!'' என்றான்.

சாம்பைய்யா ஒரு காலை ரிக்ஷாவில் வைத்துவிட்டு இரண்டாவது காலை பூமியிலிருந்து தூக்கிக்கொண்டிருக்கும்போது

''ஆறு அணாக் கொடுங்க!'' என்றான் ரிக் ஷாக்காரன்.

சாம்பைய்யா உடனே ரிக்ஷாவிலிருந்து இறங்கி ''கழுதப்பயலெ!'' என்று நினைத்துக்கொண்டார். ஊரில் வேறு யாராவது இப்படி நடந்துகொண்டால் கையிலுள்ள கம்பாலேயே, உண்டு இல்லை என பண்ணிவிடுவார்தான்! ஆனால் இதுவோ நகரம். எல்லமே இதே சமாச்சாரம்தான்போல என நினைத்துக்கொண்டார்.

'இவனோட பேரம்பேசுற நேரத்துல நடந்தே போயிடலாம். ஏற இறங்க இது ஒரு சிரமம்!' சாம்பைய்யா காலை முன்னால் வைத்து நடக்க ஆரம்பித்தார். பஸ் ஸ்டாண்டுக்கும் அவர்களிருந்த வீட்டிற்கும் அவ்வளவாக தூரமில்லை என்று சொல்லியிருந்தான் மகன். கீழக்காடு தூரம் கூட இருக்காது என்றதால் குளிர்ந்த நேரம். நடந்தால் எவ்வளவு நேரம் ஆகப்போவுது? ரோட்டின்மேல் கொஞ்சதூரம் நடந்ததும் ஹாஸ்பிடல் இடதுபக்கமாய் தென்பட்டது.

மகன் சொன்ன அடையாளங்களை ஞாபகத்தில்கொண்டுவந்தார். ஆஸ்பத்திரியைக் கடந்ததும் பக்கத்தில்தான் வீடாம். வேப்பமரத்தை யொட்டிய சந்திற்குள் நுழைந்தால் மறுபடியும் குறுக்கே ரோடு வரும். அந்தத் தெருவில் வலதுபக்கம் திரும்பினால் இரண்டாவது வீடு. நடு நடுவே தலையைப் பக்கவாட்டில் திரும்பிப்பார்த்தபடி நடந்துகொண்டிருந்தார் சாம்பைய்யா.

சாம்பைய்யாவுக்கு வேப்பமரம் தென்பட்டதும் வீட்டைக் கண்டுபிடித்துவிட்டதைப் போன்ற சந்தோஷம் ஏற்பட்டது. ஆனால் வேப்பமரத்தினருகில் அப்படி சந்து எதுவுமில்லை! வேப்பமரத்திற்கு இருபக்கங்களிலும் சந்துகள் காணப்பட்டன! சாம்பைய்யாவுக்கு சந்தேகம் ஏற்பட்டது. மறுபடியும் பின்னால் ஏன் செல்லவேண்டுமென்று நினைத்து வேப்பமரத்தைக் கடந்ததும் வந்த சந்திற்குள் நுழைந்தார். ஐந்து நிமிடங்கள் அதே தெருவில் நடந்ததும் குறுக்கே வந்த ரோட்டின்மேல் ஏறி வலதுபக்கமாகத் திரும்ப நினைத்தார். அங்கே தெருவே இல்லை. அந்தரோடு அதுவரை வந்து காம்பவுண்டுசுவருடன்நின்றுவிட்டது. ஒருவேளைஇடதுபக்கம்திரும்பியிருக்க வேண்டுமோ? தான்கேட்டது தவறாகயிருக்கலாம். இல்லையென்றால் அவனே மாத்தி மாத்தி சொல்லிவிட்டானா? மொத்தத்துல பஜாரே இல்லையென்பதால் இடதுபக்கமாகவே திரும்ப வேண்டுமென முடிவெடுத்தவராய் சாம்பைய்யா அந்தத் தெருவுக்குள் இறங்கி சிறிதுதூரம் நடந்தார். இரண்டாவது வீடு மரப்பேட்டை. மூன்றாவது கரிக்கடை. இன்னும் சிறிது தூரம் நடந்து சந்துக்குள் திரும்பினால் அவ்வளவுதான்! அரைமணிநேரம் வரை அங்கேயே சுற்றிச் சுற்றி வந்தார். மறுபடியும் வேப்பமரம் நின்றிருந்த வீதிக்குள் வரவேண்டுமென முயற்சித்து மற்றொரு தெருவுக்கு வந்துவிட்டார். சாம்பைய்யாவுக்கு எல்லாமே குழப்பமாய் இருந்தது. கூடவே எரிச்சலும் ஏற்பட்டது.

இதெ கொளுத்திப்போட? என்ன நகரம்? எல்லாமே சந்துகளும், பொந்துகளுமா சிலந்தி கூடுகணக்கா இருக்கு. அதுக்காகத்தான் இந்த சிலந்தி வலைக்குள்ள மாட்டிகிட்டவன் மறுபடியும் திரும்பி வரமுடியாது. யோசிக்க யோசிக்க தானே வந்து சிலந்தி வலைக்குள் சிக்கிக்கொண்ட ஈ போல ஆகிவிட்டதாக சாம்பைய்யா நினைத்தார்.

குழப்பத்தில் மாட்டிக்கொண்ட சாம்பைய்யா அந்த வழியாகச் சென்று கொண்டிருந்த ஒரு மனிதனிடம் - "இதோ பாருங்கய்யா! எங்க வெங்கடபதி குடியிருக்கின்ற வீடு எங்கயிருக்கு?" என்று கேட்டார். இந்த வேலையை அரைமணி நேரத்திற்கு முன்னே செய்திருந்தால் இப்படி அலைச்சலும் சுத்தலும் தேவையில்லாமலிருந்திருக்கும் என்று நினைத்துக்கொண்டார்.

"எந்த வெங்கடபதி?" அந்த பெரிய மனிதர் நின்று சாம்பைய்யாவிடம் கேட்டார். வேற்றூரிலிருந்து வந்த வெங்கடபதி. எங்க குடும்பம்பேரை சொன்னா எங்க உள்ளூருலயிருக்குறவங்களுக்கே தெரியாது. ஊருவிட்டு வந்தவங்கன்னு சொன்னாத்தான் புரியும்" விவரிக்கத் தொடங்கினார் சாம்பைய்யா.

"என்ன செய்றாரு?"

"விவசாயந்தான்!" டக்கென யோசிக்காமல் சொல்லிவிட்டார் சாம்பைய்யா.

“இங்க விவசாயம் செய்துகிட்டிருக்கிற வெங்கடபதி யாருங்க?” இழுத்துச் சொன்னார் அந்த பெரிய மனிதர்.

“எம் பையன்தான்!”

“உம் மகனாவே இருக்கட்டும்ய்யா! அசல் அப்படிப்பட்ட மனுஷன் இந்தத் தெருவுல யாராவது இருக்காங்களான்னு யோசிச்சிட்டிருக்கேன்.”

இதற்குள் இன்னுமொரு இரண்டுபேர் நின்று விசாரித்தனர்.

“இங்க என்ன வேலை செஞ்சிட்டிருக்காருன்னு சொன்னீங்க உங்க புள்ளையாண்டான்?” மறுபடியும் முதலில் கேட்ட பெரிய மனிரே கேள்வியைத் தொடுத்தார்.

“இங்க என்னத்தை செஞ்சிகிட்டிருப்பான்? மனைவி பிரசவத்துக்காக வந்திருக்கான்” சாம்பைய்யாவால் பேசமுடியவில்லை. கஷ்டப்பட்டு பேசினார்.

அந்தப் பெரிய மனிதர் கையை விரித்து - “எனக்குத் தெரியாதுங்க!” என்றார்.

அங்கே கூடியிருந்தவர்களில் ஒரு இளைஞன் முன்னால் வந்து நின்றபடி -

“வீட்டு அட்ரஸ் ஏதாவது இருக்குங்களா?” என்று கேட்டான்.

“அடையாளங்கள் தெரியும்” என்றார் சாம்பைய்யா.

“எங்கேன்னு சொன்னாங்க?”

சாம்பைய்யா அடையாளங்களை குறிப்பிட்டார்.

“நீங்க சொல்ற அடையாளங்களை வைத்துப் பார்த்தால் அதோ - அந்த பஜாருக்கு பின்னாடி பஜாரு இருக்குப் பாருங்க! அந்தத் தெருவுக்குள்ள இருக்கலாம். நாங்க இருக்குறதும் அந்தத் தெருவுலதான். பேரு என்னன்னு சொன்னீங்க?”

“வெங்கடபதி!”

“வெங்கடபதியா? அப்படி பேருள்ள யாருமே எங்கத் தெருவுல இல்லயே!”

சாம்பைய்யா திகிலுடன் பார்த்தார். முன்னேறி நடக்கவிருந்த அந்த இளைஞன் ஒரு நிமிடம் நின்று - “நீங்க சொன்ன வீட்ல வரூதினி என்ற பொம்பளை இருக்குறாள்!” என்றான்.

“ஆமாமா! அந்தப் பொண்ணு எங்க மருமகதான்!” சாம்பைய்யா சந்தோஷமாகச் சொன்னார்.

“அப்படி சொல்லலாமில்லய்யா? வரூதினியம்மா வீடுன்னா இந்தப் பேட்டையில யாராயிருந்தாலும் சொல்லிடுவாங்களே! அதை விட்டுட்டு - வெங்கடபதி - சலபதி-ன்னு சொன்னா யாருக்குத் தெரியுமய்யா! என்றான் முதல்

பெரிய மனிதர். சாம்பையாவின் மேல் குற்றம் சுமத்துகின்ற தோரணையுடன், மற்ற இரண்டுபேரும் தமாஷாக சிரித்துக்கொண்டனர்.

சாம்பையாவிற்கு தலை சுற்றுவது போலிருந்தது. புருஷன் பேரைச் சொன்னால் வீட்டுப் பக்கத்திலுள்ளவர்களுக்குக்கூட தெரியாதாம்? மனைவி பேரைச் சொன்னா பேட்டை முழுக்கத் தெரியுமாம்? என்ன பொழப்பு? அவ பொழப்புல விழ! தன்னோட தலையை அறுத்து சாக்கடைக் கால்வாயில எறிஞ்சாலும் இவ்வளவு அவமானமாக இருக்காது. 'வ-ரூ-தி-னி அந்த இளைஞனின் பின்னால் சென்றுகொண்டே நினைத்துக்கொண்டார் சாம்பைய்யா வெறுப்புடன்!

"இதுதான் வீடு!" இளைஞன் சாம்பைய்யாவை ஒரு வீட்டின் முன்னால் விட்டுவிட்டு சென்றுவிட்டான்.

சாம்பைய்யா தலையை ஏறெடுத்துப் பார்த்தார். உயரமான தெருவாசல் படிகள். பின்னால் பெரிய மாடி, வீட்டிற்கு முன்னால் வந்து நின்ற ரிக் ஷாக்கள் அப்படியே நின்றிருந்தன. பெரிய குடும்பங்களில் வாழும் மனிதர்கள்போலவே இருந்தார்கள். ஒரு கார் வந்து நின்று அதிலிருந்து இறங்கியவர் வெள்ளை வெளேரென்று மல்லிகைப்பூவாட்டம் ஆடைகளை அணிந்து மிகவும் பதவிசாக உள்ளே சென்றான்.

சாம்பைய்யா உயர்ந்திருந்த தெருவாசற்படிகளைக் கடந்து உள்ளே பார்த்தவர் வியப்புடன் நின்றுவிட்டார். இது ஏதோ கல்யாணவீட்டை போலத்தெரிகிறது. வீடு முழுக்க அலங்காரமாகவும் தென்படுகிறது. மக்கள் வருவதும் போவதுமாய் கலகலப்பாகவும், பட்டுச்சேலைகள், சில்க் வேஷ்டிகளுடனும் பரபரப்புடன் காணப்படுகிறார்கள். தவறாக வந்துவிட்டோமோ? இதேதோ பெரிய இடத்துல நடக்குற கல்யாணமாத்தான் இருக்கணும். இது வெங்கடபதி இருக்கின்ற இடம் இல்லை. வரூதினியின் வீடாக இருக்கலாமே தவிர வெங்கடபதியின் மனைவி வரூதினி வாழும் வீடாக இருக்க முடியாது.

சாம்பைய்யாவுக்கு என்ன செய்வதென்று தெரியாமல் தலை சுற்றியது. கண்கள் இருட்டிக்கொண்டு வந்தன. வாயில் சுவரைப் பிடித்தபடியே உள்ளேயும் செல்லமுடியாமல், கீழேயும் இறங்க முடியாமல் அப்படியே நின்றுவிட்டார்.

"வாங்க மாமா! உள்ளே வாங்க!"

இருட்டிலிருந்து வெளிச்சத்திற்கு வந்தவராய் தலையைத் தூக்கிப் பார்த்தார்.

"உள்ளே வாங்க மாமய்யா! இதுதான் நம்ம வீடு!"

"இந்தப் பொண்ணு நம்ம மருமகள்தானா? எவ்வளவு மாறிட்டா? தேவலோகத்திலிருந்து இறங்கிவந்த தேவகன்னியைப்போலும், நாகலோகத்திலிருந்து ஏறிவந்த நாகக்கன்னியைப் போலுமல்லவா தென்படுகிறாள்' சாம்பைய்யாவின் கண்களுக்கு.

"உனக்காகத்தான் எதிர்பார்த்திட்டிருக்கோம். தாத்தா இல்லாம பேரன் சுபகாரியம் நடத்திக்கமாட்டேன்னு அடம்பிடிக்கிறான்." சாம்பைய்யாவைப் பார்த்ததும் எழுந்து மடமடவென வெளியேவந்து சொன்னான் கனகய்யா. வீட்டுக்கு வந்த தந்தையைக் கண்டதும் வெங்கடபதி சொல்லமுடியாத மகிழ்ச்சியடைந்தான்.

கால்களைக் கழுவிக்கொண்டு சாம்பைய்யா வீட்டிற்குள் பிரவேசித்தார். கனகய்யாவைத் தவிர தனக்குத் தெரிந்த முகமே தென்படவில்லை சாம்பைய்யாவிற்கு. சாம்பைய்யாவிற்கு நடந்துகொண்டிருந்த பிரத்யேகமான மரியாதைகளைக்கண்டதும் அங்கிருந்த மற்றவர்கள் அவரையே வினோதமாகப் பார்த்துக்கொண்டிருந்தார்கள்.

"இவர் குழந்தையின் தாத்தாவாக்கும்" பக்கத்திலிருந்தவர்களிடமெல்லாம் பரிச்சயப்படுத்தினான் கனகய்யா.

ராமனாதபாபு தானாகவே வந்து சாம்பைய்யாவின் பக்கத்தில் உட்கார்ந்துகொண்டு நலம் விசாரித்தான். மிகவும் அன்பாகவும் மரியாதையாகவும் நடந்துகொண்டான்.

பெயர்சூட்டும் விழா வைபவங்கள் ஆரம்பமாயிற்று. தாங்கள் கொண்டுவந்த பரிசுப்பொருட்களை வரூதினியிடம் தந்துவிட்டு குழந்தையை முத்தம்தந்து பாராட்டிவிட்டு சாப்பிட அமர்ந்தனர் எல்லோரும். கூட்டம் சென்று முடிந்ததும் சாம்பைய்யா ஊஞ்சல் அருகில் வந்து ஊஞ்சல் கயிற்றைப் பிடித்துக்கொண்டு குனிந்து பார்த்தார்.

சாம்பைய்யாவின் இதய நாளங்கள் ரத்தப் பிரவாகத்தில் வேகமாகத் துடித்தன. மனிதனுக்குள் பரம்பரை பரம்பரையாகத் தொடர்ந்து வந்துகொண்டிருக்கும் ரத்தத்தின் உறவும் பந்தமும் பொங்கி எழுந்தன. சாம்பைய்யாவின் உடம்பு புளங்காகிதமடைந்தது. தொட்டிலுக்குள் நன்றாகக் குனிந்து ஆள்காட்டி விரலை நீட்டினார். அந்தச் சின்னஞ்சிறு குழந்தை சாம்பைய்யாவின் விரலைக் கெட்டியாகப் பிடித்துக்கொண்டான். அந்த ஸ்பரிசத்தில் சாம்பைய்யா இந்த பிரபஞ்சத்தையே மறந்துவிட்டார். இதுவே வழிவழி வந்த பந்தம். அந்தப் பந்தம் காலம் காலமாகப் பிரிக்க முடியாத தொடர்பாய் வந்துகொண்டிருப்பது. சின்னஞ்சிறு சிசுவின் பிஞ்சுக் கரங்கள் சாம்பைய்யாவின் கவசத்தைத் தகர்த்தெறிந்தன. கடினம் கரைந்து மென்மையாய் மாறியது.

"எல்லாமே தாத்தாவைப்போலவே பொறந்திருக்கான்!" வரூதினி ஊஞ்சலுக்கு சற்றுத்தள்ளி நின்றபடி கூறினாள்.

"ஆமாம் சாம்பைய்யா! அச்சு அசல் நீதான்!" என்றான் கனகய்யா. சாம்பைய்யாவின் தோள்களைப் பிடித்து ஆட்டியபடியே. சாம்பைய்யா ஆனந்த வெள்ளத்தில் திளைத்துவிட்டார்.

“இவன் இப்பவே என் கையை விடமாட்டேங்குறானே!” குழந்தையாய் மாறிவிட்டார் சாம்பைய்யா.

“ஓஹோ! இப்பவே பேரன் தாத்தாவை தன் வலையில் பிடித்துக் கொண்டுவிட்டான் என்று சொல்!” கனகய்யா பெருமிதத்துடன் சொன்னான்.

வரூதினியின் சிவந்த உதடுகள் விரிந்து முத்துப்போன்ற வெண்மையான பல்வரிசைகளின் மிளிர்வு வெளிப்பட்டது. வெங்கடபதி தந்தையையும், மகனையும் கண்ணாரப் பார்த்து மகிழ்ந்தவனாய்” "என் மகன் என்னைத் தகப்பனோடு சேர்த்து வைத்துவிடுவான்” என்று நினைத்துக்கொண்டான்.

“ஆனா புத்தி யாருதோ?” சாம்பைய்யாவின் வார்த்தைகளைக் கேட்டுக்கொண்டிருந்த மகனும் மருமகளும் ஒருவர் முகத்தை ஒருவர் பார்த்துக்கொண்டனர்.

“அது கூட உங்களோடதே வந்தா-” கனகய்யா நாக்கைக் கடித்துக்கொண்டான் சாம்பைய்யாவின் முகத்தைப் பார்த்ததும் பயந்து பேச்சைதிசைமாற்றிவிட்டான்.

“இத்தனைக்கும் பேரனுக்கு என்ன வாங்கிட்டு வந்தேய்யா?” என்றான் கனகய்யா.

சாம்பைய்யா இதயம் திடுக்கிட்டது. இடிந்துபோய்விட்டார். அது தெரியலியே தனக்கு. உண்மையைச் சொல்லவேண்டுமென்றால், தான் இங்கு வர நினைக்கவில்லை. மகன்தான் கால் கையைப் பிடித்துக் கெஞ்சிக் கூத்தாடியதால்தான் வந்திருக்கிறார். அதுவரைக்கும் பேரனை பார்க்கவேண்டுமென்ற ஆசைகூட தனக்குள் இல்லையெனலாம். விருப்பமில்லாமல்தான் வந்தார். ஆனால் பேரன் தன்னைக் கட்டிப்போட்டுக்கொண்டுவிட்டான். வெறுங்கையுடன்தான் வந்தார். ஆனாலும் தான் கொடுப்பதென்ன; அவன் தன்னுடைய பேரன். தன்னுடையவனுக்கு தான் என்ன கொடுப்பது?

“நான் என்ன கொடுக்குறது? எல்லாமே அவனோடதே! என்னோட எல்லாமே அவனோடதுதானே? நானே அவனுடையவனா ஆயிட்டேன். அவன் வளர்ந்து பெரியவனாயி எனக்கென்ன தரப்போறானோ பார்க்கலாம்”. சாம்பைய்யாவின் குரல் தழுதழுத்தது. சாம்பைய்யா இந்த அளவுக்கு உணர்ச்சிவசப்பட்டுப் பேசுவார் என்று கனகய்யா நினைத்திருக்கவில்லை. வரூதினியும், வெங்கடபதியும் மௌனமாக இருந்துவிட்டனர்.

“உன்னோட ஆஸ்தியை மூனுபங்கு அதிகமாக்கிக் காட்டுவான். பாத்துக்குட்டேயிரு! உன் பேரன் கலெக்டராவோ, கவர்னாகவோ ஆகத்தான் போறான்யா! குழந்தை ஜாதகம் பிரம்மாண்டமா இருக்கு. உன் பேரை நிலைநிறுத்துவான்!” கனகய்யா புகழ்மாலை சூட்டினான்.

சாம்பைய்யாவின் கருவிழிகளுக்குள் சின்னஞ்சிறு குழந்தையின் உருவம் பிரதிபலித்துக்கொண்டிருந்தது.

"சாப்புடலாம் வாங்க மாமா! ரொம்ப நேரமாயிடுச்சி!" மாமனாரையும், கனகய்யாவையும் பார்த்துச் சொன்னாள் வரூதினி.

சாம்பைய்யா, வெங்கடபதியை நோக்கித் திரும்பி" என்னடா எப்ப பிரயாணம்?" என்று கேட்டார்.

வெங்கடபதி மனைவியைப் பார்த்தான். வரூதினி ஒன்றையுமே கேட்காதவள்போல முகத்தை வைத்துக்கொண்டாள்.

"பெயர் சூட்டும் விழாவைக்கூட நம்ம ஊருலயே நடத்தியிருந்தா நல்லாருந்துருக்கும். சரிதான், நடந்ததேதோ நடந்து முடிஞ்சிருச்சி, நாளைக்கி நல்ல நேரம் பார்த்து புறப்பட்டுட்டா நல்லாருக்கும்!"

"டாக்டரம்மா மூனுமாசம் வரைக்கும் இங்கயேயிருந்தா நல்லாருக்கும்னு சொல்லிட்டாங்க. வெளித்தோற்றத்துக்கு இப்படித் தெரியறேனே தவிர எனக்கு உடம்பு அவ்வளவு நல்லாயில்லே. ஒன்னுமில்ல இவ்வளவு நாளா இருந்துட்டோம். இன்னும் ரெண்டு மாசம்தானே. குழந்தை கொஞ்சம் சத்துபிடிக்கிற வரைக்கும் மட்டும் இருந்தாத்தான் என்னவாம்? அவ்வளவு அவசரப்படவேண்டியதில்லையே?" என்றாள் வரூதினி.

சாம்பைய்யா. மகனின் முகத்தைப் பார்த்தார். அவன் அபிப்ராயத்தைத் தெரிந்துகொள்வதற்காக வெங்கடபதி அப்பாவியாய் ஒருநிமிடம் தந்தையின் முகத்தைப் பார்த்துவிட்டு அங்கிருந்து நழுவினான்.

"சாம்பைய்யாகாரு! அதையெல்லாம் பிறகு பேசிக்கலாம். மொதல்ல சாப்புடப்போகலாம் வாங்க!" என்றான் கனகய்யா. சாப்பாடு பரிமாறிக்கொண்டிருந்த அறையை நோக்கி அழைத்தபடியே. சாம்பைய்யா சாப்பாட்டு அறையைத்தாண்டி வராண்டாவையடைந்தார். கனகய்யா- "இங்கே! இங்கே! எங்கே எங்க போறீங்க?" என்றபடி பரபரப்புடன் சாம்பைய்யாவின் பின்னாலேயே சென்றான்.

"பஸ்ஸு கெடைக்காது. நா போயிட்டு வாரேன்!" என்றார் சாம்பைய்யா.

"என்னய்யா வெங்கடபதி! அப்பா! வரூதினி! உங்க மாமனாரு சாப்புடாமலேயே போயிட்டிருக்காரும்மா!" என்று சத்தம்போட்டு அழைத்தான் கனகய்யா.

"போறவங்களெ புடிச்சி நிறுத்துனா நிக்கவாப் போறாங்க?" ஆக்ரோஷத்துடன் சொன்னாள் வரூதினி.

வெங்கடபதி வேகவேகமாய் ஓடிவந்தான். அதற்குள்ளாகவே சாம்பைய்யா வாசலைக் கடந்து தெருவுக்கு வந்துவிட்டார்.

"நீங்க எங்க போறீங்க? இன்னும் இவ்வளவு பேரு சாப்புட இருக்காங்க? அவருக்குப் பின்னால போறீங்க என்ன?" படியில் இறங்கிச் செல்லவிருந்த வெங்கடபதியை, வரூதினியின் குரல் தடுத்து நிறுத்திவிட்டது. திரும்பி வீட்டிற்குள் சென்றுவிட்டான்.

கனகய்யா சாப்பிட்டு முடித்தபின், வரூதினியிடம் சொல்லிவிட்டுப் புறப்பட்டான். பஸ் ஸ்டாண்டில் குட்டிச்சுவற்றின் மேல் உட்கார்ந்துகொண்டு பஸ்ஸுக்காகக் காத்திருக்கும் சாம்பைய்யா தென்பட்டார்.

"என்ன சாம்பைய்யா, அப்பிடிச் செஞ்சிட்டே? உன் மகனும் மருமகளும் எவ்வளவு வருத்தப்பட்டாங்கன்னு தெரியுமா?"

"என்னமோய்யா! தெரியலே! அந்த வீட்டுல பச்சைத் தண்ணியைத் தொடக்கூட புடிக்கல்லே" குரல் தணிந்து பேசினார் சாம்பைய்யா.

"உங்க மருமகள் சாப்புடாமெகூட வருத்தப்பட்டிருக்காய்யா!"

"இந்த பொய்யி புளுகுக்கெல்லாம் கொறச்சலில்லே உனக்கு. அவங்க பட்டணத்துலருந்து கிராமத்தப் பார்த்து வர்றவரைக்கும் முகத்துலயே முழிக்கிறாப்புல இல்லய்யா. இந்த நகரத்துல குடித்தனம் பண்றேன்னு என் குடியெ கெடுத்துக் குட்டிச்சுவராக்குறாங்க!"

"என்னத்தைய்யா உன் குடியெ கரைக்கிறாங்க? ஐம்பதாயிரத்துக்கு இடத்தை வாங்குனாங்க. இப்போது அது எம்பதாயிரத்துக்கு வெலக்கி போகுது. ஒரு சொடக்குல முப்பதாயிரம் லாபமடிச்சிட்டாங்க. எத்தனை வருஷம் காட்டுல ராத்திரியும் பகலுமா உடம்பை வருத்தி உழைச்சாலும் முப்பதாயிரம் கெடைக்குமாய்யா?" சாம்பைய்யா அதட்டியபடி சொன்னான் கனகய்யா.

சாம்பைய்யா யோசிக்கத் தொடங்கினார்.

"எங்கயாம் அவங்க வாங்குனது?' வார்த்தைகளை இழுத்து இஷ்டமில்லாமலே கேட்டார்.

"வா, காட்றேன்!"

"பஸ்ஸு வந்துடுமே!"

"வந்தா வரட்டும். உன்னெ சின்ன காருல ஊருக்குள்ள வந்து இறக்கிடுறேன். வா" கனகய்யா சொன்னான்.

சாம்பைய்யா கனகய்யாவுக்குப் பின்னாலேயே மந்திரிக்கப்பட்டவராய் நடந்தார்.

"இது தான்யா இடம்!"

"அந்தக் கல்லுவரைக்கும் இருக்கா?" சாம்பைய்யா இமைக்கொட்டாமல் பார்த்துவிட்டுக் கேட்டார்.

“அதுதான் எல்லை. ஒரு ஏக்கர் முப்பது செண்டு” சொன்னான் கனகய்யா.

“ரோட்டைச் சேர்ந்துதான் இருக்கு” என்றார் சாம்பைய்யா.

“இது பெரிய செண்ட்டரய்யா! இந்த நகரத்துல மொத்தத்துல தேடிப்பார்த்தாலும் இப்படிப்பட்ட மெயினான இடம் கிடைக்காது” என்றான் கனகய்யா.

சாம்பைய்யா சந்தோசப்பட்டுக்கொண்டார். ஆனாலும் வெளியே காட்டிக்கொள்ளாமலேயே - “இப்ப இதை எம்பதாயிரத்துக்கு விலைக்கு வாங்கிக்கிடுவாங்கன்னு சொல்றியா?” என்று கேட்டார்.

“விப்பாங்களா? நாளைக்கே நான் வாங்கிக்கிறேன். உங்க மருமகளை சம்மதிக்க வையுங்க!”

“மருமகளையா? பொண்டாட்டி பேருலயா வாங்குனா அவன்?”

கனகய்யாவை உற்று நோக்கியபடியே கேட்டார் சாம்பைய்யா.

கனகய்யா இக்கட்டில் மாட்டிக்கொண்டான். தவறிப்போயி வாயை விட்டுவிட்டேனே என நினைத்துக்கொண்டான்.

"நகரத்துலயெல்லாம் பொம்பளங்க பேருலதான் நெலங்கள், வீடுகள், சொத்துக்களெல்லாம் இருக்கும்."

“கிராமத்தை விட்டுட்டு நகரத்துல குடியேறியதுமே பொம்பள ஆம்புளையா மாறிடுவாளா என்ன?” சாம்பைய்யாவின் கேள்விக்குரிய பதில் கிடைக்கவில்லை கனகய்யாவுக்கு.

“ஆம்புள, பொம்பள முந்தானையெப் பிடிச்சிக்கிட்டு அலைவானுகளா என்ன இங்க?”

“நீ வேற, சும்மாயிருய்யா கொஞ்சம்! பொம்பள முந்தானையெ பிடிச்சிக்கிட்டுத் திரியிறவன் கிராமத்துலயிருந்தாலும், நகரத்துலருந்தாலும் அதே வேலையைத்தான் செய்வான். அறிவும், புத்திசாலித்தனமும் இருக்கிறவன் எங்கயிருந்தாலும் ராஜவாட்டம்தான் இருப்பான். சரி! சரி! வா போகலாம். மறுபடியும் காரு எங்கயாவது வாடகைக்கு போயிடலாம்!” என்று கனகய்யா தூரத்தில் ரோட்டிற்கு மறுபுறமிருந்த ஷெட்டை நோக்கி நடந்தான்.

“அன்னக்கி கேக்குறப்ப காரு உன்னது இல்லேன்னேயே?”

“ஆமாம்! அப்ப அது நெஜம்!”

“அப்பிடின்னா இப்ப?”

“இப்ப சொல்றது நெஜம்!”

"இவனது நாக்கா, இல்லேன்னா பனைமட்டையா?" என்று நினைத்துக்கொண்டார் சாம்பைய்யா.

கனகய்யா வேகவேகமாக அடியெடுத்து வைத்து சாம்பைய்யாவை கூடவே அழைத்துச்சென்றான் ஷெட் இருந்த இடத்திற்கு.

19

களையெடுப்பு நாட்களில் வெங்கடபதி, மூடியுடன் கூடிய நெய் ஜாடியை பத்திரமாக எடுத்துக்கொண்டு ரையில் பேட்டையிலுள்ள வீட்டின் முன்னால் இறக்கினான். ரிக்ஷாக்காரன் அரிசிமூட்டையை தூக்கிக்கொண்டுவந்து படியில் இறக்கிவைத்தான். ரிக்ஷாக்காரனுக்கு சில்லரையைக் கொடுத்துவிட்டு வாசல்கதவைத் தட்டினான். மறுபடியும் கதவைத் தட்டவிருந்த வெங்கடபதி கதவு தாழ்பாள் போடப்பட்டிருந்தைப் பார்த்துவிட்டான். 'இந்த நேரத்துல எங்க போனாங்க என்று நினைத்தவன் நெய் நிறைந்த தபேளாவை கீழே இறக்கி அரிசி மூட்டையின் பக்கத்தில் வாசல்படியின்மேல் குத்தவைத்து உட்கார்ந்தான்.

பொழுது சாய்ந்தபின் கடைசி பஸ்ஸிலிருந்து இறங்கிவந்திருந்த வெங்கடபதிக்கு பசியாக இருந்தது. வீட்டில் வேலைக்காரச் சிறுமிகூட இல்லாமல் எங்குதான் போனார்கள்? வெங்கடபதி தெருவில் அந்த வழியாக வந்து போகின்றவர்களைப் பார்த்துக்கொண்டு உட்கார்ந்திருந்தான். ராத்திரி பத்துமணியாகிவிட்டது. சினிமாவிற்குச்சென்றஜனங்களும்திரும்பிவிட்டார்கள். இதுவரையிலும் வரவில்லை. இவங்க எல்லோருமா எங்க போய் தொலைஞ்சாங்க? இவ்வளவு நேரமாகுறவரைக்கும் என்னசெஞ்சிட்டிருக்காங்க?

கார் லைட் வெங்கடபதியின் முகத்தின்மேல் பட்டது. கண்களை சுருக்கி கையை குறுக்கே வைத்துக்கொண்டு பார்த்தான். மறுநிமிடம் கார் வீட்டின் முன்னால் வந்து நின்றது. வேலைக்காரச்சிறுமி, நித்திரையிலிருந்த குழந்தையைத் தூக்கிக்கொண்டு முன்சீட்டிலிருந்து இறங்கினாள்.

வரூதினி பின்சீட்டிலிருந்து இறங்கினாள். அவள் அருகில் அமர்ந்திருந்த ராமனாதபாபு கீழே இறங்கத் தயங்கினான்.

"அதென்னது? வீட்டுக்குள்ளகூட வராம போகப் போறீங்களா, என்ன?" என்றாள் வரூதினி கதவின்மேல் பக்கமாக காருக்குள் குனிந்து பார்த்தபடியே.

"டைம் இல்லை. சர்க்கிள் சாரோட வீட்டு டின்னருக்குப் போகணும். இப்பவே ரொம்ப லேட்டாயிடுச்சி. முகத்தையாவது காட்டாமப் போனா

நல்லாருக்காது. ஓங்க வீட்டுக்காரரு பாவம், வெயிட் பண்ணிகிட்டிருக்காரு. நான் வர்றேன் வரூ!'' என்றான் ராமனாதபாபு.

கார் சென்றுவிட்டது. வேலைக்காரச் சிறுமி குழந்தையை வரூதினியிடம் தந்துவிட்டு பூட்டைத் திறக்க முயன்று கொண்டிருந்தாள்.

“எவ்வளவு நேரமாச்சி வந்து?'' வரூதினி வெங்கடபதியை அப்போதுதான் பார்த்தவள்போல கேட்டாள்.

வெங்கடபதி பேசவில்லை. அரிசிமூட்டையைத் தரதரவென இழுத்துக்கொண்டு வந்து வீட்டுக்குள் போட்டான். வேலைக்காரச் சிறுமி நெய் நிறைந்த தபேளாவை எடுத்துக்கொண்டு உள்ளே சென்றாள்.

“என்ன சொன்னான்?" கெழவ. மகனை வெங்கடபதியிடம் தந்தபடியே கேட்டாள் வரூதினி.

வெங்கடபதி பதில் சொல்லவில்லை. தூக்கிக்கொண்டிருந்த மகனின் தலையை வருடிவிட்டபடியே அறைக்குள் அங்குமிங்குமாக நடந்தான். குழந்தைக்குரிய படுக்கையை விரித்து, மின்விசிறியை சுழலச்செய்துவிட்டு, வெங்கடபதியின் கைகளிலிருந்து குழந்தையை வாங்கிப் படுக்கவைத்தாள் வரூதினி. சேலையை மாற்றிக்கொண்டு ஹாலில் அமர்ந்திருந்த வெங்கடபதியினருகில் வந்து - "என்ன குடிமுழுகிடுச்சின்னு இவ்வளவு நேரத்துக்குப் பிறகு வந்தீங்களாம்? காலையில வந்திருக்கக்கூடாதா?'' என்றாள். சாதாரணமாக எப்பொழுதுமே அப்படிப்பட்ட பேச்சுக்களைக்கேட்டு பழக்கப்பட்டுவிட்டிருந்ததால் வாயைத்திறக்காமல் உட்கார்ந்திருந்தான்.

"அடியே! கமலா! மெதல்ல அய்யாவுக்கு சாப்பாடு. எடுத்துவைடி!" என்று கத்தினார்.

வேலைக்கார சிறுமி வந்தார். இப்பத்தான் அரிசியை களைந்து அடுப்புல வச்சிருக்கேன்ம்மா!" என்றார்.

சமையல் முடித்ததும் சிறுமியே இரண்டு பேருக்கும் பரிமாறினார். டைனிங் டேபிளின் அருகிஹ் உட்கார்ந்து வெங்கடபதி சாப்பிட்டுக் கொண்டிருந்தான். வரூதினி எதிர்பக்கமாக அமர்ந்து தயிரை ஊற்றியபடியே மறுபடியும் அக்கறையுடன் கேட்டாள்.

"சரி, மாமா என்னதான் சொன்னாரு?"

"செத்தாலும் நெலங்கள விக்க ஒத்துக்க மாட்டேன்னாரு"

செத்தா தொலைஞ்சது பீடைன்னு நிம்மதியா இருக்கஹாம். அதுக்குப் பிறகு நாமே வித்துக்கிடஹாம்!'' கரண்டி தயிரை கிண்ணத்திலிருந்து எடுத்து ஊற்றியபடியே சொன்னாள்.

வெங்கடபதி வாயிலிருந்த உருண்டையை கழுக்கென விழுங்கிவிட்டான். "கையாலாகாத்தனத்தை மொதல்லயே சொல்லித் தொலைச்சிருக்கலாமில்லே? கோபத்துடன் கூறினாள் வரூதினி.

"இப்ப என்ன ஆயிடுச்சி? இன்னக்கில்லேன்னா நாளைக்கி ஒத்துக்கப் போறாரு என்று வெங்கடபதி மனைவியின் கோபத்தை குறைக்க முயன்றான்.

பில்டிங் சாங்சன் கூட ஆயிடிச்சி. இந்த மாசத்துலயே ராமனாதபாடிகாரு ஆரம்பிச்சுடணும்னு சொல்றாரு. இடம் எம்பேருலதான் இருக்கு. இல்லேன்னா இன்னொருத்தரை பங்குதாரரா சேத்துக்கிறேன்னு சொல்லிட்டிருக்காரு என்றபடி சாப்பாட்டுத் தட்டில் தண்ணீர் ஊற்றி கைகழுவி விட்டு சடாரென எழுந்தாள் வரூதினி.

சாப்பிட்டுக் கொண்டிருந்த கணவனை மீண்டும் மீண்டும் தொந்தரவு செய்தாள் வரூதினி. "சினிமா தியேட்டர் ப்ளான்களெல்லாம் தயாராயிடிச்சி. நம்மளாலதான் ஆறுமாசங்களா தாமதப்பட்டுட்டே இருக்கு. இல்லேன்னா இதுக்குள்ள தியேட்டர் வேலையெல்லாம் முடிஞ்சிருக்கும். ராமனாதபாபு நல்லவராயிருக்குறதுனால சரிபோச்சி. நம்ம மேலருக்குற அபிமானத்தால இதுவரைக்கும் பொறுத்துக் கிட்டாரு"

பொறுத்துக்கலேன்னா அவரையே கட்டிக்கச் சொல்லு! நமக்கு சினிமாத்தியேட்டரும் வேண்டாம் ஒரு எழவும் வேண்டாம்" என்றான் மனைவியின் முகத்தைப் பார்க்காமலேயே வெங்கடபதி.

வரூதினிக்கு உடம்பெல்லாம் பற்றி எரிவது போலிருந்தது. அந்த அழுகையை முன்னாலயே அழுதிருந்தா தேவலெ? தட்டிலிருந்த சாதத்தை உருட்டி வாயில் வைக்கப் போன வெங்கடபதி தலையை நிமிர்த்தி மனைவியின் முகத்தைப் பார்த்தான்.

கணவனின் முகத்தைப் பார்த்ததும் உண்மையிலேயே பயம் வந்துவிட்டது. ஆனாலும் தான் தாழ்ந்துப் போனால் தன்னுடைய முயற்சியெல்லாமே வீணாகிவிடும் என்று நினைத்தவளாய்

"உங்க செத்தெ நீங்க வித்துகிடுறதுக்கு உரிமையில்லையா? கெழவன் சொன்னா தலையில துணியை போட்டுகிட்டு வந்ததுமில்லாம எதுக்கு அப்படி பார்க்குறீங்க" கர்ஜித்தாள்.

இங்க வீடும் வேண்டாம். சினிமாத் தியேட்டரும் வேண்டாம்! இங்க இருந்துகிட்டு குடும்பத்தை வெளங்க வச்சது போதும். இனிமே நம்ம ஊரைப் பார்த்து போறதுதான் நல்லது" வெங்கடபதி ஆழ்ந்து யோசித்து சொல்கிறான். என்பதைப் புரிந்து கொண்ட வரூதினி திகிலடைந்தாள். "நான் எங்கயும் வரமாட்டேன். வேணும்னா நீங்கபோயி உங்க அப்பாகிட்ட இருந்துக்கோங்க. நான் குழந்தையோட இங்கதான் இருப்பேன்"

"ஆஹா! அந்த அளவுக்கு துணிஞ்சிட்டியா"

''அப்பனுக்கு முன்னால பூனை! மனைவிக்கு முன்னால புலி! நல்லாவேயிருக்கு நடந்துகிடுறது!'' முகத்தை திருப்பிக் கொண்டாள் வரூதினி.

''சும்மா பேசிகிட்டிருந்தியின்னா...?''

''என்ன செஞ்சிடுவே?''

முன்னால் இருந்த கிளாஸை எடுத்து மனைவியின் மேல் வீசியெறிந்தான் வெங்கடபதி. வரூதினியின் தலைக்குமேல் பறந்து சென்று சுவரில் பட்டு கீழே விழுந்தது. வரூதினி அடிபட்ட பெண்சிறுத்தையாய் எழுந்தாள். தனக்கு முன்னாலிருந்த எச்சில் தட்டையெடுத்து வெங்கடபதியின் முகத்தின் மேல் ஓங்கியடிக்க வேண்டும் போலிருந்தது. தைரியம் போதாமல் அவன் தின்று கொண்டிருந்த தட்டின்மேல் எறிந்தாள். வெங்கடபதி ரௌத்திரத்துடன் எழுந்தான். வரூதினியின் முடியைப் பிடித்துக் கொண்டு போடு போடென்று நாலு போட்டான். மகனின் அழுகைக்குரல் கேட்டது. தட்டுகளின் மோதலில் பச்சை பாலகனின் தூக்கம் கலைந்துவிட்டதுபோலும். கதறிக் கதறி அழ ஆரம்பித்தான். வரூதினி படுக்கையறைக்குள் சென்று கதவை படாரென சாத்திக் கொண்டாள்.

வெங்கடபதி காலையில் தூங்கியெழுந்தவன் வரூதினி இன்னும் படுக்கையறையில்தான் இருக்கிறாளென்ற உத்தேசத்துடன் அந்தப் பக்கமே பார்க்காமல் வராண்டாவில் வந்து உட்கார்ந்து கொண்டான். அதே சமயத்தில் ரிக்ஷாவிலிருந்து இறங்கி உள்ளே வந்து கொண்டிருந்த வரூதினியைப் பார்த்ததும் ஆச்சரியமடைந்தான்.

''இவ எங்கருந்து வந்தா? எப்பத்தான் போனா? தான் தூங்கியெழும்போது வீட்ல இல்லேங்குறது தெரியுது?

வரூதினி கண்கள் மயங்க, கால்களை பாரத்துடன் இழுத்தபடி வந்து வராண்டாவை தாண்டி செல்லும்போது தள்ளாடி கதவைப் பிடித்துக் கொண்டாள். வெங்கடபதியின் மண்டையில் விஷவண்டு குடைவதுபோலிருந்தது. பரிதாபமாகப் பார்த்தான்.

நீயெல்லாம் மனுஷனா? மிருகமா?''

எதுவாகயிருந்தாலும் வித்தியாசம் என்னருக்கு என்பதைப் போலிருந்தது வெங்கடபதி பார்வை ராத்திரி போயிருந்தா இதுக்குள்ள சவத்தெ எரிச்சிகூட இருந்திருப்பாங்க''

''என்னவாச்சி? வெங்கடபதி தண்ணீர் பாம்பாய் மாறி கேட்டான் ''இன்னும் கேட்டுகிட்டிருக்கீங்களா? நெஞ்சுல வலி வந்து துடிதுடிச்சிப் போயிட்டேன். மனுஷி செத்தாலும் பொழச்சாலும் உங்களுக்குத் தெரியாது?'' வரூதினி ஈனஸ்வரத்தில் சொன்னாள்.

மெதுவாகக் கதவைப் பிடித்துக் கொண்டு நகர்ந்து சென்று படியில் விழுந்துகிடந்தாள். வெங்கடபதி பயந்துபோனாள்.

"எப்பிடியிருக்கு இப்ப?" எழுந்து மனைவியினருகில் வந்து கேட்டான். வரூதினியின் கண்கள் மூடி மூடி சுழன்றன. வெங்கடபதிக்கு என்ன செய்வதென்று தெரியாமல் அவளைப் பிடித்து தூக்கி நிறுத்த முனைந்தான். பொறுங்க என்பதுபோல சைகை செய்தாள் வரூதினி. இரண்டு நிமிடங்கள் சென்றதும் தெளிவடைந்து கனவனின் கண்களைப் பார்த்தாள். தளர்வுடன் உதடுகள் அசைந்தன.

"டாக்டரம்மாவெ அழைச்சிட்டுவரவா?" வெங்கடபதி கேட்டான். "அங்கருந்துதான் வர்றேன். ஹார்ட் ஸ்பெஷலிஸ்ட் புஜங்கராவிடம் காண்பிக்கச் சொன்னாங்க. போட்டோ எடுக்கணுமாம்.

"என்னது? நெஞ்சுவலின்னு சொன்னாங்களா?" வெங்கடபதி அதிர்ச்சியுற்றான். "என் பையனோட அதிர்ஷ்டம்! இல்லேன்னா ராத்திரியே போயிருப்பேன்"

"ச்ச! அதென்ன பேச்சு பேசறே? சும்மா இரு!" சும்மா இரு" வெங்கடபதியின் குரல் புதைந்து போயிற்று. ராத்திரி தன்னோட அவசர நடவடிக்கையாலதான் வரூதினியின் நிலை இப்படியாயிற்று. இந்த அளவுக்காவது விட்டேனே! அப்ப வந்த கோபத்துக்கு அவளெ உண்டு இல்லேன்னு ஆக்கியிருப்பேன். அப்பிடி செஞ்சிருந்தேன்னா நம்ம கையாலயே போயி சேந்திருப்பா.

வெங்கடபதி மனைவியை மெதுவாகத் தூக்கிவிட்டு கட்டிலின் அருகேயழைத்துச் சென்று படுக்க வைத்தான். மகனைத் தூக்கி நெஞ்சோடு அணைத்துக் கொண்டு கண்ணீர் விடவும் தயங்கினானில்லை ச்சே! இனி எதுக்கு வருத்தப்படுறீங்க? இப்ப எனக்கு என்ன ஆயிடுச்சின்னு இப்பிடி அழுவுறீங்க? எங்கே, குழந்தையெ ஒருதடவெ இப்படித்தாங்க!" என்று வரூதினி கணவனுக்கு தைரியம் புகட்டினாள்.

சாயங்காலம் ராமனாதபாபு வந்திருந்தான். தோளில் போட்டபடி மகனை ஆதரவுடன் தட்டி தூங்க வைத்துக் கொண்டிருந்த வெங்கடபதியைப் பார்த்து

"எங்கே?" என்று கேட்டான் உடம்பு சரியில்லை. ராத்திரி நெஞ்சுவலி வந்துடிச்சி. பெரிய டாக்டருகிட்ட காண்பிக்கச் சொன்னாங்க டாக்டரம்மா. அந்த பெரிய டாக்டருகிட்ட போகலாமுன்னா அசையமாட்டேங்குறா. நாளைக்கி போகலாமுன்னு சொல்றா" மூச்சுவிடாமல் சொல்லிக் கொண்டே சென்றான் வெங்கடபதி.

ராமனாதபாபு பயந்துபோனான். "நீயெல்லாம் மனுஷன்தானா? உண்மையிலேயே ஆம்புளதானா" என்று வாய்விட்டுச் சொல்லவில்லையென்றாலும் சொல்வதுபோலவே பார்த்தான் வெங்கடபதியை.

"வரூதினி வேண்டாம்னு மறுத்தாமட்டும் நீங்க எப்படி சும்மாயிருக்க முடியும்? நெஞ்சுல வலின்னா அலட்சியமாயிருக்கக்கூடாது. ஹார்ட் ஸ்பெஷலிஸ்ட் புஜங்கராவு எனக்கு ரொம்பநாளு சினேகிதருதான். அவங்களெ புறப்படச் சொல்லுங்க. இப்பவே கார்ல கூட்டிட்டுப்போயி காண்பிச்சிட்டு வந்துடுவோம்."

ராமனாதபாபுவுக்கு எப்படி நன்றி சொல்வதென்று தெரியவில்லை வெங்கடபதிக்கு. அவனுக்கு நெஞ்சிலிருந்த பெரிய பாரம் இறக்கி வைத்துவிட்டது போலிருந்தது.

"வாங்க! உள்ளுக்கு படுத்திருக்கா. நீங்க சொன்னாலாவது கேட்பாளோ என்னமோ!" ராமனாதபாபுவை படுக்கையறைக்குள் அழைத்துச்சென்றான் வெங்கடபதி.

ராமனாதபாபுவைப் பார்த்ததும் சடாரென எழமுயன்றவள் சோர்வுடன் பார்த்தாள் வரூதினி.

"நீங்க எழும்பாதீங்க. புஜங்கராவு சார். ஐந்துமணிக்கெல்லாம் விசிட்டிங்குக்கு போயிடுவாரு. கொஞ்சம் நேரங்கழிச்சிப்போனா புடிச்சிடலாம்" என்றான் ராமனாதபாபு.

வெங்கடபதியின் நச்சரிப்பில் வரூதினி சேலை மாற்றிக்கொண்டு தயாரானாள்.

"கமலா எங்கே? இன்னும் வரலியா?" என்று கேட்டாள் கணவரிடம். வெங்கடபதி மகனைத் தூக்கிக்கொண்டு சாவியைத் தேடிக்கொண்டிருப்பதைப் பார்த்து மறுபடியும் கேட்டாள் - குழந்தெ எதுக்கு ஆஸ்பத்திரிக்கு அவனுக்கு இன்னும் பால்கூட புகட்டல்லெயே?"

ஒருநிமிடம் நிறுத்தி ராமனாதபாபுவிடம் சொன்னாள்" - ஏனுங்க? ஒரு அரைமணிநேரம் காத்திருந்தா வேலைக்காரி வந்துடுவா. அவ வந்துட்டா குழந்தையெ அவகிட்ட கொடுத்துட்டு போயிடலாமில்லயா?"

ராமனாதபாபு கடியாரத்தைப் பார்த்தான்- "அதுவரைக்கும் இருப்பாரோ என்னவோ?" என்றான்.

எதுக்கு தாமதமாப் போகணும்? மறுபடியும் டாக்டரு போயிட்டாருன்னா கஷ்டம்தானே? கொழந்தையெ வச்சிகிட்டு நான் வீட்லயிருந்துக்கிறேன். நீங்க போயிட்டு வாங்க" என்றான் வெங்கடபதி.

வரூதினி சென்று காரில் உட்கார்ந்துகொண்டாள். ராமனாதபாபு காரை ஸ்டார்ட் செய்தான். கார் வீட்டைவிட்டு புறப்படுகையில் கணவனிடம் - குழந்தைக்கு பால்ல சர்க்கரையெ கொஞ்சமா போடுங்க" என்று கூறி இல்லாத பொறுமையை வரவழைத்துக் கொண்டவராய் தன்னை முன்னிலைப்படுத்திக்கொண்டாள்.

இரவு மணி ஒன்பதைத் தாண்டியும் வரூதினி திரும்பிவரவில்லை. வெங்கடபதிக்குப் பைத்தியம் பிடித்துவிடும்போலிருந்தது. வீட்டுக்குள்ளும் வெளியிலுமாக பரபரப்புடன் அலைந்துகொண்டிருந்தான். *வரூதினிக்கு எப்படியிருக்கோ? ஒவ்வொரு நோயா மாத்தி மாத்தி வருது! நெஞ்சுவலி! டாக்டரு என்ன சொன்னாரோ? நானும் சென்றிருந்தால் நல்லாயிருந்திருக்குமோ? நான் போயிருந்தா மட்டும் பெருசா என்ன செய்யப்போறேன்! ராமனாதபாபு எல்லாத்தையும் பார்த்துக்கிடுவாரு. அந்த டாக்டரு அவரோட சினேகிதரும்கூட!*

ஏதாவது ஆயிருந்தாலும் தனக்கு செய்தி அனுப்பமாட்டாங்களா?

நெஞ்சுவலி இருக்குறவங்க பேசிகிட்டிருக்கும்போதே போய் சேர்ந்துடுவாங்க என்ற சங்கதி ஞாபகத்திற்கு வந்ததும் வெங்கடபதி திகிலடைந்தான். தோளிலிருந்து ரவிகிரண் தூங்குவதற்காக கண்களைக் கசக்கிக்கொண்டிருந்தான். மகனைப் படுக்கவைத்துவிட்டு வெங்கடபதி தெருவாசலில் வந்து நின்றுகொண்டான்.

டாக்டர் புஜங்கராவ் ஆஸ்பத்திரி எங்கேருக்கோ? காந்தி பார்க்குக்கு பக்கத்துலய? அங்கருக்குற டாக்டர் பேரு அதுயில்லேன்னு நெனக்கிறேன்? போகட்டும் சினிமா தியேட்டருக்குப் பக்கத்துலபோயி கேட்டா அதுவும் இப்ப ராமனாதபாபு அங்கேயிருக்கமாட்டாரில்லே?

வெங்கடபதி தெருவாசல்படியிலிருந்து இறங்கி தெருவில் நடந்து வந்துகொண்டிருந்த அதே நேரத்தில் காரின் ஹாரன் ஒலித்தது. கார் ஹெட்லைட்ஸ் ஒளியில் கண்கள் தாளமிட்டன. மறுநிமிடத்திலேயே கார்வந்து வாசலில் நின்றது. வரூதினி மருந்துகளையும், டானிக் பாட்டிலையும் கையில் பற்றியபடி முன்சீட்டிலிருந்து இறங்கினாள். ராமனாதபாபு என்ஜினை நிறுத்திவிட்டு காரிலிருந்து இறங்கினான். பின்புறத்து கதவைத் திறந்து பழக்கூடையை எடுத்துக்கொண்டு வரூதினியின் பின்னால் நடந்துவந்தான்.

"அப்பிடியே பார்த்துக்கிட்டு நிக்கிறீங்க ஏன்?" வராண்டாவில் கால்வைத்து ஏறும்போதே கணவனை நோக்கிச் சொன்னாள்.

"டாக்டர் என்ன சொன்னாங்க?" ஆத்திரத்துடன் கேட்டான் கணவன்.

"மொதல்ல அந்த பெட்டிய வாங்குங்க. நீங்க வேற?" லேசான கோபத்துடன் சொன்னாள் வரூதினி.

வெங்கடபதி ராமனாதபாபுவின் கையிலிருந்து பழக்கூடையை வாங்குவதற்காக கையை நீட்டினான்.

"பரவாயில்லே, யாரு கொண்டாந்தா என்ன?" என்றபடியே பழக்கூடையைத் தந்தான் வெங்கடபதியிடம்

வரூதினி மருந்துகளையும், டானிக்குகளையும் டீபாய் மேல் வைத்துவிட்டு சோபாவில் சாய்ந்துகொண்டாள். ராமனாதபாபு டானிக் பாட்டில்களின் மூடியைத் திறந்து வைத்தான்.

“இதோபாருங்க, இதை சாப்புடுறதுக்கு முன்னால தினமும் ரெண்டு வேளைக்கு. இதை காலையில எழுந்ததும், ராத்திரி படுக்கப் போகும்போதும் ரெண்டு ஸ்பூன் தேனோடு கலந்து சாப்புடனும். இந்த செகப்பு வில்லைகளை ஒரு நாளைக்கு ஆறு. ரெண்டு ரெண்டா - மூனு வேளைக்கி சாப்புடனும். வாரமானதும் இதோ இந்த பாட்டிலிலுள்ளதை உபயோகிக்கணும். அதுக்குப் பிறகும்...” ராமனாத பாபு சொல்லிக்கொண்டிருக்கையில் நடுவில் புகுந்து “உங்க கடனெ எப்படி தீர்த்துக்கப் போறேன்னு தெரியல” என்றாள் வரூதினி அவனுடைய கண்களுக்குள் பார்வையை செலுத்தியபடியே.

“அதென்ன பேச்சு, அடுத்தவங்ககிட்ட சொல்றமாதிரி?” என்றான் ராமனாதபாபு. வெங்கடபதிக்கும் கூட வரூதினியின் போக்குப் பிடிக்கவில்லை. ஆனாலும் என்ன சொல்வதென்று மண்டையில் தோன்றவில்லை.

“இன்னக்கிருக்குற காலகட்டத்துல சொந்தக்காரங்களே பார்க்குறதில்லாதப்ப... நீங்க....” ஏதோ சொல்ல வந்தவள் நிறுத்தி - “எங்க அதிர்ஷ்டம்” என்றாள் வரூதினி.

20

இரண்டு வருடங்களுக்கு முன்னால் பட்டணத்திற்கு வந்த வரூதினி பட்டணத்திலேயே ஸ்திரமாகிப்போனாள்.

இந்த இரண்டு வருடங்களில் தன் தந்தை மரணத்தின்போது மட்டுமே தன்னுடைய ஊருக்குச்சென்று காரியங்களெல்லாம் முடியும்வரையில் இருந்துவிட்டு வந்தாள். மறுபடியும் அவள் அந்த ஊருக்குள் கால் வைத்ததில்லை. வெங்கடபதி மட்டுமே ஒருமாதம் இரண்டு மாதத்திற்கு ஒரு தடவை வந்து போய்க்கொண்டிருந்தான்.

விவசாய வேலைகள் அதிகமாக உள்ள சமயங்களில் ஒருவாரம் பத்துநாட்கள் இருந்துவிட்டுச் செல்வான். வெங்கடபதிக்கு பட்டணத்து தண்ணீர் ஒத்துக்கொண்டது. வாங்கியிருந்த இடத்தில் சினிமா தியேட்டர் கட்டும் எண்ணத்தை வெங்கடபதியின் நாடி நரம்புகளுக்குள் புகுத்திவிட்டிருந்தாள் வரூதினி. ஆறு மாதங்களுக்கு முன்னர் தந்தையிடம் சொல்லியிருந்தான்.

"கட்டிக்கோ! என்னை எதுக்கு கேக்குறே?" என்று கூறிவிட்டார் சாம்பைய்யா.

அந்த சமயத்தில் ஒன்றுமே சொல்லமுடியாதவனாய் இருந்துவிட்டான் வெங்கடபதி. அந்த வருடம் வயக்காட்டில் தண்ணீர் கட்டி, உழுது பக்குவப்படுத்தி நாற்று நடவு செய்யவேண்டிய தருணத்தில் வெங்கடபதியை போகவிடாமல் பட்டணத்திலேயே தடுத்து நிறுத்திவைத்தாள் சகதர்மினி. மகனுக்காக எதிர்பார்த்துக் காத்திருந்த சாம்பைய்யா நம்பிக்கையிழந்து ஆளைவிட்டுத் தகவல் சொல்லியனுப்பினார். ஆனாலும் வெங்கடபதி வரவில்லை. மகன்மீதுள்ள கோபத்தில் வயலுக்குச் செல்லாமல் நான்கு நாட்கள் வீட்டிலேயே இருந்துவிட்டார். ஊரிலுள்ள வயல்களெல்லாம் நாற்று நடவு முடிந்திருந்தது. சாம்பைய்யாவின் வயல்மட்டும் வெற்றுத் தரையாய் காட்சியளித்தது. இன்னும் நான்கு நாட்கள் கழிந்துவிட்டால் நாற்று கிடைக்காமல் போய்விடம்.

சித்தனும், ராமுடுவும், பிச்சாலுவும் ஒரேயடியாய் தொந்தரவு செய்துகொண்டிருந்தார்கள். சாம்பைய்யா மௌனமாய் உட்கார்ந்திருந்தார்.

வயலில் நாற்று நடவு செய்யவில்லையென்றால் அந்த வருடம் வரும் ஆதாயமும்கூட கிடைக்காதென்பது மகனுக்கு புரியவைத்தாலாவது வருவானென்று நம்பினார். ஆனாலும் வந்தபாடில்லை. அவன் மனைவி அவனை வரவிடமாட்டள். அவனும் வரமாட்டான்! இந்த வருடம் எழுபது ஏக்கர் சொக்கத்தங்கமாய் வெளயிற நஞ்சைகட்டாந்தரையாய் காட்சியளிப்பதை சாம்பைய்யாவின் மனம் நொந்து உட்கார்ந்துவிட்டிருந்தது.

ஒருநாள் பொழுது சாயும் நேரம், வெங்கடய்யாவும், ரெட்டெய்யாவும் வந்து சாம்பைய்யாவை சந்தித்துப் பேசினர்:

“வெங்கடபதிகாரு வயலை இந்த வருஷம் குத்தகைக்கு கொடுத்துட்டாரு. உங்ககிட்ட ஒரு வார்த்தை சொல்லிட்டு வயல்ல எறங்கலாமேன்னுதான் வந்தோம்ங்க!”

சாம்பைய்யா படத்தை விரித்த பாம்பாய் சீறியெழுந்தார்.

“அவன் யாரு நெலத்தை பங்குக்கு விடுறதுக்கு? என்னோட வயல்ல யாராவது காலெ வச்சா நான் சும்மாயிருக்கமாட்டேன்”

“நீங்களும் உழுது வெதைக்காமெ, எங்களையும் செய்யவிடாமை வயலை வெறுமனே போட்டிருந்தா என்ன கெடைக்கும்? ஏக்கருக்கு பதிமூனு கோட்டை நெல்லெ குடுத்துடுவோமில்லெ?”

“கட்டாந்தரையா வச்சிக்கிடுறேனோ, சகதியாக்கி கிடுறேனோ அது என் இஷ்டம். இனி நீங்க போய்க்கிடலாம்.”

"பின்னே உங்க பையன் எங்கிட்ட கொடுத்தது?"

"செலவுக்காக ரொக்கப் பணத்தையும் கையெழுத்துப்போட்டு

“ஒப்பந்தம் செஞ்சிக்கிட்டப்புறம் நீங்க இப்பிடிபேசுனா எப்பிடி சாம்பைய்யாகாரு?”

“ஒப்பந்தம் செஞ்சித் தர அவன் யாரு? வாங்கிக்கிடுறதுக்கு நீங்க யாரு?”

“ஒங்களுக்கு எவ்வளவு உரிமையிருக்கோ அவ்வளவு உங்க பையனுக்கும் உரிமை இருக்குல்லே?ஈ” என்றான் ரெட்டெய்யா முறுக்குடன்.

“ஓஹோ! அவ்வளவு தூரத்துக்கு வந்திருக்கா விவகாரம்? புத்தியில்லாம வார்த்தைகளை விடாம வெளியேறுங்க” எரிச்சலுடன் சொன்னார் சாம்பைய்யா.

“சாம்பைய்யாகாரு! இதுல எங்க தப்பு என்னயிருக்குங்க? கனகய்யாகாரு சொன்னதுனால முந்தாநேத்து பட்டணத்துல போயி வெங்கடபதிய கலந்தோம். அவங்க முன்னாலதான் உங்க மருமகம்மா சொன்னாங்க” வெங்கடய்யா தணிந்தகுரலில் மென்மையாகச் சொல்ல ஆரம்பித்தான்.

"என்ன சொன்னான்னு சொல்லு?"

"வெங்கடபதிகாருக்கு பட்டணத்துல ரொம்ப வேலையிருக்குறதால இனிமேல் கிராமத்துக்கு வந்து விவசாயம் செய்றதுக்கு நேரமிருக்காதுன்னும், நீங்க என்னவோ விவசாயம் செய்ய விருப்பப்படாத மாதிரியும் அம்மா சொன்னாங்க. பெரியவங்க நீங்க. உங்ககிட்ட ஒரு வார்த்தெ சொல்லிட்டு வயல உழலாமுன்னு... வந்தோமுங்க."

"சிரிக்கி முண்டெ! அவளுக்கு என்ன அதிகாரமிருக்குய்யா?" காறி உமிழ்ந்துவிட்டு சொன்னார் சாம்பைய்யா.

"உங்க மகன் வெங்கடபதி அய்யாவும் ஒத்துக்கிட்டாரு. அவருக்கு அந்த உரிமை இல்லையா? நடுவில் புகுந்து தன் கருத்தை வெளியிட்டான் ரெட்டெய்யன்.

"மறுபடியும் அந்தப் பேச்சை பேசுனயின்னா பல்லை உடைப்பேன்! சொத்து முழுக்க என்னோட சுயசம்பாத்தியம். மகனுக்கும் மருகமளுக்கும் சில்லுகாணி தரமாட்டேன். உரிமையுமில்லே!"

ரெட்டய்யா தலையைத் தொங்கப்போட்டுக்கொண்டு வெங்கய்யாவைப் பார்த்தான்.

தங்களுக்கு இஷ்டமில்லாதபோது நாங்க எதுக்கு உங்க வயல்ல எறங்கப்போறோம் சாம்பைய்யகாரு! ஏதோ! நஞ்செ பீடா கெடுக்குதேன்னு மனசு கேக்க முடியாம வந்தோம்!" என்ற வெங்கய்யா துண்டை உதறி தோள்மேல் போட்டபடி ரெட்டய்யனை பார்த்தபடியே சொன்னான்- "வாய்யா போவோம்! தகப்பன் மகனுக்கு நடுவுல நமக்கெதுக்கு வம்பு?"

வெங்கய்யாவும், ரெட்டெய்யனும் சென்றபின் சாம்பைய்யா யோசனையில் ஆழ்ந்தார்.

"அவ எதுக்கும் துணிஞ்சவ. இவன், இவன் நெஜத்துக்கே ஆம்புள தானா?" வெங்கடபதியைப் பற்றிய எண்ணங்கள், சாம்பைய்யாவை வேதனையிலாழ்த்தியது.

ராத்திரிமுழுக்க சாம்பைய்யாவிற்கு காய்ந்த பாளம் பாளமாய் வெடித்துக்கிடக்கும் நிலம் கண்களுக்கு முன்னால் நிழலாடியது. சரியாக இருள் விலகாத முன்னரே சாம்பைய்யா சக்கிலியக் குடிக்குச் சென்று கூலிகளை எழுப்பினார். எழுபது ஏக்கர் நஞ்சை முழுவதுமாக மூன்று நாட்களில் நடவுசெய்ய ஏற்பாடுசெய்தார்.

கருத்த நிலத்திலிருந்து சகதியும் நீருமாய் கட்டிக்கிடக்க, அதிலிருந்து எழும்பித் துளிர்த்து தன்னைக் கெட்டிப்படுத்திக்கொண்ட நெல்நாற்றுகள் நிமிர்ந்துநின்றபடி பச்சைப் பசேலெனத் திகழ்வதை

வரப்பின்மேல் நின்று கண்ணாரக் கண்டதும்தாம் சாம்பைய்யாவின் மனவேதனை தணியத்தொடங்கியது.

களையெடுக்கும் பருவத்தில் வெங்கடபதி கனகய்யாவால் அனுப்பிவைத்த ஒரு ஆளுடன் வந்தான். கனகய்யா தன்னுடைய மகனின் மைத்துனனுக்கு நன்றாகவே மூளையில் பாடம் ஏற்றித்தான் அனுப்பிவைத்திருந்தான். சாம்பைய்யா அங்கு வந்தவன் யாரென்று கூர்ந்து பார்த்துக்கொண்டிருந்தார்.

"காந்தி சௌக்கில் லட்சுமிகாந்த் எம்போரியம் இருக்குப் பாருங்க அது எங்களோடதுதான்!" என்றான் சுப்பாராவு.

"அப்பிடியா! அப்பிடீன்னா என்ன சொல்லப்போறே" என்று சொல்வதைப்போலப் பார்த்தார் சாம்பைய்யா.

"எங்களுக்கு துணிகள் ஹோல்சேல் வியாபாரமும் இருக்கு."

"அப்பிடியா! ரொம்ப நல்லது!" காறி பக்கத்தில் துப்பிவிட்டு சுருட்டு நுனியை முன்னம் பற்களால் கடித்துக்கொண்டே சொன்னார். வெங்கடபதி ஏதோ வேலையிருப்பதுபோல மாட்டுத் தொழுவத்திற்குள் சென்றுவிட்டான்.

"எங்க பையன் ஏதாவது துணிகளை வாங்குன பாக்கி வச்சிருக்கானா?" ரொம்பவும் நாசுக்காகவே கேட்டார் சாம்பைய்யா.

"அவ்வளவு சின்ன பாக்கின்னா வசூல் செய்ய இவ்வளவுதூரம் வருவேனா?" சிரித்தபடியே சொன்னான் சுப்பாராவு.

சாம்பைய்யா மீண்டும் ஏதாவது கேள்விதொடுப்பார் என எதிர்பார்த்தான். ஆனால் அவர் சுருட்டைப் பற்றவைத்து இழுக்க ஆரம்பித்தார். முட்களின் மேல் உட்கார்ந்திருப்பதுபோல் சங்கடப்பட்டான் சுப்பாராவு.

"சுருட்டு பழக்கமிருக்கா?"

"சுருட்டு, பீடி இதெல்லாம் பழக்கமில்ல எனக்கு. காபி கூட குடிக்க மாட்டேன்."

"எப்பிடி எப்பிடி! கெட்டப் பழக்கம் எது மேயில்லேன்னு சொல்லு?" நீ ரொம்பவும் புத்திசாலிப் பையனா தெரியிறயே! என்பதுபோல பார்த்ததும் சுப்பாராவு தவிப்புடன் காணப்பட்டான். அப்படி பார்த்துக்கொண்டிருக்கும்போதே வயல்வெளிக்குச் சென்றுவிடுவாரோ என்ற பயம் ஏற்பட்டது சுப்பாராவுக்கு. தொண்டைக்குள் அடைத்து வைத்திருந்ததை அப்படியே கொட்டிவிட்டான்.

"நோட்டுல கையெழுத்துப் போடுவீங்கன்னு வந்தேன்."

"என்ன நோட்டு? எதுக்காக?" சாம்பைய்யா நெற்றியைச் சுருக்கியடிபயே கேட்டார்.

"நம்ம வெங்கடபதிகாரோடதுதான். வருஷம் கழிஞ்சிருச்சி. ஆறுமாசத்துல கொடுத்துடறேன்னு வாங்குனாரு. இப்ப பணம் ரொம்ப அவசரமா தேவைப்படுது."

சாம்பைய்யா வாயைக்கூடத் திறக்கவில்லை. ஆனாலும் சுப்பாராவே தொடர்ந்து சொல்லிக்கொண்டிருந்தான்.

அசல் முப்பதாயிரம், வட்டியோட சேர்த்து மொத்தம் முப்பத்தைஞ்சு ஆயிரத்துக்கு மறுபடியும் நோட்டை எழுதித் தாரேன்னு சொல்றாரு. ஆனா எங்களுக்கு பணம் ரொம்ப தேவைப்படுது. ஐம்பதாயிரம் விலையுள்ள சரக்கை கொள்முதல் செய்யவேண்டியிருக்கு."

"எல்லாம் சரி, என்னெ என்ன செய்யச் சொல்றே?" தீவிரமான பார்வையுடன் கேட்டார் சாம்பைய்யா.

"நீங்க இப்படி பேசுறது என்ன நல்லாவா இருக்கு? தாவா பண்ண இஷ்டமில்லாமதான் இவ்வளவு பொறுமையா சொல்லிட்டிருக்கேன்."

"யாரை பயமுறுத்துரே? தாவா பண்ணுய்யா! சினிமா தியேட்டர் கட்டுறதுக்காகத்தானே கடனெ வாங்குனான்? தாவா செஞ்சி, அந்த நெலத்தை ஏலத்துக்குவிட்டு உங்களுக்கு வரவேண்டியதை வாங்கிக்கோங்க."

"அந்த இடம் வெங்கடபதியோட மனைவியோடது. எங்க பணம் எப்படி வசூலிக்க முடியும்?"

"புருஷனை ஜெயிலுக்கு அனுப்புவாளோ, எடத்தை வித்து பாக்கியெ செலுத்துவாளோ அவளையே போயி கேளுங்க. நடுவுல எங்கிட்ட வந்து மோதுறீங்களே?"

"வெங்கடபதியோட ஆஸ்தி பாஸ்தியெல்லாம் இங்கதான இருக்கு; அதுக்காகத்தான்."

"அவனுது ஒன்னுமேயில்ல இங்க. எல்லாமே என்னோட சுய சம்பாத்தியம். எனக்கு எங்க அப்பா தந்தது - பரம்பரை சொத்து ரெண்டு ஏக்கருதான். இதல்லாமே என்னுடைய கஷ்ட சம்பாத்தியம். பங்கு பிரிச்சா அவனுக்கு வரவேண்டியது தாத்தாவோட சொத்துல பாதிதான். ஒரு ஏக்கர் நெலம், வைக்கோல்போர் இருக்குற தொழுவத்துல பாதி - அஞ்சு செண்டு வீடுகட்டிக்க நெலம் - அவ்வளவுதான்! தாவாபண்ணுவயோ, சண்டை போட்டுக்கிட்டு அடிச்சிட்டு சாவீங்களோ, எனக்கென்ன போச்சி."

"அப்படீன்னா நீங்க பெத்த புள்ளையெ ஜெயிலுக்கு அனுப்புவீங்களா?"

"ஒருத்தரு அனுப்பி வக்கிறதாவது? போகுற நாள் வந்தா அவனாவே போவான். ஒருத்தர் தடுத்தா மட்டும் நிக்கவா போறான்?" சாம்பைய்யாவுக்கு இதயம் நின்றுவிடும் போலிருந்தது. பேச்சுக்குப் பேச்சு பதிலுரைக்கிறாரே தவிர மனசுக்குள் ரம்பம் கொண்டு அறுப்பதைப் போலிருந்தது.

"எல்லாமே அவராவே சம்பாதிச்ச மாதிரி பேசுறாரு? எனக்கு விவரந்தெரிஞ்ச நாள்லருந்து நானுந்தான் கஷ்டப்பட்டு உழைச்சிருக்கேன். அதுல பாதி எனக்கும் இருக்கு!" வெங்கடபதி தகப்பனை உத்தேசித்து சுப்பாராவிடம் சொன்னான்.

மகன் தன் பின்னால் வந்துநின்றதை அதுவரையிலும் சாம்பைய்யா கவனிக்கவில்லை.

"அவன், சம்பாதிச்சது இதுவரைக்கும் அவனிடமே போயி சேர்ந்துடிச்சி. கல்யாணத்துல பதினைஞ்சு ஆயிரம் வரைக்கும் செலவு செஞ்சேன். இந்த ரெண்டு வருஷத்துல மட்டும் இருபதாயிரத்துக்கும் மேலயே வாங்கிட்டுப்போயிருக்கான். அதுக்கு அது சரியாப்போச்சி. இன்னும் சொல்லப்போனா எனக்குத்தான் கடன்பட்டிருக்கான். இந்த ரெண்டு வருஷ வெளச்சலையும் அவனே பிடுங்கிக்கிட்டான். எனக்கும் அவனுக்கும் இன்னைக்கோட எல்லாக் கடனும் முடிஞ்சிடுச்சி.

அவன் எனக்குப் புள்ளயே இல்ல. நீ என்ன செஞ்சிக்கிருவியோ செஞ்சிக்கோ!" சாம்பைய்யா வெசப்புடன் எழுந்தார். கம்பை கையிலெடுத்துக்கொண்டு வயலை நோக்கி நடந்துகொண்டிருந்தார். சுப்பாராவு அழுகை முகத்துடன் வெங்கடபதியைப் பார்த்தான்.

"கனகய்யாவை அவசரப்படவேண்டாமென்று சொல்லு. ரெண்டு நாள்லயே நான் வர்றேன். அவரோட பாக்கிக்கு தகுந்த தீர்வு செய்யறேன். நாலு நாளு பொறுத்துக்கச் சொல்லுங்க" சுப்பாராவின் பதிலுக்குக்கூட காத்திராமல் வெங்கடபதி உள்ளே சென்றான். சுப்பாராவு காலையிழுத்தபடியே கனகய்யாவைப் பார்க்கப் புறப்பட்டான் - நடந்தையெல்லாம் அப்படியே மனனம் செய்தபடியே.

21

'சீக்கிரமா பொறப்படு, காரு வந்துடிச்சி!'' வீட்டின் முன்னால் வந்து நின்ற காரைப் பார்த்ததும் வெங்கடபதி அவசரப்படுத்தினான்.

''ஆஆ! முடிஞ்சிடுச்சி'', இதோ வந்துட்டேன்!'' நிலைக்கண்ணாடியின் முன்னால் நின்றபடி அஜந்தா ஸ்டைலில் சுற்றியிருந்த முடியில் மல்லிகைச் சரத்தைச் சூடியபடியே சொன்னாள் வரூதினி. அதன்பிறகு சேலை மாற்றி கொசுவத்தை சரிசெய்து பின்னால் திரும்பிப் பார்த்துக்கொண்டாள். உதட்டை நெளித்து, கட்டியிருந்த சேலையைக் கழற்றிவிட்டு, மறுபடியும் இன்னொரு சேலையைக் கட்டினாள். கண்ணாடியில் மேலிருந்து கீழே வரைக்கும் பார்த்தபின் - ''இந்த சேலைக்கு இந்த ப்ளவுஸ் மேட்சாயிருக்கா?'' என்றபடியே கணவனிருந்த அறைக்குள் வந்தாள். பேந்தப் பேந்த விழித்த வெங்கடபதியைப் பார்த்து - ''அய்யோ தலையெழுத்து! உனக்கு அம்மட்டும் அறிவிருந்தா வேற என்ன வேணும்?'' என்று மனதிற்குள்ளேயே சொல்லிக்கொண்டவளாய். மறுபடியும் திரும்பி தனது அறைக்குள்ளே நுழைந்தாள். பீரோவுக்குள்ளிருந்த ப்ளவுஸ் எல்லாவற்றையும் புரட்டிப்பார்த்து இளம் ரோஜா வண்ண ப்ளவுஸை உருவி எடுத்தாள்.

ப்ளவுஸ் அணிந்து மற்றுமொருமுறை மாராப்பை சரிசெய்துகொண்டு கண்ணாடியின்முன் நின்றபடி தன்னுடைய பிரதிபிம்பத்தை மனதார பார்த்துக்கொண்டாள். ஜகத்தின் சுந்தரியாய் - இன்னும் எப்படியெல்லாமோ தென்பட்டது தன்னுடைய உருவம் வரூதினிக்கு. அவள் உதடுகளில் புன்னகை ரேகைகள். மழை கொட்டித்தீர்த்தபின் சாயங்கால நேரத்து மப்பும் மந்தாரமான வெயில்போல மிளிர்ந்தன. அவள் கண்ணிமைகளோ நட்சத்திரங்களாய் சிமிட்டின. அவளுடைய இதயம் பூத்துக் குலுங்கியது. உடல் புல்லரித்து நின்றது. வெளியே வராண்டாவில் நின்றிருந்த கணவன் குரல் - ''என்ன இன்னமும் தாமசம்?'' உருமலுடன் கடுமையாய் ஒலித்தது.

''இதோ வந்துட்டேன்!'' வரூதினி அறையிலிருந்து வெளிப்பட்டாள். வெங்கடபதிக்கு அவள் தன் மனைவி தானா என்ற ஐயம் எழுந்தது!

எந்த சினிமாவிலோ பார்த்த தேவகன்னியாகவோ, நாககன்னியாகவோ தென்பட்டாள்.

"ரொம்ப லேட்டாயிருச்சில்ல ரசூல்? உங்க அய்யாவுக்கு கோபம் வராதே?" காரை ஸ்டார்ட் செய்துகொண்டிருந்த டிரைவரைப் பார்த்து கேட்டாள் வரூதினி.

அய்யாவோட சங்கதியென்னவாகயிருந்தாலும் அவனுக்கு கோபம் வந்ததுபோலவே முகத்தை வைத்துக்கொண்டு காரே அதிரும்படி ஓட்ட ஆரம்பித்தான். ஜெனரல் பஜார், பஸ்ஸ்டாண்ட் தாண்டி சினிமாத் தியேட்டர் முன்னால் வந்து நின்றது கார். இரண்டாவது ஆட்டத்திற்கு டிக்கெட் கிடைக்காத ஜனங்கள் சுவரில் ஒட்டியிருந்த போஸ்டர்களைப் பார்த்தபடி நின்றிருந்தனர். தியேட்டருக்குள் வராண்டாவில் நின்றிருந்த ராமனாதபாபு காரைக் கண்டதும் நடந்துவந்து முன்புறத்தில் டரைவர்சீட்டுக்குப் பக்கத்தில் அமர்ந்துகொண்டான். கார் புறப்பட்டது.

"லேட்டாயிடுச்சில்?" மிக மிக இனிமையான குரலில் வார்த்தைகளை நீட்டி முழக்கினாள் வரூதினி.

"தினமும் இதே நேரம்தான். ரெண்டாவது ஆட்டம் ஆரம்பிச்சபிறகுதான் நான் போறது. அதுக்குப் பிறகுதான் சாப்பாடெல்லாம். உங்களுக்குத்தான் லேட்டாகுதுன்னு நெனக்கிறேன்" என்றான் ராமனாதபாபு.

"எனக்கு அதெப்பத்தி கவலையில்லேன்னாலும் எங்க வீட்டுக்காரருக்கு மட்டும்தாமதமானப்புலதான்! எட்டுமணிக்கெல்லாம் சாப்பிட்டணும் அவரு!"

"தாமசம் செஞ்சதெல்லாம் நீ! செஞ்சிட்டு இப்ப அவரைப்போயி சொல்றாப்புலருக்கு?" பசியால் துடித்துக்கொண்டிருந்த வெங்கடபதி சொன்னான்.

"அய்யோ, நான் இல்லேன்னு சொன்னேனா! லேட்டானது என்னாலதான்னு சொல்லிட்டிருக்கேன் தானுங்களே!" என்றாள் வரூதினி வராத சிரிப்பை வரவழைத்தபடியே.

"என்னது? வெங்கடபதி சாருக்கு எட்டு மணிக்கே சாப்பிட்டு பழக்கமா? அது தெரிஞ்சிருந்தா கொஞ்சம் முன்னாடியே ஏற்பாடு செஞ்சிருப்பேனே?" என்றான் ராமனாதபாபு.

கார் ஹெட்லைட் வெளிச்சம் முன்னால் சென்று கொண்டிருந்த ஜட்காவிலுள்ளவர்களின்மீது விழுந்து கொண்டிருக்க கண்ணிமைக்காமல் அவர்களையே பார்த்துக்கொண்டுவந்த வரூதினி - "இதுவாவது பரவாயில்லே? கிராமத்துல இருந்தப்போ பொழுது சாயுறதுக்கு முன்னா«டியே தின்னுடுவாங்க. இதுக்குள்ள ஒரு தூக்கம்கூட போட்டுருவாங்க" இம்முறை வந்த சிரிப்பை அடக்கிக்கொண்டபடியே சொன்னாள். முன்னால் சென்ற ஜட்காவை கார் முந்திக்கொண்டு சென்றபின்னர் ராமனாதபாபுவும் வரூதினியின் பேச்சைக்கேட்டு சிரித்துவிட்டான்.

ராமனாத பாபுவுன் வீட்டின் முன்னால் கார் நின்றது.

சுற்றிலும் சுவர் எழுப்பப்பட்டு, அழகான கேட். கேட்டிற்குப் பக்கத்தில் சுவரின்மேல் பதித்திருந்த சலவைக்கல்லில் 'ஸ்ரீ நிலையம்' என்றும் அதையடுத்து 'ராமனாதபாபு' என்றும் பொன்னிறத்தில் எழுதப்பட்டிருந்தன. தோட்டக்காரன் வந்து கேட்டைத் திறந்தான். கார் பூஞ்செடிகளுக்கிடையேயுள்ள பாதையில் வந்து விசாலமான போர்டிகோவின் முன்னால் நின்றது.

ராமனாதபாபு இறங்கிக் கதவைத் திறந்துவிட்டான்.

பௌர்ணமி நிலவு. வீட்டின் முன்புறம் 'நைட்க் வின்ஸ்' வாசனையைப் பரப்பிக்கொண்டிருந்தது. விசாலமான சுற்றுப்புறத்தின் ஒட்டு மாங்கன்று, நந்தியாவட்டை, மந்தாரை, மல்லிகைப் பந்தல் - பால்போன்ற நிலவொளி, சில்லென்ற காற்றும் சேர்ந்து வந்து வரூதினியை வரவேற்றன. வெங்கடபதிக்கோ நெற்கயிர்கள் பால் பிடிக்கும் தருணத்தில் வயக்காட்டில் தண்ணீர் பாய்ந்து செல்லும் வாய்க்கால்களின் வரப்புகளை வெட்டிவிட்டு நீர் பாய்ச்சும் இரவுநேரஅனுபவங்கள் ஞாபகத்திற்கு வந்தன. ராமனாதபாபு வரூதினியையும், வெங்கடபதியையும் அழைத்து வந்து டிராயிங் ரூமில் அமரச்செய்தான். ஷோபாவில் அமர்ந்திருந்த வெங்கடபதிக்கு தன் வீட்டிலிருப்பதைவிட இவையே நன்றாகயிருப்பதுபோலத் தோன்றியது.

ராமனாதபாபு - 'நாயர்' என்று குரல் கொடுத்தான். நாயர் வந்து கைகளைக் கட்டிக்கொண்டு நின்றான்.

"அவங்கள்லாம் இன்னும் வரலியா?"

"டி.எஸ்.பி. அர்ஜெண்டா கேம்ப் போக வேண்டி வந்ததாம். அவங்க கான்ஸ்டபிள் வந்து சொல்லிட்டுப் போனானுங்க".

"என்ன அப்பிடி குடிமுழுகிப்போற கேஸா! சாப்பாடு முடிஞ்சதும் போயிருக்கலாமே?" ராமனாதபாபு எரிச்சலுடன் சொன்னான்.

"எஸ்.பி. வந்திருக்காராம். ரெண்டுபேரும் சேர்ந்து உடனே போகவேண்டியது வந்துடிச்சாம்!" நாயர் வார்த்தைகளை மென்று விழுங்கியபடியே சொன்னார்.

"ஓஹோ! ஹோம் மினிஸ்டர் நம்ம ஜில்லாவுல டூர் வர்றாருல்லியா?" புருவங்களை உயர்த்தி யோசித்தபடியே சொன்னார் ராமனாதபாபு.

வரூதினியின் கண்களில் ஒளிபடர்ந்தது. வெங்கடபதி தலையைச் சொறிந்தபடி பார்த்தான்.

மந்திரி நம்ம ஜில்லாக்குள்ள முகாம் போட்டாருன்னா நம்ம, டி.எஸ்.பி. - கூடவே இருப்பாரு மந்திரிக்கு ரொம்ப இஷ்டம். அவருதான் ப்ரமோஷன்கூட வாங்கித்தந்தவரு. சர்க்கிள் இன்ஸ்பெக்டரிலிருந்து ப்ரமோஷன் தந்தும்கூட நம்ம ஏரியாவுலயே இருக்கும்படி செஞ்சாரு. மந்திரி வேணும்னு பிடிவாதமா நின்று காரியத்தை நல்லபடியா நடத்திவச்சாரு. அதுக்கெல்லாம் காரணம் நாந்தான்னு நெனச்சிக்கோங்க."

"மந்திரி உங்களுக்கு உறவுங்களா?" அப்பாவியாய் கேட்டான் வெங்கடபதி.

"உறவைவிட அதிகமாகவே!" என்று தனக்குத்தானே சிரித்துக்கொண்டான் ராமனாதபாபு.

"அப்போ, உங்களுக்கு நல்ல சினேகிதன்னு சொல்றீங்க! ஒரு பேச்சுக்குக்கூட வெளிப்படுத்தல்லியேங்க?" என்றாள் வரூதினி ராகம் போட்டபடியே.

"நெஜத்துக்கு அவரு மந்திரியாகுறதுக்குக் காரணம் யாருன்னு நெனக்கிறீங்க?" சின்னதாக சிரித்தபடியே முகத்தைக் கேள்விக்குறியாய் காட்டினான் ராமனாதபாபு.

வரூதினிக்கு ஆச்சரியமும் ஆனந்தமும், கர்வமும்கூட முகத்தில் தொக்கி நின்றது. வெங்கடபதி புரியாதவனாய் குழப்பத்தில் விழுந்து கிடந்தான். அவ்வளவு பெரிய மந்திரி பதவியை சினிமாத்தியேட்டரை நடத்தும் ராமனாதபாபு எப்படி வாங்கித் தரமுடியும் என்ற சந்தேகம் ஏற்பட்டுவிட்டது வெங்கடபதிக்கு.

ஜில்லாவிலிருந்த எம்.எல்.ஏக்களில் ஏழுபேர் நம்மவங்கதான். ரிசர்வ் சீட்டுகளில் வெற்றிபெற்ற மூன்றுபேர்களில் இரண்டுபேருக்கு சீட்களை நாந்தான் பெற்றுத்தந்தேன். எந்த கொம்பசனாருந்தாலும் சரி. அவங்களுக்கெல்லாம் ஒன்னரை லட்சத்துக்கும் மேலயே எலக்சன் பண்ட் தந்தேன்."

"எவ்வளவெவ்வளவு! ஒன்னரை லட்சம்! அவ்வளவு பணமா?" வெங்கடபதி வாயைப் பிளந்தான்.

"வெங்கடபதிகாரு, இவங்கள்லாம் பெரியவங்கன்னு நெனக்கிறீங்களா? பின்னாடி நம்மளப்போலவங்களோட பலத்துலதான் அவ்வளவு பெரியாளா ஆகுறாங்கன்னு தெரிஞ்சிக்கோங்க?"

"ஆமாங்க, சொல்றது சரிதான்!" என்றாள் வரூதினி.

அப்படியே நடந்திருக்குமென்று நினைத்தான் வெங்கடபதி.

கார் டிரைவர் ஒரு கேஸில் சோடாக்களை எடுத்துக்கொண்டு உள்ளே சென்றான். வெயில் காலத்துல மத்தியானம் குடிக்கிற சோடாக்களை இந்த ஜில்லுனுருக்குற ராத்திரி எதுக்காகவோ என்று புரியாத வெங்கடபதி யோசிக்கத் தொடங்கினான்.

"எல்லாம் ரெடி ஆயிடுச்சி, பரிமாறட்டுமா?" என்று கேட்டான் நாயர்.

"இன்னும் டாக்டர் சார் வரலியே?" என்றாள் வரூதினி.

"அவரு ஊர்லருந்தே வரலியாம். முந்தாநாள் இன்னக்கி காலையில வந்துடுவேன்னு சொன்னாரு. அப்படி சொல்லப்போயிதான் இந்த டின்னர்

ஏற்பாடு பண்ணினேன். அசல் இந்த பார்ட்டி நம்ம டி.எஸ்.பி. பிரமோஷன் சந்தர்ப்பத்தையல்லவா தெரிவிக்குது? அவரும் வரலே! இப்போ வெங்கடபதிகாருதான் முக்கிய விருந்தாளி!" என்று கூறி வரூதினியை நோக்கிப் பார்வையைச் செலுத்தினான் ராமனாதபாபு. வெங்கடபதிக்கு அந்த ஜோக் அர்த்தமாகவில்லை.

"இதுவும் நல்லதுக்குதான்ங்க. எல்லாரும் ஒரே பேமிலி மெம்பர்ஸாட்டம் நம்ம பார்ட்டி.... எழுந்திருங்க வெங்கடபதி சாரு!" என்றபடி ராமனாதபாபு டைனிங் அறைக்குள் அழைத்தான். வரூதியினியையும், வெங்கடபதியையும் டேபிளின் முன்னால் உட்கார வைத்துவிட்டு ராமனாதபாபு படுக்கையறைக்குள் நுழைந்தான்.

நாயர் பிளேட்களை வைத்து, சாதம், கறிகாய்கள் போன்ற உணவுப் பண்டங்களைக் கொண்டுவந்து டேபிள்மேல் வைத்தான்.

"இவரோட பொண்டாட்டி புள்ளைங்களெல்லாம் கண்ணுலயே காணமுடியலேயே" மனைவியிடம் கேட்டான் வெங்கடபதி.

"அவங்களா! எப்பவுமே பொறந்த வீட்லதான் இருப்பாளாம். மகனும், மகளும் தாயோடயே இருக்காங்க." வரூதினி ஒரு நிமிடம் தயங்கியவள் குரலை சிறிதாக்கிக் குனிந்து கணவனின் காதுகளுக்குள் கிசுகிசுத்தாள். "அவரோட பொண்டாட்டி அவ்வளவு நல்லவ இல்லியாம்! இவங்க ரெண்டு பேருக்குள்ள நெருக்கம்கூட அவ்வளவா இல்லியாம். இவங்க விவகாரம் விவாகரத்து வரைக்கும்கூட வந்து நிக்குதாம்."

மனைவியின் வார்த்தைகள் மண்டையில் ஏறி அர்த்தம் புரிந்துகொள்வதற்கு சில பல நிமிடங்கள் தேவைப்பட்டன. வெங்கடபதிக்கு ஏதோ மோசமான நடவடிக்கைகள் நடப்பதுபோலத் தோன்றியது அவனுக்கு.

"என்ன, அப்படிப் பார்த்துட்டிருக்கீங்க? ராமனாதபாபுவோட மனைவி எங்க பெரிய அண்ணனோட மனைவிக்கு நாத்தனாராக்கும்? இது இப்பக்குள்ள நடந்த விஷயமில்லே. நம்ம கல்யாணத்துக்கு முந்தியே அவ விவகாரம் தெருவுக்கு வந்துடிச்சி! இவரோ பெரிய மனுஷன், நல்ல கௌரவமானவரா இருக்கப்போயி அவ ஆட்டமெல்லாம் செல்லுபடியாகுது. இன்னொருத்தனாயிருந்தா?" ராமனாதபாபு வருவதைப் பார்த்ததும் பேச்சை சட்டென நிறுத்திக்கொண்டாள் வரூதினி.

முப்பட்டை வடிவத்திலிருந்த சீசா ஒன்றைக் கையில் பிடித்தபடி ராமனாதபாபு வந்து நாற்காலியில் அமர்ந்தான்.

"நாயர்! என்ன இது? அதுக்குள்ள பரிமாறிட்டே? அந்த சோடாக்களையும் ஐரிஸையும் கொண்டா!" என்றான் ராமனாதபாபு.

"அந்த பாட்டில் ரொம்ப அழகாயிருக்கே?" என்றாள் சீசாவை கண்ணிமைக்காமல் பார்த்தபடியே.

"இதுக்குள்ள இருக்குறது இதைவிட நல்லாருக்கும். பாரின் சரக்கு!"

"ச்சீ! மோசம்!" என்றாள் வரூதினி வாந்தி வருவதுபோல முகத்தை வைத்துக்கொண்டபடி.

"ஆமாங்க! இது ஆரோக்கியத்துக்கும்கூட நல்லது. நம்ம நாட்டுச் சரக்கு இல்லே, வெளிநாட்டுலருந்து வந்தது. அங்கேயெல்லாம் பொம்பளங்ககூட இதைச் சாப்புடுவாங்க"

"எவ்வளவாகுது ஒரு பாட்டில்?" என்று கேட்டான் வெங்கடபதி.

"நூத்தி ஐம்பது"

"நூத்தி அம்பது ரூபாயா?" வாயை அகல விரித்தான் வெங்கடபதி.

"அவ்வளவு சின்ன சீசா நுத்தம்பது ரூபாயாக்கும்?" ஆச்சரியத்துடன் மீண்டும் சீசாவைப் பார்த்தபடியே கூறினான் வெங்கடபதி.

ராமனாதபாபு இரண்டு கிளாஸ்களில் ஊற்றி சோடாவும், ஐஸூம் கலந்து ஒரு கிளாஸை வெங்கடபதியின் முன்னால் வைத்தான்.

"எனக்குப் பழக்கமில்லையே!" விருப்பமோ விருப்பமில்லையோ என்பதை வெங்கடபதியின் முகத்தைப் பார்த்து சொல்வது கஷ்டமே!

"பரவாயில்லே, ஒன்றுமே பண்ணாது. பாரின் அல்லவா?"

"வீட்டுக்காரரையுமா-?" என்றபடியே ராமனாதபாபு முகத்தை செல்லமாகவும், சிரிப்புடனும் பார்த்தபடியே சொன்னாள் வரூதினி.

"அப்பிடீன்னா நான் கெட்டுப்போனவன்னு சொல்றீங்களா?" வரூதினியின் கண்களுக்குள் பார்வையை வீசியபடி கேட்டான் ராமனாதபாபு. அவனுடைய பேச்சில் கசப்பைவிட இனிப்புத்தான் மிகையாகக் கேட்டது.

"ச்ச! ச்ச! நான் அப்படிச் சொல்ல வரல்லே. பழக்கமில்லாததை அவருக்கு எதுக்காகன்னு?" என்றாள் வரூதினி.

"சாப்புடுங்க வெங்கடபதி சாரு! வரூதினி அப்பிடித்தான் சொல்வாங்க. பொம்பளங்க அப்பிடித்தான்- ஆம்புளங்க குடிச்சே கெட்டுப்போறாங்கன்னு. குடிக்காமெ கெட்டுப்போன பொம்பளங்க இல்லியா?" என்றார் ராமனாதபாபு வெங்கடபதியிடம் கிளாஸை நீட்டியபடியே.

வெங்கடபதி ராமனாதபாபு சொன்ன அந்தச் சொற்கள் தன் மனைவியை உத்தேசித்துத்தான் சொல்லியிருக்கவேண்டுமென நினைத்துக்கொண்டான்.

"ஆமாம், பாவம், ராமனாதபாபுவுக்கு என்ன குறை? அப்படிப்பட்ட கணவனோடு குடும்பம் நடத்த இஷ்டப்படாத அந்தப் பொம்பள எவ்வளவு பெரிய சண்டாளக்காரியா இருக்கனும்?"

"என்ன யோசிச்சிக் கிட்டிருக்கிறீங்க? ஊம்!" என ராமனாத பாபு வெங்கடபதியின் கையிலிருந்து க்ளாஸுடன் கிளாஸைச் சேர்த்து டியுவர் ஹெல்த்" என்றபடி க்ளாஸை உதடுகளில் வைத்தான்.

"அது, உங்க ஆரோக்கியத்திற்காகத்தானாம்!" வாய்விட்டுச் சிரித்தபடியே சொன்னாள் வரூதினி.

வெங்கடபதிக்கு ராமனாதபாபு டோஸ்ட் ப்ரபோஜ் செய்வதிலுள்ள ஆனந்தமோ, மனைவியின் சிரிப்பிலுள்ள அர்த்தமோ புரியவில்லை. ராமனாதபாபு இரண்டு மடக்கு விழுங்கியபின் கிளாஸைக் கீழே வைத்துவிட்டு வெங்கடபதியைப் பார்த்தான். வெங்கடபதியோ வாயினருகில் வைத்திருந்த கிளாஸை டேபிள்மேல் வைத்துவிட்டான்.

"ஒரு தடவை குடிக்க ஆரம்பிச்சா அதுவே பழக்கமாயிடும்னு சொல்வாங்க. எதுக்கு வந்தது எனக்கு இது? உங்களப் போல யிருக்குறவங்க" வெங்கடபதி சொல்லிக்கொண்டிருக்கும்போதே குறுக்கே வந்து ராமனாதபாபு "கிளாஸ் சேர்த்து டோஸ்டு சொன்னதுக்குப்பிறகு அதை காலி பண்ணாம இருக்கக்கூடாது. இன்னக்கி முக்கிய விருந்தாளி நீங்கதான். நீங்க எடுத்துக்கலேன்னா எனக்கு மனசு நல்லாருக்காது. நானும் வச்சிடவேண்டியது வரும். இந்த சீசாவுக்குள்ள இருக்குறதெ வெளியே கொட்டிடச்சொல்றீங்களா? நாயர்! இப்பிடி வா" என்றான். கிளாஸை எடுத்து கொட்டுவதற்காகத் தயாரானான்.

"வெளியே வீணாக்கப் போறீங்களா? பாட்டில் நூத்தைம்பதுக்கு வாங்கி? அவ்வளவு விலை கூடினதெ?" வெங்கடபதி திகிலடைந்தவனாய் சொன்னான்.

"எவ்வளவானா என்னங்க! நீங்க வேண்டாம்னா வீசி எறிஞ்சி பக்கத்துலருக்குற சாக்கடைக் கால்வாயில கொட்டிட வேண்டியதுதான்" - இரண்டு மடக்குக்கே ராமனாதபாபு அவ்வளவு துள்ளலுடன் பேசத் தொடங்கினா ரென்றால்...

"போகட்டும் விடுங்க! பாவம் அவரு அவ்வளவா வேண்டிக்கிடுறபோது அந்த கிளாஸுலருக்கறதையாவது குடிச்சிக்கோங்களேன்"

சமரச மார்க்கத்தில் கணவனைத் தூண்டிவிட்டாள் வரூதினி.

கிளாஸையெடுத்து உதடுகளுக்கிடையில் கொண்டு செல்லும்போதே கைகள் நடுங்க ஆரம்பித்தன. மூக்கில் வாசனை அட்டகாசமாகவே வீசியது. மூச்சைப் பிடித்து கிளாஸில் பாதியை காலி செய்து கீழே வைத்தான். தொண்டை சுறுசுறு வென்றிருந்தது. கசப்பாகத் தோன்றினாலும் அமிர்தம்கூட தரமுடியாத

இனம்புரியாத ஒரு மகிழ்ச்சி ஏற்பட்டது வெங்கடபதிக்கு. ராமனாதபாபு உற்சாகமாய் டேபிள்மேல் விரல்களால் தாளம்போட ஆரம்பித்தான்.

கோழிவறுவல் ப்ளேட்டை வெங்கடபதியின் முன்னால் தள்ளினான். "இந்தத் துண்டெ சாப்பிடுங்க!" என்ற ராமனாதபாபு தானும் ஒன்றை எடுத்துப் பற்களுக்கிடையே வைத்து கடித்து சுவைக்கத் தொடங்கினான். பின்னும் ஒரு பத்து நிமிடங்களில் வெங்கடபதி கோழி ரோஸ்ட் ப்ளேட்டையும், கிளாஸையும் காலி செய்துவிட்டிருந்தான். ராமனாதபாபு கிளாஸில் பாதி அப்படியேயிருந்தது.

"அய்யே, ஒன்னுமே தெரியலே. சாதாரணமாத்தான் இருக்கு. நீ - நீங்க இன்னுமா அப்பிடியே வச்சிருக்கீங்க?" என்றான்.

ராமனாதபாபு பலாத்காரமாய் தன்னுடைய கிளாஸை காலி செய்தான். சீசா மூடியைத்திறந்து இரண்டு கிளாஸ்களையும் முன்னால் வைத்து மறுபடியும் ஊற்றினான். ராமனாத பாபுவின் கைகளிலிருந்து கிளாஸை வாங்கிப் பாதியைக் குடித்துவிட்டு டேபிள்மேல் வைத்தான் வெங்கடபதி.

மனைவியின் பக்கம் பார்த்து - "நீ எதுக்குடி இங்கே!" என்றான் வெங்கடபதி. வரூதினி எழுந்து வெளியே சென்றாள். தோட்டத்திற்குள் நிலவு வெளிச்சத்தில் சிறிது நேரம் உலவிக்கொண்டிருந்தாள்.

ஒரு ரோஜாப்பூவைப் பறித்து தலையில் வைத்துக்கொண்டாள். மல்லிகைப் பந்தலின்கீழும், நைட் க்வின் செடிக்கருகிலுமாக நடந்துகொண்டிருந்தாள்.

அரைமணி நேரம் கடந்ததும் உள்ளே சென்றாள்.

"இன்னும் முடிஞ்சபாடில்லையா? இன்னும் எவ்வளவுதான் குடிச்சிட்டிருப்பீங்க?" என்றபடியே டைனிங் ரூமிற்குள் வந்தாள் வரூதினி.

அதற்குள்வெங்கடபதியின்முகம்சிவப்பேறித்தளுதளுத்துக்கொண்டிருந்தது. கண்களெல்லாம் சிவந்து போதையுடன் தெரிந்தது. டேபிளின் மேல் சீசா காலி. எதிரில் நின்றிருந்த வரூதினி - அவனுக்கு புதுமையாகவும், வினோதமாகவும் தெரிந்தாள். அவள் பேசிய வார்த்தைகள் ஏதோ தெளிவில்லாமல் காதில் விழுந்ததுபோலிருந்தது.

ராமனாதபாபு எழுந்து படுக்கையறைக்குள் சென்று மற்றொரு பாட்டிலைக் கொண்டுவந்து மூடியைத் திறந்தான்.

"அந்த சீசா இந்த சீசா மாதி - சீசா மாதிரியா - சீசா இல்லியே?" என்றான் வெங்கடபதி.

"சீசா மாறிடிச்சி. உள்ளருந்தது. இன்னும் நல்லது. வீர்யமானது!" என்றபடியே ராமனாதபாபு வெங்கடபதியின் கிளாஸில் நிரப்ப முயன்று தள்ளாடினான்.

வரூதினி ராமனாதபாபுவின் கையிலிருந்த பாட்டிலை வாங்கி கணவனின் கிளாஸில் பாதிக்குமேல் நிரப்பினாள்.

"அவ்வளவு ஸ்ட்ராங்கா! விழுந்துடப் போறார்! விழுந்துடப்போறார்" என்றான் ராமனாதபாபு.

"ஏன்! ஏன் விழுறது! பா-பாரு" என்றபடியே வெங்கடபதி சோடாவைக் கலக்காமலேயே அப்படியே கிளாஸை எடுத்துக் குடித்துவிட்டான். காலி கிளாஸை டேபிள் மேல் வைக்க முயன்று கீழே நழுவவிட்டுவிட்டான். கீழே விழுந்துகிடந்த கிளாஸை குனிந்து எடுக்க முயல நாற்காலியிலிருந்து தள்ளாடி, டைனிங் டேபிள் கீழே விழுந்துவிட்டான் வெங்கடபதி. ராமனாதபாபு நாயரைக் கூப்பிட்டான். நாயர் வந்தான். நாயரும், ராமனாதபாபுவும் சேர்ந்து வெங்கடபதியைத் தூக்கி மறுபடியும் நாற்காலியில் உட்காரவைக்க முயன்றபோது பொலக்கென நாயரின் மேல், ரானாதபாபுவின் சொக்கா, கைகளின்மேலெல்லாம் வாந்தியெடுத்துவிட்டான்.

நாயர் பக்கெட்டில் தண்ணீர்கொண்டு வருவதற்காக சமையலறைக்குள் சென்றான்.

"ச்சீ! ச்சீ! என்ன மனுஷன்?" என்றாள் வரூதினி மூக்கின்மேல் முந்தானையால் மூடிக்கொண்டபடியே.

நாற்காலியிலிருந்து மறுபடியும் வெங்கடபதி நழுவி கீழே விழுந்தான்.

"இனி லாபமில்லை. மனுஷன் இந்தப் பிரபஞ்சத்தில் இல்லை. அந்த அறையில் படுக்கவைத்தால் சரியாயிடும்! வா! வரூதினி!" என்றவாறு வரூதினியின் கையைப் பிடித்துக்கொண்டான் ராமனாதபாபு.

"இங்க எதுக்கு நியூசென்ஸ்?" என்றாள் வரூதினி. ராமனாதபாபுவின் மேலிருந்தபடியே கீழே விழுந்த கணவனைப் பார்த்தபடியே.

"அப்படீன்னா என்ன செய்யலாம்?" என்று கேட்டான் ராமனாதபாபு.

"காருக்குள்ள போட்டு வீட்ல எறிஞ்சிட்டு வாங்க!" என்றாள் வெளிப்படையாகவே வரூதினி.

நாயரும், டிரைவரும் வந்து வெங்கடபதியை தோளில் சுமந்து காருக்குள் பின்சீட்டில் படுக்கவைத்துவிட்டு, நாயர் முன் சீட்டில் டிரைவருக்கருகில் உட்கார்ந்துகொண்டான்.

டிரைவர் காரை ஸ்டார்ட் செய்தான்.

"நாயர்! அம்மா வர்ற வரைக்கும் அங்கேயே இரு. அவங்களை எறக்கிட்டு நீ வந்துடு!" டிரைவரைப் பார்த்துச் சொன்னான்.

ராமனாதபாபு, குடித்த மயக்கத்தில் சுய உணர்வின்றி விழுந்து கிடந்த வெங்கடபதியை அனுப்பிவைத்துவிட்டு திரும்பி வீட்டிற்குள் வந்தான்.

"மொதல்ல அந்த துணிகளை மாத்தி நல்லா குளிச்சிட்டு வாங்க!" ராமனாதபாபுவின் படுக்கையறைக் கட்டிலில் அமர்ந்து, பீரோவில்

பொருத்தியிருந்த கண்ணாடியில் தன் உருவத்தைப் பார்த்தபடியே சொன்னாள் வரூதினி.

ராமனாதபாபு குளித்து வேறு உடைகளை மாற்றிக்கொள்வதற்குள் படுக்கையறைக்குள்ளேயே டீபாயை கொண்டுவந்து வைத்தாள். இரண்டு கிளாஸ்களையும் சுத்தமாகக் கழுவி ஸ்காட்ச் விஸ்கி பாட்டில் மூடியைத் திறந்து கிளாஸ்களின் அருகில் வைத்தாள். இரண்டு ப்ளேட்களில் நாயர் செய்த சமையல் எல்லாவற்றையும் வைத்து, டீபாயின்மேல் விஸ்கிபாட்டிலின் பக்கத்தில் வைத்தாள்.

ராமனாதபாபு குளித்து முடித்து, சில்க் லுங்கி கட்டிக்கொண்டு, கழுத்திலும், மார்பையும் துவாலையால் துடைத்தபடி அறைக்குள் வந்தான்.

வரூதினி சோடா கலந்து விஸ்கி கிளாஸை ராமனாதபாபுவின் உதடுகளில் நீட்டினாள். அவன் சிப்செய்து வரூதினியின் உதடுகளில் கிளாஸை வைத்தான்.

"பலேஆளு நீ வரூதினி! ஒரேயடியா அவ்வளவு ஊத்திட்டே? மனுஷன் தள்ளாடித் தள்ளாடித் தலைகீழா விழுந்துட்டான் பாவம்!"

"உங்களப்போல மெது மெதுவாக குழியைத்தோண்ட என்னால முடியாதுங்க?"

"ஆ-மா-மா! ரொம்பவே பேசக் கத்துக்கிட்டே! நீ ஊத்துன சீசாவுலருந்தது என்னன்னு தெரியுமா?"

"இன்னும் தெரியிறதுக்கு என்ன இருக்கு? கண்ணார அதனோட வேலையைத்தான் பார்தேனே! அதெ எங்க ஆளுக்காகத்தானே வாங்கிட்டு வந்து வச்சிருந்தீங்க? நீங்க எவ்.... அய்யோ..... விடுங்க!" வரூதினி முகத்தை பக்கவாட்டில் திருப்பிக்கொண்டு ராமனாதபாபுவின் கைகளிலிருந்து தப்பித்துக்கொள்ள முயற்சி செய்தாள்.

"அதென்னது? எங்க வீட்டுக்காரரு போலவே கிளாஸு கிளாஸா எடுத்து நீட்டா- ஏ- முழிங்கிகிட்....டிரு...கீங்....க?" வரூதினிக்கு விக்கல் எடுத்ததும் பேச்சு தடைபட்டது.

"புருஷனுக்கே-த-ந்து- குடிக்க வச்சவ-எ-என்னெ மட்டும்."

"ச்ச!ச்சி! என்ன-ன்ன-பேச்சது?" வரூதினி ராமனாதபாபுவின் கழுத்தைச் சுற்றிக் கைகளைப்போட்டு மீண்டும் அவனை பேசவிடவில்லை.

* * * * *

சினிமாத் தியேட்டர் உருவாக்கத்திற்குரிய எல்லாத் திட்டங்களும் தயாராகிவிட்டிருந்தது. ஒரு நல்ல நாள் பார்த்து அடிக்கல் நாட்டிவிடவேண்டுமென்று நினைத்திருந்த வரூதினி பெரிய பள்ளத்தில் விழுந்துவிட்டாள்!

வரூதினி வாங்கியிருந்த இடம் லிடிகேஷனில் இருந்த, தத்து-புத்திரனின் சொத்து. ராஜபாபு தத்துக்கு வந்தவன். சொத்து செல்லுபடியாகாது என்று பிரச்சனையை கொண்டுவந்தான் ஹரிபிரசாத். ஹரி பிரசாத்தின் தாத்தாவுக்கு இரண்டு மகன்கள். பெரியவனின் பெயர் ஹரிபிரசாத். சின்னவனுக்கு குழந்தைகளில்லை. மனைவியின் வற்புறுத்தலின்பேரில் கொழுந்தியார் மகனை அழைத்து வந்து வளர்த்து வந்தார். உண்மையான பெயர் ராஜபாவுவாகயிருப்பினும் அப்போதிருந்தே தத்துயெடுத்தவரின் பெயரே நிலைத்துவிட்டது. ஹரிபிரசாத்தின் தந்தை உயிரோடிருந்த காலம்வரை சித்தப்பாவின் சொத்திற்கு உரிமைகொண்டாடவில்லை. அவர் மண்டையைப் போட்டதுமே சித்தப்பாவின் தத்துபுத்திரனின் மேல் வாக்குவாதம் ஆரம்பித்தான். தத்துக்கு வந்தவர் தன்னுடையதுதான் என்று கோர்ட்டில் ருஜு செய்துகொள்ள முடியாமல் தோற்றான். ஹரி தாவாவில் ஜெயித்து முத்தாத்தா ஆஸ்திக்கு ஒரே வாரிசாகிவிட்டான். தத்து மகன் பாப்பரையாகி தெருவுக்கு வந்துநின்றான்.

வரூதினிக்கு நெஞ்சுவலி ஆரம்பித்துவிட்டது.

மனோவியாதியில் படுக்கையில் விழும் நிலையிலிருந்த வரூதினியை மார்போடு அணைத்துக்கொண்டு, கையில் சத்தியம் செய்து தந்தான் ராமனாதபாபு.

“அந்த நிலத்தில்தான் தியேட்டர் கட்டப்போகிறோம். மறுபடியும் அந்த நிலத்தை ஹரிபிரசாத்திடமிருந்து வாங்கிவிடுவேன். என்ன ஆனாலும் சரி, தியேட்டர் நிர்மாணம் திட்டமிட்டபடி நடக்கத்தான் போகிறது. தள்ளிவைக்க முடியாது. ஆறு நூறானாலும், நூறு ஆறானாலும் நீ நினைத்த காரியத்தை நடத்தியே காட்டுவேன்.

வருத்தப்படாமெ சும்மாயிரு, பைத்தியமே! இதுக்கு போயி தலையை பிச்சிகிட்டிருந்தா இனிமே நம்மால எதுவுமே செய்ய முடியாது?”

“எனக்கென்னமோ பயம்மாவே இருக்கு” என்றாள் வரூதினி.

“பயப்படாதே, சொல்லு - பார்ப்போம்! எப்ப அஸ்திவாரம் தோண்டுற வேலைகளை ஆரம்பிக்கச் சொல்றே? அதுக்குள்ள அந்த எடத்தெ அவங்கிட்டருந்து வாங்கலேன்னா எம்பேரை மாத்திக்கிறேன்.”

“இப்ப பேருவச்சி கூப்பிடுறேனா என்ன?” வரூதினி சிரித்தாள்.

“இந்த சிரிப்பெ பாக்குறதுக்காகவே நான் நூறு ஜன்மங்களாவது எடுப்பேன்” ராமனாதபாபு வரூதினியை பக்கத்தில் இழுத்துக்கொண்டே சொன்னான். அவள் கண்களை நோக்கினான். அவள் கண்கள் பளபளத்துக்கொண்டிருந்தன. "உன்னோட பார்வையிலிருக்கும் மிளிர்வை பார்ப்பதற்காகவே ஆயிரம் ஜன்மங்களெடுப்பேன்” என்றான் ராமனாதபாபு வரூதினியை நெஞ்சோடு இறுக அணைத்தபடியே.

22

சாம்பைய்யா புதுகால்வாய்க்கருகிலிருந்த காட்டில், நெற்பயிர் அறுவடையானதும் பொழுது சாய்ந்தபிறகு வீட்டிற்குப் புறப்பட்டார். அந்த வருடம் புது கால்வாயை யொட்டியிருந்த சாம்பைய்யாவின் நஞ்சையில் கதிருக்கு இரண்டு கை கொள்ளும் அளவிற்கு நெற்மணிகள் பக்காவாகப் பிடித்திருந்தன.

எப்படியிருந்தாலும் இந்த வருஷம் புதுக்கால்வாய்க்கருகிலுள்ள வயலில் மத்தவருஷத்தவிட தானியம் அதிகமாகவே கிடைக்கலாம். பரவாயில்லை. நான்கைந்து மடங்கு தானியம் விளைஞ்சிருக்குற மாதிரிதான்! மானாவாரி நெலம்கூட இந்த வருஷம் கரையேத்திவிட்டாப்புலதான். நிலக்கடலை நல்லவே வேர்பிடிச்சது. மிளகாயெ போட்ட செலவுக்குக்கூட வராதுன்னு பயப்பட்டார். ஆனால் செலவுபோக நூறோ, எறநூறோ மீதி கிடைக்கிறாப்புலத்தான் தோணுது. மனுஷப் பராமரிப்பு இல்லாம மிளகாய் தோப்பு அப்பிடி ஆயிடுச்சி. பூச்சி கண்டதுமே மருந்தடிச்சியிருந்தா, அஞ்சி குண்டாலுக்கு மேலயே கெடைச்சிருக்கும்.

கீழக்காடு மட்டும் அப்பிடி ஒன்னும் கொறஞ்சதில்லே? புதுக்கால்வா நெலத்தைவிட நெஜத்துக்கே சொக்கத் தங்கம்தான். மொகப்புகிட்ட இருக்குற மேட்டு நெலமாக்கும் அது? செய்யிறதுக்கு ஆளு இல்லாமெ அப்பிடியே போட்டாச்சி. தான் ஒருத்தனாயிருந்து எதைத்தான் கவனிக்கிறது? எவ்வளவு காலத்துக்குன்னு? தனக்கு இனிமேலும் தாக்குபிடிக்க முடியாது. வயது புலியாட்டம் மேலவிழுந்து புடிங்கியெடுக்குது. தனக்குன்னு கவனிப்பு மட்டும் பெருசா அப்பிடி என்ன நடக்குது? தன்னோட உழைப்புனால இவ்வளவு ஆஸ்தியையும் சேர்த்துவச்சாச்சி. ஆனா இப்ப தான் அனுபவிக்கிறதுதான் என்ன? மகனோ விவசாயத்தை அப்பங்கையில் ஒப்படைச்சிட்டு பவுசா காலுமேல காலுபோட்டு பெரிய ஜமீன்தாருகணக்கா அனுபவிச்சிட்டிருக்கான்! எந்த காட்டுல என்ன போட்டிருக்காங்க? வெளச்சல் எப்பிடியிருக்கு? செலவு செஞ்சதைவிட அதிகமா கெடைக்குமா? இப்படிப்பட்ட ஞாபகங்களோட - ஒரே பயந்து பயந்து இரவும் பகலுமா சரியா தூங்குறதுகூட இல்ல.

பயமவன்! பட்டணத்து வாசத்துல மோகம் அதிகரிச்சி, பொண்டாட்டி முந்தானையெ பிடிச்சிகிட்டு, ஏதெபத்தியோ, வீட்டைபத்தியோ, காடு கரையைபத்தியோ நெனப்பேயில்லாம மறந்துட்டானே! இப்படிப்பட்ட மகன் தனக்கு வந்து பொறக்கனுமா? தன்னோட மகன்தான் அப்பிடிப்பட்டவனா மாறணுமா? அவ செத்து சுகப்பட்டுட்டா. இப்படிப்பட்ட புள்ளையெ பெத்துப்போட்டுட்டு தன் தலையில பாரத்தை சுமத்திட்டு தன் வழியைப்பாத்து போயி சேர்ந்துட்டா!

எப்போதோ செத்துப்போன மனைவி துர்க்கம்மா - இருந்தும் இல்லாதவனாகிப்போன மகன் வெங்கடபதி - நினைவுக்கு வந்து மனதை உலுக்கிக் கொண்டிருந்தார்கள். நினைக்க நினைக்க நெஞ்சமே வெடித்துவிடும்போலத் தோன்றியது சாம்பைய்யாவிற்கு.

தன்னுடைய வேதனை.... ரம்பத்தை கொண்டு அறுத்துக்கொண்டிருக்கிறது... அது அந்த வெங்கடபதி பயலுக்கு புரியலை? இத்தனைக்கும் இன்னொருத்தரை சொல்லி என்ன புண்ணியம்? அறிவில்லாம நடந்தது நான் தானே! அந்தப் பணக்கார பதிரய்யாவோட மகன் பலராமய்யாவோட சம்பந்தம் பண்ணிக்கிடணும்ங்குற வெறியால தன் குடும்பமே நாசமாயிடுச்சே. எப்ப பலராமய்யாவோட மகள் கழுத்துல தாலியை கட்டுனானோ அந்த நிமிஷத்துலருந்து தன்னோட ஒரே மகன் தனக்கு ஆகாதவனா போயிட்டான்.

அந்த நிமிஷத்துலருந்து அவன் சாம்பைய்யாவோட மகனே யில்லே. பலராமய்யாவோட மருமகனாயிட்டான். துர்கம்மையோட மகனில்லே. வரூதினியோட புருஷன். அந்த புர்ரெபாளையம் பொண்ணை கட்டிவச்சிருந்தா நல்லாருக்குமோ என்னவோ! எத்தனை நல்ல சம்பந்தங்களெல்லாம் வந்தன! ஆனால தன்னோட பிடிவாதம் அந்த பலராமய்யாவோட சம்பந்தம் பண்ணிக்கனும்னு, ஊரிலேயே பெரிய செல்வந்தக் குடும்பத்துக்காரன் கையால தன்னோட மகன் காலை கழுவ வெக்கணும்ங்குற ஆசை, எல்லாருடைய தலைக்குமேல் நடக்கணும்னு நெனச்ச திமிராலதான் இப்படியெல்லாம் நடந்திருக்கு. கடவுள் தனக்குத் தகுந்த தண்டனையைக் கொடுத்திட்டாரு.

கடவுளச் சொல்லி என்ன பிரயோஜனம்? கடவுள் தன்னை நல்லாத்தான் பார்த்துக்கிட்டிருந்தாரு. காத்துல சின்ன வெளக்கெ ஏத்திவச்சி "கடவுளே உன் மஹிமைதான்னு ஒரு நாளாவது சொல்லல்லியே. நெற்றி வேர்வையால் நிலத்தை நனைத்தேன். உடம்பை வறுத்தி பூமியில் பாடுபட்டான் பூமியை நம்பினான். பூமித்தாய் தன்னை ஆதரவுதந்து அரவணைத்துக்கொண்டாள். புறம்போக்காகக் கிடந்ததை பயிர்விளையும் பூமியாக மாற்றினான். பூமிமாதா வயிற்றைத் திறந்து காட்டினாள். விளைச்சலைப் பெருக்கி, வீட்டைப் பொன்னாக்கிக் காட்டினாள்.

இந்த பூமி, இந்த விளைச்சல், இந்த செல்வம், சொத்து பத்துகள் தனக்குப் பிறகு யார் கவனிக்கப்போகிறார்கள்? கண்களை இமைகாப்பதுபோல காப்பாற்றிக்கொள்ளாவிட்டால் எல்லாமே சிதைந்துவிடுமே. பூமியும் அவ்வளவுதான்! பூமியை நம்பியவன், பூமியைத் தாயினும் மேலாகக் காப்பாற்றிக் கொள்பவன், தன் வாரிசுக்காரனான, வம்சத்தை தூக்கி நிறுத்த வேண்டியவன் தன்னோட மகன் வெங்கடபதி வெறும் சோம்பேறியாக, உதவாக்கரையாக மாறிட்டானே பயல். இந்த ஜென்மத்துக்கும் இனி அவன் முகத்தை பார்க்கவே மாட்டேன்! வெவஸ்தையில்லாதவன்! அவன் எனக்கு மகனேஇல்லே. அவன்மொகத்தைபார்த்தவனுக்குபஞ்சமகாபாவங்களெல்லாம் சுத்தி வளைச்சிக்கும். இந்த தடவெ அவன் வரட்டும்! என்ன நடக்கும்னு சொல்றேன். அப்படிப்பட்ட மகன் இருந்தாத்தான் என்ன? செத்தாத்தான் என்ன?

சாம்பைய்யா நாகேந்திரனுடைய மேட்டைத் தாண்டி வேகவேகமாகத் தரையின்மேல் அடியெடுத்து வைத்தவர் திடுக்கிட்டார். சேற்றில் புதைந்துகொண்டுவிட்ட கணுக்காலை இழுத்துப்பிடித்து மறுபடியும் கரையேற முயற்சி செய்தார். வலது பாதம் வலிக்கத் தொடங்கியது.

பாதம் மடங்கி விலுக் விலுக்கென சுளுக்கு கண்டிருந்தது. கரையின்மேல் நாலடி எடுத்து வைப்பதற்குள் போதும் போதுமென்றாகிவிட்டது. நடக்க முடியாமல் கரையின்மேலேயே உட்கார்ந்துவிட்டார். கைவிரல் துணியால் கணுக்காலைத் தொட்டுத் தடவிப் பார்த்தார். அதற்குள் வீக்கம் கண்டிருந்தது.

தலைத்துணியை அவிழ்த்து, பாதத்தைச்சுற்றி இறுகக்கட்டிக் கொண்டு மறுபடியும் எழுந்து நின்றார். கட்டு இறுக்கிப்பிடித்ததால் நிலத்தில் பட்டும் படாமலுமாய் மெல்ல மெல்ல நொண்டியபடியே சாம்பைய்யா ஊருக்குள் வந்து சேர்ந்தார்.

வம்பு மண்டபத்தைத் தாண்டி தன்னுடைய வீட்டையடைந்த சாம்பைய்யா முன்னால் நின்றிருந்த காரைப் பார்த்ததும், கால்வலியெல்லாம் மறந்து அப்படியே நின்றுவிட்டார்!

வந்துட்டான்! மறுபடியும் வந்துட்டான்! இவன் பொழப்புக்கு இவனுக்கெல்லாம் ஒரு காரு கேடா! இவனோட அப்பன் சம்பாத்தியம் இங்க இருக்குறதால - அள்ளிட்டுப்போக வந்திருக்கான். இன்னக்கி இவன என்னன்னு பாத்துடுறேன்! சாம்பைய்யாவின் மனம் குமுறிக்கொந்தளித்தது.

காலை இழுத்தபடியே காருக்கருகில் வந்த சாம்பைய்யாவிற்கு கார் டிரைவரும், அவனருகில் ஒரு இளைஞனும் தென்பட்டனர்.

“எங்கடா, அவன்?”

அவர்கள் பேசவில்லை.

"எங்க பையன் வரலியா? எங்க அவன்?"

"ஆஸ்பத்திரியில இருக்காங்கய்யா?" இளைஞனின் குரல் வருத்தத்துடன் வெளிப்பட்டது.

"ஆஸ்பத்திரியில எதுக்கு?"

"ஆமாங்க, வெங்கடபதி சாருக்கு உடம்பு முடியலை", டிரைவர் குறுக்கிட்டுப் பேசினான்.

பள்ளத்தில் நின்றிருந்த மனிதனின் மேல் மலைமீதிருந்து கல் உருண்டு வந்து விழுந்துவிட்டதைப் போலிருந்தது சாம்பைய்யாவிற்கு.

சில நிமிடங்கள் வரை வாயிலிருந்து பேச்சே வரமறுத்தது.

ஒருவாறாகத் தன்னைச் சமாளித்துக் கொண்டவராய் - "என்னங்கடா நீங்க சொல்றது? எங்க மகன் வெங்கடபதியைப் பத்தித்தானா?" என்றார் சாம்பைய்யா.

"ஆமாங்கய்யா! வெங்கடபதி அய்யாவுக்கு ரொம்ப உடம்புக்கு முடியல்ல. மூணு நாளா ஆஸ்பத்திரியிலதான் இருக்காங்க. டாக்டருங்க நம்பிக்கை இல்லாம இருக்காங்க. இன்னக்கி மதியத்துலருந்து தன்னுணர்வே இல்ல. அம்மாதான் உங்களை கார்ல அழைச்சிட்டுவரச் சொல்லியனுப்பியிருக்காங்க. சீக்கிரமா புறப்பட்டுவந்தா நல்லது".

சாம்பைய்யாவின் இதயம் நின்றுவிடும்போலிருந்தது. தலையெல்லாம் சில்லுச்சில்லாய் வெடித்து சிதறுவதைப்போல துளைத்தெடுக்க ஆரம்பித்தது. விட்டிற்குள் கூட நுழையாமல் அப்படியே காலை இழுத்தபடியே வந்து காரில் உட்கார்ந்கொண்டார். கார் புறப்பட்டது.

கார் ஊர் எல்லையைக் கடந்து கருங்கல் சாலையில் ஏறிவிட்டது. சாம்பைய்யாவின் மனம் பலப்பல விதத்தில் துளைத்தெடுத்தது.

வஜ்ரம் பாய்ந்த உடம்பு வெங்கடபதிக்கு நோயா? அவன் பொறந்து இவ்வளவு நாளா படுக்கையில் விழுந்தது கெடையாதே? அவனுக்குத் தலை வலின்னுகூட வந்ததா ஞாபகமில்லையே? கல்லாட்டம் இருந்த மனுஷனுக்கு என்ன ஆயிடுச்சி இப்ப? இந்த அளவுக்கு மோசமா?

அதற்குமேல் யோசிக்க முடியவில்லை அவரால். இதயம் வலித்தது.

"எங்க வெங்கடபதிக்கு அப்படி என்ன நோயிதான் வந்திருக்கு?

"இப்ப எப்பிடியிருக்கான்?" சாம்பைய்யாவின் குரல் கம்மியது.

"பேசமாட்டீங்களா என்ன? அவ இன்னும்...?" அதற்குமேல் பேச வாய் வரவில்லை.

"வருத்தப்படாதீங்க சாம்பைய்யாகாரு. வெங்கடபதிக்கு இன்னேரத்துக்கு உணர்வு வந்திருக்கலாம். பெரிய பெரிய டாக்டருங்க கவனிச்சிக்கிட்டிருக்காங்க" சாம்பைய்யாவிற்கு தைரியத்தை ஏற்படுத்தும் வகையில் சொன்னான் டிரைவர்.

இருந்தாலும் அவர்களுடைய பேச்சு, சாம்பைய்யாவின் சந்தேகத்தையும், பயத்தையும் இரட்டிப்பாக்கவே செய்தது.

ஹரி ஹரி! கடவுளே! வெங்கடபதிக்கு கடைசியில இந்த கதியா வரணும்? தாயில்லாப் புள்ளயெ சின்னஞ்சிறு சிறுவென மார்புல போட்டு வளர்த்தேனே. கண்ணுக்குள்ள வச்சி காப்பாத்திட்டு வந்தேனே. ரத்தத்துலருந்து விழுந்த குஞ்சை வளர்த்து ஆளாக்கி இவ்வளவு பெரியவனாக்குனேனே. சின்ன செடி மரமாயிடுச்சி. அந்த மரத்து நெழலுள உட்கார்ந்து ஓய்வெடுக்க நெனச்சப்ப அந்த மரமே சாயப்போகுதா?

சாம்பைய்யாவின் இதயம் ஆக்ரோஷத்துடன் துடித்தது. மகன் - ஒரேயொரு மகன் - தன்னோட ரத்தத்தின் ரத்தம் - தன்னோட சர்வமும் அவனே. அப்படிப்பட்ட வெங்கடபதியை உயிரோடு பார்ப்பேனா? தான் போய்ச் சேர்வதற்குள் வெங்கடபதியின் சவத்தை வெள்ளைத் துணியால் சுற்றி - ஆஸ்பத்திரியிலிருந்து... சாம்பைய்யாவின் மனம் துடிதுடித்தது. கிருஷ்ணா நதியின் வெள்ளத்தால் பெரிய ஏரிக்கரை உடைந்து, ஊருக்குள் நுழைந்த புயலைப்போல இருண்டுவிட்டிருந்தது சாம்பைய்யாவின் மனம்.

சாம்பைய்யாவின் மனம் அவர் வசத்திலில்லை. கைகால்களெல்லாம் நடுங்கத் தொடங்கின - வெங்கடபதி இல்லாத தன் வாழ்க்கை இனி எதற்கு? யாருக்காக வாழணும்? யாரைப் பார்ப்பதற்காக, எந்த சந்தோசத்துக்காக உயிரை வச்சிக்கணும்?

தகப்பனார் வெங்கய்யா காட்டுல வைக்கோல் கொட்டகைக்குள்ளே வெறச்சிப்போயிருந்ததெ தான் பார்த்திருந்தார். தாயின் மரணவேதனையும் பார்த்தார். மனைவி துர்கம்மை விஷம் ஊத்துனன்னிக்கி ராத்திரி அவள் பட்ட வேதனையையும் பார்த்ததுண்டு. கெழவி வறட்டிக் கூடுக்குப் பக்கத்துல பக்கவாதத்தால் காலுங்கையும் இழுத்து வெளங்காமப்போனதையும் பார்த்திருந்தார். ஆனால் அப்போதெல்லாம் இப்படிப்பட்ட உணர்வு தோன்றியதில்லை. அப்பா, அம்மா, மனைவி எல்லோருமே தன்னுடையவர்களே, எனினும் வெங்கடபதி வேறு. அவன் தன்னோட இன்னொரு பாகம் - தன்னோட சொந்த மகனான வெங்கடபதி இனி தனக்கு இல்லையா?

சாம்பைய்யாவின் சிவப்பேறிய விழிகளிலிருந்து நீர் கசியத்தொடங்கியது. கண்ணீர் என்றால் என்னவென்று அறிந்திராத அவருடைய கண்களிலிருந்து நீர் தரை தாரையாக வழியத் தொடங்கியது.

"சீக்கிரமா ஓட்டுப்பா! பார்த்துக்கிடவா...." சாம்பைய்யா வாயை மேலாடையால் பொத்திக்கொண்டு குமுறிக்கிடந்தார். கார் பட்டணத்தை அடைவதற்குள் நன்றாகப் பொழுது போயிருந்தது.

மற்றொரு கால்மணி நேரத்தில் பெரிய கடைத்தெருவைத் தாண்டி இரண்டு தெருக்களைத் திரும்பி குடிசைவாரியத்தையும் கடந்து அவ்வளவாக நெருக்கடியற்ற கருங்கல் ரோட்டின் மேல் கார் செல்லத் தொடங்கியது. சாம்பைய்யா ஆத்திரமும் அழுகையுமாக காரிலிருந்து வெளியே பார்த்தபடியே - “என்னப்பா, இன்னுமா ஆஸ்பத்திரி வரலே? போயிட்டேயிருக்கியே?” என டிரைவரிடம் கேட்டார்.

“வந்துட்டோம், இது குறுக்குப்பாதை, சீக்கிரமா போயிடலாமேன்னு இந்தப் பாதையில வர்றோம் அதுதான்!” என்ற டிரைவர், நடு நடுவே இடிந்து விழுந்த உயரமான சுற்றுச்சுவர்கொண்ட இடத்தில் காரை நிறுத்தி - உள்ளே செல்லும் வழியைத் தேடிக்கொண்டிருந்தான்.

டிரைவர் ரசூல் காரை ரிவர்ஸ்செய்து இடதுபக்கம் திருப்பி கொஞ்ச தூரம் வந்ததும் காம்பவுண்ட் கேட்டினுள்ளே வேகமாகச் செலுத்தினான். கார் ஒரு பாழடைந்த வீட்டின் முன்னே வந்து கார் நின்றது. கார் வந்து நின்றதுமே, மாடிப்படிகளின்மீது நின்றுகொண்டிருந்த இரண்டு மனிதர்கள் ஓடிவந்து காரின் கதவுக்கருகில் நின்றனர்.

“இறங்குங்கய்யா! இங்கதான்,” என்றான் ரசூல், இருட்டில் சாம்பைய்யாவின் முகத்தைப் பார்க்க முயற்சித்தவனாய்.

“இதுவா ஆஸ்பத்திரி? இதென்ன இப்பிடியிருக்கு?”

“இது பிரைவேட்டு. இங்கதான் உங்க மகன் இருக்குறது!”

“இங்கயா எங்க வெங்கடபதியை வச்சிருக்காங்க? பேய் வீடாட்டமுல்ல இருக்குய்யா! இந்தப் பாழாப்போன வீட்டுலயா எங்க வெங்கடபதியெ வச்சீங்க?” சாம்பைய்யா ஆவேசத்துடன் கேட்டார்.

“அப்பிடீன்னா.... அவன்....” அதற்குமேல் பேச வரவில்லை. காரிலிருந்து இறங்கவும் முடியாமல் அதிலேயே உட்கார்ந்திருக்கவும் முடியாமல் தவித்துப்போனார்.

ரசூல் கதவைத் திறந்துவைத்துக்கொள்ள, அதுவரையிலும் காரின் அருகிலேயே நின்றிருந்த இருவரும் சாம்பைய்யாவை ஆளுக்கொரு பக்கமாகத் தோள்களைப் பிடித்துக் கீழே இறக்கினார்கள். தன்னை விடுவித்துக்கொள்ள யத்தனிக்கும் சாம்பைய்யாவை தோள்களில் சுமந்த அந்த பயில்வான்களிருவரும் நான்கே எட்டில் வீட்டிற்குள் சேர்த்தனர்.

“இங்கே! இங்கே! இந்த அறைக்குள்ள கொண்டுவாங்க!” அந்தக் குரலை எங்கோ கேட்டதுபோலவே தோன்றியது சாம்பைய்யாவிற்கு. லாந்தர் வெளிச்சத்தில் கூர்ந்து பார்த்தார். அவனை எங்கேயோ பார்த்தது போலவே இருந்தது!

அவனோட பேரு?... ஏதோ.... பாபோ?.... பிரசாதோ?

சாம்பைய்யா அடையாளம் கண்டுபிடிப்பதற்குள்ளேயே உருண்டு திரண்டிருந்த அந்த முரடர்களிருவரும் சாம்பைய்யாவை தூக்கிக்கொண்டுவந்து கிடங்கில் வீசிஎறியும் நெல்மூட்டையைப்போலகட்டிலின்மேல் போட்டார்கள்.

"அடேய் மிருகங்களா? என்னங்கடா அந்தப் பெரியவரை அப்பிடி தூக்கிப்போடுறீங்க? மெதுவாக எறக்கக்கூடாது? ம்.... போதும்! இனி போயி வெளியில நில்லுங்க!" ராமனாத பாபு அந்த இருவரையும் திட்டி, அறையிலிருந்து வெளியேற்றினான்.

"என்ன இதுவெல்லாம்? எதுக்காக இங்க கொண்டாந்திருக்கீங்க? எங்க பையன் எங்கே? அவனுக்கு எப்படியிருக்கு?" சாம்பைய்யா மூச்சுவிடக்கூட முடியாத நிலையில் கஷ்டப்பட்டு கட்டிலிலிருந்து எழ முயன்றார்.

"நீங்க ரொம்பவும் கவலைப்படவேண்டாம்! உங்க பையனுக்கு வந்த நோயி ஒன்னுமில்லே. நல்லா சௌகரியமாத்தான் இருக்காரு" ராமனாதபாபு தன்னுடைய பயத்தை மறைத்தபடி கூறினான்.

"மாம" அவுங்க சாப்புட்டாப்புல தெரியல. மொதல்ல அவரெ சாப்புடவிடுங்க. அதுக்குப்பிறகு பேசிக்கிடலாம்!"

சாம்பைய்யா தலையைத் தூக்கி வாசலை நோக்கிப் பார்த்தார். வரூதினி ஒரு கையில் கேரியரும், மற்றொரு கையில் தண்ணீர் டம்ளரையும் பிடித்துக்கொண்டு நின்றிருந்தாள்-

"ஏன்? விஷம் வைத்துக் கொல்லாமேன்னு நெனக்கிறியா?" சாம்பைய்யா யோசிக்காமலேயே சட்டென்று சொல்லிவிட்டார்.

"நடுவுல அந்தப்பாவத்தை நான் எதுக்காகச்செய்யணும்? அதென்னாங்குறதெ அப்பாவும் மகனுமா முடிவெடுத்துக்கோங்க!" என்று சொல்லிவிட்டு கேரியரையும், டம்ளரையும் கீழே வைத்துவிட்டு சடாரென பின்னால் திரும்பினாள்.

"கேட்டீங்களா? கெழவன் என்னை எப்பிடி பேசுறான்னுட்டு?" வரூதினியின் குரல் சாம்பைய்யாவிற்கு தெளிவாகவே கேட்டது.

அவள் யாரை உத்தேசித்துச் சொல்கிறாள் என்பதும் புரியத்தான் செய்தது.

அப்படீன்னா, வெங்கடபதி இங்கதான் இருக்காங்கறது தெரியுது. அவனுக்கு எந்த நோயுமில்ல. இவங்கள்லாம் ஏதோ சதித் திட்டம் தீட்டி தன்னை இங்க தூக்கிட்டு வந்துருக்காங்க! வெங்கடபதியும் இந்தசதித்திட்டத்துல பங்காளிதான்!

"சாம்பைய்யா அவுகளே! உங்க வெங்கடபதி ஒரு சங்கடத்துல விழுந்து கெடக்காரு. நாளையோ அடுத்தநாளோ போலீஸ்வந்து புடிச்சிட்டுப்போயிடும். அதுக்குள்ள உங்க பையனைக் காப்பாத்திக்கிடணும். இல்லேன்னா

ஜெயிலுக்குப் போறது நிச்சயம்!" என மென்மையாக எடுத்துச்சொன்னான் ராமனாதபாபு.

"எல்லாமே பொய்! வேஷம்! உங்க பேச்சை ஒன்னுகூட நம்பமாட்டேன்" சாம்பைய்யா வீராப்புடன் சொன்னார்.

"ஆமாம்! நீங்க நம்பமாட்டேங்கன்னுதான் இந்த வேலையை செய்ய வேண்டியது வந்தது. இதுல வெளியாளுகளோட குத்தம் ஒன்றுமேயில்ல. உங்க புள்ளயை ஆபத்துலருந்து காப்பாத்துறதுக்குத்தான் இதெல்லாம்! வெங்கடபதி தனக்கு உடம்புக்கு முடியலேன்னு உங்களுக்கு காரையனுப்பி கூட்டிட்டுவரச் செய்தாரு. நாற்பதாயிரத்துக்கு ஒன்றும், முப்பத்தைந்தாயிரத்துக்கு இன்னொன்றுமாக நோட்டு எழுதித் தந்திருக்காரு. அதுகள் வட்டியோட சேர்த்து தொன்னூறாயிரத்துக்கும் மேல வந்திருச்சி. இத்தனை வருஷமா கடங்காரங்ககிட்ட ஏதோ சொல்லி சமாதானப்படுத்திட்டு வந்திருக்கோம். இனிமேலும் அவங்க பொறுக்கமாட்டேன்னு சொல்றாங்க. நாளைக்கே கோர்ட்டுல போட்டுடுவோம்னு...." சாம்பைய்யா எழுந்து அறையிலிருந்து வெளியே சென்று கொண்டிருப்பதைப் பார்த்ததும் ராமனாதபாபு பேசுவதை நிறுத்திவிட்டான். சாம்பைய்யாவைத் தாண்டிக் கொண்டு வேகவேகமாக வெளியே வந்தான்.

கோபத்துடனும், வெறுப்புடனும் முன்னால் வந்துகொண்டிருந்தவர் வாசலை மறைத்துக்கொண்டு நின்றிருந்த வெங்கடபதியைப் பார்த்ததுமே சாம்பைய்யாவின் கால்கள் முன்னேறத் தயங்கின.

வெங்கடபதியின் கண்கள் நெருப்புப் பிழம்பாய் எரிந்துகொண்டிருந்தன. ஏதோ மத்து வாசனை நின்று நின்று குப்குப்பென வீசிக்கொண்டிருந்தது.

நல்ல உடம்போடும், உயிரோடும் தன் முன்னால் நின்றுகொண்டிருந்த மகனை கண்ணாரப் பார்த்துவிட்ட மகிழ்ச்சி சாம்பைய்யாவின் மனதில் நீண்ட நேரம் நிலைக்கவில்லை. சில நிமிடங்களுக்கு முன்னர் வெங்கடபதியை ஆசைதீரப் பார்த்து, தன்தோள்களோடு அணைத்துக் கொள்ளவேண்டும். தனயனோட சரீரத்தை பாசத்துடன் தொட்டு பரவசப்பட வேண்டுமென்ற ஆசை, ஒவ்வொரு நாடி - நரம்பிலும் - துள்ளியெழுந்து துடித்துக்கொண்டிருந்த - துடிப்பு - எல்லாமே மாயமாய் மறைந்தன. மகன்மீது வெறுப்பும், கோபமும், அலட்சியமும் சேர்ந்து மூன்றுமாக பிணைந்து கொண்டன.

"நீ, பொம்பளையா? நீ என்னோட மகனா? நீ பெரிய மனுஷனா? நீங்க எல்லோருமாசதிதிட்டம்தீட்டி என்பிராணனைவாங்கி, என்சொத்தையெல்லாம் அபகரிக்கணுமுன்னு நெனக்கிறீங்க. நீங்கள்ளாம் மனுஷங்களே கெடையாது. ராட்க்ஷஸங்க, திருடங்க" என்றவாறு சாம்பைய்யா சுளுக்கிய பாதத்தைப் பிடித்துக்கொண்டபடி, கதவைப் பிடித்துக்கொண்டு நின்ற வெங்கடபதியை நெட்டித் தள்ளிவிட்டு வெளியே வர முயற்சி செய்தார்.

"தள்ளுடா குடிகாரப்பயலே! போதை தலைக்கேறி - பெரியவங்க சின்னவங்க, நல்லது - கெட்டது தெரியாம விழுந்துகெடக்கெ! இதுதானாடா- நீ எனக்குச் செய்றது? சண்டாளப் பயலே!" சாம்பைய்யாவின் ரத்தம் கொதித்தது. உத்வேகத்துடன் மனிதர் நின்றபடி நடுங்கிக்கொண்டிருந்தார்.

தன்னைத் தள்ளித் திமிறிக்கொண்டு செல்லத் துடிக்கும் தந்தையை கையைப் பிடித்து இழுத்துக்கொண்டுவந்து கட்டிலின்மேல் தள்ளிவிட்டான்.

"போறானாம் போறான்? எங்க போறான்னு பாக்கப்போறேன்?" என்றபடியே வெங்கடபதி சடாரென கதவுகளைமூடி வெளிப்பக்கம் பூட்டிவிட்டான். பயமென்பதே என்னவென்று அறியாத சாம்பைய்யாவின் நெஞ்சம் வெடித்துச் சிதறியது.

உடம்பெல்லாம் முழுதுமாக நனைந்துவிட்டது. கட்டிலின்மேல் சுருங்கிக் கிடந்த சாம்பைய்யாவின் மனம் சொல்லொன்னா துயரத்தில் ஆழ்ந்தது.

வாழ்க்கையில் எத்தனையோ கஷ்டங்கள் வந்து போய்க்கொண்டு தானிருந்தன. எத்தனையோ அவமானங்கள், அலட்சியங்களையெல்லாம் தாங்கிக்கொண்டாரெனினும் ஒருபோதும் தைரியத்தை இழந்ததில்லை. மனமொடிந்து உட்கார்ந்ததில்லை. விரோதத்தைத் தீர்த்துக்கொள்வதற்காக வருடக்கணக்காக காத்திருந்தார். பொறுமையுடனும் ஈடுபாட்டுடனும் தலைகுனிந்து தாங்கிக்கொண்டார். அவகாசம் கிடைத்ததும் திருப்பி அடித்தார் சொற்களால். தன்னை அவமானப்படுத்தி கேவலமாக நடத்தியவர்களைத் தன் கால்களுக்கிடையே வரவழைத்துக்கொண்டார். மகாசமுத்திரங்களையெல்லாம் நீச்சலடித்து வெளிவந்தவர் கடைசியாகத் தன் பிள்ளையின் கையாலேயே சாகவேண்டியதுள்ளதா? இந்த நாசக்காரங்ககிட்ட விழுந்து?

ஏ! தெய்வமே! என் தலையெழுத்தை இப்படியா எழுதி வச்சிருக்கே?

என் மகன்.... "என் ரத்தத்தின் ரத்தம்... எனக்கு பெரிய சத்ருவாயிட்டானா?"

சாம்பைய்யாவின் மனமும் புத்தியும் சலசலவெனக் கொதிக்கும் எண்ணெயில் போட்டு வறுத்தெடுத்ததைப்போலாயிற்று.

அந்த அறையில் எவ்வளவு நேரம் இருந்தோம் என்று தெரியாத நிலையில் விழுந்து கிடந்தார்.

அறையின் வெளியே ஹாலில் பேசிக்கொள்வது அரைகுறையாகக் கேட்கத் தொடங்கியது. சாம்பைய்யா மெதுவாக எழுந்து கதவோரமாகச் சென்று நின்றுகொண்டார். காதைத் தீட்டிக் கதவிடுக்கில் வைத்துக் கேட்க முயற்சித்தார்.

"என்னங்க? இன்னும் ரிஜிஸ்ட்ரர் வரல்லே?" வரூதினியின் குரல் ஆத்திரத்துடன் வெளிவந்தது.

“வருவான்! வரணுமில்லையா! இதுக்குள்ளே வந்திருக்கணும்!” கடியாரத்தைப் பார்த்தபடியே சொன்னான் ராமனாதபாபு.

“அவரு சரிதான்! இவங்கள்லாம் என்ன ஆனாங்க?” மறுபடியும் வரூதினி சொன்னதையே சொல்லிக்கொண்டிருந்தாள்.

“கனகய்யாதான் அவங்களையும் அழைச்சிட்டு வர்றதா சொன்னதுனால நான் வந்துட்டேன். போயி பாக்குறேன் என்ன ஆனாங்கன்னு?” என்று சொல்லிய வெங்கடபதி தள்ளாடியபடியே வெளியே செல்ல முற்பட்டான்.

“நீங்க எங்கெங்க போகப்போறீங்க? உங்களுக்கெதுக்கு, நீங்க போயி அறைக்குள்ள உட்காருங்க! எல்லாத்தையும் நாங்க பார்த்துக்கிடுவோமில்லையா?” என்றாள் வரூதினி. கணவனின் கையைப் பிடித்துக்கொண்டு ஹாலிலிருந்து மற்றொரு அறைக்குள் அழைத்துச்சென்றாள்-

“எல்லாமே முடிஞ்சிட்ட மாதிரியிருக்கு. இனிமே எதுக்கு?” என்றான் மனைவியின் முகத்தைப் பார்த்தபடியே வெங்கடபதி.

“என்ன எல்லாமே முடிஞ்சிட்டதாம்? உங்க பேச்சும் நீங்களும்?” வெறுப்புடன் சொன்னாள் வரூதினி.

“இன்னும் இருக்கா?” கண்களைச் சுழற்றியபடி கேட்டான் கணவன்.

“என்னது, என் தலையா?” என்றாள் மனைவி

“இல்ல. சீசாத்தலை” என்றான் கணவன்.

வரூதினிக்கு தாங்கமுடியாத சிரிப்பு வந்தது. "சீசா முழுசா காலியாக்கிட்டீங்கள்லியா! இன்னும் என்னவாம்?”

“உண்மையாகச் சொல்லு, இருக்கா?” எங்க அப்பா...”

“என்னது? உங்க அப்பாவுக்குக்கூட கொடுக்கப்போறீங்களா என்ன?”

“இல்ல, அவரு குடிக்கமாட்டாரு. நான் குடிச்சாலும் கொன்னுடுவாரு”

“சரிசரி! உங்க வாயை மூடிகிட்டு கொஞ்சநேரம் உட்கார்ந்திருங்க” என்றாள்.

“வந்து, எங்க நயினா சாப்பிடலையே, அவருக்கு பரிமாறு”

“சோறு சாப்புடமாட்டாராம்! அதுல நான் விஷம் வைச்சிருக்கேனாம்!”

“நிஜமாவே வச்சிட்டியா?”

“என்னது?”

“விஷம்.... இல்ல.... சாப்பா...” வெங்கடபதி நாவு தடுமாறுவதைக் கிரகித்தாள் வரூதினி.

தந்தையை எதிர்கொள்ளத் தைரியமில்லாமல், அறையில் வைத்துப் பூட்ட மனமில்லாமல், வெங்கடபதி பிராந்தி பாட்டிலை எடுத்து முழுவதுமாய் குடித்துவிட்டான். போதையில்தான் சாம்பைய்யாவை

அறையிலிருந்து வெளியே போகவிடாமல் இழுத்துச்சென்று கட்டிலின்மேல் தள்ளிவிட்டு கதவைப் பூட்டிவிட்டு வந்தான். அப்படியே ஒரு பாட்டில் முழுவதுமாய் உள்ளுக்குள் சென்ற பிராந்தி, இப்போது வெங்கடபதியின் ரத்தத்தில் கலந்து தலைக்குள் பரவிக்கொண்டிருந்தது. மனுஷன் தன்னால் தவிப்புடன் தெரிந்தான்.

"இன்னொரு பாட்டில் இருக்கு!" கணவனை நாற்காலியில் உட்கார்த்தியபடியே சொன்னாள் வரூதினி.

"அப்பிடீன்னா கொடுத்திடு! இன்னக்கி அந்த கெழவனை உண்டு இல்லேன்னு பண்ணலேன்னா எம்பேரு வெங்கடபதியில்ல. நான் அவரு மகனுமில்ல! சாம்பைய்யாவுக்கு மகனே இல்ல" சத்தம்போட்டுக் கத்தத் தொடங்கினான் வெங்கடபதி. அவன் சொல்வதெல்லாம் அறைக்குள் பந்திக்கப்பட்ட சாம்பைய்யாவின் இதயத்தில் ஈட்டியாய் தாக்கின.

வெளியே கார் வந்து நிற்கின்ற சப்தம் கேட்டது. வெங்கடபதிக்கு நயமாய் எடுத்துச்சொல்லி வரூதினி ஹாலுக்குள் வந்தாள். கனகய்யா தன்னோடு மற்றுமொரு இரண்டுபேரை அழைத்து வந்திருந்தான். ராமனாதபாபு மூவரையும் அன்புடன் வரவேற்றான்.

"என்னய்யா கனகய்யாகாரு, நீங்களும் இப்படித் தாமதமா வந்தா எப்பிடிங்க?" ராகம் இழுத்தாள் வரூதினி.

"என்னது தாமதமொன்னுமில்ல! சொன்ன நேரத்துக்கு சரியாத்தானே வந்திருக்கேன்? உங்க ஆத்திரம் உங்களை அப்பிடி நெனக்க வைக்குது! அதுசரி, என்ன சொல்றாரு உங்க மாமனாரு? சாம்பைய்யாவை வழிக்கு கொண்டாந்துட்டீங்களா? எங்கே அவரு?" என்று கனகய்யா எழ முயன்றான்.

"நீங்க உட்காருங்க! அந்த வேலையெல்லாம் வெங்கடபதியும், அந்த அம்மாவும் பார்த்துக்கிடுவாங்க. நடுவுல நாம போயி தலையை நீட்டுறது நல்லதில்லே" என்றான் ராமனாதபாபு.

தன் பக்கத்திலிருந்த மற்ற இருவரையும் பார்த்துவிட்டு? கனகய்யா தன் அறியாமைக்காக நாக்கை கடித்துக்கொண்டு வாய்திறக்காமல் உட்கார்ந்து கொண்டான்.

"எழுத்து வேலையெல்லாம் முடிச்சிட்டீங்களா?" ராமனாதபாபு கேட்டான்.

"ஆமாமாம்! தஸ்தாவேஜ்களையெல்லாம் நல்லபடியா எழுதச் சொல்லிட்டேன். யாரு யாருக்கு என்ன என்பதை விவரமாக எழுதச்சொல்லி சாட்சிக்கையெழுத்தோட தயாரா இருக்கு" என்ற கனகய்யா தோல்பையிலிருந்து, ஸ்டாம்பு ஒட்டப்பட்டு அதில் எழுதியிருந்த பத்திரங்களை வெளியே எடுத்தான்.

அவற்றைப் பார்த்ததும் வரூதினி மனம் நிம்மதியடைந்தது.

"இதோ பணம்! சேஷாவதாரமும், ராமச்சந்திரய்யாவும் கூட அணா பைசாக்களோட சொன்னபடி தயாரா இருக்காங்க. எங்க வேலை முடிஞ்சது. இனி மீதமிருக்குறது நீங்க செய்யவேண்டியதுதான்!"

பணப்பையை ஆட்டியபடியே சொன்னான் கனகய்யா.

ராமச்சந்திரய்யாவும், சேஷாவதாரமும் பணப்பைகளின்மேல் விரல்களைத் தடவியபடி "ஆமாமாம்!" என்று தலையையாட்டினர்.

பணப்பைகளைப் பார்த்த வரூதினியின் முகம் பளிச்சென்று ஒளி வீசியது. அறைக்குள் இருள் திரை கவ்விப்பிடித்தது.

வெங்கடபதி அறைக்குள் இரண்டாவது பிராந்தி பாட்டிலுக்காக அலைமோதிக்கொண்டிருந்தான்.

சாம்பைய்யா இருளுக்குள், கதவுக்குப் பக்கத்தில் ஒட்டி நின்றபடியே நெஞ்சை இறுக்கிப்பிடித்தபடியே தெளிவற்று அறைகுறையாகக் கேட்டுக்கொண்டிருந்த பேச்சுக்களை கேட்டபடியே, அந்தக் குரல்களை அடையாளம் கண்டுகொள்ள முயற்சித்தவராய், தன்வசப்படாமல் நிலைகுலைந்து தவிக்கும் மனதைக் கட்டுப்படுத்த முடியாமல், துன்புற்றுக் கொண்டிருந்தார்.

"பத்திரங்களின் மேல் தகப்பன், மகன் கையெழுத்துக்களையும், விரல் ரேகைப் பதிவுகளையும் வாங்கி ரிஜிஸ்டர் செய்து தஸ்தாவேஜுகளை எங்கள் முன்னால் வீசிஎறியுங்கள். இதுதான் இனிமேல் நடக்கவேண்டியது." கனகய்யா தொண்டையைக் கனைத்துக்கொண்டு மூன்றே வரியில் விஷயத்தை விளக்கிச் சொல்லிவிட்டேன் என்பதைப்போல பக்கத்திலிருந்த இருவரையும் தெளிவுடன் பார்த்தான்.

அதற்குள் திடீரென்று ஏதோ நினைவுக்கு வந்ததைப்போல முகத்தை வைத்து கனகய்யா ராமனாதபாபுவை நோக்கி திரும்பி சொன்னான்.

"இத்தனைக்கும் ரிஜிஸ்டரர் எங்கேங்க?"

"வருவாரு, வர்ற நேரமாச்சி. கொஞ்சம் பொறுமையா இருங்க கனகய்யாகாரு!" கனகய்யாவிடம் சொல்லிவிட்டு வரூதினியின் முகத்தைப் பார்த்ததும் திடுக்கிவிட்டான் ராமனாதபாபு.

வரூதினி பயத்துடன் காணப்பட்டாள். இவ்வளவு நேரமாயிடுச்சி, அந்த ரிஜிஸ்டிரர் எப்ப வரப்போறாரோ என்னவோ? அவரு வந்து சேர்றப்ப இவரு எந்த நிலையில இருக்கப்போறாரோ? இப்பவே மனுஷன் வாழ்க்கு வந்தபடியெல்லாம் உளறிகிட்டிருக்காரு. தகப்பனெ அதட்டி, பயமுறுத்தி கையெழுத்தை வாங்கித்தர்ற நிலையில் அப்போதைக்கி கணவன் இருப்பானா? அவளது மனம் கம்பளிப் புச்சியாய் அரிக்கத் தொடங்கியது.

ராமனாதபாபு அவளுக்குத் தைரியம் சொல்லியவாறு கூறினான்- "மொதல்ல நீ போயி வெங்கடபதி சங்கதியை பாரு. ரிஜிஸ்டிரர் வராமே எங்கபோயிடப்போறாரு?"

"எதுக்கும் நல்லது. நீங்க போயி அழைச்சிட்டு வரலாமே?" என்றாள் வரூதினி.

"நமக்காகவா வரப்போறாரு! மொதல்லயே முன்பணமா ரெண்டாயிரத்தெ வாங்கிகிட்டான். ரிஜிஸ்ட்ரேஷன் முடிஞ்சதுக்குப்பிறகு மீதி மூணாயிரத்தைக் குடுக்குறேன்னு சொல்லியிருக்கேன். பணம் கசக்கவா போகுது? எதுக்கு வரமாட்டான்? அஞ்சு, பத்து கைநீட்டி வாங்குறவன் அஞ்சாயிரம் கெடச்சா விடுவானா?" வேறே நடக்குறதுக்கு முன்னாடியே ரெண்டாயிரம் கொடுத்துட்டீங்களா? கையில வந்ததே போதும்னு எடக்கு தடக்கு செஞ்சா என்ன பண்ணுவீங்க. அந்த ஆளு அப்படிப்பட்டவன்தான். எனக்கு நல்லாவே தெரியும்"

தன்னுடைய சந்தேகத்தை மெதுவாக நழுவவிட்டான் கனகய்யா.

ராமனாதபாபு வாய்விட்டுச் சிரித்துவிட்டான். "அந்த நோட்டுக்களோட நம்பருகள் அவற்றின்மீதுள்ள குறியீடுகள் எல்லாவற்றையும் தெரிஞ்சிகிட்டுத்தான் கொடுத்தேன். அவ்வளவு நம்பிக்கைத் துரோகம் செய்ய நினைச்சான்னா அவன்தான் ஜெயிலுக்குப் போகவேண்டிவரும்!" என்றார்.

கனகய்யா கண்களை விழித்தான். ராமனாதபாபு ஏற்றத்திற்கு கனகய்யா செத்தையாகிவிட்டான். மனுஷன் பெரிய ஆளு! தன்னை விட கைதேர்ந்தவன். தன்னோட மூளை அந்த அளவுக்கு வேலை செய்யாது. அவ்வளவு தைரியமோ சாமர்த்தியமோகூட கிடையாது.

கனகய்யாமட்டுமல்ல: அவனோடு அந்தப் பெரிய மனிதர்களும் பயந்துபோனார்கள். சேஷாவதாரத்திற்கு உடம்பு நடுங்கத் தொடங்கியது.

"அந்த ரிஜிடிரருக்கும் இதே யோசனை தோன்றி திருப்பியடிச்சிட்டான்னா" என்றான்.

"என்ன செய்துருவான்னு சொல்றீங்க?" எரிச்சலுடன் கேட்டான் ராமனாதபாபு.

"போலீஸை கூட்டிட்டுவந்து நம்மயெல்லாரையும் இங்கயே கைது பண்ணிட்டான்னா!" அதன்பிறகு அவன் வாயிலிருந்து வார்த்தைகள் வெளிவரவில்லை. வரூதினியின் இதயம் படபடவென அடிக்கத் தொடங்கியது. கனகய்யாவின் கால்கள் ஆட்டமெடுத்தன. கையிலிருந்த காகிதங்கள், பணம் எல்லாவற்றையும் டேபிளின்மேல் வைத்துவிட்டு வியர்வையைத் துடைத்துக்கொண்டான். அவனது கண்கள் தானாகவே அந்த வீட்டிலிருந்து வெளியேற எத்தனை வழிகள் உள்ளன என்று ஆராயத் தொடங்கின.

“என்னங்கய்யா, உங்க பேச்சுக்களும், நீங்களும்? இஷ்டமில்லேன்னா போயிடுங்க. உங்க தாத்தாக்களுக்கும் தாத்தாக்களெல்லாம் ரொம்பவே இருக்காங்க வாங்கிக்கிடுறதுக்கு. ஏக்கர் அஞ்சாயிரம் பெறும் நிலத்தை, மூவாயிரத்தி ஐந்நூறுக்கு வேணும்னா, எப்பிடி கஷ்டப்படாம வாங்கமுடியுமா என்ன?” என்றபடியே ராமனாதபாபு கனகய்யாவின் பக்கத்திலிருந்த பணப்பையை எடுத்து வரூதினியிடம் தந்தான்.

அதைப் பார்த்ததும் கனகய்யா எச்சில் வடித்தான். தன்னுடைய அருகிலிருந்தவர்களை சமாதானப்படுத்தும் வகையில் “ராமச்சந்திரய்யா, நீ கொஞ்ச நேரம் வாயைமூடிட்டிருய்யா! ராமனாதபாபுவுக்கு நாம சொல்லித்தரணுமா என்ன? எல்லாப் பொறுப்பையும், பாரத்தையும் அவர்மேல போட்டுடு! எல்லாத்தையும் அவரு பார்த்துக்குவாரு. எங்கே? உன்னோட பணத்தையும் கூட கணக்குப்பண்ணி அவருகிட்ட கொடுத்துடு! இனி தாமதம் எதுக்கு? இந்த நேரத்துக்கு சப் ரிஜிஸ்டிரர் வந்துகிட்டிருக்கணும்? என்றான்.

கனகய்யாவின் புத்திசாலித்தனத்திற்கு ராமனாதபாபு தனக்குள்ளேயே சிரித்தபடி - “அப்பிடி வா வழிக்கு” என்று நினைத்தான்.

வரூதினி பணப்பையை மறைத்து வைத்துவிட்டு திரும்பி ஹாலுக்குள் வந்தவள் - “கனகய்யாகாரு, எவ்வளவு?” என்று கேட்டாள்.

“லட்சத்து இருபதாயிரம், இன்னும் எண்ணித் தரனுமா?” கொஞ்சம் திகிலுடனேயே சொன்னான்.

“இல்லே, உங்க பணப்பையை அப்பிடியே வச்சிருக்கேன். சும்மாத்தான் கேட்டேன்!” என்றாள்.

“போலீஸுகாரங்க நம்ம கையாளுன்னு உங்களுக்குத் தெரியுமில்ல கனகய்யாகாரு?” என்றான் யோசனையில் விழுந்தபடியே ராமனாதபாபு.

“தெரியாமெ என்னங்க? டி.எஸ்.பி. சார் உங்க கையாளு. அந்த சங்கதி இந்த டவுன் பூரா தெரியுமே?” என்ற கனகய்யா தன் பக்கத்தில் முகத்தை இறுக்கமாக வைத்து உட்கார்ந்துகொண்டிருந்த ராமச்சந்திரய்யாவைப் பார்த்தான்.

வெளியில் கார் சப்தம் கேட்டது.

ஹாலில் உட்கார்ந்திருந்த ராமச்சந்திரய்யா, சேஷாவதாரம், கனகய்யா, ராமனாத பாபு எல்லோருமே எழுந்து நின்றனர்.

வரூதினி கணவனிருந்த அறைக்குள் வேகமாகச் சென்றுவிட்டாள். அறைக்குள் கதவை யொட்டிய சுவற்றில் சாய்ந்துகொண்டிருந்த சாம்பைய்யாவிற்கு சில வினாடிகள் எந்த அரவமும் கேட்கவில்லை. மூச்சைப் பிடித்து, கதவின் இடுக்குவழியாக ஹாலில் நடப்பவைகளைகண்களைத்தீட்டிப் பார்க்கத் தொடங்கினார்.

23

'வருதினி பிக்சபேலஸ் தொடக்கவிழா நண்பர்களின் கைவண்ணத்தில் சிறப்பாக நடத்திவைக்கப்பட்டிருந்தது. டவுனிலிருந்த பிரமுகர்கள், சினிமாத்துறையைச் சார்ந்த டிஸ்டிரிப்யூட்டர்ஸ், தியேட்டர் முதலாளிகள், பிரசித்தமான நிர்வாகிகள், கலைஞர்கள் எல்லோருமாய் ஆரம்ப விழாவில் வந்து கலந்துகொண்டார்கள். மந்திரியை வரவேற்று ராமனாதபாபு அவர் கழுத்தில் மாலை அணிவிக்க, மந்திரியின் சகதர்மிணியின் கழுத்தில் வரூதினி மலர்மாலையை அலங்கரித்து வைத்தார். மந்திரி பிரதான முகப்பில் கட்டியிருந்த சிகப்பு ரிப்பனை வெள்ளி கத்திரிக்கோலால் கத்தரித்து, எல்லோருக்கும் முன்னதாக அவரே கைதட்டவும் செய்தார்.

சுற்றிலும் குழுமியிருந்த மக்களின் ஆரவாரக் குரல்கள் சினிமாத்தியேட்டரைச் சுற்றி எதிரொலிக்க எல்லையில்லா ஆனந்தத்தில் திளைத்திருந்த வரூதினியின் முகம் கார்பன் ஆர்ட் போல பிரகாசித்தது. அவள் கண்கள் ராமனாதபாபுவுக்காக தேடின. ஆனால் வெங்கடபதி தென்பட்டான். மந்திரியை சுற்றி வளைத்துக்கொண்டிருந்த மக்கள் கூட்டத்தை பின்னுக்குத்தள்ளிவிட்டுக்கொண்டிருந்தான் வெங்கடபதி. ராமனாதபாபு மந்திரியை முன்னால் அழைத்துச்சென்று கொண்டிருந்தான்.

கடந்த ஐந்தாண்டு காலமாக முன்னனி நட்சத்திர கதாநாயகியாகத் திகழ்ந்த கதாநாயகி சுவிட்சைதட்டிவிட்டு ப்ரஜெக்டரை ஸ்டார்ட் செய்தாள். அவளுக்கு அருகாமையில் நின்றிருந்த வரூதினியின் பார்வை சினிமா தாரகை மீதே நிலைத்திருந்தது. இவ்வளவு குள்ளமாக, குண்டு சட்டியைப் போலிருந்த கன்னங்கள் உப்பியும் காட்சியளிக்கின்ற இவள் எப்படி இவ்வளவு பெரிய நட்சத்திரமானாள் என்ற சந்தேகத்திலேயே விழுந்துகிடந்தாள் வரூதினி.

திரையின்மேல் புத்தம் புதிதாக வெளிவந்த கிராமியப்பாடல் காட்சிகள் வெளிப்பட்டுக்கொண்டிருந்தன. அதில் கதாநாயகி, கதாநாயகனோடு நடிக்கும் காதல் காட்சியில் அற்புதமாக நடித்துக்கொண்டிருந்தாள்.

"இதை மொதல்ல பழமையான புராண நாடோடிக்கதையாக எடுக்கணும்னு ப்ரட்யூசர் சொன்னாரு. நான்தான் கதையை மாற்றி கிராமத்துக் கதையா

எடுங்கண்ணு சொன்னேன்" என்றாள் அழகான நடிகை வரூதினியைப் பார்த்து.

வரூதினிக்கு அவள் பேசிய மொழி புரியவில்லை. நீங்களாயிருக்கப் போயி இவ்வளவு பெரிய மாற்றத்தை கொண்டுவர முயற்சி பண்ணியிருக்கீங்க என்று சொல்வதுபோல முகத்தை வைத்துக்கொண்டு சிரித்தாள்.

"அவ்வளவா இந்தக் காலத்துல பழையகாலத்து புளியங்காய் பச்சடிகளை யாரு பாக்குறாங்க சொல்லுங்க!" என்றாள். மிகப்பெரிய அபிமானத்தை ரசிகர்களிடமிருந்து ஐந்து வருடங்களாகப் பெற்றுக்கொண்டு வருவதோடு, இன்னுமொரு ஐந்து வருடங்கள் பெற்றுக்கொள்வேன் என்ற நம்பிக்கையுணர்வுடன் திகழும் நடிகையான விஜயவாணி.

"ஒன் பெருமையும் நீயும்! நீ பார்வதி, சீதை போன்ற வேடங்களைப் போட்டு நடித்தால் பார்க்குறதுக்கு ஆளே இருக்காது தியேட்டர்ல" என்று நினைத்துக்கொண்டாள் வரூதினி.

"நீங்க நடிச்ச எல்லாப் படங்களையும் பார்த்திருக்கேனுங்க!" ஏதோ சொல்லித் தொலைக்க வேண்டுமென்பதற்காகக் கூறினாள் வரூதினி.

"ஆமாமா! இவங்க உங்களோட மிகப்பெரிய ரசிகைங்க!" மந்திரியின் மனைவியை கூடவே அழைத்து வந்த ராமனாதபாபு சொன்னான்.

"வாங்க! தியேட்டர்க்குள்ள கொஞ்சநேரம் உட்கார்ந்திருக்கலாம்!" என்றதும்,

"அய்யோ! போர்! படத்தைப் பார்த்துக்கிட்டு எங்கயுமே உட்கார்ந்திருக்கமாட்டேன்?" தலையை, விரல் நுனிகளால் - இல்லையில்லை - விரல்களைவிட நீண்டிருந்த வர்ணம் பூசப்பட்ட நகங்களால் பிடித்தபடி கூறினாள் நடிகையர் திலகம்.

"அப்படீன்னா உங்க சினிமாவே உங்களுக்குப் போரடிக்குதுன்னு சொல்றீங்க?" சடாரென சொல்லிவிட்டாள் வரூதினி.

தாரகையின் முகத்திலிருந்த மேக்கப் கலைந்திருந்தது.

ராமனாதபாபுவின் முகம் சிலிர்த்திருந்தது.

மந்திரியின் மனைவிக்கு அது சிரிக்கவேண்டிய சமயமோ வெறுமனே இருக்கவேண்டிய சமயமோ என்று தெரியாமல் கணவனுக்காக கண்களால் துழாவ ஆரம்பித்தாள். அவரோ எப்போதோ ப்ரொஜக்ஸன் அறையிலிருந்து பால்கனி வழியாய் சென்று தியேட்டருக்குள் அமர்ந்திருந்தார்.

"வாங்கம்மா!" வரூதினி ரிசர்வ்டு கிளாஸுக்குள் வழிகாண்பித்து அழைத்துச் சென்றாள். உறுப்பினர்கள், பிரமுகர்கள், மற்றுமுள்ள விருந்தினர்களின் பார்வை திரையின்மேல் 'கதாநாயக கதை'யைவிட்டு விட்டு ஹால், ஹாலில் அமர்ந்துகொண்டிருந்தவர்களின்மீது திரும்பியது. திரையின் முன்புறம்

உட்கார்ந்திருந்தவர்களில் பாதிபேருக்கும் மேலாக பின்னால் திரும்பிப் பார்க்கத் தொடங்கிவிட்டார்கள். சினிமா நடிகை விஜயராணி கர்வத்துடன் முகத்தை வைத்துக்கொண்டிருந்தாள். அவள் அருகில் அமர்ந்திருந்த மந்திரியின் மனைவி சேலைத் தலைப்பை சரிசெய்துகொண்டார். வரூதினி இமைகள் படபடக்க ஓரக்கண்ணால் பார்த்துக்கொண்டிருந்தாள்.

விஜயவாணியைப் பார்த்துக்கொண்டிருப்பவர்களெல்லாம் தன்னைப் பார்த்துக்கொண்டிருப்பதாக நினைத்தாள் வரூதினி. கால்மணிநேரம் சென்றதும் ஹீரோ, ஹீரோயின் காதல் காட்சிகள், பப்ளிக் கார்டன்ஸில் ஆட்டமும் பாட்டமும் முடிந்தபின், இருபத்தைந்து வருடங்களாக ஹீரோவேடம் போடுகின்ற கதாநாயகன் - கத்தி - துப்பாக்கி இரண்டையும் கையில் பிடித்தபடி, புதிதாக மேலே வந்த வில்லன்மேல் விழுந்தான்.

விஜயவாணி எழுந்து நின்றாள். அவளுடன் வரூதினியும் எழுந்தாள்.

“மூச்சே வரமாட்டேங்குது, வெளிய போயிடுவோம் வாங்க என்றாள் சினிமாக் கதாநாயகி விஜயவாணி. ஹீரோ மட்டுமே தனியாகத் திரையில் காட்டப்படும்போது விஜயவாணிக்கு சுவாரஸ்யம் குறைந்துவிட்டதுபோலும் என்று வரூதினி நினைத்துக்கொண்டாள்.

“டின்னர் எட்டு மணிக்குத்தான்! இன்னும் ஒரு மணிநேரம் பிடிக்குமே!”

வரூதினி கடிகாரத்தைப் பார்த்துக்கொண்டே கூறினாள்.

“அப்படீன்னா நான் பிரஷ் ஆகனும்!" என்று அவசரப்பட்டாள். இருக்கின்ற ஒரு மணிநேரம் போதாதுபோல விஜயவாணிக்கு

கதாநாயகனின் அற்புத சாகச செயல்களிலிருந்து பார்வையைத் திருப்ப இயலாத மந்திரியின் மனைவியை விட்டுச்செல்வதா அல்லது கதாநாயகியுடன் செல்வதா என்ற மனப் போராட்டத்தில் தவித்துக்கொண்டிருந்த வரூதினியின் அவஸ்தையைப் புரிந்துகொண்டுவந்த ராமனாதபாபு - “நீ விஜயவாணியோட போ. அவங்களுக்கு நம்ம வீட்லதான் தங்குறதுக்கு ஏற்பாடு செஞ்சிருக்கோம். கெஸ்ட்ஹசுல எடமில்லே. மந்திரி அவங்களெ நான் பார்த்துக்கறேன்” என்று வரூதினியின்மேல் குனிந்து காதுகளில் வாயை வைத்துச் சொன்னான்.

வரூதினி விஜயவாணியை உடனழைத்துக்கொண்டவாறு தியேட்டரைவிட்டு வெளியே வந்தாள். மெயின் கேட்டருகில் நின்றிருந்த காரின் அருகாமையயடைவதற்குள் இரும்பு கேட்டையடைத்து நின்ற ஜனங்கள் கேட்டைத் தள்ளிக்கொண்டு உள்ளே வந்துவிட்டார்கள். வரூதினியையும், விஜயவாணியையும் சுற்றி வளைத்துக்கொண்டார்கள்.

விஜயவாணி திடுக்கிட்டாள்! வரூதினியை யாரோ பின்னாலிருந்து எட்டிய இடத்தைத் தொட்டார்கள். ஜனங்கள் கூட்டமாய் மேலே மேலே வந்து

விழுந்தார்கள். எல்லோருடைய கைகளும் - பசியோடிருக்கும் மனிதக் குரங்குகளைப் போல நடந்துகொண்டார்கள். பின்னும் சிறிதுநேரம் நின்றிருந்தால் அவர்களின் கைகளில் நசுங்கி சாகவேண்டியது திண்ணம்.

பின்னாலிருந்து தன்-தன்-டன்-டன் என்ற காலடி சப்தம் கேட்டன!

மறுநிமிடமே மக்கள்கூட்டம் கலையத்தொடங்கிவிட்டது. வெங்கடபதியின் தலைமையில் தியேட்டர் வேலைக்காரர்களும், போலீஸ்காரர்களும் ஜனங்களை லாட்டியால் அடித்தபடியே முன்னேறி வந்தார்கள். சினிமா தாரகையின் அபிமானிகளும்' பார்வையாள மகாஜனங்களின், தலைகளும், முதுகுகளும் சிதைய, நெருக்கியடித்துக் கீழே விழுந்தவர்கள் விழுந்தபடியும், மீதிப்பேர் கேட்டைத் தாண்டிக் குதித்து ஓடிவிட்டார்கள். வெங்கடபதியும், வேலைக்காரர்களும் வரூதினியையும், விஜயவாணியையும் சுற்றிவளைத்து நின்று பாதுகாப்பு வளையம் அமைக்க மீண்டும் அவர்களைச் சுற்றி போலீஸ்காரர்கள் நின்றுகொண்டார்கள். வரூதினியும், விஜயவாணியும் சென்று காரில் ஏறி உட்கார்ந்துகொண்டார்கள். விஜயராணியுடன் வந்திருந்த பர்சனெல் அசிஸ்டென்ட் காரின் முன்சீட்டில் அமர்ந்துகொண்டான். வெங்கடபதிக்கும் அவர்களோடு சென்றுவிடத்தோன்றியது. காருக்குப் பக்கத்திலேயே நின்றிருந்ததைக் கவனித்தும் வரூதினி பொருட்படுத்தாதவளாய் டிரைவரைப் பார்த்து "போகட்டும் ரசூல்!" என்றாள்.

கார் கேட்டைத் தாண்டி ரோட்டின்மேல் ஏறியது. மீண்டும் ஜனங்களின் கூச்சலும், ஓட்டமும் ஆரம்பித்துவிட்டன. ரசூல் காரின் வேகத்தை அதிகப்படுத்தினான். வரூதினி, விஜயவாணி இருவரையும் பார்வையாளர்கள் பொழிந்த புகழ்மாலைகள் கணக்கிலடங்கா. எப்போதுமே கேட்டிருந்ததில்லை. வெட்கித்தலை குனிந்த நிலையில் வரூதினி அமர்ந்திருந்தாள்.

"இதெல்லாம் எங்களுக்குப் பழக்கப்பட்டதுதான்!" என்று சொன்னாள் விஜயவாணி சிறிதுநேர மௌனத்துக்குப் பிறகு.

"அப்பா, முரட்டு ஜனங்கள்!" என்றாள் வரூதினி.

"அதெல்லாம் அவர்கள் தங்கள் அபிமானத்தை வெளிக்காட்டும் செயல்கள்!"

"அவங்க அபிமானம் என்னவாக இருந்தாலும் நம்ம மானம் போகுதே"

"அப்படி நெனச்சா சினிமா ஸ்டாரா யாருமே வரமுடியாது" என்றாள் விஜயராணி.

வரூதினி அவளைத் தலைநிமிர்ந்து பார்த்தாள். நிஜத்தை எத்தனை வெளிப்படையாக பயமின்றி சொல்கிறாள்? தானாகயிருந்தால் அப்படி பேச முடியுமா? ச்ச!ச்ச! தானெங்கே? அவளெங்கே? அவளோட என்னை ஈடுபடுத்தலாமா. தான் எவ்வளவு கௌரவமான குடும்பத்திலிருந்து வந்தவள். பேரும், புகழும் வாய்ந்த வம்சம் தன்னோடது. தான்? - ராமனாதபாபு,

வருதினியின் யோசனைகளுக்கிடையே வந்து தடங்களை ஏற்படுத்தினான். வருதினி அதற்குமேல் ஆழமாகத் துருவித்துருவி ஆலோசிக்க முடியவில்லை அவளால்.

“இன்னும் சொல்லப்போனால் இங்கே ரொம்ப நயம். சில இடங்கள்ல பெரிய பிரச்சனையையே உண்டாக்கிடுவாங்க. போனமாசம் இப்படித்தான் என்னோட படம் நூறாவது நாள்விழா பதினைஞ்சு இடங்கள்ல நடந்தன. ஒவ்வொரு தியேட்டர்லயும் பரிசு டிக்கெட்டுகள் - தியேட்டர் முன்னாலும் பூத்துகள் - தூசியும் - கற்களும் - போலீஸ்காரர்கள் - லாட்டி சார்ஜுகள்தான். ஒரு இடத்தில் பிராணன் போகுமளவுக்கு கலவரங்கள், கூச்சலகள் குழப்பங்கள் ஆகிவிட்டது.”

வீட்டின் முன்னால் கார் வந்து நின்றதும் தான் விஜயராணி வாயை மூடினாள்.

24

வரூதினி பிக்சர் பேலஸ் ஓப்பன் செய்து மூன்று மாதங்களாகிவிட்டன. «யேட்டர் கலெக்ஸனெல்லாம் நன்றாகவே வந்தது. டவுன் மொத்தத்தில் அத்தனை நல்ல தியேட்டர் இல்லையென்ற பெயரைப் பெற்றது. இடம், தியேட்டர் அமைப்பு, பர்னிச்சர் இருக்கைகள், எக்விப்மெண்ட் எல்லாம் சேர்ந்து ஏழு லட்சங்கள் வரை பிடித்தது. சினிமா ஹால் நிர்மாணமானதும் வரூதினியின் அந்தஸ்துகூட வளர்ந்திருந்தது.

அவள் பெயரும், அவளுடைய ஹோதாவும் டவுனிலுள்ள பெரும்பாலானவர்கள் தெரிந்திருந்தார்கள். முக்கியமாகப் பணக்கார வர்க்கத்தவர் , வியாபாரத்துறையிலுள்ளவர்களுக்கும், பேங்கில் வேலை செய்பவர்கள், புரோக்கர்கள், ஆபீஸர்களென்று வரூதினியின் பெயரை அடிக்கடி கேட்டும் சிலருக்கு நேரில் பரிச்சயம் ஏற்பட்டுமிருந்ததால் அவளுடைய புகழும் அதிகரித்தேயிருந்தது ரையில்பேட்டையிலிருந்த வீட்டைக் காலிசெய்துவிட்டு புதுப்பேட்டையில் புதிதாகக் கட்டியிருந்த டாக்டர் அவர்களின் வீட்டிற்குச் சென்றுவிடவேண்டுமென நிர்ணயித்திருந்தாள் வரூதினி.

“மாசத்துக்கு இருநூற்றைம்பது ரூபாய்களா? அவ்வளவு வாடகையில் நமக்கெதுக்கு வீடு?” என்றான் வெங்கடபதி.

“நம்ம தகுதிக்குத் தகுந்த மாதிரிதான் நாம இருக்கணும்! இந்த அழுக்கடைஞ்ச பேட்டையில ஒரு பாகத்துலமட்டும் எத்தனை நாளைக்கு காலந்தள்ளிட்டிருக்குறது? முந்தாநேத்து வந்திருந்த சப்கலெக்டர் மனைவி என்ன சொன்னாள்னு தெரியுமா?” என்றாள் வரூதினி.

“என்னதான் சொன்னா அப்பிடி?” என்பதைப்போல மனைவியைப் பார்த்தான் வெங்கடபதி.

“சொன்னா மட்டும் ஓ மண்டையில ஏறவாப் போகுது?” என்பதைப் போல கணவனைப் பார்த்தாள் வரூதினி.

காரிலிருந்து இறங்கிய ராமனாதபாபு உள்ளே வந்தான். நின்றபடியே பேசத்தொடங்கினான்.

"என்ன அவ்வளவு அவசரமாம்? உட்காரக்கூடாதா என்ன?" என்று கூறிய வரூதினி முகத்தைத் திருப்பிக்கொண்டாள்.

"உனக்கென்ன மகாராணி நீ? உட்கார்ந்த இடத்திலிருந்தே சக்கரத்தை சுழற்றிகிட்டிருக்கே! இன்கம்டாக்ஸ்காரங்க வந்திருக்காங்க. வர்ற வாரம் பிக்ஸரை மாத்தணும். இது சரியா ஓடலை. டிஸ்டிரிப்யூட்டர்ஸோட டிரங்கால்போட்டு பேசணும் - நம்பர் - கால் புக் செஞ்சிட்டு வந்திருக்கேன்" ராமனாதபாபு மூச்சுவிடாமல் தொடர்ந்து பேசிக்கொண்டிருந்தான். உள்ளே தன்னோடு நிறுத்தி நிறுத்தி யோசித்துப் பேசுகின்ற ராமனாதபாபு எத்தனை வேகமாக மடமடவென்று பேசுகிறார்? நினைத்துக்கொண்டாள் வரூதினி.

"ஆமாம் அந்த டாக்டர்வீட்டு மாற்றல் சங்கதி என்னாச்சின்னே சொல்லல்லியே?" என்றாள்.

"அதுவா? அதைப் பேசி முடிச்சிட்டேனே! மூணுமாச அட்வான்ஸுகூட கொடுத்துட்டேனே" என்றவன் சட்டைப் பையிலிருந்த சாவிக்கொத்தை

"இதோ கீ! உன் இஷ்டப்பட்டப்ப போயிக்கலாம்" என்றான்.

வரூதினி குனிந்து சாவிக்கொத்தை எடுத்தவள் ராமனாதபாபுவை அர்த்தத்துடன் பார்த்தாள்.

ராமனாதபாபு ஒரு கவரை எடுத்து வரூதினியின் கையில் தந்து "இரண்டாயிரம்! நான் போயிட்டு வாரேன். புது வீட்டுக்குப் போனதும் பார்ட்டி. மறந்துபோயிடவேண்டாம். போயிட்டு வாரேங்க வெங்கடபதிகாரு!" என்றபடியே வேகவேகமாக வெளியே சென்றுவிட்டான்.

அவனுக்குப் பின்னாலேயே சென்ற வெங்கடபதி, காரில் ஏறி உட்கார்ந்திருந்த ராமனாதபாபுவைப் பார்த்து ஏதோ சொல்ல வேண்டுமென முயற்சித்து சொல்லமுடியாமல் மௌனமானான். ராமனாதபாபு அவனுடைய தவிப்பை புரிந்துகொண்டுவிட்டவனாய் - "அதுதானே? நேத்து மறந்தே போயிட்டேன்! ராத்திரி நிச்சயமா அனுப்பி வைக்கிறேன்!" என்றான். கார் புறப்பட்டுச் சென்றுவிட்டது.

விட்டிற்குள் வந்த வெங்கடபதியை மனைவி கடிந்துகொண்டாள்.

"என்ன அவ்வளவு அவசரமா அவருக்குப் பின்னாலயே போனீங்களாம்?"

"ஒன்றுமில்ல!" என்றான் வெங்கடபதி தடுமாற்றத்துடன்.

ஒருவாரத்திற்குள் வரூதினி வீட்டைக் காலிசெய்துவிட்டு புதுவீட்டிற்குள் பிரவேசித்துவிட்டாள். அறைகளெல்லாம் விசாலமானவைகளாக இருந்தன. இரண்டு அட்டாச் பாத்ரூம் அறைகளும் அவளுக்கு மிகவும் பிடித்துவிட்டன.

நான்கு நாட்கள் சிரமப்பட்டு வீட்டைத் தனக்குப்' பிடித்தவாறு அலங்கரித்துக்கொண்டாள்.

வரூதினி புது வீட்டிற் குடியேறிய ஐந்தாவது நாளில் ராமனாதபாபு வந்தான்.

"அஞ்சுநாளா நேரமே கெடைக்கல போலிருக்கு!" என குற்றம் சுமத்துவது போலச் சொன்னாள்.

ரெண்டு தியேட்டர்களையும்« மறுபார்வை பார்க்கணும்னா ரொம்ப கஷ்டமாயிருக்கு. வெறும் பேச்சுக்கு சொல்லல்லே. பிராணனே போறாப்புல தோணுது!" என்றான் சோபாவில் சாய்ந்தபடியே.

"இஷ்டப்பட்டுத்தானே பொறுப்பை ஏத்துக்கிட்டீங்க! இப்போ எறக்கணும்னா முடியுமா?" என்று ஒய்யாரமாக இடுப்பையாட்டிக்கொண்டு உள்ளே செல்ல யத்தனித்தாள் வரூதினி.

ராமனாதபாபு சட்டென அவள் கையைப் பிடித்து சோபாவுக்குள் இழுத்தான்.

"எனக்கு இப்ப ஒன்னும் தேவையில்ல"

"தேவையில்லேன்னுட்டு இது என்னவாம்?" கையை விலக்கியபடி சொன்னாள் வரூதினி.

"காபி வேண்டாம்னு சொன்னேன்..." என்றான் அவள் கண்களுக்குள் மோகத்துடன் பார்த்தவாறு. மறுபடியும் கையைப் பற்றிக்கொண்டு தன்பக்கமாக இழுத்தான்.

"அவரு, வீட்ல இருக்குறாருங்குறது கூடவா மறந்துபோயிட்டீங்க?" குரலைத் தாழ்த்தி மெதுவாகச் சொன்னாள்.

"யாரு?"

"யாரா? இனி யாராவது வேறு இருப்பாங்களா என்ன?" வரூதினியின் பேச்சிலிருந்த நக்கல் ராமனாதபாபுவுக்குப் புரிந்ததும் சிடுசிடுப்புடன் சொன்னான் - "என்னமோ, எனக்கென்ன தெரியும்?"

"போதும்ங்க! யாராவது கேட்டா சிரிப்பாங்க!" வரூதினி அவனுடைய கழுத்துக்குப் பின்னாலிருந்து கைகளை வளைத்து, தலையைக் கலைத்து, கன்னத்தைக் கிள்ளிவிட்டாள். ராமனாதபாபு பின்புறமாக கையைநீட்டி அவளைத் தன்மீது விழும்படி இழுக்க முயற்சித்தான். வரூதினி அவன் கைகளிலிருந்து தப்பித்துத் தூரமாகப் போய் நின்றுகொண்டாள்.

"அய்யோ! உங்களுக்குத்தானே சொல்றேன்? அவரு இருக்காருண்ணு!"

"யாருங்க?"

"யாரா? எங்கணவரு!"

“தியேட்டருக்குப் போகலியா?” சந்தேகத்துடன்கேட்டான் ராமனாதபாபு.

“ஊஹும்! போகல்லே! வீட்லதான் படுத்திருக்காரு!”

“என்ன வந்ததாம்?” அவன் சற்று திகிலுடன், மேட்னி நடக்கும்போது தியேட்டரில் இருக்கவேண்டியவன் வீட்டில் படுத்திருக்கிறானென்று தெரிந்ததும் கேட்டான்.

“உடம்பு சரியில்லையாம்!”

“உடம்பு சரியில்லாத காரணத்தால இல்லே. தொண்டையில மருந்து விழாததாலத்தான்?”

“அவருக்கு இருபத்துநாலு மணிநேரமும் அதே நெனப்புல விழுந்து கெடக்காரு. ஒருநாள் கெடைக்கலேன்னா கட்டிலவிட்டு எழுந்திரிக்க மாட்டாரு. இதெல்லாம் நீங்க செஞ்ச பழக்கம்” - வரூதினி வார்த்தைகளை வீசினாள்.

“உனக்கு அவசியமானப்போ பழக்கப்படுத்தினே! இப்போ என்னமோ என்மேல பழியை போடறயே?” ராமனாதபாபு சட்டென சுட்டிக்காட்டினான்.

“அப்பாட! இது சொன்னதும் அவ்வளவு கோபம் வந்துடிச்சா? ஏதோ தமாஷா சொன்னேன். அதுக்குள்ள உங்க மூக்கு செவந்துடணுமா என்ன?” மென்மையுடன் செல்லமாகச் சொன்னாள் வரூதினி.

“உனக்கெங்கே தெரியப்போவுது உனக்கு? வீட்டுக்குள்ள உட்கார்ந்துகிட்டு வாரம் ஆயிடிச்சின்னா ஆயிரம் ரூபாய் சொளையா கைக்கு வந்துசேர்ந்துடுது? எப்பிடி வருதுண்ணு நெனச்சியா?”

“ஓஹோ! அப்பிடீன்னா, நானே வந்து தியேட்டர்ல மேனேஜ் பண்ணிக்கிறேன்.”

“என்னது?”

“ஏன்? எனக்கு அவ்வளவு சாமர்த்தியம் இல்லேன்னு நெனக்கிறீங்களா?”

“சாமர்த்தியத்தைப்பத்தி சொன்னேனா? உன்னால செய்ய முடியாததும் இருக்கான்னு யோசிச்சிட்டிருக்கேன் - அவ்வளவுதான்!”

“போதுமே! உங்க பேச்சு!” வரூதினி உள்ளுக்குள் சென்றாள். சமையலறையிலிருந்து காபி கலந்து எடுத்து வரும்போதே கணவனின் அறைக்குள் எட்டிப் பார்த்தாள்.

“என்னங்க, இன்னுமா தூக்கம்? மணி நாலாகப்போகுது? ராமனாதபாபு வந்து உட்கார்ந்து எவ்வளவு நேரமாயிட்டது?”

“தூக்கமா மண்ணா, சும்மாத்தான் படுத்திருக்கேன். அவரு வந்திருக்காரா?

“எவ்வளவு நேரமாச்சி?” என்றபடியே எழுந்தான் வெங்கடபதி.

வரூதினி ஒன்றும் பேசாமல் ஹாலுக்கு வந்து ராமனாதபாபுவிடம் காபி கப்பைத் தந்துவிட்டு எதிரேயுள்ள சோபாவில் உட்கார்ந்துகொண்டாள். காபியை உறிஞ்சியபடியே வீட்டை முற்றிலும் கண்களால் துழவினான் -

“பிரம்மாண்டமா வச்சிருக்கியே” என்றான்.

“என்னோட பிரம்மாண்டம் ஒன்றுமேயில்லே. நெஸ்காபி கலந்திருக்கேன்?” என்றாள் வரூதினி.

“அதில்லே - டெக்ரேஷன்!

வரூதினி உதட்டைக் கடித்தபடி மேலாடையை சரிசெய்துகொண்டாள்.

“புது வீட்டுக்கு வந்ததும் பார்ட்டிகூட தரல்லியே?”

தன்னைப் பற்றித்தான் பேசுகிறார். வீட்டைப்பற்றியல்ல என்பதைப் புரிந்து கொண்டவளாய் - “அதெப்பத்தி பேசணும்னுதான் ரெண்டுநாளா உங்களை எதிர்பார்த்துட்டிருந்தோம்!”

“ஓஹோ! பார்ட்டி கொடுக்குற நெனப்புலதான் இருக்குறதா சொல்றே?”

வரூதினி எழுந்து டேபிள் மேலிருந்த காகிதத்தை எடுத்து மடிப்பை விரித்து ராமனாதபாபுவிடம் நீட்டியபடியே - “இதோ லிஸ்டு! இன்னும் யார் யாரெல்லாம் அழைக்கணுமோ, பார்த்து சொல்லுங்க!” என்றாள்.

ராமனாதபாபு லிஸ்டை பக்கத்தில் வைத்துவிட்டு - “அதையெல்லாம் பார்க்க எனக்கு விருப்பமில்ல. யார் யாரை கூப்புடப் போறேன்னு நீயே சொல்லு?”

"படிச்சிப் பார்க்கவே விருப்பமில்லாதவங்களுக்கு கேக்குறதுக்கு மட்டும் இருக்கவா போகுது?” உதட்டை விரித்து சொன்னாள் வரூதினி.

“நீ பேசிட்டிருந்தா கேட்கணும்னுதான் இருக்கும் பின்னே!”

“போதும்ங்க!” என்றவள் கணவன் வருவதைப் பார்த்ததும் மௌனமானாள். வெங்கடபதி வந்து ராமனாதபாபுவின் எதிரே அமர்ந்தபடியே - “எவ்வளவு நேரமாச்சி வந்து?” என்றான்.

“என்ன, உடம்பு கிடம்பு நல்லால்லியா?” பரிவுடன் விசாரித்தான் ராமனாதபாபுவை.

“அதெல்லாம் ஒன்னுமேயில்லே. ஆனா நரம்பெல்லாம் இழுத்துப் பிடிக்கிறமாதிரி இருக்கு” ஒருமாதிரி பல்லைக் காட்டிக்கொண்டே சொன்னான் வெங்கடபதி.

“ரசூல்கிட்ட மூணுநாளக்கி முந்தி சொல்லிட்டேன். அவனுக்கு எங்கயும் கிடைக்கல்ல போலத் தெரியுது!”

"வேற யாருகிட்டயாவுது கேட்டாரோ?" ஆர்வத்துடன் கேட்டான் வெங்கடபதி.

"அதுதான் யோசிச்சிட்டிருக்கேன்! இந்த சங்கதியெ எஸ் ஐ கிட்ட சொன்னா அவரே சண்டைக்கி வருவாரு" யோசித்தபடியே சொன்னான் ராமனாதபாபு.

வெங்கடபதி திக்குமுக்காடிப்போனான். ராமனாதபாபு அசாத்தியக்காரன்! எதையுமே செய்துவிடுவான்! என்று நினைத்ததும் அவன் நரம்புகளுக்கு பலம் ஏற்பட்டுவிட்டது.

"அது சரி, டின்னர் எப்போ? நான் போறதுக்கு முந்தியே சொல்லிடுவீங்களா? போனபிறகா?"

"எப்ப தந்தா உங்களுக்கென்னங்க? யாரெல்லாம் வருவாங்கன்னு கேக்குறதுக்குகூட இஷ்டப்படாதப்போ..." வரூதினி சலித்துக் கொண்டாள்.

"அதுசரி! சொன்னாதானே கேக்கமுடியும்?" என்றான் ராமனாதபாபு சற்றே சௌகரியமாய் உட்கார்ந்தபடி.

சப்கலெக்டர், அவங்க பேமிலி, டி.எஸ்.பி சாரும் அவங்க மனைவி வரமாட்டாங்கண்ணு நெனக்கிறேன். சீதாராமாராவும், ராமச்சந்திரராவும், சந்திரமதியும் அவங்க கணவரும், வேதவதி - அவங்க கணவரும் அழைச்சிட்டு வருவாங்களா தெரியல. மிஸஸ் வைகுண்டம் - இன்னும் -" வரூதினி யோசிக்கத் தொடங்கினாள்.

"மிஸ்டர் வைகுண்டமா?" என்று கேட்டான் ராமனாதபாபு.

"அவரு கைலாசத்துல இருக்காரோ என்னவோ! நீங்களே கூப்புட்டுக்கோங்க" கடகடவென சிரித்தாள் வரூதினி.

"லிஸ்டு முடிஞ்சதா? இன்னும் இருக்காங்களா?" சூடாகவே கேட்டான் ராமனாதபாபு.

"ஆமா! மறந்தே போயிட்டேன். டௌன்ஹால் செகரட்ரி, பிரசிடெண்ட், பெண்கள் சங்க பிரஸிடெண்ட் - இன்னும்...."

"எதுக்காகவாம் இவங்கள்லாம்?" அவன் முகத்தில் விருப்பமின்மை தெளிவாகவே வெளிப்பட்டது.

"அவங்கள்லாம் உங்க ஆளுங்கதானே? உங்க சினேகிதங்கதானே! இவங்கள்ல எங்க வீட்டுக்காரருக்கோ, எனக்கோ வேண்டியவங்க யாருமே இல்லையே?" பெருமிதத்துடன் சொன்னாள் வரூதினி.

ராமனாதபாபு நிதானத்துடன் மெதுவாக - "இல்ல இல்ல! நான் அப்படி சொல்ல வரல்லே! ரொம்ப பெரிய பெரியவங்களையெல்லாம் கூப்புடுறமே டின்னர்க்கு பிரமாதமா ஏற்பாடு செய்ய வேண்டிவருமேன்னுதான்" என்றான்.

"அதுக்குத்தான் உங்க ஆளுங்களோட பலம் இருக்குதில்ல"

"அதெல்லாம் சரிதான். விருந்து எப்ப கொடுக்கப்போறே?"

"நான் கொடுக்குறது என்ன? எல்லாமே உங்களோடதுதானே?" உங்க வசதியை பொறுத்து சொல்லுங்க. எப்பவுமே மத்தவங்களோட வீட்ல சாப்புட்டுட்டு வர்றத தவிர தெரியாதவளுக்கு, பார்ட்டி, விருந்து இதெப்பத்தியெல்லாம் எனக்கென்ன தெரியும்?"

"உன்னெ வேண்டாம்னு அவரு சொன்னாரா என்ன? எதுக்கு அப்படியெல்லாம் பேசிட்டிருக்கே?" வெங்கடபதி கணவன் என்பதை நிரூபித்தான்போலும்.

"நம்ம வீட்ல ஒருநாளாவது இலைபோட்டுப் பரிமாறாம கூப்புட்டதுமே ஓடிப்போயி சாப்புட்டு வர்றதுக்கு வெட்கப்பட்டு சாவுறேனாக்கும்" - வரூதினி உதட்டை இறுக்கி நிலத்தைப் பார்த்தாள்.

"இது ரொம்பவே நல்லாருக்கே? உன்னை பார்ட்டி தரவேண்டாம்னு நாந்தான் தடுத்ததைப்போல சொல்றயே என்ன? நாளைக்கி மறுநாளே ஏற்பாட்டெ நடத்திடறேன். சரியா? சைவமா? அசைவமா?" என்று கேட்டான் ராமனாதபாபு.

"அதெல்லாம் எங்கிட்ட கேக்கணுமா என்ன? வார்த்தைகளை இழுத்தபடி சொன்னாள்.

அவள் கண்களில் பிரகாசித்த மிளிர்வு அவன் மனதை கிளுகிளுப்பூட்டியது.

"அப்புறம், நான் வர்றேன்!" என்றபடியே ராமனாதபாபு எழுந்து நின்றான்.

"என்னோட சங்கதியெ மறந்துடாதீங்க- ராத்திரி எப்பிடியாவது ஒரு அரை பாட்டிலாவது வாங்கியனுப்பிடணும்" என்றான் வெங்கடபதி.

25

“நீ எதுக்காம்? அவரு போனா பத்தாதா?” என்றான் வெங்கடபதி. முழுவதும் தயாராகி நைலான் சேலையுடன் பளபளப்பான அலங்காரத்துடன் நின்றிருந்த வரூதினியைப் பார்த்து,

“நல்லாவேயிருக்கு நீங்க சொல்றது. நம்ம பிசினெஸ நாம போயி பார்க்க முடியலேன்னா எத்தனை நாளைக்கித்தான் மத்தவங்களெ நம்பிவிட முடியும்?” வரப்போகின்ற அபத்தைத் தெரிந்துகொண்டவளாய் அப்போதே படத்தைவிரித்து நாகமாய் சீறிவிழுந்தாள் கணவனிடம் வரூதினி.

ஆஹா! - அதில்லெ - ஹைதராபாத்துல சினிமாத்தியேட்டர் நமக்கெதுக்குன்னு! இங்க இருக்குறதெ பார்த்துகிட்டா போதாதா?” வெங்கடபதி தயங்கியபடியே மெதுவாகச் சொன்னான்.

“உங்களுக்கு ஒண்ணுமே தெரியாது, எல்ல«மே காட்டுவாசிங்க! பத்து லட்சம் போட்டுத் தியேட்டரைக் கட்டிட்டா, அதுல பைனான்ஸ் கார்ப்பரேஷன்காரங்க எட்டு லட்சம் வரைக்கும் தந்துடுவாங்க. இனி நாமபோட வேண்டியது வெறும் ரெண்டு லட்சம் மட்டுமே. அதுலயும் நம்ம பங்குக்கு ஒரு லட்சம் தானே?”

இருக்குறதெல்லாத்தையும் வித்துடச்சொல்லி இந்தத் தியேட்டருக்கே செலவழிச்சிட்டே. இன்னும் லட்சத்துக்கு எங்க போயி கொண்டாருவே?”

“அந்த லட்சரூபாயை நாம கொடுக்கவேண்டிய அவசியமில்லன்னு சொல்றது தெரியல? நம்ம தியேட்டரை அஞ்சுவருஷம் லீசுக்கு விட்டா ஒன்னரை லட்சம் வரைக்கும் அட்வான்ஸ் தாரேன்னு சொல்றாங்க. மீதி ஐம்பதாயிரம். அதுல என்பங்கு இருபத்தஞ்சாயிரம். அதையும் ராமனாதபாபு கடனா வாங்கித்தரதா சொன்னாரு”

"என்னது கடனா? இன்னுமா! உம் போக்கே எனக்கு புரியலியே”

"அதுக்குத்தான் உன்னெ வாய மூடிகிட்டு இருக்கச் சொல்றது?”

மனைவி சொன்னதைக் கேட்டதும் தலையை நிமிர்த்திப் பார்த்தான்.

"எல்லாத்துக்குமே அபசகுனம்தான், சந்தேகம் தான்? இருபத்தஞ்சி ஆயிரம் தந்தா, ஆஸ்தி அஞ்சுலட்சம் நமக்கு வருதுன்னா நடுவுல உன்னோட தொல்லையை தாங்கமுடியலியே?"

"என்னது? ஆகும் ஆகும்! இருபத்தஞ்சு அஞ்சி லட்சமா!"

ஹைதராபாத்ல தியேட்டர் கலெக்ஷன் எப்பிடியிருக்குன்னு உங்களுக்கென்ன தெரியும்? கோபாலராவு நாலு வருஷத்துல தியேட்டருக்கு செலவழிச்சதை சம்பாதிச்சிட்டாரு. லீசுக்கு விட்டாலும் வாரத்துக்கு அஞ்சாயிரத்துக்கு கொறாயாமெ தந்துடுவாங்க"

"தருவாங்க தருவாங்க! பெருவிரள வாயிலேருந்து எடுத்து" என்றான் வெங்கடபதி.

"உன்னை பார்த்தாலே எனக்கு உடம்பு எரியுது! வாரத்துக்கு அஞ்சாயிரம் மட்டுமில்ல; ஏழாயிரம் வரைக்கும் தருவாங்க. அப்பிடி பாத்தா செலவுகள், வட்டி போக மாசத்துக்கு பத்தாயிரம் மிச்சப்படும்! வருஷத்துக்கு ஒரு லட்சத்து இருபதாயிரம். அப்படின்னா பாரு..."

"என்னத்தை பாக்குறது? பாக்க வேண்டியதுதான்!" என்றவாறு வெங்கடபதி மனைவியைப் பார்த்தான்.

"எனக்கு எதுக்க நின்னுகிட்டு அப்பிடி கண்ணை உருட்டி உருட்டி பார்க்கலேன்னா என்ன? அப்பிடி தெருவுக்குப்போயி ராமனாதபாபு காரு வருதான்னு பாக்குறதுதானே? ரயிலுக்கு நேரமாகிட்டே போகுது!" கைக்கடிகாரத்தைப் பார்த்துக்கொண்டே எரிச்சலுடன் சொன்னாள் வரூதினி. வெங்கடபதி துண்டை உதறித் தோளில் போட்டுக்கொண்டு தெருவை நோக்கிச் சென்றான்.

வரூதினி வேலைக்காரச் சிறுமியையும், சமையல் காரியையும் அழைத்து, தான் ஊரிலிருந்து வரும்வரை செய்ய வேண்டிய காரியங்களையெல்லாம் வரிசையாகச் சொன்னாள்.

"பாபு இன்னும் ஸ்கூல்லருந்து வரலயில்லம்மா?" என்றாள் சிறுமி.

"பாபு வர்றவரைக்கும் இருக்க நேரமில்லையா?"

"சின்னபாபுவை உங்களோட அழைச்சிட்டுப் போகலையாம்மா?" என்றாள் சமையல்காரி புச்சம்மா.

"உன்னோட அறிவு விடிஞ்சாப்புலதான் இருக்கு. அவனை வேற வச்சிக்கிட்டு நானு எங்கெங்க அலையிறது ஹைதராபாதுல? ஒருவாரம், பத்துநாள்கூட ஆகலாம். அதுக்குள்ள அவனோட படிப்பு கெட்டுப்போகாது? கமலா! அவன் தினமும் ஸ்கூலுக்குப் போறாப்புல

பாத்துக்கோ. அவனெ அப்பாகிட்ட விட்டுட்டயின்னா தோள்மேல தூக்கிகிட்டு தியேட்டர்ல சுத்திகிட்டிருப்பாரு. தெரிஞ்சதா?"

"அப்படியே அம்மா!"

"பாபு கிட்ட சொல்லு - ஹைதராபாத்திலிருந்து விமானம், ரயில் நல்ல டிரஸ்ஸுகள் வாங்கிட்டு வருவேன்னு சொல்லு. காலையில நான் போறேன்னு சொன்னதுக்கு நானும் வருவேன்னு ரொம்ப அடம் பிடிச்சான்!" என்றாள் வரூதினி.

கேட்டுக்கு முன்னால் கார்வந்து நிற்பதைப் பார்த்ததும் - "கமலா, அந்த சூட்கேஸை எடுத்துட்டுவா!" என்று சொல்லிப் புறப்பட்டாள். காரிலிருந்து வெங்கடபதியும், டிரைவரும் இறங்கினார்கள். டிரைவர் கமலாவின் கையிலிருந்த சூட்கேஸை வாங்கி டிக்கியில் வைத்தான்.

"அய்யா எங்கே?" என்று கேட்டாள் டிரைவரைப் பார்த்து வரூதினி.

"மொதல்ல உங்களெ ஏத்திட்டு வரச்சொன்னாங்க," என்று கூறி ரசூல் காரை ஸ்டார்ட் செய்தான்.

மீண்டும் காரில் ஏறமுயன்ற கணவனைப் பார்த்து - "நீங்க எதுக்காக மறுபடியும்? என்றாள்.

"தியேட்டர்கிட்ட எறங்கிடுவேன்!" கார் கதவைத் திறந்தபடியே உள்ளே வைத்த காலை அப்படியே வைத்தபடி சொன்னான் கணவன்.

"எதுக்காக இப்ப தியேட்டருக்கு? பாபு ஸ்கூல்லருந்து வர்ற டைம் ஆகுதுவேற? அவன் வரும்போது ரெண்டுபேருமே இல்லேன்னா அடம் பிடிப்பான். நீங்க இங்கயே இருங்க" என்றாள் மனைவி. வெங்கடபதி கார் கதவை மூடி பின்னால் நகர்ந்துகொண்டான்.

கார் புறப்பட்டுக்கொண்டிருக்கும்போது கணவனைப் பார்த்துச் சொன்னாள் வரூதினி" - பாவுவை ஜாக்கிரதையாப் பார்த்துக்கோங்க! வீட்டைப் பத்திரமா பாத்துக்கோங்க. அதெ.... கொஞ்சம் கொறச்சிக்கோங்க. அப்புறம்..."

கார் சென்றுவிட்டது. தூசியையெழுப்பிக்கொண்டபடி சென்றுவிட்ட காரையே கண்ணுக்கெட்டிய தூரம்வரை பார்த்துக்கொண்டே நின்றிருந்தான் வெங்கடபதி.

26

ஒரு வாரத்திற்குள் வந்துவிடுவேன் என்று கூறிச்சென்ற வரூதினி பத்து நாட்களாகியும் வரவில்லை. வரூதினி போகும்போது எதுவுமே சொல்ல முடியாத வெங்கடபதி, அவள் சென்றுவிட்டதும், மனைவியை போகவிடாமல் தடுத்திருக்கலாமே என எண்ணினான். அப்படியே அவளைத் தடுத்தா மட்டும் இருந்துவிடுவாளா? என்ற அனுமானமும் கூடவே எழுந்தது. அந்தக் கேள்விக்கு பதில் தெரியாமல் அத்துடன் அந்தக் கேள்வியையே விட்டுவிட்டான்.

ஒரு சமயம் தன்னைப் பார்த்தாலே பயந்து நடுங்கும் வரூதினி இப்போதெல்லாம் தன்னையோ தன்னுடைய பேச்சையோ சுத்தமாக கேட்பதில்லை. அவளுக்கு அந்த அளவுக்கு சலுகை தந்து, அவள் சொன்னது போல ஆடியதால்தான் அவள் இந்த அளவுக்கு தலைமேல் ஏறி உட்கார்ந்திருக்கிறாள் போலும்? அந்த ராமனாதபாபுவை கூடவே இழுத்துக்கொண்டு ஹைதராபாதுக்கு போகுறதாவது? வரட்டும்! அவளோட திமிரை அடக்கிவச்சிடுறேன் - என்றெல்லாம் நினைத்தான் வெங்கடபதி.

காலி பாட்டிலைத் தூக்கியெறிந்துவிட்டு, மனைவிமேல் வந்த கோபத்தை வேலைக்கார சிறுமியின்மீதும், புச்சம்மா மீதும் எரிந்து விழுந்தபடியே தியேட்டரை நோக்கிச் சென்றான். புக்கிங் கிளார்க்குகள் கேட்கீப்பர்கள் எல்லோருமே ராமனாதபாபு சென்றதிலிருந்து மிகவும் மரியாதையுடனும், பணிவுடனும் வெங்கடபதியிடம் நடந்துகொண்டார்கள்.

அன்று முதல் ஆட்டத்திற்கு புக்கிங் நடந்துகொண்டிருக்க வெங்கடபதி ராமனாதபாபு நிற்குமிடத்தில் நின்று, வந்துபோகும் ஜனங்களையும், வேலையாட்களையும் கவனிக்கத் தொடங்கினான்- தியேட்டர் ப்ரொப்ரயிடர் ரொம்பவும் ஹோதாவாக இங்குமிங்குமாய் அலைந்துகொண்டிருந்ததைப் பார்த்த வெங்கடபதியின் மனம் ஏதோ ஒரு உலகத்திற்குள் நுழைந்துவிட்டது போலிருந்து. முதல் ஆட்டம் ஆரம்பமானதும் வெங்கடபதி ரிசர்வ்டு சீட்டில் சென்று அமர்ந்துகொண்டான். அந்தப் பகுதியில் ஐந்தாறுபேர் மட்டுமே இருந்தனர். நியூஸ் ரீல்ஸ் முடிந்து சினிமா ஆரம்பித்துவிட்டது.

ராஜ்யம் பிக்ஸர்ஸ் - "ஹரிச்சந்திரன்" "டைடில்ஸ் திரையின்மேல் காட்சியளித்தது. சீட்டில் பின்னால் சாய்ந்தபடி அமர்ந்திருந்த வெங்கடபதிக்கு தான் சிறுவயதில் பார்த்த சினிமா ஞாபகத்தில் நின்றது. தான் முதன்முதலில் பார்த்த சினிமா எது? ஆமாம்! அது ஹரிச்சந்திரன்தான்!"

அன்றுதான் பள்ளிக்கூடத்திலிருந்து நேராக பத்ரய்யாவோட வீட்டிற்குச் சென்றேன். பலராமய்யாவோட குழந்தைகள் சினிமாவுக்காக பட்டணம் புறப்பட்டுக்கொண்டிருந்தார்கள். அவர்கள் நல்ல நல்ல ஆடைகளை அணிந்து சவாரி வண்டியில் ஏறும்போது தானும் மிகுந்த ஆசையுடன் வண்டியைச் சுற்றிச்சுற்றி அலைந்து கொண்டிருந்தேன். தான் சினிமா பார்க்கவேண்டுமென்ற ஆசையை வேலைக்காரனிடம் சொன்னேன். அவன் என்னை கடிந்துகொண்டிருக்கையில் பலராமய்யா பார்த்துவிட்டார். போகட்டும் விடுடா, குழந்தைகளோட இருந்துக்கட்டுமே. பாவம், அவனையும் கூட்டிட்டுப் போயேன் என்றார்.

அப்போது பலராமய்யாவை தான் மிகவும் மெச்சிக்கொண்டேன் மனதிற்குள். தான் கோயிலில் பார்த்த சாமியைவிட பலராமய்யாவே நல்லவராகத் தோன்றினார். வேலைக்காரன் சில்லரைப் பிரச்சனையை முன்வைத்தபோதுதான், சினிமா பார்க்கவேண்டுமென்றால் காசு தேவையென்ற சங்கதி தெரிய வந்தது.

நான் இயலாமையுடன் விழித்துக்கொண்டு நின்றபோது மறுபடியும் பலராமய்யாவே - "அவங்க அப்பா, அந்த சாம்பைய்யா ஒரு பைசாகூட தரமாட்டார். அடேய் பெரியவனே! வேலைக்காரனோடு இவனுக்கும் ஒரு டிக்கெட் வாங்கிக்கொடு!" என்றார்.

அப்போது பலராமய்யாவுக்கு தன் மனதிற்குள்ளேயே ஆயிரம் வணக்கங்களைச் சொல்லிக்கொண்டான். வேலைக்கார சுப்பன் ஏதோ தன்னுடைய பணம் போனதுபோல முகத்தைத் திருப்பிக்கொண்டான். அந்த முகம் இப்போதுகூட நினைவில் நிற்கிறதாக்கும்!

"அடேய் சுப்புடு! உங்க அப்பா எங்க வீட்ல பண்ணைக்காரனா வர்றதுக்கு முந்தி அவங்க தாத்தா வெங்கய்யாதான் எங்க பெரிய பண்ணை. அந்த வெங்கய்யா என்னெ தூக்கிக்கிட்டுத் திரிஞ்சாருடா! அந்த வெங்கய்யாவோட பேரன்தான் இவன். வேற யாருன்னு நெனச்சே?" என்று சொன்னபோது தனக்கு பலராமய்யா அவ்வளவு நல்லவராகப் படவில்லை. எதுக்காக அப்போது அப்படித் தோன்றியதென்று புரியவில்லை.

வண்டி கிராமத்தைத் தாண்டும்வரை சுப்பன் வண்டியை கைத்தாங்கலாகவே நடத்திச் சென்றான். ஊரைக்கடந்து செல்லும் வரையில் அவன் தன்னை வண்டிக்குள் ஏற அனுமதிக்கவில்லை. வண்டியின் பின்னாலேயே

ஓடிச்சென்றான். தன்னை ஏற்றிக்கொள்ளாமலேயே வண்டியை யோட்டிச் சென்றுவிடுவானோ என்ற பயம் ஏற்பட்டு அழுகை வந்தது.

“ஓய் வெங்கடபதி! ஏறு ஏறு, சீக்கிரமா, பின்னால வண்டியெ பிடிச்சி இழுக்காதே!” என்று முன்பக்கத்திலிருந்து கத்தினான் சுப்பன்.

தான் வண்டியின் பின்னாலிருந்த கைப் பிடியைப் பற்றி ஏறுவதற்குள் வண்டி நகர்ந்தது. ஒரு கையால் கைப்பிடியைப் பிடித்துக்கொண்டு, மற்றொரு கையால் கால்வைத்து ஏறும் பலகையையும் பிடித்தபடி தொங்கினான். அவ்வாறு எவ்வளவு நேரம்வரை தொங்கிக்கொண்டிருந்தானோ சரியாக நினைவிற்கு வரவில்லை. ஆனால் பலராமய்யாவுடைய பிள்ளைகள் அதை ஒரு தமாஷாக நினைத்துக் கைகொட்டி சிரித்தது மட்டுமே நினைவிலிருக்கிறது. தான் கஷ்டப்பட்டுப் போராடி எப்படியோ ஒருவழியாய் வண்டியில் ஏறிவிட்டேன். தொண்டை வறண்டிருந்தது. உடம்பெல்லாம் வியர்த்துக் கொட்டியது. வண்டியின் பின்னால் ஒரு ஓரத்தில் முடக்கியபடியும் பேந்தப் பேந்த விழித்தவாறும் பட்டணத்தையடையும் வரையில் அப்படியே உட்கார்ந்திருந்தேன். பலராமய்யாவின் பிள்ளைகள் தாங்கள் அதுவரையில் பார்த்த சினிமாக்களைப் பற்றிச் சொல்லிக்கொண்டிருக்க, தான் அதை சிரத்தையுடன் ஆசையுடன் கேட்டுக்கொண்டிருந்தான். வண்டி பட்டணத்தையடைந்துவிட்டிருந்தது. அப்போதெல்லாம் இந்த அளவுக்கு வீடுகளோ, கடைகளோ, ரோடுகளோ, சினிமாக் கொட்டகைகளோ, ஹோட்டல்களோ இருந்ததில்லை. வண்டி சரியாக சினிமாத்தியேட்டர் பக்கத்தில் வந்து நின்றது. சுப்பன் வண்டியை இறக்கி காளைகளை வண்டியில் கட்டிப்போட்டான். வண்டியின் கீழ்புறம் தொட்டியிலிருந்த வைக்கோலை அள்ளியெடுத்து காளைகளின் முன்னால் போட்டுவிட்டு, மறுபடியும் பாயை வண்டிக்குள் விரித்துவிட்டு, வண்டியின் ஓரமாக தியேட்டர் முன்னால் நின்றிருந்த பலராமய்யாவின் பிள்ளைகளுக்கருகில் வந்தான்.

அதற்குள் பலராமய்யாவின் மூத்தபையன் ஐந்து பெஞ்ச் டிக்கெட் வாங்கியிருந்தான். அவர்களெல்லோரும் தியேட்டருக்குள் செல்லத் தயாராகிவிட்டார்கள். மூத்த பெண் தன் தோளில் தூங்கிக்கொண்டிருந்த குழந்தையை சுப்பனிடம் தந்து - “இவன் இப்பவே தூங்க ஆரம்பிச்சிட்டா. நீ தூக்கி வச்சிக்கோ! இவள் என்னால சுமக்க முடியாது” என்றாள். மூத்த பையன் சுப்பனுடைய கையில் அரைரூபாயைத் தந்துவிட்டு, தம்பி தங்கைகளை அழைத்துக்கொண்டு தியேட்டருக்குள் சென்றுவிட்டான்.

தரைடிக்கெட் கௌண்டரில் இன்னும் சனங்கள் தள்ளிவிட்டுக்கொண்டிருந்தார்கள். வேலைக்காரன் தோளிலிருந்த குழந்தையை தன்னிடம் தந்துவிட்டு - “பாப்பாவை தூக்கி வச்சிரு, நானுபோயி டிக்கெட்டு வாங்கியாறேன், ஜாக்கிரதை, போட்டுடாதே!” என்றான் சுப்பன்.

அந்தக் குழந்தை தன் தோளிலிருந்து இப்படியும் அப்படியுமாக அசையத் தொடங்கியது. ஆரம்பத்தில் ரொம்பவும் லேசாகயிருந்ததால் தூக்கி வைத்துக் கொள்ள சுலபமாயிருந்தது. ஆனால் நேரமாக, நேரமாக கனப்பது தெரிந்தது. மேலும் இப்படியும் அப்படியுமாய் அசைந்துகொண்டிருந்தாள். சுப்பன் நீண்ட நேரமாகியும் வந்தபாடில்லை. அந்தக் குழந்தை தன் கைகளிலிருந்து கீழே நழுவுவது போலிருந்தது. ஒரு இழு இழுத்து மேலே பிடித்துக்கொண்டான். மறுபடியும் பிடிப்பு நழுவியது. அந்தக் குழந்தையை தூக்கி வைத்திருக்க முடியாமல் அவஸ்தைப்பட்டுக் கொண்டிருக்கும் வளையில் தன் சொக்காவையும், டவுசரையும் யாரோ தண்ணீர் ஊற்றிவிட்டது போலிருந்தது. அங்கு மிங்குமாகப் பார்த்தான். பக்கத்தில் யாருமே இல்லை. அவளுடைய கவுனும் நனைந்திருந்தது. அப்போதுதான் புரிந்தது - அந்தக் குழந்தை தன் ஆடைகளின்மேல் ஒன்னுக்கு போய்விட்டிருக்கிறாள்! அவளை அப்படியே ரோட்டின்மேல் வீசியெறிய வேண்டும்போல கோபமாகயிருந்தது.

இத்தனைக்கும் அந்தக் குழந்தை யார்? பலராமய்யாவின் மகள்தானே. எத்தனையாவது? அவளுக்குப் பிறகு இல்லையே? அப்பிடின்னா அவ கடைசிப் பிள்ளைதானே? அவளே! அவளே! அவளேதான் - "வரூதினியா?" வாய்விட்டு சொல்லிவிட்டான் வெங்கடபதி. வெங்கடபதி இருக்கையைவிட்டுத் துள்ளி எழுந்தான். சுற்றிலும் ஒருமுறை கண்களை ஓடவிட்டான். யாரும் பக்கத்தில் இருப்பதாகத் தெரியவில்லை. தான் சொன்னதை யாரும் கேட்கவில்லை. ஆமாம்! அந்தக் குழந்தைதான் வரூதினி. அதற்குப் பிறகு என்ன நடந்தது? வெங்கடபதி ஞாபகப்படுத்திக்கொள்ள யத்தனித்தான். அதன்பிறகு என்ன நடந்தது?

சுப்பன் சிறிது நேரம் சென்றதும் இரண்டு தரைடிக்கட்களை வாங்கிவந்தான். அவன் பனியன் கிழிந்திருந்தது. அவன் கையில் டிக்கெட்டுகள் கசங்கி நனைந்திருந்தன. அந்தக் குழந்தையை... அதுதான்.... அந்த வரூதினியை... அவன் எடுத்துக்கொண்டு டிக்கெட்டுகளை என்கையில் தந்தான். இருவரும் வேகவேகமாக தரை டிக்கட் கேட்டருகில் சென்றோம். அங்கு மறுபடியும் தாமதம். சினிமாதியேட்டருக்குள்ளிருந்து பேச்சுக்கள் கேட்டுக்கொண்டிருந்தன. நான் எட்டிப்பார்த்தேன். பெரிய பெரிய படங்கள். மனிதர்களைப்போலவே - உதடுகளையசைத்து பேசிக்கொண்டிருந்தன. கேட்டில் இருப்பவன் அவனைப் பின்னுக்கு நெட்டித்தள்ளினான்.

"டிக்கெட்களைக் கொடு! ஹா!" சுப்பன் சொல்லும்வரை தன் கையில் டிக்கெட்டுகள் இருப்பது நினைவிலில்லை. உள்ளே சென்று வேலைக்காரனுக்கருகிலேயே சம்மணம் போட்டு உட்கார்ந்திருந்தான். தன்னுடைய ஆடைகள் ஈரமாகயிருந்தன. கீழே தரையும் குளிராக இருந்தது. திரையின்மேல் உருவங்கள் பளிச்சிட்டுக்கொண்டிருந்தன. மனசெல்லாம் ஆர்வமாய் துடித்தது. தாடியும் மீசையுமாய் விசுவாமித்திரன் - கிரீடம் தரித்த

ராஜா ஹரிச்சந்திரன் - மாதங்க கண்ணியர்களை வேண்டாமென மறுக்கிறான் - ஹரிச்சந்திரன் மனைவியை விற்றுவிட்டான். லோகிதனையும் பாம்பு கடித்துவிட்டது - ஹரிச்சந்திரன் மயான காப்பாளன் வேடத்தில் வந்தான். தியேட்டருக்குள்உட்கார்ந்திருந்த பெண்கள்மூக்கைச் சீந்திக்கொண்டிருந்தார்கள்.

மயானகாட்சியில்... "அது மாங்கல்யம்போல தெரிகிறதே!"

கண்டசாலா, வெங்கடேஸ்வரராவு குரல் தியேட்டர் முழுக்க எதிரொலித்தது. ப்ரஜெக்டர் ஆபரேட்டர் சௌண்டு கூட்டினார்.

சந்திரமதி, "ஹே! நாதா இவன் நம்ம லோகிதனா!" வெங்கடபதி தன்னுடைய நினைவலைகளில் மிதந்துகொண்டிருந்த சினிமாவிலிருந்து திரையின்மேல் ஓடிக்கொண்டிருந்த "ஹரிச்சந்திரனில்" விழுந்து தன்மயமாகிப்போனான்.

"அதன்பிறகு என்ன நடந்தது?" வெங்கடபதி மறுபடியும் மனதை பின்னோக்கி இழுத்துச்செல்ல முயற்சி செய்தான். ஆனால் அது திரும்பித் திரும்பி நிகழ்காலத்திற்கே வந்தது.

இவ்வளவு பெரிய சினிமா தியேட்டருக்கு இன்று நான் முதலாளி! எஜமான்! ஓனர்! இன்னுமொரு ஆறுமாசத்திற்குள்ளாகவோ, ஒரு வருடத்திலோ இதைவிட பெரிய சினிமாத்தியேட்டருக்கு அதுவும் ஹைதராபாத் நகரத்தில், பங்குதாரராக ஆகப்போகிறான்.

இவ்வளவு பெரிய அதிஷ்டம், பெருமை தனக்கு எப்படி வந்தது அதற்கு காரணம் யார்?

அன்று தன்னுடைய சொக்காவையும், கால்டிராயரையும் நனைத்த அதே பலராமய்யா மகள்! தன்னை முதன்முதலில் கருணையுடன் சினிமாவிற்கு அனுப்பிவைத்த செல்வந்தரான பலராமய்யாவின் மகள், தன்னுடைய மனைவி வரூதினி! இவையெல்லாமே அவளுடைய, தெளிவும், சாமர்த்தியமும் செயல்திறமையுமே! அவள் இல்லையென்றால் நான் எங்கேயிருந்திருப்பேன்? டவுனில் தனக்கு இப்போ எத்தனை கௌரவம், மதிப்பு இருக்கிறது. பெரிய பெரிய அதிகாரிகள், செல்வந்தர்கள், அரசியல் தலைவர்கள், மந்திரிகளும் கூட அறிமுகங்களாவதற்குக் காரணம் வரூதினிதான்!

ஹரிச்சந்திரன் சினிமா முடிவதற்குள் வெங்கடபதியின் ஆலோசனைகளும், தர்க்கங்களும் ஒரு நிலைக்கு வந்திருந்தன. மாலையில் வயிற்றுக்குள் சென்ற சாராய போதையும் இறங்கியிருந்தது. தியேட்டருக்குள்ளிருந்து வெளியே வரும்போது கால்கள் தள்ளாடின. நரம்புகள் இழுத்துப் பிடித்தன. படிகளின்மேல் நின்றபடி கண்களைத் துடைத்துக்கொண்டே செல்கின்ற ஆட்களைப் பார்த்துக்கொண்டிருந்தான்.

இரண்டாவது ஆட்டத்திற்கு புக்கிங் ஆரம்பித்திருந்தது.

சிவராம் நான்குபேரை உடன் அழைத்துக்கொண்டு வந்து வெங்கடபதியின் முன்னால் பணிவுடன் நின்றவாறு கூறினான்.

"இவங்க ஏ.சி.டி. ஓசாரோட சம்பந்தப்பட்டவங்க. அனுப்பச்சொல்றீங்களா?"

அவர்களை ஏறிட்டுப் பார்க்காமலேயே தலையையாட்டினான். அதில்தான் எத்தனை ஆனந்தம், திருப்தி யடைந்தானோ! பின்னால் திரும்பிச் செல்கின்ற சிவராமையழைத்து - "இன்னக்கி கலெக்ஷன் எவ்வளவு?" என்று கேட்டான்.

"இன்னும் புக்கிங் குளோஸ் செய்யலலே, செஞ்சதும் சொல்றேன்" என்றான் அவன்.

வெங்கடபதி புக்கிங் குளோஸாகும் வரை இருக்க விரும்பாமல் - "ஆனது வரைக்கும் சொல்லு. மொத்தம் கணக்குப் பார்த்து எடுத்துட்டு வா! நான் போறேன்" என்றான்.

"ஆகட்டும்" என்றபடியே சிவராம் புக்கிங் ஆபீஸை நோக்கிச் செல்லவிருக்கையில் - "நான் சொன்னது ஞாபகமிருக்கா?" என்றான் வெங்கடபதி.

"அப்போதே வாங்கியாந்து வச்சிட்டேன். பையன் கையில கொடுத்தனுப்பச் சொல்றீங்களா?" என்றான் சிவராம்.

"இன்னும் அவன் வேற எதுக்கு? நானே எடுத்துட்டுப்போயிடறேன்" என்றான் வெங்கடபதி.

வெங்கடபதி ரிக்ஷாவில் வந்து வீட்டிற்கு முன்னால் இறங்கினான்.

அதற்கும் முன்பே கார் வந்து நின்றிருந்தது. அவன் வீட்டிற்குள் கால் வைக்கும்போது ராமனாதபாபு உள்ளேயிருந்து வந்தவன் எதிர்பட்டான். அவன் முகம் வெளிறிப்போயிற்று.

"அதற்குள் புக்கிங் குளோஸ் செஞ்சாச்சா? ஹௌஸ்புல்லா இருக்கா. ஹரிச்சந்திரன் போன்ற பழமையான படங்களை எத்தனை தடவை போட்டாலும் ஜனங்க பார்ப்பாங்க" என்றான் ராமனாதபாபு.

"ஹால் நிரம்பல்ல. இன்னும் புக்கிங் க்ளோஸ் செய்யல்ல!" என்றான் வெங்கடபதி தான் ஏதோ தவறு செய்தவன்போல முகத்தை வைத்துக்கொண்டு.

"அப்பிடின்னா என்ன குடிமுழுகிப்போச்சின்னு? புக்கிங் குளோஸ் செய்றதுக்கு முன்னாடியே ஓடிவந்துட்டீங்களாம்?" வெங்கடபதியை நேருக்கு நேர் சாடினாள் வரூதினி.

"வந்தா இப்ப என்னவாம்? சிவராம் நம்பிக்கைக்குரியவன்தான்!" என்றான் ராமனாதபாபு வெங்கடபதிக்கு ஆதரவாக.

"அவரே நயம் அவளைவிட!" என்று நினைத்தான் வெங்கடபதி.

"என்ன அது கையில பை?" தீவிரமாகப் பார்த்தபடி கணவனைக் கேட்டாள்.

"ஒன்னுமில்ல போ! ஒன்னுமேயில்ல!" என்றபடியே டிராயிங் ரூமிலிருந்து சென்றுவிட்டான் வெங்கடபதி.

ராமனாதபாபு சிரித்துக்கொண்டே வரூதினியைப் பார்த்தான்.

"உங்களுக்கென்ன நீங்க பாட்ல சிரிப்பீங்க. எதுக்கு சிரிக்கமாட்டீங்க பின்னே?" என்றவள் வந்த சிரிப்பை அடக்கிக் கொள்ள முடியாதவளாய் முகத்தை சற்றே திருப்பிக்கொண்டாள். ராமனாதபாபு வெளியே வந்தான். பின்னாலேயே வரூதினியும் வந்தாள். காரில் ஏறவிருக்கும் ராமனாதபாபுவிடம் - "நாளை வருவீங்கள்ல?" என்றாள்.

"மீற முடியுமா? ராணியோட கட்டளையெ!" என்றபடியே காரை ஸ்டார்ட் செய்தான் ராமனாதபாபு.

வரூதினியின் இதயத்தில் அமிர்தம் விழுந்ததைப்போல் இருந்தது. வெண்மேகத்திற்கிடையே மறைந்துகொண்டிருந்த சந்திரனைப் பார்த்தவாறு கேட்டைப் பிடித்தபடியே நின்றுவிட்டிருந்தாள். அவ்வாறு எத்தனை நேரமானாலும் நிற்கவேண்டும்போலிருந்தது அவளுக்கு.

வீட்டிற்குள் வந்ததுமே அவள் வெங்கடபதி உட்கார்ந்திருந்த அறைக்குள் நுழைந்தாள். அதற்குள் அவன் பாதிபாட்டில் காலி செய்திருந்தான்.

"ராம ராம! வரவர உங்களுக்குப் புத்தி மழுங்கிடுச்சி!" கோபத்துடன் சொல்லியபடியே முன்னாலிருந்த பாட்டிலை எடுத்தாள்.

"இருந்தாத்தானே போறதுக்கு?" வெங்கடபதி சொன்னதும் திகைத்துநின்றுவிட்டாள் வரூதினி.

இவர் சாம்பைய்யாவின் மகன் தானா? என்பதுபோல பார்த்தாள். குடித்த போதையிலிருந்து வெளிப்பட்ட தெளிவும், அறிவுமாயிருக்கலாம் என நினைத்துக்கொண்டாள்.

"எவ்வளவு வரைக்கும் முடிஞ்சிருக்கு?" கேட்டான் வெங்கடபதி.

"என்ன முடிஞ்சிருக்கா?" என்றாள் வரூதினி.

"கொஞ்சமாவது முடிஞ்சிதான்னு?"

"பாதிக்கு மேலயே ஆயிடுச்சி. இதுதான் வேலையா?" பாட்டிலைப் பார்த்தபடி சொன்னாள் வரூதினி.

"பின்னே இனி என்ன வேலை?"

"போதும், சும்மாயிருங்க."

"பின்னே எந்த வேலைக்காக ஹைதராபாத் போனே?"

அப்போதும்கூட அவளுக்குப் புரிந்தபாடில்லை. கணவன் எதை முன்னிட்டு அப்படி கேட்கிறானென்று.

"என்ன வாங்கிட்டு வந்திருக்கே?" என்றும் "என்ன செஞ்சிட்டு வந்திருக்கே?" என்றும் சொல்லியதாக நினைத்துக்கொண்டான் வெங்கடபதி.

வரூதினி ஹைதராபாத்தில் உயர்தரமான கடையிலிருந்து வாங்கிவந்த ஸ்வீட் பாக்ஸை கொண்டுவந்து கணவனின் முன்னால் வைத்தாள்.

"பாபுவுக்கு கொடுத்தியா?" வெங்கடபதி கேட்டான்.

"அய்யோ என்ன அன்பு?" என்று நினைத்தாள் வரூதினி.

நீ... நீ.... தி... தின்னயா?" என்றாள் கணவன்.

"அய்யோ தலையெழுத்தே!" என்றான் மனைவி.

27

வரூதினியின் மகன் ரவிக்கு ஆறுவருடங்கள் நிறைந்திருந்தது. அவனுடைய பிறந்தநாள் விழாவை வெகு விமரிசையாக நடத்தினாள். ரவி தன்னுடைய பிறந்ததினத்தன்று வந்த பொம்மைகளையும், பாக்கெட்களையும் தந்தைக்குக் காண்பித்துக்கொண்டிருந்தான். கார், விமானம், டாய்ன்னிஸ் கேர்ள் - கீ தந்து தரையில் விட்டு ஆனந்தப்பட்டுக்கொண்டிருந்தாள் வரூதினி. வெங்கடபதி தன்னுடைய மகனின் அதிர்ஷ்டத்தை நினைத்தபடி அவனையும், பொம்மைகளையும் மாறிமாறி பார்த்துக்கொண்டிருந்தான்.

ரவிக்கு ஜமீன்தார் குழந்தையைப்போல எல்லாமே கிடைத்துக்கொண்டிருக்கிறது. அவனுக்கு ஒரு குறையுமில்லை. அவன் வளர்ந்துபெரியவனாகும்போதுபத்துலட்சங்களுக்குவாரிசுக்காரனாகிவிடுவான். இன்னும் அவன் எவ்வளவு பெரிய பணக்காரனாகப் போகிறானோ? தானே இப்படியாகிவிட்டபின்? தனக்கு மட்டும் என்ன குறை? இந்த குடிப்பழக்கத்தால நடு நடுவுல வந்து பெரிய தொல்லையெ தருதே தவிர தனக்கு எந்தவிதமான குறையுமில்லையே?

வெங்கடபதி மகனை தன்னோடு ஒப்பிட்டபடி, தன்னைவிட ரவி எத்தனையோ மடங்கு அந்தஸ்துக்கு மேல இருப்பானென்ற கற்பனையில் கணக்கிட்டுக்கொண்டிருந்தான்.

வீட்டிற்குள் வந்துகொண்டிருந்த ராமனாதபாபுவை தூரத்திலிருந்தே பார்த்துவிட்ட வரூதினி - "அடேய் பாபு கண்ணா! பாபாயி வந்திருக்காருடா! பாபாயிக்கு உன்னோட பிரசண்டேஷன்களை காண்பிச்சிக்கோ!" என்றாள்

"அந்த டிரஸ்ஸை அவனுக்குப் போட்டுப்பார்த்தியா?" உட்கார்ந்தபடியே ரவியை மகிழ்ச்சியுடன் பார்த்தவாறு கேட்டான் ராமனாதபாபு.

"கரெக்டாயிருக்கு, அந்த டிரஸ்ஸுல அவனை நீங்க பார்க்கலையில்லே? எப்பிடியிருந்தான்னு நெனச்சீங்க? அச்சு அசலு எப்படியிருந்தா தெரியுமா?" ராமனாதபாபுவின் கண்களைப் பார்த்தபடியே சொன்னாள் வரூதினி.

"எப்பிடியிருந்தான்னு நீயே சொல்லு?" என்றான் ராமனாதபாபு.

"தொரை மகனாட்டம் இருந்தானாக்கும்!"

"தொரைசானி மகனாட்டம் இல்லையா?" சிரித்துக்கொண்டே சொன்னான் ராமனாதபாபு.

வரூதினியால் சிரிப்பையடக்க முடியவில்லை. கன்னங்கள் சிவப்பேறிவிட்டன. வெங்கடபதியும் சேர்ந்து சிரித்தான்.

"பாபுக்கு சீட் சங்கதி என்ன ஆச்சு?"

மந்திரியினுடைய ப்ரைவேட் செக்ரட்டரியோட, ராத்திரி ட்ரங்கால் போட்டு பேசுனேன். மந்திரி பப்ளிக்ஸ்கூல் பிரின்ஸிபல் கிட்ட சொல்லிட்டாராம். தவறாம சீட் கொடுக்குறேன்னு சொல்லிட்டாராம்."

வரூதினியின் இதயத்தில் ஆயிரம் விளக்குகளின் ஒளி பிரதிபலித்தன. கண்கள் பரவசத்தில் மிளிர்ந்தன. அந்த வெளிச்சத்தில் வெங்கடபதியின் கண்கள் மூடி மூடி திறந்தன.

"பாபு படிப்புக்கும், மந்திரிக்கும் என்ன சம்பந்தம்?" முகத்தைப் பெரிதாக்கி கேள்விக்குறியுடன் வெளியிட்டான் வெங்கடபதி.

"உங்களுது மகா பிரம்மாண்டமான அறிவு! கைஷதராபாத் ஜாகீர்தார் ஸ்கூல்ல நம்ம பாபுவை சேர்க்கப்போறோமில்லையா?" என்றாள் வரூதினி.

"அப்பிடியா! ஜாகீர்தார் தோரணையில படிப்பு சொல்லித் தருவாங்களா?" என்றான் வெங்கடபதி.

"அப்பிடியில்ல! மாட்டுத் தொழுவத்துல சாணியை அள்ளச் சொல்வாங்க".

டக்கென முகத்திலடிப்பதுபோலச் சொன்னாள் வரூதினி.

வெங்கடபதி தலையைக் குனிந்துகொண்டான். ராமனாதபாபுவிற்கே ஒரு மாதிரி வருத்தமாக இருந்தது.

"அதென்ன அப்படி? தெரியலேன்னா எடுத்துச் சொல்லணும். என்ன அந்த மாதிரி பேசுறது?" வரூதினியை கண்டிப்பதுபோல சொன்னான் ராமனாதபாபு.

"இவளைவிட ராமனாதபாபு எவ்வளவோ மேல்! இவளென்னவோ தான் தான் விஷ்ணு சக்கரத்தை சுழற்ற மாதிரி பேசிட்டிருக்கா. அவரு மட்டும் இல்லேன்னா அசலு இவளால என்னத்தெ கிழிக்க முடியுமாம்? மனைவிமேலிருந்த கோபம் வெங்கடபதியை அவ்வாறு யோசிக்கச் செய்தது.

"சொன்னாலும் புரிஞ்சிக்கிற ஜன்மமாயிருந்தா சொல்லித்தரலாம்!" தன்னுடைய வாதத்தை உறுதிப்படுத்தும் வகையில் சொன்னாள் வரூதினி.

"சொல்றதுக்குன்னு ஒருமுறையிருக்கு. அந்த முறையில சொன்னா எல்லாருக்குமே புரியத்தான் செய்யும்" கொஞ்சம் கடுமையாகவே ஒலித்தது ராமனாதபாபுவின் குரல்.

அவர்களிருவரும் பேசிக்கொண்டிருப்பது தனக்கொன்றும் பிடிப்பில்லாததைப்போல உட்கார்ந்திருந்தான் வெங்கடபதி. மகனின் கையிலிருந்த 'டிரம்பாய்' பொம்மையை வாங்கி இப்படியும், அப்படியுமாக ஆட்டினான். 'டிரம்பாய்' தடதடவென ஒலியெழுப்பினான் வெங்கடபதி வாயைப் பிளந்தபடி பார்த்துக்கொண்டிருந்தான்.

ரவி தந்தையின் கையிலிருந்த பொம்மையை வாங்கி 'கீ' தந்துவிட்டு மறுபடியும் தந்தையின் கையில் வைத்தான்.

"நீங்க சொல்லிட்டிருக்குறதை அவரு காதுல படும்படி சொல்லக்கூடாது? நடுவுல எனக்கெதுக்கு இந்த உபதேசமெல்லாம்? ராமனாதபாபுவை கோபத்துடன் பார்த்தபடியே சொன்னாள் வரூதினி.

"புடிச்சிட்டயின்னா விட மாட்டியே?"

"இப்ப யாரை புடிச்சிட்டிருக்கேன்னு சொல்றீங்க?" ராகமிழுத்தாள்.

ராமனாதபாபுவின் வாயிலிருந்து வார்த்தைகள் வெளிவரவில்லை. வரூதினியை நோக்கிப் புருவங்களை நெறித்தபடியே பார்த்தான்.

"ஒருத்தரை திட்டனுங்குற அவசியம் எனக்கென்ன வந்தது?" மறுபடியும் இரட்டிப்பு உயர்த்திச் சொன்னாள் வரூதினி.

"உன்னோட பேசுற தைரியம் எனக்கில்லை"

"போகட்டும்! சண்டைபோடுற தைரியமாவது இருக்கா?" இம்முறை ராமனாதபாபுவுக்கு சிரிப்புத்தான் வந்தது.

வரூதினி பேசுவதில் கெட்டிக்காரி. இவளோடு பேசி ஜெயிக்க முடியாது. தன்னுடைய தோல்வியை ஒப்புக்கொண்டான் - சின்னதாக சிரித்தபடியே ராமனாதபாபு. வரூதினி மலர்ந்த முகத்துடன் எழுந்து உள்ளே சென்றாள். ரவி பொம்மைகளையெல்லாம் எடுத்துக்கொண்டு வராண்டாவிற்குள் சென்றான். அங்கேயிருந்த வேலையாட்களுக்கும், குழந்தைகளுக்கும் - அவை எப்படி சுற்றித்திரிகின்றன, ஒலியெழுப்புகின்றனயென்பதை ஒவ்வொன்றாக செய்து காட்டத்தொடங்கினான்.

"அதென்னது? ஜாகீர், பெருசுன்னு?" வெங்கடபதி கேட்டார் ராமனாதபாபுவிடம்.

"ஜாகீர் தாருங்க ஸ்கூல்னு சொல்லுவாங்க. அந்த எடத்துல எல்லாருமே பணக்கார வீட்டுப் பிள்ளைங்கதான் படிப்பாங்க.

"அந்த மாதிரி நம்ம பக்கம் எங்கயுமில்லையே? நான் எப்போதுமே கேட்டதில்லை."

ராமனாதபாபுவின் உதடுகளில் புன்னகை தவழ்ந்தது.

"பள்ளிக்கூடம் இங்க இல்ல. ஹைதராபாத்தில் இருக்கு.

"அப்பிடிச் சொல்லுங்க, ரொம்ப செலவாகும்னு நெனக்கிறேன். எவ்வளவாகலாம்?" என்று கேட்டான் வெங்கடபதி.

புத்தியில் படிந்திருந்த கருத்த மேகத்தை விலக்கிவிட்டனாய்.

"இரு நூறுக்கு மேலயே ஆகலாம்!" ராமனாதபாபு சொன்னான்.

வெங்கடபதி சற்று யோசித்துவிட்டு - வருஷத்துக்கு இருநூறுன்னா பரவாயில்லேன்னு நெனக்கிறேன். ஜமீந்தார்களோட பள்ளிக்கூடமில்லையா! அந்த மட்டும் ஆகாமயிருக்குமா!" என்றான்.

"ஒரு வருஷத்துக்கில்லே. மாசத்துக்கு இருநூறு!" வெங்கடபதியின் மேல் வருத்தமும் கோபமும் ஏற்பட்டது ராமனாதபாபுவுக்கு.

"மாசத்துக்கே இருநூறா?" வெங்கடபதி ஆச்சரியத்துடன் வாயை விரித்தான். காபி டிரேயுடன்... வந்தாள் வரூதினி. வாயில்லா மிருகத்தைப்போல அவளைப் பார்த்தான் வெங்கடபதி.

ராமனாதபாபு காபியை அருந்தி சிகரெட்டைப் பற்றவைத்தான். யதார்த்தமாய் சிகரெட் டின்னிலிருந்து ஒன்றை எடுத்து வெங்கடபதிக்குக் கொடுத்தான்.

"இது எனக்கு எங்க போதும்?" என்றபடியே வாங்கினான் வெங்கடபதி.

"இனிமே இது ஒன்னுதான் கொறச்சல் நம்ம பொழப்புக்கு? பழக்கிக்கோங்க?" கணவனை வெறுப்புடன் பார்த்தபடி சொன்னாள் வரூதினி.

வெங்கடபதி சிகரெட்டை பலமாக இழுத்து புகையை வெளிவிட்டான்.

"அப்பிடீன்னா....." என்றவாறு மனைவியைப் பார்த்தவன்- "ஒன்னுமில்லே" என்றான் வெங்கடபதி.

ராமனாதபாபு எழுந்து நின்றான்.

"இன்னக்கி தேதி அஞ்சி - ஞாபகமிருக்கா? "ராமனாதபாபுவை ஊசி கொண்டு குத்துவதைப்போல் பார்த்தவாறு சொன்னாள் வரூதினி.

"எதுக்கு இல்லாமெ? என்பதுபோல தலையையாட்டினான் ராமனாதபாபு. பாபு ஸ்கூல்பீஸ் - டிரஸ்ஸுகள்.... பிரயாணச் செலவுகள்.... இந்த மாசம் ரொம்பவே..." வரூதினி பேச்சை முடிப்பதற்குள்ளாகவே - அப்படீன்னா உன்னோட உத்தேசம்? அந்த அளவுக்கு எனக்கு மூளை இல்லேங்குறதா?" என்றான் ராமனாதபாபு.

"அப்பிடி கேளு! அவளெ அப்பிடித்தான் கேக்கணும்! எல்லாமே அவளுக்குத் தான் தெரியுமுன்னும், யாருக்குமே தெரியாதுன்னும் நெனச்சிட்டிருக்காள்" என்று நினைத்துக்கொண்ட வெங்கடபதி மனதிற்குள்ளேயே ராமனாதபாபுவை வாழ்த்தினான்.

காரில் ஏற இருந்த ராமனாதபாபுவிடம் - "மறுபடியும் தரிசனம் எப்போ?" என்றாள் வரூதினி.

"ராணியோட கட்டளை கிடைக்கிறப்ப" என்று சொல்லவந்தவன் வெங்கடபதி பக்கத்திலிருப்பதைப் பார்த்ததும் வெளிப்படுத்த இயலாதவனாய் மௌனமானான்.

ராமனாதபாபு ஒருவாரம் சென்றதும் ராமனாதபாபு ஜாகீர்தார் ஸ்கூல் அப்ளிகேஷன் பார்ம் வாங்கி வந்திருந்தான்.

"பாபுவுக்கு ஸீட் கிடைத்ததா?" வரூதினி தாங்கமுடியாத சந்தோஷத்துடன் கேட்டான்.

"வராம எங்க போகப்போவுது. மொதல்ல இந்த பாரத்தை நிரப்பியனுப்பணும். மே மாதத்துல டெஸ்ட் இருக்குதாம். ஜூன்ல சேர்த்துக்குவாங்களாம்" கவரிலிருந்து விண்ணப்ப படிவத்தையும், மற்ற விவரங்களடங்கிய பேப்பரையும் எடுத்தபடியே சொன்னான் ராமனாதபாபு.

"மறுபடியும் டெஸ்ட் என்ன? மினிஸ்டர் ஆதரவிருந்தும் என்ன லாபம்?"

"யாரு சொன்னாலும் முறை மட்டும் அதுதானாம். உனக்கெதுக்கு அவ்வளவு வருத்தம்! பாரத்தெ பூரத்திசெஞ்சி ரிஜிஸ்ட்ரேஷன் பீஸ்ஸோட அனுப்பிவையி!" என்றான் ராமனாதபாபு.

டியூஷன் வாத்தியாரை ஏற்பாடு செய்து அந்த மாதம் முழுவதுமாய் ஆங்கிலம், கணக்கு போன்ற பாடங்களைக் கற்பித்தாள் வரூதினி. மே மாதம் முதல்வாரத்தில் பையனையழைத்துக்கொண்டு ராமனாதபாபுடன் ஹைதராபாத் சென்றாள் - வரூதினி திரும்பிவர ஒரு வாரம் பிடித்தது. வெங்கடபதி மகனைப் பிரிந்து இத்தனை நாட்கள் எப்போதுமே யிருந்ததில்லை. அவனைப் பார்க்காதது பெரும் வருத்தத்தை ஏற்படுத்திவிட்டது. ரவி வந்ததுமே அவனை விட்டுப் பிரியாமல் தன் பக்கத்திலேயே வைத்துக்கொண்டான். அவன் ஹைதராபாத்தில் தான் பார்த்தவைகளையும், தான் படிக்கப்போகின்ற பள்ளிக்கூடம் எவ்வளவு சிறந்ததென்றும் சொல்லச் சொல்ல மூச்சுவிடாமல் சிரத்தையுடன் கேட்டுக்கொண்டிருந்தான் வெங்கடபதி.

"அங்கு படிக்கும் பையன்களுக்கு என்ன டிரஸ்ஸுன்னு சொன்னியா பாபு உங்க அப்பாகிட்ட?" என்றாள் வரூதினி.

"ஆமாப்பா! எல்லாருமே யூனிபார்ம். காக்கிடிரஸ். எல்லாருமே மிலிட்டரிக்காரங்கபோல இருப்பாங்க அப்பா!" கைகளை யாட்டியபடியே சொன்னான் ரவி.

"என்னடா கண்ணு! நீயும் மிலிட்டரியில சேர்ந்துடுவியா?" டைனிங்டேபிளின்மேல் தட்டுகளை வைத்தபடி மகிழ்ச்சியுடன் கேட்டாள் வரூதினி.

“ஆமாம்மா!”

“நீ ஐ.ஏ.எஸ். பாஸாகி கலெக்டரா வரணும்னு நான் நெனச்சிட்டிருந்தா நீ என்னவோ படையில சேருவேங்கறியே?” கணவனுக்கும் மகனுக்கும் சாதம் பரிமாறியபடியே சொன்னாள் வரூதினி.

“ச்சே! வெறும் கலெக்டர் எதுக்கும்மா! சீப் ஆப் ஸ்டாப் ஆவேன். என்றபடியே ரவி மிடுக்குடன் தாயைத் திரும்பிப் பார்த்தான்.

அவன் கை பட்டு டேபிள் மேலிருந்த தண்ணீர் டம்ளர் கீழே விழுந்துவிட்டது. வரூதினியின் புடவையின்மேல் நீர் தெளித்துவிட்டிருந்தது.

“ச்சீ! என்னடா ரவி? மிலிட்டரி ஆபிஸராகுறவன் இப்படித்தான் நடந்துப்பாங்களா? இப்பிடி நடந்தா மிலிட்டரியிலருந்து விலக்கிடுவாங்க தெரியுமா? நல்லா உட்காரு!” என்றாள் தாய்.

ரவி உண்மையிலேயே தன்னை மிலிட்டரியிலிருந்து விலக்கி விடுவார்களோ என்ற திகிலுடன் நாற்காலியில் உட்கார்ந்திருந்தான்.

“அப்பா! நீ சொல்லுப்பா - கலெக்டர் பெருசா? சீப் ஆப் ஸ்டாப் பெருசா?”

ரவி தந்தையிடம் கேட்டான்.

“ரெண்டுமே பெருசுதான்!” என்றான் தந்தை.

“ரெண்டு பேருல யாரு பெரியவங்க?”

“சரிசரி! சோத்தெ சாப்புடு?” என்றாள் தாய்.

“நான் சொல்லட்டுமா?” மகன் சொன்னான்.

“ஊம்! சொல்லு!” என்றான் தகப்பன்.

“சீப் ஆப் ஸ்டாப்! எதுக்குன்னு தெரியுமா? படைமுழுக்க எனக்குக் கீழ்தான் இருக்கும்.”

“யாரு சொன்னாங்கடா உனக்கு இதையெல்லாம்?” வரூதினி சிரித்தபடி கேட்டாள்.

“எங்க டியூஷன் மாஸ்டர் சொன்னாரு!” என்றான் ரவி. தன்னுடைய டியூஷன் ஆசிரியர் சொன்னதுதான் சரி என்பதுபோல.

“எதை சொல்லித்தரணுமோ அதை சொல்லித்தராம இப்பிடிப்பட்டதை சொல்லித்தந்தாரா என்ன உங்க மாஸ்டரு?” வரூதினி சந்தோசமாகவே கேட்டாள்.

ரவி அழுவதைப்போல முகத்தை வைத்து சாப்பிடமாட்டேனென்று பிடிவாதம் பிடித்தான்.

"உங்க மாஸ்டரு சொன்னதுதான் கரெக்ட்! சீக்கிரமா சாப்புட்டுரு கண்ணு!" மகனை செல்லமாய் சமாதானப்படுத்தினாள் வரூதினி.

சாப்பிட்டு முடித்தபின் வெங்கடபதி தன் மகனை பக்கத்திலேயே படுக்கவைத்து தூங்கச்செய்தான். அவன் தூங்கியபின் எழுந்து, வராண்டாவிற்கு வந்தான். சுருட்டைப் பற்றவைத்துக்கொண்டு தூணில் சாய்ந்தபடி உட்கார்ந்திருந்தான்.

"தியேட்டர் பக்கம் போகலியா?" வராண்டாவிற்கு வந்தபடியே கணவனிடம் கேள்வியைத் தொடுத்தாள் வரூதினி.

"டைம் என்ன?" கையிலிருந்த சுருட்டுச் சாம்பலை தட்டியவாறு வெங்கடபதி கேட்டான்.

"இரண்டாவது ஆட்டம் புக்கிங் இன்னும் திறந்திருக்க மாட்டாங்க நீங்க போகலாம்."

"இன்னேரம் போறாப்புல இல்லெ. உடம்பு அலுப்பா தெரியுது" என்றான் வெங்கடபதி சோம்பலுடன்.

"வீட்ல இருக்குல்ல பாட்டில்? இனிமே வெளியில என்ன வேலை உங்களுக்கு?" என்றாள் வரூதினி.

"பாபுவை ஸ்கூல்ல சேர்க்குறது எப்போ?"

"இன்னும் எவ்வளவோ நாள் இருக்கு! இப்ப தேதி மூனுதானே? இன்னும் பத்து நாள்ல புறப்பட்டுப் போகணும். பதினைஞ்சுக்கெல்லாம் பாபு ஸ்கூல்ல இருக்கணும்."

"அப்படீன்னா ஹைதராபாத்ல வீடு பார்த்துட்டியா? வாடகை எவ்வளவு?"

"வீடா? வீடு எதுக்கு?"

வெங்கடபதி தலையை நிமிர்த்திப் பார்த்தான் - "பட்டணத்துல சீக்கிரமா பார்க்கலேன்னா அப்போதைக்கப்போது கெடைக்குமா?" என்றான்.

"என்னது? உங்க பேச்சும் நீங்களும்? நெஜமாகவே வீடு எதுக்கு அங்கே? பாபு ஸ்கூல் ஹாஸ்டல்லயே இருந்துப்பான்" என்றாள் விட்டேத்தியாக வரூதினி.

"அவனுக்கு ஏழு வருஷம்கூட ஆகல்லே. தனியா அதுவும் அவ்வளவு தூரத்துல நம்மள விட்டுட்டு எப்பிடியிருப்பான்?"

"அங்கே எல்லா வசதியும் இருக்குறதாலதான ஜாகீர்தார் ஸ்கூல்ல சேர்க்குறோம்? அப்பிடி யிருந்தாத்தான் அவனுக்குப் படிப்புமேல அக்கறை ஏற்பட்டு மேலவருவான். இல்லேன்னா உங்களைப் போலவும் என்னைப் போலவும் தான் தயாராவான்.

"ஹைதராபாத்ல சினிமாத் தியேட்டர் கட்டப்போறமில்ல? அப்போ நாமகூட அங்கேயிருப்போமாக்கும். அதுக்காகத்தான் பாபுவை ஹைதராபாத்ல சேர்க்கப்போறீங்களாக்கும்னு நெனச்சேன்?"

"அப்பிடியே நாம ஹைதராபாத்ல குடியேறினாலும் பாபுவை மட்டும் ஸ்கூல்லதான் விடனும். அந்தப் படிப்பு நம்ம ஊரு படிப்பப்போல இருக்காது."

"அப்ப நீ கூட போயி படிச்சிக்கோ பாபு ஸ்கூல்ல. பில்கலெக்டராவது ஆவயில்ல."

வெங்கடபதி சிரிப்பதற்கு முயன்றான். ஆனால் சிரிப்பு வரமறுத்தது.

"ஹைதராபாத்தெ சுத்தி ஆறுமாசமா அலைஞ்சிட்டிருக்கீங்க. இத்தனைக்கும் தியேட்டர்வேலை எந்த அளவுக்கு வந்திருக்கு?"

"நாம பார்த்து வச்சிருக்குற நெலம் ரொம்ப நல்ல இடம்தான். ஆனா ஏதோ பிரச்சனையில இருக்குதாம். அங்கே முஸ்லீம்கள் சொத்து பூராவுமே எதாவது பிரச்சனையிலதான் இருக்குமாம்! இதுவும் ரொம்ப நல்லதுதான். மொதல்லயே நமக்குத் தெரிஞ்சிருச்சி. ஒரு தடவை மோசம்போனது போதாதா.... மறுபடியுமா..."

"வேற இடம் பார்க்கலாமில்லையா?" நடுவில் புகுந்து சொன்னான். வெங்கடபதி மகனைப் பிரிந்து இருக்க இயலாமல் மனசுக்குள் சங்கடப்பட்டுக்கொண்டிருந்தான். அதற்கு முன்னாலெல்லாம் ஹைதராபாத் போகவேண்டுமென்றாலே இஷ்டப்படாதவன் மகனுக்காக அதையெல்லாம் உதறித்தள்ளிவிட்டு செல்வதற்கு மனதை திடப்படுத்தி வைத்துக்கொண்டான். எப்படியாவது சினிமாத் தியேட்டர் பிளான் நல்லபடியாய் கைகூடி ஹைதராபாத்தில் கட்டிடவேலை நடக்கவேண்டுமென மனதார வேண்டினான் வெங்கடபதி.

"இடங்களெல்லாம் இல்லாம என்ன? எக்கச்சக்கமா கெடக்கு. இந்த இடம்னா நல்ல சென்ட்டர்ல இருக்கு. விலையும் மலிவா கெடைக்குது. நாம நாலு அஞ்சி ஆயிரமாவது செலவு செஞ்சி ஐ.ஜி.பி. காரங்களை புடிச்சிட்டா, அந்த இடத்தை சிக்கல்லருந்து வெளியகொண்டாந்துடலாம். ராமனாதபாபு அதுக்காக பெரிய பெரிய ஆளுங்களயெல்லாம் சரிபண்ணி மொத்தத்துல வேலையெ சாதிச்சிடுவாருங்க. இரண்டு மூணு மாசத்துல நெலத்தெ நாம ரிஜிஸ்டர் பண்ணிக்கலாம். இதுக்குள்ள - பிளான்கள், பர்மிஷன்கள், லோன்கள் இதையெல்லாம் பாத்துக்கவேண்டியது ரொம்பவே இருக்கு. அதெல்லாமே பூர்த்தியாகி முடியிறப்ப அந்த இடம் பிரச்சனையிலிருந்து வெளியவந்துடும்." தான் சொல்வதை கணவன் கேட்கவில்லையென்று தெரிந்ததும் பேசுவதை நிறுத்திவிட்டாள் வரூதினி.

ஆனாலும் இந்த மனுஷன்கிட்ட இவ்வளவு எடுத்துச்சொல்லனுமா என்ன? தான் ஒவ்வொரு தடவையும் அறிவில்லாதவளாய் நடந்துகொள்கிறேன்.

பைத்தியக்காரியைப்போல சொன்னாள்- ராமனாதபாபு சொன்னதையெல்லாம் அப்பிடியே மனப்பாடமாக ஒப்புவித்தாள். யாராயிருந்தாலும் தனக்கு வேண்டியவர்களிடம் சொல்லிவிட வேண்டுமென்ற ஒரு ஆசை துடிப்பு இருக்கத்தானே செய்யும். அதைக் கட்டுப்படுத்திக்கொள்ள இயலாதவளாய் சொல்லிவிட்டாள். இந்த மனுஷன்கிட்ட சொன்னாலும் ஒன்னுதான்! சொல்லாமப்போனாலும் ஒன்னுதான்! பட்டணத்துக்கு வந்து இத்தனை வருஷமாகப்போகுது? இந்த மனுஷன்ல கடுகளவாவது முன்னேற்றம் ஏற்பட்டிருக்கா, எதையோ நெனக்கிறது. எதையோ பேசுறது. அதுவும் ஒருவிதத்துல நல்லதுக்குத்தானோ!

சுருட்டை எறிந்துவிட்டு பின்னால் திரும்பிப் பார்த்தான் வெங்கடபதி. வரூதினி இல்லை. அவள் எப்போது எழுந்து சென்றாள் என்பதுவும் அவனுக்குத் தெரியாது. ஞாபகப்படுத்திக் கொள்ளவும் முயன்றானில்லை.

28

'வருதினி பிக்சர்பேலஸ்' மற்றொரு பெயர் மாற்றம் கண்டிருந்தது. 'வருபேலஸ்' என்றால்தான் மக்களால் புரிந்துகொள்ள முடிந்தது. அங்குள்ள மற்ற தியேட்டர்காரர்களுக்கும், பஸ் டிரைவர்களுக்கும், ரிக் ஷாக்காரர்களுக்கும்கூட வரு-அம்மாவோட தியேட்டர் என்றாலே புரிந்து கொண்டார்கள். பெரும்பாலானவர்களுக்கு அம்மாவோ தியேட்டர்ணு சொன்னாலே தெரிந்துவிடுகிறது இப்போதெல்லாம். அதற்குக் காரணம் முக்கியமாகஅவள்தியேட்டருக்குள்நின்றுகொண்டுமேற்பார்வையிடுவதுதான்! முதல் ஆட்டம் இடைவேளை சமயத்தில் வருதினி வாரத்தில் நான்கு நாட்களாவதுதியேட்டருக்குள்தென்பட்டுக்கொண்டிருந்தாள். தியேட்டரிலுள்ள வேலைக்காரர்கள்- ரெப்ரசண்ட்டேடிவ்கள், மேனேஜர், சிவராம் எல்லோருமே அவளது காலடியை பின்தொடர்ந்து நடப்பதை சினிமா பார்க்க வந்தவர்கள்கூட கண்டுகொண்டுதானிருந்தார்கள். அன்றைய கலெக் ஷன் குறித்தும், சினிமாவைப்பற்றிய நல்ல, கெட்ட விஷயங்களைப் பற்றியெல்லாம் முன்பு கேட்டாலுமே சொல்லாதவர்களெல்லாம், இப்போது அவள் மேனேஜர் அறைக்குள் கால் வைத்ததுமே அன்றைய நாளின், ரிப்போர்ட்டையெல்லாம் கொடுக்கத் தொடங்கியிருந்தனர். எப்படிப்பட்ட சினிமாவாகயிருந்தால் நகரத்து மக்கள் பார்க்க வருவார்கள், பெண்களுக்கு எத்தகைய சினிமாக்கள் பிடிக்கும், இளைஞர்கள் எப்படிப்பட்ட சினிமாக்களை விரும்புவார்கள் என்பதையெல்லாம் கணக்கிட்டுச் சொல்வதற்குரிய நிலைக்கு உயர்ந்திருந்தாள் வருதினி.

எல்லோருமே அவளுடைய அபிப்ராயத்திற்கு மதிப்பு தந்தார்கள். அம்மா வர்றாங்க என்று சொன்னாலே ஒருவிதமான பயம் இருந்தது இப்போது. ஒவ்வொன்றையும் நன்கு கவனித்துத் தெரிந்துகொண்டுவிட்டபடியால், அவளுக்குத் தெரியாத விஷயமே நிர்வாகத் துறையில் இல்லை எனலாம்.

ராமனாதபாபு வருதினி பிக்சர் பேலஸ் மீது அவ்வளவாக அக்கறை காட்டுவதில்லை. தன்னுடைய சொந்தத் தியேட்டர் மராமத்து வேலைகள், இருக்கைகளை மாற்றியமைப்பது, ப்ரொஜெக்டர் ரிப்பேர் செய்விக்கும்

வேலைகளில் ஈடுபட்டு நீண்டநேரம் தன்னுடைய தியேட்டரிலேயே இருந்துவிடுகிறான். சில சமயங்களில் இரண்டு மூன்று நாட்கள்வரை தொடர்ந்து வராமலும் இருப்பதுண்டு. ஆனால் சிவராம் தினந்தோறும் சென்று ராமனாதபாபு எங்கிருந்தாலும் செய்திகளை சொல்லிவிட்டு வருவான்.

ராமனாதபாபு தனக்கு ஓய்வு கிடைக்கும்போதெல்லாம் வரூதினியின் வீட்டிற்கு வந்துகொண்டுதானிருந்தான். அவன் போகும்போது அவள் வீட்டில் இல்லையென்றால் எரிச்சலடைவான். எத்தனையோ தடவை அவ்வாறு நடந்துள்ளது. சமையல்காரியோ, வேலைக்காரச் சிறுமியோ - 'அம்மா தியேட்டருக்கு போயிருக்காங்க' என்று சொல்லும்போது அவனுக்கு உடம்பெல்லாம் பற்றி எரியும். நான்கைந்து முறை இவ்வாறு நடந்ததும் ஒருநாள் தியேட்டருக்கே நேரடியாகச் சென்றான். ஆனாலும் அந்த இடத்தில் வரூதினியோடு பேசுவதையே அவன் அவ்வளவாக விரும்பவில்லை. சில நாட்களுக்குப் பின் வரூதினி தியேட்டரில் இருக்கிறாளென்று தெரிந்தாலே அந்த நிழல் பக்கமே போவதை நிறுத்திக்கொண்டுவிட்டான். அங்கே அத்தனை பேர்ஆடவர்களின்மத்தியில் வரூதினி நின்றுகொண்டு மேற்பார்வையிடுவதைப் பார்த்தாலே ராமனாதபாபுவுக்கு தலையைப் பிய்த்துக்கொள்ளலாம் போலிருக்கும்.

ஒருதடவை நேரே தியேட்டருக்கு வந்தவன் தன்னைப் பார்த்ததும் உடனே சட்டென திரும்பிச் செல்வதைக் கவனித்துவிட்டாள் வரூதினி. அவனுக்கு தான் அடிக்கடி தியேட்டருக்கு வருவது பிடிக்கவில்லையென்பதை நன்றாகவே தெரிந்துகொண்டாள். ராமனாதபாபு தன்னையறியாமலேயே தூரமாகிப்போகின்றானென்று வருத்தப்படத் தொடங்கினாள். லேசாகத் தோன்றிய வருத்தம் பயமாக மாறத் தொடங்கியது. இந்த சமயத்தில் ராமனாதபாபுவை தூரமாக்கிக்கொண்டால் மிகமிக இழப்புக்கள் ஏற்படலாமென்ற அபிப்ராயம் அவளுக்குள் சுட்டிக்காட்டியது.

இன்னும் ஹைதராபாத் தியேட்டர் சம்பந்தமான பணிகள் தொடங்கப்படவேயில்லை. ஆரம்ப நிலையிலேயே நின்றிருந்தது. இந்த தியேட்டர் லீஸ் விவகாரங்கள் ஒரு முடிவுக்கும் வந்தபாடில்லை. பெரும்பாலும் செய்யவேண்டிய வேலைகள் மிகுதியாக உள்ளன. அதெற்கெல்லாம் ராமனாதபாபுவின் உதவியும், ஆதரவும் தனக்கு மிகமிகத் தேவை. அவ்வளவு தானாராமனாதபாபுவிடம்தான்வேண்டுவது! உண்மையில்ராமனாதபாபுவுக்கும் தனக்கும் ஒன்றுமேயில்லையா? அவனுடைய தேவை, அவசியம் தனக்கு வேண்டாமா? தன்னுடைய சர்வத்தையும் அவனுக்கே அர்ப்பணித்துவிட்டாள். இப்போது அவன் தூரமாகிச் செல்வதை தன்னால் சகித்துக்கொள்ள முடியுமா?

வரூதினிக்கு துக்கம் புரண்டுவந்தது. இவையெல்லாவற்றிற்கும் தானே காரணம். ராமனாத பாபுவின் தவறு எதுவுமேயில்லை. தான் அதிகப்படியாக தலையை நுழைப்பது சரியில்லை போலும்!

தியேட்டருக்குச் செல்லத் தயாரானவள் வாசல் வரை வந்துவிட்டு சடாரென பின்னால் திரும்பிவிட்டாள். வீட்டிற்குள் சென்று பட்டுச் சேலையை மாற்றி நூல்புடவையை கட்டிக்கொண்டாள். தலையில் சூடியிருந்த பூக்களும் பாரமாகத் தோன்றவே கழற்றி டிரஸ்ஸிங் டேபிள்மேல் வீசினாள். கொண்டையை களைந்து உடை போட்டுக்கொண்டாள். சமையல்காரி - "அதென்னம்மா! தியேட்டருக்கு போறேன்னு சொன்னீங்களே? வாசல்ல ஜட்காகாரன் எதிர்பார்த்து காத்திருக்கான்" என்றாள்-

"நான் போறதாயில்லே. வண்டியை அனுப்பிவச்சிடு!"

"ஏம்மா! உடம்பு சரியில்லையா?" ஆதரவுடன் கேட்டாள் புச்சம்மா. வரூதினி பேசவில்லை. படுக்கையில் விழுந்து தலையணையால் முகத்தைப் புதைத்துப் படுத்துக்கொண்டாள். புச்சம்மா பேசாமல் அறையிலிருந்து வெளியேறினாள்.

ஒரு வாரம் வரையில் வரூதினி தியேட்டர் பக்கமே கண்ணெடுத்தும் பார்த்தாளில்லை. வீட்டைவிட்டு வெளியே எங்குமே போகவில்லை. எதுவுமே தோன்றவில்லை. வெறுமனே வீட்டுக்குள்ளேயே அடைந்துகிடப்பது பைத்தியம் பிடித்துவிடும்போல இருந்தது- இதுதான் சாக்கென்று எதுக்கெடுத்தாலும் வெங்கடபதியைத்துளைத்து விடுவதுபோல கேள்விகளைத் தொடுத்துக்கொண்டிருந்தாள்.

"ஆமா - வந்துட்டுத்தான் இருக்காரு!" அதற்கு மேல் சொல்வதில்லை வெங்கடபதி. வரூதினி ராமனாதபாபுவைப் பற்றி கேட்கும் போதெல்லாம் 'ஆமா! இல்லை!' என்ற பதில் மட்டுமே வரும். போகட்டும் தியேட்டர் சம்பந்தமான செயல்பாடுகளை கேட்டாலுமே "எல்லாமே நல்லாதான் போயிட்டிருக்கு" என்று கூறுவான்.

அவனுடைய நடத்தை, பதில் சொல்லும் தோரணை எல்லாமே வரூதினிக்கு எரிச்சலை ஏற்படுத்திக்கொண்டிருந்தது. எடுத்ததற்கெல்லாம் வெங்கடபதியைக் குத்தித் துளைத்தெடுத்தாள் வரூதினி. கூடுமானவரை மனைவியின் கண்களிலிருந்து விலகியிருக்க முயற்சிசெய்தான் வெங்கடபதி. எப்போதுமே தியேட்டரிலேயே விழுந்து கிடந்தான். அங்குள்ள ஸ்டோர்ரூமில் உட்கார்ந்து குடித்துக்கொண்டிருப்பான். தனக்கு கிடைக்கும் ஆனந்தத்தை அந்த சாமான்கள் நிறைந்த அறையிலேயே கிடந்து அனுபவித்தான். தூக்கம் வந்தால் அங்கேயே படுத்துத் தூங்கினான்.

அன்று ஞாயிற்றுக்கிழமை. வெங்கடபதி ஏழு மணிக்கெல்லாம் தயாராகி புறப்பட்டான்.

"இவ்வளவு சீக்கிரத்துல எங்கே?" கணவனின் எதிரே வந்து நின்ற வரூதினி கேட்டாள்.

"தியேட்டர் பக்கம்தான்! ஞாயிற்றுக்கிழமையில்லையா? மேட்னிஷோ இருக்குமில்லே!"

"மார்னிங் ஷோயிருந்தா உனக்கென்ன வேலை அங்கே?" முக்கியமான கேள்வியைத் தொடுத்தாள் வரூதினி.

"என்ன வேலையா? தினமும் செய்யிற வேலைதான்!" என்றான்.

"தியேட்டரைக் கூட்டுவியா?"

வெங்கடபதி தலையைத் தூக்கி மனைவியை கோபத்துடன் பார்க்க முற்பட்டான் - மனைவியின் முகத்தைப் பார்த்ததுமே வந்த கோபமெல்லாம் மாயமாயிற்று. பயந்துபோனான். பார்வையை சுவரைநோக்கித் திருப்பிக்கொண்டான்.

"தியேட்டரைக் கூட்டுறதுக்குன்னு ஆட்கள் இருக்காங்க" வெங்கடபதிக்கு மனைவியின் முன்னால் நின்று கொண்டிருப்பது முட்களின்மேல் நிற்பது போலிருந்தது.

"டிக்கெட்டுகளை வித்துக்கிட்டிருக்கியா?"

வெங்கடபதி வாயைத் திறக்கவில்லை.

"அதுக்கும் ஆட்கள் இருக்காங்க"

வெங்கடபதியின் பார்வை சுவரிடமிருந்து மனைவியின் மீது திரும்பியது. என்ன இவள் இன்னக்கி இவ்வளவு வேகமாக இருக்கிறாள்?

"கேட்டுல நிப்பியா?"

"என்ன உன் தொல்லை காலங்கார்த்தாலேயே?" என சொல்ல வந்தான், எனினும் அதற்குள்ளாகவே நரம்புகளெல்லாம் இழுத்துப்பிடிக்க ஆரம்பித்திருந்தன. பொழுது விடிந்ததிலிருந்து கொஞ்சமாவது தொண்டைக்குள் விழுந்தால்தானே?

"அதுக்கும் சம்பளம் தந்து ஆட்களை நியமிச்சிருக்கோம்!"

கால்கள் பிடித்திழுத்தன. மனைவிக்கு என்ன பதில் சொல்வான்?

"ப்ரொஜக்டர் ஓட்டுவியா?"

"என்னது? இன்னக்கி இவளுக்கு ஏதோ பித்தம் தலைக்கேறிடுச்சி போலிருக்கே" என நினைத்துக்கொண்டான் வெங்கடபதி.

"அதுவும் உன்னால முடியாது. ஆபரேட்டர் இருக்கான்"

வெங்கடபதி தோளிலிருந்த டவலை எடுத்து உதறி மறுபடியும் போட்டுக்கொண்டான். அதைத்தவிர செய்வதற்கோ, சொல்வதற்கோ எதுவுமே தெரியாதவனாய்.

"கலெக்ஷன் சார்ட், கமிஷன் - பிஸினெஸ் பாக்குறியா?"

அதுவரைக்கும் கண்ணிமைக்காமல் பார்த்துக்கொண்டிருந்தவன் இப்போது வாயையும் அகல விரித்தபடி நின்றான்.

"பின்னே இனி நீ செய்யிறதுதான் என்ன?"

'பிலிம் டப்பாக்கள் நிறைந்த அறையில் உட்கார்ந்து குடிக்கிறது!" அதுவரைக்கும் நன்றாகவே ஞாபகத்தில் நின்றது வெங்கடபதிக்கு. இதைவிட மேலான விஷயம் அந்த வார்த்தையை வெளியே சொல்லவில்லை.

வெங்கடபதி நிஜத்திற்கே யோசிக்கமுற்பட்டான். உண்மையில் தான் செய்வதுதான் என்ன? தான் தியேட்டருக்குச் செல்லவில்லையென்றால் திரையின் மேல் காட்சிகள் விழாதா என்ன? அவள் கேட்பதும் அதுதானே? நிஜத்திற்கே நான் அங்கே சென்று செய்துகொண்டிருப்பது என்ன?

"பேசலையே ஏன்?" ஆக்னேயாஸ்திரம் கையிலெடுத்து போடுவதற்கு முன்னர் மகாரதி, 'சத்ரு சைனியங்களை பார்ப்பதுபோல கணவனை நோக்கிப் பார்த்தாள் வரூதினி.

"அதேதான்! நான் என்னத்தை செய்றேன்?" அந்த வார்த்தையை மனைவியிடமே திருப்பி கேட்பதைப் போலிருந்தது வெங்கடபதியின் முகம்.

"வெட்கமில்லாமப் போனா சரி?"

தனக்கு இன்னும் வெட்கம் உள்ளதுபோலவே தலையைக் குனிந்து தரையைப் பார்த்துக்கொண்டிருந்தான் வெங்கடபதி.

"வாங்க உள்ளே. தியேட்டருக்கெல்லாம் போகவேண்டாம். உங்களோட இயலாமையை பார்த்துட்டுத்தான் அந்த ராமனாதபாபு அப்பிடி ஆடிட்டிருக்கான்" வரூதினி சடாரெனத்திரும்பி பாத்ரூமிற்குள் சென்றுவிட்டாள்.

வெங்கடபதி தோளிலிருந்த டவலை நாற்காலியின்மேல் போட்டு, அதன்மேல் காலை நீட்டி உட்கார்ந்துவிட்டான்.

இவங்க ரெண்டுபேருக்கும் ஏதோ சண்டைபோலிருக்கு. எதுக்கு வராது? இவ வாயி நல்லாருந்தாத்தானே! இவளோட புத்தியோ? - அந்தக் கேள்விக்கு விடையைத் தேடி கண்டுபிடிக்க வெங்கடபதியின் மனம் ஏற்கவில்லை. அப்படி தேடினால் தானும் ஏதோ தவறை இழைத்துவிட்டதாகத் தோன்றலாம்.

அவங்க ரெண்டுபேருக்குள்ள என்ன நடந்ததோ? தன்னோட காரியம் சிக்கலில் மாட்டிக்கொண்டது. தன்னோட கைகளுக்கும் கால்களுக்கும் விலங்கிடப்பட்டுவிட்டது! இதுவரைக்கும் வந்தது போல ராமனாதபாபு இங்குவருவதில்லை. அவங்க ரெண்டுபேருமே சரியா பேசிக்கொள்வதுபோல தெரியவில்லை. அதுக்காகத்தான் வரூதினி பைத்தியம்பிடித்த நாயைப்போல தன்மீது விழுந்து பிராண்டிட்டிருக்கா. இதுக்கெல்லாம் காரணம் ராமனாதபாபு வரூதினிகிட்ட சரியா நடந்துக்கிடாததுதான். தன்னோட கஷ்டங்களுக்கும்,

சிக்கலுக்கும் காரணம் அவங்க ரெண்டுபேருக்கும் நடுவுல வந்த போட்டாபோட்டி.

வெங்கடபதி யோசிக்க யோசிக்க வந்துவிழுந்த விஷயம் அது. ராமனாதபாபு வந்து போய்க்கொண்டிருந்தால்தான் தன்னோட கவனிப்பு நல்லாருக்கும். தான் என்ன செய்கிறேனென்று கூட வரூதினி கண்டுகொள்ளமாட்டாள். இப்போ என்னடாவென்றால் எல்லாமே தலைகீழாய், அசல் தியேட்டர் பக்கமே போகவேண்டாம்னு சொல்றா? போகாம தன்னால எப்பிடியிருக்கமுடியும்! அப்பிடி போகாமெ வீட்லயிருந்தா செத்தாப்புலதான்! ஒரு நிமிஷம்கூட இருக்க முடியாது.

தியேட்டர்ல சாமான்கள் ரூமுல நேத்து விட்டுட்டு வந்த பாட்டிலில் பாதி மிச்சமிருந்தது நினைவுக்கு வந்ததும் வெங்கடபதி நிலைகொள்ளாமல் தவித்தான்.

வரூதினி குளித்து முடித்து கத்வால் சேலையை கட்டியிருந்தாள். அஜந்தா கொண்டையுடன் தன்னை முழுதுமாக அலங்கரித்துக்கொண்டு - ஹை ஹீல்ஸ் செருப்புகளைக் காலில் மாட்டிக்கொண்டு, வியானிடிபேக்கை ஒய்யாரமாகத் திருப்பிக்கொண்டபடியே வராண்டாவிற்குள் வந்த வரூதினியைப் பார்த்ததும் வெங்கடபதி ஆச்சரியமடைந்தான். அவள் தியேட்டருக்குத்தான் செல்லப்போகிறாளெனப் புரிந்துகொண்டான். தன்னைப் போகவேண்டாமென்று சொல்லித் தடுத்தவள் இப்போது தானே புறப்பட்டுச் செல்வது எதற்காக? தன்னை வேண்டாம் என்றதற்குக் காரணம்?

வெங்கடபதி தலையைச் சொறிந்தான். ஏதோ ஒரு காரணத்தைச் சொல்லி இன்னும் அரைமணிநேரத்திலோ, ஒரு மணி நேரத்திலோ வெளியே சென்று அந்த பாட்டிலில் இருப்பதைத் தீர்த்துவிட்டு வரலாமென்று நினைத்திருந்த வெங்கடபதியின் ஆசையில் மண்விழுந்தது. அவள்தியேட்டருக்குள்ளிருக்கும்போது தான் எவ்வாறு செல்லமுடியும்?

கேட்வரை சென்ற வரூதினி திரும்பி மனமில்லாதவள்போல வீட்டிற்குள் வந்தாள். வெங்கடபதிக்கு ஒன்றுமே புரியவில்லை.

மறுபடியும் எதுக்காகத் திரும்பி வந்தாள்? இவளுக்கு மூளை சரியாயில்லை போலிருக்குதே? வராண்டாவில் உட்கார்ந்திருந்த வெங்கடபதி மனைவியைத் திரும்பிப் பார்க்காமலேயே தனக்குள் சொல்லிக்கொண்டான்.

அவன் நினைத்ததுபோலவே, வரூதினியின் புத்தி புத்தியாக இல்லை. வியானிடி பேக்கை வீசியெறிந்துவிட்டு படுக்கையறைக்குள் வந்து உட்கார்ந்துகொண்டாள். முடியை அவிழ்த்துவிடவோ, சேலையை மாற்றிக்கொள்ளவோ விரும்பாதவளாய் அப்படியே அமர்ந்திருந்தாள்.

அவள் மூளையின் ஒவ்வொரு செல்லும், சரீரத்தின் ஒவ்வொரு அணுவும் 'ராமனாதபாபு' என்று சொல்லிக்கொண்டிருந்தன! அவன் தியேட்டருக்குள் இருப்பானென்பது அவளுக்கு நன்றாகவே தெரியும். மார்னிங் ஷோ இங்கிலீஷ்

பிக்சர் போடுவாங்க. அதற்கு நிறையபேர் ஆபீஸர்கள் வருவார்கள். அதில் பாதிபேர் சும்மாவே வருபவர்கள். அவர்களெல்லோருக்கும் மரியாதைகள் செய்தும் அறிமுகங்களை சம்பாதித்துக்கொண்டும் ராமனாதபாபு நிச்சயமாக அங்குதானிருப்பான். அந்த உத்தேசத்துடன் தான் வரூதினி புறப்பட்டாள். புறப்பட்டு முடித்த பின்னர்தான் அவளுக்குள் அந்த அனுமானம் எழுந்தது. தன்னைப்பார்த்தும்அவன்சரியாகப்பேசவில்லையென்றால்இல்லையென்றால் தன்னைப் பார்த்ததும் மெல்ல தியேட்டரிலிருந்து வெளியேறிவிட்டால் முகத்தில் அடிப்பது போலிருக்காதா? அதுவுமில்லாமல் அவனுக்காக, தானே தேடிச்சென்றதுபோல ராமனாதபாபு நினைத்தானேயென்றால்? அதைவிட தனக்கு வேறொரு அவமானமும் அசிங்கமும் இருக்கமுடியாது. தான் மிகவும் சுளுவாகிப்போவாள்? வரூதினியின் அதீதமான ஆசைகளுக்கும், அபிலாசைகளுக்கும், ஆவேசத்திற்கும், உத்வேகத்திற்கும் அவளுடைய ஆத்மாபிமானம் குறுக்கிட்டு நின்றது. அவள் கண்கள் நீரைச் சொரிந்தன. அந்த துர்மார்கன் ராமனாதன் ஏன் தன்னை இவ்வாறு இம்சிக்கிறான்? வெளியே உட்கார்ந்திருந்த வெங்கடபதியோ வரூதினி திரும்பி வந்தது நல்லதுதான் என்று நினைத்தான். எந்த சாக்கு போக்குடன் வெளியே செல்வதென்ற யோசனையில் திளைத்திருந்தான்.

ஆண்மகனென்றால் வெளியே ஆயிரம் வேலைகளிருக்காதா என்ன? இன்னும் எந்த முடிவுக்கும் வரஇயலவில்லை அவனால்.

“வீட்லயே உட்கார்ந்துட்டீங்க? தியேட்டர் பக்கம் போகலியா?” மெதுவாக வராண்டாவிற்குள் வந்து நின்ற ராமனாதபாபுவைக் கவனிக்கவில்லை வெங்கடபதி.

“வெங்கடபதிகாரு! உங்களைத்தான்! ஏன் இப்பிடி இருக்கீங்க?” அவன் தலைநிமிர்த்திப் பார்த்தான்.

உடனே எங்கேயுமில்லாத தைரியம் வந்து அமர்ந்துகொண்டது அவன்மேல். சாட்சாத் கஜேந்திரனுடைய குரல்கேட்டு காப்பாற்றுவதற்காக விண்ணிலிருந்து இறங்கிவந்த விஷ்ணுக் கடவுளாகவே தோன்றியது. தோன்றியது மட்டுமல்ல; கண்ணுக்கெதிரே நின்றுகொண்டிருந்தான்.

“ஒரு கேஸ் ஸ்காட்ச் ஸ்ரீராமா மெடிகல் ஷாப்புக்காரங்க தருவிச்சிருக்காங்க. ஒரு நாலு பாட்டில்ஸ் நமக்குத் தந்தாங்க. ரூம்ல வச்சிருக்கேன். சிவராம்கிட்ட கேளுங்க” என்றான் ராமனாதபாபு.

வெங்கடபதி மேல் துண்டையும்கூட எடுத்துக்கொள்ளாமல் அப்படியே புறப்பட்டுவிட்டான்.

முதலையைக் கொன்று கஜராஜனுக்கு கைவல்யாப் பதவியை யளித்த விஷ்ணுமூர்த்தி, ராமனாதபாபுவைவிடவா மேலான காரியத்தை செய்துவிட்டார்?

கேட்டுவரையில் சென்ற வெங்கடபதியை அழைத்து - "கார்லபோங்க. நீங்க எறங்குனதும் மறுபடியும் அனுப்புங்க" என்றான் ராமனாதபாபு. காரில் அமர்ந்திருந்த வெங்கடபதி ராமனாதபாபுவின் மேல் ஏற்பட்ட நன்றிக்கடனை சுமக்க இயலாதவனாய் இருக்கையில் சாய்ந்து கிடந்தான்.

ராமனாதபாபு வரூதினியின் அறைக்குள் சென்றான். ஹம்ச தூலிகா மஞ்சத்தின்மேல் கோபம்கொண்டு படுத்திருந்த சத்யபாமா! அன்று கிருஷ்ணபரமாத்மாவை பார்த்ததுபோல வரூதினி - ராமனாதபாபுவைப் பார்த்தாள்.

ராமனாதபாபு பாரிஜாதப் புஷ்பமே கொண்டுவந்தானோ, அதற்கும் மேலானதையே கொண்டுவந்தானோ என்பதை தெரிந்துகொள்வதற்காக அவனை நிராகரித்து - 'என்னோடு உனக்கென்ன வேலை?" என்பதுபோல சுவரைநோக்கித் திரும்பிப் படுத்துக் கொண்டாள் வரூதினி.

29

ரவி ஹைதராபாதில் ஜாகீர்தார் பள்ளியில் சேர்ந்து ஆறுமாதங்களாகிவிட்டன. முதல் மூன்று மாதங்கள், அவன் அங்குள்ள சூழ்நிலையோடு ஒத்துப்போகமுடியாமலும், தாய் தகப்பனைப் பார்க்க முடியாமலும் கஷ்டப்பட்டான். தசரா விடுமுறையின்போது மகனை அழைத்து வந்தும், லீவு முடிந்ததும் ஸ்கூலில் விட்டு வந்தாள் வரூதினி. நவம்பர் மாதத்தில் ராமனாதபாபுவுடன் ஹைதராபாத் சென்றிருந்தாள். அவன் பிசினெஸ் சம்பந்தமான வேலைகளைக் கவனித்துக்கொண்டிருக்க, வரூதினி தினந்தோறும் பள்ளிக்குச் சென்று ரவியுடன் சிறிதுநேரம் இருந்துவிட்டு வருவாள். ஆரம்ப நாட்களில் இருந்ததைவிட இப்போது அவன் நன்றாகவே இருக்கிறான். இங்கிலீஷ் வார்த்தைகளை பேசித்தள்ளுகிறான். ஹைதராபாதிலிருந்து ஊருக்குத் திரும்பும்போது இம்முறை அவன் அவ்வளவாக வருத்தப்படவில்லை. பிடிவாதம் பிடிக்கவில்லை. அமைதியாகவே இருந்தான். வரூதினி தன் மகனின் எதிர்காலம் சரியான கண்காணிப்பில்தான் விடப்பட்டிருக்கிறதென்பதை நினைத்துப் பெருமிதமடைந்தாள். ரவியின் உடல்நலத்தை விசாரித்து அடிக்கடி கடிதம் எழுதிக்கொண்டிருந்தாள். ஹைதராபாதில் நிலம் சம்பந்தமான பிரச்சனைகளெல்லாம் தீர்வுபெற்றிருந்தன. இடத்திற்கு அட்வான்ஸ் தந்து அக்ரிமெண்ட்டும் எழுதிப் பெற்றுக் கொண்டான் ராமனாதபாபு.

வரூதினியின் வாழ்க்கை நாளொருமேனியும் பொழுதொரு வண்ணமுமாய் வளர்ந்துகொண்டிருந்தது. வெங்கடபதியின் பிழைப்போ மூன்று பாட்டில்களும் - முப்பத்தாறு பெக்குகளுமாய் இருந்தது. ராமனாதபாபு எக்சிபிஷன் பிசினஸில் ஆழ்ந்த அறிவை தித்துவிட்டிருந்தான். அவனோடு பங்குதாரராய் சேர்ந்து தியேட்டர்களைக் கட்டிக்கொள்வதற்காக ஒவ்வொரு ஜில்லாவிலிருந்தும் முக்கிய நகரங்களின் பெரும் பணக்காரர்கள் நான் நீ என முந்திக்கொண்டிருந்தார்கள்.

அவன் செய்கின்ற வியாபார வட்டத்தைத்தாண்டி அவனுடைய சாமர்த்தியத்தைப் பற்றிய பிரச்சாரம் நான்கு மடங்காய் பரவிவிட்டிருந்தது.

டிசம்பர்மாத விடுமுறையில் வந்திருந்த ரவியை சங்கராந்திப் பண்டிகை முடியும் வரைக்கும் வீட்டிலேயே வைத்துக்கொண்டாள் வரூதினி. பண்டிகை முடிந்த மறுநாள் பிரயாணமாகி, ராமனாதபாபுவுக்கு செய்தியனுப்பினாள். அவன் தனக்கு ஆடிட் தொல்லைகள் இருப்பதாகவும், இம்முறை வருவதற்கு வாய்ப்பிருக்காதென்றும் சொல்லியனுப்பினான்.

“இதற்குள் ஒருவாரம் பாபுவுக்கு ஸ்கூல் கட். நாளை இல்லையென்றால் நாளை மறுநாளாவது சென்றுதான் ஆகவேண்டும்” கச்சிதமாகச் சொன்னாள் வரூதினி.

“முயன்று பார்க்கிறேன். நாளை மறுநாளைக்குள் வேலை முடிந்துவிட்டால் போகலாம்!” என்றான் ராமனாதபாபு.

அந்த மூன்று நாட்களும் அவளுக்கு முள்ளின்மேல் இருப்பது போலிருந்தது. மகன் படிப்பு பின்தங்கிவிடுமோ என்ற தவிப்பு அவளை நிம்மதியாக இருக்கவிடவில்லை. வெங்கடபதிக்கோ மகனின் படிப்பு எப்படியிருந்தாலும், இன்னும் நான்கு நாட்கள் வீட்டில் இருக்கிறானென்ற திருப்தி ஏற்பட்டது. சமயம் கிடைக்கும்போதெல்லாம் ரவியைப் பக்கத்தில் உட்காரவைத்துக்கொண்டு, பேசிச் சிரித்து விளையாடி மகிழ்ச்சியில் திளைத்துக்கொண்டிருக்கும் வெங்கடபதியைப் பார்க்கப் பார்க்க வரூதினிக்கு வயிற்றைப் புரட்டிக்கொண்டு வந்தது. ஏதாவது காரணம் காட்டி ரவியை அழைத்துக்கொள்வாள் முகத்தை ஒருமாதிரியாக வைத்தபடி.

நான்காவது நாள் குழந்தையினுடைய ஆடைகளையெல்லாம் சரிசெய்து வைத்துக்கொண்டு புறப்படுவதற்காக ராமனாத பாபுவை எதிர்பார்த்துக்காத்திருந்தாள். காலையில் எட்டுமணிக்கெல்லாம் காரைக் கொண்டுவந்துவிடுவேன் என்று சொன்னவன் பன்னிரண்டாகியும் வரவில்லை. வெங்கடபதியை ராமனாதபாபுவிற்காக அனுப்பி வைத்தாள். ஒருமணிக்குத் திரும்பிவந்த வெங்கடபதி - ராமனாதபாபு தியேட்டரில் இல்லை, வீட்டிலும்கூட இல்லையென கூறினான்.

வரூதினிக்கு என்ன செய்வதென்று தெரியவில்லை.

சாயங்காலம் மூன்று மணிக்கு வீட்டிற்கு முன்னால் கார் வந்து நின்றது. ராமனாதபாபுவை உண்டு இல்லையென சாடுவதற்காக ரிகர்ஸல்கூட செய்து வைத்திருந்த வரூதினி வேகவேகமாக வெளியே வந்தாள்.

“அய்யா அவசரமா வெளியூரு போயிட்டாங்க. ஏதோ அவசரவேலை வந்துடிச்சி. காரு அனுப்பிருக்காரு. உங்களை போகச்சொல்லிட்டாரு” என்று சொன்னான் டிரைவர் ரசூல்.

“இந்த வெத்துக் காருக்காகத்தான் காத்திருக்கேன்னு நெனச்சிட்டானா உங்க அய்யா? பி.டி.செஞ்சிகிட்டு போயிருப்பேன். நாலுநாள் வேஸ்டாயிடுச்சி.

இஷ்டம் இல்லேன்னா மொதல்லயே சொல்லிட்டா போயிருப்பேனில்லையா?" வருதினி படபடவென பொறிந்துதள்ளினாள்.

"அதுல்லம்மா! ரொம்ப பிரச்சனைகள்ல இருக்கேன்னு சொல்லச்சொன்னாரு அய்யா" தலையைச் சொறிந்துகொண்டே தயங்கினான் ரசூல்.

"எந்த ஊருக்கு போனாரு?"

"சொல்லல்லம்மா! கனகய்யாவோட மருமகன் கார்ல போயிருக்காரு"

"ஆஹா! அப்படியா! கனகய்யாவோட மருமகன் கார்லயா?

இப்ப பொறப்பட்டா எத்தனெ மணிக்கு போய்சேருவோம் ஹைதராபாத்?"

"ஒன்பது ஒன்பதரைக்குள்ள போய்ச்சேர்ந்துடலாம் அம்மா!"

"பத்துமணிக்குப் போயி அங்க என்னத்துக்கு?" தப்பெல்லாம் டிரைவருடையதுதான் என்பதைப்போலப் பேசினாள் வருதினி.

"அதிகாலையில சீக்கிரமா புறப்பட்டா?"

"காலையில எட்டு மணிக்கெல்லாம் போய்ச்சேர்ந்துட்டா பாபுவை ஸ்கூல்ல விடுறதுக்கு தோதாருக்கும். அதிகாலையில புறப்பட்டாலுமே நாம போய்ச்சேருறதுக்கு பத்து ஆயிடாது?"

"ஆயிரும்மா!" தலையை வேகமாக ஆட்டினான் ரசூல்.

"என்ன செய்றது? எந்தப் பக்கமும் போகவிடாமெ செஞ்சு தொலஞ்சாரே? என்றவள் யோசிக்கத் தொடங்கினாள். ராத்திரி ஹைதராபாதை அடைந்துவிடுவதே மேல். காலையில பாபுவை பள்ளிக்கூடத்துல விட்டுடலாம். அவனுக்கும் லீவு இல்லாம இருக்கும். கூட ஒரு நாளாவது பள்ளிக்கூடம் போனாப்புலயும் இருக்கும்.

"பெட்ரோல் நிரப்பியனுப்புனாரா? இல்லே அதுவும் காலியாத்தானிருக்கா?"

"டேங்க் புல்லா நெரப்பிட்டாரும்மா அய்யா!"

ராமனாதபாபு எப்போதுமே அப்படிப்பட்ட குறைகளை வைக்கமாட்டார் என்பதுபோல சொன்னான் ரசூல்.

ராமனாதபாபு செல்லவில்லையென்பதால், மனைவிக்குத் துணையாகப் போனால் நன்றாயிருக்குமே என எண்ணினான் வெங்கடபதி.

பாபுவோட - பள்ளிக்கூடத்தையும் பார்க்கலாம். தான் இதுவரை ஹைதராபாத் பார்த்ததேயில்லை. ஜாகிர்தார் ஸ்கூல்னா எவ்வளவு பெருசா இருக்குமோ. பாபுவுக்கு படுக்க, சாப்பாடு எல்லாமே அங்கேதான். அதையும் தான் பார்க்கவேண்டும்போல இருக்குதே. காரு எந்தப்பக்கமா போகுமோ? கார்ல இடமும் கூட நெறயவே இருக்குது.

ரசூல் சாமான்களை டிக்கியில் வைத்துக்கொண்டிருக்கையில், வெங்கடபதி ஒரு ஜோடி வேஷ்டிகளையும், சொக்காய்களையும் சுருட்டி எடுத்துக்கொண்டபடி வந்தான்.

“அதென்னது?” கணவனைப் பார்த்து கேட்டாள் வரூதினி.

“நான்கூட வரலாமுன்னு!” முணுமுணுத்தான் வெங்கடபதி.

“எங்கயாம்?” தீவிரமாக வார்த்தை வெளியிட்டபோதிலும் அவள் முகம் அமைதியாகவேயிருந்தது. வெங்கடபதி ஒன்றுமே பேசாமல் மௌனமாக நின்றிருந்தான்.

“எதுக்கு?” கணவனின் முகத்தைப் பார்த்தபடி கேட்டாள் மனைவி.

“பாபுவோட ஸ்கூலை பார்க்கணும். பட்டணத்தையும் பார்த்ததில்லை யில்லே?” என்றான் வெங்கடபதி.

ரசூல் சிரிப்பையடக்க முயற்சித்தவனாய் முகத்தை வேறு பக்கமாய் திருப்பிக்கொண்டான்.

“அப்பாவை கூட வரச்சொல்லு அம்மா!” ரவி தாயைக் கெஞ்சுவது போலக் கேட்டான்.

வரூதினி மகனை வியப்புடன் பார்த்தாள். இவன் எப்போதுமே அப்பாவை இரக்கத்துடனேயே பார்க்கிறான். பேசுகிறான். அதிகாரமெல்லாம் அம்மாவோடது தான் என்று இந்த வயதிலேயே புரிந்துகொண்டுவிட்டான். தன்னோட மகன் மிகவும் புத்திசாலிப்பையன். அவன் வளர்ந்து பெரியவனானதும் எத்தனை பெரிய ஆளாக மாறப்போகிறானோ? ராமனாதபாபுவைப் போன்றவர்களெல்லாம் அவன் கால்தூசுக்குப் பெறமாட்டார்கள். திசைமாறிச் செல்கின்ற எண்ணங்களைத் தடுத்து நிறுத்தியபடி சொன்னாள் வரூதினி - “நீங்ககூட வந்துட்டா வீட்டை யாரு பாத்துக்கிறது? போதாக்குறைக்கு ராமனாதபாபுகூட ஊர்ல இல்ல? தியேட்டரை யார் பாத்துக்கிறது?”

வரூதினி புருஷனை ‘நீங்க’ என்று எப்போது சொல்வாள், ‘நீ’ என்று எப்போது அழைப்பாள் என்பது அவளுக்கே சரியாய் தெரியாது. சொல்கின்ற விஷயத்தை வைத்தும், முறையை வைத்தும், சந்தர்ப்பங்களைக் கொண்டும், அவசரத்தைப் பொறுத்தும் ‘நீங்க’ வை ‘நீ’ யாக, ‘நீ’யை இல்லாமலும் பேசுவாள்.

“பாபுவை கோடைகால விடுமுறையில் அழைச்சிட்டு வருவேனில்லையா, அப்ப வரலாம் நீங்க! அப்போ நீங்களே போயி பாபுவை அழைச்சிட்டு வந்துக்கோங்க. ரசூல்! புறப்படலாம். இன்னும் பொழுதாயிடுச்சின்னா அங்கே ஹோட்டல்ல தங்குறதுக்கு இடம் கிடைக்காது. சங்கடப்படவேண்டியது வரும்!” என்றாள் வரூதினி.

ரசூல் காரை ஸ்டார்ட் செய்தான். ரவி காரிலிருந்து தலையை வெளியே நீட்டி தந்தைக்கு "டா!டா!" சொல்லத் தொடங்கினான். கார் திருப்பத்தில் மறையும் வரை மகன் தந்தைக்காக கையை ஆட்டிக்கொண்டே இருந்தான்.

பார்வையிலிருந்து மறைந்து சென்றுவிட்ட மகனை நினைத்துக்கொண்டபடியே வெங்கடபதியின் கண்களில் கண்ணீர் திரண்டது.

"வெத்துமுண்டெ!" வெளிப்படையாகவே சொன்னான் வெங்கடபதி நடுரோட்டின்மேல் நின்றபடி. யாராவது கேட்டுவிடுவார்களோ என்ற எண்ணம் சிறிதுமின்றி.

மூன்று நாட்களுக்கெல்லாம் வரூதினி ஹைதராபாதிலிருந்து திரும்பி வந்துவிட்டாள். வீட்டையெல்லாம் உற்றுப் பார்த்தவள், வேலைக்காரியையும், சமையல்காரியையும் கோபத்துடன் இரைந்து கொண்டாள் - "ரெண்டு நாளு வீட்ல இல்லேன்னா வீட்டெ அப்படியே நாசப்படுத்தி வச்சிடுவீங்களே. வயிறுமுட்ட தின்னுட்டு வெத்துப் பேச்சி பேசி சிரிச்சிகிட்டு ஜாலியா பொழுத போக்கிட்டிருக்கீங்களா?"

புச்சம்மாவும், கமலாவும் வாயைத் திறக்கவில்லை. படுக்கையறையிலிருந்த காலி பாட்டில்கள் கழுவாமலிருந்தவைகள், சாப்பிட்டு வைத்த தட்டுகள், இலைகள், பொட்டலக் காகிதங்கள் எல்லாமே அப்படியப்படியே கிடப்பதைப் பார்த்ததும் வரூதினிக்கு கோபம் தலைக்குமேல் போய்விட்டது.

"இவரு எங்க தொலஞ்சாரு?" வேலைக்காரச் சிறுமியைப் பார்த்து கர்ஜித்தாள் வரூதினி.

"இன்னக்கி...த்தான் காலையிலயே வெளிய போனாருங்கம்மா!" அப்பிடீன்னா இந்த மூனுநாளும் வீட்லயே டேராபோட்டு

'இந்த வேண்டாத வேலையெல்லாம் செஞ்சிருக்காரு?' அப்பிடித்தானே கமலா பயந்து பயந்து தலையையாட்டினாள்.

"அவருக்குத்தான் புத்தியில்லேன்னு வையி! உங்களுக்கு எங்கபோச்சி? மந்தையாட்டம் வீட்டுக்குள்ள உட்கார்ந்தே திங்கிறிங்க? சொல்றதுக்கென்ன?" என்றபடியே அறைக்குள்ளிருந்த காலி பாட்டில்களை வேலையாட்களின்மேல் வீசினாள் வரூதினி. சமையல்காரியும், சிறுமி கமலாவும் சேர்ந்து மடமடவென அறையைச் சுத்தம் செய்தனர்.

"அறையை கூட்டுவோம்னா அறைக்குள்ளிருந்து 'வெளிய வந்தாத்தானம்மா? நாங்க என்ன செய்வோம் தாயி!" புச்சம்மா மெதுவாக வெளிப்படுத்தினாள், தங்களோட குற்றம் எதுவுமில்லை என்பதை ருஜு செய்யும் விதத்தில்.

வரூதினி எண்ணெய் தேய்த்துக் குளித்திருந்தாள். தலையை சிக்கெடுத்தபடியே நிலைக்கண்ணாடியின் முன்னால் நின்றுகொண்டிருந்தாள்.

நீண்ட கறுகறுவென்ற சுருள் முடியிலிருந்து சீப்பு சுலபமாக வெளிவருவேனா என்றது. ஒரு கையால் முடியை இறுகப்பிடித்து சிக்கை அவிழ்க்கத் தொடங்கினாள். அவளது மனம் லகானை இழந்த குதிரையைப்போல ஓட்டம்பிடித்துக்கொண்டிருந்தது.

ஹைதராபாதில் தான் கேட்டது உண்மைதானா? சினிமா தியேட்டர் உடமையாளரான கோபாலராவு இதற்காகவே மெனக்கெட்டு தங்கியிருந்த அறைக்குள் வந்து சொன்னார். எதுவுமேயில்லையென்றால் அவர் ஏன் வந்து அப்படி சொல்லவேண்டும்? அவருக்கு அவசியம்தான் என்ன? வேண்டுமென்றால் லாயரிடம்கூட அழைச்சிட்டுப் போறேன்னு சொன்னாரே. அவருடைய பேச்சை நம்பாமல்தான் செல்லவில்லை. சென்றிருந்தால் உண்மை என்னவென்பதை தெரிந்து கொண்டிருக்கலாமோ?

ராமனாதபாபு எப்படிப்பட்டவரென்று தனக்குத் தெரியாதா? தன்னுடைய சினிமா தியேட்டர் ப்ராஜெக்ட் கெடுப்பதற்காகவே கோபாலராவு அத்தனை பொய்யை சொல்லியிருக்கலாமல்லவா? அந்த இடத்தை அவனே கைப்பற்றிவிடலாமென்ற ஆசையால் இத்தனை அவதூறுகளையும் சுமத்தினான் போலும்! இல்லையென்றால் அவ்வளவுதூரம் மெனக்கெட்டு தன்னிடம் வந்து சொல்லவேண்டிய அவசியம் என்ன வந்தது? அதையும் இதையும் சொல்லி தன்னைஅவன்பக்கம்இழுத்துக்கொள்ளவேண்டுமெனநினைக்கிறான்போலும்! அவனோட பார்வையும் பேச்சும்! போகும்போது ஹோட்டல் அறையில் தன்னை நோக்கி எப்படி பார்வையை வீசினான்? மறுபடியும் சந்திக்கிறேன் என்றபோது அவன் குரல் எப்படியிருந்தது?

முடி சிக்கல் அவிழ்ந்து சீப்பு சரளமாக சீவவந்தது. வரூதினி சாதம் சாப்பிட்டுவிட்டு படுக்கையில் இடுப்பைச் சாய்த்தாள். பிரயாணக்களைப்பு, உடம்பெல்லாம்சம்மட்டியால்அடிப்பது போலிருந்தது. தூக்கம் பிடிப்பதுபோல பிடித்து மூளை மட்டும் விழித்துக்கொள்ள சிந்தனை ஓட்டங்கள் தீவிரமாய் சுழலத் தொடங்கின.

“கட்டையில போறவன், இல்லாத பொல்லாத விஷயத்தையெல்லாம் காதுல போட்டுட்டான், மனசுலபோயி பதிஞ்சிடுச்சி!” யோசனையைத் தாண்டி அவளது உதடுகள் அசைந்து கொடுத்தன. தானாகவே வார்த்தைகள் வெளிவந்துவிட்டன. அதன்பிறகு தான் அவள் மனம் சற்று நிம்மதியடைந்தது. தலையிலிருந்த பாரத்தை இறக்கிவைத்தது போலிருந்தது. தன்மனதிலிருந்த சிக்கலெல்லாம் விலகிவிட்டது போலிருந்தது. நிம்மதியாகத் தூங்கினாள்.

வரூதினி தூங்கியெழும்போது சாயங்காலம் மணி ஆறு ஆகிவிட்டிருந்தது.

“அப்பா! எவ்வளவு நேரம் தூங்கிவிட்டேன்!” என்று நினைத்தவள் சமையல் அறைக்குள் வந்தாள். சமையல்காரி புச்சம்மா காபி கலந்து கொடுத்தாள்.

“அவரு, இன்னம் வரலியா காலையிலருந்து?”

"மத்தியானம் நீங்க படுத்திட்டிருந்தப்போ வந்து சாப்புட்டுட்டு மறுபடியும் போயிட்டாரும்மா!"

"ராமனாதபாபு ஊர்லருந்து வந்துட்டாராமா?"

"என்னம்மோம்மா! தெரியாதே. நீங்க போனதுக்கப்புறம் இந்தப் பக்கம் வரவேயில்ல. காலையில அவங்கவீட்டு நாயர் மார்க்கெட்டுல பார்த்தாரு. புறாக்களுக்காக வந்ததா சொன்னாரு. அய்யா வந்திருக்கலேன்னா அதுகளெ வாங்க எதுக்காக வருவாரு? என்னமோம்மா! ஒருவேளை வேறு யாருக்காகவாவது புறாக்களெ வாங்க வந்திருந்தாரோ என்னமோ நாயரு!" புச்சம்மா வரூதினி காபி குடித்துமுடிக்கும் வரை அப்படியே பேசிக்கொண்டிருந்தாள்.

அவளைப் பேசவிட்டாலேபோதும், அடுத்தவர்கள் கேட்டாலும் கேட்காவிட்டாலும் கண்டிலிருந்து நூலை உருவுவதைப்போல ஒன்றிலிருந்து மற்றொன்றாக சங்கிலித் தொடராய் பேசிக்கொண்டே செல்வாள்.

வரூதினி காபி... கப்பில் சிறிது வைத்து, சமையல்காரியின் கையில் தந்துவிட்டு பாத்ரூமிற்குள் நுழைந்தாள்.

வரூதினி முழுமையாய் மேக்கப் செய்து முடிப்பதற்குள் ஏழரை மணி தாண்டிவிட்டது.

"ஜட்கா கூட்டிட்டு வரச்சொல்றீங்களாம்மா?" கமலா கேட்டாள். வரூதினி கைக்கடிகாரத்தைப் பார்த்தவள் - "இன்னும் டைம் இருக்குடி, ஒரு அரைமணிநேரம் போனதும் ரிக் ஷா கூட்டிட்டு வா!" என்று சொன்னாள். எதுக்காக ஜட்கா வேண்டாம்னுட்டு ரிக் ஷாவை கூப்பிடச்சொல்றாங்க? என யோசித்தபடியே கமலா சென்றாள்.

எட்டரைமணிக்கு வரூதினி அமர்ந்திருந்த ரிக் ஷா பிக்சர்பேலஸ் முன்னால் சென்று நின்றது.

ஆபீஸ் அறையில் சிவராம் தலைகுனிந்தபடி செயலில் மூழ்கியிருந்தான். அறைக்குப் பக்கத்தில் ஒருநிமிடம் நின்றிருந்தாள் வரூதினி. யாருமே அவளைக் கவனித்தமாதிரியில்லை. நேராக ரிசர்வ் க்ளாஸ் கேட்டின் முன்னால் சென்றாள். கேட் கீப்பர்கூட இல்லை. கதவைத் திறந்து பின்பக்கத்து இடதுபுறமாகவுள்ள இருக்கைகளில் ஒன்றைத் தேர்ந்தெடுத்து அமர்ந்து கொண்டாள். அந்தப் பகுதியில் அவ்வளவாக ஜனங்கள் இல்லை. ஹால் முழுவதும் கண்களை ஓடவிட்டாள். சிறிது நேரத்தில் ஹாலில் ஆட்கள் மங்கலாகத் தெரியத் தொடங்கினார்கள்.

ரிசர்வ்க்ளாஸின் வலதுபுறத்தில் சுவரையொட்டி ஒரு 'பெண்' ஒரு ஆண் அமர்ந்திருந்தார்கள். முன் வரிசையில் விட்டுவிட்டு ஆங்காங்கே இரண்டிரண்டு

பேராக உட்கார்ந்திருந்தார்கள். கேட்டரிங் பையன் உள்ளேவந்து சுவரோரமாக உட்கார்ந்திருந்தவர்களிடம் சென்று குனிந்து நின்றான். ஏதோ சுவாரஸ்யமான பேச்சில் மூழ்கியிருந்தவர்கள் பையனைப் பொருட்படுத்தவில்லை. அவன் அவ்வாறே பத்து நிமிடங்கள் வரை நின்றிருந்தான். அவ்வாறு கேட்டரிங் பையன் எதிர்பார்த்து நிற்கிறானென்றால் எதிரேயிருப்பவர்கள் பெருந்தகுதியுள்ளவர்களாக இருக்கவேண்டும். அந்த விஷயம் தெரிந்திருக்கவேண்டும் அவனுக்கு. அதனால்தான் அவ்வளவு நேரம் காத்திருந்து காலிபாட்டில்களையும், கிளாஸ்களையும் வாங்கிச்செல்கிறான்!

வரூதினிக்கு உற்சாகம் அதிகமாகி அவர்களைக் கூர்ந்து நோக்கத் தொடங்கினாள். அவர்கள் அவளைப் பார்த்தமாதிரி தெரியவில்லை. ஆனால் அவளுக்கு அந்த ஆண்மகனை எங்கோ பார்த்தமாதிரியே தோன்றியது. தூரத்தில் உட்கார்ந்திருந்ததால் சரியாக அடையாளம் கண்டுகொள்ள முடியவில்லை. சிறிது நேரம் முயற்சி செய்தபின் சினிமா முடிந்ததும் வெளிச்சத்தில் கண்டுகொள்ளலாமென அவர்களிடமிருந்து பார்வையை விலக்கி திரையின்மேல் ஓடவிட்டாள். மனதை திரையின்மேல் ஓடுகின்ற காட்சிகளில் ஈடுபடுத்த பிரயத்தனம் செய்தாள்.

அது முன்னர் பார்த்த படம்தான். ஆயினும் கதை மறந்துபோனதுபோல இருந்தது. இடைவேளை முடிந்து கதை நடந்துகொண்டிருந்தது. கணவன் மனைவியை சந்தேகித்து வெளியே சென்றுவிடுகின்றான். மனைவி குழந்தைகளை வைத்துக்கொண்டு, கடவுள் படத்தின் முன்னால் நின்றபடி கண்ணீர் உகுத்து அழுதுகொண்டிருக்கிறாள். தன்னுயை பதிவிரதத் தன்மையை காப்பாற்றித்தரும்படியும், கணவனுக்குதனது நல்லகுணத்தை நிரூபித்துக்காட்டி, தன்னைக் கணவனோடு சேர்த்து வைக்கும்படியும் அந்த மகா இல்லத்தரசி தெய்வத்திடம் முறையிட்டுக் கொண்டிருந்தாள்.

குழந்தைகளும் தாயோடு சேர்ந்து பாட்டுப்பாடி வேண்டிக்கொண்டிருந்தார்கள். இரண்டு குழந்தைகளும், தாயின் கன்னங்களில் வழிந்தோடுகின்ற கண்ணீரைத் துடைத்துவிட்டுக்கொண்டிருந்ததைப் பார்த்ததும் பார்வையாளர்களின் கண்களும் கண்ணீரைச் சிந்தின.

கதையை இடையிலிருந்து பார்ப்பதாலோ என்னவோ வரூதினிக்கு அழுகை வரவில்லை. மனசும் கலங்கவில்லை. மேலும் அதுவெல்லாம் ஒரு தமாஷாவாகவே தோன்றியது வரூதினிக்கு.

“பைத்தியக்கார முண்டை! இவ எதுக்காக தன்னோட நன்னடத்தையை கணவனின் முன்னால் நிரூபித்துக் காட்டுவதற்காக கடவுளை வேண்டிக்கொள்கிறாள்? தன் பதிவிரதத்தன்மையை கணவனிடம் நம்பவைக்க இயலாத பெண் சம்சாரத்தை எப்படி நடத்துகிறாள்? சமூகத்தில் எப்படி வாழமுடியும்? கணவனின் மனதை மாற்ற வேண்டியது அவள்தானே?

எடுத்தற்கெல்லாம் மனைவியை சந்தேகப்பட்டு ஓடிப்போகின்ற கணவனின்மேல் அவளுக்கு அவ்வளவு அன்பு எதுக்கு? அதுதான் பக்தியா? அப்படியிருந்தால்தான் அவள் பதிவிரதையா? அவ தலையில விழ! அது பக்தியுமில்லை, பதிவிரதத்தன்மையும் இல்லை. புருஷனைவிட்டுப் பிரிந்து வாழமுடியாமல் அவ்வாறு அழுதுகொண்டிருக்கிறாள். போதாக்குறைக்கு அவ கழுத்துக்கு கத்திமுனையாட்டம் ரெண்டு புள்ளைங்க இருக்காங்க. அப்பிடி சொல்லிகிட்டு கடவுளுக்கு முன்னால் அழுதாலாவது நல்லாருக்குமே? கடவுள் நெஜத்தை சொன்னதுக்காவது சந்தோஷப்படுவாரல்லவா? இந்த மாதிரியான பதிவிரதைகள் கடவுளின் முன்னாலும் நெஜத்தைச் சொல்லமாட்டார்கள். புருஷன் கிட்டயாவதுசொல்வாங்களான்னா அதுவும் கெடையாது? அதுக்காகத்தான் அவங்களுக்கு அவநம்பிக்கை ஏற்பட்டு, சந்தேகங்கள் வளர்ந்து ஓடிப்போகிறார்களா? நிஜமாகவே அவளுக்கு புருஷன் வேண்டுமா? அத்தனை அழுகை அழுவுறாளே? வேணும்னா அந்த மாதிரி புருஷங்காரன் கிடைக்கமாட்டானா? எடுத்ததுக்கெல்லாம் பொண்டாட்டியையும், புள்ளங்களையும் விட்டுட்டு ஓடிப்போறவங்கதானா உதாரண புருஷங்க? பொம்பளய பூவுக்குள்ள வச்சி பூசைபண்ற ஆம்புளங்க எத்தனையோ பேர் இருக்காங்கல்ல? நாடு மலடியா என்ன? கண்ணெமூடிக்கிறதுக்கு? உண்மையான கணவன் மனைவி என்ன செஞ்சாலுமே பொறுத்துக்கொண்டிருப்பவன்தான்! அதுதான் நிஜமான, சுயநலமற்ற அன்பு! அதுவே ஆதர்ஷமான தாம்பத்யம். அவனே ஆதர்ஷ கணவன்! அப்படிப்பட்ட கணவன் கிடைப்பது பெண்ணின் அதிஷ்டம். அவளது வாழ்க்கை பௌர்ணமி நிலவு!

ஆயிரம் காலத்துப் பயிர்! அப்படிப்பட்ட கணவன் கிடைக்க பூர்வஜென்ம புண்ணியம் செய்திருக்க வேண்டும். எத்தனையோ நோன்புகள் நோற்றிருக்கவேண்டும். எத்தனையோ உபவாசங்கள், பூஜைகள், புனஸ்காரங்கள் செய்திருக்கவேண்டும்! அப்படியிருக்க போயும் போயும் இந்த சினிமாவுல வர்றதெல்லாம்? இவங்க சொல்றதும்? இந்த கதையை எழுதியவரு யாரு? இந்த சினிமாவெ தயாரிச்சவன் யாரு? இப்படிப்பட்ட பட டப்பாக்களை கொண்டாந்து இந்தத் தியேட்டர்ல போட்டுக்காட்டுறவன் யாரு?

வரூதினிக்கு கோத்ரேஜ் பீரோவுக்குள் மீதமிருந்த ஒயின்பாட்டில் நினைவுக்கு வந்தது. அதில் இன்னும் எந்த அளவு இருக்குது? க்வாட்டர்கூட இருக்காதமாதிரி தெரியுதே. அப்படீன்னா பாதிபாட்டிலுக்கு மேலயே அரைமணி நேரத்துக்குள்ள குடிச்சிட்டாளா? ச்சே! அவ்வளவு அதிகமா குடிக்கக்கூடாதே, குடிச்சாத்தான் என்னவாம்? இப்போ தான் நல்லாத்தானே இருக்கிறாள்? சினிமாநல்லாத்தான்தெரியுது. தான்சீட்டுலதான்உட்கார்ந்திருக்கா, பின்னே என்ன? நல்லாத்தானே இருக்கு. அப்ப அந்த மிச்சத்தையும் குடிச்சிட்டா தீர்ந்துடுமில்ல.

வரூதினிக்கு சிரிப்பையடக்க முடியவில்லை. உடம்பெல்லாம் வெதுவெதுப்பாக சுகமாக இருந்தது. மனதோடு உடம்புமகூட காற்றில் மிதந்து செல்வதுபோலிருந்தது.

கடவுளின் கருணையாலோ, இல்லை தன்னோட மனமாற்றத்தாலோ, அதைத்தவிர வேறு வழியின்றியோ, அவளைவிட வேறொருபெண் கிடைக்கமாட்டாளென்றோ கணவன் திரும்பி வந்துவிட்டான். மனைவி கணவனின்கால்களைப் பற்றியபடி மன்னிப்புக்கேட்டு ஹோவென அழுகிறாள். பைத்தியக்காரியாக இல்லையென்றால் தன்னை தனியாகத் தவிக்கும்படி செய்துவிட்டுச் சென்ற கணவனின் காலில் விழுந்து அழுவாளா? தப்பு அவனுடையதாக இருக்க இவள் தன்னை மண்ணிக்கும் படி புலம்பிக்கொண்டிருக்கிறாளே?

அவளை அப்படியே இழுத்துப்போட்டு அடிக்கலாமெனத் தோன்றிய வரூதினிக்கு. அது நடப்பது திரையில் உண்மையிலேயே தன் கண்ணெதிரில் அப்படிப்பட்ட நிகழ்ச்சி நடந்திருந்தால் நிச்சயமாக அப்படித்தான் செய்திருப்பாள். வரவர திரையின்மேல் தோன்றும் காட்சிகள் தெளிவில்லாமல் அரைகுறையாகத்தெரிவதுபோலிருந்தன. சிலகாட்சிகளைஉற்று நோக்கினாலும் மண்டையில் ஏறமறுத்தன. கணவன் மனைவிக்கிடையே நடந்த குழப்பம் அவள் மன அழுத்தத்தை அதிகரிக்கச் செய்ததே தவிர, நல்ல உணர்வை உண்டாக்கவில்லை.

காலில் விழுந்த மனைவியிடம் ஏதோ சொல்லிக்கொண்டிருக்கிறான் கணவன். வரூதினி சிரத்தையுடன் கேட்கத் தொடங்கினாள். அவன் ஏதோ சொல்வதற்காக - சொல்லமுடியாதவனாய் முகத்தை வைத்து.... என்... என்றபடியே மனைவியை கட்டிப்பிடித்துக்கொண்டு ஓவென அழுதான்.

“அழுதுட்டிருக்கானே? பொறுக்கிப்பய, அழாமெ என்ன செய்வான் பிச்சைக்கார சன்யாசி!” நினைத்துக்கொண்டாள் வரூதினி.

அவ விருதா சவட்டுப்பய. அவனெல்லாம் ஒரு ஹீரோ, இந்த சட்டி மூஞ்சி ஒரு ஹீரோயின்! இந்த பைத்தியக்கார ஜனங்களெல்லாரும் பணத்தெ கொடுத்து இவங்களயும், இவங்க நடிப்பையும் பார்த்துட்டு அழுகை வேற? இப்படிப்பட்ட சினிமாக்களைக் காண்பிக்க தன்னைப்போலருக்குறவங்க லட்சலட்சமா கொட்டி தியேட்டர்களை கட்டிவைக்கிறதா? ச்சே! அதைவிட புத்திகெட்ட காரியம் இருக்கவே இருக்காது.

வரூதினி ரியாக் ஷ ன் மாறிய நிலையில் - அந்த கதாநாயகன் ஆதர்ஷ கணவனுக்கு எடுத்துக்காட்டான வடிவம்! மனைவிகிட்ட முதல்லகேட்ட கேள்வி என்ன?

“குழந்தைங்க எங்கே?” மனைவி வாயை கைகளால் பொத்தியபடியே சுவரில் முகத்தை புதைத்துக்கொள்கிறாள்.

"அதென்ன நடிப்பு? அவளும் அவ நடிப்பும்?

"எம் மகனே! எங்கொழந்தே!" என்றபடியே கணவன் நெஞ்சில் அடித்துக்கொண்டே வெளியே ஓடினான். "என்னங்க! என்னங்க!" என்றவாறு மனைவி கணவனின் பின்னாலேயே ஓட்டமெடுத்தாள். இத்தனைக்கும் அந்த கணவன் திரும்பிவந்தது மனைவிக்காக அல்ல என்பதும், குழந்தைகளுக்காக வந்தவன்அந்தஅழுகையை முன்பே அழுதிருக்கலாமே? இந்த ரசாபாசமெல்லாம் எதற்காக?

அதன்பின்னர் திரையில் வேகமாகச் செல்கின்ற கார், ரயில் தண்டவாளங்கள், மலைகள், கால்வாய்கள் காண்பிக்கப்படுகின்றன. அவையெல்லாமே குழந்தைகளைத் தேடும் பாகங்கள்போலும்.

இவையெல்லாமே டைரக்டரின் மூளையில் உதிக்கிறது. தொலைந்துவிட்ட குழந்தைகளைத் தேடுவது அப்படியா? துணிக்கடைகளில் பெண்களுக்கிடையே மறைந்துவிட்ட மனைவியைத் தேடிக்கண்டுபிடிப்பதற்குக்கூடத் தெரியவில்லை இந்த டைரக்டருக்கு. இன்னும் குழந்தைகளைத் தேடிக்கண்டுபிடிக்கப்போவதை எங்கே காட்டப்போகிறான் இவன் தலை?

வரூதினிக்கு திரையில் குழந்தைகளுக்காக கணவனும் மனைவியும் நடந்துகொள்கின்ற திகிலான காட்சிகள் தலைவலியை உண்டாக்கின. தான் தேடிக்கொண்டிருந்த அந்த நபரின் ஞாபகம் வந்தது. சொன்னாப்புல அவள் பக்கத்தில் அமர்ந்திருக்கும் அந்த ஆள் யார்?

வரூதினி தலையைத் திருப்பி வலதுபுறத்தில் தூரமாக சுவரையொட்டியிருந்த இருக்கையைப் பார்த்தாள். அந்த இருவரும் அமர்ந்திருந்த இருக்கை காலியாக இருந்தது. அந்த வரிசையிலிருந்தவர்களையும், அவற்றிற்கு முன்வரிசையிலும் உற்று நோக்கினாள். அவன் அவனும் இல்லை. அவளும் இல்லை.

இவங்க எப்போ போனாங்க? தன்னைத் தாண்டி யாருமே போகலியே? பின்னே எப்படி மாயமாகிப்போனார்கள். அந்தப் பக்கம் வலதுபுறமிருந்த கேட் வழியாகச் சென்றுவிட்டார்களா? அது எப்பவுமே மூடியே கிடக்குமே? அதைத் திறக்கச் சொல்லி சென்றிருக்கிறார்களென்றால் அவர்கள் எத்தகையவர்களாக இருக்க வேண்டும்?

வரூதினி சடாரென எழுந்தாள். எழுந்த வேகத்திலோ அல்லது ரத்தத்தோடு கலந்து வேலை செய்த ஒயின் போதையாலோ தள்ளாடினாள். முன்புறத்து இருக்கையைப் பற்றியபடி தன்னைத்தானே சமாளித்துக்கொண்டாள். "ஓ எஸ்!" தனக்கென்ன? தான் இப்போது நல்லாதானே இருக்கோம். மெதுவாக அடிமேல் அடிவைத்துவெளியே வந்தாள். வெளியே கதவு பக்கத்தில் ஸ்டுலின்மேல் உட்கார்ந்திருந்த கேட்கீப்பர் எழுந்து கைகளைக் கட்டிக்கொண்டு நின்றான். வரூதினி அவனைக் கண்டுகொள்ளாதவளாய், வராண்டாவைக் கடந்து தியேட்டருக்கு வெளியே வந்தாள். குளிர்ந்த காற்று பட்டதும் சுகமாக இருந்தது.

அவன் எந்தப்பக்கமாக போனான்?

எண்ணங்கள் அவள் மனதைப் பற்றிக்கொண்டு இம்சித்தன. பார்க்கிங் செய்யும் இடத்திலிருந்து ஒரு கார் முன்னால்வந்து நின்றது. அந்தக் காரைக் கண்டுபிடித்துவிட்டாள். ராமனாதபாபுவுக்குச் சொந்தமானதே! ரசூல் தன்னைப் பார்த்துத்தான் காரைக் கொண்டுவருகிறானென்று நினைத்த வரூதினி ஒரு அடி முன்னால் வந்தவள் அப்படியே படியிலேயே நின்றுவிட்டாள்.

ராமனாதபாபு கார்கதவை திறந்தபடி நின்றிருந்தான். அவள் ஏறிக்கொண்டாள். அவள் பக்கத்திலேயே அவனும் அமர்ந்துகொண்டான். உடனே கார் புறப்பட்டது. கேட்டைத் தாண்டி ரோட்டையடைந்தது.

சந்தேகமேயில்லை. தான் உள்ளே பார்த்தது அவர்களிருவரையுந்தான்! இந்த அளவுக்கு அவள் யார்? மனைவி மட்டும் இல்லை. அதுவரைக்கும் தனக்கு தெரிந்ததுதான். எத்தனை நாளா இவளோட? அதுக்குத்தானா அவர் ஹைதராபாத் வராதது? இதுதான் போலும் அவசரவேலையாகச் சென்றது? இரண்டு மூன்று மாதங்களாகவே ராமனாதபாபு, தன்னோடு பிடித்தும் பிடிக்காமலேயே, வந்தும் வராமலேயே நடந்துகொள்வதற்குரிய காரணம் இதுதானா?

வரூதினிக்குப் போதை இறங்கிவிட்டது. உடம்பு ஜில்லிட்டிருந்தது. மூளையை மறைத்திருந்த பனிமேகம் விலகிவிட்டது. ஓடி ஓடிக்களைத்துப்போன குதிரையைப்போல் ஆகிவிட்டாள். அதற்கு மேல் நிற்கப்பிடிக்காதவளாய் அங்கிருந்து சீக்கிரம் சென்றுவிடவேண்டுமென முயன்றாள். ஆனால் படிகளிலேயே செதுக்கிய சிலைபோல நின்றுவிட்டாள்.

"அடேய்! ஒரு ஜட்காவை உள்ளே கூட்டிட்டு வாடா!" சிவராம் வேலைக்காரனிடம் சொல்லிவிட்டு வரூதினியினருகில் வந்தான்.

"எவ்வளவு நேரமாச்சிம்மா நீங்க வந்து? நான் பார்க்கவே இல்லையே?" என்று கேட்டான்.

"காருல போனது யாரு?" சிவராமை ஏறிட்டுப் பார்க்காமலேயே கேட்டாள் வரூதினி.

"ராமனாதபாபுதான்!"

"அவள் யாருன்னு நான் கேட்டேன்?"

சிவராம் பதில் சொல்லவில்லை. வரூதினிக்கு தன் தலையை தான்நின்ற அந்த இடத்திலேயே மோதிக்கொண்டு சாகவேண்டும்போலத் தோன்றியது! தான் கேட்கக்கூடாத கேள்வியைத்தான் கேட்டிருக்கிறாள். வெட்கம் மானமுள்ளவள் செய்யும்வேலை அல்ல. உண்மையிலேயே தான் யார் என்று அந்தக் கேள்வியை கொடுத்தாள்? அதிலும் சிவராமிடமே.

ராமனாதபாபுவின் காலடியைப் பின்தொடர்ந்து நடப்பவன். அவனுக்குக் கீழ் வேலைசெய்யும் வேலைக்காரன். தனக்குக் கீழேயும் மாதாமாதம் சம்பளம் வாங்குகின்றவன்.

வரூதினி அவனை தலையைத் தூக்கிப் பார்த்தாள். தன்னைப் பார்த்தபடியே சிரித்துக்கொண்டிருந்தவன் சட்டென முகத்தை மறைத்துக்கொண்டான். சிவராமிடமிருந்து பதிலை வாங்காமல் அந்த இடத்தைவிட்டு நகர மறுத்தது அவள் மனம். முழுசா நனைந்தபின் குளிரைப் பொருட்படுத்தலாமா என்பதுபோல அவள் நிலை. அந்தப் பெண் யாரென்று தெரிந்துகொள்ள வேண்டுமென்ற துடிப்பு அவள் மனதைப் பீடித்துக்கொண்டிருந்தது. பொறாமையில் உடல் பற்றி எரிந்தது.

"யாராம் அவள்? எந்த ஊரு?" வரூதினி தான் என்ன பேசுகிறோம் எப்படிப் பேசுகிறோம் என்பதுகூட தெரிந்துகொள்ள முடியாத நிலையில் இருந்தாள்.

"கோலவென்னு பணக்காரரோட மருமகள்"

"இங்கதான் இருக்காளா?"

"நான்கைந்து மாதங்களுக்கு முன்னால வந்தாங்க. மாமனாரு டாக்டர் புஜங்கராவு நர்ஸிங் ஹோமில் இருக்காங்க!"

"ஓஹோ! - அப்பிடிச்சொல்லு கதையெ!"

'ஆமாம்' என்று சொல்வதுபோல தலையை ஆட்டினான் சிவராம்.

"அவரோட புருஷன் என்ன செஞ்சிட்டிருக்காப்புல?"

சிவராமின் நெற்றிப்பொட்டில் சுத்தியலால் அடிப்பது போலிருந்தது அந்தக் கேள்வி?

"சுப்பாராயுடு சாரை கேக்குறீங்களா? ஊருல விவசாயம் பாத்துகிட்டிருக்காரு. நடுநடுவுல வந்து போய்கிட்டிருப்பாரு. அந்த அம்மா பணக்காரரோட சொந்த தங்கச்சி மகள்தான். அதுக்குப் பின்னால தான் மருமகளானாங்க."

"அவங்க உனக்கு உறவுக்காரங்களா?"

சிவராமிற்கு விலா எலும்பின்மேல் போலீஸ் லாட்டியடி விழுந்தது போலிருந்தது! முகத்தை கோணிக்கொண்டபடி - "எங்களுக்கு ஒன்னுமில்ல. எங்க பக்கத்து ஊருதான் அவங்கது" என்றான்.

"அப்படின்னா அவங்க உங்க உறவுக்காரங்க இல்லேன்னு சொல்றே!"

ராமனாதபாபுவின் மீதிருந்த வெறுப்பை சிவராமின்மீது காட்டுவதைத்தவிர அந்தக் கேள்வியைக் கேட்பதில் எந்த அர்த்தமுமில்லையென்பதைத் தெரிந்துதான் வரூதினி சொன்னாள்.

"மொதல்ல எங்க ஊரே இல்லேன்னா?" சிவராம் பொறுமையிழந்து கூறினான்.

சினிமா முடிவடைவதற்கு முன் எழுப்பப்படும் மணி ஒலித்தது.

தியேட்டரின் முன்புறத்தில் பெரியலைட்டும், வராண்டாவிலுள்ள லைட்களும் எரியத்தொடங்கின. அவ்வளவு வெளிச்சத்தில் அவளால் நிற்க இயலவில்லை. அந்த வெளிச்சத்தில் தன் முகத்தை சிவராம் பார்த்துக்கொண்டிருப்பதை வரூதினி விரும்பவில்லை. அந்த நேரத்தில் தன் முகம் எதிரே கண்ணாடியில்லையென்றாலும் எவ்வாறு பிரதிபலிக்கும் என்பதைப் புரிந்துகொள்ளும் புத்திசாலித்தனம் கொண்டவளாகவே இருந்தாள் வரூதினி. கோபத்துடன் படிகளில் இறங்கி வண்டியில் ஏறி அமர்ந்துகொண்டாள். சிவராம் ஜட்காவினருகில் செல்லாமல் புக்கிங் ஆபீஸிற்குள் புகுந்துகொண்டான்.

ஜட்கா ரோட்டின்மேல் ஓடிக்கொண்டிருந்தது. ஓட்டுபவன் சாட்டையை சக்கரத்தில் வைத்து ஒலி எழுப்பியபடியே, வண்டியின் மேல் நின்றபடி, குதிரையின்மேல் குனிந்து விசிலடித்துக்கொண்டிருந்தான். குதிரை, குதித்தோடிக்கொண்டிருந்தது. ஜட்கா குதிப்புகளுக்கு வரூதினி ஆடிக்கொண்டே சென்றாள்.

கணவனோடு தான் ஜட்காவில் உட்கார்ந்துகொண்டு முதன்முறையாக சினிமாவிற்குச் சென்ற நாள் ஞாபகத்திற்கு வந்தது வரூதினிக்கு.

அன்றைய தினத்தில் தியேட்டருக்குள்ளே சிறுவன் கொண்டுவந்து தந்த கூல்டிரிங்ஸ்! கணவன்தான் தருவித்தானென்று நினைத்துக்கொண்டு பருகினாள். நாற்காலிகளுக்கருகில் அவன் நின்றிருந்தான். எத்தனையோ தடவை அவனைத் திருட்டுத்தனமாகப் பார்த்திருககிறாள். மிகவும் நாகரீகமான பெரிய மனிதனாக மிடுக்குடன் தென்பட்டான். சினிமா முடிந்ததும் அவனே ஜட்கா அமர்த்தி ஏற்றிவைத்தான். வீட்டில் இறக்கிவிட்ட ஜட்காக்காரனுக்கு பணத்தைக் கொடுக்க - "அய்யா கோபப்படுவாங்க உங்ககிட்டே வாங்குனா" என்று கூறி வாங்கமறுத்துவிட்டான். டிரிங்ஸ் கொண்டுவந்த சிறுவனும் அதையேதான் சொன்னான். அன்று 'என்ன இது?' என்று ஆச்சரியமடைந்த கணவனிடம் தான் என்ன சொன்னாள்?

"ராமனாதபாபு எங்களுக்குத் தூரத்து உறவு!" என்று சொன்னாள். எல்லாம் பொய். பைத்தியக்காரன். கிராமத்து மனுஷன். நம்பினான்! அந்த வார்த்தையை கணவனிடம் சொல்லும்போதே நினைக்கத்தான் செய்தாள் மனதிற்குள். என்னவென்று? ராமனாதபாபு எனக்கு ஆகப்போகிற உறவு என்றுதானே? இரண்டாவது முறை வேண்டுமென்றே அந்த சினிமாத்தியேட்டருக்கே சென்றாள். சினிமா பார்ப்பதற்காக அல்ல- தியேட்டரைப் பார்ப்பதற்காகவுமல்ல. ராமனாதபாபுவைப் பார்ப்பதற்காக! தன்னோட ஆத்ம நண்பனைப் பார்ப்பதற்காக. பந்துவை பார்ப்பதற்காக! அவர் தன்னை டிக்கெட்

வாங்கவிடவில்லை. தன்னுடைய மனதையே கொள்ளை கொண்டுவிட்டார். இரண்டாவது தடவை தன்னுடைய காரிலேயே வீட்டிற்கு அனுப்பிவைத்தார். மூன்றாவது முறை தானே நேரடியாகவந்து காரிலிருந்து இறக்கிவிட்டுச் சென்றார். ஐந்தாவது தடவை அவராகவே வீட்டிற்கு வந்திருந்தார்.

அதன்பிறகு என்ன நடந்தது? வரூதினியின் தலை சுக்குநூறாக வெடித்துவிடும் போலிருந்தது. ஜட்கா வந்து வீட்டிற்கு முன் நின்றுவிட்டது. ஜட்காகாரனுக்குப் பணத்தைத் தந்துவிட்டு இறங்கி வீட்டிற்குள் சென்றாள் வரூதினி.

சமையல்காரியை அழைத்து - "அவர் இன்னும் வரலையா?" என்று கேட்டாள்.

"ராமனாதபாபு ஊருக்கு போயிருக்காங்கன்னு சொன்னாங்கள்லியா? வந்திருந்தாங்கம்மா?" புச்சம்மா எதிர் கேள்வியைத் தொடுத்தாள். வரூதினிக்கு உடம்பெல்லாம் பற்றி எரிவது போலிருந்தது. பக்கத்தில் எதுவுமே இல்லாததால் தப்பித்தாள். இல்லையென்றால் புச்சம்மா முகம் பேந்திருக்கும்!

"என்ன உன் உளறல்? நான் கேக்குறதென்ன? நீ சொல்றதென்ன?" வரூதினியின் கண்கள் சிவப்பேறின. சமையல்காரி புச்சம்மாவுக்கு தலை சுழலத்தொடங்கியது.

"அவங்க இன்னும் வரலியா" எனக் கேட்ட தோரணையிலுள்ள கௌரவத்தையும், மென்மையையும் வைத்து வழக்கமாக ராமனாதபாபுவை குறித்துத்தான் வரூதினி கேட்கிறாளென்று நினைத்தது புச்சம்மாவின் அனுபவம்! கணவனைப் பற்றி அத்தனை பரிவுடன், அன்புடன் கேட்டதை புச்சம்மா ஒருபோதும் காதாற கேட்டதில்லை.

வரூதினியின் கண்களையும், முகத்தையும் பார்த்துப் பயந்துபோன புச்சம்மா தன்னைச் சமாளித்தவளாய் - "நம்ம அய்யா அவங்களா? இப்பத்தான் சாப்புட்டுட்டு வெளியே போறாங்க" என்றாள்.

"தியேட்டர் பக்கம் தானா?"

"அவரு பின்னே எங்க போவாரம்மா? அங்கதான் போயிருப்பாரு" என்றாள் புச்சம்மா.

இன்று சமையல்காரியின் ஒவ்வொரு சொல்லும் குத்தலாகவும் எளக்காரமாகவும் பட்டது வரூதினிக்கு. நாலு அறை கொடுத்து வெளியே துரத்திடவேண்டும்போல கோபம் வந்தது.

ஆனாலும் அந்த கெழவி தினமும் பேசுவதைப்போலவே சகஜமான தோரணையில் பேசிக்கொண்டிருக்கிறாள். அதேமாதிரி எத்தனையோமுறை வரூதினியோடு பேசியிருக்கிறாள். அப்போதெல்லாம் அவள் பேச்சில் எந்த அர்த்தமும், அலட்சியமும், கேலியும் இருப்பதாக உணர்ந்ததில்லை. ஆனால்

இன்று அவள் பேசியதெல்லாமே ஒரு மாதிரியான நெருடலை ஏற்படுத்திவிட்டன.

“சாப்பாடு பரிமாறட்டுமா வரூதினியம்மா?”

“ஒன்னும் வேண்டாம்!”

“அதென்னத்துக்கும்மா அப்பிடி. தயிரோடயாவது கொஞ்சமா சாப்புடலேன்னா எப்பிடி? கொஞ்சமா வக்கிறேம்மா!” பரிவுடன் சொன்னாள் புச்சம்மா.

“உனக்குத்தானே சொல்றது? எனக்கு பசியெடுக்கலேன்னு?”

“அப்பிடீன்னா ஓவல்டீனாவது கலந்து தரட்டுமாம்மா!”

ஒன்னும் வேண்டாம்னு சொல்லிட்டிருக்கேன், நீ பாட்டுக்கு நச்சரிச்சிட்டிருக்கே?”

“எதுவுமே குடிக்காமெ எப்பிடிம்மா பின்னே?”

வரூதினி வெறுப்புடன் படுக்கையறைக்குள் சென்றாள். நிலைக்கண்ணாடியில் பிரதிபிம்பம் அவளை கேலி பண்ணுவதுபோலத் தெரிந்தது. மல்லிகைப் பூவை இழுத்து முடியை அவிழ்த்து, பின்களையும் சவுரியையும் எடுத்து டேபிள்மேல் வீசினாள். பீரோவைத் திறந்து ஒயின் பாட்டிலை எடுத்தாள். அதில் பாதிக்குக் கீழேயிருந்த ஒயினை அப்படியே கிளாஸில் கவிழ்த்தாள். கட்டிலில் அமர்ந்துகொண்டு கடகடவென நாலு மடக்கு குடித்ததும் புரையேறி திக்குமுக்காடிப் போய்விட்டாள். இன்னுமொரு கால்மணி சென்றதும் மீதி ஒயின் வெறுப்புடன் குடித்துவிட்டாள்.

கட்டிலின்மேல் விழுந்து புரண்டாள். மணி பத்தரையைத் தாண்டிவிட்டது. ஆனாலும் தூக்கம் வரவில்லை. அவளது மூளையில் சக்கர வியூகமாய் எத்தனையோ அனுபவங்கள், உணர்வுகள், நிகழ்வுகள், நினைவுகள், எண்ணங்கள் இம்சிக்கத் தொடங்கின.

ஹைதராபாத்தில் கோபாலராவு சொன்னதும் நிஜம்தானா?

அந்த யோசனை வந்ததும் வரூதினியின் இதயமே நின்றுவிடும்போல் தோன்றியது. வெளியில் ரிக் ஷா மணியடித்தாலும், ஜட்கா சப்த மெழுந்தாலும் கணவன் வந்துவிட்டானென்று நினைத்து நான்குமுறை வெளியே வந்து வந்துநின்றாள். வெங்கடபதியின் வருகைக்காக தீவிரமாக எதிர்பார்த்துக்கொண்டிருந்தாள். மணி பதினொன்றைத் தாண்டியும் வெங்கடபதி வரவில்லை. அவ்வளவு நேரமாகியும் வராத கணவன்மேல் கோபமும் வெறுப்பும் அதிகரித்துக்கொண்டிருந்தது.

உண்மையில் அவர் சாமர்த்தியசாலியாக இருந்தால் இந்த அலைச்சல் எதற்கு? வெங்கடபதியைக் குறித்த பழைய ஞாபகங்கள் வரூதினியின் மனதில் தோன்ற ஆரம்பித்தன.

கலியாணமான ஆரம்ப நாட்களில் காட்டுப் பூனையைப் போல் தன்னை நோக்கிப் பார்த்த வெங்கடபதி - கரடியைப்போல மிருக வெறியுடன் கட்டியணைத்த வெங்கடபதி - நின்றுகொண்டிருந்த சாப்பாட்டுத் தட்டில் தண்ணீரை கொட்டியதற்காக தன்னைக் குனியவைத்துக் குத்தியடித்த வெங்கடபதி எங்கே? இப்போ என்னவானான்?

வரூதினிக்கு வெறுப்பும், பகையுணர்வும் சேர்ந்துகொள்ள துக்கம் பீரிட்டெழுந்தது.

வரூதினிக்கு தூக்கம் வரமறுத்தது. விழித்திருந்தாலோ தலையே வெடித்துவிடும் போலிருந்தது. எழுந்து பீரோ முழுவதும் தேடினாள். தனக்கு வேண்டியது கிடைக்கவில்லை. மறந்துவிட்டு வைத்தது எப்போதும் நடந்ததில்லை. ஒரு முறையாவது அப்படி நடந்திருந்தால் எவ்வளவு நன்றாயிருந்திருக்கும்? இப்போது அது தனக்கு வேண்டும். இல்லையென்றால் பிழைப்பது அரிது. புச்சம்மாவை எழுப்பினால்? இவ்வளவு நேரத்திற்குப் பின் அவள் மட்டும் எங்கிருந்து வாங்கிவருவாள்? அந்த ராமனாதபாபுவிடமே அனுப்பி வைத்தால்? ச்சே! ச்சே! எவ்வளவு கோரம்? அந்த ராமனாதபாபு அவளை மடியில் உட்காரவைத்துக்கொண்டு அவள் உதடுகளில் கிளாஸை நீட்டிக்கொண்டிருப்பான் இந்நேரம்...

வரூதினிக்கு தலை ஆயிரம் சுக்கலாய் வெடித்துக்கொண்டிருப்பது போலிருந்தது. வீடு முழுக்கத் தேடினாள். வெங்கடபதி அவளுக்குத் தெரியாமல் பாட்டில்களை எங்கேனும் ஒளித்துவைத்திருப்பான். எத்தனை தடவை கணவன் வாங்கிவந்த பாட்டில்களைத்தான் உடைத்தெறியவில்லை? எத்தனை தடவை ரசூலிடம் தந்து திருப்பியனுப்பிவிடவில்லை? அதெல்லாமே அவனுடைய நன்மைக்காகத் தான் செய்தாள். அதிகமாகக் குடித்து மனுஷன் கெட்டுப்போய்க் கொண்டிருந்ததால் அவ்வாறு செய்தாள். ஏதோ ஒருவிதத்தில் தான் பாபி! வெங்கடபதி ஒளித்துவைப்பான் என்று சந்தேகப்பட்ட இடங்களிலெல்லாம் அலசிப்பார்த்தாள். எங்கேயும் கிடைக்கவில்லை. திருட்டுப்பய ஒளிச்சிவைக்கிறதுல எங்கயாவது ஒரு இடத்துல வைச்சித்தானிருப்பான். அசல் அது இல்லாம அந்த மனுஷன் பொழைக்கவே முடியாது. தனக்கோ மூளையை தோசைக்கல்லில் வைத்துப் புரட்டியெடுப்பதைப் போலிருந்தது. அதற்கு ஓய்வு தேவை. தான் தூங்கவேண்டும். அது தன்னால் இயலாதது. அந்த வேலையைச் செய்ய மருந்தினால் மட்டுமே முடியும். அதுவே வழி. வேறு மார்க்கம் இல்லை.

அலுப்புடன் படுக்கையில் புரண்டுகொண்டிருந்த வரூதினிக்கு வெளியே கேட் திறக்கும் சப்தம் கேட்டது. வெளியே ஓடிவந்தாள் வெங்கடபதி கேட்டை மூடிவிட்டு பூனையைப்போல மெல்ல அடியெடுத்து வைத்தபடி உள்ளே வந்தான்.

வராண்டாவில் விளக்கு எரிந்து கொண்டிருந்தது. வெங்கடபதி திடுக்கிட்டான். தலையை நிமிர்த்திப் பார்த்தான். வரூதினி எதிரே நின்றிருந்தாள். அவள் கண்கள் சிவப்பேறிக் கனன்று கொண்டிருந்தன. கன்னங்கள் பளபளத்துக்கொண்டிருந்தன. மூக்குத் துவாரங்கள் புடைத்துக்கொண்டிருந்தன. கன்னங்கரேலென்ற தலைமுடி தோளில் விழுந்து புரண்டு மார்பின்மேல் தழுவிக் கிடந்தது.

கிராமத்து தேவதையைப்போல நின்றிருந்த மனைவியைப் பார்த்து பயந்துபோனான். அவளுள் ஏதோ புதிய வேகம் அடிக்க வருவதைப்போல தென்பட்டுக் கொண்டிருந்தது.

"செத்தேண்டா பகவானே? இவளோட இன்னக்கி பெரிய போர்தான் நடக்கப்போவுது. இந்த ராத்திரி இனி விடியாது!" நினைத்துக்கொண்டான் வெங்கடபதி.

மனைவியைக் கடந்து ஹாலையடைந்தான்.

தனக்குப் பின்னாலேயே வந்த வரூதினியின் காலடிகள், வெங்கடபதியின் நெஞ்சில் விழுந்ததுபோலிருந்தது. நடையை நிறுத்தி நின்றுவிட்டான்! மனைவி வீசி எறியப்போகும் சொல் அம்புகளை எதிர்பார்த்துக்கொண்டிருந்தான்.

"விஸ்கி இருக்கா?"

"விஸ்கியுமில்ல, எந்தப் பாழாப்போனதுமில்ல, குறைச்சிக்கிடணும்னு பாக்குறேன்", தனக்குத்தானே பேசிக்கொண்டதைப்போல சொன்னான்.

"மறந்துடுவீங்களா?"

"மறந்து தொலைச்சாத்தான் நல்லாருக்கும்" வெங்கடபதிக்குத் தைரியம் வந்தது. வரூதினி ரூபத்தில் தென்பட்ட தீவிரம் பேச்சில் வெளிப்படவில்லை!

"எப்போதிருந்து இந்த வைராக்கியம்?"

வெங்கடபதி பேசவில்லை

"இப்போ விஸ்கி வேணும்"

"யாருக்கு?" வெங்கடபதி மனைவியின் முகத்தைப் பார்த்துக் கேட்டான்.

"எனக்குத்தான்!"

வெங்கடபதி அவளை ஆச்சரியத்துடன் பார்த்தான்.

"விஸ்கியில்லேன்னா பிராந்தியிருந்தாலும் சரிதான்!"

வெங்கடபதி அதிர்ச்சியுடன் பார்த்தான்.

"அதுவும் இல்லேன்னா சாராயமானாலும் சரிதான்."

“அதெல்லாம் எதுக்கு? உன்னோட மருந்திருக்கில்லே? செகப்பானது! திராட்சை பழத்திலிருந்து எடுத்தது” வெங்கடபதி மனைவியை சமாதானப்படுத்துவதுபோல சொன்னான்.

“அது தீந்து போயிடிச்சி, என் தலை வெடிச்சி சிதறிகிட்டிருக்குது. சீக்கிரமா வாங்கிட்டு வரணும்.”

"இந்த நடுராத்திரியில எங்க போயி வாங்குறது?” யோசித்தபடியே சொன்னான் வெங்கடபதி.

“எங்கருந்தாலும் சரிதான்!”

“கண்ட இடத்துலபோயி வாங்குனா மோசமான சரக்கை தருவாங்க”

“எதுவாருந்தாலும் சரியே!”

வெங்கடபதியால் பேசமுடியவில்லை. வரூதினி நூறு இரண்டுரூபாய் நோட்டுகளைக் கொண்டுவந்து கணவனின் கையில் தந்து சொன்னாள். "எவ்வளவு ஆனாலும் பரவாயில்லை. எனக்கு பிராணன் போறாப்புல இருக்கு. சீக்கிரமா வாங்க!”

வெங்கடபதிக்கு பாவமாக இருந்தது. அவள்மேல் இரக்கம் ஏற்பட்டது. பாவம், அவளோட மருந்து தீர்ந்துடிச்சி போலருக்கு. அவளோட துன்பத்தைத் தன்னால் பார்த்துக்கொண்டிருக்க முடியாது. எந்த மருந்தானாலும் பழக்கப்பட்டுட்டா அவ்வளவுதான்! அது இல்லேன்னா உயிரே போறாப்புல இருக்கும். அந்த வலி தனக்கும் தெரியும். இப்போ இவளுக்கும் தெரியவருது. இதுவும் ஒரு விதத்துல நல்லதுக்குத்தான். நாளைக்கி தன்னை திட்டும்போது சொல்லலாமில்ல.

வெங்கடபதி ரோட்டில் நடந்தபடியே நினைத்துக்கொண்டான். ஒரு மணிநேரம் அலைந்தபிறகு ‘சௌக்’கில் இருந்த ஒரு சோடாக்கடையில் நூத்தி எழுபது ரூபாய் தந்து ஒரு பாட்டிலை வாங்கினான். அதில் எல்லாமே உயர்ந்த சரக்காக இருக்குமென நம்பிக்கை ஏற்பட்டது. இல்லேன்னா நூத்தியெழுபதை எதுக்கு வாங்குறான்? - நூறு - நூத்தியிருபதுதான் அதோட அசல் விலை. ராமனாதபாபுக்கு இன்னும் மலிவாகவே கிடைக்கும். போனா போகட்டும் பணம்! நல்ல சரக்கு கெடைச்சிடுச்சி. தனக்கென்றால் எந்தக் கலப்படமானதா இருந்தாலும் பரவாயில்லை. வரூதினிக்கு! அப்படியில்ல. நல்ல சரக்கு - சீமை சரக்கு வேணும். இது அப்படியொன்றும் மனுசியை ஆட்டிப்படைக்காது. அந்த சிகப்பு மருந்துலயும் கூட கொஞ்சமாவது போதை இருக்கத்தான் செய்யும்போல! இல்லேன்னா அது இல்லாதப்போ மனுஷி இப்பிடி தலைகீழாகிப்போவாளா? போதை தருகிற எதுவானாலும் பழக்கமாயிடுச்சின்னா கஷ்டந்தான்.

வெங்கடபதி பாட்டிலைக் கொண்டுவந்து படுக்கையறைக்குள்ளிருந்த மனைவியின் முன்னால் வைத்தான். விஸ்கி பாட்டிலை பார்த்ததுமே வரூதினியின் முகம் ஒளிர்ந்தது. கணவனை நோக்கினாள். அந்தக் கண்களில் நன்றியுணர்ச்சி, வருத்தம், சகிப்பின்மை மூன்றுமே தனித்தனியாக ஒன்றோடொன்று உராய்ந்துகொண்டிருந்தன.

"எவ்வளவு?" என கேட்பாளோ? சொல்லவேண்டுமென வெங்கடபதி மனைவியின் முன்னாலேயே நின்றிருந்தான். அவள் கேட்கவில்லை. இருந்தாலும் அவன் சொன்னான்.

பாட்டிலுக்கு இருநூறு வரைக்கும் வாங்கிட்டாங்க. சீமை சரக்குதான் நல்லதுதான்"

"சரி, நீங்க போயி படுத்துக்கோங்க!" கணவனின் சொற்களை காதில் வாங்கிக்கொள்ளாமலேயே வரூதினி சொல்லிவிட்டாள்.

"சும்மா குடிக்கக்கூடாது. சோடா இல்லையில்ல. தண்ணியெ கலந்துக்கோ."

வரூதினி கண்களை சுழற்றிபடி கணவனைப் பார்த்தாள். வெங்கடபதியின் அறியாமைக்கு அவளால் சிரிக்காமல் இருக்க முடியவில்லை!

வெங்கடபதி ஜேபில் மீதியிருந்த இருபத்தைந்து ரூபாய்களைத் தடவியபடியே அந்த அறையைவிட்டு வெளியே வந்தான்.

இருபத்தைந்து ரூபாய்! தனக்கு இரண்டு நாளைக்கி சரிபட்டு வரும். யோசித்தபடியே படுத்துக்கொண்டான் வெங்கடபதி.

கண்களை மூடியதுமே குறட்டைவிடுகின்ற வெங்கடபதிக்கு தூக்கம் வரவில்லை. ஒரு மணி நேரம் ஊரெல்லாம் அலைந்ததில் குடித்ததில் பாதி இறங்கியிருந்தது. எப்போதோ குடித்தது,

பொழுது சாய்வதற்கு முன்பு. இப்போது நடுராத்திரியைத் தாண்டிவிட்டது. இன்னுமா இருக்கும்? ஆமா சொன்னமாதிரி வரூதினியை ஹைதராபாத் விஷயத்தைப் பற்றி கேட்கவில்லையே? கேட்கும் வாய்ப்பு எப்போதிருந்தது? பாபு எப்படியிருக்கானோ? தியேட்டர் சங்கதி என்னவாயிற்றோ? ஏனோ தெரியவில்லை. பையனைப் பிரிந்து இருக்க முடியவில்லை. அவனைப் பார்த்து மூனேநாள்தான் ஆனாலும் பத்து வருஷமானதைப் போலிருந்தது.

சுவர்க்கடிகாரம் ஒரு மணியைத் தெரிவித்தது. வெங்கடபதி விழித்துக்கொண்டுதானிருந்தான். நித்திரை பிடித்தால்தானே. உடம்பெல்லாம் அடித்துப் போட்டாற்போல வலித்தது.

வெங்கடபதி எழுந்திருந்து வரூதினியின் அறைக்கு முன்னால் வந்தான். அறைக்குள் நிசப்தம் பரவியிருந்தது. எட்டிப் பார்த்தான். வரூதினி தேக்குமரக்கட்டிலில் குறுக்கே விழுந்துகிடந்தாள். ரவிக்கையைக் கழற்றி

உள்பாடியோடு படுத்திருந்தாள். சேலை விலகியிருந்தது. நீண்டு வந்துகொண்டிருந்தது மூச்சுக்காற்று. அப்போது அவள் மார்பகங்கள் லயத்துடன் மேலே எழும்புவதும் தாழ்வதுமாயிருந்தன. ஆழ்ந்த உறக்கத்திலிருந்த வரூதினியின் முகம் அழகுடன் மிளிர்ந்து கொண்டிருந்தது. உதடுகள் அழகாக வளைந்து தென்பட்டன.

வெங்கடபதி மனைவியின் படுக்கையருகில் நின்றபடி அவளையே கண்ணிமைக்காமல் பார்த்துக்கொண்டிருந்தான். சில நிமிடங்கள் அப்படியே பார்த்துக்கொண்டிருந்தவன் முன்னால் அடியெடுத்து வைத்தான்.

பீபாயின்மேல் வைத்திருந்த கிளாஸ் கீழே விழுந்தது. வெங்கடபதி திடுக்கிட்டான். "ரொம்ப நல்லது. நல்லவேளை விஸ்கி பாட்டில் விழுந்துவிடவில்லை" என்று நினைத்துக்கொண்டான்.

பாட்டிலை எடுத்து விளக்கு வெளிச்சத்தில் பார்த்தான். இன்னம் பாதிக்கு மேலேயே இருந்தது.

வெங்கடபதியின் மனம் நிலைகொள்ளாமல் தவித்தது. பாட்டிலை எடுத்துக்கொண்டவன் விளக்கையணைத்துவிட்டு, அறையைவிட்டு வெளியே வந்துவிட்டான். தன்னுடைய அறைக்கு வந்து கட்டிலில் உட்கார்ந்துகொண்டான். பாட்டில் மூடியைத் திறந்து அப்படியே வாயில் ஊற்றினான். கடகடகவென நான்கு மடக்குகள் போட்டான். தொண்டை எரிந்தது. தனக்கே இப்பிடியிருக்கே?" பாட்டிலை இப்படியும் அப்படியுமாக சுழற்றிப் பார்த்தான். மோசம்! சுத்த மோசம்! அது கலப்படம்! போலி சரக்கு! நூத்தி எழுபதை வாங்கிக் கொண்டானே கழுதைப் பயல்! அதுக்காகத்தான் அவள் உணர்வில்லாமல் படுத்துத் தூங்கிக்கொண்டிருக்கிறாள். வருத்தப்பட்டான் வெங்கடபதி.

விற்றவன் மேல் வெறுப்பு! வரூதினியின் மேல் வெறுப்பு! தன்மீது தனக்கே வெறுப்பு! எல்லோர் மீதும் வெறுப்பு! கோபத்துடனேயே பாட்டிலுக்குள் இருந்ததையெல்லாம் குடித்துத் தீர்த்தான் வெங்கடபதி.

30

ஒரு மாதம் வரையில் வரூதினி தியேட்டர்பக்கமே முகத்தைக் காட்டவில்லை.

வெங்டபதி சென்று வந்துகொண்டிருந்தான். கணவனிடம் ராமனாதபாபுவைப் பற்றி நடு நடுவே கேட்டுக்கொண்டுதானிருந்தாள். ஆனால் அந்த ஒரு மாதத்தில் ஓரிரு முறை மட்டுமே ராமனாதபாபுவை பார்க்கும் அவகாசம் வெங்கடபதிக்கு கிடைத்தது. பார்த்ததும் பார்க்காதுபோல சென்றுவிட்டான்ராமனாதபாபு. இதுவரைதானே வந்து மாதாமாதம் பணத்தைத் தந்துவிட்டுச் செல்பவன் இந்த ஒருமாதமாக ஒருமுறையேனும் எட்டிப்பார்த்ததில்லை.

இருந்தும் வரூதினி மெட்டாகவே உட்கார்ந்திருந்தாள். வெங்டபதிக்கு பெரும் தொல்லையாகயிருந்தது. ராமனாதபாபு இருந்தால் தனக்கு பணக்குறை இருக்காது. கேட்ட பணத்தைத் தந்துவிடுவான். நடுவில் விலையுயர்ந்த பாட்டில்களையும் தருவித்துக் கொடுத்துக்கொண்டிருப்பான். மேனேஜர் சிவராமைக் கேட்டால், ராமனாதபாபு சொல்லாமல் எதையுமே கொடுப்பதற்கில்லை என்கிறான். சும்மா பின்னாலேயேபோய் தொந்தரவு செய்தால் அஞ்சோ பத்தோ இரக்கப்பட்டுத் தருவதுண்டு. அந்த சங்கதியை வரூதினியிடம் சொல்லலாமென்றாலும் பயமாக இருக்கு. திருடனுக்குத் தேள் கொட்டியதைப்போல சும்மாவே இருப்பதுமேல்.

இரண்டாவது மாதத்திலும் ராமனாதபாபு வருகையோ பணம் அனுப்பி வைப்பதோ நடக்கவில்லை. வரூதினி இனிமேலும் அமைதியாயிருக்க முடியாமல் சென்றாள். வெங்கடபதியின் மூலமாக சிவராமிற்கு செய்தியனுப்பினாள். அன்றைய சாயங்காலத்தில் வருகிறேனென்று சொன்ன சிவராம் வரவில்லை. கணவனை கடிந்து கொண்டாள். 'அசல் அவன் என்ன சொன்னான்?"

"சாயங்காலம் வர்றேன்னு சொன்னான்."

"பின்னே வரலயே?"

"எனக்கென்ன தெரியும்?"

"என்னதான் தெரியும்? போ! போயி இங்கயிருக்கேன்னு வரச்சொல்லு. அவனுக்கு திமிரு ஏறிடிச்சி! என்னன்னு நெனச்சிருக்கானோ தெரியல?" கோபத்துடன் படபடத்தாள் வரூதினி.

வெங்கடபதி சென்று மறுபடியும் சிவராமிடம் சொன்னான்.

சிவராம் ஏதோ காரணம் சொல்லி மழுப்பினான் - "நாளைக்கு காலையில வர்றேன்னு சொல்லுங்க!"

அதை அப்படியே வெங்கடபதி மனைவியிடம் போய் சொன்னான். அன்றைய மறுநாளும் சிவராம் வரவில்லை. வரூதினி நெருப்பாய் கொதித்தாள்.

மூன்றாவது நாள் மதியம் வந்தான் சிவராம்.

"ஏன், உனக்கும்கூட அவ்வளவு தீராத வேலையா?" முகத்திலடித்தாற்போல கேட்டாள் வரூதினி.

சிவராம் பேசவில்லை.

"பணம் எவ்வளவு இருக்கு?" வரூதினி கேட்டாள்.

"டிஸ்டிரிப்யூட்டர்ஸ் அக்கௌண்ட்டைகூட இந்த மாசத்துல செட்டில் பண்ணல்ல. அவங்க போன் மேல போன் போட்டு கேக்குறாங்க!"

"அப்பிடீன்னா கலெக்ஷனெல்லாத்தையும் என்ன செஞ்சீங்க?"

"ராமனாதபாபுவே எடுத்துட்டுப் போறாரு"

"பேங்குல இருக்குறது என்ன ஆச்சி?"

"அதையும் அவரே ட்ரா பண்ணிகிட்டாரு."

"எனக்கு இப்போ அஞ்சாயிரம் வேணும். போனமாசத்துல கூட நான் எதையுமே வாங்கிக்கல்ல!" கம்பீரமாக முகத்தை வைத்து சொன்னாள் வரூதினி.

"என்னெ என்ன செய்யச்சொல்றீங்க? தியேட்டர்ல வேல செய்றவங்களுக்கும் சம்பளம் தரல்ல. கொஞ்சம் சொஞ்சமா அட்வான்ஸ்களை தந்து சரிப்படுத்திகிட்டிருக்கேன். போஸ்டர்கள், பப்ளிசிட்டி பேனர்களை கட்டுறவங்களெல்லாம் தின தினம் என்னைப் பிடுங்கித் திங்கிறாங்க. கார்பன்களும் தேவையாயிருக்க. ஹால்ல உட்கார்ந்திருந்தா என் பிராணனை வாங்கிட்டிருக்காங்க அவங்க!

"அதெல்லாம் எனக்குத் தெரியாது. நாளைக்கி சாயங்காலத்துக்குள்ள எனக்கு பணம் வந்து சேரணும்!"

"என்னெ என்ன செய்யச்சொல்றீங்க, நீங்களே சொல்லுங்க? இருக்குறதெல்லாத்தையும் ராமனாதபாபுவே எடுத்துட்டுப் போயிட்டிருந்தா!

எங்கிட்ட ஒரு ரூபாயைகூட விட்டுவக்கல்லெ இந்த ரெண்டு மாசங்களா. என்னை என்ன செய்யச்சொல்றீங்க, நீங்களே சொல்லுங்க?''

"எனக்குத் தெரியாம ராமனாதபாபுவுக்கு எதுக்காக தந்தே?'' சிவராம் முகத்தை சுருக்கினான்.

"இது இப்போ நேத்தா நடக்குது புதுசா சொல்றதுக்கு? தியேட்டர் ஆரம்பிச்ச நாளா பண விஷயத்தை ராமனாதபாபுதானே பார்த்துட்டிருக்காரு? அந்த சங்கதி உங்களுக்கும் தெரிஞ்சதுதானே?''

"பாதிப் பங்கு என்கிருக்குன்னு உனக்கும் தெரியுமில்ல?'' வரூதினியின் குரலில் அதிகாரம் தொக்கி நின்றது.

"எல்லாமே உங்களுதோ, பாதி மட்டுமே உங்களுடையதோ எனக்கெதுக்கும்மா! அதையெல்லாம் பெரியவங்க, மொதலாளிங்க. நீங்க நீங்க பேசி தீர்த்துக்கிடனும்?'' என்றவாறு எழுந்தான் சிவராம்.

"இத்தனைக்கும் என்ன சொல்றே?'' படமெடுத்த நாகமாய் சீறினாள் வரூதினி.

"நான் சொல்றதுக்கு என்ன இருக்கும்மா?'' பாம்பின் கடியிலிருந்து தப்பித்துக்கொள்ள முயல்பவனாய் சொன்னான் சிவராம்.

"அவ்வளவுதானா?'' வரூதினி படத்தை விரித்தாள்.

"நீங்க என்ன சொல்லச்சொல்றீங்களோ அதையே சொல்றேன்'' என்றான் சிவராம்.

"யாருகிட்ட?''

"ராமனாதபாபு அய்யாகிட்டதான்.''

"ஒருத்தருகிட்ட சொல்லியனுப்ப வேண்டிய கர்மம் எனக்கென்ன வந்தது?''

"உங்க இஷ்டம்'' என்று சிவராம் மடமடவென சென்றுவிட்டான்.

வரூதினி அன்று முழுவதும் சூடுபட்ட பூனையாய் பரிதவித்தாள். என்ன செய்வதென்று யோசித்து பலவிதமான முடிவுக்கு வந்திருந்தாள். மறுபடியும் அவற்றையெல்லாம் மாற்றிக்கொண்டு வேறொருவிதமாக யோசித்தாள்.

எந்த முடிவுக்கும் வரமுடியாதவளாய் குழப்பமுற்றுத் தவித்தாள்.

இரண்டாவது நாள் மத்தியானம், எப்படியாவது ராமனாதபாபுவை கலந்துபேசி இந்த விவகாரத்திற்கு தீர்வு தேடிக்கொள்ளவேண்டுமென்ற முடிவுக்கு வந்தவளாய், டிரஸ் செய்துகொண்டு தயாரானாள். புறப்படவிருந்த சமயத்தில் சிவராம் ரிக்ஷாவிலிருந்து இறங்கி உள்ளுக்குள் வந்தான்.

பையிலிருந்து கவரையெடுத்து வரூதினியிடம் தந்து "மூனாயிரம், ராமனாதபாபு அய்யா கொடுத்திட்டு வரச்சொன்னார்'' என்றான் சிவராம்.

“மூனு ஆயிரமா? தான தர்மம் பண்றாரா? நான் கேட்டது அஞ்சாயிரம்!”

“அதெ போயி சொன்னேன். அவரு இவ்வளவுதான் கொடுத்து அனுப்பி வச்சாரு!”

“ஒருத்தரு தர்றதாவது எனக்கு? ஒருத்தரோட எஜமானத்தனம் என்ன? என் பணத்தை நான் வாங்கிக்கிடுறதுக்கு?”

சிவராம் கைகளைப் பிசைந்தபடி தரையைப் பார்த்தான்.

"இப்போ அவரு எங்க இருக்காரு? இப்பவே அந்த சங்கதி என்னன்னு தெரிஞ்சிக்கிறேன்!" தொடையில் அடித்து சவால் விடுவதுபோல பேசினாள் வரூதினி.

“காலையிலயே மதராஸ்க்கு போயிட்டாங்க”

“அந்த முண்டெயோடயா?”

அந்த வார்த்தையை வெளியிட்டது வரூதினி தானா? அவ்வளவு நாகரீகமான வரூதினி, அவ்வளவு அழகு பொருந்திய வரூதினி, அவ்வளவு புதுமையாகத் தோன்றும் வரூதினி எத்தகைய முரட்டுத்தனமான வார்த்தையைச் சொன்னாள்!

சிவராமிற்கு வாய் உலர்ந்துவிட்டது. இனி பேசமுடியாதவனாகிவிட்டான். அதிக நேரம் அவள்முன் நின்றிருப்பதுவும் நல்லதற்கல்ல என்பதை உணர்ந்தவனாய் - “நான் வர்றேங்க” ஒரு நிமிஷம் அங்கே இல்லேன்னாலும் எதுவுமே நடக்காது. எல்லாமே அராஜகம்தான். ஒருத்தனும் சரியா வேலை செய்றதில்லே. சரியா நடந்துக்கிடுறதுமில்லே.”

“நடத்துற மொதலாளிகளுக்கே புடிப்பில்லேன்னா கூலிக்காக வேலைசெய்றவங்களுக்கு சொல்ல என்ன இருக்கு?”

நாலடி முன்னால் வைத்து நடந்த சிவராம் பின்னாலிருந்து வந்த வரூதினியின் சொற்களைக் கேட்டதும் நின்றுவிட்டான்.

“நடுவுலருக்குறவங்க மேல நம்பிக்கை வைக்கப்போயித்தான் இந்த அளவுக்கு வந்திருக்கு. யார்மீதோ ஆதரமாகத்துணையாக நினைத்து தியேட்டரை நடத்தணும்ங்குற தலையெழுத்து எனக்கு எதுக்கு? நாளையிலிருந்து நானே நேர்ல வந்து பார்த்துக்கிடுறேன்.”

“அதுதான் நல்லது. அப்பிடியே செய்யுங்க!” என்றபடியே சிவராம் கேட்டைத் திறந்துகொண்டு சென்றுவிட்டான்.

சாயந்திரம் ஐந்து மணிக்கெல்லாம் தயாராகி கணவனுக்காக எதிர்பார்த்தாள். வெங்கடபதி காலம்பற சாப்பிட்டு வெளியேறியவன். இதுவரைக்கும் வரவில்லை. தியேட்டரிலேயே இங்குமங்குமாக அலைந்து திரிந்துகொண்டிருக்கலாமென நினைத்த வரூதினி, தெரு வாசலுக்கு வந்து ரிக்ஷாவை அழைத்தாள்.

சமையல்காரியோ, சிறுமி கமலாவோ, கணவனோ முதலில் சென்று ரிக்ஷாவையோ, ஜட்காவையோ அழைத்து வராமல் வரூதினி அறையிலிருந்து வெளியேறமாட்டாள். அப்படிப்பட்டவள் அன்று தானே மடமடவென வெளியில் வந்து ரிக்ஷாவை அழைத்துக்கொண்டு ஏறினாள்.

வரூதினி பிக்சர் பேலஸ் அருகில் வரும்போது ஜனங்கள் கூட்டமாக தென்பட்டனர். மெயின் கேட் மூடி வைத்திருந்தார்கள். கௌண்டர்களின் அருகில் மக்கள் கியூவில் நின்று டிக்கெட்களை வாங்கிக்கொண்டிருந்தார்கள். வரிசையில் நின்றவர்களைக் காட்டிலும் இரட்டிப்பு ஜனங்கள் ஆண்களும் பெண்களுமாய் ஒழுங்கில்லாமல் நின்று வரிசையில் நின்றிருக்கும் தமக்குரியவர்களைப் பார்த்துக்கொண்டிருந்தார்கள். ரிசர்வ் கிளாஸில் போகின்றவர்களை மட்டுமே மெயின்கேட்டுக்கருகில் காவல் காத்திருப்பவன் ஆராய்ந்து பார்த்து உள்ளே அனுப்பிக்கொண்டிருந்தான். ரிசர்வ் கிளாஸ் புக்கிங் கௌண்டர் கேட்டுக்கு உள்ளே ஆபீஸிற்கு அடுத்தாற்போல் உள்ளது.

வரூதினி ரிக்க்ஷாவிலிருந்து இறங்கி ஜனங்களை விலக்கியபடியே கேட்டை நோக்கி நடந்தாள். திடீரென்று ஜனங்களுக்குள் கலகலப்பு ஆரம்பித்தது. தரை, பெஞ்ச் டிக்கெட் வரிசைக்காக நட்டு வைக்கப்பட்டிருந்த கம்பு ஒடிந்துவிழுந்துவிட்டது. பின்னாலிருந்தவர்கள் முன்னால் இருப்பவர்களைத் தள்ளிவிட்டுக்கொண்டும், முன்னாலிருப்பவர்கள் கால்களை பின்னால் நெட்டித்தள்ளியும் குழப்பமான சூழ்நிலை. அந்த நெருக்கடியில் வரூதினியால் முன்னால் செல்ல இயலவில்லை.

புக்கிங் கௌண்டரின் கதவைத் துண்டு துண்டாக்கிவிட்டார்கள். உள்ளேயிருந்து வெளிச்சம் தென்பட்டுக்கொண்டிருந்தது. டிக்கெட்டுகள் விற்பனை தொடர்ந்தது. சட்டைகளைக் கழற்றி, கோமணங்களை இறுக்கி இரண்டு மனிதர்கள் தரை டிக்கெட் கௌண்டரின் அருகில் இழுபறி நடத்திக்கொண்டிருப்பவர்களின் தலைகளின்மேல் தவழ்ந்து சென்றுகொண்டிருந்தார்கள். டிக்கெட் வாங்கிய ஒவ்வொருவனும், பின்னால் நின்றிருந்தவன் நான்குபேர்களை கூட்டு சேர்த்துக்கொண்டு வெளியே வந்து கொண்டிருந்தார்கள். ஐந்தே நிமிடங்களில் ஹாலை சுற்றிலும் பெரிய கூட்டம். டிக்கெட் வாங்கிக்கொண்டவர்கள் மெயின்கேட் அருகில் மூடிக்கிடந்த கால்வாயிலுள்ள சகதி நீரைப்போல தடுத்து நிறுத்தப்பட்டு நெருக்கலில் மாட்டிக்கொண்டு தவித்துக்கொண்டிருந்தார்கள்.

மெயின் கேட்டில் ஒரு ஆள் மட்டுமே நுழைந்து செல்லும் அளவுக்கு சிறிய சந்து மட்டுமே விட்டு நான்குபேர் கேட்டைப் பிடித்துக்கொண்டிருந்தார்கள் - ஆனாலும் ஒருவர் நுழையும் சந்தில் இரண்டுபேர் இடித்துக்கொண்டு நுழைந்து சென்றுகொண்டிருந்தார்கள்.

மக்கள் நெருக்கம் அதிகமில்லாத இடத்தில் தூரமாக நின்றபடி வரூதினி கவனமாகப் பார்த்துக்கொண்டிருந்தாள். எத்தனையோ தடவைகள் தான் தியேட்டருக்குள் இம்மாதிரியான காட்சியைப் பார்த்திருக்கிறார்கள். இது எத்தகைய ஆபத்தை விளைவிக்கும் என்பதை அவள் புரிந்திருந்ததில்லை. உள்ளே ஜனங்களெல்லாம் ஆட்டு மந்தையைப்போல தென்பட்டுக்கொண்டிருந்தார்கள். இவ்வளவு ஊன்றிக் கவனித்ததில்லை அவள் எப்போதுமே.

"என்ன படம்?" வரூதினி தலையை நிமிர்த்திப் பார்த்தாள். கேட்டுக்கு மேலிருந்த ஆர்ச்சில் பேனர்களும், கட்அவுட் உருவங்களும் தெரிந்தன.

"சீதா ராம கல்யாணம்!" அதுக்காகத்தான் இத்தனை பித்துப்பிடித்த ஜனங்கள். ஹரிச்சந்திரன், சீதாராம கல்யாணம், லவகுச - எத்தனை வருடங்களானாலும் இந்த தேசத்தில் பார்த்துக்கொண்டேயிருப்பார்கள்

''படம் வந்து எத்தனை நாளாயிற்று?" வெள்ளிக்கிழமை ஐந்து ஆட்டங்களோடு பிரம்மாண்டமான விடுதலை!" கொட்டை எழுத்துக்களில் சுவரின் மேல் எழுதப்பட்டிருந்தது.

இன்று ஞாயிற்றுகிழமையா? மூணு நாளா இவ்வளவு கூட்டமா இருக்கா?

அப்போ கலெக்ஷனும் நல்லாத்தானே இருக்கணும்? சிவராம் எதுக்காக அப்பிடி அழுதுட்டுப்போறான்?

"ஒன்னரை ரூபாய் டிக்கெட் மூணுரூபாய்! நாற்காலி டிக்கெட் மூணுரூபாய்! டிக்கெட் வேணுமாங்க டிக்கெட்?" புள்ளி வைத்த சட்டையணிந்த ஒருவன் அவள் பக்கத்திற்கு வந்து நின்றுகொண்டு கேட்டான்.

வரூதினி திரும்பி அவன் முகத்தை நன்றாக உற்று நோக்கினாள். அவன் நாக்கைக் கடித்தபடி மக்கள் கூட்டத்திற்குள் ஓடிவிட்டான்.

தன்னைப்போல நின்றிருந்தவர்களிடம் சென்று டிக்கெட்களை விற்றுக்கொண்டிருக்கிறான். அப்படிப்பட்டவர்கள் இன்னும் நான்கைந்து பேர் தென்பட்டார்கள். ஒருவன் தரை, ஒருவன் பெஞ்ச், இன்னொருத்தன் நாற்காலி டிக்கெட் கட்டுக்களை வைத்தபடி ஜனங்களுக்குள் நுழைந்து விற்றுக்கொண்டிருந்தார்கள். தரை டிக்கட் கவுண்டரின் கதவு மூடப்பட்டது. பெஞ்ச்கவுண்டரை நோக்கி அலைகளைப்போல வந்து விழுந்தார்கள். அதற்கு முன்னரே அங்கிருந்தவர்கள் சுவரோடு ஒட்டிக்கொண்டார்கள். அங்கு கூடியிருந்த ஜனங்கள் ஒருவரையொருவர் முட்டிமோதி இடையில் குறுக்கிட்டவர்களைத் தள்ளியும், மிதித்தும் இரைச்சலும், கத்தலுமாய் ஒரே ரகளை!

“கோரம்! கோரம்! பயங்கர கோரம்!” நினைத்துக்கொண்டாள் வரூதினி. பெஞ்ச் டிக்கெட் கௌண்டரும் அடைக்கப்பட்டுவிட்டது. பிளாக்கில் விற்கின்ற இளைஞர்களின் கிராக்கி அதிகரித்திருந்தது.

“படம் போட்டாச்சா¬, வாங்க போகலாம்” அப்போதுதான் டிக்கெட் வாங்கியிருந்தவர்கள் கேட்டை நோக்கிச் சென்றார்கள். எத்தனை பேர் வந்து விழுந்தாலும் கேட்மட்டும் ஒரு ஆள் நுழையும் அளவுக்கே திறக்கப்பட்டிருந்தது.

வரூதினிக்கு நிலைகொள்ள முடியவில்லை. எதுக்காக கேட்டை அவ்வாறு மூடிவைத்துக்கொண்டிருக்கிறார்கள்? தியேட்டர் ஹாலுக்குள் நுழையும்போது ஒவ்வொரு வாயிலிலும் மனிதர்கள் நின்றிருப்பார்களல்லவா? பின்னே இங்கே எதற்காக இந்த இம்சையெல்லாம்? இதுதானா சிவராமோட மேனேஜ்மெண்ட்? ராமனாதபாபு தெளிவான அனுபவசாலிதான். டிக்கெட் வாங்கிக்கொண்ட ஜனங்கள் படத்தைத் தொடங்கிவிட்டார்களென பதைபதைப்புக்குள்ளாகிக்கொண்டிருக்கிறார்கள். ஆனாலும் அந்த கேட் அந்த அளவில்தான் திறக்கப்பட்டிருக்கிறது.

வரூதினி ஜனங்களை விலக்கியபடியே கேட்டினருகில் வந்தாள். கேட்டின் உள்பக்கம் நான்கு எருமைமாடுகளைப்போன்ற மனிதர்கள் இரும்பு உலக்கைகளை பிடித்தபடி, கேட்டை அங்குமிங்கும் இம்மிகூட நகராதபடி முட்டுக்கொடுத்து நின்றிருக்கிறார்கள். அவர்களில் ஒருவன் வெங்கடபதி!

“இவர் தினமும் இங்கே வந்து செய்யும் வேலை இதுதானா?” வரூதினியின் உடம்பு பற்றி எறிந்தது.

“கேட்டைத் தொறந்துவிடுங்க!” வரூதினி அதிகாரத்துடன் கூறினாள். ஜனங்களைக் கட்டுப்படுத்திக் கொண்டிருந்ததால் வரூதினியின் பேச்சைக் கேட்டுக் கொண்டவர்களாய் தெரியவில்லை.

வரூதினி இன்னும் சற்று முன்னால் வந்து சத்தம்போட்டு கத்தினாள்.

“உங்களுக்குத்தானே சொல்றது! முரட்டுத்தனமா நின்னுகிட்டு எதுக்காக அப்பிடி ஜனங்களெ விடாம தடுத்திட்டிருக்கீங்க?”

“அம்மா! அம்மா! தள்ளிக்கோங்க, தள்ளிக்கோங்க!” ஜனங்களை விலக்கியபடி வழியை ஏற்படுத்தினார்கள்.

வரூதினி உள்ளே வந்ததும் கேட்டை விரிய திறந்திடச் செய்தாள். வரம் தந்த தேவதையைப் பார்ப்பதுபோல வரூதினியைப் பார்த்தார்கள் ஜனங்கள்.

மூன்றே நிமிடங்களில் ஜனங்களெல்லாம் கரைந்துவிட்டார்கள்.

“அப்பிடி விட்டுட்டோம்னா டிக்கெட் இல்லாதவர்களெல்லாம் தியேட்டர் கேட்டுகளுக்கு மேல ஏறிடுவாங்கம்மா!” என்றான் கொண்டல ராவு.

"அதுக்காக பணத்தெ கொடுத்து டிக்கெட்டுகளை வாங்குனவங்களெ முழங்கையால இடிச்சி, தள்ளி இம்சைப் படுத்துறதா? அந்த வேலையெ டிக்கட் கலெக்ட் பண்ற கேட்டுல செஞ்சா போகுது? அங்க நாலு கேட்டுகள்ல ஜனம் தாராளமா போயிருப்பாங்க இல்லையா?"

வரூதினி நேரே தியேட்டருக்குள் சென்று பத்து நிமிடங்கள் நின்றுகொண்டிருந்தாள். ஹால் முழுவதும் கூட்டம் நிரம்பி வழிந்தது. திரையில் விசுவாமித்திரர் வந்து தசரதனிடம் ராமலட்சுமணர்களை தன்னோடு அனுப்பிவைக்கச் சொல்கிறார்.

"அவங்க பால்மனம்மாறா பாலகர்கள். அவர்கள் வந்து என்ன செய்யப்போகிறார்கள்? வேண்டுமென்றால் நானே வருகிறேன்" என்று கூறிக்கொண்டிருக்கிறான் தசரதன்.

"வயோதிகன், நீ வந்து என்ன செய்வாய்? வேண்டாம். அனுப்பினால் அவர்களை அனுப்பிவை. இல்லையெனில் பின் விளைவை நீதான் அனுபவிப்பாய்!" என்றான் விசுவாமித்திரன்.

தசரதன் வருத்தத்துடன் அழ ஆரம்பித்தான்.

"சீச்! சீ! மகாராஜா கூடவா? வருந்தி அழுவதாவது?" - வரூதினி திரையைப் பார்க்கப் பிடிக்காமல் தசரதனின் அழுகையைக் காண மனமில்லாமல் வெளியேவந்து ஆபீஸ் அறைக்குள் பிரவேசித்தாள்.

சிவராம் ப்ளாக்கில் விற்ற பணத்தை எண்ணியபடியே - "மொத்தம் நூத்தி இருபது டிக்கெட்டுகள். பெஞ்ச் அரை ரூபாயென்றாலும் அறுபது வரணும். ஐம்பது தர்றியேய்யா?" என்றான் எதிரே நின்றிருந்தவனிடம்

"கொறச்சி விக்கவேண்டி வந்துச்சி சார்! மெயின் கேட்டை தொறந்துட்டாங்க. கூட்டம் கொறஞ்சிடுச்சி. கூட்டம் அதிகமா தெரியலேன்னா எங்ககிட்ட டிக்கெட்டுகளை யாரு வாங்குவாங்க சார்?"

"உங்களுக்காக டிக்கெட் கவுண்டர்களை சீக்கிரமா மூடச்சொல்லிட்டோமில்ல?" என்றான் சிவராம்.

"அதில்லை சார், மெயின் கேட்டைத் திறந்துவிட்டதும் மக்கள் கூட்டம் குறைஞ்சிடுச்சி சார்!"

"யாருய்யா தொறக்கச் சொன்னது?" என்று சொல்லிக்கொண்டிருக்க வரூதினி தென்பட்டாள்.

எழுந்துநின்றுகொண்டான். நாளையிலிருந்து தியேட்டருக்கு நானே வருவேன் என்று சொன்ன வரூதினி அன்றைக்கே வந்து நிற்பாள் என்று சிறிதும் யூகிக்காத சிவராம் விக்கித்துப் போனான்.

"பிளாக்ல வர்ற துட்டை யாரோட கணக்குல சேர்ப்பிக்கிறெ?" என்றாள் வரூதினி.

"எங்கேம்மா! இன்னக்கித்தான். அதுவும் இந்த ஆட்டத்துலதான்! ஞாயிற்றுக்கெழமையில்லையா? அதான் கூட்டமா இருக்கு."

"சரி சரி, மொத்த கலெக் ஷனையும் கணக்குப்பார்த்து அந்த பிளாக் மணியோட சேர்த்து இப்பிடி தந்துடு" என்றவாறு நாற்காலியை இழுத்துப்போட்டு அமர்ந்துவிட்டாள்.

"டிஸ்டிரிபியூட்டர் கணக்கு, டாக்ஸ், அததுக்கு தனித்தனியா கணக்குகளை பார்த்து பிரிச்சி வைக்கணும்!" பெரிய சிக்கல் இருப்பதுபோல பிரச்சனையை வரூதினியின் முன்னால் வைத்தான் சிவராம்.

"பாரு, நான் வேண்டாம்னேனா?" ரொம்பவும் சுலபமாக பிரச்சனையை தெளிவாக்கி வைத்தாள் வரூதினி. "இன்னக்கிதை, நாளைக்கி சாயந்திரத்துக்குத்தான் பார்ப்போம்!" அதுவே மாற்றமில்லாத முறை என்பதுபோலச் சொன்னான் சிவராம்.

"அதெல்லாம் நேத்து வரைக்கும் நடந்த முறை. எனக்கு அன்னன்னைக்கி வந்ததை அன்னன்னைக்கே கொடுத்துடணும். செகண்ட்ஷோ புக்கிங் க்ளோஸ் ஆனதுமே ஒருமணி நேரத்துல கணக்கெல்லாம் முடிஞ்சிடணும். அப்பிடீன்னா - பத்தரை மணிக்கெல்லாம் தியேட்டர் ஷேர் கணக்குப் பண்ணி கேஷ் என் முன்னால வச்சிடனும். இது இன்னயிலருந்து அமுல் பண்ணனும்!" படையை நடத்துவதற்குக் கட்டளையிடும் கமாண்டரைப்போல கூறினாள் வரூதினி.

31

வரூதினியின் கட்டுப்பாட்டில் 'வரூதினி பிக்சர் பேலஸ்' நன்றாகவே நடந்துகொண்டிருந்தது.

அவள் தியேட்டரை நடத்தும் பாரத்தை ஏற்று ஆறுவாரங்களுக்கும் மேல் ஆகிவிட்டது. சீதாராம கல்யாணம் கலெக்ஷன் குறைந்தபாடில்லை. இன்னும் ஆறுவாரங்கள் தொடர்ந்து நடத்தலாம் போலிருந்தது. தியேட்டர் ஷேர் ஐம்பது பெர்ஸண்ட் லெவலுக்கு வந்திருந்தது. இன்னும் வாரத்தில் ஐந்து நாட்களும் ஹௌஸ்புல் ஆகிக்கொண்டேதான் இருந்தது. அந்த ஆறு வாரத்திற்குள்ளாகவே தியேட்டர் ஷேர் பதினெட்டாயிரத்தை எட்டிவிட்டது. வேலைக்காரர்களின் சம்பளம், இதர செலவுகள் போக பத்தாயிரம் நிகரலாபம் கிடைத்தது. ஸ்டாப்களில் பாதிப்பேர் வரூதினிக்கு வேண்டியவர்களாகிவிட்டனர். அவள்மீது பயபக்தியுடன் நடந்துகொள்கிறார்கள். சிவராம் மீதும் மற்றவர்கள்மீதும், என்னென்னவோ இல்லாத பொல்லாத அவதூறுகளையெல்லாம் வெளிப்படுத்துகிறான் அசிஸ்டென்ட் மேனேஜர் ராமதாஸ்.

வரூதினிக்கு ராமதாஸின் மீது நல்ல அபிப்ராயம் ஏற்பட்டது. சமயம் பார்த்து, இன்னுமொரு நான்கு வாரங்கள் பொறுத்திருந்து சிவராமை பதவியிலிருந்து நீக்கிவிட்டு ராமதாஸை மேனேஜராக நியமிக்க வேண்டுமென்ற முடிவுக்கு வந்திருந்தாள். அவளுடைய உத்தேசத்தைக் கிரகித்துக்கொண்ட ராமதாஸ் வரூதினியின் பின்னாலேயே நிழல்போல தொடர்ந்து சென்றான். அவள் உடம்பின்மேல் ஒரு நாயைக்கூட மொய்க்கவிடாமல் கண்ணும் கருத்துமாகக் காத்துவந்தான். ராமதாஸின் சகாயத்தால் வரூதினிக்கு தியேட்டர் மேனேஜ்மென்ட் செயல்பாடுகளெல்லாம் எவ்வித தடையுமில்லாமல் சிமெண்ட் ரோடில் செல்லும் வண்டியைப்போல சென்றுகொண்டிருந்தது. சிவராம் அடங்கிப்போய் தன் வாலைச்சுருட்டிக்கொண்டிருக்க வேண்டி வந்தது.

அவனுடைய விஸ்வாசமெல்லாம் ராமனாதபாபுவின் மேல்தான் இருந்தது. அதை சிறிதும் வெளிப்படுத்திக்கொள்ளாமல் போலி நாடகமாட ஆரம்பித்தான்.

ஆனாலும் லாபமில்லாமல் போயிற்று. சிவராம் திரைக்கு முன்னாலும் பின்னாலும் ஆடுகின்ற நாடகத்தையெல்லாம் அப்போதைக்கப்போது வரூதினியின் செவியில் போட்டுக்கொண்டே வந்தான் ராமதாஸ்.

ராமனாதபாபு எங்கே, எப்போது சிவராம் சந்தித்தான், வரூதினி இல்லாத சமயத்தில் ராமனாதபாபு எத்தனை தடவை வந்திருந்தான், அப்படி வந்திருந்த சமயத்தில் யார் யாருடன் எவ்வளவு நேரம் பேசிக்கொண்டிருந்தான், தியேட்டர் சார்ட்டுடன் விவரமாக சொல்லிக்கொண்டேயிருந்தான் ராமதாஸ்.

இனி வெங்கடபதியின் நிலைமையோ - வரூதினியின் தலையீடு சிறிதளவு இக்கட்டைத் தந்தாலும் ஹாலின்மேல் இதுவரையில்லாத அதிகாரமும் பொறுப்பும் கிடைத்துவிட்டதுபோலிருந்தது. அவனுக்கு அதுவரை கிடைக்காத மரியாதையும் பணிவும் தியேட்டரில் வேலைசெய்பவர்களிடமிருந்து கிடைத்து வந்தது. ஆனாலும் அவனுக்கு வந்த சிக்கலெல்லாம் வரூதினியால் வந்திருந்தது! ஒரு ரூபாய்கூட தன் கையில் கொடுப்பதில்லை. காபி, பீடிகளுக்குக்கூட கணக்குப்பார்த்து காணுங் காணாமலும் கொடுக்கிறாள். எவ்வளவு போராடினாலும் நாள் ஒன்றுக்கு இரண்டு ரூபாயைவிட அதிகமாகக் கிடைப்பதில்லை. அது, சினிமா வண்டி அலைந்து திரிந்து, சினிமா விளம்பர நோட்டீஸ்களை வினியோகிக்கும் கூலிக்காரனுக்குக் கிடைப்பதைவிட கால்ரூபாய் குறைவானதுதான்.

அவளுக்கென்று இஷ்டம் வரும்போது ஒரு பாட்டிலோ, அரையோ தானே வாங்கிவர ஏற்பாடு செய்வாள். அதெல்லாம் வெங்கடபதிக்கு ஒரு பொருட்டாகத் தோன்றாது. தியேட்டர் ஸ்டோர்ரூமில் வெங்கடபதி கடைவிரிப்பதை வரூதினி விட்டுவைப்பதில்லை. நாளில் நீண்டநேரம் ஹாலிலேயே இருப்பதால் அவள் கண்பார்வை வெங்கடபதியின்மேல் விழுந்து கொண்டுதானிருக்கும். வீட்டிலிருந்தாலும் அதேதான்.

ஒரு மாதம்வரை அந்தத் துன்பத்தை எப்படியோ தாங்கிக் கொண்டான். அதன்பிறகு வரூதினி தியேட்டர் ஹாலுக்கு வரும் சமயத்தில் அவன் வீட்டிற்கு நழுவிச்செல்ல ஆரம்பித்தான். நான்காவது நாள் வரூதினியிடம் அகப்பட்டுவிட்டான். ஆள்மேல் ஆளைவிட்டு வீட்டிலிருந்து வரவழைக்க ஆரம்பித்துவிட்டாள்.

வெங்கடபதிக்கோ ராமனாதபாபு இருக்கும் போதுதான் நன்றாகயிருந்ததென்று தோன்றியது. கேட்ட பணத்தை தருவான். வாரத்திற்கு இரண்டு மூன்று பாட்டில்கள் வேறு. ஆரம்பத்திலென்றால் சொல்லவே வேண்டாம். சீமை சரக்கு! ரொம்ப விலை கூடியதையே தருவான். மனுஷன் நெஜமாவே பெரிய மனுஷன்தான். தாராளமான மனம் கொண்டவன். தன்னை எவ்வளவு மரியாதையுடன் நடத்துவான்? மரியாதை, கௌரவம் தெரிந்தவன், ஜமீந்தார் பரம்பரை, அதுக்குரிய அத்தனை லட்க்ஷணங்களும் பொருந்தியவன்.

இவ திமிருல விழுவ! இவ அத்தனை பெரிய மனுஷனோடு போட்டிபோட்டு கச்செ கட்டிகிட்டு நிக்கிறா? இவளுக்கு அந்த ராமதாஸ் வேறு உடந்தெ. ராமதாஸெ விட சிவராம்தான் ஆயிரம் மடங்கு நல்லவன்.

வெங்கடபதி கடந்த மூன்று நாட்களாக வாயி காஞ்சிபோயி கிடக்குறான். மனைவியின் மேல் கோபம் கோபமாக இருக்கிறான். வரூதினி தன்னுடைய மனைவியாகயிருந்தாலும்ராமனாதபாபுவிடந்தான்அதிதமானஅபிமானத்துடன் நடந்துகொள்கிறான். வெளிப்பார்வையில் வரூதினியின் பட்சத்திலுள்ளவர்கள் மனிதர்களாகத் தென்பட்டபோதிலும் வெங்கடபதி மனமெல்லாம் ராமனாதபாபு சார்பிலிருந்த மனிதர்களிடமே மோகம்கொண்டது.

மற்றுமொரு இரண்டு வாரங்கள் சென்றன. ஸ்ரீராமநவமி வந்தது. வரூதினி தியேட்டரில் சீதாராம கல்யாணம் நாள் ஒன்றுக்கு ஐந்து ஆட்டங்கள் நடந்தன. நவமி ஐந்து நாட்களும் ஹால் முழுவதுமாய் கூட்டம் நிரம்பிவழிந்தது. அதன்பிறகு ஒன்பது நாட்களும் நான் காட்டங்கள் போட்டாலும் ஜனங்கள் நன்றாகவே வந்தார்கள். ஒன்பதாவது வாரத்தையும் தாண்டிவிட்டது. சீதாராமகல்யாணம் இன்னம் தொடர்ந்து நடந்துகொண்டுதானிருந்தது.

“தாஸ்! இந்தப் படத்தை நம்ம தியேட்டர்ல நூறாவது நாள் விழாவைக் கொண்டாட வேண்டும்!” என்றாள் வரூதினி.

“நூறுநாள் என்னம்மா? வெள்ளிவிழாவே கொண்டாட வைக்கப்போவுது. இன்னும் ரெண்டுநாள் போகட்டும். மறுபடியும் ரைஸ் ஆகலேன்னா என்னை கேளுங்க” என்றான் ராமதாஸ்.

வரூதினி திருப்தியுடன் நிறைவடைந்தவளாய் சிரித்தாள்.

“அம்மா? சொல்றதுக்கு மறந்துட்டேன் - “வரூதினியை நோக்கி காதளவு விரிந்த முகத்துடன் பார்த்தான் ராமதாஸ்.

“என்ன அது தாஸ்?”

“டிஸ்டிரிப்யூட்டரி சர்க்கிளில் நம்ம ஹாலுக்கு நல்லபேர் கிடைச்சிருக்கு. எல்லோருமே உங்க மேனேஜ்மெண்ட் பத்தி ரொம்ப உயர்வா சொல்லிக்கிறாங்கம்மா?”

“யார் சொன்னாங்க?”

“முந்தாநாள் புதுசா வந்த ரெப்செண்டேடிவ் சொன்னாரு. இனிமேல் கொண்டு பெரிய பெரிய படங்களை நம்ம தியேட்டருக்குத்தான் கொடுப்பாங்க. எந்த டிஸ்டிரிப்யூசன் சர்க்யூடாயிருந்தாலும் நம்மகிட்டத்தான் வரணும். அவ்வளவு பெரிய பேரு கெடைச்சிருக்கு உங்களால!”

“நாம தியேட்டரைக்கட்டி ரெண்டு வருஷமாவுதில்ல? ஒரு படமாவது இப்பிடி ஓடியிருக்கா?” கர்வத்துடன் முகம் வைத்து கேட்டாள்.

"நான் வந்தப்புறம் நம்ம தியேட்டர்ல இவ்வளவு சிறப்பா ஓடுன படம் இல்லவேயில்லைம்மா! இதுல இன்னொரு சூட்சுமமும் இருக்காக்கும்!

அந்த ராமனாதபாபு சாரு என்னமோ இந்த சிவராமன்கிட்ட ஒப்படைச்சிட்டுப் போயிடுவாரு. இவன் சங்கதிதான் உங்களுக்கு தெரியுமில்ல? நல்லா ஓடுற சினிமாப்படத்தையும் அறுத்தெறிஞ்சுடுவான். மூணாவது வாரம் வர்றதுக்கு முந்தியே ஹோல்ட் வரைக்கும் கொண்டாந்துடுவான். அப்பிடி எத்தனை படங்கள் அடிபட்டுப் போச்சுன்னு தெரியுமாம்மா! ப்ரட்யூசர்களெல்லோரும் ஒரே வருத்தப்படுவாங்களா இல்லையாம்மா! இப்பப் பாருங்க - மதராசு விஜயவாடவுல, குண்டகல்லுல உங்களைபத்தி எப்பிடி சொல்லிக்கிடுறாங்களோ! எங்க தங்கச்சிபுருஷன் விஜயசித்ரா கம்பைன்ஸ்ல அசிஸ்டெண்ட் டைரக்டரா வேல செஞ்சிட்டிருக்காருல்ல! முந்தா நாள் தான் வந்திருந்தாரு. ஒவ்வொரு ப்ரொடக்ஸன் கம்பெனியிலயும் உங்களப்பத்திதான் பேசிக்கிடுறாங்களாம்மா! சினிமா இன்டஸ்ரியில இப்போ நம்ம தியேட்டரைப்பத்தி தெரியாதவங்க இல்லேன்னு நம்புங்க!"

இன்னும் ஏதாவது சொல்லவேண்டியது விடுபட்டுப்போச்சோ என ஆலோசிக்கத் தொடங்கினான் ராமதாஸ்.

"ராமதாஸ்! ராமனாதபாபு வாரங்களா தொடர்ந்து மதராஸுல முகாம் போட்டுட்டிருக்காரில்லையா, ஏதாவது படம் எடுக்குற முயற்சியில இருக்காரா என்ன?" வரூதினி கேட்டாள். அன்று காரில் ராமனாதபாபுவின் பக்கத்திலமரந்திருந்த பொம்பளையின் நினைவு வந்ததும் 'அவ சினிமாக்கார முண்டையா என்ன?" என்று நினைத்துக்கொண்டாள் வரூதினி.

கோலவென்னு ஷாவுகாரோட மருமகள்னு சொன்னாங்களே? பின்னே மதராஸை சுத்தி அலைஞ்சிட்டிருக்குறது எதுக்காக? அவளை ஹீரோயினா போட்டு சினிமா எடுக்கப் போறாரா என்ன? குடிமுழுகுனாப்புலதான்? அவள ஹீரோயினா போட்டா ஜனங்க தியேட்டர்ல கல்லெடுத்து எறியமாட்டாங்களா? திரையை கிழிச்சிப் போட்டுடுவாங்கள்ல? தன்னுடைய நினைவுகளில் மூழ்கியிருந்த வரூதினிக்கு ராமதாஸ் சொன்னதை கேட்கவில்லை.

"உண்மையிலேயே சங்கதி என்னன்னா - ஷாவுகாரோட மருமகளை பொட்டியில போட்டுகிட்டு ஹைதராபாத்ல கட்டப்போற ஹாலுக்கு பணத்தெ அடிக்கிறாரு...." ராமதாஸ் ஆபிஸ் அறைக்குள் வந்துகொண்டிருந்த சிவராமைப் பார்த்ததும் நிறுத்திக்கொண்டாள்.

ராமதாஸ் சொன்னதும் வரூதினியின் மனம் வறுத்தெடுக்க ஆரம்பித்தது. ராமனாதபாபு அவ்வாறு நடந்துகொண்டிருப்பதற்குக் காரணம் இதுதான் போலும்?. அவளைத் தன்பக்கம் இழுத்துக்கொண்டு ஹைதராபாதில் தியேட்டர் கட்டிவிடவேண்டுமென்று திட்டமிடுகிறான். அவனோட முதல் தியேட்டர்கூட இவ்வாறுதான் கட்டியிருப்பான். எவளோட பணத்துல கட்டுனானோ? அவ

என்ன ஆனாளோ? வெளித்தோற்றத்துக்கு பெரிய ஜமீந்தாராட்டம் தெரியிறான். அப்போஅவன்சம்பாதித்த சொத்து பூராவும் இப்பிடி சேர்த்ததாத்தானிருக்கணும்? போகட்டும்! அவன் பொழப்பு நமக்கெதுக்கு? பீடை விட்டுத்தொலஞ்சது.

தான் மட்டும் தன்னுடைய ஹாலை ஜாக்கிரதையாக பார்த்துகிட்டா அதுவே போதும்! அதைவிட தனக்கு என்ன வேண்டும்? இன்னும் மூணுமாசம் முடியல. பதினோரு வாரங்களுக்குள்ள இருபத்தஞ்சாயிரம் நிகர லாபம்.

இந்த கணக்குப்படி பார்த்தா அந்த ராமனாதபாபு இந்த ரெண்டுவருஷத்துல எவ்வளவு தின்னானோ? தான்தான் பைத்தியக்காரி, கண்டுக்காமெ விட்டுட்டேன். இந்த தியேட்டர்ல அடிச்ச பணத்தை வச்சித்தான் ஹைதராபாதுல எடம் வாங்கியிருக்கான். தியேட்டர் கட்டுறதுக்கு அவள் கையிலருக்குறதை புடுங்கப்போறான். மொத்த தியேட்டர்ல பாதி பாகத்தை அவனே அடிச்சிடுவான்.

தன்னை மட்டும் என்ன செஞ்சான்? இருபதாயிரத்தைத் தரச்சொல்லி தன்னிடம் லிடிகேஷனில் இருந்த நெலத்தை வாங்கவைக்கலையா? கடைசியில அந்த இடத்தை மறுபடியும் வாங்கி, தியேட்டருக்கு வேண்டிய பணத்தையெல்லாம் தன்னிடமிருந்தே கறந்துவிட்டான். அத்தோட விட்டானா? பெரிய அளவுல லோன்வேற வாங்கவச்சான். கடனையாவது கட்டுனானா? எல்லாத்தையும் அவனே விழுங்கிட்டான். உண்மையிலேயே தன்கிட்ட கணக்கு காட்டுன அளவுக்கு தியேட்டர் செலவு பிடிச்சிருக்குமா? அதுலயே ஒரு லட்சம் ரூபா வரைக்கும் அடிச்சிட்டு, அதிகமா சொல்லியிருப்பானா? நடந்ததேதோ நடந்துடீச்சி. இப்போதைக்காவது தனக்கு கண்கள் திறந்ததே - அதுவே போதும்!

வரூதினிக்கு தூக்கம் பிடிக்காமல் எழுந்து உட்கார்ந்தாள். பீரோவிலிருந்த ஒயின் பாட்டிலை எடுத்தாள். கிளாஸை முன்னால் வைத்துக்கொண்டு சப்ரமஞ்சத்தில் அமர்ந்துகொண்டாள்.

ஒயின் தொண்டையிலிருந்து கீழே இறங்கியதுமே மறுபடியும் அவள் மனம் ராமனாதபாபுவிடம் சென்றது.

ராமனாதபாபு மதராஸ் ஹோட்டலில் அவளோடு குலுங்கி மினிங்கிகிட்டிருப்பான். ஒருவேளை ஹைதராபாதுக்கும் போயிருக்கலாம்? மதராஸுன்னு பொய்யை சொல்லலாம். ஹைதராபாத் சினிமா சங்கதியை தன்னிடமிருந்து மறைப்பதற்காகவும் இப்படி ஒரு திட்டத்தை போட்டிருப்பான். ஹைதராபாதுல கோபாலராவ் சொன்னது பெரும்பாலும் உண்மைதான்! கிளாஸிலிருந்த ஒயின் பாதிதானிருந்தது. வரூதினி மூளை வேகம் பிடித்தது.

ராமனாதபாபு எத்தனை நாள்தான் ஒளிந்துகொள்வான்? சினிமாத் தியேட்டர் லாபங்கள்ல பங்கு வாங்கவாவது வருவானில்லையா? வராமலா போவான்.

எப்பவோ ஒருநாள் வரத்தான் போறான். அப்போ கேட்கத்தான்போறேன். இந்த ரெண்டு வருஷ லாபம் சங்கதியை சொல்லச்சொல்லி. இந்த ரெண்டு

வருஷத்துல தனக்கு எவ்வளவு தந்தான்? தான் கணக்கு வைத்துக்கொள்ளவில்லையே. அவன் கொடுத்துட்டே வந்தான். தான் வாங்கிக்கொண்டே இருந்தாள். அப்படியே பார்த்தாலும் தனக்கு வரவேண்டியதுல பாதியைக்கூட கொடுத்திருக்கமாட்டான். இந்த அடாவடித் தனமெல்லாம் அப்ப எனக்குப் புரியல்ல. 'உன்னுது என்னுது'ங்குற வேறுபாடு இல்லாம நடந்துடிச்சி. ராமனாதபாபுதான் தான் என நினைத்திருந்தாள். வெறும் பணத்தைப்பற்றி யாருமே அக்கறை கொள்ளவில்லை. ராமனாதபாபு ஒருமுறை - "நானே உன்னவன் ஆனப்புறம் என்னுது உன்னதுதானே? என்னோட எல்லாமே உனக்குத்தானே? இதெல்லாமே உனக்காகத்தானே?" என்றானே?"

"அப்போது ராமனாதபாபுவின் நெஞ்சில் தான் சாய்ந்துகொண்டாள். அவனோ தன்னை, தனக்குள் இணைத்துக் கொண்டபடி எவ்வளவு இதமாக நடந்துகொண்டான்? தான் ராமனாதபாபுவை கட்டிப்பிடித்து, அவன் முகத்தை தன்னுடைய முகத்தோடு இழுத்து என்ன செய்தாள்? அப்போது ராமனாதபாபு.... வரூதினி மனங்கள் வசத்தில் இல்லை! உதடுகள் நடுங்கத்தொடங்கின. துக்கம் குமுறிக்கொண்டு வந்தது. சப்ரமஞ்சத்திலிருந்து நழுவி கீழேவிழுந்தாள்.

விக்கி விக்கி அழுதாள் வரூதினி.

ராமனாதபாபுவை நினைத்து குலுங்கிக் குலுங்கி அழுதாள் வரூதினி.

யாரோ தன் பின்னால் வந்து நின்றான். ராமனாதபாபுதான்! தன்னை இரண்டு கைகளாலும் அள்ளியெடுத்து கட்டிலின்மேல் படுக்கவைத்தான். அவனுடைய கையைப்பிடித்து தன்மேல் இழுத்தபடியே பலவந்தமாக கண்களைத் திறந்து பார்த்தாள்.

வரூதினியின் கை தன்னையறியாமலேயே அவனுடைய கையை உதறித் தள்ளிவிட்டது. அவன் ராமனாதபாபு அல்ல. கணவன் வெங்கடபதி.

சப்ரகோல் மஞ்சத்தின்மேல் அமர்ந்துகொண்டு தன்னை உரசியபடி தன்மேல் குனிந்துகொண்டிருந்த வெங்கடபதியை காலால் உதறித் தள்ளிவிட்டாள் வரூதினி.

டீபாய் மேலிருந்த மீதி ஒயின் பாட்டிலை எடுத்துக்கொண்டு அதே வெறியுடன் சென்றுவிட்டான் வெங்கடபதி.

வரூதினி பிக்சர்பேலஸ் சீதாராமகல்யாணம் நூறாவது நாள் விழாவிற்குரிய ஏற்பாடுகளெல்லாம் தீவிரகதியில் நடந்துகொண்டிருந்தன. வரூதினி எல்லா ஏற்பாடுகளையும் தானே முன்னின்று நடத்திக்கொண்டிருந்தாள். ராமதாஸூம் வெங்கடபதியும் இரவும் பகலுமாகக் கஷ்டப்பட்டுக்கொண்டிருந்தனர்.

சிவராம்கூட வரூதினியின் சொல்லுக்கு கட்டுப்பட்டு அடங்கி நடந்துகொண்டிருக்கிறான் இப்போது. நூறாவது நாள் விழாவிற்கு வருகை

தருகின்ற கலைஞர்களுக்கும் - டெக்னீஷியன்களுக்கும், ப்ரொட்யூசர்ஸ், டிஸ்ரிப்யூட்டர்ஸ் போன்ற தரப்பினருக்கான எல்லா ஏற்பாடுகளையும் செய்துவைத்திருந்தாள். டவுன்முழுக்க பேனர்களை கட்டச்செய்தாள். காலையில் எல்லோரும் வரவிருக்கிறார்கள். பத்துமணிக்கு வரூதினி பிக்சர்பேலஸில் விழா தொடக்கம். சாயங்காலம் ஆறுமணிக்கு சிற்றுண்டி, இரவு வரூதினி வீட்டிலேயே முக்கியமானவர்களுக்கு டின்னர்.

நான்கு நாட்களாக மூச்சுவிடக்கூட நேரமில்லை. எல்லா ஏற்பாடுகளையும் நல்லமுறையில் செய்துவிட்டோமென்ற திருப்தி ஏற்பட்டதும் வரூதினிக்கு அதன் கஷ்டம் தெரிந்தது. நன்றாகவே சோர்வுற்றிருந்தாள். மதியம் சாப்பிட்டுவிட்டுப் படுத்தவள் நன்றாக பொழுது சாயும்வரை விழிப்புதட்டவில்லை. ஏழுமணியாகிவிட்டது. சீக்கிரமாக டிரஸ்செய்துகொண்டு தியேட்டருக்குப் புறப்பட்டாள்.

தியேட்டருக்கெதிரில் ரிக்க்ஷாவிலிருந்து இறங்கி வழக்கத்தைப்போலவேமுன்புறமிருந்த ஆபிஸை நோக்கிச்சென்றாள். ஆபீஸில் சிவராம் பக்கத்தில் ஒரு மனிதன் உட்கார்ந்திருந்தான். அவனையடுத்து திடமான உருவம் கொண்ட இருவர் நின்றிருந்தனர். வரூதினி அறைக்குள் நுழைந்தாள். தன்னைப் பார்த்ததும் அவர்கள் எழுந்துநிற்பார்களென நினைத்திருந்த வரூதினிக்கு கன்னத்தில் அறைந்ததுபோலிருந்தது. வரூதினியைப் பார்த்தும்கூட பார்க்காததுபோல வந்திருந்த மனிதனிடம் தியேட்டர் கலெக்க்ஷனைக் குறித்து சொல்லிக்கொண்டிருந்தான் சிவராம். வரூதினி சடாரென பின்னால் திரும்பி அறையிலிருந்து வெளியே வந்துவிட்டாள். ராமதாஸ் ஓட்டமாய் ஓடிவந்து அவள் அருகில் நின்றான்.

“அவங்கள்லாம் யாரு? யார் யாரையெல்லாம் ஆபிஸுக்குள்ள எதுக்காக விடுறீங்க?” கோபத்துடன் எரிந்து விழுந்தாள் வரூதினி.

“உங்களுக்காகத்தான் எதிர்பார்த்துட்டிருந்தேம்மா? ஆபீஸுல உட்கார்ந்திருக்குறவரு ராமகிருஷ்ணய்யா! ராமனாதபாபுவோட மைத்துனர்.”

“அப்பிடியா? எதுக்கு வந்திருக்கிறாராம்? உதட்டை நெளித்தபடி கூறினாள்.

“என்னமோமம்மா! வந்ததுலருந்து அந்த சிவராமன்கிட்ட ஒரே கிசிகிசுப்புத்தான்!”

சிவராமை இதுவரைக்கும் விட்டுவச்சதே நம்ம தவறு! அழுது புலம்பட்டும்! சொந்தக்காரனாலயே முடியலே. இனி மைத்துனன் வந்து என்னத்தெ கிழிக்கப்போறானோ?” என்று வரூதினி தியேட்டர் வராண்டாவில் நாற்காலியை போடச்சொல்லி உட்கார்ந்தாள். ராமதாஸ் பக்கத்தில் நின்றிருந்தான். காலையில் நடக்கவிருக்கும் நூறுநாள் விழா சம்பந்தமாகச் செய்திருந்த ஏற்பாடுகளைக் குறித்து சொல்லிக்கொண்டிருந்தான் ராமதாஸ்.

வரூதினி 'ஊம்' கொட்டியபடியே வேறு ஏதோ சிந்தனையில் இருந்தாள். இரண்டாவது ஆட்டம் புக்கிங் முடிந்துவிட்டது. வரூதினி வீட்டிற்குச் செல்ல ஆயத்தமாகி ஆபீஸ் அறைக்குள் வந்தாள்.

"சிவராம் முடிச்சாச்சா!"

"ஆமாமா. முடிஞ்சிடுச்சி. ஆனால் பணத்தை உங்ககிட்ட தரமுடியாதுங்குறாங்க!"

"யாரு அவன்?" வரூதினி எளக்காரமாகச் சொன்னாள்.

"ராமனாதபாபுவோட மைத்துனர்"

"அவருக்கு இங்க என்ன வேலை? மொதல்ல அவரை ஆபீஸுக்குள்ள ஏன் வரவிட்டே?"

வரூதினி சொல்லிக்கொண்டிருக்கும்போதே ராமகிருஷ்ணய்யா வேகவேகமாகத் தள்ளிக்கொண்டு உள்ளே வந்தான்.

"அதோ, வந்துட்டாரு! அவரையே கேட்டுக்கோங்க!" ராமகிருஷ்ணய்யாவைப் பார்த்தபடியே சொன்னான் சிவராம். ஒருபக்கம் சிவராமிற்கு வேர்த்து துளித்துக்கொண்டிருந்தது.

"இன்னொருத்தரை கேட்கவேண்டிய வேலை எனக்கென்ன வந்தது? மொதல்ல அந்தப் பணத்தை இப்பிடித்தா!"

"அப்பிடிக் கொடுக்குறதுக்கு சாத்தியப்படாது?" ராமகிருஷ்ணய்யா கத்தியபடியே கூறினான்.

வரூதினிக்கு சுறுக்கென்றது. "யாரு நீ? மொதல்ல வெளியே போ!" என்றாள் ராமகிருணய்யாவைப் பார்த்து.

"மரியாதையா பேசு. மொதல்ல நீ யாரோ சொல்லு!" முரட்டுத்தனமாக கேட்டான் அவன்.

வரூதினியின் இதயம் வேகமாக அடிக்க ஆரம்பித்தது.

"நானு யாரா? பதில் சொல்லவேண்டியது உனக்கல்ல, ராமனாதபாபுவை வரச்சொல்லு, சொல்றேன்" மூக்குத்துளைகளை விரித்தபடி சொன்னாள்.

"எங்க மச்சான் எதுக்காக? அவரோடது எதுவுமேயில்ல இங்க! ஏய் சிவராம் இப்பிடிகொடு பணத்தெ!" ராமகிருஷ்ணய்யா வரூதினியை தாண்டிக்கொண்டு பணத்துக்காக கையை நீட்டினான். வரூதினி சிவராமின் முன்னாலுள்ள நோட்டுக்கட்டுகளை பாய்ந்துசென்று எடுக்க முயன்றாள். ராமகிருஷ்ணய்யா வரூதினியை தள்ளிவிட்டு பணத்தை எடுத்துக்கொண்டான். வரூதினி துள்ளிச் சென்று சுவரில் மோதினாள்!

அப்போதுதான் ஆபீஸ் அறைக்குள் நுழைந்த வெங்கடபதி கீழே விழுந்த மனைவியைப் பார்த்தான்.

அவனுக்கு என்ன செய்யவேண்டுமென்று புரியவில்லை. தன்னுடைய மனைவியின் மேல் கையைபோட்டு தள்ளிவிட்ட ராமகிருஷ்ணய்யாவை தீவிரமாகப் பார்த்தான். ராமகிருஷ்ணய்யாவைப்போல நான்குபேர் வந்தாலும் அலாக்காகத் தூக்கிப்போட்டு சமாளிக்கக்கூடிய வெங்கடபதி உதவிசெய்யாமல் நின்றிருந்தான்.

உள்ளுக்குள் நான்கு பெக்குகள் போயிருந்தால் அப்படிப்பட்டவர்கள் ஆறுபேரை தூக்கிப்போட்டு மிதித்திருப்பான். அனால் வரூதினி இரண்டு நாட்களாக அவனை காயப்போட்டிருந்தாள்.

ராமதாஸ் கொண்டலராவையும், வெங்குவையும் உடனழைத்துக்கொண்டு மூச்சிரைத்தபடி ஓடி வந்தான்.

வரூதினி சிறுத்தைப் புலியைப்போல எழுந்து நின்றாள். விலகியிருந்த மேலாடையை சரிசெய்துகொண்டாள். அவள் கண்கள் நெருப்புக்கனலாய் ஜொலித்தன- நாகத்தைப்போல சீறியபடியே வெங்கடபதியையும் ராமதாஸையும் பார்த்துச் சொன்னாள்.

“ஏன் நீங்க ஆம்புளங்க தானா? உங்களுக்கு கையில்லயா?”

மின்னலாய் ராமதாஸ் தன்னுடைய மனிதர்களுடன் ராமகிருஷ்ணய்யாவின் மேல் விழுந்தான். மறுநிமிடத்திலேயே இரண்டு வஸ்தாதுகளும் இன்னும் நான்குபேரைக் கூட்டிக்கொண்டு அறைக்குள் பாய்ந்தார்கள். இரண்டே நிமிடங்களில் அறையிலிருந்த பர்னிச்சர்களெல்லாமே நொறுங்கிவிட்டன. பத்துத் தடிமாடுகள் ஒரேநேரத்தில் ஒருவர்மேல் ஒருவர்மோதி அடித்து வீழ்த்திக்கொண்டிருந்தனர். யார் யாரை அடிக்கிறார்களென்று கண்டுகொள்ள முடியவில்லை. கைக்குக் கிடைத்தவனை, கிடைத்த இடத்திலெல்லாம் முட்டி மோதிக்கொண்டிருந்தனர்.

“கத்தலும் கூச்சலும் காயங்களும் அடிதடிகளுமாய்! ஸ்ரீராமச்சந்திரன் போஸ்டரின்மேல் கெட்டியான ரத்தம் தெறித்தது. கீழே விழுந்தவர்கள் கீழேயே கிடக்க மற்றவர்கள் உதைவிட்டுக்கொண்டிருந்தார்கள். ஆபீஸ் அறையில் ஆரம்பமான அடிதடி சண்டை முன்புறத்திலுள்ள கேட்வரை பரவியது. மதம்பிடித்த யானையின் கால்களக்கடியில் சிக்கிக்கொண்ட மான்குட்டியைப் போலிருந்தது வரூதினியின் நிலை.

வெங்கடபதி மனைவியை நெஞ்சில் அனைத்தபடி மிகவும் கஷ்டப்பட்டு அறையிலிருந்து வெளியே அழைத்து வந்தான்.

திரையில் ஸ்ரீராமன் வில்லை முறித்தான். சீதா ராமனின் கழுத்தில் மாலையை அணிவித்தாள். தியேட்டருக்குள் உட்கார்ந்திருந்தவர்கள் பரபரப்புடன்

எழுந்தனர். ஆபீஸ் அறையிலிருந்து தியேட்டர் வளாகம் முழுவதுமாய் அடிதடி கூச்சலும் குழப்பமுமாய் மாறிவிடவே ஜனங்கள் ஒரேயடியாய் எழுந்துவிட்டனர்! பெண்களும், குழந்தைகளும் அழுகையும், கத்தலுமாய் தவித்தனர். ஆபரேட்டருக்கு எஞ்சின் சப்தத்தில் கீழே என்ன நடக்கின்றதென்பது கேட்கமுடியவில்லை. பிலிம் ஓடிக்கொண்டேதானிருந்தது.

சீதை ராமனின் கண்களைப் பார்த்தாள்.

உலகத்தையே கட்டிக்காத்து நிலைநிறுத்தும் ஸ்ரீராமச்சந்திர மூர்த்தி - ஹாலில் மிதிக்கப்பட்டுக்கொண்டிருக்கும் குழந்தைகளின் அபயக்குரலை அலறல்களை கண்டுகொள்ளாமல் - சீதையை அவளது அழகான மேனியை தன்னை மறந்து பார்த்துக்கொண்டிருக்கிறான்.

வரூதினி கணவனுடன் விடு வந்து சேர்ந்தாள். அப்போது மணி பத்தை கடந்துவிட்டிருந்தது. வெங்கடபதிக்கு பெரிய அளவில் காயமொன்றும் ஏற்படவில்லை.

வரூதினியின் மூளை ஒரு இருண்ட குகைபோல மாறிவிட்டது! எதையுமே நிதானமாக யோசிக்க முடியவில்லை. நடந்ததெல்லாமே ஒரு கெட்ட கனவாய் மட்டுமே ஞாபகத்தில் இருந்தது.

“உங்களுக்கொன்றும் அடிகிடிபடலையே?” கணவனை விசாரித்தாள். மார்பையும், தலையையும், தடவிவிட்டபடியே - “பெருசா ஒண்ணும் பட்டாப்புல தெரியல!” என்றான் வெங்கடபதி.

“ராமகிருஷ்ணய்யா முன்னேற்பாட்டுடன்தான் இதையெல்லாம் நடத்தியிருக்கிறாண்ணு தெரியுது” உதட்டைக்கடித்தபடி சொன்னாள் வரூதினி.

“ராமனாதபாபுவுக்கு செய்தியைத் தெரிவிச்சா நல்லாருக்குமோ?”

அவனாகயிருந்தால் மச்சானுடைய அடாவடித்தனத்திற்கு தகுந்த முடிவெடுப்பான் என்ற ஆசையில் சொன்னான் வெங்கடபதி. கணவன் கூறிய ஆலோசனை வரூதினிக்கு முதன்முறையாகப் பிடித்தது இதுதானென்னவோ!

அன்றைய இரவில் வரூதினி தானாகவே கணவனுக்கு விஸ்கியை பாட்டிலில் ஊற்றித் தன் கையாலேயே தந்தாள். அவன் குடித்து முடிக்கும்வரை எரிந்துவிழாமலிருந்தாள்.

நன்றாகவே குடித்து, சாப்பிட்டு, உடம்பு நோவை மறந்து நிம்மதியாக தூங்கிக்கொண்டிருக்கும் கணவனின்மேல் வரூதினியின் இதயத்தில் முதல்முறையாக காதல் உணர்வுகள் பொங்கியெழுந்தன.

நன்றாக பொழுதேறியபின் எழுந்த வரூதினிக்கு தலையே வெடித்துவிடும்போல வலித்தது. அதற்குள் வெங்கடபதி வெளியே சென்றிருந்தான். இரண்டு அனாசின் மாத்திரைகளை விழுங்கி காபி

குடித்துவிட்டு மறுபடியும் படுக்கையில் விழுந்தாள். மதியத்திற்கெல்லாம் வரூதினியின் தலைவலி குறைந்திருந்தது. குளித்துவிட்டு வரும்போது வெங்கடபதி வீட்டிற்கு வந்தான்.

கொண்டலராவு தலையில் பலமான அடியாம். வெங்குவிற்கு கையே ஒடிஞ்சிருச்சாம். ராமதாஸ் அவங்களை ஆஸ்பத்திரியிலே சேத்துருக்கான்".

"ராமனாதபாபு ஊர்லதானிருக்காரா?" வரூதினி கணவனிடம் கேட்டாள்.

"இன்னும் வரலியாம், ரெண்டு நாளையில் வந்துடுவாருண்ணு "திரிஞ்சது".

"ராமதாஸ் எப்பிடியிருக்கான்?"

"வர்றேன்னு சொன்னானே? இன்னும் வரலியா?" என்றான் வெங்கடபதி. பின்னால் திரும்பிப் பார்த்து, "அதோ வந்துட்டிருக்கான் ராமதாஸு" என்றான் மறுபடியும்.

ராமதாஸ் இடுப்பை பிடித்துக்கொண்டு ஆடியாடி நடந்தபடியே உள்ளே வந்தான். கழுத்தைப் பக்கவாட்டில் வைத்துப் பார்த்தவாறு நின்றிருந்தான். வரூதினி ராமதாஸை உட்காரும்படி சோபாவை காட்டினாள்.

"அவங்கள்லாம் வந்திருக்காங்களா?" என்று கேட்டாள்.

"யாரு?" கழுத்தோடு சேர்ந்து திரும்பியபடியே ராமதாஸ்.

"நடிகர்களும், நூறாவதுநாள் விழாவுக்கு வரவேண்டியவர்களுந்தான்."

"இனி என்னம்மா நூறாவது நாளு! ராத்திரியோட ராத்திரியே சத்திய நாராயண டாக்கீஸ்காரங்க எல்லோருக்கும் போன்போட்டு சொல்லிட்டாங்க - வரூதினி பிக்சர் பேலஸ் சச்சரவுல விழுந்துடிச்சி. வந்தா ரைட்டிங் நடக்கலாம்ணு!"

"அந்த கிட்டிப்பயலே சொல்லிட்டானா?"

கிட்டிப்பயல் என்றால் ராமகிருஷ்ணய்யாதான் என்று புரிந்துகொள்ள சற்றுநேரம் பிடித்தது ராமதாஸுக்கு.

"சத்தியநாராயண டாக்கீஸ்காரங்கமட்டும் கொறஞ்சவங்களா என்ன? நம்ம தியேட்டர் வர்றதுக்கு முன்னாடி அவங்கதுதான் டவுன்லயே லீடிங். இப்போ பின்தங்கிப்போச்சில்ல! அதுக்காகத்தான் அவங்களுக்கு நம்மமேல பொறாமை" ராமதாஸ் சொன்னான்.

"ராத்திரிக்கி மறுபடியும் வந்து வம்பு ஏதும் பண்ணமாட்டாங்களே?" வெங்கடபதி ராமதாஸைக் கேட்டான்.

"கிழிச்சாங்க, இனிமே என்னசெய்வாங்க? ராத்திரி நாமதயாராயில்லாததுனால அப்பிடி ஒரு கலவரத்தை உண்டாக்கிட்டாங்க. ராமகிருஷ்ணய்யாவையும்

மற்றுமொரு ரெண்டுபேரையும் போலீஸ்காரங்க லாக்கப்புல தள்ளிட்டாங்கள்லியா? இனி எவன் வரப்போறான் நம்ம தியேட்டருக்குள்ள அவ்வளவு தைரியமா? அந்த சிவராம் பயல தியேட்டருக்குள்ள காலை வைக்கவிடக்கூடாது!" என்றாள் வரூதினி.

"அவனை இனிமே தியேட்டருக்கு முன்னாடி வரவிடுவேன்னா? வந்தா கழுத்தெப் பிடிச்சி தள்ளிடமாட்டேன்!" என்றான் ராமதாஸ்.

"அதுதான்! அதெ மொதல்ல செய்! எவன் வர்றானோ பாத்துக்கலாம்! ராத்திரிக்கு நானும் வரணுமா? உடம்பு நல்லா இல்லை. ஜுரம் வந்தாப்புல இருக்கு" என்றாள் வரூதினி.

"நீங்க எதுக்கும்மா? எல்லாத்தையும் நான் பார்த்துக்கிடுவேனில்ல! இரண்டாவது ஆட்டம் புக்கிங் முடிஞ்சதுமே, பணத்தை கொண்டாந்து உங்ககிட்ட ஒப்படைச்சிடுறேன் சரிதானே?" நம்பிக்கையூட்டினான் ராமதாஸ்.

இடுப்பைப் பிடித்தபடி எழுந்து நின்ற ராமதாஸைப் பார்த்து "டாக்டருகிட்ட காட்டக்கூடாது?" என்றாள் வரூதினி.

"டாக்டரு வரைக்கும் எதுக்கும்மா? தன்னாலபோயிடும். அந்த அறைக்குள்ள திடீர்னு நாலுபேரு தடிமாடுகள் வந்துவிழுந்ததுமே கையும் காலும் ஓடல்லே. முன்னாடியே தெரிஞ்சிருந்தா பயமவனுகளெ அப்பிடியே" ராமதாஸிற்கு அதற்குமேல் பேச வார்த்தைகள் வரவில்லை.

'தெரிஞ்சிருந்தா மட்டும் காலுநடுங்கி ஓடியே போயிருப்பான் இந்த ராமதாஸுப்பய' நினைத்துக்கொண்டான் வெங்கடபதி. அடிதடி சண்டை நடக்கும்போது ராமதாஸ் வாங்கிய அடிகள் ஞாபகத்திற்கு வந்தன. அடிக்கு அடி, பதிலுக்கு பதில்னு வெங்குவும், கொண்டல்ராவுமே எதிர்த்து பலமா சண்டைபோட்டாங்க. நான் மட்டும் சும்மாவாயிருந்தேன்? ரெண்டுபேரை பலமா போடுபோடுன்னு போட்டுத்தள்ளிடல.

"வெங்கடபதிகாரு! இப்ப வர்றீங்களா, கொஞ்சநேரங்கழிச்சி வரப்போறீங்களா?" ராமதாஸ் செல்லும்போது கேட்டான்.

"சாப்புட்டுட்டு வாரேன், நீ போய்க்கோ!" என்றான் வெங்கடபதி. மணி ஆறாகிவிட்டது. வரூதினி வீட்டிலேயே இருந்தாள். ஆனால் அவள் மனமெல்லாம் தியேட்டரிலேயே இருந்தது. அங்கே என்ன நடக்குமோ என்ற பயம் மனதை அலைக்கழித்துக்கொண்டிருந்தது.

சாயங்காலம் ஆறரைமணிக்கு ராமதாஸ் மற்றொரு தியேட்டர் வேலைக்காரனையும் உடன் அழைத்துக்கொண்டு மூச்சிரைக்க வந்தவன் "எல்லாமே முடிஞ்சிபோயிடிச்சி! தியேட்டரை அவங்க உரிமையாக்கிக்கிட்டாங்க. நம்ம கையைவிட்டுத் தாண்டிப் போயிடிச்சி" உளறியபடியே சொன்னான் ராமதாஸ்.

அதைக் கேட்ட வரூதினிக்கு கால்களுக்கடியில் பூமி சுழல்வதைப்போலிருந்தது.

“போலீஸ் இருக்காங்கள்லியா? அதெப்படி நடக்கமுடியும்?” வரூதினி அதிர்ச்சியுடன் கேட்டாள்.

“அஞ்சரை மணிக்கெல்லாம் போலீஸ்காரங்க போயிட்டாங்க. ராமகிருஷ்ணய்யாவையும் கூட விட்டுட்டாங்க”

“போலீஸுக்கு லஞ்சம் கொடுத்து வெளியில கொண்டுவந்திருப்பாங்க”

“என்ன நடந்ததோ என்னமோ? ராமகிருஷ்ணய்யாவோட, எஸ் ஐ யும் கூட வந்திருந்தாங்க. எஸ்.ஐ வந்ததும் ராத்திரியிலருந்து பந்தோபஸ்துக்காகயிருந்த போலீஸ்காரங்களையெல்லாம் அனுப்பிவச்சிட்டாரு. ராமகிருஷ்ணய்யா இருபது ஆட்களோடு வந்து தியேட்டர் எங்களுடையதுதாண்ணு ஆக்கிரமிச்சிக்கிட்டாணுங்க” என்றான்.

“அப்போ நீ எஸ் ஐ கிட்ட ஒண்ணுமே சொல்லல்லியா?”

“என்னை என்ன செய்யச் சொல்றீங்க? அத்தனை பேரு கூட்டமா வந்து நெஞ்சை நிமித்திகிட்டு தியேட்டரு எங்களுதுதாண்ணு சொல்றப்ப. அதை உங்களுக்குள்ள பேசி தீர்த்துக்கணும். ரைட்டிங் நடக்காம பார்க்குறவரைக்கும்தான் எங்க வேலை!” என்று சொல்லி நல்லாவே தப்பிச்சிகிட்டாரு எஸ்.ஐ!” என்றான் ராமதாஸ்.

வரூதினிக்கு நன்றாகவே தெரிந்துவிட்டது. இதெல்லாமே யாரு நடிக்க வைக்கிற நாடகம் தெரியுமா! ராமனாதபாபுதான் போலீஸ்காரர்களை கையில்போட்டுக்கொண்டு ராமகிருஷ்ணய்யாவை அனுப்பி தியேட்டரை தன்வசப்படுத்திக்கொண்டுவிட்டான். எவ்வளவு தந்திரக்காரன்? பெரிய மோசடி! அவனை நம்பி அவள் மோசம் போனாள்.

காற்றுக்கும் மழைக்கும் வேரோடு சாய்ந்த புன்னைமரத்தைப்போல வரூதினி விழுந்துகிடந்தாள்.

33

ஒவ்வொரு நாளும் ஒவ்வொரு நிமிடமும் வரூதினி ராமனாதபாபுவுக்காக எதிர்பார்த்துக் காத்திருந்தாள். மூன்று நாட்களுக்குள் ஊருக்கு வந்துவிடுவான் என்று நினைத்திருந்த மனுஷன் ஐந்து நாட்களாகியும் வந்தபாடில்லை. இதெல்லாமே வேண்டுமென்றே செய்கின்ற சதித்திட்டம். தான் சென்று அவன் காலில் விழுந்து கெஞ்ச வேண்டுமென நினைக்கிறான். துர்மார்கன்! ஈரத்துணியாலயே கழுத்தை அறுக்கும் ரகம்! ராமனாதபாபுவுடைய ரத்தத்தைக் குடிக்க வேண்டும் போலிருந்தது அவளுக்கு.

ராமகிருஷ்ணய்யன் தியேட்டரை ஸ்வாதீனப்படுத்திக்கொண்டு ஐந்து நாட்களாகிவிட்டன. இது ஆறாவது நாள். தியேட்டரில் இன்னும் சீதாராமகல்யாணம் ஓடிக்கொண்டுதானிருந்தது. கலெக்ஷனும் நன்றாகவே கிடைப்பதாகத் தெரிந்தது. ராமனாதபாபு இனியும் எத்தனை நாட்கள்தான் தப்பித்தபடி அலைவானோ? ஏதாவது ஒரு வழியைத் தேடித்தானாகவேண்டும். ஏதோ ஒரு உபாயத்தை யோசிக்கவேண்டும். ஆயிரமோ ரெண்டாயிரமோ எடுத்தெறிந்து அந்தப் போலீஸ்காரர்களை பிடித்துக்கொண்டால்தான் சரிப்பட்டு வரும். வரூதினிக்கு இந்த யோசனை உதித்ததுமே டி.எஸ்.பி ஞாபகத்திற்கு வந்தான். அதுக்கு ஒத்துக்கிடுவானா? தியேட்டர் தன்னுடைய பணத்திலதான் கட்டப்பட்டதென்றும், அதில் பாதிபாகம் தனக்கிருப்பது அவனுக்குத் தெரியும் தானே? அந்த மட்டும் நியாயமாய் நடந்துகொள்ள மாட்டானா? ஒரு பெண்ணுக்கு இவ்வளவு பெரிய அநியாயம் நடந்துகொண்டிருக்கும்போது அவ்வளவு பெரிய போலீஸ் ஆபீஸர் சும்மாயிருப்பானா?

டி.எஸ்.பி.யின்மேல் நம்பிக்கையை வளர்த்துக்கொண்டு வரூதினி அன்றைய பொழுது சாயும் வேளையில் அவன் வீட்டிற்கு புறப்பட்டுப் போனாள்.

டி.எஸ்.பி. லுங்கியில் வராண்டாவில் அமர்ந்து பைல்களைப் புரட்டிப் பார்த்துக் கொண்டிருந்தான்.

கேட்டைத் திறந்து உள்ளே வந்துகொண்டிருந்த வரூதினியைப் பார்த்ததும் எழுந்து நின்றான்.

"நமஸ்காரங்க!" இரண்டு கைகளையும் சேர்த்துவைத்து கும்பிடாமலேயே வாயால் சொன்னாள் வரூதினி.

"வாங்க! இப்பிடி உட்காருங்க!" சிரித்தபடியே வரவேற்றான்.

வரூதினியின் நம்பிக்கை துளிர்விட்டது. அதற்குரிய ஆதாரம் இல்லையென்றாலும் அவன்மேலிருந்த பெரிய நம்பிக்கை அவளுள் அப்படி செய்தது.

வரூதினிக்கு விஷயத்தை எப்படி ஆரம்பிப்பதென்று தெரியாமல் இயலாமையுடன் டி.எஸ்.பி.யைப் பார்த்தாள்.

"எல்லாத்தையும் கேள்விப்பட்டேன்ங்க!" வரூதினியின் முகத்தைப் பார்த்தபடியே டி.எஸ்.பி. சொன்னான். அவனுடைய குரலில் இரக்கம் தொனித்தது. வரூதினி பெருமூச்செறிந்தாள். கண்களில் நீர் திரையிட்டு நின்றது. மனம் லேசானது.

"பார்த்தீங்களா? எவ்வளவு பெரிய அநியாயம்? உங்க எஸ்.ஐ.சர்க்கிள்கூட அவங்களோடு சேர்ந்துகிட்டு தியேட்டரை ராமகிருஷ்ணய்யாவுக்கு உடமையாக்கித் தந்துட்டாங்க."

"தப்பா நெனைக்கிறீங்க. இதுல அவங்களோட தவறு எதுவுமே இல்லையே" என்றான் டி.எஸ்.பி.

வரூதினி திடுக்கிட்டாள். இவருகூட இப்படி பேசுகிறாரே ஏன்? கொஞ்சநேரத்துக்கு முன்னால அவ்வளவு இரக்கமா பேசுனவரு? போலீஸ்காரங்களைப் புரிஞ்சிக்கிடுறதுக்கு தனக்கு மூளை போதாதுபோலிருக்கே?

"தியேட்டர் புரெடக்ஸனுக்காக அங்கிருந்த போலீஸ்காரங்களை எதுக்காக அனுப்பிச்சாரு எஸ்.ஐ? பந்தோபஸ்துல இருந்தா ராமகிருஷ்ணய்யாதான் தியேட்டரைஉரிமை கொண்டாட முடியுமா? ஆமா, அந்த ராமகிருஷ்ணய்யாவை எதுக்காக விட்டுட்டீங்க?

தியேட்டருக்குள்ள வந்து அவங்க ஆட்களெல்லாம் ஆக்கிரமிப்பும் அட்டகாசமும் செஞ்சா உங்க ஆளுங்க பாத்துகிட்டு சும்மா இருக்காங்களே? மொதல்ல அதெ சொல்லுங்க" வரூதினி உத்வேகத்துடன் கேட்டாள்.

"தியேட்டர் அவங்கதுதான்னு ராமகிருஷ்ணய்யா ரூஜு காண்பிச்சாரு. அதுனால அவரை, தியேட்டருக்குள்ள பிரவேசித்தப்ப யாராலும் தடுக்க முடியல்ல. அது 'சட்டத்துக்கு' விரோதமும் கூட. ராமகிருஷ்ணய்யாவை நாங்க உள்ளவச்சிருந்தா அது எங்க தலைக்குமேல வந்து நிக்கும் நாளைக்கி.

ஓங்கி அறைந்தது போலிருந்தது வரூதினிக்கு. சில நிமிடங்கள்வரை பேச்சு வரவில்லை.

"அப்பிடிப் பார்த்தாலுமே அந்த தியேட்டர் ராமனாத பாபுவுக்கும் எனக்கும் சொந்தமானது. நாங்க ரெண்டுபேருந்தான் பார்ட்னர்ஸ். நடுவுல இந்த ராமகிருஷ்ணய்யா எங்கிருந்து வந்தான்?

தியேட்டர் ராமனாதபாபுவிடமே, அல்லது என்னுடைய பொறுப்பிலோ தான் இருக்கணும். தியேட்டர் எங்க ரெண்டுபேருடையதுதான்னு உங்களுக்கும் தெரியுமில்லையா?" வரூதினி சொன்னதையெல்லாம் அமைதியாக கேட்டுக்கொண்டிருந்தான். டி.எஸ்.பி. வரூதினியை வருத்தத்துடன் பார்த்தான். அவனுடைய முகத்தில் சிறிதளவு மட்டுமே சிரிப்பு தோன்றி மறைந்துவிட்டிருந்தது.

"அதெல்லாமே உங்களோட பிரமை! ராமனாதபாபுமேல உங்களுக்கிருந்த நம்பிக்கை!"

தியேட்டரைக் கட்டுறதுக்கு முன்னாடி வக்கீல் கையால் பார்ட்னர்ஷிப் டீட் எழுதித்தந்தோம். நானும்கூட கையெழுத்து போட்டேன்"

"அந்த பார்ட்னர்ஷிப் டீட் ரிஜிஸ்டர் பண்ணுனீங்களா?"

வரூதினிக்கு டி.எஸ்.பி.யின் வார்த்தைகளிலுள்ள உள் அர்த்தம் புரியவில்லை.

"ரிஜிஸ்டர் ஆபிஸில் செய்யவேண்டிய வேலையெல்லாத்தையுமே அப்பவே செஞ்சிட்டேன்னு சொன்னாரே" என்று கூறியபடியே வரூதினி எச்சில் விழுங்கினாள்.

"சொன்னாரே தவிர செஞ்சாரா?"

"செஞ்சித்தானிருப்பாரு. அந்த பத்திரங்களெல்லாம் ரிஜிஸ்டர் ஆபீஸில போயி கேட்டாத் தந்துடுவாங்க" ரொம்பவும் நம்பிக்கையுடன் சொன்னாள் வரூதினி.

"இப்போ ராமகிருஷ்ணய்யா காட்டுன டாக்குமென்ட்ஸ் என்னன்னு தெரியுமா? என்றான் டி.எஸ்.பி.

"என்னத்தை காட்டுனான்?" தலையில் இடிவிழுந்ததைப்போல கூறினாள்.

"சொல்லப்போனா அந்த எடம் ராமனாதபாபுவுடைய மனைவி சியாமளாம்பாள் பேருல இருக்கு. தியேட்டரையும் அவபேருலதான், அவகொடுத்த பணத்துலதான் கட்டுனதாகவும், ரெண்டு வருஷத்துக்கு உங்க ரெண்டுபேரு பேர்லயும் லீஸ் விட்டதாகவும்தான்.

இப்ப என்னவோ அந்த லீஸ் பீரியட் கடந்துட்டதாகவும், மறுபடியும் புதுசா தியேட்டரை ராமகிருஷ்ணய்யனுக்கு லீசுக்கு விட்டமாதிரியும் பத்திரங்களை காண்பிக்கிறாங்க."

"எல்லாமே பொய்! அது எல்லாமே திருட்டுப்பத்திரங்கள். எல்லாமே மோசடி" வரூதினி பைத்தியக்காரியாய் கத்தினாள்.

"ராமனாதபாபு உன்னை காதலிச்சதும் பொய்தான்! அவனை நீ உன்னுடையவனாக நினைத்ததும் பொய்! உன்னை நீயே ஏமாத்திகிட்டே. அவன் சங்கதி எனக்கு நல்லாவே தெரியும்."

டி.எஸ்.பி. அவ்வாறு பானையைப்போட்டு உடைத்ததைப்போலப் பளிச்சென வெட்டவெளிச்சப்படுத்தியது வரூதினிக்கு ஆச்சரியத்தையளித்தது.

இப்போது டி.எஸ்.பி. வரூதினியின் நண்பனைப்போல நினைத்தாள். போலீஸ் ஆபீஸராய் தோன்றவில்லை.

அவள் வந்த அழுகையை அடக்கியபடியே மனம்வெதும்பி கூறினாள்.

"ராமகிருஷ்ணய்யன் காட்டிக்கொண்டிருக்குறதெல்லாமே போலி பத்திரங்கள்தான். அதையெல்லாம் எதுக்கு நீங்க நம்புறீங்க? நெஜத்தை தெரிஞ்சும்கூட நீங்க...?"

இன்னும் அவள் நம்பிக்கை முழுதுமாய் சாகவில்லை. டி.எஸ்.பி சொல்வதை நம்ப அவள் மனம் ஒத்துக்கொள்ள மறுக்கிறது.

"உண்மையா பொய்யா என்பது கேள்வியல்ல. யார் யாருக்கு என்ன உடைமையோ, எது உரிமையோ, அந்த எடம் யாருக்குச் சொந்தமோ, அந்த தியேட்டர் யாருடையதோ இதையெல்லாம் நிர்ணயப்படுத்தவேண்டியது கோர்ட். நான் அல்ல. எங்க போலீஸ் டிபார்ட்மெண்டும் அல்ல" என்றான் டி.எஸ்.பி.

"அப்பிடீன்னா அவங்கதான் கோர்ட்டுல தெரிஞ்சிக்கணும். அதுவரைக்கும் தியேட்டருக்குள்ள கால்வைக்கிற உரிமை அவங்களுக்கில்லை. அது என்னோட உடைமைதான், உரிமையும் எனக்குத்தான்" என வாதிட்டாள் வரூதினி.

டி.எஸ்.பி யோசிக்கத் தொடங்கினான். அவள் வாதிடுவதிலும் நிஜம் இருக்கத்தான் செய்கிறது.

"ஆனால் தியேட்டர் இப்போ அவங்க கையில இருக்கே?" என்றார் டி.எஸ்.பி.

"அதுவும் உங்களால நடந்ததுதானே! அது எல்லாத்துக்குமே உங்க எஸ்,ஐ, சர்க்கிளும், பொறுப்பு தான்" குரலை உயர்த்தி சொன்னாள் வரூதினி.

டி.எஸ்.பி.யின் முன்னால் அவ்வளவு சுலபமாக பேசுவது அவளுக்கே ஆச்சரியம் தந்தது. ஆனாலும் அவர் முகத்தில் கோபமே தோன்றவில்லை. மேலும் மகிழ்ச்சியாகவே காணப்பட்டான்.

"அப்படீன்னா இப்போ என்னை என்ன செய்யச்சொல்றே?" எவ்வளவோ அன்புடன், நட்புடன் கூறினான் டி.எஸ்.பி.

வரூதினியின் நெஞ்சில் கனன்று கொண்டிருந்த நெருப்பு குளிர்ந்துவிட்டது. இதயத்தில் அமிர்தம் துளிர்த்ததைப்போலிருந்தது. நன்றியுணர்வுடன் அவள் கண்கள் அவனுடைய விழிகளைத் தேடின.

"என்ன செய்யணும்னு நெனக்கிறியோ சொல்லு?" டி.எஸ்.பி. குரல் மிகவும் மிருதுவாக வெளிவந்தது.

"நாளை சாயங்காலத்திற்குள் தியேட்டர் என்னோட கைக்கு வந்தாகணும். அவ்வளவுதான்!"

"அது எப்படி சாத்யப்படும்?"

"உங்களோட ஆட்களை அனுப்பி வையுங்க."

"போலீஸ்காரங்களை அனுப்பக்கூடாதே?"

"அப்படீன்னா ரௌடிங்கள அனுப்புங்க!" வரூதினியின் உதடுகளில் நக்கல் தெரிந்தது.

டி.எஸ்.பி. அதிர்ச்சியடைந்தான். அவள் முகத்தைப் பார்த்தபடியே யோசிக்க ஆரம்பித்தான்.

பத்தாயிரம் செலவானாலும் பரவாயில்லை. நாளை இன்னேரத்திற்கெல்லாம் வரூதினி பிக்சர் பேலஸ் எனக்கு உடமையாகி இருக்கணும்" வரூதினி சபதம் செய்து, டி.எஸ்.பி.யிடம் மேல் சவால் விட்டாள்.

34

இரண்டாவது ஆட்டம் இடைவேளைக்கு முன்பே, பத்துப் பேருடைய மண்டைகள் உடைந்து, ஐந்து பேருடைய கைகள், மூன்று பேருடைய இடுப்பு எலும்புகள், ஆறு கால்கள் முறிந்து, ஒரு கேலன் ரத்தமும் ஒழுகியபின், வரூதினி பிக்சர்பேலஸ் அவளுடைய கைக்கு வந்தது.

அன்றைய இரவில் திக்விஜயம் பெற்ற வரூதினி, தியேட்டரிலிருந்து வீட்டிற்குச்செல்ல ஜட்காவில் ஏறவிருக்கையில் மப்டியில் டி.எஸ்.பி. தென்பட்டான். வரூதினிக்கு ஜட்காவிலிருந்து இறங்கி அப்படியே அவனுடைய கால்களில் விழுந்துவிடவேண்டும் போலிருந்து. ஆனால், டி.எஸ்.பி பெருமிதத்துடன் முகத்தை வைத்தபடி, அவளைப் பார்க்காதது போலவே காரில் ஏறி டிரைவ் செய்தபடி ஜட்காவைத் தாண்டி சென்றுவிட்டான். வரூதினியின் மூளையில் டி.எஸ்.பியைப் பற்றிய சிந்தனைகள் மழைவரப்போவதற்கு முன் வானத்தில் தோன்றும் மேகக் கூட்டங்களாய் சூழ்ந்துகொண்டது.

“அவர் எத்தனை நல்ல மனிதர்? அவர் மட்டும் இல்லையென்றால் தான் என்னவாகியிருப்பாள்? எவ்வளவு பொறுப்பான மனிதர்? தன்னைப் பார்த்தும்கூட பார்க்காததுபோலவே நடந்துகொண்டார். மரியாதை மதிப்புத் தெரிந்த மனிதர் பண்பாடு தெரிந்த உயர்ந்த மனிதர்!

டி.எஸ்.பி.யோடு, ராமனாதபாபுவை ஒப்பிட்டுப் பார்த்தாள் வரூதினி. தன்னிடமிருந்து எதையும் எதிர்பார்க்காமலேயே எத்தகைய உதவியைச் செய்திருக்கிறார்? ஒரு பைசாகூட வாங்கிக்கொள்ளவில்லை. இவரைப் போன்றவர்கள் போலீஸ் டிபார்ட்மெண்டில் இருப்பது அரிதே.

உண்மையிலேயே இவர் மனிதர்களில் தவறிப் பிறந்திருக்கிறார். கடவுளைப்போலதன்னைக்காப்பாற்றியிருக்கிறார். வரூதினி, மனதிற்குள்ளேயே டி.எஸ்.பி.க்கு கையெடுத்து வணங்கிக்கொண்டாள்.

வரூதினி ஜட்காவிலிருந்து இறங்கும்போதே வீட்டிற்கு முன்னால் கார் நிற்பதைக் கண்டு ஆச்சரியமடைந்தாள்!

'ராமனாதபாபு வந்துவிட்டானா? தன் கையால் போதும் போதுமென அடிவாங்கியபின் பேரம்பேச வந்திருப்பான்! இனி இந்த ஜென்மத்தில் அவனுடைய முகத்தைப் பார்ப்பேனா?' ஜட்காகாரனுக்குப் பணத்தைத் தந்து முன்னோக்கி நடந்தவள் இருட்டில் நின்றிருந்த காரைப் பார்த்ததும் அப்படியே நின்றுவிட்டாள்.

இது ராமனாதபாபு கார் இல்லை. பின் யாருடையது? காரிலிருந்து சிரித்தபடியே இறங்கிய டி.எஸ்.பி.யைப் பார்த்ததுமே வரூதினி சிலையாகிப் போனாள்! டி.எஸ்.பி. அருகில் வந்து நின்றாள். வரூதினியின் இதயம் வேகமாய் அடிக்க ஆரம்பித்துவிட்டது. அவள் தடுமாற்றத்துடன் நடந்தாள். மௌனமாக உள்ளே சென்றாள். அவனும் பின்னாலேயே நடந்து வருவதுபோலத் தெரிந்தது. அவனின் காலடிச்சப்தம் அவள் நெஞ்சில் சம்மட்டிக் கொண்டு அடிப்பதுபோல் பட்டது. அவனைத் தடுத்து நிறுத்தும் சக்தி இன்னம் தனக்குள் இருக்கிறதாவென தேடிக்கொண்டிருக்கிறாள். இயலாமையும், தோல்வியும் அவளுடைய ஒவ்வொரு அணுவிலும்கூடு கட்டிக்கொண்டிருந்தது.

35

வரூதினி பிக்சர் பேலஸில் சீதாராமகல்யாணம் நூற்றி இருபத்தைந்தாவது நாள்வரை நடந்து பிலிம் டப்பாக்கள் பறந்து சென்றுவிட்டிருந்தன. அன்றைய தினத்தில் ஒரு புதுப்படம் ரிலீஸாகியிருந்தது. அதில் இரண்டு கதாநாயகர்கள், இரண்டு கதாநாயகிகள், மூன்று வில்லன்கள் நடித்திருந்தனர். அந்தப் படத்தைப்பற்றி பெருத்த பேச்சு மக்களிடையே பேசப்பட்டது. சீதாராம கல்யாணத்தைக் காட்டிலும் அதிகப்படியான வசூல் வந்து குவியுமென்ற அபிப்ராயம் சினிமாத்துறையைச் சார்ந்தவர்களின் கணிப்புக்குட்பட்டிருந்தது. அந்த படத்திலிருந்து தன்னுடைய ஷேரே முப்பதாயிரம் வரைக்கும் வரலாமென்ற எதிர்பார்ப்புடன் இருந்தாள் வரூதினி.

மேட்னியுடன் பிக்சர் ஆரம்பிக்கப்பட்டது. அரங்கு முழுவதும் நெருக்கியடித்துக்கொண்டிருந்தது கூட்டம். டிக்கெட் கிடைக்காதவர்கள் ஆறுமணி ஆட்டத்திற்காக, மூன்றரை மணியிலிருந்தே வரிசையில் நின்றிருந்தனர். ராமதாஸ் ஆபீஸ் அறையில் கையைக்கட்டி நின்றபடி - இந்தப் படத்தை ராமனாதபாபுவும் அவரைச் சார்ந்தவர்களும் அவர்களுடைய பழைய அரங்கத்தில் போடவேண்டுமென்று எவ்வளவு முயற்சி செய்தார்களென்றும், கடைசியில் டிஸ்டிரிபியூட்டர் என்ன சொன்னாரென்பதையும் - விலாவாரியாக விவரித்துக்கொண்டிருந்தான்.

முன்பைவிட வரூதினியின்மீது எல்லோருக்குமே பயமும் மரியாதையும் அதிகரித்திருந்தது. அங்குள்ள ரிக்ஷாக்காரர்களுக்கும், ஜட்காவண்டிக்காரர்களுக்கும் கூட நடுக்கமாகவே இருந்தது. கான்ஸ்டபிள், எஸ்.ஐ.சர்க்கிள் போன்றவர்கள் கண்ணில் பட்டமாத்திரத்தில் சல்யூட் அடித்தனர். வரூதினியின் பேச்சும், நடையும் மாறிவிட்டதென்றே சொல்லலாம். அவளுடைய ஒவ்வொரு சொல்லுமே அதிகாரத்தையும், அடக்குமுறையையும் வெளிப்படுத்தின. அவள் நடத்தையில் அகங்காரமும் திமிரும் தெளிவாகவே தெரிந்தன.

“தாஸ்! அப்படியே கவனிச்சிக்கிட்டு இரு. ராமனாதபாபுவை இந்த டவுனிலிருந்து துரத்திடலேன்னா என்பெயர் வரூதினியே இல்லை!

எறும்பைத்தேடி புத்துக்குப்போனா... வழியில ஏதேதோ தென்பாட்டாப்புல, ராமனாதபாபு செஞ்ச மோசடிகள் எல்லாமே ஒவ்வொன்னா வெளிப்பட்டுட்டேயிருக்கு. முந்தாநேத்து டி.எஸ்.பி. என்ன சொன்னாரோ தெரியுமா?'' என்று கர்வத்துடன் கேட்டாள் வரூதினி.

தலையை ஆட்டினான் ராமதாஸ்.

''ராமனாதபாபு ஜெயிலுக்குச் செல்லவேண்டிய நாட்கள் ரொம்ப சீக்கிரமாகவே வரும்ணு சொன்னாரு தெரியுமா?'' என்றவள் ஆபீஸ் அறைக்குள் வந்த அமீனாவைப் பார்த்து “அட்வான்ஸ் புக்கிங் கௌண்டர் தனியாயிருக்கு. அங்கபோயி கேளுங்க. இது ஆபீஸ்'' அறை என்றாள்.

கோர்ட் அமீனா பின்னாலேயே லாயரும், ராமகிருஷ்ணய்யனும் உள்ளே வந்தார்கள்.

“வரூதினி நீங்கதானா?'' கேட்டான் அமீனா.

“ஆமாம்!'' என்பதுபோல தலையை யசைத்தாள் வரூதினி.

“இங்கே, கையெழுத்தெ போட்டுட்டு இந்த காகிதத்தை வாங்கிக்கோங்க'' என்றான் வெளிப்படையாக.

“என்ன இதெல்லாம்?'' மிக மிக ஆழமான பள்ளத்திலிருந்து எட்டிப்பார்த்தது வரூதினியின் குரல்.

“கோர்ட் இஞ்செக்ஷன்? வரூதினி பிக்சர்பேலஸ்ஸை கோர்ட்டார் உரிமையாக்கிக்கொண்டுவிட்டார்கள். வழக்கில் வாதங்களின் கருத்துக்களைக்கேட்டு நீதிபதி தீர்ப்பு வழங்குகின்றவரைக்கும் தியேட்டரை சீல்வைத்து மூடிவிடப்போகின்றோம்!''

வரூதினி அமீனாவின் முன்னால் கையெழுத்தையிட்டபடியே முடிவேயில்லாப் பள்ளத்திற்குள் சென்றுகொண்டிருந்தாள்.

36

"அம்மா வந்திருக்காங்கய்யா" கான்ஸ்டபிள் சொன்னான் ஆபீஸில் அமர்ந்துகொண்டு சர்க்கிளோடு பேசிக்கொண்டிருந்த டி.எஸ்.பி. தலையை நிமிர்த்திப் பார்த்தான்.

ஆறு மாதத்திற்கு முன்பு மூன்றாவது பிரசவத்திற்காகச் சென்றிருந்த மனைவி வெள்ளிக்கிழமை வருவதாக எழுதியிருந்தாள். ஆனால் செவ்வாய்க்கிழமையே வந்துவிட்டாளே? என்ன அப்படி குடிமுழுகிப்போச்சாம்? என்று நினைத்தவன் கான்ஸ்டபிளைப் பார்த்து "சரி சரி! போ!" என்றான்.

"அம்மா வெளியில் ரிக்ஷாவுல உட்கார்ந்திருக்காங்கய்யா," பயந்துகொண்டே சொன்னான் கான்ஸ்டபிள்.

டி.எஸ்.பி. சடாரென எழுந்தான். சர்க்கிளும் கூடவே எழுந்துநின்றார் அதிர்ச்சியுடன் வெளியே வந்து பார்த்தான் டி.எஸ்.பி. ரிக்ஷாவில் வரூதினி உட்கார்ந்திருந்தாள். ஒருநிமிடம் என்ன செய்வதென்றே தோன்றவில்லை. அவன் தலையில் பலமான அடிபட்டதைப்போலிருந்தது.

"நீ எதுக்காக இங்கே வந்தே? சொல்லியனுப்பியிருந்தா நானே நேர்ல வருவேனில்லய்யா?" கோபத்துடன் சொன்னான்.

"தியேட்டரை அமீனா சீல் வச்சிட்டான். எனக்கு எதுவுமே புரியவில்லை. என்ன செய்யணுமோ?"

"சரி! நீ போ. இப்போ நான் டூர்போகப் புறப்பட்டுட்டிருக்கேன். நாளை மறுநாள் திரும்பி வருவேன்!"

"நீங்க போறதுக்கு முன்னால வக்கீலோட பேசுவீங்கணுதான்?" என்று வரூதினி சொன்னாள் வருத்தத்துடன்.

"நேரமிருந்தா போயிபார்த்துப் பேசறேன். நாளைக்கழிச்சி வந்துடுவேன்னு சொல்றேனில்லையா? நீ ஒன்னும் கவலைப்படாதே!"

வரூதினி திகிலுடன் அவன் கண்களைப் பார்த்தாள். முடிந்த மட்டும் வெகு சீக்கிரமாக வரூதினியை ஆபீஸின் முன்னாலிருந்து அனுப்பிவிடவேண்டுமென்ற நினைப்புடன் - "ரெண்டு நாளைக்குள் நம்மை மீறி ஒன்றுமே நடந்துவிடாது, அடேய் ரிக்ஷா? கொண்டுபோயி விட்டுடுடா!" என்றான் டி.எஸ்.பி.

வரூதினி வீட்டிற்கு திரும்பிவந்தாள். வெங்கடபதி காலின்மேல் தலையைவைத்தபடி நாற்காலியில் குத்தவைத்து அமர்ந்திருந்தான்.

"என்ன அப்பிடி உட்கார்ந்துகிட்டு?" என்றாள் மனைவி.

வெங்கடபதி தலையை நிமிர்த்திப் பார்த்தான். கண்கள் சுழன்று கொண்டிருந்தன.

"அவரு என்ன சொன்னாரு?"

"எதையோ சொன்னாரு, அதெவிடு. மொதல்ல நீ சரியா உட்காரு! உடம்புல துணியெகூட நல்லா சரி செஞ்சிக்கிடணுமுன்னு தெரியாதா?" வெடுக்கென கூறிவிட்டு உள்ளே சென்றுவிட்டாள்.

"எல்லாத்தையும் நாசப்படுத்திட்டா!" என்றான் வெங்கடபதி. மனைவி கேட்கமாட்டாள் என்ற தைரியத்தில் சொன்னான். ஆனால் அவள் கேட்கவேண்டுமென மனதிற்குள் நினைத்தான். அந்த வார்த்தைகளைச் சொல்வதற்காகவே அவ்வளவு நேரம் யோசனைசெய்து மனைவியை எதிர்பார்த்துக் காத்திருந்தான். ஆனால் அவள் சரியாக வந்துகொண்டிருக்கும் நேரத்தில் வெங்கடபதி சடக்கென எழுந்து வெளியே சென்றுவிட்டான்.

அந்த இரண்டு நாட்களும் வரூதினி வெளியே முகம் காட்டவில்லை.

டி.எஸ்.பி. வந்து விட்டாரா என்று பார்த்துவிட்டு வரச்சொன்னாள் கணவனை.

"இன்னும் வரலையாம். சாயங்காலம் வந்துடுவாருன்னு சொன்னாங்க" என்றான் திரும்பிவந்து வெங்கடபதி.

கடுகடுத்துக்கொண்டிருந்த கால்விரல்களை தடவிவிட்டான். வாயைத் திறந்தபடி கொட்டாவி இழுத்தான்.

வரூதினி கணவனின் அவஸ்தையைப் புரிந்துகொண்டாள்.

"நமக்கு அவசரமிருந்தா எத்தனை தடவை வேண்டுமானாலும் அலைஞ்சிதானாகணும்" கணவனுக்கு கீதா ரகஸ்யத்தைப் போதிப்பது போலச் சொன்னாள் வரூதினி.

வாழ்க்கையின் மிகப்பெரிய உண்மையை விளங்கிக்கொண்டவன்போல முகத்தை வைத்தபடி - "பணம் வேணும்!" என்றான் வெங்கடபதி.

"முந்தா நேத்துதானே தந்தேன்?"

"தீர்ந்துடிச்சி. முந்தாநேத்துது இப்பவரைக்கும் இருக்குமா? நேத்தே காலியாயிடுச்சி" வேதாந்த தோரணையில் சொன்னான் வெங்கடபதி.

"பாழாப்போன மனுஷன்! எவ்வளவு தந்தாலும் பத்தாது. அப்பவே செலவழிச்சிடுறது" நினைத்தபடியே கோத்ரேஜ் பீரோவைத் திறந்து இருபது ரூபாயை கணவனின் முன்னால் வீசியெறிந்தாள் வரூதினி.

வெங்கடபதி மடியில் வந்து விழுந்த இரண்டு பத்துரூபாய் நோட்டுக்களை எடுத்துக்கொண்டு - "இருபது தானா? இது எந்தமூலைக்கு சரியாகப்போவுது?" என்று முனகிக்கொண்டிருந்தான்.

வெங்கடபதிக்கு நன்றாகவே தெரியும். அனுபவம் அவன் அறிவை வளர்த்துவிட்டிருந்தது. நேரங்காலத்தை வைத்து எப்படி நடந்துகொள்ள வேண்டும் என்பது நன்றாகத் தெரிந்திருந்தது.

வரூதினி தன்கையிலிருந்த இன்னும் இரண்டு பத்துரூபாய் நோட்டுக்களை கணவன் மேல் வீசி எறிந்தாள். கீழே விழுந்த நோட்டுக்களைப் பொறுக்கி எடுத்துக்கொண்டு திரும்பிப் பார்க்காமல் சென்றுவிட்டான்.

வெங்கடபதி ஒரு மணிநேரம் சென்றதும் வீட்டிற்குத் திரும்பிவந்தான் தள்ளாடிய நிலையில்.

"என்ன ஆச்சி?" பரபரப்புடன் கேட்டாள் வரூதினி.

"எல்லாமே ஆயிபோயிடுச்சி?" என்றான் வெங்கடபதி.

"என்னது ஆயிபோயிடிச்சி? என்னோட சிரார்த்தமா?"

"ஆமா? இன்னும் பதினஞ்சு இருந்தா ஹோட்டல்காரனுக்கு தந்துட்டேன். பழைய பாக்கி, தொந்தரவு பண்றான் அதனால!"

"ஹோட்டல்லயும் பாக்கி வைக்கிறாப்புலயா?"

வரூதினியின் உடம்பெல்லாம் எரியத் தொடங்கியது. மற்றொரு சமயமாகயிருந்தால் கணவனை ஒரு வழி பண்ணிவிடுவாள். அவள் மனதை இப்போது துன்புறுத்திக்கொண்டிருப்பது 'டி.எஸ்.பி. வந்துவிட்டாரா? இல்லையா?' என்ற செய்தி மட்டுமே.

"என்ன இது, அவர் வந்துட்டாரா இல்லையா?"

"வந்துட்டாரு வந்துட்டாரு!"

"எப்போவாம்?"

"எப்பவோன்னு எனக்கென்னத் தெரியும்! ஊருக்கு வந்தாச்சி"

"எப்ப வர்றதா சொன்னாரு?"

“வந்துட்டாருன்னு சொல்றேன்ல. அப்புறம் மறுபடி மறுபடியும்!” என்றான் வெங்கடபதி. மனைவி மருந்தைக் குடித்துவிட்டு உளறிக்கொண்டிருக்கிறாளோ என்ற நினைப்புடன்.

“அட என்னோட திவசம்! நம்ம வீட்டுக்கு எப்ப வர்றேன்னு சொன்னாருன்னு நான் கேக்குறது” கணவனை பார்க்கப் பார்க்க அவள் உடம்பெல்லாம் ஒரே எரிச்சல் ஏற்பட்டது.

“ஆமா! அந்த வார்த்தையை நானு கேட்கல்லே. மறந்துபோயிட்டேன். மறுபடியும் போயிட்டுவரவா?” என்றான் வெங்கடபதி செல்வதற்குத் தயாராகி மனைவியின் அனுமதிக்காக எதிர்பார்த்து நின்றபடியே.

“எங்கே? சுடுகாட்டுக்கா?”

“அங்கே இல்ல டி.எஸ்.பி. வீட்லதான் இருக்காரு” தலையைத் திருப்பி உற்றுநோக்கியபடி சொன்னான் வெங்கடபதி.

“என்னோட தலையெழுத்து! என்னோட கர்மம்!” நெற்றியிலடித்துக்கொண்டபடி கூறினாள் வரூதினி.

ச்சே! ச்சே! கட்டிகிட்டவன் இப்படிப்பட்ட வனாகயிருந்ததினால் மத்தவங்களுக் கெல்லாம் எளக்காரமாகிப்போனாள்.

வரூதினி படுக்கையறைக்குள் ஓடினாள். வெங்கடபதியின் மேலிருந்த கோபம், டி.எஸ்.பி.யின்மேல் திரும்பியது.

ஊருக்கு வந்தபின்னும்கூட இதுவரைக்கும் வரவில்லை. அவளென்னவோ அவனை நல்லவனென்று நினைத்திருந்தாள். சமயம் வரும்போது அவன் முகத்தைக்காட்டாமல் தப்பித்துக்கொள்கிறானா?

வரூதினி யோசித்தபடியே எவ்வளவு நேரந்தான் உட்கார்ந்திருந்தாளோ. கேட்டினருகில் கார் வந்துநின்ற சப்தம் காதில் விழும்வரை தெரியாது.

டி.எஸ்.பி. காரிலிருந்து இறங்கி உள்ளே வந்தான். வரூதினி அவனைப் பார்த்ததும் ஆனந்தப் பரவசமடைந்தாள்.

இந்த உலகத்தில்தனக்கென்று இருக்கும் ஆத்ம நண்பன்இவனொருவன்தான். இரவு மணி ஒன்பதாகிவிட்டது.

“சீக்கிரமா வந்துடுவேன்னு சொல்லிட்டுப் போனீங்க. சாயங்காலமே வந்தும்கூட இவ்வளவு நேரத்துக்குப் பிறகு வந்துருக்கீங்களே?”

இடித்துரைப்பதுபோலச் சொன்னாள் வரூதினி.

“உங்க வீட்டுக்காரரு சொல்லலியா?”

“அவரே இருந்தா செறக்கிறவன் எதுக்குண்ணு கேட்டாளாம் பின்னாடியிருந்து ஒரு விதவைப் பொம்பள!”

“அப்பிடீன்னா இப்ப என்னை அம்பட்டையன்னு சொல்றியா?” வரூதினியின் கையைப் பிடித்து மடியில் இழுத்தபடியே சிரித்துக்கொண்டே கேட்டான் டி.எஸ்.பி. மோகனராவ்.

கையை விடுவித்தபடியே “அம்பட்டையன்களை....” நாக்கைக் கடித்துக்கொண்டாள் வரூதினி.

"மொதல்ல இந்த சங்கதியெ சொல்லுங்க. என்ன செஞ்சீங்க? வக்கீல போயி பார்த்தீங்களா? பேசுனீங்களா?” என்று கேட்டாள் வரூதினி. “அதுக்குத்தான இவ்வளவு தாமதமாச்சி. அன்னக்கே லாயர் சங்கரராவுவோட பேசிட்டுத்தான டூர் போனேன். இன்னக்கி வந்ததுமே மொதல்ல அவரைப்பார்த்து பேசிட்டு, கேஸ் விவரங்களையெல்லாம் எடுத்துச்சொல்லிட்டு வந்திருக்கேன்”.

“லாயர் என்ன சொன்னாரு?' ஆர்வத்துடன் கேட்டாள் வரூதினி.

“சியாமளாம்பா கணவனுக்கு நோட்டீஸ் அனுப்பியிருக்கா. லீஸ் முடிஞ்சதுக்குப் பிறகும் தியேட்டரை அக்கிரமமாக தன்னுடைய கட்டுப்பாட்டிலேயே வைத்துக்கொண்டானென்றும், உடனே தன்னுடைய அண்ணாவான ராமகிருஷ்ணய்யாவுக்கு அந்தத் தியேட்டரை ஹேண்டோவர் செய்ய வேண்டுமென்றும், ஒரு மாசத்துக்கு முன்னரே ராமனாதபாபுவுக்கு லாயர்மூலம் நோட்டீஸ் அனுப்பியிருந்தாளாம் மனைவி. அதாவது நீ தியேட்டரை மறுபடியும் உனக்கு உடமையாக்கிக்கொண்ட மூன்றாவதுநாள் நோட்டீஸ் அனுப்பியிருக்கான்னு தெரியவருது. ராமனதாதபாபுவோட சேர்த்து உனக்கும் இந்த நோட்டீஸ் அனுப்பிவச்சிருக்கணுமில்லையா? அப்பிடி ஏன் நடக்கலைன்னு லாயர்கிட்ட கேட்டேன். அவரு என்ன சொன்னாருன்னா - உன்னுடைய பட்சத்து.... அப்படீன்னா அவரு பவர்ஆப் ஆர்டர், ராமனாதபாபுக்கு இருக்குதாம். அது நெஜம்தானா?” என்றான் டி.எஸ்.பி. மோகன்ராவ்.

“ஆமா! அந்த பிஸினெஸ் விவகாரங்களெல்லாவற்றையும் என் தரப்பில் அவரே கவனித்துக்கொள்ளும்படி எழுதித்தந்திருந்தேன். ஆனால் அன்றைய நாட்களில் லீசுக்காக எழுதித்தந்தது அல்ல. சினிமா தியேட்டர்ல சமபங்கு தாரதா எழுதித்தந்தது. நடு நடுவுல நிரம்பவே பத்திரங்களில் என்னோட கையெழுத்தை வாங்கிகிட்டே இருப்பாரு. அவரை குருட்டுத்தனமா நம்புனேன். இவ்வளவு பெரிய மோசடி செய்வாருன்னு நெனக்கல்லே”

“ஆடு கசாப்புக்காரனை நம்பத்தானெ செய்யும். அப்படித்தான்!” உரைக்கிற மாதிரி சொன்னான் டி.எஸ்.பி. மோகனராவ்.

“அதில்ல, சியாமாளாம்பா புருஷனுக்கே எதுக்காக நோட்டீஸ்விட்டா?

புருஷனுக்கு நோட்டீஸ் அனுப்புன பொம்பளை எவ்வளவு நெஞ்சழுத்தக்காரியா இருக்கணும்? ராமனாதபாபு நோட்டீஸ் வாங்கிகிட்டு என்ன செஞ்சாரு?''

“எல்லாமே நாடகம்! அவருக்குத் தெரியாம எதுவும் நடந்திருக்காது. அவரு வேண்டுமென்றே மனைவியிடமிருந்து நோட்டீஸ் அனுப்பச்சொல்லியிருக்காரு, மனைவிக்கு எக்ஸ் பார்ட்டி இஞ்செக் ஷன் ஆர்டர் கிடைக்கிறமாதிரி வகைப்படுத்திக்கிட்டாரு. நீ தந்த பவம்ஆப் ஆர்டரை உபயோகித்துக்கொண்டு உனக்குத் தெரியாமலேயே கோர்ட்டுல ஆர்டர் வாங்கிட்டாரு, பொல்லாத மனுஷன் ராமனாதபாபு!''

“ராமனாதபாபுவோட நீங்க பேசுனா நல்லாருக்குமா? என்ன இந்த அநியாயம்னு தட்டிக்கேக்கலாமில்லே? உங்களப்போல இருக்குறவங்க நேருக்கு நேரா கேட்டா என்ன சொல்வாரோ? நீங்க கொஞ்சம் இதுல தீவிரமா கவனம் செலுத்தி காரியத்துல இறங்குனீங்கன்னா ராமனாதபாபுவால தப்பிக்கவே முடியாது'' டி.எஸ்.பி.மோகனராவின் மேல் தன்னுடைய பாரத்தை இறக்கிவைத்து, பெருத்த நம்பிக்கையுடன் அவனுடைய கண்களுக்குள் பார்வையை செலுத்தினாள் வரூதினி.

“அதுவும் முடிஞ்சது! அவருகிட்ட பேசிட்டுத்தான் உங்கிட்ட வந்திருக்கேன். இதெல்லாம் தனக்கு ஒன்னுமே தெரியாதுன்னும், எல்லாமே தன்னுடைய மனைவிதான் செஞ்சிருக்கான்னும் சொல்றான். தியேட்டர்மேல நீ எப்ப அதிகாரம் செய்ய ஆரம்பிச்சயோ அப்பருந்தே தனக்குச் சரிப்பட்டுவராதுன்னு அமைதியாயிருந்துட்டாராம்! இது எல்லாத்துக்குமே உன்னோட அவசரபுத்திதான் காரணம்னு சொல்றாரு.''

“எங்க ரெண்டுபேரு பேர்ல கட்டுன தியேட்டர் அவரோட மனைவிபேருல எப்பிடி மாறியிருக்கு?'' வரூதினி உத்வேகத்துடன் கேட்டாள். அவள் குரலில் நடுக்கம் தோன்றியது.

“இனி அவனைப்போயி என்னத்தெ கேக்க? பனைமரத்துல எதுக்கு ஏருனேன்னு கேட்டா, கன்னுகுட்டியே மேய்க்கிறதுக்காகன்னு சொல்லிட்டிருக்கான். மோசம் செஞ்சவன் நாந்தான் செஞ்சேன்னு ஒத்துக்கிடுவானா? அதுலயும் டீப்டாப்பா, டாம்பீகமும், அந்தஸ்தும், கௌரவமும் இருக்குற ராமனாதபாபுவைப்போல இருக்குறவங்க? சாதாரணமானவன்னு நெனச்சியா? ஸ்டேஷன்ல லாக்கப்புல தள்ளி நாலுபோடு போட்டா எல்லாத்தையும் ஆமான்னு ஒத்துக்கிடுறதுக்கு? அவனையெல்லாம் புடிக்கிற விதத்துல புடிக்கணும். தவிர?'' மோகனராவ் தீவிரமாக யோசித்தபடியே சொன்னான்.

அணையப்போகும் அகல்விளக்கில் எண்ணெய்விட்டு, திரியை மேலே தூண்டிவிட்டதைப்போலிருந்தது வரூதினியின் மனம். அந்த புத்தொளியில்,

மோகனராவ் எல்லையற்ற அறிவும் ஆற்றலும் கொண்ட சக்திவானாக புத்திசாலித்தனம் நிரம்பப்பெற்றவனாகத் தென்பட்டான் அவளுக்கு.

மோகனராவ் எழுந்து செல்வதற்குத் தயாராகிச் சொன்னான். "தைரியத்தை இழந்துவிடாதே, என்னால் முடிந்தவரை முயற்சி செய்கிறேன்"

"மறுபடியும் என்னோட சொத்து எனக்கு கிடைச்சாலும் கிடைக்கலேன்னாலும் அந்த ராமனாதபாபுவும், அவனோட மனைவியையும் ஜெயிலுக்கு அனுப்பி வச்சிடனும். என் பொழப்பு எப்படியானாலும் பரவாயில்லே!"

"மங்கம்மா சபதம் செய்யறே" என்றான் மோகனராவ் சிரித்துக்கொண்டே.

"உங்களுக்கு சிரிப்பா இருக்கு. என் வயிறு பத்தி எரியுது. ராமனாதபாபுவோட மனைவி நல்லா இருப்பாளான்னு நானும் பார்க்கத்தானே போறேன்".

"அந்த அறிவு மொதல்லயே இருந்திருக்கணும். ஆஸ்தியும், அந்தஸ்தும் இருக்குறவங்களோட பகையை வளர்த்துகிட்டு ஜெயிக்கணும்னா உடல் பலம் மட்டும் போதாது. "ஆள்பலம், பணபலம் எல்லாமே வேண்டியிருக்கு" வரூதினி அப்பாவியாய் பார்த்தாள் மோகனராவை.

மறுபடியும் இவ்வாறு தாழ்வாகப் பேசுகிறானே என்ன? ரொம்பவும் ஆழமான மனிதன்!

"உங்க உத்தேசத்த என்னால புரிஞ்சிக்கவே முடியலெ? என்னை இன்னும் என்ன செய்யணும்னு சொல்றீங்க?" என்றாள் வரூதினி.

"இந்த மாதிரியான விவகாரங்கள், சபதம், போட்டி, போடுவதாலோ முடிவுக்கு வராது".

"அப்படீன்னா அவங்களோட ஒத்துப்போகச் சொல்றீங்களா? இதைச் சொல்றதுக்கு டி.எஸ்.பி.சாரு எதுக்காம்? நானே போயி அந்த ராமனாதபாபு கால்ளயும் அவளோட பொண்டாட்டி கால்ளயும் விழுந்துட்டா சரியாயிடும்னு அவ்வளவுதானே?"

"அதில்லை நான் சொல்ல வர்றது? மோசத்தை மோசத்தோடதான் ஜெயிக்கணும்! பணத்தை பணத்தாலதான் சம்பாதிக்கணும்! ராமனாதபாபுவை ஒன்றுமில்லாம பண்ணனும்னா பணம் வேணும். எங்கிட்ட அதிகாரம் மட்டுமே இருக்கு. ஆனா பணம் இல்லே. அது உங்கிட்டயும் இல்லே. நல்லா யோசிச்சிப்பாரு."

"எங்கிட்டயிருக்குறதெ தர்றேன். தாலியகூட வித்து தந்துடறேன்."

"ச்சே! ச்சே! அதென்ன பேச்சு பேசுறே?"

"நானொன்றும் அவ்வளவு பிச்சைக்காரின்னு நெனக்காதீங்க. பேங்குல முப்பதாயிரத்துக்கும் மேலயே இருக்கு. கடைசிப் பைசா வரைக்கும் கொண்டாந்து உங்க கையில கொடுத்துடறேன். அந்த ராமனாதபாபுவெ ஜெயிலுக்கு அனுப்பி அந்த தியேட்டரை எங்கைக்கு வர்றமாதிரி செஞ்சிடுங்க!"

"ரொம்ப அவசரப்படாதே வரூ?"

"ஒன்னுமே செய்ய முடியலேன்னா அவனோட தலையையாவது சரி...." வரூதினி வெறியுடன் பேசினாள்.

டி.எஸ்.பி.க்கு பத்ராசலத்தின் காடுகளில் மனித ரத்தத்தை ருசிபார்த்து ஊருக்குள் நுழைந்த காட்டுப் புலியைப்போலத் தோன்றினாள் வரூதினி.

"புலி வேட்டை! ஆகையால் ஜாக்கிரதை!!" நினைத்துக்கொண்டான் டி.எஸ்.பி.

மறுநாள் காலையில் சங்கரராவை அழைத்துவந்து வரூதினியிடமிருந்து ஐந்தாயிரத்திற்கு செக் எழுதித்தரச்சொல்லி சங்கரராவிடம் தந்தான். அதன்பிறகு நான்கு நாட்களானதும் லாயர் சங்கரராவை மறுபடியும் வரூதினியிடம் அழைந்து வந்தான் டி.எஸ்.பி.

"ராமனாதபாபு மேல ஃபோர்டொண்டி கேஸ் போடப்போறோம். அதோட சிவில் சூட் கூடவும் போடலாம்னு சொல்றாரு சங்கரராவ் சாரு" என்றான் மோகனராவ்.

"செய்றதெதுவோ அதெ சீக்கிரமா செய்யுங்க. செய்யலாம்னு நெனக்கிறதுலயே காலங்கடந்துபோயிட்டிருக்கு" என்றாள் வரூதினி.

"நாம கேஸ் போட்டா ரொமப ஜாக்கிரதையா நடந்துக்கணும்மா? நாலு நாள் தாமதமானாலும் போனது போனதுதான்!" என்றான் சங்கரராவ். கைப்பையிலிருந்து ஸ்டம்வைத்த பேப்பரில் டைப் செய்யப்பட்டிருந்த பத்திரங்களை எடுத்து வரூதினியின் முன்னால் வைத்தான் லாயர்.

"மொத்தம் அஞ்சு லட்சத்துக்கு தாவா வைக்கப்போறோம்!"

வரூதினியின் இதயம் ஆனந்தத்தில் திளைத்தது.

"எடம் மற்றும் அதுல கட்டுன தியேட்டர் மேலயும் கேஸ் போடறோம்" தெரிவித்தான் சங்கரராவ்.

"ராமனாதபாபுவுக்கும் பங்கு இருக்கில்ல. நாம எதுவுமே இல்லேன்னு சொன்னா செல்லுபடியாகுமா?" சந்தேகத்துடன் கேட்டாள் வரூதினி.

"அப்பிடி பாதிக்குப்பாதின்னு கேஸ் போட்டா நம் கேஸு எடுபடாது.

அதுக்காகத்தான் மொத்தமா ஓலையெவச்சிட்டேன்! உங்க காட்டை சொத்தை வித்த பணத்துலதான் ராமனாதபாபு தியேட்டரைக் கட்டுனான்னு கேஸ் போட்டிருக்கேன். உங்களுக்குள்ளிருந்த நெருக்கத்தைப் பயன்படுத்தி...."

“அதைப்போயி கோர்ட்டுல சொல்லனணும்ங்குறேங்களா?” சங்கடத்துடன் தலையை குனிந்தபடியே சொன்னாள் வரூதினி.

“உண்மையான பாயிண்ட் அதுதானே! இல்லேன்னா கேஸ் நிக்காது. உங்களுக்குள்ள எந்தமாதிரியான சம்பந்தமும் இல்லாம அவ்வளவு பெரிய தொகையை ராமனாதபாபுகிட்ட எப்பிடி தந்தீங்கன்னு கோர்ட்டு நம்பாது. இதோபாருங்க, எந்தவொரு சம்பந்தமுமில்லாம நான் உங்களுக்கும், நீங்க எனக்கும் லட்சங்களையும், ஆயிரங்களையும் எந்தஒரு எழுத்துப் பூர்வமான சாட்சியும் இல்லாம கொடுத்திருக்கோமுன்னா என்ன அர்த்தம்?” தான் பாயிண்டை தெள்ளத் தெளிவாக விளக்கிவிட்டதாக நினைத்தான் லாயர்.

மோகனராவுக்கு லாயர் நடந்துகொண்ட விதம் கொஞ்சமும் பிடிக்கவில்லை. முகத்தைச் சுருக்கியபடி - “மொதல்ல விஷயத்துக்கு வாங்க” என்றான்.

“அசல் விஷயமே இதுதானே! அம்மாகிட்ட மொதல்லயே சொல்லிடவேண்டியது என் கடமையில்லயா? அதுதானே மொறை?” மறுபடியும் வரூதினியைப் பார்த்து - “இந்தாபாருங்க வரூதினிம்மா? உங்க வீட்டுக்காரரு இந்தப் பாயிண்ட்டை முக்கியத்துவம் தந்து சாட்சி சொல்லணும்.”

“எந்த பாயிண்ட்டு?” வரூதினி அதிர்ச்சியுடன் கேட்டாள்.

“அதுதாம்மா! ராமனாதபாபுவுக்கும் உங்களுக்கும் முறையற்ற தொடர்பு இருந்ததுன்னு!”

வரூதினியின் கண்களில் நீர் திரண்டது. இயலாமையுடன் லாயர் முகத்தைப் பார்த்தாள்.

“ம்ஹூம்! அப்பிடி இருந்ததுன்னு சொல்லவரல்லே. இல்லேன்னாலும் இருந்ததா சொன்னா நம்ம கேஸுக்கு பலம் கெடைக்கும்” என்றான் சங்கரராவ்.

டி.எஸ்.பி.க்கு எதுவுமே பிடிக்கவில்லை. முகத்தைத் திருப்பிக்கொண்டு உட்கார்ந்திருந்தான்.

‘இவனை எதுக்காக லாயரா தேர்ந்தெடுத்தேன்’ என்று நினைத்துக்கொண்டான். ஆனாலும் சங்கரராவுக்கும் தனக்குமிடையிலுள்ள தொடர்புகளைக் கருத்திற்கொண்டு வாய்திறக்காமல் மௌனத்தைக் கடைப்பிடிக்கவேண்டியிருந்தது.

“உங்க வீட்டுக்காரரோட பேரு என்னன்னு சொன்னீங்க?” வெங்கடபதிதானே? அவரையும் கூப்பிடுங்க. அவரோடயும் பேசுனா நல்லது. சாட்சிக்கூண்டுல நின்னு சாட்சி வாக்குமூலம் தரப்போறது அவருதானே?” என்றான் சங்கரராவ்.

“அவசியமில்ல! சொல்வாரு. அந்த மாதிரியே சொல்லச் சொல்றேன்” என்றாள் வரூதினி.

“சரி, அப்படீன்னா கையெழுத்தைப் போட்டுடுங்க. நாளைக்கே கோர்ட்டுல வச்சிடுறேன்!” என்றான் லாயர்.

தான் லாயர் சொன்ன நிர்பந்தத்திற்கு எப்படி சம்மதித்து அந்தச் சொற்களை சொன்னாளென்று அவளுக்கே தெரியவில்லை.

சங்கரராவ் சுட்டிக்காட்டிய இடத்தில் கையொப்பமிட்டாள் வரூதினி. அவள் கையெழுத்திட்ட காகிதங்களையெல்லாம் சரிபார்த்து கைப்பையில் வைத்தபடியே, டி.எஸ்.பி.யை கேள்விக்குறியுடன் நோக்கினான் லாயர்.

“என்னை எதுக்காகப் பார்க்குறீங்க? அவங்கதான் எதுக்கெ இருக்காங்கல்லே? அந்த அம்மாவையே கேளுங்க” என்றான் மோகனராவ்.

“அஞ்சாயிரம் கொடுத்தீங்கன்னா இப்போதைக்கு சரியாகிடும்!” என்றான் லாயர் வரூதினியைப் பார்த்து.

“மறுபடியும் அஞ்சாயிரமா? நேத்தைக்கு முன்தினம்தானே கொடுத்தேன்?”

“முந்தாநாள் நீங்க கொடுத்ததெல்லாம் - இன்கம்டாக்ஸ், சேல்ஸ்டாக்ஸ், என்டர்டைன்மெண்ட்டாக்ஸ், டவுன்பிளானிங் டிபார்ட்மெண்ட் ஆபீஸர்களுக்கெல்லாம் சரியாபோச்சி. ஒவ்வொரு இடத்துலயும் ஆயிரமாவது கொடுக்கலேன்னா எந்த வேலையும் நடக்காது. அவங்ககிட்டிருந்ததெல்லாம் நமக்கு சில பல காகிதங்கள் வரவழைக்க வேண்டியிருக்கு. அந்த கன்சர்ன் ஆட்கள் வந்து நாளைக்கி கோர்ட்டுல நம்ம தரப்புல சாட்சிகளாகூட சொல்லவேண்டியிருக்கும். டாக்குமெண்டரி எவிடென்ஸ் எதிர்தரப்பினருகிட்ட இருக்கு. அதை நாம இல்லைன்னு ருஜுவாக்கணுமுன்னா நாம எத்தனையோ ருஜுக்களை உருவாக்கவேண்டியிருக்கு. எத்தனையோ சாட்சியங்களை சொல்லவைக்கணும்” தொடர்ந்து சங்கரராவ் சொல்லிக்கொண்டிருக்கும்போதே வரூதினி எழுந்து உள்ளே சென்றாள்.

ஐந்தாயிரத்தை வாங்கிக்கொண்டு சங்கரராவ் “இதெல்லாமே ஆள் பலமும் பணத்திமிரும். இவங்க கையிலருக்குற பணம் படுத்துறபாடு” என்பதைப்போல டி.எஸ்.பி.யைப் பார்த்தான்.

ஆறடி உயரம்கொண்ட அந்த ஆபீஸர் மூன்றடியாக கூனிக்குறுகி நின்றான். வரூதினி ஒருமாதிரியாக நிலை தடுமாறி நின்றிருந்தாள்.

“இவ்வளவு சீக்கிரத்துல இத்தனை ஆபீஸ்கள்ல நம்ம வேலை உடனடியா நடக்குதுன்னா காரணம் டி.எஸ்.பி.சார்தான். உங்களுக்கு உறுதுணையா இருக்குறதுனாலதான்! இல்லேன்னா ஒவ்வொருப்பயலும் எத்தனெக்கெத்தனை கரப்பான்னு சொல்லமுடியாது? இப்பவே நமக்கு பத்தாயிரம் ஆயிடிச்சி. இன்னும் மூனு டிபார்ட்மெண்டுல காகிதங்களெ சேகரிக்கணும்? போலீஸ் டிபார்ட்மெண்ட்டென்னமோ நம்மோடதுதான்னு வச்சிக்கோங்க. போனோம்னா ஏ.சி.டி.வோ, லேபர் இன்ஸ்பெக்டர், ஸானிடரி இன்ஸ்பெக்டர்,

இவங்கள்லாம் இருக்காங்க. இவங்கள்லாருமே கோயில், லிங்கத்தையே விழுங்குறவங்கதான்! வாங்க புறப்படலாம் டி.எஸ்.பி.சார்! வரூதினியம்மா? வர்றேம்மா? கோர்ட்டுக்கு டைம் ஆயிடுச்சி" லாயர் சங்கரராவ் எழுந்தான். கேட்டு வரைக்கும் வந்து வரூதினி விடை கொடுத்தனுப்பிவைத்தாள். சங்கரராவ் ஏதோ சொல்லிக்கொண்டேயிருந்தான். கார் ரோட்டின்மேல் சென்றுகொண்டிருக்க....

37

ஒரு வருடம் சென்றுவிட்டது. ஒரு குறிப்பிட்ட ஜாதி இனத்தின் - மனித வாழ்வில் ஒரு வருடம் என்பது அவ்வளவாக கணக்கில் வராததுதான். நூற்றுக்கணக்கான ஆண்டுகள் கழிந்தாலும் தவழ்ந்தபடியே நடந்துசெல்லும் ஜாதி விஷயத்தில் ஒரு வருடகாலம் உண்மையிலேயே கணக்கெடுப்பில் வராது.

இருநூறு ஆண்டுகள் கடந்தபின்பும் தேசத்தை பரிபாலணம் செய்கின்ற தலைவர்கள், நேற்றோ அல்லது அதற்கு முன்தைய தினத்திலோ சுயராஜ்யம் கிடைத்ததுபோலவே, அந்த சுதந்திரம் இன்னும் சிறுகுழந்தைதானென்றும், தவழ்ந்துவரும் நிலையில்தான் உள்ளதென்றும், அதை வளர்த்து ஆளாக்குவதற்கும், உயர்ந்த நிலையில் கொண்டுவருவதற்கும், மக்கள் இன்னும் எத்தனையோதியாகங்களைச்செய்யதயார்நிலையில்இருக்கவேண்டுமென்றும், சதாசர்வகாலமும் விழிப்புணர்ச்சியுடன் செயல்பட வேண்டுமென்றும், மேடைகளிலும், ரேடியோ, பத்திரிக்கைகள் போன்ற ஊடகங்களிலும் குரலெழுப்பிக்கொண்டுதான் இருக்கிறார்கள். ஆட்சியாளர்கள், தங்களுக்குட்படுத்தப்பட்ட உரிமைகளை மக்கள் எப்போதுமே காப்பாற்றி வரவேண்டுமென்றும், அப்படி நடந்துகொள்ளாதவர்கள், தங்கள் வாயில் தாங்களே மண்ணையள்ளிக் கொட்டிக்கொள்வார்களென்றும், மக்களை எச்சரித்துக்கொண்டிருக்கிறார்கள். அதைக்கேட்டு நடப்பவன் சாகாமல் அப்படியே வாழ்ந்துகொண்டிருக்கிறான். கேட்காதவன் உண்மையிலேயே மண்ணோடு மண்ணாய் கலந்து விடுகிறான்.

ஒரு வருடகாலம் ஏறக்குறைய மனித மனங்களில் பெருத்த அளவில் மாற்றத்தைத் தரமுடியாமல் போனதுதான்.

ஆனால் வரூதினியின் வாழ்க்கையில் அந்த கடந்தகால ஒரு வருடமே எத்தனையெத்தனையோ வருடங்களின் மாற்றங்களையெல்லாம் தந்துவிட்டிருந்தது! கோர்ட்டில்வழக்கு இன்னும்நடந்துகொண்டுதானிருக்கிறது. அதற்குள் அவளிடமிருந்த பணத்தில் இருபதாயிரத்திற்கும் மேலாகவே செலவழிந்துவிட்டது. கோர்ட்டு செலவுகளுக்கும், சாட்சியங்களுக்கும், மற்றும் பலவற்றிற்குமாகப் போனதுபோக மிச்சம் பணம் சங்கரராவின் இரும்புப்பெட்டிக்குள் சென்று கைகளில் மாறவேண்டிய பயமின்றி மௌனமாய் அமர்ந்திருந்தது.

வரூதினி இருநூற்றைம்பது ரூபாய் வாடகை வீட்டைக் காலிசெய்துவிட்டு நூற்றிப் பத்து ரூபாய் வாடகையில் வீட்டை மாற்றிக்கொண்டாள்.

வெங்கடபதி விலையுயர்ந்த விஸ்கி, பிராந்தியை மறந்து சாதாரண நாட்டுச் சரக்கை குடித்துக்கொண்டிருந்தான். அதற்குமே கஷ்டமாகத்தானிருந்தது. அதற்கு நடுவில் யாரோ ஆலோசனை சொன்னான். ஏதோ மாத்திரைகள் இருப்பதாகவும், அவற்றை நாளொன்றுக்கு இரண்டு போட்டுக்கொண்டாலே காலன் போதை தரும் சாராயத்தைவிட அதிகமான போதையையுண்டாக்குமென்றும் கூறிய அதே பெரிய மனிதனே அவ்வப்போது இரண்டு மாத்திரைகளையும் தந்துகொண்டிருந்தான். வெங்கடபதிக்கு அது நன்றாகவே ஒத்துழைப்பு தந்தது. சாராயத்தை விட்டுவிட்டு மாத்திரைகளைப் பழக்கப்படுத்தும் முயற்சியில் விழுந்திருந்தான். இந்த ஏற்பாடு வரூதினிக்கும் பிடித்திருந்தது. குடிப்பழக்கத்தை மறந்துவிட்டு கணவன் திருந்திவிடுவான் என்ற நம்பிக்கையைக் காட்டிலும் செலவாவது குறையுமே என்ற எண்ணத்தில் வரூதினி அதற்குச் சம்மதித்து அமைதியானாள்.

வரூதினியின் மகன் ஹைதராபாத் ஜாகீர்தார் பள்ளியில் நான்காம் வகுப்பில் படித்துக்கொண்டிருந்தான். அவனுக்கு எட்டு வயது முடிவடைந்திருந்தது. ஒன்பதாவது வயது நடந்துகொண்டிருந்தது. ஒவ்வொரு மாதமும் அவனுக்காக இருநூறு ரூபாய் அனுப்பவேண்டியிருந்தது. அது இதுவரையிலும் இருந்ததைப்போல அவ்வளவு எளிதான விஷயமல்ல. ஒவ்வொரு விடுமுறையின்போதும் அவனையழைத்து வருவதும், சென்றுவிட்டு வருவதும் - டிரஸ்களுக்கும், பீஸ்களுக்குமாய் எல்லாம் சேர்த்து வருடத்திற்கு மூன்றாயிரம் வரை தேவைப்படுகிறது. என்னதான் செலவுகளைக் குறைத்துக்கொள்ள நினைத்தாலும் சாத்தியப்பட மறுத்தது. வீட்டு வாடகையை வேண்டுமானால் குறைத்துக்கொண்டு வேறு வீட்டில் குடிபுக முடிந்ததே தவிர, வீட்டுக்குத் தேவையான செலவுகளை வரூதினியால் குறைத்துக்கொள்ள முடியவில்லை. ஆறு மாதங்களில் கேஸ் முடிவுக்குவந்துவிடும் என்று கோர்ட்டில் வழக்கைப் பதிவு செய்வதற்கு முன்னர் கூறிய சங்கரராவ், இப்போதென்னவோ, ஆறு வருடங்களானாலும் சொல்வதற்கில்லை என்பதுபோல பேசுகிறான்! பத்து வருடமாய் நடந்த கொண்டிருக்கின்ற வழக்குகள், பதினான்கு வருடங்களாக, இருபத்தைந்து வருடங்களாக இழுத்தடித்துக்கொண்டிருக்கின்ற வழக்குகளை உதாரணங்காட்டி சொல்கிறான். மறுபடி மறுபடி வரூதினி அவனிடம் நச்சரித்தாளென்றாள் - ஒரு முனிசீப் உத்யோகத்தில் சேர்ந்த ஆரம்பத்தில் தொடுக்கப்பட்ட வழக்கானது அவர் ஹைகோர்ட் ஜட்ஜாகி ரிடையர் ஆனபிறகும்கூட அந்த வழக்கு ஜில்லா கோர்ட்டிலேயே நடந்துகொண்டிருந்த செய்தியை சொல்லிக்கொண்டிருந்தான் சங்கரராவ்.

வரூதினி தன்னுடைய எதிர்கால நிலைமையைவிட, கோர்ட்டு விவகாரங்களை ஓரளவுக்கு புரிந்துகொண்டாள்.

ஒரு நாள் சங்கரராவிடம் சொன்னாள் - "எப்படியாவது நம்ம கேஸ் இன்னும் ரெண்டு மாதத்துல முடியுறபடி நீங்கதான் ஏற்பாடு செய்யணும்"

"அதெப்பிடி சாத்யப்படும்?" மூச்சுவிடாமல் சொல்லிவிட்டான் லாயர்.

"நீங்க நெனச்சா அதுவே சாத்யமாயிடும்."

அதைக் கேட்டதும் சங்கரராவ் பெருமிதத்துடன் சிரித்துவிட்டு கம்பீர மௌனத்தை மேற்கொண்டான்.

"நான் கேட்டிருந்த வரைக்கும் இப்போதிருக்கும் ஜட்ஜ்....?"

வரூதினி உணர்வு பூர்வமாக சங்கரராவைப் பார்த்தாள்.

"அவரு லஞ்சம் வாங்குவாரா என்பதுதானே உங்க அபிப்ராயம்?

"அப்பிடி ஒரு பிரச்சாரம் எழும்புனா உங்க கேஸையே தள்ளுபடி செய்றதுக்கு வாய்ப்பிருக்கு! ஜாக்கிரதை! அவரெப்பத்தி உங்களுக்குத் தெரியாது?" சங்கரராவ் தீர்மானமாகச் சொன்னான்.

வரூதினி பயந்து நடுங்குவாள் என்று எதிர்பார்த்த சங்கரராவ் அவள் முகத்தைப் பார்த்ததும் திடுக்கிட்டான். பயத்தின் சாயல் இம்மியளவும்கூட அவள் முகத்தில் வெளிப்படவில்லை. புறம்பாக அவள் உதடுகளில் லேசான சிரிப்பு வெளிப்பட்டது.

"அவரைப்பற்றிய செய்திகளெல்லாம் எனக்குத் தெரியுமென்று நான் சொல்ல வரல்லே. உங்களுக்கு நல்லாவே தெரியுமென்றுதான் சொல்ல வந்தேன்" என்றாள் வரூதினி.

"அவர் எங்களுக்குத் தூரத்து உறவு."

"உறவுக்காரருமா? அது எனக்குத் தெரியாதே?" என்றாள் வரூதினி.

சங்கரராவ் எதுவுமே பதில் சொல்லவில்லை.

"அப்புறம், ஜட்ஜ் ஐயாவோட எப்ப பேசப்போறீங்க?"

"அதுக்கு நீங்க எப்பத் தயாராயிருக்கீங்களோ அப்போ," என்றான் லாயர். வரூதினி வியானிடி பையிலிருந்து நோட்டுக்கட்டுகளை எடுத்து அவன் முன்னால் வைத்தாள்.

"ஆஹா! எல்லாத்தையும் முன்கூட்டியே தயாராக்கிகிட்டுத்தான் வந்துருக்கீங்கபோல? எவ்வளவு?" என்றான் சங்கரராவ் நோட்டுக்களை எண்ணியபடியே.

"மூவாயிரம்!" என்றாள் வரூதினி.

சங்கரராவ் நோட்டுக்கட்டை அப்படியே டேபிளின்மேல் வைத்துவிட்டான்! "பத்தாயிரத்துக்கு கொறஞ்சா தொடுறதே இல்ல. சில்லரை, நயா பைசா மனுஷங்களா என்ன? ஒன்னுக்கும் ரெண்டுக்கும் பரபரக்குறதுக்கு? பெரிய எடத்து வேலை?" என்றான் சங்கரராவ்.

"என்னப்பத்தி உங்களுக்கு தெரியாதது இல்ல. இருந்ததெல்லாத்தையும் உங்களுக்கே தந்திருக்கேன்!"

"எனக்குக் கொடுத்ததா சொல்றீங்க? அவருடைய குரல் ஓங்கி ஒலித்தது.

"உங்களுக்குன்னா, உங்களுக்கு மட்டுமில்லே. இந்த விவகாரத்துக்காகத்தான். மொத்தத்துல தந்திருக்கேன். மீதியிருந்ததையெல்லாமே துடைச்சி எடுத்துட்டு வந்துட்டேன். இதைவிட என்னால என்னத்தெ தரமுடியும்னு நீங்களே ஆலோசிச்சி சொல்லுங்க பார்ப்போம்" வரூதினி குரல் தளர்ந்திருந்தது.

"ஆமாம்மா, நீங்க சொல்றதெல்லாமே சரிதான். நான் இல்லேன்னு சொல்லல்லியே? ஆனாலும் நாம எதுத்தாப்புல இருக்குறவங்களோட அந்தஸ்து கௌரவம் எல்லாத்தையும் கவனிக்கவேண்டியிருக்கில்லையா? நமக்குத்தான் அவசர அவசியமே தவிர அவரு ஏதாவது நம்மகிட்ட வந்து கேட்டாரா? அவரு மட்டும் வாங்க சம்மதிச்சாருன்னா எதிர்தரப்புலருக்குற பார்ட்டி சியாமளாம்பா உடனடியா இப்பவே ஐம்பதாயிரத்தைக்கூட கொடுக்கத் தயாரா இருக்காங்கம்மா?"

"ஐம்பதாயிரமா?"

"என்னம்மா? அதுல இவ்வளவு ஆச்சரியப்படவேண்டியது என்ன இருக்கு? சினிமா தியேட்டர் சம்பந்தமா வந்த வருமானத்துல நீங்க ஒருவருஷத்துக்கு கோர்ட்டுல கட்டுனதே ஐம்பதாயிரம் வரைக்கும் இருக்கும். அஞ்சாறு லட்சங்கள் சொத்து! கொஞ்சமா நஞ்சமா! நாளைக்கி ஜெயிச்சவங்களுக்கு அந்தப் பணம் முழுசா ஐம்பதாயிரமும் சும்மா வந்தாப்புலதானே? அதைத்தான் அங்குட்டு எறியிறீங்க! அவங்க சொந்தப் பணத்தையா கொடுக்கப்போறாங்க?"

"ஐம்பது மட்டுமில்லே, எம்பதுகூட நான் தர்றதுக்கு தயாராத்தானிருக்கேன்! கேஸ் ஜெயிச்சி வர்ற பணத்தையெல்லாத்தையும் நீங்களே எடுத்துக்கோங்க. தியேட்டரை மட்டும் எனக்கு ஒப்படைச்சிடுங்க அதுபோதும்!"

"அம்மா! நீங்க பேசுறது நடைமுறைக்கு சரிபட்டு வராது! அனுபவமுள்ள யாருமே இந்தமாதிரி பேசமாட்டாங்க. உங்க கேஸ் ஜெயிச்சி தியேட்டரோட ஐம்பதாயிரமோ - இல்லை அப்பக்கி தகுந்தாப்புல எந்த லட்சமோ எதுவாருந்தாலும் அதையெல்லாத்தையுமே உங்ககிட்ட கிடைக்கிறமாதிரி செய்யணும்ங்குறதுதான் என்னோட விருப்பம். அதுதான் என்னோட பொறுப்பும்கூட" என்றான் லாயர்.

"அப்பிடீன்னா அந்த சியாமளாம்பாவே கொடுக்குறதுக்கு தயாராயிருக்காங்கான்னா இனி நாம ஜெயிச்சாப்புலத்தான்?" யோசித்தபடியே சொன்னாள் வரூதினி.

"அவரு, அவங்ககிட்டருந்து வாங்கிக்கிடுறவராயிருந்தா, இதுக்குள்ள தியேட்டர் அவங்க கைக்கு மாறியிருக்கும். இந்தப் பக்கம் இருக்குறது யாரு? எங்கிட்டருந்து பணத்தை கறந்துட்டு எதுத்தாப்புலருக்குற பார்டிக்கு அனுகூலமாக தீர்ப்பு சொல்லுவாரா என்ன? அவரு யாரு? என்னோட சொந்தம்னு சொல்லல்லே? அதுவும் தவிர நாங்க ரெண்டுபேரும் ஒரே ஊர்ல வளர்ந்து ஒன்னா படிச்சவங்க. அப்படிப்பட்ட பயமே உங்களுக்கு தேவையில்லை. நானும் கூட இப்படிப்பட்ட விஷயத்தை இத்தனைநாளா சொல்லாததுக்குக் காரணம்! - இதையெல்லாம் வெளியில சொல்லக்கூடாது. ரகசியமா வச்சிருக்கணும்!" சங்கரராவ் சொல்லிக்கொண்டிருக்கும்போதே வெளியில் கார் வந்து நிற்கும் சப்தம். பின்னர் கதவைத் திறந்து மீண்டும் மூடிய சப்தமும் கேட்டது.

சங்கரராவ் ஜன்னல் வழியாக வெளியே பார்த்ததும் அவன் முகம் ஒரு மாதிரியாக மாறிவிட்டது. பரபரப்புடன் நோட்டுக்கட்டுகளை மேஜையிலிருந்து எடுத்து டிராயருக்குள் அடைத்தான்.

உள்ளே நுழைந்த ராமனாதபாபு வரூதினியைப் பார்த்ததும் அப்படியே நின்றுவிட்டான்!

வரூதினி அதிர்ச்சியடைந்தாள்!!

"ஹலோ வரூதினி! சௌக்கியமா?" எவ்வளவோ அபிமானத்துடன் சிரிப்பை அள்ளித்தெளித்தபடியே பேசினான் ராமனாதபாபு.

அவள் கண்ணெதிரில் பட்டு ஏறக்குறைய ஒருவருடம் தாண்டிவிட்டது. ஒரு வருடகாலத்தில் எத்தனை மாற்றங்கள்! அந்த விசாலமான கண்களுக்குக் கீழே கரும்படலம், ஒளியுடன் பிரகாசிக்கும் அவளது கருவிழிகள் சோர்வுற்று வருத்தத்துடன் தென்பட்டன. ராமனாதபாபுவின் இதயம் கலக்கமுற்றது.

வாய்திறந்து எதுவுமே பேசாமல் ஒரு நிமிடம் அவன் கண்களுக்குள் நோக்கியபின் தலையைகுனிந்துகொண்டுவிட்டாள் வரூதினி. ராமனாதபாபு பெருமூச்சொன்றை இழையவிட்டு வரூதினியின் பக்கத்திலிருந்த நாற்காலியை இழுத்துப்போட்டுக்கொண்டு அமர்ந்தான்.

"என்னங்க லாயர் சார்? இவங்க ரெண்டுபேருக்கிடையில பேசி சமாதானம் செய்யக்கூடாதா?" கேட்டான் ராமனாதபாபு.

"சமாதானமா? செஞ்சு வைக்க வேண்டியவங்க நீங்க?"

"என் பேச்சைக் கேக்குறவங்களாயிருந்தா இப்படி கோர்ட்டுக்கு ஏறுவாங்களா என்ன?

"எது எப்படியிருந்தாலும் இப்பவும் நம்பள மீறிப்போயிட்டது எதுவுமே இல்லே. ரெண்டு பேருக்கும் வேண்டியவங்க நீங்க. ஏதோ ஒரு விதமாபேசி சமாதானத்துக்கு கொண்டுவந்துடுங்க".

"எனக்கு அவங்க ரெண்டுபேருமே வேண்டியவங்கதான். ஆனாலும் அவங்களுக்கு என்னை பிடிக்காத மாதிரியில்ல அவங்க நடந்துக்குறாங்க. பொறும்மாண்ணு சொன்னா, எம்பொண்டாட்டி கேக்கமாட்டேங்குறா. இவங்க மட்டும் இஷ்டத்துக்கு எப்பிடி நடந்துகிட்டாங்க? ரௌடிகளை வச்சி தியேட்டரை வசப்படுத்திக்கிட்டாங்க, அவ என்னமோ கோர்ட்டுல போட்டுட்டா."

"மனைவியை கூட்டு சேர்த்துக்கிட்டு பெரிய மனுஷனாட்டம் பேசுனாப்போதுமா? உண்மையிலேயே இந்தக் குற்றத்தையெல்லாமே நீ பின்னாடியிருந்து செய்யவச்சதுதானே?"

"இவ பேசுறதெ பார்த்துட்டுத்தானே இருக்கீங்க சங்கரராவ் சார்? சியாமளாவும் இவளக்கு கொறஞ்சவண்ணு நெனக்காதீங்க, இதே மாதிரிதாண்ணு நெனச்சிக்கோங்க."

"பொம்ளைங்க! அதுலயும் சொத்து விவகாரங்கள் வேற!" யாருக்கு ஆதரவு காட்டுகிறானென்று புரிந்துகொள்ள இயலாத தோரணையில் சொன்னான் சங்கரராவ்.

"அடிச்சிட்டு சாகட்டும். நடுவுல எனக்கென்ன வந்தது? அப்புறம் என்னோட டிராப்ட் டீட் என்ன செஞ்சீங்க? பூர்த்தியாயிடிச்சா?" ராமனாதபாபு எழுந்து நின்றான்.

அவனோடு சேர்ந்து சங்கரராவும் எழுந்து - "எங்க! நேரமே கெடக்கலையே, நாளை மறுநாள் தப்பாம செஞ்சிடறேன்" என்றான்.

"மறுபடியும் நாளை நாளைன்னு தள்ளிகிட்டே போறீங்களே? நாளைக்கி சாயந்திரத்துக்காவது கொடுத்துட முடியாதா?"

"சரி! நாளைக்கி ராத்திரி எட்டு மணிக்கு ஒரு தடவை வந்துட்டுப்போங்க!"

"வர்றேன்! வரூ.... வரூதினி!" என்றவாறு ராமனாதபாபு சென்றுவிட்டான். சங்கரராவ் அவனை விடைகொடுத்தனுப்பிவிட்டு வந்து அமர்ந்தான்.

"பார்த்தியாம்மா! ராமனாதபாபுவை?" கண்களை உருட்டியவாறு கொக்கரித்தான் சங்கரராவ்.

"அதுக்காகத்தான் வந்தான்னு சொல்றீங்களா?"

"பின்னே எதுக்காகவாம்! நீ இருக்கேண்ணுதான்..."

"ஏதோ டீடு ட்ராப்டு ன்னு சொன்னாரே?"

"சொல்வான்ம்மா சொல்வான். மறுபடியும் நாளைக்கு வர்றேண்ணு சொன்னதை கேட்டியா!"

வரூதினி ஒன்றுமே சொல்லவில்லை.

"என்ன சொல்ல வர்றேன்னா, அந்த சங்கதியெல்லாத்தையும் தெளிவா எடுத்துச் சொல்லணும். வெளியே விட்டா நமக்குத்தான் கேவலம். நான் முடியாதுன்னாலும் ராமனாதபாபு நேரா அவருகிட்டயே போயி தொடர்பு வச்சிக்கிடுவான். அவனோட சங்கதியப்பத்தி நான்வேற உங்கிட்ட எடுத்துச் சொல்லணுமா என்ன?" வரூதினி எழுந்து நின்றாள்.

"நீங்க கோர்ட்டுக்குப் போறதுக்கு முன்னாடி ஒருதரம் வீட்டுக்கு வர்றீங்களா?"

"அது எதுக்கு காலையில மறுபடியும் நான் வர்றது? நாளைக்கி சாயங்காலம் ஏழு ஏழரை மணிக்கு அங்கிருந்து அப்பிடியே வந்துடறேன்."

வரூதினி கண்களைத் துடைத்துக்கொண்டாள்.

"நீங்க ஒன்னுமே கவலைப்படவேண்டாம். எல்லாத்தையும் நான் பார்த்துக்கிடுறேன். ரெண்டு மாசத்துலயே உங்க கஷ்டமெல்லாம் தீர்ந்துடப்போவுது!" லாயர் சங்கரராவ் தன்னுடைய காரில் வரூதினியை அனுப்பிவைத்தான்.

38

நாட்கள் கடந்து சென்று கொண்டிருந்தன.

வரூதினி தன்னுடைய ஆசைகளையெல்லாம் லாயர் சங்கரராவின் மீது அடகு வைத்தபடியே வாழ்ந்துகொண்டிருந்தாள்.

அவளுடைய துன்பங்களுக்கெல்லாம் ஒரு விமோசனம் பிறந்திருந்தது. சங்கரராவ் சொன்னது போலவே - "வரூதினி பிக்சர்பேலஸ் வழக்கு" விசாரணைக்கு வந்தது.

எல்லாமே ஒருவாரம், பத்துநாட்களில் தெரிந்துவிடும்! சங்கரராவ் நடு நடுவில் தென்பட்டபடி மிகவும் நம்பிக்கையூட்டிக்கொண்டிருந்தான்.

ஒருநாள் திடீரென்று கனகய்யா காற்றைப்போல எட்டிப்பார்த்தான். "கொழந்தே! எங்கேம்மா வெங்கடபதி?" வாயிலிருந்த சுருட்டைத் தூக்கியெறிந்துவிட்டு வீட்டிற்குள் வந்து உட்கார்ந்தான் கனகய்யா.

"இப்பத்தான் வெளியில போயிருக்காரு? இப்பவாவது உங்களுக்கு வரத் தெரிந்ததே?"

தலைமுடியில் பின்னை சொருகியபடியே கனகய்யாவின் முன் வந்து நின்றாள் வரூதினி.

"எங்கேம்மா! ஓய்வே இல்லையே. இதுவரைக்கும் இருந்ததுபோல இல்லையில்ல? அந்தப் பக்கம் ஊருல விவசாய வேலைகள், இந்தப் பக்கம் மில்லு வேலைகள், ஓய்வில்லாம செத்துக்கிட்டிருக்கேன். என்ன இப்பிடி வழக்கை சங்கரராவுகிட்ட ஒப்படைச்சிட்டு உங்கபாட்டுக்கு உட்கார்ந்திருக்கீங்க?"

வரூதினி தனக்குள்ளேயே சிரித்துக்கொண்டாள். "அதைத்தவிர எங்களால செய்ய முடிஞ்சது என்ன இருக்கு? லாயர்கள் தானே பார்த்துக்கணும்?" விட்டேத்தியாக பதில் சொன்னாள் வரூதினி.

கனகய்யாதலையை நிமிர்த்தி வரூதினியை நோக்கிப் பார்த்தான். என்னத்தை பார்த்துக்கிட்டிருக்கானாம்? நேத்து எங்க மருமகன் கோர்டுலதான் இருந்தாராம்.

உங்க வழக்கு விசாரணை நடக்குறப்ப" வரூதினியின் கண்கள் ஆத்திரத்துடன் கனகய்யாவின் பக்கம் பார்த்தன.

"அந்த சங்கரராவுபய மூழ்கடிச்சிடுவான் போலருக்கேண்ணு சொன்னாரு" வரூதினி ஒன்றுமே சொல்லவில்லை.

"திருட்டுப்பய அவன் எங்கெருந்து கெடைச்சாம்மா உனக்கு? என்ன... அந்த போலீஸுக்காரந்தான் கொண்டாந்து சங்கரராவு கையில கொடுக்க வச்சிருக்கான் இல்லயா?"

"உங்க மருமகன் என்ன சொன்னாரு?" வரூதினி பயந்துபோய் கேட்டாள். "அந்த சங்கரராவுபய வெறும் பொறட்டுக்காரம்மா! எக்ஸ்பார்ட்டிகிட்ட நல்லா கறந்திருக்கானோ என்னமோ? கேஸையெல்லாமே நாடகமாக்கிட்டிருக்கானாம். ஜட்ஜ் எதைக்கேட்டாலும் தலையை சொரிஞ்சிகிட்டு திசைகளெ பார்க்குறானாம்" வெற்றிலைப் பாக்குப் பெட்டியைத் திறந்து வெற்றிலை, பாக்கு, சுண்ணாம்பு அவற்றோடு புகையிலையையும் வெளியே எடுத்துபோட ஆரம்பித்தான் கனகய்யா.

வரூதினிக்கு பூமி தலைகீழாகச் சுழல்வது போலிருந்தது. தலையிலிருந்து பூ சரிந்து கீழே விழுந்தது.

"அப்படி நடக்குறதுக்கு வழியேயில்லையே? எங்கிட்டருந்து வேற ஏழாயிரம் வரைக்கும் ஜட்ஜ் அவரோட உறவுக்காரருண்ணு சொல்லி வாங்கிகிட்டாரே!" மீதி செய்தியையெல்லாம் விழுங்கிவிட்டாள் வரூதினி கனகய்யாவை நம்பமுடியாமல்.

"கொழந்தை! உனக்கு அத்தனை நம்பிக்கையிருந்தா நான் இல்லேண்ணு எதுக்காக சொல்லணும். எங்க மருமகன் ராத்திரி சாப்புடுறப்போ சொன்னண்ணு கேட்டேன். அதை ஒன்னோட காதுல போட்டுட்டுப் போகலாமேண்ணு வந்தேன். அதுமட்டுமில்லே! உண்மையிலயே எதுக்காக வந்தேன்னா?" தடுமாறினான் கனகய்யா.

எதுவுமே சொல்லமுடியாதவளாய் வரூதினி அப்பாவியாய் பார்த்தாள் கனகய்யாவை.

"சாம்பைய்யா பெரிய மனுஷனோட கஷ்ட சம்பாத்தியம். எம்பது ஏக்கர் நஞ்சை, முப்பது ஏக்கர் புஞ்சை நெலம் நீச்சு, வீடு, காலிஇடம், தொழுவம், தோட்டம், துரவு எல்லாமா சொத்துமொத்தத்தையும். எவ்வளவு சொத்து? ஒரு சின்ன எடம்கூட விடாமெ அத்தனையையும் வித்து தியேட்டர்தியேட்டருண்ணு அதுல கொட்டி பணத்தையெல்லாம் செலவழிச்சீங்களே? அந்தப் பக்கம் பார்த்தா ராமனாதபாபு எவ்வளவு கேடுகெட்ட மனுஷனோ? இந்தப் பக்கம் பார்த்தா நம்ம வெங்கடபதி வெறும் வெகுளிப் பயலா போயிட்டானே? வாயெடுத்துப் பேசாதபுள்ளெ! என்னமோம்மா! சொல்லக்கூடாதுதான்... நீ

பொம்பளப்புள்ளெ. அந்த கோர்ட்டு வழக்கு அதுஇதுன்னு உள்ளுக்க நொழஞ்சா.... அந்த தந்திரங்களெல்லாம் உனக்கு மட்டும் என்ன தெரியும்? கை சுட்டதுக்குப் பொறகு அய்யோன்னு சொல்லி பிரயோசனம்? விளக்கு இருக்கும்போதே வீட்டை சுத்தமாக்கிக்கிடணும் தெரியுமா?"

"அதில்ல கனகய்யாகாரு?...."

"எது நடக்குமோ, எது நடக்காதோ எனக்கு எதுவுமே புரிஞ்சிக்க முடியல்லேம்மா? எங்க மருமகன் சொல்லிட்டிருந்ததை கேட்டேன். மனசு கேக்காம வந்து சொன்னேன். நான் கேட்டது எதுவோ அதை உன் காதுல போட்டுட்டேன். அதுக்குப் பொறகு உன் இஷ்டம். நான் போயிட்டு வர்றேன்?"

கனகய்யா எழுந்தவன் குனிந்து கைத்தடியைப் பிடித்துக்கொண்டான்.

"இன்னும் என்ன சொன்னாரு உங்க மருமகன். அதையெல்லாம் சொல்லாமலே போறீங்களே?"

இரண்டடி முன்னால் வைத்து கேட்டாள் வரூதினி.

"எங்க குருநாதன் மட்டும் முழுசா சொன்னாரா என்ன? இத்தனைக்கும் துளைச்சி, துளைச்சி கேட்டேன். அவங்க லாயர்களம்மா. கோர்டுல நடக்குற உள்விவரங்களெயெல்லாம் நம்மகிட்ட சொல்லப்போறாங்களா? ஏதோ உன்மேல உள்ள அபிமானத்தினால அம்மட்டும் கொஞ்சமாவது நழுவவிட்டாரு. சும்மாயிருக்க முடியாமை உன்னோட காதுல போட்டுட்டு போகலாமேண்ணு வந்தேன். வெங்கடபதி வந்தா சொல்லு நான் வந்துட்டுப்போனதை? வர்றேன்!"

கனகய்யா வளைந்த கைப்பிடிவைத்த கம்பை ஆட்டியபடியே சென்றுவிட்டான். வரூதினிக்கு வியர்க்கத் தொடங்கியது. சன்னல்களெல்லாம் மூடப்பட்டு வெக்கையாக மூட்டம்போட்டதுபோலத் தோன்றியது. ஒன்றுமே இல்லேன்னா கனகய்யா எதுக்காக வரப்போறாரு? நெருப்பில்லாம புகைகிளம்புமா. கனகய்யா சொன்னதை தள்ளிவிடுறதுக்கு வாய்ப்பே இல்லை. வரூதினி கடிகாரத்தைப் பார்த்தாள். இன்னும் ஒன்பதரை ஆகவில்லை. மடமடவென புடவையை மாற்றிக்கொண்டு புறப்பட்டாள்.

வரூதினி வந்து டேபிள் பக்கத்தில் நின்றதைக்கூட கவனிக்கவில்லை சங்கரராவ். வெள்ளை கால்சராயும், வெள்ளை சட்டையும் அணிந்து, அதன்மேல் கருப்பு கோட்டும், கருப்பு டையுமாய் கோர்ட்டுக்குச்செல்ல சித்தமாகிவிட்டான். அன்று ஆஜர்படுத்தவேண்டிய காகிதங்களை பைலில் தேடிக்கொண்டு பரபரப்புடன் காணப்பட்டான்.

"சங்கரராவ் சார்?"

சங்கரராவ் காகிதங்களுக்குள்ளிருந்து தலையை எடுக்காமலேயே குமஸ்தாவை அழைத்தான்.

"எக்ஸிபிட் ஆறு... ஒன்பது எங்கே?"

"டைப் பண்ணிட்டிருக்கேன். இதோ முடிஞ்சிடும்"

"இன்னும் எவ்வளவு நேரம்? டைம் ஆயிட்டிருக்கு. உனக்கு என்னமாவது அறிவிருக்கா? அதையெல்லாம் ராத்திரியே டைப் செஞ்சு வச்சிடுண்ணு சொன்னேனில்லையா?"

"முடிஞ்சிருச்சி சார்! நீங்க புறப்படுங்க. அஞ்சு நிமிஷத்துல நான் கொண்டாந்து தர்றேன். யோவ்! இதையெல்லாத்தையும் கார்ல கொண்டுபோயி வையி. பார்த்துகிட்டே நிக்கிறியே என்ன?"

குமாஸ்தா துணியில் பைல்களையெல்லாம் சுருட்டி பையனின் கையில் தந்தபடியே வேலைக்காரச் சிறுவனை எரிந்துவிழுந்தான்.

"நம்ம கேஸு-"

டேபிளின் முன்னால் நின்று காலரை சரிசெய்து டையை இறுக்கிக் கட்டிக்கொண்டிருந்த சங்கரராவ் வரூதினியைப் பார்த்ததும் கழுத்தை பிடித்து இறுக்கியதுபோலாயிற்று! அவள் கண்கள் நெருப்பாய் கனன்று கொண்டிருந்தன.

"என்னதும்மா? பொழுதன்னைக்கும் நம்மகேஸு, நம்மகேஸுன்னு சொல்லிகிட்டு? நல்லாதான் நடக்குதுண்ணு சொல்றேனில்லே?" முகத்தைப் பக்கவாட்டில் திருப்பியபடி கோபத்துடன் சொன்னான் சங்கரராவ்.

"உங்களுக்கு வேணும்னா அப்பிடி இருக்கலாம். ஆனா பார்க்குறவங்களுக்கு அப்பிடியில்லையே" வரூதினியின் குரல் கடுமையாய் ஒலித்தது.

"ஓஹோ!"

பானையின்மேல் கல் எறிந்ததைப்போலிருந்தது சங்கரராவிற்கு.

"அப்படீன்னா வழக்கெடுத்து வாதாடுறது நானா இல்ல நீங்களா?"

"நான் வாதாடுறதாயிருந்தா உங்ககிட்ட எதுக்காக வரணும்?"

"அப்படீன்னா நடுவுல நான் எதுக்கு? நீங்களே வாதாடிக்கோங்க" என்றபடியே அறையைவிட்டு வெளியேவந்தான் சங்கரராவ்.

வரூதினியும் அவன் பின்னால் நடந்துவந்தபடியே - "ஜட்ஜ் ஐயா என்ன சொல்றாரு?" என்று கேட்டாள்.

"இது என்ன திரையில ஆடுற பொம்மலாட்டம்னு நெனச்சீங்களா? கேத்திகா என்ன சொல்றா, பங்காரக்கா என்ன சொல்றான்னு சொல்றதுக்கு? கோர்ட்! கோர்ட்! அங்கே சட்டம் பேசுது."

வரூதினியின் முகம் சுருங்கிவிட்டது. அவ்வளவு அலட்சியமாக இதுவரையிலும் தனக்கு முன்னால் - பேசியதில்லை.

"நீங்க ஒன்னும் தயவு தாட்சண்யத்துக்காக வழக்கையெடுத்து வாதாடல்ல! நீங்க கேட்ட அளவு பணத்தை தந்திருக்கேன். மேற்கொண்டு பத்தாயிரம் ஜட்ஜுக்காக வாங்கியிருக்கீங்க, கேஸை ஜெயிச்சித் தாரேன்னு சொல்லி. பதில் சொல்றதுக்குக்கூட உங்களுக்கு கஷ்டமாயிருக்குறாப்புல தெரியுதே!"

"சொல்லப்போனா இந்த மாதிரியான கேஸை ஒத்துக்கிடுறது என் தப்புத்தான். அந்த டி.எஸ்.பி. சொன்னதால ஒத்துக்கிட்டேன்."

"ஒருத்தரு சொல்லி வழக்கை ஒத்துக்கிடுறதாவது? உங்களால முடியாதுன்னா விட்டுடுங்க. அதுதானே தவிர வழக்கை பாழ்படுத்தாதீங்க!"

காரில் ஏறி உட்காரவிருந்த சங்கரராவ் திடுக்கிட்டபடி பார்த்தான்! காருக்குப் பக்கத்தில் நின்றிருந்த க்ளயின்ட்ஸ், வரூதினியையும், சங்கரராவையும் மாறி மாறிப் பார்த்தான்.

சங்கரராவ் கோபத்தையெல்லாம் கார்கதவின்மேல் காட்டினான். வரூதினிக்கோ தன்முகத்தின்மேல் அந்தக் கதவை அடித்ததுபோலிருந்தது. சென்றுகொண்டிருந்த காரையே திகிலுடன் பார்த்துக்கொண்டிருந்தாள் வரூதினி.

லாயர் குமாஸ்தா வரூதினியை கீழிருந்து மேல்வரை பார்த்துவிட்டு உள்ளே சென்றுவிட்டாள்.

இப்போது வரூதினிக்கு கனகய்யா சொல்லிவிட்டுச் சென்றதற்கு சரியான ருஜு கிடைத்துவிட்டது. சங்கரராவு நடந்துகொண்டவிதம் அப்படித்தானிருந்தது. ஏதோ ஒரு காரணத்தைச் சொல்லி தன்னுடன் சண்டைபோடவேண்டுமென்று திட்டமிடுவதைப்போலத் தெரிகிறது. எதுவுமே வழிதெரியாதவளாய் ரிக்ஷாவில் ஏறி உட்கார்ந்தாள். வீட்டை நோக்கிச் சென்றுகொண்டிருந்த ரிக்ஷாவை திருப்பச் சொன்னாள் வரூதினி. லாயர் குருநாதன் வீட்டிற்கு முன்னால் ரிக் ஷா வந்து நின்றது.

காரில் ஏறி உட்கார்ந்து கோர்ட்டுக்குச் செல்லவிருந்த குருநாதன் வரூதினியை ஒருநிமிடம் யோசனையுடன் பார்த்தான். புறப்பட்ட காரை நிறுத்தி காரிலிருந்து இறங்கினான்.

வரூதினி அவனைப் பார்த்ததும் என்ன பேசவேண்டுமென்று புரியாமல் அப்படியே நின்றுவிட்டாள்.

"என்னங்க? மாமா இல்லீங்களே! காலையிலேயே ஊருக்கு கிளம்பிப்போயிட்டாரு" மரியாதையுடன் பேசினான் குருநாதன்.

"இல்ல, உங்களெ பார்க்கத்தான் வந்திருக்கேன்."

"என்ன பார்க்கவா! என்ன விஷயம்?" புன்னகை வெளிப்பட புருவங்களை உயர்த்தியபடி கேட்டான் குருநாதன்.

"எங்க வழக்கு சம்பந்தமா பேசணும்."

“எங்க மாமா ஏதாவது சொன்னாரா?” ஏதோ தவறு நடந்துவிட்டதைப்போலக் கூறினான்.

“ஆமா! அந்த விஷயம் சம்பந்தமாக உங்க ஆலோசனையைக் கேட்கலாம்னு வந்திருக்கேன்.”

“அது எப்பிடிம்மா! ஒருத்தர் வாதாடுற வழக்குல இன்னொருத்தர் தலையை நுழைக்கிறது?...”

“இருந்தாலும் நீங்கதான் ஏதாவது வழியை சொல்லணும். கனகய்யாவோட எங்களுக்கிருக்குற நட்புக்காவது நீங்க செஞ்சுத்தானாகனும்” சாமர்த்தியமாகப் பேசினாள் வரூதினி.

கைக்கடிகாரத்தைப் பார்த்தவன் - “நேரமாயிடுச்சி. இப்போதைக்கே அரைமணிநேரம் தாமதமாகிவிட்டது. சாயந்திரம் கோர்ட்டிலிருந்து வந்தபின்னர் பார்க்கலாம்” என்றான் புன்சிரிப்புடன் தலையையாட்டியபடியே குருநாதன்.

“அப்போ அஞ்சுமணிக்கு வரச்சொல்றீங்களா?”

“நீங்க இங்க வரவேண்டாங்க. அந்த சங்கரராவ் சூத்த தரித்திரம் புடிச்சவன்ங்க. நானே வாரேன் உங்க வீட்டுக்கு.”

“நிச்சயமா வருவீங்கள்லியா?”

குருநாதன் தலையையாட்டிச் சம்மதத்தைத் தெரிவித்து விட்டு காரில் ஏறினார்.

39

அன்று மாலை நான்கு மணியிலிருந்து குருநாதத்திற்காக எதிர்பார்த்துக்கொண்டிருந்தாள் வரூதினி.

“அம்மா, நான் போயிட்டு வரட்டுமா!” என்றபடியே வேலைக்காரப்பெண் கமலா கையில் பையுடன் வரூதினியின் முன்னால் வந்து நின்றாள்.

“அதென்னடி? எங்கே?”

“நேத்தே சொன்னேனில்லேம்மா, நம்ம ஊர்லருந்து பார்க்க வர்றாங்கன்னு!” வெட்கத்துடன் கூறினாள் கமலா.

“என்னடி? இப்பப்போறேன்னா எப்பிடி? லாயர் வர்றேன்னு சொல்லியிருக்காரே! காபி, டிபன் செய்யணுமே, நீ இந்த நேரம் பார்த்து போயிட்டா எப்பிடி?”

“எங்க அம்மா வரச்சொல்லியிருக்கா. நாளைக்கி காலையில பொண்ணு பார்க்க வர்றாங்களாம்” தலையைக் குனிந்தபடியே சொன்னாள் கமலா.

“அந்தக் கெழவி புச்சம்மா பேரன் கல்யாணமுன்னு சொல்லிட்டுப்போயி மூனுமாசமாயிடுச்சி. இதுவரைக்கும் எந்தத் தகவலும் சொல்லியனுப்பல. இத்தன வருஷமா நல்லா தின்னு கொழுப்பேறியிருந்தாளா? கொஞ்சம் தீனி கொறஞ்சதுமே எடுத்தெறிஞ்சிட்டு போயிட்டா. திருட்டு முண்டெ! இனி வரட்டும். அப்ப பார்த்துக்கறேன்! காலைமுறிச்சி வெளியில தள்ளிவிட்டுடறேன். ஆமா அவதான் அப்படின்னா! நீயும்கூட போயிட்டா எப்பிடிடி கமலா?”

“நாளைக்கி சாயங்காலத்துக்கெல்லாம் வந்துடுவேனில்லையா அம்மா!”

“அவளும் இப்பிடித்தான் சொல்லிட்டுப் போனா. நெஜத்துக்கு உங்க ஆளுங்களையே நம்பக்கூடாதுடி, நாலு காசு அதிகமா கெடைக்கலேன்னா உங்க குடியே முழுகிப்போனாப்புல அழுது தொலைப்பீங்க. ஏண்டி? இது எத்தனையாவது தடவை? நீ மாப்புளெமுன்னால நிக்கிறது.

"என்னம்மா செய்றது? ரெண்டு சம்பந்தங்க எனக்குப்புடிக்கல்லே. அதுக்குப் பொறகு வந்த ரெண்டோ.... சைக்கிள், வாட்ச்சுன்னு கேட்டாங்களா! எங்க அய்யாகிட்ட என்ன இருக்கும்மா கொடுக்குறதுக்கு?"

"ரெண்டு பேரை உனக்குப் புடிக்கல்லையாக்கும். எதுக்குடி? கூனா? குருடா?"

"ஆமா, அதுங்க வெறும் கிராமத்தானுங்கம்மா, உடம்புல நல்லபடியா துணியை கட்டிக்கக்கூட தெரியாதவனுங்களா சுத்த காட்டுமிராண்டி மனுஷங்களாயிருந்தாயாருக்குத்தான்புடிக்கும்மா?" கண்களைச்சுழற்றியபடியே சொன்னாள் கமலா.

வரூதினி, அவளை ஏறஇறங்கப் பார்த்தாள். இவளுக்கு ரொம்பத்தான் நாகரீகம் கூடிப்போய்விட்டது? எவ்வளவு திமிராகப் பேசுகிறாள்?

"உனக்குப் பட்டணத்துத்தண்ணி ஒடம்புல ஏறிடுச்சிடி! ரொம்ப அகங்காரமா பேசாம, வயித்தெ காயப்போடாமெ கொண்டாந்து தர்றவனப் பார்த்துக் கட்டிக்கோ! தெரிஞ்சதா!!

"ஒருத்தரு எனக்கு கொண்டாந்து கொடுக்குறதாவது என்னம்மா? நான் கஷ்டப்பட்டு என்னைக் காப்பாத்திப்பேன். அப்படிப்பட்ட தடிமாட்டுப் பயலுகளைசெத்தாலும்கட்டிக்கமாட்டேன். எனக்குகல்யாணமே ஆகாட்டாலும் பரவாயில்லை. அதைப்பத்தி கவலைப்படமாட்டேன்!"

வரூதினிக்கு அவள் தோரணையைப் பார்க்க பார்க்க எரிச்சலாக இருந்தது. 'இவ நல்லா ஷோக்கு சொகத்தெ தெரிஞ்சிகிட்டா. இனி எங்க புருஷனோட குடும்பம் நடத்தப்போறா? சோத்துக்கு வழியில்லாம அலைஞ்சிட்டிருந்தவளைக் கொண்டாந்து வீட்டுக்குள்ள வச்சிகிட்டேன். 'எட்டு வருஷத்துக்கு முன்னால கிழிஞ்ச பாவாடையும், எலும்பும் தோலுமா கண்ணங்கரேல்னு அழுக்கு அழுப்புப் புடிச்சகயிறாட்டம் இருந்தவளை அழைச்சிட்டுவந்து காலு கையில விழுந்து அவங்க அம்மா, அப்பா கெஞ்சுனதுனால அவளை வீட்டுக்குள்ள விட்டேன். குழந்தையாவது தூக்கிகிட்டு அலைவாளேன்னு ஒத்துகிட்டேன். இப்போ என்னடான்னா அவள் வாழைத்தண்டாட்டம் மடமடன்னு வளர்ந்து நல்லாவே கொழுகொழுன்னு சதைப்பிடிப்போட பருவமங்கையா நிக்கிறாள். தன் வீட்டுல தனக்குமுன்னால வளர்ந்து பெரியவளான இவள் தன்கிட்டயே இப்படி பேசுறது ஆச்சரியமாத்தானிருக்கு, வரூதினி மனதிற்குள் நினைத்துக்கொண்டாள்.

"அப்படீன்னா ஒன்னு செஞ்சிடு. ஹோட்டலுக்குப்போயி ஸ்வீட், காரம், வாங்கிட்டு வந்துடு. காபி நானே போட்டுக்கறேன். அவர் வரும் நேரமாயிடுச்சி" என்று கூறி வரூதினி பணத்தைக்கொண்டு வந்து தந்தாள். "நளை சாயந்திரத்துக்கெல்லாம் வந்துடுவியா?" என்றபடியே பத்து ரூபாய் நோட்டை வேலைக்காரியின் கையில் தந்தாள் வரூதினி.

“தவறாமை வந்துடுவேம்மா!” மகிழ்ச்சியுடன் சொன்னாள் கமலா.

“இனி எங்கடி வரப்போற ஓ தலையில அந்த மூணுமுடிச்சி கழுத்துல விழுந்ததுமே கட்டிகிட்டவன் பின்னாடி போயிடுவே!” சிரித்தபடியே சொன்னாள் வரூதினி.

அந்த சிரிப்பிற்குள்ளிருந்து வருத்தம் எட்டிப்பார்த்தது.

“அதென்னம்மா அப்பிடிச் சொல்லிட்டீங்க? உங்கள விட்டுட்டு நான் எங்கம்மா போகப்போறேன்? அவனையும் சேர்த்து இங்கயே அழைச்சிட்டு வந்துடமாட்டேன்! அவனையும் நம்ம தியேட்டர் வாசல்லயோ, சினிமா வண்டியெ தள்ளிட்டுப்போறதுக்கோ வச்சிடுங்கம்மா!”

வரூதினியின் மனம் இரக்கத்தால் கசிந்தது.

“உனக்கு இருக்குற விஸ்வாசம்கூட அந்த கெழவி முண்டெக்கு இல்லையேடி! முப்பது வருஷமா எங்க உப்பைத் தின்னு பொழச்சவ. இப்ப பார்த்தியா அவ திரும்பிக்கூட பார்க்காம இருக்குறதெ.”

“நீங்க என்னை என்ன சொன்னாலும் சொல்லிட்டுப் போங்கம்மா. அந்த புச்சம்மான்னாலே எனக்கு மொதல்லருந்து புடிக்கவே புடிக்காது. உங்களப்பத்தியே என்னென்னமோ சொல்லுவா”

“என்னத்தடி சொல்லுவா?” ரோஷத்துடன் கேட்டாள் வரூதினி.

“அதுதாம்மா! அந்த ராமனாதபாபு, டி.எஸ்.பி. அவங்கள்லாம் வர்றப்போ எதுத்தவீட்டுக்காரங்களோடயும்,பக்கத்துவீட்டுக்காரங்களோடயும் குசுகுசுன்னு பேசிக்கிட்டிருப்பாம்மா!”

“இத்தனை நாளா நீ எதுக்குடி எங்கிட்ட சொல்லவேயில்லை?”

அவ தோலை உறிச்சிடுவேனில்லையா. வரட்டும், அவளெ கவனிக்கிற விதமா கவனிச்சிக்கிடுறேன்.”

“அந்த கெழவின்னா உங்களுக்கு உசுராச்சேம்மா? அவங்க எங்கம்மா என்னை நிக்கவிட்டாம்மா?”

“என்னமோ செஞ்சுதொலை. நீயும்கூட அவளோட சேர்ந்துதான் எல்லாமே நடத்தியிருப்பே. யாருக்குத் தெரியும்?”

“அப்பிடியொருநாளும் நெனக்காதீங்கம்மா? நான் போயிட்டு வர்றேன்!”

“சரிதான் போ! சீக்கிரமா டிபனை வாங்கியாந்துடு. நாளைக்கி சாயங்காலத்துக்காவது தவறாம வந்து சேர்ந்துடு!”

“ஆகட்டும்மா!” என்று சொல்லி கமலா சென்றுவிட்டாள்.

வரூதினி குளித்து முடித்து வெங்கடகிரி நூல் சேலையைக் கட்டிக்கொண்டாள். சடையை சற்றே தொளதொளப்பாக பின்னித் தொங்கவிட்டுக்கொண்டாள். தெருவாசல் வரை வந்து இரண்டு மூன்றுமுறை எட்டிப்பார்த்துவிட்டுச் சென்றாள். ஆறுமணி ஆகிவிட்டது. இன்னும் குருநாதன் வந்தானில்லை.

ஒருவேளை வரமாட்டானோ? முகமனுக்காக அவ்வாறு பேசினானா? இவனும் லாயர்தானே! அவங்களுக்குள்ளே ஏதேதோ தொடர்புகள் இருக்கத்தானே செய்யும். நான் அவங்க வீட்டுக்கு வர்றேன்னு சொன்னதுமே பயந்துபோனவன் நாளைக்கி என்னோட வழக்கை எப்பிடி எடுத்து தைரியாம நடத்தப்போறான்? இன்னக்கி இல்லேன்னாலும் நாளைக்கித் தெரியத்தானே போகுது சங்கரராவுக்கு? ஆனாலும் குருநாதனோடு எனக்கிருக்கும் பரிச்சயம் வெகு நாளையதல்லவா? கனகய்யா சொன்னதுமே குருநாதனோடு பேசியிருந்தேன்னா இன்னும் நல்லாருந்துருக்குமோ? மாமனார் பேச்சை மருமகன் தட்டமாட்டான்னு நெனக்கிறேன். நான்தான் ரொம்ப தவறு செஞ்சிட்டேன். கனகய்யா ஊருலருந்து வந்துட்டாரா? சொல்லியனுப்பட்டுமா? சொன்னாப்புல இந்த மனுஷன் எங்கே போயி தொலைஞ்சாப்புல? சாப்புட்டுப்போனா திரும்ப சாப்பாட்டு நேரத்துலதான் வீட்டுக்குத் திரும்புறது? ச்சீ! ச்சீ! என்ன மனுஷன்? நான் தன்னந்தனியா இத்தனை அவஸ்தைப்பட்டிட்டிருக்குறப்போ எதையுமே கண்டுக்காம ஊரெ சுத்திக்கிட்டுருப்பாரா?

வெங்கடபதியைப் பற்றிய எண்ணங்களில் திளைத்ததும் வரூதினியின் முகம் கோபத்துடன் சிவக்கத் தொடங்கியது.

வாசலைப் பார்த்துக்கொண்டிருந்த அவளது கண்கள் திடீரென மாற்றம் கொண்டன. முகத்தில் மலர்ச்சி வெளிப்பட்டது. உடம்பு காற்றில் பறப்பதுபோல உணர்ந்தாள்.

"வெங்கடபதிகாரு இருக்காருங்களா?"

"இல்லேங்க, வந்து உட்காருங்க," நாலு மணியிலேருந்து உங்களத்தான் எதிர்பார்த்திட்டிருக்கேன்"

"கோர்ட்டுலருந்து வெளிய வர்றதுக்கே அஞ்சு மணியாயிடிச்சிங்க. கிளய்ன்ட்களெ சமாதானப்படுத்திட்டு வர்றதுக்குள்ள அப்பப்பா தலையே வெடிச்சுடும் போலருக்குது" என்றவன் கோட்டைக் கழற்றி சோபாவில் போட்டான் குருநாதன்.

சோபாவில் சாய்ந்தவன் டையை தளர்த்திவிட்டுக்கொண்டான். வரூதினி ஒரு தட்டில் இனிப்பும், மற்றொரு தட்டில் காரமும் கொண்டுவந்து அவன் முன்னால் வைத்தாள்.

"இன்னக்கின்னு எங்க வேலைக்காரிகூட வீட்ல இல்லே. சமையல்காரி ஊருக்குப்போனவ மூணுமாசமா இன்னும் வந்தபாடில்லெ"

“அய்யோ! அப்பிடீன்னா நீங்க தனியா வீட்டுவேலையெல்லாம் செய்யவேண்டியிருக்குமே?”

“இப்பத்தான் கொஞ்ச நேரத்துக்கு முன்னால வேலைக்காரி போனாள். நாளைக்கி வந்துடுவாள். எடுத்துக்கோங்க” என்றவள் உள்ளே சென்று டம்ளரில் தண்ணீர்கொண்டுவந்து டீபாயின்மீது வைத்தாள்.

“எதுக்குங்க இதெல்லாம்? காபி மட்டும் கொடுங்க போதும். உடம்பெல்லாம் ரொம்ப சோர்வா இருக்கு” குருநாதன் உடம்பை வளைத்து சோர்வை வெளிவிட்டவனாய் தனக்குள்ளேயே சிரித்துக்கொண்டான்.

“அணாஸின் மாத்திரையிருக்கு, தரட்டுமா?”

“அய்யோ! அதெல்லாம் வேண்டாங்க! நீங்க நின்னுட்டேயிருக்கீங்களே? உட்காருங்க” என்றவன் ஹல்வா பொட்டலத்தைப் பிரித்து ஸ்பூனால் எடுத்து வாயில்போ ட்டுக் கொண்டான்.

“அப்புறம், அந்த சங்கரராவ் என்ன சொல்றாரு?”

“காலம்பற போனப்போ சரியா பேசக்கூட இல்லே. ஏதோ குளறுபடி பண்றாப்புலத் தெரியுதுங்க.”

“அந்தப் பக்கம் ராமனாதபாபுகிட்டயும் நல்லா கறந்துருக்கான்னு தெரியுது” பாதாம் ஹல்வாவை ஸ்பூனால் சொரண்டி வாயில் வைத்து சுவைத்தபடியே சொன்னான் குருநாதன்.

“ஜட்ஜ் லஞ்சம் வாங்குவாருன்னும், அவருக்காக ஏழாயிரம் ரூபாயை எங்கிட்டருந்து அதிகப்படியா சுருட்டிக்கிட்டான். மொத்தம் இருபத்தைந்தாயிரத்துக்கும் மேலேயே பிடிங்கிட்டான்.”

“ராட்க்ஷசன்! பொல்லாத வேலையெல்லாம் பண்ணியிருக்கான்!”

புருவங்களை உயர்த்தி ஆச்சரியத்தை வெளியிட்டான் குருநாதன்.

“ஜட்ஜ் அவருக்கு சொந்தக்காரராமே?”

“ஏதோ தூரத்துச் சொந்தமா இருக்கலாம். ஆனால் அந்த மனுஷன் லஞ்சம் வாங்கிக்கிற மாதிரியான ஆள் கிடையாது. நெருப்பாட்டம் நடந்துக்குற மனுஷன். அவர் இந்த கோர்ட்டுக்கு வந்ததுலருந்து இந்த சங்கரராவ் இப்படிப்பட்ட நாடகங்களையெல்லாம் நடத்தி ரெண்டுதரப்பினருகிட்டருந்தும் பணத்தை நல்லா கறந்துகிட்டிருக்காரு. உங்க கேஸ்லயும் எதிர்தரப்பினருகிட்டயிருந்து வேண்டியமட்டும் புடுங்கிட்டமாதிரி தெரியுதுங்க. ஜட்ஜ் எவ்வளவு லீடிங்க்வஸ்சன் போட்டாலும் இவரு கேஸை அப்படியே புறம்பான மார்க்கத்துல தள்ளிவிட்டுடுறாரு. ஒரேயொரு விஷயத்தை மட்டும் உங்ககிட்ட சொல்றேன்! உங்க மனசுக்குள்ளயெ வச்சிக்கோங்க” என்றபடி குருநாதன் வரூதினியை நோக்கி குனிந்தான்.

வரூதினி பின்னுக்கும் நகரமுடியாமல், முன்னுக்கும் குனியமுடியாதவளாய் மூச்சையடக்கிக்கொண்டவளாய் அமர்ந்திருந்தாள்.

"சியாமளாம்பாளுடைய லாயர் சந்திரசேகரம் இருக்காரில்லையா, அவரு என்ன சொன்னாருன்னு தெரியுமா? சங்கரராவா? நானா சியாமளாம்பா தரப்புல வாதிடுறது? என்கிறார். பெரிய ஜோக்கை வெளியிட்டார்னே வச்சிக்கோங்களேன்!" என்ற குருநாதன் அவளுடைய முகத்தை கூர்ந்து நோக்கினான்.

"அதுசரி, இப்போ என்ன செய்யலாம்ணு சொல்லுங்க"

"அதைத்தானே யோசிச்சிட்டிருக்கேன்!" தண்ணீரைக் குடித்துவிட்டு சொன்னான்.

"இந்தக் கேஸை நீங்க எடுத்து நடத்துங்க. இதுல ஆலோசிக்கிறதுக்கு என்ன இருக்கு?"

"அப்படியெல்லாம் நடத்த முடியாதுங்க. சட்டவிதிகளுக்கே புறம்பானது"

"அப்படீன்னா?"

"ஒருத்தரு நடத்துற கேஸை இன்னொருத்தர் வாங்கிக்கிடுறதே வக்கீல் தொழிலுக்கு உகந்ததல்ல. அது தர்மவிரோதமான செயலா நெனப்பாங்க".

"எதிர்தரப்புல இருக்குறவன் லஞ்சங்களைவிழுங்கி கேஸை பாழாக்கி ஜனங்க தலையில கையைவச்சி உட்காரவைக்கிறதெ பார்த்துகிட்டு இன்னொரு லாயர் எந்த உதவியும் செய்யாம சும்மா இருக்குறது எந்த விதத்துல நியாயமாகுமுங்க? அது எந்த சட்டத்துல சொல்லியிருக்கு?" வரூதினியின் குரல் கடுமையாக ஒலித்தது.

"அப்படி எந்த ஒரு ரூல்ஸ் இல்லேன்னாலும், நாங்க அடுத்த லாயருடைய கேஸை எடுத்து வாதாடத் தொடங்கினால் எங்களுக்குள்ள ரொம்பவே சாதக பாதகமான சங்கடங்களெல்லாம் உருவாகிடும்னு பொதுவாக ஒத்துக்கிடமாட்டாங்க."

"நீங்க ஒத்துக்கிடுவீங்கன்னுதான் இவ்வளவு நம்பிக்கையோட சொல்றேன். எனக்குச் செய்யாம வேறு யாருக்கு செய்யப்போறீங்க? இதுவே உங்க சொந்தக்காரங்க வழக்காயிருந்தா பார்த்துகிட்டு சும்மாயிருப்பீங்களா? எங்க அப்பாகிட்ட உங்க மாமனாரு... கனகய்யாகாரையே கேளுங்க. எல்லாத்தையும் அவரே சொல்வாரு" வரூதினியின் கண்களில் நீர் திரண்டது.

"சங்கரராவ் நீங்க சொன்னா வழக்கை விட்டுடுவாரா?"

"அவன் யாரு விட்டுக்கொடுக்குறதுக்கு? அந்த வேலையை ஒரு நிமிஷத்துல நான் செஞ்சுகாட்டறேன். அவன் கறக்கவேண்டியதெல்லாத்தையும் இதுவரைக்கும் நல்லாவே கறந்துட்டான். எங்கிட்ட இனிமேலும் எதுவுமே

வாங்க முடியாதென்பதுவும் அவனுக்குத் தெரியும். காலையில அதையும் வெட்டவெளிச்சமாவே சொல்லிட்டான். உங்க இஷ்டப்பட்ட லாயரை வச்சி வாதாடிக்கோங்கன்னு."

"அந்த வார்த்தையை அவனே சொன்னானா?" குருநாதன் சிந்தனையில் லயித்தபடி கேட்டான்.

"ஆமா! அதுவும் அந்த வார்த்தையை நாலஞ்சுபேரு இருக்குறப்போ சொல்லியிருக்கானாக்கும்! அய்யோ மறந்தே போயிட்டேனே. பேசிகிட்டிருந்ததுல. இதோ போயி காபி எடுத்துட்டு வர்றேன். கொஞ்சம் இருங்க" என்று கூறி எழுந்துசென்றாள் வரூதினி.

சமையலறையில் காபி தயாரித்துக்கொண்டிருந்த வரூதினியின் மனதில் குருநாதன்மீது அளவற்ற நம்பிக்கை ஏற்பட்டது.

"ஆரம்பத்திலேயே இவரை லாயராக அமர்த்தியிருந்தால் இந்த நேரத்தில் தன்னுடைய கேஸ் ஜெயிச்சிருக்கும். போகட்டும், இப்போதாவது தன்னோட நல்ல நேரம், கனகய்யா கடவுளாட்டம் வந்து உண்மையை சொன்னாரு. இல்லேன்னா தனக்கு என்ன நடந்துகிட்டிருக்குன்னே தெரியாம போயிருக்கும்? இந்த குருநாதன் நம்பத்தகுந்த மனுஷனாத்தான் தெரியறான். எதிர்தரப்புலாயர் சந்திரசேகரம் இவரோட சினேகிதராயிருப்பானோ? அவரு நிச்சயமா தன்னோட கேஸை ஜெயிக்கும்படி செய்வாரு. இந்த கேஸூல ஜெயிச்சதுக்குப் பிறகு அந்த சங்கரராவை ஒருகை பார்த்துடணும்? இப்பிடி மோசம் செஞ்சதுக்காக அவன்மேல நானுத்தி இருபது கேஸ் அப்பீல் பண்ணிடனும்? அவனை ஒரு வழி பண்ணாம விடவேக்கூடாது. அப்படி எதுவுமே செய்ய முடியலேன்னாலும் தியேட்டர்ல வேலைசெய்யிற நாலுபேரை ஏவிவிட்டு அவனெ செமையா அடிகுடுத்தா அவனோட திமிரு அடங்கிப்போவுது. எல்லாம் நல்லபடியா நடக்கும்."

"ஆனாலும்.... அந்த..... குருநாதன்..... பார்வை..... ஒருமாதிரியாயில்லே.... தெரியுது? பேசுற தோரணையும்கூட ஒரு மாதிரி படுதே! அப்பிடி என்னதான் நெனச்சிட்டிருக்கான்? எதுவாயிருந்தாலும் தான் சகிச்சிக்க வேண்டியதுதான். யாருக்காக?

காபி கப்பை எடுத்துக்கொண்டு வரூதினி சமையலறையிலிருந்து வெளியே வந்தாள். சோபாவில் குருநாதன் இல்லை. இதற்குள் எங்கே சென்றுவிட்டான்? இரண்டு நிமிடங்கள் அங்கேயே நின்றவாறு கண்காணித்தாள். பக்கத்து அறைக்குள்ளிருந்து மெதுவாக இருமிய குரல் வந்தது. திரும்பிப் பார்த்தாள். அவன் படுக்கையறையின் கட்டிலின்மேல் உட்கார்ந்திருந்தான். ஒரு கையால் தலையைப் பிடித்தபடியும், மறுகையால் தலையணையை மடியில்போட்டுத் தடவிவிட்டுக்கொண்டிருந்தான்.

வரூதினி அப்படியே ஸ்தம்பித்து நின்றுவிட்டாள்!

சில நிமிடங்கள் வரை பேச்சு எழவில்லை. உடம்பெல்லாம் சகித்துக்கொள்ள இயலாத அருவருப்பு பரவி நின்றது.

"தலையை குத்துதுங்க...." பிறகு பேச்சை விழுங்கி வரூதினியை நோக்கினான் குருநாதன்.

"காபி எடுத்துக்கோங்க" கை நீட்டினாள் வரூதினி.

குருநாதன் கட்டிலில் உட்கார்ந்தபடியே கையை முன்னால் நீட்டிக்கொண்டு வரும்படி சைகை செய்தான்.

வரூதினி அறைக்குள் சென்று கட்டிலின் பக்கத்தில் நின்றாள். காபி கப்பை வைப்பதற்கு அங்கே எதுவுமே இல்லை. குருநாதன் கையை முன்னால் நீட்டினான். வரூதினி கப்பின் ஒரு விளிம்பை பிடித்தபடி நீட்டினாள். அவன் கப்பைப் பற்றியபடியே அவள் கண்களுக்குள் பார்வையை ஓட்டினான்.

"ரொம்ப தலையை வலிக்குதா? மாத்திரை கொண்டாந்து தரட்டுமா?" வரூதினி அவன் பார்வையிலிருந்து தப்பித்தபடியே கேட்டாள்.

"என்ன மாத்திரை?" குருநாதன் குரலில் தடுமாற்றம் தெரிந்தது.

"அனாஸின், சாரிடான் ரெண்டுமே இருக்கு"

"அதுகளுக்கெல்லாம் கொறையுற நோயில்ல" சிறிது நிறுத்தி மறுபடியும் சொன்னான். "சரி! கொண்டா! முயற்சிசெய்து பார்க்கறேன்."

வரூதினி அறையைவிட்டு வேக வேகமாக வெளியே வந்தாள். டிரஸ்ஸிங் டேபிளைத் திறந்து அணாசினுக்காகத் தேடினாள். பிராந்தி பாட்டில் அகப்பட்டது. குடித்துவிடவேண்டுமென்ற உத்வேகத்தை கஷ்டப்பட்டு அடக்கிக்கொண்டாள். நரம்புகளெல்லாம் இழுத்துப் பிடித்தன. மூளை கொதிக்கத் தொடங்கியது.

இவன்.... இந்த கனகய்யாவோட மருமகன்.... அந்த ஒட்டிப்போன சுப்புலட்சுமியோட புருஷன்.... இவன்தானே? அந்த மூக்கொழுகுறவளோட புருஷனுக்கு எவ்வளவு தைரியம்? தன்னோட படுக்கையறையிலுள்ள கட்டில்மேல உட்கார்ந்துகிட்டிருக்குறதுக்கு? இவனோட பொண்டாட்டி, அம்மா, எல்லாருமே தன்னோட வீட்ல காரப்பொடி இடிச்சி வடகம்போட்டு, ஊறுகாய்களை போட்டு பொழப்பை நடத்துனவங்கதானே? அக்காவுக்குப் பிடிக்காமல்போன பாவாடைகளையும், சட்டைகளையும், தாவணிகளையும் தந்தால் கண்களில் ஒற்றிக்கொண்டு வாங்கிக்கட்டிக்கொண்டவள்தானே இவனோட மனைவி? குருநாதனுக்குக் கலியாணமான புதுசில் கனகய்யா தன்னோடு அழைத்துவந்தார் தன்வீட்டிற்கு. அப்போது இந்த குருநாதன் கணுக்காலுக்குமேல் கால்சட்டையும், முழங்கால்வரை மேல்சட்டையும் போட்டுக்கொண்டு வாசற்படியிலேயே நின்றிருந்தான். கனகய்யா கைகளைக்கட்டிக்கொண்டு எத்தகைய பணிவுடன் தன்னுடைய தந்தையின் முன்னால் நின்றிருப்பான்? அதெல்லாம் இப்போதும் நன்றாகவே ஞாபகத்தில் இருக்கிறது.

“என்ன கனகய்யா! இந்தப் பையன்தானா உன் மருமவன்? ஏதோ படிச்சிருக்கான்னு சொன்னியே?” பலராமய்யா சாய்வுநாற்காலியில் காலையாட்டிக்கொண்டு கேட்டார்.

“ஆமாங்க மொதலாளி! மெட்ரிக்குலேஷன் பாஸாயிட்டான்” கைகளைப் பிசைந்தபடியே சென்னான் கனகய்ய.

“கட்டணமெல்லாம் எம்மட்டும் தந்திருக்கியா?” புகையிலை காம்பை கிள்ளியெறிந்தபடி கேட்டார் பலராமய்ய.

“கட்டணங்களையும், காணிக்கைகளையும் என்னால எப்பிடித் தர முடியுமுங்க? உங்களுக்குத் தெரியாதது என்ன இருக்குங்க” பலராமய்யா நீட்டிய புகையிலைக்காம்பை கையில் வாங்கிக்கொண்டு சொன்னான் கனகய்யா.

“அப்படீன்னா உனக்கு நல்ல சான்ஸ்தான் அடிச்சிருக்குன்னு சொல்லு! மெட்ரிக்குலேஷன் படிச்சவன் கெடைச்சிட்டான்! ஏதோ ஒரு ஆபீஸீல குமஸ்தாவா சேர்ந்து நாலுகாசு சம்பாதிச்சுக்குவான். பின்னே என்ன?”

சுருட்டைப் பற்றவைத்து புகையை குப்குப்பென இழுத்துக்கொண்டிருந்தார் பலராமய்யா.

“நீங்க சொல்றது நூத்துக்கு நூறு நெஜந்தானுங்க பாபு!” பலராமய்யா கொடுத்த புகையிலைக்காம்பை மடித்து பனியன் ஜேபிற்குள் பத்திரப்படுத்தியபடியே சொன்னான் கனகய்யா.

“எங்க மருமவன் எம்.ஏ.பி.எல் படிக்கணும்ங்குறான். உண்மையா சொல்லப்போனா அந்தக் கண்டிஷன்மேலதான் கல்யாணத்துக்கே ஒத்துக்கிட்டாங்க அவங்க அப்பா அம்மா. பி.ஏ.வரைக்கும் நான் படிக்க வைக்கிறதா ஒத்துக்கிட்டேனுங்க. அவங்களுக்கு எதுவுமேயில்லைங்க. ரொம்பக் கஷ்டப்பட்டு, சந்தாவாங்கி லீவுல உழைச்சித்தான் படிச்சானுங்க. இனிமேல் அவனோட படிப்பு பாரமெல்லாம் நாந்தான் சுமக்கணும்ங்க!”

“எப்பிடி எப்பிடி? தன்னோட உழைப்புல படிச்சானா? படிப்புமேல சிரத்தை இருக்குறவன்னு சொல்லு. அப்போ படிக்க வச்சிடு! நல்ல ஆளா வருவான்” வாசல் தூணைப் பிடித்துக்கொண்டு கீழே பதித்துள்ள கடப்பைக் கற்கள் தரையைப் பார்த்தபடி நின்றிருந்த குருநாதனை உற்றுநோக்கியபடி சொன்னார் பலராமய்யா.

“உங்க ஆசீர்வாதம்! உங்க ஆசீர்வாதத்தோட பொருளாதார வகையிலயும் அப்பப்ப உதவி செஞ்சீங்கன்னா எங்க மருமகன் பி.ஏ.ஆனர்ஸ் படிச்சி எம்.ஏ.பி. எல் ஆயிட மாட்டாரா என்ன?” கனகய்யா உற்சாகத்துடன் சொன்னான்.

குருநாதத்திற்கோ உடம்பெல்லாம் கிளுகிளுத்துப்போனது. தலையை நிமிர்த்தி எத்தனை யெத்தனையோ கனவுகள் நிறைந்த கண்களால் பலராமய்யாவைப் பார்த்தான்.

"அப்பா? எவ்வளவு நேரம்ப்பா?" கூடத்துக் கதவைத் திறந்து வராண்டாவின் நிலைப்படியில் கால்வைத்து நின்றிருந்த வரூதினி மின்னல்கொடிபோலத் தோன்றினாள்.

குருநாதனின் கண்கள் பளிச்சிட்டன. அடுத்த நிமிடமே தலையைக் குனிந்துகொண்டு மூச்சைப்பிடித்தபடி நின்றுகொண்டான்.

"முடிஞ்சிருச்சி! இதோ வந்துடறேன் சின்னக்கண்ணு!" பலராமய்யா காலை நிலத்தில் பதித்து, சுருட்டைத் தூர எறிந்துவிட்டு எழுந்திருக்கத் தயாரானார்.

"என்ன, கனகய்யா, எதுக்காக இந்த மூடுமந்திரமெல்லாம். வெளிப்படையாவே சொல்றதுதானே!"

"மருமகனை வர்ற திங்கட்கிழமையன்று காலேஜுல சேர்க்கணும். ஒரு ஐந்நூறு ரூபாய் கொடுத்தீங்கன்னா... இந்த வருஷம்பூரா அதுக்குப்பிறகு கேட்கமாட்டேனுங்க உங்ககிட்ட." கனகய்யா கைகளைப் பிசைந்தபடியே சொன்னான்.

"கேக்குறதென்னவோ கடனா. ஆனா நீ திருப்பித்தந்தது எப்போ? அந்தா அதுக்கு, இந்தா இதுக்குன்னு எதையெதையோ காரணம் காட்டிடுவே. மிச்சத்துக்கு ஒரேயடியா நாமம் போட்டு குழந்தை குட்டிக்காரனுங்கன்னு தலையை சொறிஞ்சிகிட்டு நிக்கிறதுதானே மாமூலா செய்யிறது?"

"நீங்க சொல்றதை இல்லேன்னு மறுக்கமுடியுமா? உங்க தயவு. உங்களையே நம்பிக்கிட்டிருக்குறவன். நீங்க பார்த்து இரக்கம் காட்டலேன்னா இனியாருங்க எனக்கு இருக்காங்க? நீங்களே சொல்லுங்க பார்க்கலாம்?" பலராமய்யா உச்சி குளிர்ந்துவிட்டது.

"கடனும் இல்லே, கிடனும் இல்லே! நீ திருப்பித்தர்றதாவது, வைக்கிறதாவது?"

கனகய்யா கழுத்தைத் தொங்கப்போட்டுக்கொண்டான்.

"கனகய்யா! இதோ பாரு! இருநூறு ரூபாய் தாரேன்! உன்னோட மருமகன் படிப்புக்காக உதவி செஞ்சதா இருக்கட்டும். இனி இந்த வருஷத்துல மறுபடியும் வந்து கேக்கக்கூடாது."

கனகய்யா மனம் ஆனந்தத்தில் திளைத்தது. பலராமய்யாவின் கால்களில் விழவேண்டும்போலத் தோன்றியது. நன்றிப்பெருக்குடன் அடக்கமாய் நின்றிருந்தான்.

"என்னவோய்! உன் பேரு என்ன?"

"குருநாதன்"

"ஓய் குருநாதன்! உங்க மாமா எவ்வளவு கஷ்டப்பட்டு உன்னைப் படிக்க வைக்கிறாருன்னு தெரியுதில்லே? ஏரியைத் தாண்டி இரையத்தொடவேண்டியது

கனி உன்கையிலதானிருக்கு. நல்லபடியா படிச்சி நல்ல நிலைக்கு வந்து உங்க மாமாவையும் கைகொடுத்து தூக்கிவிடு. இன்னும் சின்னது சிறுசுகன்னு புள்ளெங்க இருக்காங்கல்லியா!"

"குருநாதம்! பலராமய்யாகாரு சொல்றதெ கேட்டேயில்லையா? ஆமா, நல்லா ஞாபகத்துல வச்சிக்கோ, பெரியவங்க சொல்றபடி கேட்டு நடந்துக்கோய்யா?"

நன்றாக ஞாபகம் வைத்திருந்தான் குருநாதன். மறந்துவிடவில்லை. பலராமய்யா என்ற அந்த பணம் படைத்தவருடைய மகளான வரூதினியின் படுக்கையறையில் சப்ரமஞ்சத்தின்மேல் புரண்டபடி குருநாதன் ஞாபகப்படுத்திக்கொண்டிருந்தான்.

அன்றொரு நாள் வாயில்படியில் கால்வைத்தபடி நிலைக்கதவில் சாய்ந்து நின்று தன்னை நோக்கி ஒரு அற்பப் பிராணியை, புழுவைப் பார்ப்பதுபோல் பார்வையை வீசிய வரூதினி இன்னம் நன்றாகவே நினைவிலிருந்தாள்.

அப்போதுதான் மொட்டவிழ்ந்து மலரத்துடிக்கும் யௌவனத்தின் வெளிப்பாடுகள். அவள் உடம்பில் தோன்றி, வானவில்லைப்போன்ற நிறங்களுடன் கூடிய வளைவுகள் எங்கு ஆரம்பமாகி எங்கு முடிகிறதென்பதை அறியமுடியாதநிலை.

"சந்தா வாங்குறது, வாரம் ஒருத்தரு வீட்ல வேலை செய்றதுன்னா என்ன அப்பா?"

பலராமய்யாவுடைய சிரிப்பு குருநாதனின் இதயத்தில் தூர துரத்திலிருந்து அலையலையாய் ஒலித்துக்கொண்டிருந்தது.

இப்போது அவனுக்கு உண்மையிலேயே தலையை வலிப்பது போலிருந்தது. வரூதினி அறைக்குள் வருவதைப் பார்த்ததும் எழுந்து உட்கார்ந்துகொண்டான்.

தன்னுடைய கட்டிலில் குருநாதன் படுத்துப்புரண்டதைப் பார்த்துவிட்டாள் வரூதினி. அவளுடைய கால்கள் முன்னேறிச்செல்ல மறுத்தன. உடம்பெல்லாம் தேள்களும், பூரான்களும் நெளிந்து செல்வது போலிருந்தன. "ச்சீ! ச்சீ! இந்த குருநாதன் நம்ம வீட்டுக்குள்ள வர்றதாவது? என்ன தைரியம்? எத்தனை அகங்காரம்?

ஆனாலும்.... வரூதினி பிக்சர் பேலஸ்.... கோர்ட்டு.... கேஸு... சங்கரராவ்... பேன்கள் தலைமுழுவதும் கடிப்பதைப்போல மூளையைக் குடைந்தது. அறையில் காற்றாடி சுழன்றபோதும் வரூதினிக்கு உடம்பெல்லாம் வியர்த்துக்கொட்டியது.

"கொண்டுவந்தியா? சாரிடானா? அணாசினா?" குருநாதனின் குரல் தாழ்ந்து ஒலித்தது.

"சாரிடான்தான். காபியோட போட்டுக்குறீங்களா?" வரூதினி தான் என்ன பேசுகிறோம் என்பதுகூட தெரியாமலேயே கேட்டாள்!

ஏதோ பேசித்தொலைக்க வேண்டுமே என்று! அவ்வளவுதான்!

"நீ எப்பிடி போட்டுக்கச் சொல்றியோ அப்பிடியே!"

வரூதினிக்கு முகம் நிறைய புழுக்கள் ஊர்ந்துசெல்வதைப் போலிருந்தது.

"காபி ஆறிப்போயிடிச்சின்னு நெனக்கிறேன். சூடுபண்ணி எடுத்தாரேன்!" வரூதினி அறையிலிருந்து வெளியே திரும்ப முயன்றாள்.

"பரவாயில்லை. மொதல்ல! அந்த மாத்திரையைத் தா."

குருநாதம் கையை முன்னுக்கு நீட்டினான். வரூதினி சப்ரகோல் மஞ்சத்தின் அருகில் வந்தாள். கால்கள் பூமியில் பதிந்திருப்பதாகத் தெரியவில்லை. காற்றில் நடப்பதுபோலிருந்தது. கையை முன்னால் நீட்டினாள்.

அதற்குமுன் நீட்டியிருந்த அவன் கை சற்றே நகர்ந்துகொண்டது. வரூதினி மற்றுமொரு அடி முன்னால் வைத்தாள்.

"சீ! ச்சீ! விடு! சண்டாளனே?"

வரூதினி தன் கையை விடுவித்துக்கொண்டாள். குருநாதன் இரண்டு கைகளால் வரூதினியை கட்டிப்பிடித்தான். அவன் கைகள் அவள் உடம்பில் பாம்பாய் நெளிந்தன!

"ச்சீ! உனக்குத்தாண்டா சொல்றது! மிருகமே!" குருநாதனை பின்னால் தள்ளிவிட்டு விலகி சற்றுதூரத்தில் நின்றாள் வரூதினி.

"எழுந்திரு! மொதல்ல இங்கிருந்துபோ! போயிடு! வெளியே!" வரூதினி பெண் புலியாய் உறுமினாள். அவள் கண்கள் நெருப்பாய் கனன்றன.

குருநாதனின் முகம் கருத்துச் சிறுத்தது. கிழிந்த சட்டையை சரிசெய்த படி நின்றிருந்தான்.

"ஆமாடீ? நான் எதுக்கு? அந்த ராமனாதபாபு, போலீஸுக்காரன்னா...."

"வாயைமூடு! பல்லெல்லாம் உதுந்துடும்! ராஸ்கல். நட வெளியே. ஊம்!....

"பெரிய பதிவிரதையாட்டம் பேசிக்கிட்டிருக்கே?"

"உங்க மாமியா எங்கவீட்டு வேலைக்காரனோட படுத்துத்தான் உன் பொண்டாட்டியை பெத்தா!"

"தேவடியாள தேவடியான்னு சொன்னா. நீ தேவடியா, ஒங்க ஆத்தா தேவடியான்னுதானே சொல்லுவா"

வரூதினியின் கண்களில் இருள் சூழ்ந்துகொள்ளத் தொடங்கின.

ஆடு கசாப்புக்காரனைத்தான் நம்பும். ராமனாதபாபு அவசரம் தீர்ந்ததும் அஞ்சிலட்சத்து ஆஸ்தியை விழுங்கிட்டான். அந்தப் போலீசுக்காரனோ தன்னோட தேவையை முடிச்சதும் அந்த சங்கரராவ் பயலைக் கொண்டாந்து

விட்டுட்டு தான் த்ப்பிச்சிக்கிட்டான். இப்ப அவனும் மிச்சம் மீதியை சுருட்டிகிட்டு அம்போன்னு விட்டுட்டான். உனக்கு அப்படிப்பட்டவங்கதான் சரி!" சோபாவின் மீதிருந்த கருப்புக் கோட்டை எடுத்துத் தோளில் போட்டுக்கொண்டான் குருநாதன்.

"எச்சில் பறுக்கைகளெ பொறுக்கித்தின்னு பொழச்ச நீ! அவங்களோட எணைச்சிப் பேச நாக்கு கூசல ஒனக்கு! கெட்டுப் பொழச்ச நாயி! மறுபடியும் வாசப்படியே மிதிச்சியா மரியாதை கெட்டுப்போயிடும் ஜாக்கிரதை!"

வெளியே செல்லமுற்பட்ட குருநாதன் வாயிலருகில் நின்றுவிட்டான்.

"மரியாதை? மானத்தெ தொலைச்ச உனக்கு மரியாதையைப் பத்தி வேற தெரியுமா? வார்த்தைகளை அளந்து பேசு, ஓ வாசப்படியெ மிதிக்கவேண்டிய அவசியம் எனக்கில்லை? நீ வரச்சொல்லி அழுததாலத்தான் ஓ வீட்டுக்கு வந்தேன். நல்ல மானம் மரியாதையுள்ள எவனும் உன் வீட்டை மிதிக்கமாட்டான்."

குருநாதன் வாசற்படியைத் தாண்டி ரோட்டில் ஏறினான். வரூதினி படாரெனக் கதவை மூடினாள். குருநாதன் உட்கார்ந்திருந்த சோபாவைப் பார்த்ததுமே அசிங்கமாகப்பட்டது. படுக்கையறைக்குள் இருந்த கட்டிலின் மேல் மண்ணெண்ணெய் ஊற்றிக் கொளுத்திவிடவேண்டும்போல் தோன்றியது.

படுக்கை விரிப்பையும், தலையணை உறைகளையும், சோபா உறைகளையும் கழற்றிக் குளியறைக்குள் வீசி எறிந்தாள். வேறொரு சலவை செய்த போர்வையை விரித்துக் கட்டிலின்மேல் சாய்ந்தாள். குருநாதன் தொட்ட சரீரம் எரிச்சலை ஏற்படுத்திக்கொண்டிருந்தது.

தலை பாரமாய் வலித்தது.... குருநாதன்.... குருநாதன்.... இதயம் விம்மி எழுந்தது. எத்தகைய அவமானம். வெறுப்பும், பொறாமையும் ரத்தநாளங்களுக்குள் சித்ரவதை செய்தன!

"அவனுக்கு எவ்வளவு தைரியம்? தன்னை யாரென்று நினைத்துக்கொண்டான்? அவன் பொறப்பென்ன? பொழைப்பென்ன? அவன்.... தன்னோட கையை.... பலராமய்யாவோட மகளோட கையைப் பிடிக்கிறானா. அப்பா மட்டும் இருந்திருந்தார்னா அவனை கண்டதுண்டமா வெட்டி உப்புக்கண்டம் போட்டிருப்பாரு. மாமனார் சாம்பையா கேட்டாருன்னா குருநாதப்பயலை வெட்டி காக்கைகளுக்கும் பருந்துகளுக்கும் போட்டிருப்பாரு, தன்னோட மாமனார் பெயரைக்கேட்டாலே பெரிய பெரிய ஆளுங்கள்லாம் நடுங்குவாங்க! தான் பணக்காரப் பரம்பரையில வந்த பலராமய்யாவோட மகள். தான் மிகப்பெரிய நில உடைமையாளரான சாம்பைய்யா மருமகள். தன்னை தொடுவதற்கு அவனுக்கு என்ன நெஞ்சழுத்தம்? டி.எஸ்.பி. இருந்தாருன்னா அவனோட ரத்தத்தைக் குடிக்காம விடுவாரா? இன்னேரம் அவனை இழுத்துட்டுப்போயி லாக்கப்புலத்தள்ளி அடி அடிண்ணு தோலை உறிச்சிடமாட்டாரு? ராமனாதபாபு மட்டும் சும்மா விடுவாரா? ரௌடிகளை வச்சாவது போட்டெடுத்துட மாட்டாரு?

வருதினியின் மனம் பல்வேறு எண்ணங்களுடன் புதைந்து கரிந்துகொண்டிருந்தது. முகத்தை கைகளால் புதைத்து அழுதுகொண்டிருந்தாள். வீட்டில் தன்னந்தனிமையிலிருந்த அவளுக்கு தன் அழுகையே புதுமையாகப்பட்டது. கண்களை நன்றாகத் துடைத்துக்கொண்டாள். வெளியே கதவு தட்டும் ஓசை கேட்டது. எழுந்து சென்றாள். கதவைத் திறந்தாள்.

"என்ன செஞ்சிட்டிருந்தே? தூங்கிகிட்டிருந்தியா? எவ்வளவு நேரமா நான் கதவை தட்டிகிட்டிருக்கேன்?" வெங்கடபதி மனைவியின் முகத்தைப் பார்த்ததும் திடுக்கிட்டான்.

"என்ன ஆச்சு? இப்பிடியிருக்கே?"

"என்ன ஆச்சா? எனக்கு தெவசம் பண்ணியாச்சி" சட்டென திரும்பி வீட்டிற்குள் நடந்தாள் வருதினி.

மேகமின்றி இடியும் மின்னலும் வருவது வெங்கடபதிக்கு புதிதல்ல. ஆனாலும் இம்முறை இடியென்னவோ அவன் தலையின்மேல் விழுந்தது போலாயிற்று.

"என்ன நடந்திருக்கும்?" அவனால் எதுவுமே யோசிக்க முடியவில்லை. மனைவியின் பின்னாலேயே அடிமேல் அடியெடுத்து வைத்தபடியே வீட்டிற்குள் சென்றான் வெங்கடபதி.

"நீ உண்மையிலேயே ஆம்பளைதானா?"

உட்காரவிருந்த வெங்கடபதி மடக்கிய முழங்காலுடன் அப்படியே நின்றபடியே மனைவியைப் பார்த்தான்.

"என்ன உன் புலம்பல் மறுபடியும்? என்ன சங்கதின்னு சொல்லாமயே!"

"அந்த குருநாதன் பய இல்லே?"

"எந்த குருநாதனை சொல்றே?" ஏதோ சின்ன சமாச்சாரம்தான் என நினைத்து சோபாவில் உட்கார்ந்துகொண்டான் வெங்கடபதி.

"அதுதான், அந்த கனகய்யாவோட மருமகன் இருக்கானில்ல?"

"யாரு? நம்ம கனகய்யாவோட மருமவன் குருநாதனா?"

வருதினிக்கு அழுகை தொண்டையை அடைந்தது. சமாளித்து அடக்கிக்கொண்டாள்.

"நீ இப்படிப்பட்ட அம்மாஞ்சியா இருக்கப்போயித்தான் அவன் அப்பிடி நடந்துகிட்டான்."

"நம்ம பிரச்சனையில கனகய்யாவோட மருமவனுக்கு என்ன சம்பந்தம்?" யுகயுகங்களாய் கடவுளைக் காண்பதற்காக அலைந்துகொண்டிருக்கும்

வேதாந்தியைப்போல முகத்தை வைத்திருந்தான் வெங்கடபதி.

"என்ன சம்பந்தமா? நீ ஒரு உதவாக்கரைன்னு தெரிஞ்சி உன்னோட பொண்டாட்டி கையைப் பிடிச்சி இழுத்தான்"

எவ இப்பிடி பேசுறது? வரூதினிதானா? தன்னோட மனைவி வரூதினியா?

வெங்கடபதி சடாரென எழுந்து நின்றான்.

"ஆம்புள தயவில்லாத முண்டையாயிருந்ததாலதான அப்பிடி நடந்துகிட்டான். இதுவே இன்னொரு பொம்பளையோட புருஷனாயிருந்தா இன்னேரம் குருநாதனை ரோட்டுல இழுத்துப்போட்டு அடிச்சித்தொவைச்சிருக்கமாட்டான்?"

"அந்த குருநாதன் பயலுக்கு இங்க என்ன வேலையாம்? அவன் எதுக்காக இங்க வந்தான்?" வெங்கடபதி ருத்ரமூர்த்தியாய் காட்சியளித்தான். என்ன பேசவேண்டுமென்று தெரியவில்லை அவனுக்கு. ஏதோ வாய்க்கு வந்ததை பேசிக்கொண்டிருந்தான்.

"ச்சே! இப்படிப்பட்ட பாழாப்போன பொழப்பு பொழக்கிறதைவிட எந்த கெணத்துலயோ, குளத்துலயோ விழுந்து செத்துப்போயிடலாம். இந்தமாதிரியான கேடுகெட்ட பொழப்பு தேவையா எனக்கு?" முந்தானையால் முகத்தை மூடிக்கொண்டு கதறிக்கதறி அழ ஆரம்பித்தாள் வரூதினி.

வெங்கடபதிக்கு முதன்முறையாக தன் மனைவி யாருமற்ற அனாதையாய் தென்பட்டாள். ஊரில் நட்டுவைத்த கம்பின்மேல் சுற்றிச்சுற்றி வளர்ந்து கூரையின்மேல் படர்ந்திருக்கும் பூசனிக்கொடி வெங்கடபதியின் அந்தராத்மாவில் நிழலாடியது.

"நீ அழாம சும்மாயிருன்னா! அழாதே! சும்மாயிரு! அவன் எவன்! பயமவன்! அந்த குருநாதப்பயல் அவ்வளவு தூரத்துக்கு வந்துட்டானா? அவனை இன்னக்கி ஒரு வழி பண்ணாம விடமாட்டேன்?" வெங்கடபதி மேல்துண்டை அங்கேயே போட்டுவிட்டு தரையை ஓங்கியோங்கி மிதித்தபடியே வராண்டாவைத்தாண்டி தெருவில் இறங்கிவிட்டான்.

"என்னங்க?" என்று இன்னும் ஏதோ சொல்வதற்காக பின்னால் வந்த வரூதினியைக் கோபத்துடன் திட்டினான் வெங்கடபதி.

"நீ மொதல்ல உள்ளபோயி தொலை? கதவை பூட்டி சாவு! போ!" உக்கிரத்துடன் காணப்படுகின்ற வெங்கடபதியைப் பார்த்ததும் வரூதினியின் உடம்பெல்லாம் நடுங்கத்தொடங்கியது. நெஞ்சு படபடவென அடித்துக்கொண்டிருந்தது. செத்த பேனாட்டம் வாயைத்திறக்காமல் கணவனின் கட்டளையை கனகச்சிதமாகக் கடைப்பிடித்தாள் அந்த க்ஷணத்தில் வரூதினி.

40

வெங்கடபதி செல்லும்போது குருநாதன் டேபிள் முன்னால் உட்கார்ந்தபடியே தான் செய்த செயலை நினைத்துக்கொண்டிருந்தான். வெங்கடபதியைப் பார்த்ததுமே கலக்கத்துடன் எழுந்துநின்றான். வெங்கடபதி குருநாதனுடைய தலைமுடியைப் பிடித்து தரதரவென வெளியே இழுத்துவந்தான்.

“கழுதப்பய மவனே? எங்க வீடுகளுக்கு முன்னால கெடந்த எச்சில் இலைகளைப் பொறுக்கித்தின்ன நாயி. உனக்கு அவ்வளவு திமிரு ஏறிடிச்சா?” வெங்கடபதி அவனை குனியவைத்து குத்து குத்தென்று குத்தினான். குருநாதனின் மனைவி சுப்பலட்சுமி நடுவே வந்தாள். அவளை ஒரு தள்ளு தள்ளிவிட்டான். நடுவே புகுந்த கனகய்யனுக்கு ரெண்டு கிடைத்தது.

“பிச்சைக்கார நாயி? யாருன்னு நெனச்சிகிட்டே?” எகிறி எகிறி உதைத்தான் வயிற்றிலேயே. வாயிலிருந்து ‘பொளக்’ பொளக்’கென ரத்தம் கக்கினான் குருநாதன்.

“அய்யோ, என் புருஷனை வரூதினி புருஷன் அடிச்சிக் கொல்றானே!” சப்பைமூக்கு சுப்புலட்சுமி தலையிலடித்தபடி அழுதுகொண்டிருந்தாள்.

“அய்யய்யோ! எம் மருமவனெ பலராமய்யாவோட மருமவன் சாக அடிச்சி கொல்றானே!”

“அய்யோ! உங்க காலைப்பிடிச்சி கெஞ்சறேன்! விட்டுருங்க! ஏதோ அறிவில்லாம நடந்துகிட்டான்!”

“எங்கால்ல இல்ல! நீ வேண்டாம். இந்த தேவடியாப்பயல ஓடிப்போயி வரூதினி கால்ல விழுந்து அழச்சொல்லு!”

“என்னடா! விழுவியாயில்லையா?” என்றபடி வெங்கடபதி அவன் முகத்தின்மேல் படார் படார் என அரைந்தான். குருநாதனின் முன்பற்கள் இரண்டும் கீழேவிழுந்தன. நாக்கில் பட்டு ரத்தம் கசிந்தது. மனுஷன் உணர்வற்று சரிந்துவிழுந்தான் தரையில். விழுந்தவன் மீண்டும் எழுந்து நிற்கவேயில்லை.

அப்போதும் வெங்கடபதியின் கோபம் அடங்கவில்லை. காலைத்தூக்கி குருநாதனின் கழுத்தின்மேல் வைத்து அட்டகாசமாகக் கத்தினான்.

"யாருன்னு நெனச்சிகிட்டேடா வரூதினியெ?"

"அப்பா! இனி போதுங்க! செத்துப்போறாப்புல கெடக்கான்?"

"நீ அங்குட்டு தள்ளிப்போ!" கணவன் கர்ஜித்துக்கொண்டிருந்தான்.

"அவன் செத்துட்டா நம்ம தலைக்கு வந்துவிழும். நீங்களும், உங்க முரட்டுத்தனமும், போதுமே! பொழச்சிப் போகட்டும் விட்டுடுங்க!" வெங்கடபதியின் கையைப் பிடித்து பலங்கொண்டமட்டும் இழுத்தாள் வரூதினி. அவனோ கோபத்துடன் அவளைத் தள்ளிவிட்டாள்.

சப்ரகோல் கட்டிலின்மேல் கண்களை மூடிக்கொண்டு படுத்திருந்த வரூதினி திடுக்கிட்டபடி கண்களைத் திறந்து பார்த்தாள். கனவுக் காட்சி கலைந்துவிட்டிருந்தது. தலையின் மேலிருந்து பெரிய பாராங்கல்லை இறக்கிவைத்ததுபோலிருந்தது. வெறுப்பும் கோபமும் தனிந்தது. மனம் தெளிவு பெற்றிருந்தது.

நினைத்துபோலவே தன்னுடைய கணவன் அத்தகைய முரட்டு மனிதன்தான்! அத்தனையும் செய்பவனும்தான். திடீரென படாத இடத்தில் பட்டு அந்த குருநாதன்செத்துவிட்டால்! போலீஸ் வந்து அவரை பிடித்துச்சென்றுவிடும். ஒருவேளை இதற்குள் அந்தமாதிரி நடந்துமிருக்கலாம்? அய்யோ! நான் எவ்வளவு அறிவில்லாத செயலை செய்யும்படி அனுப்பிவிட்டேன்? இன்னும் சொல்லப்போனால் அவரை அனுப்பியிருக்கவே கூடாது? இதற்குள் அனுப்பியிருக்கக்கூடாது? இதற்குள் அங்கு என்ன கூத்து நடந்து கொண்டிருக்கிறதோ? எல்லாமே என்னுடைய பெயருக்கல்லவா மேன்மேலும் களங்கத்தை ஏற்படுத்தி வெட்டவெளிச்சமாக்கிவிடும்.

மொதல்லயே அவரு கொஞ்சம் கூறுகெட்டு நடந்துக்கொள்ளும் மனுஷன், எங்க வீட்டுக்காரிய இந்த குருநாதன்பய கையைப்பிடிச்சி இழுத்துட்டான் என்று அங்கே கூடியிருப்பவர்களிடம் சொல்லித்தானிருப்பார். சீச்சீ! எவ்வளவு கேடுகெட்டுபோய்விட்டது என் வாழ்க்கை? இனிமேல் தலையை நிமிர்த்திக்கொண்டு எப்படி வெளியே செல்லமுடியும்? அதுவும் தவிர அந்த குருநாதன் வேறு லாயர், வெங்கடபதி அவனை அடித்துவிட்டானென்று கேஸ் போட்டாலும் போடுவான்.

"டப! டப!"

யாரோ கதவைத் தட்டுகிறார்கள். அவங்க எல்லோருமாய் சேர்ந்து வீட்டிற்குள் சண்டைபோட வந்திருப்பார்களோ? ரௌடிகளை ஏவி அவரை அடித்துவிட்டானோ குருநாதன்? தலையில் பலமாக அடிபட்ட அவரை....

உணர்வில்லா நிலையில் தன்னோட கணவரை வீட்டிற்கு தூக்கிவந்திரு ள். விஸ்கி பாட்டிலை எடுத்துக்கொண்டு பீரோவை மூடினான் வெங்கடபதி. வரூதினி அந்த இடத்தில்தான் இருந்தாளென்றாலும் இல்லாததைப்போலவே நடந்துகொண்டான். பாட்டிலைப் பிடித்தபடி அறையைவிட்டு வெளியே வந்தான்.

ஏதோ நடந்துதானிக்கும். அது முதலில் அவன் வயிற்றிற்குள் செல்லவில்லையென்றால் மனுஷன் தாங்கமாட்டான். ரொம்பவும் தவிப்புடன் காணப்படுகிறான். அது உள்ளே சென்றால்தான் மனுஷன் ஒருநிலைக்கு வருவான்.

கண்ணிமைக்காமல் கணவனையே சில நிமிடங்கள் வரை பார்த்துக்கொண்டிருந்தாள் அவள்.

அவனோ பாட்டிலின் மூடியை பற்களின் இடைவெளியில் வைத்து படக்கென இழுத்தான். மூடி திறந்துகொண்டது. பாட்டிலை மேலேதூக்கி உதடுகளின் சந்திப்பில் வைத்துக் கவ்விப்பிடித்தான்!

வரூதினி பயந்துபோனாள். சமையலறைக்குள் சென்று ஒரு க்ளாஸையும், செம்பில் தண்ணீரையும் கொண்டுவந்தாள்.

"என்ன இது? உங்களுக்கு மூளை கீளை கெட்டுப்போயிடிச்சா என்ன?"

அவள் அவன் கையிலிருந்த பாட்டிலைப் பிடுங்கிக்கொண்டாள்.

கிளாஸில் பாதிக்கும் குறைவாக விஸ்கியை ஊற்றி மீதியை தண்ணீரால் நிரப்பினாள்.

"அதுசரி, அங்கே என்னதான் அப்பிடி நடந்ததுங்க?" கிளாஸை கணவனின் கையில் தந்தபடியே மென்மையான குரலில் கேட்டாள் வரூதினி. கிளாஸை வாங்கிய மறுநிமிடமே காலிசெய்தவன் விஸ்கி பாட்டிலை பார்க்கத் தொடங்கினான்.

அவள் தன் வெறுப்பையெல்லாம் பலவந்தமாக கட்டுப்படுத்திக்கொண்டு மறுபடியும் கிளாஸை நிரப்பி கணவனிடம் தந்தபடியே, அவன் முகத்தைக் கூர்ந்து பார்த்தாள். கணவனின் முகத்தில் ஏற்படுகின்ற மாற்றத்தைப் புரிந்துகொண்டாள். அவன் ஏதோ சொல்ல முயன்றுகொண்டிருந்தான். ஆனாலும் தயக்கத்துடன் நின்றுவிட்டான்.

மொத்தத்தில் பாறாங்கல் அசைந்து கொடுக்கத் தொடங்கியது. மனிதன் கரைந்துகொண்டிருந்தான். பாதிக்குமேல் கிளாஸை காலிசெய்து கீழே வைத்தவன்மனைவியை நோக்கிப்பார்த்தான். இம்முறை அவள்கண்களாலேயே கேள்வியைத் தொடுத்தாள்.

"கோழிமுட்டையிருக்கா?"

வரூதினியின் ரத்தம் உறைந்துவிட்டது போலிருந்தது.

"இருக்கு, இருக்கு! இவ்வளவுக்கும் என்னதான் நடந்தது?"

"ஆம்லெட், ஆம்லெட் போட்டுத்தா-பசிக்குது"

வரூதினியின் உடம்பு பனிக்கட்டியாகவே மாறிவிட்டது.

"இப்ப எதுக்கு? சாப்பாட்டு நேரமாகவும் இருக்குல்ல, சோத்தோட போடுறேன்! ஒரேயடியாக சாப்புடலாமே!"

"அப்படீன்னா இன்னும் விடு!" கிளாஸை காலிசெய்துவிட்டு மீண்டும் நிரப்பித்தரும்படி மனைவியின் முன்னால் கிளாஸை வைத்தான்.

அவளுக்கு நன்றாகவேத் தெரியும். அந்த கிளாஸையும் குடித்துவிட்டால் மனுஷன் தடுமாறாமல் இருக்கமாட்டான். பேச்சு என்பது வாயிலிருந்து வரவழைக்க முடியாது. அவளுடைய பொறுமை மாயமாகி விட்டிருந்தது. கணவன் தனது சகிப்புத்தன்மையை புரிந்துகொள்ளாமல் எல்லைமீறி போய்க்கொண்டிருக்கிறான்.

"இனி போதுமே! கூத்தும் நீயும்! அங்கே என்னதான் செஞ்சிட்டு வந்தேன்னு சொல்லித்தொலையக்கூடாது?" குரலைப் பெரிதாக்கினாள் அவள். கண்கள் சிவப்பேறின.

"எங்கே?" வெங்கடபதி எங்கோ பார்த்தபடியே சொன்னான்.

"மயானத்துல!" வரூதினி கையை முன்னால் நீட்டினாள். அந்த குருநாதனோட சங்கதியப் பத்தி கேட்டா?"

"இல்ல. அவன் வீட்ல இல்லன்னு நெனக்கிறேன்!"

வரூதினி கோபத்துடன் சீறி எழுந்தாள்.

"நெனக்கிறதாவது மண்ணாவது! இத்தனைக்கும் அவன் வீட்டுக்குத்தான் போனீங்களா, இல்லையா? இதுவரைக்கும் எந்த குட்டிச்சுவருல விழுந்து கெடந்துட்டு குடிக்குறதுக்காக வீட்டுக்கு வந்து சேர்ந்தியாக்கும்! இரு, உன்னை கவனிச்சிக்கிடுறேன்!"

"இல்லயில்ல, போனேன்னுதானே சொல்லிட்டிருக்கேன்? என்ன ஏறுக்கு மாறா பேசிட்டிருக்கே?" அவன் வாயிலிருந்து வார்த்தைகள் தடுமாற்றத்துடன் வெளிப்பட்டன. மனுஷனுக்கு போதை ஏறுகிறதுபோலும்.

"போயி என்னத்த நிர்வாகம் பண்ணிட்டுவந்தேன்னு சொல்லித்தொலைக்கிறதுதானே? அந்த குருநாதன்பய என்னத்தை சொன்னான்?"

"கனகய்யாவும், குருநாதனோட பொண்டாட்டியும் எம்மேல விழுந்து கடிக்காத கொறைதான்."

“உன்னோட அப்பாவித்தனத்தை பார்த்தாலே....”

“அப்பிடிச் சொல்லாதே சொல்றதை சரியா கேக்காமயே என்ன அந்த உளறல்?” வெங்கடபதி எரிந்து விழுந்தான்.

“சீக்கிரமா சொல்லேன்? என்ன சொன்னாங்கன்னு?”

“எல்லாம் ஒம்மேலதான் குற்றம் சொல்றாங்க?”

“எம்மேல சுமத்துறதாவது? விலா எலும்பை ஒடிக்கிறவங்க இல்லாததுனால அப்பிடி.”

“கனகய்யா என்னைப் பார்த்ததுமே ‘கய்’ன்னு எழுந்தான்”-

“எங்க மருமவன் ராமனாதபாபு, டி.எஸ்.பி.யைப் போலன்னு நெனச்சிக்கிட்டாளோ உன் பொண்டாட்டி? ரொம்ப மானஸ்தனாக்கும்”ன்னு சொன்னான் கனகய்யா.

வெங்கடபதி பேச்சை நிறுத்திவிட்டான்.

“கெழட்டு நாயி, நரிப்பயல பல்லைக்கழட்டி கையில தரலியா நீ?”

“நம்ம மேல அபிமானத்தோட இரக்கப்பட்டு அந்த சங்கரராவ் விஷயத்தை சொன்னானாம். நீ இப்பிடி நடந்துக்குவேன்னு நெனக்கலியாம்.”

“அவன் உளறுனதையெல்லாம் கேட்டுட்டு சும்மாவா இருந்தே?”

“நடுவுல அவனோட மகள்வேற! தன்னோட புருஷனைநீ வளைச்சி வச்சிக்கப் பாக்குறயாம். ஒரே ரகளை, தன்னோட புருஷன் நல்லவனாயிருக்கப்போயி சரியாப்போயிடுச்சி. இல்லேன்னா எம்புள்ளங்க வாயில மண்ணுதான் விழுந்திருக்கும்னு கத்துறா!”

“அவ வாயி புழுக்க!”

“உன் கையில பணம் காலியானதும் இப்பிடி அலைய ஆரம்பிச்சிட்டியாம் கனகய்யா சொல்றான்.”

“எப்பிடி அலையறேனாம்? இனிமே அவன் என் கண்ணுல விழட்டும். அவனோட எலும்பெ ஒடிக்கலேன்னா எம் பேரு....”

“பணம் கொடுக்க முடியாததால அவனோட இந்த சதிதிட்டம் தீட்டி பழிசுமத்துறயாம்.”

“அவனா அந்த வார்த்தையெ சொன்னது? போக்கிரிப்பய!” வரூதினியின் மூக்குத் துவாரம் புடைத்தெழுந்தன.

“நீதானே அவனை கூப்புட்டயாம்?” வெங்கடபதியின் குரல் கடினமாக ஒலித்தது.

"போயி கூப்புட்டா? அவன் தன் வேலையை காமிப்பானா?"

"குருநாதனுக்கு ஒன்றுமே தெரியாதாம். நீதான்..."

"நான்?"

"பின்னே அவங்க அப்பிடி சொல்றாங்களே?"

"நீ கையாலாகாத முண்டம்னு அவங்களுக்குத் தெரியாதா என்ன?"

"நீ உண்மையிலயே ஒரு நல்ல ஆம்புளைன்னா அவங்க அப்பிடி பேசுவாங்களா? அந்த குருநாதப்பய வீட்டுலருக்குற பொண்டாட்டிகிட்டயும், மாமனாருகிட்டயும் அப்பிடி சொல்லியிருக்கான். அதுனால அவங்க சொல்றாங்க." வெங்கடபதி பதில் பேசவில்லை.

"அய்யோ! கபோதிப்பயலெ! உன்னோட இயலாமையை பார்த்துத்தானே அவன் வீட்டுக்குள்ள புகுந்து அப்பிடி நடந்துகிட்டான்? இந்தப் பொழப்பு பொழைக்கணுமா கட்டாயம்? பௌருஷமுள்ள ஆம்புளயாயிருந்தா இதுக்குள்ள...."

"உன்னோட திமிரான நடவடிக்கையைப் பார்த்துத்தான் அவங்க அப்பிடி பேசுனாங்களோ?"

வரூதினியின் உதடுகள் துடித்தன.

"உன்னோட அலையிற புத்தியெ பார்த்துத்தா அந்த குருநாதன்பய...."

பளீரென வளையல் உடையும் சப்தம்!

இரண்டு கைகளாலும் முகத்தை மூடியபடியே தலையைக் குனிந்துகொண்டான் வெங்கடபதி.

வெங்கடபதியின் முகத்தில் வளையல் உடைந்த கண்ணாடித்துண்டு பதிந்து ரத்தம் கசிந்தது. சொக்காய் மேலும், வேஷ்டியின்மேலும் ரத்தத்துளிகள் சிதறின. முகம், கைகளெல்லாம் ரத்தமயமாய் காட்சியளித்தன.

வெங்கடபதி தலையை நிமிர்த்திப் பார்த்தான். வரூதினி நடுங்கியபடி கணவனின் முகத்தை திகிலுடன் பார்த்தாள்.

"தேவடியா முண்டெ"

வெங்கடபதி அவளுடைய முடியைப் பிடித்து இழுத்து பலம்கொண்ட மட்டும் கீழே தள்ளினான்.

"உடம்புல மதம்பிடிச்சி அலையிறே?" மொத்து மொத்தென்று மொத்தினான்.

வரூதினிக்கு ஏற்பட்டிருந்த பயத்தில் அடியோ வலியோ தெரியவில்லை.

"எல்லாத்தையும் நாசமாக்கி என்னையும் நாசப்படுத்தி எதுவுமேயில்லாதவனாக்கி உட்காரவச்சிட்டியேடீ!" மறுபடியும் படார் படாரென அடித்தான்.

வரூதினி அவன் கையைப்பிடித்துப் போராடினாள். தன்மேல் விழுந்து அடித்துக்கொண்டிருந்த கணவனின் இடுப்பிலிருந்த வேட்டியை இழுத்தாள். நழுவிக்கொண்டிருந்த வேஷ்டியை சரிசெய்துகொள்ளும் முயற்சியில் மனைவியின் முடியை விட்டுவிட்டான் வெங்கடபதி.

வரூதினி அடிபட்ட நாயாய் தன்னை விடுவித்துக்கொண்டாள்.

"உன்னோட ஆம்புளைத் தனத்தெ பொம்பளை மேலயாடா காட்டுறே! அந்த குருநாதன்மேல காட்டு. பொண்டாட்டிமேல காட்டாதேடா! முரட்டுப்பயலே! அடுத்தவன் வந்து மனைவியை கையைப்பிடிச்சி இழுக்குறதை பார்த்துட்டு சும்மாயிருக்குற நீயும் ஒரு ஆம்புளதானா? த்தூ! நீயும் உன் பொழப்பும்!"

"அடுத்தவனோட போற முண்டை, வாயை மூடுடி தேவடியா முண்டை! உன்னெ....!...." என்றவாறு வெங்கடபதி மனைவியை நோக்கிப் பாய்ந்துசென்றான்.

வரூதினி ஓட்டமாய் படுக்கையறைக்குள் நுழைந்து படாரென கதவைச் சாத்திக்கொள்ள முயற்சிசெய்தாள்.

வெங்கடபதி ஓங்கியோங்கி உதைத்தான். கதவு பளீரென திறந்துகொண்டது. வரூதினி பின்னுக்கு நழுவினாள்.

"உன்னை பாவம்னு நெனக்கக்கூடாதுடி!"

வெங்கடபதி கீழேவிழுந்த மனைவியை தரையில் இழுத்துக்கொண்டே கத்தினான்.

"பொன்னா வெளயிற பூமியெ விக்கவெச்சே? வீடு, வாசல் எதுவுமே இல்லாததிக்கத்தவனாசெஞ்சிட்டே! எங்குடியெகெடுக்கவந்த கோடரிக்காம்பே! கடைசியில அப்பனுக்கும் புள்ளைக்கும் ஆகாமை பண்ணிட்டியேடி பாவி! இருந்த பெருமையெல்லாத்தையும் அழிச்சிட்டியேடி நாசக்காரி."

நீயெல்லாம் பொம்பளயாடி? குடிக்கிறதும் கும்மாளமடிக்கிறதுமா? குடும்பம் நடுத்துற முண்டெயாடி நீ? போடி, போ, வெளியே" என்றவன் அவள் தோள்களைப்பிடித்து மேலே இழுத்தான். வரூதினி தண்டாட்டம் தொய்ந்து தொங்கி விழுந்தாள். இரண்டு கைகளாலும் தூக்கிப் பிடிக்க யத்தனித்தான். அவளோ உணர்வில்லா ஜடமாய் கைகளிலிருந்து நழுவி கீழே விழுந்தாள்.

வெங்கடபதியின் இதயமே நின்றவிட்டது. மயக்க நிலையில் தள்ளாடினான். தலை முழுவதுமாய ஒரு பெரிய இருள் திரண்டு நின்றுவிட்டதைப்போலத் தெரிந்தது. பயங்கரமான நிசப்தம் அவனுடைய பயத்தை இன்னும் இன்னுமாய் அதிகரிக்கச் செய்துவிட்டிருந்தது.

என்ன நடந்தது? தான் என்ன செய்தான்?

"வரூ! வரூ!" அழைத்தான்.

அவள் பேசவில்லை.

அவளைத் தன் மடியில் கிடத்திக்கொண்டு தாடையைப் பிடித்து ஆட்டினான். அவள்தலை எந்தப்பக்கம் அசைத்தால் அந்தப்பக்கம் அசைந்தது.

"உன்னைத்தான்! வரூ! என்னாச்சி?"

வெங்கடபதியின் இதயம் படபடவென அடிக்கத் தொடங்கியது. உடல் வியர்க்க ஆரம்பித்தது. மூக்கினருகில் விரல் வைத்து உணர்ந்தான். சுவாசம் வந்துகொண்டிருந்தது. பரவாயில்லை. மயக்கம் மட்டுமே. சிறிது நேரத்தில் சரியாகிவிடும். தான் ஏன் இவ்வளவு முரட்டுத்தனமாக நடந்துகொண்டான்? என்றுமில்லாமல் எதற்காக இன்று இவ்வாறு நடந்துகொள்ள முடிந்தது தன்னால்? எல்லாமே அந்தப் பாழாய்ப்போன விஸ்கி! அதிகமாகவே குடித்துவிட்டான். என்ன செய்தோம் என்பது அவனுக்கே தெரியாது.

வெங்கடபதி மனைவியை இரண்டு கைகளாலும் தூக்கிக் கட்டிலின்மேல் படுக்கவைத்தான். குளிர்ந்த நீரைக் கொண்டுவந்து முகத்தில் தெளித்தான்.

"எப்பிடியிருக்கு? உன்னைத்தான்? எப்பிடி யிருக்கு?" திகிலுடன் கேட்டான்.

வரூதினி கண்கள் திறக்கவுமில்லை. உதடுகள் அசையவுமில்லை.

மனைவியின் அருகிலேயே திகிலுடன் உட்கார்ந்திருந்த வெங்கடபதியின் காதுகளில் பக்கத்துவீட்டுக் குழந்தை அழும் சத்தம் கேட்டது.

"பாபு! பாபு!" வெங்டபதிக்கு ரவி நினைவில் நின்றான். மனம் கலக்கமுற்றது. பாபு தாயில்லாக் குழந்தையாகிவிடுவானா? நாளை வந்து அம்மா எங்கே? என்று கேட்டால் தான் என்ன பதில் சொல்லப்போகிறேன்? தானே தன்கையால் கொன்றுவிட்டதாகச்சொல்வானா? வரூதினியை தானே தன்கைகளால் கொன்றுவிட்டான். எல்லோரும் அவனை ஒன்றும் தெரியாத அப்பாவி என்று சொல்கிறார்கள். இல்லையில்லை. நான் ஒரு கொலைகாரன். மனைவியையே கொன்ற கொலையாளி.

"வரூ? உன்னெத்தானே! எப்பிடியிருக்கு?"

அவன் தொண்டையிலிருந்து ஒலி எழும்ப மறுத்தது. குரல் அமுங்கி நின்றிருந்தது. அவள் முகத்தை வருத்தத்துடன் பார்த்தான்.

அவள் உதடுகள் அசைவதுபோலத் தெரிந்தது.

வெங்கடபதியின் கண்களில் புத்தொளி பிறந்தது.

"டாக்டரை அழைச்சிட்டு வரட்டுமா?"

அதுவரையில் அந்த யோசனை ஏற்படாமலிருந்ததற்காகத் தனக்குத்தானே வருத்தமுற்றான்.

வரூதினி வேண்டாம் என்பதுபோல மெதுவாக கையை ஆட்டினாள்.

கண்களை சிரமப்பட்டுத் திறந்தாள். அகன்ற அவளது கண்களில் பார்வை மங்கலாகத் தெரிந்தது. களைப்புடன் மெல்ல முனகியபடியே கணவனின் முகத்தைப் பார்த்தாள். அவன் முகம் ரத்தத்தில் தோய்ந்து பயங்கரமாய் தெரிந்தது. ஆனால் அவளின் பார்வையோ மந்தையிலிருந்து தப்பிச்சென்ற வெள்ளாட்டைப்போல மிரட்சியுடன் காணப்பட்டது.

வெறும்பயந்தாங்கொள்ளி! அப்பாவி! டாக்டரைஅழைத்து வருவதற்கும்கூட தன்னிடமிருந்து அனுமதிபெறவேண்டுமா? எல்லாமே நான் தான் சொல்லித்தரவேண்டும்.

அவ்வளவு வலியிலும் வரூதினியின் உதடுகளின்மேல் சிறுநகை மெல்ல எட்டிப்பார்க்கத்தான் செய்தது. கணவனின்மேல் இரக்கம் பிறந்தது.

"ரொம்பவே ஆழமா கண்ணாடித்துண்டு போயி தைத்துவிட்டதோ என்னமோ? டாக்டருகிட்டப்போயி காமிச்சிக்கோங்க!"

ஒரு நிமிடம் வெங்கடபதிக்கு புரியவில்லை. பேந்தப் பேந்த விழித்தான். அதன்பிறகு விளங்கிவிட்டது. "அது என்ன பெருசா! அதுவா போயிடும்! விடு!" என்றான். காயத்தின்மீது கையைவைத்துத் தடவிப்பார்த்துக்கொண்டான்.

"அதில்லைங்க! கண்ணாடிவளையல் துண்டு பொதிந்திருக்கலாம்"

"வளையல் துண்டாவது? கிண்டாவது? லேசா பக்கவாட்டுல பட்டு கீச்சிரிச்சின்னு நெனக்கிறேன்! நாளைக்கி அதுவா மறைஞ்சிடும்! உனக்கு இப்ப எப்பிடியிருக்கு? டாக்டரைக் கூட்டிட்டு வரச்சொல்றியா?"

"தேவையில்லீங்க. மொதல்ல நீங்க போயி காயம்பட்ட இடத்தை நல்லா கழுவி சுத்தப்படுத்திட்டு வாங்க. அந்த துணிகளைகூட களைஞ்சிட்டு வேற துணிகளைஉடுத்திக்கோங்க. என்னோட டிரஸ்ஸிங்டேபிள்மேல ஆயின்மெண்ட் இருக்கு. அதையெடுத்து தடவிக்கோங்க."

"ஆயின்மெண்டா, கீயின்மெண்டா? அது வெல்லாம் எதுக்கு? தெண்டமா? அதுவா சரியாயிடும்!" வெங்கடபதி எழுந்து சென்றான்.

வெங்கடபதி காயத்தைக் குளிர்ந்தநீரில் கழுவும்போது தெரிந்தது வலி. கண்ணாடியில் பார்த்தபடியே - "என்னமோன்னு நெனச்சிட்டேன்! நல்லாவே பட்டிருக்கு? கண்ணாடியில்லையா? சர்ருன்னு புகுந்துடிச்சி போலிருக்கு" நினைத்துக்கொண்டான் வெங்கடபதி.

"சோறு போட்டு சாப்பிடுங்க. அந்த வேலைக்காரக் கழுதைகூட இல்லாம போயிட்டாளே!"

"அப்புறம் நீ சாப்புடலயா?"

"ஒருபக்கம் நெஞ்சுவலி வந்து நான் செத்துக் கிட்டிருக்குறப்போ சோறு திங்கவா முடியும்?"

வெங்கடபதி இறுகிய முகத்துடன் மனைவியைப் பார்த்தான்.

ஒன்றுமே பேசாமல் சமையலறைக்குச் சென்றான். தட்டு மற்றும் கிண்ணங்களின் சப்தம் கேட்டதும் வரூதினி நினைத்துக்கொண்டாள்.

“சுத்த மிருகம்! நீ திங்கலையான்னு கேக்குறானே! நீ திங்கலேன்னா நானும் திங்கமாட்டேன்?ன்னு சொன்னானா? ஒரு தடவை மட்டும் கேட்டானே தவிர வற்புறுத்தினானா? இதுவே ராமனாதபாபுவாயிருந்தா எப்பிடியெல்லாம் கெஞ்சுவாரு? தான் காபி குடிக்கலேன்னா அவரும் குடிக்கமாட்டேன்னு அடம்பிடிப்பாரு. தான் சாப்பிட்டாத்தான் சாப்பிடுவாரு. சிரிச்சா கூடவே சிரிப்பாரு. வருத்தப்பட்டு உட்கார்ந்திருந்தா அவரால சகிச்சிக்க முடியாது. அப்படிப்பட்ட ராமனாதபாபு தன்னிலிருந்து தூரமாகிப்போய்விட்டார். அந்தப் பணக்காரனோட மருமக.... அந்த சியாமளாம்பாவும் திருட்டுக்கள்ளிதான். பெரிய சாமர்த்தியக்காரி. தான் இல்லையென்றால் வாழ்வேயில்லையென பேசிய ராமனாதபாபு எவ்வளவு மாறிவிட்டார்? தனக்கு எவ்வளவு அநியாயம் செய்துவிட்டார்? நினைத்து நினைத்து குமுறிக்கொண்டிருந்த வரூதினிக்கு சமையலறையிலிருந்து கணவன் வெங்கடபதியின் குரல் கேட்டது.

“தயிர் அவ்வளவும் ஊத்திக்கவா? இனி யாருக்கும் தேவையில்லையில்லே?”

வரூதினிக்கோ இருட்டான இருட்டிற்குள், புதைச்சேற்றிற்குள் புதைந்துபோவதுபோலிருந்தது. இதயம் படபடவென அடித்துக்கொள்ள ஆரம்பித்தது. கண்ணீர் தாரைதாரையாக வழிந்து கன்னங்களை கழுவிக்கொண்டிருந்தன. வெங்கடபதி தயிர் கிண்ணத்தை முழுவதுமாய் சோற்றில் கவிழ்த்து பிசைந்து பெரிய பெரிய உருண்டைகளாக உருட்டி ஆனந்தமாகச் சாப்பிட்டுக்கொண்டிருந்தான்.

41

“விசாகப்பட்டணம் எதுக்காக?” வெங்கடபதி இல்லத்தரசியிடம் கேட்டான்.

“அங்கே பைத்தியக்கார ஆஸ்பத்திரி இருக்குல்லே?” என்றாள் எரிச்சலுடன் வரூதினி.

“இருந்தா?” வாயை அகலவிரித்தான் கணவன்.

“உன்னை சேர்த்துடலாமுன்னு?” என்றாள் மனைவி.

“நான் எதுக்கு? நீயே சேர்ந்துக்கோ!” வெங்கடபதி சிரித்தான்.

ஜன்மத்திற்கு ஒரு சிவராத்திரியைப்போல வந்திருந்தது அந்த சிரிப்பு வெங்கடபதிக்கு. சரீரத்தில் எங்கோ பிறந்த அந்த சிரிப்பு உதடுகளின் மேல் வந்து நீண்டநேரம் அங்கேயே தங்கிவிட்டது. பெரும்பாலும் கணவனை மனதார திருப்தியாக பார்த்திராத அவளுடைய கண்கள் கணவனின் மீதே நிலைத்துவிட்டிருந்தன. தன்னை மீறி வந்த சிரிப்பை அடக்கமுடியாதவளானாள் வரூதினி.

“இப்படிப்பட்ட புருஷனோடு குடும்பம் நடத்துறதைவிட அந்த பைத்தியக்கார ஆஸ்பத்திரியில இருக்குறதே நல்லது.”

“நீ நல்லவங்களையே பைத்தியம் பிடிக்கச் செஞ்சிடுவே. பாவம் அந்த பைத்தியங்களையா சும்மா விடுவே?” வெங்கடபதி பச்சைப்பசேரென முளைத்திருந்த வயல்வரப்பின்மேல் நடந்துசெல்லும் பரவசத்துடன் சொன்னான்.

“அய்யே, போதுமே இந்த தெளிவு! நேத்துலருந்து தலையில மொத்திகிட்டிருக்கேனே? கொஞ்சமாவது மண்டையிலஇருக்கா? டி.எஸ்.பி. சாருகிட்ட போகலாம்னு சொல்றது கேக்குதா?”

“விசாகப்பட்டணத்துல இருக்குற போலீஸ்காரன் இங்க கோர்ட்டுல நடக்குற வழக்குல வந்து நமக்கு என்ன உதவி பண்ணப்போறான்னு...தான்?” தன்னுடைய சந்தேகத்தை தயங்கித் தயங்கி வெளிப்படுத்தினான் வெங்கடபதி.

“உங்களுக்கும் தெரியாது. சொன்னாலும் புரியாது. உங்களோட வந்த தொல்லையே இதுதானே.”

“எல்லாமே உனக்குத்தான் தெரியும்னா நீயே செஞ்சுக்கோ! செஞ்சுக்கோ!” சலிப்புடன் சொன்னான் வெங்கடபதி.

“அதில்லைங்க. அந்த சங்கரராவை லாயரா ஏற்பாடு செஞ்சது அந்த டி.எஸ். பி.தானே? இப்போ சங்கரராவ் செஞ்சிட்டிருக்குற குளறுபடியெ விவரமா அந்த டி.எஸ்.பி.கிட்டச் சொன்னா. அவரு வந்து இவனோட திமிரை ஒடுக்கலாமில்லையா? இவனை விலக்கிட்டு இன்னொரு லாயரை நியமிச்சித்தருவாரு. அதுவுமில்லாம ஜட்ஜ்கிட்டகூட பசி சரிபண்ணி வைக்கலாமில்லையா?”

“அட! ஆமா! அதுவும் சரிதான். பெரியவங்க, பெரியவங்களோட பேசுனா ஏதாவது நல்லவழி பிறக்கலாம்!” சமாதானமானான் வெங்கடபதி.

“அதைத்தானே நானும் சொல்றது? கேஸை தாறுமாறா கொண்டுபோறதை எத்தனை நாளைக்குத்தான் பார்த்துகிட்டு சும்மா இருக்கமுடியும்? அந்த சங்கரராவை தள்ளிவிட்டுட்டு, நம்மால முடிஞ்சதை நாம செஞ்சிக்கிடலாமில்லையா? போயி ரிக்ஷாவெ கூட்டிட்டு வாங்க. வண்டிக்கு நேரமாயிட்டிருக்கு” பெட்டியில் துணிமணிகளை வைத்து மூடியபடியே சொன்னாள் வரூதினி.

வெங்கடபதி ரிக்ஷாவை அழைத்துக்கொண்டுவந்து வீட்டின் முன்னால் நிறுத்திவிட்டு உள்ளேவந்தான். மனைவியின் சூட்கேஸை கையில் தூக்கியபடியே “வா! வா! ரிக்ஷா வந்துடிச்சி” என்றான்.

“ஏனாம்? ரிக்ஷாக்காரனை உள்ளேவரச் சொல்லாமப் போயீட்டீங்களா? பெட்டியெ நீங்க தூக்கணுமா என்ன?” என்றாள் கணவனின் பின்னால் நடந்துவந்த வரூதினி.

“ஆமா! இதுஒரு பெரிய சுமையா? மூட்டை மூட்டையா நெல்லை தூக்கிப்போட்டவன் ஒருகாலத்துல!” பெட்டியை கீழும் மேலுமாக ஆட்டியபடியே அதனுடைய கனத்தை ஒரு பொருட்டாக நினைக்காதவனாய் சொன்னான் வெங்கடபதி.

“உன்னைவிட அந்த நெல்லுமூட்டை எவ்வளவோ மேல். எத்தனை காலமானாலும் இந்த மனுஷன் இவ்வளவுதான்! எல்லாமே என் தலையெழுத்து! என் கர்மம்!” என்று நினைத்துக்கொண்டாள் வரூதினி.

ரிக்ஷாவில் ஏறி அமர்ந்த வரூதினி - “வீட்டைப் பூட்டிட்டு ஊருமேல திரியாதீங்க! வீட்டை பத்திரமா பார்த்துக்கோங்க! பணத்தை பார்த்து செலவழிங்க. நான் திரும்பி வர்றதுக்கு நாலுநாளாவது ஆகலாம்” என்றாள்.

“ஆமா! நீ கொடுத்தது ஒரு நாளைக்காவது சரிப்பட்டுவராது. இதுல நாலு நாளைக்கி எப்பிடி காணுமாம்” என்று முணகினான் வெங்கடபதி.

“மொதல்லயே பணப்பற்றாக்குறையோட செத்துகிட்டிருந்தா உன்னோட மொனகல் வேறயா இதுல?” வரூதினி பர்ஸைத் திறந்து ஐந்துரூபாய் நோட்டையெடுத்து கணவனின் கையில் எறிந்தாள்.

“நீ சீக்கிரமா ஓட்டுய்யா? என்ன அப்பிடி அதிசயமா பார்த்திட்டிருக்கே?” அப்புறம் வண்டி கெடைக்காமப்போயிடும்” வரூதினி ரிக்ஷாக்காரனை துரிதப்படுத்தினாள்.

இரண்டாம் வகுப்பு கம்பார்ட்மெண்டில் சூட்கைஸே சரிபார்த்தபடியே அமர்ந்திருந்தாள் வரூதினி. எதிரேயுள்ள இருக்கையில் உட்கார்ந்திருந்த மனிதன் அவளையே பார்த்துக்கொண்டிருந்தான். எங்கோ பார்த்தமாதிரி ஞாபகம். முகத்தை சன்னல்பக்கமாகத் திருப்பிக்கொண்டு யோசனையிலாழ்ந்தாள் வரூதினி.

அவனை தான் எங்கே பார்த்தாள்? எதுவுமே தெரியாதவன்போலத் திரும்பி ஓரக்கண்ணால் பார்த்தாள். ரயில் பெட்டியிலிருந்த பெரும்பாலானவர்களின் கண்கள் தன்னையே பார்த்துக்கொண்டிருப்பதுபோலப் பட்டது வரூதினிக்கு. அதற்குள் முதலில் பார்த்த மனிதனைப் பற்றிய யோசனை நின்றுவிட்டிருந்தது. வண்டி விசாகப்பட்டிணத்தையடைய ஆறுமணிநேரமாவது ஆகலாம். டி.எஸ். பி. ஊரில் இருப்பாரா? கேம்ப் போயிருந்தால்? அவர் வரும்வரைக்கும் தான் எங்கேயிருப்பாள்? நேரம் நன்றாக அமைந்து அவர் ஊரிலேயே இருந்துவிட்டால் நல்லது! அவருடைய வீடு எங்கே இருக்கிறதோ? யாரைக்கேட்டாலும்சொல்லி விடுவார்கள்! டி.எஸ்.பியோட வீடு தெரியாமலிருக்குமா என்ன? ஆனால் வீட்டுக்கே போவது சரியா? இல்லேன்னா ஆபீஸுக்கே போயிடலாமா? அங்குதான் ஆற அமர பேசமுடியும். ராத்திரி தங்கவேண்டியிருந்தாலும் அவரே ஏற்பாடு பண்ணித்தந்துடுவார். ஒரு வருஷத்துக்கும் மேலாகிவிட்டது அவரைப் பார்த்து. கோர்ட்டில் வழக்குத் தொடர்ந்த பத்து நாட்களுக்கெல்லாம் மாற்றலாகிச் சென்றுவிட்டார். இதுவரைக்கும் நான்கு கடிதங்கள்கூட எழுதியனுப்பிவிட்டேன். ஆனால் எந்தப் பதிலும் வரவில்லை. அலுத்துப்போனது. இனிமேல் அவர் முகத்தைக்கூட பார்க்கக்கூடாதென்றுதான் நினைத்திருந்தாள். ஆனால் இப்போது அவர் இருக்கும் இடத்திற்குச் சென்று உதவி கேட்கவேண்டிய நிலை. அந்த சங்கரராவ் மட்டும் சரியான முறையில் கேஸை நடத்திச் சென்றிருந்தானேயானால் நான் இவ்வாறு மற்றவர்களை நாடி உதவிக்காக வரவேண்டியநிலை ஏற்பட்டிருக்காது. அந்த ராட்க்ஷஸன் கேஸை தாறுமாறாக்கி தன்னை நட்டாற்றில் விட்டுவிட்டான். ஆமாம், இப்படிப்பட்ட லாயரை தன் தலையில் எதற்காக ஏற்றிவிடவேண்டும் இந்த போலீசுக்காரன்? அவர்களிருவருமே மிகப்பெரிய நண்பர்களைப்போல பேசிக்கொண்டிருந்தார்கள். பின்னே இப்போ இந்த சங்கரராவ் இப்படி

நடந்துகொண்டிருப்பதைப் பார்த்து கண்டிக்கலாமல்லவா? பொறுப்பு அவருடையதுதானே? எப்படி தப்பிக்கப்போகிறானென்று நானும் பார்க்கத்தானே போறேன்?

மொதல்ல இப்படிப்பட்ட நயவஞ்சகனை, பேராசைப் பிடித்தவனை எதுக்காகத் தேர்ந்தெடுத்து என் தலையில் கட்டணும்? நேருக்கு நேரா கேட்டுடவேண்டியதுதான். அதுக்கு என்ன பதில் சொல்லப்போறாரோ? தான் நேரடியா இவ்வளவுதூரம் வந்ததுக்காவது இம்மட்டும் உதவியாவது செய்யாமலா போயிடுவாரு? நிச்சயமா செய்வாரு. தன்னுடைய ஊருக்கு வந்து சங்கரராவை ஒரு வழி பண்ணாம விடமாட்டாரு? தன்கிட்டேருந்து அநியாயமா கறந்த பணத்தைத் திருப்பி வாங்கித் தந்திடுவாரு! யாரு பணம் அது?

அவன் பணமா? ஜட்ஜய்யாவுக்கு லஞ்சம் கொடுக்கணும்னு தன் கிட்டருந்து பணத்தை வாங்கிட்டுப்போனது மோசடியில்லையா? அது மகாப்பெரிய குற்றமில்லையா? இந்த செய்தியை டி.எஸ்.பி. கேட்டா உண்மையிலேயே 420 சட்டத்தின்கீழ் சங்கரராவை கைது செய்திடமாட்டாரு? இந்த மாதிரியான விஷயங்களில் அவர் மிகவும் நேர்மையான மனிதர். தானே ஸ்வயமாக முன்நின்றுவிருப்பத்துடன் வாங்கித்தந்த வழக்கில் சங்கரராவ் இப்படி மொள்ளமாறித்தனம் செஞ்சி நாசமாக்கிட்டான்னா டி.எஸ்.பி. ஒருநாளும் சும்மாயிருக்கமாட்டார். அந்த அளவுக்கு எதுக்கு? டி.எஸ்.பி. வந்து நின்னாலே போதாதா? சங்கரராவுக்கு வேர்த்துக் கொட்டிராதா? டி.எஸ்.பி.க்கு தன்மேலுள்ள அக்கறையைப்பத்தி அந்த சங்கரராவுக்கு மட்டும் தெரியாதா என்ன? அவனை... அவனை மட்டும் சும்மாவிட்டுடுவாரா? அந்த பிச்சைக்காரப்பயல் குருநாதனை மரத்துல கட்டி வைச்சி ஒதைக்க மாட்டாரா? அவன் கீழ்த்தரமா நடந்துகிட்டதுமில்லாம எம்மேல பழியபோட்டு அசிங்கப்படுத்துறதாவது? அந்த கெழட்டு நரிப்பய கனகய்யனயும்தான். அதுசரி, அவன்தான் என்ன செய்வான்? உண்மையிலேயே நடந்தது என்னன்னு தெரியாமலிருக்கலாம். இவன்இந்த குருநாதப்பயல்தான் கதையைத் திருப்பிப்போட்டு மாமனார்கிட்ட சொல்லி நல்லபெயர் வாங்கிகிட்டான். யாராவது போயி உண்மையை மாமாகிட்ட சொல்லிடுவாங்களேன்னு முந்திகிட்டான். அதை கனகய்யனும் நம்பிகிட்டான். கனகய்யா வேண்டுமென்று தன்னை மோசம் செய்யவில்லை. தன்மீதும், தன்னுடைய தந்தைமேலும் தனியான கௌரவம்! அபிமானம் எப்போதும் உண்டு அந்த மனுஷனுக்கு. தன்னுடைய மாமனார் சாம்பய்யான்னாலே அலாதியான பற்றும், பயமும்கூட. தங்களுடைய வீடுகளில் அண்டிப் பிழைத்தவரல்லவா? அந்த விசுவாஸம் இருக்கத்தான் செய்யும். எப்படிப்பார்த்தாலும் இந்த குருநாதன் பயல்தான் ரோகி, மோகி. நாலுகாசு சம்பாதித்து கருப்புகோட்டை மாட்டிகிட்டு நீதிமன்றத்துக்கு போயிட்டாமட்டும் கண்ணுமண்ணு தெரியாம நடந்துக்கணுமா என்ன? தலைக்கனம் புடிச்சப்பயல். அவன் ரத்தத்தை உறிஞ்சிக் குடிக்காம விடக்கூடாது.

அவனோட பொண்டாட்டி! அந்த சப்பைமூக்குக்காரிக்கு எத்தனை திமிரும் அகம்பாவமும்ட்? ஏ வீட்டுக்கு முன்னால தெருவை கூட்டி கூளத்தெ பொறுக்கிட்டுப்போனவள், பத்துப்பாத்திரம் தேய்ச்சு எச்சில் சோத்தை தின்ன முண்டெ, லாயர் பொண்டாட்டியானதும் கொழுப்பு ஏறிடுச்சி போலருக்கு? அவரை என்ன என்ன பேச்செல்லாம் பேசியிருக்கா? அவரு வெறும் அப்பாவியாயிருந்ததாலசும்மாவிட்டுட்டாரு. வேறொருஆம்புளயாயிருந்தாவா?

இரண்டாவது பிளாட்பாரத்தின்மேல் எக்ஸ்பிரஸ் படுவேகத்தில் சென்றுகொண்டிருந்தது. வரூதினியின் காதுகள் செவிடாகிவிடும்போல துளைத்தது. தாண்டிச்செல்கின்ற ரயில்பெட்டிகள் பின்னிப் பிணைவதுபோல தென்பட்டன. மறுபடியும் காடு, வயல், குன்று, மரங்கள், செடிகள், வீடுகள் கடந்து சென்றன. வரூதினியின் மனதில் மீண்டும் ஆலோசனைகள் வளையமிட்டன.

அவன் சொன்னதெல்லாம் பொய்தானா? கோர்ட்டுல சரியா வாதாடவில்லையென்று சொன்னான்? எதிர்தரப்பு வழக்கினரிடம் பணத்தைக் கறந்துவிட்டான். அதனாலதான் கேஸை நாசமாக்கிட்டிருக்கான் என்று சொன்னான். அதுவும் பொய்தானா? அப்படியென்றால் சங்கரராவ் கேஸை நன்றாகத்தான் நடத்திச் செல்கிறானா? தான் எவவளவு அறிவில்லாமல் நடந்துகொண்டுவிட்டாள்? அதையெல்லாம் எப்பிடி நம்பிவிட்டாள்? அனாவசியமாக சங்கரராவை பகைத்துக்கொண்டாள். இல்லையென்றால் நல்லபடியாகவே வழக்கில் வாதாடி ஜெயித்துத் தந்திருப்பான். ஆமாம். அந்த ஜட்ஜ் அவனுக்கு தூரத்து உறவுதான். மேலும் பணத்தாசைப் பிடித்தவராகவும் இருந்திருக்கலாம். அவன் வழியில் விட்டிருந்தால் நிச்சயம் வழக்கை வென்று காட்டியிருப்பான். தன் கையாலேயே தானே கெடுத்துக்கொண்டுவிட்டாளா?

வரூதினியின் மனம் கூனிக்குறுகியது. இதயம் தொண்டைக் குழியில் வந்து நிற்பதைப் போலிருந்தது.

வண்டி ராஜமண்டிரி ஸ்டேஷனில் வந்து நின்றிருந்தது. வரூதினியின் எதிரே அமர்ந்திருந்த பெரிய மனிதர் இறங்கும்போது அவளை ஒரு மாதிரியாகப் பார்த்துவிட்டு இறங்கிச் சென்றுவிட்டார். இடதுபக்கத்தில் உட்கார்ந்திருந்த மாணவனொருவன் சற்றுத்தள்ளி காலியாகியிருந்த இருக்கையில் மனவருத்தத்துடன் சென்று ஒய்யாரமாகச் சாய்ந்து கொண்டான். எழுந்து சன்னல்வழியாக வெளியே பார்க்கும் சாக்கில் அவளையே சற்றுநேரம் குனிந்தபடி பார்த்துவிட்டு மறுபடியும் தன் இருக்கையில் உட்கார்ந்தபடியே பெருமூச்செறிந்தான். வரூதினி விலகியிருந்த மேலாடையை சரிசெய்துகொண்டாள். இவனுக்கென்ன போறதுக்கு காலம் வந்துடிச்சா? இன்னும் முழுசா பதினெட்டு வயசுகூட ஆகியிருக்காதுபோலிருக்கு! இவனும் விசாகப்பட்டிணம் வரைக்கும் வருவான்போல! கர்மம்! அங்கபோயி இவன் படிச்சித் தொலைக்கிறதென்னவோ? வரூதினிக்கு மகன் ரவி ஞாபகம் வந்தது.

கொழந்தை எப்பிடியிருக்கானோ என்னமோ? இந்த பிரச்சனைகளால அவனுக்கு பதில் கடிதம்கூட எழுதாமபோயிட்டேனே. குண்டு குண்டா எத்தனை அழகாக எழுதியிருந்தான்? நல்லாவே எழுதவருது! எவ்வளவு நல்லா இங்கிலீசு எழுதறான்? அவளுக்கே சில சொற்கள் தெரியவில்லை. அந்தப்பள்ளிக்கூடத்தில் படிப்பதனால்தான் அவன் அவ்வளவு சீக்கிரமாக முன்னேறி வருகிறான். இல்லேன்னா அவன் இதோ இந்த எருமைக்கடா மாதிரிதான் தயாராவான். அவள் நல்ல வேலையைச் செய்திருக்கிறாள். ராமனாதபாபுவும் அந்த விஷயத்தில் எவ்வளவோ கைகொடுத்திருக்கிறார்.

வண்டி நிடதவோலில் நின்றதை வரூதினி கவனிக்கவில்லை. இரண்டு பெண்பிள்ளைகளும், ஒரு முதியவளும் பெட்டிக்குள் ஏறி உட்கார்ந்திருந்தனர். அந்தப் பெண் பிள்ளைகளைப் பார்த்தால் படித்துக்கொண்டிருப்பவர்களாகவே தோன்றியது. மேலாடை தோளைவிட்டு கீழே இறங்கவில்லை. அடிக்கடி மாராப்பை சரிபடுத்திக்கொண்டபடியே வாரப்பத்திரிக்கையை படித்துக்கொண்டிருந்தார்கள். நடு நடுவே தலையை நிமிர்த்தி நாற்புறமும் பார்ப்பதுமாய் தங்களுக்குள் அந்த இருவரும் எதேதோ பேசிக்கொண்டு அட்டகாசமாகச் சிரித்துக் கொண்டிருப்பதும் வரூதினியின் கண்களில் தென்பட்டது.

வரூதினி எதிர் இருக்கையைப் பார்த்ததும் "அம்மாடி! பீடை கழன்று கொண்டது!" என்று நினைத்தாள். அந்தப் பையன் தன் இருக்கையை முதியவளுக்கு தந்துவிட்டு அந்தப் பெண்பிள்ளைகளின் எதிரே போய் நின்றுகொண்டான். அவன் இனி தன்னை நோக்கி பார்வையை செலுத்தமாட்டான். இனி எதற்காகப் பார்க்கப்போகிறான்? அதுதான் அங்கே பருவ வயது இளம் பெண்கள் கிடைத்துவிட்டார்களே! பெருமூச்சொன்றை இழையவிட்டாள் வரூதினி.

அவன் இனிமேல் தன்னை நோக்கிப் பார்க்காவிட்டால்தான் என்ன? சீச்சீ! என்ன இப்படி தனக்குள் நினைவுகள்?

"ஆமாம்! யாரைப்பற்றி அவள் மனம் இதுவரை சிந்தித்துக்கொண்டிருந்தது? நடுவில் இவர்கள் குறுக்கிட்டு அவளுடைய சிந்தனையைக் கலைத்துவிட்டார்களே!

வரூதினி மீண்டும் விட்ட இடத்தைத் தொடர முயற்சித்தாள். ராமனாதபாபுவைப் பற்றியதுதானே? இல்லையே, இன்னும் சொல்லப்போனால் அவனால்தானே இத்தனை அவலங்களும் நடந்திருக்கிறது. எந்த ஒரு பிரச்சனையுமில்லாமல் சந்தோஷமாக வாழ்ந்துகொண்டிருந்தவளை இவ்வளவு கஷ்டங்களுக்கும் ஆளாக்கிவிட்டவன். தன்னை அநியாயம் செய்து அவன் மட்டும் நன்றாகவா இருக்கப்போகிறான்? அனுபவிப்பான் ஒருநாள் இல்லாவிட்டால் ஒருநாள். நம்பியவர்களை மோசம் செய்தவன் ஒருநாளும்

நன்றாயிருக்கமாட்டான். அவனைப் பற்றியல்லவே அவள் சிந்தித்துக்கொண்டிருப்பது? அந்த குருநாதனைப் பற்றியல்லவா? ச்சே! அவனை நினைத்தாலே உடம்பெல்லாம் புல்லரித்தெழுகிறது. பின் யாரைப்பற்றி? ஓ-அவரைப் பற்றியா? அய்யோ கர்மமே! அவரைப் பற்றியும் நினைத்துக்கொண்டிருப்பதற்கும் தனக்கு ஏதாவது உரிமை உள்ளதா? இருந்தாலும் தனக்கு இப்போது வேண்டியதெல்லாம் என்ன? உண்மையிலேயே கணவன் சாமர்த்தியசாலியாக இருந்திருந்தால் அவளுக்கு இத்தனை அலைச்சலும் உஉளைச்சல்களும் தேவைப்பட்டிருக்காது! அந்த சங்கரராவை அப்படி நாடகமாட விட்டிருப்பானா?

ஆமாம், இப்போது நினைவுக்கு வந்துவிட்டது. அந்த சங்கரராவைப் பற்றியதுதான். அவனோட விஷயத்தில் அவள் அவசரப்பட்டு நடந்துகொள்ளவில்லை. அன்று அவள் சென்றபோது எப்படியெல்லாம் பேசினான்? ஒரு பொருட்டாகவே மதிக்கவில்லையே? மொதல்லயே இப்படிப்பட்ட வழக்கை வாதாட ஒத்துக்கொண்டதே என் தவறு என்றானே? திருட்டு ராஸ்கல், சியாமளாம்பாளிடமிருந்தும் நன்றாக வாங்கித்தின்றிருக்கின்றான். கடைசியில் அங்கும் இங்குமாக கறந்துவிட்டு கேஸை அவர்களுக்குச் சாதகமாக கொண்டுபோய்க்கொண்டிருக்கிறான். அன்றொருநாள் அவனே சொன்னானல்லவா? பிறகென்ன? கொடுத்துதானே இருப்பாள்? அதில் கொஞ்சத்தை ஜட்ஜிடம் கொடுத்துவிட்டு மீதியை அவனே விழுங்கியிருப்பான். கணவர் சொன்னதைப்போல அவள் பைத்தியக்காரிதான். அன்று அவள் அங்கு இருக்கும்போதுதான் ராமனாதபாபு சங்கரராவை பார்க்க வந்தான். எத்தகைய நாடகம் நடத்தினான்? தனக்கு ஒன்றுமே தெரியாததுபோல நடந்து கொண்டானே? ரொம்பவும் நம்பிக்கையுடன் பேசினானே? மறுநாள் ராத்திரிக்கு வரச்சொன்னானே சங்கரராவ். அப்படியென்றால் ராமனாதபாபு அன்றுதான் பணத்தைக் கொடுப்பதற்காக வந்திருக்கவேண்டும். தன்னைப் பார்த்ததும் இருவரும் சேர்ந்தே நாடகமாடியிருக்கிறார்கள். சங்கரராவ் கேட்டபணத்தை தன்னால் எப்போது கொடுக்கமுடியாத நிலை ஏற்பட்டதோ அப்போதே அவன் அவர்கள் பக்கம் திரும்பிவிட்டான். தன்னிடம் இருந்ததெதுவோ அதையெல்லாம் தந்துவிட்டாள். இனி அவள் எங்கிருந்து கொண்டுவந்து தருவது ஐம்பதாயிரம். இருக்கின்ற சொத்தையெல்லாம் அந்த தியேட்டருக்காகவே வித்தாச்சி. பொன்போல விளையும் பூமியையெல்லாம் வந்த விலைக்கு அவனுக்கே வித்து, அவன்! அந்த ராமனாதபாபு கையிலேயே கொட்டியாச்சு, எவ்வளவு ஆஸ்தி? கோர்ட்டுல தோத்துப்போயிட்டா? கட்டின துணியுடன் நடுத்தெருவில் நிற்கவேண்டியதுதான்-

வரூதினியின் கண்கள் பனித்தன. கன்னங்களின் வழியாக தாரைத்தாரையாக வழியத் தொடங்கியது கண்ணீர். மழைச்சாரல் ஜன்னலின் வழியாக வீசி வீசியடித்துக்கொண்டிருந்தது. தலை, முகமெல்லாம் நன்றாக நனைந்துவிட்டிருந்தது.

“என்னங்கோய்! சன்னல் கதவை மூடிடுங்க. சாரல் உள்ளவரைக்கும் வருது”.

எதிரிலுள்ள இருக்கையிலிருந்து யாரோ சொன்னார்கள். வரூதினி சன்னல் கண்ணாடியை இறக்க முயன்றாள். எவ்வளவு இழுத்தாலும் கீழே வருவேனா என்று அடம்பிடித்தது. சற்று தூரத்திலிருந்த அதே இளைஞன் வந்து அவள்மேல் படும்படி கையை வைத்து கண்ணாடியை இறக்கிவிட்டான். அவள் கை அவன்மேல் பட்டது. திவ்யமான அனுபூதியை அடைந்தவன்போல அவன் முகம் தெரிவித்தது.

“அய்யோ! நல்லா நனைஞ்சிட்டீங்க போலிருக்கே?” என்றான் இளைஞன். அந்த இரண்டு பெண்குட்டிகளும் தன்னை நோக்கி பொறாமையுடன் பார்ப்பதுபோலத் தோன்றிற்று வரூதினிக்கு.

வரூதினி முந்தானையால் முகத்தைத் துடைத்துக்கொண்டாள். முகத்தைக் கண்ணாடிக்கதவில் சாய்த்தபடி வெளியில் பார்க்க முற்பட்டாள். கண்ணாடியின் மேல் பட்ட நீர்த்துளிகள் கீழே சரிந்துகொண்டிருந்தன. கண்ணாடி மங்கிய நிலையில் மாறிவிட்டது. தூரத்தில் மரங்கள், மலைக்குன்றுகள் மங்கலாகத் தென்பட்டு மறைந்து கொண்டிருந்தன. வரூதினியின் மனதில் திகில் சூழ்ந்து கொண்டது. இடி இடித்து மின்னல் ஒளிர்வதைப்போல... கடந்தகால நினைவுகள்; மின்னலாய் தோன்றி மறைந்துகொண்டிருந்தன! எதிர்காலம் இடியும் மழையுமாய் அவள் முன்னே?

இனி அவள் எப்படி வாழப்போகிறாள்? தன்னுடைய மகன் ரவியின் நிலைமை? தலையை ரம்பங்கள்கொண்டு அறுத்தெடுப்பதுபோலத் தோன்றியது. கெட்ட கெட்ட எண்ணங்கள், நினைவுகள் மூளையைத் தாக்கிக்கொண்டிருந்தன. விசாகப்பட்டினம், பைத்தியக்கார ஆஸ்பத்திரி. அவர் என்ன சொன்னார்? அவளை பைத்தியக்கார ஆஸ்பத்திரியில் சேர்ந்துவிடச் சொன்னார். இல்லையில்லை, அவள் சேர்ந்துவிட்டால் அங்கிருக்கும் பைத்தியங்களுக்கே இன்னும் கூடுதலாக பைத்தியம் பிடித்துவிடும் என்றார். பைத்தியக்காரர்களுக்கு பைத்தியமா? அந்த மனுஷன் பைத்தியமாயில்லேன்னா இப்படிச் சொல்வானா! தன்னோட புருஷனுக்கு பைத்தியமா! அவருக்கு பைத்தியத்தை உண்டாக்கியதே அவள்தானே? தனக்குப் பைத்தியம் பிடிக்கவில்லையெனில் மற்றொருத்தருக்கு எப்படிப் பைத்தியம் பிடிக்கவைக்க முடியும்?

வரூதினி கண்களைத் திறந்து பார்த்தாள். மழை நின்றிருந்தது. வெளியே சூரியவெளிச்சத்தில் பச்சைப்பசேலென பயிரினங்கள் பிரகாசித்துக்கொண்டிருந்தன. எல்லோருமே சன்னல்களை திறந்துவிட்டார்கள். வரூதினி இறக்கிவைத்த கண்ணாடிக் கதவு அப்படியே இருந்தது.

கதவை மேலே ஏற்றிவைத்தாள். வண்டி பாதம்பூடி பிளாட்பாரத்தையடைந்துவிட்டது. வரூதினி கைக்கடிகாரத்தைப் பார்த்தாள்.

நான்குமணி இருபத்தைந்து நிமிடங்கள். இவ்வளவு லேட்டா போகுதே?

என்னங்க? காபிசாப்பிடலையா?" காலரைத்தூக்கிதலையைசரிசெய்தபடியே கேட்டான் அந்த மாணவ இளைஞன்.

யாரை உத்தேசித்து அப்படிக்கேட்டான்? அவன் உண்மையில் கேட்டது யாரை? தன்னையா? அல்லது அந்தப் பெண் சிறுமிகளையா? வரூதினி தன்னையல்ல என்பதுபோல சன்னலின் வழியே வெளியே பார்த்தபடியே உட்கார்ந்திருந்தாள்.

ஆறுமணி பதினைந்துநிமிடங்களுக்குப் பின் வண்டி சாமர்லகோட்டை ஸ்டேஷனை விட்டு நகர்ந்தது. வண்டியின் வேகத்தைப் பின்தொடர்ந்து அவளுடைய யோசனைகளும் வேகம் பிடிக்கத் தொடங்கியது. இன்னுமொரு இரண்டுமணிநேரத்தில் விசாகப்பட்டிணத்தை அடைந்துவிடும். டி.எஸ்.பி. ஊரில் இருக்கிறாரோ என்னவோ? தன்னைப் பார்த்ததும் ஆச்சரியப்படுவார். தனக்கு ஏற்பட்ட அநியாயத்தைக்கேட்டு வருத்தப்படுவார். தனக்கு நிச்சயமாய் உதவி செய்வார். தான் வழக்கில் வெற்றிபெறுவாள். மறுபடியும் தியேட்டர் தனக்கு சொந்தமாகிவிடும். அந்தத் தியேட்டருக்குள் சியாமளாம்பா கால்வைத்த இடத்தையெல்லாம் பினாயில் ஊற்றி கழும்படிச் செய்வாள். அந்த சிவராம் பயலை முதலில் நீக்கிவிடவேண்டும். அங்கேயிருக்கின்ற எல்லோரையுமே மாற்றிவிடவேண்டும்! அவங்க மேனேஜ்மெண்ட்டுல வெளியேற்றியவர்களையெல்லாம் மறுபடியும் சேர்த்துக்கொள்ள வேண்டும். மீண்டும் தன்னுடைய வாழ்வு மணம்பரப்பும் மல்லிகையாய் மலரப்போகிறது!

வானில் விண்ணுக்கும் மண்ணுக்குமாய் வானவில் தோன்றி வண்ணங்களுடன் பிரகாசித்துக்கொண்டிருந்தது. வரூதினியின் கண்கள் வண்ணங்களின் அழகில் லயித்தது. பார்த்துக்கொண்டிருக்கும்போதே வண்ணக் கலவைகளுடன் வடிவம் பெற்று அழகாய் வளைந்து விரிந்து ஆகாயத்தில் தோன்றிவிட்டது. ஆகாயத்திற்கும் பூமிக்குமாய் எத்தனை அழகு! வரூதினியின் மனமெல்லாம் ஆனந்தரேகைகள் பரவி இனம்புரியாத மகிழ்ச்சியில் திளைக்கச் செய்தன. அவள் கண்களுக்குள் நம்பிக்கையென்னும் ஒளி பிரகாசித்துக்கொண்டிருந்தது. வானவில்லின் கீழே ஆஜானுபாகுவுடன் கம்பீரமான தோற்றத்தில் தென்பட்டுக்கொண்டிருக்கிறான்... அன்றொருநாள் வீட்டிற்குமுன்னர்காரின் அருகில் நின்றபடிதன்இதயத்தைக்கொள்ளைகொண்ட அந்த மனிதன்.... டி.எஸ்.பி. மோகன்ராவ்.

வண்டி வைசாக் ஸ்டேஷனுக்குள் வந்து நின்றது. இரண்டு மணிக்கும் மேல் தாமதம். ஆறரைக்கு வந்து சேரவேண்டிய வண்டி எட்டரையைத்தாண்டிவிட்டது. ஸ்டேஷனுக்குள் எரிந்துகொண்டிருந்த குழல் விளக்குகளின் ஒளியானது வரூதினியின் மன இருளை இரட்டிப்பாக்கியது.

இவ்வளவு நேரமாகியபின் எப்படி அவரை சந்திப்பது? ஆபீஸிலும் இருக்கமாட்டார். வீட்டிற்குச் சென்றாலும், நன்றாக இருக்காது? எப்படி போகமுடியும்? அவரோட மனைவி எப்போதோ ஒருதடவை தன்னை கிளப்பில் நான்குபேருக்கு முன்னால் திட்டியதையும் கேட்டிருக்கிறாள். அவள் தன்னைப் பார்த்தால் சும்மாயிருப்பாளா? சொல்லப்போனால் அவர் தன் மனைவிக்குப் பயந்துதான் பதில் கடிதங்களும் எழுதவில்லை போலும். தான் எழுதியனுப்பிய கடிதங்களை திருட்டுத்தனமாகப் படித்திருக்கலாம்? புதுப்புது சந்தேகங்களும், பயமும் அவள் மனதைத் துளைத்தெடுத்தன.

"அம்மா மொதல்லயே நான் கேட்டுட்டேன்?" லைசென்ஸ் கூலியின் கையிலிருந்து சூட்கேஸைப்பிடுங்கியபடி, மற்றொருகையால்இன்னொருவனை தள்ளிவிட்டபடி சண்டையிட்டுக்கொண்டிருந்தான். கூலி அப்பாவியாய் வரூதினியையே பார்த்துக்கொண்டிருந்தான். அவளோ அதைவிட தவிப்புடன் பார்த்தாள் கூலியை.

"அம்மாவை மொதல்ல நான்தான் பார்த்தேன்! விடு! விடு பெட்டியை! இரண்டாவது ரிக்ஷாக்காரன் பெட்டியை இழுத்துக்கொண்டிருந்தான்.

"என்ன இது பெரிய தொல்லை! மொதல்ல பெட்டியை அங்க வைக்கிறீங்களா!" இருவரையும் எச்சரித்துவிட்டு கூலிக்குப் பணத்தைக் கொடுத்து அனுப்பி வைத்தாள். பெட்டியைக் கையில் எடுத்துக்கொண்டு ஒரு பக்கமாகச் சென்றுநின்றுகொண்டாள்.

"டேய்! அம்மாவுக்கு கார் வரும் போலிருக்குடா! நாம வீணா சண்டை போட்டுட்டிருக்கோம்!"

"அய்யா! அய்யா! ரிக்ஷா!" மற்றொரு ஆசாமியை நோக்கி ஓடிச்சென்றான் ரிக்ஷாக்காரன். அவனுக்குப் பின்னாலேயே இரண்டாமவனும் ஓடினான்.

அவள் இதுவரை விசாகப்பட்டிணத்தைப் பார்த்ததில்லை. இதுவே முதல்முறை! தெரிந்தவர்கள் யாரும் இல்லை. அப்படியே யாராவது இருந்தாலும் அவர்கள் எங்கிருக்கிறார்கள் என்பதுவும் அவளுக்குத் தெரியாது. இங்கே நல்ல ஹோட்டல் ஏதாவது?

"அம்மா கொழந்தே! எங்க போகப்போறீங்க?" வயதான ரிக்ஷாக்காரன் மீசைக்கு கீழே பல்லை வெளியே காட்டியபடி கேட்டான். வரூதினி அவனைத் திரும்பிப் பார்த்தாள்.

"அம்மா, கொழந்தே!" ரொம்ப நல்லவனாக இருப்பானோ? என்று நினைத்தாள் அவன் கூறிய சொற்களைக்கொண்டு, சுருக்கம் விழுந்த அந்த ரிக்ஷாக்காரனின் புருவங்களைப் பார்த்தபடியே வரூதினி.

"பக்கத்துல நல்ல ஹோட்டல் ஏதாவது இருக்காய்யா?"

"நல்ல ஹோட்டலா?" என்றவாறு வரூதினியை கூர்ந்து பார்த்தவன் தலையைக் குனிந்தபடியே யோசிக்கத் தொடங்கினான்.

"தூரத்துல வேணும்னா இருக்கும்மா நல்லதா லாட்ஜிங்!"

"நல்ல ஹோட்டல்தானா?" மறுபடியும் அழுத்திக் கேட்டாள்.

"அமோரமா ஹோட்டலைவிட நல்லது இந்த டவுன்லயே இல்லேன்னு சொல்லலாம் கொழந்தெம்மா!"

"எவ்வளவு குடுக்கச் சொல்றே?"

"உங்க இஷ்டம்"

"ஒரு ரூபா தாங்க"

வரூதினி பெட்டியைத் தந்தாள்.

"நல்ல அறைகளா - காலியா இருக்குமா? கிடைக்குமா?" கேட்டாள்.

"ஓ ஜம்முனு! ரொம்ப பெரிய எடமில்லையா. அம்மோரமா ஹோட்டல்?"

"அம்மோரமாவா? என்ன பேருய்யா?" ரிக்ஷாவில் கால்வைக்கப்போனவள் சற்று தயங்கிநின்று கேட்டாள் வரூதினி.

"அதுவேதானுங்க கொழந்தைம்மா! அனோரம்மோ, பனோரம்மாவோன்னு சொல்லுவாங்க" என்னப்போலுக்குறவங்க அப்பிடித்தான் சொல்வாங்க. சரியா சொல்லத்தெரியாம" சீட்டைத் துடைத்தபடியே சொன்னான் அவன்.

"என்னவோ சொல்றே! நானும் கேட்டு நம்புறேன்! எதுக்கும் ஹோட்டல் நல்லதுன்னு தெரிஞ்சுதான் சொல்றயா?" ரிக்ஷாவில் உட்கார்ந்தவாறு கேட்டாள் வரூதினி.

"கிளாசும்மா கிளாசு! பெரிய பெரிய ஆளுங்களெல்லாம் அங்கதான் எறங்குவாங்க. உங்கள் மாதிரியிருக்குறவங்கதான் அம்மா எல்லோரும் அங்க! தொரமார்களும்.... தொரசானிகளும்தான்ம்மா! பணக்காரங்களெ தவிர இல்லாதவங்களால அங்க இருக்க முடியாது!" மணியை அடித்தபடியே முன்னால் குனிந்து ரிக்ஷாவைத்தள்ளிக்கொண்டு சென்றபடியே சொன்னான்.

ரிக்ஷா ஹோட்டலின் முன்னால் நின்றது.

"இதுதாம்மா!" பெட்டியைத் தூக்கித் தோள்மேல் வைத்தபடியே சொன்னான் ரிக்ஷாக்காரன்.

"சீக்கிரமாகவே வந்துடிச்சி? தூரம்னு சொன்னியே?" என்றாள் வரூதினி ரிக்ஷாவிலிருந்து இறங்கி.

ஒரு நாலனாகூட வாங்குவதற்காக கெழவன் பொய்சொல்லியிருக்கிறான். அவள் ஹோட்டலுக்குள் நுழையும்போது மணி ஒன்பதை கடந்திருந்தது.

ரிஷப்ஸன் கௌண்டருக்குப் பக்கத்தில் பெட்டியை வைத்துவிட்டு நின்றிருந்தான் ரிக்ஷாக்காரன்.

அவனுக்கு பணத்தைத் தந்துவிட்டு ரிஷப்ஸன் மேஜைக்கருகில் வந்தாள் வரூதினி.

"சிங்கிளா? டபிளா?" என்றான் கௌண்டருக்கருகில் இருந்தவன் போர்டில் காலியாயிருந்த நம்பர்களைத் தேடியபடியே.

"என்னய்யா அது நீ வேற? பதிமூனாவது நம்பர் கார்னர் அறையை கொடுத்துடு அவங்களுக்கு" வரூதினியின் பின்னாலிருந்து வந்தது அந்த வார்த்தைகள். வரூதினி திரும்பிப்பார்த்தாள். மல்லிகைப்பூப்போல வெள்ளை வெளேரென்ற கிளாஸ்கோ வேஷ்டியும், கதர் சில்க் லால்சியும் போட்டிருந்தப்ரொப்ரயிட்டர்புன்னகையுடன்வந்து பேசினான்வரூதினியிடம். சிறிதே குனிந்திருந்த தலையின்மீது டியூப்லைட்டின் ஒளி பளபளவென பிரகாசித்தது.

"டேய்! சாமான்களை எடுத்துட்டுப்போயி பதிமூனாவது அறையில் வச்சிட்டுவா!" ஹோட்டல் சிறுவனிடம் கட்டளை பிறப்பித்தபின் - "நீங்க போங்கம்மா" என்றான். வரூதினியைப் பார்த்து இனிமையான குரலில் புரொப்ரயிட்டர்.

கௌண்டர் அசிஸ்டெண்ட் லாட்ஜிங் ரிஜிஸ்டரைத் திறந்து பேனாவை நீட்டியபடியே "இங்க பேரு... இங்க..." என்று சொல்லப்போனான்.

"என்னய்யா உன்னோட? உனக்கு ஏதாவது மூளையிருக்கா? நீங்க போங்கம்மா! அப்புறம் எழுதிக்கொள்ளலாம் ரிஜிஸ்டர்ல. அதை அறைக்கு அனுப்பி வச்சிடு!"

அசிஸ்டெண்ட் குண்டடிபட்டவன்போல ஆகிவிட்டான். ரிஜிஸ்டரை மூடி ஒருபக்கமாக வைத்துவிட்டு "வாங்கம்மா!" மிகவும் பணிவுடன் கௌண்டரைவிட்டு வெளியே வந்து தலைகுனிந்தபடியே பதின்மூன்றாவது அறையை நோக்கி அழைத்துச்சென்றான்.

ஹோட்டல் அறைக்குள் கால்வைத்ததுமே திடுக்கிட்டாள் அவள்! விசாலமான அறை, இரண்டு கட்டில்கள், டன்லப் மெத்தை, அட்டாச் பாத்ரூம். சின்ன டிராயிங் ரூம், அதற்குள் சோபா செட், இரண்டு இடங்களிலும் மின் விசிறிகள். டிராயிங் ரூமிற்கும். படுக்கையறைக்கும் இடையில் கர்டென். எல்லாமே கனகச்சிதமாய் அமைந்திருந்தது.

எவ்வளவு சார்ஜ் வாங்குவார்களோ? இவ்வளவோ பெரிய அறை தனக்கெதற்கு? எதுக்காக இந்த ப்ரொப்ரயிட்டர் இப்பிடி செஞ்சிட்டான்? தன்னைப் பார்த்ததும் பெரிய மகாராணி என்று நினைத்துக்கொண்டான்

போலும்! எவ்வளவு கௌரவம் காண்பிக்கிறான்? ஆமா? அவனை எங்கயோ பார்த்தமாதிரி இருக்குதே? எங்கேன்னு தெரியலயே?

ப்ரொபரயிட்டர் முகத்தை அடையாளம் கண்டுகொள்வதற்காக முயற்சிசெய்தாள். ஆமாம்! பார்த்திருக்கிறேன்? அவன் தன்னை நன்றாகவே தெரிந்திருக்கிறான். தான் யாரென்பதும் தெரிந்துதானிருக்க வேண்டும். இல்லையென்றால் அத்தனை மரியாதை எதற்காகக் காட்டப்போகிறோன்? தன்னிடம் சிங்கிள் ரூம் பணத்தைத்தான் வாங்கிக்கொள்வானோ? இல்லையென்றால் பணமே வாங்கிக்கொள்ள மாட்டானோ? ச்சே! அதென்ன? தான் தராமல் இருப்பாளா? வேண்டாமென்றாலும் வற்புறுத்தி பணத்தைத் தந்துவிடுவாள். போகட்டும் இந்த மனுஷனை எங்கே பார்த்திருக்கிறாள்? ஹைதராபாதிலா? சினிமா டிஸ்டிரிப்யூஷனில் இருப்பவனோ? தியேட்டர் திறப்பு விழாவில் பெரிய பெரிய ஆட்களெல்லாம் கலந்துகொண்டார்கள். அப்போது வந்திருந்தானோ என்னவோ? ஒருவேளை ராமனாதபாபுவுக்கு உறவினராயிருக்குமோ? சினேதினாயிருக்கலாமோ? உண்மையிலேயே தனக்கு இன்னமும் யாரென்று கண்டுபிடிக்கமுடியவில்லை. ஒரு வேளை நான் டி.எஸ். பி.க்கு வேண்டியவள் என்று தெரிந்திருக்குமோ? சொல்லப்போனால் அந்த ஆள் நம்ம பகுதியைச் சேர்ந்தவனாகத்தான் இருக்கணும். அந்தப் பேச்சு, அந்தத் தோற்றம்....

வரூதினி குளித்து முடித்து அறைக்கு உணவை வரவழைத்துக்கொண்டு சாப்பிட்டாள். ஹோட்டல் சிறுவர்கள் உடனுக்குடன் வந்து ஆஜராகிக்கொண்டிருந்தார்கள். நீண்ட நாட்களுக்குப்பின் ஏதோ விமுக்தி கிடைத்தைப்போல் இருந்தது. பிராயண அலுப்பில் வரூதினி படுக்கையில் உடலை சாய்த்ததுமே தூக்கம் கண்களைச் சுழற்றியது.

காலையில் அவருக்கு செய்தியனுப்பலாம். ப்ரொபரயிட்டரிடம் சொன்னால் அவரே தகவல் சொல்லியனுப்பிவிடுவார். வேண்டாமே? தானே போனில் பேசினால் போகிறது.

டி.எஸ்.பி.யைப் பற்றிய நினைவுகளில் லயித்திருக்க அப்படியே நித்திரையில் ஆழ்ந்தாள் வரூதினி.

42

"இவங்கதானா? எல்லா அறைகளையும் தேடிப்பார்த்தீங்களா?" சர்க்கில் இன்ஸ்பெக்டரைப் பார்த்து கேட்டார் டி.எஸ்.பி.

"எஸ் ஸார்! எஸ்ஐ எங்கே?" என்றவாறு சி.ஐ. ஹெட்டைநோக்கித் திரும்பினார்.

"வர்றாருசார்!" ஹெட் எஸ்ஸையைநோக்கி ஓடினார்.

"எத்தனை நாளா நடக்குது இந்த மாதிரி?" சி.ஐ.யைப் பார்த்துக் கேட்டார் டி.எஸ்.பி.

"இப்ப சமீபத்துலதான் ஆரம்பிச்சிருக்காங்க சார்! மொதல்ல ரொம்ப நாணயமாத்தான் நடத்துனாங்க சார். விளக்கெண்ணெய் குடித்தவன்போல முகத்தை வைத்துக்கொண்டு சொன்னார் சி.ஐ.

டி.எஸ்.பி.மோகனராவ் முகத்தைச் சுளித்தார்.

"எஸ் சார்!" என்றார் சி.ஐ. தன்னோட அதிகாரியின் மனோபாவத்தை புரிந்துகொள்ள முயற்சித்தவராய்.

டி.எஸ்.பி. சுவரோரமாக நின்று ஆறு பெண்களை கீழிருந்து மேல் வரை ஆராய்ந்து பார்த்தார்.

"ஸ்டைலை பாருங்க! ஒவ்வொருத்தியும் எப்படியிருக்கான்னு?" சி.ஐ. சொன்னார்.

போலீஸ் மத்தியில் நின்றிருந்தவர்களில் ஒருத்தி மட்டுமே சிரித்தாள். இரு பெண்கள் தலையை குனிந்து கொண்டார்கள். மீதி மூன்று பெண்களும் எந்தவிதமான உணர்வையும் காட்டாமல் டி.எஸ்.பி.யையே பார்த்துக்கொண்டிருந்தார்கள்.

"இவங்களப் பார்த்தா இவங்க வயசுகூட நிர்ணயிக்க முடியாது போலிருக்கே?" உதட்டை நெளித்தார் டி.எஸ்.பி.

“எல்லாமே மேக்கப் சார். காலேஜ் பெண்களாட்டம், சினிமாஸ்டார்போலவும் இருக்காங்க சார் இவங்க! விளக்கு வெளிச்சத்துல ஒர்ஜினல் சரக்கு தெரியாது. காலையில விடிஞ்சதும்தான் குட்டு வெளிப்படும். இதுகளோட உண்மை மூஞ்சிகளை பார்க்க சகிக்காது!”

“இம்மோரஸ்ட்ராபிக் ரொம்ப பெருகிப்போச்சிய்யா நம்ம டவுன்ல” சற்று நிறுத்தி மறுபடியும் சொன்னார்- நம்ம டவுன்ல மட்டுமில்லே, ஸ்டேட் முழுக்க அப்பிடித்தான் நடக்குது”

“ஆமா சார்! பெரிய பெரிய குடும்பங்கள்லேருந்தும்கூட சிலபேர் வற்றாங்க சார்! தற்சமயத்துல பேமிலி கேள்ஸ்கூட இந்தமாதிரி விஷயத்துல இறங்கிடுறாங்க சார்!”

“இவங்கள மட்டுமில்ல? ப்ரொபரயிட்டரையும் கூடவே ஸ்டேஷனுக்கு இழுத்துட்டு வாங்க” டி.எஸ்.பி. கையிலிருந்து லாட்டியை சுழற்றிக்கொண்டே செல்லத் தொடங்கினார்.

அதேசமயத்தில் எஸ்.ஐ. மூச்சிறைக்க வந்து டி.எஸ்.பி.யின் முன்னால் நின்றார்- “சார்!.... அந்த கார்னர் அறையில.... இன்னொரு.... இருக்கு... சார்! அவள் என்றும், அவர் என்றும் சொல்லமுடியாதவராய் தவிப்பு“சொன்னார்.

டி.எஸ்.பி. நின்று எஸ்.ஐ.யை கோபத்துடன் பார்த்தார்.

“வாட்டார் யூ டாக்கிங் ஓய் டோன்ட் யூ ப்ரிஸ் ஹெர்?”

“ஹை கிளாஸா பேசுறா சார்!”

“பேசுனா விட்டுட்டு வந்துட்டியா? வாட் எ ஸ்டுபிட் யூ ஆர்?”

“ரொம்பவும் இன்புளுயன்ஸ் உள்ள பொம்பளயா இருக்கா சார்!”

”இம்புளுயன்ஸ்! இம்புளுயன்ஸ்! தேவடியாத் தனத்துக்கும்கூட ரெகமண்டேஷனா? எந்த மினிஸ்டர்கிட்டருந்து வாங்கியிருக்காளாம்?”

“என்னோட உத்யோகத்தையே பறிச்சிடுவாளாம் சார்! ரொம்ப கர்வமா பேசுறா சார்!” மென்று விழுங்கினான் எஸ்.ஐ.

“ச்சட்! மொதல்ல அந்த சிறுக்கியை தலையைப்பிடித்து இழுத்துட்டு வாங்க.

சி.ஐ.யின் பின்னால் எஸ்.ஐ. நடந்தான்.

டி.எஸ்.பி. ஒன்றும் புரியாமல் ஒருத்தரையொருத்தர் இடித்துக்கொண்டு நின்றிருந்தவர்களை நோக்கி பார்க்கத் தொடங்கினார்.

“ஏய்? உன்னைத்தான்? உன்பேரு என்ன?”

“சாவித்ரி!” தொண்டையை சரிசெய்தபடி கூறினாள்.

"ஊரு?"

"பெஜவாடாவுக்கு பக்கத்துல"

"எவ்வளவு சம்பாதிக்கிறே?"

சாவித்ரி பேசவில்லை.

"என்ன பேசாமெ இருக்கே? பதில் சொல்லு?" டி.எஸ்.பி. கர்ஜித்தார். கையிலிருந்த பிரம்பு காற்றில் வட்டமாகச் சுழன்றது.

"அறை வாடகை, மத்த செலவுகளெல்லாம் போக அதிகமா மிஞ்சாது!"

சாவித்ரியின் பக்கத்தில் நின்றிருந்த பெண் சொன்னாள்.

"உன் பேரு என்ன?"

"அனுசூயை? எங்களது ராஜமன்றி"

"நீயோ?" மூன்றாவது பெண்ணைப் பார்த்துக்கேட்டார்.

"சந்திரமதி. நெல்லூர்!"

"என்பேரு, தமயந்தி. எல்லூர்" கேட்காமலேயே சொன்னாள் இயந்திரகதியில் தமயந்தி.

"சாவித்திரி! அனுசுயா! சந்திரமதி! தமயந்தி! உங்களுக்கெல்லாம் என்ன வந்ததுங்கடி முண்டைங்களா? அவ்வளவும் பதிவிரதைகளுடைய பேர்களை வச்சிருக்கீங்க?"

"நாங்களா வச்சிக்கிட்டோம்ங்க? எங்க அம்மா, அப்பா வைச்சிட்டாங்க" வார்த்தைகளைத் தொடர்ந்தாள் சரஸ்வதி. டி.எஸ்.பி.யை பார்த்து களுக்கென சிரித்தாள்.

"அம்மாடி! நீ பெரியகில்லாடியா... இருப்பா போலிருக்கே? எந்த ஊரு?"

"காக்கிநாடா!"

"ஏய்! நீ என்ன? ஒன்னும் பேசாம நிக்கறே?" ஆறாவது பெண்ணைப் பார்த்து அதட்டினார் டி.எஸ்.பி.

அந்தப் பெண் எல்லோரையும்விட இளையவளாகத் தெரிந்தாள். பதினெட்டு வயதுகூட ஆகியிருக்காது. வெட்கத்துடன் முகத்தை சுவர்பக்கமாகத் திருப்பிக்கொண்டு நின்றிருந்தாள்.

"என்ன? ஒன்னுந் தெரியாத ஊர்க்குருவி? சொல்லாம நிக்கிறே?" அதட்டியபடி கேட்டார் டி.எஸ்.பி.

அவள் குலுங்கிக் குலுங்கி அழ ஆரம்பித்தாள். மூக்கை சீந்தியபடி மறுபடியும் ஹோவென அழுதபடியேயிருந்ததும் - "லட்சுமி ப்ரசன்னா.

பாவம் புதுசு! முந்தா நேத்து தான் வந்தா. பந்தருகிட்ட அவங்க ஊரு. "பெஜவாடா சாவித்திரி பரிந்துரைத்தாள்.

"அவ எங்கய்யா?" தன்னருகில் வந்து நின்ற சி.ஐ.யைப் பார்த்து கேட்டார் டி.எஸ்.பி.

"அந்தம்மாவா?..." அதற்குமேல் பேசமுடியவில்லை சி.ஐ.யால்.

"பதிவிரதைன்னு சொல்றாளா?" எளக்காரமாகக் கேட்டார் டி.எஸ்.பி.

"இல்லை சார்!"

"என்ன இல்லை? உனக்கு ஏதாவது மனசில்லையா சொல்வதற்கு? உன்னோட பந்துவா? பழைய காதலியா? பின்னே? எதுக்காக?"

"எனக்கு எந்த சம்பந்தமுமில்லை சார்! உங்க பந்துதானாம்!" என்று சி.ஐ.மூச்சைப் பிடித்துக்கொண்டு பார்த்தான் ஆபீஸரை.

"இடியட்! யாரவள்? முடியைப் பிடிச்சி இழுத்துட்டு வாய்யா!" கோபத்துடன் கத்தினார் டி.எஸ்.பி.

"உங்களுக்கு வேண்டிய மனுஷின்னு சொல்றா சார்! எங்க டி,.எஸ்.பி. சாருகிட்ட சொல்லி உங்களெ உண்டு இலலைன்னு பண்ணிடுறேன்னு பயமுறுத்துறா சார்!" எஸ்.ஐ. சமயத்தை பயன்படுத்திக்கொண்டு சொன்னார்.

டி.எஸ்.பிக்கு அவமானத்தில் உடம்பு எரியத் தொடங்கியிருந்தது.

"எங்கே? எந்த அறையில?" டி.எஸ்.பி. டக்.டக்கென தரையதிர பூட்ஸ்கால்களுடன் அறையை நோக்கி நடந்தார்.

"பதிமூன்றாவது நம்பர் அறை, இப்பிடி, இங்க இருக்கு சார். ஹோட்டல் ரிஜிஸ்டர்ல பேரு இல்லை சார். ரொம்பவும் தலைகனத்துடன் பேசுறாளாக்கும்" டி.எஸ்.பிக்கு பின்னாலேயே நடந்தபடி சொல்லிக்கொண்டிருந்தார் சி.ஐ.

டி.எஸ்.பி.பூட்ஸ் சப்தமிட அறையின் முன்னால் வந்து நின்று கதவை 'டமார்! டமார்!' என தட்டினார்.

சில நிமிடங்களிலேயே கதவு திறக்கப்பட்டது.

டி.எஸ்.பி. மோகனராவ் ஸ்தம்பித்து நின்றுவிட்டார்! ஸ்தம்பத்தைப் போல அதிர்ச்சியுடன் நின்றிருந்த மோகனராவைப் பார்த்ததும் பிராணனற்ற மண்பொம்மையாய் நின்ற வரூதினிக்கு பிராணன் திரும்பி வரத் தொடங்கியது. அவளது முகம் நம்பிக்கை யொளியுடன் பிரகாசித்தது.

"நீயா? இங்க எங்க வந்தே?" மோகனராவ் தொண்டையை கணைத்தபடி கேட்டார்.

"உங்களுக்காகத்தான் வந்தேன்."

சர்க்கிளும், எஸ்.ஐ.யும் பின்னால் நகர்ந்து முடிந்தமட்டும் தூரத்தில் சென்று நின்று கொண்டனர்.

"யூ ப்ரொஸீட். நீங்க உங்க வேலையை கவனிங்க." பின்னால் திரும்பி சி.ஐ.யிடம் சொன்னார் மோகனராவ்.

"எஸ் சார்!" இருவரும் ஒரேநேரத்தில் சொல்லிவிட்டு பின்னால் திரும்பிப்பார்க்காமல் சென்றுவிட்டனர்.

இன்னக்கி நேரம் நல்லாயிருக்கு சார். இல்லேன்னா அவசரப்பட்டு அவர் சொன்னார்னு அந்தம்மாவை இழுத்துட்டு வந்திருந்தா நிஜத்துக்கே டி.எஸ். பி.சார் என் தோலை உறிச்சிருப்பாரு" என்றான் வாலிபனான எஸ்.ஐ., சி.ஐ.யின் பின்னால் நடந்தபடியே.

"டி.எஸ்.பி.யோட ஆளா இருக்கலேன்னா அவ்வளவு அகங்காரமா பேசமாட்டாய்யா! நான் அப்பவே நெனச்சேன்" என்றார் சி.ஐ.

"ஓய்! அப்பாசாமி! இவங்க எல்லாத்தையும் வேனல ஏத்து" ஹெட் கான்ஸ்டபுளிடம் சொல்லிய சி.ஐ., எஸ்.ஐ. பின்தொடர ஹோட்டல் படிகளிலிருந்து இறங்கினார்.

"என்னடிங்களா குலுக்குப் பார்வை பார்த்துட்டிருக்கீங்க? போங்கடி! வண்டியில.

"ஏறுங்கடி!" மந்தையிலுள்ள ஆடுமாடுகளை விரட்டுவதுபோல அதட்டினான் அப்பாசாமி. அவர்களை நெருங்கியபடியே.

"அந்தப் பொம்பளெ யாரோ வர்றதா சொல்லிட்டிருந்தீங்களே? அவ வரலியா?" குட்டை வெளிப்படுத்தினாள் சாவித்ரி.

"அதெல்லாம் உனக்கெதுக்கு? நீ நட மொதல்ல!" என்றார் ஹெட்.

"அவளெமட்டும் எதுக்காக விட்டுட்டேங்கய்யா! மொதல்ல இதை சொல்லுங்க!" அனுசுயா கேட்டாள் கையால் கையை குத்தியபடியே.

"ஓஹோ! உனக்கு கொழுப்பு ஜாஸ்திதாண்டி! அந்த பொம்பள உங்களைப்போல பொறம்போக்குன்னு நெனச்சிட்டியா? கிளாஸ், முதல்தரமான பொம்பள!" அப்பாசாமி மீசையை தடவிவிட்டபடியே வந்த சிரிப்பை வெளிவிடாதபடி மறைத்தான்.

"என்னய்யாபெரியகிளாஸு, அது இதுன்னு? செய்றதுதாசித்தொழில்தானே?" காக்கிநாடா சரஸ்வதி எரிச்சலுடன் சொன்னாள்.

"அவளுக்கு மட்டும் தனி ரூல்ஸாய்யா? நாங்க வரமாட்டோம்! என்ன செய்யணுமோ செஞ்சிக்கோ" ராஜமந்திரி அனுசுயா பிடிவாதம் பிடித்தாள்.

“என்னடி? அந்த சூப்பரெண்ட் எங்கடி?” காக்கிநாடா சரஸ்வதி சத்தம்போட்டு சொன்னாள்.

“பதிமூணாவது நம்பர் அறைக்கி போயிருக்கானில்லையா?” நெல்லூர் சந்திரமதி பதில் சொன்னாள்.

“முடியப்பிடிச்சி இழுத்துட்டுவர்றேன்னு போன ஆம்புள அங்கயே இருந்தாட்டானேடி சரஸ்வதி?” ஏலூர் தமயந்தி கண்களை சுழற்றினாள்.

“பஸ்டு கிளாஸு இல்லையா! என்ன! ஹெட் அய்யா? அப்படித்தானே?” என்றாள் கிண்டலாக சாவித்திரி கைகளைத் தட்டியபடியே.

அனுசுயா, சந்திரமதி, தமயந்தி, சரஸ்வதி எல்லோரும் விழுந்து விழுந்து சிரித்தார்கள். பந்தர் லட்சுமியும் மெதுவாக உதடுகளை விரித்தாள். அவர்களின் சிரப்பொலிகள் அறைகளுக்குள் காலியான பாட்டில்களின் முன்னால் உட்கார்ந்திருந்த ஆண்களின் இதயத்தை துளைத்தெடுத்தன.

“என்னங்கடி தேவடியா முண்டைகளா! டி.எஸ்.பி. சாரையா கிண்டல் பண்றீங்க! அவரு காதுல விழுந்தா நீங்க... என்ன... ஆவீங்கன்னு தெரியுமா?” வாய்க்கு வந்தபடி கெட்ட வார்த்தைகளால் திட்டினான் அப்பாசாமி. அந்த வார்த்தைகளைச் சொன்னவள் யாரென்று அவனால் குறிப்பிட்டு அடையாளம் கண்டுகொள்ள இயலவில்லை.

“ஏய்! பெரிய கடுமையானவளாயிருப்பே போலிருக்கே... யாருடி நீ?” மீசையை தள்ளிவிட்டபடியே அதட்டினான் அப்பாசாமி

“ஆஹா! பார்த்துட்டிருக்கியேய்யா அடிச்சித்தள்ளாம?” ஹெட் தன்கீழுள்ள சிப்பந்தியை அதட்டினார்.

அதுவரைக்கும் வாயைத்திறந்தபடி வேடிக்கைப் பார்த்துக்கொண்டிருந்த போர்டொண்டி *(420)*, திரி நாட்போர் *(304)*, பை ஸெவன் ஜீரோ *(570)*, திரிபுள்திரி *(333)* பெண்களை சுற்றி வளைத்துக்கொண்டு முன்னால் நடக்கவைத்தனர்.

ஹோட்டலின் முன்னால் நிறுத்திவைக்கப்பட்டிருந்த போலீஸ் வேனை நெருங்கும்போது சாவித்திரியின் காதில் வாயைவைத்து அப்பாசாமி மெல்ல முனகினான்.

“ஆளுக்கொரு நூறு ரூபாயை தள்ளிடுங்க, கேசு தள்ளுபடியாயிடும்”

“முந்தா நேத்துதானே நாங்க வந்திருக்கோம்? அதுக்குள்ள நூறு எங்கருந்து வரும்? நேத்தும், முந்தாநேத்தும் கெடைச்சது ஹோட்டல்காரனுக்கும், புரோக்கருக்கும் சரியா போச்சி? இப்ப என்னன்னா நீங்கவந்து விழுந்திட்டீங்க?” என்றாள் சாவித்திரி அப்பாசாமியின் அடர்ந்த மீசையைப் பார்த்தபடியே.

“என்னடி இவங்களுக்கு தர்றது? கோர்ட்டுல சொன்னபடி ஐம்பதுவோ, நூறோ நாம அங்கயே கட்டிக்கிலாம்” என்றாள் சரஸ்வதி.

“ஏறுங்க ஏறுங்க” வேனின் பின் கதவைத் திறந்துவிட்டபடியே மகாயோக்கியனைப்போல அதட்டினான் அப்பாசாமி.

“இது எத்தனையாவது தடவை?”

“ஏழாவது”

“அடியம்மாங்களே, உங்களோட பெரிய இழுபறியா போச்சி? தள்ளுவியா?” சரஸ்வதியை யொட்டி உட்கார்ந்துகொண்டார் ஹெட்.

“ஏழாவது தடவைன்னா நீ எதுக்காக அழுதுட்டிருக்கே?” என்றாள் அனுசுயா.

“எங்க போலீஸ்காரங்கன்னா உங்களுக்கு சுத்தமா பயமேபோயிடுச்சிங்கடி!” முன்னால் அமர்ந்திருந்த எஸ்.ஐ.காதில் விழவேண்டுமென்பதற்காகவே சத்தமாகச் சொன்னான் அப்பாசாமி.

“இது ரொம்பவும் அநியாயம் சார்!” சி.ஐ.யின் பக்கத்தில் முன்சீட்டில் சற்றே விலகியமர்ந்தபடி சென்னான் எஸ்.ஐ.

“உன் சர்வீஸ் எவ்வளவு?” கேட்டான் சி.ஐ.

“ரெண்டு வருஷம்!”

“இன்னுமொரு ரெண்டு வருஷம் போகட்டும்! எல்லாமே நியாயமாத்தான் தெரியும்! எனக்கு இருபத்திரண்டு வருஷ சர்வீஸ். இருபது வருஷமா நான் எதைச்செய்கிறேனோ அதுவே நியாயமா நெனச்சிட்டிருக்கேன்.”

வேன் ஏற்றத்தில் ஏறும்போது சத்தம் செய்துகொண்டிருந்தது.

எஸ்.ஐ. பின்னால் உட்கார்ந்திருந்த சாவித்திரி, அனுசுயா, தமயந்தி, சந்திரமதி, சரஸ்வதிகளை நோக்கி திகிலுடன் பார்த்தான்.

லட்சுமி ப்ரசன், மேலாடையை மறைத்துக்கொண்டு மெல்லிய குரலில் அழுதுகொண்டிருந்தாள்.

அந்த அழுகைக்குரல் போலீஸ்வேனின் ஹாரன்சப்தத்தில் கலந்துவிட்டதால் முன்னால் அமர்ந்திருந்த எஸ்.ஐ.யின் காதுகளில் கேட்கவில்லை.

43

“அவ்வளவு காரியம் செஞ்சிருக்கானா சங்கரராவ்?” மோகனராவ் பல்லை நறநறவெனக் கடித்தான்.

வரூதினி கண்களைத் துடைத்துவிட்டுக்கொண்டாள். குருநாதனைப் பற்றியும் சொல்லவேண்டுமென நினைத்தாள். எப்படி சொல்வது என்று யோசித்தவள் இப்போது வேண்டாம். முதலில் அந்த சங்கரராவின் விவகாரம் முடியட்டும் என்று சொல்லாமல் இருந்து கொண்டாள்.

“ராமனாதபாபு என்ன சொன்னார்?” ஏதோ யோசனையுடன் கேட்டான் டி.எஸ்.பி. மோகனராவ்.

வரூதினி அவனுடைய முகத்தை உற்று நோக்கிவிட்டு பெருமூச்சுவிட்டாள்.

“விடிய விடிய கதைகேட்டு ராமனுக்கு சீதை என்ன வேண்டும் என்று கேட்டாப்புல இருக்கு நீங்க கேக்குறது?”

“அப்பிடீன்னா என்னை இப்போ என்ன செய்யச்சொல்றே?”

பிரம்மாண்டத்தையே தூள்தூளாக்கிக்காட்டுவார் என்று நம்பிக்கையுடன் வந்த வரூதினி மிகவும் தளர்ச்சியடைந்துவிட்டிருந்தாள்.

“என்னுடைய வழக்கை சங்கரராவிடம் தந்துவிட்டு இப்போ என்னை என்ன செய்யச்சொல்கிறாய் என்று கேட்கிறீங்களே?”

“அவன் அவ்வளவு மோசமானவன்னு எனக்கு மட்டும் தெரியுமா என்ன? அப்போதெல்லாம் நல்லாத்தானே நடத்திட்டிருந்தான்.”

“அவன் மொதல்லருந்து அப்பிடித்தான் மொள்ளமாரியா நடந்திருக்கான்.”

“அப்படீன்னா நான் தெரிஞ்சே உன்னோட வழக்கை அவங்கிட்ட கொடுக்கச்சொன்னேன்னு சொல்றியா?” புருவங்களை உயர்த்தினான் மோகனராவ்.

“அப்படி நான் சொன்னேனா? இப்பவாவது தெரிஞ்சி போச்சியில்ல அவன் மோசக்காரன்னு?”

"இப்போ தெரிஞ்சிகிட்டாலும் பிரயோஜனம் என்ன?"

"அதென்ன அப்படிச் சொல்றீங்க? நீங்க வந்து பேசுங்க. என் பணத்தை எனக்கு திருப்பி தந்துட்டு வழக்குலருந்து கழண்டுக்கச்சொல்லுங்க. அவனுக்கும்மேல அவ தாத்தாவைப் போலருக்குற திறமை வாய்ந்த வக்கீல்கள் இருக்கவே இருக்காங்க."

"மறுபடியும் அவனோட வம்பு எதுக்கு? இவனைவிட நல்ல லாயரா அமர்த்திக்கோ!"

வரூதினி வந்த சிரிப்பை அடக்கிக்கொள்வதற்காக முயன்றவள் கோபத்துடன் நடித்தாள்.

"நீங்களும் உங்க பேச்சும்? எப்ப புறப்படலாம்னு சொல்லுங்க?"

"உன்னோடயா?"

"வேறு பெட்டியில ஏறிக்கோங்க. குடியா முழுகிடும்?" வரூதினி குழைந்தாள்.

"நான் சொல்றது அது இல்லே. இப்போ உடனடியா பொறப்படுறதுக்கு சரிப்படாதுன்னு..."

"இப்போ இந்த நடுராத்திரியிலயா புறப்படச் சொன்னேன்? வண்டி மட்டும் கெடைக்குமா என்ன? காலம்பற எக்ஸ்பிரஸ்ஸுக்கு போகலாம்" என்றாள் வரூதினி.

"நாளைக்கு எங்க ஐ.ஜீ.வர்றாரு. ஒரு வாரம் வரைக்கும் எங்க ரேஞ்ஜ்லயே டூர் இருக்கு. ரொம்ப முக்கியமான ரைட்ஸ் காண்டக்ட் பண்ணனுமுன்னு எங்க டி.ஐ.ஜீ ஆர்டர் போட்டிருக்காரு. ஏஜன்ஸி ஏரியாவுல மலை வாழ் மக்கள் நிலவுடமையாளர்கள் மேல எதிர்ப்பு காட்டறாங்களாம்! இப்போதைக்குள் அஞ்சாறு தடவை அடிதடி கலாட்டாக்கள், கொலைகள்கூட நடந்திருக்கு."

"அந்த சண்டை சச்சரவுகள், கொலைகளைப் பற்றியெல்லாம் எங்கிட்ட எதுக்காக சொல்லிட்டிருக்கீங்க? எப்ப வரப்போறீங்கன்னு சொல்லுங்க"

"ஐ.ஜீ. போறவரைக்கும் நகரமுடியாது என்னால!"

"அப்படீன்னா?"

"ஒரு வாரமாவது ஆகலாம். அதுக்குப் பிறகுதான் லீவு கேட்கணும். அதையாவது எங்க எஸ்.ஐ.கிட்ட சொல்லி மேனேஜ் பண்ணிக்கலாம்."

டி.எஸ்.பி. ஏதோ சாக்குபோக்குச் சொல்லி சமாளிக்கிறான். அதைப் புரிந்துகொண்டாள் வரூதினி. தலை குனிந்தபடி கீழே தரையைப் பார்த்துக்கொண்டு உட்கார்ந்திருந்தாள்.

"நீ காலையில எக்ஸ்பிரஸ் வண்டியில போகப்போறயில்லையா? சீட் ரிசர்வ் செஞ்சிடறேன் என்ன சொல்றே?"

வரூதினி தலையை நிமிர்த்தி மோகனராவின் முகத்தைப் பார்த்தாள்.

"நான் போகப் போறதில்லே. இங்கே இருக்கப்போறேன்."

"என்ன? இங்கயே இருக்கப்போறியா? எதுக்காக?"

"ஆமா! நீங்க என்கூட வர்றவரைக்கும் இங்கதான் இருப்பேன். இருக்கப்போறேன்."

"எங்க ஐ.ஜீ. போனதுக்கப்புறம் வர்றேன்னு சொல்றேனில்லையா?"

"உங்க ஐ.ஜீ. போனா எனக்கென்ன? இருந்தா எனக்கென்ன? நீங்க என்கூட வரணும். அந்த சங்கரராவ் விவகாரத்தை தீர்த்து வைக்கணும். என்னை கொண்டுபோயி நட்டநடுத்தெருவுல தள்ளிவிட்டுட்டீங்க!" அந்தப் பொறுப்பு உங்களுக்குத்தான். யாருக்காக வரப்போறீங்க? நீங்க செஞ்ச காரியத்தை நீங்கதான் சரிபண்ணித்தரணும்!" வார்த்தைகளை கொட்டினாள் வரூதினி.

"நீ பொழுது விடியுறதுக்கு முன்னாடி இங்கிருந்து வெளியேறிடணும்!" அவனுடைய குரலில் அதிகாரமும், கடுமையும் வெளிப்பட்டது. வரூதினிக்கு முதுகின்மேல் ஈட்டியால் குத்தியதைப்போல வலித்தது!

"ஏன்? எதுக்காக போகணும்?" விரைப்புடன் பேசினாள்.

"வரூ! நான் சொல்றதைக் கேளு! மோகனராவ் இறங்கியநிலையில் பேசினான். வரூதினிக்கு பிடிவாதம் தளர்ந்துவிட்டது.

"நீ மொதல்ல இந்த ஹோட்டல்ல எதுக்காக இறங்குனே? பார்த்தியில்லையா? என்ன நடந்ததுன்னு? எப்பிடிப்பட்டவங்க இந்த ஹோட்டல்ல வந்து தங்குவாங்கன்னு தெரிஞ்சிதா?"

"எனக்கென்ன தெரியும்? அந்தக் கெழட்டு முண்டெப்பய ரிக்ஷாக்காரன் இந்த ஹோட்டல்தான் நல்ல ஹோட்டல்னு அழைச்சிட்டு வந்தான்."

"நடந்ததென்னவோ நடந்துடிச்சி. நான் வரப்போயி சரியா போயிடிச்சி. எங்க டி.ஐ.ஜீக்கு, கம்ப்ளெயிண்ட்ஸ் வந்திருக்காம். இந்த புரொப்பரயிட்டர் லோகல் போலீஸை கைவசப்படுத்திகிட்டு ப்ரோதல் நடுத்துறான்னு தெரிஞ்சது. அவரு இங்க இருக்குறதுனாலதான் இவ்வளவு தீவிரமா ரைட் நடந்தது. நீ இந்த ஹோட்டல்ல தனியா இருக்குறதும், உன்னை நான் நடவடிக்கையெடுக்காம விட்டுட்டதும் எங்க டிபார்ட்மெண்டுல இருக்குற மேலதிகாரிகளுக்கு தெரிஞ்சா வேறு வினையே வேண்டாம்மா?"

எல்லாவற்றையும் மௌனமாகக் கேட்டுக்கொண்டிருந்த வரூதினி அவன் முகத்தைக் கூர்ந்து பார்த்தாள். அந்த முகத்தைப் பார்க்கப் பார்க்க அவளுக்கு வயிற்றைக் குமட்டிக்கொண்டு வந்தது.

"சொல்றதை நேரடியா டக்குன்னு சொல்லிடுங்க"

"ப்ரோதல் ஆக்ட்ஸ் படி உன்னை அரெஸ்ட் செய்யவேண்டிவரும். ஆனால்..."

வரூதினியின் நம்பிக்கை கற்பூரமாகக் கரைந்துகொண்டிருந்தது.

"ஆனாலும்... நான் அதை செய்யவில்லை. எவ்வளவோ ரிஸ்க் எடுத்து நடந்துக்க வேண்டியிருக்கு. எங்க சி.ஐ.பொல்லாத திருட்டு ராஸ்கல். அவன் எஸ்.பி.யோட காதுல போடுவான். அது ஐ.ஜீவரைக்கும் பரவி பெரிய இக்கட்டுல மாட்டிவிட்டுடும்."

"போகட்டும், என்னை அரெஸ்ட் பண்ணிடுங்க. ப்ரோதல் யாக்ட்டிங்ஸ் கீழ் புக் செய்து கேஸ் போடுங்க. ஒன்றரை வருஷத்துக்கு முன்னால இந்த குத்தம் நடத்திடுச்சி. அதுக்கு காரணகர்த்தா, சாட்சி எல்லாமே நீங்கதான்! நீ அரெஸ்ட்டு செஞ்சி கூட்டிட்டுப்போனியே அவங்களுக்கும், எனக்கும் வித்தியாசம் என்ன இருக்கப் போவுது? அவங்க உடம்பை பணத்துக்காக வித்தாங்க. நான் என்னோட பணத்தோட எல்லாத்தையுமே தந்துட்டேன்! மனுஷனை, மனசை என்னோடதா சொந்தமாக்கிகிட்டேன்னு நெனச்சிட்டேன். மோசமாகி போயிட்டேன். தவறா நெனச்சிட்டேன். அவங்க சரீரத்தை மட்டுமே வித்துக்கிட்டாங்க. நானோ எல்லாத்தையும் வித்துட்டேன். எல்லாமே இழந்துட்டேன். எல்லாமே தொலைச்சிட்டேன். அரெஸ்ட் பண்ணுங்க. எனக்குத் தகுந்த தண்டனை கொடுங்க. இந்த பொழப்பைவிட அந்த சிறைச்சாலையின் சுவர்களுக்கிடையே சுகமாக வாழலாம். இப்படிப்பட்ட பெரிய மனுஷங்க மோசக்காரங்களோட முகங்களைப் பார்க்கவேண்டியிருக்காது. அவர்களிடமிருந்து தூரத்தில் விலகி வாழ்வேன். அரெஸ்ட்டு பண்ணுங்க. பார்த்துட்டிருக்கீங்க ஏன் இன்னும்?" மோகனராவை பார்த்துக்கொண்டே பேசுவதை நிறுத்தினாள்.

சன்னலக்கருகில் சென்று நின்று வெளியே பார்க்கத் தொடங்கினான் மோகனராவ்.

"என்ன நிறுத்திட்டே? கத்து நல்லா கத்து? வெறி நாயாட்டம் கத்துறதாலயே எல்லாம் சரியாயிடுமா? மத்தவங்களோட நல்லது கெட்டது, கௌரவம், ஹோதா எல்லாத்தையும் பார்க்கவேண்டாமா?"

"உன்னோட பெருமை? என்னோட கௌரவம்? அந்த ராமனாதபாபுவோட காலைப்புடிச்சிட்டு அலைஞ்சப்ப எங்க போச்சி?"

"வாயைமூடு! உளறாதே!"

"என்ன செஞ்சிடுவே? ப்ரோதல் யாக்ட் பிரகாரம் கேஸ் போடுவே. அவ்வளவுதானே? வா, போகலாம். அந்த கோர்ட்டுலயே சொல்றேன். அந்த சங்கரராவோட சேர்ந்துக்கிட்டு என் பணத்தையெல்லாம் அடிச்சிட்டான்னு!" டி.எஸ்.பி. திடுக்கிட்டுப் பார்த்தான்.

“என்ன அப்பிடிப் பாக்குறே? உனக்கும், உன்னால அரெஸ்டு செய்யப்பட்ட பொம்பளங்களுக்கும் என்ன வித்தியாசம்? பணத்துக்காக அவங்க தன்னோட உடம்பை வித்தாங்கன்னா அது குற்றம்! அப்பிடீன்னா நீ செஞ்சதும் அதுதானே? என்னோட பணத்துக்காக நீதியை வித்துட்டவன்தான நீயும்? ப்ரோதல் யாக்ட் குற்றத்தின்படி உன்னை எதுக்காக கைது பண்ணக்கூடாது? உனக்கு எதுக்காக தண்டனை போடமாட்டாங்க? அந்த கோர்ட்டுலயே கேக்குறேன் வா போகலாம்!”

மோகனராவ் நெற்றிவியர்வையை துடைத்துவிட்டபடி சற்றே யோசிக்கத் தொடங்கினான்.

வரூதினி சொல்வதிலும் சட்டப்படி பாயிண்ட் இருக்குறமாதிரிதான் தெரிந்தது. இன்னும் சொல்லப்போனால் சட்டம் எப்பிடி இருக்கு? அதுவும் பொம்பள செஞ்சா தப்பு! ஆம்புள செஞ்சா தப்புஇல்லை? அதையே பெண் செஞ்சா தண்டனை பெறுகிறாள். ஆண் செஞ்சா தண்டனை இல்லை, குற்றமுமில்லை, தப்பே இல்லை? வரூதினி பேசுவது தர்க்கம்மட்டுமே. நாம பொழச்சோம். அது ‘சட்டம்’ அல்ல. அப்படி சட்டத்துல இல்லவேயில்லை.

“வெட்கம், மானத்தையெல்லாம் உதுத்தவ நீ! உன்னோட எனக்கெதுக்கு வம்பு? நீ நாளைக்கி காலையில எக்ஸ்பிரஸ்ல ஏறி ஊருக்குப்போய் சேர்ந்திடுங்கறது உன்னோட நல்லதுக்குத்தான் சொல்றேன்”

“நான் போகமாட்டேன். இங்கதான் இருப்பேன்! உங்க ஐ.ஜீ.யை வரவழை. அவர் வந்ததும் நான் சொல்றேன். உன்னோட குட்டை வெளியில வெட்டவெளிச்சமாக்காம இங்கிருந்து போகமாட்டேன்” மோகனராவ் இறங்கி வருவானென்று நினைத்து வரூதினி ஆர்ப்பாட்டம் செய்தாள்.

“என்னை கோபத்துக்கு ஆளாக்காதே. நான் சொல்றதை நல்லா புரிஞ்சிக்கோ. ஒரு வாரத்துல நான் நிச்சயமா வர்றேன். என்னை நம்பு” ஐ.ஜீ. பேரை சொன்னதும் பயந்து போனாள்.

"உன்னை நம்பித்தானே கழுத்துக்கு மேலசகதியில் முங்கிக்கிடக்குறேன். உன்னாலதான் ராமனாதபாபுவுக்கும் எனக்கும் பகை ஏற்பட்டது. எல்லாத்துக்கும் நீதான் காரணம்.”

“அவ்வளவும் எதிர்மறையா பேசினா நான் இனி என்னத்தெ சொல்றது?” வரூதினியின் மனம் அசைந்துகொடுத்தது. சடாரென நிமிர்ந்து மோகன்ராவின் முகத்தைப் பார்த்தாள். இந்த மோகனராவிற்குள்ளும் ஒரு வெங்கடபதி மறைந்திருக்கிறான். எவ்வளவு அசமர்த்தனாகப் பேசிக்கொண்டிருக்கிறான்?

“உண்மையிலேயே அந்த ராமனாதபாபுதான் என்மேல் பெட்டிஷன்போட்டு, மினிஷ்டர்கிட்ட சொல்லித்தந்து டிரான்ஸ்பர் பண்ணவச்சான்னு தெரியுமா உனக்கு? என்மேல் இன்னும் என் கொயரி நடந்துகிட்டுத்தானிருக்கு?”

"என்னன்னு சொல்லி போட்டான்?" வரூதினி குளிர்ச்சியடைந்திருந்தாள். அவளுடைய இயல்பு மாறியிருந்தது.

"அதுதான்! உங்கிட்ட பணத்தை வாங்கிகிட்டு ரெளடிகளை ஏவிவிட்டு அவங்க தியேட்டரை நான்தான் உன்னோட பொறுப்புக்கு வர்றமாதிரி செஞ்சேன்னு பெட்டிஷன் போட்டான். நம்ம டவுன்ல இருக்குற சில ரெளடிகளிடம்கூட ஸ்டேட்மெண்ட்ஸ் வாங்கியனுப்பிச்சிருக்கான். அதுமட்டுமில்லாம உன்னோட எனக்கு முறையற்ற தொடர்பு இருக்குறதாகவும் எழுதியனுப்பினான். அதனாலதான் என்னை உடனே டிரான்ஸ்பர் செய்து விசாரணை பண்ணனும்ம்னு, மந்திரிகிட்ட தான்மட்டுமில்லாம இரண்டு எம். எல். ஏக்களின் மூலமாகவும்சொல்லவச்சான். இன்னும் லஞ்சங்கள் வாங்கினதாகவும், ஏதேதோ குற்றங்களை செய்ததாகவும் சொல்லவைத்தான். தியேட்டர் வழக்கை நீ கோர்ட்டுல போட்ட அதேவாரத்துலயே எனக்கு டிரான்ஸ்பர் வந்துடிச்சி தெரியுமா? நான் அங்கேயிருந்தா உனக்கு சகாயம் செய்வேன்னு நெனச்சித்தான் அப்பிடியெல்லாம் செஞ்சிருக்கான்?"

அதுதானா காரணம்? புலின்னு நெனச்ச மோகனராவ் ஆடா ஆயிட்டானே! அவனுடைய தயக்கம், இயலாமை, அவனோட உத்யோகம் பறிக்கப்பட்டுவிடும் என்ற பயம், அவனுடைய ஒவ்வொரு அசைவிலும், பேச்சிலும் வெளிப்பட்டுக்கொண்டிருக்கிறதே! தன்னுடைய கணவன் வெங்கடபதியைக் காட்டிலும் இவன் அப்படியொன்றும் சூரனோ, வீரனோ கொம்பனோ அல்ல, படிப்பு மட்டுமே உள்ளது. ஏதோ அதிர்ஷ்டத்துல இந்த வேலை கிடைத்திருக்கிறது. இந்த போலீஸ் யூனிபாரத்திற்கென்று அதிகாரம் உள்ளது. அந்த கவசத்தால் மனுஷன் கம்பீரமாக, சக்திசாலியாகத் தென்பட்டுக்கொண்டிருக்கிறான். ஆனால் அவனுக்குள்ளிருக்கும் தனித்தன்மை, தன்னுடைய கணவன் வெங்கடபதியின் தனித்வத்தைவிட சிறந்ததல்ல. வரூதினியின் சிந்தனையோட்டம் வேகம் பிடித்தது. அவனைப்பற்றிய ஒரு முடிவுக்கு வந்திருந்தாள். இவங்களும், இவங்களோட மொகரக்கட்டைகளும்? இவங்க என்னத்தை பெரிசா செஞ்சித்தரப் போறாங்க? அதை தன்னால செஞ்சிக்க முடியாதா என்ன? மேல் தோற்றங்களைப் பார்த்து தப்பு பண்ணிட்டேன்.

இப்போது வரூதினிக்கு தன்னுடைய சக்தி, சாமர்த்தியங்களின் மீது அதிக நம்பிக்கை ஏற்பட்டிருந்தது. டி.எஸ்.பி.மோகனராவ் வெறும் பயந்தாங்கொள்ளி உதவாக்கரையாய் தென்பட்டான்.

"என்னை மொதல்ல இந்த சிக்கலிலிருந்து வெளிய வரவிடு! அதுக்கப்புறம் அவங்களுக்கு ஒரு முடிவுகட்டி உனக்கு வழி பிறக்க ஏற்பாடு செய்யறேன்!" என்றான் மோகனராவ்.

அவனுடைய வார்த்தைகள் அவளுக்கு எரிச்சலை ஏற்படுத்தின.

“மொதல்ல நீ வெளிய வரப் பார்! அவங்க சங்கதியை நீ எங்க கவனிக்கிறது?”

டி.எஸ்.பி.க்கு தன்னுடைய மேலதிகாரி சொல்வதுபோலிருந்தது. வரூதினையை என்னவோ என்று நினைத்திருந்தேன். தனக்கு சமயம் கிடைத்தால் அப்படியே கடிச்சி குதறவும் செய்வாள் போல் தெரிகிறது.

மோகனராவ் கை கடிகாரத்தைப் பார்த்தான். “மணி இரண்டைத் தாண்டிவிட்டிருந்தது.” அவங்க எனக்காக எதிர்பார்த்துட்டிருப்பாங்க, நான் போறேன்” சற்று நின்று- “உன்னோட பிரயாணம் நாளை எக்ஸ்பிரஸ்ஸில்தானே?” என்றான்.

“எனக்கு இஷ்டம் வந்தப்ப போவேன். உனக்கெதுக்கு? போயி உன் வேலையை பார்த்துக்கோ. அந்த பொம்பளங்கமேல உன் பிரதாபத்தைக் காட்டாதே” வரூதினி அவனுள் கோபத்தை கிளறிவிட்டாள்.

எழுந்துவந்த கோபத்தை உள்ளுக்குள்ளேயே கட்டுப்படுத்தியவனாய் மோகனராவ் மெல்லிய சிரிப்பொன்றை வெளியிட்டான்.

“கொஞ்சம் பொறுத்துக்கோ. என்னோட அதிகாரத்தை காண்பிக்கிறேன். தைரியமில்லாமயில்ல. சந்தர்ப்ப சூழ்நிலையில மாட்டிகிட்டிருக்கேன். அந்த ராமனாதபாபுப் பயல உயிரோட விடுவேன்னு நெனச்சியா? ஐ.ஜீ.மட்டும் போகட்டும்! நான் வந்து அந்த சங்கரராவ் பயல என்ன செய்றேன்னு நீயே பார்க்கத்தானே போறே?”

“இதே, பேச்சை ஆயிரம் தடவெ சொல்லியிருப்பே. மூனுமணி நேரமா இதேபாட்டு ‘பாடுறதையே பாடிட்டிருக்கியே பல்லு விளக்காத பாவிப்பயலே’ன்னு சொன்னாப்புல இருக்கு.”

பழமொழியெல்லாம் கூட கத்து வச்சிருக்கியா? என்னமோன்னு நெனச்சேன்.

“நாளைக்கு எக்ஸ்பிரஸ்ல போயிடு. எம்பேச்சை கேட்டு, எதுக்காகச் சொல்றேன்னு கொஞ்சம் யோசிச்சிப் பாரு தெரியும்.”

“அப்பா! ஒரே கீறல் விழுந்த.... டேப் ரிக்கார்டாட்டம்... போ.... போ....... விசாகப்பட்டிணம் உன்னோட சொந்த வீடு இல்லே”

“இந்த விசாகப்பட்டணத்துல எல்லாருமே ஸ்டூடன்ட்ஸ்ங்கதான்”

“இருந்தா? எனக்காக வரிசையில காத்துக்கிட்டு நிப்பாங்களா என்ன?”

“ச்சே! அப்படிச்சொல்ல வரலே. அவங்களுக்குத் தெரிஞ்சா டவுன் முழுக்க ரகளை பண்ணிடுவாங்க. இனி ப்ளாக்மெயில் பண்ற பத்திரிக்கைக்காரங்க வேறு, அவங்களுக்கெல்லாம் தெரிஞ்சா என் பொழப்பு அதோகதிதான்! உன்னோட போட்டோவோட சேர்த்து நம்ம தொடர்பையெல்லாம் பத்திரிக்கைகள்ல போட்டு மானத்தை வாங்கிடுவாங்க, மொதல்லயே என்கைவரியில இருக்குற எனக்கு இதுவும்கூட நடந்ததுன்னா...”

வரூதினி அவனை நோக்கி தீவிரமாகப் பார்த்தபடியே யோசிக்கத் தொடங்கினாள்.

"உன்னைக் கையெடுத்துக் கும்புடுறேன், ப்ளீஸ் நாளைக்குப் போயிடு."

வரூதினி இரண்டடி பின்னுக்கு நகர்ந்தாள். அவன் தன் கால்களைப் பிடித்துக் கெஞ்சுவதுபோல நினைத்துக்கொண்டு!

வெங்கடபதிக்கும் மேல், அவரைவிட அறிவுகெட்டவன் என்று நினைத்துக்கொண்டாள். "நாளைக்கு போறயில்லயா? நான் ஒரு வாரத்துல வந்துடுவேன். போயிட்டு வர்றேன்!" டி.எஸ்.பி. மோகனராவ் பதிமூன்றாவது நம்பர் அறையிலிருந்து வெளியேறினான்.

வரூதினி கதவைத் தாளிட்டுப் படுக்கையில் உட்கார்ந்தாள். ஜீப் ஹோட்டல் வளாகத்திலிருந்து புறப்படும் ஒலி கேட்டது. அடுத்த நிமிடத்திலேயே அந்த ஒலி மெல்ல மெல்ல மறையத்தொடங்கியது. ஜீப்பில் கம்பீரமாக அமர்ந்துகொண்டு செல்கின்ற டி.எஸ்.பி.-வரூதினியின் இதயத்தில் நுழைந்து பல்டியடித்துக்கொண்டிருந்தான். அவளுக்கு கொட்டாவி வந்ததும் தூங்குவதற்கு முயற்சித்தாள்.

சர்க்கஸில் கயிற்றின்மேல் நடந்துகொண்டிருக்கிறாள் ஒரு அழகான பெண். கீழே வலையைப் பிடித்துக்கொண்டபடி நிற்கிறார்கள் ஆண்கள்.

அந்த அழகிய பெண் யார்? அவளேதான்! வலையைப் பிடித்துக்கொண்டிருக்கும் ஆண்கள்? ராமனாதபாபு, மோகன்ராவ், சங்கரராவ், குருநாதன், நான்கு பேரும் நான்கு மூலைகளைப் பிடித்தபடியே கழுத்தை தூக்கி அவளையே பார்த்துக்கொண்டிருக்கிறார்கள். அவள் கயிற்றின்மீது நடக்கிறாள். பார்வையாளர்கள் எல்லோரும் கைதட்டி ஆர்ப்பரிக்கிறார்கள், அவள் கயிற்றின் முனைவரைநடக்கிறாள்போலும்! கீழே விழாமல் நடக்கிறாள். விழுந்துவிட்டால் என்ன நடக்குமோ? அவள் எப்போதுமே விழாமல் நடந்துகொண்டிருந்தால் அவர்களுக்கு ஆர்வம் இருக்காதல்லவா? அவர்களுடைய அந்தராத்மாவுக்குள் இருப்பதுவும் அதே கோரிக்கைதான்! கழுத்து, இடுப்பெல்லாம் ஒடிந்து, கால் கைகள் முறிந்து ரத்த வெள்ளத்தில் விழுந்து கிடக்கும் அவளைப் பார்க்கவேண்டுமென்ற நோக்கத்தில்தான் இத்தனைபேர் டிக்கெட்டுகளை வாங்கிக்கொண்டு வந்திருக்கிறார்கள்.

அவள் விழவில்லை. ஆனால் அவர்கள் ஆசைக்குப் பங்கம் ஏற்பட்டிருந்தது. ஆனாலும் கைதட்டல்கள் தொடர்ந்தன. எல்லாமே நாடகம். ஊஞ்சல் அவளுக்காக வந்தது. அதைப் பிடித்துக்கொண்டு இரண்டுதடவை ஆடினாள். அதிலிருந்து அதைவிட உயரமாக இருந்த ஊஞ்சலில் குதித்தாள். மற்றொரு ஊஞ்சல் அதைவிட உயரத்தில், அதைவிட இன்னொன்று உயரத்தில் படிப்படியாய் உயர்ந்து அவள் ஆகாயத்தில் நட்சத்திரங்களுக்கருகில் விளையாடிக்கொண்டிருந்தாள். கீழே குனிந்து பார்த்தாள். வலையைப்

பிடித்துக்கொண்டிருந்த ராமனாதபாபு, மோகனராவ், சங்கரராவ், குருநாதன் நால்வருமே எறும்பைப்போலத் தெரிந்தார்கள், அவன் யார்? ஓ. கனகய்யாவா, மேஜிக் செய்துகொண்டிருக்கிறான். தொப்பியிலிருந்து புறாக்களை வரவழைக்கிறான். எல்லோருமே அவனை நோக்கியே பார்த்துக்கொண்டிருக்கிறார்கள்! அது யார்? பபூன் போல இருக்கானே? போல என்ன? பபூனேதான். வெங்கடபதி! அவளுடைய கணவன் வெங்கடபதி! ஏதோ செய்தான். ஜனங்கள் சிரிக்கவில்லை. எல்லோரும் அவளை நோக்கியே கழுத்தை உயர்த்திக்கொண்டு பார்க்கிறார்களே ஏன்? அந்தப்பக்கம் திரும்பி ஒருவருமே பார்க்கவில்லையே? வெங்கடபதி சங்கோஜத்துடன் முகத்தைவைத்துக்கொண்டிருந்தான். சிங்கங்களின் கூண்டுக்குள் நுழைந்து சென்றான் கோமாளி. அவைகளோடு விளையாடிக்கொண்டிருந்தான். புனுகுயூனை மேலே குதித்தது. வெங்கடபதி தப்பித்துக்கொள்வதற்கு வழியில்லை. சுற்றிலும் இரும்புக்கம்பிகள், வெளியேவரும் கதவை யாரோ மூடிவைத்துக்கொண்டிருந்தனர்! யார் அவர்கள்? திருமண வைபங்கள் நடத்தித்தரும் பிராமணர்கள். அவர்களுக்கு சர்க்கஸ் கூடாரத்திற்குள் என்ன வேலை? சர்க்கஸையெல்லாம் நடத்திக்காட்டுபவர்கள் நாங்கள்தான் என்கிறார்களா? புனுகுப்பூனை கத்திக்கொண்டிருக்கிறது! அதன் பின்னால் இரண்டு சிங்கங்கள் ஓடிவருகின்றன! கோமாளி ஓடாமலிருக்கிறானே! பயப்படமாட்டானா? அப்படிக்கல்லாட்டம் நிற்கின்றானே? ஓடிவிடக்கூடாதா? என்ன மனுஷன்? புனுகுப்பூனை? சிங்கம் வாயைத் திறக்கிறது. அதென்ன அவரே அதன் வாயில் தலையைக்கொடுக்கிறாரே? என்னங்க! உங்களைத்தானே? சிங்கத்தின் வாய்க்குள் வெங்கடபதியின் தலை. நறநறவென கடித்துக் குதறுகிறது. நீயெல்லாம் மனுஷன்தானா? மரமா? மாடா? ஊஞ்சலின் பிடி தளர்ந்தது. அவள் கீழே விழுந்து கொண்டிருக்கிறாள். மேலே காலியான ஊஞ்சல்கள் முன்னும் பின்னுமாக ஆடிக்கொண்டிருக்கின்றன. அவள் கீழே விழுந்து கொண்டிருக்கிறாள்! கீழே வலை, வலையைப் பிடித்திருந்தவர்கள் எங்கே? ஜனங்களெல்லாம் எழுந்து நின்றுவிட்டார்கள்.

அவளுடைய கணவனை சிங்கம் விழுங்கிவிட்டதா? சிங்கங்கள் கர்ஜித்துக்கொண்டிருக்கின்றன. வாலைச்சுழற்றி இரும்புக் கூண்டைச் சுற்றி அலைகின்றன. அவைகளின் மத்தியில் யாரோ நின்றபடி கையிலுள்ள சாட்டையை அசைத்துக்கொண்டிருக்கிறார்கள். உடல்முழுக்க தங்கம், வெள்ளி பதக்கங்கள் மின்னுகின்றன. யார் அவர்? இனி யார்? மாமனார். அவளோட மாமனாரேதான்! வெங்கடபதியின் தந்தை சாம்பைய்யாகாருதான் சாட்டையை பிடித்தபடி பெண்சிங்கத்தை அடித்துக்கொண்டிருக்கிறார். அது வெங்கடபதியின் தலையை விட்டுவிட்டது. தலை சிதைந்துபோயிருந்ததே தவிர மனுஷன் சாகவில்லை. உயிருடன் தான் இருக்கிறார். ரிங்மாஸ்டர் மாமனார் மாட்டையடிப்பதுபோல சிங்கத்தை அடித்துக்கொண்டிருக்கிறார். அவள் கீழ் நோக்கி விழுந்துகொண்டிருக்கிறாள். வலை இல்லை. அவர்களும் இல்லை.

அம்மாடியோவ்! அவள் கால்கள் ஓடிகின்றன. கைகள் முறிகின்றன. தலை சுக்குநூறாய்! அதென்னது? அவள் எங்கு விழுகிறாள்? சாம்பைய்யா சாட்டையால் அவளை ஏன் அடிக்கிறார்?

என்ன அப்பிடி பார்த்துட்டே இருக்கே? உங்க அப்பா என்னை அடிச்சிட்டிருக்குறதைப் பார்த்துகிட்டு சும்மா நிக்கிறியோ? உன்னைத்தானே! நிஜத்துக்கே நீ ஆம்புளதானா? நீ ஆம்புளதானா? கணவன் அசைந்துகொடுத்தான். தகப்பன் கையிலிருந்த சாட்டையைப் பிடுங்கி அவருடைய கழுத்தைச் சுற்றி வளைத்துக்கொண்டு ஒருபக்கம் நீ இழு, இன்னொரு பக்கம் நான் இழுக்கிறேன் என்றான் வெங்கடபதி. இருவரும் இப்படியும் அப்படியுமாக இழுத்தனர். எத்தனை இழுத்தபோதும் சாகமாட்டேனென்கிறானே இந்த ரிங்மாஸ்டர்? இந்தக் கெழவன்? சாட்டை அறுந்தது. அவள் மல்லாந்து விழுந்தாள்.

வரூதினி எழுந்து உட்கார்ந்திருந்தாள். அவள் வாய் வறண்டிருந்தது. நெஞ்சு வேகமாய் அடித்துக்கொண்டிருந்தது. எழுந்து சென்று விளக்கின் சுவிட்சைத் தட்டினாள். கூஜாவிலிருந்த தண்ணீரை இரண்டு கிளாஸ் குடித்தாள். கிரைண்டரில் மாவட்டும் சப்தம் கேட்டது. தட்டு முட்டு சாமான்களை கழுவுகின்ற சப்தம் கேட்டுக்கொண்டிருந்தது. அவள் வாட்சை பார்த்தாள். அஞ்சாகியிருந்தது. ஆறேகாலுக்கு எக்ஸ்பிரஸ். உடம்பெல்லாம் அடித்துப்போட்டாற்போல வலியெடுத்தது.

குளியறைக்குள் சென்றாள்.

ஸ்நானம் செய்து உடைகளை மாற்றிக்கொள்வதற்குள் ஐந்தரை ஆகிவிட்டது. ஹோட்டல் பையன் இட்லியும் காபியும் கொண்டு வந்தான்.

“அங்கே வைத்துவிடு. நான் அறையை காலி பண்ணப்போறேன். பில்லை எழுதி கொண்டுவந்து கொடு. ஒரு ரிக்ஷாவையும் ஏற்பாடு செய்துவிடு ஸ்டேஷன்வரைக்கும்”.

பையன் மேலும் கீழுமாகப் பார்த்துவிட்டு “சரி! மேடம்!” என்றான்.

“எக்ஸ்பிரஸ்க்குப் போகணும். நேரமில்லை. சீக்கிரமா வரணும்.”

தலையையாட்டிவிட்டு பையன் சென்றுவிட்டான்.

இட்லியை சாப்பிட்டு காபி குடித்தாள். பிராணன் வந்தது போலிருந்தது. செருப்பை மாட்டிக்கொண்டு சூட்கேஸை படுக்கையின்மேல் வைத்துவிட்டு கடிகாரத்தைப் பார்த்தாள்.

மணி ஆறு ஆகிக்கொண்டிருந்தது. பையன் பில் கொண்டுவந்து தரவில்லை.

“என்னங்கம்மா! போகப்போறீங்களா?”

வரூதினி வாயிலை நோக்கி பார்வையை செலுத்தினாள்.

புரொபரையிட்டர் மந்த ஹாசத்துடன் நின்றிருந்தான்.

"ராத்திரி நான் ஹோட்டல்ல இல்ல. இருந்திருந்தா அப்பிடி நடக்கவிடமாட்டேன்."

"ராத்திரி உங்களை அரஸ்டு பண்ணலயா?" கேட்கக்கூடாதென்று நினைத்தாலும் கேட்டுவிட்டான்.

"என்னெ! அரெஸ்டு!" ரொம்பவும் சுலபமாக பதில் சொன்னான்.

"ராத்திரி உங்களுக்காக போலீஸ்காரங்க வந்தாங்களே? எங்கயிருந்தீங்க?"

"வீட்லதான் இருந்தேன்! மேல் எலக்ஸன்ல வெற்றிபெற்ற இந்த ஊரு எம். பிக்கு எங்க வீட்ல டின்னர் வச்சிருந்தோம். ரொம்ப நேரம் வரைக்கும் அவங்க இருந்ததாலதான் இங்க வரமுடியாம போயிடிச்சி."

வரூதினிக்கு ஷாக் அடித்தது போலிருந்தது.

"உங்களுக்கு ஒரு சங்கடமும் ஏற்படலயில்ல?"

வரூதினி பெருமூச்செறிந்தாள். ஓ! அதுக்காகத்தான் அவனால வரமுடியாம போயிட்டதா சொல்றானோ?

"எனக்கு டைம் ஆயிட்டிருக்கு. பில்லைக் கொண்டுவந்து தரச்சொன்னேன். இன்னும் வந்து தரலயே?"

"நீங்க எதுக்குமே பயப்படவேண்டிய அவசியமேயில்ல. நம்ம ஹோட்டல்ல இனிமே போலீஸ் காலெடுத்து வைக்கமாட்டாங்க! அந்த டி. எஸ். பி. மோகனராவ் ஒரு வாரத்துல டிரான்ஸ்பர் ஆகிபோகப்போறான்!"

வரூதினியின் மனம் திடுக்கிட்டெழுந்தது.

"எங்கே?"

"இங்கயிருந்து போனாப்போதும். எங்கே போனா நமக்கென்ன? அவருமேல நிறைய கம்ளெயிண்ட்ஸ் இருக்காம்."

வரூதினி கடிகாரத்தைப் பார்த்தபடியே - "ரொம்ப லேட்டாயிட்டேயிருக்கே. வண்டி கிடைக்காது போலிருக்கே? சீக்கிரமாபில்லை கொண்டுவரச்சொல்லுங்க" என்றாள் பர்ஸை திறந்து நோட்டுகளை வெளியே எடுத்தாள்.

"அவ்வளவா என்ன ஆயிருக்கப்போவுது? நீங்க கொடுக்குற அளவுக்கு"

"அப்பிடியில்லங்க, வாங்கிக்கோங்க," வரூதினி அவசரப்படுத்தினாள்.

"பரவாயில்ல. அடுத்த தடவை வர்றப்ப கொடுக்கலாம். எக்ஸ்பிரஸ் வண்டிக்கு போகணும்னா டைம் ஆயிடிச்சே! புறப்படணுமே! ஏய்! பாய்! பெட்டியை எடுத்துட்டுப்போ. ரிக்ஷாவுல போனா ரயில பிடிக்கமுடியாது?

நம்ம வண்டியில வச்சிடு. டிரைவர் வந்திருக்கானான்னு பாரு" என்று ஹோட்டல் பாயை துரிதப்படுத்திவிட்டு புரொப்பரைட்டர் வெளியே செல்ல முற்பட்டான்.

"உங்களை எங்கயோ பார்த்தாப்புல இருக்கு. அடையாளம் மட்டும் சரியா வரமாட்டேங்குது", தன்னையறியாமலேயே சொன்னவள் நாக்கைக் கடித்துக்கொண்டாள்.

புரொப்பரைட்டர் பின்னால் திரும்பியவன் - "என்னை அடையாளப்படுத்துட்டீங்களோன்னு நெனச்சேன். ஹைதராபாத்ல ஒரு தடவை கோபாலராவோட சேர்ந்து நீங்க இருந்த ஹோட்டலுக்கு வந்திருந்தேன். கோபாலராவ் என்னோட கசீன் ப்ரதர். அக்கா தங்கச்சி புள்ளைங்க!"

"ஓஹோ! அப்பிடி சொல்லுங்க" வரூதினியின் கண்கள் விரிந்தன.

கோபாலராவ் கஸ்சினா? அதுக்குத்தான் பாவம்! இவ்வளவு இதா இருக்கான். எதுக்கோன்னு நெனச்சிகிட்டேன். மனதிற்குள் சொல்லிக்கொண்டாள்.

"உங்க பேரு?" ப்ரொப்ரைட்டரை கொஞ்சதூரம் நடக்கவிட்டு கேட்டாள் அவனுக்குப் பின்னாலேய நடந்தபடி.

"கோபாலராவ்" நடந்துகொண்டே சொன்னான்.

"இல்ல, உங்க பேரு?" அவன் கேட்கவில்லையென்று நினைத்தவளாய்.

"என் பேரும் கோபாலராவ்தான். நான், எஸ் கோபாலராவ். எங்களவன் எம்."

வரூதினி ஹோட்டல் அறைகளுக்கு முன்னாலுள்ள வராண்டாவில் நடந்தவாறு அறைகளைப் பார்த்தாள். எல்லாமே படுமோசமாகத் தெரிந்தன. ராத்திரி வரும்போது சரியாக கவனிக்கவில்லை. தன்னோட அறை மட்டுமே நன்றாக அமைந்திருந்தது. பதிமூன்றாவது நம்பரைப் பார்த்ததுமே ஹோட்டல் முழுக்க மிகமிக டீஸெண்ட்டாக இருக்குமென நினைத்துவிட்டாள். அறைக்குள்ளிருந்தவர்கள் தன்னைநோக்கி உற்றுப்பார்த்துக்கொண்டிருப்பதைக் கவனித்தாள் வரூதினி.

"ச்சே! ச்சே! மோசமான பயலுக. மனுஷங்களாவா தெரியுறாங்க? வெறும் கண்ணராவியான ஹோட்டல். அழுக்குப்புடிச்ச அசிங்கமான இடம். நரகலோகம். அவள் முன்னால் மிகவும் கம்பீரமாக நடந்துசென்றுகொண்டிருக்கும் ப்ரொப்ரைட்டர் எஸ். கோபாலராவின் மேல் சிறிது நேரத்திற்கு முன் ஏற்பட்டிருந்த மரியாதையில் பாதி விடுபட்டிருந்தது. பின்னாலிருந்து அவனைப் பார்த்துக்கொண்டுவந்த வரூதினிக்கு.

வரூதினி வால்டேர் ஸ்டேஷனை அடையும்போது எக்ஸ்பிரஸ் பிளாட்பாரத்தின் மீது நின்றிருந்தது. கூலியிடம் சூட்கேஸைத் தந்துவிட்டு புக்கிங் கௌண்டரை நோக்கி ஓடினாள்.

கார்டு விசில் கேட்டதும் வரூதினி அவசரவசரமாக பெட்டிகளைத் தேடியவாறு கூலியின் பின்னால் ஓடினாள். அவள் வண்டியில் ஏறிக்கொண்டிருக்கும்போதே ரயில் அசையத் தொடங்கிவிட்டது. கூலி புட்போர்டில் தொங்கியபடியே கையை நீட்டினான். கூலியின் கையில் கைக்குவந்த சில்லரையை வைத்தாள். அவன் கீழே குதித்து மெதுவாக சில்லரையை கணக்குப்பார்க்க ஆரம்பித்தான். அவன் தலையை நிமிர்த்தும்போது ரயில் பிளாட்பாரத்தைத் தாண்டி வேகம் பிடித்துவிட்டிருந்தது.

கம்பார்ட்மெண்ட் பெரும்பாலும் காலியாகவே இருந்தது.

ஒரு பெண் இரண்டு குழந்தைகளுடன் ஒரு மூலையில் உட்கார்ந்திருந்தாள். மற்றும் இருவர் அவளது அருகாமையில், எதிரே ஒரு கண்ணாடிபோட்ட பெண்மணியும் அமர்ந்திருந்தார்கள். ஆண்கள் யாருமே இல்லையே? அந்த நினைவு வந்ததும் ஓ. இது லேடீஸ் கம்பார்ட்மெண்டல்லவா என்ற சங்கதி உணர்வில் தட்டியது. காலியாகக்கிடந்த பெர்த்தின்மேல் உட்கார்ந்து கழுத்து, முகத்தையும் சேலை முந்தானையால் துடைத்துக்கொண்டாள். அவளது படபடப்பு குறையத் தொடங்குகையில் எக்ஸ்பிரஸ் அவுட்டர் சிக்னல்தாண்டி வெகுதூரம் வந்திருந்தது.

எதிரேகருப்புக்கண்ணாடிக்குள்ளிருந்து தன்னையே பார்த்துக்கொண்டிருந்த பெண்ணைப் பார்த்து வரூதினி உதட்டை வளைத்துக்கொண்டாள். பர்ஸிலிருந்த தனது கூலிங்கிளாஸை எடுத்து கண்களில் அணியப் போனவள் சற்றே தயக்கமுற்றாள். அவளைப் பார்த்து தானும் போட்டுக்கொண்டதாக நினைப்பாளோ என்ற ஐயமெழுந்ததும் கண்ணில் விழுந்த கரித்துகள்களைப்போல வலிக்கத் தொடங்கியது.

இப்படிப்பட்ட தொல்லைகளால்தான் அவளுக்கு லேடீஸ் கம்ப்பார்ட்மெண்டில் ஏறுவது பிடிக்காது. அந்தக் கூலிப்பயல் கொண்டுவந்து இதில் தள்ளிவிட்டான். வந்த பரபரப்பில் அவள் இதைக் கவனிக்கவில்லை. பகல் முழுக்கப் பிரயாணம் படுபோர்! அந்த சிடுமூஞ்சிகளை பார்த்துக்கொண்டே அமர்ந்திருக்க வேண்டும்.

வரும்பொழுது ராஜமந்திரியில் இறங்கிய சில்க் லால்சியும், வைசாக் வரையில் வந்த புள்ளிபோட்ட சொக்காக்காரனும் நினைவில் நின்றதும் வரூதினி சிரித்துக்கொண்டாள் தனக்குள்.

44

எக்ஸ்பிரஸ் சரியான நேரத்தில் வந்து சேர்ந்தது. வரூதினி சன்னல் வழியாகத் தலையையும் கையையும் நீட்டி கூலியை சைகை செய்தாள். வண்டியிலிருந்து இறங்கி ஸ்டேஷனுக்கு வெளியே வந்தாள். தலைமுடி கலைந்திருந்தது. முடிக்கற்றைகள் கன்னங்களில் நடனமாடிக்கொண்டிருந்தன. கைகளால் சரிசெய்தபடியே கூலியின் பின்னால் நடந்து ரிக்க்ஷாஸ்டாண்டையடைந்தாள். ஆடைகளெல்லாம் கரிப்புகையுடன் அழுக்காகிக் கசங்கிப்போய் காணப்பட்டன. முகம் வாட்டமுற்று சோர்வுடன் இருந்தாள். கூலிக்கு சில்லறையைத் தந்துவிட்டு ரிக்க்ஷாவையமர்த்தி ஏறி உட்கார்ந்தாள்.

ரிக்க்ஷாக்களையும், கார்களையும், ஜனங்களையும் புறந்தள்ளி ரிக்க்ஷா மெயின்ரோட்டில் ஏறி வேகமாய் செல்லத்தொடங்கியது. எதிரில் வந்துகொண்டிருந்த லாரிக்காரனிடமிருந்து தப்பிக்க பின்னால் வந்த காரின் குறுக்கே செலுத்தினான் ரிக்க்ஷாவை. கார் டிரைவர் ரிக்க்ஷாவைக் கடந்து செல்லும்போது கடுகடுப்புடன் பார்த்தான் ரிக்க்ஷாக்காரனை.

"போய்யா! பெரிய இவனாட்டம் பாக்கறான்!" என்றபடியே கால்களை உயர்த்தி நின்றபடி பலம்கொண்ட மட்டும் மிதித்தான். முன்னால் மெதுவாகச் சென்றுகொண்டிருந்த ரிக்க்ஷாக்காரனை ஏதோ சொல்லி ஏசினான். அவனையும் கடந்து மீண்டும் சாலையின் மையத்திற்கு வந்தான்.

"இவன் இன்னக்கி ஒழுங்காகொண்டுபோயி சேர்க்குறாப்புல தெரியலயே?" வயசுக்காளையாட்டம் இருந்தவனின் பின்புறத்தைப் பார்த்து முனகினாள் வரூதினி.

"என்ன இந்த அவசரம்? மெதுவா ஓட்டு!"

"ரிக்க்ஷாவெ தந்துடணும்மா. அரைமணிநேரம் தாமதமானாலும் ஒருநாள் வாடகை பிடுங்குவாம்மா மொதலாளி."

சர்ரென பறந்துசென்று கொண்டிருந்தது ரிக்க்ஷா அந்த வழுவழுப்பான சிமெண்ட்ரோட்டில் அவனுக்கு அது பழக்கப்பட்டதே.

"கூறுகெட்டப்பயபுள்ளெ! அவனோட பேசி பிரயோஜனமில்லே. இப்படிப்பட்டவங்களை போலீஸ் புடிச்சிட்டுப்போயி நல்லா உதைச்சாத்தான் சரிப்பட்டு வருவானுங்க. இல்லேன்னா சொன்னதெ கேக்கமாட்டானுங்க.

வரூதினி உடனே டி.எஸ்.பி. ஞாபகத்தில் நின்றான். டிரான்ஸ்பர் ஆகப்போறதா சொன்னானே அந்த ஹோட்டல் கோபாலராவ். இந்த ஊர்ல போட்டா நல்லாருக்கும். இப்படிப்பட் திமிரு புடிச்சப்பயலுகளையாவது வழிக்கு கொண்டுவரலாம். ஒரு வாரத்துல வர்றேன்னு சொன்னானே? வருவானா? டிரான்ஸ்பர் ஆனதுக்கப்புறமாவது வருவானோ என்னவோ? நிஜத்துக்கே வருவானான்னு? வந்தாலும் அந்த சங்கரராவை வசத்துக்கு கொண்டுவரமுடியுமா?

லட்சுமி சில்க் பேலஸ்.... ஜனதா மெடிகல் ஸ்டோர்ஸ்..... ரவீந்திரமிலிட்டரி ஹோட்டல்.... பாட்டா செருப்புக்கடை..... தாண்டி சென்று கொண்டிருந்தது ரிக்ஷா. இதென்ன இந்தப்பாதையில விடறான்? சுத்தி வர்றானே? சராப் பஜார்லருந்து போனா பக்கமில்லையா? இவனுக்கு உடம்பு பெருத்திருக்கே தவிர புத்தி கொஞ்சம் கூட வளரவேயில்லே. அறிவுகெட்ட பயல். அவள் இதயம் வேகமாக அடிக்கத் தொடங்கியது. அவள் அந்த ரோட்டில் வந்து அனேகநாட்கள் ஆகிவிட்டது. இந்தப்பக்கம் வரவே மனசு கேட்காது. ஏதோ தலையில் அடிபட்டது போலிருந்தது. தலையை நிமிர்த்திப் பார்க்கவில்லை. துர்காவிலாஸைத் தாண்டிவிட்டது ரிக்ஷா. இனி அடுத்து வருவது "வரூதினி பிக்சர் பேலஸ்". அம்மாவோட தியேட்டர் டவுன்முழுக்க பேருவாங்கின தியேட்டர். ஆரம்பத்தில் தியேட்டரைப் பார்ப்பதற்காகவே மக்கள் வந்து குவிந்துகிடப்பார்கள். தியேட்டருக்குப் பக்கத்தில் எத்தனையோ கடைகள் வளர்ந்திருந்தன.

'வரூதினி பேக்கரீ', 'வரூதினி சலூன்', 'வரூதினி சோடாக்கடை', 'வரூதினி பீடாக்கடை'.... ரிக்ஷாவிற்குள் உட்கார்ந்திருவள் தலையைக் குனிந்துகொண்டாள். இமைகளைக் கீழ்நோக்கி தாழ்த்திக்கொண்டாள்.

ரிக்ஷா வேகம் குறைந்தது. கத்தியும், பெல் அடித்தும் ஓட்டுகிறான். வந்துபோய்க்கொண்டிருக்கின்ற ரிக்ஷா, கார் ஹாரன் ஒலிகள் மக்களின் நெரிசலோடு இரைச்சலாக இருந்தது. இத்தனை போக்குவரத்து இடைஞ்சல்களையும் கடந்து மக்கள் முன்னேறிச் சென்று கொண்டுதானிருந்தார்கள்.

வரூதினியின் மனம் அடங்க மறுத்தது. தியேட்டரின்மீது அவள் வைத்திருந்த பற்றுதல், அபிமானம் ஒவ்வொரு நாடிநரம்புகளையும் இழுத்துப் பிடித்தது. இவன் எதுக்காக இவ்வளவு மெதுவா போறான்?

"தரை, பெஞ்ச், காலியாயிடுச்சி!"

"நாற்காலி வாங்கிக்கோங்க", அந்தப் பெண்மணி கணவனிடம் சொல்கிறாள்.

"நாற்காலி மூணுரூபாய்... நாற்காலி மூணுரூபாய்...." பிளாக்கில் டிக்கெட் விற்கும் சிறுவன் கத்திக்கொண்டிருக்கிறான்.

"எந்தப் படம் ஓடுதோ?" தலையை நிமிர்த்தாமல் கண்களால் நோட்டம்விட்டாள் வரூதினி.

காகிதக் கொடிகள், தோரணங்கள், காற்றில் படபடத்துக்கொண்டிருந்தன. பேனர்களும், போஸ்டர்களும், கட்அவுட்களும், ப்ளெட்லைட் ஒளியில் பிரகாசித்துக்கொண்டிருந்தன.

"புதுப்படம் ரிலீஸாகி இருக்கலாம். என்ன படம்?" வரூதினி தலையை நிமிர்த்திப் பார்த்தாள்.

"சியாமளா!"

'தியேட்டர் சின்ன எழுத்துக்கள். 'சியாமளா' பெரிய எழுத்துக்களில் ப்ளெட்லைட் ஒளியில் பிரகாசமாய்...

இந்தத் தியேட்டரை எப்போ ஆரம்பிச்சாங்க? இதே பஜார்ல! இதே ரோட்டுல? ரிக்ஷாக்காரன் எந்தப்பக்கம் போறான்?

"ஏய்! ரிக்க்ஷாவை நிறுத்து!"

ரிக்க்ஷாக்காரன் ஓரத்தில் ஒருபக்கமாக நிறுத்தினான்.

"வரூதினி பிக்சர்பேலஸ்! போர்டில் எழுத்துக்களை அழித்துவிட்ட அடையாளங்கள் லேசாக தென்பட்டுக்கொண்டிருந்தன. அதே போர்டின் மேல்தான் புதிய எழுத்துக்கள் பெரிது பெரிதாகக் காணப்படுகின்றன.

"தியேட்டர் சியாமளா"

"இதென்ன? என்ன நடந்தது?" தன்னையறியாமலேயே வரூதினி ரிக்க்ஷாவிலிருந்து இறங்கினாள்.

பேக்கரிக்காரன், பீடா கடைக்காரன், சோடாக்கடைக்காரனென்று எல்லாருமே பெயரை மாற்றி சியாமளா பேகரீ!' 'சியாமளா பீடாக்கடை' என்று புதிதாக எழுதியிருந்தனர்.

வரூதினியின் கால்கள் பூமிக்குள் புதைந்து செல்வதுபோலத் தோன்றியது! தனது கண்களே தன்னை மோசம் செய்கின்றனவா? இது நிஜமா? கனவா?

ரிக்க்ஷாக்காரன் தியேட்டர் சுவரின்மேல் வைக்கப்பட்டிருந்த கட்அவுட்டையே ஆர்வத்துடன் பார்த்துக்கொண்டிருந்தான்.

விஜயலலிதாவின் டான்ஸ் போஸ் அவனை நிலைகுலையச்செய்திருந்தது. தன்னை மறந்த நிலையில் இருந்தவனுக்கு வரூதினியின் அழைப்பு கேட்கவில்லை,

வரூதினியின் கண்கள் இருட்டிக்கொண்டுவந்தன! தியேட்டரின் முன்புறமுள்ள அனைத்து விளக்குகளும் கண்களின்மீது விழுந்தாலும் இருளை விலக்கிக் கொள்ளமுடியாமல் தவித்தாள். காதுகளில் ரயிலின் கூவல் கேட்கத்தொடங்கின. தலை சுழன்றுகொண்டிருந்தது. இதயம் வலிக்கத் தொடங்கியது. எப்படியோஒருவழியாய் ரிக்ஷாவில் ஏறி உட்கார்ந்துகொண்டாள்.

“ஏய் ரிக்ஷா? உனக்குத்தானே சொல்றது?” பெரிதாக சத்தம்போட்டு சொன்னதாக நினைத்தாள். ஆனால் குரல் எழும்பிவரவில்லை. கண்களில் நீர்த்திரை படர்ந்து கொண்டிருந்தது. உதடுகள் நடுங்கிக்கொண்டிருந்தன.

“நமஸ்காரம் அம்மா!” தாடிவளர்த்திருந்த மனிதனொருவன் ரிக்ஷாவினருகில் வந்து வணங்கினான்.

வரூதினி திடுக்கிட்டாள்! அவன் எங்கிருந்து வந்தானென்று பார்க்கவில்லை. குமுறி எழுகின்ற துக்கத்தைக் கட்டுப்படுத்திக்கொள்ள முயன்றவளாய் அவனை நோக்கிப் பார்வையைச் செலுத்தினாள்.

“என்னை அடையாளம் தெரியலையா மேடம்? ராமதாஸ்” என்றான் அவன் கருத்து நீண்டு வளர்ந்திருந்த தாடியைத் தடவிவிட்டபடியே.

“நீயா ராமதாஸ்?” தன்னுடைய ஆச்சரியத்தை அடக்கமுடியாமல் வெளிப்படுத்தினாள் வரூதினி.

“ஆமாம்மா! தாடிவளர்த்திருக்கேன். திருப்பதிக்கு வேண்டுதல் இருக்கு.”

“இங்க என்ன பண்ணிகிட்டிருக்கே?” அவள் குரலில் ஆச்சரியத்தைக் காட்டிலும் சந்தேகமே அதிகமாகத் தெரிந்தது.

“காலையிலதான் வந்தேம்மா,”

“இந்த தியேட்டர்ல வேலை செய்யல்லியா?”

“இந்தத்தியேட்டர்லயா? வேலை செய்றதா? உங்களுக்குத் தெரிஞ்சதுதானே?”

“இல்ல! அதில்ல, சினிமா பார்க்க வந்தியா?”

“கதாநாயகி எங்க ஊரு! அவளோட வந்தேன்” புன்னகையுடன் சொன்னான் ராமதாஸ்.

வருகிறாள் கதாநாயகி! கதாநாயகி! கதாநாயகி! கதாநாயகி! கதாநாயகி! சுவர்களிலும், எலக்டிரிக் ஸ்தம்பங்களின்மேலும், சினிமாத்தியேட்டர் முன்பும் அவள் பார்த்த போஸ்டர்களும், வண்ணப்படங்களும் - வரூதினியின் தலையை கிறுகிறுவென சுழற்றியது.

“இப்போ எங்க இருக்கே?”

“எங்க டிஸ்டிரிப்யூஷன் ஹெட்டாபீசில்தான். மாசத்துக்கு அஞ்சு நாள்தானம்மா ஹெட்குவார்டஸ்ல இருக்குறது. மீதி இருபத்தஞ்சு நாட்களும் டூர்தான்? தியேட்டர் நம்ம கையிலருந்து போனதுக்குப்பிறகு ஒருமாசத்துலயே

ரெப்ரசென்டிடிவ்வா சேர்ந்துட்டேன். சேகரம் சாரோட காலில் விழுந்தேன். அவங்கதான் பாவம் எனக்கு சகாயம் செஞ்சாங்க. உங்களப்பத்திய செய்தியை அப்பப்ப சொல்லிட்டிருப்பாரு."

ராமதாஸ் சொன்னதில் முதல் இரண்டு வார்த்தைகள் தவிர அவள் மூளையில் ஏறவில்லை. கவனமாகக் கேட்பதுபோல பாவனை செய்தாள். ஆனால் அவள் மனமெல்லாம் வேறு எங்கோ திளைத்திருந்தது.

"உனக்கு ஏதாச்சிம் தெரியுமா?"

"எதைப்பத்திம்மா?"

"கோர்ட்டு பொறுப்பில் தியேட்டர் இருந்ததில்லே? கோர்ட்டு மூலமாத்தான லீசுக்கும் விடுறதும் நடந்துருக்குன்னா, அவங்க எப்படி பேரை மாத்த முடியும்?"

"அதென்னம்மா அப்பிடி சொல்றீங்க? உங்களுக்கு எதுவுமே தெரியாதா? ஊருல இல்லையா என்ன?" அவன் முகத்தை சுருக்கிச் சொன்னான். கருத்த முகம் இன்னும் கருப்பாய் அவளுக்கோ எருமைமீது ஏறிவந்ததுபோலிருந்தது அவன் தோற்றம்! யமகிங்கரர்கள் பாசக்கயிற்றை கழுத்தைச்சுற்றி வளைத்துக்கொண்டு இழுத்துச் செல்வதைப் போலத் தோன்றியது!

"இவ்வளவு நேரமாக்குனா எப்பிடிங்க?" ரிக்ஷாக்காரன் சலித்துக்கொண்டான்.

இவனொருத்தன்! நடுவுல தொல்லைப் புடிச்சப் பய! சினிமாபோஸ்டர்களை பார்த்து முடிச்சாச்சிபோல. ராமதாஸை பார்த்தபடியே ரிக்ஷாக்காரனைப் பற்றி நினைத்துக்கொண்டாள் வரூதினி.

அப்படீன்னா கேஸ் முடிஞ்சிபோன சங்கதி உங்களுக்குத் தெரியாதுன்னு நெனக்கிறேன்? நேத்துதானே தீர்ப்பு சொன்னாங்களாம். சியாம்பளாம்பா மேடம் உடனே பேரை மாத்திட ஏற்பாடு பண்ணிட்டாங்க. இன்னக்கித்தான் ரீ ஓப்பனிங். 'தியேட்டர் சியாமளா' - என்று எவ்வளவு பப்ளிசிடி குடுத்துருக்காங்கன்னு பார்த்தீங்கள்ல - பேரு மாத்துனதுக்காக...."

"ராமனாதபாபு இல்லையா?"

"மதியம் தென்பட்டாரு. இப்ப இன்னும் வந்தாப்புல தெரியல. இதுக்குள்ள ஒரு வேளை வந்தாரோ என்னமோ?"

"ஏய் ரிக்ஷா போகவிடு!"

"அதென்னம்மா? இறங்குங்க. கதாநாயகியை பார்த்துட்டுப் போங்க! ரிசர்வ் கிளாஸ்ல ரெண்டு சீட் காலியா வைக்கச் சொல்லிருக்கேன்"

வரூதினி தலையையாட்டி மறுப்பைத் தெரிவித்தாள். "ராமதாஸ் நாளைக்கு ஒருதரம் வந்துட்டுப் போறியா?" என்றாள்.

ரிக்ஷா புறப்பட்டது.

ரிக்ஷா பக்கத்தில் நடந்தபடியே - "நான் இன்னக்கே வரணுமுன்னு நெனச்சிருந்தேன். புக்கிங் முடிஞ்சதுக்குப் பிறகு நீங்களே தென்பட்டுட்டீங்க. நாளைக்கி காலையில வர்றேன். அதே வீடுதானே?" என்றான்.

"நிச்சயமா வரணும், ஆமாமா. அதேவீடுதான்!" ரிக்ஷாவிலிருந்து தலையை ராமதாஸ் தலையையாட்டியபடியே நின்றுவிட்டான். ரிக்ஷாக்காரன் சடன்பிரேக் போட்டான். தியேட்டரின் முன்னால் குலுங்கிவிழுந்தாள் வரூதினி. ரிக்ஷாவை உரசியபடியே தியேட்டருக்குள் நுழைந்தது 'அம்பாசிடர்' கார்.

"அம்மா வர்றாங்க, அம்மா வர்றாங்க, கேட்டைத் திறங்க" கேட்டருகில் நின்ற ஒருவன் பரபரப்புடன் சொன்னான்.

காரின் பின்பக்கத்து கண்ணாடி வழியாக காரில் அமர்ந்திருந்த பெண்ணின் முடியும் கழுத்தும் மிடுக்குடன் தென்பட்டன. இன்னும் சற்று முன்னால் குனிந்து பார்த்த வரூதினியின் பார்வையை கண்ணாடியையடுத்து தொங்கிக்கொண்டிருந்த பொம்மை மறைத்தது. அதே பொம்மை.... அன்று ஹைதராபாதில் வாங்கி அவள் தான் அந்தக் காரில் கட்டித் தொங்கவிட்டாள்! அவளைப் பார்த்ததும் அடையாளம் கண்டுகொண்டது. அவளை அழைக்கிறது. அவளைப் பார்த்து சிரிக்கின்றது. பழைய ஞாபகங்கள் அவளுக்குள் -

"எப்பவுமே நீ அந்த பொம்மையை பார்த்துக்கொண்டேயிரு!" ராமனாதபாபு சொன்னான்.

"இனி நீ உன்னோட பொம்மையைப் பார்த்துட்டிரு" அவள் கூறினாள்.

ராமனாதபாபு அவளை நோக்கினான். தோள்களுக்குக் கீழ் கைகளைப் பிணைத்து தன்னை நோக்கி இழுத்து மடியில் கிடத்திக்கொண்டான். இறுக அணைத்து திமிறும்படிச் செய்தான்.

"விடுங்க! பட்டப்பகல்ல நடுரோட்டுல இப்பிடியா நடந்துப்பீங்க? முன்னால டிரைவர் உட்கார்ந்திருக்கான்னு கூட தெரியாம மறந்துட்டீங்களா என்ன?"

ஹைதராபாத் விஜயவாடா ரோட்டின்மேல் அறுபதுமைல் வேகத்தில் அம்பாஸிடர் கார் சென்றுகொண்டிருந்தது. நிமிடத்திற்கு ஒருமைல் கல் கடந்து சென்ற மைல் கற்கள் கழிந்து போன நாட்கள் மனதில் வந்து உட்கார்ந்து சித்ரவதை செய்ய ரிக்ஷா வீட்டைத்தாண்டி சென்றுகொண்டிருப்பதையும் கவணிக்கவில்லை.

"ஏய்! ரிக்ஷா! நிறுத்து! நிறுத்து! பின்னால திருப்பு! வீட்டைத்தாண்டி வந்துட்டே!"

"நீங்க சொல்லாம உட்கார்ந்திருந்தா எனக்கு எப்பிடித் தெரியும்? போறதெ பார்த்துட்டுத்தானேயிருந்தீங்க?"

சரிதான்! ரொம்ப பேசாதெ. ரிக்க்ஷாவை திருப்பிட்டு போ!"

ரிக்க்ஷா வீட்டின் முன்னால் வந்து நின்றது. வருதினி ரிக்க்ஷாவிலிருந்து இறங்கி வாசற்படிகளில் ஏறி நின்றாள். ரிக்க்ஷாக்காரன் சூட்கேஸை எடுத்து வாசற்படியின் மேல் வைத்துவிட்டு நின்றிருந்தான். அவனை ஏற இறங்க பார்த்தவள் ஒரு கால்ரூபாயை அதிகமாகவே அவன் கையில் தந்தாள்.

கதவை தட்டநினைத்த வருதினியின் கைகளில் பூட்டு தொங்குவது தட்டுப்பட்டது.

"அடக் கடவுளே? எங்க போய் தொலைஞ்சானோ?" கடைசிச் சொல்லை கணவனை உத்தேசித்துத்தான் சொன்னாள் அவள். ஆனால் கடவுள் கேட்டாரேயானால் அவரைத்தான் சொன்னதாக நினைத்துக்கொள்வார். கேட்டரோ? இல்லையோ எல்லாமே! அந்த பகவானுக்குத்தான் வெளிச்சம்.

கேட்டால் மட்டும் என்னவாம் குடியா முழுகிப்போயிடும்? அவளை இதைவிட என்ன செய்துவிடுவார்?

தெருவாசல்படியின்மேல், பூட்டியிருந்தகதவுக்கு முன்னால் உட்கார்ந்திருந்த நிலையிலும் வருதினி கடவுளோடும் வாக்குவாதம் செய்யத் தவறவில்லை.

45

“ராமனாதபாபு எங்க இருக்காருன்னு சொன்னான்?” என்றான் ராமதாஸ்.

நாளைக் காலையில் வருகிறேனென்று கூறியிருந்த ராமதாஸு மூன்றாம்நாள் தான் வரூதினியின் வீட்டிற்கு வந்திருந்தான்.

“முந்தா நேத்து ஊர்லதான் இருக்காருன்னு சொன்னியே?” என்று கேட்டாள் வரூதினி.

“நேத்துகூட இருந்தாரம்மா! இப்பத்தான் நான் வர்றதுக்கு முன்னாடி புறப்பட்டு ஊருக்குப்போயிட்டாரு.”

“அவளையும் கூடவே கூட்டிட்டா?”

“யாரெம்மா?” ராமதாஸ் வாயைப் பிளந்தபடி உட்கார்ந்திருந்தான்.

“கோலவென்னு ஷாவுகாரரோட மருமகளெ?”

“அவங்க இங்க எங்க இருக்காங்க? ஹைதராபாத்லதான் இருக்காங்களாம் தியேட்டர் கட்டிகிட்டு?”

“பின்னே நேத்தைக்கு முன்தினம் தியேட்டர்கிட்டருந்த அந்த அம்மா யாராம்?”

“அவங்களேதானம்மா! சியாமாளம்பா மேடம். ராமனாதபாபுவோட மனைவி.”

“மறுபடியும் புருஷனும் மனைவியும் சேர்ந்துட்டாங்கன்னு சொல்லு?” என்றவள் உதட்டைக் கடித்தபடி யோசனையில் மூழ்கினாள்.

“எல்லாமே வெறும் நாடகம்! புருஷனும் மனைவியும் நல்லாத்தான் இருக்காங்க.”

“பிறகு ராமனாதபாபு அப்பிடி சொல்லிட்டிருந்தாரே?”

“சொல்லமாட்டாரு பின்னே? ஈரத்துணியோட கழுத்தையறுக்குற ரகம்!” வரூதினியின் கண்கள் சிவக்கத் தொடங்கின.

எவ்வளவு மோசக்காரன்? எத்தனை தில்லுமுல்லு? ராமனாதபாபுவை என்ன செஞ்சாலும் பாவமேயில்லே!

“ஹைதராபாத் போயிருக்கானோ என்னமோ? அவளையும் கூட ஒன்னுமில்லாம பண்ணிடுவான்”

"இல்லேம்மா! விசாகப்பட்டிணம் போயிருக்காரு. அங்க ஏதோ தியேட்டர் விக்கிறதுக்கு வருதாம். வாங்கணும்னுங்குற உத்தேசத்துல போயிருக்காரு”

“அங்கே யாரெ பிடிச்சிருக்கானோ?”

“அங்கயெல்லாம் இவரோட பருப்பு வேகாது. இப்படிப்பட்ட கில்லாடிங்க ரொம்ப பேரு இருக்காங்க”

வரூதினி சரியாகக் கேட்கவில்லை.

“என்ன சொல்றே ராமதாஸு?”

“இப்படிப்பட்ட ஆளுங்க ஒவ்வொரு டவுனுலயும் தயாராயிட்டாங்கம்மா!”

“அப்படியா!” வரூதினியின் கண்ணிமைகள் படபடத்தன.

ஒரு நிமிடத்திற்கு அவள் முகம் மாற்றம் கண்டது.

“வருஷம்பூரா நம்ம ஏ கிளாஸ் டவுன்களையெல்லாம் பார்த்துகிட்டுத்தான சுத்திகிட்டிருக்கேன். ஷோக்கா வாழ்றவங்கள்லாம் சினிமா தியேட்டரைத் தேர்ந்தெடுத்துடறாங்க. ஆபீஸ் முன்னால, டெர்ரெஸ்மேல நாற்காலிகளை போட்டுக்கிட்டு, வந்து போயிட்டிருக்குற பெண்களையெல்லாம் பார்த்துகிட்டு உட்கார்ந்துட்டிருப்பாங்க. அவங்களுக்கு அதே வேலையாயிபோயிடிச்சி. கிராமங்கள்லருந்து நோயிநொடின்னும், குழந்தைங்க படிப்புன்னும் சாக்கு போக்கு சொல்லிக்கிட்டு நல்ல வசதியான குடும்பங்கள்லருந்து பட்டணத்துக்கு வர்றதும், சினிமா அது இதுன்னு மோகம் புடிச்சி அலையறதும் கடைசியில இப்படிப்பட்ட ஆளுங்க கையில சிக்கிக்கிட்டுறதுனால பலப்பல குடும்பங்கள் நாசமாகிப்போகுதில்லையய்யா அம்மா! நம்ம டவுன்ல பாதிப்பேரு டாக்டர்களோட ப்ராக்டீஸ் என்னன்னு நெனக்கிறீங்க?”

நர்சிங் ஹோம்களை கட்டுறது. அறைகளை வாடகைக்கு விடுறது. நெஞ்சுவலி, உடம்பு சோர்வு, பலஹீனம்னு சொல்லி வருசக்கணக்கா தங்கவச்சி டானிக்குகளையும், மருந்துகளையும் கொடுத்து ஆயிரமாயிரமா பறிக்கிறதுமா அதே வேலையாயிருக்காங்க. ச்சே! ச்சே! என்ன நர்சிங் ஹோமா? என்ன சினிமா தியேட்டர்களோ? ஊருக்கு ஊரு நாசமாகிகிட்டு வருது. ராம! ராம! எந்த டவுனைப் பார்த்தாலுமா? பெஜவாடா- குடிவாடா- பந்தரு - குண்டூரு - தெனாலி - ஏலூரு....ன்னு இதுமட்டுமா? எங்கயெல்லாம் ரெண்டு சினிமாத் தியேட்டர்கள் இருக்கோ அங்கயல்லாம் நர்சிங் ஹோம்களும் முளைச்சிட்டுத்தானிருக்கு. நாலு நர்சிங்ஹோம்கள் இருந்தா - அங்க ரெண்டு சினிமாத் தியேட்டர்கள் உருவாயிடுது. அப்பப்பா இனிமேல் என்னத்தெ நல்லாருக்கப்போறோம்...”

வரூதினி எழுந்திருப்பதைப் பார்த்து பேச்சை நிறுத்தினான் ராமதாஸ். அவள் முகம் பேயறைந்ததைப்போல வெளுத்திருந்தது. ராமதாஸை நேருக்கு நேர் பார்க்க முடியவில்லை அவளால்.

"இரு! காபி கொண்டாறேன் ராமதாஸ்!" என்றபடி உள்ளே சென்றாள். குளிர்ந்த நீரால் முகத்தை கழுவிக்கொண்டு காபியை கலந்துகொண்டே மனதிற்குள்ளேயே சொல்லிக்கொண்டாள்.

இத்தனை நாளாய் ராமதாஸை என்னமோ ஏதோ என்று நினைத்தேன். ஆசாமி பெரியவன்தான். அவன் சொல்வதெல்லாம் உண்மையேதான். அதில் கடுகளவுகூட பொய் இல்லை. ரெப்ரசண்டேடிவாக பலடவுன்களுக்குப் போய் கண்ணாரப் பார்த்தவன். அந்த ஷாவுகாரு மருமகளும் அப்படிப்பட்டவர்கள்தானே? இப்படிப்பட்ட ரகம் ரொம்பப்பேரு இருக்கத்தான் செய்றாங்க.

அவள்? அவள் எப்படி? அவளும் அப்படிப்பட்டவள்தானே?

இதயத்தில் ஊசிகொண்டு குத்துவதைப்போலத் தாக்கின, ராமதாஸின் வார்த்தைகள். இவையெல்லாவற்றிற்கும் காரணம் அந்த ராமனாதபாபுதான்! அவனை உயிரோடு விடக்கூடாது!

வரூதினி காபி கப்பை ராமதாஸிடம் தந்துவிட்டு மறுபடியும் எதிரே உட்கார்ந்துகொண்டாள்.

"நீங்களா கொண்டாந்தீங்க? சமையல்காரி இல்லையா?" காபியை பருகியபடியே கேட்டான் ராமதாஸ்.

"கொண்டல்ராவ் என்ன ஆனான்ய்யா ராமதாஸ்?"

வரூதினிக்கு திடீரென்று கொண்டல்ராவ் எதுக்காக ஞாபகம்வரணும் என்று நினைத்தான் ராமதாஸ். ஒரு நிமிடம் யோசித்துவிட்டுச் சொன்னான்.

"அவனா! முழுசா கெட்டுப்போயிட்டான்ம்மா! சொல்லப்போனா அவன் இருக்குற பேட்டை முழுக்க ரௌடிகள்தான்! அவங்களோட சேர்ந்துட்டான். வேலை வெட்டின்னு ஒன்றுமில்ல. எவன் வந்து குடிக்கவச்சி கையில நூறுரூபா கொடுத்துட்டா போதும், அவன் சொன்ன ஆளை நல்லா போட்டுத்தள்ளிட்டு வந்துடுவான். அப்படியிருக்கு அவன் நெலைமை. அவன் இப்ப நம்ம டவுன்லயே இல்லேன்னு நெனக்கிறேன். பெஜவாடாவுல பெரிய கொம்பனாட்டம் காலரையெடுத்து விட்டுக்கிட்டு அலைஞ்சிட்டிருக்கான். அப்படியும் ஒருதடவெ நான் எடுத்துச் சொன்னேன், ஏண்டா இந்த வேலை ஒனக்கு? அவனோ..."

"ராமதாஸ்?" அவனுடைய பேச்சிக்கிடையில் புகுந்து வரூதினி சொன்னாள்.

"நீ தாடியை எதுக்காக வளர்த்துகிட்டே?" கொண்டல்ராவைப் பற்றிய பேச்சு திடீரென தன்னுடைய தாடியில் தாவி வந்துநின்றதும் அவனுக்கு சற்று குழப்பமாகவேயிருந்தது.

"சொன்னேனில்லே திருப்பதிக்கு நேத்திக்கடன்னு?"

"என்ன பாவம் செஞ்சே?"

"மனுஷன்னு இருந்தா எந்த குத்தமும் செய்யாம இருப்பானா?" பேச்சை நழுவவிட்டதற்காக வருத்தப்பட்டான் ராமதாஸ்.

"வெங்கடாசலபதி உன்னோட முடியை வாங்கிட்டு நீ செஞ்ச பாவத்தை கழுவிவிட்டுடுவாரா?" வரூதினி சிரித்தாள்.

அவ்வாறு சிரித்துக்கொண்டிருந்த வரூதினியைப் பார்க்கவே ராமதாஸுக்கு பயமாக இருந்தது.

"பாவத்தைக் கழுவித் துடைப்பதற்காகத்தானா எல்லோரும் கடவுளைத் தேடிச் செல்வது? புண்ணியத்தைச் சம்பாதித்துக்கொள்வதற்காக என்று ஏன் நினைக்கக்கூடாது?"

"கொண்டலராவை ஒருதடவை என்னிடம் வந்து பார்க்கச் சொல்றியா?"

அவளுடைய கண்கள் ஏதோ ஒரு தீர்மானத்தை வெளிப்படுத்தின.

"அவன் எதுக்கும்மா இங்க?"

"அவனால வேலயிருக்கு!"

"அவனால ரிஸ்க்கூட இருக்குங்கறதெ மறந்துடாதீங்க"

"அப்படீன்னா நீ செஞ்சித்தரயா?"

"என்னது?"

"ராமனாதபாபுவை போட்டுத் தள்ளிடணும்!"

புளிய மரத்துல கோடாரியால அடிச்சஅடி நினைவுக்கு வந்தது ராமதாஸுக்கு.

"எவ்வளவு நாளா தாடி வளர்த்தேன்! எல்லாமே ஒரு நாள்ல இல்லாமப் போகப்போகுது"

வரூதினியால் இன்னும் எப்படி சிரிக்க முடிகிறது? ராமதாஸ் அவளை ஆச்சரியமாகப் பார்த்தான்.

"அது அவ்வளவு சுலபமில்லே"

"அப்படீன்னு யாரு சொன்னா? அவ்வளவு சுலபமானதில்லேன்னா உன்வரைக்கும் வருமா?" வரூதினியின் குரல் உறுதி வெளிப்பட்டது.

ராமதாஸ் திடுக்கிட்டான்.

அவளை நோக்கிப் பார்த்தபடியே - "பெண்ணை சக்தி!"ன்னு சொல்றது இதுக்குத்தான் போலிருக்கு என நினைத்துக்கொண்டான்.

"என்ன? பேசாமயிருக்கே? பத்து நாளைக்குள்ளாற வேலையெ முடிச்சிடணும்!"

"பத்தாயிரம் வரைக்கும் ஆகலாம்"

"அதெல்லாம் சரிதான். நீ மொதல்ல வேலையெ முடிச்சித்தா!"

"என் ஒருத்தனால என்ன செய்ய முடியும்? ரெண்டு மூணு பேரையாவது ஏற்பாடு பண்ணனும். அவங்க மொதல்லயே பணத்தை கேட்பாங்க"

"எல்லாத்தையும் மொதல்லயே எப்பிடி தருவேன்?"

"அவ்வளவுமில்லேன்னாலும் மொதல்ல பாதியைத் தந்துடுங்க.

முழுசா வேலையை முடிச்சதும் மீதியைத் தாங்க"

வரூதினி எழுந்து படுக்கையறைக்குள் சென்றாள். ராமதாஸிற்கு யோசிக்க வாய்ப்பு கிடைத்தது.

ராமனாதபாபுவை முடிச்சி வைக்கணும்னு சொல்றாங்க. கொண்டலராவ் கண்களின் முன்னால் வந்து நின்றான். அவங்கிட்ட நூறு ரூபாய் கொடுத்தாலே போதும். எந்த வேலையையும் முடிச்சித் தந்துடுவான். ஒரு ஆயிரத்தை நீட்டினா ராமனாதபாபுவோட தலையை நடுரோட்டுல வெட்டிக் கொண்டாந்து போட்டுடுவான். அவனுக்கும் ராமனாதபாபுமேல கோபத்துலதானிருக்கான்! ஒரு விதத்துல சொல்லப்போனா ராமனாதபாபு தனக்கும் எதிரிதான்! அந்த தியேட்டர் வரூதினியம்மா பேர்ல இருந்தா இதுக்குள்ள தான் மேனேஜர் ஆகியிருக்கலாம். வருஷத்துக்கு எத்தனையாயிரம் சம்பளம்! எத்தனை ஆயிரக்கணக்குல மேல் வருமானம் கிடைக்கும்! ஊரு ஊரா அலைஞ்சு திரியவேண்டியதிருந்திருக்காது தனக்கு.

"இந்தா!" கர்சீப்பில் சுற்றியிருந்த மூட்டையை ராமதாஸின் முன்னால் வைத்தாள் வரூதினி.

பத்து சவரன் பெரிய கொலுசு. காசுமாலை இருபத்திரண்டு சவரன்கள். முத்து வைச்ச ஒட்டியாணம் பதினெட்டு சவரன்கள், ஜடைவில்லை, ஜடை குப்பிகள், நான்கு ஜதை வங்கி வலையல்கள் பத்து சவரன்களுக்கும் மேலயே இருக்கலாம். மொத்தம் அறுபத்தி ஐந்து சவரன்களுக்கும் குறையாத தங்கம்.... வித்தா நீ கேட்டதுக்கும் மூன்று மடங்கு அதிகமாவே வரும்."

"நகைகளையெல்லாம் வித்துடப்போறீங்களாம்மா?"

அவையெல்லாம் பழையகாலத்து நகைகள்தான்! வழக்கமா போட்டுக்க முடியாது. கல்லுபதிச்ச தோடுகள், கல்லு நெக்லஸ், லாங்சைன், கைவளையல்கள்

எல்லாம் சேர்த்தா இன்னும் பத்தாயிரம் கிடைக்கும். வேலை முடிச்சதும் மறுநாள் காலையில வா. உன் பணம் உன் கையில் தந்துடறேன்".

"அய்யய்ய, அதுக்காக சொல்லல்லேம்மா நான். நகைகளையெல்லாம் விக்கிறேங்களேன்னு வருத்தத்துல சொன்னேன்" ராமதாஸ் தப்பித்துக்கொண்டான்.

ராமதாஸ் அசாத்தியமானவன்தான். எவ்வளவு தெளிவாக பேச்சை மாத்தறான் என்று நினைத்துக்கொண்டாள் வரூதினி.

''இதையெல்லாம் நான் கொண்டுபோயி வித்தா மொதல்லயே மாட்டிக்கிடுவேன். பெரிய சங்கடம் வந்து சேரும். உங்க நகைகளை நீங்களே வித்தாத்தான் நல்லது. பணத்தைத் தந்துடுங்க"

"அனுபவிச்சவனாட்டம் பேசுறயே ராமதாஸ்? இதுக்கு முன்னால ஏதாவது....?" ஓரக்கண்ணால் பார்த்தபடி சொன்னாள் வரூதினி அவனுடைய அடர்ந்த தாடிக்குள்ளிருந்து உதடுகள் விரிவது தென்பட்டது வரூதினிக்கு.

ராமதாஸ் முன் ஆலோசனையுள்ளவன். வேலையை செய்து முடிக்கும் சாமர்த்தியமும் உள்ளவன்தான். வரூதினிக்கு தைரியம் ஏற்பட்டது.

ராமதாஸ் எழுந்தான் - "மறுபடியும் எப்போ வரச்சொல்றீங்க?"

"எப்பவோ இல்லே? தாமதம் நல்லதுக்கில்லேன்னு சொல்வாங்க. ராத்திரிக்கே வா!"

போவதற்காக யத்தனித்தவன் இரண்டடி நடந்த பின் நின்று விட்டான்.

"எல்லாமே கைவிட்டுப் போனதுக்குப்பிறகு பாபுவை தீர்த்துகட்டுறதால உங்களுக்கு கிடைக்கப்போறது என்ன?" வரூதினியின் முகத்தை உற்றுநோக்கியபடியே கேட்டான் ராமதாஸ். நாக்கை கடித்து தவறை உணர்ந்தான்.

"அதுக்குள்ள என்ன முடிவெடுக்குறது? முயலு தோற்கடிக்க நெனச்சாலும் ஆமை வெற்றி பெறலயா?"

ஆகாரத்திற்காக வெறியுடன் கூண்டுக்குள் அடைபட்டிருக்கும் புலி ராமதாஸ் நினைவில் நின்றது.

"வர்றேம்மா! ராத்திரி ரெண்டாவது ஆட்டம். புக்கிங் க்ளோஸ் ஆனதுக்குப் பிறகு மறுபடியும் வர்றேன். பொழுதாயிட்டேயிருக்கு. பரவாயில்லையா?"

"சரிசரி! அப்படியே நடந்துக்க!" வரூதினி அவனை தெருவாசல்வரை சென்று வழியனுப்பிவைத்தாள்.

பிரோவைத் திறந்தவள் நகைப் பெட்டியிலிருந்த கல்பதித்த நெக்லஸ், நான்கு மோதிரங்கள், அறுந்துகிடந்த தங்கச்சங்கிலி எல்லாவற்றையும் எடுத்து

மற்ற நகைககளோடு சேர்த்து மூட்டையாகக் கட்டினாள். அடுப்பில் வெந்துகொண்டிருந்த சோறு அடிப்பிடித்த வாசனை வந்ததும் சமையலறையை நோக்கி ஓடினாள் வரூதினி. சோற்றுப் பானையின் மூடியைத் திறந்து அடிப்பிடித்த வாசனையுடன் புகைப் பிடித்திருந்த சோற்றில் தண்ணீரை ஊற்றிக் கரண்டியால் கிளறிவிட்டுக் கஞ்சியை வடித்தாள்.

"யாரது தாடிக்காரன் நம்ம வீட்லருந்து போயிட்டிருக்கான்?" வரூதினி சாதத்தை தூக்கி நிறுத்தி கீழே வைத்தவள் திரும்பிப் பார்த்தாள். கணவன் நின்று கொண்டிருந்தான்.

"உன்னோட அவன் பேசலியா?"

என்னைப் பார்க்கவேயில்லை. நான் இந்தப்பக்கமா வந்துட்டிருந்தேன். அந்த தாடிக்காரன் அந்தப் பக்கமா போயிட்டிருந்தான்.

"ராமதாஸ்!"

"எந்த ராமதாஸ்?"

"நம்ம தியேட்டர்ல வேலைக்கிருந்தானில்லையா? அந்த ராமதாஸ்தான். தாடி வளர்த்திருக்கான்."

"ஓஹோ, நம்ம ராமதாஸா? மேற்குப்பக்கத்து அறைக்கதவு திறந்திருக்கே?"

"என்ன?" கண்களை பெரிதாக்கினாள் வரூதினி.

"பீரோக்கதவு திறந்திருக்கேன்னு கேட்டேன்! திருடன் யாராவது நொழஞ்சிட்டானோன்னு?"

"அம்மாடி! என்ன பாதுகாப்பு! என்ன பாதுகாப்பு!" கேலியும் கிண்டலுமாகச் சொன்னாள் வரூதினி.

"பரிமாறச் சொல்றீங்களா?" கேட்டாள் அவள்

வெங்கடபதிக்கு வினோதமாகவும், வித்தியாசமாகவும் பட்டது.

"வையி! வையி! ன்னு பத்துதடவை சொன்னபிறகும் சாப்பாடு போடாதவள் பத்துமணியாவதற்கு முன்னரே அவளாகவே போடறேன்னு சொல்றாளோ? அவ தனக்கு கையால சாப்பாடுபோட்டது எத்தனை தடவை? சமையல்காரி இருக்குறப்போ அவளே போட்டுடுவா. அவ போனதுக்குப்பிறகு அவனாகவே நிறையதடவை போட்டு சாப்பிடுவான். ஆனால் கேசு கையைவிட்டுப்போனதுலருந்து தன்மேல கௌரவம்காட்டுறா. பக்கத்துலருந்து சாதத்தைப் போடுறா! அன்று வழக்கு முடிந்து தீர்ப்பு சொல்றப்ப வரூதினி ஊர்ல இல்லே. அதனால சரியாபோச்சி. இல்லேன்னா என்ன செஞ்சிருப்பானோ அவளை. தனக்கே தெரியாது, எவ்வளவு ஆஸ்தி? அத்தனையும் நாசம் பண்ணிட்டாள்? இனி இப்ப என்ன மிச்சமிருக்கு. தான் திங்கவும், அவள் பரிமாறுவதற்கும்?

"என்னங்க உங்க யோசனையும் நீங்களும்?"

"இனிமே என்ன இருக்கு யோசிக்கிறதுக்கு? எல்லாமே முடிஞ்சி போச்சில்லே?"

"சாப்பாடு போடறேன்! மொதல்ல நீங்க கால் கைகளை கழுவிட்டு வாங்க" தட்டையும், தண்ணீர் டம்ளரையும் எடுத்து வைத்து சமையலறையில் பலகையை விரித்தாள்.

"என்ன அவ்வளவு அவசரம்? எங்கயாவது போகணுமா? இனியும் என்ன அதிகாரம் பண்ணப்போறே? எல்லாம் நடத்தி முடிச்சிட்டயில்ல?" அவனும் கடுமையா பேச முடியும். அவனுக்கும் அதிகாரம் செய்யத் தெரியும், அவள் வாய்க்கு பயந்து சும்மாயிருந்தான் இத்தனை நாட்களும். மனைவி சற்று அடங்கிப்போனதும் வெங்கடபதியின் மூளை துரிதமாக வேலை செய்யத் தொடங்கியது.

"அதிகாரமாவது மண்ணாவது, சீக்கிரமா சாப்புடுங்க. ஹராப் பஜாருக்குப் போயிட்டு வரணும்."

"நகை வாங்கப்போறியா? வேற என்ன வாங்கப்போறே? அந்த காலமெல்லாம் போயிடிச்சில்லே?" என்றபடியே வேகவேகமாக சோற்றைப் பிசைந்தான்.

"நகைகளை விக்கலாமுன்னு!"

வெங்கடபதி வாயிலிருந்த சோற்றுக் கவளத்தை விழுங்கிவிட்டு மனைவியைப் பார்த்தான்.

"இருக்குறது அதுதானே? அதையும்கூட தீர்த்திடு. அதுக்குப் பிறகு பொழப்பத்துப்போயி இங்குட்டும் அங்குட்டுமா அலைஞ்சிட்டு கெட?"

"அதில்லைங்க, ஹைகோர்டுல அப்பீல் பண்ணப்போறமில்லையா?"

"இந்த கோர்டுல முடிஞ்சிடுச்சி. இனி அந்த கோர்டுல ஜெயிக்கப்போறே? போ! போ!" வெறுப்புடன் சொன்னான் வெங்கடபதி.

"ஆமா! அதுவேதான். இங்கே சங்கரராவ் எதிர்தரப்போடு சேர்ந்துகிட்டு எல்லாத்தையும் பாழாக்கிட்டான். ஹைகோர்டுல உறுதியா ஜெயிக்கத்தான் போறோம். அங்கே ராமனாதபாபு ஆட்டமெல்லாம் பலிக்காது. அது ஹைகோர்டு! டாக்டர் புஜங்கராவ்கூட இதைத்தானே சொன்னார்.

"ஆமா! இங்கயில்லாத நியாயம் அங்க கிடைக்கப்போகுது?" அலட்சியமாகச் சொன்னான் வெங்கடபதி.

"எதுக்காக அவ்வளவு அலட்சியமா பேசுறீங்க? காலம்பற இதயத்தை டெஸ்ட் பண்ணிப்பார்க்குறதுக்காக டாக்டர்கிட்டப் போயிருந்தேன். அங்கே கவர்மெண்ட் ப்ளீடர் ஹரிபிரசாத்ராவ் நல்ல சமயத்துக்கு வந்திருந்தாரு. டாக்டர்தான் நம்ம வழக்கு சம்பந்தமான பேச்சை எடுத்தாரு. என்னை அவரிடம்

விஷயத்தை சுருக்கமாகவும் தெளிவாகவும் சொல்லச் சொன்னாரு. அவர் நாலே வார்த்தையில தெளிவா சொல்லிட்டாரு"-கணவன் கேட்டுக்கொண்டிருக்கிறானா இல்லையா என்ற சந்தேகம் வந்ததும் பேசுவதை நிறுத்திவிட்டாள்.

தலையைக் குனிந்தபடி சாப்பிட்டுக்கொண்டிருந்த கணவன் தலையை நிமிர்த்தி - "டாக்டர்களுக்கு என்ன தெரியுமாம் கோர்ட்டு சம்பந்தமான நடைமுறைகளைப் பத்தி?" என்றான்.

வரூதினிக்கு எரிச்சல் ஏற்பட்டது.

ஒன்னு சரியா கேட்டுத் தொலைக்கணும். அப்படியே கேட்டாலும் மரத்த மண்டையில ஏறாது. அதுலயும் சாப்புட்டுட்டு இருக்குறப்போ இனி மொத்தத்துக்கும் சொல்லத் தேவையில்லை.

கோபத்தையடக்கிக்கொண்டவளாய் வரூதினி கூறினாள் - "டாக்டர்னு நெனச்சீங்களா? இல்லவேயில்ல. கவர்மெண்ட் ப்ளீடர் சொன்னாருன்னு சொல்றேன்?"

"கவர்மெண்ட் ப்ளீடரா? அப்படீன்னா சரியாத்தானிருக்கும்! ஆனது ஆயிருச்சி" தட்டிலிருந்த கடைசிப் பருக்கைகளை ஒன்று சேர்த்து உருட்டி வாய்க்குள் செலுத்தியபடி சொன்னான் வெங்கடபதி.

வரூதினி மீண்டும் சாதத்தை வைத்து தயிர் கிண்ணத்தைத் தளுக்கென கவிழ்த்தாள். எல்லாத்தையும் "அப்படியே கொட்டிட்டே! அப்புறம் உனக்கு?"

"நான் சாப்புடப் போறதில்லே! நீங்க சாப்புடுங்க"

"ஓஹோ! சாப்புட்டேன்னு சொல்றியா?"

வரூதினியின் மனம் கலக்கமுற்றது. என்ன மனுஷன்? தின்பதும் திங்காமலிருப்பதும்கூட அறிந்துகொள்ள முடியாத மனுஷன்? சாப்பிட்டேன்னு சொன்னதுமே நம்பிவிட்டான். இப்படிப்பட்ட மனிதர்களை ஏன்தான் பிறக்கவைக்கவேண்டும் அந்தக் கடவுள்? பிறக்கத்தான் வைத்தாரென்றாலும் தன் தலையிலா கட்டி வைக்க வேண்டும்? எல்லாம் தன்னோட கர்மாதான்."

தயிர் சாதத்தை விழுங்கியபடியே - "சாதம் அடிப்பிடிச்சிருக்குறாப்புல தெரியுதே? அடிப்பிடிச்சிருச்சி! அடிப்பிடிச்சிருச்சி!" என்றான்.

"என்னோட பொழப்பே அடிப்பிடிச்சி தீஞ்சிபோயி கெடக்குது!" என நினைத்தவளாய் கணவனையே பார்த்துக்கொண்டிருந்தாள் வரூதினி. வெங்கடபதி சாப்பிட்டுக்கொண்டிருந்த சோற்றில் தீய்ந்துபோன பருக்கைகள் வெண்மையான தயிருக்குள்ளிருந்து எட்டி எட்டிப் பார்த்தன.

46

“எத்தனை நாளு பிடிக்குமாம்?” ரிக்ஷாவில் ஏறி அமர்ந்திருந்த மனைவியிடம் கேட்டான் வெங்கடபதி.

“எத்தனையோ நாளெல்லாம் ஆகாதுங்க. ஒரு வாரத்துக்குள்ள திரும்பி வந்துடமாட்டேனா? ஹைகோர்ட்டுல கேஸை அப்பீல் செஞ்சதுமே வந்துடுவேன். வீட்டை வேகாரியா போட்டுட்டு ஊரை சுத்தப்போயிடாதீங்க” என்றபடி வீட்டைக் கவலையுடன் பார்த்தாள்.

இன்னும் என்ன இருக்கிறது அந்த வீட்டில்? இருப்பது எதுவோ அவை அவள் உடம்பின்மேல்தான் இருக்கின்றன. கல்பதித்ததோடு, மெல்லிய சங்கிலி, மங்கள சூத்ரம், இரண்டு ஜதை வளைந்து நெளிந்த வளையல்கள், ஒரு மோதிரத்தைத் தவிர மீதி நகைகளெல்லாம் பொற்கொல்லன் உருக்கிக் கட்டியாக்கியிருப்பான். எந்த சுவான்தாரின் மனைவியோ, மகளோ, மருமகளோ, தங்கத்தை வாங்கி நகையாக்கியிருப்பாள். அம்மோவோட நகைகளில் பெரும்பாலானவற்றை அவளுக்குத்தான் தந்திருந்தாள். பிறந்தவீட்டில் பரம்பரை பரம்பரையாக வந்த நகைகள் அவை. ருணம் தீர்த்துபோய்விட்டது.

நினைத்து நினைத்துக் கண்ணீர் வடித்தாள் வரூதினி. மனைவியைப் பார்த்ததும் வெங்கடபதி திகிலடைந்தான்.

“ரிக்க்ஷா! போகட்டும் தம்பி!” என்றாள் வரூதினி.

கணவனை நோக்கித் தலையையாட்டினாள்.

ரிக்க்ஷா செல்லத்தொடங்கியது.

ரிக்க்ஷா கண்ணுக்குத் தெரியும் தூரம்வரை பார்த்துக்கொண்டேயிருந்த வெங்கடபதி வாசல்படியில் அப்படியே உட்கார்ந்துவிட்டான். வெயிலடிப்பதையும் பொருட்படுத்தாமல் கால்மேல் கால் போட்டுக்கொண்டு பாதங்களை ஆட்டியபடியே ஏதோ சிந்தனையில் மூழ்கிவிட்டிருந்தான்.

அரைமணிநேரம் அப்படியே அமர்ந்திருந்தபோதிலும் சிந்தனையிலிருந்து விடுபடவில்லை. மேலும் கீழுமாய் சூடுதாக்கி மண்டையில் உரைக்கத் தொடங்கியதும்தான் மிச்சம். எழுந்து வேஷ்டியை உதறி தலையில் போட்டுக்கொண்டான்.

“என்ன இப்படி வெயில் கொளுத்துதே? பொழுது இன்னும் நல்ல ஏற்றதுக்கு முன்பே இப்படியா மண்டையை பிளக்கும்? வெயில் காலம் வந்துடிச்சில்ல? அதுதான் இப்பயே இப்பிடி தாக்கு தாக்குன்னு தாக்குது” முணகிக்கொண்டான் வெங்கடபதி.

உள்ளே சென்று பூட்டையும் சாவியையும் கொண்டுவந்தவன் கதவைப் பூட்டிவிட்டு ரோட்டைப்பார்த்து நடக்க ஆரம்பித்தான். சட்டைப் பையிலிருந்த கரன்ஸி நோட்டுக்களைக் கையால் தடவி பார்த்துக்கொண்டான்.

ஒரு வாரம் வரை ஏனென்று கேட்பவர்கள் இல்லை. இஷ்டத்திற்கு ஊர் சுற்றலாம், குடிக்கலாம்.

“ஏய் மனுஷா! தள்ளிப்போ! உன்னைத்தான்யா! மணியை யடிச்சிட்டேயிருக்கே காதுல விழல்லியா?” பின்னால் வந்த ரிக்ஷாக்காரன் கத்திக்கொண்டே வந்தான்.

“பார்க்கல்லை! போ! போ!” வெங்கடபதி விலகி ரோட்டின் ஓரமாக நடக்க ஆரம்பித்தான் கள்ளச்சாராய கடையை நோக்கி.

பஸ் ஸ்டாண்டில் ஹைதராபாத் பஸ் இன்னும் வரவில்லை. ரிக்ஷாவிலிருந்து இறங்கிய வரூதினி பஸ்வந்துநிற்கும் இடத்தை நோக்கிச் சென்று நின்று கொண்டாள். கூலி பெட்டியைக்கொண்டுவந்து அவள் பக்கத்தில் வைத்துவிட்டுச் சென்றுவிட்டான். பஸ்ஸிற்காக எதிர்பார்த்துக்கொண்டிருந்த வரூதினியின் பார்வையில் உள்ளே நுழைந்து வந்துகொண்டிருந்த அம்பாஸிடர் கார் தென்பட்டது.

அதே..... கார்....? அவளுடைய இதயம் வேகமாக அடிக்கத் தொடங்கியது. காரிலிருந்து இறங்கினான் ராமனாதபாபு. தன்னைப் பார்த்தபடியே வந்து கொண்டிருந்தான். அதே சிரிப்பு.... அதே பார்வை. மனிதனில் மாற்றம் இருப்பதாகத்தெரியவில்லை. அவன்அருகாமையைஅடைந்துகொண்டிருந்தான். வரூதினி தலையைக் குனிந்தபடி தரையைப் பார்த்துக்கொண்டிருந்தாள்.

“ஏங்க வரூ பிரயாணம்?”

எவ்வளவு இனிமையாகப் பேசுகிறான்?

“ஹைதராபாத் தானா வரூ?”

எத்தகைய அன்பு அந்தப் பேச்சில் வெளிப்படுகிறது? அவனுக்கு எப்படித் தெரியும் அவள் ஹைதராபாத் செல்வது?

ஜனங்களிலிருந்து சற்றே தூரத்தில் சென்று நின்றுகொண்டாள். ராமனாதபாபுவும் அவள் பின்னாலேயே வந்தான்.

“ஹை கோர்டுல அப்பீல் பண்ணப்போறயாமில்லே? இன்னும் கோர்ட்டு கேஸ்ஸுன்னு எதுக்கு? உன்னோட பிடிவாதம் உனக்கு. சொன்னா கேட்கவா போறே?”

"ஐந்து லட்சம் சொத்தை உன்னோட மனைவி கையில் தாரைவார்த்து கொடுத்துட்டு கையை கட்டிக்கிட்டி உட்கார்ந்திருக்கச் சொல்றியா?"

ராமனாதபாபு சுற்றிலும் கண்களை ஓடவிட்டு "இது பஸ்டாண்ட் வரூ! மெதுவா பேசக்கூடாதா?" நயம்பட எடுத்துச்சொன்னான்.

"என்ன? என் தலையை மொட்டையடிச்சி மூலையில தள்ளுணும்னு நெனக்கிறீங்களா? மானம் மரியாதையெல்லாமே எப்பவோ மண்ணோடு மண்ணாயிடிச்சி. என் இஷ்டப்படி நான் செஞ்சுப்பேன், நீ யார் கேட்பதற்கு?"

"அவளும் அதையேதான் சொல்றா! செஞ்சிக்கோங்க! செஞ்சுக்கோங்க! நடுவுல நான் யாரு? இங்க நடந்தது போதாது! இனி உங்க புகழை ஹைதராபாத்திலும்கூட தம்பட்டம்போட்டுப் பரப்புங்க. சொல்றதெ கேட்காத மனுஷங்களோடு என்னதான் யார்தான் எடுத்துச் சொன்னாலும் நான் புடிச்ச முயலுக்கு மூணுகொம்புன்னு நின்னா?" பாக்கெட்டிலிருந்து எடுத்த சிகரெட் கீழே விழுந்துவிட்டது. மற்றொன்றை எடுத்துப் பற்றவைத்துக்கொண்டான் ராமனாதபாபு.

என்ன பவுசு பார்த்தியா இவனுக்கு? கீழே விழுந்த சிகரெட்டை கொஞ்சம்கூட கண்டுக்காம என்ன அலட்சியம்? சும்மா அதுவா வந்த சொத்து. அதுவும் பொம்பளங்க கிட்டருந்து பறிச்ச சொத்து.

"எதுக்காக பஸ்ஸுல ஏறிக் கஷ்டப்படப்போறே? காலையில அனுப்பிவைக்கிறேன்".

"உங் கார்ல உட்காரவச்சி சுத்துறவங்களோடு சுத்து. போதுமே! உன்னோட காரும் வேண்டாம்! உன்னோட கரிசனமும் தேவையில்லை" ஸ்டாண்டுக்குள் வந்துகொண்டிருந்த ஹைதராபாத் பஸ்ஸைப் பார்த்ததும் வரூதினி வேகமாக முன்னால் நடந்தாள்.

"அப்போ சரி, உன்னோட இஷ்டம். நான் வர்றேன்! நாலு நாளைக்குள்ள ஹைதராபாத் வரவேண்டிய வேலை இருக்கு. அதுவரைக்கும் இருப்பியா?" அவள் அருகாமையிலேயே நடந்தவன் அவள் பஸ்ஸில் ஏறியதும் நின்றுவிட்டான். "வரூ! அப்போ நான் போயிட்டு வர்றேன்!" கீழே நின்றபடியே கையை ஆட்டினான் ராமனாதபாபு.

அவள் தலையையசைத்தாள்.

"வர்றானாம்? வர்றானாம்? ஒரே நாடகம்! இனி உன்னோட நாடகத்துக்கு ஒரு திரையை போட்டுடறேன்!! ஹைதராபாதுக்கு வந்து லாயர்களை பிடிச்சி மனைவியை ஜெயிக்கச் செய்யணுங்குற நெனப்பை மறந்துடு. அந்த சியாமாளாம்பா இனி எப்பிடி ஜெயிப்பாங்குறதெ நானும் பார்க்கத்தானே போறேன்? ஹைகோர்டுல அப்பீல் பண்ணப்போறேன்னு தெரிஞ்சதுமே சமாதானப்படுத்த வந்துட்டான். கீழ் கோர்டுல திருட்டுத்தனமா இல்லாததையும்

பொல்லாததையும் சொல்லவச்சி ஜெயிச்சிட்டான். ஆனால் ஹைகோர்ட்டுல பருப்பு வேகாது. தோத்துப் போவோம்னு நல்லாவே தெரியும் அவனுக்கு. அதுனாலதான் இப்படி இறங்கிவந்து தாஜா பண்றான். ஒருவேளை அவனோட மனைவியே பயந்துபோயி புருஷனை அனுப்பிவச்சிருந்தாலும் இருக்கலாம். கொள்ளையில போறவ. அவ ஆசையில மண்ணுவிழ! வெளங்காத முண்டெ. அவளெ...." நினைவுகள் தடைப்பட்டன. காரைநோக்கிச் சென்றுகொண்டிருந்த ராமனாதபாபுவை கண்ணிமைக்காமல் பார்த்தாள் வரூதினி.

அந்த நடையில்தான் எத்தனை கம்பீரம்? ராஜ நடை! அந்த அழகான தோற்றம்! பேச்சில்தான் எத்தனை கனிவு? அந்தப் பார்வை! அவன் சிரிப்பு? மீண்டும் சந்திப்பு கிட்டுமா? அவனை மறுபடியும் காணமுடியுமா?

வரூதினி இனம்புரியாத கலக்கத்தில் தோய்ந்தாள். இதயம் துளைத்தெடுத்துக்கொண்டிருந்தது.

கடவுளே! என்னால் மனதார நேசிக்கப்பட்ட ஒருவனை தன்கையாலேயே இழந்துவிடப்போகிறாளா?

ராமதாஸின் கைகளில் கத்தியையும், கொண்டல்ராவின் கைகளில் ஈட்டியும் வைத்துக்கொண்டிருப்பதுபோல அவள் கண்களின்முன் நிழலாடியது! அவள் இதயம் படபடவென அடிக்க ஆரம்பித்தது. பொங்கிப் பிரவகித்தெழும் துக்கத்தையடக்க முயன்று தோல்வியுற்றாள்.

"என்னம்மா? உன்னோட வீட்டுக்காரர் கூட வரலியா? பொறந்த வீட்டுக்குப் போறியா?" பக்கத்தில்அமர்ந்திருந்தகங்காபாகீரதிக்குசமமானபெண்ணொருத்தி சமாதானப்படுத்த முயன்றாள்.

"எத்தனை மாசம்?" தலையிலிருந்த முக்காட்டை இழுத்துவிட்டபடியே வரூதினியை ஒருமுறை ஆராய்ந்து பார்த்துவிட்டு கேட்டாள் மறுபடியும்.

"இப்பவே எதுக்காகப் போறேம்மா? எங்க காலத்துல ஏழாவது மாசம் நெறஞ்ச பிறகுதான் போகவிடுவாங்கம்மா."

அத்தனை வருத்தத்திலும் வரூதினிக்கு சிரிப்பு வந்தது.

"உங்க அப்பா ஹைதராபாதுல என்ன செஞ்சிட்டிருக்காரு?"

"இங்க உங்க வீட்டுக்காரரு என்ன வேலையில இருக்காரு?"

"எங்க பெரிய மகனோட மனைவிக்கு கர்ப்பம் கலைஞ்சுட்டதாம்! மகன் வரச்சொல்லி கடிதாசி எழுதுனதால போறேன்ம்மா."

சற்று நிறுத்தியவள் "என்ன தாயி? எதைக்கேட்டாலும் பதில் சொல்லாமயிருக்கே?" என்று வரூதினியைப் பார்த்துக் கேட்டாள் அந்த வயதான விதவைப்பெண்.

தன்னோட தலையெழுத்து. அவ பக்கத்துலதான் சீட்டு கிடைக்கனுமா கடவுளே! வயிற்றைப் புரட்டியெடுத்த வாசனை. முடிந்த மட்டும் சற்று நகர்ந்து முகத்தைத் திருப்பி வெளியே பார்வையை செலுத்தியபடி உட்கார்ந்திருந்தாள் வரூதினி.

பாபு எப்படியிருக்கானோ? டிசம்பர் மாத விடுமுறையில் வரும்போது நன்றாக இளைத்திருந்தான். அவனுக்குப் பரீட்சை நெருங்கிக் கொண்டிருக்கலாம். எப்படி படிக்கிறானோ என்னவோ!

பஸ் ஹைதராபாதையடையும்போது மணி எட்டாகியிருந்தது. டாக்ஸியை அமர்த்திக்கொண்டு ஹோட்டலுக்குச் சென்றாள் வரூதினி.

ஹோட்டலில் இறங்கியதுமே கோபாலராவுக்கு போன் செய்தாள்.

"ஹலோ!"

"கோபாலராவ் வீடுதானுங்களே?"

"ஆமாங்க! நீங்க யாரு?"

"வரூதினி!"

"கோபாலராவ் வீட்ல இல்லீங்க"

"எப்ப வருவாரு?"

"எனக்குத் தெரியாதுங்க"

"அவரு வந்ததும் ஒரு தடவை போன் பண்ணச் சொல்றீங்களா?"

"ஆகட்டும்!"

"ரூம் நம்பர் இருபத்தொண்ணு. கிரீடாவன் ஹோட்டல். ஆபித்...."

எதிர்பக்கத்தில் போன் வைக்கும் சப்தம் கேட்டது. வரூதினி போனை வைத்துவிட்டாள். அதென்ன திமிரு? பேசிக்கொண்டிருக்கும்போதே வைத்துவிட்டாள் அவள்? பேசியது மனைவியா? மகளா? குரல் பெரியவர்கள் போலிருந்ததே? பேசுகிற தோரணையைப் பார்த்தால் சின்னக் குழந்தைபோல தெரிகிறது. ஸ்டெயிலா பேசினாள். மனைவியோ! அம்மாவோ இல்லை....? ஒருவேளை மருமகளாக இருப்பாளோ? கோபாலராவுக்கு அவ்வளவு பெரிய மகன் இருப்பதுபோலத் தெரியவில்லை? அவனுக்கு அவ்வளவு வயதும் இருக்கவேயிருக்காது. அவ்வளவு பெரிய மகளும் இருப்பதற்கில்லை. அப்படியென்றால் அத்தையா? மருமகளா? யாராகயிருந்தாலும் நமக்கென்ன? உண்மையிலேயே கோபாலராவ் வந்தால் செய்தியை தெரிவிப்பார்களா? மனைவியாகயிருந்தால் சொல்லமாட்டாள். அம்மாவாகயிருந்தால் மறந்துவிடுவாள். மகளாயிருந்தால் வீட்டில் இருக்கமாட்டாள். சினிமாவுக்கோ வேறு எங்கேனும் வெளியில் சென்றுவிடலாம். மருமகளாக இருந்தால்

சொல்லலாம். அதுவும் மாமனாருடன் முகம்கொடுத்து பேசுவாளா? மாமனார் சாம்பைய்யாவுக்கு எதிரில் நின்றுபேச வேண்டுமென்றால் தனக்கு பிராணனே போய்விடுவது போலிருக்கும். மருகளாயிருந்தாள் கணவனிடம் சொல்லி தகப்பனிடம் கூறச்சொல்வாள். மருமகளே.....

யோசித்தபடியே வரூதினி டவலை தோளில் போட்டுக்கொண்டு பாத்ரூமிற்குள் சென்றாள்.

அரைமணி நேரத்திற்குப் பின் போன் ஒலித்தது. வரூதினி கட்டிலிலிருந்து எழுந்து போனை நோக்கி வந்தாள்.

"ஹலோ!"

"கோபாலராவ் சாருங்களா? நான் வரூதினிங்க"

"வரூதினியா? அப்படீன்னா?"

"நான்தாங்க வரூதினி பிக்சர் பேலஸ்...."

"சாரி! ஞாபகம் வரலேங்க சரியா?"

"நீங்க கோபாலராவ் தானேங்க?"

"ஆமா!"

"விசாகப்பட்டிணம் ஹோட்டல் புரொப்ரைட்டர் கோபாலராவ்தானுங்களே?"

"ஆஹா! உங்களுக்கு அந்த கோபாலராவ் வேணுமாங்க? அவரு எம். கோபாலராவ். நான் எஸ்.கோபாலராவ்."

"மன்னிச்சுக்கோங்க. தவறாயிடுச்சி" வரூதினி போனை வைத்துவிட்டாள்.

"ச்சே! ச்சே! எவ்வளவு தவறாக நடந்து கொண்டுவிட்டோம்? அவர் எம். கோபாலராவ் அந்த ஹோட்டல்காரரர், எஸ்.கோபாலராவா? இவர்தான் எம்... மா? வேறு பெயர்களே கிடைக்காதா என்ன? கோபாலராவ்கள், வெங்கடேஸ்வர ராவ்கள், சுப்பாராவ்கள்... இவங்களெ போட்டு கொளுத்த. என்ன மனிதர்கள்? என்ன பெயர்கள்? ஆந்திரப் பிரதேசத்திலுள்ள பாதி ஜனங்களுக்கு இந்தப் பெயர்கள்தான்.

ராமனாதபாபு! எவ்வளவு அழகான பெயர்? மறுபடியும் அவனே நினைவில்! நிற்கிறானே? இவன் செத்துப்போனாலும் என்னை விடமாட்டான் போலிருக்கிறதே? ராமனாதபாபு இந்த நேரத்தில்.... ராமதாஸ்....?

டெலிபோன் டைரக்டரியைப் புரட்டிக்கொண்டிருக்கும் வரூதினியின் கைகள் நடுங்கின.

கோபாலராவ் எம். பஞ்ஜாராஹில்ஸ் இதென்ன? இங்கே இருக்கிறதே? வரூதினி ரிஸீவரை எடுத்து ஹோட்டல் எக்ஸ்சேஞ்ஜிற்கு போன் செய்தாள்.

"ஸ்பீக் ஆன் சர்!" எக்ஸ்சேஞ்ஜிலிருந்து குரல் கேட்டது.

"சார் என்ன சார்! இவ தலையில விழ! மேடம்னு சொல்ல வேண்டாமா?

"ஹலோ! யார் வேணும் உங்களுக்கு?" முரட்டுத்னமாக வெளிப்பட்டது மறுபக்கமிருந்து குரல்.

எம்.கோபாலராவ் சார் இல்லீங்களா?"

"இது கோபாலராவோட வீடுதாங்க" ரொம்பவும் கடினமாக வந்தது இவனை தூக்கி அடுப்புல போட. இவன் என்ன இப்பிடி பேசறான்? கல்யாணமான புதுசுல வெங்கடபதியைப் போல ச்சே! சே! வெங்கடபதி தன்னோட புருஷன்! இவன் யாரோ ஒருத்தன்?

"நீங்க யாரு?"

"அவங்ளோட வேலைக்காரன்"

"கோபாலராவ் சாரை கூப்புடு! "சற்று அழுத்தமாகச் சொன்னாள் வரூதினி.

"அய்யா ஊர்ல இல்லீங்கம்மா" குரல் தாழ்மையுடன் வந்தது.

"எங்க போயிருக்காருன்னு தெரியுமா? எப்ப திரும்புவாரு?"

"பெஜவாடா போயிருக்காரம்மா! பேமிலியோட போயிருக்காரு"

"எப்ப வருவாரு?"

"பேமிலியை விட்டுட்டு வருவாரு. நாளைக்கி ராத்திரி ஒருவேளை வரலாம்!"

"வந்ததும் கிரீடாபவன்லருந்து வரூதினி போன் செஞ்சாங்கன்னு சொல்றியா? ஞாபகமிருக்குமா?"

"ஆமா, என்னது? கீசகபவனிலிருந்தா? அரூதினியா?"

"உன் தலெ! காது செவிடா?" வரூதினி நினைத்தாளே தவிர திட்டவில்லை. போனை வைத்துவிட்டாள். ஒரு வேளை தான் அவன் காதில் கேட்கும்படி சொல்லியிருப்போமோ என்று தோன்றியது அவளுக்கு.

வரூதினி மறுபடியும் சென்று படுக்கையில் சாய்ந்தாள். நாளை இரவிற்குள்ளும் கோபாலராவ் வரவில்லையென்றால்? எப்போது சென்றானோ? அதைக் கேட்கவில்லை அவள். பேமிலியை அழைத்துக்கொண்டு போயிருக்கிறானா? பெஜவாடாவில் விட்டு வருவானா? இதென்ன குடும்பமோ கணவன் துணைக்கு வரவில்லையென்றால் எங்கயும் போக மாட்டார்களா

என்ன? எந்தநேரமும் காலை சுத்தியே இருக்க நினைக்கும் மனைவியோடு எப்படித்தான் வாழ்க்கை நடத்துகிறார்களோ இந்த ஆண்கள்? ஆமா. குடும்பமா? ஏதோமேல்பூச்சுநாடகம்! எப்பவுமேஇவங்ககண்கள்தேடிக்கொண்டேயிருக்கும். பசிகொண்டவர்களாய் எப்பவாவது அழகான பெண்கள் தென்பட்டாலே போதும். அப்படியே விழுங்கிவிடுபவர்கள்போல வைத்த கண் வாங்காமல் பார்த்துக்கொண்டிருப்பார்கள். சகஜமாகப் பழகும் பெண் யாராவது கிடைத்துவிட்டால் போதும்! மணிக் கணக்காக எதிரே உட்கார்ந்து கொண்டு பேசுவதற்கு விஷயம் இல்லாதபோதும் காத்துக்கிடப்பார்கள். ஷோக்கான பெண்ணொருத்தி கண்களில் பட்டுவிட்டாலோ வளர்ப்பு நாயைப்போல வாலை ஆட்டிக்கொண்டு சுற்றிச்சுற்றி அலைந்துகொண்டிருப்பார்கள். இந்த ஆண்கள் இந்தப் பெண்களை!

வரூதினியின் மூளை சூடேறியிருந்தது. தலையில் ஏதோ ஒருவிதமான மெல்லிய வலி! காதுகளில் விந்தையான ஒலிகள் கேட்டுக்கொண்டிருந்தன. நெஞ்சு படக்கென்றது. என்ன இத்தனை பாரமாய்? சிவராத்திரியன்று மக்கள் நெரிசலில் கோயிலின் கர்ப்பக்கிரகத்திற்குள் தேங்காய்களை உடைக்கின்ற சப்தம்! தேங்காய்கள் இரண்டாக பிளந்து கொள்கின்றன. வெண்மையான தேங்காய் மூடிகள்!

அப்பாடா! கீழ் உதட்டின்மேல் பற்களைபதித்து படுக்கையின்மேல் லேசாகப் புரண்டு படுத்துக்கொண்டாள். நேரங்கழித்துப் படுத்ததால் நன்றாக பொழுதேறியதும்தான் வரூதினிக்கு விழிப்புத் தட்டியது.

மணியைப் பார்த்ததும் பயந்துபோனாள். பாபுவின் பள்ளிக்கூடத்திற்கு ஒன்பதுக்குள் செல்லவேண்டும். வகுப்புகள் ஆரம்பிக்கும் முன்னரே பாபுவை அழைத்துவரவேண்டும். கிளாஸிலிருந்து வருவதற்கு அவன் பிடிவாதம் செய்வான். கிளாஸ் நடக்கும்போது அழைத்துக்கொண்டு செல்கிறேனென்றால் அங்கேயிருக்கும் ஆசிரியையும், மாணவர்களும் ஏதோமாதிரி வியப்பாகப் பார்ப்பார்கள். அதென்ன சாதாரணமான பள்ளியா! ஜாகீர்தார் பள்ளிக்கூடம்! பெரிய பெரிய பணக்காரக் குழந்தைகள்தான் அங்கே படிக்கமுடியும்! வரூதினி அவசர அவசரமாக குளித்துமுடித்து காபிகூட பருகாமல் ஹோட்டலிலிருந்து வெளியே வந்தாள். டாக்ஸி பிடித்து பேகம் பேட்டைக்குப் புறப்பட்டாள்.

பாபுவைப் பார்த்து எத்தனை நாட்களாகிவிட்டன? அவன் விடுமுறைக்கு வந்தபோது பார்த்தது, இரண்டு மாதங்களுக்கு மேலாயிற்று. இந்தப் பாழாப்போன பிரச்சனைகளிலேயே மூழ்கிக்கிடந்துவிட்டிருந்தாள். குழந்தை எப்படியிருக்கிறானோ என்னமோ? திடீரென்று தன்னைப் பார்த்ததும் எத்தனை சந்தோசப்படுவானோ? இன்று முழுவதும் பாபுவோடயே இருக்கணும். தனக்கு அப்படியொன்றும் வேலை இல்லை. அந்த கோபாலராவ் ஊரில் இல்லாததுகூட நல்லதாகவே அமைந்துவிட்டது. லாயர்கள் கோர்ட் என்று இறங்கிவிட்டால் தனக்கு இனி நேரம் எங்கிருந்து கிடைக்கும்?

டாக்ஸி பள்ளியின் வளாகத்திற்குள் வந்து நின்றது.

வரூதினி இறங்கி குழந்தைகள் தங்கியிருக்கும் ஹாஸ்டலை நோக்கிச் சென்றாள். மற்றுமொரு கால்மணிநேரத்தில் மகனை தன்னுடன் அழைத்துக்கொண்டு திரும்பி வந்து டாக்ஸியில் ஏறிக்கொண்டாள். டாக்ஸி ஹோட்டல்முன் வந்து நின்றது.

"இந்த டிரஸ்ஸை எப்ப வாங்குனோம்டா? ஞாபகமேயில்லையே?" மகனுக்கு உப்புமாவை ஊட்டிவிட்டபடியே கேட்டாள் தாய்.

"இது புதுசும்மா! பாபாயி கொண்டாந்து தந்தாரும்மா!"

"எந்த பாபாய்? எப்போ தந்தார்?"

"நம்ம பாபாய்தான்! ராமனாதபாபாய்!"

வரூதினி இதயம் பளீர் என வலித்தது.

"எப்ப வந்தாரு கண்ணு? உன்னைப் பார்க்க வந்துட்டிருப்பாரா அடிக்கடி?"

"போன மாசத்துல ஒருதடவை, இந்த மாசத்துல ஒரு தடவை வந்தாரும்மா! வர்றப்போல்லாம் ஏதாவது வாங்கிட்டுவந்து தருவாரும்மா!" வரூதினியின் கண்கள் ஈரம் கசியத்தொடங்கின. ராமனாதபாபுவுக்கு அவன் மேல் எத்தனை அன்பு? துர்மார்கமான எத்தகைய செயலைச்செய்ய தான் துணிந்துவிட்டிருக்கிறாள்?

"அப்பா எங்கே அம்மா?"

"வரல்லை கண்ணா! இந்தா! சாப்பிடுடா கண்ணா?" எனச்சொல்லி தட்டை மகனின் முன்னால் வைத்துவிட்டு முகத்தைத்திருப்பி முந்தானையால் கண்களைத் துடைத்துக்கொண்டாள்.

"அம்மா! அப்பாவை ஒரு தடவையாவது கூட்டிட்டே வரலியேம்மா? டாடி எங்க ஸ்கூலையே பார்க்கலையே? எப்பிடி இருக்கு, பெருசா இருக்குமா, சின்னதா இருக்குமான்னு லீவுல வந்தப்பல்லாம் கேட்டிட்டிருப்பாரும்மா" அப்பாவித்தனத்துடன் கைகளையாட்டியபடியே சொன்னான் ரவி.

"இந்த தடவை கோடைவிடுமுறை முடிஞ்சி திரும்பிப்போறப்போ அப்பாவோட வந்துக்கோடா கண்ணா!"

"அம்மா! எனக்கு தாத்தா இருக்காராமில்லே?"

"யாரு சொன்னாங்க?"

"அப்பாதான் சொன்னாரு. தாத்தாவெப்பத்தி நெறைய நெறைய சொன்னாரும்மா! உங்கிட்ட சொல்லவேண்டாம்னு எதுக்கு சொல்றாரு?"

"உங்க அப்பாகிட்டயே கேட்கக்கூடாது?"

“தாத்தா நம்ம வீட்டுக்கு எதுக்காக வர்றதில்லே?”

“இந்தத் தடவெ வர்றப்ப நம்ம ஊருக்குப்போயி தாத்தாவையே கேளு”.

“தாத்தாகிட்டே நீ போகவிடுவியாம்மா?”

வரூதினி மகனை ஒருமுறை கூர்ந்து கவனித்தாள்.

“எனக்கென்ன வந்தது? நீ போனா?”

“தாத்தாவை உனக்குப் பிடிக்காதாமே? தாத்தாவோட நீ சண்டை போட்டியா?”

“இதையெல்லாத்தையுமே உங்க அப்பாதான் சொன்னாரா?” வரூதினியின் முகம் சுருங்கிவிட்டது. ரவி பயத்துடன் பார்த்தான்.

“ஊம், சீக்கிரமா சாப்புடு? பஜாருக்கு போகவேண்டாமா?”

“அம்மா! ஜுக்கு போகலாமே?”

தாயும் மகனுமாய் ஜூவில் சாயங்காலம் நான்கு மணிவரை கழித்தனர். மிருகங்களைப் பார்த்தபடியும், ஐஸ்கிரீம் வாங்கிச்சாப்பிட்டும் உற்சாகத்துடன் கைதட்டி மகிழ்கின்ற மகனைப் பார்த்தபடி வெகு சந்தோஷத்துடன் காணப்பட்டாள் வரூதினி. மகன் தன் தாய்க்கு கட்டாயப்படுத்தி ஐஸ்கிரீம் சாப்பிடவைத்தான். மரத்தின்கீழ் அமர்ந்து சற்றே ஆசுவாசப்படுத்தியபடியே ரவியின் எதிர்காலத்தைப் பற்றிக் கணக்கிடத் தொடங்கினாள்.

திரும்பி வரும்போது ரவிக்காக ஆடைகளை வாங்கினாள். இன்னும் அவன் கேட்டதையெல்லாம் வாங்கித்தந்தாள். ஐந்தரை மணியாகும்போது ஹோட்டலுக்கு வந்து சேர்ந்தார்கள் தாயும் மகனுமாய். வரூதினி களைத்திருந்தாள். படுக்கையில் சாய்ந்து பெரு மூச்சுவிட்டுக் கொண்டிருந்தாள்.

ஹைகோர்டிலும்கூட கேஸ் ஜெயிக்கவில்லையென்றால்? ரவியின் எதிர்காலம் என்னவாவது?

“அம்மா! சினிமாவுக்கு அழைச்சிட்டுப்போறியா?” கேட்டான் ரவி.

“அப்பாடா, உன்னோட தொல்லைடா?”

என்ன சினிமாக்களோ? பாழாப்போன சினிமாக்கள். ஒன்னாவது அப்பா அம்மாவுக்கு பொறந்ததா இருக்காது. இந்த சினிமா கதைகளுக்கும் தலையும் வாலும் கிடையவே கிடையாது.

“என்னம்மா, பேசமாட்டேங்குறே? சினிமாவுக்கு அழைச்சிட்டுப் போகமாட்டியா?” என்ன சினிமா நடக்குதுடா? எந்த சினிமாவெ பார்க்கப்போறே?”

“டார்ஜன் அண்ட் தி கிரேட் ரிவர்!” தன்னையே டார்ஜனைப்போல போஸ் வைத்து சொன்னான் ரவி.

"சரி, சீக்கிரமா டிரஸ் மாத்திக்கோ, போகலாம்."

"இப்ப வாங்கிய புது டிரஸ் போட்டுக்கவா?" சந்தோசத்துடன் கேட்டான்.

• • •

அன்றைய ராத்திரியில் மகனைத் தனக்கருகில் படுக்கவைத்துக்கொண்டு எத்தனையோ ஆசைக்கனவுகளில் மூழ்கினாள் வரூதினி.

காலையில் ஒன்பது மணிக்குள் ரவியை பள்ளியில் இறக்கிவைத்துவிட்டு திரும்பி ஹோட்டலுக்கு வந்து சேர்ந்தாள்.

இரவில் கோபாலராவ் ஊரிலிருந்து திரும்பி வந்திருப்பாரா? யோசித்த வரூதினி போனை எடுத்தாள்.

"ஹய்யோ!"

வேலைக்காரன் பேசினான்

"கோபாலராவ் சார் வந்துட்டாரா?"

"ஆமா. ராத்திரியே வந்துட்டாரு."

"நான் போன் செஞ்சதை சொன்னியா?"

"உங்க பேரு ஞாபகத்துல இல்லேம்மா! யாரோ ஒரு பொம்பளை மூனுதடவெ போன் பண்ணினாங்கன்னு சொன்னேன்."

"சரி, அவரைக் கூப்புடு!"

"இல்லைம்மா! இப்பத்தான் பேக்டரிக்கு போயிருக்காங்க. போன்? இருக்கு. போட்டுக்கோங்க.... அஞ்சி - ஏழு - மூனு - மூனு - மறுபடியும் ஏழு -" வரூதினி நம்பரை நோட் செய்துகொண்டு ரிஸீவரை எடுத்து நம்பரை டயல் செய்தாள்.

"ஹலோ! கோபால்ராவ் ஹியர்!"

"நான்தாங்க! வரூதினி!" வரூதினியின் மனம் பொங்கிவழிந்தது.

"என்ன, யாரு? ஓஹோ! நீங்களா? எப்ப வந்தீங்க?"

"முந்தா நாள் ராத்திரிங்க."

"முந்தா நாளா? அப்போ... ஓஹோ நீங்கதான்னு சொல்லுங்க. ரெண்டு நாளா போன் செஞ்சது. பய நீங்கன்னு சொல்லலியே? ஏதோ கீசகா போசகான்னுல்லே சொன்னான்."

"அவனைத்தவிர வேறு ஆளே கிடைக்கலையா உங்களுக்கு?"

"நம்பிக்கையான ஆளு. வெகுளியும் கூட. எங்க ஊர்லருந்து கூட்டிட்டு வந்திருக்கேன். அது சரி, இப்ப நீங்க எங்க இருக்கீங்க? என்ன விஷயம்?"

"கிரீடா பவன்ல, ரூம் நம்பர்...."

“ச்சே! சே! அந்த ஹோட்டல்லயா இருக்கீங்க? அந்த ஹோட்டலுக்கு அவ்வளவா நல்ல பேரு இல்லீங்களே, உடனே மாத்திடுங்க”

“எங்கே மாத்திடச் சொல்றீங்க?”

“நீங்க வரக்கூடாதா என்ன?”

“நாந்தான் சொன்னேனில்லையா! அந்த ஹோட்டல் சங்கதியெ! நீங்க கார்ல வந்துடுங்க. அதுக்குள்ள ‘நியூமூன் ஹோட்டல்ல’ ரூம் புக் பண்ணிடுறேன். ஓ.கே! வச்சிடுறேன்!” கோபாலராவ் போனை வைத்துவிட்டார். வரூதினி நியூ மூன் ஹோட்டலை’ அடையும்போது கோபாலராவ் போர்டிகோ படிகளில் நின்றிருந்தார்.

டிரைவர் காரை நிறுத்திவிட்டு இறங்கி, பின்னால் ஓடிவந்து கதவைத் திறந்துவிட்டான். வரூதினி காரிலிருந்து இறங்கினாள். கோபாலராவ் எதிரேசென்று கண்களாலேயே வரவேற்றார். அவள் உதடுகளில் வெளிப்பட்ட புன்னகை நன்றியைத் தெரிவித்தது.

48

வெங்கடபதிக்கு மனைவி சென்றதும் முதல் மூன்று நாட்கள் ஜாலியாக இருந்தது. மனைவி கொடுத்து விட்டுச்சென்ற பணத்தையெல்லாமே மூன்றே நாட்களில் செலவழித்துத் தீர்த்தான். காலையிலும், மாலையிலும் வேண்டியமட்டும் குடித்துவிட்டு, கோழி புலாவ் தின்றான். எத்தனையோ நாட்களுக்குப் பிறகு கிடைத்த சுகத்தை அனுபவித்தான். நான்காவது நாள் கையிலிருந்தபணமெல்லாம் தீர்ந்துபோனதும், தானேசாதம் சமைத்துக்கொண்டு, பச்சடி, தயிர்விட்டு சாப்பிட்டான். அன்று முழுமையாக வீட்டிலேயே விழுந்துகிடந்தான்.

வீட்டிற்குள்ளேயே அடைந்து கிடப்பது பைத்தியம் பிடித்துவிட்டதைப் போலிருந்தது. வெளியே போய்தான் என்னத்தை செய்துவிடப்போகிறான்? கையில் பைசா காசில்லை. மூன்று நாட்களாக மனம் விரும்பியபடி குடித்தான். ஒரு நாள் இல்லையென்றதும் பைத்தியம் பிடித்த நிலை. ஐந்தாவது நாளோ இனி சொல்லத் தேவையில்லை. மனுஷன் செத்தவனாகவே காணப்பட்டான். உடல் முழுவதும் ரத்தம் உறிஞ்சப்படுவதைப் போலிருந்தது. காலையில் காபித்தண்ணீருக்கும்கூட கஷ்டம் வந்தது. வீடு முழுக்க தேடினான். எங்கேயும் ஒரு ரூபாய் கூட கைக்கு அகப்படவில்லை.

"எங்கதான் ஒளிச்சிவைக்கிறாளோ? அவளோட கஞ்சத்தனமும் அவளும்? பணத்தையெல்லாத்தையும் எடுத்துப் போயிட்டாளோ என நினைத்தபடியே வீட்டிற்குள்ளேயே அடிபட்ட பூனையாய் அலைந்து கொண்டிருந்தான்.

இன்னக்கி குடிக்கலேன்னா தன்னால உயிரோடு இருக்கமுடியாது. கால்கள் ஒருமாதிரி இழுத்துப்பிடிக்குது. தலையோ நேரா நிக்கமாட்டேங்குது. கழுத்து தொங்கியபடி நிமிர்ந்து பார்க்கவே முடியலே.

படுக்கையறைக்குள் சென்று பீரோ ஹாண்டிலை இழுத்தான். வரமறுத்தது. சாவியை எடுத்துப்போயிட்டாளா? அப்பிடி போகமாட்டாளே? இங்கதான் எங்காவது ஒளிச்சிவைச்சிருப்பாள்

படுக்கையை விலக்கிப் பார்த்தான். இல்லை. கட்டிலின்மேல் ஏறி பீரோவின் மேற்புறத்தில் தேடினான். தென்பட்டது. வெள்ளிச்செம்பு!

வெங்கடபதிக்கு வேறு எந்த எண்ணமும் ஏற்படவில்லை. நிமிடநேரமும் தாமதிக்கவில்லை. சிறிதும் தயங்காமல் வெள்ளிச்செம்பைக் கையில் எடுத்துக்கொண்டு கட்டிலின்மேலிருந்து கீழே குதித்தான்.

மார்வாடிக் கடையில் வெள்ளிச்செம்புபைக் கேட்டவிலைக்கு விற்றான். கடைக்காரன் கொடுத்த முன்னூற்று இருபத்தைந்து ரூபாயை பெற்றுக்கொண்டு வெளியேவந்தான். கூல்டிரிங்ஸ் கடையின் சந்துக்குள் நுழைந்தான். சாப்பாட்டிற்கு பதில், தண்ணீர் குடிப்பதற்குப் பதில் நாட்டுச் சாராயத்தைக் குடித்தான். சுமார் ஆறுமணிக்கு சந்திலிருந்த அறையிலிருந்து வெளியேவந்தான். பிரம்மாண்டமாக இருந்தது! மனதோடு சேர்ந்து உடம்பும்கூட காற்றில் மிதப்பது போலிருந்தது. வழியில் தென்பட்ட ஹோட்டலிலிருந்து படிகளில் இறங்கிவரும்போது படிகளும் ரோடும் ஒரேமாதிரியாகக் காணப்பட்டன.

ரிக்ஷாவை அழைத்து மெதுவாக உட்காரநினைத்தவன் தள்ளாடி விழுந்த நிலையில் ஏறினான்.

"போகட்டும்!" என்றான் ரிக்ஷாக்காரனைப் பார்க்காமலேயே.

"எங்கே போகனும்ங்க?" கேட்டான் ரிக்ஷாக்காரன்.

"எங்கேயிருந்தா உனக்கென்ன? போகச்சொல்றேனாக்கும்? இப்பிடி ஓட்டு!" என்றவன் இடதுகையை வலதுபக்கமாகக் காட்டினான்.

ரிக்ஷாக்காரன் வந்த சிரிப்பை அடக்கமுடியாமல் முகத்தைத் தாழ்த்திக்கொண்டு வெங்கடபதி சுட்டிக்காட்டிய வழியில் செல்ல முற்பட்டான்.

ரிக்ஷா வேகமாகச் செல்லத் தொடங்கியதும் குளிர்ந்த காற்று வெங்கடபதியின் முகத்தைத் தாக்கி அவனுடைய போதையை சற்றே பற்றிச்சென்றது.

"நிறுத்து நிறுத்து! இன்னும் போயிட்டிருக்கியே? எங்க தியேட்டர் வந்துடிச்சியில்லே?" வெங்கடபதி மூடியிருந்த கண்களைத் திறந்தபடியே சொன்னான்.

"இது சியாமளாம்பா தியேட்டர்ங்க பாபு?" என்றான் ரிக்ஷாக்காரன்.

வெங்கடபதி புரிந்துகொள்ளாமல் பேசுகிறான் என்று நினைத்தவனாய்

"இது வரூதினி பிக்சர் பேலஸ்! தெரியுமா? யாருதுன்னு நெனச்சே? என்னுது!"

நெஞ்சின்மேல் அடித்துக்கொண்டபடியே - "நூறு ஏக்கர் வயக்காடு! எப்படிப்பட்ட நெலம்! பொன்விளையும் பூமி! தண்ணிபாய்ற செழிப்பான வயல்! வித்து கட்டினோமாக்கும் இந்த தியேட்டரை!"

"சியாமளான்னு பேரு மாத்திட்டாங்கல்லியாய்யா?"

"மறுபடியும் மாத்தப்போறோம்! வரூதினி தியேட்டர்னு. ஹைகோர்டுலருந்து வந்து மாத்திடுவாங்க. கீழ் கோர்ட்டுல தில்லுமுல்லு நடந்துடிச்சி!"

"கதாநாயகி ஆடிட்டிருக்கா! போறீங்களா?"

"ஆடட்டும்! ஆடட்டும்! நல்லா ஆடட்டும்! சியாமளாவையே ஆடவிடட்டும்!" நீ ரிக்ஷாவை நிறுத்திட்டியா?"

"நீங்கதான் இறங்கனும். ரிக்ஷா நின்னுட்டுத்தானிருக்கு."

வெங்கடபதி ரிக்ஷாவிலிருந்து தள்ளாடியபடியே இறங்கியவன் ரிக்ஷாவை பிடித்தபடியே ரூபாய் நோட்டை நீட்டி "உனக்கு எவ்வளவு தேவையோ எடுத்துக்கோ!" எப்போதோ தவிர ரிக்ஷாவில் ஏறாத வெங்கடபதி.

டிக்கெட் வாங்காமலேயே தியேட்டருக்குள் சென்று உட்கார்ந்தான் வெங்கடபதி. கேட்டில் இருந்தவன் பார்த்தும் பார்க்காததுபோல நடந்துகொண்டான். சினிமாவைப் பார்த்துக்கொண்டிருந்த வெங்கடபதிக்கு முதல் மூன்று ரீல்கள் குழப்பமாகவே இருந்தன. பிறகு கதையில் பிடிப்பு ஏற்பட்டது.

கதாநாயகியில் பாதி வரூதினி.... வரூதினியில் பாதி கதாநாயகியாகத் தென்பட்டுக்கொண்டிருந்தார்கள் வெங்கடபதிக்கு. வரூதினியின் கதை கதாநாயகி கதையாகவோ, கதாநாயகி கதை, வரூதினியின் கதையாகவோ நடித்துமுடித்திருப்பதாகவே தோன்றியதே தவிர தெளிவாகத் தெரியவில்லை வெங்கடபதிக்கு.

சினிமா முடிந்துவிட்டது. ஜனங்களுக்குள் சிக்கித்தவித்து அவர்களைத் தள்ளிக்கொண்டே வெங்கடபதி ரோட்டின்மேல் ஏறினான்.

பசி, ஒரே பசி. பசியைத் தாங்கமுடியாதவனாய் மிலிட்டரி ஹோட்டலுக்குள் நுழைந்தான். மீல்ஸ் டோக்கன் வாங்குவதற்காக கவுண்டர் பக்கம் நின்றவன் சட்டைப் பைக்குள் கையை நுழைத்தான் வெங்கடபதி. பைக்குள்சென்ற கை நீண்டநேரம் வரையில் வெளியே திரும்பி வரவில்லை.

"அடிச்சிட்டாங்க! பணத்தை அடிச்சிட்டாங்க!" வெங்கடபதியின் போதை மயக்கம் முற்றிலுமாக இறங்கிவிட்டது.

தொண்டைகிழிய கத்தினான். பெரிய பெரிய அடியெடுத்துவைத்து கதாநாயகி ஆடிக்கொண்டிருந்த சினிமாத் தியேட்டரை நோக்கி ஓடிக்கொண்டிருந்தான் வரூதினியின் கணவன்.

49

“நம்ம லாயர் என்ன அப்பிடி பேசறான்?” வேட் 69 கிளாஸில் ஊற்றியபடி சொன்னாள் வரூதினி.

“சுப்பாரமைய்யாவைவிட கைதேர்த்த ஆள் கிடையாது. சிவில் வழக்குல அவரை மிஞ்சிய வக்கீல்கள் நம்ம மாநிலத்துலயே இல்லைன்னு உறுதியா சொல்றேன்” - கிளாஸை வாங்கிய கோபாலராவ் சோடாவைவிட்டு கலக்கியபடியே சொன்னார். “அவர் சொல்றதை வச்சிப் பார்த்தால் எனக்கு அவ்வளவா நம்பிக்கை ஏற்படல்ல?” தன்னுடைய கிளாஸில் சோடாவை சற்று அதிகமாகவே கலந்தபடியே சொன்னாள் அவள்.

“அடடா?” என்ன இது? இவ்வளவு சோடாவை ஊத்துறீங்க? டைல்யூட் ஆயிட்டா மஜா என்ன இருக்கும்?”

எனக்கு ஸ்டாங்கா ஆகாதுங்க? மொதல்லயே இதயம் பலஹீனம்” என்றாள் வரூதினி.

உண்மையிலேயே தனக்கு நோய் வந்துவிட்டதா? என்ற யோசனையில் மூழ்கினாள் வரூதினி. முதலில் கணவன் அடித்தபோது - கிராமத்துக்கு மூட்டை முடிச்சை கட்டச்சொன்னபோது தனக்கு நெஞ்சுவலி வந்ததாக நடித்தாள். வேண்டுமென்றே கணவனிடம் பொய் சொன்னாள். புஜங்கராவ் பரிசீலித்துப் பார்த்துவிட்டு ஒருமாதிரி சிரித்தார் அன்று! ராமனாதபாபு இருக்கப்போய் சரியாகயிருந்தது. இல்லையென்றால் அந்த டாக்டர் என்ன சொல்லியிருப்பாரென்றே தெரியாது. அன்றைய தினம் கணவன் எழுந்திருப்பதற்கு முன்பே ராமனாதபாபு இருக்கும் இடத்திற்குச் சென்றாள். அப்போது அவர் தன்னை எவ்வளவு கேலி செய்தார்? எப்படியெல்லாம் சிரிப்பூட்டினார்? சிரிக்கவைத்துக் கவிழ்த்துவிட்டார். உன்னை மறுபடியும் அந்த கிராமத்திற்குச் செல்லமுடியாமல் தடுத்து நிறுத்த வழியில்லை என்று நினைத்தாயா? அதென்ன அவ்வளவு பெரிய விஷயமா? உன்னைத்தான் என்ன கர்மம்! உன்னோட கணவரை இந்த டவுன்லயே கட்டிப்போட்டுடமாட்டேனா? அதெல்லாம் உனக்குச் சம்மதம் என்றால்தான்? உனக்குப் பிடித்தமான இந்த வாழ்க்கையை களைத்தெறிந்துவிட்டு, எங்க ஊருக்கத்தான் போகப்போறேன்னு

சொன்னா நானொன்றும் கட்டாயப்படுத்தமாட்டேன்" என்று அவர் சொன்னபோது தனக்கு எவ்வளவு கோபம் வந்தது? உடனே மறுபடியும் சிரிக்கவைத்துவிட்டாரே!"

அன்றைய இரவு கணவன் அடித்த அடிகள், அவமானம், எல்லாவற்றையுமே ஒருநிமிட நேரத்தில் மறக்கச்செய்து மகிழ்ச்சியுடன் மாற்றிவிட்டாரே? இரும்பைப் பற்றிக்கொள்ளும் காந்தத்தைப் போன்ற அவரை விடுத்து விலகி தான் எப்படி இருக்கமுடியும்?

"நீங்க யோசிக்கவேண்டிய வேலையே இல்லை. சொன்னது சொன்னபடியே நடக்கும். அவரோட இயல்பே அதுதான். வெற்றிபெற்றுவிடுவோம், வெற்றிபெற்றுவிடுவோம் என்று பொய்சொல்லி மனதை மயக்கி அவர்களிடமிருந்து பணத்தைக்கறந்து, கடைசியில் வழக்கு ஹியரிங்க்கு வரும்போது ஜூனியர் வழக்கறிஞர்களை கோர்டுக்கு அனுப்பி, "அவன் போனதால அப்படி தோல்வியை சந்திக்க வேண்டியாகிவிட்டது. நான் போயிருந்தா நிச்சயமா வெற்றி வாங்கித் தந்திருப்பேன் - இனி சுப்ரீம் கோர்ட்டுக்கு அப்பீல் செய்வோம். இங்கேயிருக்கிறவங்களெல்லாம்..." என்று ஏமாற்றி இல்லாத பொல்லாத பேச்செல்லாம் பேசி மறுபடி மறுபடி பணத்தைப் பறிக்கிற சௌதரியைப்போல நெனச்சிட்டீங்களா நம்ம லாயரை சுப்பாராமையாவை கோபாலராவ் நாலுமடக்கு குடித்துவிட்டு, மிகப்பெருமையுடன் பேசிக்கொண்டே வந்தவர் ஏகவசனத்தில் பேசத் தொடங்கி வரூதினியின் கண்களை மோகத்துடன் பார்த்தார்.

அப்போதைக்கும்கூட ராமனாதபாபுவைப் பற்றிய எண்ணங்கள் வரூதினியின் மனதிலிருந்து விலகியபாடில்லை.

"அப்படீன்னா பீஸ் எவ்வளவு வாங்குவாரு?" கிளாஸை கீழே வைத்துவிட்டு கேட்டாள்.

"பீசா? இப்படிப்பட்ட கேசுகள்ல அவருக்குன்னு ஒரு நியமம் வச்சிருக்காரு. கேசுல ஜெயிச்சிட்டா அதுல பாதி பாகம் அவருகிட்ட கொடுத்துடனும்! அதுக்கு முன்னாடி ஒரு பைசாகூட வாங்கிக்கமாட்டாரு. ஸ்டாம்பு செலவுகளைமட்டும் நாம செஞ்சிகிட்டா போதும்."

வரூதினிக்கு இதயம் மேலெழும்பி கழுத்தினுள்ளே தொண்டைக்குழியில் மாட்டிக்கொண்டதைப் போலிருந்தது! அதற்கு முன் குடித்த விஸ்கியின் போதை இறங்கிவிட்டிருந்தது.

தனக்கு உண்மையிலேயே நெஞ்சுவலி இருக்கிறது! இல்லையெனில் இந்த வலி ஏற்படுமா? சில நிமிடங்கள் கண்ணைமூடியபடி சமாளித்தாள்.

"என்ன அதற்குள் கண்களை மூட ஆரம்பிச்சிட்டே? தினமும் அரைபாட்டிலாவது சாப்புடலேன்னா உன்னால தெம்பா இருக்க முடியாதே?"

"அதில்லை. சொத்துல பாதியை அவருக்கு கொடுக்குறதாவது? அஞ்சி லட்சம் சொத்து!"

"அஞ்சுலட்சம்னு வாயாலதான சொல்லமுடியும்! இப்போ அது உன்னது இல்லே. சியாமளாம்பாவுடையது. அதுலயும் உங்கிட்ட இப்ப தம்பிடிகூட கையில பணமும் கிடையாது. ஜெயிச்சிட்டா இரண்டரை லட்சம் சொத்து உனக்கு சும்மா கிடைத்த மாதிரிதான்!"

கோபாலராவின் தர்க்கத்தைப் புரிந்துகொள்ள முயற்சித்துக்கொண்டிருக்கையில் நான்கு பெக் விஸ்கி குடித்தமாதிரியான போதை ஏறி தலை சுழலத் தொடங்கியது வரூதினிக்கு.

"நீ ஒன்றுமே யோசிக்கவேண்டாம். என் பேச்சைக் கேள். கோர்ட் செலவுகள், ஸ்டாம்பு செலவுகள் நான் பார்த்துக்கிறேன். நீ வெறும் கையெழுத்து மட்டும் நாலுஇடத்துல போட்டுட்டு உட்கார்ந்திரு. நான் சக்கரத்தை சுழற்றுகிறேன். அந்த ராமனாதபாபு வேலையை நான் முடிச்சிகாட்டறேன்?" சொல்லிக்கொண்டிருக்கும்போதே போன் ஒலித்தது.

வரூதினி போனையெடுத்து "உங்களுக்குத்தான்!" என்றவாறு ரிஸீவரை நீட்டினாள்.

"பேமிலி வந்துட்டாங்களா? எதுக்காக இவ்வளவு தாமதமாம்? பெஜவாடாவுலருந்து எப்ப பொறப்புட்டாங்க? ஆமா! எப்ப? எங்கே?" கோபாலராவின் முகம் கருத்துவிட்டது. மெதுவாக அதிர்ச்சியடைந்தவர் பின் சமாளித்துக்கொண்டார்.

"என்ன நடந்ததாம்?" வரூதினி அதிர்ச்சியுடன் கேட்டாள்.

"ஜக்கையா பேட்டையைத் தாண்டியபிறகு காரை நிறுத்தி ஒரு மனிதனைக் குத்திப்போட்டாங்களாம்."

"யாரை?" அக்கேள்வி அவள் இதயத்தைப் பிளந்துகொண்டு வெளிவந்தது.

"யாரைன்னு தெரியல. அம்பாசிடர்கார். நம்பர்- ஆமா2434ன்னு சொன்னான்! நம்ம பகுதியிலருந்துதான் ஹைதராபாத் வந்துகிட்டிருந்ததாம். அந்த வண்டி நம்ம வண்டி முன்னாலதான் இருக்குதாம். நம்ம டிரைவர் அதைப் பார்த்ததும் காரை பின்னுக்குத் திருப்பி ஜக்கய்ய பேட்டைக்குச் சென்று போலீஸ் ஸ்டேஷனில் சொல்லிவிட்டானாம்" கோபாலராவ் சொல்லிக்கொண்டே சென்றார்.

வரூதினி தன்னுடைய கிளாஸை காலி செய்துவிட்டு மீண்டும் கிளாஸை நிரப்பி சோடாவைக் கலக்காமலேயே இரண்டு மடக்கு குடித்தாள்! அவள் கண்கள் நெருப்புக் கணலாய் எரிந்துகொண்டிருந்தன. கன்னங்கள் மின்சார ஒளியில் பளபளத்துக்கொண்டிருந்தன.

கோபாலராவுக்கு வரூதினியிடம் எப்பவுமே காணப்படாத ஒருவிதமான அழகு தென்பட்டது. அந்த அழகு கவ்விப்பிடித்தது.

"ரொம்ப நேர்த்தியாவே குடிக்கிறியே? போதும்! எழுந்துரு! விழுந்துடுவே! படுத்துக்கோ!" என்றவன் அவளுடைய கையைப் பிடித்துக்கொண்டான்.

வரூதினி கோபாலராவின் கையை விடுவித்துத் தள்ளிவிட்டாள்.

முன்னாலிருந்த வேட் 69 பாடில் எகிறி கீழே விழுந்தது!

துண்டுதுண்டாக உடைந்துவிட்டது!" எல்லாமே போயிடிச்சி! எல்லாமே போயிடிச்சி!" வரூதினி தெரிந்தே சொல்வதுபோலத் தோன்றவில்லை கோபாலராவுக்கு.

"போனா போகட்டும் விடு! விட்டுத்தள்ளு! நீ ரெஸ்ட் எடுத்துக்கோ."

"எனக்கு இன்னும் ரெண்டு.... ரெண்டு பாட்டில்ஸ் வேணும். வரவழைச்சிடு!"

"இனிமேலும் எதுக்கு? இப்பவே?" அவள் கண்களுக்குள் கண்களை செலுத்தினான்.

"ப்ளீஸ்! வாங்கித்தாங்க. உங்களுக்கு புண்ணியமிருக்கும். நீங்க சொன்னபடியே நடந்துக்கறேன். சுப்பாராமய்யாவுக்கே கேசை தந்துடறேன். இப்பவே கையெழுத்துக்களை போட்டுடறேன். காகிதங்களைக் கொண்டாரச் சொல்லுங்க"

"மொதல்லயே அவருக்கு எழுதித் தரக்கூடாது. ஜெயிச்சதுக்குப்பிறகு இன்னொரு காகிதத்துல வேற மாதிரி எழுதித்தரணும். அதுவரைக்கும் ஜாமினா எனக்கு எழுதித்தரனும். இந்த விஷயத்தையும் அவர்தான் சொன்னார் - என்னை உன்னிடம் எடுத்துக்கூறும்படி."

"வரூதினி பிக்சர் பேலஸ் எல்லாத்தையும் எழுத்தித்தாரேன். வேணும்னா இப்பவே எழுத ஏற்பாடு செய்யுங்க. ஆனா அதுக்கு முந்தி வாங்கித்..... தா..... என் நெஞ்சு வெடிக்கிறாப்புல இருக்கு."

"வெடிச்சது பாட்டில்தான் வரூதினி!"

"ரத்தம் வழிஞ்சிட்டிருக்கே!"

"இல்லை, வாட் 69 விஸ்கி! நீ குடிச்சிட்டு பேசிட்டிருக்கே."

"நீ குடிக்காமெ பேசாதே! நீயும் குடி"

கோபாலராவ் ஒருநிமிடம் யோசித்துவிட்டு பாயை அழைத்துச் சொன்னான் ஒரு வேட் 69 பாட்டில். ஒரு பிராந்தி பாட்டில் கொண்டு வந்து முன்னால் வைத்தான் பாய்.

"எதுக்காக மாத்தி வாங்கச் சொன்னே? ஒன்னு அது, ஒன்னு இது?" என்றாள் வரூதினி. ஒன்னுதான் இருக்காம் 69. அதுக்காகத்தான் ரெண்டாவதா...."

கோபாலராவ் வேட் 69 பாட்டிலைத் திறந்து கிளாஸில் ஊற்றினான். வரூதினி கிளாஸை எடுத்தாள்.

"இரு இரு! சோடா!" என்றான் சோடா மூடியைத் திறந்தபடியே.

வரூதினி குடித்துவிட்டாள்! கிளாஸைக் கீழே விட்டுவிட்டாள்! கிளாஸ் உடைந்துவிட்டது! உடைந்த கண்ணாடித் துண்டுகளைப் பார்த்து விக்கி விக்கி அழுதாள் வரூதினி.

"தியேட்டர்ல பாதி போகப்போகுதேன்னு வருத்தப்படுறயில்லே வரூதினி?"

"இல்லை, என்னுல பாதி.... பாதி போயிடிச்சி" எங்கோ பார்த்தபடியே குமுறிக் குமுறி அழுதபடியே சொன்னாள் வரூதினி.

"உனக்கெதுக்கு அந்தத் தியேட்டர் பிரச்சனை? ஜெயிச்சா ஜெயிப்போம். இல்லேன்னா இல்லை. ஆறுமாசத்துல நியூ வரூதினி பிக்சர்பேலஸ் ஒன்னு கட்டிக்கலாம். அந்த ராமனாதபாபுவோட முகத்துல அறைஞ்சாப்புல! எழுந்திரு? ஊம்?" என்றவாறு கோபாலராவ் அவளைத் தாங்கிப்பிடித்துப் படுக்கையில் படுக்கவைக்க முயன்றான்.

வரூதினியின் கண்ணிமைகள் மூடி மூடித்திறந்துகொண்டிருந்தன. கீரைத்தண்டைப்போல மனுஷி நெளிந்து கொண்டிருந்தாள்.

"நீ போய்க்கோ! எனக்கு... இங்கே... இங்கே வலியா இருக்கு" மார்பின்மீது கையை வைத்தபடியே சொன்னாள் வரூதினி.

"மொதல்ல படுத்துக்கோ. அதுவா தன்னால கொறைஞ்சிடும். அதிகமா குடிச்சிருக்கே. அதுக்காகத்தான்...."

"மொதல்ல... நீ.... நீங்க..... போங்க.... போ..... போமாட்டீங்களா?" வரூதினி தடுமாறி படுக்கையில் மல்லாந்து விழுந்துவிட்டாள்!

50

ஒரு வாரத்துல வர்றேன்னு சொன்னவள் பத்து நாளான பின்னும் வந்து சேரலையே? இத்தனை நாளா அங்கே என்னதான் செஞ்சிட்டிருக்காள்? ஹைகோர்டு வேலையில்லையா? அப்பவே எங்க முடியும்? இருந்தா இருந்துட்டுப் போகட்டும். தனக்கு எங்கே எப்படி எல்லாம் நடக்கும்னு நெனச்சிட்டிருக்கா? கையுக்கும் காலுக்கும் பத்தாமே எதையோ கொஞ்சம் வீசி எறிஞ்சிட்டுப் போயிட்டா? அவ குடுத்துட்டுப் போனது மூனு நாளைக்காவது சரிப்பட்டுவரலயே? இன்னைக்கோ நாளைக்கோ வந்துடுவாள்னு நெனக்கிறேன்?

மனைவி வரூதினியைப் பற்றி நினைத்துக்கொண்டிருக்கையில் வெள்ளிச்செம்பு நினைவுக்கு வந்தது.

வெள்ளிச் செம்பிலிருந்து, வெள்ளித்தட்டு, வெள்ளித் தம்ளர்கள், கப்புகள், சாஸர்கள், வெள்ளிக் கிண்ணங்கள், ஸ்பூன்கள் தொடர்ந்து வெங்கடபதியின் கண்களில் பிரகாசித்தன! வெங்கடபதியின் காதுகள் அடைத்தன.

சீசாவின் அடியில் மீதமிருந்ததை கிளாஸில் ஊற்றிக்கொண்டான். கிளாஸ் காலி. சீசாவில் கொஞ்சம் தண்ணீரை ஊற்றினான். நன்றாகக் குலுக்கி வாய்க்கருகில் பிடித்துக்கொண்டு, சீசாவின் அடியை கையால் தட்டியபடியே கழுத்தை மேலே தூக்கி கடைசிச் சொட்டு வடியும்வரை சுவைத்தான்.

அவள் போய் பன்னெண்டா? பதிமூனா? திங்களுக்குத் திங்கள் ஏழா?..... எட்டா? செவ்வாயிலிருந்து.... இன்னக்கி என்ன கிழமெ?

வெங்கடபதி தலையை மேலே தூக்கி யோசிக்கத் தொடங்கினான். யோசனை நின்ற பின்னும் தலையைமட்டும் கீழே இறக்கவில்லை.

தான் என்னதான் நினைத்துக்கொண்டிருக்கிறாள்? வெயில் ரொம்பவே முத்திப் போயிடுச்சி. வானம் பார்த்த பூமியெல்லாம் அறுவடை முடிஞ்சிருக்கும். இனி விவசாய வேலையெல்லாம் முடிஞ்சாப்புலதான? சோளம், கம்பு, துவரையெல்லாம் வீட்டுல வந்து சேர்ந்திருக்கும். இந்த வாரம்வரை எதுக்கு? எப்பவோ வந்து சேர்ந்திருக்காது. சோளத்தட்டை, கம்பந்தட்டையெல்லாத்தை

யும் பிடுங்கிக் கட்டுகளைக் கட்டி போர்களெயும் போட்டிருப்பாங்க. வருஷக்கணக்கா உபயோகப்படுமில்ல? கோடைகால பண்டிகையும் வந்திருக்கும்! கெழவரு என்ன செஞ்சிட்டிருக்காரோ? எல்லா வேலையையும் முடிச்சிருப்பாரு! வேலையா? விவசாயமா? நெலம் எங்கயிருக்கு? எல்லாம் வித்தாச்சே? எல்லாமே போயிடுச்சே! என்னத்தெ செஞ்சி பொழக்கிறாரு? மண்ணுமேடு இருக்கில்லையா மேடு? ஆமா! அந்த மேட்டுல என்ன இருக்கு? வெறும் மண்ணு? என்னத்தெ வெளவிக்க முடியும்? என்ன செய்றாரோ? எப்பிடி இருக்காரோ வயசானவரு?

ஜெயிச்சிடுவேன்னு சொல்றாள்லியா? ஹைகோர்ட்டுல? ஜெயிக்கட்டும்! ஜெயிக்கட்டும்! அந்த சினிமா தியேட்டரை வித்துட்டு வயக்காட்டை வாங்கிடணும்! விக்க விடுவாளா? விடமாட்டாவிடமாட்டா! பாத்துக்கிடுறேன்? எப்பிடி விக்க விடமாட்டாள்? அவ நெனப்புத்தான் என்ன? பாழாப்போன நெனப்பு? சொல்லப்போனா அவளென்ன சொல்றது? அவ அம்மாவீட்டு சீதனமா? அப்பன் கொடுத்த சொத்தா? சொத்தெல்லாமே என்னுதுதானே? இந்த தடவெ வரட்டும்.... பார்த்துகிடறேன்!....

வெங்கடபதி சீசாவைப் பார்த்தான். அதை மீண்டும் கவிழ்த்துப் பார்த்தான்.

“சொட்டுகூட இல்லை!” தண்ணீரை ஊற்றிக் குலுக்கிவிட்டு குடித்ததை மறந்துவிட்டான் போலும்.

வரட்டும்? வந்ததுதானே ஆகணும்? இனியும் எத்தனை நாளு அங்கயே உட்கார்ந்திருப்பாள்? எத்தனை நாளாச்சி போயி? பதிமூணு.... பதினாலுவா? திங்களோட திங்கள் எட்டு. எட்டும் எட்டும் பதினாறு. ஆமா. அவ போயி பதினாறு நாளாயிடிச்சியா! பதினாலு நாள் பண்டிகை செய்வாங்களே? செஞ்ச மாதிரி இருக்கே? இல்லை. செய்யல்லே! மாமியார் வீட்ல இருந்த தன்னை அப்பாதான் இழுத்துட்டு வந்துட்டாரே? நான் அங்க இருந்தாத்தானே? எங்க இருக்க விட்டாரு? மூணாவது நாளே வந்து கத்தோ கத்துன்னு கத்தி இழுத்துட்டு வந்துட்டாரே அப்பா? வா! வா! கௌம்பு! கௌம்பு! ன்னு விடாப்பிடியா வீறாப்ஹபு பேசி இழுத்துட்டு வந்துட்டாரே? அப்போ எனக்கு மனசு எப்படி அடிச்சிகிட்டது தெரியுமா? வீட்டுக்கு வந்தாலும் மனசெல்லாம் வரூதினிமேலயே இருந்தது. என் ஆசையெல்லாம் நினைவெல்லாம் அவளைச் சுத்தியே வந்தது! அவளை பார்க்காம எப்பிடி துடிச்சிப் போயிட்டேனாக்கும்?

எவ்வளவு நாளாயிடுச்சி வரூதினியைப் பார்த்து? ரெண்டு வாரங்களும் முடிஞ்சிடுச்சே? இன்னும் வரலியே?

வெங்கடபதிக்கு அடுக்கு ஸ்டீல் கேரியர், வரூதினியின் ஜரிகை பட்டுச்சேலை ஞாபகத்திற்கு வந்தது.

வந்ததும் வராததுமா அதையெல்லாம் தேடுவாளே? தன்னை உயிரோடு இருக்க விடுவாளா? செம்பு போனபோதே அவையெல்லாம் போயிட்டதாகச் சொல்லணும். ரெண்டு தடவை திருடங்க வீட்டுக்குள்ள புகுந்துட்டாங்கன்னா நம்பவே மாட்டாள்.

அவள், மெதுவா கொட்டாவி விட்டாலே வயித்துக்குள்ளிருக்குற குடலையெல்லாம் கணக்கெடுக்குறவளாச்சே. திருடங்க எப்பிடி எந்த வழியா வந்தாங்க்? பூட்டை ஒடைச்சிட்டு வீட்டுக்குள்ள புகுத்துருக்காங்க. அப்போ நான் வீட்டில் இல்லையென்றால்- எங்கே போனே? பஜாருக்குப் போயிருந்தேன்! எதுக்காக?ன்னு கேட்டாள்னா? - என்ன சொல்வதென்று ஆலோசித்தான் வெங்கடபதி. சொல்லிக்கலாம் போ!" என்று தன்னைத்தானே சமாதானப்படுத்திக் கொண்டான்.

அவன் மதுபானக் கடைகளிலும், சாராயக்கடை ரத்தம்மாவிடமும் விற்ற சாமான்களை விரல்களை மடித்து கணக்கு வைத்துக்கொண்டிருந்தான். பத்து விரல்களும் மடித்து முடித்தபின் விரல்களை நிமிர்த்திவைத்தான். வெள்ளிச் செம்புடன் சேர்த்து பதிமூன்று பொருட்கள் வந்தன.

இவற்றையெல்லாம் திருடிட்டுப்போயிட்டாங்க திருடங்க! இன்னும் என்ன இருக்கு திருடங்க எடுத்துப்போறாப்புல? சரி, சரி. இப்பவே என்ன அவ்வளவு அவசரம்?

ஜேபில் கையைவிட்டு நோட்டுக்கட்டுகளை எடுத்துக் கணக்குப்பார்த்துக்கொண்டான் வெங்கடபதி. இன்னும் இருநூத்தி இருபத்தைந்து ரூபாய்களும், சில்லரையும் இருந்தன. அது இன்னும் பதினாலு நாட்களுக்கு சரிபட்டுவராமல் போனாலும் பரவாயில்லை. அன்னக்கி... அவன் எவனோ.... பொல்லாதவனாயிருக்கணும்... சினிமாதியேட்டருல பணத்தை அடிச்சிட்டுப்போயிருக்கலேன்னா இதையெல்லாம் எதுக்காக விக்கப்போறேன்? அந்தப் பணமே இதுவரைக்கும் இருந்திருக்குமே. மொதல்லெ அந்த வெள்ளிச் செம்பை விற்கிறப்போ வரூதினிகிட்ட என்ன பதில் சொல்றதுங்குற யோசனையே தோணலியே?

"பணம் கையில இல்லேன்னா என்னத்தை செய்யச் சொல்றேடி? சாவச்சொல்றியா?" என்று கேட்கவேண்டுமென நினைத்துக்கொண்டான். மறுபடியும் எதையெல்லாம் விற்பது என்ற எண்ணம் வந்து, எல்லாவற்றையும் தேடியெடுக்கும்போதுதான் இந்த திருடங்க யோசனை வந்தது. வெள்ளிப் பாத்திரத்தை விற்கும்போது இல்லவே இல்லை. திருடங்க புகுந்துட்டாங்க. ஆமா, அவ்வளவுதான்? நான் என்ன செய்ய முடியும் திருடங்க புகுந்துட்டா? பொம்பள இப்பிடி வீட்டை விட்டு வெளியில ஊர் ஊரா அலைஞ்சிட்டிருந்தான்னா திருடங்க வராம என்ன செய்வாங்க? என்னது ஒன்னுமே ஏறுனாப்புல தெரியலியே? ரெண்டாவது சீசாவையும் கூட? அதை

இன்னக்கி தொடமாட்டேன்னு சபதம் செஞ்சி பீரோவுக்கு பின்னாடி வைச்சிட்டேனே! இப்பிடிக் குடிச்சா எவ்வளவுதானிருந்தாலும் பத்தாமத்தான் போகும். குறைச்சிக்கணும். எல்லாமே அவளாலதான் இப்பிடி ஆயிட்டேன். பழக்கமாயிடுச்சி பாழாப்போன குடி. தனக்கு எப்பிடி பழக்கமானது?

மொத மொதல்ல நான் குடிச்சது எப்போ? ஆமா, ராமனாதபாபுவோட வீட்ல அவரேதான் தனக்கு இந்தப் பழக்கத்தை செஞ்சாரு. அப்போ - வரூதினியும் வேண்டாம், வேண்டாம்னுதான் சொன்னாள். அப்பவே நான் அவளோட பேச்சைக் கேட்டிருந்தேன்னா இப்பிடி ஆயிருக்குமா? வெங்கடபதி எழுந்து பீரோ பின்னாலிருந்த சாராயப் பாட்டிலை எடுத்துவந்து பற்களால் மூடியைத் திறக்க முயன்றபோது வெளியில் கார் ஹார்ன் ஒலித்தது.

கையிலிருந்த சீசாவும், பற்களுக்கிடையே மூடியும் அப்படியே இருந்துவிட்டன. காதைத் தீட்டிக்கொண்டு கேட்டான். கதவைத் தட்டுகின்ற சப்தம் வந்தது. சில நிமிடங்கள் வரை வெங்கடபதிக்கு என்ன செய்வதென்றே தெரியவில்லை. மறுபடியும் வேகமாக கதவு தட்டப்படும் ஒலி!

வெங்கடபதி எழுந்து நின்றான். கால்களும், கைகளும் அசைந்துகொடுக்க மறுத்தன.

“வந்துட்டாள்! வந்துட்டாள்! சமயம் பார்த்து வந்தேவிட்டாள். இப்போ என்ன செய்றது?” வெங்கடபதியின் இதயம் படபடவென அடிக்கத் தொடங்கியது. வாயிலிருந்த மூடியை யெடுத்து சீசாவில் வைத்து மூடி பீரோவுக்குப் பின்னால் ஒளித்து வைத்தவன், காலியான பாட்டிலை குப்பையில் எறிந்துவிட்டு கிளாஸை நன்றாக கழுவி வைத்துவிட்டான்.

வாயைத் துண்டால் நன்றாகத் துடைத்துவிட்டவன், நழுவி விழுகின்ற வேஷ்டியைதூக்கி இடுப்போடு இறுக்கி, சொக்காயை மாட்டிக்கொள்ளும்போது அவன் கைகளில் ரூபாய் நோட்டுகள் தட்டுப்பட்டன.

இவ்வளவு பணத்தை தங்கிட்ட இருக்குறதை பார்த்தான்னா இனி வேறு வினையே வேண்டாம்? எங்கருந்து கெடச்சதுன்னு கேட்கமாட்டாளா என்ன? மொதல்ல பணத்தை பிடுங்கிக்க மாட்டாளா? எங்கயாவது ஒளிச்சிவச்சிடணும். எங்க ஒளிச்சிக்கலாம்? இதுதான் சரி! இங்க பார்க்கமாட்டாள்!

வெங்கடபதி தன்னுடைய கட்டிலின்மீதுள்ள தலையணை உறைக்குள் பணத்தை ஒளித்துவைத்துவிட்டு வெளியே வந்தான்.

மறுபடியும் கதவு சத்தமிட்டது! கதவுகள் தட்டப்படும் வேகத்தில் விழுந்துவிடும்போல் ஆடிக்கொண்டிருந்தன!

“சரி, சரி! வந்துட்டிருக்கேன்?” வெங்கடபதி கால்கள் தள்ளாடின.

வரூதினி இவ்வளவு நேரமா என்ன செஞ்சிட்டிருந்தேன்னு கேட்டான்னா? என்ன சொல்லணும்? தூங்கிட்டிருந்தேன்னு சொன்னாப்போச்சி!

“ஆ... ஆ.... வர்றேன்! வந்து திறக்கறேன்!” வெங்கடபதி கதவைத் திறந்தான்.

“வரூதினி அவங்க வீடுதானுங்களே?”

அம்மாடி பொழச்சேன்! வந்தது வரூதினி இல்லெ. வரூதினிக்காக யாரோ தேடிட்டு வந்திருக்காங்க.

“ஊர்ல இல்லையில்ல? ஹைதராபாத் போயிருக்கா. போயி பதினைஞ்சு நாளாச்சி” வெங்கடபதி ஒப்பித்தான் அவனைப் பார்த்தபடியே.

உயரமான மனிதன், கதர் லால்சி, பஞ்சகச்ச வேஷ்டியுமாக தலையை குனிந்தபடி நின்றிருந்தான். அவன் முகம் வருத்தத்துடன் தெரிந்தது.

“வரூதினியின் கணவர் நீங்கதானா?”

தலையையாட்டினான் வெங்கடபதி.

“என்னோட பேரு கோபாலராவ். வரூதினி....” கோபாலராவின் குரல் புதைந்து போயிற்று!

திரும்பி வீட்டின்முன் நின்றிருந்த காரின் அருகில் நடந்தான்.

காரின் கதவு வழியாக நீர்ச் சொட்டுகள் வெளிப்பட்டுக்கொண்டிருந்தன! கார் டிரைவரும், வேலைக்காரனும் பின்பக்க கதவுக்கருகில் நின்றபடியே கோபாலராவை பார்த்தார்கள்.

“அடேய் ராமுடு? நீ அந்தப் பக்கமா ஏறுடா! நானும் நாராயணனும் இந்தப் பக்கமா வாங்கிக்கிறோம்” கோபாலராவ் வேஷ்டியை சொருகிக்கொண்டபடி சொன்னான்.

டிரைவர் நாராயணன் கதவைத் திறந்து காருக்குள்ளே குனிந்து கரைந்துகொண்டிருந்த பனிக்கட்டிகளை வெளியில் வீசியெறிந்தான். சில காருக்குஅருகில்வந்துகொண்டிருந்த வெங்கடபதியின்கால்களின்மேல்பட்டன.

“ஐஸ் எல்லாமே கரைஞ்சிடிச்சி சார்?” இரண்டு கைகளாலும் பனிக்கட்டிகளையும் தண்ணீரையும் எடுத்து வெளியே ஊற்றியபடியே கூறினான் நாராயணன்.

“அடேய் ராமுடு! அப்பிடி தூக்குடா. கைகள கீழே கொடுத்து தூக்கு!”

கோபாலராவ் குனிந்து காருக்குள் தலையை நீட்டி சொன்னான்.

வெங்கடபதி” என்னது?” என்றபடியே கோபாலராவுக்கும் நாராயணனுக்கும் இடையே நுழைந்து காருக்குள் குனிந்து பார்த்தான்.

நனைந்த வெள்ளைத் துணியில் சுருட்டி வைத்திருப்பது யாரை? வெங்கடபதியின் பாதங்களில் விழுந்த பனிக்கட்டித் துகள்கள் கரைந்து நீராகிவிட்டது! வெங்கடபதிக்குள் ரத்தம் குளிரத் தொடங்கியது! இதயம் பனிக்கட்டியாய் உறையத் தொடங்கியது!

"ஆமா! அப்பிடித்தான்! வரட்டும்! நாராயணா நீ இப்பிடி பிடிச்சிக்கோ, மெதுவா! ஆ... இனி திருப்பு. அடேய் ராமுடு? நீ அப்பிடியே பிடிச்சிரு. இறங்கு. அதிகமா திருப்பாதே? சரி, இனி திரும்புங்க. தலைப்பக்கம் மொதல்ல வரணும். வீட்டுக்குள்ள போறப்போ."

கோபாலராவ் கழுத்தை பக்கவாட்டில் திருப்பி வெங்கடபதியை பார்த்தான் "கதவுகளை நல்லா திறந்துவைங்க" என்றான்.

வெங்கடபதி தெருக்கதவை நன்றாக விரிய திறந்துவைத்தபடி நின்றுவிட்டான். மார்ச் மாதம் நட்டநடுப்பகல் செவ்வாய்கிழமையன்று வரூதினியின்சவத்தை வீட்டிற்குள் கொண்டுவந்து வைத்தார்கள் கோபாலராவும், நாராயணனும், ராமுடுவும்.

"எங்க இறக்கி வைக்கணும்?" நாராயணன் வெங்கடபதியை கேட்டான்.

வெங்கடபதி வரூதினியின் படுக்கையறையை சுட்டிக்காட்டினான்.

"மறுபடியும் அறைக்குள்ள எதுக்குங்க? இந்த வராண்டாவுலயே வச்சிட்டா நல்லாருக்குமில்லையா?" என்றான் கோபாலராவ் நழுவிக்கொண்டிருந்த வரூதினியின் இடுப்பின் கீழிருந்த கையை நகர்த்தியபடியே.

தலையை யசைத்தான் வெங்கடபதி.

"பாய், பாயை எடுத்துட்டு வாங்க. இப்பிடி இந்த சுவரோரமா இறக்கிவைப்போம்" என்றான் கோபாலராவ்.

வெங்கடபதி உள்ளே சென்று வீடுமுழுக்கத் தேடியவன் "பாய் இருக்குற மாதிரி தெரியலயே? என்றான்.

"பாயி இல்லேன்னா பெட்சிட்டாவது கொண்டாங்க?" என்றான் கோபாலராவ் சலிப்புடன்.

"நில்!"

சப்ர்கோல் மஞ்சத்தின் மீதிருந்த துப்பட்டியின் முனையைப் பிடித்து இழுத்துக்கொண்டிருந்த வெங்கடபதி நின்றுவிட்டான் அப்படியே "நில்!" என்பதுபோல் கேட்டது. வரூதினி மஞ்சத்தின் நடுவில் உட்கார்ந்தபடியே மல்லிகை சரத்தை ஜடையில் சூடிக்கொண்டு கண்ணாடியில் அழகு பார்த்துக்கொண்டிருந்தாள்.

"உன்னைத்தானே? கேட்கிறேன்? என் அறைக்குள் ஏன் வந்தாய்?"

"துப்பட்டி.... துப்பட்டி... உனக்காகத்தானே"

"என்னங்க எவ்வளவுநேரம்? ஏதோ ஒண்ணெ கொண்டாங்கய்யா!" வராண்டாவிலிருந்து பேச்சுக்கள் கேட்டன.

பிரமையிலிருந்து விடுபட்டான் வெங்கடபதி. போர்வையுடன் அதோடு ஒரு தலையணையும் எடுத்துக்கொண்டு வராண்டாவிற்கு வந்தான்.

“அங்கே வேண்டாம். இப்பிடி போடுங்க. வடக்கு தெற்காக?” கோபாலராவ், வெங்கடபதிக்கு திசைகளை காண்பித்தான்.

போர்வையை விரித்து தலையணையைபோட்ட வெங்கடபதியைப் பார்த்து நாராயணன் சொன்னான் - “தலையணையெல்லாம் எதுக்குங்க? அதெல்லாம் போடக்கூடாதுண்ணு நெனக்கிறேன்.”

“இன்னும் நயம். படுக்கையை கொண்டாந்து போடாமெயிருந்தான்?” என்று நினைத்துக்கொண்டான் கோபாலராவ்.

“ம். சரி, இறக்குங்க! தலை இந்தப் பக்கமாயிருக்கணும்! கோபாலராவ் சுவரை காண்பித்தான்.

மூவரும் சவத்தை இறக்கி விரிப்பின்மேல் கிடத்தினார்கள். கோபாலராவ் கால்கள், கைகள், தலையை ஒழுங்குபடுத்திவிட்டு வெங்கடபதியை நோக்கி பார்த்தான்.

“இது நனைஞ்சிடுச்சி. மொதல்ல வெள்ளைத்துணி ஏதாவது துவைச்சது இருந்தா கொண்டாந்து மூடுங்க. புதுத்துணி வாங்கிட்டு வர்றவரைக்கும்!” சவத்தின்மேல் நனைந்து அழுக்கேறியிருந்த துணியை எடுத்து பக்கவாட்டில் வைத்தபடியே சொன்னான் கோபாலராவ்.

வெங்கடபதி உள்ளே சென்று துவைத்து மடித்து வைத்திருந்த தனது வேஷ்டியைக் கொண்டுவந்தான்.

வேஷ்டியைப் பிரித்துப் போர்த்தும்போது வரூதினியின் முகத்தையே பார்த்துக் கொண்டிருந்தான்.

“என்ன இந்த சண்டாளத்தனம்? உன்னோட அழுக்கு வேஷ்டியோடயா மூடப்போறே?” அவனுக்குள்ளிருந்து ஏதோ ஒருகுரல் உணர்த்துவது போலிருந்தது.

“இப்பிடித்தாங்க” என்றபடி கோபாலராவ் வெங்கடபதியின் கைகளிலிருந்து வாங்கி சவத்தின்மேல் மூடிவிட்டார்.

நிறுத்தி வைக்கப்பட்ட கல்தூண்போல நின்றிருந்தான் வெங்கடபதி!

“நீங்க அப்பிடி உட்காருங்க” வெங்கடபதியை ஆதரவாக அழைத்துச்சென்று சற்றே இடப்பக்கத்தில் உட்காரவைத்தான் கோபாலராவ்.

“சும்மாயிருங்க. அவங்க தலையில அப்பிடி எழுதியிருக்கு. என்ன செய்யிறது?” ஏதோ உலகத்திலிருந்த வெங்கடபதிக்கு அந்த வார்த்தை உணர்வை தட்டியெழுப்பியது போலிருந்தது.

சுவரில் சாய்ந்தபடியே- "எப்பிடி நடந்தது? எப்போ?" என்று வருத்தத்துடன் வினவினான்.

"மூணு நாளாயிடுச்சி" சிறிது நிறுத்தியபின்.

அப்பிடீன்னா - ஞாயிற்றுக்கிழமை ராத்திரி போய் சேர்ந்துட்டாங்க" என்றான் கோபாலராவ்.

"ஞாயித்து கெழமெ செத்தா இதுவரைக்கும் அங்கயேவா வச்சிருந்தீங்க?"

இன்னக்கி காலம்பற ஐந்து ஐந்தரை மணிக்குத்தான் சவத்தை தந்தாங்க போலீஸ்காரங்க. அதுவும் கமிஷனர் போன் பண்ணிச் சொன்னதால. ரொம்பவும் பிரச்சனையாப் போச்சிங்க" என்றான் கோபாலராவ்.

"ஆமாங்க! அது... வந்து.... நம்ம அய்யா நேத்து பகல் முழுக்க, ராத்திரி பூரா அலைஞ்சி பெரிய பெரிய ஆட்களையெல்லாம் புடிச்சி ரொம்பக் கஷ்டப்பட்டதால தாங்க இதாவது நடந்திருக்கு" டிரைவர் நாராயணன் பரிந்துரைத்தான்.

"சார்! நீங்க ராத்திரிமுழுக்க தூங்காம முழிச்சிட்டிருந்தீங்க. நேத்து காலையிலருந்து பச்சைத்தண்ணிகூட தொடவேயில்லை. நீங்க போயிட்டு வாங்க. நான் இங்க இருக்கேன்! கோபாலராவின் அருகில் சென்று சொன்னான் வேலைக்காரன் ராமுடு.

"உங்களுக்கு மட்டும் உறக்கமோ சாப்பாடோ இருந்ததா என்ன? மொதல்ல நீங்கபோயிட்டு சீக்கிரமா வாங்க!" என்று கோபாலராவ் பர்ஸைத்திறந்து டிரைவரிடம் பத்து ரூபாயை நீட்டினான்.

"அந்தக் காரையும் ஹோட்டல் பக்கத்துல கழுவித்தர ஏற்பாடு பண்ணுங்க. இதோ பார் நாராயணா" என்று சென்று கொண்டிருந்த டிரைவரை அழைத்து இன்னுமொரு இருபது ரூபாயை எடுத்துத் தந்து "ஐஸ் வாங்கிட்டு வந்துடுங்க!" என்றான்.

டிரைவரும் வேலைக்காரனும் சென்றுவிட்டனர்.

"போலீஸ்காரங்க எதுக்கு? ஏதாவது தற்கொலை செய்துக்கிட்டாளா என்ன?" கேட்டான் வெங்கடபதி.

"ஞாயிறு ராத்திரி வரைக்கும் நல்லாதானிருந்தாங்க. லாயர் சுப்பாராமையாவோட பேசிட்டு ஐந்தரை மணிக்குத் திரும்பி ஹோட்டலுக்கு வந்துட்டாங்க. அவங்களை எறக்கிட்டு நான் போயிட்டேன். அப்போ ரொம்ப சந்தோசமாத்தான் இருந்தாங்க. அவங்களுக்கு அப்பப்போ குடிக்கிற பழக்கம் இருக்கா?"

"அப்பப்ப என்ன? நல்லாவே குடிப்பா?"

“அதுதான் உயிரை வாங்கிடிச்சி. எங்க டிரைவர் நாராயணன் இல்லே? அவங்கிட்ட சொல்லி புல்பாட்டில் வரவழைச்சிகிட்டாங்களாம் அன்னக்கி சாயங்காலம்.”

“அவன் எங்கிட்ட காலையிலதான் சொன்னான்”

“பழக்கந்தானே? குடிச்சா பிராணனா போயிடும்னு சொல்றீங்க?” சந்தேகத்துடன் வெளியிட்டான் வார்த்தைகளை வெங்கடபதி.

“போஸ்ட் மார்டத்தில் அதுதான் தெரிந்தது.”

“ஆ! அப்படியா?”

வெங்கடபதிக்குப் புரியவில்லை என்பதை தெரிந்துகொண்டான் கோபாலராவ்.

“நல்லா குடிச்சதால இதயத்துல தாக்கி இதயம் நின்னுபோச்சின்னு சவப்பரிசோதனையில டாக்டர் ரிப்போர்ட் தந்திருக்காரு. அந்த ரிப்போர்ட் தைரியத்துலதான் நமக்கு போலீஸ்காரங்க சவத்தை ஒப்படைச்சாங்க. அதுவும் எவ்வளவு முயற்சி செஞ்சதாலதான்!”

“குடிச்சதாலமட்டும் இல்லங்க!” யோசித்துச் சொன்னான் வெங்கடபதி.

கோபாலராவ் புருவங்களை வளைத்து வெங்கடபதியை பார்த்தான்.

“மொத்தல்யே நெஞ்சுவலி இருக்கு. இது இப்ப வந்ததில்லை. ரொம்ப நாளாவே இருக்கே.”

“அப்பிடிச் சொல்லுங்க. அதுவும் ஹார்ட் கம்ளெயிண்ட்யிருக்குற மனுஷி. பாட்டில் பாட்டிலா ஒரே தடவையில குடிச்சா ஹார்ட் நின்னுபோகாமெ என்ன செய்யும்? தன் கையாலேயே தனக்கு முடிவைத் தேடிகிட்டாங்க பாவம்!” என்று கூறிய கோபாலராவ் வரூதினியின் சவத்தைப் பார்த்து நீண்ட மூச்சொன்றை இழுத்துவிட்டான்.

“நெஜத்துக்கு இந்த சினிமாதியேட்டர்தான் அவளோட பிராணனை வாங்கிடுச்சி” திகிலடைந்தவனாய் சொன்னான் வெங்கடபதி.

“எதுவா ஆனாதான் என்னங்க? எல்லாமே நடந்து முடிஞ்ச பிறகு சொல்லித்தான் என்ன பிரயோஜனம்? யார் யாருக்கு சொல்லியனுப்பணுமோன்னு சொன்னீங்கன்னா, ஆளையனுப்பி தகவல் சொல்லிட்டுவர ஏற்பாடு பண்றது நல்லது. ரொம்ப தூரத்துலருந்து வர்றவரைக்கும் பாடி தாங்காது! முப்பத்தாறு மணிநேரம் கடந்துடிச்சி. அதுவும் ஐஸ்ல வைக்கப்போயி இந்த மட்டுமாவது தாக்குப்பிடிக்குது. பாருங்க! இப்பவே வாசனை வீசுறமாதிரி தெரியுது” - கோபாலராவ் மணியைப் பார்த்துவிட்டு - “எங்கே? இவங்களெ இன்னும் காணோமே? சீக்கிரமா வந்தாத்தானே பக்கத்துல இருக்குற முக்கியமானவங்களுக்காவது சொல்லியனுப்பலாம்?” என்றான்.

“பாபு! எங்க ரவி! ஹைதராபாதுலதானே இருக்கான்? உங்களுக்குத் தெரியாதா? குழந்தை அங்கதானிருக்கான்...” வெங்கடபதி மேல் துண்டை வாயிலடைத்தபடி வருத்தத்துடன் தலைகுனிந்துகொண்டான். வெங்கடபதியின் தலை, முதுகு எல்லாமே நடுங்கிக்கொண்டிருந்தது! அவன் நடுக்கமும், சோகமுமாய் வெளிப்பட்ட வார்த்தைகள் கோபாலராவை பெரும் வியப்பில் ஆழ்த்தின.

இரும்புத்திரை தகர்ந்துவிட்டதைப்போலிருந்தது! உடல் முழுவதுமாய் வேர்க்கத் தொடங்கியது. மகனை நினைத்து தநதை குமுறிக்கொண்டிருந்தான். இதயம் வெடித்துச் சிதறுவதைப்போல, கீழ்வயிற்றிலிருந்து புரண்டெழுந்து வருகின்ற துக்கமானது அடங்க மறுத்து அவனுடைய ஒவ்வொரு அணுவிலும் இணைந்து வெளிப்பட்டுக்கொண்டிருந்தது.

“கொழந்தை அங்க இருக்காங்குறது தெரியும்! ஆனாலும் இந்த போலீஸ் அடாவடி, போஸ்ட்மார்டம் இவைகளிலேயே நேரம் சரியாக இருந்ததால் அவனைப் பற்றி நினைக்க வாய்ப்பில்லை. பாவம்! சின்னப் பையன்! நீங்ககூட பக்கத்துல இல்லாமெ அவனை சமாதானப்படுத்த முடியுமா? மேலும் இவ்வளவு தூரம் - தாயின் சவத்தோட - பகலும் இரவுமா சின்னக்கொழந்தையை கூடவே அழைச்சிட்டு வர்றது எனக்கென்னமோ மனசு கேக்கல்லேங்க.”

“நல்ல காரியம்தான் பண்ணியிருக்கீங்க. வந்துதான் அவன் என்னத்தெ செய்யப்போறான்? அழூததுதான் மிச்சம். இனி என்ன இருக்குன்னு பார்க்கப்போறான்? எல்லாமே முடிஞ்சி போச்சி, அவனோட படிப்பாவது நின்னுபோகாமெ இருந்தா சரி! பரீட்சைகளும் நெருங்கிட்டு வருதுன்னு நெனக்கிறேன்!” வெங்கடபதியின் கண்களில் நீர் நிறைந்திருந்தது.

டிரைவர், வேலையாள் ராமுடு இருவருமாக ஹோட்டலில் சாப்பிட்டுவிட்டு காரைக் கழுவி சுத்தம் செய்துகொண்டு வந்து சேர்ந்தனர்.

51

"அடடா! எப்பிடிப்பட்ட வீட்ல பொறந்தாங்க? எப்படிப்பட்ட எடத்துல மருமகளா காலை வச்சாங்க? எப்படிப்பட்ட வம்சம்! பேரும் புகழுமா வாழ்ந்த வரூதினியம்மாவுக்கு கடைசியில ஹோட்டல்ல யாருமில்லாத அனாதையாவா சாவு வரணும்!" மூக்கின்மேல் விரலை வைத்தபடி சொன்னான் கனகய்யா.

"அய்யோ! எந்தங்கமே! பூவுல வளர்ந்தயே கண்ணு! பலராமய்யா உன்னை பூமியில நடக்கவிட்டாரா? கடைசிப் பொண்ணுன்னு எவ்வளவு செல்லமா வளர்த்தாரு? உனக்கு இப்பிடியா சாவு வந்தது? அந்தப் பாழாப்போன கடவுளு ஓதலையில இப்பிடியா எழுதி வச்சிருந்தாரு?" என்றுதலையிலடித்துக்கொண்டு, சவத்தின் தலைமாட்டில் உட்கார்ந்து ஒப்பாரி வைத்துக் கொண்டிருந்தாள் சமையல்காரி புச்சம்மாள்.

"அம்மா! எந்தாயி!" வேலைக்காரச் சிறுமி கமலா தெருவிலிருந்தே பெரிய கூப்பாடுபோட்டு அழுதுகொண்டே வீட்டிற்குள் வந்தாள்.

"உங்க பேரு என்னன்னு சொன்னீங்க? கோபாலராவ்தானே! எவ்வளவு பெரிய அநியாயம் நடந்துபோயிருக்குங்க? அம்மா இறந்துபோனப்போ பெத்த மகனோ, கட்டுன கணவனோ, வேண்டியவங்க யாருமே பக்கத்துல இல்லாம? மகன் அங்கயிருந்தும் இல்லாம போயிட்டான். கணவனோ இங்க இருந்துட்டான். எவ்வளவு வருத்தப்பட்டாளோ? என்னென்ன நெனச்சாளோ?" கண்ணீர் நிறைந்த கண்களைத் துடைத்துக்கொண்டான் கனகய்யா.

"யாரு இருந்து என்ன லாபம்? தூங்கிக்கிட்டிருந்த மனுஷி தூக்கத்துலயே போயிச் சேர்ந்துட்டா?"

"ஞாயித்துக்கெழமெ ராத்திரியே போயிட்டான்னு சொன்னீங்கள்லியா? வெங்கடபதி அய்யாவுக்கு ஏன் போன் செஞ்சி செய்தியெ தெரிவிக்கல்லே? காக்காகிட்டே செய்தியனுப்பினாலும் நாங்கள்லாம் வந்துருவோமில்லீங்களா?" கோபாலராவை ஏற இறங்கப் பார்த்தபடி கேள்வியை எழுப்பினான் கனகய்யா.

"மறுபடியும் ஆரம்பமா? இவன் யாரு? இந்தக் கெழவன் பெரிய சாமர்த்தியசாலியா தெரியிறானே? மனதிற்குள் நினைத்துக் கொண்டான் கோபாலராவ்.

“நீங்க வர்ற வரைக்கும் காத்திருந்தா இன்னும் சவம் நாசமாகித்தான் போயிருக்கும். போலீஸ்காரங்க உங்ககிட்டருந்து ரெண்டு மூணு ஆயிரமாவது பறிக்காம தரமாட்டாங்க.”

“எப்பிடி யெப்பிடி? அப்போ இது சாதாரணமான சாவு இல்லேன்னு சொல்றீங்க?” கனகய்யா முன்னால் குனிந்து கோபாலராவின் முகத்தோடு முகம் வைத்து கேட்டான்.

கோபாலராவின் முகம் சுருங்கிவிட்டது.

“ஹார்ட் பெயிலியர்! ஆனாலும் அந்த அம்மாவோட அறையில காலியான பிராந்தி பாட்டிலும், விஸ்கி பாட்டில்களும் கிடைத்திருந்தன. அதுலயும் ஹோட்டலாச்சேங்க? நாலுபேரு வந்து போற எடம். ஹோட்டல்காரங்களை கீழேயும் மேலேயுமா பயமுறுத்தி கொஞ்சத்தை பறிச்சிட்டாங்க. இனி நீங்க வந்திருந்தா உங்களையும் மூணு ஏரித் தண்ணியெ குடிக்க வச்சி இழுத்தடிச்சிருப்பாங்க. நான் மேலிடத்து ஆளுங்களைப் புடிச்சி இல்லாத அவஸ்தையெல்லாம் பட்டதாலதான் இருபத்துநாலு மணிநேரம் பிடிச்சது வெளிய கொண்டாரதுக்கு....” கனகய்யா சரியாகக் காதுகொடுத்து கேட்கவில்லையென்பதைத் தெரிந்துகொண்டு பேச்சை நிறுத்திக்கொண்டான் கோபாலராவ்.

கனகய்யா எழுந்து இடுப்பைப் பிடித்தபடியே வெங்கடபதியின் அருகில் சென்றான்.

“மாமனாருக்குத் தகவல் போயாச்சா?”

வெங்கடபதி தலையையாட்டி இல்லையென தெரிவித்தான்.

“அதென்ன வெங்கடபதி? சாம்பைய்யாவுக்கு காரையனுப்பச் சொல்றீங்களா?

எங்க காரு ரெடியாத்தானிருக்கு, அனுப்பட்டுமா?”

“வேண்டாம் விடுங்க! அவரு வருவாரோ மாட்டாரோ? வந்து மட்டும் ஆகப்போறது என்ன இருக்குதாம்? போகட்டும் விடுங்க”

அப்புறம் உங்க பெரிய மச்சான்? அதுதான் அந்த வீட்டோட போனவருக்காவது செய்தியை சொல்ல வேண்டாமா? இனி யாரு இருக்காங்க - கூடப்பொறந்தவங்க? இன்னொரு அண்ணன். ரெண்டாவதோ மூணாவதோ, எங்கயோ தேசாந்திரம் சுத்திகிட்டிருக்கான்னு நெனக்கிறேன் இனி யாரு...?” சுருக்கங்களுடன் நிறைந்திருந்த கனகய்யாவின் முகம் இன்னும் அதிகமான சுருக்கங்களுடன் காணப்பட்டது.

“யாருமே வரவேண்டாம். பொழச்சிருந்தப்போ கெடைக்காத அன்பும் பாசமும் செத்தபிறகு வருமா என்ன? உசுரு போனப்பவே வேண்டியவங்க

யாருமே பக்கத்துல இல்ல. இனி கட்டை போறப்போ எதுக்காக? எரிஞ்சுபோற கட்டை! உயிரோட இருந்தப்ப அவ இஷ்டத்துக்கு வாழ்ந்தா. போறப்பவும் அவ இஷ்டப்படியே போய்ச் சேர்ந்துட்டா" பரம்பரையாக வந்த வேதாந்திகளின் வாரிசுக்காரனைப்போலப் பேசினான் வெங்கடபதி.

கனகய்யா வாயைப் பிளந்தபடி, புருவங்களை உயர்த்தி வெங்கடபதியைப் பார்த்தான்.

வெங்கடபதியா இப்படி பேசுகிறான? "இருட்டில்தான் வைரம் ஜொலிக்கும்! கஷ்டங்களை அனுபவித்தவன்தான் உயர்ந்த மனிதனாகிறான்!" கனகய்யாவுக்கு ஒரு மாதகாலமாக தன்னுடைய வீட்டின் முன்புறத்தில் புராணம் படித்த பண்டிதனின் சொற்பொழிவு நினைவில் நின்றது.

அப்படின்னா இனி எதுக்கு நேரமாக்கிகிட்டு? அந்திம கிரியைகளுக்கு ஏற்பாடு செய்யவேண்டியதுதான். இருட்டுறதுக்குள்ள சவத்தை மயானத்துக்குக் கொண்டு போயிடணும். என்னங்க கோபாலராவ்காரு?"

"ஆமாமாம்! வரவேண்டியவங்க யாருமே இல்லைன்னு சொல்றாருதானே? வச்சிருந்தாலும் லாபமில்லை பாருங்க? அவ்வளவு ஐஸ் வச்சிருந்தோமா? எவ்வளவு சாம்பிராணி பத்திகளை கொளுத்தி வைச்சோம்? ஆனாலும் ஒருமாதிரி வாசனை வரத்தானே வருது. ராத்திரிகூட வச்சிருந்தோமுன்னா காலையில மனுஷ பக்கத்துல வரமுடியாது" என்றான் கோபாலராவ்.

சிவ சிவா! பசும்பொன்னாட்டம் இருந்த உடம்பு. மல்லிகைப்பூ மொட்டாட்டம் பல்வரிசை. செங்கழுநீர்ப்பூப்போன்ற அந்தக் கண்கள்..... அந்த சிரிப்பு - அந்தத் தோற்றம் - என்ன தெளிவு.... என்ன அதிகாரம் - என்ன ராஜாங்கம் - அந்த கம்பீரம் - அழகு.... மறுபடியும் நம்மால பார்க்க முடியுமா? ராஜாவாயிருந்தாலும் ராணியாயிருந்தாலும் மண்ணுலதானே கலந்துடப்போறோம்? மண்ணுலதான் பிறந்தோம், மண்ணுலதான் வாழ்றோம். மண்ணோடு கலந்துடறோம். ச்ச! என்ன மனுஷங்க! மண்ணாகிப்போகும் மனுஷங்க?" கனகய்யாவின் குரல் தழுதழுத்தது.

கண்ணாடியின் கீழிருந்து கண்ணீர்த்துளிகள் உதிர்ந்து மண்ணின்மேல் விழுந்து மண்ணோடு கலந்துபோயிற்று.

52

வரூதினியின் சவம் மயானத்தையடையும் தருவாயில் ராமனாதபாபு அங்கு வந்தான். ஆ...மாம். வந்தது ராமனாதபாபுவேதான்! ராமனாதபாபு உயிருடன்தான் இருக்கிறான். ராமனாதபாபு சிரஞ்சீவி. அவனுக்கு மரணம் என்பதே இல்லை. அவன் காலத்தை வென்றவன். அவனுடைய மனம் அப்படி இருக்கிறதே? அவனுடைய கண்கள் தளும்பி நிற்கிறதே? நடையின் அந்தக் கம்பீரம் எங்கே? வசப்படுத்தி மகிழ்விக்கும் அந்த கண்களின் ஈர்ப்பு சக்தி எங்கே சென்று மறைந்தது? ராமனாதபாபு நான் செத்துவிட்டதற்காக அழுதுகொண்டிருக்கின்றானா? பாவப்பட்டவன்! உன்னைக் கொல்வதற்காக ராமதாஸிடம் என் நகைகளையெல்லாம் விற்று பணத்தைத் தந்தேன். உன்னைக் கொல்வதென்பது என்னை நானே கொன்றுவிடுவதென்பதை தெரிந்து கொள்ளாமல் போய்விட்டேன். நான் ஒரு பைத்தியக்காரி! ஹைதராபாதில் தியேட்டர் வேலையெல்லாம் முடிந்துவிட்டதா? வரூதினி பிக்சர் பேலஸ் இனி நிரந்தரமாக சியாமளாம்பா பிக்சர்பேலஸ்ஸாகவே இருந்துவிடும். ஹைகோர்ட்டில் நான்தான் அப்பீல் செய்யவில்லையல்லவா? லாயர் சுப்பராமய்யா கேஸ் செல்லுபடியாகாது என்றார். இந்த கோபாலராவ் கேஸ் போடலாம்னு சொல்றார். என் தரப்பில் அவரே கேஸை நடத்தித் தருவதாகச் சொன்னார். பணத்தையும் அவரே செலவழிப்பதாகவும், அதற்காக என்னுடைய வரூதினி பிக்சர்பேலஸில் பாதிபாகத்தை எழுதித்தரவேண்டுமென்றும் நிபந்தனை விதித்தார். உனக்கு இல்லையென்றும், உன்னுடையதல்ல என்றும், உன்மேல் வழக்குபோட்டு ஜெயித்து அந்த கோபாலராவிற்கு கொடுப்பதற்காகவா? அதற்கு நான் செத்தாலும் ஒத்துக்கொள்ளமாட்டேன். ஒருநாளும் சம்மதிக்க முடியாது என்னால். எல்லாவற்றையும் நீயே எடுத்துக்கொள். எனக்கு ஒன்றுமே வேண்டாம். அந்த தியேட்டரின் சுவர்களெல்லாம் பாழாகிவிட்டன. மறுபடியும் சுண்ணாம்பு அடித்துப் புதுப்பிக்க வேண்டும். தியேட்டருக்குள் பார்வையாளர்கள் வந்து உட்காரும் இருக்கைகளும் பழுதாகிவிட்டிருக்கலாம். நான் பார்த்து நீண்ட நாட்களாகிவிட்டன. அவற்றையும் புதுப்பிக்க வேண்டும்.

அந்த சிவராம் பயல் பிளாக்கில் டிக்கெட்டுகளை விற்றுப் பணம் சம்பாதிக்கிறான். பாவம்! ஏழை எளியவர்களும்கூட வரத்தானே செய்கிறார்கள். அவர்களிடமிருந்து அநியாயமாக காசு வாங்குவது தவறுதானே! நீ சொன்னால்

மட்டும் உன் மனைவி கேட்டு நடக்கிறாளா என்ன? அந்த ஷாவுகாரோட மருமகள் அவளோட புத்தி ரொம்ப மோசம்னு சொல்றாங்க. அதுக்கும் முன்னரே இரண்டு பேரை மாற்றிக்கொண்டவளாம். அவளைவிட்டு இவ! உன்னோட மனைவி சியாமளா! இவ புத்தி மட்டும் நல்லதா என்ன? இவ ஈரத்துண்டாலயே கழுத்தை அறுக்குறவளாச்சே. கூனி, தந்திரக்காரி? எம் பேச்சைக் கேள், அவளை விட்டு விலகிடு. நீ தனியா வேறொரு தியேட்டரை உருவாக்கிக்கொள். இங்கே வழியில்லையென்றால் - விஜயவாடாவிலோ - குடிவாடாவிலோ, பந்தரிலோ, குண்டூரிலோ எங்காவது கட்டிக்கொள். ராயல சீமை இப்போது பரவாயில்லை எனலாம். அங்கேயும் முதல் தரமான தியேட்டர்கள் வந்துகொண்டிருக்கின்றன. பின் தங்கியவர்களல்லவா? முன்னேறிக் கொண்டிருக்கிறார்கள். அங்கேயே சென்றுவிடு. இவர்களிலிருந்து தூரத்தில் இருந்துகொள்.

என்னோட பாபு! என் மகன் ரவி! அவனைப் பார்த்துக்கொள்வாயா? அவர் - அவனோட அப்பா சுத்த வெகுளி. நல்லது கெட்டது தெரியாத சுத்த அப்பாவி மனுஷன். அவரால எதுவுமே செய்யமுடியாது. என் கொழந்தை எதுவுமே இல்லாமல் போய்விடுவான். அவனோட படிப்பு? அதுதான் எனக்குக் கவலை. பாபுவை படிக்கவைப்பாயல்லவா? அவனைப் படிக்க வைத்தால் நல்ல நிலைமைக்கு வருவான். ஐ.ஏ.எஸ். ஆவான். முடியவில்லையென்றாலும் முயற்சிக்கச்சொல். அவன் அவனுடைய தந்தையைவிட ஆஜானுபாஹுவாக வளர்வான். அவனுக்கு என்னோட அறிவு என் தலையில விழ - என்னோடதெல்லாம் ஒரு அறிவா? உன்னைக்காட்டிலும் அறிவாளியாக விளங்குவான்! எனக்கு ஒரேயொரு ஆசை மட்டுமே. பாபுவை யூனிபாரத்தில் பார்க்க வேண்டும்.

டி.எஸ்.பி. மோகனராவ் என்னோட குழந்தைக்கு முன்னால் சுண்டுவிரல் பலமும் இல்லாதவன். அவன் வெறும் உதவாக்கரை. வாய்ஜாலக்காரன். என் மகனோட அவங்க தாத்தா.... பாபுவோட தாத்தா சாம்பைய்யாகாரு - தெரியுமில்லையா? அவ்வளவு தைரியமானவனா ஆவானாக்கும். என் மகன் பலசாலி - அறிவாளியாவான். பாபுவுக்கு ஐ.ஏ.எஸ்கூட வேண்டாம்னு சொல்லு. ஐ.சி.எஸ் நல்லதுன்னு சொல்லு. லாயராவேன்னு நெனப்பானோ என்னவோ! வேண்டவே வேண்டாம்! பச்சை மோசடி அது! என் மகனுக்கு யூனிபார்ம் போட்டு ஒரு தடவை காண்பிக்கமாட்டியா? என் மகன்... என் பாபு...

ராமனாதபாபு காதுகளை இறுக்கிப்பொத்திக்கொண்டான். ஆனாலும் வரூதினியின் குரல் கேட்டுக்கொண்டுதானிருந்தது அவனுடைய இதயத்திற்குள்.

வரூதினி தன்னுடைய இதயத்திற்குள்ளிருந்துதான் பேசிக்கொண்டிருக்கிறாளா? சிதையின் மேல்வைக்கப்பட்டிருந்த வரூதினி கண்ணிமைகளை மெல்லத்திறந்து தன்னைப் பார்க்க முயன்றுகொண்டிருக்கிறாளா?

பிரமையில் விழுந்துகிடந்தான் ராமனாதபாபு.

அவன் கண்களின்மேல் மேகத்திரை தழுவிக்கொண்டிருக்கிறது.

வெங்கடபதி பானையைத் தோளில் சுமந்தவாறு, கையில் கொள்ளிக்கட்டையை ஏந்தியபடியே கட்டைகளால் அடுக்கிவைக்கப்பட்டிருந்த சிதையைச் சுற்றிவந்துகொண்டிருந்தான்.

"மூணு தடவெ சுத்து, பின்னால திரும்பிப் பார்க்காமெ கொள்ளியை வச்சிட்டுத் திரும்பிப்பார்க்காம போயிடு!" என்றபடியே கனகய்யா கருங்கல்லினால் பானையைத் தட்டினான். ஓட்டையிலிருந்து தண்ணீர் பீறிட்டு வெளிவந்தது.

ராமனாதபாபுவின் கண்களை மறைத்திருந்த மேகத்திரை விலகியது. அவனுடைய கன்னங்களில் வழிந்துகொண்டிருந்த கண்ணீர்த்துளிகள், வெங்கடபதியின் தோள்மேலிருந்த பானையிலிருந்து வெளிவந்துகொண்டிருந்த நீர்த்தாரைகளுடன் கலந்துவிட்டிருந்தன.

வெங்கடபதி சிதைக்கு நெருப்பை மூட்டினான்.

ராமனாதபாபுவின் கண்கள் வெளியிட்ட அந்த இரண்டுசொட்டு கண்ணீர்த்துளிகளுக்காகவே வாழ்நாள் முழுவதும் காத்திருந்ததைப்போலவும் - இனி இந்த ஜன்மத்திற்கு இது போதும் - என்பதுபோலவும் வரூதினி முழுவதுமாய் திருப்தியில்லாமலேயே அமைதியற்ற மனதுடன் மேல்நோக்கி எழும்பி கொளுந்துவிட்டெரிகின்ற அக்னி ஜுவாலைகளுக்குள் ஆஹுதியாகிப்போனாள்.

சடசடவென்று தீப்பிடித்து எரிகின்ற சிதையைப் பார்த்தபடியே தலையைப் பிடித்துக்கொண்டு முழங்கால்களை மடித்துவைத்து உட்கார்ந்திருந்த வெங்கடபதியின் கைகளைப் பிடித்துக்கொண்டு ஆறுதல் சொன்னான் கனகய்யா.

"என்னய்யா இது? இப்பிடி போயிட்டா? சும்மாயிரு! அழாதே! கொடுத்து வச்சது அவ்வளவுதான்!"

'என்ன மீதமிருந்தது? சாம்பல் மட்டுமே!" வெங்கடபதியின் கண்களில் ரத்த நாளங்கள் புடைத்தெழுந்தன.

"எவ்வளவிய்யா இந்தப் பொண்ணோட வயசு? முப்பதுகூட தாண்டியிருக்காதுன்னுதான் படுது! அப்பவே உனக்கு நூறுவயசு நெறஞ்சிட்டதாம்மா, வரூதினி, ம்மா! போயி சேர்ந்துட்டியாம்மா எந்தாயி?" வெங்கடபதியை சமாதானப்படுத்த முயன்ற கனகய்யாவின் இதயம் துக்கத்தில் பீறிட்டெழுந்தது.

"அவளுக்கென்ன? அவ சந்தோசமா போய் சேர்ந்துட்டா. இருக்குறவங்களுக்குத்தானே துன்பம்!"

வெங்கடபதி எரிந்து சாம்பலாகிப்போகின்ற சிதையைப் பார்த்தபடியே "எதுக்கு இப்பிடி செஞ்சிட்டே? நம்ம தொடர்பு என்னமோ முடிஞ்சிருச்சி. கொழந்தையெ... கொழந்தையை கூட..." சொல்லும்போதே குமுறிக் குமுறிப் புலம்பினான்.

"எலும்பெல்லாம் எரிஞ்சு சாம்பலா போயிட்டாளே. மகனுக்கு என்ன பதிலை சொல்லப்போறேனோ?" தனயனை நினைத்துத் தந்தை இதயம் துடித்துக் கொண்டிருந்தது துக்கத்தில்.

குளத்தில் இறங்கித் தலைமுழுகி குளித்துவிட்டு ஈர உடைகளைப் பிழிந்தபடியே கனகய்யா குளத்தையொட்டி நின்றிருந்த ராமனாதபாபுவின் அருகில் வந்தான்.

"என்ன? ராமனாதபாபுகாரு? குளிக்க மாட்டீங்களா?" என்று வினவினான்.

"வீட்டுக்குப்போயி செஞ்சிக்கிறேனுங்க!" பட்டும் படாமல் கூறினான் ராமனாதபாபு.

"எதுக்கு இவ்வளவு தாமதமா வந்தீங்க? தகவல் எப்ப கெடைச்சது?"

"எனக்கு நேத்தே தெரிஞ்சிடிச்சி"

"நேத்தே தெரிஞ்சிடிச்சா? சவத்தைக் கொண்டாந்தது இன்னிக்கித்தானே?" ஆச்சரியத்துடன் தனது சந்தேகத்தை தெரியவிடாமல் ஜாக்கிரதையுடன் மெல்ல கேட்டான் கனகய்யா.

"எங்க மச்சினன் சங்கதியெ நீங்க கேள்விப்படலியா?"

"யாரு, யாரு? உங்க மச்சினன் ராமகிருஷ்ணய்யாவா? என்னாச்சி?" ஆர்வத்துடன் உடம்பெல்லாம் கண்களாக்கிப் பார்த்தான் கனகய்யா.

"போய்ச் சேர்ந்துட்டான். போட்டுத் தள்ளிட்டாங்க!"

"சிவ சிவா? உங்க பாவா ராமகிருஷ்ணய்யாவையா? எதுக்காக? சினிமாத் தியேட்டரை கண்காணிக்கிற ராமகிருஷ்ணய்யாவைத்தானே சொல்றீங்க? எப்போ? எங்கே? என்னவாம்?"

"ஞாயித்துக்கெழமை அதிகாலையில பொழுது விடியுற நேரத்துல ஜக்கய்யாப்பேட்டையை தாண்டியதும் மூணாவது மைல்கிட்ட, காரை நிறுத்தி குத்தியிருக்காங்க! டிரைவர் தப்பிச்சி ஓடிப்போயிட்டான்"

"கோரமான முடிவு! கோரமான முடிவு! டிரைவர்? ரசூல்தானா? பாவம் குழந்தை குட்டி இருக்குறவன். தப்பிச்சி நல்லவேளை ஓடிட்டான் பாவம்! செத்துப்போன ராமகிருஷ்ணய்யாவை விட்டுவிட்டு தப்பிச்சென்றுவிட்டிருந்த ரசூல்மீது இரக்கம் காட்டிப் பேசினான் கனகய்யா.

“ரசூல் இல்ல. அவனுக்கு உடம்பு சரியில்லாத காரணத்தால ஒரு மாசமா வண்டியெ எடுக்க வர்றதில்லை. புது ஆளைப் போட்டிருந்தேன்.”

“யாரு செஞ்ச வேலையாம்? பணத்தை ஏதாவது கொண்டு போனாரா போறப்ப?

“பணத்துக்கு ஆசைப்பட்டு செஞ்ச கொலை இல்லை இது. அவருகிட்ட எந்தப் பணமும் இருந்ததாத் தெரியல்ல. அன்னக்கி அந்த காருல நாந்தான் போறாப்புல இருந்தது. கடைசி நிமிஷத்துல நான் இருக்கவேண்டிய சூழ்நிலையில அவர் போகவேண்டி வந்தது. ஹைதராபாதுல முக்கியமான வேலை இருந்ததால அவரை அனுப்பிவைச்சேன்!”

“நேரம் நல்லாயிருக்கப்போயி நீங்க போகாமயிருந்திட்டீங்க? அதுக்குத்தான் சொல்றாங்க- “சிவனோட கட்டளையில்லாம சின்ன எறும்புகூட கடிக்காதுன்னு. அப்படி அந்த ராமகிருஷ்ணய்யாவுக்கு அவ்வளவு பெரிய எதிரிங்க? உங்களுக்குன்னா சரி?” கனகய்யா ராமனாதபாபுவின் முகத்தை நேருக்கு நேர் பார்த்தபடி கேட்டுவிட்டான்.

இன்னும் ஏதாவது சொல்வானென்று ஆசைப்பட்டு எதிர்பார்த்துக்கொண்டிருந்த கனகய்யாவிற்கு ராமனாதபாபுவின் மௌனம் தடையை ஏற்படுத்தியது.

“அப்போ நான் போயிட்டு வர்றேன்ங்க கனகய்யாகாரு! ராமனாதபாபுங்க வர்றேனுங்க!” என்றபடியே விடைபெற்றுக்கொண்டான் கோபாலராவ்.

அங்குமிங்கும் பார்த்துவிட்டு “வெங்கடபதிய்ய எங்கேங்க?” என்று வினவினான்.

‘அதோ! அந்த மரத்தடியில உட்கார்ந்திருக்காரு பாருங்க!” என்றான் கனகய்யா. கோபாலராவ் அந்த இடத்திற்குச்சென்று வெங்கடபதியிடம் தான் செல்வதாகச் சொல்லி தலையைக் குனிந்தபடி தன்னுடைய வருத்தத்தை வெளிப்படுத்தினான்.

“உங்க கடனை தீர்க்கமுடியாது. நீங்க இருக்கப் போயித்தான் கெட்டுப்போன சவமாவாவது வீடு வந்து சேர்ந்தது. இல்லேன்னா போலீஸ்காரங்க, எங்கயோ, யாரு கையாலயோ எறிக்க சொல்லியிருப்பாங்க. அவ போனதுமில்லாம உங்களுக்கு கஷ்டத்தையும் தந்துட்டா” என்றான் வெங்கடபதி.

"எனக்கு ஒரு கஷ்டமும் இல்லங்க. அந்த மட்டும் மனுஷனுக்கு மனுஷன் உதவி செய்யல்லேன்னா, உயிரோட வாழ்றதுதான் எதுக்காக? போயிட்டு வாரேங்க? மூணு நாளா தொழிற்சாலை என்ன ஆச்சோ தெரியலைங்க. போனஸ், பிராவிடெண்ட் பண்ட்ஸ்ன்னு தொழிலாளிங்க போராட்டம், அடிதடி, வேலை நிறுத்தம்னு பயமுறுத்திகிட்டிருக்காங்க. அப்போ நான் வரட்டுமா!”

“கருமாதியன்னக்கி தவறாம வந்துடனும்” கார் வரைக்கும் வந்து சொன்னான் வெங்கடபதி.

“சரி! அப்படியே வந்துடறேனுங்க! பதிமூனாவது நாள்தானே?” என்று கூறி காரில் ஏறினான் கோபாலராவ்.

காரில் உட்கார்ந்தபடியே “இன்னக்கிலருந்தா கணக்கு? பிராணன்போன தினத்துலருந்துல்லெ?” கணக்குப் பார்க்கத் தொடங்கினான் கோபாலராவ்.

“அது என்னங்க ராமனாதபாபு? வீட்டு வரைக்கும் வரமாட்டீங்களா?” என்றான் கனகய்யா காரில் ஏறிக்கொண்டிருந்த ராமனாதபாபுவை உத்தேசித்து.

“வேலை இருக்கு. சீக்கிரமா போகனும். எதிர்தரப்பு மனுஷங்களை உட்காரவச்சிட்டு வந்தேன்” சொல்லியபடியே காரை ஸ்டார்ட் செய்தான் ராமனாதபாபு.

“ஞாயிற்றுக்கிழமை காலையில ராமகிருஷ்ணய்யாவை குத்திட்டாங்க. அன்னக்கி ராத்திரியே வரூதினியம்மாவும் போய்ச் சேர்ந்துட்டாள்னா? எல்லாமே விசித்திரமா இருக்குய்யா! நல்லா ஆராய்ந்து பார்த்தோம்னா, இதுக்குப் பின்னாடி ஏதோ ஒரு சதி இருக்குற மாதிரி தோணுது. வரூதினிது இயல்பான மரணமுன்னு சொல்றீங்களா?” திட்டவட்டமாகப் பேசினான் கனகய்யா.

“உங்க சந்தேகத்தை எதுவானாலும் போலீஸ்கிட்ட சொல்லலாமே! வர்றீங்களா” எஞ்சினை நிறுத்திவிடாமல் காரை மட்டுமே நிறுத்திச் சொன்னான் ராமனாதபாபு.

“போலீஸா? மொதல்ல என்னோட பிராணனை வாங்கிட்டுத்தான் விடுவாங்க. அவங்க ஜோலியே ஆகாது. எனக்கெதுக்கு இந்தத் தலைவலி?

ராமனாதபாபு கனகய்யாவைப் பார்த்து உதடுகளை விரிக்காமலேயே சிரித்துவிட்டு சென்றுவிட்டான்.

வரூதினியின் பௌதீக உடலைத் தகனம் செய்துவிட்டு திரும்பிவந்த வெங்கடபதிக்கு துணையாக ஒரேயொரு கனகய்யா மட்டுமே மிஞ்சியிருந்தான்.

"பொண்ணோட நகை நட்டு எல்லாத்தையும் பத்திரப்படுத்திட்டியா? நீ மொதல்லயே மந்த புத்திக்காரன். எங்கே எதை வச்சியோ. அந்த பரபரப்புல. போயி பத்திரமா வையி!” வெங்கடபதியின் பின்னாலேயே வீட்டிற்குள் வந்தபடி சொன்னான் கனகய்யா.

“நகையா? அது எங்கருக்கு?”

“அதென்ன வெங்கடபதி அப்பிடிச் சொல்றே?” கனகய்யா நெஞ்சிலடித்துக்கொண்டான்.

“முடிஞ்சவரைக்கும் எல்லாத்தையுமே வித்துட்டாள். அவ உடம்புல போட்டிருந்த நகைகளை அந்த ஹோட்டல்காரங்களோ, போலீஸோ கழட்டி எடுத்துக்கிட்டாங்களாம்!”

“யாரு சொன்னாங்க?”

“கோபாலராவ்தான் சொன்னாரு”

“அப்பிடிச் சொல்லு! கோபாலராவ் சொன்னானா? சவம் வீட்டுக்கு வர்றப்ப ஒத்த நகையும் இல்லேங்குறே?”

“தலைக்கு ஊத்திக் குளிப்பாட்டுறப்போ விரல்ல ஒரு மோதிரம் மட்டும் இருந்தது. அதுவும் கல்லுவச்ச மோதிரம்னு நெனக்கிறேன். பளீர்னு கண்ணுக்குள்ள பட்டது.”

“பின்னே அதையாவது கழட்டிப் பத்திரப்படுத்தினியா?”

“இல்லையே!”

“ஓ தெளிவுல விழ? அதென்னய்யா இதுகூடவா தெரியாது?”

“அது நம்மளோடது இல்ல.”

"பொண்ணோட உடம்புல போட்டிருக்குறது நம்பது இல்லாம யாருதாயிருக்கும்யா?”

“அது ராமனாதபாபுவோடது” எவ்விதமான உணர்ச்சியுமற்றுக் கூறினான்.

இவன் உண்மையிலேயே ஜடம்! மனுஷனா? கல்லா? கடவுள்தானா? கனகய்யாவின் சிந்தனைக்கே எட்டாதவனாய் தெரிந்தான் வெங்கடபதி.

“சரி, அப்படீன்னா நான் வர்றேன்? சூப்பர் உரம் வாங்கப்போகணும்”

“இப்பவே உரமா? ரெண்டாவது விளைச்சலையும் விளைவிக்கிறீங்களா நம்ம நெலங்கள்லகூடா? தண்ணி பத்துதா?”

“இல்லையில்ல! ரெண்டாவது விளைச்சல் விளைவிக்குறதுக்கு தண்ணி இன்னும் கொடுக்கலயில்லையா? வர்ற வருஷத்துக்கு தரப்போறதா சொல்றாங்க. சரியான நேரத்துல வாங்கப்போனா ரொம்ப கிராக்கியாயிடும். பிறகு பிளாக்குல வாங்கவேண்டிவரும். ஆகையாலதான் இப்பவே நமக்குத் தேவையான சூப்பர், எண்ட்ரினு முதல்லயே வாங்கி வச்சிடப்போறேன்.”

"புது கால்வாய்க்கு கீழ் உள்ள நிலத்துல போடுறதுக்கு சூப்பரெல்லாம் ஒத்துவராது! நல்ல மாட்டுத் தொழுவத்து குப்பையும், சாணி உரமும் முடிஞ்சா ஏக்கருக்கு நாலுவண்டி குளத்து மண்ணும் அடிச்சா போதுமே! அப்பப்பாரு பூமி எப்பிடி விளைச்சலைத் தருதுன்னு கனகய்யா?”

தெருவாயிலைக் கடந்துசென்றுகொண்டிருந்த கனகய்யாவின் காதுகளில் "மண்ணையடி பூமி எப்பிடி விளையுதோ!" என்ற வார்த்தை ரீங்காரமிட்டுக் கொண்டிருந்தது. காரில் அமர்ந்தவாறு சியாமளாம்பா தியேட்டரின் முன்னால் சென்றுகொண்டிருந்த கனகய்யாவின் காதுகளில் மீண்டும் மீண்டும் - "மண்ணையடி பூமி எப்பிடி விளையுதோ?" இன்னும் கேட்டுக்கொண்டுதானிருந்தது.

சேஷாவதாரம் மில்லின் முன்னாலிருந்தும், ராமச்சந்திரய்யாவின் எருக்கடையின் முன்னாலிருந்தும், மருமகனின் வீட்டுக்கு முன்னாலிருந்தும், மகனுடைய வீட்டிற்குச் சென்றகொண்டிருந்தபோதும்கூட வெங்கடபதி கூறிய "மண்ணையடி! மண்ணையடி!" என்ற சொற்கள் தொடர்ந்து கேட்டுக்கொண்டேயிருந்தன.

டவுனைத்தாண்டி கிராமத்தை வந்தடைந்தது கார். கிராமத்தில் ஏரிக்கருகில் ரோட்டின்மேல் வந்ததும் கனகய்யாவின் அந்தரங்கத்தில் மறுபடியும் வெங்கடபதி சொல்லிய "மண்ணையடி! மண்ணையடி! பூமி எப்பிடி விளையுதோ?" வார்த்தைகள் கேட்டுக்கொண்டுதானிருந்தது.

53

நீலம், சிகப்பு, மஞ்சள், இலைப்பச்சை கால்சட்டை, வெள்ளைநிற பனியன்களின்மேல் பள்ளிக்கூட அடையாளங்கள் பார்த்தபடியே நின்றுவிட்டான் வெங்கடபதி. பதமாய்பழுத்து வெடித்திருந்த பருத்திக்காடு, கதிர் முற்றியிருந்த கம்பங்காடு, பூவும் பிஞ்சுமாய் துவரைக்காடு, காற்றில் அசைந்தாடிக்கொண்டிருந்த சோளக்காடும் வெங்கடபதியின் நினைவலைகளில் மிதந்துகொண்டிருந்தன.... மெயின் கேட்டைக் கடந்து பூஞ்செடிகளுக்கு நடுவிலிருந்த பாதையில் திரு திருவென விழித்தபடி, பயந்து பயந்து நடந்து வந்துகொண்டிருந்த வெங்கடபதியின் கால்களை விளையாட்டு மைதானத்தில் இளங்கன்றுகளைப் போல துள்ளிக்குதித்து விளையாடிக்கொண்டிருந்த குழந்தைகளின் ஆரவாரம் கட்டிப்போட்டது.

வரூதினி மறைந்த ஐந்தாம்நாள் பள்ளியிலிருந்து கார்டு வந்திருந்தது. வெங்கடபதி அதே தெருவிலிருந்த மாஸ்டரிடம் காட்டி செய்தியையறிந்துகொண்டான். பதினான்காம்தேதி பரீட்சைகளெல்லாம் முடிவுபெற்றுவிடுமென்றும், பதினாறாம் தேதியிலிருந்து பள்ளிக்கூடம் மூடப்பட்டுவிடுமென்றும், பதினைந்தாம் தேதி சாயங்காலத்திற்குள் போர்டிங்கிலுள்ள மாணவர்களை அழைத்துச் சென்றுவிடும்படியாகவும் எழுதப்பட்டிருப்பதை மாஸ்டர் படித்துக் காட்டினார்.

வெங்கடபதி வெள்ளி சோப்புப்பெட்டி, கண்மைடப்பா, வெள்ளி குங்குமச் சிமிழ், வெள்ளி முலாம் லட்சுமி தேவி விக்ரஹம், ஸடீல் பீரோ போன்றவற்றையெல்லாம் விற்று பதினான்காம் தேதி இரவு ஹைதராபாத் பஸ்ஸில் ஏறினான். பொழுது விடியும் நேரத்தில் ஹைதராபாதையடைந்தவன், பகல்முழுக்க நகரத்தில் சுற்றியலைந்தபின்னர், சாயங்காலமாய் நான்கு மணிக்கு பேகம் பேட்டையிலுள்ள ஜாகீர்தார் பள்ளிக்கூடத்தையடைந்தான்.

ரோஜாத் தோட்டத்தில் மலர்ந்துள்ள வண்ண வண்ணப்பூக்களில் எந்தக் குழந்தை தன்னுடைய மகன் என அவன் கண்கள் தேட முற்பட்டன. தூரத்திலிருந்து பார்க்கையில் அந்தக் குழந்தைகளெல்லோரும் ஒன்றுபோலவே காணப்பட்டனர்.

விளையாட்டு மைதானத்தைச் சுற்றிவந்தபடியே வெங்கடபதி மகனைத் தேடிக்கண்டுபிடிக்க முயன்றான். மணியடித்ததும் பள்ளிக்கூடக் கட்டிடத்தை நோக்கி பார்வையை செலுத்தினான். விளையாடிக்கொண்டிருந்த சிறுவர்களெல்லோரும் விளையாட்டை முடித்துக்கொண்டு பிரவாகமாய் ஓட்டமும் நடையுமாக மைதானத்திலிருந்து வந்துகொண்டிருந்தார்கள்.

'அதோ அங்கே வருவது பாபு போல இருக்கே? ரவி? ஆமா, வர்றது அவனேதான்! என்னோட மகன்தான்! வெங்கடபதியின் உள்ளம் பொங்கிவழியத் தொடங்கியது.

"பாபு!" தனக்கு முன்னால் ஓடிக்கொண்டிருந்த சிறுவனைப் பார்த்து சத்தம்போட்டு அழைத்தான். அந்தக் குரலைக்கேட்ட சிறுவன் சிறிதுதூரம் முன்னால் சென்றவன் நின்றுவிட்டான்.

"பாபு! ரவி!" வெங்கடபதி முன்னோக்கி அடியெடுத்து வைத்து நடந்தான். சிறுவன் பின்னால் திரும்பிப்பார்த்து நான்கடி நடந்தவன் நின்றுவிட்டான்.

"ஹூ! ஹூ இஸ் ஹூ?"

"நாந்தாண்டா பாபு!" வெங்கடபதியின் குரலில் புத்திரவாஞ்சை பீறிட்டெழுந்தது.

"அப்பா!" உத்வேகத்துடன் தந்தைக்கருகில் ஓடிவந்தவன் மறுநிமிடமே நின்றுவிட்டான். - "அம்மா எங்கே அப்பா?" என்று வினா எழுப்பினான். முன்னோக்கி நீட்டியிருந்த கைகள் தன்னையறியாமலேயே தாழ்ந்தன. தன்னுடைய இரண்டு கைகளாலும் அள்ளி அணைத்து மார்புடன் கட்டித்தழுவி மகிழவேண்டுமென்ற ஆசையில் நீர்தெளித்துவிட்டிருந்தது. முகத்தைப் பக்கவாட்டில் திருப்பியபடியே உயரமாக எழும்பிநின்ற விசாலமான பள்ளிக் கட்டிடத்தை நோக்கி பார்க்கத் தொடங்கினான் வெங்கடபதி.

"உங்க பள்ளிக்கூடம் ரொம்பப் பெருசா இருக்கே? இவ்வளவு பெரிய பள்ளிக்கூடத்தை நான் எங்கயுமே பார்த்ததில்லே! சொல்லப்போனா இத்தனை உயரமான மாடிகள் இருக்கும்னு நெனச்சிக்கூட பார்க்கல்லேடா கண்ணா! உங்க அம்மா சொல்லியிருந்தாள். ஆனாலும் நான் இப்ப எல்லாத்தையும் பார்க்குறப்பத்தான் நம்ப முடிஞ்சது" வெங்கடபதியின் குரல் நடுக்கத்துடன் வெளிவந்தது.

"அம்மா வரலியா அப்பா?" தந்தையினருகில் வந்து கேட்டான் ரவி.

"வரலைடா கண்ணா!" எங்கேயோ பார்த்தபடி சொன்னான் வெங்கடபதி.

"போனதடவையே அம்மா சொல்லிட்டா, அப்பா வைத்தான் அனுப்புவேன்னு. அதுக்காகத்தான் வரல்லேன்னு நெனக்கிறேன்."

"அம்மா சொல்லியிருந்தாளா கண்ணா?" மகனை அருகில் இழுத்தபடி கேட்டான் தந்தை.

"வாட் டாடி? இவ்வளவு சோ டர்ட்டி க்ளாத்ஸ்?" அழுக்குப் பிடித்து கருப்பேறியிருந்த தந்தையின் சட்டையையும், இடுப்பில் கட்டியிருந்த வேஷ்டியையும் பார்த்துக் கேட்டான் பையன்.

வெங்கடபதிக்கு சரியாகப் புரியவில்லை. ஆனாலும் தன்னுடைய ஆடைகளை சுட்டிக்காட்டி ஏதோ சொல்கிறானென்பது மட்டும் தெரிந்தது.

"தூசி படிஞ்சிருக்குபோல கண்ணா!"

"நல்லா டிரஸ் பண்ணிட்டு வரணும் அப்பா! இல்லேன்னா இங்கே சிரிப்பாங்க அப்பா? எங்க க்ளாஸ்மேட்ஸ், ரூம்மேட்ஸெல்லாம் சண்டை போட்டுக்கும்போது- "யுவர் டாடி ஈஸ் சோ டர்ட்டி'ன்னு சொல்லிக்காட்டுவாங்க அப்பா! அம்மாவெல்லாம் எப்பிடி வருவா தெரியுமா?"

"வா கண்ணா! உன்னோட துணிமணிகளெயெல்லாம் எடுத்து வச்சிக்கோ, போகலாம்!" தந்தை மகனின் கையைப் பிடித்துக்கொண்டான். ஆனால் ரவிதான் தந்தையின் கையைப்பிடித்து இழுத்தபடியே முன்னால் நடந்தான். தன்னுடைய வகுப்பறை, படுக்கையறை, சாப்பிடும் இடம், நூல்நிலையம், அவர்கள் சினிமா பார்க்கும் கட்டிடம்! எல்லாவற்றையும் காண்பித்தான் தந்தையிடம். பள்ளிக்கூடக் கட்டிடத்தின் பின்புறத்திற்கு அழைத்துச்சென்று காண்பிக்கவும் செய்தான்.

"இது எங்க வெஜிடபிள்ஸ் கார்டன் டாடி."

"இங்கே கீரைகளையும் விளைவிப்போமே!" என்றான் மகன்.

வெங்கடபதி தோட்டத்தை முழுமையாகப் பார்த்துவிட்டு "அங்க செடிகளுக்கு நல்லா தண்ணி பாயல்லே, இங்க தண்ணி ரொம்பவே கட்டி நிக்குது, அந்த செடிகள்ல பூவு நிக்காம உதிர்ந்துடுது" என்று எடுத்துச்சொன்னான்.

அதுவரையில் தந்தைக்கு எதுவுமே தெரியாது என்று நினைத்திருந்த ரவி ஆச்சரியத்துடன் பார்த்தான். தந்தையை அழைத்துக்கொண்டுவருகின்ற ரவிக்கு மேட்ரின் எதிர்பட்டார்.

"ஹலோ ரவி! வேரீஸ் யுவர் மம்மீ? டோட் சீ கம்?"

"நோ மேடம்?"

வெங்கடபதி மகனை பெருமிதத்துடன் நோக்கினான்.

"ஓ! யுவர் சர்வெண்ட் ஹேஸ் சோட்டூ டேக் யூ?" வெட்டிவிடப்பட்டிருந்த முடிக்கற்றைகளைப் பின்னுக்குத் தள்ளியபடியே கேட்டார் மேட்ரின்.

ரவியின் முகம் சுருங்கிவிட்டது. சிறுவன் கோபத்துடன் கொதித்துக்கொண்டிருந்தான்.

வெங்கடபதிக்கு வெள்ளைக்கார ஆசிரியையின்மேல் கோபம் கோபமாக வந்தது. அவ்வளவு பெரிய வார்த்தைகளால் பேசினா சின்னப்பய அவனால என்ன பதில் சொல்ல முடியும்?

“தென் ஹேரி அப்!”

மேட்ரின் ரவியின் ஆடைகளையும், புஸ்தகங்களையும் ஒன்றுபடுத்தி எடுத்துத் தந்தாள்.

வெங்கடபதி சூட்கேஸைக் கையில் பிடித்துக்கொண்டு மகனைப் பின்தொடர்ந்து நடந்து வந்தான்.

பிரின்ஸிபல் ரூமின் முன்னால் நின்றான் ரவி. பிரின்ஸிபல் வெளியே வந்து ரவியைப் பார்த்து மெதுவாகச் சிரித்தார்.

“சோ யூ ஆர் லீவிங்?”

“எஸ் ஸார்! ஹீ இஸ் மை பாதர்!” தந்தையைக் காண்பித்து சொன்னான் ரவி.

பிரின்ஸிபல் முகம் மாறியிருந்தது! வினோதமாகப் பார்த்தார். அதற்குள் தன்னை சமாளித்தவராய் புன்னகை உதிர்த்தபடியே “நமஸ்காரம்” என்றார்.

வெங்கடபதி கைகளைக் குவித்து வணக்கம் தெரிவித்தான்.

“யுவர் சன் ஈஸ் எ வெரி இண்டலிஜண்ட் பாய். ஹி லெட்ஸ் ஆல் டிஸ்டிங்ஷன்ஸ்! ஹி வில் கம் அப்!” என்றார் பிரின்ஸிபல்.

தாய் தந்தையர் குழந்தைகளை கார்களிலும், டாக்ஸிகளிலும் அழைத்துச் சென்றுகொண்டிருந்தனர். வந்து போய்க்கொண்டிருந்த கார்களோடு அந்த இடம் பரபரப்பாய் காணப்பட்டது.

வெங்கடபதி தன் மகனை அழைத்துக்கொண்டு கார்களின் போக்குவரத்திலிருந்து தப்பித்தபடியே அவுட்கேட்டை நோக்கி நடந்துகொண்டிருந்தான்.

“அப்பா? நம்ம கார் எங்கே?” என்றான் ரவி சலிப்புடன் தந்தையின் பக்கத்தில் நடந்தவாறு.

“காரு எங்க இருக்கு பாபு? நமக்கு? நானும் நடந்துதான் வந்தேன்?”

“நடந்தா? டாக்ஸியில வரலாமில்லையா?” என்றான் மகன்.

“அவ்வளவு பணம் இல்லையே கண்ணு எங்கிட்ட! ரோடு வரைக்கும் நடந்து ரிக்ஷாவுல ஏறிக்கிருவோம்! பஸ் ஸ்டாண்ட் வரைக்கும் எவ்வளவு கேட்பானோ?” கடைசி வார்த்தைகளை மெதுவாக தனக்குத்தானே சொல்லிக்கொண்டான்.

வெங்கடபதி தன் மகனை ரிக்ஷாவில் ஏற்றி தன்னுடைய பக்கத்தில் உட்கார்த்திக்கொண்டு சொன்னான்.

"ஏழு மணிக்கு பஸ் இருக்கு. அதுல ஏறுனா பொழுது சாயுறதுக்கு முன்னால எறங்கிடலாம்"

"உங்கிட்ட பணம் எதுக்காக இல்லே? மம்மியாயிருந்தா ஹோட்டல்ல இறங்கி டாக்ஸியில வருவா. நீ எதுக்காக இப்பிடி வந்தே?" முகத்தை தீவிரமாக வைத்துக்கொண்டு கேட்டான் ரவி தகப்பனிடம்.

வெங்கடபதி மௌனமாகப் பார்த்தான் மகனை.

"மம்மி வாஸ் வெரி பேட்! உங்கிட்ட பணம் கொடுக்காம அனுப்பியிருக்கா!"

"கண்ணா!" தந்தை மகனின் கையைப் பிடித்துக்கொண்டான். தாயின்மேல் அவனுக்கு கோபம் வந்திருந்ததை புரிந்துகொண்டிருந்தான்.

"அம்மாகிட்டயும் பணம் இல்லே. எல்லாமே தீர்ந்து போயிடுச்சி"

"டூ வேர் டாடி? எங்க போயிடுச்சி?"

வெங்கடபதிக்கு தன் மகனின் கேள்வி புரிந்தாலும் பதில் சொல்லமுடியாமல் சும்மாயிருந்தான். சிறுவனை சந்தோசப்படுத்துவதற்காக பள்ளியில் நடந்தவற்றை நினைவுக்குக் கொண்டுவந்தவனாய் கேட்டான்.

"அந்த கிராப்வச்ச பொம்பளெ என்னத்தை பேசுனா இங்கிலீசுல?"

"உன்னெ சர்வெண்ட்டுன்னு சொன்னா! வேலைக்காரனாம் வேலைக்காரன்! இடியட் பம்! பக்!" ரவியின் கன்னங்கள் சிகப்பேறியிருந்தன.

தன்னைப் பார்த்ததும் அவள் வேலைக்காரன் என்று நினைத்ததில் என்ன தவறு? ஆமாம், தன்னுடைய தோற்றமும், தான் உடுத்தியிருக்கும் ஆடைகளும் அப்படித்தானே காண்பிக்கின்றன? தானோ படிப்பறிவற்ற முட்டாள். தான் படித்ததெல்லாம் கீற்றுக் கொட்டகையில், மண்தரையின்மேல் பனையோலைப் பாயின்மேல் உட்கார்ந்து, அதுவும் எவ்வளவு நாட்கள்? அப்போது எழுத்துக்கள்கூட சரியாகத் தெரியாது. பலராமய்யாவோட வண்டியில்தான் சினிமாவுக்குச் சென்ற மறுநாள் காலையிலிருந்தே தன்னை தந்தை படிக்க அனுப்புவதை நிறுத்திவிட்டார்.

அன்றைய தினத்தில் தனக்கு மிகுந்த மகிழ்ச்சியாகவே இருந்தது. இப்போது தன்னைப் பார்த்து அவள் வேலைக்காரன் என்று நினைத்ததில் தவறொன்றுமில்லையே? முதல் தடவையாக விளையாடிக்கொண்டிருந்த இடத்தில் தன்னை எவ்வாறு பார்த்தான் ரவி? என்ன சொன்னான்? டர்டி இன்னும் என்னவோ சொன்னானே? பிறகு எதற்காக பிரின்சிபல் தனக்கு நமஸ்காரம் சொல்லவேண்டும்?

வேலைக்காரர்களுக்கும், கூலிகளுக்கும் பெரிய இடத்திலுள்ளவர்கள் வணக்கம் தெரிவிக்கமாட்டார்களல்லவா?

"பாபு! உங்க பிரின்ஸிபல் எதுக்காக வணக்கம் தெரிவிச்சாங்க?"

"நான் சொன்னேனில்லையா எங்க அப்பான்னு?"

"என் கண்ணே ரவி!" வெங்கடபதி மகனைத் தூக்கி மடியில் உட்கார்த்தி மார்போடு அணைத்துக்கொண்டான்.

"கண்ணே ரவி! என்னன்னு சொன்னே? மறுபடியும் சொல்லு? இங்கிலீசுலயே சொல்லேன்" வெங்கடபதி உற்சாகத்தில் திளைத்திருந்தான்.

"சர், ஹி இஸ் மை பாதர்!" ரவியின் குரல் மிகத் தெளிவாக வெளிவந்தது. மகன் சொன்னதை அப்படியே "சர்-ஹி-ஈஸ்-மை-பாதர்!" திருப்பிச் சொன்னான் வெங்கடபதி. குரலில் நடுக்கம் வெளிப்பட்டது. உள்ளுக்குள் குழியிட்டிருந்த கண்களின் ஓரத்தில் கண்ணீர்த் துளிகள் திரண்டிருந்தன.

"டாடி! ஒய் ஆர் யூ க்ரையிங்?" ரவி தகப்பனைக் கண்டு கலங்கினான். சின்னஞ்சிறுவனின் மனதில் ஏற்பட்ட ஏமாற்றமும், வருத்தமும் மறைந்திருந்தன. சிறகு முளைக்காத கோழிக்குஞ்சைப்போல தகப்பனின் மடியில் புதைந்துபோனான்.

"ரவிக்கண்ணா! உங்க பிரின்ஸிபல் வேறு ஏதோ சொன்னாரே? என்ன அது?"

ரவி ஞாபகப்படுத்திக்கொண்டவனாய் - தொண்டையை சரிசெய்துகொண்டு, மடியை விட்டு பக்கத்தில் அமர்ந்து கூறினான்.

"உன்னோட பையன் ரொம்ப கெட்டிக்காரன். ஹி வில் கம் அப். அப்படீன்னா நல்ல ஆளா வருவான்-ன்னு சொன்னாருப்பா!"

வெங்கடபதியின் உடம்பெல்லாம் புல்லரித்து நின்றது. மகனை நெஞ்சோடு சேர்த்து கட்டித்தழுவியபடி தலையை நிவிவிட்ட நிலையில் ரிக்ஷாவில் அமர்ந்திருக்கின்ற சங்கதியையே மறந்துவிட்டிருந்தான்.

வரூதினி நல்ல காரியத்தைதான் செய்திருக்கிறாள். பையனை நல்ல ஸ்கூலில் சேர்த்துப் படிக்க வைத்திருக்கிறாள். உண்மையில் அவன் பெரிய ஆளாக வருவான். அந்த வார்த்தையை பிரின்ஸிபலே தன்வாயால் சொல்லியிருக்கிறார்! ஆனால் இனிமேல் அவன் படிப்பு தொடராதே?

வெங்கடபதியின் உள்ளம் வருத்தமுற்றது. சாலையோரத்தின் செடியிலிருந்து காய்ந்த கிளையொன்று காற்றில் முறிந்து விழுந்தது!

இவனுடைய கதி என்னவாகும்? இவன் எவ்வாறு பிழைக்கப்போகிறான்? இவனுக்கு இந்த ஆடைகள் நாளைமுதல் கிடைப்பதற்கில்லை. தின்பதற்கும்கூட நல்ல உணவு கிடைக்காது. இவன் எப்படி இருப்பான்? தன்னால் எப்படி இவனைப் பராமரிக்க முடியும்?

மீண்டும் மீண்டும் மகனின் எதிர்காலத்தைப்பற்றி சிந்தித்துக்கொண்டிருந்த வெங்கடபதியின் கண்களுக்கு முன்னால் இருள் திரையிட்டு நின்றது. இதயம் விம்மி எழுந்தது.

தான் உயிரோடிருந்தும் என்ன பிரயோஜனம்? மகனின் அவலமான நிலையை தன்னால் பார்த்துக்கொண்டிருக்க முடியுமா?

"அப்பா! அம்மா எதுக்காகவாம் வரலை?"

வெங்கடபதியின் மனம் பதறியது. உடம்பில் நடுக்கம் ஏற்பட்டது. எலும்பும் நரம்புமாய் மாறியிருந்த கைகளால், உரமேறிய முரட்டு விரல்களால் மகனுடைய உடம்பைத் தடவி விட்டான். கன்னங்களை வருடினான். தலையை இதமாக தடவி அன்பையெல்லாம் வெளிப்படுத்தினானே தவிர அவனால் பதில் சொல்ல இயலவில்லை.

"எதுவுமே சொல்லலியே அப்பா?"

எதைப் பேசுவான்? எப்படி எடுத்துச் சொல்வான்? என்னவென்று கூறுவான்?

"எங்களை இப்பிடி அநியாயம் பண்ணிட்டுப்போயிட்டியே நீ?" வெங்கடபதியின் மனம் முனகியது.

54

ரவி மெய்மறந்து தூங்கிக்கொண்டிருந்தான்.

வெங்கடபதி மகனின் படுக்கையின்மேல் உட்கார்ந்துகொண்டு ஆறிப்போன பீடியின் முனையை சுண்டுவிரலால் தட்டி கீறி மீண்டும் பற்றவைத்தான்.

தெருவில் எங்கோ கதவைத் தட்டும் சப்தம் கேட்டுக்கொண்டிருந்தது. இரண்டாவது ஆட்டம் சினிமாவிற்குச் சென்றுவிட்டு வந்த மனைவி கதவைத் தட்டிக்கொண்டிருக்கலாம். குடித்துவிட்டு வந்த கணவன் கதவைத் தட்டிக்கொண்டிருக்கலாம்.

மறுபடியும் சத்தம்!

அப்படி தட்டிக்கொண்டிருப்பது தன்னுடைய வீட்டின் கதவைத்தான் என்ற முடிவுக்கு வந்தபின்னரும் வெங்கடபதி எழுந்து செல்வதற்கு சங்கடப்பட்டான்.

இந்த நேரத்தில் யார் வருவார்கள்? வரூதினி சினிமாவுக்குச் செல்லவில்லை. அவனும் குடித்துவிட்டு வரவில்லை. குடிக்கத்தான் பணம் எங்கிருக்கிறது? சாப்பிட இல்லாதபோது இனி குடிக்க எங்கிருந்து கிடைக்கும்? அவனும் வீட்டிலிருக்கும் பொருட்களையெல்லாம் விற்றுவிட்டான். அவளோட புடவைகளெல்லாவற்றையும் விற்றாகிவிட்டது. இரண்டு சாப்பிடும் தட்டுகள் - ஒரு டம்ளர் - சோற்றுப்பானை - குழம்புச் சட்டி இவைதான் மீதமிருப்பவை. அவன் சமைக்கும் உணவு ரவிக்கு கொஞ்சம்கூட பிடிக்கவில்லை. இளைத்துத் துரும்பாகிப்போனான். கொழு கொழு வென்றிருக்கும் அவனுடைய கன்னங்கள் ஒட்டி உலர்ந்து காணப்பட்டன.

நித்திரையிலிருக்கும் மகனுடைய கன்னங்களை மெதுவாகத் தடவிவிட்டபடியே வெங்கடபதி நினைத்தான்.

மறுபடியும் கதவைத் தட்டுகின்ற சப்தம்.

யார் வரப்போகிறார்கள் இந்த வீட்டுக்கு? யார் இருக்கிறார்கள் வருவதற்கு? அப்படியே வந்தாலும் அவனோடு அவர்களுக்கு என்ன வேலை?

வெங்கடபதி எழுந்தான். திடுக்கிட்டு விழுந்துவிடுவான் போலிருந்தது. கால்கள் நடுங்கின! அடி எடுத்துவைக்க இயலவில்லை. நரம்புகளெல்லாம் சேர்த்துப் பிடித்து இழுப்பது போலிருந்தது. தலை சுக்குநூறாய் வெடித்துவிடும்போலிருந்தது. அவனால் இருக்க முடியாது. குடிக்காவிட்டால் உயிரோடுஇருக்கமுடியாது.அவனுடையஎல்லாமேஇல்லையென்றாகிவிட்டது. இனி எதை விற்று குடிப்பான்? என்ன இருக்கிறது? குழந்தைக்கு எப்படி உணவு தருவான்? அவனுக்கோ கூலி வேலை செய்யவும் தைரியமில்லை.

உடம்பெல்லாம் பலஹீனமாகி தொய்ந்துவிட்டது. குடலில் ஒரே இரைச்சல். காதுகளை அடைத்தன. எவ்வளவு தூரம் நடந்தவன்! தற்போது அறையைவிட்டு தெருவாசல்வரைநடப்பதற்கும்கூடஅவனால்இயலவில்லை.தள்ளாடியபடியே சென்று கதவைத் திறந்து - "யாரது?" என்றான்

மடமடவென உள்ளே வந்தவன் - "நான்தானுங்க ராமதாஸ்!" மெதுவாகச் சொன்னான் வந்த மனிதன்.

"மொதல்ல கதவை மூடுங்க" என்றான் மறுபடியும்.

ராமதாஸின் தாடியோடு சேர்ந்து தலையில் முடி கூட இல்லை.

"நீ ராமதாஸுதானா?" சந்தேகத்துடன் கேட்டான் வெங்கடபதி.

"ஆமாங்க. திருப்பதிக்கிப் போயி நேத்திக்கடனெ முடிச்சிட்டு வந்திருக்கேன். வாங்க உள்ளே முக்கியமான விஷயத்தை சொல்லணும்" என்றான் ராமதாஸ்.

"கொண்டலராவ் விஷயம் பெரிய தலைவலியா இருக்கு. அகப்பட்டுவிடுவானோன்னு பயமாவே இருக்குங்க!"

"கொண்டலராவா? பிடிக்கப்படுவதாவது?" ராமதாஸின் முகத்தைப் பார்த்தபடியே கூறினான் வெங்கடபதி.

ராமதாஸ் ஒருமுறை தலையை இப்படியும் அப்படியுமாகத் திருப்பி யாரும் இல்லையென்பதை உறுதி செய்து கொண்டான்.

"நீங்கஇப்போஎதுவுமேதெரியாதமாதிரிபேசுனாநஷ்டம்உங்களுக்குத்தான்? உங்க நன்மைக்காகத்தான் வந்திருக்கேன். கொண்டலராவ் மட்டும் பிடிக்கப்பட்டான்னா உங்களையும் கொலை வழக்குல மாட்டிவிட்டுடுவான்"

"கொலை கேஸா? நான் யாரை கொலை செஞ்சேன்னு?"

"செய்யச் சொன்னது செஞ்சதைவிட பெரிய குற்றமாக்கும்"

"என்னய்யா நீ சொல்றது? கொலைன்னு சொல்றே? குற்றம்னு சொல்றே?"

வெங்கடபதியிடம் மேலோட்டமாகப் பேசுவதில் லாபமில்லையென அறிந்துகொண்டான் ராமதாஸ்.

உங்க மனைவி வரூதினியம்மா ராமனாதபாபுவை கொன்றுவிடச்சொல்லி அவங்க நகைகளையெல்லாம் வித்து அஞ்சாயிரம் பணம் தந்தாங்க. மீதியை வேலையை முடிச்சித்தந்த பிறகு கொடுக்குறதா வாக்கு தந்திருந்தாங்க. அந்த குடிகாரப்பய இன்னொரு ரௌடியையும்கூட சேர்த்துகிட்டு ராமனாதபாபுவுக்காக ஒருமாசமா அலைஞ்சி, கடைசியில ஜக்கையாபேட்டைக்குப் பக்கத்துல காரை நிறுத்தி அதுல இருந்தது யாருன்னுகூட பார்க்காமெ ராமனாதபாபுதான்னு நெனச்சிகிட்டு ராமகிருஷ்ணய்யாவை குத்திப் போட்டுட்டாங்க! கொல்லப்போன அன்னைக்கி அந்த வண்டியில ராமனாதபாபுவின் வந்திருக்கணும். முதலில் கிடைத்த தகவலின்படி ராமனாதபாபுதான் புறப்பட்டு போயிருக்கணும். கடைசி நிமிஷத்துல மாறிடுச்சி. இருட்டுக்குள்ள யாருன்னுகூட சரியா பார்க்காமெ குத்திட்டானுக. அவ்வளவு தூரம் நடந்தபிறகு பின்னடைவது முடியாத காரியம்! அவங்க ரெண்டுபேரும் இப்போ பெரிய இக்கட்டுல மாட்டிக்கிட்டு நடுத்தெருவுல நிக்கிறாங்க. அந்த கொண்டலராவ் ஆளுமேல ஆளைவிட்டு என்னோட பிராணனை பிடுங்கித்தின்னுகிட்டிருக்கான் மீதி அஞ்சாயிரத்துக்காக. நாளைக்கி சாயங்காலத்துக்குள்ள பணத்தை கொடுக்கலேன்னா அவனோ போலீஸுகிட்டப்போயி அப்ரூவர் ஆகப்போறானாம்! வெங்கடபதி அய்யாதான் கொலை பண்ணச்சொன்னாருன்னோ, கொலை செஞ்சாருன்னோ சொல்லப்போறேன்னு பயமுறுத்திகிட்டிருக்கான். அதுக்கு ஏத்தாப்புல சியாமளாம்பாவும் தன்னோட அண்ணனை கொலைசெஞ்ச கேஸுல உங்களுக்கும் சம்பந்தம் இருக்குறாப்புல சந்தேகப்படுறாங்களாம். எப்பிடிப் பார்த்தாலும் அந்த கொலை கேஸுல, உங்களை மாட்டிவிட்டு தன்னோட பகையை தீர்த்துக்க முயற்சி செய்றாங்களாம். கொண்டலராவ் இறங்கிவந்து போலீஸ்கிட்ட மாட்டிகிட்டான்னா அதுக்குப்பிறகு நீங்களும் நானும் ஒன்னுமே செய்யமுடியாது! அவனோட மொகத்துல அந்தப் பணத்தெ எறியாமப்போனா.... ராமதாஸ் சற்று நிறுத்தி எங்கேயோ பார்த்துக்கொண்டிருந்த வெங்கடபதியை தட்டி “வெங்கடபதிய்யா? வெங்கடபதிய்யா?” என்று பயந்துபோய் அழைத்தான்.

வெங்கடபதி தன்னிலைக்கு வந்ததைப் பார்த்ததும்தான் அவனுக்கு சற்று நிம்மதி ஏற்பட்டது.

“வரூதினியா? ராமனாதபாபுவை கொல்லச் சொன்னாளா?”

“அதென்ன வெங்கடபதிய்யா, இவ்வளவு நேரமா சொன்னதெல்லாம் கேட்டுகிட்டுத்தானே இருந்தீங்க. மறுபடியும் ஆரம்பத்துக்கு வர்றிங்களே?”

“வரூதினியா? நகைகளை வித்து ராமனாதபாபுவை கொலை செஞ்சிடத் தந்தாளா?”

“இத்தனைக்கும் நீங்க என்ன முடிவுன்னு சொல்லிடுங்க. அவனுக்கு நாளை சாயந்தரத்துக்குள்ள பணத்தை தந்துடனும். இல்லேன்னா நம்ம கதி அதோ கதிதான்!”

“குடியே முழுகிப்போனாலும் போகாட்டாலும் எங்கிட்ட என்ன இருக்கு எடுத்துத் தர்றதுக்கு?”

“நீங்க இப்பிடிச் சொன்னா எப்படிய்யா? கொஞ்சமாவது கொடுத்துத்தானாகணும்.”

“எங்கிட்ட இருந்தாத்தானேய்யா தரமுடியும்? சாப்பாட்டுக்கே வழியில்லாம தவிச்சிட்டிருக்கேனே! இருந்ததையெல்லாத்தையும் தான் அவ பொழச்சிருந்தப்பயே வித்துத் தொலைச்சிட்டாளே?”

“சரிதான்! இதைத்தவிர என்னால சொல்றதுக்கு எதுவுமே இல்லை. அந்த கொண்டலராவ் நாளைக்கோ அடுத்த நாளோ போலீசுகிட்ட மாட்டத்தான் போறான். உங்களெ மாட்டிவிடாம இருக்கமாட்டான்? கொலை கேசுல சம்பந்தப்பட்டவங்களை வாழ்நாள் கைதியாகவோ, தூக்குல மாட்டாமயோ விடமாட்டாங்க! அதுக்கு நீங்க தயார்ன்னா...? கடவுள் வந்து காப்பாத்துவாரா? அப்பிடியே போலீசுவந்து உங்களெ அரெஸ்டு செஞ்சி விசாரிக்கிறப்போ எந்த சந்தர்ப்பத்துலயும் என்னோட பேரை சம்பந்தப்படுத்தி சொன்னீங்கன்னா அது உங்களுக்குத்தான் எதிரா மாறிடும்! நானும் கொண்டலராவும் சமாளிச்சிப் பேசித் தப்பிச்சிக்கிடுவோம்! ப்ராக்யூஷன் சாட்சியாவே கோட்டுக்கு வருவேன் ஜாக்கிரதை! அதை மட்டும் மறந்துடாம ஞாபகத்துல வச்சிக்கோங்க! உங்க ரெண்டுபேருக்கிடையில நடக்குற தாவாவுல நாங்க எதுக்காக மாட்டிக்கணும்? ஜெயிலுக்குப் போகணும்? ஆமா. சொல்லிட்டேன்! நான் வர்றேன்! உங்க கடைசி முடிவு இதுதானா?” ராமதாஸ் எழுந்து நின்றபடி பயமுறுத்தினான்.

தலையை குனிந்தபடி ஆழ்ந்த யோசனையில் மூழ்கியிருந்த வெங்கடபதி ஆடாமல் அசையாமல் எந்தவிதமான பதிலையும் சொல்லாமல், ராமதாஸை நோக்கி கண்ணெடுத்துப் பார்க்கவுமில்லை. ராமதாஸ் கதவைத் திறந்துகொண்டு வெளியேறி சென்றுவிட்டான். கதவு திறந்த நிலையிலேயே இருந்தது. வெங்கடபதி அதே நிலையில் எவ்வளவு நேரம் உட்கார்ந்திருந்தான் என்பது அவனுக்கே தெரியாது.

அதிகாலை நேரத்தில் வந்துகொண்டிருந்த மெயில்வண்டி அவுட்டர் சிக்னலுக்கருகில் நின்றபடி கூறிக்கொண்டிருந்தது.

வெங்கடபதி சுயநினைவுக்குத் திரும்பினான்.

“பலராமய்யா மகளே, என்ன வேலையெல்லாம் செஞ்சிருக்கேடி! செத்தும் கூட நிம்மதியா இருக்கவிடலையேடி எங்களெ!” என்று தனக்குள்ளேயே புலம்பினான் சாம்பைய்யா மகன் வெங்கடபதி.

வீட்டில் எல்லாப் பக்கங்களையும் ஆராய்ந்து பார்த்தான். என்னுடையது என்று சொல்லிக்கொள்ளும் வகையில் எதுவுமே தென்படவில்லை. அந்த வீட்டில், சப்ரகோல் மஞ்சத்தைத்தவிர, தன்னைமறந்து தாயின் கட்டிலின்மேல்

தூங்கிக்கொண்டிருந்தான் ரவி. மகனை வாரியெடுத்து தோளில் போட்டுக்கொண்டு இரண்டு அடி எடுத்து வைத்தவன் நின்றுவிட்டான் வெங்கடபதி.

"நிலைக் கண்ணாடியை என்ன செயதாய்? அதை விற்கவில்லையா?" திரும்பிப் பார்த்தான் வெங்கடபதி.

வருதினி சப்ரகோல் மஞ்சத்தின்மீது உட்கார்ந்துகொண்டு தலையில் மல்லிகைச் சரத்தை சூடிக்கொண்டு பிரதிபிம்பத்தை காணமுடியாமல் எரிச்சலடைந்து கொண்டிருந்தாள்.

"வித்துட்டேன்! நாந்தான் வித்துட்டேன்! எனக்காக அல்ல. என்னோட குடிப்பதுக்காகவுமல்ல. குழந்தைக்காக. பசியுடன் தவித்துக்கொண்டிருக்கும் குழந்தையைப் பார்த்துக்கொண்டிருக்க முடியாமல் வித்துட்டேன். நீ கீழே இறங்கு! உன்னோட இந்த கட்டிலையும்கூட வித்துடணும், குழந்தைக்காக எதை வேண்டுமானாலும் செய்வேன் தெரியுமா? ஆனா இப்போ டைம் இல்லை. உட்கார். அதன்மேல் படுத்துப் புரட்டுகொண்டிரு. நாங்க போறோம்."

"அப்பா!" தந்தையின் தோள்மேல் தலைவைத்து தூங்கிக்கொண்டிருந்த ரவி தலையைத்தூக்கி மாட்டேன் என்று அடம்பிடிக்கின்ற இமைகளை பலவந்தமாக விரித்து நோக்கினான்.

வெங்கடபதியின் எண்ண அலைகள் தடைபட்டன. நிஜ உலகத்திற்கு மீண்டான்.

"எங்கே அப்பா போறோம்?"

"தாத்தாவிடம்"

"தாத்தான்ன எனக்கு ரொம்ப பிடிக்கும்ப்பா! ஐ லைக் தாத்தைய்யா!

"நோ... ஐ லவ் தாத்தைய்யா! விச் ஸ் ரைட் டாடி?" ரவியின் கண்களின் இமைகள் மூடிக்கொண்டன.

தந்தையின் தோளின்மேல் கன்னத்தை பதித்துக்கொண்டான். துருத்திக்கொண்டிருந்த எலும்பின்மேல் பட்டதும் மிருதுவான இடத்தைத் தேடி கிடைக்காததால் மீண்டும் கடினமான தந்தையின் தோள்மீதே கன்னத்தைப் பதித்தான் ரவி.

ராமதாஸ் திறந்தபடி விட்டுச்சென்ற வருதினியின் வீட்டுக் கதவுகள் மீண்டும் மூடவேயில்லை!

55

வெங்கடபதி ஊரின் எல்லையைத் தொடும்போது பொழுது புலர்ந்துவிட்டிருந்தது.

நாவஹல் மரத்தடியில் மகனை இறக்கிவிட்டு, மேல் துண்டால் முகத்தில் திரண்டிருந்த வேர்வையைத் துடைத்துக்கொண்டான்.

“டாடி! இன்னும் எவ்வளவு தூரம் நம்ம ஊரு?”

தூக்கக் கலக்கத்தை விரட்டியடித்தபடி கேட்டான் ரவி.

“நேரா வந்துட்டோம் டா கண்ணா! அதோ தெரியுது பாரு அதுதான் ஊரு!”

ரவி தலையைத் திருப்பி வயல்வெளிகளினூடே பார்த்தான். அப்பழுக்கற்ற தூய்மையான பரந்து விரிந்த விழிகளில் உதயகாலத்து சூரியக் கிரணங்கள் பட்டு ஒளியுடன் பிரகாசித்தன.

“இங்கே! இங்கே! இந்தப்பக்கமா பாரு! இப்பிடி நேரா பாரு. மரங்களோடு கிளைகளைப் பரப்பி அடர்த்தியா தெரியுருபாரு! அதுதான் நம்ம ஊரு!” நின்றுகொண்டிருந்த மகனின் அருகில் வெங்கடபதி முழங்காலிட்டு உட்கார்ந்தநிலையில் கையை நீட்டி சுட்டிக்காட்டினான்.

“இனிமே நானாவே நடந்து வாறேன்! என்னை தூக்கிட்டு வரவேணாம்! வா நான்னா போலாம்!” தந்தையின் கையைப் பிடித்தபடி ஊரினருகில் வந்துவிட்ட மகிழ்ச்சியில் சொன்னான் ரவி.

இரவு நடு சாமத்திலிருந்து விடியும்வரை மகனைத் தோள்களின்மேல் சுமந்துவந்த வெங்கடபதிக்கு கழுத்து வலி எடுக்க ஆரம்பித்தது. பாரமாய் கனத்தது. ஆனாலும் ரவியும் நடுநடுவே கீழே இறங்கி நடக்கத்தான் முயற்சித்தான். மகனை இருளில் அந்த கரடுமுரடான காட்டுப்பாதையில் வயல்களுக்கிடையே நடக்கவைக்க தந்தையின் மனம் விரும்பவில்லை.

இருட்டில் ஏதாவது புழு பூச்சி நடமாடலாம். முள்ளோ, வேரோ கால்களில் பட்டு ரத்தம் வரலாம்? என்ற நினைப்பில் மகனைச்சுமந்தபடியே ரோட்டின்மேல் நடந்துவராமல் குறுக்குப்பாதையில் கடந்துவந்தவன் ஊர் எல்லையை அடைந்துவிட்டிருந்தான்.

“இங்கே வா கண்ணா!” என்று தன் மகனின் கையைப் பிடித்தபடி நாவல் மரத்தின் இடப்பக்கத்து மேட்டின் மேலிருந்த கிணற்றை நோக்கி அழைத்துச் சென்றான் வெங்கடபதி.

வாளியை கிணற்றில்விட்டு நீரை இறைத்துக்கொண்டிருந்த வெங்கடபதி ஆர்வத்துடன் கிணற்றின் அருகில் வந்து எட்டிப்பார்க்க முயன்றுகொண்டிருந்த ரவியை சற்றுத் தள்ளி நிற்குமாறு எச்சரித்தான்.

தகப்பன் நீரை இறைத்து வெளியே வைத்ததும், ரவி தன் இரண்டு கைகளாலும் அள்ளியெடுத்து முகத்தில் தெளித்தபடியே ஒரு புதுவிதமான அனுபவத்தை உணரத் தொடங்கினான்.

வெங்கடபதி மகனின் கால்களையும் கைகளையும், முகத்தையும் நன்றாகக் கழுவி தன்னுடைய மேல் துண்டால் துடைத்துவிட்டான். உதயகால சில்லென்ற காற்று வந்து தழுவியதும் ரவி ஆனந்தக்கூச்சலிட ஆரம்பித்தான்.

வெங்கடபதி இன்னுமொரு வாளி நீரைச் சேந்தி முகம், கால் கைகளைக் கழுவிக்கொண்டு, மேலாடையால் துடைத்தபடியே, மகனை மற்றொரு கையால் பிடித்துக்கொண்டு வர கிணற்றிலிருந்து நாவல் மரத்தினருகில் வந்தான்.

“கண்ணா! ரவி! இந்த வாய்க்கால் கரைவழியாகவே நடந்து போ. அங்க ஒரு ஆலமரம் தெரியுது பாரு- அதுதான் நம்ம ஊரு ஏரி. அந்த ஏரிக்கரையைத் தாண்டி கீழே எறங்குனதும் நம்ம ஊருக்குப்போற பாதை வரும். அந்த பாதை வழியாவே போனா-”

“நான்னா! நீயோ?”

“அந்தப் பாதை வழியாவே போனேன்னா- ராமாலயம் வரும். ராமாலயத்தை தாண்டிப்போனா ஜனங்க கூடுற சாவடி மண்டபம் வரும்.”

“எதுக்காக அப்பா அதையெல்லாம் சொல்றே? நீ வரமாட்டியா?” முகத்தை வருத்தமாக்கி காண்பித்தபடிக் கூறினான் ரவி.

“வரமாட்டேன் ரவி! என்னால வரமுடியாது. இந்த ஊருக்கும் எனக்குமிருந்த தொடர்பு, உறவு எல்லாமே எப்பவோ அறுந்து போயிடுச்சி” என்றான் தந்தை.

“அப்படீன்னா நானும் போகமாட்டேன்!” பிடிவாதம் பிடித்தான் மகன்.

“வேற எங்க போகப்போறே கண்ணா? நீ போகவேண்டிய இடம் அதுதானே.”

“உன்னோடயே வருவேன்!”

“என்னோடயா? எனக்கு வீடும் இல்ல. காடும் இல்ல. ஊரும் இல்லடா ரவி எனக்கு. வீடு, வாசல், நெலம் இதோட ஊருக்கும் தூரமாயிட்டேண்டா! உனக்கு தாத்தா இருக்காரு. உன்னெ எதிர்பார்த்துட்டிருப்பாரு. நீ போயிடு கண்ணு! போய்க்கோ!”

“தாத்தாகிட்டே நீ ஏனா வரமாட்டே?”

“தாத்தாவுக்கு எம்மேல கோபம்டா ரவி!”

“அம்மாமேலதான் கோபம்னு சொல்லியிருந்தே?”

“ஆமாண்டா கண்ணா! எம்மேலயும் கோபந்தான். தாத்தாகிட்ட என்னால வரமுடியாது.”

“தாத்தாவுக்கு எம்மேல கோபம் இல்லையா?”

“இல்லைடா கண்ணா, இல்லெ. உம்மேல தாத்தா உசிரையே வச்சிருக்காரு! ரொம்ப இஷ்டம். தாத்தா உனக்காகவே ஆயிரம் கண்களோட எதிர்பார்த்துட்டிருப்பாரு. நீ போய்க்கோ கண்ணா-”

“அப்பா!” ரவி தந்தையின் கையை கெட்டியாகப் பிடித்துக்கொண்டான். சாவடி மண்டபத்தெ தாண்டுனதும் தெருமுனையில மாரியாத்தா மரம் நிக்குது.”

“மாரியாத்தா மரம்னா?”

"வேப்பமரம்டா கண்ணா! அந்த வேப்பமரத்துக்கு எதிரா இருக்குறத் தெருவுக்குள்ள நேரா போனா தாத்தா வீடு வந்துடும். இப்போ தாத்தா இருக்குறது அந்த வீட்ல இல்லே. அந்த வீட்டுக்குப் பின்னாடி ஒரு சந்து போவுது. அந்த சந்து வழியா போனேன்னா.... இதெல்லாம் எதுக்குடா ரவி? அங்கே போனதும் யாரையாவது கேட்டா சொல்லுவாங்க. நீ போ கண்ணா! போடா!” வெங்கடபதி தன் மகனின் கையை விலக்கிவிட்டவாறு தலையை வருடிவிட்டபடியே சேர்த்து அணைத்துக்கொண்டான்.

“தாத்தா உன்னெ நல்லா வளர்த்து பெரியவனாக்கிவிடுவாறு. உன்னெ பெரிய ஆளா ஆக்கிவிடுவாறு. நீ மட்டும் தாத்தா சொன்னபடி கேட்டு நடந்துக்கணும். தாத்தாவுக்கு தான் சொன்னபடி நடக்கலேன்னா கோபம் வந்துடும். தெரியுமா கண்ணா? தாத்தா சொன்னதுபோலத்தான் நடக்கணும் நீ?” வெங்கடபதியின் குரல் தழுதழுத்தது.

“அப்போ நீயும் அம்மாவும் தாத்தா சொன்னபடி கேக்கலியா? அதுக்குத்தான் உங்கமேல தாத்தாவுக்கு கோபமா?”

"நிஜத்தெ சொல்றேடா கண்ணா! நிஜத்தெ சொல்றே. அதுனாலதான் எங்க கதி இப்பிடியாயி போச்சி. நீயாவது தாத்தா சொல்றபடி நடந்துக்கோ!”

வெங்கடபதி தன் மகனை இரண்டடி முன்னால் நடக்கவிட்டு அவன் நின்றுவிட்டிருந்தான்.

"கண்ணா! ஊர்லருக்குறவங்க உங்கிட்ட எங்கபோறே? யாரோட பையன்?ன்னு கேட்டா என்ன சொல்லணும்னு தெரியுமா?"

"எதுக்கு கேட்பாங்க? கேட்டா நான் எதுக்காக சொல்லணும்?"

"இல்ல, கண்ணா, கேட்பாங்க. கேட்டா நாம மரியாதையாத்தான் பதில் சொல்லனும்."

"எதுக்காகவாம்? நான் யாருங்குறதெ எதுக்காகச் சொல்லணுமாம்?"

"நம்ம பஜாருல எப்பவாவது யாராவது அப்பிடி கேட்டிருக்காங்களா?"

"அது நகரம்! டவுன்ல யாருமே கண்டுக்கமாட்டாங்க. ஆனா இது கிராமம். இங்க இருக்குற சிலபேரு யாரு ஊருக்குள்ள வந்தாலும் கேட்பாங்க. நாம மரியாதையா சொல்லணும். என்னன்னு சொல்லுவே கண்ணு? யாரு மகன்னு கேட்டா?"

"வரூதினி மகன்னு சொல்வேன்."

"வேண்டாம்டா கண்ணா! வேண்டாம்!" வெங்கடபதி நெஞ்சைப் பலமாகப் பிடித்துக்கொண்டான்.

"வெங்கடபதி மகன்னு சொல்லவா?"

"வேண்டாம் ரவி! வேண்டாம்!" தந்தையின் மனம் வெடித்துச் சிதறியது.

"பின்னே இனி எப்படி சொல்றது?"

"சாம்பைய்யாவோட பேரன்னு சொல்லுடா கண்ணா" ஏரிக்கரையின்மேல் வந்துகொண்டிருந்த மணல் வண்டிகளைப் பார்த்ததும் வெங்கடபதி பரபரப்படைந்தான். ஊரிலிருப்பவர்கள் யாருமே பார்த்துவிடக்கூடாது என்பதில் உறுதியாக இருந்தான்.

"கண்ணா! இனி நீ போகலாம். நானும் போறேன். தாத்தா சொன்னாப்புல கேட்டு நடந்துக்கோ. தாத்தா மண்ணையே நம்பி வாழ்ந்த மனுஷன்! நீயும் தாத்தாவையே நம்பி இரு! சாம்பைய்யாவோட பேரன்னு சொல்லிக்கோ!"

வெங்கடபதி சடாரென பின்னால் திரும்பி மடமடவென நாலடி வைத்தவன் நின்றுவிட்டான். கால்கள் முன்னுக்குச் செல்ல மறுத்தன. அவன் கண்களில் நீர்திரையிட்டு வழிதெரியாமல் மறைத்தன. ஆகாயத்திலிருந்து பூமி வரை எல்லாமே தண்ணீர் மயமாகத் தென்பட்டன.

ரவி பின்னாலிருந்து ஓடிவந்து தன்னைக் கட்டிப்பிடித்துக்கொண்டபடியே விக்கி விக்கி அழுவானென்று நினைத்தது அவன் மனம். அவனின் ஒவ்வொரு அணுவும் ஆசைப்பட்டது. க்ஷணங்கள், நிமிடங்களாய் கடந்துகொண்டிருந்தன. சாகடித்துக்கொண்ட அன்பும், பரிவும், பாசமும் வெங்கடபதியின்

இதயத்திலிருந்து மீண்டும் துளிர்த்தெழுந்து நின்றது. வேகமாய் பின்னால் திரும்பிப் பார்த்தான். வாய்க்கால் கரையின் மேல் ஓட்டமாய் ஓடிக்கொண்டிருந்த ரவி தூரத்தில் தென்பட்டான். தன்னிலிருந்து தூரமாகிப்போன மகன், இன்னும் சின்னவனாகத் தெரிந்தான் வெங்கடபதியின் கண்களில்.

வெங்கடபதியின் மனம் சுக்குநூறாய் வெடித்துவிட்டது. தன்னுடைய மகன் ரவி, தன்னில் பாதிபாகம் ரவி, தன்னை நோக்கித் திரும்பிக்கூடப் பார்க்காமல் சென்றுகொண்டிருக்கிறான். எத்தனைப்பெரிய பாவப்பட்ட ஜன்மம் தன்னுடையது, அவன் தனக்கு சம்பந்தமில்லாதவனைப்போல கவலையின்றி சென்றுகொண்டிருக்கிறான். தன்னுடைய மகனுக்கே தன்மீது அன்பு இல்லை? இனிமேல் தனக்கு வேண்டியவர்கள், தன்மேல் விருப்பம் கொண்டவர்கள் யார் இருக்கப்போகிறார்கள்?

ஆமாம். தனக்காக யாருமே இல்லை? தனக்கென்று யாருமே இல்லைதான். தன்னுடைய உறவு, சொந்தம் என்று யாருமே இல்லை? தன்னுடைய பிறவி வீண்! இன்னும் எதைக்கண்டு, யாருக்காகத்தான் வாழவேண்டும்! ரவிக்கு தன்மீது அளவற்ற பற்றுதல் இருப்பதாக நினைத்திருந்தான். அந்தச் சின்னஞ் சிறுவனின் கண்களுக்குள், அவன் மனதிற்குள் தானே இருப்பதாக நினைத்துக்கொண்டிருந்தது தன்னுடைய அறியாமை. வெறும் பிரமையே தவிர உண்மையல்ல! எல்லாமே காணல் நீர்!

காட்டை நோக்கிச்சென்றுகொண்டிருந்ததாய்ப் பசுவைப் பார்த்து எங்கேயோ கொட்டிலில் கட்டிப்போட்டிருந்த இளங்கன்று, ‘அம்பா!’ என்று அலறுவது கேட்டதும் வெங்கடபதி அதிர்ந்து நின்றுவிட்டான்.

தந்தையின் நெஞ்சில் நெருப்பைத் தெளித்துவிட்டு, தூரமாய், கால்வாய்க்கரையின்மேல் தூரமாகி, தூரதூரமாகிச் சென்றுகொண்டிருந்தான் வெங்கடபதியின் மகன் ரவி.

அவன் தன்னுடைய மகன்! ஆனால் அவனுக்கே தந்தையென்றால்....? தனயனுக்கு தகப்பன்மேல் எதுவுமே இருக்காதா? மகன் தந்தைக்கு எதுவுமே இல்லையா? தனக்கு தனது தந்தையின்மேல் - நெல்மூட்டைகளை ஏற்றிக்கொண்டிருந்த லாரியின் முன்னால் மல்லாந்து விழுந்துகிடந்த நிலையில் அன்று தன்னை நோக்கிப் பார்த்த தந்தை - அன்று தான் மூக்குமுட்டக் குடித்துவிட்டு வந்து வாசலில் தந்தைக்கு எதிராகத் தடுத்துக்கொண்டு நிற்பதைப் பார்த்த தந்தை சாம்பைய்யா - வெங்கடபதியின் கண்களுக்கு முன்னால் நிழலாடினார்.

பரம்பரை பரம்பரையாக வந்துகொண்டிருக்கின்ற தகப்பன் மகன்கள் உறவு என்பது இதுதானா?

“கண்ணா! ரவி! அந்தப் பக்கமா போகாதே. அங்கேயெல்லாமே முள்ளுச்செடிகளாயிருக்கும். குத்திடும். இந்தப்பக்கமா எறங்கு. கால்வாக்

கரையிலயே நட! ரவி! கண்ணே ரவி!" வெங்கடபதி வாய்விட்டு கத்தினான். காற்றின்வேகத்தில்வெங்கடபதியின்சொற்கள்திரும்பவும்எதிர்த்திசையிலிருந்து வந்து அவன் காதுகளில் ஒலித்தன. ரவி கால்வாய்க் கரையைக் கடந்து கீழே இறங்கி நடந்து கொண்டிருந்தான். மண் சுமந்த வண்டிகள் வண்டிப்பாதையிலும், வயல்வெளிகளிலுமாக வந்துகொண்டிருந்தன.

வெங்கடபதி வேக வேகமாக நடந்து சென்றுகொண்டிருந்தான். புது கால்வாய்க்கருகிலுள்ள நிலம் மண்ணடித்து உழுதுபோடப்பட்டிருந்தது. கண்ணுக்கெட்டியதூரம் வரை வயல்வெளிகளைப் பார்த்தபடியே ஏரிக்கரையின்மேல் நடந்துகொண்டிருந்த வெங்கடபதியின் மனம் சுழற்காற்றாய் பின்னோக்கி நகரத் தொடங்கியது.

ஒரு சமயத்தில் அவையெல்லாமே தன்னுடைய நிலங்கள், வயல்கள்தான். அங்குதான் அவன் முதல் தடவையாக கலப்பையைப் பிடித்தான். அப்போது அந்த பூமி கல்லும் முள்ளுமாய் - கட்டாந்தரையாய் காட்சியளித்தது. வானம் பார்த்த பூமி. மழையை நம்பியிருந்த புன்செய் நிலங்கள். கால்வாய் வந்ததும் மண்ணு பொன்னாயிடுச்சி. இதையெல்லாத்தையும் கனகய்யாவே வாங்கிக்கொண்டான். கனகய்யாவால என்னத்தெ விவசாயம் செய்ய முடியும்? என்ன இப்படி துண்டு துண்டா கரையெல்லாம் சிதைஞ்சி கெடக்குது. வரப்பு சமமா நேரா வெட்டிவிட்டாத்தானே வயலுக்கு அழகா இருக்கும்! வீட்டைப் பார்த்ததுமே வீட்டுலருக்குற பொம்பளயெபத்தி தெரிஞ்சிக்கிடலாம்னு சொல்றாப்புல, வரப்பெ பார்த்ததுமே விவசாயியெப் பத்தி சொல்லிடலாம். தான் விவசாயம் செய்யும்போது இந்த பூமி எப்பிடி இருந்தது? இப்போ எப்பிடியாகிப்போயி கெடக்குது? எங்க கெடக்குற மேடு அப்படி அப்படியே, பள்ளத்துல வந்து தண்ணிகெட்டி கெடக்குது. அந்தந்த வருஷத்துல ஒன்னுபோல உழுது பக்குவப்படுத்தி வரப்பு களெபோட்டு எரு, உரங்களெயும், கரம்பையும் அடிச்சி நல்லா பரத்தி சமப்படுத்தி"விளச்சலுக்கு ஒத்தமாதிரி வச்சிருந்தாத்தானே விவசாயிக்குப் பெருமை! கனகய்யா நஞ்சையையோ, புஞ்சையையோ வந்து பார்க்கவாப் போறான்? எடுத்துச் சொல்லி வேலைக்காரங்களுக்கு புரியவைக்கத்தான் போறானா? எவனோ குத்தகைக்கு எடுத்தவன்தானே வெளச்சலெ விளைவிக்கப்போறான். பெத்த தாய் கையால வளர்த்த புள்ளயோட நடவடிக்கையே அலாதிதானே. பூமியும் அதுபோலத்தான்? அடடா! இந்தக் களையெல்லாம் நெலத்துல வளர்ந்து கெடந்தா இந்த பூமி எதுக்கு உதவும்? இதனோட வேர்களெல்லாம் ஆழத்துக்குப் போயி பூமி சாரத்தையெல்லாம் இழுத்துடுமே.

வெங்கடபதி வரப்பிலிருந்து இறங்கி புஞ்சை நிலத்தில் குனிந்தவன் கைவிரல்களால் வளர்ந்திருந்த களைச் செடியைப் பிடித்து இழுத்தான். அவன் நினைத்தபடி எளிதாக பூமியிலிருந்து வெளியே வர மறுத்தது. அவனுக்கு சிரிப்புத்தான் வந்தது. இரண்டு கைகளாலும் அந்தச் சின்னஞ்சிறிய செடியைப் பிடித்து பலம்கொண்டமட்டும் இழுத்தான்.

முன்பெல்லாம் இடதுகையால் வெகு எளிதாக அப்படிப்பட்ட களைகளையெல்லாம் இழுத்து எறிந்துவிடும் பலம் கொண்ட அவன் இன்று இரண்டு கைகளாலும் கஷ்டப்பட்டுப் பிடுங்கினாலும் பூமியைவிட்டு வருவேனா என்கிறது. தன்னுடைய உடல் இனி வேலைக்கு உதவாது. தன்னுடைய பலமெல்லாம் கரைந்துவிட்டது. நரம்புகள் பற்றை இழந்து தளர்ந்துவிட்டன. நெஞ்சில் உரமில்லை. அதற்கும்மேலாக மனதில் அமைதியில்லை. தான் இப்போது சாம்பைய்யாவின் மகன் வெங்கடபதி அல்லவே அல்ல. வரூதினியின் கணவன் வெங்கடபதி. தான் பூமிக்கு துரோகம் செய்துவிட்டவன். அந்த பூமி இனி அவனுடைய பேச்சைக் கேட்காது. அந்த மண்ணின்மேல் இனி அவனுக்கு உறவில்லை. அந்த மண்ணை நம்பி, மண்ணின்மீது பற்றுகொண்டு வாழ்கின்ற மனிதர்களின் முகங்களைப் பார்க்கவும் அருகதையற்றவன். இனி மண்ணோடு மண்ணாய் மடிந்து போவதைத்தவிர வேறு நல்ல செயல் ஒன்றுமே இல்லை.

எலிமருந்து! எண்டிரின், ஒரு மடக்கு போதும். ராமச்சந்திரய்யா உரங்களோடு எண்டிரின்னும் கூட விற்கிறார். மறுபடியும் தனக்கு விளைநிலங்கள் கிடைக்க வாய்ப்பில்லை. ஆனாலும் என்டிரின் நிச்சயமாய் கிடைத்துவிடும். தான் மறுஜன்மம் எடுப்பதாகயிருந்தால் இந்த மண்ணில்தான். ஆனால் மீண்டும் மனிதப் பிறவியெடுப்பேனோ... இல்லை... எந்த எலியோ-

அந்தச் சின்னஞ்சிறு களைச் செடியைப் பிடித்து இழுத்துக்கொண்டிருந்த வெங்கடபதியின் கைகள் பற்றுதலை விடுவித்துக்கொண்டன. புஞ்சை நிலத்தைவிட்டு கரையின்மேல் ஏறி வேகவேகமாக நடக்க ஆரம்பித்தான் வெங்கடபதி.

ஆமாம் அந்த கொண்டல்ராவ் என்னவாகிப் போவான்? அவனோட மனைவி, மக்களின் கதி என்னவாகும்? ராமதாஸ் தப்பித்துச் சென்றுவிடுவானா? எப்படி தப்பிக்க முடியும்? கொண்டல்ராவ் அவன் பேரைச் சொல்லாமல் விட்டுவிடுவானா? இந்தக் கொலையே ராமதாஸ் சொல்லித்தானே செய்திருக்கிறான்? ராமதாஸ்தானே மூலகாரணம். கொண்டல் ராவ் மட்டுமா குற்றவாளி? அவனுக்கு அவ்வளவு அறிவு போதாது. அது சரி -

இந்த ராமதாஸையும், கொண்டல்ராவையும் சொல்லி என்ன பயன்? பணத்துக்கு ஆசைப்பட்டு செஞ்சிருக்காங்க. எல்லாத்துக்கும் காரணம் வரூதினிதான். அவதானே கொலையை செய்யச்சொல்லிப் பணத்தைத் தந்திருக்கா? அப்ப அவ மனசுல எவ்வளவு பகையும் வெறுப்பும் இருந்திருக்கணும்? அழகான, மென்மையான வரூதினிக்குள் எத்தகைய குரூரத்வம்! எத்தனை அற்பத்தமான கெட்ட எண்ணங்கள்?

இதற்குள் ஒருவேளை கொண்டல்ராவ் பிடிபட்டிருப்பானோ என்னவோ! போலீஸ் தன்னைத் தேடிக்கொண்டுதானிருப்பார்கள்! ராமனாதபாபுவுக்கு தன்னைப்பற்றித் தெரியாததா என்ன? ராமனாதபாபு அப்படிப்பட்ட மனிதனல்ல. தன்மேல் வழக்கு வராமல் பார்த்துக்கொள்ளமாட்டாரா? அவர் என்ன செய்வார்

பாவம்! மனைவி அவர் பேச்சைக் கேட்காதபோது? வரூதினி தன் பேச்சைக் கேட்டாளா? அதுபோலத்தான் ராமனாதபாபுவின் சங்கதியும். சொந்த அண்ணனைக் கொலை செய்யத் தூண்டிய குடும்பத்தை நாசம் செய்யாமல் சியாமளாம்பா மட்டும் சும்மா இருப்பாளா? அவளோட அண்ணனை வரூதினி கொலை செய்ய வைத்திருக்கிறாள். அப்போ வரூதினியின் கணவனுக்கு அவள் தூக்குத்தண்டனை வாங்கித் தருவாள். வரூதினி செய்த குற்றத்திற்கு தண்டனையை அனுபவிக்க வேண்டியவன் தான்தான்! தான்தானே அவளுடைய கணவன்! தாங்கிக்கொள்ள வேண்டியவனும் தானேதான்!"

அப்பாவி கொண்டல்ராவ் குடிமயக்கத்தில் செய்திருப்பான். அந்தப் பாவத்தை அவனுடைய மனைவி மக்கள் எதற்காக அனுபவிக்கணும்? எல்லாவற்றிற்கும் காரணகர்த்தா தான்தானே. அதற்குரிய தண்டனையை தான்தான் அனுபவிக்க வேண்டும் - நகரம் முழுக்கத் தேடி அலசிப் பார்த்தும் தான்கிடைக்காமல் போனதால்கிராமத்திற்குள்புகுந்தாலும் சொல்வதற்கில்லை. இந்த போலீஸ்காரர்கள். தன்னுடைய தகப்பன் சாம்பைய்யாவையும், மகன் ரவியையும் விசாரிப்பார்கள். ஊரிலுள்ள ஜனங்களெல்லோரும் வீட்டைச்சுற்றி கூடிவிடுவார்கள். "வெங்கடபதி கொலைகாரன்! கொலை செய்யத்தூண்டியவன்' என்று மக்களெல்லாம் தங்களுக்குள் அதிசயமாகப் பேசிக்கொள்வார்கள்!

தன்னுடைய அப்பா சாம்பைய்யாவும், மகன் கொலைகாரன் என்று நினைத்துக்கொள்வார்.

தன்னுடைய மகன் ரவி தனது தகப்பன் கொலையாளி என்று நினைத்துக்கொள்வான். அவர்கள் போலீஸ்காரர்களின் முன்னால் நின்று எந்த பதிலைச் சொல்வார்கள்! தன்னை எங்கிருப்பதாக அடையாளம் காட்டுவார்கள்? தானே நேரில் போலீஸில் சென்று ஆஜராகிவிட்டால்... குற்றவாளி என்று ஒப்புக்கொண்டுவிட்டால்.... இதில் எந்த மற்றவருடைய தலையீடும் இல்லையென்று வாக்குமூலம் தந்தால் சிலகாலம் ஜெயிலில் வைத்திருப்பார்கள். இரண்டு வேலையும் ஏதோ கொஞ்சமாவது உணவு கிடைக்கும். இருப்பதற்கு சிறைக் கைதிகளுக்கென்று அறைகளும் உண்டு. அவ்வளவு போதுமே தனக்கு. வேறு என்ன வேண்டும்? தான் வெளியிலிருந்தால் மட்டும் பிழைப்பதற்கு வழி? எந்த வேலையும் செய்யமுடியாது. கைதியாக இருக்கும்வரை வயிறு காயவிடாமல் உணவு கிடைத்துவிடும். அதன்பிறகு தீர்ப்பு வந்ததும் தூக்கில் போடுவார்கள். அதற்குப்பிறகு உணவும் வேண்டாம். தண்ணீரும் இருக்க நிழலும் தேவையேயில்லை. அப்படியே தூக்குத்தண்டனை கொடுக்காவிட்டால் ஆயுள்கைதியாகத் தண்டனை கிடைக்கும். அதுவும்கூட நல்லதுக்குத்தான். தன்னைப் பொறுத்தவரை இந்த வெளியிலுள்ள பிரபஞ்சமே ஒரு பெரிய சிறைச்சாலையைப் போலத்தான் தோன்றுகிறது. அந்த ஜெயிலிலாவது சுதந்திரக்காற்றை சுவாசித்துக்கொண்டு சுகப்படலாம். தன்னைப் பற்றிய கவலை இருக்காது. சாப்பாட்டிற்கும் குறை ஏற்படப் போவதில்லை.

கொண்டலராவ் பிழைத்துக்கொள்வான். அவனுடைய மனைவி மக்களின் சாபம் தன்னோட மகன் ரவிக்கு தொடரவிடக்கூடாது. அதைவிட தன்

மகனுக்காக வேண்டிக்கொள்வதோ, செய்யத் தகுந்ததோ வேறு இல்லை எனலாம்.

பெரிய கடைத்தெருவில் எலிமருந்தும், உரங்களும் விற்கின்ற ராமச்சந்திரய்யாவின் கடைக்கு எதிர்தரப்பில்தான் போலீஸ்

ஸ்டேஷன் -

வெங்கடபதி மனதை கல்லாக்கிக்கொண்டான், அவனுடைய பாதங்கள் உறுதியுடன் தரையைத் தாக்கிக்கொள்ளத்தொடங்கின. வேகவேகமாக நடந்து கொண்டிருந்தான். பொழுது தன்போக்கில் மேலே ஏறிக்கொண்டிருந்தது.

இனிமேல் எதற்கும் பயப்படத்தேவையில்லை. ஓடிச்சென்று மறைந்து கொள்ளவேண்டிய அவசியமுமில்லை. இனி எது நடந்தாலும் ஒன்றுதான். ஒன்று ராமச்சந்திரய்யாவுடைய கடை - இன்னொன்று போலீஸ் ஸ்டேஷன். பாவம்! கொண்டலராவின் மனைவியும், குழந்தைகளும்!

வெங்கடபதி அந்த புஞ்சை நிலங்களுக்கிடையே சென்ற குறுக்கு வழியை விடுத்து நேரான பாதையில் ஏறி நடந்தான். அவனுடைய பாதங்கள் பட்டுக் கிளம்பி எழுந்த செம்மண் துகள்கள் காற்றின்வேகத்தில் மேலெழுந்து சாலையோரத்து புளியமரக்கொழுந்து இலைகளைத் தாக்கிக்கொண்டிருந்தன.

வெங்கடபதி பொழுது சாய்வதற்குள் நகரத்தையடைந்துவிடுவான். அவன் முதன்முறையாக அந்த ரோட்டின்மேல்தான் பலராமய்யாவுடைய சவாரி வண்டியின் பின்புறத்தில் ஒரு ஓரமாக ஒதுங்கி உட்கார்ந்துகொண்டு சினிமா பார்ப்பதற்காக நகரத்திற்குச் சென்றான். அப்போ வரூதினி வண்டியில் எங்கே அமர்ந்திருந்தாள்? யாருடைய மடியில் உட்கார்ந்திருந்தாள் என்பதெல்லாம் சரியாக ஞாபகத்திற்கு வரவில்லை.

வரூதினியின் பக்கத்தில், பின்பக்கத்து இருக்கையில் உட்கார்ந்து கொண்டு அந்த சின்னக்காரில் நகரத்திற்குச்சென்றது இன்னும் நன்றாகவே நினைவில் நிற்கின்றது. அதன் பின்னர் நடந்ததெல்லாம் ஒரு பெரிய கெட்ட கனவாய் தோன்றுகிறது.

“அதென்ன கெட்ட பழக்கம்! யாராவது பார்த்தா சிரிக்கப்போறாங்க. காலை கீழ தொங்கப்போட்டு உட்காரணும்” வரூதினி தன்னை நோக்கி கடைக்கண்ணால் பார்த்தபடியே கூறுகிறாள். அவன் உடனே சடாரென சீட்டிலிருந்து கால்களை இறக்கி கீழே வைத்துக்கொள்கிறான். “அம்மா! என் கால் போச்சே! எல்லாமே மொறட்டுத்தனம்தானா?” வரூதினி முகத்தை கோபத்துடன் திருப்பினாள். அப்போது அவள் எவ்வளவு அழகாகத் தோன்றினாள்? வரூதினியின் பக்கத்தில் உட்கார்ந்தபடியே காரில் செல்வது எவ்வளவு சந்தோசமாக இருந்தது! எவ்வளவு ஜாலியா நெருக்கமா எப்பவுமே இப்படியே வரூதினியின் பக்கத்தில் உட்கார்ந்து காரில் சென்றுகொண்டிருந்தால்....?

ஹாரன் ஒலிகேட்டது! வெங்கடபதி ரோடிலிருந்து விலகி சற்று ஓரமாக ஒதுங்கிக்கொண்டான்.

வெங்கடபதி தலையைத் தூக்கிப் பார்த்தான்.

கனகய்யாவின் கார் தூசியைக் கிளப்பியபடி சென்றுகொண்டிருந்தது. கனகய்யாவின் மருமகன் குருநாதன் மனைவியின் பக்கத்தில் மிடுக்குடன் அமர்ந்தபடி பட்டணத்திலிருந்து கிராமத்தை நோக்கிச் சென்றுகொண்டிருக்கிறான் என்பது தெரிந்தது.

தாத்தாவைப் பற்றிய எண்ணங்களோடு கால்வாய்க் கரையை கடந்து ஏரிக்கரையின்மேல் ஏறிய ரவி சட்டென்று நின்றுவிட்டான்.

பின்னால் திரும்பி அப்பா நின்றிருந்த திசையை நோக்கி ஓட்டம் பிடிக்கத் தொடங்கினான்.

'அப்பா! நீ போகாதே! நீயும் இங்கயே இருந்துடு! தாத்தாகிட்டச் சொல்லி உம்மேலருக்குற கோபத்தை இல்லாம செஞ்சிடுறேன்ப்பா! தாத்தாவுக்கு என்னை ரொம்ப பிடிக்கும்னு நீதானே சொன்னே? அப்போ தாத்தா நான் சொன்னா கேப்பாருல்லியா? நான் மறுபடியும் இங்க வந்து உன்னெ தாத்தாகிட்ட அழைச்சிட்டுப் போறேன்! என்று சொல்ல வேண்டுமென்றும், பலம்கொண்டமட்டும் கத்தியழைக்கவேண்டுமென்றும் அந்தச் சின்னஞ்சிறிய இதயம், பிஞ்சு மனம் பரிதவித்தது. ஓடியோடி களைத்துப்போனவனாய் நின்றுவிட்டான்.

அப்பாவின் அடையாளமே எங்கேயும் தென்படாமல் சோர்ந்துபோனான். சோகத்துடன் 'அப்பா! அப்பா!'' என்று கத்தினான். திசைகள் எதிரொலித்தனவே தவிர அப்பாவைப் பார்க்க முடியவில்லை.

“தாத்தாதான் நல்லவர். இனிமே உங்கிட்டவே வரவேமாட்டேன் போ! நான் தாத்தாகிட்டயே இருந்துக்கிறேன். தாத்தாவைத்தான் எனக்கு ரொம்பப் பிடிக்கும்!”

சொக்காயின் முனையால் கண்களைத் துடைத்தபடியே பின்னால் திரும்பினான் வெங்கடபதி மகன் ரவி,

ரவி மறுபடியும் கால்வாயைக்கடந்து ஏரிக்கரையின் வழியாக இறங்கி ஊருக்குள் வரும்பொழுது பொழுது இரண்டுமுழம் ஏறியிருந்தது. வெயில் சுள்ளென்று எரித்துக்கொண்டிருந்தது. தலையிலிருந்து வழிந்த வியர்வை கன்னங்களில் இறங்கி சட்டையை முழுவதுமாக நனைத்துவிட்டிருந்தது.

“யாரு அது போகுறது?” ராமாலயத்தின் முன்புறமாக நடந்துகொண்டிருந்த ரவியைப் பார்த்ததும், திண்ணையின்மேல் அமர்ந்திருந்த ஒரு பெரிய மனிதர், சுருட்டை, வாயிலிருந்து எடுத்து எச்சிலை துப்பியபின் மீண்டும் சுருட்டை வாயில் வைத்தபடியே தலையை நிமிர்த்தி சத்தமெழுப்பினார்.

ரவி வாயைத் திறந்து பதில் சொல்லாமலேயே முன்னேறி நடந்துசென்றான். “உன்னைத்தாண்டா சிறுவனே? யாரு வீட்டுக்குப் போயிட்டிருக்கே?”

'ப்ளடி ஓல்டு ராஸ்கல். சிறுவனே சிறுவனேன்னு சொல்றானே? இந்தக் கெழவன்?' என்று நினைத்த ரவி நின்று கிழவனின் முகத்தைப் பார்த்தான்.

“யாரோட பையண்டா நீ? ஊருக்குள்ள இதுக்கு முன்னால உன்னெ பார்த்தாப்புலெ தெரியலியே?” அவர் பார்க்காமல் போனதற்கு காரணம் ரவியினுடையதுதான் என்ற அர்த்தத்தில் கேட்டார்.

“சாம்பைய்யா தாத்தாவோட பேரன்”

“சாம்பைய்யாவா? எந்த சாம்பைய்யா?”

பக்கத்தில் அமர்ந்திருந்தவர்களை நோக்கிப் பார்த்தபடியே கேள்வியைத் தொடுத்தார் சிவய்யா.

“நம்ம ஊருல சாம்பைய்யான்னு வேற யாரு இருக்கா சிவய்யா? இருக்குறதெல்லாம் ஊரைவிட்டு வந்த வெங்கய்யா மகன் சாம்பைய்யா மட்டுந்தானே?” என்றார் சிவய்யாவைப் பார்த்து சூரய்யா.

“அந்த சாம்பைய்யாவுக்கு பேரன்கூட இருக்கானா? எனக்குத் தெரியாதே?” என்றார் சிவய்யா தனக்குத் தெரியாமல் ஊருக்குள் எதுவுமே நடப்பதற்கில்லை என்ற தோரணையில்.

“அட, ஆமா! வரூதினிக்கு ஒரு மகன் இருக்கானாம்? அவன் பட்டணத்துல எங்கயோ படிச்சிட்டிருக்குறாப்புல கேள்விப்பட்டேன்ய்யா” என்றார் பரந்தாமய்யா.

“அது நாந்தான்!” தன்னையறியாமலேயே சொல்லிவிட்டான் ரவி. சொல்லியபிறகு இவர்களிடம் எதற்காகச் சொன்னேன் என்று வருந்தினான்.

“கொஞ்ச நாளக்கி முன்னாடி உங்க அம்மா செத்துப்போயிட்டாளாமே? என்ன நோயி? எதுக்காகச் செத்துட்டாளாம்?” கேள்விக் கணையைத் தொடுத்த பரந்தாமய்யா முகமெல்லாம் கண்களாக்கிக்கொண்டு ரவியை உற்று நோக்கினார்.

ரவிக்கு வருத்தமாக இருந்தது. பதிலெதுவும் கூறாமல் தலையை குனிந்தபடியே முன்னோக்கி நடக்க ஆரம்பித்தான்.

“நோயா? அதெல்லாம் ஒரு பெரிய கதையாக்கும்!” என்றார் கோபாலம்.

“அப்படீன்னா எல்லாத்தையும் தொலைச்சதுக்குப் பொறகு வெங்கடபதி ஊரைப்பாத்து வந்து சேர்ந்தான்னு சொல்லு” என்று சிவய்யா - திடீர்னு ஏதோ ஞாபகத்துக்கு வந்தவர்போல குரலெடுத்து கத்தினார்.

“உங்க அப்பா வெங்கடபதி எங்கடா?”

அந்தக் கேள்விக்குரிய பதிலை ராமாலயத்திற்குள் உட்கார்ந்திருந்த பெருசுகளெல்லாம் எதிர்பார்த்தார்கள்.

ஆனால் ரவி திரும்பிப்பார்க்காமல் வேகவேகமாக நடையைக் கட்டினான்.

57

“அதோ அங்க ஒரு மேடு இருக்கு பாரு? அந்த மேட்டுலதான் ஒரு பனையோலை குடிசையிருக்கா. அந்தக் குடிசையில தான் உங்க தாத்தா சாம்பைய்யா இருக்காரு. இந்த சந்துவழியா போனாலே திருப்பத்துல ஒரு காலி நெலம் வரும். அதுலபோனா வந்துடும்.”

“தேங்க்யூ”

வண்டிமாட்டின் முதுகுப்பாகத்தை வருடிவிட்டபடி நின்றிருந்த சிவராமய்யாவின் வேலைக்காரன் ஆச்சரியத்துடன் ரவியை வாயைத் திறந்தபடி பார்த்தான்.

மாடுகளையே கண்ணிமைக்காமல் பார்த்துக்கொண்டிருந்த ரவியை முட்டுவதற்காக கொம்புகளை அசைத்தது அந்த மாடுகளில் ஒன்று.

“ஏ.... ஹோய்! என்னவே ரொம்பத்தான்! நல்லா தீனிகெடக்குற திமிரா?” இரு... யிரு. இன்னக்கி பத்துவண்டி மண்ணெ சுமக்கணும்!” என்றபடியே சக்கரத்தின்மேல் காலைவைத்து மொளைக்காம்பைப் பிடித்தபடி ஏறி வண்டியின் முன்பக்கம் உட்கார்ந்தகொண்டான்.

காளைகளின் கழுத்துக் கயிற்றை இழுத்துப்பிடித்து சாட்டையால் முதுகில் லேசாக அடித்து வண்டியை ஓட்டத் தொடங்கினான் வேலைக்காரன்.

வண்டியில் முழுவதுமாய் குவிக்கப்பட்டிருந்த செம்மண் வண்டியின் ஓட்டத்தில் கொஞ்சமாய் கீழே உதிரத் தொடங்கியது.

“தள்ளிக்கோ! இன்னும் போகாமெ அப்படியே நின்னுட்ட எதுக்காக? அதோ அந்த மண்மேட்டுமேல இருக்குற குடிசைதான்! போ, போய்க்கோ பின்னே!” வண்டியின் முன்னால் உட்கார்ந்திருந்தவன் கழுத்தைப் பக்கவாட்டில் திருப்பிக் கத்தினான் வேலைக்காரன்.

ரவி வண்டியின் பலகைகளில் இடுக்கு வரியாக நழுவி விழுகின்ற மண் தன்மேல் பட்டுவிடாமல் சற்றே ஒதுங்கி நின்றான்.

மண்ணை உதிர்த்தபடியே வண்டி சாவடியைத் தாண்டி சென்றுவிட்டது.

சாவடியின் பின்புறத்திலிருந்து பசுக்களும், எருமைகளும், கன்றுகளுமாக கொம்புகளை ஆட்டியபடியும், தோகைகளால் ஒன்றுடனொன்று உரசியபடியும் தள்ளிவிட்டபடியும் புழுதி மண்டலத்தைக் கிளப்பியபடி கூட்டமாய் வந்தன.

அவைகளுக்குப் பின்னால் சோற்றுமூட்டையைத் தோளில் இடுக்கிக்கொண்டு மாட்டுக்காரச் சிறுவனும், அவனுடைய தங்கையும் ஓடிவந்தார்கள். ஒருபக்கமாய் நின்றிருந்த ரவியைப் பார்த்ததும் ஆச்சரியத்துடன் வாயைப்பிளந்தனர். பசுக்களின்மந்தைவைக்கோல்போர்தொழுவத்தைத்தாண்டி தெருவுக்குள் செல்லும்வரை அவைகளையே பார்த்தபடி நின்றுவிட்டான் ரவி. துள்ளிக்குதித்தபடியும், அம்மா.... என்று கத்தியபடியும் ஒன்றையொன்று இடித்துக்கொண்டபடி செல்கின்ற இளங்காளைகளின் மேலிருந்து பார்வையை விளக்கமுடியாதவனகாகிவிட்டிருந்தான் ரவி.

சிவராமய்யாவின் மாட்டுத் தொழுவம், வைக்கோல் போர் தொழுவங்களெல்லாம் கடந்து குட்டையின் அருகில் வந்துவிட்டான் ரவி. கோடைகாலமாகயிருந்ததால் குட்டையில் தண்ணீர் தேங்கியிருக்கவில்லை. வறண்டிருந்தது. அதனூடே நடந்துசென்று மறுபக்கத்து கரையில் ஏறி நின்றபடியே பார்த்தான். எதிரே உயர்ந்த மண்மேடு. அதன்மேல் நீண்ட சதுரத்தில் குடிசைதென்பட்டது.

'அங்கயோ தாத்தா இருக்கார்? ஊருக்குள்ள பெரிய பெரிய வீடுகள்லாம் இருக்கு. மாட மாளிகைகள்லாம் இருக்குறப்போ தாத்தா மட்டும் ஊருக்கு வெளியே இந்தச் சின்ன பனையோலை வேய்ந்த குடிசைக்குள்ளே எதுக்காக இருக்கார்? அவருமட்டும் தன்னந்தனியா இந்த குடிசைக்குள்ள இருக்க பயமாயிருக்காதா? அப்போ தாத்தா ரொம்ப தைரியசாலியா இருக்கணும்! ஹி மஸ்ட் பி ஏ ப்ரேவ் மேன்! ஹீ இஸ் லைக் ராபின் ஹுட்!

ரவியின் மூளையில் பாடப் புத்தகங்களில் படித்த 'கிரேட் ராபின்ஹுட்' நிழலாடினான்.

தாத்தாவைப் பார்ப்பதற்காக அந்தச் சின்னஞ்சிறிய மனம் துள்ளிக்குதித்தது. சொல்லமுடியாத பரவசம் அவன் கண்களில் மிளிர்ந்தது.

வேக வேகமாக ஓடிச்சென்று மேட்டில் ஏறினான்.

குடிசையின் முன்னால் வந்து நின்றுவிட்டிருந்தான்.

குடிசைக்குள் நுழைவதற்கு அவனுடைய உயரத்தில் மட்டும் கூரை மேலிருந்து தாழ்ந்திருந்தது. அவன் வரை எப்படியாவது நுழைந்து சென்றுவிடலாம்! ஆனால் தாத்தா?

சுற்றிலும் கண்களை ஓடவிட்டான் ரவி. ஒரேயொரு இடத்தில் மட்டும் பனைஓலையை மேல்பக்கமாக நிமிர்த்தி ஆர்ச்போல அமைக்கப்பட்டிருந்தது.

'ஓ! அதுதான் தாத்தா செல்லும் நுழைவுவாயிலாக இருக்கும்! நானும் அந்த வழியாகத்தான் செல்ல வேண்டும்.

ரவி குடிசைக்குள் கால்வைத்ததுமே திக்பிரமையுற்றவனாய் நின்றுவிட்டான்! எதிரே பழசாகி தொய்ந்துபோன கயிற்றுக் கட்டில் தென்பட்டது.

கட்டிலின்மேல் அழுக்குப்பிடித்து நைந்துபோன போர்வையின் நூல்கள் தொங்கிக்கொண்டிருந்தன. சிக்குப்பிடித்துப்போன தலையணையிலிருந்து பஞ்சு எட்டிப் பார்த்துக்கொண்டிருந்தது. கட்டிலின் விளிம்பையொட்டி சாய்த்து வைக்கப்பட்டிருந்த கம்பின் மேல்பகுதியில் வழுவழுப்பான கருப்பு கைப்பிடி பொருத்தப்பட்டிருந்தது. கட்டிலின் கால்களுக்குக் கீழே ஒரு பக்கமாய் தேய்ந்து மண்பிடித்திருந்த செருப்புகள் இருந்தன.

சாம்பைய்யா தாத்தா? தாத்தா எங்கே?

ரவியின் கண்கள் குடிசையை முழுவதுமாய் அலசின.

கட்டிலினருகில் தடுப்புக்கு மறைவில் இருப்பது யார்? வெளுத்துப்போன சுருண்டமுடி - அதற்குக் கீழே மடிப்புகளுடன் கூடிய கழுத்து - கழுத்தின் கீழே வளைந்து எலும்புகள் துருத்திநின்ற தோள்பட்டை. அவற்றையொட்டி கீழ்புறம் ஒடிந்து வில்லம்பைப்போன்ற விலாஎலும்புகள். இடுப்பு எலும்பைச் சுற்றியிருந்த மெல்லிய காவி வேஷ்டி - இந்த மனுஷரா சாம்பைய்யா தாத்தா? தி கிரேட் ராபின் ஹுட்?

ரவிக்கு அழுகை அழுகையாய் வந்தது. கண்களில் கண்ணீர் நிறைந்து நின்றது. முன்னால் அடியெடுத்துவைத்து கட்டிலினருகில் வந்து தாத்தாவைக் கூர்ந்து கவனித்தான்.

தாத்தா பலகையில் உட்கார்ந்து முன்பக்கமாகக் குனிந்து தவடைகளை அசைத்துக்கொண்டிருந்தார். நடுநடுவே கை மேலேயும் கீழேயுமாக ஏறி இறங்கிக்கொண்டிருந்தது.

இன்னும் சற்று நெருங்கிவந்து மூச்சையடக்கியபடி நின்றுகொண்டிருந்த பேரனுக்கு இப்போது சாம்பைய்யாவின் முதுகு தெளிவாகத் தென்பட்டது.

வெயில்பட்டுக் கன்றிப்போயிருந்த சரீரம், வெண்மையும் கருப்பும் கலந்த நிறத்தில் மடிப்புக்கள் ஏற்பட்டு தளர்ந்திருந்தது.

முதுகின்மேல் வியர்வைத் துளிகள் அரும்பி முத்துக்களாய் மிளிர்ந்துகொண்டிருந்தன. வியர்வை காய்ந்திருந்த இடம் வெள்ளையாய் திட்டுத்திட்டாக உப்புக்கறைகள் பதித்ததைப்போல காணப்பட்டன. தலைக்கு மேலே பனையோலை கூரை குளிர்மையைத் தந்தாலும், வெளிப்புறத்திலிருந்து வந்த வெப்பக்காற்று அணலாய் வீசியடித்தது. ரோஹிணி சூரியன் நெருப்புக் கனலாய் கொதித்துக்கொண்டிருந்தார்.

ரவிக்கு வாயெல்லாம் வறண்டுவிட்டது. வயிற்றில் குடல்கள் பிசைந்து ஓசையிட்டுக்கொண்டிருந்தன. பசி! தாங்கமுடியாத பசி அவனுக்கு.

“தாத்தா!” வாய்விட்டு அழைத்தான் ரவி.

சோற்று உருண்டையை எடுத்து உயர்த்திய கை அப்படியே நின்றுவிட்டது.

“தாத்தா!”

“யாருடா நீ?”

தாத்தாவுக்கு பற்கள் விழுந்ததாகத் தெரியவில்லை. சொற்கள் தெளிவுடன் கணீரென ஒலித்தன.

“நாந்தான் தாத்தா.”

சாம்பைய்யா சோற்றுக்கவளத்தை வாயில்வைத்து விழுங்கி, தட்டிலிருந்த மிச்சமீதிகளையெல்லாம் வழித்தெடுத்து மறுபடியும் வாயில் வைத்துக்கொண்டார். சட்டியிலிருந்த சோற்றையெல்லாம் துடைத்தெடுத்து தட்டில் கவிழ்த்துக்கொண்டார்.

“தாத்தா!” பேரனின் குரல் புதைந்து கொண்டது.

“எனக்கே இல்லாதபோது, இனி எங்கிருந்து உனக்குத் தரமுடியும்டா?” சோற்றைப் பிசைந்து கை நிறைய அள்ளி உருட்டியபடியே சொன்னார் சாம்பைய்யா.

தாத்தா எத்தனை மோசமானவர்? இருந்திருந்து அப்பா இந்த தாத்தாகிட்டயா அனுப்பணும்? அப்பா இன்னும் மோசமானவரு? அம்மா இருந்தா இப்பிடியெல்லாம் நடந்திருக்குமா? வேண்டாம் வேண்டாம்னு மறுத்தாலும் சாப்பிடு சாப்பிடுன்னு ஊட்டிவிடுவாளே! தன்னை இப்பிடிக் கஷ்டப்படவிட்டுட்டுப் போயிட்டாளே? அம்மாவும்கூட கெட்டவள்தான்? இவங்க எல்லாருமே கெட்டவங்கத்தான்? தாத்தாவைப்பாரு எப்பிடி மொக்குறாருன்னு, தன்பக்கம் தலையைத் திருப்பியாவது பார்த்தாரா? கண்ணெடுத்து ஒரு தடவையாவது என்னைப் பார்க்கலியே? இந்த தாத்தா எவ்வளவு துர்மார்கனா இருக்கணும்? இவரோட பாழாப்போன சோறு யாருக்கு வேணும்? சட்டிச்சோறு? வெத்துப் பருக்கைகள்?

“உன்னோட சட்டிப்பானை சோத்துக்காக வரல்லே” - வெறுப்புடன் சொன்னான் சின்னஞ்சிறிய குழந்தை.

“கொய்யாப் பழங்களைப் பறிக்கிறதுக்காக வந்தியா? நேத்து கொய்யாச் செடியை ஒடிச்சது நீ தானடா?”

ரவி ஒன்றுமே சொல்லவில்லை!”

தாத்தா தன்னை அடையாளம் கண்டுகொள்ளவில்லை. யாரோ என்று நினைத்துக்கொண்டு பேசுகிறார்.

"சுரைப் பிஞ்சுகளை மிதிச்சி நாசப்படுத்தியதுகூட நீதான்னு நெனக்கிறேன் கழுதை? என்ன பேசாமயிருக்கியேடா?"

"நான் உன்னோட பேரன்!" குரலை உயர்த்தி பலமாகச் சொன்னான்.

"வெல்லக்கட்டி கையில விழுறவரைக்கும் எல்லாருமே பேரன்கள்தாண்டா? போயிலைக்காம்பெ வாங்கியாடான்னா ஒரு கழுதெக்கும் உடம்பு வளையாது பின்னே."

இந்த தாத்தாவுக்கு எப்படித்தான் புரியவைக்கிறது? எப்படி சொன்னா நம்புவாரு? யோசிக்கத் தொடங்கினான் பேரன்.

"என்னடா பேசமாட்டேங்குறே? உங்க அப்பன் வெறும் சோமாறிப்பயல்! வேலை வெட்டிக்கு போகாதப்பய. தர்மாத்மாக்களை பெத்து ஊருமேல அலையவிட்டுட்டான். உங்க அப்பன் சரியானவனாயிருந்தா நீங்க இப்பிடி கேட்டுத்திங்குற கர்மம் எதுக்காக வரப்போகுது? நீயும் கூட உங்க அப்பாவைப்போலவே தயாராகிவர்றே எதுக்காக டா?"

தட்டை வழித்தெடுத்து கடைசி உருண்டையை வாய்க்கருகில் கொண்டுசென்றார் சாம்பைய்யா.

"நான் வரூதினி மகன்!"

சாம்பைய்யா வாய்வரை சென்ற சோற்று உருண்டை தட்டில் விழுந்தது! நாடி நரம்புகளெல்லாம் இறுக்கிப் பிடித்தன! திரும்பிப் பார்க்கவேண்டுமென முயற்சிசெய்தார். ஆனால் அவ்வளவு சுலபமாக அது சாத்தியப்படவில்லை.

அந்த க்ஷணத்தில் பாதி விஸ்வரூபத்தைக்கண்ட திருதராஷ்டிரனைப்போல ஆகிவிட்டார் சாம்பைய்யா.

"உன்னோட பேரன்!"

"வரூதினி எனக்கு மருமகளே இல்லே. அப்புறம் பேரன் எங்கிருந்து வருவான்?"

சாம்பைய்யாவின் இதய அந்தரங்கத்தில் புதைந்திருந்த துன்ப உணர்வுகள் துடித்தெழுந்து அவருடைய உதடுகளின்வழியே வெளியேற்றவும், முடியாமல், உள்ளுக்குள்ளேயே அடக்கிவைக்கவும் முடியாமல் அவருடைய ஒவ்வொரு அணுவையும் தகிக்கவைத்துக்கொண்டிருந்தது.

"க்கெ! க்கெ! க்கெ! முட்டையிடுவதற்காக ஒரு மூலையில் இறுக்கமாய் உட்கார்ந்திருந்த பொட்டைக்கோழி கொக்கரிக்கத் தொடங்கியது.

பூனையொன்று பின்னாலேயே துரத்திக் கொண்டிருக்க பயந்துபோன பெட்டை அந்த இடத்தைவிட்டு ஓட்டம்பிடித்தது.

"உஷ்ஷு! உஷ்ஷு!" என்றவாறு சாம்பைய்யா எழுந்து நின்றார். குடிசைக்குள்ளிருந்துசாம்பைய்யாவெளியேவருவதற்குள்பெட்டைக்கோழியும், பூனையும் கண்ணில் படவில்லை.

கண்களுக்குமேல் கையை விரித்துப்பிடித்தபடி அங்குமிங்குமாகக்கண்களை அலையவிட்டார்.

மேட்டிற்குக்கீழேயுள்ள புதரிலிருந்து தூரத்தில் பெட்டையின் கொக்கரிப்பு கேட்கத் தொடங்கியது!

"இனிமேல் எங்கே கோழி கிடைக்கும்? முட்டை இடும் பக்குவத்தில் பெட்டை! இந்தப் பாழாப்போன திருட்டுப்பூனை வாயில அகப்பட்டிருச்சி. இத்தனை நாளும் இதுக்கு தீனியாப்போட்டு வளர்த்த அரிசியெ நெனச்சாவே மனசு கெடந்து அடிச்சிக்குது! பத்து நாள் சாப்பாட்டுக்காவது இருந்திருக்கும்! எல்லாமே போயிடுச்சி. கஷ்டப்பட்டு வளர்த்து பூனை வாய்க்கு கொடுத்தாச்சி!"

இடுப்பைப் பிடித்துக்கொண்டு முனகியபடியே மறுபடியும் குடிசைக்குள் வந்த சாம்பைய்யாவிற்கு - வெங்கடபதியின் மகன் நினைவில் நின்றான். "எங்க? அவன் எங்க? இப்பத்தானே கொஞ்ச நேரத்துக்கு முந்தி இங்கே இருந்தானே? அந்தக் கொழந்தெ எங்கே? எங்க போயிட்டான்?" சாம்பைய்யாவின் மனம் பொல்லாத பூனையாய் கவ்விப் பிடிக்கப்பட்ட கோழியின் நிலையில் துடித்துக்கொண்டிருந்தது.

அவன்... அந்தச் சிறுவன்.... கொழந்தைப்பயல்.... நேரடியா என் கண்ணுக்கு முன்னால வந்து நின்ன எம் பேரன்.... எங்கே? அவருடைய இதயமே நின்றுவிடும்போலிருந்தது.

இது எல்லாமே என்னுடைய பிரமையா? பகல் கனவா? குழந்தையை என் கண்ணார காணவில்லையென்றாலும் அவனுடைய குரலைக் கேட்டேனே? குழந்தைப்பயல காத்துதான் எங்கிட்ட இழுத்துட்டு வந்துவிட்டது. தாத்தான்னு சொன்னப்ப அந்த வார்த்தைகள்ல எத்தனை பாச உணர்வுகள் வெளிப்பட்டது! அவன் தன்னுடைய ரத்தம்தான்! நிச்சயம் தன்னோட பேரன்தான்! ஒரு தடவையாவது கண்களால் ஆசைதீர பார்க்கலியே? குழந்தெ வந்ததும், தன்னோட பேசினதும், சென்றுவிட்டதும் எல்லாமே பொய்யான பிரமைதானா? நிஜத்துக்கே குழந்தெ வரலியா? வந்திருந்தா தன்னைவிட்டு போகவேமாட்டான், போகமுடியாது.

நான் போயி ஊர் முழுக்கத் தேடப்போறேன். காடு மேடு வயல்வரப்புன்னு எல்லா இடத்தையும் அலசிப்பார்க்கப்போறேன். பிரபஞ்சம் முழுக்கவும் சுத்திச் சுத்தி தேடப்போறேன்.

சாம்பைய்யாகட்டிலினருகே குனிந்து ஊன்றுகோலை எடுக்க முயன்றபோது திடுக்கிட்டு அந்த தொய்ந்த கட்டிலின்மேல் விழுந்துவிட்டார். மறுபடியும் எழ

முயன்றாலும் அவரால் முடியவில்லை. கண்களில் ஆனந்தக் கண்ணீர் திரையிட்டு நின்றது.

"தாத்தா?"

அதே குரல்! அதே அழைப்பு! அந்தக் குரலில்தான் எத்தனைப் பாசம்? என் காதுகளே என்னை ஏமாற்றுகிறதா?"

"தாத்தா! இதோ உன்னோட கோழி!"

மறுபடியும் அதே இனிமையான அழைப்பு! அதே பாசம்மிக்க குரல்! சாம்பைய்யாவின் கண்களில் படர்ந்திருந்த திரை அகன்றது. வெகு நாட்களாய் போடப்பட்டிருந்த இரும்புத்திரை சடசடவென வெடித்துச்சிதறியது. கண்களில் ஒளி வெள்ளம் தென்பட ஆரம்பித்தது.

பெட்டைக்கோழியை இரண்டு கைகளாலும் பொதித்துப் பற்றியபடியே தாத்தாவின் முன்னால் வந்து நின்றான் ரவி!

சாம்பைய்யாவிற்குள் சிதைந்து நலிவுற்றிருந்த ஜீவசக்தி மீண்டும் புதுத்தெம்புடன் துளிர்த்துநின்றது. ரத்தம் உற்சாகத்துடன் பிரவகித்தது. அபரிமிதமானதொரு வாத்ஸல்யசாகரம் கரைபுரண்டெழுந்து பொங்கி வழிந்து பரவசப்படுத்தியது.

சாம்பைய்யா கைகளை முன்னுக்கு நீட்டினார்.

திடீரென்று பிரத்யட்சமாகிக் காட்சியளிக்கின்ற கடவுளைப் பார்த்து பக்தன் கேள்வி எழுப்புவதைப்போலக் கேட்டார் சாம்பைய்யா.

"யாருய்யா நீ?"

"சாம்பைய்யாவோட பேரன்?"

"சாம்.... ப..... ய்.... யா.... பேர..... னா.... நீ?" சாம்பைய்யாவின் குரல் தழுதழுத்தது. கண்கள் நீர் துளிர்த்து நின்றன, பரவசத்தில்.

"நீ ஊருவிட்டு வந்த வெங்கய்யா மகன் சாம்பைய்யா தாத்தாதானே?" ரவி கோழியை கீழே இறக்கிவிட்டபடியே கேட்டான்.

"ஆமா, ஆமா! ஊருவிட்டு ஊருவந்த வெங்கய்யாமகன் நாந்தான்! நானேதான்!! உன்னோட தாத்தாவும் நானேதாண்டா!!! ரவியை இரண்டு கைகளாலும் வாரியெடுத்து தன்னுடைய பரந்த மார்புடன் சேர்த்து அணைத்துக்கொண்டார்.

"நீ தானடா எம் பேரன்! நீ தானடா என்னோட வாரீசுக்காரன்"

சாம்பைய்யாவின் மார்போடு புதைந்துகொண்ட பரவசத்தில் ரவியின் வயிற்றுப்பசி மாயமாகிவிட்டிருந்தது. நடந்துவந்த சோர்வும் பறந்துவிட்டிருந்தது.

எல்லாவற்றையும் மறந்து உறவின், பாச அணைப்பில் தன்னை மறந்து லயித்திருந்தான்.

“தாத்தா! அப்போ நான் வருதினி மகனில்லையா?”

“இல்லே. நீ சாம்பைய்யா பேரன் மட்டுந்தான்”

“வெங்கடபதி மகனுமில்லையா?”

“இல்லே. நீ சாம்பைய்யாவோட பேரன்தான்.”

“தாத்தா!”

“திரும்பத்திரும்ப எத்தனை தடவை கேட்டாலும் நீ சாம்பைய்யாவுக்கு மட்டுமே பேரன்! மூன்று காலத்துலயும் நீ தான் எம் பேரன்! எத்தனை ஜன்மம் எடுத்தாலும் நீ என்னோட பேரனாத்தான் பிறக்கணும்டா!”

தாத்தா பேரன் என்ற பாச உறவுகள் ஆனந்த வெள்ளத்தில் மிதந்தன. ‘இந்த மதுரமான திவ்ய உணர்வுகளுக்காகவே இத்தனை நாட்களாய் உயிரை கையில் பிடித்துக்கொண்டிருந்தேனோ’ என்று அவர் உள்ளம் உணர்த்தியது போலும்.

தாத்தா பேரன் என்ற தழுவலில் பரம்பரை பரம்பரையாக வந்த பந்தமும், பற்றுதலும், பின்னிப்பிணைந்துகொண்டு விட்டிருந்தது.

பெட்டைக்கோழி கட்டிலினடியில் நுழைந்துகொண்டு பயமற்று உட்கார்ந்திருந்தது.

சாம்பைய்யாவின் மார்பின்மேல் கன்னத்தைப் பதித்து கட்டிப்பிடித்த நிலையில் தன்னை மறந்து இன்புற்றிருந்த ரவி லேசாக அசைந்தான். முகத்தை சற்றே திருப்பிக்கொண்டான். ஏதோ பிடிக்காத வாசனை! தாங்க முடியவில்லை அவனால்...

தாத்தாவுடையவியர்வையெல்லாம்அவனுடைய முகத்தில்ஒட்டிக்கொண்டு பிசுபிசுத்ததோடு எரிச்சலை ஏற்படுத்தியது. அவனுடைய தலையை வருடிவிட்டுக்கொண்டிருந்த கைகளைப் பார்த்தான்.

தாத்தாவின் கைவிரல்களின் நகங்களுக்குள் மண் கருப்பாகத் திரண்டிருந்தது. தாத்தாவின் கழுத்தின் மேலும், உடம்பின்மீதும் மண்ரேகைகள் பதிந்திருந்தன. தாத்தா குளிக்கமாட்டாரா என்ன? குளிக்கும்போது சோப்புப்போட்டு நல்லா உடம்பைத் தேய்ச்சி அழுக்குப்போக தண்ணியூத்திக் குளிக்கமாட்டாரா?

“தாத்தா! உன்னோட உடம்பு முழுக்க மண்ணுதான்!”

“மண்ணுல பொறந்தவன் நான்.”

ரவி தலையை உயர்த்தி தாத்தாவின் முகத்தைப் பார்த்தான்.

“மண்ணுமேலயே வாழ்றவன்”

ரவி கண்களை அகல விரித்தான்.

“மண்ணோடயே கலந்து போயிடப்போறவன்”

ரவி கண்களை உருட்டியவாறு தாத்தாவையே பார்த்துக் கொண்டிருந்தான். ஒடம்புல மண்ணுயிருக்காம பொன்னாயிருக்கும் சொல்லுடா பேராண்டி?”

“இல்ல, உங்கிட்டருந்து ஏதோ வாசனைவருதில்ல தாத்தா?”

“அது வியர்வை வாசனையடா பேரனே! வியர்வைன்னா மண்ணுக்கு ரொம்ப பிடிக்கும். அதுனாலதான் அது இருக்குற இடத்துல மண்ணு இருக்குது. அந்த வாசனை பூமிக்கு இஷ்டமானது! உனக்குப் பிடிக்கலையா கண்ணா?”

“உனக்குப் பிடிக்குமா?” எதிர்கேள்வியை தொடுத்தான் ரவி -

மொதல்ல நீ சொல்லு, தாத்தா தானே மொதல்ல பிறந்தவரு! மூத்தவரு?”

‘தாத்தாபேச்சைஎதிர்த்து பேசக்கூடாது, தாத்தாசொன்னாப்புல நடந்துக்கோ!’ என்று தகப்பன் சொன்ன புத்திமதி இன்னும் காதுகளில் ஒலித்துக்கொண்டேயிருந்தது.

“உனக்கு இஷ்டம்னா எனக்கும் இஷ்டந்தான் தாத்தா” என்றான் ரவி.

ரவியின் சொற்கள் சாம்பைய்யாவின் இதயத்தில் அமிர்தம் தெளித்ததைப்போலிருந்தது. கண்களில் பெருமிதமும் மகிழ்ச்சியும் தாண்டவமாடின.

“உன்னோட உடம்புல என்னோட ரத்தம்தான் ஓடுதுடா கண்ணா!”

சாம்பைய்யா பேரனின் கன்னங்களை வருடியபடி ரவியினுடைய கண்களுக்குள் பார்வையை செலுத்தினார். பேரனின் கண் பாவையில் தன்னுடைய பிரதிபிம்பம் தெரிந்ததும் பேரானந்தத்தில் திளைத்துவிட்டார்.

“கண்ணா! எழுந்திரு! பசியா இருக்குமே? சட்டியிலருந்த சோத்தையெல்லாம் சொறண்டியெடுத்துச்சாப்பிட்டுட்டேனே” சொல்லும்போதே சாம்பைய்யாவின் வயிறு குமைந்தது. தாங்கமுடியாத வருத்தம் ஏற்பட்டது.

“எனக்கொன்னும் பசியா இல்லை தாத்தா. தாகமாயிருக்கு தண்ணிவேணும்” ரவி ரொம்பவும் உறுதியுடன் சொன்னான்.

மணலின் மேல் வைத்திருந்த மண் பானையிலிருந்து பித்தளை தம்ளரில் தண்ணீர் கொண்டுவந்து தந்தார் பேரனுக்கு சாம்பைய்யா.

ரவி தம்ளரை வாங்கி மடமடவென குடித்தான்.

ஒருசமயத்தில் இரண்டு கைகளாலும் அமிர்தத்தையே அள்ளித்தரக்கூடிய நிலையிலிருந்த நான், இன்று பசியோடு வந்திருக்கும் பாலகனுக்கு வெறும் பச்சைத்தண்ணியை மட்டும் கொடுத்தேனே.

"கண்ணா .. இன்னும் தரட்டுமா?"

வேண்டும் என்பதுபோல ரவி தலையை யசைத்தான்.

பானைக்குள்ளிருந்த தண்ணியை மோந்துகொண்டிருந்த சாம்பைய்யாவின் நெஞ்சம் குளமாகிப்போனது.

கஞ்சியைக் காய்ச்சித்தரலாமென்றால்கூட அரிசியோ, குருணையோ பிடியளவுகூடக் கிடையாது. சுரைக்காயைப் பறிச்சி வித்தா சாயங்காலத்துக்கு அரிசி வாங்கிட்டு வரலாம். கோழியை நம்பி விக்க முடியாது. பூனை கடிச்சி காயம் ஏற்பட்ட கோழியை யாருமே வாங்க மாட்டாங்க? காயம் ஆறிப்போற வரைக்கும் விக்கிறதுக்கு ஏதாவது? சாயங்காலம் வரைக்கும் சின்னக்கொழந்தெ பசியோட எப்பிடி இருப்பான்?

சாம்பைய்யா சங்கடப்பட்ட மனதுடன் தண்ணீர் தம்ளரை ரவியிடம் கொடுத்தார். ரவி தண்ணீரைக் குடித்துவிட்டு இல்லாத உற்சாகத்தை வரவழைத்தவனாய் தாத்தாவைப் பார்த்தான்.

"வாடா கண்ணா! வா! நம்ம மேட்டுல கொய்யாச் செடி இருக்கு. காய் ஏதாவது இருக்கான்னு பார்க்கலாம்."

சாம்பைய்யா தன் பேரனின் கையைப் பிடித்துக்கொண்டு குடிசையிலிருந்து வெளியே அழைத்து வந்தார்.

கொய்யாமரத்தின் கீழிருந்து தலையைத் தூக்கி ஆராய்ந்து பார்த்தார் சாம்பைய்யா.

"அதோ அங்க பழுக்குற பதத்துல ரெண்டு இருக்குப்பாரு?" என்றவர் கையிலிருந்த கம்பைத் தூக்கிக் குறிபார்த்து அடித்தார். ஆனால் அவை விழவில்லை. கம்பு சரியாக எட்டாமலிருந்தது.

அடேய் கண்ணா! நான் உன்னை தூக்கிப் பிடிச்சிக்கிறேன். நீ இந்தக் கம்பால கொய்யாப்பழத்தை அடிக்கிறியா?"

"தாத்தா நீ எப்படி என்னெ சுமப்பயாம்? வயசானவன்?"

அப்போ நீ என்னெ சுமந்துக்கோடா! இளைஞனாட்டம்?"

"ஊம்" என்றபடியே ரவி தாத்தாவை இறுக்கிப்பிடித்தான்.

"டேய்! டேய்! விழுந்துடுவேண்டா" தாத்தா கடகடவென வாய்விட்டுச் சிரித்தார்.

எத்தனை நாட்களுக்குப் பின் மீண்டும் இன்று சிரித்திருக்கிறார் சாம்பைய்யா?

பேரனை சந்தோசத்துடன் பார்த்துக்கொண்டிருந்தார் தாத்தா.

ரவியின் தொடைகளைப் பிடித்து மேலே தூக்கி தன்னுடைய தோள்களின்மேல் உட்காரவைத்து கம்பைத் தந்தவர் - "ஊம்! அடி இப்ப. ஒரே அடியில அப்பிடியே விழுந்துடணும்."

"யாரைத்தாத்தா அடிக்கணும்? யாரு விழணும்?" கிண்டலாய் சிரித்தான் ரவி. சாம்பைய்யாவிற்கு புரிந்துகொள்ள சில நிமிடங்களாயின.

"அடேய் படவாப்பயலே! என்னமோன்னு நெனச்சேன். எவ்வளவு அறிவாளியா இருக்கேடா நீ...?" வரூதினியின் ஞாபகம் வந்ததும் வார்த்தைகளை முழுவதுமாய் சொல்ல இயலவில்லை அவரால்.

ரவி கம்பால் அடித்தான். ஒரே அடியில் இரண்டு பழங்களும் கீழே விழுந்துவிட்டன.

"சபாஷ்! இதுதானடா அடி!" என்றபடியே ரவியைக் கீழே இறக்கிவிட்டார். ரவி பழங்களை பொறுக்கிக்கொண்டு வந்து தாத்தாவின் கைகளில் தந்தார்.

"தின்னுடா கண்ணா! தின்னு!"

"தாத்தா! உனக்கொன்னு, எனக்கொன்னு,"

"என்னுது கூட நீயே எடுத்துக்கோ. ரெண்டையும் நீயே சாப்புடு"

"நீ சாப்புடமாட்டியா தாத்தா?"

"நீ தின்னா நான் தின்னமாதிரியேதான்டா. இனி எனக்குப் பசியே எடுக்காதுடா ரவி"

"அதென்ன அப்பிடி?"

உன்னை பார்த்துட்டிருந்தாவே போதும்டா. பசிக்கவே பசிக்காது கண்ணா! நீ சாப்புட்டா என் வயிறு நெறஞ்சிடும்டா. உனக்காகவாவது நான் வாழணும்டா. இனியும் ரொம்ப நாளு உசிரோட இருக்கனும்டா நான்....

சாம்பைய்யா உற்சாகத்துடன் சொல்லிக்கொண்டிருப்பதைப் பார்த்து ரவி வியப்புடன் நின்றுவிட்டான்.

தாத்தா எவ்வளவு நல்லவரு? அம்மா அப்பாவைவிட தாத்தாதான் ரொம்ப நல்லவரா இருக்காரு.

"என்னடா கண்ணா? பார்த்துட்டே இருக்கே? சாப்புடு கண்ணு!"

"கழுவி சாப்புடணும் தாத்தா. இது மண்ணுல விழுந்திருக்கில்லையா?"

ஒரு நிமிடம் சாம்பைய்யா ஸ்தம்பித்துப் போனார். கொய்யாப் பழங்களைக் கழுவித்தான் தின்பாங்களா?

"நானாயிருந்தா அப்பிடியே சாப்பிடுவேண்டா. என்னோட சின்ன வயசுலேருந்து அப்பிடித்தான் சாப்பிட்டு வர்றேன்னு தெரியுமா உனக்கு?"

"அப்படீன்னா நானும் அப்படியே சாப்புட்டுக்கிறேன் தாத்தா."

"அடேய் வெங்கிட்டுப் பயலே?"

சாம்பைய்யா மேட்டின்மேல் நின்றபடியே கீழே பார்த்து சத்தமிட்டார்.

பனந்தோப்பிற்கு சென்றுகொண்டிருந்த வெங்கடய்யன் நின்று திரும்பிப் பார்த்தான்.

"வா! வா! மேல வா! பனை ஏறனும்!" சாம்பைய்யா கைகளை யசைத்து கூப்பிட்டார்.

"அரை ரூபாய்க்கும் மேல கிடைக்காது. ஒன்னரை ரூபாக்கின்னா ஒரு லாபமுமில்லே" கோடாலி இருந்த கையை நீட்டியபடியே கூவினான் வெங்கட்.

"விக்கிறதுக்கு இல்லேடா. திங்கிறதுக்கு வா!"

"ரொம்பத்தான் திங்கிறவருதான் போ! நீரு திங்கிறதாவது வைக்கிறதாவது? வருஷக்கணக்காக வித்துகிட்டுத்தானே இருக்கீருய்யா?"

"என்னோட பேரன் திங்கிறதுக்குத்தான்டா! சீக்கிரமா மேல ஏறி வாடா!"

"யாரு வந்திருக்கா?"

என் பேராண்டி டா. காது கேக்கலியா? என்னோட பேரன் வந்துருக்கான்டா?" சாம்பைய்யாவின் குரல் பனந்தோப்பு முழுவதுமாய் எதிரொலித்தது.

"மரம் ஏறுறதுக்கு கூலியா நீயும் ஒரு குலையெ எடுத்துக்கோடா! வெறசன வாடா"

சாம்பைய்யாதலையைத் தூக்கி பனங்காய்களைப் பார்த்துவிட்டு தலையைத் தாழ்த்தி தன் பக்கத்தில் நின்றுகொண்டிருந்த பேரனையும் பார்த்தார்.

"தாத்தா! எனக்கு பனை மரத்துல ஏற சொல்லித்தர்றியா?" பனைமரத்தின் ஓலைகளினூடே தெரிகின்ற நொங்குக்காய்களைப் பார்த்தவாறு கேட்டான் ரவி.

"பனை ஏறுறவனோட தலையெ பொறட்டிப் போட்டுடப்போறவன்டா நீ.

மொதல்ல கொய்யா மரத்துல ஏற கத்துக்கோ"

"பனை ஏற்ரவனோட தலையை எப்பிடித்தாத்தா பொறட்ட முடியும்?" அப்பாவியாய் கண்களை சுழற்றியபடி கேட்டான் ரவி.

"அது பொறட்டிப்போடுறவனுக்குத்தான் தெரியும் பேராண்டி?"

"நீ எப்பயாவது செஞ்சிருக்கியா தாத்தா?"

மங்கள வாத்தியங்கள் முழங்கின - சாம்பைய்யாவின் செவிகளில்! அவருடைய கண்களுக்கு முன்னே கல்யாணப் பந்தல்! வெங்கடபதி வருதினியின் கழுத்தில் தாலி கட்டும்போது அவர் பலராமய்யாவைப் பார்த்தார்.

கல்யாணப் பந்தலில் அமர்ந்திருந்த அத்தனைபேரையும் ஒருமுறை பார்த்துவிட்டு மீசையைத் தடவிவிட்டுக்கொண்டார்.

"என்ன தாத்தா பெட்டிப்போட்டயா?"

"போட்டேன்டா? ஆனா - கீழ விழுந்துட்டேன்டா!"

"நானும் விழுந்துடுவேனா?

"நீ விழமாட்டேடா! எனக்குத் தெரியும்! நீ விழமாட்டேன்னு!"

சாம்பைய்யாவின் வெளேரென்ற மீசைக்குள்ளிருந்து மென்முறுவல் எட்டிப்பார்த்தது.

58

சாம்பைய்யா தன் பேரனோடு பேசிக்கொண்டிருந்ததில் பிரபஞ்சத்தையே மறந்துவிட்டார்.

அன்றைய நாள் முழுவதும் ஒரு நிமிடமாய் கரைந்துவிட்டது.

தாத்தாவைச் சுற்றியே அலைந்துகொண்டிருந்தான் ரவி. அவன் ஒருநிமிடம் தென்படாவிட்டாலும் தாத்தாவின் கண்கள் அவனையே தேடிக்கொண்டிருக்கும்.

"தாத்தா!" முகத்தை சுளித்தபடியே பொழுதுவிடிந்ததும் புகையிலையை மடித்துக்கொண்டிருந்த தாத்தாவை அர்த்தபுஷ்டியுடன் பார்த்தான் ரவி.

"டாய்லெட் போகணும்!"

"ஆங்" சாம்பைய்யா ஒன்றும் புரியாமல் வாயைத் திறந்தபடியே ஆச்சரியத்துடன் பார்த்தார் பேரனை.

"நம்பர் டூ!" இரண்டு விரல்களைக் காண்பித்தபடி சங்கோஜத்துடன் கூறினான் ரவி.

"ஓஹோ! செம்பை எடுத்துட்டுப்போறதுக்கு இங்கிலீசுல டாய்-டூய் னு சொல்லுவங்களா?" விலா எலும்புகளெல்லாம் நொறுங்கி விழுவதுபோல விழுந்து விழுந்து சிரித்தார் சாம்பைய்யா.

"இங்கே கக்கூஸ் இல்லையில்ல எப்பிடி?"

"பட்டணத்துல இருக்குறாப்புல இங்க அதுக்குன்னு தனி அறையெல்லாம் கெடையாது. வா அந்த தோப்புக்குள்ள உட்கார வைக்கிறேன்" சாம்பைய்யா ரவியை தோப்புக்குள் அழைத்துச் சென்றார்.

"தாத்தா! நீ தூரத்துல போயி நின்னுக்கோ!"

"அடேய்! அடேய்! பொம்பளப் புள்ளயாடா நீ! இவ்வளவு வெட்கப்படுறே?"

"போ தாத்தா!"

சாம்பைய்யா மெல்லச்சிரித்தபடியே சற்று தள்ளியிருந்த பனைமரத்தினடியில் வந்து நின்றுகொண்டார்.

பொழுது ஒருமுழம் ஏறியிருந்தது.

சாம்பைய்யா அரிசியைக் கழுவி அடுப்பை மூட்டி பானையில் தண்ணீர் ஊற்றி உலையை வைத்தார். ஊதுகுழலால் ஊதி ஊதிப் பெரிதாக்கி எரியவிட்டார்.

அடுப்பிற்கு முன்னாலிருந்த விறகுகளைப் பரிசோதித்து பார்த்துவிட்டு பேரனைக் குரலெடுத்து அழைத்தார்.

"இந்த விறகுகளால இன்னக்கி இந்த அரிசி வேகுறாப்புல தெரியலேடா சின்னப்பையா! சீக்கிரமா போயி பனந்தோப்புக்குள்ள விழுந்து கெடக்குற சில்லாடைகளைப் பொறுக்கி எடுத்துட்டு வர்றியா?"

"ஓ அப்படியே தாத்தா! கன்றுக்குட்டியைப்போலத் துள்ளலுடன் ஓடிச்சென்றான் ரவி.

"சீக்கிரமா வரணும் ஆமா! நேரமானா சாதம் பக்குவமா வராது. வெந்தும் வேகாமலும், சாப்புடவே முடியாமப் போயிடும்" பின்னாலிருந்து சத்தம் போட்டார் சாம்பைய்யா.

பத்து நிமிடங்கள் கழிந்தன. சின்னச் சின்ன விறகுத்தூள்களையும் சல்லிகளையும், தென்னை நார்களையும் அடுப்பில் போட்டு தீயை அணைந்துவிடாமல் பார்த்துக்கொண்டிருந்தார் சாம்பைய்யா.

இரண்டு கை நிறைய காய்ந்து கிடந்த பனங்காய்களையும், சில்லாடைகளையும் அள்ளியெடுத்துக்கொண்டு பெருமூச்சுடன் ஓடிவந்தான் ரவி.

"அடடா! அதுக்குள்ளே எப்பிடிடா இவ்வளவும் பொறுக்கிட்டு வந்தே?

நாள்முழுக்க பொறுக்குனாலும் இவ்வளவு தேறாதே! ஆச்சரியத்தை வெளிப்படுத்தியபடி கேட்டார் சாம்பைய்யா.

"பொறுக்குறதா? எதுக்கு தாத்தா பொருக்கணும். அங்கதான் குமிச்சி வச்சிருக்கே?" ரவி கொண்டுவந்ததை தாத்தாவின் முன்னால் போட்டவாறு கூறினான்.

"அதுலருந்தா கொண்டாந்தே?" சாம்பைய்யாவின் நரைதிரண்டிருந்த புருவங்கள் சுருங்கின.

"பின்னாலிருந்து யாரோ கத்திக்கிட்டிருந்தாங்களா? ஓட்டமா ஓடியாந்துட்டேன் தாத்தா."

"தப்பு ரவி! அப்பிடி எடுத்தாரக்கூடாது"

"நீதானே எடுத்தாரச் சொன்னே?"

அவங்க பனைமரத்துல ஏறி வேண்டாத கழிவுகளையெல்லாம் இழுத்துப் பறிச்சி கீழபோட்டு குமிச்சிவச்சிருக்காங்க. அதுலருந்து எடுத்துட்டு வரக்கூடாது ராசா! தோப்புக்குள்ள அங்கங்கி விழுந்துகெடக்குற மிச்சம்மீதிகளைத்தான் பொறுக்கி எடுத்துட்டு வரணும் - நாம "சாம்பைய்யாவின் குரல் அடங்கி ஒலித்தது. இரண்டு சில்லாடைகளை மடித்து அடுப்புக்குள் வைத்தார். குப்பென பற்றி எரிந்தது.

"அந்த பனந்தோப்பு யாருது தாத்தா?"

"அதுவா? அந்த பனை மரங்களை உண்டாக்குனவனே நாந்தானடா பேரா!"

சின்னச்சின்ன காய்ந்த குடுக்கைகளை அடுப்புக்குள் வீசினார் சாம்பைய்யா. சடசடவென நெருப்புத்துகள்கள் எழும்பின.

"அப்படீன்னா அந்த பனந்தோட்டம் உன்னுதுதானே தாத்தா?"

"ஒரு காலத்துல! இப்போ இல்லே. இப்ப அந்த பனந்தோப்பு கனகய்யாவோடது!"

"எதுக்காகத் தந்துட்டே தாத்தா?" ராகம்போட்டு இழுத்துக்கேட்டான் ரவி.

சாம்பைய்யா சில்லேடுகளையும், குடுக்கைகளையும் சேர்த்து அடுப்புக்குள் வீசினார். ஒரேயடியாய் நெருப்பு மேலே எழுந்தது.

"என்னை ஏமாற்றி மோசம்பண்ணி என்னோட பனந்தோப்பை பிடிங்கிட்டாங்க" பானையில் சோறு கொதிக்கத்தொடங்கியது.

"அப்புறம் எப்பிடி தப்பாகும் தாத்தா? நம்மளுடையதை நாம கொண்டுவந்தால் என்ன தப்பு? அந்த கனகய்யாவை உதைச்சி நல்லா ரெண்டு போட்டுட்டு நாம நம்ம பனந்தோப்பை எடுத்துக்கிடுவோம் தாத்தா" சாம்பைய்யாவின் கண்களில் அடுப்பில் எரித்துக்கொண்டிருந்த நெருப்பு பிரதிபலித்தது. பேரனை அருகில் இழுத்து அணைத்துக் கொண்டார்.

அடுப்பின் மேலிருந்த சோறு பொங்கி வழிந்தது கொண்டிருந்தது.

59

“தாத்தா? எதை வச்சி தேச்சிக்கணும்?”

“உன்குன்னு கையி இருக்கல்லையாடா?”

“சோப்பு! சோப்புத்தேய்ச்சி உடம்புல குளிப்பாங்களே தவிர வெறுங்கையோடயா எங்கயாவது தேய்ச்சிக்குளிப்பாங்க?”

தண்ணீர் தொட்டியருகில் நின்று நான்கு குவளை தண்ணீரை உடம்பின் மேல் ஊற்றியபின் தாத்தாவிடம் சோப்பு கேட்டான் ரவி.

“இரு. நான் செஞ்சி காட்டறேன்! கையில சத்து இருக்குறப்போ சோப்பு பீப் எதுக்குடா?” என்றவர் பேரனின் முதுகை தேய்த்துவிட்டார் சாம்பைய்யா.

“தாத்தா கிச்சுகிச்சுமூட்டுறே? என்ன இப்பிடி இழுக்குறே தாத்தா?” தண்ணீர் தொட்டியினருகில் இங்குமங்குமாய் குதித்துக்கொண்டே சொன்னான் ரவி.

“நகங்களால கீறிவிடுறயே தாத்தா? அதுக்காகத்தான் உன் நகங்களுக்குள்ள அவ்வளவு மண்ணும் படிஞ்சிருக்கு”

சாம்பைய்யா ரவியின் நெற்றியில் நன்றாகத் தேய்த்து குவளையில் தண்ணீரை மொண்டு ஊற்றி கழுவிவிட்டபடியே - “இப்ப பாருடா உடம்பு எவ்வளவு சுத்தமா இருக்குன்னு? மின்னுறயாக்கும் அப்படியே தங்கமா!”

“தலைக்கு சாம்பும், உடம்புக்கு சிந்தால் போட்டுத் தேய்ச்சிக் குளிக்கணும் தாத்தா!”

“அந்த சோப்பும், சாம்பும் உடம்புலருந்து போறதுக்கு மறுபடியும் கையாலதான தேய்ச்சிவிடணும்?” சாம்பைய்யா மற்றொரு குவளை நீரை மொண்டு ரவியின் தலையில் ஊற்றினார்.

“ங்ஆ! ங்ஆ!” தண்ணீரை வாய்நிறைய நிரப்பி வாயை உப்பவைத்தும் துப்பியும் சந்தோசமாக குதித்துக்கொண்டிருந்தான் ரவி.

60

பேரன் நன்றாக சம்மணம் போட்டு உட்கார்ந்திருந்தான் பலகையில்.

சாம்பைய்யா முழங்கால்களை மடித்து உட்கார்ந்தபடி, பேரனுக்கு முன்னால் தட்டைவைத்து சட்டியிலிருந்த சோற்றை எடுத்து பரிமாறினார்.

"அதென்ன தாத்தா உன்னோட தட்டெ எனக்குத் தந்துட்டே? அப்புறம் உனக்கு?"

"இதோ இந்த ஓலை முடியில தின்னுக்கிடுவேன்"

"ச்சி! மண்ணாலசெஞ்சதுல தின்பாங்களா யாராவது?"

"எதுல தின்னாலும் சாப்பாட்டு ருசி ஒன்னுதானே?"

"உன்னோட வெள்ளித்தட்டு என்னாச்சி தாத்தா?"

"பிடுங்கிட்டாங்க?"

"திருடங்களா?"

"வேண்டியவங்கதான்!"

சாம்பைய்யா சுடு சோற்றை மரக்கரண்டியால் அள்ளியெடுத்து உலை மூடியில் போட்டுக்கொண்டார். சோற்றுடன் கலந்து வேகவைத்த கோழிமுட்டையை எடுத்து உரித்து ரவியின் தட்டில் வைத்தார்.

"பாதியை நீ எடுத்துக்கோ தாத்தா?" சூட்டுடன் இருந்த முட்டையை தட்டில் உருட்டியபடியே சொன்னான் ரவி.

"அந்த முட்டை உன்னோடதுதான் கண்ணா! காட்டுப் பூணையை தொரத்தியடிச்சி கோழியை காப்பாத்திட்டே. அதுனால அது உன்னோட திறமையால கெடச்சதுதானே! உன்னோட சம்பாத்தியம்தானே! அப்போ உனக்குத்தான் சொந்தம்!"

தாத்தாவின் வார்த்தைகள் ரவியின் ரத்தத்தில் புதியதொரு வேகத்தை உருவாக்கியது. முகத்தைப் பெருமிதத்துடன் வைத்து தாத்தாவைப் பார்த்தான்.

"கோழி எத்தனை முட்டைகளை வைக்கும் தாத்தா?"

"ஆங்! வருஷத்துக்கு பத்து தடவை - அப்பிடி இப்பிடி கணக்குப் பாத்தா ரெண்டு நூறு இருக்கலாம்!"

சாம்பைய்யாவின் பார்வை பேரனின்மீது நிலைத்திருந்தது.

"ஒரு முட்டையெ வித்தா எவ்வளவு கெடைக்கும்?"

தாத்தாவின் கண்களில் பளிச்சிட்ட ஒளியே பேரனின் கேள்விக்குரிய பதிலாகத் தெரிந்தது.

61

ரோஹினி வெயிலின் கடுமை கல்லையே புரட்டியெடுத்துக் கொண்டிருந்தது.

"தாத்தா! வேக்குரு பிடிச்சிருக்குப் பாரு. உடம்பெல்லாம் பொக்களம் பொக்களமா எழும்பி நிக்குது" ரவி தாத்தாவிடம் முதுகைக் காட்டினான்.

"அது ஒண்ணும் பண்ணாது விடு. கொஞ்சம் பூத்திருக்கு. அவ்வளவுதான்!"

ஓரமெல்லாம் கழன்றுவிட்டிருந்த பனையோலை விசிறியால் விசிறியபடியே பேரனின் முதுகை வருடிவிட்டார் சாம்பைய்யா தாத்தா.

"இதென்னா பேன்? டேபிள் ஃபேன் போட்டா எப்பிடி காத்துவரும் தெரியுமா?"

"அதைவிட இதுல நல்ல காத்துதான் வரும்டா பேரா!" சாம்பைய்யா தொய்ந்த கட்டிலைத் தூக்கிச்சென்று வேப்பமரத்தடியில் போட்டார்.

தாத்தாவின் பக்கத்தில் கட்டிலில் படுத்தபடி ரவி வேப்பமரத்தின் கிளையின் மேலிருந்த காக்க கூட்டை வியப்புடன் பார்த்தான்.

வேப்பமரத்தின் குளிச்சியான நிழலில், தாத்தாவின் ஸ்பரிசத்தில் சுகமாகப் படுத்திருந்தான் ரவி.

வேப்பமரத்தின் பசுமையில் பிஞ்சு இதயம் பரவசத்தில் திளைத்துக்கொண்டிருந்தது.

62

கோடை வெயில் சற்றே சூட்டைத் தணித்திருந்த இரவு.

வானம் திடீரென்று மின்னியது! 'டம டமார்' என இடி உருமியது!! எங்கும் கருமை போர்த்து பயங்கர சப்தத்துடன் பயமுறுத்திக்கொண்டிருந்தது.

"தாத்தா! எழுந்திரி! எழுந்திரி!" வெட்டவெளியில் கட்டிலைப்போட்டு தாத்தாவின் பக்கத்தில் படுத்திருந்த ரவி கட்டிலிலிருந்து இறங்கி தாத்தாவை உலுப்பிக்கொண்டிருந்தான்.

சாம்பைய்யா கண்களைத் திறந்து மேகம் திரண்டிருந்த வானத்தைப் பார்த்தார். மின்னல்! பளீரென ஒளிர்ந்து சாம்பைய்யாவின் கண்களைப் பயமுறுத்தியது. சடசடவென்ற சத்தத்துடன் மழைத்துளிகள் விழத்தொடங்கின.

டம டமார் என ஆகாயம் உருமிக்கொண்டிருந்தது.

"தாத்தா! எழுந்திரு! இடி இடிக்குது விழுந்துடும். குடிசைக்குள்ள போயிடுவோம்" அந்த சின்னஞ்சிறு இதயம் பயத்துடன் நடுங்கியது.

"இடிவிழுந்தா குடிசையாயிருந்தாலும், மாடியாயிருந்தாலும் தாங்காதுடா பேராண்டி!"

"மழையில நனைஞ்சு போயிடுவே. எழுந்திரு!"

"நனையவிடு! காய்ந்த நெலத்துக்கு தண்ணி தேவையில்லையா? அதுபோலத்தான் மனுஷாளுக்கும்!"

"மழையில நனைஞ்சா ஜலதோஷம் பிடிக்குமே?"

"ஜலதோஷம்? அது நம்மல ஒன்னுமே பண்ணாது டா?"

வெயிலின் தாக்கத்தில் சூடேறியிருந்த நிலம் மழைத்தூறலில் நனைந்து எழும் வாசனையை நுகர்ந்து வறண்டிருந்த உதடுகளை நனைத்துக்கொண்ட இதமான அனுபவத்துடன் சாம்பைய்யா பேரனை அழைத்துக்கொண்டு குடிசைக்குள் சென்றார்.

63

"என்ன அது தாத்தா?"

"விதைகள்!"

பழைய துணியில் முடிந்திருந்ததை அவிழ்த்தபடி கூறினார் சாம்பைய்யா. ரவி ஆர்வத்துடன் குனிந்து தாத்தாவை நெருங்கி பக்கத்தில் வந்து பார்த்தான்.

"இதெல்லாம் பீர்க்கு. இவை சுரை, இது சீனியவரை - இதோ இது பாகற்..." தனித்தனியாக விலக்கிவைத்தபடியே சொன்னார் சாம்பைய்யா.

"அது என்னது தாத்தா? தின்னு சப்பிப்போட்ட கொட்டையை முடிஞ்சி வச்சிருக்கெ?!"

"இது நீ சாப்பிப்போட்டது தானடா பேராண்டி!"

ரவிக்கு ஞாபகம் வந்தது. அன்றொருநாள் தாத்தா பெரிய மாம்பழத்தைக்கொண்டு வந்து தந்தார். அவன் சதையை நன்றாக ருசித்துச் சாப்பிட்டபின் கொட்டையை எங்கோ எறிந்துவிட்டான். மாம்பழரசம் எவ்வளவு ருசியா இருந்தது? தாத்தா அவன் தின்று எறிந்த கொட்டையையா முடிஞ்சி வைத்திருக்காரு?

"வா வா ரவி! வா போகலாம்! பாத்திகளை வெட்டி விதைகளை போடலாம்! நெலம் நல்லா ஈரம் பிடிச்சியிருக்கு"

சாம்பைய்யா பேரனை அழைத்துக்கொண்டு குடிசையிலிருந்து வெளியே வந்தார்.

"நான் தோண்டுறேன். நீ மண்ணைக் கிளறிவிடு" பேரன் தாத்தாவின் கையிலிருந்த மண்வெட்டியை வாங்கிக்கொண்டான்.

ஆஹா! அப்பிடி பிடி. போடு தூக்கி பார்க்கலாம்"

ரவி பலம் முழுவதையும் செலுத்தி மண்வெட்டியால் நிலத்தைத் தோண்ட முயற்சி செய்தான். அவனால் அதை தூக்கி நிறுத்தக்கூட இயலவில்லை.

“அடேய் பேராண்டி! நீ மண்வெட்டியளவுகூட இல்லே? பின்னே மண்வெட்டியால தோண்டப்போறயாக்கும்? உன்னால முடியாது, இப்பிடி தா எங்கிட்ட.”

“நீ பேசாம இரு தாத்தா!”

ரவி பல்லைக்கடித்தபடியே மண்வெட்டியை பூமியில் தூக்கிப் போட்டான். சதக்கென நிலத்திற்குள் இறங்கியது.

சாம்பைய்யாவின் இதயம் பொங்கி வழிந்தது. பெருமிதத்துடன் பேரனை நோக்கினார்.

முதல் வெற்றியில் ஏற்பட்ட உற்சாகத்துடன் ரவி மறுபடியும் மண்வெட்டியைத் தூக்கி நிலத்தில் செலுத்தினான்.

சாம்பைய்யா குனிந்து உட்கார்ந்துகொண்டு மண்ணை கைகளால் எடுத்து வெளியே ஒன்றுபடுத்தினார்.

ஐந்தாவது தடவை பூமிக்குள் இறங்கிய மண்வெட்டியை மேலே இழுத்தெடுக்க முடியாமல் ரவி தாத்தாவின் முகத்தை நோக்கினான்.

“முடிஞ்சிடிச்சா பையனோட வேலை? நான் சொன்னேனில்லையாடா?” என்றபடியே சாம்பைய்யா மண்வெட்டியை மேலே இழுத்தார்.

ரவி தன்னுடைய உள்ளங் கைகளை விரித்து பார்த்துக்கொண்டான்.

சிவந்து செக்கச்செவேலென்றிருந்தது. ஊதிவிட்டபடியே - “தாத்தா! பார்த்தியா என்னோட கைகளை?” என்றான்.

“மண்ணைத் தடவு! இல்லேன்னா கொப்பளங்கள் எழும்பிடும்!”

சாம்பைய்யா சிறிதளவு மண்ணையெடுத்து பேரனின் கைகளில் தேய்த்துவிட்டார்.

“நீ மண்ணை எடுத்துப்போடு. நான் தோண்டுறேன் பாரு இப்ப” சாம்பைய்யாவின் கைகளில் பிடித்த மண்வெட்டி பூமிக்குள் பொதக் பொதக்கெனத் தாக்கி ஆறு அங்குலம் வரை பள்ளம் ஏற்பட்டிருந்தது.

ஒரு கால்மணி நேரத்திற்குள் தாத்தாவும் பேரனுமாய் சேர்ந்து ஒரு பெரிய பாத்தியை அமைத்துவிட்டார்கள்.

“உன்னோட கைகளெ காட்டு செவந்திருக்கான்னு பார்க்கலாம்?”

“என் கைகளுக்கென்னடா?” சாம்பைய்யா பேரனின் முன்னால் கைகளை நீட்டினார். கல்லாய்க் கெட்டிப்பட்டு உரமேறியிருந்த தாத்தாவின் கைகளைத் தொட்டுத் தடவிப் பார்த்தான் பேரன்.

“உன்னோட கைகள் செவக்கலியே தாத்தா?”

சாம்பைய்யா சிரித்துக்கொண்டார். “என்னோட கைகள் இப்படிப்பட்ட வேலைகளுக்கெல்லாம் பழக்கப்பட்டுப் போயிடுச்சிடா கண்ணா!”

"பழக்கப்பட்டுட்டா கைகள்ல கொப்பளம் ஏற்படாதா?"

"வேலைக்குப் பழக்கப்பட்டுட்டா கைகள் இரும்பைவிட கட்டியா உறுதியாயிடும். கஷ்டப்பட்டு உழைக்கிறவங்க கைகள்ல இரும்பும்கூட மென்மையா மாறிடும் கண்ணா!"

"அப்படீன்னா நானும்கூட பழக்கப்படுத்திக்கிறேன் தாத்தா!"

சாம்பைய்யா பேரனைத் தன்னருகில் இழுத்து மார்புடன் அணைத்துக்கொண்டார்.

மாங்கொட்டையை குழியில் ஊன்றி அதின்மேல் மண்ணைப் போட்டு மூடிவிட்டார்.

ரவி விடுகின்ற நீர் சாம்பைய்யாவின் விரல் இடுக்குகளின் வழியாக ஒழுகி பாத்திக்குள் விழுந்தது.

"இது எத்தனை நாள் பிடிக்கும் காய்க்க தாத்தா?"

"உனக்கு மகன் பிறக்குறப்ப காய்க்கும் டா கண்ணா!"

"த்தூ! எனக்கு மகனா? எனக்கு மகன் வேண்டாம் தாத்தா!"

"ஏண்டா?" - தலையைத்தூக்கி மெல்ல மெல்ல சிரித்தபடியே பேரனைப் பார்த்து கேட்டார் சாம்பைய்யா.

"மகன் இல்லேன்னா எப்பிடிடா பின்னே உனக்கு?"

"நீ இருக்கயில்லையா?"

"அடேய்! அடேய்! என் கட்டித் தங்கமே!"

சாம்பைய்யாவின் உடம்பெல்லாம் சிலிர்த்து நின்றது.

64

“ரவி! எழுந்திரு! இன்னமா உட்கார்ந்திருக்கே? போகலாம் வா!” சாம்பைய்யா ஊன்றுகோலை எடுத்துக்கொண்டு செருப்பை மாட்டியபடியே பேரனைப் பார்த்தார்.

“எப்பிடித் தாத்தா வருவேன்?” கைகளைப் பின்புறமாக வைத்தபடி சொன்னான் ரவி.

தாத்தா பேரனின் சைகையைக் கண்டு வியந்துபோனார்.

“நீ தானேப்பா வர்றேன்னு சொன்னே?”

“என்னோட டவுசர் கிழிஞ்சிடுச்சி. ச்சே! இதோட எப்பிடி வரச்சொல்றே தாத்தா?” ரவி கிழிந்த டவுசருக்குள் விரல்களைவிட்டு பார்த்தவன் வெட்கி நின்றான்.

“அடடா! அடேய் பையா! அதுவா சங்கதி? கால்சராய் கிழிஞ்சிபோயிட்டதாக்கும்!" சிரித்தபடியே கூறிய சாம்பைய்யா அதற்குள் மனம் ஒடிந்தவராய் வருத்தமுற்றார்.

பட்டு ஆடைகளை உடுத்தவேண்டிய கொழந்தை கிழிஞ்ச சராயை போட்டுகிட்டு வெட்கத்துடன் உடம்பை மறைத்துக்கொண்டிருக்கிறானே?

சாம்பைய்யா பெட்டியைத் திறந்து என்றோ மடித்து வைத்திருந்த பட்டு அங்கவஸ்திரத்தை வெளியே எடுத்தார்.

பட்டு வஸ்திரம் ஆங்காங்கே கறைபடிந்து காணப்பட்டாலும் எங்குமே கிழிந்திருந்ததாகத் தெரியவில்லை.

அங்கவஸ்திரத்தை உதறினார். கலைந்த மடிப்புகளிலிருந்து கடந்து சென்ற நாட்கள் நினைவில் நின்றன.

அதை வெங்கடபதியின் கல்யாணத்தில் வாங்கியது. நல்ல உயர்தரமான பட்டு அங்கவஸ்திரம் வாங்கவேண்டுமென்று பிடிவாதம் பிடித்தவனே கனகய்யாதான். அந்தப் பட்டு அங்கவஸ்திரத்தை அழகாக மடித்து தோளில்

போட்டுக்கொண்டு ஆகாயமாய் உயர்ந்து நின்ற கல்யாணப்பந்தலில் நின்றபடியே அவர் அன்று மற்றவர்களை வேலை வாங்கிக்கொண்டும், வருபவர்களை உபசரித்துக்கொண்டுமிருந்தார். அது ஒன்றுதான் அவரிடம் பாதுகாப்பாய் மிஞ்சியிருந்தது. அதன்பிறகு அதை ஒரு நாளும் உபயோகித்ததாக நினைவில்லை. அதனால்தான் இன்னும் கிழியாமல் இருந்தது. திருமண வைபவங்களில் மூழ்கி அவர் அந்த பட்டு அங்கவஸ்திரத்தை வாங்கும்போது - அது அவருடைய பேரனுக்கு உதவப்போகிறதென்று நினைத்தாரா? அவனுக்காகவே இத்தனை நாட்களாய் பாதுகாத்து வைத்திருந்தாரா?

"கண்ணா இப்பிடி வா!"

ரவி பட்டுத் துண்டையே வியப்புடன் பார்த்தபடியே தாத்தாவினருகில் வந்தான்.

சாம்பைய்யா பேரனின் கிழிந்த டவுசரைக் களைந்துவிட்டு, பட்டுத்துண்டை இடுப்பில் கட்டி பின்பக்கமாக முனையை இழுத்து சொருகிவிட்டார்.

ரவிக்கு எல்லாமே தமாஷாக இருந்தது. இடுப்பில் சரியாக நிற்கிறதா என்று தடவிப் பிடித்தபடியே ஜாக்கிரதையாகத் துள்ளிக் குதித்தான். - "ஆ...! இப்பத்தாண்டா ஆம்பளயாட்டம் இருக்குறே?" பேரனை பாசத்துடன் நோக்கியபடியே சொன்னார் சாம்பைய்யா.

"என்ன? என்ன சொன்னே தாத்தா?"

"வேட்டியை தார்பாச்சிக் கட்டுனவந்தாண்டா உண்மையான ஆம்புளெ"

"போ! தாத்தா! எனக்கு இதொன்னும் நல்லாவேயில்லை. நழுவிகிட்டே இருக்கு. எனக்கு டவுசர்தான் நல்லாருக்கும்."

"கட்டிக்கோ! அப்பிடியே வைச்சிரு! களைஞ்சிடாதே- பழக்கமில்லாததாலதான் நழுவிகிட்டிருக்கு. அவ்வளவுதான். பட்டு வேஷ்டியில எவ்வளவு நல்லாயிருக்கேன்னு தெரியுமா? என்னது கால்சராய், கீழ்சராயெல்லாம்? பாழாப்போன சராய்கள்! வா போகலாம்!" பேரனின் கையைப் பிடித்தபடியே சாம்பைய்யா குடிசையிலிருந்து வெளியே வந்தார்.

ஐப்பசி கார்த்திகையில் பெய்த மழை பூமியைப் பதப்படுத்திவிட்டிருந்தது. விவசாயிகள் கலப்பையைப் பிடித்து முதல் உழவை ஆரம்பித்திருந்தார்கள். சாம்பைய்யா பேரனை அழைத்துக்கொண்டு மேட்டைவிட்டு இறங்கினார்.

"இப்பிடி! இப்பிடி! குட்டையில தண்ணி நெறஞ்சி நிக்குது! ஆறு மாசம் வரைக்கும் அந்தப் பக்கமா போகமுடியாது. ஊருக்குள்ள போகணும்னா இனிமேல புதராநிக்கிற காட்டுவழியாத்தான் போகவேண்டி வரும் கண்ணா!"

"இப்பிடிப்போனா ரொம்ப தூரமா தாத்தா?"

"அவ்வளவா தூரம் ஒன்றுமில்லேடா ரவி! காலை எட்டிப்போட்டு நடந்தோம்னா தூரமாவது ஒன்னாவது!"

"ம்.... சரி. நட. நீ முன்னாடி நடக்கணும்! உனக்குப் பின்னாடியே நான். சரியா"-

சாம்பைய்யா பேரனை முன்னால் நடக்கவிட்டு அவர் பின்னால் நடக்கத் தொடங்கினார்.

"அடேய்! அடேய்! நில்லுடா! சாவடி தொழுவத்துலருந்து மாடுகளை பத்திட்டு வர்றாப்புல தெரியுது" சாம்பைய்யா அந்த தெருமுனையைத் தாண்டும்போது பேரனை எச்சரித்தார்.

பசுக்களும், கன்றுகளும், இளங்காளைக் கன்றுகளுமாய் கொம்புகளை ஆட்டியபடியே கூட்டமாய் தெருவுக்குள் வந்துகொண்டிருந்தன.

"தாத்தா! எத்தனை பசுக்கள்! எத்தனை எருமைகள்? பார்த்தாயா தாத்தா?" ரவி சாம்பைய்யாவின் கையைப் பிடித்து இழுத்தபடியே சொன்னான்.

தாத்தா பார்த்தபடியேதான் நின்றிருந்தார். ஆனாலும் அவர் மனம் மட்டும் எங்கோ சொன்றுவிட்டிருந்தது.

"தாத்தா, இந்த சாவடி யாரோடது?"

"அந்த சாவடிக்கு முன்புறத்திலுள்ள அந்த மாளிகையைப் பாரு" சாம்பைய்யா கால்களை முன்னோக்கி வைத்தார்.

"எவ்வளவு பெரிய வீடு? இது யாரோடது தாத்தா?"

சாம்பைய்யாவிற்கு குரல் வெளிவர மறுத்தது. வயிறு பற்றி எரிவதுபோலிருந்தது. தொண்டையை சரிசெய்துகொண்டு சொன்னார் -

"இந்த வீடும் அந்த சாவடியும் நம்மது தாண்டா பேராண்டி!"

"நம்மளோடதா தாத்தா?"

"ஒரு சமயத்துல நம்மதாத்தான் இருந்தது. இப்போ ராமச்சந்திரய்யாவோடது! டவுன்ல உரக்கடைவியாபாரம் செஞ்சிட்டிருக்காருல்லையா அவரோட ரெண்டாவது மகன் இங்கயிருந்துகிட்டு விவசாயம் செஞ்சிட்டிருக்கான்!"

"இவ்வளவு நல்ல வீடு, இவ்வளவு பெரிய தொழுவம், எத்தனை பசுக்கள், எருமைகள், கன்றுகள், காளைக்குட்டிகள்! எல்லாத்தையும் எதுக்காக வித்துட்டே தாத்தா?"

"நான் விக்கல்லேடா கண்ணா"

ரவி தாத்தாவை ஏறிட்டு நோக்கினான்.

"என்னைக் கட்டாயப்படுத்தி விக்க வச்சாங்கடா கண்ணா!"

"யாரு தாத்தா?" பேரனின் முகத்தில் ஏற்பட்ட மாற்றத்தை சாம்பைய்யா கண்டு கொண்டார்.

"சொல்லேன் தாத்தா? யாரு?"

"அப்புறமா சொல்றேன் ரவி! நட மொதல்ல! போவோம்"

சாம்பைய்யா அந்த தன் வீட்டின் முன்னாலிருந்து நடக்க ஆரம்பித்தார். ரவி தாத்தாவைப் பின்தொடர்ந்து நடந்துசெல்ல முற்பட்டான்.

இரண்டு மாடி கட்டிடத்துடன் உயர்ந்துநின்ற பவனத்தின் பக்கத்தில் வந்தவுடன் சாம்பைய்யாவின் கால்கள் தன்னையறியாமலே தடைப்பட்டு நின்றுவிட்டன.

ரவி தலையை உயர்த்தி உயர்ந்து நின்ற மாடி, விசாலமான சுற்றுப்புறத்தையும் கண்களை சுழற்றி கவனித்தான். தாத்தாவைத் திரும்பிப் பார்த்து கேட்டான்.

"இந்த ஊருக்குள்ள எல்லாத்தையும்விட பெரிய மாடிவீடு இதுதானா தாத்தா?"

தாத்தா 'ஆமாம்' என்பதுபோல தலையையசைத்துக்காட்டினார்.

"இந்த மாடிவீடு யாரோடது தாத்தா? இதுவும் நம்மளோடதுதானா?"

இல்லை என்பதுபோல தலையையாட்டி மறுப்பு தெரிவித்தார் சாம்பைய்யா.

"பின்னே யாருது?" உள்ளேயிருந்து சத்தங்கள் கேட்டன.

தாத்தாவும் பேரனும் தலையையுயர்த்திப் பார்த்தார்கள்.

கனகய்யா படித்துக்கொண்டிருந்த பேப்பரைப் பக்கத்தில் வைத்துவிட்டு, மூக்குக் கண்ணாடியை சரிசெய்தபடியே தலையைத் திருப்பிப் பார்த்தான்.

"யாரது?" பார்வை சரியாகத் தெரியாதவனாய், கண்ணாடியின் மேற்புறம்வழியாக விழிகளை உயர்த்தி நோக்கினான் சாம்பைய்யா.

"நாந்தான்! சாம்பைய்யா!"

முன்னாளைப் பலராமய்யாவோட சாய்வு நாற்காலியில் கால்களை அகலவிரித்தபடி படுத்திருந்த கனகய்யா சடக்கென எழுந்து நின்றுவிட்டான்.

"சாம்பைய்யா.. நீயா? வாய்யா வா! அங்கயே நின்னுட்டியே ஏன்?

"ஆ.... ஆ.... ஆ.... அந்த சின்னப்பயல்...." என்றபடியே ஆச்சரியத்துடன் வாயை அகலவிரித்து ரவியை கூர்ந்து நோக்கினான் கனகய்யா.

“நானே உனக்கு ஞாபகமில்லே. இனி இந்த சிறுவனைப் பத்தியா நினைவிருக்கப்போவுது உனக்கு?” தனக்குத்தானே சொல்லிக்கொள்வதைப் போல சொன்னார் சாம்பைய்யா.

‘இந்தப் பையன்....?” கனகய்யா வராண்டாவிலிருந்து இரண்டடி முன்னால் வைத்து ராகம் இழுத்துக் கேட்டான்.

“என்னோட பேரப்பிள்ளை”

“எப்பிடெப்பிடி? வரூதினியம்மாவோட மகன்.... பலராமய்யாவோட பேரனா?” சாம்பைய்யாவின் முகத்தில் எள்ளும் கொள்ளும் வெடித்தன.

ரவி தாத்தாவையும், கனகய்யாவையும் மாறி மாறி பார்த்துக்கொண்டிருந்தான்.

"நான் சாம்பைய்யா தாத்தாவோட பேரன் அல்லவா? அவர் என்னவோ பலராமய்யாவோட பேரன்னு சொல்றாரே?"

“ரெண்டு வருஷத்துக்கு முன்னால எப்பவோ பார்த்தது. நல்லா வளர்ந்துட்டான். வாய்யா வா! இது ஒரு காலத்துல உங்க தாத்தாவோட வீடுதான்யா!” கனகய்யா வராண்டாவில் நின்றிருந்த பெரிய பெரிய தூண்களின் நடுவில் புகுந்து முன்னால் வந்தபடி சொன்னான்.

சாம்பைய்யா பேரனின் கையைப் பிடித்து தடுத்தார்.

“கனகய்யா! ஒரு வேலையா வந்திருக்கேனய்யா” சாம்பைய்யாவின் அடி வயிற்றிலிருந்து வருத்தத்துடன் வெளிப்பட்டது குரல்.

“மேலே ஏறி வந்து உட்கார்ந்து பேசலாமே? வெளியவே நின்னுகிட்டு பேசறயே எதுக்கு? உள்ளே வரக்கூடாதா என்ன?” கனகய்யா முதல் படியிலிருந்து இறங்கியபடியே சொன்னான்.

தன்னுடைய இதயத்தையே பிளந்து பார்ப்பதைப்போலச் சொன்னான் கனகய்யா. அந்தப் படிகளை மிதிக்கக்கூடாதென என்றோ முடிவெடுத்திருந்தது தானே.

அன்றொருநாள்... வெங்கடபதியை - பலராமய்யாவின் மருமகனை... அழைத்துச்"சல்வதற்காக வந்திருந்தார். மீண்டும் இன்று பேரனை உடன் அழைத்துக்கொண்டு வந்திருக்கிறார் அவ்வளவுதான்! ஒருநாளும் அந்த வீட்டின் நிழலைக்கூட மிதித்ததில்லை. அந்த வீட்டைக் கண்ணெடுத்தும் பார்த்ததுகூட இல்லை. அன்று இந்தவீடு பலராமய்யாவோடது. இன்றோ இது கனகய்யனோடது. இந்த வீட்டிற்கு அன்றைய நாட்களில் அவர் வந்தாலே பலராமய்யா பயந்து நடுங்கிப் போவார். சகல மரியாதைகளோடும் நல்ல கௌரவத்துடன் வரவேற்பார். அன்று அவருடைய கை உயர்ந்திருந்தது. இன்றோ - அதில் இந்த கனகய்யா... அவருடைய முழங்கைகளுக்குக் கீழே தண்ணீர்குடித்து வாழ்ந்த கனகய்யாவின் முன்னால் நின்று கெஞ்சிக்கேட்டுக் கொண்டிருக்கிறார் சாம்பைய்யா.

'புலி செத்தாலும் புல்லைத் திங்காது. வெறும் வரட்டு கௌரவம். முக்கியமானவேலை இல்லையென்றால் இந்தசாம்பைய்யாதேடிவரமாட்டான். அதுவும் பேரனை கூடவே அழைத்துக்கொண்டு வந்திருக்கிறானென்றால்.... ஏதோ விஷயம் இருக்கணும்! வயது ஏறியிருந்தாலும் கனகய்யாவின் மூளை மெருகு குலையவில்லை.

"என்ன சாம்பைய்யா விசேஷம்? பையன் பட்டணத்துல ஏதோ பெரிய பள்ளிக்வடத்துல படிக்கிறான்னு கேள்விப்பட்டிருந்தேனே?" என்ற கனகய்யாவிற்கு பதினெட்டு வருடங்களுக்கு முன்னால் - சரியாக இதே நாட்களில் மருமகளை கூட அழைத்துக்கொண்டு, பலராமய்யாவுடைய கால்களுக்கு முன்னால், இதே வாசற்படியில் நின்றிருந்த காட்சி கண்களுக்குள் நிழலாடியது.

ஓடங்கள் வண்டிகளாகவும், வண்டிகள் ஓடங்களாகவும் மாறுவதென்பது இதுதான் போலும்? இன்று அந்த பலராமய்யாவோட பேரனை உடன் அழைத்துக்கொண்டு அவனுடைய படிப்புக்காக உதவிகேட்டு சாம்பைய்யா தன் முன்னே நிற்கிறான். இந்த சாம்பைய்யா மட்டுமா? அட அந்த பலராமய்யாகூட உயிரோடு இருந்திருந்தா அவரும் தன் காலடியில வந்து நின்னுருப்பாரு. அன்று பலராமய்யா தன்னோட மருமகன் படிப்புக்காக எவ்வளவு தந்தாரு?

கனகய்யா பழைய நினைவுகளில் ஐக்கியமானான். ரெண்டு மூணு? நானூறு வரைக்கும் கொடுத்திருப்பாரா? எதுவுமே சரியா ஞாபகமில்லையே? தான் இப்போ ஒரு நூறாவது கொடுக்கலாமே? நூறு எதுக்கு? மூணோ நாலோ கொடுத்துடலாமே?

தனக்கும் அந்தராத்மான்னு ஒன்னு இருங்குறதையும், அதை மற்றவர்களை மோசம் செய்தமாதிரி அவ்வளவு சுலபமாக ஏமாற்றிவிட முடியாதென்பதையும் கனகய்யா முதன்முறையாக உணரமுடிந்தது.

ஆ... சரி, சரி! இருநூறு கொடுத்தா போதுமே! அந்த பலராமய்யாவும் அவ்வளவுதான் கொடுத்ததாக ஞாபகம். ஞாபகமென்ன? அவ்வளவுதான் கொடுத்தாராக்கும்!

கனகய்யனுக்குள் முதலில் மகாவிருட்சமாகத் தோன்றிய அந்த ராத்மா அதற்குள் கீரைத்தண்டாய் நிலையற்று போய்விட்டது. மற்றொரு உணர்வும் அவனுக்குள் தலைதூக்கி நின்றது.

தானம் செய்வதும் ஒருவிதத்தில் மகிழ்ச்சிக்குரியதே - அதுவும் பலராமய்யாவோட பேரனுக்கே தானம்[a] செய்வதென்றால் பேரானந்தம்தான் -அப்படிப்பட்ட மாடி வீடுகள் இன்னும் இரண்டு வாங்கினாலும் கனகய்யாவுக்கு ஏற்படுமோ இல்லையோ?

"பாவம்! தாயில்லா கொழந்தெ. நாலு எழுத்து படிச்சிட்டான்னா அவனாவது நல்லாருப்பான். உங்க அப்பா மகனுக்கு என்னதான் சொல்லித்தந்தாலும் ஒரு அட்சரமாவது ஏறாதில்லையா? அவனையாவது படிக்க வையுங்க" ரவியை இரக்கத்துடன் பார்த்தான் கனகய்யா.

சாம்பைய்யா மனம் நொந்து நூலாம்படையாகிவிட்டது! கனகய்யா சொல்வதெல்லாம் உண்மையாகவும் - எல்லாமே பொய்யாகவும் பட்டது. இதில் சிறிது நிஜம். சிறிது பொய் இருப்பதாகத் தோன்றியதும் கொஞ்ச நேரம் யோசித்துப் பார்த்ததில் -

ரவியைப் படிக்க வைக்க வேண்டுமா? எப்படி?

பேரனின் தலையை வருடியபடியே தன்னருகில் இழுத்துவைத்துக்கொண்டார் சாம்பைய்யா. ரவியின் முகத்தில் வருத்தம் நிழலாடியது. அவன் மனத்தில் எத்தனையோ ஆசைகள், யோசனைகள், எண்ணங்கள், பயம் எல்லாமாய் ஒன்று சேர்ந்து அலைந்துகொண்டிருந்தன.

"அவனோட படிப்புக்காக இல்ல நான் இங்க வந்தது!" கனகய்யாவின் முகத்தைப் பார்த்தபடி சொன்னார் சாம்பைய்யா.

பின்னே எதுக்காக வந்திருக்கானோ? என்னதான் யோசித்தாலும் புத்திக்கு எட்டவில்லை கனகய்யாவுக்கு.

"முழுக்க நனைஞ்சபின்னே முக்காடு எதுக்கு? வந்த விஷயத்தெ சொல்லு!"

அதே வாக்கியத்தை சாம்பைய்யா ஏறக்குறைய நூறுதடவையாவது கனகய்யாவைப் பார்த்துச் சொல்லியிருப்பார். இன்னும் சொல்லப்போனால் அந்த சொற்கள் சாம்பையாவிடமிருந்துதான் கற்றுக்கொண்டான் கனகய்யா. ஆனால் இந்தமுறை கனகய்யாவின் மூலம் வெளிப்பட்டது.

"புதுக் கால்வாய்க்கு பக்கத்து நெலம் - நாலு ஏக்கரைக் குத்தகைக்கு தந்தா-" சாம்பைய்யாவின் தொண்டையிலிருந்து வார்த்தைகள் வந்தது போலவே நின்று "செஞ்சிக்கிறேன்" என்றார் சமாளித்தபடி.

"சாம்பைய்யா? நீயா! நெலத்தை குத்தகை எடுக்கப்போறியா?" சாம்பைய்யாவின் கண்களை உற்றுநோக்கியபடி கூறினான் கனகய்ய.

"மத்தவங்க என்ன தருவாங்களோ அதே முறையில நானுந் தந்துடறேன்"

"தர்றதெல்லாம் இருக்கட்டும் சாம்பைய்யா? இந்த வயசுல நீ இனிமேல விவசாயம் செய்யமுடியுமான்னுதான்?"

"எம் பேரன் இருக்கான். நானும் இருக்கேன். ரெண்டுபேரும் சேர்ந்து நாலு ஏக்கர்களெ செஞ்சிக்கமுடியாதா என்ன?" பேரனை இன்னும் அருகில் அழைத்து வைத்துக்கொண்டபடியே சொன்னார் சாம்பைய்யா.

"ஊரு போ போங்குது, காடு வாவாங்குது"ன்னு சொல்றாப்புல நீ கெழவனாயிட்டே! உன்னோட பேரனோ பச்சைக் கொழந்தெ! நீங்க விவசாயப் பண்ணப் போறீங்களாக்கும்? என்னத்தெ பயிரெ வெளயவச்சி எனக்கும் தரப் போறீங்களாக்கும்?" கனகய்யா மூக்குக் கண்ணாடியைக் கழற்றி சொக்காவின் முனையால் துடைத்துக்கொண்டான்.

சாம்பைய்யாவின் கண்களுக்குள்ளிருந்த சிவப்பு ரேகைகள் இன்னும் சிவப்பேறியிருந்தன.

"உனக்கு எதுக்கு அதெல்லாம்? உன்னோட பங்கு உனக்கு தந்துட்டா போதும்தானே? என்னோட வாழ்நாள்ல நான் யாருக்கும் ஒரு பைசாகூட ஏமாத்துனது இல்ல. ஒருபோதும் யாருடையதையும் அபகரிச்சதுமில்ல. நான் தின்னதும் மத்தவங்களுக்கு கொடுத்து கெட்டதும் என்னோட கஷ்ட சம்பாத்தியம்தான்!"

சாம்பைய்யாவின் தன்மானத்திற்கு முன்னால் சிலையாகிப்போய் நின்றுவிட்டான் கனகய்யா.

"அதைப்பத்தி நீ வேற சொல்லணுமா என்ன? எனக்குத் தெரியாதா சாம்பைய்யா? இந்த வருஷத்துலருந்து குத்தகைக்கு விடாம சொந்தத்துல விவசாயம் செய்யணும்னு சொல்றான் எங்க பெரிய பையன். குத்தகைக்கு விவசாயம் செய்றவங்களுக்கே நெலம் சொந்தமாகிப் போகும்னும் என்னென்னவோ சட்டமெல்லாம் வந்துடிச்சி இல்லையா? எங்க மருமகனும், எங்க பையனும் வக்கீல்களில்லையா? இந்த சட்ட நுணுக்கங்களெல்லாம் அவங்களுக்கு தெரிஞ்சமாதிரி நமக்கு எங்க தெரியப்போகுது? அவங்க இனிமேலும் குத்தகைக்கு விடக்கூடாதுங்குறதுல ரொம்பவும் அடிச்சி சொல்றாங்க. என்னெ என்ன செய்யச்சொல்றே சாம்பைய்யா, நீயே சொல்லு? ஏதாவது முடியும்னா..." கனகய்யா நிறுத்திவிட்டான்.

அதற்கு முன்பே சாம்பைய்யா பின்னால் திரும்பிச் சென்றதைப் பார்த்ததும் கனகய்யா வாயைமூடிக்கொண்டு கண்ணாடியை காதுகளுக்கிடையில் பொறுத்திக்கொண்டான்.

பேரனை அழைத்துக்கொண்டு சாம்பைய்யா கனகய்யாவின் வீட்டின் முன்னாலிருந்து புறப்பட்டார். சாம்பைய்யாவின் கால்களில் படிந்த மண் எழுபது வருடத்தைய அனுபவங்களை மௌனமாய் வருத்தத்துடன் சொன்னது.

சாம்பைய்யாவின் தந்தை வெங்கய்யா வடக்கேயிருந்து வந்தவர், அந்த மண்ணின்மீதுதான் நின்று பலராமய்யாவின் தந்தை வீரபத்ரய்யாவிடம்தான் வேலைகேட்டு சேர்ந்துகொண்டார். பத்ரய்யாவோட வீட்ல வெங்கய்யாவுக்கு விவசாயவேலை கிடைத்தது. வயிறு நிறைந்தது. கல்யாணம் செய்துகொண்டார். நிலத்தைக் குத்தகைக்கு வாங்கினார். மகன் பிறந்தான். சொந்தமா பூமி ஏற்பட்டது. தான் உழைத்து சம்பாதித்ததையெல்லாம் மகனுக்கு தந்துவிட்டு

மறைந்தார். தந்தை கொடுத்துச்சென்ற சொத்தை மகன் பதினாறு மடங்கு பெருக்கினார். போட்டதெல்லாம் பொன்னா வெளஞ்சது. அவர் நடந்த பூமியெல்லாம் செழிப்பும் வளமுமாய் மாறியது. அவருடைய ஒவ்வொரு அசைவும் பூமித்தாயை பெருமிதம் கொள்ளச் செய்தது.

ஆனால்... ஆனால்... இன்று அந்த வெங்கய்யாவின் மகன்... ஊருவிட்டுவந்த வெங்கைய்யாவின் மகன் சாம்பைய்யா மீண்டும் அதே இடத்தில், வீரபத்ரய்யாவுடைய மாளிகையின் முன்னால் அதே வாசற்படியின் முன்னாலுள்ள அதே மண்ணின்மேல்தான் நின்றிருந்தார்.

ஆனால் இன்று வீரபத்ரய்யா இல்லை. வீரபத்ரய்யாவுடைய மகன் பலராமய்யாவும் இல்லை. சாட்சாத் அந்த பலராமய்யாவுடைய பேரனைத்தான் வெங்கைய்யாவின் மகனான சாம்பைய்யா தன்னோடு அழைத்துக் கொண்டு வந்து அதே வீட்டின் முன்னால் நின்றபடி வேண்டிக்கொண்டார்.

வீரபத்ரய்யாவுடைய மாடிவீட்டில் பலராமய்யாவுடைய சாய்வு நாற்காலியில் சௌகரியமாய் உட்கார்ந்திருந்த கனகய்யா கண்களை மூடியபடியே மிகப்பெரிய கண்டத்திலிருந்து தப்பித்ததைப்போல நிம்மதிப் பெருமூச்சொன்றை விடுத்தான்.

பேரனின் கையைப் பிடித்தபடி நடந்துசென்றுகொண்டிருந்த சாம்பைய்யாவிற்கு தலை அறுந்து தரையில் உருண்டது போன்று ஆயிற்று. சாம்பைய்யாவின் கால்களுக்கடியில் பூமி நிலைகொள்ளாமல் நடுக்கமுற்றது. மண் தவிப்புற்றது. சாம்பைய்யா அவமானத்தில் தலைகுனிந்து கூனிக் குறுகிப்போனார்.

“கனகய்யாவுடைய வீட்டிலிருந்து வருகின்ற மனிதர் யார்?” சாவடி மண்டபத்தினருகில் நின்றிருந்த ராமசுப்பைய்யா வீரய்யாவிடம் கேட்டார்.

வீரய்யா கூர்ந்து நோக்கிவிட்டு “அங்க வந்துட்டிருக்கிறது சாம்பைய்யா மாதிரி தெரியுது. சாம்பைய்யாவேதான். பேரனோட வந்துட்டிருக்கான் பாரு?” என்றார்.

“என்னத்துக்காகப் போனானோ? இப்பக்குள்ள சாம்பைய்யா ஊருக்குள்ள வர்றதையே விட்டுட்டாரில்லையா?”

“ஆமா, இன்னும் இங்க என்ன வேலையிருக்கப்போவுது? விட்டுத்தள்ளுவியா? அஞ்சோ, பத்தோ கையை நீட்டி வாங்கப்போயிருப்பான். துணைக்கி பேரனொருத்தன் வேற வந்துட்டானில்லையா? தன்னெ எப்பிடி காப்பாத்திக்கப் போறானோ? அவனெ எப்பிடி வளர்க்கப்போறானோ?” வீரய்யா இரக்கப்பட்டுத்தான் சொல்கிறானென்று நினைத்தவராய் -

“கர்மம்ய்யா! கர்மம்! தலையெழுத்தெ யாராலே மாத்த முடியும்? எப்பிடி வாழ்ந்த சாம்பைய்யா எப்பிடி ஆயிட்டாரு? கொடுன்னு ஒரு நாளாவது ஒருத்தன்கிட்ட கேட்டிருப்பாரா?”

"சாப்பாடு ஆயிடிச்சா?" வீரய்யாவை கேட்டார் ராமசுப்பைய்யா.

"இன்னும் ஆகல்லே?"

"வாய்யா அப்ப போகலாம்" மேல் துண்டை தலையின்மேல் போட்டபடி புறப்பட்டார்கள் வீட்டை நோக்கி இருவரும்.

சாம்பைய்யா பேரனோடு சாவடிமண்டபத்தின் முன்புறமாக நடந்துசென்று கொண்டிருந்தார். ராமாலயத்தைத் தாண்டிச் செல்கின்ற தாத்தா பேரனை, சாப்பிட்டு முடித்துவிட்டு ஆரஅமற ராமாலயம் திண்ணையின்மேல் அமர்ந்திருந்த கிராமத்தார்கள் பார்த்ததும் நலம் விசாரித்தார்கள். தலைகுனிந்து வருத்தத்துடன் சென்றுகொண்டிருந்த சாம்பைய்யாவின் வாழ்க்கை அன்றைய அவர்களின் வம்பளப்பிற்கு வித்திட்டது.

புதருகே வந்த சாம்பைய்யாவிற்கு எல்லமந்தவுடைய மகன் நரசிம்மன் புல்லுக்கட்டுடனும், கலப்பையுடனும் எதிர்பட்டான். எல்லமந்தன் சாம்பைய்யாவிடம் பல வருடங்கள் வேலை பார்த்தவன். சாகின்ற வரையில் சாம்பைய்யாவையே நம்பி வாழ்ந்தவன்.

"இந்தக் குழந்தெ சாமி தங்களோட பேரனா சாமி?" நரசிம்மன் கலப்பையைக் கீழே நிறுத்தி சாம்பைய்யாவை விசாரித்தான்.

"ஆமாண்டோய்! எங்க கலப்பையெடுத்துட்டு? ஏக்கர் கணக்கா? யாரோட நெலம்?"

"சொந்தத்துலதான் அய்யா சாமி? ஏரிக்கு ஒட்டியிருக்குற துண்டு நெலத்தெ நாந்தான் சாகுபடி செய்றேன் சாமி! ஒரு ஏக்கர்" சாம்பைய்யாவின் கண்களில் புத்தொளி படர்ந்தது.

"நரசிம்மா? ஏரிக்கு கீழ கரடுமுரடாகெடக்குற உதவாக்கரை பூமிமாதிரி இன்னம் ஏதாவது வேலைக்குதவுறமாதிரி இருக்காடா?"

"எங்க இருக்கு சாமி? எங்களுக்கே போதாமெ இழுபறியா கெடக்கோம். இந்த வருஷம் என்னோட நெலத்துல அஞ்சு செண்ட் குறைஞ்சிடுச்சிசாமி! அந்தப் பாழாப்போன பக்கத்துப் பொலிக்காரன் தன்னுதுன்னு சேர்த்துகிட்டான்.

பத்திரங்கள்லயும்-பட்டாக்கள்லயும் இருக்குறமாதிரி அளந்து தரச்சொல்லி கரணம் அய்யாவையும் கிராமத்தலைவர்களையும் கெஞ்சி கேட்டுகிட்டிருக்கோம்"

"அந்த புதுக்கால்வாய்க்கு கீழ்ப்பக்கத்து தரிசுநெலத்தை விவசாயத்துக்குப் பயன்படுத்திக்கிடலாமில்லையாடா?"

"ஆமா! அது எங்க சாமி வெளயப்போவுது? வெறுங்கல்லும்முள்ளுமா கஷ்டப்பட்டு உழைச்சதுதான் மிச்சமாகும்! எதுக்கு தொரெ? யாருக்கு கேக்குறீங்க?"

“எனக்குத்தாண்டா நரசிம்மா. நாந்தான் பண்ணிக்கிடலாமுன்னு!” சலிப்புடன் சொன்னார் சாம்பைய்யா.

நரசிம்மன் தலையில் பனம் பழம் வந்து விழுந்ததைப்போலிருந்தது.

"என்னது, சாம்பைய்யா சாமி? நீங்க தரிசை சாகுபடி செய்யப்போறீங்களா?”

“ஏண்டா? செய்யக்கூடாதா? உன்னைவிட எனக்கு ரொம்ப ஏதாவது இருக்கா?”

சாம்பைய்யா உதடுகளில் ஹாஸ்யம் துளிர்த்து மறுநிமிடமே மறைந்துகொண்டது.

“வா! போகலாம்! கலப்பையை கீழ வச்சி நின்னுட்டிருக்கே. அவசியமேற்படும்போது கூப்புடறேன். ஒரு கையெ கொடுத்து உதவனும். நல்லபடியா கெடச்சதுன்னா உன்னோட உதவியெ மறக்காமெ நடந்துக்குவேன்”

“என் பிராணனையே தர்றேன் அய்யா சாமி!” நரசிம்மனின் குரல் தழுதழுத்தது.

கலப்பையை சுமந்துகொண்டு சென்று கொண்டிருந்த நரசிம்மனைப் பார்த்தவாறு - "விஸ்வாசம் உள்ள மனுஷங்க! என்னதானிருந்தாலும் அந்த தந்தையும் மகனுமுடைய போக்கே தனியானதுதான்!” என்று நினைத்துக்கொண்டார் சாம்பைய்யா.

65

“அந்த வளையங்கள் என்னது தாத்தா?”

இந்த ரெண்டும் என்னோட கையிலபோட்டிருந்த கங்கணம். இது எங்க அப்பாவோட கடயங்கள் டா!” சாம்பைய்யா வெள்ளிக் கடயங்களையும் தங்க முருகுகளையும் பேரனின் கைகளில்த ந்தபடியே சொன்னார்.

வாயில் கையை வைத்தபடி விழுந்து விழுந்து சிரித்தான் ரவி.

“எங்கயாவது ஆம்புளங்க முருகு, கடையம்னு போட்டுப்பாங்களா?”

“எங்க காலத்துல போட்டுப்பாங்கடா பேராண்டி! காதுகளுக்குகூட கடுக்கன், வளையமெல்லாம் போட்டுப்பாங்க கண்ணா! இப்போ அதெல்லாம் இல்லாம போயிடிச்சி!”

“த்தூ! த்தூ! என்னது தாத்தா? இப்படியெல்லாம்....?”

“அடேய் சின்னப்பயலே! தூ. தூ.ன்னு சொல்றே நீ. இப்போ இதுகதான் நமக்கு சமயத்துக்கு உதவப்போவுதாக்கும்!”

“ச்சீ! ச்சீ! தாத்தா! போட்டுக்கப்போறியா? நல்லாருக்காது!”

"இல்லேடா, இந்த தங்கத்தலான கடயங்களெ வித்து நெலத்தை உழவப்போறோம். என்ன சொல்றே?”

ரவிக்கு உழுவது என்ற வார்த்தையே மிகுந்த சந்தோசத்தையளித்தது.

“தாத்தா! இந்த வெள்ளிக் கடயத்தை விக்கலையா?” கைகளிலிருந்த வெள்ளி கடயத்தை சுழற்றியபடியே கேட்டான் ரவி.

சாம்பைய்யாவின் இதயத்தின் ஏதோ ஒரு மூலையில் சுருக்கென உரைத்தது. இவனுடையதும் ‘அதே (தோரணைதானா?

“எதுக்குடா? வித்து என்ன செய்யலாம்ணு நெனக்கிறே?” பேரனை அக்னி பரீட்சைக்கு ஆளாக்கினார் சாம்பைய்யா.

“இதை வித்தா ஒரு செம்மறி ஆடு வாங்க முடியுமா தாத்தா?”

சாம்பைய்யா மனம் குளிர்ந்துவிட்டது. ரவியை பெருமிதத்துடன் பார்த்தார். அவனுக்கு தன்னோட சாயல், தன்னோட உணர்வு எற்பட்டுவிட்டது என்று திருப்தியுடன் சிரித்துக்கொண்டார்.

"என்ன தாத்தா சிரிக்கிறே? அன்னக்கி கம்மாக்கரையில பார்த்திருக்கேன் தாத்தா! ஒரு ஆளு தலையில துணியெசுத்திகிட்டு ஆடுகளை மேய்ச்சிட்டிருந்தான். அதுல ஒரு ஆடு சின்னதா குட்டி போட்டிருந்தது. அந்தக் குட்டியை காலைப்பிடிச்சி தூக்கிட்டுப்போனான் அந்த ஆட்டுக்காரன். 'ம்மே.... ம்மே..'ன்னு கத்திகிட்டே தாய் ஆடு பின்னாடியே போனது! போனதா...?

என்ன தாத்தா கேக்குறயா?"

கையை ஆட்டியபடியே தான் பார்த்ததையெல்லாம் வர்ணித்துக்கொண்டிருந்த பேரனைக் கண்ணிமைக்காமல்பா ர்த்துக்கொண்டிருந்தார் சாம்பைய்யா.

இவன் கெட்டிக்காரன்தான்! ரொம்பத் தெளிவாயிருக்கான்! இன்னும் நாலு வருஷம் போயிட்டா இவன்முன்னாடி நான் எதுக்கும் உதவாதவனாயிடுவேன். நான் செய்த புண்ணியம் கொஞ்சமாவது இருக்கப்போயித்தான் அது பேரன் என்ற வடிவத்துல என்னிடம் வந்து சேர்ந்திருக்கு!

"ரவி? இந்த வெள்ளிக் கடயத்தை விக்கமுடியாதுடா? இது என்னோட அப்பாவோடது. உனக்கு தந்துடறேன். நீ உன் மகனுக்குத் தரனும்"

"என் மகனுக்கா?"

"ஆமா! அவன் அவனோட மகனுக்குன்னு வம்சாவழியா தொடரனும்ங்குறது என்னோட பெரிய ஆசைடா!"

"போ தாத்தா, நீ சொல்றதெல்லாம் பைத்தியக்காரத்தனமா இருக்கு!"

"ஆமாண்டா! உண்மையெ சொன்னே. நான் பைத்தியமேதான்டா?" அந்த வார்த்தைகளைச் சொல்லும்போது தாத்தா வருத்தப்படுவது ரவிக்கு புரிந்துவிட்டது.

"அப்படீன்னா இது என்னோடது தானே தாத்தா?"

தலையை யாட்டினார் சாம்பைய்யா.

ரவி! அந்த வெள்ளி கடயத்தை காலில் அணிந்துகொண்டான். அது முழங்காலைத் தாண்டி மேலே வந்தது.

சாம்பைய்யாவின் சந்தோசத்திற்கு எல்லையில்லாமல் போயிற்று.

"ரவி உனக்கு எத்தனை வயசுடா?"

"உனக்கு எத்தனையோ அத்தனைதான் தாத்தா!"

"அம்மாடியோவ்! படவாப்பயலே!" வியந்து போனார் தாத்தா.

"ஆமா தாத்தா! நீ வேன்னா கணக்குப்போட்டுப்பாரு!"

சாம்பைய்யாவின் கையை முன்னுக்கு இழுத்து விரல்களை மடித்து ஒவ்வொன்றாய் கணக்கு பார்க்கத் தொடங்கினான் ரவி.

"இவ்வளவு அறிவு எனக்கு இருந்திருந்தா நான் இப்பிடி ஆயிருக்க மாட்டேன்" தூரத்திலிருந்த பனைமரங்களைப் பார்த்தபடியே சொன்னார் சாம்பைய்யா.

"நீ படிக்கவேயில்லையில்ல தாத்தா?"

"உங்க அம்மா படிச்சா. உங்க மாமனுங்க படிச்சாங்க. உங்க தாத்தாவும் படிக்கத்தான் செஞ்சாரு. படிச்சப் படிப்பு பயன்பாட்டுக்கு வரல்லியே? 'படிச்ச முட்டாள்'ங்குற பழமொழியெ ருஜுவு பண்ணிட்டாங்களே. அவங்கள சர்வநாசமானதுமில்லாம, என்னையும், என் மகனையும் சர்வ நாசமாக்கிட்டாங்களேடா!"

பேரனின் முகத்தைப் பார்த்தவர் அந்த வார்த்தைகளை வெளியே சொல்ல முடியாதவராகிப்போனார் சாம்பைய்யா.

"தாத்தா? பதில் சொல்லு? என்ன பார்த்துட்டேயிருக்கே?"

"ஒன்னுமில்லேடா! உன்னோட வெள்ளிக் கடையத்தைத்தான் பார்த்துட்டிருக்கேன்! எங்க அப்பாவோட விரலளவுகூட இல்லேடா உன்னோட காலு! கடயத்தைப் போட்டா மொழங்காலெத்தாண்டி மேல வருதில்லையா செல்லம்!"

"உங்க அப்பாவுக்கு எவ்வளவு பலம் இருக்கும் தெரியுமா?"

"யானையளவு!"

"உங்க அப்பாவை விட எனக்குத்தான் பலம் அதிகம் இருக்கும்? தெரியுமா தாத்தா? அதுசரி ஆடுகளெ எப்பிடி வாங்குறது தாத்தா?"

"வாங்கலாம் டா கண்ணா! ஆடு, மாடு, காளைகள், எருமை எல்லாமே வாங்கலாம்டா ரவி! வாங்குவோம் கொஞ்சங் கொஞ்சமா!"

பேரனை பக்கத்தில் இழுத்து தலையை வருடியபடியே சொன்னார் சாம்பைய்யா. பேரனின் கண்களில் மிளிர்ந்த புத்தொளி சாம்பைய்யாவின் மனத்திலிருந்த இருளைத் தூரப்போக்கிவிட்டது.

66

தங்கத்தாலான கங்கணம் விற்றதில் கிடைத்த பணத்தில் ஒரு நல்ல இனத்தைச் சேர்ந்த எருமைமாடாவது கிடைக்கும் என்று நினைத்த சாம்பைய்யாவின் ஆசை நிராசைகளாயிற்று. தங்கத்தின் விலை உயர்ந்ததைப்போலவே மாடுகளின் விலையும்கூட அதிகரிக்கத்தான் செய்தது. ஒரு கிழட்டு எருமையையும், மற்றொரு ஒட்டிய வயிறுடைய மலட்டு எருமையையும் வாங்கிவந்தார். இரண்டையும் ஜோடி சேர்த்தார். ஒருநாள் அதிகாலையில் சாம்பைய்யா கலப்பையை நிறுத்தி மஞ்சள் தடவி, குங்குமத்தையிட்டு பேரனையழைத்து தேங்காயை உடைக்கச் சொன்னார்.

"ஒரே போடுல நடுவுல ரெண்டா பிளக்கணும்! அடி!"

"தாத்தா! நீயே அடி. என்னால முடியாது."

"உன்னால முடியாதுன்னா இனி யாரால முடியும். போடு! - இந்த கலப்பை உன்னோடது. இந்த பூமி உன்னோடது! நீதான் அடிக்கனும் பின்னே!"

ரவி தேங்காயைத் தூக்கி பலம்கொண்ட மட்டும் கலப்பையின் மேல் ஓங்கி வீசினான். தேங்காய் நட்ட நடுவில் இரண்டாகப் பிளந்துவிட்டிருந்தது.

"சபாஷ்! இனி உனக்கு மிஞ்சுனவங்க யாருமே இல்லை. நெலத்தை பிளந்து போட்டுடுவே கண்ணா! நீ நடந்துபோற பூமியெல்லாம் ரத்தினங்களா உதிரப்போகுது, நீ தொட்டதெல்லாம் பொன்னா வெளயப்போவுதுடா! போகலாம் வா!"

சாம்பைய்யா எருமைகளை உசுப்பிவிட்டார். கலப்பை இயங்கத் தொடங்கியது. சாம்பைய்யா முள்கம்பைப் பிடித்தபடி (சாட்டை) கலப்பையின் பின்னால் நடந்தார். பேரனும் தாத்தாவின் பக்கத்தில் நடந்தான். கலப்பை மேட்டிலிருந்து இறங்கி புதர் மண்டிக்கிடந்த இடத்தின்வழியாக ஊருக்குள் வந்தது. ராமாலயம் பக்கத்தில் வலதுபுறத்திலுள்ள தெருவைக்கடந்து புதுக்கால்வாய் பக்கத்திலுள்ள புறம்போக்கு நிலத்தை நோக்கி செல்லத் தொடங்கியது.

ஊருக்குள் சர்க்கஸ் வந்த அன்றுகூட அவ்வளவு வினோதமாகச் சொல்லிக்கொண்டதில்லை. கெழடும் சொழடுமான எருமைகளை ஏர்க்காலில் கட்டி இழுத்துச்செல்கின்ற தாத்தாவையும் பேரனையும் ஆச்சரியத்துடன் பார்த்தார்கள் பரபரப்பாகப் பேசிக்கொண்டார்கள். எழுபது வயசெத் தாண்டப்போற கெழவன் - பத்துவயசுகூட நெறம்பாத சின்னப்பயல் - கெழட்டு எருமை - இன்னொரு மலட்டு எருமை - அதுவும் கால்வா பக்கத்து புறம்போக்கு கட்டாந்தரை - விவசாயம், ஒரு காலத்துல ஊரிலேயே எல்லோரையும்விட மிகப்பெரிய பண்ணை - விவசாயி - அப்படிப்பட்ட பணக்கார குடும்பத்துல பிறந்த பெண்ணோட வயித்துல பெறந்த கொழந்தை - தாத்தாவும் பேரனுமாய் - நெலத்தெ உழுவுறதுக்காக போய்க்கொண்டிருக்கிறார்களென்றால் - ஊரு ஊரு - முழுக்க கண்களைவிரித்து ஆச்சரித்துடன் பார்த்தது. காதைத் தீட்டிக்கொண்டு கேட்டது.

இந்தக் கெழவனுக்கு எங்கயுமில்லாத கொழுப்பும் துடிப்பும்! இல்லேன்னா இந்த வயசுல இப்படி நடந்துப்பானா? அந்த உதவாக்கரை நெலத்தை உழுது என்னத்தெ விளைவிக்கிப் போறானோ? எந்த மனுஷன் வாங்கப்போறான்? இந்தத் திமிரு இருக்கப் போயிதான் மனுஷனுக்கு இப்பிடியொரு கதி ஏற்பட்டிருக்கு. வாயைக்கட்டி வயித்தைக்கட்டி சம்பாதிச்சான். பெத்த புள்ளையே தடையா நின்னதும் சாப்புடக்கூட வழியில்லாம போச்சி. ஆனாலும் இந்த மனுஷனுக்குள்ள இன்னும் ஆசைமட்டும் போகவேயில்ல.

ஆளுக்கொரு கல்லை வீசிஎறியாதபோதும் ஆளுக்கொரு பேச்சாகப் பேசி அவமானப்படுத்த தயங்கவில்லை.

“ரவி! முந்தா நேத்து நாம கல்லுகளெ அடையாளமா நட்டிருந்ததைப் பார்த்தோமில்லையா? அந்த கல்லுகளுக்கு நடுவத்துலருக்குற பூமியைத் தான் நாம உழுதுக்கப்போறோம்” சாம்பைய்யா காடிமேலிருந்து ஏர்கலப்பையை இறக்கி மறுபக்கமாகத் திருப்பிக்கட்டியபடியே சொன்னார்.

ரவி தாத்தாவிடம் கயிறுகளை எடுத்துக்கொடுத்துக் கொண்டே கேட்டான்.

“இது எவ்வளவு இருக்கும் தாத்தா?”

சாம்பைய்யா ஒன்றும் புரியாமல் பேரனை ஏறிட்டு நோக்கினார்.

“எத்தனை ஹெக்டேர் தாத்தா?”

சாம்பைய்யாவாயைப் பிளந்தபடியே பேரனைப் பார்த்தார்-ஆச்சரியத்துடன்.

“எத்தனை ஹெக்டேர்கள் இருக்கும் தாத்தா?”

“ஹெக்டாரு இல்லேடா ஏக்கர் ஏக்கர்னு சொல்லணும்”

“எனக்குத் தெரியும் தாத்தா! டூ பாயிண்ட் பைவ் ஏக்கர்ஸ் மேக் ஒன் ஹெக்டர்!” என்றான் பேரன்.

சாம்பைய்யா குழப்பத்துடன் மறுபடியும் பேரனையே அப்பாவியாய் பார்த்தார்.

இவன் தாத்தாவுக்கு பாடம் கற்பிக்கின்றான். இதற்குள் எத்தனை கற்றுக்கொண்டிருக்கிறான்? இவனுக்கு வயதுக்கு மீறிய அறிவு! அதற்கும் மேல் தெளிவு. வெங்கடபதி இவன் வயதில் இரண்டாம் வாய்ப்பாடுகூட சொன்னதில்லை. கணக்கே போடத்தெரியாது. இவன் இவனோட புத்தி தீட்க்ஷண்யம் - அசாத்தியமானதாக இருக்குது. ரவியை மேலே படிக்கவைத்தால் மிகப்பெரிய மனிதனாக உருவாகலாம்? ஜில்லா மொத்தத்துக்கே அதிகாரியா வருவான். ஆனால்....

"இது எத்தனை ஏக்கர்களிருக்கும் தாத்தா?"

பேரனின் கேள்வி தாத்தாவின் சிந்தனையை கலைத்துவிட்டது.

"எத்தனையோ ஏக்கரெல்லாம் இல்லேடா? எழுபது என்பது செண்ட்கள் இருக்கலாமோ என்னமோ!"

"அளந்து பார்க்காம எப்பிடிச் சொல்றே தாத்தா?" ரவி கேள்வியைத் தொடுத்தான்.

"என்னோட காலால ஒரு அடி ஒரு கஜம்டா! வா! பாரு" சாம்பைய்யா கலப்பையை முடிந்துவிட்டு எழுந்து நின்றார்.

பேரனைக்கூட்டிக்கொண்டு பெரிய பெரிய அடி எடுத்து வைத்துக்கொண்டே சென்றதும் ரவி அவரைப் பின்தொடர்ந்து நடக்க இயலாமல் ஓடியபடியே தாத்தாவின் பின்னால் நடந்தான்.

"மூன்று பத்தும் மேல எட்டு... ஒன்பது.... ஒன்பதரைக்கு கொஞ்சம் குறைவா நாற்பதுன்னு வையி!"சாம்பைய்யா சற்று நின்று பெருமூச்சுவிட்டபடி கூறினார்.

"சோ! தாத்தா! நைன்டீ இன்டூ பார்டி - இச்சீஸ் ஈவ்கல் டூ தர்டீ சிக்ஸ். யாட் டுசீரோஸ். தட் மேக்ஸ்த்ரி தௌசண்ட் சிக்ஸ் ஹன்ரட்..." பேரன் மல்டிப்ளிகேஷன் செய்துகொண்டிருந்ததை சாம்பைய்யா மூச்சைப்பிடித்தபடி ஆர்வத்துடன் பார்த்துக்கொண்டிருந்தார்.

இவன் சொல்வது என்னவென்றே தாத்தாவிற்கு புரியவேயில்லை. நிலத்தின் அளவுகளை இன்ட்டு - கொன்ட்டு என்று ஏதேதோ சொன்னால் எப்பிடி அர்த்தம் தெரிந்துகொள்ள முடியும்?

"யு ஆர் கரெக்ட் தாத்தா! த்ரிபோர்த் ஆஃப் ஒன் ஏக்கர்! எழுபத்தைந்து செண்ட்டுக்கு முப்பது கெஜங்கள் குறைவு"

சாம்பைய்யா வைத்த கண் வாங்காமல் பார்த்துக்கொண்டிருந்தார். எவ்வளவு கச்சிதமாகக் கணக்குப் பார்த்து சொல்றான்? தான் ஏதோ கொஞ்சம் கொசுறு விழும்என்று நினைத்து சொன்னதைக்கூட கஜம், முழம் என்று இம்மிகுறையாமல்

சொல்கிறானே! உண்மையிலேயே தன்னோட பேரன் சாமான்யமானவன் அல்ல. இவ்வளவு படிப்பும், அறிவும் உள்ள இந்தக் கொழந்தை தனக்குக் கிடைச்சதே பெரும்பாக்கியம்! பூமியெ உழுது பிழைப்பை நடத்துவானா?

சாம்பைய்யா மனம் பல்வேறு எண்ணங்களுடன் குழம்பித்தவித்தது. சொல்லிட்டியே?" தாத்தாவின் சாமத்தியத்தின்மேல் அபரிமிதமான நம்பிக்கை ஏற்பட்டு பேரன் கேட்டான்.

தாத்தா! நீ எப்பிடி அவ்வளவு கரெக்டா சொன்னே? அளந்து பார்க்காமலேயே.

"என்னோடதெல்லாம் அனுபவத்துல சொல்றதுதான் கண்ணா! அதை எப்பிடின்னு சொல்லச்சொன்னா என்னால முடியாது ரவி!"

சாம்பைய்யா பேரனை அருகாமையில் நகர்த்திவைத்துக்கொண்டார். ரவிக்கு, சாம்பைய்யா தாத்தா உயர்வானவராகவும், பெருமைக்குரியவராகவும் தென்பட்டார்.

"வா! வாடாகண்ணா! வா! ஏரு எப்பிடி பிடிக்கணும்ங்குறதை தெரிஞ்சிக்கோ. பூமியின் போக்கை நேரா பார்த்துக்கோ. கிழக்கு மேற்கு திசையிலயா சாண் போட்டு உழுவணும்! அப்பிடியிருந்தாத்தான் இந்த பூமி சரிப்பட்டுவரும். அந்த வாட்டத்துலதான் நெலம் இருக்கு"

சாம்பைய்யா நிலத்தின்மேல் ஏர்முனையை அழுத்தி, பேரனின் இரண்டு கைகளையும் மேல்பாகத்தில் பக்குவமாகப் பிடிக்கச்செய்து - "ம். இனி அழுத்து! கையை பலமா அழுத்திப்பிடிச்சி நேரா பார்த்துக்கோ" என்றார்.

சாம்பைய்யாகலப்பையுடன் இணைந்திருந்த கயிற்றைப் பிடித்துக்கொண்டு இரண்டு பக்கத்திலும் நின்ற உழவு எருமைகளை உசுப்பிவிட்டார்.

"எ ஹே ஹேய்! ச்சொ! ச்சொ!!"

ஏர்முனை இறங்கியது! மெல்ல மெல்ல நிலம் பிளந்து மண் வெளிவரத் தொடங்கியது.

பூதேவியான சீதை உழுகின்ற கொழுமுகத்தில் உதித்தவளல்லவா! கண்திறந்து பார்த்தாள்.

சாம்பைய்யாவின் இதயம் சிலிர்த்து நின்றது. ஆனந்தப் பரவசத்தில் துளிர்த்துநின்ற கண்ணீர் துளிகள் இமைகளைவிட்டு இறங்க மறுத்தன.

ஒன்பது வயது சிறுவனான வெங்கடபதி ஏர்முனையை நிலத்தில் இறக்கிய அன்றைய நாட்கள்- தனயனான வெங்கடபதியின் வியர்வையில் நிலம் நனைந்த கடந்தகால நிகழ்வுகள் - சாம்பைய்யாவின் கண்ணீர் திரையில் காட்சிகளாய் தோன்றி மெல்ல மெல்ல கரைந்து மறைந்துகொண்டிருந்தன.

67

ஜூன் மாதம் பாதி நாட்கள் கடந்து சென்றுவிட்டிருந்தது. மழை பெய்ய ஆரம்பித்திருந்தது. சாம்பைய்யா புறம்போக்கு நிலத்தை உழுது, நாற்றுபாவும் முயற்சியில் வேலைகளை செய்துகொண்டிருந்தார். நல்ல நேரம் கைகூடி வந்தால் நாளையோ மறுநாளோ ஏரைப்பூட்டி நிலத்தை உழுது மறுபடியும் பதப்படுத்தி நாற்றுப்பாவ வேண்டுமென்ற தவிப்புடன் குடிசைக்குள்ளிருந்து வெளியேவந்து விலகிச்சென்றுகொண்டிருந்த கார்மேகக்கூட்டத்தைப் பார்த்தபடி நின்றிருந்தார்.

தாத்தாவின் அருகில் நின்றவாறு ரவி தலையைத் தூக்கி ஆகாயத்தைப் பார்த்தான். விண்ணுக்கும் மண்ணுக்குமாய் வளைந்து வண்ணங்களுடன் பிரகாசித்துக்கொண்டிருக்கும் அழகிய வானவில்லை அதிசயித்துப் பார்த்து பரவசத்துடன் கைகளைத்தட்டி ஆரவாரித்துக் குதித்துக்கொண்டிருந்தான்.

"ரைன்! ரைன்! கோ எவே! லிட்டில் சில்ரன் வாண்ட் டூ ப்ளே!" என்று பாடிக்கொண்டிருந்த ரவி திடீரென்று பாட்டை நிறுத்திவிட்டான்.

பஞ்சகச்சம் வைத்து கட்டியிருந்த வேஷ்டியின் மடிப்புக்களை கையில் தூக்கிப்பிடித்தபடி சொசொதப்பாயிருந்த மண்மேட்டில் ஏறி வந்துகொண்டிருந்த ராமனாதபாபு தென்பட்டான்.

"பாபாய்? பாபாய்?" வாய்விட்டு அழைத்தபடியே எதிரே ஓடிச் சென்றான் ரவி.

ரவியை அருகாமையில் பார்த்ததும் ராமனாதபாபுவின் முகத்தில் வருத்தம் குடிகொண்டுவிட்டிருந்தது.

இவனா வரூதினியின் மகன் ரவி? கை பட்டாலே சிவந்துபோகும் பால்வடியும் கன்னங்கள் எங்கு மறைந்தன? அந்தச் சின்னஞ்சிறு கண்களுக்குள் தோன்றும் குழந்தைத்தனம்? துறுதுறுப்பு எப்போதுமே நிறைவுடன் ஜமீந்தார் வீட்டு பிள்ளையைப்போல டிரஸ்செய்து தோற்றமளிக்கும் ரவிதானா இந்த அரைகுறையான அழுக்கு ஆடையில் உள்ளான்?

"பாபாய்!"

"ரவிபாவு! ரவி கண்ணா!" ராமனாதபாபுவின் குரல் நடுங்கியது.

"உங்க தாத்தா எங்கே கண்ணா?"

"குடிசைக்குள்ள இருக்காரு. வா பாபாய்!" என்றபடியே ரவி ராமனாதபாபுவின் கையைப் பிடித்துக்கொண்டு குடிசைக்குள் அழைத்துச் சென்றான்.

ராமனாதபாபுவின் இதயமே நின்றுவிடும் போலிருந்தது. சிங்கத்தின் குகைக்குள் நுழையப்போகும் மனநிலையை எய்தியிருந்தான். தான் அங்கு வந்தது சரியில்லையோ? யாரையாவது அனுப்பியிருக்கலாமோ? வேறு யாரை அனுப்பியிருந்தாலும் தன்னுடைய எண்ணம் நிறைவேறியிருக்காது. அதைத்தான் நன்றாகத் தீரயோசித்தபின் எடுத்த முடிவுதானே இது! சாம்பைய்யாவை நேருக்கு நேர் சந்திக்காமல் நினைத்தது எதுவுமே நடக்காது. சிங்கத்தை குகைக்குள் இருக்கும்போதே தாலாட்டி சீராட்டி சம்மதிக்கச் செய்ய வேண்டியதுதான் நல்லது.

ரவி முன்னால் செல்ல பின்தொடர்ந்து ராமனாதபாபு குடிசைக்குள் பிரவேசித்தான். அவனுடைய கண்கள் மிரட்சியுடன் குடிசை முழுவதும் தேடின. சாம்பைய்யா தென்படவில்லை.

"தாத்தா குடிசைக்கு பின்னாடி பந்தலுக்குக் கீழே இருக்காரோ என்னமோ? கூட்டிட்டு வர்றேன். நீ இங்கயே உட்கார்ந்திரு பாபாய்!" என்ற ரவி தாத்தாவின் கயிற்றுக் கட்டிலை கிடத்தினான்.

ராமனாதபாபுவின் மனதும் தொய்ந்த கயிற்றுக்கட்டிலாய்த்தான் மாறி இருந்தது.

இவன் இதற்குள் எவ்வளவு மரியாதையாக நடந்து கொள்ளக் கற்றுக்கொண்டிருக்கிறான்? பேசும்போது எத்தனை அன்புடன், பாசத்துடன் அழைக்கிறான்? வரூதினியின் மகன் இந்தக் குடிசைக்குள்ளா இருக்கிறான்? இந்த தொய்ந்துபோன கயிற்றுக்கட்டிலா அவன் படுக்கை?

தாத்தாவைத் தேடியவாறு ரவி குடிசைக்குப் பின்னால் சென்றான்.

"தாத்தா! தாத்தா!" உற்சாகத்துள்ளலுடன் பந்தலை நோக்கி ஓடிச் சென்றான் ரவி.

புடலங்காய்களுக்கு கட்டிவிடப்பட்ட கல்லை சரிசெய்துகொண்டிருந்தவர் "ரவி? எங்கேடா போயிட்டே? இன்னும் நாலு கல்லுகளை பொறுக்கிட்டு வா? இன்னும் நாலு பிஞ்சிகளுக்கும் கட்டித் தொங்கவிட்டுடுவோம்" - பற்களுக்கிடையில் கோங்கு நாரை கடித்து வைத்தபடி கூறினார் சாம்பைய்யா.

"பாபாய்! பாபாய் வந்திருக்காரு தாத்தா!" ரவிக்குள் உற்சாகம் கரைபுறண்டு வெளிப்பட்டது.

"பாபாயா?" பற்களுக்கிடையிலுள்ள நாரை விலக்கியெடுத்து தோளில்போட்டுக்கொண்டார் சாம்பைய்யா.

"எனக்கு இருக்குறது ஒரே மகன்! அவனும் இல்லாமப் போயிட்டான்னு இருக்குறப்போ உனக்கு எங்கிருந்து வந்தாண்டா பாபாய்?" என்று நினைத்தவராய் சாம்பைய்யா பேரனைப் பார்த்தார்.

"நீ வா தாத்தா! சீக்கிரமா" சாம்பைய்யாவின் கையைப் பிடித்து குடிசைக்குள் இழுத்துச்சென்றான் பேரன்.

"நமஸ்காரமுங்க!" ராமனாதபாபு நின்றுகொண்டிருந்தான். சாம்பைய்யா புருவங்களை சுருக்கி கூர்ந்து பார்த்தார்.

"யாருடா இவரு ரவி?"

"நான் ராமனாதபாபு!" கிணற்றுக்குள்ளிருந்து வெளிவந்தது அந்த சொற்கள் ராமனாதபாபுவின் தொண்டையிலிருந்து.

"ராமனாதபாபுவா!" சாம்பைய்யா மரமாய் நின்றுவிட்டார். சில நிமிடங்கள் வரை யாருமே பேசவில்லை.

ரவி அமைதியாக, ஆச்சரியத்துடன் ராமனாதபாபுவையும், சாம்பைய்யாவையும் மாறி மாறிப் பார்த்துக்கொண்டிருந்தான்.

"என்ன வந்திருக்கே?" சாம்பைய்யாவின் குரல் கடூரமாய் ஒலித்தது.

ராமனாதபாபு திடுக்கிட்டான். இருப்பினும் மௌனமாக நின்றிருந்தான்.

"இன்னும் என்கிட்ட என்ன இருக்குன்னு பிடுங்கிட்டுப் போக வந்திருக்கே?" சாம்பைய்யாவின் குரல் கம்மியது.

"ரவி - ரவியை அழைச்சிட்டுப் போகலாம்ணு வந்திருக்கேன். பையனுக்கு பள்ளிக்கூடம் நாளை மறுநாள் திறக்கப்போறாங்க. பள்ளிக்கூடம் திறக்குறன்னக்கி தவறாம ஆஜராயிடணும்"

சாம்பைய்யாவின் கண்களில் இருள்திரண்டு கவ்விப்பிடித்தது. அந்த இருளிலும் நட்சத்திரங்கள் மினமினுத்தன.

"ரவி எனக்குச் சொந்தமானவன். என்னோட பேரன்!"

"அதுக்காகத்தான் உங்ககிட்ட கேட்டிட்டிருக்கேன். அவனுடைய எதிர்காலத்தைப் பற்றி சிந்தித்து ஒரு முடிவுக்கு வரவேண்டியவரும் நீங்கள்தான்! உங்க பேரனோட படிப்பு பாழாகிவிடாமல் பாதுகாத்துக்கொள்ள வேண்டிய பொறுப்பும் உங்களுடையது தானே?"

சாம்பைய்யா சங்கடத்திற்கு ஆளானார்.

"எதை வைத்து படிக்கப்போகிறான்? இருந்த எல்லாத்தையும் நீங்க எல்லாருமா சேர்ந்து நாசம் செஞ்சிட்டீங்க தானே?"

"அது என் ஒருத்தன் தப்பு மட்டுமல்ல. நடந்தது நடந்துபோச்சி. உங்க பேரனை படிக்கவைக்கிற பொறுப்பு என்னோடது"

"அந்த பாரம் உனக்கெதுக்கய்யா?" வருத்தத்துடன் சொன்னார் சாம்பைய்யா.

"பாரமா நெனைக்கல்லே. அதை என் பாத்யதையா கடமையா நெனக்கிறேன்"

"என் பேரனுக்கு இலவசமா பணம்தந்து படிக்க வைக்கிறேன்னு சொல்றே? அவ்வளவுதானா?" குத்திக்காட்டுவதுபோல சொன்னார் சாம்பைய்யா.

"தான தர்மம் செய்றதுக்காக வரல்லே. என்னோட கடனெ தீர்த்துக்குறதுக்காக வந்திருக்கேன்"

"நீ ஆயிரம் ஜென்மங்கள் எடுத்தாலும் உன் கடனெ தீர்த்துக்க முடியாது. நூறு பள்ளிக்கூடங்களை கட்டித் தந்தாலும், ஆயிரமாயிரம் பேருக்கு படிப்பு சொல்லித் தந்தாலும் உன்னோட தவறுக்கு மன்னிப்பே கிடையாது. எம்புள்ளெயை எனக்கு தூரமாக்குனே. என்னோட நெலங்களையெல்லாம் அடுத்தவன் கையிலபோகும்படி செஞ்சே. பசுமையான குடும்பத்தை செதச்சி ஒளி வீசிகிட்டிருந்த விளக்கை அணைச்சிட்டே. லட்சம் கடவுளர்களுக்கு பூஜை செஞ்சி, கோடானுகோடி தேவதைகளை வேண்டிகிட்டாலும் உன்னோட பாவத்தை கழுவிக்கவே முடியாது. நீ பயங்கரமான நரகத்துக்குப்போனாலும் உன்னோட பாவம் வெலகாது. ஜன்ம ஜன்மத்துக்கும் இந்த பாவம் உன்னை சும்மா விடாம துரத்திகிட்டே இருக்கும். போ! ஓடிப்போ! என் கண்ணு முன்னால நிக்காம ஓடிப்போயிடு!" சாம்பைய்யாவின் கண்கள் நெருப்புத் துண்டங்களாய் எரிந்துகொண்டிருந்தன.

நெஞ்சிலிருந்து அக்னி ஜ்வாலைகள் எழும்பின. எத்தனையோ வருடங்களாக கூடுகட்டியிருந்த வருத்தம், வேதனை, தவிப்பு எல்லாமாய் சேர்ந்து புகை மண்டலமாய் வெளிவந்தது. ஒவ்வொரு அணுவிலும் தாக்கத்தை ஏற்படுத்தி தகிக்கவைத்தது. மனுஷன் உத்வேகத்தில் கனன்று கொண்டிருந்தார்.

அப்படிப்பட்டதொரு நிலையில் தாத்தாவைப் பார்த்த ரவியின் உள்ளம் பதறியது. ஏதோ ஒரு இனம்புரியாத பயம் அந்த சின்னஞ்சிறு இதயத்தை சுற்றி வளைத்துக்கொண்டது.

ராமனாதபாபுவின் உடம்பெல்லாம் வியர்த்துக் கொட்டியது. இருப்பினும் மிகமிக மௌனமாக நின்றபடியே ரவியைப் பார்த்துக்கொண்டிருந்தான். உதடுகளில் முன்பிருந்ததைப் போலவே புன்னகை மீண்டும் எட்டிப்பார்த்தது. தன் மனதை வாட்டிக்கொண்டிருந்த வேதனைச் சுமையை இறக்கிவைத்துவிட்டார் சாம்பைய்யா. தனக்குள்ளிருந்து ஒவ்வொரு அணுவையும் துளைத்துத் துன்புறுத்திக்கொண்டிருக்கும் விஷத்தைப் பிழிந்து

வெளியேற்றிவிட்டார் சாம்பைய்யா. தனக்கு இப்போது மிகமிக நிம்மதியாக இருக்கிறது.

"சாம்பைய்யாகாரு? ஒன்னெ மட்டும் சொல்றேன் கேக்குறீங்களா?" சாம்பைய்யா முகத்தை பக்கவாட்டில் திருப்பி அமைதியாய் கேட்டார்.

"உங்க பேரன் ரொம்ப திறமைசாலி. நல்ல புத்தியுள்ளவன். அறிவாளி. நல்ல நிலைக்கு வரவேண்டியவன். அவனோட படிப்பெ நிறுத்திடாதீங்க! அவனோட எதிர்காலத்தை நாசம் பண்ணிடாதீங்க. உங்க ஆஸ்தி பாஸ்திகளையெல்லாம் இழந்து நீங்க இந்த நெலமையில இருக்குறதுக்கு பல காரணங்கள் இருக்கு. அதுக்கு காரணமானவங்கள்ல நானும் ஒருத்தன் மாத்திரந்தான். ஆனா இப்போ உங்க பேரனின் எதிர்காலத்தை நீங்களே உங்க கையாலேயே பாழாக்கிக்கத் தயாராயிட்டீங்க. இதெ மட்டும் ஞாபகத்துல வச்சிக்கோங்க" ராமனாதபாபு ரவியின் தலையை வருடி - "நான் போயிட்டு வர்றேன் கண்ணா!" என்று குடிசையிலிருந்து வெளியில் வந்தான்.

திரும்பியும் குடிசைக்குள் எட்டிப்பார்த்து - "சாம்பைய்யாகாரு! போயிட்டுவர்றேன்!" என்றான்.

"இரு இரு! மறுபடியும் அந்தத் தவறு என்மேல எதுக்கு விழணும்? அவனையே கேட்டுக்கோ. வர்றேன்னு சொன்னா கூட்டிட்டுப்போ!" என்றபடியே சாம்பைய்யா நிற்க இயலாதவராய் கட்டிலில் தொப்பென விழுந்தார். ராமனாதபாபு ஒரே எட்டில் மறுபடியும் குடிசைக்குள் வந்தான்.

"ரவி! வா போகலாம்! உங்க தாத்தா போகச் சொல்றாரில்லையா? வா!"

"போடா! உனக்கு இஷ்டம்னா போ!" சாம்பைய்யாவின் குரல் ஒலித்தது.

ராமனாதபாபுவுக்கும், சாம்பைய்யாவிற்கும் இடையில் பதுமையாய் நின்றுவிட்டிருந்தான் ரவி.

"வாடா ரவி! நாளை மறுநாள் ஸ்கூல்ல சேர்க்கணும். ரோட்டு மேல காரு நிக்குது. போகலாம் வா!"

"போடா போ! எருது தோகையைப் பிடிச்சி இழுத்துகிட்டிருந்தா என்ன கிடைக்கும்? படிச்சாலாவது பல மாடி கட்டிடங்களை எழுப்பலாம்! ஊரையே வசப்படுத்தி ஆளலாம்!" சாம்பைய்யாவின் குரல் உதடுகளைவிட்டு வெளிவரத் தயங்கி உள்ளுக்குள்ளேயே கிசுகிசுத்துக்கொண்டிருந்தது. சாம்பைய்யாவும் ராமனாதபாவும் ரவியையே கண்ணிமைக்காமல் பார்த்துக்கொண்டிருந்தார்கள்.

நிமிடங்கள் யுகங்களாய் கடந்துகொண்டிருந்தன. ரவியின் மூளையில் எத்தனையோ நினைவுகள் புரண்டெழும்பிக்கொண்டிருந்தன. அந்தப்பக்கம்

பாபாயி... படிப்பு... பட்டணவாசம்.... இந்தப் பக்கம் தாத்தா.... நெலம் - ஓலைக்குடிசை -

"தாத்தா!" ரவி ஒரே குதிப்புடன் தாத்தாவின் மடியில் ஒட்டிக்கொண்டுவிட்டான்.

சாம்பைய்யாவின் கழுத்தைச் சுற்றி ரவியின் கண்கள் வளைத்துப் பிடித்திருந்தன. தாத்தாவின் மார்பில் கன்னங்களை உரசியபடி சொன்னான் ரவி.

"தாத்தா! உன் பக்கத்துலயே இருந்துக்கிறேன். எனக்கு நீ தான் வேணும் தாத்தா!"

பேரனின் கன்னங்களில் வடிந்துகொண்டிருந்த கண்ணீர் துளிகளை துடைத்துவிட்டவராய் சாம்பைய்யா அவனை மார்புடன் இறுக அணைத்துக்கொண்டார்.

தாத்தாவின் இதயத்தில் ஆனந்த வெள்ளம் பிரவகித்தது. அந்த ஓலைக்குடிசை ஆனந்த நிலையமாய் மாறியது.

ராமனாதபாபு தாத்தா பேரன்களின் பரவசத்தைப் பற்றை தன்னை மறந்தநிலையில் பார்த்துக்கொண்டிருந்தான்.

ரத்த பாசத்தை யாராலும் பிரிக்க முடியாதுதான். பாசமும், பந்தமும், உறவும், எத்தகைய பலம் வாய்ந்தவை? ராமனாதபாபுவின் கண்களில் ஈரம் கசிந்தது. இதயம் விம்மிப்புடைத்தது. எப்போதுமே சிரித்த படியே கலகலப்பாய் விளங்கும் அந்த முகத்தில் ஓலைக்கூரையின் நிழல் படிந்தது! மண்மேடைவிட்டு இறங்கி சென்றுகொண்டிருந்த ராமனாதபாபுவின் கால்கள் சேற்றில் நழுவிக்கொண்டிருந்தன.

"ராமனாதபாபு போயிட்டானா?"

"ஆமா! போயிட்டார் தாத்தா!"

"உங்க அப்பாவை பத்தி ஏதாவது சொன்னானா?"

ரவி இல்லையென்று தலையையாட்டினான்.

"நீயும் கேட்கலியா என்ன?"

சாம்பைய்யாவை இறுக்கிப்பிடித்திருந்த இரும்புத்திரை விலகிவிட்டது. தகர்ந்து கீழே விழுந்துவிட்டது. புத்திர வாஞ்சை நீரூற்றாய் பீரிட்டெழுந்தது.

"தாத்தா! உன் மகன்மேல் உனக்கிருந்த கோபம் கொறஞ்சிடுச்சா?"

ரவியின் கண்களில் ஒளிவெள்ளம் பிரகாசித்தது. இதயத்தில் பற்பல ஆசைகள் உதித்தெழுந்தன.

சாம்பைய்யா சிறு குழந்தையைப்போல் ஆசையாய் பேரனையே பார்த்துக்கொண்டிருந்தார்.

"தாத்தா! அப்படீன்னா அப்பா திரும்பி வந்துடுவாரா? ஆமாம் நிச்சயமா வந்துடுவாரு. இரு தாத்தா! இப்பவே வர்றேன்!" ரவி குடிசைக்குள்ளிருந்து வெளியே ஓடினான்.

மண்மேட்டை விட்டு இறங்கி, பனங்காட்டைத் தாண்டி, குப்பைகளையும், புதர்களையும் கடந்து, ஊருக்குள் ஓட்டம் பிடித்தான்.

ராமாலயத்திற்கு பின்புறம் காரில் ஏறவிருந்த ராமனாதபாபு ரவியைப் பார்த்ததும் நின்றுவிட்டான்...

அந்தி சாயும் நேரத்தில் சாம்பைய்யா குடிசையின் முன்னால் சூடுபட்ட பூனையைப்போல இங்குமங்குமாய் நடந்தபடியே பேரனின் வருகைக்காக ஆயிரம் கண்களோடு எதிர்பார்த்துக்கொண்டிருந்தார்.

சேற்றுக்குள் புதைந்துகொண்டிருந்த கால்களை மேலே தூக்கித் தூக்கி வைத்துக்கொண்டேவிக்கிவிக்கிஅழுதபடியேமேட்டில்ஏறிவந்துகொண்டிருந்த பேரனைப் பார்த்ததும் சாம்பைய்யா கையில் பிடித்திருந்த ஊன்றுகோலை விட்டுவிட்டார்!

68

முதல் ஏர் பூட்டி உழுவதற்கு பௌர்ணமி எத்தனையோ நாட்கள் இல்லை. இந்த வருஷம் கரடுமுரடான இடங்களை மேடு பள்ளங்களில்லாமல் சமப்படுத்திக்கொண்டோமேயானால் இன்னுமொரு நாறப்து செண்ட்கள் கூடிவரும். போனவருஷம் தொன்னூறு செண்ட்கள் வரைக்கும் சேர்ந்தது. அதுக்கும் முன்னாடி எழுபத்தைந்து. இந்த வருஷம்தான் நினைப்பதுபோல நாற்றுப்பயிர்களை நட்டுவைக்க முடியுமானால் மொத்தம் இரண்டு ஏக்கருக்கும் மேல் சாகுபடி செய்யலாம். பரவாயில்லைதான். பேரன் வந்த நேரம் நல்ல நேரம்தான். அவனோட அதிர்ஷ்டம் நல்லாருக்கணும். போனவருஷம் வெளஞ்சதுபோல இந்த வருஷமும் வெளஞ்சிட்டா ரெண்டு ஏக்கர்ல சாப்பாட்டுக்குப் போக பெரிய அளவு தானியத்தை வித்துக்கிடலாம்! வீட்டெ சுத்தி காய்கறியில வர்ற ஆதாயத்துல மேல்செலவு சரிகட்டிக்கலாம். இத்தனெ நாளா எந்த நெலமும் காடு கரையும் இல்லாதப்போ தனக்கு வயித்துப்பாட்டெ சரிகட்டினது இந்த மேடுதானே? இந்த வருஷம் கோடைக்காலத்துல காய்கறிகளோட விலையும் பெருகியிருந்தது. நல்ல விலைக்கும் விற்க முடிஞ்சது. ரெண்டு மடங்கு வருமானம் வந்தது. ரவி தனக்கு ஆதரவா வந்தபிறகு மண்மேட்டுல ரெட்டிப்பு காய்கறிகளெ விளையவைக்க முடிகிறது. இந்த மேட்டுல கஷ்டப்படுறதெல்லாம் அவன்தான். தண்ணியெ ஊத்துறது, பாத்திகளை வெட்டுறது, களைகளைப் பிடுங்கியெடுக்குறதுன்னு. காய்களை பறிப்பான். கூடையை தலையில சுமந்துகிட்டு கடையில வித்துட்டு வருவான். அவன் மட்டும் இல்லேன்னா இந்த வேலையெல்லாம் தன்னால் செய்ய முடியுமா?

நாம இருக்குற இடத்துக்கே வந்து வாங்குற மாற்று வியாபாரிங்க பாதிக்கி பாதி வெலக்கித்தான் வாங்கிட்டுப்போவாங்க. கடவுள் மட்டும் நல்லா கண்ணைத் திறந்து பார்த்தாருன்னா இப்ப இருக்குற மாதிரியே விலை அதிகமா தானியங்களை இனிமேலும் விக்க முடிஞ்சா மறுபடியும் பணங்காசுன்னு கண்ணால பார்க்கமுடியும். தான் மிச்சப்படுத்தி வைத்த பணம் அப்படியே பணமாவே இருக்காது. அது குட்டிபோட்டு வளர்ந்துகிட்டே போகும். கால நேரம் ஒத்துவரணுமே தவிர ரெண்டுவருஷம் போயிடுச்சின்னா ஒவ்வொரு ஏக்கராயிருக்குற துண்டு நெலங்களெ வாங்கிக்கிடலாம். அதெல்லாம் ஒருபக்கம்

கெடக்கட்டும்! மொதல்ல உழுற வேலையை கவனிக்கணும். இந்த எருமெ ரொம்ப தளர்ந்து கெடக்கு. கெழடாகிப்போயிடுச்சி! பாவம். முடிஞ்ச அளவு சொன்னதெல்லாம் கேட்கத்தான் செஞ்சது. அதனோட சத்து மொத்தத்தையும் பிழிஞ்சியெடுத்துட்டேன். இனிமே லாபமில்லே. வரவர அந்த எருமை படுற துன்பம் சகிக்கமுடியல. கழுத்துமேல காடியெ போட்டாலே முட்டியெ நெலத்துல தேய்ச்சி எறிஞ்சிடுது. இனிமே இதுகளோட விவசாயம் செய்யமுடியாது. உழவு மாடுகளை வாங்கித்தானாகணும். நடுவயசுடையதாயிருந்தா நாலஞ்சுவருஷம் கவலையில்லாமப் போகும். அதுக்குப்பொறகு ஒரேயடியா காளைகளாப் பாத்து வாங்கிடலாம். நான் வாங்குவதென்ன? அப்போதைக்கு அவனே வாங்கிக்கமாட்டானா? ரவிக்கு காளைக் கன்றுன்னா ரொம்பப் பிடிக்கம்.

"என்ன தாத்தா? கணக்கு சரியா வரலியா?" வெண்டைச் செடிகளுக்கு தண்ணீர் ஊற்றியபடியே, வாசலுக்கு வெளியே கட்டிலைபோட்டுக்கொண்டுகண்களைமூடியும்மூடாமலும்வைத்துக்கொண்டபடி விரல்களை மடக்கியும் விரித்தும் உட்கார்ந்துகொண்டிருந்த சாம்பைய்யாவைப் பார்த்து கேட்டான் ரவி.

"என்ன பெருசா கணக்குகளெ போடுறதாவது?" பேரனைப் பார்த்து சிரித்தபடியே சொன்னார் சாம்பைய்யா.

"எனக்குத் தெரியாதா என்ன? நீ பொழுதுக்கும் கணக்குகளெ போட்டுக்கிட்டு இருப்பேங்குறது?"

"செஞ்ச வேலையையே செய்யறதும் - போட்ட கணக்கையே போடுறதும் - அதைத்தவிர நான் செய்யிற வேலை என்ன இருக்குன்னு சொல்லு?"

"என்னது தாத்தாவும் பேரனுமாய் கூடிக்கூடி பேசிக்கிட்டிருக்காப்புல தெரியுது?" என்றபடியே கனகய்யா குடிசைக்குப் பின்னாலிருந்து வந்தார்.

"யாரது? கனகய்யாவா? இந்தப் பக்கம் எதுக்கு வந்தாப்புல? எங்கருந்து வந்தே?" கட்டிலின்மேலிருந்து சற்று நகர்ந்து உட்கார்ந்தவராய் இடத்தைச் சுட்டிக்காட்டியபடியே கேட்டார் சாம்பைய்யா.

"இப்பிடி தோப்புலருந்து வர்றேன்! உன் ஒடம்பு எப்பிடியிருக்கு? கொஞ்ச நாளைக்கு முன்னால ராமசுப்பையாவைப் பார்த்தேனா- "சாம்பைய்யா வேலை முடிஞ்சிப்போச்சிய்யா. மனுஷன் செத்துப்பொழச்சாரு"ன்னு சொன்னதால பார்த்துட்டுப்போகலாமேன்னு வந்தேன்-

"ஆமா! ஏதோ நாலுநாள் உடம்புக்கு முடியாம போச்சி! அது என்னத்தெ செய்யப்போகுது. அதை விட்டுத்தள்ளு, இந்தப் பக்கமா வந்திருக்கியே? என்ன விசேஷம்?" வெளேரென்றிருந்த புருவங்களுக்குக் கீழேயுள்ள கருவிழிகளைத் திருப்பி கனகய்யாவைப் பார்த்து கேள்வியைத் தொடுத்தார் சாம்பைய்யா.

அம்மாடியோவ் சாம்பைய்யா! இந்த மனுஷனுக்குள் திமிரு இன்னும் அடங்கவில்லையே? எப்பிடி பேசுகிறானோ பாரு? கனகய்யா மனதிற்குள் நினைத்துக்கொண்டான்.

"இந்த மேட்டுலயும் எங்கயாவது ஒரு முழம் எடத்தையும் விட்டுவைக்காம காய்கறிகளெ விளைவிச்சிட்டிருக்கே. உன்னோடதுதானய்யா பற்றுதல்!" மண்மேட்டிலுள்ள செடிகளை நோட்டமிட்டபடியே" "உன் கை பட்டாலே மண்ணும் பொன்னாயிடும்யா!" சாம்பைய்யாவை புகழ்ந்து பேசுவதாய் நினைத்துக் கூறினான்.

"ஏனாம்? உம் கண்ணுகள் இதுமேலயும்கூட பட்டுட்டதா? வாங்கிக்கப் போறியா என்ன?"

கனகய்யாவின் முதுகின்மேல் அம்பு தைத்தது! சாம்பைய்யாவை அதிர்ச்சியுடன் பார்த்தான்.

"வாங்குனதெல்லாம் போதும் - மொத்தத்துல உனக்குள்ள இருக்குற குத்தல்பேச்சு இன்னும் சாகலையேய்யா!"

"பொறப்போட வந்தது கட்டையில போறப்போதான் போகும்ய்யா! நடுவுல வந்திருந்ததுன்னா நடுவுலயே போயிரும்"

"ஆமாமா, ரொம்ப நல்லாவே சொல்றே! அதேதான்! அதேதான்!" கனகய்யாவிற்கு சாம்பைய்யாவின் பேச்சிலிருந்த விஷம் திடீரென தலைக்குமேல் ஏறியது. வரமாட்டேனென்று பிடிவாதம் பிடித்த சிரிப்பை வரவழைத்துக்கொண்டவராய் சிரித்தான்.

இவ்வளவு வயது வந்தபிறகும் இந்த சாம்பைய்யாவிற்கு புத்தி மந்தப்பட்டதாகத் தெரியவில்லை. பார்வையும் குறைபடவில்லை. காதுகளும் தெளிவாகக் கேட்டுக்கொண்டுதானிருக்கின்றன. ஆனா மனுஷன் எலும்பும் தோலுமா இருக்கானே தவிர அதுமட்டுந்தான்! சாம்பைய்யாவிடம் சுற்றிவளைத்து பேசுவதெல்லாம் வேலைக்குதவாது என்று நினைத்து நேரடியாகவே கேட்டான் கனகய்யா.

"ம்ம்.... ஓட்டா? என்ன ஓட்டு?" புகையிலைக் காம்பை அவிழ்த்தபடியே சொன்னார் சாம்பைய்யா.

"என்ன ஓட்டுன்னு கேக்குறியே என்ன? உன்னோட பேரு ஓட்டர் லிஸ்டுல இருக்குங்குறதால கேக்குறேன்!"

"இருந்தா இருந்துட்டுப் போகுது விட்டுத்தள்ளு?" காம்பை கிள்ளியவாறு சொன்னார்.

"இருந்துட்டுப் போகுதுன்னு எதுக்காக சொல்றே? சாம்பைய்யா- சன் ஆஃப் ஊருவிட்டுவந்த வெங்கய்யா-ன்னு ஓட்டர் லிஸ்டுல அச்சடிச்சிருக்கே?"

“ஆமா இருக்கு. அதுக்கு என்னை என்ன செய்யச் சொல்றே?” சாம்பைய்யா சுருட்டை சுருட்டி கனகய்யாவுக்கு நீட்டியபடியே -

“ரொம்ப சாதாரணமானது! இதை நீ குடிக்கமாட்டே!” என்றார்.

“நீ, இப்படி சொல்வேன்னுதான் நெனச்சி வந்தேன். இரு!” என்றபடியே கனகய்யா ஜேபியிலிருந்து இரண்டு புகையிலைக் காம்புகளை எடுத்து “இதை சுட்டு இழுத்துப்பாரு! ரொம்ப ஒசந்தது. ஆள அனுப்பி தோட்டத்துலருந்து கொண்டாரச் சொன்னேன்!” என்றான் பெருமிதத்துடன் கனகய்யா.

“எனக்கெதுக்குய்யா அதெல்லாம்? இன்னக்கி நீ கொடுத்துப் பத்தவச்சி இழுக்குறேன்னு வைச்சிக்கோ! நாளைக்கி எவன் கொண்டுவந்து தருவான்?” சாம்பைய்யா தன் கையிலிருந்த சுருட்டை வாயில் வைத்து தீப்பெட்டிக்காக கட்டில் விளிம்பைத் தடவிப் பார்த்தார்.

கனகய்யா ஜேபிலிருந்து தீப்பெட்டியை எடுத்து சாம்பைய்யாவிடம் கொடுத்தான். ஒரு காம்பை ஜேபில் வைத்துவிட்டு இரண்டாவது காம்பைச் சுருட்டாக சுருட்டினான் கனகய்யா.

சாம்பைய்யா சுருட்டைப் பற்றவைத்து குப்குப்பென தீக்குச்சியின் வெளிச்சத்தோடு புகையைவிட்டபடியே “மறுபடியும் ஓட்டுப்போடுற நேரம் வந்திருக்குதாக்கும்?” என்றார்.

“ஆமா! வர்ற மாசத்துலயே எலக்ஸன். ஏழாவது தேதிக்கு முன்னாலயோ பின்னாலயோ தெரிஞ்சுடும். இந்த வருஷம் போட்டி ரொம்பவே மும்முரமாயிருக்குய்யா. யாரு ஜெயிச்சாலும் ஒன்று ரெண்டு ஓட்டு வித்தியாசத்துல தான் இருக்கும்னு நெனச்சிக்கோ!”

சாம்பைய்யாவின் கையிலிருந்து தீப்பெட்டியை வாங்கி சுருட்டை வாயில் வைத்து முனையை கடித்து துப்பினான் கனகய்யா.

சுருட்டுச்சாம்பலை நுனிவிரலால் தட்டிவிட்டபடியே - “இந்தத் தடவையும் அந்த சகலப்பாடிங்க ரெண்டுபேரும்தான் போட்டிக்கி நிக்கறாங்களா?” என்று கேட்டார் கனகய்யா.

“சகலைப்பாடிகளா? ரெண்டுபேருமே திருடங்கதான்!” கனகய்யா வாயிலிருந்த சுருட்டை எடுத்துவிட்டுச் சொன்னான். மறுபடியும் சுருட்டை வாயில் வைத்துத் தீக்குச்சியை உரசினான்.

“இதுல திருடங்களா இல்லாதவங்க யாரு? எல்லோருமே திருடங்கதான்!” சாம்பைய்யா தொண்டையிலிருந்த எச்சிலை காறி உமிழ்ந்துவிட்டு கனகய்யாவின் முகத்தைப் பார்த்தார்.

கனகய்யாவுக்கு திடுக்கென்றது.

"தீக்குச்சி தண்டமா என்ன? சுருட்டை சுருட்டாலேயே பத்தவையி!" சாம்பைய்யா தன்னோட சுருட்டைத் திருப்பிவைத்துப் பிடித்துக் கொண்டார்.

"தீக்குச்சியெகூட எங்க முழுசா உபயோகிக்க முடியுது?" என்ற கனகய்யா தீக்குச்சியை உரசி சுருட்டைப் பற்றவைத்தான்.

"ஆமாமாம்! அந்த நாளெல்லாம் போயிடுச்சில்லையா?" சாம்பைய்யா சுருட்டுப் புகையை வெளிவிட்டபடியே கனகய்யாவை ஓரப்பார்வை பார்த்தார்.

"அப்படீன்னா உன்னோட உத்தேசம்? எலக்ஸன்ல போட்டி போடுறவங்க எல்லாருமே திருடங்கதான்னு சொல்றியா?" கனகய்யாவின் உதடுகள் தாண்டிவந்த புகையுடன் வார்த்தைகளும் கூடவே வெளிவந்தன.

"ஆமாம்! முக்காலத்துக்கும் பொருந்தும்!"

"பெரிய பெரிய நம்ம ஜாதி நாயக்கமார்களையெல்லாம் எடுத்தெறிஞ்சி பேசுறியே? இந்த தேசத்துக்கு சுதந்திரத்தை வாங்கித்தந்தது யாரு?"

"யாரோ ஒருத்தரு? யாராயிருந்தாத்தான் என்ன இப்போ?"

"அவங்க மட்டும் இல்லையின்னா நமக்குச் சுதந்திரம் கிடைச்சிருக்குமா? சொல்லுய்யா சொல்லு?" கனகய்யாவுக்கு சூடு ஏறி நின்றது.

"ஆமா! வாங்குனாங்க! வாங்கி என்ன பண்ணுனாங்க அந்த சுதந்திரத்தை?"

"என்ன செஞ்சாங்களா? மக்களிடம் தந்தாங்க. நமக்குத் தந்தாங்க"

"உனக்குத் தந்தாங்களோ என்னமோ? எனக்குத் தரல்லை" சாம்பைய்யா சுருட்டை கட்டில்காலில் உரசி அணைத்து துபுக்கென உமிழ்ந்தார்.

இது தெரிஞ்சி அடிக்கிற மேளமுமில்லை, தெரியாமல் வாசிக்கிற மேளமுமில்லை. வீம்பு புடிச்ச மனுஷன். கனகய்யாவுக்கு எரிச்சல் எரிச்சலாக வந்தது.

"என்னோட சேர்ந்து உனக்கும் தந்தாங்கதானே? ஓட்டு! நூறு ஏக்கரு வச்சிருக்குறஆசாமியானாலும்ஒரேஓட்டுதான். செண்டு நெலம் இல்லாதவனுக்கும் அதே ஓட்டுதான்! மக்கள் எல்லாத்துக்கும் ஆளுக்கு ஒரு ஓட்டு தந்திருக்காங்க. அஞ்சி வருஷத்துக்கு ஒரு தடவை எலக்ஸன் வச்சி புடிச்சவங்களெ தேர்ந்தெடுத்துக்கொள்ள உரிமையையும் தந்திருக்காங்க' அதைத்தான் மக்களாட்சின்னு சொல்றோம். இந்த பூமி பிரபஞ்சம் மொத்தத்துலயும் நம்மதுதான் பெரியது!"

"அவ்வளவு பெரியாதாயிருந்தா நெலச்சி நிக்காதுய்யா! காத்து மழைன்னு வந்தா மொதல்ல விழுவுறது பெரிய பெரிய மரங்கள்தான்!"

"என்னய்யா உன்பேச்சு? மொட்டைத் தலைக்கும் முழங்காலுக்குமா முடிச்சிப்போடறே?" கனகய்யா எரிந்து விழுந்தான்.

"அந்த முடிச்சி விழுற நேரம் வந்தா நீயோ நானோ தடுத்தாலும் நிக்காது? அதுவா நடந்துடும்?" - தூரத்தில் பனங்காட்டிற்குப்பின்னால் தெரிகின்ற மலைத்தொடர்களைப் பார்த்தபடியே வேதாந்தியைப்போல சொன்னார் சாம்பைய்யா.

"நடக்கும்! நடக்கும்!" கனகய்யா கைகளைத் திருப்பியபடி ஏளனமாகச் சொன்னான்.

மீண்டும் - "மொதல்ல உன்னைப்போல இருக்குறவங்களுக்கு ஓட்டு தர்றதே தப்பு. புத்தி குறைபாடுன்னு நெனச்சிக்கோ!" என்றான் கனகய்யா.

"அப்பிடியேயிருந்தாலும் யாரு தரச்சொல்லி அழுதாங்கய்யா? வாங்கிக்கச்சொல்லு? வாங்கிக்கச்சொல்லு?" சாம்பைய்யா கைத்தடியை கட்டிலின் விளிம்பில் அடித்தபடியே ஆவேசத்துடன் கத்தினார்.

கனகய்யாவிற்கு உடம்பெல்லாம் ஜில்லிட்டிருந்தது. தான் தவறாக நடந்து கொண்டதற்காக வருந்தினான். பேச்சை நழுவ விட்டேன். சாம்பைய்யா சண்டைக்காளையைப் போன்றவன். உடம்பு தளர்ந்தாலும் கர்வம் கொறையல்லே. இந்தக் கெழட்டுக் காளையை சமாதானப்படுத்தினாதான் மறுபடியும்காடியிலகட்டிப்போடமுடியும். அதுனாலவேறொருமுறையிலதான் நம்ம வழிக்கு கொண்டு வந்தாகணும்.

கனகய்யா உடனே யோசிக்கத் தொடங்கினான். வாயில் சுருட்டை வைத்து இழுத்தான். புகை வரவில்லை. திருப்பிப் பார்த்தான். சுருட்டு அணைந்திருந்தது.

"உயர்தரமான புகையிலையாம்? உயர்தரமான புகையிலை! எல்லாமே மோசம்! அடுத்த ஊர்லருந்து வாங்கிட்டுப்போயி பட்டணத்துல பகட்டா விளம்பரம் செஞ்சி காசு அடிக்கிறாங்க. எல்லாமே பொய் புளுகுதான்!"

கனகய்யா சலித்துக் கொண்டே சுருட்டை தூர எறிந்துவிட்டு கட்டிலின் மேல் சற்றே நகர்ந்து உட்கார்ந்தவன் சாம்பைய்யாவைப் பார்த்து மெல்ல மிருதுவான குரலில் சொன்னான்.

"சாம்பைய்யா! காந்தியார் என்ன சொன்னாருன்னு தெரியுமா?"

"தெரிஞ்சா இப்பிடி எதுக்கு இருக்கப்போறேன்? உன்னைப்போல இல்ல இருந்திருப்பேன்" பார்த்தியா மறுபடியும் குத்திக்காட்டறான்! என்று நினைத்துக்கொண்டான் கனகய்யா.

ஆனாலும் இந்தத் தடவை சாம்பைய்யா சிரிச்சிகிட்டே சொல்லியிருக்கானாக்கும்.

தன்னோட பேச்சை வளரவிடமாட்டானே? இந்த சாம்பைய்யாவுக்கு மூக்கணாங்கயிறு எப்பிடி போடுறது? கனகய்யாவுக்கு சரியான ஆலோசனை எழவில்லை.

"காந்தியார் என்ன சொன்னார்?" ஏறக்குறைய கடைசிவரை எரிந்திருந்த சுருட்டைப் பார்த்தபடியே எறிந்துவிடவா வேண்டாமா என்ற மீமாம்ஸத்தில் விழுந்து கேள்வியைத் தொடுத்தார் சாம்பைய்யா.

"காந்தி மகான் என்ன சொன்னாரு? இனி இந்த மாதிரியான கருத்துக்களை சொல்ல ஆரம்பித்துவிட்டால் அங்கே எலக்ஸன்கள் அது அது பாட்டுல முடிஞ்சிபோயிடும். இந்த விதமா எப்படி என்னால தேர்தல் பிரச்சாரம் செய்யமுடியும்? ஓட்டுக்களை எப்படி சம்பாதிக்கப் போறேன்? யாராயிருந்தா மட்டும் எப்பிடி ஜெயிக்க முடியும்?

"எதையோ சொன்னாருன்னு சொன்னியே? பிறகு இஞ்சிதின்ன குரங்காட்டம் பேசாமெ இருக்கியே கனகய்யா?"

"காந்தி மகான் என்ன சொன்னாருன்னா...?" எச்சில் விழுங்கிய கனகய்யா மறுபடியும் முதலிலிருந்து ஆரம்பித்தான்.

"நமக்கு சுதந்திரம் கெடச்சமொத நாட்கள்ல அது டில்லி கோட்டைக்குள்ளயே இருந்து போயிடிச்சின்னு நெனச்சுக்கோ! அப்போ காந்தியார் என்ன சொன்னாருன்னா.... இப்படியல்ல. இது கிராமங்களுக்கும் போகணும். கிராம சுயராஜ்யம் கிடைக்கணும் என்றார். அப்பத்தான் நம்ம தேசம் ராமராஜ்யம் என்று சொல்ல முடியும். கிராமங்கள்தான் தேசத்தின் உயிர்நாடி. தலைவர்களெல்லோரையும் கிராம முன்னேற்றத்திறகாக பாடுபடச்சொன்னார். கிராமத்தைத் தூய்மைப்படுத்தி கிராம மக்களிடையே விழிப்புணர்ச்சியைத் தூண்டச் செய்தார். கைத்தொழிலுக்கும் கதர் ஆடைகளுக்கும், முக்கியத்துவம் தரச்செய்தார். தீண்டாமையை அகற்றினார். மதுவிலக்கை, பெண் முன்னேற்றத்தை உருவாக்கச்செய்தார். காந்தியார் சொன்னதுபோலவே நம்ம தலைவர்களும் கிராம வளர்ச்சிக்காகவும், நலனுக்காகவும்.... பஞ்சாயத்து ராஜ்யத்தை ஸ்தாபித்து...."

"அதுக்குத்தானா ஜனங்க கிராமத்தை விட்டுட்டு நகரத்தை நோக்கி ஓடிப்போறாங்க?" பேச்சின் நடுவில் புகுந்து கேட்டார் சாம்பைய்யா. கனகய்யா வேப்பங்காயைக் கடித்ததுபோல முகத்தைச் சுளித்தான்.

"சரியான பாயிண்ட்டைச் சொன்னே சாம்பைய்யா! உன்னை என்னமோ நெனச்சிட்டேன் சாம்பைய்யா! நீ உண்மையிலேயே ஆணிவேரைப் புடிச்சிட்டேன்னு நெனச்சிக்கோ! நீ சொன்னமாதிரியே ஜனங்களெல்லோரும் கிராமத்து வாழ்க்கையை விட்டுட்டு நகரத்துமேல மோகங்கொண்டு போறதைப் பார்த்தா - நேரூஜி என்ன செஞ்சாரு தெரியுமா?.... உரிமைகளெல்லாத்தையும் கிராமத்தாருக்கே கிடைக்கும்படியான திட்டத்தை ஏற்படுத்துனாரு. அதுக்குப்பிறகு நம்ம லால் பகதூர் சாஸ்திரியானாலும் நம்ம இந்திரா அம்மையாராகட்டும்... உரிமைகளை மாநில சார்க்காராகட்டும் - கிராமங்களுக்குத்தான் முன்னுரிமை வழங்கவேண்டுமென்று

பிரகடனப்படுத்தினார்கள். விவசாயம் முதற்கொண்டு அடிமட்டத் தொழில்வரை இப்போது எல்லோருக்குமே முழு உரிமைகள் கிடைத்து வருகின்றன"

"எங்கே? உரிமைகளை பங்கு போட்டுக் கொள்ளும் வேலைதானா?"

"இருய்யா சாமி. நடு நடுவுல நீ குச்சியை ஓடச்சிபோடாதேய்யா. எனக்கு கோபம் வருது? அதன்படி இப்ப கிராம பஞ்சாயத்தின் மூலமாக சமித்துக்கள், பொது நலச்சங்கங்கள், ஜில்லா கூட்டுறவு ஸ்தாபனங்களின் மூலமாகவும், நம்ம கிராமங்களை நாமே ஆட்சிசெய்துகொள்ளும் அதிகாரத்தையும் கொடுத்திருக்காங்க! நம்ம காந்தி மகாத்மா கண்ட கனவுகள் எல்லாமே இப்போதைக்கு நனவாகிக்கொண்டே வருவதாக்கும் சாம்பைய்யா!"

"ஆமாமா! அவரோட கனவு நடைமுறைக்கி வரும்போது இங்க சாகுபடி செஞ்சவனுக்கு தானியம் மிஞ்சுதா? உழுறவனுக்கு பூமி கிடைக்குதா?"

நெற்றி வியர்வையை துடைத்தபடியே சாம்பைய்யாவை நோக்கி வியப்புடன் பார்த்தான் கனகய்யா.

"அவசரப்படாதே! இப்பப்பத்தான் நம்ம சுதந்திரம் பந்தாடிட்டிருக்கு. எழுந்து நிற்கவிடு! பொழச்சி துணியெ கட்டிக்க விடு!"

"என்ன கனகய்யா, நீ பேசுறது? அந்த சுதந்திரம் நேத்தோ முந்தாநேத்தோ வந்தமாதிரி சொல்லிட்டிருக்கே? அந்த வயசுல ஒரு பொம்பளப் புள்ளயிருந்தா இதுக்குள்ள நாலுபேரை பெத்தெடுத்திருப்பா. ஆம்புளயாயிருந்தான்னா பத்து ஏக்கரை தனியாவே உழுது தன்னதாக்கியிருப்பான். பெரிய பெரிய தலைவர்களும், இத்தனை கோடி ஜனங்களும் சேர்ந்து இத்தனை வருஷமா என்னத்தை செஞ்சி கிழிச்சிப்போட்டாங்க? இனிமே- பாலாறு பெருகப்போகுது- பற்றுதலும் பரவசமும் கூடப்போகுதுன்னு சொல்லிட்டிருக்கே நீ?" சாம்பைய்யா சுருட்டை இழுத்துத் தூர எறிந்தார். கட்டிலுக்கடியிலிருந்து செம்பை எடுந்து அதிலிருந்த தண்ணீரை கடகடவென குடித்தார்.

இந்த சாம்பைய்யா காலத்தின் கைப்பிடிக்குள் மாட்டிக் கொண்டானே தவிர வலிமையற்று அல்ல. மகா தைரியசாலி! மனசுக்குள்ளேயே நினைத்துக்கொண்டான் கனகய்யா.

"அதையெல்லாம் அப்படி தள்ளிவைச்சுடு! இந்த தடவெ நான் நிக்கப் போறேன்!" என்னது என்னது?" நீ நிக்கிறியா? சாம்பைய்யா செம்பை கீழே வைத்துவிட்டு ஆச்சரியத்துடன் கனகய்யாவின் முகத்தைப் பார்த்தார்.

"ஏன்? நான் நிக்கக்கூடாதா?"

"எதுக்கு நிக்கக்கூடாது? வெங்கடராமய்யாவைவிட நீ நாலு எழுத்து கூடவே படிச்சவனில்லையா? பணம் இருக்கு. உனக்கென்ன?"

"அதில்லை சாம்பைய்யா! பஞ்சாயத்து போர்டுக்குன்னா நான் எதுக்கு நிக்கப்போறேன்? நமக்குத்தான் சங்க பிரஸிடெண்ட் ஆகுற வாய்ப்பெல்லாந்தான் இருக்கே"

"இந்த தடவையாவது நாம கெட்டியா பிடிச்சிக்கணும். அதுக்கு அந்த வெங்கடராமய்யாவால முடியாது! நீயாயிருந்தா டமாரமடிச்சி நல்லா விளம்பரம் படுத்துவே"ன்னு என்னை வற்புறுத்துனதுனால 'சரி'ன்னு சொன்னேன்! ஜில்லாவுல எட்டோ, ஒன்பதோ சங்கங்களை புடிச்சிட்டோம்னா ஜில்லாபரிஷத் சேர்மன்கூட.... ஏழுமலையான் கருணையிருந்தா... நம்ம ஊருக்கே கிடைக்கலாம். ஜில்லாபரிஷத் சேர்மன் பதவி கெடைச்சாச்சின்னா சர்க்காரே நம்ம ஊர்ல இருந்தமாதிரிதான். பிறகு மந்திரிகள் நம்மைச்சுத்தி எந்த எதிர்ப்பும் காட்டமுடியாது?"

கனகய்யா எழுந்து அப்படியே காற்றில் பறந்துகொண்டிருப்பதுபோன்று தோன்றியது சாம்பைய்யாவின் கண்களுக்கு.

சாம்பைய்யா குடித்திருந்த செம்புத் தண்ணீரும் ஆவியாகிப்போயிருந்தது. உதடுகள் வறண்டுவிட்டிருந்தன.

'கனகய்யா! அடேய் கனகய்யா! நீ எவ்வளவு பெரிய ஆளாயிட்டேடா கனகய்யா!' சாம்பய்யாவின் மனம் முனகியது.

"இதையெல்லாம் காந்திமகான் உன்னோட கனவுல வந்து சொன்னாரா இல்லே நீயே அவரோட கனவுலகத்துக்கே போயி...?"

"நிறுத்துய்யா சாம்பைய்யா நிறுத்து! பேரன் கேட்டுட்டிருக்கான் தாத்தாவோட பரிகாசத்தெ!"

தட்டுநிரம்ப காய்கறிகளைப் பறித்துக்கொண்டுவந்த ரவியை பார்த்ததும் சொன்னான் கனகய்யா.

ரவி தட்டைத் தாத்தாவின் முன்னால் வைத்துவிட்டு நின்றுகொண்டான்.

சாம்பைய்யா தட்டை ஆராய்ந்து பார்த்தபடி- "பீர்க்கங்காய்களை ரொம்பவும் பிஞ்சியிலேயே பறிச்சிட்டதா தெரியுதே ரவி?" என்றார்.

"பூச்சி விழுந்துடிச்சி தாத்தா! செடியெல்லாம் காய்ஞ்சி போயிட்டிருக்கு" என்று கூறியபடியே கனகய்யாவை கீழிருந்து மேல்வரை பார்த்தான் ரவி.

"சாம்பைய்யா, உனக்கு ஏதாவது பைத்தியம் பிடிச்சிடுச்சா? அந்த ராமனாதபாபுவோட அனுப்பி வச்சிருந்தா நல்லா படிச்சிகிட்டு பட்டணத்துல ராஜாவாட்டம் வாழவேண்டிய பையனை இப்பிடி சேத்துலயும் சகதியுளுமாய் புரளவச்சிட்டிருக்கியே இந்த வேலைகளோட? இப்படிப்பட்ட ஆடைகளோட? என்ன இது? அசிங்கம் புடிச்சாப்புல?" என்று கூறியபடியே ஜேபிலிருந்து பத்துரூபாய் நோட்டுக் கட்டை எடுத்தான் கனகய்யா.

ஐந்து நோட்டை கணக்குப்பார்த்து தனியாக எடுத்து - "அடேய் பையா! இப்பிடி வா?" என்று ரவியை அழைத்தான்.

ரவி தாத்தாவைப் பார்த்தான்.

"நான்னொன்னும் வேற்று மனுஷன் இல்லைடா!" என்றபடியே கனகய்யா எழுந்து சென்று ரவியின் கையில் கட்டாயப்படுத்தி ஐம்பது ரூபாய்களைத் திணித்துவிட்டு கூறினான் - "பண்டிகைக்கு நல்ல துணிகளா வாங்கித் தைச்சிப் போட்டுக்கோ. உங்க தாத்தாகிட்டே கொடுக்காதே! முடிச்சுமேல முடிச்சா போட்டு பத்திரப்படுத்தி வைச்சிடுவாரு."

அப்புறம் நான் வர்றேன் சாம்பைய்யா! ஏழாம் தேதி எலக்ஸன். மால பள்ளி கிராமத்துல நரசிம்மன், ஏசோபு மகன்களுக்கு உம் பேச்சுமேல அவ்வளவு நம்பிக்கைன்னு நெனக்கிறேன். அந்த ரெண்டு குடும்பங்களோட ஓட்டுக்களையும் நீதான் சொல்லி போடவைக்கணும். ஒன்று கூட விட்டுப்போகாமெ நமக்குத்தான் வந்து சேரணும். போயிட்டு வர்றேன்" என்று சொல்லி புறப்பட்டான் கனகய்யா.

"கனகய்யா நில்லு! அவரோட பணத்தை தூக்கி எறிஞ்சிடுடா!" சாம்பைய்யா கோபத்துடன் கத்தினார்.

மறு நிமிடமே கனகய்யாவின் காலடியில் வந்துவிழுந்தன ரூபாய் நோட்டுக்கள். "என்னய்யா உன்னோட அகங்காரம்? எதை வச்சி இந்தத் துடிப்பும் கோபமும், அலட்சியமும்?"

"பணத்தை தந்து ஓட்டுக்களை வாங்குறியா?"

"ராம ராம! பையனை பார்த்ததும் மனசு கேக்கல்லேன்னு...!"

"போதுமே உன்னோட குள்ளநரி வேடமெல்லாம்! உன்னோட பணத்துக்கு அடிமையாகிப்போறவங்க யாரும் இங்கேயில்ல. போ! போ!"

"போறேன்! போறேன்! உன்னோட மேட்டுல பந்தல்போட்டு இலைவிரிச்சி உட்கார்ந்து சாப்புடலாம்னு வரல்ல! நீ எவ்வளவு? இனி உன்னோட சக்காத்தே வேண்டாம்? பொல்லாத ஓட்டு. யாருக்கு வேணும்?"

"என்னுது பொல்லாத ஓட்டு, உன்னுது நல்ல ஓட்டு! எல்லாருக்கும் சமானமா உரிமையை தந்ததுன்னு இப்பத்தானே கத்துனே?"

"சாம்பைய்யா! வார்த்தைகளை அளந்து பேசு!"

"பொல்லாத ஓட்டாம்? பொல்லாத ஓட்டு! அதை தர்ற வங்கிட்ட போயி கேளுய்யோவ்! எம் முன்னால வந்து எதுக்கு துள்ளிகிட்டிருக்கேயோவ்?"

"ஓய் கீய் னு சொல்றதுக்கு, முன்னால வெத்தல டப்பாவை கக்கத்துல இடுக்கிட்டு உம்பின்னால சுத்துன கனகய்யான்னு நெனச்சியா? பாத்துக்கிறேன்! உன்னோட திமிரு என்னான்னு பார்க்கத்தான் போறேன்!"

“என்னவோய் நீ பார்க்குறது?” சாம்பைய்யா கைத்தடியை எடுத்துக்கொண்டு நின்று கொண்டார்.

“என்னத்தைன்னு நீயும் பார்க்கத்தானே போறே?” கனகய்யா கோபத்துடன் எகிறியெகிறிக் குதித்தவாறு மேட்டைவிட்டு இறங்கி அதே வெறியுடன் சென்றான்.

“பார்க்கப்போறானாம் பார்க்க! உன்னோட பயமுறுத்தலுக்கெல்லாம் பயந்து நடுங்குறவங்க யாருமில்லை இங்கே?” நெருப்பைக் கக்கிக்கொண்டிருந்தார் சாம்பைய்யா கண்பார்வையிலிருந்து கனகய்யா மறையும்வரை.

கண்பார்வையிலிருந்து மறைந்துவிட்ட கனகய்யா மறுபடியும் சாம்பைய்யாவின் மனதிற்குள் புகுந்துகொண்டான்.

ஒரு கனகய்யா நூறு கனகய்யாவாக உருப்பெற்று இதயத்தைத் துளைத்தெடுத்துக் கொண்டிருந்தார்கள். ரத்தத்தை உறிஞ்சிக்கொண்டிருந்தார்கள். சதையைப் பிய்த்துத் தின்றுகொண்டிருந்தார்கள். எலும்புகளைக் கடித்துக் குதறிக்கொண்டிருந்தார்கள். சாம்பைய்யா மார்பைப் பிடித்து கையால் தடவிவிட்டபடியே தொப்பென தொய்ந்த கட்டிலின்மேல் சாய்ந்துவிட்டார்.

“தாத்தா!” பாசத்துடன் ஆதரவாக அழைத்தபடியே பேரன் தாத்தாவைப் பிடித்துக்கொண்டான். சாம்பைய்யாவின் உடம்பு வியர்த்துக் கொட்டியது. மெல்ல சோர்வுடன் பார்த்தபடியே பேரனிடம் குடிப்பதற்காகத் தண்ணீர் கேட்டார்.

ரவி கொண்டுவந்து கொடுத்த நீரைப் பருகி செம்பைத் திருப்பித் தந்தபடியே பேரனின் கண்களைப் பார்த்துக் கேட்டார்.

“என்னடா கண்ணா! அப்பிடி ஆயிட்டே? எனக்கு ஒன்னுமேயில்ல. நான் நல்லாதான் இருக்கேன்!” - பேரனின் கண்களைத் துடைத்து கன்னங்களை வருடிவிட்டார்.

“ரவி! எதுக்குடா இவ்வளவு தைரியத்தை இழந்து போறே? எனக்கு என்ன ஆயிடிச்சின்னு? எனக்கு என்னடா நான் கல்லாட்டம் இருக்கேனாக்கும்! எழுந்திரு! சோறு சாப்புடலாம்!” வறண்டுபோன சாம்பைய்யாவின் உதடுகளின் வழியாக சில முறுவல் வெளிப்பட்டு சவரம் செய்யாமல் வளர்ந்திருந்த தாடிக்குள் சிக்கிக்கொண்டது.

“அந்த கனகய்யா பயலை உதைக்கணும் போல இருக்கு தாத்தா?” ரவியின் முகம் கோபத்தில் சிவந்து காணப்பட்டது. உதடுகள் துடித்தன.

“ஓஹோ! அவனையா? நான் எப்பவோ உதைச்சிட்டேண்டா?” சாம்பைய்யா பெருமிதத்துடன் சிரித்தார்.

“நெஜமாவா தாத்தா?”

“முள்ளு கம்பை தூக்கி சுழட்டிகிட்டு ஓட ஓட விரட்டியடிக்கப்போனேன்- இனி வாங்கடா மொள்ளமாறிப்பசங்களா! கோமணத்தெ இறுக்கிக்கிட்டு கடைத்தெரு நடுவுல ஒரே ஓட்டம்! ஒரே ஓட்டந்தான்!”

“பலே! பலே! தாத்தா பலே ஜோர்!” கைகளைத் தட்டி ஆரவாரித்தான் பேரன்.

“தாத்தா! மறுபடியும் சொல்லு! மறுபடியும் சொல்லு!” உற்சாகத்துடன் கேட்டான் ரவி.

“ராம மந்திரத்தைத் தாண்டி, வம்பு அளந்துகிட்டிருக்குற சாவடியைத் தாண்டி ஒரே ஓட்டம்னா ஓட்டம்னு நெனச்சிக்கோ! அப்பிடி ஓடி ஓடி கடைசியில உங்க தாத்தா வீட்டுக்குள்ள நுழைஞ்சி ஒளிஞ்சிகிட்டான்”

“மறுபடியும் உன்வீட்டுக்கே எதுக்காக வந்துகிட்டிருக்கான்? நீதான் அடிச்சித் தொரத்துறியே?”

“அதுதாண்டா! பலராமய்யா வீட்டுக்குப்போயி தலையை ஒளிச்சிகிட்டான்”

“பின்னே உங்க தாத்தான்னு சொல்றியே ஏனாம்?”

“அடடா! தெரியாம வாய்தவறிச் சொல்லிட்டேனே?” தன்னோட பிடிவாதம் கொஞ்சம் கொஞ்சமாக தளர்ச்சியடைந்துகிட்டிருக்கா? ஆமாமா. நான் மட்டுமே மனசை இன்னும் எத்தனை நாளைக்குத்தான் கட்டுப்படுத்திக்கொள்ள முடியும்?

“கனகய்யா நழுவிய வேஷ்டிய புடிச்சிகிட்டு ஓடுறதெப் பார்த்து ஜனங்க சிரிக்கலையா தாத்தா?”

ரவி வாயில் கையைவைத்து விழுந்து விழுந்து சிரித்தபடியே கேட்டான்.

“சிரிப்பா? வயிறெல்லாம் புண்ணாகுறமாதிரியில்ல சிரிச்சாங்க!” சாம்பைய்யாவும் வாய்விட்டு சிரிக்கத் தொடங்கினார்.

தாத்தாவின் சிரிப்போடு பேரனின் சிரிப்பும் சேர்ந்து இணைந்துகொண்டது. ரவி வயிறைக் கையில் பிடித்தபடி குலுங்கக் குலுங்க சிரித்துக்கொண்டிருந்தான்.

69

“அடேய் ரவி! இப்பிடி வாடா!” சாம்பைய்யா அடிவயிற்றிலிருந்து கூவி அழைத்தார்.

புஞ்சையில் மண்கட்டிகளை உடைத்துவிட்டுக்கொண்டிருந்த ரவி தாத்தாவின் குரலைக்கேட்டதும் ஓடோடிவந்தான்.

சாம்பைய்யா உழவு எருமையின் கழுத்துப்பட்டையை அவிழ்த்து, காடியிலிருந்து விலக்கி ஒரு கையில் பிடித்துக்கொண்டு, மற்றொரு கையால் எருமையின் கொம்பைப் பிடித்து இழுத்துக்கொண்டிருந்தார்.

மூச்சையடக்கி பலம்கொண்டமட்டும் என்னதான் முயன்றாலும் சகதியில்விழுந்த எருமை எழுந்திருக்க இயலாததாய் சாம்பைய்யாவை நோக்கி அப்பாவியாய் பார்த்தபடியிருந்தது.

“வா! புடிச்சி அதோட பட்டையெ கழட்டு. மொதல்ல காடியெ இறக்குவோம். இது இப்பிடியெல்லாம் செஞ்சா எழுந்திருக்காது.

கீழே விழுந்துகிடந்த எருமையின் கொம்பை விட்டுவிட்டு இரண்டு கைகளாலும் காடியை மேலே தூக்கியபடியே சொன்னார் சாம்பைய்யா.

ரவி விழுந்து கிடந்த எருமையின் பட்டையைக் கழற்றி, காடிக்குக் கீழேயிருந்த எருமையை விலக்கி தோள்மேல் காடியை தாங்கிக்கொண்டபடி தாத்தாவைப் பார்த்தான்.

“ஆ....! அப்பிடி! நல்லா பாத்து எறக்கு!”

தாத்தாவும் பேரனுமாக கலப்பையை இறக்கி சகதிக்குள் முட்டுக்கொடுத்து இயலாமல் படுத்துக்கிடந்த கிழட்டு எருமையினருகில் வந்தார்கள்.

“ரவி! நீ பின்னாலபோயி எழுப்பிவிடு! நான் இந்தப் பக்கமா”

சாம்பைய்யா குதிங்கால்வரை பதிந்து போகின்ற நீரில் கரைந்துகொண்டிருக்கின்ற மண்கட்டிகளின்மேல் பாதங்களை அழுத்தி நின்று மெதுவாக எருமையின்மேல் குனிந்து அதன் கழுத்துக்குக் கீழே கைகளை நுழைத்து பேரனைப்பார்த்து தலையை அசைத்தார்.

சகதி நீரில் இருந்த எருமையின் அடி வாலுக்கு அருகில் இரண்டு கைகளாலும் பலமாகத் பிடித்தபடி "ரெடி தாத்தா" என்றான் ரவி.

"ரவீ! பிடி! நல்லா! ஊம்! எழுப்பு!" சாம்பைய்யா பல்லைக் கடித்து எருமையின் கழுத்தைப் பிடித்து மேலே தூக்கிக்கொண்டிருக்க, ரவி எருமை வாலின் அடிப்பாக பிடித்து மேலே இழுத்தான்.

"ஹேய்...! ஹேய்! எழு! எழு!"

தாத்தாவும் பேரன்களின் அழைப்பை அந்த கிழட்டு எருமை புரிந்துகொண்டது. அசைந்து கொடுத்தது. முன்னங்கால்களின்மேல் முழங்கால் நிறுத்தி பின்னங்கால்களின் பிடிப்புக்காக சகதியில் துழாவியது. இருவரின் முகங்களும் மலர்ந்தன.

"அதே தான்! அப்பிடியே! விடாதே! ஏஹேய்! எழு! எழு!" சாம்பைய்யா எருமையின் கழுத்திற்கடியில் தோளைக்கொடுத்து கொம்புகளைப் பிடித்து உசுப்பிவிட்டுக்கொண்டிருந்தார்.

ரவி பின்னாலிருந்து பிடித்த பிடியை விட்டுவிடாமல் இழுத்துக்கொண்டிருந்தான். எருமை மறுபடியும் ஒரு தம் பிடித்து சற்று மேலே வந்தது.

பாதிக்குமேல் எழுந்தது. மற்றுமொருமுறை தம் பிடித்து... எழ.... முயன்று.... தடேல்... விழுந்துவிட்டது!

அவ்வளவு தூரம்வரை சகதி தெறித்து விழுந்தது! சாம்பைய்யாவின் கைப்பிடி நழுவியது. மார்பின்மேல் எருமையின் கொம்புகள் உராய்ந்தன. கூடு எலும்பு ஜிவு ஜிவுவென எரிச்சல் குடைத்தது.

ரவியின் பிடிப்பிலிருந்து வால் நழுவி சகதியில் விழுந்ததும் முகமெல்லாம் தெறித்துச் சிதறியது. எருமை விழுந்த ஈரம் பிடித்திருந்த இடம் பள்ளமாகிவிட்டிருந்தது.

இந்தத் தடவை எருமை குறுக்காக விழுந்திருந்தது. கால்களை படபடவென உதைத்தது. மூக்கிலிருந்து வெள்ளையாய் நுரைதள்ளி சேற்றோடு கலந்தது. திறந்திருந்த வாயிற்குள் நீர்புகுந்து மீண்டும் வெளியேறிக் கொண்டிருந்தது.

பேரன் தாத்தாவை நோக்கி பார்வையைச் செலுத்தினான்! தாத்தா எருமையை நோக்கிப் பார்த்துக்கொண்டிருந்தார்! எருமையோ விண்ணை நோக்கிப் பார்க்கத் தொடங்கியது!

அதனுடைய மற்றொரு கண் சலனமின்றிப் பூமியைப் பார்த்தபடியே நின்றுவிட்டிருந்தது.

"ரவி, நீ இங்கயே இரு! நான் சக்கிலியனெ கூட்டிட்டு வந்துடறேன்!" சாம்பைய்யா சக்கிலியக் குடியை நோக்கிச் சென்றார்.

70

“ஏழு என்னடா? ஒம்பதாவது தா!”

“அதைவிட என்னால தரமுடியாது சாமி! எருமை ரொம்ப சின்னது!”

“என்ன அப்பிடி சின்னதுங்குறே? அப்படீன்னா எட்டாவது போட்டுக்கோ?”

“கெழட்டு எருமை சாமி! மெலிஞ்சு போயிடுச்சி. தோலு பதமா எடுக்க வராது சாமி!”

“ஆமா! நீ சொல்லுவே எல்லாத்தையும்! எட்டு உறுதியா தந்துடு!”

“இன்னொரு அரையெ கொறச்சிக்கோங்க சாமி. ஏழரைக்கு முடிவா சொல்லிடுங்க தொரெ!” பிச்சியன் கத்தியின் மறு முனையால் முதுகைச் சொறிந்தபடி கூறினான்.

“அப்பிடியே வச்சிக்கோடா! ஏலே பிச்சியனே எங்க பையனுக்கு நல்லதா செருப்புத்தச்சி தரணும்டா!”

“பேரனுக்கா சாமி? அப்பிடியே தச்சித்தர்றேன் சாமி?” “சர்மத்தை உறிச்சதுமே ஏனோதானோன்னு தைக்காதேடா! நல்லாருக்கணும், கால் விரலை பிடிக்கிற வாரு நல்லா போடணும்?”

“இப்ப யாரு இப்பிடி தோலு செருப்பைத் தைச்சிக்கிறாங்க சாமி? எல்லாருமே பட்டணத்துச் செருப்பைத்தான் பிரியப்படுறாங்க தொரெ?”

“உன்னால அப்பிடித் தைக்க முடியாதா?”

“என்ன தொரெ? இப்பிடிக் கேவலப்படுத்துறீங்களே? அவங்களெ விட ஷோக்கா தைச்சித்தாரேன்! அவங்கது ஆறு மாசம்னா என்னோடது ஆறு வருசம் உழைக்கும் தொரெ! உங்களுக்கே தெரியுமில்லையா? பையனைக் கூப்பிடுங்க அளவு எடுத்துக்கிடுதேன்!”

பிச்சியனின் கூடவந்த ஆட்கள் எருமையின் கால்களை இணைத்துக் கட்டிக் கொண்டிருக்கையில் பிச்சியன் ரவியின் கால் அளவை எடுத்துக்கொண்டான்.

அன்றைய இரவில் ரவி சாப்பிடாமல் வருத்தத்துடன் உட்கார்ந்திருந்தான்.

"ஏனடா கண்ணா இப்பிடி இருக்கே? எருமை செத்துப்போனதுக்கு வருத்தப்பட்டுட்டிருக்கியா என்ன? இந்த வருஷம் எப்பிடியும் கஷ்டப்பட்டுத்தானாவோம். நம்ம கஷ்டப்பட்டதுக்கெல்லாம் பலன்கெடச்சதுன்னா அடுத்த வருஷம் சூட்டிக்கான உழவு மாட்டெ வாங்கிடலாம். ரெண்டு ஏக்கருல வெளயிற வெளச்சல்ள அம்மட்டும் வாங்கிக்க முடியாதா? என்ன? எழுந்திரி? சோத்தெ சாப்புடு!"

"ஹௌ க்ருயல் யூ ஆர்? தாத்தா?"

"என்னதுடா? என்னதுடா?"

"நீ ரொம்ப மோசமான துர்மார்கன் தாத்தா!"

இருவரிடையே சற்றுநேரம் வரை மௌனம் வியாபித்திருந்தது.

ஈரக்காற்றின்வேகத்தில்குடிசையின்வாசத்தில்கட்டி தொங்கவிடப்பட்டிருந்த லாந்தர் குப்குப்பென எரிந்து புகைப்பிடித்துக் கொண்டிருந்தது.

எவ்வளவு நேரமானாலும் தாத்தா பேசாமலிருந்ததால் ரவிக்கு பயம் சூழ்ந்துகொண்டது.

தாத்தாவுக்கு ரொம்ப கோபம் போலிருக்கு?

முகத்தை சுருக்கிக்கொண்டு தப்பு செய்தவன்போல தாத்தாவை தலையைத் திருப்பிப் பார்த்தான்.

தாத்தாவின் முகத்தில் கோபம் தென்படவில்லை. ஒரு மாதிரியாக தனக்குத்தானே சிரித்துக்கொண்டிருந்தார்.

"அடேய் கண்ணா! இந்த மாதிரி எத்தனையோ அடிபட்டிருக்கேண்டா! என்னோட மனசு கல்லா இறுகிப்போச்சுடா! என்னோட பெத்த புள்ளெ எனக்கு தூரமாகிப்போனப்பவே எம்மனசு செத்துப்போச்சிடா! மனுஷங்க போறப்பவே என் கண்ணுலருந்து கண்ணீர் வரலயே? இனி இந்த கெழட்டு மாடு ஒரு பொருட்டா ரவி?"

"அம்மா செத்துப்போயிட்டா. அப்பாவும் விட்டுட்டுப் போயிட்டாரு. எருமையும் கூட செத்துப் போயிடுச்சி. தாத்தா நீயும் கூட.....?" ரவி தாத்தாவைக் கட்டிப்பிடித்து மடியில் தலையைப் புதைத்துக்கொண்டான்.

"பொறந்தவங்க எல்லாருமே எப்பவோ ஒருநாள் செத்துப்போறவங்க தானடா! உண்மையிலேயே நாமப் பொறந்திருக்குறது அழுதுகிட்டேயிருக்கவா? வாழ்ந்துகிட்டிருக்கடா! வாழ்ந்து சந்தோசப்படணும்! உசிரோட இருக்குற வரைக்கும் ஆண்மகனா தைரியத்தோட வாழணும்! ஒருத்தன்கிட்ட கையேந்தி 'தா'ன்னு கேட்கக்கூடாது. நடுவுல தடையாவர்றதையெல்லாம் சமாளிச்சிகிட்டே

போகணும்! கையாலாகாதவன்தான் அழுதுகிட்டிருப்பான். கையில பலமுள்ளவன் எவனும் அழுவக்கூடாது. சந்தோசமாக வாழணும்! மனுஷனுக்கு சந்தோசம் எங்க இருக்குன்னு நெனக்கிறே? கஷ்டப்பட்டு வேலை செய்ததுலதானிருக்கு. நம்ம கஷ்டப்பட்ட சம்பாத்தியம் நம்ம கைகள்ல கிடைக்கும்போது ஏற்படுற சந்தோசத்தைப்போல இந்த உலகத்துல வேற எதுவுமே இல்லைடா கண்ணா! அப்படிப்பட்ட சந்தோசம் வியர்வை சிந்தி பூமியை உழுறதுலயும், உழைக்கிறதுலயும் இருக்குடா ரவி!"

"தாத்தா! நீ அழுதுட்டிருக்கியே எதுக்காகவாம்?"

"நானா? அழுவதா? இல்லையே?"

"பின்னே அந்த கண்ணீர் எதுக்காகவாம்?"

"சந்தோசம் டா! சந்தோசம்!"

"சந்தோசம் வந்துட்டா கண்ணுலருந்து தண்ணிவருமா தாத்தா?"

"ஆமா! வரும் கண்ணா! வரும்! அழுதுவிட்ட கண்ணீரு நெலத்துமேல விழுந்தா பூமாதேவி வெட்கப்படுவாடா பேராண்டி! வருத்தத்துல குமைந்து போவாள்டா. பெத்த தாயி வயிறு நெறஞ்சிருக்கணும்! அதுனால ஆனந்தத்துல வந்த கண்ணீரு பூமியெ தொட்டுச்சின்னா பூமி மாதா புளங்காகிதமடைவாள்! அந்த தாயி அதுக்காகத்தான் எதிர்பார்த்துகிட்டிருப்பாடா கண்ணா! தான் பெத்த கொழந்தைங்களுக்கு சர்வமும் கொடுத்துடணும்ங்குற ஆசையில துடிச்சிட்டிருப்பாடா ரவி! இந்த மண், இந்த காத்து, இந்த ஆகாயம் வியர்வை சிந்தி உழைக்கிறவனோட சொத்துடா! சொத்து! பல்லக்குல ஏறி உட்கார்ந்தவனுடையது இல்லேடா!"

"தாத்தா, நான் இனி எப்பவுமே அழமாட்டேன் தாத்தா!"

"எனக்குத் தெரியும்டா. எனக்குத் தெரியும். எதுக்குன்னு சொல்லவா?"

"எனக்குத் தெரியும். நான் உன்னோட பேரன்தானே! அதுக்குத்தான்!" சாம்பைய்யா பேரனை மார்புடன் அணைத்துக்கொண்டார்.

"எழுந்திரு! சோறு சாப்பிடலாம்!"

சாம்பைய்யா பேரனை அழைத்துக்கொண்டு தட்டிக்கருகில் வடித்து வைத்திருந்த சோத்துப் பானைக்கருகில் வந்து உட்கார்ந்து கொண்டார்.

"இன்னக்கி நான் சோறு எடுத்து வைக்கிறேன் தாத்தா!" என்றான் ரவி.

"எத்தனை நாட்களாகிவிட்டனவோ? மற்றவர்கள் போட்டுச் சாப்பிட்டு அவர்!"

"வையிடா கண்ணா! வையி!"

சாம்பைய்யா தன்னோட தட்டையெடுத்து பேரனின் முன்னால் வைத்தார். ரவி பானையை மூடியிருந்த உலை மூடியை எடுத்து கீழே வைத்துவிட்டு மரக்கரண்டியால் சாதத்தை எடுத்து தாத்தாவின் தட்டில் வைத்தான்.

சாப்பிட்டு முடித்து எழுந்தசாம்பைய்யா புகையிலையை மடித்துக்கொண்டே கட்டிலின்மேல் போர்வையை விரித்துக்கொண்டிருந்த பேரனிடம் சொன்னார்-

"அப்பிடிப் போனது அதுவோட அதிர்ஷ்டம் டா ரவி! எந்த வேலைக்கும் உதவாத கெழட்டு எருமையின் கதி என்னவாகுமென்று தெரியுமா? அதுக்கு சரியா தீனி போடமாட்டாங்க. மத்த மாடுகளோட மேய்ச்சலுக்கு அனுப்பமாட்டாங்க. வெயிலாயிருந்தாலும், மழையாயிருந்தாலும் வெட்டவெளியில கட்டிப்போடவேண்டியதுதான். அது அப்பிடியே நாளுக்கு நாள் செத்துக்கிட்டிருக்கும். கடைசியில கொஞ்சமா உயிர் இருக்கும்போதே சக்கிலியன் அறுத்து தோலை உறிச்சி செருப்புத் தைக்கப் பயன்படுத்திப்பான். இந்த மாதிரி துன்பங்களெல்லாம் படாமெ நம்ம உழவு எருமை உழுதபடியே காடியெ கழுத்துல போட்டுகிட்டே போய்ச்சேர்ந்துடிச்சிடா கண்ணா! அதனோட கர்மவினையை அது கழிச்சிட்டு நிம்மதியா கண்ணெ மூடிடிச்சி. அதுஷ்டம்னா அதுதாண்டா! மனுஷாளுக்குக்கூட கெடைக்காதுடா அப்படிப்பட்ட அதிஷ்டம்!"

தாத்தா நான் இன்னமும் எருமையைக் குறித்து வருத்தப்பட்டுக்கொண்டிருக்கிறேன் என்று நினைக்கிறார் போலும்? தாத்தா எடுத்துச் சொன்னதுமே எனக்கு வருத்தமெல்லாம் பறந்துடிச்சி. பயமும் போயிடிச்சி! போர்வையை விரித்துப் படுத்த ரவி தாத்தாவைப் பற்றியே சிந்தித்துக்கொண்டிருந்தான்.

"தாத்தா! உனக்கு படிக்கத் தெரியாதில்லையா? இதையெல்லாம் எப்பிடிக் கத்துகிட்டே?"

பேரனின்கேள்விஅர்ஜுனன்போட்டநமஸ்காரஅம்புதுரோணாச்சாரியாரின் பாதங்களின் முன்னால் விழுந்ததுபோல தாத்தாவின் முன்னால் நின்றது.

"எனக்குப் படிப்பு வராதுன்னும், பள்ளிக்கூடத்துக்கு போனதில்லைன்னும் யாருசொன்னாங்கடா உனக்கு?" உள்ளுக்குள் சிரித்தபடியே தாத்தா திருப்பி கேள்வியைத் தொடுத்தார் பேரனிடம்.

"எனக்கே தெரியுமாக்கும்! அதைக்கூட ஒருத்தர் சொல்லணுமா என்ன?" கிச்சங்காட்டிவிட்டதைப்போல சிரித்தான் ரவி.

"அடேய் சின்னப்பயலே! நல்லா கேட்டுக்கோடா! இந்த நிலம் தான் என்னோட சிலேட்டு. கலப்பை என்னோட எழுத்து குச்சி. வயக்காடு என்னோட பள்ளிக்கூடம்! பூமிதான் கற்றுத் தந்தது. என் தாய், தெய்வம், குரு எல்லாமே இந்த பூமிதாண்டா ரவி! இப்போ சொல்லுடா பேராண்டி. உன்னோட பள்ளிக்கூடம் பெரியதா? என்னோட பள்ளிக்கூடம் பெரியதா? உன்படிப்பு ரொம்பயா? என் படிப்பு ரொம்பயா?"

71

கார்த்திகை மாதம்.

மாலை நேரத்தில் ஆரம்பித்த மழை நடு ராத்திரியான பின்னும் இன்னும் விடுவேனா என்றது.

சாம்பைய்யா சுருட்டுப்புகையை வெளிவிட்டவாறு, மின்னல் வெளிச்சத்தில் மழைத்தாரைகளைப் பார்த்தபடியும், கூரையின் மேல் வேய்ந்திருந்த பனையோலைகள் மழைக்கும் காற்றின் வேகத்திற்கும் ஒலிக்கின்ற சப்தங்களை கேட்டுக்கொண்டும் குடிசையில் தொய்ந்துபோன கட்டிலில் உட்கார்ந்து கவலையுடன் யோசித்துக் கொண்டிருந்தார்.

என்ன இப்பிடிக் கொட்டுது? கார்த்திகை மாசத்துல எப்பவாவது இப்பிடி பேய்ஞ்சிருக்கா? ஏதோ சாஸ்த்ரத்துக்கு நாலு தூறல் லேசா தெளிச்சிட்டு போயிடும்! ஆனாலும் இந்த மழையா!

காடுகள்ல வெளஞ்சிருக்குற பயிர்களெல்லாம் என்னவாவது? நெல்லு கதிரு பால் பிடிச்சுட்டு வருது. கதிர்களெல்லாம் வளைஞ்சி கவுந்திடிச்சின்னா வெளச்சல் கிடைக்குமா? எல்லாமே மழையில உதிர்ந்து வெறும் கருகுதான் நிக்கும்! தண்ணித் தேங்கி வெள்ளமா கிடந்தா பூச்சி விழாதா என்ன?

இந்த மாதிரி புடிச்ச புடியா விடியிறவரைக்கும் மழை கொட்டுனதுன்னா இனி என்ன மிஞ்சும்? வாய்க்கும் எட்டாமெ மண்ணோடு கலந்துதான் போயிடும்...

சாம்பைய்யா ஊதித்தள்ளுகின்ற சுருட்டுப் புகை வெளி செல்ல முடியாமல் குடிசைக்குள்ளேயே குழந்று கொண்டிருந்தது. மின்னல் அடித்து மின்னும் போதெல்லாம் குடிசைக்குள் வளையவருகின்ற புகை மேகங்களாய் தென்பட்டுக்கொண்டிருந்தன சாம்பைய்யாவிற்கு.

அவரும் பேரனும் கஷ்டப்பட்டு உழைத்து வியர்வை சிந்தி சாகுபடி செய்தார்கள். பாதிவயிறு பட்டினிகிடந்து பயிர்களுக்கு எருவிட்டு வளர்த்தார்கள். நல்ல துணிமணி என்று உடுத்திக்கொள்ளாமல் கிழிசலும் கோமணமுமாக உடம்பை மறைத்து வித்துக்களை வாங்கி நாற்றங்கால் அமைத்தார்கள். நார்

வளர்ந்ததும் பிடிங்கி நாற்று நட்டார்கள். எருமை போனதன்பிறகு அவரும் பேரனுமே மாடுகளாய் காட்டை உழுதார்கள். மண்வெட்டியாலும், கடப்பாறையாலும் தோண்டியும் வெட்டியும் கலப்பையைக்கொண்டு உழுதும் மண்ணைப் பக்குவப்படுத்தினார்கள். அவருடைய இடுப்பு வளைந்தும், பேரனின் கைகளில் கொப்புளங்கள் ஏற்பட்டும் துன்புற்றார்கள். பயிர் கொழுகொழுவென வளர்ந்து நிற்கிறது. நன்றாக திரண்டு நிற்கிறது. நிரம்பவே கதிர் பிடித்திருக்கிறது. ஒருவாரமோ, பத்து நாட்களோ காத்திருந்தால் அறுவடை செய்துகொள்ளலாம். அமாவாசைக்கு ஒன்றிரண்டு நாட்கள் இருக்கையில் அறுத்துக் குவித்துவைத்துவிடலாம்! பண்டிகையெல்லாம் முடிந்தபிறகு பொலியிட்டு நெல்மணிகளைத் தூர்ப்பு காட்டிக்கொள்ளலாம்!

எப்படியிருந்தாலும் இரண்டு கலம் தானியத்தை கண்ணாரப் பார்த்துவிடலாம். அதுவே நல்ல நிலமாக இருந்தால் அவர் உழைத்த உழைப்பிற்கு கையொடிய வேலைசெய்ததற்கும் ஒரு போகத்திற்கு மூன்று நான்கு கலம் குறையாமல் விளைந்திருக்கும். நான்கு என்ன? அவரோட கீழக்காட்டு வயல் காந்தம்மாகிட்டருந்து வாங்கிய மானம்பார்த்த பூமியில - ஏக்கருக்கு ரெண்டுகலம் வௌவிச்சிடலையா? பூமித்தாயிமேல பற்றுதலும், உழைப்புமிருந்தா ரத்தினங்களா கொட்டமாட்டாளா மண் மாதா?

பள பளார் என உறுமியது! சாம்பைய்யாவின் கண்கள் பளீரென ஜொலித்தன. அந்த ஒளி வெள்ளத்தில் பேரனின் முகம் பளிச்சிட்டது. சாம்பைய்யா லாந்தர் வத்தியைத் தூண்டி பேரனை நோக்கிப் பார்வையை செலுத்தினார். ரவி அமைதியாகத் தன்னைமறந்து உறங்கிக்கொண்டிருந்தான். வந்த ஆரம்ப நாட்களில் இம்மாதிரியாக மழைபெய்தால் துள்ளிக்குதிப்பான். சிலசமயங்களில் எழுந்து உட்கார்ந்து கட்டிப்பிடித்து பயத்தில் நடுங்கவும் செய்வான்.

பளீர் பளீர்! - மின்னல் ஒடிந்து மேலே விழுந்தது போலிருந்தது சாம்பைய்யாவிற்கு.

எங்கோ பக்கத்தில்தான் இடிவிழுந்திருக்கிறதென்று நினைத்துக் கொண்டார். ரவி குளிருக்கு அசைந்துகொடுத்து முடங்கிப் படுத்துக்கொண்டான். மேற்கூரையிலிருந்து நீர்த்துளிகள் நழுவி ரவியின் நெற்றியின்மேல் விழுந்தன.

சாம்பைய்யா தொய்ந்த கட்டிலை பக்கத்தில் இழுத்து, பேரனுக்கு போர்த்திவிட்டு லாந்தரின் வத்தியை இறக்கிவிட்டார். பேரனின் அருகில் அமர்ந்துகொண்டு மறுபடியும் சுருட்டை வாயில் வைத்து இழுத்தார்.வெறும் காத்தும், சாம்பலும்தான்! திருப்பிப் பார்த்தார். சுத்தமாக அணைந்திருந்தது. தீக்குச்சியை உறசி பற்றவைத்தார். பற்றிக்கொள்ளவில்லை. மறுபடியும் உரச தீக்குச்சி ஒடிந்துவிழுந்தது.

"தீப்பெட்டி நமுத்துப்போயிடுச்சி! என்று நினைத்தபடியே குனிந்து கட்டிலனருகிலிருந்த லாந்தரை தூக்கிப்பிடித்து வத்தியை தூண்டிவிட்டார்.

கொக்கியை வளைத்து கிளாஸை மேலே ஏற்றி இடுக்கு வரியாக சுருட்டை நுழைத்து பர்னலில் எரிந்துகொண்டிருந்த வத்தியில் சுருட்டை வைத்ததும் ஜ்வாலை குப் குப்பென சுருட்டின்மீது வளைந்து அணைந்து விடுவதுபோலத் தோன்றியது.

சாம்பைய்யா சுருட்டை பற்றவைத்துக்கொண்டபின் மறுபடியும் வத்தியை இறக்கிலாந்தரைகீழே வைத்தார். சுருட்டை நுனிவிரல்களால் தட்டிவிட்டபடியே புருவங்களை சுருக்கி கண்களை வெளியே ஓடவிட்டார்.

மழை குறைஞ்சிடிச்சா? குறைஞ்சது போலத்தானிருக்கு. கூரையின் முகட்டின் மேல்விழுகின்ற சப்தமும் கனமாகக் கேட்கவில்லை. வெளியில் காற்று. மழையின் வேகமும் அவ்வளவாகக் கேட்கவில்லை. கூரைமேலிருந்து ஒழுகின்ற மழைநீரின் சப்தமும்கூட வரவர குறைந்துகொண்டே வருகிறது.

சாம்பைய்யா கைத்தடியை துழாவியெடுத்துக் கொண்டார். தடியின் ஆதாரத்தில் கூரையின்கீழ் நின்றபடி வெளியே கையை நீட்டிப்பார்த்தார். ஒரு துளிக்கூட விழுந்ததாகத் தெரியவில்லை. மழை நின்றிருந்தது.

சாம்பைய்யா குடிசையிலிருந்து வெளியே வந்தார். தலையைத் தூக்கி மேலே ஆகாயத்தைப் பார்த்தார். வெண்மையான மேகங்கள் ஓட்டம்பிடித்துக்கொண்டிருந்தன. நட்சத்திரங்கள் மேகங்களுக்கிடையேயிருந்து மினுக்மினுக்கென எட்டிப்பார்த்துக்கொண்டிருந்தன. பார்த்துக்கொண்டிருக்கும்போதே மேகங்கள் விலகி ஆகாயம் பளிச்சென்று துடைத்துவிட்டாற்போலக் காணப்பட்டது.

சாம்பைய்யாவின் மனம் லேசாகியது. கால் பெருவிரலால் தரையின்மேல் அழுத்திப்பார்த்தார். ஒண்ணு, ஒண்ணரை ஏர்க்காலுக்கு மேல் மழை விழுந்திருக்காது. அவ்வளவுதான். அதற்குமேல் இல்லை. அப்படின்னா பரவாயில்லை. இந்த மழை பயிர்களை ஒன்றுசெய்யாது! மரத்திலிருக்கும் பிஞ்சுக் காய்கள் வேண்டுமென்றால் கொஞ்சம் உதிர்ந்திருக்கலாம். அதுவும் நல்லதுக்குத்தான். இனி இந்த நிலை நீடித்தால் பயிர்களுக்கு சேதம் ஏற்படவாய்ப்பில்லை. பேரனின் அதிர்ஷ்டம்! அவனோட உழைப்பின் கஷ்டம். நினைவில் நின்றது. அவருக்குத் தெரியும்! அவன் நல்ல நிலைக்கு வருவான்! அவன் கை பிடித்தது பொன்னாய்க் கொழிக்கும்.

சாக்கடைக்கால்வாய் உடைந்ததென்றால் தண்ணி முழுவதுமாய் புஞ்சையில் வந்து விழும். மழை குறைந்துவிட்டதால் மட்டும் என்ன பயன்? இனி விளைச்சல் கைகளில்வந்து என்ன சேரப்போகிறது? புதுக்கால்வாய்க்கு கீழேயிருக்கும் சாக்கடைக்கால்வாய்க்கும் கனகய்யாவயலுக்கும் இடையிலுள்ள பள்ளங்களையும், மேடுகளையும் சரிசெய்து பக்குவப்படுத்தி மண்ணையடித்து சாகுபடி செய்தார் சாம்பைய்யா.

கனகய்யாவின் நிலத்திலிருந்து தண்ணீர் போகவேண்டுமென்றால் பக்கத்திலுள்ள சாக்கடைக்கால்வாய் வழியாகத்தான் போகவேண்டும். கடந்தகால நாட்களில் அந்த நிலம் சாம்பைய்யாவின் கையில் இருந்தபோது பாதுகாப்பாய்தான் இருந்தது. நிலத்தில்துளைபோட்டுசாக்கடை கால்வாய்க்குள் விட்டால் எவ்வளவு வெள்ளம் வந்தாலும் சீக்கிரமே வடிந்துவிடும். ஆனால் தற்போது கழிவு நீர் செல்லும் கால்வாய் அங்கங்கே மேடாகிப்போய் நிக்குது. இருபது இருபத்தைந்து வருஷமாக மண்ணை தோண்டியெடுத்து சுத்தப்படுத்தியவனே இல்லை. பலமா ரெண்டு நாள் மழை பெஞ்சதுன்னா கால்வாய் சிரிக்க வச்சிடும்! இனி கனகய்யா நெலத்து தண்ணி எப்பிடி போகும்? அது கணக்குப்படி தண்ணீ முழுசா வத்துறதுக்கு ஒரு வாரமாவது ஆகலாம். இந்த சமயத்துல ஒரு வாரம் தண்ணி கட்டி நின்னா வெளச்சலுக்கு வெளச்சலும் நஷ்டம், வயலுக்கும் நஷ்டம். உடனே சடார்னு கழிவுநீர்க்கால்வாய் கரையை உடைச்சிட வேண்டியதுதான்.

அத்தகைய ஆலோசனை ஏற்பட்டதும் சாம்பைய்யாவின் மனம் திக்திக்கென அடிக்கத் தொடங்கியது அப்பிடி மட்டும் நடந்துவிட்டால் வேறு வினையே வேண்டாம்? போன வருசம்தான் கனகய்யா தன்னோட வயல்ல தண்ணி நிக்காம வடியிறதுக்கு ஓட்டையெ போட்டுவிட்டான். அதனாலதான் கழிவுநீர்கால்வாய் இறக்கத்துக்கு போயிடிச்சி. அதே வேலையெ நாம செஞ்சா கர்வம் புடிச்சவன் சும்மா இருப்பானா? அதுவும் இந்த வருசம் எதை வேணுமானாலும் செய்யமுடியும் அவனால. மொதல்லயே எம்மேல கடுப்பா இருக்கான் வேற. ஒருவேளை இதுக்குள்ளாற தண்ணியை கால்வாய்க்குப் போறமாதிரி செஞ்சிருப்பானோ?

சாம்பைய்யாவின் மூளை சரியாக வேலை செய்ய மறுத்தது. என்ன செய்வது? வேறு வழியில்லை. தாமதப்பட்டால் எல்லாமே நாசக்காடாகிப்போகும்.

மடமடவென தலையில் துண்டைக் கட்டிக்கொண்டார். மண் வெட்டியைத் தோளில் போட்டுக்கொண்டார். கைத்தடியை கையில் எடுத்தவர், தூங்கிக்கொண்டிருந்த பேரனை ஒருதடவை உன்னிப்புடன் பார்த்தவர் குடிசையிலிருந்து வெளியேறிவிட்டார். தலையைத் தூக்கி வானத்தை முழுவதுமாக ஆராய்ந்து பார்த்தார். நட்சத்திரங்கள் கண்ணைச் சிமிட்டி மாயாஜாலம் செய்துகொண்டிருந்தன. மேட்டைவிட்டு இறங்கினார் சாம்பைய்யா.

கிராமம் முழுவதுமாய் நிசப்தத்தில் மூழ்கியிருந்தது. ஊர் சாவடியின் முன்னால் ஓரிரு நாய்கள் மட்டும் சுருண்டு படுத்திருந்தன. சாம்பைய்யாவின் கைத்தடியின் ஒலி கேட்டதும் ஒரேயொரு நாய் மட்டும் உடம்பை நீட்டி சோம்பல் முறித்தது. தலையைத் தூக்கிப்பார்த்தது. குரைக்க மனம் வராமல் மறுபடியும் தலையைத் தாழ்த்தி தரையில் பதித்தது. யார் எப்படிப்போனால் எனக்கென்ன என்பது போல குளிருக்கு உடம்பைச் சுருட்டிக்கொண்டு இரண்டாவது நாயை ஒட்டி அனுசரணையாகப் படுத்துக்கொண்டுவிட்டது.

ராமாலயம் கதவுகளின் இடுக்கு வழியாக உள்ளே எரிந்துகொண்டிருந்த அகல் விளக்கின் சுடரொளி மிறுக் மிறுக்கென வெளியே தெரிந்தது.

“யார் போய்க்கொண்டிருப்பது?” என்று சொல்வதைப்போல - ஸ்ரீராமச்சந்திரருடைய பஞ்சலோக விக்ரஹம் கோயிலுக்கு முன்னால் சென்றுகொண்டிருந்த சாம்பைய்யாவை நோக்கிப் பார்த்துக்கொண்டிருந்தது. எண்ணெய் தீர்ந்துவிட்டதால் கரிபிடித்த திரி அணைந்து விடுவதற்குத் தயார்நிலையில் தோன்றும் விளக்கைப் பார்க்காமல் ஹனுமான் ராமனின் பாதகமலங்களையே பார்த்துக்கொண்டு உட்கார்ந்திருந்தான்.

ஒரு வண்ணான் பேச்சைக் கேட்டு கணவர் தன்னை சந்தேகப்பட்டு நெருப்பில் இறங்கவைத்த நாட்களை நினைவில் நிறுத்தி தாய் பூமி தேவியை தன்னை கடைத்தேற்றம்படி கூறுவது போலிருந்தது சீதாதேவியின் விக்ரஹம்.

அன்று மட்டும் பூமாதேவி அரவணைத்துக் கொள்ளவில்லையென்றால் தன்னை பூ தேவித் தாய் தன்னுடைய வயிற்றில் புதைத்துக் கொள்ளவில்லையென்றால் தனது நிலைமை என்னவாகியிருக்கும்? என்னதானானாலும்தாய்தாய்தான்! அதிலும்தாய்க்கெல்லாம்தாயானவளல்லவா பூ மாதா! அவளுடைய தன்மையே வேறானதுதானே?

சாம்பைய்யாவிற்கு ராமாலயத்தில் ஸ்ரீராம நவமியன்று கடவுளரின் விக்ரஹங்கள் அலங்கரிக்கப்பட்டு பார்க்கையில் ஏற்படுகின்ற பக்தி உணர்வுகள் அர்த்த ராத்திரியில் தன்னந்தனிமையில் கோயிலின் முன்னால் செல்லும்போது மட்டும் ஏன் ஏற்படவில்லை.

அதனால்தானோ என்னவோ ஸ்ரீராமர் சாம்பைய்யாவை யாரென்று புரிந்துகொள்ளாமல் “யார் போய்க்கொண்டிருப்பது?” என்று சொல்லியிருக்கலாமோ? ஆனாலும் சாம்பைய்யாவின் மனம் இப்போது கடவுள் மேல் இல்லை.

அவருடைய சிந்தனையில் முழுவதுமாய் வேதனை, பயம், அவநம்பிக்கையுமாய் சேர்ந்துகொண்டு - காட்டிலும், நெற்கதிர்களிலும், தேங்கிக்கிடக்கும் தண்ணீரிலுமாய் அலைக்கழித்துக்கொண்டிருந்தன. அவருடைய இதயத்தின் ஊற்றிலிருந்து பொங்கியெழுகின்ற துக்கவெள்ளத்தை அணைபோட்டுத் தடுக்க இயலாமல் சித்தரவதை செய்து கொண்டிருந்தது.

சாம்பைய்யா வேக வேகமாக நடந்தபடி ஏரிக்கரையைத் தாண்டி தர்க்காசு புறம்போக்கு நிலத்தின்மேல் நடந்துகொண்டிருந்தார்.

*****

ஈரக்காற்று குடிசைக்குள் வீசிவீசியடித்தது. புகையேறியிருந்த லாந்தர் குப்பென எரிந்து தன் கடைசிமூச்சை நிறுத்திக்கொண்டது. ரவிக்கு விழிப்பு வந்தது. கலைந்து கிடந்த போர்வையை இழுத்தவாறு 'தாத்தா' என அழைத்தான்.

போர்வையை போர்த்திக்கொண்டு மறுபடியும் "தாத்தா!" என்றான். ரவி பக்கத்தில் தடவிப்பார்த்தான். தாத்தா இல்லை. சடாரென எழுந்து உட்கார்ந்துகொண்டான்.

கட்டிலைவிட்டு இறங்கி இருளில் குடிசைமுழுவதும் தேடினான். குடிசையைவிட்டு வெளியே வந்து "தாத்தா!" என்று சத்தம்போட்டு அழைத்தான்.

நட்சத்திரங்களின் மினுக்கும் ஒளியில் மேடு முழுவதும் தேடினான்.

தாத்தா என்னவானார்? தாத்தா எங்கே சென்றார்? இந்த ராத்திரி நேரத்தில், இருட்டில்! தன்னை மட்டும் தனியாக விட்டுவிட்டு தாத்தா எங்கே போயிருப்பார்? வேறு எங்கே போவார்? ஒன்று இந்த மண்மேட்டில் இருக்கவேண்டும்! இல்லையென்றால் காட்டில்! இங்கு இல்லை. அப்போ வயக்காட்டுக்குத்தான் சென்றிருக்க வேண்டும்!

"தாத்தா?" என்று குரலெடுத்து கத்தினான். மேட்டிலிருந்து இறங்கி குப்பை கூளங்களையெல்லாம் தாண்டி ஓட்டம் பிடித்தான். ஊருக்குள் தெருக்களுக்குள் நுழைந்து ஓடினான். ஏரிக்கரையை அடைந்ததும் சற்று நின்று களைப்பை போக்கிக்கொண்டான். ஏரியில் தவளைகள் எழுப்புகின்ற அட்டகாசமான ஒலிகள் அவனுள் பயத்தையேற்படுத்திக்கொண்டிருந்தது. வண்டுகளின் கிறீச் கிறீர் என்ற சப்தங்கள் நெஞ்சில் திகிலையுண்டாக்கின. ஆலமரத்து விழுதுகள் மலைப்பாம்புகள் தொங்கிக்கொண்டிருப்பதைப்போல நடுங்க வைத்தன.

"தாத்தா!" மீண்டும் சத்தமாய் கத்தி அழைத்தான். ஒரு நிமிடம் வண்டுகளின் கிறீச் கிறீச் என்ற ஒலிகள் அடங்கிவிட்டன. ஆனால் மறுநிமிடமே மறுபடியும் இரண்டு மடங்காய் ஒலிக்கத் தொடங்கிவிட்டன.

ரவி ஏரிக்கரையைவிட்டு இறங்கி வயல்வெளிகள், கட்டாந்தரைகளென்று ஓடத் தொடங்கினான். சில இடங்களில் மண் வழுக்கிவிட்டது. தூரத்தில் தென்பட்ட வெளிச்சம் வரவர மாயமாகிப்போக மனம் பக்பக்கென அடித்துக்கொண்டது. இருளில் சரியாகப் பாதை தென்பட மறுத்தது. நஞ்சை, மானம் பார்த்த பூமிகளெல்லாம் கரைகள் தெரியாமல் ஒன்றுபோல் தென்பட்டன. கால்கள் செல்லும் திசையில் சென்றுகொண்டிருந்தான். காலில் ஏதோ மிருதுவாக ஜில்லென தட்டுப்பட்டதும் ஆ வெனத் துள்ளி ஒருகுதி குதித்தான்! கட்டுவிரியன் பாய்ந்து நீரில் குதித்தது. சள்ளென நீரின்மேல் அடித்தது போலிருந்தது. தண்ணீர் சிதறியெழுந்து காலில் வந்து தெளித்தது. இதயமே நின்றுவிடும் போலிருந்தது.

"தாத்தா!"

திசைகள் எதிரொலித்தன.

வழி தவறிவிட்டான். நன்செய் பயிர் நிலங்களுக்கு நடுவே புகுந்து ஓடினான். சரியாகப் பாதை தெரியவில்லை.

சேற்றில் புதைந்த கால்களைத் தூக்கி தூக்கி வைத்தபடியே முழங்கால் அளவு நீரில் விழுந்து எழுந்து நடந்துகொண்டிருந்தான். எவ்வளவு நடந்தாலும் இலக்கு புரிபடவில்லை.

தாத்தா எங்கே? தாத்தாவோட காடு எங்கயிருக்கு?

"ஓ.... தாத்தா?"

அந்த கூச்சலில் ஆகாயம் அதிர்ந்தெழுந்தது. பூமி நடுக்கம் கொண்டது. பாறைகளெல்லாம் உருகின. காலம் ஸ்தம்பித்துவிட்டது. இயற்கை மூச்சை நிறுத்திக்கொண்டது.

"ர...... ர........... வீ......... இங்க.......... இங்க............ இப்பிடி.......... இப்பிடி........ வா..... வா!" தூரத்திலிருந்து மெல்லிய முனகல் ஒலித்தது.

ஆ....! அது....! தாத்தாவின் குரலேதான்! தாத்தா இங்குதான் இருக்கிறார்! தாத்தா நஞ்சையிலதான் இருக்கிறார். என் சத்தத்தை கேட்டுவிட்டார்! என்னை வரச்சொல்லி கூப்பிடுகிறார்.

"தாத்தா! வந்துட்டிருக்கேன்! வந்துட்டிருக்கேன்! எங்க இருக்கே?" தாத்தாவின் குரல் வந்த திசையை நோக்கி திரும்பி நடந்தான்.

தூரத்தில் உயர்ந்து கால்வாய்கரை லேசாகத் தென்பட்டுக்கொண்டிருந்தது. இதுதான் தாத்தாவோட நெலம்! ஆனா தாத்தா எங்கே? தாத்தாவை அழைத்தபடியே காடு முழுவதும் கண்களால் தேடிப்பார்த்துவிட்டு கழிவு நீர்கால்வாய் பக்கம் வந்தான் ரவி.

கழிவுநீர்க்கால்வாய் துளைக்கு குறுக்காக விழுந்து கிடந்தார் சாம்பைய்யா.

"தாத்தா!"

நீர் வந்துவிழும் துளைக்கு இரண்டு புறத்திலும் சகதிமண் உயர்ந்து மேலெழும்பி கிடந்தது. நடுவில் சாம்பைய்யா விழுந்து கிடந்தார். சாக்கடைத் தண்ணீரெல்லாம் சாம்பைய்யாவின் மார்பின் மேல் பொங்கி சிறிது சிறிதாக பயிர்நிலத்தில் பிரவகித்துக்கொண்டிருந்தது.

ரவி அப்படியே அதிர்ந்துபோய்விட்டான். தாத்தாவின் மேல் குனிந்து கையை பிடித்து இழுத்தபடியே "தாத்தா! இங்க எதுக்காக படுத்துட்டிருக்கே?" என்றான்.

“வந்துட்டியா கண்ணா! நீ வருவேன்னு எனக்குத் தெரியும்டா கண்ணா” சாம்பைய்யாவின் குரல் பிரவகித்தெழுகின்ற நீரின் வெள்ளத்தில் எழுப்புகின்ற ‘குடுகுடு’ என்ற சப்தத்தில் கலந்துவிட்டது.

“இதென்ன தாத்தா இங்கே படுத்துட்டிருக்கே?”

“படுத்துட்டிருக்கலய்யா! விழுந்துட்டேன்! நல்லதாப் போச்சி நம்ம நெலத்துல விழுவாமெ இருந்திருக்கேன். இல்லேன்னா இம்மட்டுக்கும் நம்ம நெலம் பூராவும் தண்ணியில மூழ்கியிருக்கும். சாக்கடை கட்டிக் கெடந்தா பயிரெல்லாம் நாசமாகிப்போயிடும். அந்த கனகய்யாப் பயதான் நான் நெனச்சபடியே செஞ்சிவச்சிருக்கான். அவனோட நெலத்துத்தண்ணி நல்லா போகுறதுக்காகஇந்தசாக்கடைக்கால்வாயோடகரையைவெட்டிவிட்டிருக்கான். எவ்வளவு பெரிய கரையை உடைச்சிவிட்டிருக்கான்னு பாரு! நேரம் நல்லா இருக்கப்போயி இந்த அறிவு எனக்குள்ள ஏற்பட்டதால சமயத்துக்கு வந்தேனா! இல்லேன்னா ஒன்னுமே மிஞ்சியிருக்குமா?”

“அதெல்லாம் சரிதான் தாத்தா! இங்க எப்பிடி விழுந்தேன்னா?”

“நெலம் புதைஞ்சு சகதியானதால காலை வெளிய எடுத்து வச்சேனா - அப்படியே சர்ருனு வழுக்கிடுச்சி. பாதங்கள் பிசகி வலிதாங்க முடியல. கணுக்கால் எலும்பு கலக்கென சப்தமிட்டது! இனி என்னால சமாளிக்க முடியல. ‘தபீர்னு’ அப்படியே விழுந்துட்டேண்டா! ஜாமத்துலருந்து எழுந்திரிக்க முயற்சிப் பண்றேண்டா. எழவே முடியலையேடா! கால் தொடை பக்கத்துல வலி தாங்க முடியல - எலும்பு கிலும்பு விலகிடிச்சோ என்னமோ?”

“தாத்தா!” திகிலடைந்துவிட்டான் பேரன்.

தாத்தாவின் தொடைபாகத்தை இரண்டு கைகளாலும் பிடித்துக்கொண்டு தூக்க முயன்றான் ரவி. கடகடவென தண்ணீர் பாய்ந்து சென்று புஞ்சையில் விழுந்தது.

“அப்பிடி இல்லேடா ரவி! மொதல்ல அந்த மண்வெட்டியெ எடுத்து கொஞ்சம் மண்ணை துளையில வீசிப்போடு. தண்ணியோட அழுத்தத்துக்கு மண்ணையெல்லாம் மொத்தமா இழுத்து அடிச்சிட்டுப்போறாப்புல இருக்கு”

“மொதல்ல நீ எழுந்திரிக்கணுமில்லையா? உன்னை அப்பிடி வச்சிட்டு மண்ணை எப்பிடிப் போடுறது?”

நான் எழுந்திரிச்சிட்டா தண்ணியோட போக்கை உன்னால தடுத்து நிறுத்தமுடியாது. நான் அழுத்திவச்சிருந்த மண்ணும்கூட அடிச்சித்தள்ளிகிட்டுப் போயிடும். மண்வெட்டியை எடுத்துக்கோ! ரெண்டு பக்கத்துலருந்தும் வெட்டிவிட்ட துளையை மண்ணைப்போட்டு இறுக்கிட்டே வா!”

ரவி மண்வெட்டியை எடுத்து நிலத்திலிருந்து மண்ணைவெட்டி துளையில் போட்டு மூடிக்கொண்டிருந்தான்.

துளையின் நடுவில் படுத்தபடியே சாம்பைய்யா தண்ணீர் போக்கின் வேகத்தைத் தடுத்து பேரனுக்கு துளையை மூடும் உபாயங்களை சொல்லிக்கொண்டிருந்தார்.

பேரன் துளையை மூடி தாத்தாவை கைகொடுத்து தூக்கி நிறுத்துவதற்குள் கிழக்கே சூரியனின் உதயகாலத்து ஒளிக்கதிர்கள் வெளிவரத் தொடங்கின.

சாம்பைய்யா வலதுகையை பேரனின் தோள்மேல் சுமத்தி, இடது கையில் கைத்தடியை ஊன்றியபடியே மெல்ல அடியெடுத்து வைத்தபடி கால்வாய்க்கரையின்மேல் நடக்கத் தொடங்கினார்.

"அடேய் ரவி கண்ணா! அந்த அர்த்த ராத்திரிவேளையில காட்டுவெளியில குறுக்கால புகுந்து தன்னந்தனியா இருட்டுக்குள்ள எப்பிடிடா வந்தே? உனக்கு பயமா இல்லையா?"

"காட்டுல தண்ணிக்குள்ளாற விழுந்து தன்னந்தனியா இருந்தப்போ உனக்கு மட்டும் பயம் வரல்லையா தாத்தா?"

நீ வருவேன்னு எனக்குத் தெரியுமில்லே?" சின்னதாக சிரித்துக்கொண்டே சொன்னார் சாம்பைய்யா.

"வரலேன்னா?" கண்களை சுழற்றிபடியே கேள்வி எழுப்பினான் ரவி.

"எதுக்கு வரமாட்டே? என்னோட பேரன் என்னை விட்டுட்டு இருக்கமாட்டான்னு எனக்குத் தெரியாதா என்ன?" சாம்பைய்யா பேரனின் தோளை மென்மையாக அழுத்தினார் தன் பாசத்தைத் தெரிவிக்கின்ற நோக்கத்தில்.

இரவு நட்டநடு ஜாமத்தில் அவர் அந்த சகதி நீருக்குள் கால் இடறி தொபுக்கென விழுந்தபோது இனி தன்னால் எழுந்து இந்த பூமியின் மேல் நிற்க முடியாதென்றே நினைத்திருந்தார். எந்த எலும்போ முறிந்துவிட்டதென்றே முடிவெடுத்திருந்தார். தொடை எலும்பு விலகிவிட்டதாக நம்பினார். ஆனால் அத்தகைய பேராபத்து ஏதும் நடக்கவில்லை. அப்படி ஏற்பட்டிருந்தால் அவரால் ஒரு அடியெடுத்து வைக்க முடியாது. இருந்தாலும் இன்றைய ஒருநாள் கழிந்தால்தான் இதனுடைய முடிவு என்ன என்பது தெரியவரும்.

"இனிமே நீ காட்டுப்பக்கமே போகவேண்டாம் தாத்தா"

சாம்பைய்யா சற்று நின்று பேரனின் கண்களை ஆராய்ந்து நோக்கினார்.

"நான் மட்டும் போறேன்!"

சாம்பைய்யா வாயைப் பிளந்து இமை கொட்டாமல் ஆச்சரியத்துடன் பார்த்தார்."

"என்ன தாத்தா அப்பிடிப் பார்க்குறே? காட்டு வேலையை என்னால செய்ய முடியாதா? கலப்பையை உழுமாட்டோட சேர்த்து கட்டுவேன், ஏரைப்பிடிச்சி நெலத்தை உழுதுடுவேன். நாற்றங்கால் பாவி பக்குவப்பட்டதும் வயல்ல நாற்று நடுவேன். பயிர்களை தண்ணிபாய்ச்சி, களையெடுத்து கவனமா வளர்த்து தக்க சமயத்துல அறுவடை செய்வேன். நல்லா பொலிபோட்டுத் தூர்ப்பு எடுத்து நெல்லுமணிகளை வீட்டுக்கு கொண்டாந்து சேர்த்துடுவேன். அவ்வளவு தானே தாத்தா விவசாயம்னு சொன்னா?"

சம்பைய்யாவின் கண்களுக்குள் அருணோதயக் கிரணங்கள் பிரதிபலித்தன.

தாத்தாவும் பேரனுமாய் ஊருக்குள் வந்து சேர்வதற்குள் இரண்டு முழம் பொழுது ஏறியிருந்தது.

ராமாலயம் அருகில் வந்துகொண்டிருக்கையில் பக்கத்துத் தெருவுக்குள் நுழைந்து செல்கின்ற அம்பாஸிடர் புத்தம் புதிய கார் திடீரென நின்றது. டிரைவர் இறங்கி வேகவேகமாக சாம்பைய்யாவின் பின்னாலிருந்து ஓடிவந்தான்.

"என்னய்யா! நம்ம அய்யா கூப்பிட்டுகிட்டே இருக்காரு. நீங்க கவனிக்காம போயிட்டேயிருக்கீங்களே?" டிரைவர் முன்னால் வந்து சாம்பைய்யாவிடம் தூரத்தில் நின்றிருந்த காரை சுட்டிக்காட்டியபடியே சொன்னான்.

"யாரு அந்த அய்யா?" சாம்பைய்யா சற்று அலட்சியமாகக் கேட்டார்.

"பிரஸிடெண்ட் அய்யா தான்!"

"எந்த பிரஸிடெண்ட்? யாருக்கு பிரஸிடெண்ட்?"

"சமிதி பிரஸிடெண்ட்டு கனகய்யா அவுகதான். உன்னெத்தான் கூப்புடுறாரு!"

சாம்பைய்யாவின் ஜீவ நாடிகளெல்லாம் அறுபட்டுப்போயின. கனகய்யா காரில் உட்கார்ந்துகொண்டு தன்னைக் கூப்பிடுகிறான். தன்னுடைய வாசல் படியில் நாயாய் வாலையாட்டிக்கொண்டு காத்துக்கிடந்த கனகய்யா காரிலிருந்து இறங்கிவரமாட்டானா? டிரைவரிடம் சொல்லி தன்னை வரச்சொல்லிக் கட்டளையிடுகிறானா?

"என்ன அப்படியே நின்னுட்டே? பிரஸிடெண்ட் அய்யா கூப்புடுறாருன்னு சொன்னா? காரு நிக்குதில்லே!" டிரைவர் எரிச்சலுடன் கூறினான்.

"அவ்வளவு அவசரமுன்னா அவரையே இறங்கி வரச்சொல்லு. போ! போயி சொல்லு!"

சாம்பைய்யாவின் முரட்டுப்பிடிவாதத்தைக்கண்டு டிரைவர் திடுக்கிட்டான். அவன் திரும்பி காரைநோக்கிச் செல்லவிருக்கையில் கனகய்யாவே காரிலிருந்து இறங்கி வந்துகொண்டிருந்தான்.

கனகய்யா கதர் கரையிட்ட வேஷ்டியும், கதர் ஜிப்பாவுமாக, தோளில் சில்க் அங்கவஸ்திரம் மடிப்புக்களையாமல் அலங்கரிக்க நடந்துவந்து - தன் முன்னால் நின்றதும் - பிரஸிடெண்ட் கனகய்யாவை காரிலிருந்து தலைவரை உற்றுப்பார்த்தார் கனகய்யா.

"என்ன சாம்பைய்யா? உன்னோட சிரமமெல்லாம் வீணாயிடிச்சே? அந்த கால்வாய்க்கு கீழே இருக்குற புறம்போக்கு நெலத்துல காலை வைக்காதேன்னு சொன்னா கேட்டியாய்யா?"

"அப்படீன்னா இப்ப என்ன ஆயிடிச்சின்னு சொல்றே?"

"என்ன ஆயிடிச்சா? போகட்டும் விடு. வேலையை ஆரம்பிச்சவன் அந்த நெலத்துக்கு பட்டாவாவது வாங்கிவச்சியா? அதுவுமில்ல. என்னைப்போல இருக்குறவங்ககிட்ட கேட்டிருந்தா நானாவது பட்டா வாங்கித் தந்துருப்பேன் இல்லையா?"

"இப்ப வாங்கித்தர்றது தானே? என்மேல அவ்வளவு அபிமானம் இருக்குறவனாயிருந்தா?"

"இனிமே இப்ப எப்பிடி வாங்கித்தரமுடியும்? நெலம் கையைவிட்டு போனதுக்குப் பிறகு? எம் பேச்சை விட்டுத்தள்ளு! ரெவின்யூ மந்திரியாலகூட இனிமே ஒன்றுமே செய்ய முடியாது தெரியுமா?"

"இப்ப உன்னையோ, அந்த மந்திரியையோ நான் வந்து எதுவுமே கேக்கப்போறது இல்லையே! அட போய்யா! அங்கன புறம்போக்கு நெலம் கரடுமுரடா ஏதோ கொஞ்சம் அனாதையா கேட்பாரற்று கிடந்தது. மத்தவங்க எப்பிடி அதுல சாகுபடி செஞ்சிகிட்டாங்களோ அதேபோல நானும் ஒரு சின்னோண்டு துண்டு துக்கடா நெலத்தை செமபண்ணி சாகுபடி செஞ்சேன். பொழுது என்முகத்துலதான் விடிஞ்சதா உனக்கு?"

"அந்த நெலத்தை அரசியல் சம்பந்தப்பட்ட ஆளுக்குக் கொடுத்துட்டாங்க"

"கட்டாந்தரையை பழுதுபார்த்து பயிர் விளையிற நெலமா மாத்துனது நானு. மேட்டையும் பள்ளத்தையும் சமமாக்கி ஏரைப் பிடிச்சி உழுதது நானு. கஷ்டப்பட்டு சாகுபடி செஞ்சிட்டிருக்குறது நானு. அப்படியிருக்கும்போது அரசியல் சம்பந்தப்பட்டவனுக்கு எதுக்குய்யா கொடுப்பாங்க? அவன் என்ன செஞ்சான்னு?" சாம்பைய்யாவின் குழிவிழுந்த கண்களிலிருந்து நெருப்புத் துண்டங்கள் கனன்றன.

"இப்பிடி எடக்கு தடக்கா பேசாதே? அரசியல் சம்பந்தப்பட்டவன்னா என்ன நெனச்சிகிட்டே? வாய்க்கு வந்ததை சடக்குமேனிக்குபேசிட்டிருக்கே? தேசத்துக்கு சுதந்திரம் வாங்கித் தந்தவன். பாரதமாதாவின் விலங்குகளைத் தகர்த்தெறிந்தவன்! அரசாங்கத்துக்கு பாத்யமானவன்னா என்னன்னு நெனச்சே? தேசத்துக்காக சர்வத்தையும் இழந்தவங்க. காந்தியார் உப்புச் சத்தியாகிரஹத்துல

கலந்துகிட்டு ஆங்கிலேயன்கிட்ட செம்மையா அடிவாங்கி ஜெயிலுக்குப்போயி படாத கஷ்டமெல்லாம் பட்டவங்க. காந்தியார் நெருப்புல குதிக்கச் சொன்னாருன்னா அப்படியே நெருப்புல குதிக்கவும் தயாரா நின்னவங்க. அன்னியத்துணி பகிஷ்கரிப்புல வெளிநாட்டு ஆடைகளைத் தீயிட்டு எரிச்சவங்க.

"கள்ளுக்கடை மறியல்ல கலந்துகிட்டு கள்ளுக் கலயங்களை யெல்லாம் ஒடச்சவங்க. ஆமா தெரிஞ்சுக்கோய்யா. பெருசா சொல்ல வந்திட்டே?" - இன்னும் சொல்லணும்னா

"லாட்டி அடிகளெயெல்லாம் தாங்கிகிட்டவங்க. ஜெயிலுக்குப் போயி சத்தியாகிரஹப் போராட்டத்துல எறங்கி உண்ணாவிரதமிருந்து நம்ம தேச சுதந்திரத்துக்காக எத்தனையோ கஷ்டங்களையெல்லாம் தாங்கிகிட்டு அன்னியனை இந்த நாட்டைவிட்டே விரட்டி யடிச்சவங்களாக்கும்.

நீ என்னவோ காலையில கண்ணுமுழிச்சா மாட்டோட வாலைப் பிடிச்சி இழுத்து பூமியெ உழுதுகிட்டு நிம்மதியா உட்கார்ந்துகெடக்குறவன் தானய்யா?

இப்ப வந்து 'பூமி பூமி'ன்னா எப்பிடி வந்து சேரும்?" கனகய்யா அங்கவஸ்திரத்தை உதறிப்போட்டபடியே கோபாவேசத்துடன் கூறினான்.

"அதெல்லாம் எனக்கு எதுக்கய்யா? இவ்வளவு சொன்னியே! ஆனாலும் இந்த பூமிக்காக அவங்க என்ன செஞ்சாங்கன்னு சொல்லுய்யா பார்ப்போம்! ஒரு கல்லைத் தூக்கி நகர்த்துனாங்களா? ஒரு கூடை மண்ணை அள்ளிப்போட்டாங்களா? ஒரு சொட்டு வியர்வையாவது சிந்துனாங்களா?" சாம்பைய்யா கனகய்யாவை நேருக்குநேர் நின்று கேட்டார்.

அதற்குள் ராமாலயம் திண்ணையில் உட்கார்ந்தவர்கள், அந்த வழியாக வந்து போய்க்கொண்டிருந்தவர்கள் என்று பத்துப் பதினைந்து பேர்கள் வரை கூட்டமாக சுற்றிலும் நின்றிருந்தார்கள்.

"என்ன சாம்பைய்யா உன்னோட உருப்படாத பேச்சும் நீயும்? இப்பிடியிருந்தேன்னா இனி இந்த ஜன்மத்துக்கும் சரிப்பட்டு வரமாட்டேய்யா!" கனகய்யா அருகிலிருந்த வனைத் திரும்பிப்பார்த்து - "கேட்டியா வீரய்யா, இந்த சாம்பைய்யாவோட வாக்குவாதத்தை? கால்வாய்க்கரைக்கு அடுத்தாப்புல இருக்குற அஞ்சு ஏக்கர் நெலத்தை நம்ம அரசாங்கம் அரசியல் சம்பந்தப்பட்ட தியாகிக்கு கொடுத்துட்டதுன்னா, இந்த மனுஷன் எப்பிடி பேசுறாங்குறதெ கேட்டுட்டுத்தானேயிருக்கே?" என்றான்.

"கால்வாய்க்கரைக்கு அடுத்தாப்புல இருக்குற நெலமா? என்ன நம்பரு?" வீரய்யா ஆர்வமாய் கேட்டான்.

"அதுதான்ய்யா எங்க காட்டுக்கும், கால்வாய்க்கும் நடுவுல இருக்குற புறம்போக்கு நெலம்!"

"யாருக்கு குடுத்துட்டாங்களாம்?" பஞ்சாயத்து போர்டு நான்காவது வார்டு மெம்பர் சூரய்யா கேட்டான்,

"ரெட்டிபாலம் ராமானந்தம்ங்குறவருக்கு கொடுத்திருக்காங்க"

"எப்பவாம்?" ரெண்டாவது வார்டு மெம்பர் கேட்டான்.

"தற்சமயத்துலதான்! அதுவும் ஒரு வருஷமாகப்போகுது. எனக்கு முந்தாநேத்துதான் தெரிஞ்சது. அந்த இடத்தை விட்டுட்டு வேற எங்கயாவது பார்த்துகிடுவானோன்னுதான்... பாவமேன்னு நெனச்சி சொல்லிட்டிருந்தா பாருங்கய்யா இந்த சாம்பைய்யா எப்பிடி பேசுறான்னு?"

"அதெல்லாம் சரிதான்! நம்ம ஊருக்கு மின்சாரம் எப்ப கொண்டுவரப்போறீங்க?" பஞ்சாயத்துதலைவர் வீரய்யா கேட்டான்.

"சாங்ஸன் ஆயிடிச்சில்ல? வர்ற மாசத்துல போட்டுடச் சொல்லிடறேன்!"

"எங்க சந்துல கம்பம் வர்றாப்புல பாருங்க பிரஸிடெண்ட் அய்யா"

"எங்க சந்துல இருக்குற அத்தனை பேரும் ஒரு ஓட்டுகூட தவறவிடாமெ உங்களுக்குத்தானே போட்டிருக்கும் பின்னே?"

"இந்த வருஷம் எருக்கள் கோட்டா கொஞ்சம் மொதல்லயே கிடைக்கிறமாதிரி செய்யுங்க பிரஸிடெண்ட் அய்யா" எருக்களை ஸ்டாக் செய்து விலையுயர்த்தி ப்ளாக்கில் விற்கும் இரண்டாவது வார்டு மெம்பர் சொன்னான்.

"போன வருஷம் கோட்டா எனக்கு வாங்கித்தர்றதா சொன்னீங்க! ஒன்னுமே செய்யல்ல. இந்த வருஷமாவது நிச்சயமா வாங்கித் தந்துடுங்கோய்!" மூன்றாவது வார்டு மெம்பர் சூரய்யா சொன்னான்.

"கனகய்யா சாரோய்! எனக்கு ஒரு டிராக்டர் வாங்கித்தரக் கூடாதா!" என்றான் ராமசுப்பைய்யா.

"உனக்கெதுக்கய்யா டிராக்டரு? உங்கிட்ட அவ்வளவு பெரிய விவசாயம் இல்லையே?" அது தனக்கே வந்து சேரவேண்டுமென்பதைப்போலச் சொன்னான் ராம கோட்டய்யா.

"பிளாக்குல வித்தாலும் ஆறு ஏழு ஆயிரம் கிடைக்கும். விவசாயந்தான் செய்யணுமா என்ன?" என்றான் சந்திரமௌலி.

"யார் யாருக்கு எது தேவையோ கேட்டுடவேண்டியது? வாவா போகலாம்!" இளைஞன் பிரகாசம் வேட்டியை உதறி மடித்துக்கட்டியபடியே பக்கத்திலிருப்பவனை அழைத்துக்கொண்டு நடையைக் கட்டினான்.

அதற்குள் சாம்பைய்யா பேரனின் தோளை ஆதரவாகப் பற்றியபடி ராமாலயத்தைத் தாண்டி மக்கள் கூடும் சாவடிக் கட்டிடத்தையும் கடந்து சென்றுவிட்டிருந்தார்.

"வண்டியை இங்க திருப்பிகிட்டு வாய்யா" கனகய்யா டிரைவரைக் கட்டளையிட்டான்.

இன்னும் அங்கே மிச்சமாகிப்போனவர்களை உத்தேசித்து கூறினான்.

"இன்னக்கே ஹைதராபாத் போகப்போறேன். சீப் மினிஸ்டர் அய்யா வர்ற மாசத்துல நம்ம ஊருக்கு வரப்போறாரு. நம்ம கிராம பஞ்சாயத்து புது கட்டடத்துக்கு முக்கிய மந்திரிதான் அடிக்கல் நாட்டப்போறாரு. நம்ம ஊருல ஏற்பாடுகளெல்லாம் பிரம்மாண்டமாக நடத்தணும். என்ன வீரய்யா நான் வரட்டுமா?"

கனகய்யா காரில் ஏறினான். கார் புழுதியை வாரி இறைத்தபடியே சென்றுவிட்டது.

"தாத்தா, இந்த அரசாங்கம் யாருடையது?"

"மக்களுடையதாம்!"

"மக்கள்னா யாரு?"

"நாம எல்லாருந்தானாம்?"

"இந்த பூமி யாருடையது?"

"அரசாங்கத்துதாம்?"

"அரசாங்கமே நம்மதுன்னா அரசாங்க பூமியும் நம்முடையதுதானே தாத்தா?"

"ஆனா கனகய்யா இல்லேன்னு சொல்றானே?"

"அப்படீன்னா கனகய்யாவோடதா அரசாங்கம்?

மண்மேட்டில் ஏறவைத்து குடிசைக்குள் அழைத்துச் செல்கையில் சற்றே நின்று தாத்தாவின் கண்களுக்குள் பார்வையைச் செலுத்தியவனாய் கேட்டான் பேரன்.

72

ஒரு வாரமாக கட்டிலிலேயே படுத்துக்கிடந்தார் சாம்பைய்யா. தெம்பில்லாமல் விழுந்துகிடந்தாலும் பேரன் மீது வைத்திருக்கும் அபிமானம் விடவில்லை. பூமியின்மேல் பற்று போகவில்லை. என்னென்னவோ கலக்கங்கள்! குழப்பங்கள்!

காட்டுல பயிர்கள் எப்பிடி இருக்கோ? ஈரம் எப்பிடி இருக்கோ? களை புதரா மண்டிக்கிடக்குதோ என்னவோ? சுரை பாத்தியில தண்ணி ஊத்துனியா? புடலங்காய்களுக்கு கல்லைக்கட்டித் தொங்கவிட்டியா? சீனியவரைக்காய் முத்திப்போகுதோ என்னமோ? கத்திரிச் செடியில பூச்சி விழுந்துடிச்சான்னு கவனிச்சியா? ஈரமண்ணுல வேண்டாதவங்க கால்தடம் ஏதாவது பதிஞ்சிருக்காப்புல தெரியுதான்னு பார்த்தியா?" பேரன் தாத்தாவிற்கு சேவை செய்தபடியே அவர் கேட்ட கேள்விகளுக்கும் திருப்தியான பதில்களைச் சொல்லி சமாதானப்படுத்திக்கொண்டிருந்தான்.

அன்று காலையில் விழிப்புத் தட்டியதுமே எழுந்து ரவி தாத்தாவின் நெற்றியின்மேல் கைவைத்துப் பார்த்தான்.

"தாத்தா! காய்ச்சல் கொறைஞ்சிடுச்சி. உடம்பு ஜில்லுனு இருக்கு" என்றான். சாம்பைய்யா கண்களைத் திறந்து ரவியைப் பார்த்தார். இத்தனை நாட்களாகத் தென்பட்ட சோர்வு இல்லை. கண்களில் சற்றே உற்சாகம் வெளிப்பட்டது. உடம்பு வியர்த்திருந்தது. பேரனின் கைத்தாங்கலுடன் எழுந்து உட்கார்ந்தார்.

"பெரிய கனவு வந்தது கண்ணா! அந்த கனவுலயே என் நோயெல்லாம் பறந்து போயிடுச்சி"

"என்ன கனவு தாத்தா வந்தது?" பேரனின் கண்கள் மிளிர்வுற்றன.

"எத்தனை நாளாச்சி கண்ணா நான் படுத்தே கிடந்திருந்தேனா?"

ரவி விரல்களை மடித்து கணக்குப் பார்த்துவிட்டு - "இன்னக்கோட ஏழு நாளாயிடிச்சி தாத்தா" என்றான்.

"ஏழு நாளா? பயிரெல்லாம் காய்ஞ்சி நெல்லுமணியெல்லாம் உதிராம இருக்கா என்ன?"

"இல்ல யில்ல தாத்தா! நெலம் இன்னும் காயல்ல."

சாம்பைய்யாவின் முகம் மலர்ந்திருந்தது. பேரனின் தலையில் விரல்களை விட்டு தடவியபடியே கண்களை துழாவிப் பார்த்தார்.

"இன்னும் அரிசிக்குருணை இருக்குதா கண்ணா?"

"இருக்கு தாத்தா! இன்னைக்கும் நாளைக்கும் வரை இருக்குது!"

சாம்பைய்யா வருத்தத்துடன் சிரித்தார் பேரனைப் பார்த்தபடியே. "மறுபடியும் எழுந்து நடப்பேன்னு நெனக்கலைடா கண்ணா! இன்னும் இந்த பூமியில எனக்கு தொடர்பும் பந்தமும் விட்டுப்போகலை போலிருக்கு! அதுனாலதான் மறுபடியும் எழுந்திரிச்சி உட்கார்ந்திருக்கேன்"

"லாங் லிவ் தாத்தா?"

"என்னடா கண்ணா நீ சொன்னது?"

"நான் ஒன்னுமே சொல்லலியே தாத்தா"

"இப்பத்தான ஏதோ லிவ்வு - லாங்குன்னு - சொன்னியே?"

தன்னுடைய மனதிலிருந்த உணர்வுகள் உதடுகளைத் தாண்டி வெளிப்பட்டதென்பதை அவனால் எடுத்துக்கூற முடியவில்லை.

சிதறிப்போகின்ற பார்வையை நிலைநிறுத்தி தாத்தாவைப் பார்த்தான் ரவி.

"உனக்கு சாவு என்பதே இல்லை தாத்தா!"

சாம்பைய்யாவின் உள்ளம் அமிர்த பிரவாகத்தில் திளைத்தது! பேரன் தனக்கு அமரத்வத்தை பிரஸ்தாபிக்கிறான். அவனைவிட சிறந்த மனிதர்கள் இப்புவியில் பிறந்ததில்லை. அவனைவிட சிறப்பான கடவுள் இல்லையென்றே சொல்லலாம். குழந்தை வாக்கு தெய்வ வாக்கு என்றே சொல்வார்கள்.

ஆனால்.... ஆனால்...

"வேர் அறுந்த செடி பிழைக்காது. காய்ந்துபோன கிளை பூமியில் நிற்காது. வா ரவி!" சாம்பைய்யாவின் கண்களுள் வெளிச்சமும் இருளும் போட்டி போட்டுக்கொண்டிருந்தன.

வெளியே சொல்ல இயலாத உணர்வுகள் சாம்பைய்யாவின் முகத்தில் வெளிப்பட்டன.

"சிரஞ்சீவி! என் பேரன் சிரஞ்சீவி!"

"என்ன தாத்தா சொல்லிட்டிருக்கே?"

"நான் எதுவுமே சொல்லல்லியே?"

சாம்பைய்யா தன்னுள் தானே சொல்லிக்கொண்டார்.

"என் பேரன் சிரஞ்சீவின்னு சொன்னியே தாத்தா?"

“ஆமா! என் பேரன் சிரஞ்சீவியா வாழணும்!” சாம்பைய்யா பேரனை அருகில் அழைத்து தலையை வருடினார்.

“தாத்தா, அரிசி நொய்யி இருக்கு! கஞ்சி காய்ச்சித்தாரேன் இரு!”

“உப்பு கொஞ்சம் தூக்கலாவே போடுய்யா கண்ணு! செத்துப்போன நாக்குக்கு நல்லா சொரணை வரும்”

பேரன்அடுப்புக்கு முன்னால் உட்கார்ந்து கஞ்சி காய்ச்சிக் கொண்டிருப்பதைக் கண்ணிமைக்காமல் பார்த்தபடியே உட்கார்ந்திருந்த சாம்பைய்யாவின் நெஞ்சும் கொதி கொதியென கொதித்துக் கொண்டிருந்தது.

இந்தக் கொழந்தைக்கி ஊஞ்சல் போட்ட அன்னக்கி எவ்வளவு ஆடம்பரமா நடந்தது? எத்தனைபேரு நூத்துக்கணக்குல வந்திருந்தாங்க? வீட்டுக்கு முன்னாடி எத்தனை கார்கள் நின்னது? அதிகாரிகள், பெரிய பெரிய கனவான்கள், வியாபாரிகள், பெரிய பெரிய படிப்பு படிச்சவங்கள்லாம் வந்திருந்து குழந்தைக்கி எத்தனையோ பரிசுப்பொருளெல்லாம் கொண்டுவந்து தந்தாங்க. அந்த ஊஞ்சல் தொட்டில் ஒன்றுமட்டும் ரெண்டு கோட்டை தானியம் விலை பெறும். குழந்தைக்கிப் போட்டிருந்த ஆடையென்ன? தங்க அரையணை என்ன? கழுத்துச்சங்கிலி கைகள்ல காப்பு, மோதிரங்கள் எல்லாமே தங்கத்தால செஞ்சது! அப்பிடியொரு விழாவை நான் பொறந்து புத்திவந்த நாள்லருந்து யாருமே கொண்டாடுனதை பார்த்ததில்லே.

அன்றைய நாளில் நான் குனிந்து தொட்டிலில் படுத்திருந்த குழந்தையைப் பார்த்தபோது அவன் என்னுடைய வாரிசு இல்லை. வரூதினியின் மகன். பலராமய்யாவின் பேரன் மட்டுமே என்று நினைத்தேன். ஆனால் அவனோ என் சுட்டுவிரலைக் கையில் பிடித்துக்கொண்டு இழுத்தான். கண்களை நிறுத்தி என்னை பார்த்தான். அவன் அப்போதே தன் தாத்தாவை அடையாளம் கண்டுகொண்டானென்று நினைக்கிறேன். ஆனால் நான்தான் புரிந்துகொள்ளவில்லை. நான்தான் மோசம் போனேன்.

"தாத்தா! வெந்ததான்னு பாரு?” புகைபடிந்த துணியால் ஆவி பறக்கின்ற சட்டியை அடுப்பிலிருந்து இறக்கி சாம்பைய்யாவின் முன்னால் வைத்தான் ரவி.

சாம்பைய்யாவின் நெஞ்சே வெடித்துவிடும்போலிருந்தது. ஏழுநாள் பட்டினிக்குப்பிறகும்கூட பசியே தோன்றவில்லை. திடுக்கிட்ட நிலையில் பேரனையே பார்த்துக்கொண்டிருந்தார்.

பேரன் காய்ச்சித் தந்த கஞ்சியைக் குடித்ததும் சாம்பைய்யாவின் உடல் மதியத்திற்கெல்லாம் சற்றே தெம்புடன் காணப்பட்டது. சுருட்டைப் பற்றவைத்து புகையை பக் பக்கென வெளிவிட்டபடியே கைக் கம்பை ஆதரவாகப் பற்றிக்கொண்டு மெல்ல மெல்ல காலை நகர்த்தியபடியே குடிசையை விட்டு வெளியேவந்தார். பரந்து விரிந்து கிடந்த விண்ணும்,

மண்ணும், செடி கொடிகளும், நீரும், காற்றும் எல்லாமே புத்தம் புதிதாய், வினோதமாய் தோன்றின.

இவை நித்ய நூதனம். இவற்றிற்கெல்லாம் தளர்வோ மரணமோ இல்லை! நித்ய நூதனம். நித்ய யௌவனம்! சஸ்ய ஸ்யாமளம்! இவற்றின் அழகைப் பகுருவதற்காகவே நான் மறுபடியும் பிறந்திருக்கிறேன். இவை பிராண தானம் செய்பவைகள்! மனிதனுக்குள் புஷ்டியைத் தருபவை? சந்தோசத்தை அளிப்பவை! மனிதன் இவற்றைப் பெறுவதற்காகவே வாழ்கிறான். அவையும் மனிதர்களுக்காகவே உருவாயிருக்க வேண்டும். இயற்கையைப் போற்றித் துதிக்காதவன் மனிதனே அல்ல.

சாம்பைய்யாவின் மனம் சிறகடித்த பறவையாய் நீல வண்ண வானத்தின் வெள்ளி மேகங்களுக்கிடையில், செடிகொடிகளின் பசுமைகளுக்குள், நீரின் குளுமையில், பூமியின் மேடுபள்ளங்களுக்கிடையில் ஆனந்த வெள்ளமாய் பயணித்துக்கொண்டிருந்தது.

"தாத்தா! கீழே விழுந்துடப்போறே! உள்ள வந்துடு!" பேரன் வந்து தாத்தாவின் கையைப் பிடித்து குடிசைக்குள் நடத்திச்சென்று கட்டிலின்மேல் உட்காரவைத்தான்.

"ரவி! நீ உடனே ஓடிப்போய் எல்லமந்தாவின் மகன் நரசிம்மனை ஒரு குரல் கூப்பிட்டு வாடா! நாளை பயிர்களை அறுத்து கட்டுகளெ ஒரு எடத்துல குமுச்சி வச்சிடுவோம்!"

"தாத்தா!"

"அவனும், நீயும் சுமைகளைக் கட்டித் தூக்கிட்டுவந்தா நான் குவியல் போட்டுடறேன். பொழுது சாயறதுக்குள்ளே எல்லாத்தையும் குமிச்சி ஒன்னு போல அடுக்கி கட்டிவச்சிடலாம்."

"தாத்தா! இன்னமும் நீ காட்டுக்கு வரப்போறியா? கட்டுகளை அடுக்கி ஒன்னுக்குமேல ஒன்னா வச்சி குவியல் போட்டுட நெனக்கிறியா?"

"ஆமா! போடத்தான் போடுவேன்! இன்னும் சொல்லப்போனா பொலியடிச்சி நெல்லு மணிகளெ உதிர்த்து தூர்த்துவிடுதெரெ பார்க்கத்தான போறே இந்த சாம்பைய்யா தாத்தா வீரப்பாபெ?"

73

“என்ன சின்ன மொதலாளி நீங்க? அத்தனை தடவை முறுக்கிக் கட்டுறீங்க? உங்களால அவ்வளவு சுமக்க முடியாதாக்கும்?” நரசிம்மன் இரண்டு கைப்பிடி பயிரை எடுத்துவைத்துவிட்டு மீதியை கட்டாகக் கட்டி ரவியின் தலையில் வைத்தான்.

கழுத்து நரம்புகளை இறுக்கிபிடித்து தலையின்மேலிருந்த கட்டை இரண்டு கைகளாலும் பிடித்துக்கொண்டு புறப்பட்டான் ரவி. அவன் கால் பதித்த அடையாளங்கள் ஈரம் காயாத மண்ணில் பதிந்திருந்தன. ஆரம்பத்தில் லேசாய் கனத்த கட்டு வரவர பாரமாய் தோன்றியது. இன்னும் பெரிய கட்டையும் சுமக்க முடியும் என்று நினைத்திருந்த ரவிக்கு களத்து மேடுவரை தலையிலுள்ள கட்டை சுமப்பது கடினமாகவே தோன்றியது.

அறுத்துப்போட்ட பயிர்களைத் தலையில் வைத்துக்கொண்டு புஞ்சைகளையும், நஞ்சைகளையும் கடந்து நடந்து வந்துகொண்டிருந்த பேரனைப் பார்த்ததும் சாம்பைய்யாவின் மெய் சிலிர்த்து நின்றது.

“அப்பிடி அப்பிடிதான் மெதுவாக தூக்கித் தா!” சாம்பைய்யா பேரன் இறக்கிய முதல் சுமையை வாங்கி ஒன்றுபோல பரத்தி வைத்து நடுபாகத்தில் கட்டினார். நரசிம்மன் சுமையை கொண்டுவந்து இறக்கினான். ரவி இரண்டாவது சுமைக்காக ஓட்டம் பிடித்தான்.

“பேரனா சாமி! உங்களுக்கு மேலயில்ல இருக்கான்!” நரசிம்மன் தலையின் முண்டாசை இறுக்கியபடி சாம்பைய்யாவிடம் சொன்னான். சாம்பைய்யா பயிரைப் பிரித்து நடுப்பாகத்தில் கட்டியபடியே தனக்குள் தானே சிரித்துக்கொண்டார்.

நரசிம்மன் திரும்பி வருவதற்குள் ரவி இன்னுமொரு சுமையை கட்டித்தானே தலையின்மேல் தூக்கி வைத்துக்கொள்ள முயன்றுகொண்டிருந்தான்.

பொழுது மளமளவென ஏறிக்கொண்டிருந்தது.

நெற்பயிர் படப்பு முழங்கால் உயரம் உயர்ந்திருந்தது.

சாம்பைய்யா படப்பின்மேல் உட்கார்ந்தபடியே கட்டுகளை வாங்கி ஒன்றுபோல் பரத்திவைத்தபடியே, கைத்தடியினால் ஓரங்களை ஒன்றுபடுத்திக்கொண்டிருந்தார்.

பொழுது தலைக்குமேல் வந்திருந்தது.

குவிப்பு இடுப்பளவு உயர்ந்திருந்தது.

சாம்பைய்யா குவிப்புடன் சேர்ந்து மேலே ஏறிக்கொண்டே சென்றுகொண்டிருந்தார்.

பொழுது திரும்பியிருந்தது!

கீழே பேரன் சுமைகளைச் சுமந்து வந்துகொண்டிருந்தான்.

குவிப்பின் மேல் தாத்தா வெயிலில் பளபளத்துக் கொண்டிருந்தார். மேலேயிருந்தபடியே கீழ்நோக்கி பார்வையை செலுத்தினார் தாத்தா. தலையில் சுமையைத் தூக்கிப்பிடித்தபடி வந்துகொண்டிருந்த ரவி இன்னும் சிறியவனாகத் தென்பட்டான்.

“பேராண்டி சாமி! இந்தக் கட்டோட நிறுத்திடுங்க. பொழுது திரும்பிடுச்சியில்ல! புவ்வா திங்காண்டாமா!” சுமையை இறக்கியபடியே சொன்னான் நரசிம்மன்.

“என்னால எறங்க முடியாது. எறங்கிட்டா மறுபடியும் ஏற முடியாது. அதுனால நீ சாப்புட்டுட்டு மிச்சத்தை மேல ஏந்தித் தந்துடு. அங்கயே உட்கார்ந்து சாப்புட்டுக்கிடுறேன்!” பேரனிடம் கூறினார் சாம்பைய்யா.

“மொதல்ல நீ சாப்பிடு! தாத்தா!” என்றபடியே ரவி சோற்று மூட்டையை தாத்தாவை நோக்கி வீசினான்.

சாம்பைய்யா இரண்டுகைகளாலும் சோற்று மூட்டையைத் தாங்கிப்பிடித்து “சின்னக் கொழந்தெ நீ! மொதல்ல நீ தாண்டா திங்கணும்?” என்றார்.

“வயசானவன்! மொதல்ல நீதான் தாத்தா திங்கணும்!” கீழேயிருந்து கத்திச் சொன்னான் ரவி.

“அம்மாடியோவ்! பேராண்டி என்னமா பேசுறே டா?”

“நீ பேசலியா என்ன?” பேச்சுக்குப்பேச்சு பதிலளித்தான் பேரன். சாம்பைய்யா சோற்று மூட்டையை அவிழ்த்து சோற்றைப் பிசைந்து ஒரு உருண்டை எடுத்தார்.

“அய்யா அவுகளே! அய்யா அவுகளே! அம்மாவுக்கு பெரசவ வலி வந்துடிச்சி!”

“பையனா! பொண்ணா!”

“இன்னும் பெரசவம் ஆகலீங்க. அம்மா ரொம்ப துடிச்சிட்டிருக்காங்க வலியோட. வெரசுக்கா பொறப்பட்டு வாங்கய்யா!”

படபடவென்று சொல்லிய ராமியின் உருவம் சாம்பைய்யாவின் முன் நிழலாடியது.

வைக்கோல் கொட்டகைக்குள் உட்கார்ந்து சாப்பிட்டுக்கொண்டிருந்த சோத்து உருண்டையை அப்படியே கின்னத்தில் போட்டுவிட்டார். அன்று! துர்கம்மைக்கா - அல்ல - தனக்குப் பிறக்கப்போகும் மகனுக்காகத்தான்! துர்கம்மைக்கு பிரசவம் ஏற்பட்டது. வெங்கடபதி மண்ணில் வந்து விழுந்தான்! அந்த வெங்கடபதியின் மகன் ரவி தனக்காக சோற்றை எடுத்துத் தந்து சாப்பிடச் சொல்கிறான் இன்று!

"என்ன தாத்தா பார்த்துட்டிருக்கே? பச்சடியில காரம் போதாதா என்ன?" கீழேயிருந்து அப்பாவியாய் கேட்கிறான் பேரன்.

"உப்பு கூடிட்டதுடா"

"சாப்புட்டுப் பார்க்காமெ எப்பிடித்தான் சொல்றாரொ இந்த தாத்தா?"

"எம் பேரனோட சங்கதி எனக்குத் தெரியாதா என்ன?" சாம்பைய்யா பேரனுக்கு கோபமூட்டியபடியே சோற்று உருண்டையை வாயில் வைத்துக்கொண்டார்.

பொழுது இறங்க ஆரம்பித்திருந்தது!

குவியல் பேரன் உயரத்திற்கு எழும்பி நின்றது.

அறுவடை செய்த பயிரில் மூன்று பங்குக்கும் மேலாகவே படப்பில் சேர்ந்துவிட்டிருந்தது.

சாம்பைய்யா பல்லைக்கடித்தபடி இல்லாத தைரியத்தை வரவழைத்துக்கொண்டவராய் நெற்கட்டுகளை வாங்கியடிபயே படப்பை மேலும் மேலுமாய் பரத்திவைத்துக்கொண்டிருந்தார். வளைந்திருந்த காலை நீட்டிக்கொண்டும் மற்றொரு காலை மடக்கியும் கட்டுகளின்மேல் உட்கார்ந்திருந்தார்.

கண்களுக்கு மேல் கையை வெயில்படாமல் நீட்டிப் பிடித்தபடி பொழுதைப் பார்த்தார் சாம்பைய்யா. தலையைத் தாழ்த்தி காடுமுழுவதையும் ஆராய்ந்து பார்த்தார். தலையின் மேல் சுமையை வைத்துக்கொண்டு வருகின்ற ரவி ரொம்பவும் சின்ன உருவமாகத் தோன்றினான். படப்பின்மேல் உயரத்தில் உட்கார்ந்திருந்த சாம்பைய்யாவின் கண்களுக்கு. பேரன் சுமந்துவந்துகொண்டிருந்த சுமையின் நுனிப்பாகத்திலுள்ள நெற்கதிர்மணிகள் மேலும் கீழுமாய் அசைந்தபடி மேற்கே சூரியன் மறையப்போகும் மாலை நேரத்து வெயிலில் பொன்மணிகளாய் பிரகாசித்துக்கொண்டிருந்தன! பொன்மேனியாய் பிரதிபலித்துக்கொண்டிருக்கும் தானியக் கொத்துகளைக் கண்டதும் சாம்பைய்யாவின் இதயத்திற்குள் கோடிக்கணக்கான நட்சத்திரங்கள் ஒளிபரப்பி பிரகாசித்தன.

பயிர் நல்லாத்தான் வெளஞ்சிருக்கு. கொத்துக் கொத்தாய் முற்றிய நெற்கதிர்கள்! படப்பும் தேவையான உயரத்துல நிக்குது.

எப்பிடியாயிருந்தாலும் ரெண்டு கலத்துக்கு மேலயே உதிரும். தானியங்களின் தரமும் உயரத்துலதானிருக்கு. வர்ற வருஷம் நல்லதா உழவு மாடுகளை வாங்கிடலாம். காளைகளாயிருந்ததுன்னா பக்கத்துல இருக்குற ரெண்டு ஏக்கரு கட்டாந்தரையா கெடக்குற நெலத்தையும் கூட சாகுபடி செஞ்சிக்கிடலாம்.

ஒரு நாலு வருஷம் இப்பிடியே கஷ்டப்பட்டோமுன்னா ரெண்டு ஏக்கருக்குப் பக்கத்திலுள்ள வயலையும் வாங்கிடலாம். வித்துட்டுப் போறவங்க நெறைய பேர் இருக்காங்க. அந்த கனகய்யா மட்டும் எத்தனை காலம் வரைக்கும் விவசாயத்தை செஞ்சி அழப்போறான்? சொந்தமா எங்க செய்யப்போறான்? யாராவது ஒருத்தரு செய்ய வேண்டியதுதான்? வெங்கடபதி பொறந்தப்போ அந்த கனகய்யாவுக்கு 'என்னுது'ன்னு சொல்லிக்க ஒரு செண்ட் பூமி கிடையாது. தனக்கு மட்டும் என்ன கொஞ்ச நஞ்சமா இருந்தது? வெங்கடபதிக்கு கல்யாணம் நடக்குறப்போ எவ்வளவு சம்பாத்தியம் செஞ்சி வச்சிருந்தேன்? எழுபது ஏக்கர் நஞ்சை, காடு கரை, மேட்டுத்தெரு வீடு, காலி நெலம், தொழுவம், பனங்காடு, தோப்பு, புஞ்சை, மானம் பார்த்த பூமின்னு! கஷ்டப்படுறவனுக்கு இதெல்லாம் கூடிவர எத்தனை வருஷம் பிடிக்கப்போவுது? நேரம் மட்டும் நல்லாருந்தா உழைச்சவனை சும்மாவிடமாட்டா இந்த பூமித்தாய்! தன்னைப்போல தன்னோட பேரனும் கஷ்டஜீவி. தன்னைக் காட்டிலும் அவனுக்குத்தான் புத்திசாலித்தனம் ஜாஸ்தி! கணக்கு வழக்கெல்லாம் தெரிஞ்சவன். அவன் தன்னால முன்னுக்கு வருவான். தன்னைவிட அதிகமாத்தான் காடு கரைன்னு சம்பாதிப்பான். அவன் கல்யாணத்துக்கெல்லாம் கொறஞ்சது பத்து ஏக்கருக்காவது சொந்தக்காரன் ஆயிடுவான்! அவன் தன்மகன் வெங்கடபதிக்கு தான் கொடுத்ததைவிட அதிகமாகவே தருவான். அவ்வளவு திறமை அவனோட கைகள்ல அடங்கியிருக்கு.

பேரன் தன்னோட அப்பா அழிச்ச சொத்தையெல்லாம் சம்பாதிச்சிக் காட்டுவான். கனகய்யாவோட பேரன் தன்னோட பேரனுடைய காலடியில் வந்து விழுற நாட்கள் வரத்தான் போகுது.

சாம்பைய்யா தன்னுடைய பார்வையை சுழற்றி சுற்றிலுமுள்ள காடுகளையெல்லாம் பார்க்கத் தொடங்கினார்.

வயல் வரப்புகளெல்லாம் நடு நடுவே தகர்ந்துகிடந்தன. கண்ணுக்கெட்டிய தூரம்வரை அந்த பூமி முழுவதும் ஒரே சமதளமாய் தென்பட்டன. நூற்றுக்கணக்கனா கூலிகள் வேலை செய்துகொண்டிருக்கிறார்கள். எத்தனை எத்தனையோ கலப்பைகள், எத்தனையோ கோடாலிகள், மண்வெட்டிகள், கடப்பாறைகள் - எத்தனையோ கைகள் - எல்லோருக்கும் முன்னால் நின்றபடி வேலை வாங்கிக்கொண்டிருக்கிறான் தன்னோட பேரன் ரவி!

நூற்றுக்கணக்கில் நெற்சுமைகள் வந்து விழுகின்றன. படப்பு வேக வேகமாய் மேலே உயர்ந்து செல்கிறது. இன்னும் இன்னுமாய் உயர்ந்துகொண்டே.... அதன்மேல் உட்கார்ந்திருந்த அவரும் மேலே உயர்ந்துகொண்டே செல்கிறார். ஆகாயத்தை தொடுகின்றவரை மேன்மேலும் உயரமாய்.... நட்சத்திரங்களையும் தொட்டுவிடுகிறார்! கீழேயுள்ள பூமி சிரிக்கின்றது! பேசுகின்றது-

"என்ன தாத்தா மேலயே பார்த்துட்டிருக்கே? ஆகாயத்தைத் தொட்டுடப் போறியா என்ன?"

"ஆமாம்டா பேரனே! ஆகாயத்தைத் தொட்டுப் பிடிக்கப்போறேன். திசைகளுக்கு பாலம் எழுப்பப்போறேன்! பூமி முழுக்க சொந்தமாக்கிக்கொள்ளப்போறேன்! உன்னைப்போல் பேரன் இருக்கையில நான் எதையானாலும் செஞ்சிடுவேன்! எதையானாலும் என்னால செஞ்சிட முடியும் டா ரவி!

"மொதல்ல இந்த சுமையை வாங்கு!" பேரனின் தலையின்மீது இருந்த சுமையை வாங்கிக்கொண்டார் சாம்பைய்யா.

பாலத்தின் மேல் ஒரு ஜீப்பு வந்து நின்றது. சாம்பைய்யா திடுக்கிட்டார்!

கற்பனையுலகில் மிதந்துகொண்டிருந்த மனம் திரும்பவும் பூமியின் மேல் வந்து விழுந்தது. தலைக்குமேலே வெள்ளை வெளேரென கொக்குக்கள் கோடுவரைந்ததைப்போல அழகாய் பறந்துகொண்டிருந்தன. சிட்டுக்குருவிகள் கூட்டங் கூட்டமாய் காடுகளில் சுற்றித் திரிந்தபின் மறுபடியும் உயரே பறக்கத் தொடங்குகின்றன.

பேரனின் தலைச் சுமையை எட்டிப்பிடித்து வாங்கிக்கொண்டிருந்த சாம்பைய்யாவின் கைகள் நடுங்கின.

"யார் அது.... வருவது?" புருவங்களை சுருக்கி உற்று நோக்கினார் சாம்பைய்யா.

கால்வாய் கரையைத் தாண்டி வந்துகொண்டிருந்தார்கள். கதர் ஆடை அணிந்தவர்கள் முன்னால் வந்துகொண்டிருக்க, பின்னால் ஐந்தாறு சிகப்பு ஆடைகள் தென்பட்டன. எல்லாவற்றிற்கும் முன்பாக காக்கி யூனிபார்ம், க்ராஸ்பெல்ட்டு மிடுக்காக நடந்து வந்துகொண்டிருந்தது.

யார் அது? யார் அது? சந்தேகமேயில்லை, அவனேதான்!

கனகய்யா! பிரஸிடெண்ட் கனகய்யா!

அவன் பக்கத்தில் வந்துகொண்டிருப்பது யார்? எப்போதுமே பார்த்ததில்லையே? இந்த ஊரைச் சேர்ந்தவனும் இல்லை. ஒல்லியாக ஒடிந்துவிழுந்துவிடுவது போலிருக்கிறான். முழங்காலுக்குக் கீழ் இறங்காத வேஷ்டி உடம்பில்சட்டையில்லை. உத்தரீயத்தை போர்த்திக்கொண்டிருக்கிறான்

(மேல்துண்டு). கையில் துணிப்பை, தலையில் வெள்ளை குல்லா. காந்தியாரைப்போலவே தெரிகிறான். அச்சு அசல் காந்தியேதான்? காந்தியார் தொப்பியெல்லாம் போடமாட்டாரே? பின்னே இந்த ஆள் போட்டிருக்கானே?

காந்தியார் இவர்களெல்லாம் தொப்பியை அணியச்செய்யும்படிச் சொல்லிவிட்டு அவர் மட்டும் ஏன் அணிந்துகொள்ளவில்லை?

இவங்களாவே காந்தியாருடைய பெயரைச் சொல்லிக்கொண்டு தலையில் தொப்பிகளை வைத்துக்கொண்டுள்ளார்களோ என்னமோ? அந்த கனகய்யாவும் கூடவே வந்துகொண்டிருக்கிறானே எதற்காக? தன்னுடைய நிலத்தை நோக்கியே வந்துகொண்டிருக்கிறார்களே? தன்னோட வயக்காட்டில் கால்வைத்துவிட்டார்கள். கனகய்யா கையைகாட்டி தன்னுடைய பூமியை முழுவதுமாகக் காட்டிக்கொண்டிருக்கிறான். அந்த மனிதன் தொப்பியை சரிசெய்துகொண்டவாறே தலையையாட்டிக்கொண்டிருக்கிறான். நிலத்தை நோக்கி உற்றுப்பார்க்கிறான். அவன் யார்? குவித்து வைத்திருக்கும் படப்பை நோக்கி வருகிறார்களே? வந்துவிட்டார்கள் அருகில்.

சாம்பையயாவின் கண்கள் சுழலத்தொடங்கின. குப்பென இருள் திரண்டுவந்து கவ்விப்பிடிப்பது போலிருந்தது!

"அப்படியென்றால் கனகய்யா சொன்னது நிஜம்தானா?

அந்த வரும் மனிதர் ராமராஜ்யத்தைச் சேர்ந்தவர்தானா? இல்லையே - ராம - ராம - ஆமா - ராமானந்தம் - அரசியலில் ஈடுபாடுடையவன்! அரசியலுக்காக பல்வேறு கஷ்டங்களைப் பட்டவன். ரெட்டிபாளையம் - ராமானந்தம். பிரஸிடெண்ட் கனகய்யாவோடு வந்திருக்கான். போலீஸ் பந்தோபஸ்தோடு வந்திருக்காங்க எல்லோருமாய். இந்த நெலத்தைக் கைபற்ற வந்திருக்காங்க. இந்த நெலம் தன்னோடது இல்லையா? அப்போ இந்த விளைச்சல் தன்னோடது இல்லையா?

பூமியும் ஆகாயமும் ஒன்று சேர்ந்ததுபோல் தோன்றியது. காடுகளும் வயல்வெளிகளும் செடிகொடிகளோடு சுழன்று கொண்டிருந்தன. நரம்புகளெல்லாம் தகர்ந்து விழுவதுபோலிருந்தது. இதயம் விம்மிப் புடைத்தது.

"இந்த நிலம் என்னுது! இந்த விளைச்சல் என்னுது! இந்த பூமி...." அவருடைய குரல் ஒலியிலிருந்து வெளிவந்த காற்று விஸ்வ வியாபிதமாயிற்று. எங்கும் ஒலித்து பிரதிபலித்தது!

சாம்பைய்யா பூமியின்மேல் விழுந்தார்!

திசைகளெல்லாம் பிரதித்வனித்தன! செடிகள் அசைந்தன! பூமி கிடுகிடுத்து ஒலித்தது!

"தாத்தா" பேரனின் தலையிலிருந்த சுமை நழுவி கீழே விழுந்தது. வேரோடு வெட்டப்பட்ட அடிமரமாய், சொத சொதப்புடன் ஈரமாகக்கிடந்த

மண்ணின்மேல் குப்புற விழுந்துகிடந்த தாத்தாவின் அருகில் துள்ளலுடன் பதறியபடியே வந்தான் பேரன்.

நரசிம்மன் சுமையைத் தூக்கி எறிந்துவிட்டு ஓடோடி வந்தான்.

சாம்பைய்யாவின் முகம் மண்ணில் புதைந்திருந்தது.

தோள்கள் நீண்டு மண்ணைப் பற்றியபடியே கிடந்தது. உள்ளங்கை மண்ணைப் பற்றி இறுகப்பிடித்திருந்தது.

கால் விரல்கள் மண்ணுக்குள் புதைந்து கொண்டிருந்தன.

ரவி நரசிம்மனின் சகாயத்துடன் சாம்பைய்யாவை மல்லாக்காக திருப்பினார்கள். சாம்பைய்யாவின் உதடுகள் பூமியைத் தொட்டுக்கிடந்த இடத்தில் சோற்றுப் பருக்கைகள் சிதறிக்கிடதந்தன. திறந்திருந்த வாயில் கரிய ஈர மண் ரத்தத்துடன் கலந்திருந்தது.

கண்களுக்குள் மண்!

முகமெல்லாம் மண்! முழுவதுமாய் தேய்த்துவிட்டதைப்போலசாம்பைய்யா தாத்தா மண்ணால் பூசப்பட்டு மண்ணிலிருந்து வடிக்கப்பட்ட, மண் மனிதனாய் தோன்றினார் பேரனின் முன்னால் மண்ணில் கிடத்தப்பட்ட நிலையில்.

“தாத்தா!” ரவி தாத்தாவை அசைத்தபடியே துக்கத்துடன் கத்தினான். தாத்தா பேசவில்லை. அவனுள் புரண்டெழுந்து வந்த கண்ணீர்த்தாரைகள் “தாத்தா!” என புலம்பித் தவித்தன.

“இனிமே தாத்தா எங்கே பேசப்போறாரு சின்ன மொதலாளி?

“சாம்பைய்யா மொதலாளி போய் சேர்ந்துட்டாருய்யா!” நரசிம்மன் தலை சும்மாட்டை அவிழ்த்து கண்களைத் துடைத்துக்கொண்டான்.

ரவி தாத்தாவின்மேல் விழுந்து புரண்டு புரண்டு அழுதான். மூடிக்கிடந்த கை விரல்களைத் திறந்தான்.

சாம்பைய்யாவின் கைப்பிடிக்குள் இறுக்கப்பட்டிருந்த ஒருபிடி மண் பேரனின் கையில் விழுந்தது. அந்த மண்படிந்த கைகளால் முகத்தை மூடிக்கொண்டு “தாத்தா! தாத்தா!” என்று கதறியழுதது அந்த சின்னஞ்சிறு பிஞ்சு இதயம்.

சாம்பைய்யா தாத்தா தந்த மண் பேரனின் உதடுகளைத் தொட்டுத் தடவி அமைதிப்படுத்தியது. அதே மண்படிந்த கைகளாலேயே கண்களைத் துடைத்துக்கொண்டான்.

சற்றுதூரத்தில்விழுந்துகிடந்ததாத்தாவின்கைத்தடியைஎடுத்துக்கொண்டான் ரவி. கண்களில் நெருப்பு ஜ்வாலை கொழுந்துவிட்டு எரியத் தொடங்கியது!

சாம்பைய்யாவின் பேரன் கையிலிருந்த ஊன்றுகோல் மாலைநேரத்து வெயில் பட்டு செக்கச்சிவந்து பளபளத்தது!

கனகய்யா தலையை நிலத்தைநோக்கி தாழ்த்திக் கத்தினான். கனகய்யாவின் பின்னாலிருந்த ராமானந்தம் தலையில் "டங்"கென அடி விழுந்தது! தலையின் மேலிருந்த வெள்ளைத் தொப்பி பறந்துசென்று தூரத்தில் விழுந்தது.

இரண்டு போலீஸ்காரர்கள் வேகமாக வந்து ரவியின் இரண்டு கைகளையும் இழுத்துப் பலமாகப் பிடித்துக்கொண்டார்கள்.

ராமானந்தம் தலையைத் தடவியபடியே கீழே உட்கார்ந்துவிட்டான் - ரத்தக்கறை படிந்த தன் கைகளைப் பார்த்தபடியே.

"பாபுஜீ! அஹிம்சையின் மூலமாக சுயராஜ்யத்தைப் பெற்றோமே! ரத்தம்கலந்த சோற்றைச் சாப்பிடச்சொல்லி என் தலையில் எழுதிவைத்தாயா மகாத்மா?" என்று புலம்பினான் போலும் மனதிற்குள்ளேயே.

"அஹிம்சையே வயிற்றை நிரப்பாது ராமானந்தம் ஐயா!" கனகய்யா கதர்வேஷ்டியில் படிந்திருந்த சேற்றை உதறிபடியே சொன்னான்.

"இன்ஸ்பெக்டர்! அந்த சிறுவனை விட்டுடுங்க! ரொம்பவும் சின்னப் பையன்! அவனுக்கு என்ன தெரியும்? ஏதோ ஒரு உத்வேகத்தில் கம்பை ஓங்கியிருக்கிறான்"

"என்ன ராமானந்தம் உன்னோட புலம்பலும் நீயும்! அஹிம்சை அஹிம்சை-ன்னு எங்க பொழப்புல மண்ணையள்ளிக் கொட்டப்போறியா என்ன?" கனகய்யா சில்க் சட்டையின் பொத்தானை மாட்டியபடியே சொன்னான். கனகய்யா இன்ஸ்பெக்டரின் அருகில் வந்து - "இன்ஸ்பெக்டர் சார்! இவனை யாருன்னு நெனச்சீங்க?" போலீஸ்காரர்களின் நடுவில் நின்றிருந்த ரவியைக் கையெடுத்து சுட்டிக்காட்டியபடி சொன்னான்.

"நெருப்பு! நெருப்பு! புகைந்து புகைந்து கனன்று கொண்டிருக்கிறது. பெரிய அளவுல பற்றி எரியப்போவுது! சின்னப்பயல்னு நெனச்சி இன்னக்கி இவனை விட்டுட்டோம்னா நாளைக்கி ஊருக்கு ஊரா பத்தி எரியப்போவுது சார்!"

"கனகய்யா! பாவம் சின்னப்பையன்" அதுவரைக்கும் ரவியையே கண்ணிமைக்காமல் பார்த்துக்கொண்டிருந்த ராமானந்தம் கனகய்யனைத் திரும்பிப்பார்த்து வருத்தத்துடன் கூறினான்.

"நீ வாயை மூடிகிட்டு சும்மா இருய்யா சாமி!" கனகய்யா ராமானந்தத்தின் பேச்சுக்கு மறுப்புத் தெரிவித்துக் கூறினான்.

"அதில்லை பிரஸிடெண்ட்!"

"உனக்கென்ன நீ எதுவும் சொல்லுவே. தின்னுட்டு உட்கார்ந்திருக்கயில்லையா? அஞ்சு ஏக்கர் இந்தப் பாழாப்போன பஞ்சர்

பூமிக்காக எப்பவோ பதினைஞ்சு நுறு அட்வான்சாக வாங்கிக்கிட்டேயில்ல! நீ விக்கணுமுன்னு சொன்னதால என்னோட நெலத்தோட சேர்ந்ததா இருக்கேன்னு வாங்க சம்மதிச்சேன். இல்லேன்னா இந்த தகராறுபுடிச்ச புறம்போக்கு நெலத்தை எவன்யா வாங்கப்போறான்?"

அரசியல்ல சம்பந்தப்பட்ட ராமானந்தத்தை நோக்கி கோபப்பார்வை பார்த்தான் கனகய்யா.

"காட்டையும், விளைச்சலையும் வேணும்னா ஸ்வாதீனப்படுத்திக்கோ! ஆனா பையனெ விட்டுடுய்யா பிரசிடெண்ட்! அவனோட முகத்தைப் பார்த்தா அந்த தேஜஸ், அந்த துடிப்பு எனக்கு யார் யாரையோவெல்லாம் நினைப்பூட்டி வைக்குதய்யா கனகய்யா!" ராமானந்தம் சமாதானக்கொடியை அசைத்துக் காட்டினார்.

"டேஞ்ஜர்! வெரி டேஞ்ஜர்! அந்தக் கெழவனோட பேச்சைக் கேட்காதீங்க இன்ஸ்பெக்டர்!" கனகய்யா விஷ நாகமாய் சீறினான்.

"அடிச்சது என்னை! அடிபட்டவன் நான்! உனக்கெதுக்கு அய்யா இவ்வளவு வெறுப்பும், பகையும்? என்னை இன்ஸ்பெக்டரோட பேசவிடுய்யாகனகய்யா?"

"இன்னக்கி உன்னை அடிச்சவன் நாளைக்கி என்னை அடிக்கமாட்டானா என்ன? இன்னக்கி உன்னோட நெலத்தை ஆக்கிரமிச்சவன் நாளைக்கி என்னோட பூமியை எனக்கு தக்கவிடுவானா?" என்றபடியே கனகய்யா இன்ஸ்பெக்டரைத் திரும்பிப்பார்த்து - என்னங்க சி.ஐ.சாரு? நீங்க சும்மா பார்த்துட்டே நிக்கிறீங்களே என்ன? இன்னக்கி ராமானந்தம்! நாளைக்கி கனகய்யா! அதுக்கு அடுத்தநாள் உங்க போலீஸ்காரங்க மேலயே எதிர்ப்பைக் காட்டுவான் இவன்! என்னன்னு நெனச்சீங்க?" என்றான்.

"சிறுவன் ஜுவைனல் லா இருக்கானேன்னு பார்த்துட்டிருக்கேன்!" இன்ஸ்பெக்டர் உள்ளங்கையில் பற்றியிருந்த சின்ன கம்பை உருட்டியபடியே சொன்னான்

எதிர்ப்பைக் காட்டுறதுக்கு இதுதான் முதல்படி! ஆரம்பமாயிட்டிக்கு புரட்சி. அது இவனுக்குள்ள உருவாயிடுச்சி! இப்படிப்பட்டவங்கதான் வளர்ந்து பெரியவங்களானதும் எதிர்ப்புக்குரல் கொடுப்பாங்க. கலவரத்தை உண்டாக்குவாங்க. புரட்சியைப் பரப்புவாங்க. தீவிரவாதிகளா உருவாகி நாட்டுக்கும் வீட்டுக்கும் தீங்குகளை விளைவிப்பாங்க. இன்னக்கி சின்னப்பையன்னு விட்டீங்கன்னா நாளைக்கி அவன்தான் பெரிய ஆளா தீவிரவாதியா நிற்கப்போறான். ஒருத்தன் தானேன்னு சும்மாயிருந்தீங்கன்னா நாளைக்கி நூறுபேரா உருவாகி நிப்பாங்க. பிறகு நூறு லட்சமாகும்- கோடியாகும். அம்மமம்மா! அதுக்குப்பிறகு இவங்களெயெல்லாம் தடுத்து நிறுத்த நம்மால முடியாது!

உங்க போலீஸூம், மிலிட்டரியும் என்னதான் நெருப்பா எகிறி பாஞ்சி சண்டைபோட்டாலும் தண்டந்தான்! அதுனாலதான் இன்ஸ்பெக்டர்!

எம்பேச்சை கேட்டு - இந்த சாம்பைய்யாவோட பேரனை விட்டுடாதீங்க. ஏதாவது குற்றவாளி பள்ளிக்கூடத்துல தள்ளிவிட்டுடுங்க.

“தடீஜ் ரைட்! பிரஸிடெண்ட் ஐயா!” அஸ்தமித்துக்கொண்டிருக்கின்ற சூரிய ஒளியில் இன்ஸ்பெக்டரின் பெல்ட் தளுக்கென மிளிர்ந்தது.

“நோ! நோ! தடீஜ் நாட் ரைட்! திஸ் லேண்ட் ஸ் மைன்! இட் பிலாங்ஸ் டு மை க்ரேண்ட்... பாதர்!”

போலீஸ்காரர்களின் பிடியில் ரவி துள்ளி எழுந்தான் இன்ஸ்பெக்டர் துப்பாக் குண்டு தன்மேல் விழுந்ததைப்போல திடுக்கிட்டார். ரவியை நோக்கி ஆச்சரியத்துடன் தலையை நிமிர்த்திப் பார்த்தார்.

"இவன் இங்கிலீசு படித்திருக்கான்! இன்னும் டேஞ்ச" என்றான் கனகய்யா.

“காந்தியாரும் கூட இங்கிலீசு படிச்சவருதானே.'' ராமானந்தம் தன்னையறியாமலேயே கூறிவிட்டார்.

“அங்குட்டுத் தூக்கிப்போடுய்யா உன்னோட காந்தியாரையும் உன்னோட அஹிம்சை தத்துவத்தையும்!

இன்ஸ்பெக்டர்! உங்க டியூட்டியை நீங்க செய்யுங்க. இல்லேன்னா ஹோம் மினிஸ்டர் வரைக்கும் போகவேண்டி வரும் தெரிஞ்சதா?” கனகய்யா மேலங்கியை சரிசெய்தபடி இன்ஸ்பெக்டரிடம் கர்தவ்ய போதனை செய்தான்.

இன்ஸ்பெக்டர் போலீஸைப் பார்த்து தலையசைத்தார்.

ஊருவிட்டு ஊருவந்த வெங்கய்யாவோட சாம்பைய்யா பேரனான ரவியை இரண்டு கைகளையும் இழுத்துப் பிடித்தபடி போலீஸ்காரர்கள் விளைநிலங்களினூடே வெளியே இழுத்துச் சென்று கொண்டிருந்தார்கள்.

மேற்குத்திசையில் பனங்காட்டில் ரவி அஸ்தமிட்டிருந்தான். கிழக்கு திசையில் சிகப்புத் தொப்பிகளுக்கு மத்தியில் ரவியின் முகம் பளீரென பளிச்சிட்டது.

“அடேய்! கண்ணா! இந்த பூமி உன்னோடதுதானடா! இந்த விளைச்சலும் உன்னோடது தானடா!” சாம்பைய்யா தாத்தாவின் குரல் - நீரிலும், நிலத்திலுமாய் நிரம்பி வழிந்து பேரனின் ஒவ்வொரு அணுவிலும் பிரதிபலித்தெழுந்தது.

புதுக்கால்வாயின் பாலத்தின்மீது ஏறிக்கொண்டிருந்த ரவி சற்று நின்றான். சாம்பைய்யாவின் பிணத்தினருகில் பயத்துடனும் வருத்தத்துடனும் உட்கார்ந்திருந்த நரசிம்மனை நோக்கி கத்தினான் ரவி - “மண்மேட்டுல தாத்தாவுக்கு கோயில் கட்டு!”

"என்னடா! உங்க தாத்தா சங்கராச்சாரியரா? காந்தி மகாத்மாவா? கோவிலும், கோபுரமும் எழுப்புறதுக்கு?" இன்ஸ்பெக்டரை யொட்டி தோளோடு தோள் உரசிக்கொண்டவாறு நடந்து சென்றுகொண்டிருந்த கனகய்யா சொன்னான்.

"டேய்! கனகய்யா?" ரவி வெறுப்புடன் கத்தினான்.

"ஆமான்டா! பின்னே! மண்ணெ பிசைஞ்சிகிட்டிருக்குறவனுக்குக்கூட ராஜ்காட்டு, சாந்தி நிகேதன்களெ எழுப்பிட்டிந்தா இந்த தேசத்துல இருக்குற இடமே பத்தாதுடா?"

"அந்த மேடு எங்க தாத்தாவுடையது. எங்க இஷ்டம் வந்தாப்புல செஞ்சிக்கிடுவோம். நீ யாருடா கேக்கறதுக்கு?"

"ஆமாமா! உங்க தாத்தாவுது? எங்க காடுகளுக்கு மத்தியில வீடுகளுக்கு மத்தியில சமாதிகளெ எழுப்புவேங்குறியா? இது ஊரா இல்லேன்னா சுடுகாடா?"

ஏய்! கனகய்யாவே! உன்னோட ஊரை சுடுகாடாக்கி காட்டுறேன்டா! உன் வீட்டை இடிச்சி இடுகாட்டாக்கிக் காட்டுறேன்டா!" ரவியின் குரல் அக்னிப் பிழம்பாய் பிரஜ்வலித்தது.

"போடா! சுண்டெக்கா பயலே! மொதல்ல இரும்பு கேட்டுலருந்து வெளிய வாடா அப்போ பார்த்துக்கிடுவோம்!"

"வருவேண்டா! திரும்பி வருவேன்டா!"

"ஆமா! வருவே! வருவே!" கனகய்யா தொண்டைக்குள் ஏதோ அடைத்துக்கொண்டதைப்போலிருந்ததும் - இன்ஸ்பெக்டர் பெல்ட்டிலிருந்த ரிவால்வாரை நோக்கிப் பார்த்ததான்.

"வருவேன்டா

வருவேன்.

கொண்டாருவேன் உனக்காக துப்பாக்கி!"

■

* 9 7 8 9 3 8 8 1 2 6 4 7 2 *

FCW - #0273 - 061026 - C0 - 216/140/34 - PB - 9789388126472 - Matt Lamination